सर्वधर्मान्परित्यज्य मामेकं शरणं व्रज।
अहं त्वां सर्वपापेभ्यो मोक्षयिष्यामि मा शुचः ॥ *(18.66)*

गीतोपनिषद्

భగవద్గీత

యథాతథము

శ్రీ శ్రీల ఏ.సి భక్తివేదాంతస్వామి ప్రభుపాదులవారి ఆంగ్ల రచనలు :

భగవద్గీత యథాతథము
శ్రీమద్భాగవతము 1-12 స్కంధములు (18 సంపుటములు)
శ్రీచైతన్యచరితామృతము (9 సంపుటములు)
శ్రీచైతన్యశిక్షామృతము
భక్తిరసామృతసింధువు
శ్రీఈశోపనిషత్తు
గ్రహాంతర సులభయానము
దేవాదిదేవుడు శ్రీకృష్ణుడు
భాగవత జ్యోతి
కృష్ణచైతన్యము : అత్యుత్తమ యోగపద్ధతి
దేవహూతి కుమారుడైన కపిలుని ఉపదేశములు
కుంతీమహారాణి ఉపదేశములు
కృష్ణుడు - ఆనందనిధానము
ఆత్మసాక్షాత్కార విజ్ఞానము
పరిపూర్ణమైన మార్గము
కృష్ణచైతన్యం - అద్వితీయ వరప్రసాదము
ప్రాణము నుండి ప్రాణము
పునరాగమనము
ఉత్తమప్రశ్నలు - ఉత్తమసమాధానములు
యోగపరిపూర్ణత
కృష్ణప్రాప్తి మార్గము
జననమరణాతీతము
కృష్ణచైతన్య ప్రతిపత్తి
రాజవిద్య
ఉపదేశామృతము
భగవదర్శనము మాసపత్రిక (సంస్థాపకులు)

శ్రీ గురు గౌరాంగౌ జయతః

భగవద్గీత

యథాతథము

దేవనాగరి మరియు తెలుగు లిపి యందు మూల సంస్కృతశ్లోకములు,
ప్రతిపదార్థములు, తాత్పర్యములు, భాష్యములను కూడియున్న
సమగ్ర సంపుటము

కృష్ణకృపామూర్తి
శ్రీ శ్రీల ఏ.సి. భక్తివేదాంతస్వామి ప్రభుపాదులు
అంతర్జాతీయ కృష్ణచైతన్యసంఘ సంస్థాపకాచార్యులు

భక్తివేదాంత బుక్ ట్రస్ట్

ఈ గ్రంథవిషయములో అభిరుచి కలిగినవారు భక్తివేదాంత బుక్ ట్రస్ట్ వారి కార్యదర్శిని ఈ క్రింది చిరునామాల యందు సంప్రదించగలరు.

భక్తివేదాంత బుక్ ట్రస్ట్,
హరేకృష్ణ ల్యాండ్, జుహు,
ముంబయి 400 049.

Web : www.indiabbt.com
E-mail : admin@indiabbt.com

Bhagavad-gītā As It Is (Telugu)
అనువాదము : వైష్ణవాంఘ్రిసేవక దాసు

First printing in India : 10,000 copies
2nd to 40th printings : 8,40,000 copies
41st printing, January 2016 : 1,00,000 copies

ISBN : 978-93-83095-10-0

"భగవద్గీత యథాతథము" హిందీ, గుజరాతీ, కన్నడము, మళయాళము, మరాఠీ, ఒరియా, తమిళము, బెంగాలీ, అరబ్బీ, చైనా, డానిషు, ఫ్రెంచి, ఇటాలియను, జపనీసు, పోర్చుగీసు, స్పానిషు, స్వీడిషు, ఇతర పలు భాషలలో కూడ ముద్రింపబడినది.

Published and Printed by
The Bhaktivedanta Book Trust

SJ1K

అంకితము

వేదాంతసూత్రములకు

“గోవిందభాష్యము” అను వ్యాఖ్యానమును చక్కగా వివరించిన

శ్రీల బలదేవ విద్యాభూషణులకు

విషయసూచిక

కురుక్షేత్ర రణరంగమున సైనిక పరిశీలనము

సేనలు యుద్ధమునకు సిద్ధపడగా యుద్ధమున ప్రాణత్యాగము చేయుటకు సంసిద్ధులైన తన సన్నిహిత బంధువులను, గురువులను, మిత్రులను మహావీరుడైన అర్జునుడు ఇరుసైన్యములందును గాంచెను. కరుణ, విషాదములచే ఆవరింపబడినవాడై బలమును కోల్పోయి, మనస్సు భ్రాంతిమయము కాగా అతడు యుద్ధనిశ్చయమును త్యజించెను.

గీత యందు ప్రతిపాదింపబడిన విషయముల సారాంశము (గీతాసారము)

శిష్యుని రూపమున అర్జునుడు శ్రీకృష్ణభగవానుని శరణువేడగా నిత్యమైన ఆత్మ, అనిత్యమైన భౌతికదేహముల నడుమ గల మూలభేదమును వివరించుచు ఆ దేవదేవుడు అతనికి ఉపదేశము నారంభించును. ఆత్మ ఒక దేహము నుండి వేరొక దేహమునకు ప్రయాణించు విధానమును, నిస్వార్థమగు భగవత్సేవా లక్షణమును, ఆత్మదర్శియగు మహాత్ముని లక్షణములను శ్రీకృష్ణభగవానుడు వివరించును.

కర్మయోగము

ఈ భౌతికజగమున ప్రతియొక్కరు ఏదియో ఒక కర్మ యందు నియుక్తులు కావలసియుండును. కాని అట్టి కర్మలు మనుజుని ఈ జగమున బంధించుటయో లేక దీని నుండి ముక్తుని గావించుటయో చేయును. భగవానుని ప్రీత్యర్థమై

నిస్వార్థముగా కర్మనొనరించుట ద్వారా మనుజుడు కర్మసిద్ధాంతము నుండి ముక్తిని బడయగలడు మరియు ఆత్మ, పరమాత్మలను గూర్చిన దివ్యజ్ఞానమును పొందగలడు.

చతుర్థాధ్యాయము 229

దివ్యజ్ఞానము

భగవానుడు, ఆత్మ మరియు వారిరువురి నడుమ కల సంబంధమును తెలియచేయు ఆధ్యాత్మికజ్ఞానము (దివ్యజ్ఞానము) పవిత్రమును, ముక్తిదాయకమును అయి యున్నది. నిస్వార్థమగు భక్తియుక్తకర్మ యొక్క ఫలమే అట్టి జ్ఞానము. భగవద్గీత యొక్క పురాతన చరిత్రను మరియు భౌతికజగమునకు తన అవతరణ యందలి ప్రయోజనమును, ప్రాముఖ్యతను శ్రీకృష్ణభగవానుడు వివరించును. ఆత్మదర్శియైనట్టి గురువును ఆశ్రయింపవలసిన అవసరమును తెలియజేసెను.

పంచమాధ్యాయము 291

కర్మయోగము - కృష్ణభక్తిరసభావిత కర్మ

బాహ్యముగా సర్వకర్మల నొనరించుచున్నను ఆంతరముగా వాని ఫలములను త్యజించు మహాత్ముడు జ్ఞానాగ్నిచే పవిత్రుడై శాంతిని, అసంగత్వమును, తితిక్షను, ఆధ్యాత్మికదృష్టిని, దివ్యానందములను పొందును.

షష్ఠాధ్యాయము 327

ధ్యానయోగము

అష్టాంగయోగము (యాంత్రికమైనట్టి ధ్యానయోగము) మనస్సును, ఇంద్రియములను నియమించి పరమాత్మునిపై (హృదయస్థమై యుండు భగవానుని రూపము) ధ్యానమును నిలుపును. ఇట్టి అభ్యాసము సమాధిని (భగవానుని పూర్ణజ్ఞానమును) కలుగజేయును.

సప్తమాధ్యాయము 387

భగవద్విజ్ఞానము

భౌతికములు మరియు ఆధ్యాత్మికములు అయిన సమస్తమునకు పరమ కారణుడు, పోషకుడు నైన శ్రీకృష్ణుడు పరమసత్యమై యున్నాడు. మహాత్ములు భక్తితో ఆతనిని శరణువేడగా, అపవిత్రాత్ములు తమ మనస్సులను ఇతర పూజా ధ్యేయముల వైపునకు మళ్ళింతురు.

అష్టమాధ్యాయము 441

భగవత్ప్రాప్తి

జీవితాంతము (ముఖ్యముగా మరణసమయమున) భక్తితో శ్రీకృష్ణభగవానుని స్మరించుట ద్వారా మనుజుడు భౌతికజగమునకు పరమైనట్టి ఆ దేవదేవుని దివ్యధామమును పొందగలడు.

నవమాధ్యాయము 477

పరమ గుహ్యజ్ఞానము

శ్రీకృష్ణభగవానుడు పూర్ణపురుషోత్తముడైన దేవదేవుడును, పరమపూజా లక్ష్యమును అయియున్నాడు. ఆత్మ దివ్యమైన భక్తియుక్తసేవ ద్వారా ఆతనితో నిత్యసంబంధమును కలిగియున్నది. శుద్ధభక్తిని జాగృతము చేసికొనుట ద్వారా మనుజుడు ఆధ్యాత్మికజగత్తు నందు శ్రీకృష్ణుని తిరిగి చేరగలడు.

దశమాధ్యాయము 537

భగవద్విభూతి

భౌతికజగమునందు గాని లేక ఆధ్యాత్మికజగమునందు గాని శక్తిపూర్ణమును, సౌందర్యపూర్ణమును, వైభవోపేతమును లేదా ఉదాత్తమునునై ఆశ్చర్య కారకమగు విషయములన్నియును శ్రీకృష్ణభగవానుని దివ్యశక్తులు, విభూతుల యొక్క పాక్షిక వ్యక్తీకరణములై యున్నవి. సర్వకారణములకు కారణముగా, సమస్తమునకు ఆధారము మరియు సారముగా శ్రీకృష్ణభగవానుడే సర్వజీవులకు పరమపూజాలక్ష్యమై యున్నాడు.

విశ్వరూపము

శ్రీకృష్ణభగవానుడు అర్జునునకు దివ్యదృష్టి నొసగి తన అనంతమగు విశ్వరూపమును జూపును. ఆ విధముగా ఆ దేవదేవుడు తన దివ్యత్వమును నిర్ధారించి చూపెను. తన అత్యంత సుందరమైన ద్విభుజరూపమే మూలరూపమని శ్రీకృష్ణుడు వివరించును. కేవలము విశుద్ధమగు భక్తియుక్త సేవ చేతనే అట్టి రూపమును మనుజుడు గాంచగలడు.

భక్తియోగము

ఆధ్యాత్మికస్థితి యొక్క పరమావధియైన శుద్ధమగు కృష్ణప్రేమను పొందుటకు శ్రీకృష్ణభగవానుని శుద్ధమైన భక్తియుక్తసేవ (భక్తియోగము) అనునది అత్యున్నతమును, పరమయుక్తమును అగు మార్గమై యున్నది. ఈ పరమోత్కృష్ట పథమును అనుసరించువారు దైవీగుణములను వృద్ధి చేసికొందురు.

ప్రకృతి, పురుషుడు, చైతన్యము

దేహము, ఆత్మ మరియు ఆ రెండింటికి పరమైన పరమాత్మ నడుమగల భేదమును అవగతము చేసికొనినవాడు ఈ భౌతికజగము నుండి ముక్తిని పొందును.

ప్రకృతి త్రిగుణములు

దేహధారులందరును సత్త్వగుణము, రజోగుణము, తమోగుణములనెడి ప్రకృతి త్రిగుణములకు లోబడియున్నారు. ఈ గుణములు అనగా నేమి, అవి ఏ విధముగా మనపై పనిచేయును, మనుజుడు ఏ విధముగా వాటిని అతిక్రమించ వచ్చుననెడి విషయములను శ్రీకృష్ణభగవానుడు వివరించును. దివ్యస్థితిని సాధించినట్టి మహాత్ముని లక్షణములను సైతము తెలియజేయును.

పురుషోత్తమయోగము

భౌతికప్రపంచ బంధము నుండి విడివడుట మరియు శ్రీకృష్ణుని పూర్ణ పురుషోత్తముడైన దేవదేవునిగా అవగతము చేసికొనుటయే వేదజ్ఞానపు అంతిమ ప్రయోజనమై యున్నది. ఆ విధముగా శ్రీకృష్ణభగవానుని దివ్యత్వము నెరిగిన వాడు ఆ దేవదేవుని శరణుజొచ్చి ఆతని భక్తియుక్తసేవలో నియుక్తుడగును.

దైవాసురస్వభావములు

దానవప్రవృత్తులను కలిగి శాస్త్రనియమములను పాటింపక విపరీత తలంపులతో జీవించువారు నీచజన్మలను పొంది మరింతగా భవబంధమున తగుల్కొనెదరు. కాని దైవీగుణములను కలిగియుండి, శాస్త్రప్రమాణమునకు కట్టుబడి నియమితజీవనమును గడుపువారు క్రమముగా ఆధ్యాత్మికపూర్ణత్వమును బడయగలరు.

శ్రద్ధాత్రయవిభాగములు

భౌతికప్రకృతి త్రిగుణములకు సంబంధించినవై ఆ త్రిగుణముల నుండియే ఉద్భవించిన శ్రద్ధలు త్రివిధములుగా నున్నవి. రజస్తమోగుణపూర్ణమైన శ్రద్ధను కలిగినవారు ఒనరించు కర్మలు కేవలము అశాశ్వతమైన భౌతికఫలములనే ఒసగును. కాని శాస్త్రనిర్దేశానుసారము సత్త్వగుణప్రధానమైన శ్రద్ధతో ఒనరింపబడు కర్మలు హృదయమును పవిత్రము కావించి శ్రీకృష్ణభగవానుని యందు శుద్ధమగు శ్రద్ధను, భక్తిని కలుగజేయును.

ఉపసంహారము - సన్న్యాసము యొక్క పూర్ణత్వము

సన్న్యాసము యొక్క నిజమైన అర్థమును; మానవచైతన్యము మరియు

కర్మలపై ప్రకృతి త్రిగుణముల ప్రభావమును శ్రీకృష్ణభగవానుడు వివరించెను. బ్రహ్మానుభవము మరియు భగవద్గీతా మహిమలను అతడు తెలియజేసెను. పూర్ణముగాను, నిబంధనా రహితముగాను శ్రీకృష్ణభగవానుని శరణుజొచ్చుటయే సర్వోత్తమ ధర్మమార్గమని భగవద్గీత యొక్క చరమ సారాంశముగా తెలుపబడినది. అది మనుజుని సర్వపాపముల నుండి ముక్తుని జేసి, పూర్ణజ్ఞానమును ప్రసాదించి శ్రీకృష్ణభగవానుని నిత్యమైన ఆధ్యాత్మిక ధామమును పొందునట్లుగా చేయగలదు.

భూమిక

విస్తారముగా ప్రచురింపబడి పఠింపబడునదే అయినను భగవద్గీత వాస్తవమునకు సంస్కృత ఇతిహాసమైన మహాభారతములో ఒక ఉపాఖ్యానముగా దర్శనమిచ్చుచున్నది. ప్రస్తుత కలియుగము వరకు జరిగినట్టి సంఘటనల నన్నింటినీ మహాభారతము పలుకుచున్నది. దాదాపు ఐదువేల సంవత్సరములకు పూర్వము ఈ యుగారంభమున శ్రీకృష్ణభగవానుడు తన స్నేహితుడు, భక్తుడైన అర్జునునకు ఈ భగవద్గీతను ఉపదేశించెను.

మానవుడు ఎఱిగియున్న తాత్త్వ్విక, ధార్మిక సంవాదములలో అత్యంత ఘనమైన ఈ సంవాదము ధృతరాష్ట్రుని నూరుగురు పుత్రులు, వారి జ్ఞాతులైన పాండవుల (పాండురాజు తనయులు) నడుమ సంభవించిన సోదర విరోధయుద్ధము ఆరంభమగుటకు కొద్దిగా ముందట జరిగెను.

పూర్వము భూమండలమును పాలించిన భరతమహారాజు నుండి వచ్చిన కురువంశమునందు ధృతరాష్ట్రుడు, పాండురాజు జన్మించిరి. భరతమహారాజు నామము నుండే "మహాభారతము" అనెడి నామము కలిగినది. జ్యేష్ఠుడైన ధృతరాష్ట్రుడు పుట్టుగ్రుడ్డియైన కారణమున అతనికి చెందవలసిన సింహాసనము అనుజుడైన పాండురాజునకు ఒసగబడినది.

పాండురాజు చిన్నతనమునందే మరణించినపుడు అతని ఐదుగురు సంతానమైన ధర్మరాజు, భీముడు, అర్జునుడు, నకులుడు, సహదేవుడు అనువారలు ధృతరాష్ట్రుని రక్షణలోనికి వచ్చిరి. పాండురాజు మరణించినందున ధృతరాష్ట్రుడు తాత్కాలికముగా రాజయ్యెను. ఈ విధముగా ధృతరాష్ట్రుని తనయులు, పాండురాజు తనయులు ఒకే రాచగృహమునందు పెరిగి పెద్దవారైరి. ఇరువురును ప్రవీణుడైన ద్రోణునిచే యుద్ధశాస్త్రమునందు శిక్షణ నొసగబడి, గౌరవ పితామహుడైన భీష్మునిచే మార్గదర్శనము (సలహా) నొసగబడిరి.

అయినప్పటికిని ధృతరాష్ట్రుని తనయులు, ముఖ్యముగా జ్యేష్ఠుడైన దుర్యోధనుడు పాండవులను ద్వేషించి వారి పట్ల అసూయాగ్రస్తుడయ్యెను. గ్రుడ్డివాడు, దుష్టమతి అయిన ధృతరాష్ట్రుడు కూడ పాండవులకు బదులుగా తన పుత్రులే రాజ్యమును పొందవలెనని వాంఛించెను.

ఆ విధముగా దుర్యోధనుడు ధృతరాష్ట్రుని సమ్మతితో పాండురాజు తనయులను చంపుటకు కుట్ర పన్నెను. కాని పినతండ్రియగు విదురుడు మరియు మేనబావయైన శ్రీకృష్ణుని రక్షణము చేత పాండవులు తమపై జరిగిన పెక్కు ప్రాణహాని యత్నములను తప్పించుకొనగలిగిరి.

శ్రీకృష్ణభగవానుడు సామాన్య మానవుడు కాడు. భూమిపై అవతరించి, సమకాలీన రాజవంశమున రాజుగా పాత్రపోషణము చేయుచున్న పూర్ణపురుషోత్తముడైన దేవదేవుడు. ఈ ప్రస్తుత పాత్రలో ఆతడు పాండురాజు భార్యయైన కుంతీదేవికి (పాండవుల జననియగు పృథా) మేనల్లునిగా సైతము వర్తించెను. కనుకనే బంధువుగాను, నిత్యధర్మోద్ధారకునిగాను శ్రీకృష్ణభగవానుడు ధర్మాత్ములైన పాండుతనయులను అనుగ్రహించి రక్షించెను.

అయినప్పటికిని చిట్టచివరకు తెలివిగల దుర్యోధనుడు పాండవులను జూదమునకు ఆహ్వానించెను. ఆ జూదములో దుర్యోధనుడు, అతని సోదరులు పాండవపత్ని యగు ద్రౌపదిని పణముగా గెలుచుకొనిరి. ఆ పిదప రాజులు మరియు రాకుమారుల సమూహము ఎదుట ఆమెను వివస్త్రను చేయ యత్నించగా శ్రీకృష్ణభగవానుని సహాయమే ఆమెను రక్షించెను. కాని మాయాజూదము పాండవుల రాజ్యమును హరించగా వారు పదమూడు సంవత్సరములు వనవాసమునకు ఏగవలసివచ్చెను.

వనవాసము నుండి తిరిగి వచ్చిన పిమ్మట పాండవులు ధర్మయుతముగా తమ రాజ్యమును దుర్యోధనుని నుండి అర్థించిరి. కాని అతడు మొండిగా దానిని నిరాకరించెను. రాజులుగా ప్రజాపాలనలో సేవచేయుటకు కంకణబద్ధులైన పంచ పాండవులు తమ కోరికను అతిస్వల్పమగు ఐదు ఊళ్ళకు కుదించుకొనిరి. కాని దుర్యోధనుడు వారికి సూదిమొన మోపినంత స్థలము కూడా ఒసగనని మొండిగా సమాధానమొసగెను.

ఇంతకాలము పాండవులు సహనమును, ఓర్పును కలిగియున్నను చివరకు ఇప్పుడు రణము అనివార్యముగా తోచెను.

ప్రపంచరాజులందరును రెండుభాగములుగా విడివడి కొందరు ధృతరాష్ట్రుని తనయుల పక్షము వహించగా, మిగిలినవారు పాండవుల పక్షము వహించిరి. శ్రీకృష్ణుడు స్వయముగా పాండవుల రాయబారిగా ధృతరాష్ట్రుని సభకు వెడలి శాంతికై అర్థించెను. ఆతని అర్థింపు నిరాకరింపబడగా యుద్ధము నిశ్చయమయ్యెను.

పరమధర్మాత్ములైన పాండవులు శ్రీకృష్ణుని పూర్ణపురుషోత్తముడైన దేవదేవునిగా

గుర్తించిరి. కాని పాపవర్తనులైన ధృతరాష్ట్రతనయులు ఆ విధముగా గుర్తించలేదు. అయినప్పటికిని నాస్తికులైనవారి కోరిక ననుసరించి యుద్ధమందు పాల్గొనుటకు ఆ దేవదేవుడు అంగీకరించెను. భగవానునిగా ఆతడు స్వయము యుద్ధము చేయకున్నను, యుద్ధము చేయవలెనని కోరువాడు ఆతని సైన్యమును ఉపయోగించుకొనవచ్చును. మిగిలినవారు శ్రీకృష్ణుని తమ సలహాదారునిగాను, సహాయకునిగాను మాత్రము పొందవచ్చును. రాజనీతి నిపుణుడైన దుర్యోధనుడు శ్రీకృష్ణుని సేనాబలమును స్వీకరించగా పాండవులు అంతే ఉత్సాహముతో శ్రీకృష్ణుని పొందిరి.

ఈ విధముగా శ్రీకృష్ణభగవానుడు అద్భుతవిలుకాడైన అర్జునుని రథ సారథ్యమును చేపట్టి అర్జున రథసారథి అయ్యెను. యుద్ధసన్నద్ధులై ఇరుపక్షములవారు వ్యూహముగా నిలబడియుండ ధృతరాష్ట్రుడు ఆతురముగా తన కార్యదర్శితో "వారు ఏమి చేసిరి" అని ప్రశ్నించుటతో భగవద్గీత ఆరంభమగుచున్నది.

ఈ రీతిగా ఈ అనువాదమును, వ్యాఖ్యానమును గూర్చిన ఈ చిన్న వివరణతో రంగము సిద్ధపరుపబడినది.

భగవద్గీతను ఆంగ్లమునందు వివరించు సమయమున తమ స్వంత భావములకు, తత్త్వములకు అవకాశము కల్పించుటకై శ్రీకృష్ణుని ప్రక్కకు తోయుట అనువాదకులకు సాధారణమై పోయినది. మహాభారత ఇతిహాసము ఒక వింతయైన కల్పితకథగా వారిచే భావింపబడినది. ఆలాగుననే శ్రీకృష్ణుడు కొందరు తెలివికలవారు తమ భావములను ప్రదర్శించుటకు కవితాసాధనమో లేదా ఎక్కువలో ఎక్కువ ఒక సాధారణ చారిత్రిక పురుషుడో అయినాడు.

కాని వాస్తవమునకు భగవద్గీత స్వయముగా పలికినట్లు శ్రీకృష్ణుడు భగవద్గీత యొక్క గమ్యము మరియు సారమునై యున్నాడు. కనుకనే ఈ అనువాదము మరియు వ్యాఖ్యానము శ్రీకృష్ణుని నుండి దూరముగా మళ్ళించుటకు బదులు ఆతని వైపునకే పాఠకుని నడుపుటకు యత్నించుచున్నది. ఈ విధముగా ఈ భగవద్గీత యథాతథము అద్వితీయమై యున్నది. ఆ రీతి సంపూర్ణముగా అణుగుణ్యము, గ్రాహ్యమైన భగవద్గీత అద్వితీయమే కాగలదు. శ్రీకృష్ణభగవానుడే భగవద్గీతకు వక్త మరియు దాని చరమగమ్యమై యున్నందున కేవలము ఈ భాష్యమే ఈ మహాగ్రంథమును వాస్తవమగు రూపములో ప్రదర్శించుచున్నది.

— ప్రకాశకులు

తొలిపలుకు

ప్రస్తుతము ఒసగబడిన రూపమునందే తొలుత నేను భగవద్గీత యథాతథమును వ్రాసియుంటిని. కాని అది తొలుత ప్రచురింపబడినప్పుడు దురదృష్టవశాత్తు మూలరచనము భగవద్గీత యందలి పలు మూలశ్లోకములకు వివరణలు మరియు వ్యాఖ్యానములు లేకుండగ నాలుగువందల పుటల కన్నను తక్కువగునట్లుగా కుదించబడినది. నా ఇతర రచనలన్నింటి యందును (శ్రీమద్భాగవతము, శ్రీఈశోపనిషత్తు మొదలగునవి) మూలశ్లోకములు, వాటి ఆంగ్ల లిపి, ఆంగ్లములో ప్రతిపదార్థము, అర్థము, భాష్యములను ఒక పద్ధతిలో నేను ఒసగియున్నాను. ఆ పద్ధతిచే గ్రంథము ప్రామాణికము మరియు సారస్వత పూర్ణమునై భావము స్వీయగ్రాహ్యము కాగలదు. మూలప్రతిని ఆ విధముగా కుదించవలసివచ్చుట నాకు నచ్చలేదు. కాని తదనంతర కాలమున భగవద్గీత యథాతథపు అవసరము పెరిగి నపుడు పలువురు పండితులు, భక్తులు దానిని మూలరూపమునందు ప్రసాదించమని నన్ను అర్థించిరి. కనుకనే కృష్ణచైతన్యోద్యమమును మరింత దృఢముగాను, పురోగతి చెందునట్లుగాను సుస్థాపితము చేయుటకు పరంపరానుగతమైన వ్యాఖ్యానముతో ఈ జ్ఞానగ్రంథము యొక్క మూలరూపమును ప్రసాదించుటకు యత్నించితిని.

భగవద్గీత యథాతథమును ఆధారము చేసికొనిన కారణముననే మా కృష్ణచైతన్యోద్యమము యథార్థమును, చారిత్రికముగా ప్రామాణికమును, దివ్యమును అయియున్నది. ప్రపంచమంతటను ఇది క్రమముగా అత్యంత జనసమ్మతమైన ఉద్యమముగా అగుచున్నది. ముఖ్యముగా యువతలో ఇది మిక్కిలి ఆదరణను పొందుచున్నది. పెద్దవారు కూడా దీని యందు అభిరుచిని పొందుచున్నారు. మా శిష్యుల తండ్రులు, తాతలు మా అంతర్జాతీయ కృష్ణచైతన్యసంఘమునందు శాశ్వతసభ్యులుగా నగుచు మమ్ము ప్రోత్సహించుచున్నారు. ఈ కృష్ణ చైతన్యోద్యమమును నేను ప్రపంచమంతటను నడుపుచున్నందులకు తమ కృతజ్ఞతలు తెలుపు నిమిత్తమై పలువురు తల్లిదండ్రులు లాస్‌ఏంజలెస్‌లో నన్ను కలిసికొనెడి వారు. కృష్ణచైతన్యోద్యమమును నేను అమెరికాలో ప్రారంభించుట యనునది

అమెరికాదేశస్థుల గొప్ప భాగ్యమని కొందరు పలికియుండిరి. కాని ఈ ఉద్యమమునకు ఆదిజనకుడు స్వయముగా శ్రీకృష్ణభగవానుడే. అత్యంత పూర్వకాలమునందే ఇది ఆరంభమై పరంపరానుగతముగా మానవ సంఘమునకు లభించినది. ఈ విషయమున నాకు ఏదేని కీర్తి లభించియున్నచో అది నాకు చెందినది కాదు. అస్మద్ గురువర్యులైన ఓం విష్ణుపాద పరమహంస పరివ్రాజకాచార్య అష్టోత్తరశత శ్రీ శ్రీమద్ భక్తిసిద్ధాంతసరస్వతీ గోస్వామి మహరాజుల వారికే అది చెందగలదు.

ఎటువంటి మార్పులు చేర్పులు చేయకుండా భగవద్గీతను యథాతథముగా ఒసగుటకు యత్నించుటయే ఈ విషయమున నాకు గల కీర్తియై యున్నది. ఈ భగవద్గీత యథాతథమును నేను రచించుటకు పూర్వము భగవద్గీత యొక్క ఆంగ్ల వ్యాఖ్యానములు దాదాపు అన్నియును ఆయా రచయితల స్వంత అభిలాషను పూర్ణము కావించుకొను నిమిత్తమే రచింపబడినవి. కాని పూర్ణ పురుషోత్తముడైన శ్రీకృష్ణభగవానుని ముఖ్యకార్యమును తెలియజేయు యత్నమే ఈ భగవద్గీత యథాతథము యొక్క రచనయై యున్నది. శ్రీకృష్ణభగవానుని సంకల్పమును తెలియజేయుటయే మా కార్యము గాని రాజకీయనాయకుడు, తత్త్వవేత్త, శాస్త్రజ్ఞుడు వంటి ఎవరో లౌకికకాల్పనికుని సంకల్పమును కాదు. ఏలయన వారు ఇతర జ్ఞానమును ఎంతగా కలిగియున్నప్పటికిని శ్రీకృష్ణుని గూర్చి అల్పజ్ఞానమును కలిగియున్నారు. "మన్మనాభవ మద్భక్తో మద్యాజీ మాం నమస్కురు" వంటి వాక్యములు శ్రీకృష్ణుడు పలికినపుడు నామమాత్ర పండితుల వలె శ్రీకృష్ణుడు మరియు ఆతని ఆత్మ భిన్నమని మేము పలుకము. శ్రీకృష్ణుడు పూర్ణుడు. శ్రీకృష్ణుని నామము, శ్రీకృష్ణుని రూపము, శ్రీకృష్ణుని గుణములు, శ్రీకృష్ణుని లీలాదుల నడుమ ఎట్టి భేదము లేదు. పరంపరా విధానములో శ్రీకృష్ణభగవానునికి భక్తుడు కానటువంటివానికి ఆ దేవదేవుని ఈ పూర్ణస్థితిని అవగతము చేసికొనుట మిగుల కష్టతరము. సాధారణముగా నామమాత్ర పండితులు, రాజకీయ నాయకులు, తత్త్వవేత్తలు, స్వామీజీలు భగవద్గీతకు వ్యాఖ్యానమును వ్రాయునపుడు కృష్ణుని గూర్చిన పూర్ణజ్ఞానము లేని కారణమున ఆ దేవదేవుని విస్మరింతురు. భగవద్గీతకు కల అటువంటి అప్రామాణీక వ్యాఖ్యానములు మాయావాద భాష్యముగా తెలియ బడుచున్నవి. అట్టి అప్రామాణీక జనుల విషయముననే శ్రీచైతన్యమహాప్రభువు

మనలను హెచ్చరించియున్నారు. భగవద్గీతను మాయావాదధోరణిలో అవగతము చేసికొన యత్నించువాడు గొప్ప తప్పిదము చేసినవాడగునని ఆయన స్పష్టముగా తెలిపిరి. అటువంటి ఘోరమైన అపరాధపు ఫలితమేమనగా భగవద్గీతా పాఠకుడు ఆధ్యాత్మికమార్గమున నిక్కముగా కలతనొంది భగవద్ధామమును చేరలేకపోవును.

ఏ ప్రయోజనార్థమై బ్రహ్మదేవుని ఒక రోజు (ప్రతి 8,600,000,000 సంవత్సరములు) కాలములో ఒకమారు ఈ జగమున శ్రీకృష్ణభగవానుడు అవతరించునో అదే ప్రయోజనమును బద్ధజీవునికి తెలియజేయుటయే ఈ భగవద్గీత యథాతథము రచన యందలి ఏకైక ప్రయోజనమై యున్నది. ఆ ప్రయోజనము భగవద్గీత యందు తెలుపబడినది. దానిని మనము యథాతథముగా స్వీకరింపవలసియున్నది. లేని యెడల భగవద్గీతను, దాని వక్తయైన శ్రీకృష్ణభగవానుని అవగతము చేసికొన యత్నించుటలో అర్థమే లేదు. కోట్లాది సంవత్సరములకు పూర్వము శ్రీకృష్ణుడు భగవద్గీతను తొలుత సూర్యదేవునికి బోధించెను. ఈ విషయమును మనము అంగీకరించి ఎటువంటి కల్పనలు లేకుండా శ్రీకృష్ణుని ప్రామాణికతపై ఆధారపడి భగవద్గీత యొక్క చారిత్రిక ప్రాముఖ్యమును అవగతము చేసికొనవలసియున్నది. శ్రీకృష్ణభగవానుని సంకల్పమును అన్వయించక భగవద్గీతను వ్యాఖ్యానింప జూచుట మహాపరాధమే కాగలదు. అటువంటి మహా అపరాధము నుండి రక్షింపబడుటకు మనుజుడు అర్జునుడు (శ్రీకృష్ణుని తొలి శిష్యుడు) శ్రీకృష్ణభగవానుని ప్రత్యక్షముగా అవగతము చేసికొనిన రీతి, ఆ దేవదేవుని పూర్ణపురుషోత్తమునిగా ఎరుగవలసియున్నది. భగవద్గీత యొక్క అటువంటి అవగాహనయే జీవితలక్ష్యమును సిద్ధింపజేసికొనుటలో మానవసంఘమునకు నిజముగా లాభదాయకము మరియు ప్రామాణికమునై యున్నది.

అత్యున్నత జీవనపూర్ణత్వమును ఒసగెడి కారణమున కృష్ణచైతన్యోద్యమము మానవసంఘమునందు అత్యంత ముఖ్యమై యున్నది. అది ఎట్లనెడి విషయము సైతము సంపూర్ణముగా భగవద్గీత యందు వివరింపబడినది. కాని దురదృష్టవశాత్తు అధర్మవర్తనులైన కొందరు తమ దానవస్వభావములను ప్రచారము కావించి సాధారణజీవన నియమముల సరియైన అవగాహన విషయమున జనులను తప్పుదోవ పట్టించుటకై భగవద్గీతను ఆసరాగా తీసికొనుట జరిగినది. ఏ విధముగా

భగవానుడు లేదా శ్రీకృష్ణుడు ఘనమైనవాడో ప్రతియొక్కరు అవగతము చేసికొనవలసియున్నది. అంతియేగాక జీవుల నిజమైన స్థితిని సైతము ప్రతియొక్కరు ఎఱుగవలెను. జీవుడు నిత్యముగా దాసుడనియు మరియు శ్రీకృష్ణభగవానుని సేవించనిచో అతడు వివిధ ప్రకృతి గుణములలో మాయను సేవించుచు నిరంతరము జన్మ,మృత్యు చక్రములో పరిభ్రమించవలసివచ్చుననియు ఎల్లరును ఎరుగవలెను. చివరకు నామమాత్రముగా ముక్తుడైన మాయావాద కాల్పనికునికి సైతము ఈ విధానము తప్పదు. ఈ జ్ఞానము గొప్ప విజ్ఞానశాస్త్రమై యున్నది. ప్రతిజీవుడును తన లాభము కొరకు దీనిని శ్రవణము చేయవలసియున్నది.

జనులు సాధారణముగా (ముఖ్యముగా ఈ కలియుగమునందు) శ్రీకృష్ణుని బాహ్యశక్తిచే ప్రభావితులై యుందురు. భౌతికసౌఖ్యములచే ప్రతిమానవుడును ఆనంద భాగుడు కాగలడని వారు తప్పుగా భావింతురు. భౌతికప్రకృతి (బాహ్యప్రకృతి) అత్యంత బలమైనదనెడి జ్ఞానమును వారు కలిగిలేరు. భౌతికప్రకృతి యొక్క కఠిన నియమములచే ప్రతియొక్కరు దృఢముగా బంధింపబడియుండుటయే అందులకు కారణము. ప్రతిజీవుడు శ్రీకృష్ణభగవానుని అంశయై యున్నాడు. తత్కారణమున ఆ దేవదేవునికి నిత్యసేవను గూర్చుటయే జీవుని సహజధర్మమై యున్నది. కాని మాయ కారణమున మానవుడు వివిధరూపములలో ఇంద్రియభోగము ద్వారా సుఖవంతుడగుటకు యత్నించుచున్నాడు. అది యెన్నడును అతనిని సుఖవంతుని చేయజాలదు. కనుక తన ఇంద్రియములను సంతృప్తిపరచుకొనుటకు బదులు అతడు భగవానుని దివ్యేంద్రియములను సంతృప్తిపరుపవలసియున్నది. అదియే జీవితపు అత్యున్నత పూర్ణత్వమై యున్నది. భగవానుడు కోరునది మరియు అధికారకముగా అడుగునది అదియే. భగవద్గీత యొక్క ఈ మూలవిషయమును ప్రతియొక్కరు అవగతము చేసికొనవలెను. మా కృష్ణచైతన్యోద్యమము ఈ కేంద్ర విషయమునే ప్రపంచమంతటికి బోధించుచున్నది. భగవద్గీత యథాతథము యొక్క అంతరార్థమును మేము కలుషితము చేయని కారణమున గీతాధ్యయనము ద్వారా లాభము పొందగోరు శ్రద్ధాళువైనవాడు భగవానుని ప్రత్యక్ష నిర్దేశమున భగవద్గీతను సరిగా అవగతము చేసికొనుటకు మా కృష్ణచైతన్యోద్యమపు సహాయమును తప్పక పొందవలెను. కనుక నేను ఒసగినట్టి ఈ భగవద్గీతను అధ్యయనము చేయుట ద్వారా

జనులు గొప్ప లాభమును గడింపగలరని ఆశించుచున్నాను. కనీసము ఒక్కరైనను శ్రీకృష్ణభగవానుని శుద్ధభక్తుడైనచో నా యత్నము సఫలీకృతమైనట్లుగా నేను భావింపగలను.

ఏ. సి. భక్తివేదాంతస్వామి

12 మే, 1971
సిడ్నీ, ఆస్ట్రేలియా

ఉపోద్ఘాతము

ఓం అజ్ఞానతిమిరాన్ధస్య జ్ఞానాంజన శలాకయా ।
చక్షురున్మీలితం యేన తస్మై శ్రీ గురవే నమః ॥
శ్రీచైతన్యమనోఽభీష్టం స్థాపితం యేన భూతలే ।
స్వయంరూపః కదా మహ్యం దదాతి స్వపదాన్తికమ్ ॥

నేను అజ్ఞాన గాఢాంధకారమున జన్మించితిని. నా ఆధ్యాత్మిక గురువు జ్ఞానజ్యోతిచే నాకు నేత్రోదయము కావించిరి. వారికి నా గౌరవపూర్వక వందనములను అర్పించుచున్నాను.

శ్రీచైతన్యమహాప్రభువు అభీష్టమును పూర్ణము కావించుటకు ఈ భౌతికజగము నందు ప్రచార్యకార్యమును స్థాపించిన శ్రీల రూపగోస్వామి ప్రభుపాదులు తమ పాదపద్మాశ్రయమును నాకెన్నడు ఒసగుదురు?

వన్దేఽహం శ్రీగురోః శ్రీయుతపదకమలం శ్రీగురూన్ వైష్ణవాంశ్చ
శ్రీరూపం సాగ్రజాతం సహగణరఘునాథాన్వితం తం సజీవమ్ ।
సాద్వైతం సావధూతం పరిజనసహితం కృష్ణచైతన్యదేవం
శ్రీరాధాకృష్ణపాదాన్ సహగణలలితాశ్రీవిశాఖాన్వితాంశ్చ ॥

నా గురుదేవుల పాదపద్మములకు మరియు సర్వవైష్ణవుల పాదములకు గౌరవ పూర్వక వందనములను అర్పించుచున్నాను. శ్రీల రూపగోస్వాములవారి పాద పద్మములకు, ఆయన జ్యేష్ఠసోదరుడైన సనాతనగోస్వాములవారికి, వారితోపాటు రఘునాథదాసునకు, రఘునాథభట్టునకు, గోపాలభట్టునకు, శ్రీల జీవగోస్వామికి నా గౌరవపూర్వక వందనముల నర్పింతును. శ్రీకృష్ణచైతన్యులకు, నిత్యానంద ప్రభువునకు మరియు వారితో పాటు అద్వైతాచార్యులకు, గదాధరునికి, శ్రీవాసునికి, ఇతర సహచరులందరికీ నా గౌరవపూర్వక వందనములు. శ్రీమతి రాధారాణికి, శ్రీకృష్ణునకు మరియు వారి సఖీజనులైన శ్రీలలిత, శ్రీవిశాఖలకు నా గౌరవపూర్వక వందనములను అర్పించుచున్నాను.

హే కృష్ణ కరుణాసిన్ధో దీనబన్ధో జగత్పతే ।
గోపేశ గోపికాకాన్త రాధాకాన్త నమోఽస్తుతే ॥

ఓ ప్రియమైన కృష్ణా! నీవు దీనులకు స్నేహితుడవు, సృష్టికి మూలకారణుడవు, గోపికలకు స్వామివి, రాధారాణికి ప్రియుడవు. నీకు నా గౌరవపూర్వక వందనములను అర్పించుచున్నాను.

తప్తకాంచనగౌరాంగి రాధే బృందావనేశ్వరి ।
వృషభానుసుతే దేవి ప్రణమామి హరిప్రియే ॥

కరిగిన బంగారు మేనిఛాయ కలిగి బృందావనమునకు రాణియైన రాధారాణికి నా వందనములు. వృషభానుతనయవైన నీవు శ్రీకృష్ణునకు అత్యంత ప్రియమైనదానవు.

వాంఛాకల్పతరుభ్యశ్చ కృపాసింధుభ్య ఏవ చ ।
పతితానాం పావనేభ్యో వైష్ణవేభ్యో నమో నమః ॥

భక్తులైన వైష్ణవులందరికీ నేను గౌరవపూర్వక వందనములను అర్పించుచున్నాను. కల్పవృక్షముల వలె వారు ప్రతియొక్కరి అభీష్టములను పూర్ణము కావించగలరు. పతితజీవుల యెడ వారు పూర్ణకరుణను కలిగియుందురు.

శ్రీకృష్ణచైతన్య ప్రభునిత్యానంద ।
శ్రీఅద్వైత గదాధర శ్రీవాసాదిగౌరభక్తబృంద ॥

శ్రీకృష్ణచైతన్యులకు, నిత్యానంద ప్రభువునకు, శ్రీఅద్వైతాచార్యునకు, గదాధరునకు, శ్రీవాసునకు, భక్తిమార్గమున గల ఇతరులందరికీ నా వందనములను అర్పింతును.

హరే కృష్ణ హరే కృష్ణ కృష్ణ కృష్ణ హరే హరే ।
హరే రామ హరే రామ రామ రామ హరే హరే ॥

భగవద్గీత గీతోపనిషత్తుగా కూడా ప్రసిద్ధి చెందినది. వేదజ్ఞానసారమైన ఈ భగవద్గీత వేదవాఙ్మయము నందలి ముఖ్యమైన ఉపనిషత్తులలో ఒకటై యున్నది. భగవద్గీతకు ఆంగ్లమునందు పెక్కు వ్యాఖ్యానములు కలవు. అట్టి యెడ మరియొక వ్యాఖ్యానము యొక్క అవసరమేమున్నదని ఎవరైనా ప్రశ్నించవచ్చును. ఈ ప్రస్తుత వ్యాఖ్యానపు అవసరమును ఈ క్రింది విధముగా వివరింపవచ్చును. ఇటీవల ఒక అమెరికా వనిత తనకొక భగవద్గీత యొక్క ఆంగ్లానువాదమును ప్రతిపాదింపుమని నన్ను అడిగెను. అమెరికాదేశమున ఆంగ్లభాషలో పలు భగవద్గీతా వ్యాఖ్యానములు లభించుచున్నను నేను దర్శించినంతవరకు వాటిలో దేనిని కూడా ప్రామాణికమని కచ్చితముగా చెప్పుటకు వీలులేదు. అమెరికాదేశమునందే గాక భారతదేశము

నందు కూడా పరిస్థితి ఆ రీతిగనే ఉన్నది. ఎందుకనగా దాదాపు ఆ వ్యాఖ్యానము లన్నింటిలోను వ్యాఖ్యాతలు భగవద్గీత యథాతథపు అంతరార్థమును తెలుపక కేవలము తమ స్వంత అభిప్రాయములనే వెల్లడి చేసియుండిరి.

భగవద్గీత యొక్క ఉద్దేశ్యము భగవద్గీత యందే తెలుపబడినది. ఈ విషయమును ఇట్లు వివరింపవచ్చును. మనము ఏదేని ఔషధమును సేవింపవలసివచ్చినచో ఆ ఔషధపు చీటీపై లిఖించబడిన సూచనలను అనుసరింపవలసియుండును. మనకు తోచినట్లుగా కాని, స్నేహితుని సూచన ప్రకారముగా కాని ఆ ఔషధమును వాడ జాలము. దానిని కేవలము ఔషధపు చీటీపై గల సూచనల ననుసరించి గాని లేదా వైద్యుని సూచనల ననుసరించి గాని స్వీకరింపవలెను. అదేవిధముగా భగవద్గీతను సైతము దాని వక్త యొక్క సూచన ననుసరించి గ్రహించుట లేదా అంగీకరించుట కావింపవలెను. భగవద్గీతను పలికినది శ్రీకృష్ణభగవానుడు. భగవద్గీత యందలి ప్రతి పుట యందును ఆతడు దేవదేవుడైన భగవానునిగా పేర్కొనబడినాడు. కొన్నిమార్లు భగవానుడనెడి పదము ఎవరేని శక్తిమంతుడైన మనుజునికి లేదా దేవతకు అన్వయింప బడుచుండును. అదేవిధముగా శ్రీకృష్ణుడు మహాపురుషుడని ఇచ్చట భగవానుడు అనే పదము ప్రత్యేకించి చూపుచున్నది. కాని అదే సమయమున శంకరాచార్యులు, రామానుజాచార్యులు, మధ్వాచార్యులు, నింబార్కస్వామి, శ్రీచైతన్యమహాప్రభువు వంటి గొప్ప ఆచార్యులందరు (ఆధ్యాత్మికగురువులు) మరియు భారతదేశము నందలి వేదజ్ఞాన ప్రామాణికులు నిర్ధారించినట్లు శ్రీకృష్ణుడు పూర్ణపురుషోత్తముడైన దేవదేవుడని మనమెరుగవలసియున్నది. శ్రీకృష్ణుడు కూడా తాను దేవదేవుడనని భగవద్గీత యందు నిర్ధారించియున్నాడు. బ్రహ్మసంహిత యందు మరియు ఇతర పురాణములందు, ముఖ్యముగా భాగవతపురాణముగా తెలియబడు శ్రీమద్భాగవతము నందు (కృష్ణస్తు భగవాన్ స్వయమ్) ఆతడు యథాతథముగా అంగీకరింపబడినాడు. కనుకనే శ్రీకృష్ణభగవానుడు స్వయముగా సూచించినరీతి మనము భగవద్గీతను యథాతథముగా స్వీకరింపవలెను. గీత (4.1-3) యందలి చతుర్థాధ్యాయమున శ్రీకృష్ణభగవానుడు ఈ విధముగా పలికెను.

ఇమం వివస్వతే యోగం ప్రోక్తవానహమవ్యయమ్ ।
వివస్వాన్మనవే ప్రాహ మనురిక్ష్వాకవే ऽబ్రవీత్ ॥
ఏవం పరంపరాప్రాప్తమిమం రాజర్షయో విదుః ।
స కాలేనేహ మహతా యోగో నష్టః పరన్తప ॥

స ఏవాయం మయా తే ऽద్య యోగః ప్రోక్తః పురాతనః ।
భక్తో ऽసి మే సఖా చేతి రహస్యం హ్యేతదుత్తమమ్ ॥

ఈ యోగవిధానము (భగవద్గీత) తొలుత సూర్యదేవునకు తెలుపబడినదని శ్రీకృష్ణభగవానుడు అర్జునునకు తెలియజేసెను. సూర్యదేవుడు మనువునకు దానిని వివరించగా, మనువు దానిని ఇక్ష్వాకునకు వివరించెను. ఆ విధముగా గురుశిష్య పరంపరలో ఒక వక్త నుండి వేరొకరికి వివరింపబడుచు ఈ యోగవిధానము ప్రచారమొందినది. కాని కాలక్రమమున ఆ విధానము నశించిపోయినది. తత్కారణమున శ్రీకృష్ణభగవానుడు దానిని కురుక్షేత్రరణరంగమున తిరిగి అర్జునునకు తెలుపవలసివచ్చెను.

భక్తుడు మరియు స్నేహితుడైన కారణమున తాను అతనికి ఈ పరమ రహస్యమును తెలుపుచున్నట్లు శ్రీకృష్ణభగవానుడు అర్జునునితో పలికినాడు. దీని భావమేమనగా భగవద్గీత యనెడి గ్రంథము భగవద్భక్తునికే ప్రత్యేకముగా ఉద్దేశింపబడియున్నది. సాధారణముగా ఆధ్యాత్మికవాదులు మూడు తరగతులుగా నుందురు. వారే జ్ఞానులు (నిరాకారవాదులు), యోగులు (ధ్యానపరులు) మరియు భక్తులు అనువారలు. పూర్వపు పరంపర విచ్ఛిన్నమైన కారణమున క్రొత్త పరంపరకు అతనిని తొలిగ్రహీతగా చేయుచున్నట్లు అర్జునునకు శ్రీకృష్ణుడు ఇచ్చట స్పష్టముగా తెలుపుచున్నాడు. సూర్యదేవుని నుండి ఇతరులకు లభించిన విధానముననే వేరొక పరంపరను స్థాపించుట భగవానుని అభిమతమై యుండెను. అంతియేగాక తన ఉపదేశము అర్జునుని ద్వారా తిరిగి క్రొత్తగా ప్రచారమగుటయు ఆ దేవదేవుని కోరికయై యుండెను. భగవద్గీత అవగాహన యందు అర్జునుడు ప్రామాణికుడు కావలెనని ఆతడు వాంఛించెను. కనుకనే భగవద్గీత ప్రత్యేకముగా అర్జునునకే బోధింపబడినట్లుగా మనము గాంచుచున్నాము. అర్జునుడు శ్రీకృష్ణభగవానునకు భక్తుడు, ప్రత్యక్షముగా శిష్యుడు మరియు సన్నిహిత స్నేహితుడగుటయే అందులకు కారణము. అనగా అర్జునునకు గల లక్షణములను కలిగిన మనుజునకు భగవద్గీత చక్కగా అవగతము కాగలదు. దీని భావమేమనగా అతడు శ్రీకృష్ణభగవానునితో ప్రత్యక్ష సంబంధము కలిగిన భక్తుడు కావలసియున్నది. భక్తుడై నంతనే ఎవరికైనను భగవానునితో ఒక ప్రత్యక్ష సంబంధము కలుగగలదు. వాస్తవమునకు అది ఒక అత్యంత విస్తృతమైన విషయము. కాని భక్తుడైనవాడు భగవానునితో ఈ క్రింద ఒసగబడిన ఐదు విధానములలో ఏదియో ఒక దాని ద్వారా

సంబంధము కలిగియుండగలడని క్లుప్తముగా తెలుపవచ్చును.

1. శాంతభక్తుడు 2. దాస్యభక్తుడు 3. సఖ్యభక్తుడు 4. వాత్సల్యభక్తుడు 5. మధురభక్తుడు.

అర్జునుడు స్నేహితునిగా శ్రీకృష్ణభగవానునితో సంబంధము కలిగియుండెను. ఈ స్నేహమునకు మరియు భౌతికజగమున స్నేహమునకు అపారభేదము కలదు. అది దివ్యమైన స్నేహము. అందరికీ అది సాధ్యము కాదు. వాస్తవమునకు ప్రతియొక్కరు శ్రీకృష్ణునితో ఒక ప్రత్యేక సంబంధమును కలిగియున్నారు. భక్తియుక్తసేవ యందలి పూర్ణత్వముచే అట్టి సంబంధము జాగృతము కాగలదు. కాని ప్రస్తుత జీవనస్థితిలో మనము భగవానునే గాక, ఆతనితో గల మన నిత్యసంబంధమును సైతము మరచియున్నాము. అనంతకోటి జీవరాసులలో ప్రతిజీవియు భగవానునితో ఒక ప్రత్యేకమైన సంబంధమును నిత్యముగా కలిగియున్నది. అదియే "స్వరూపము" అని పిలువబడుచున్నది. భక్తియుతసేవా విధానము ద్వారా అట్టి స్వరూపమును మనుజుడు పునరుద్ధరించుకొనగలడు. ఆ విధముగా పునరుద్ధరించుకొనిన స్థితియే "స్వరూపసిద్ధి" (జీవుని సహజస్థితి యందలి పూర్ణత్వము) అనబడును. అనగా భక్తుడైన అర్జునుడు సఖ్యము ద్వారా శ్రీకృష్ణభగవానునితో సంబంధమును కలిగియుండెను.

అర్జునుడు ఈ భగవద్గీతను అంగీకరించిన విధము గమనార్హమైనది. అతడు అంగీకరించిన విధానము దశమాధ్యాయము (10.12-14) నందు తెలుపబడినది.

అర్జున ఉవాచ

పరం బ్రహ్మ పరం ధామ పవిత్రం పరమం భవాన్ ।
పురుషం శాశ్వతం దివ్యమాదిదేవమజం విభుమ్ ॥
ఆహుస్త్వామృషయః సర్వే దేవర్షిర్నారదస్తథా ।
అసితో దేవలో వ్యాసః స్వయం చైవ బ్రవీషి మే ॥
సర్వమేతద్ ఋతం మన్యే యన్మాం వదసి కేశవ ।
న హి తే భగవన్ వ్యక్తిమ్ విదుర్దేవా న దానవాః ॥

అర్జునుడు పలికెను : "నీవు దేవదేవుడవు, పరంధాముడవు, పవిత్రుడవు, పరమ సత్యస్వరూపుడవు అయియున్నావు. నిత్యుడవు, దివ్యుడవు, ఆదిపురుషుడవు, పుట్టుక లేనివాడవు, అత్యంత ఘనుడవు నీవే. నిన్ను గూర్చిన ఈ సత్యమును నారదుడు, అసితుడు, దేవలుడు, వ్యాసుడు వంటి మహామునులు నిర్ధారించియున్నారు. నీవు

స్వయముగా దానిని నాకిపుడు ప్రకటించుచున్నావు. ఓ కృష్ణా! నీవు పలికిన దంతయు సత్యమని నేను అంగీకరించుచున్నాను. ఓ దేవదేవా! దేవతలు గాని, దానవులు గాని నీ స్వరూపమును అవగతము చేసికొనజాలరు."

శ్రీకృష్ణభగవానుని నుండి భగవద్గీతను శ్రవణము చేసిన పిమ్మట అర్జునుడు ఆ దేవదేవుని "పరంబ్రహ్మ"గా (దివ్యమైన బ్రహ్మము) అంగీకరించినాడు. ప్రతి జీవుడు బ్రహ్మమేయైనను దేవదేవుడు మాత్రము పరంబ్రహ్మమై యున్నాడు. "పరంధామ" అనగా ఆతడే దివ్య ఆశ్రయస్థానము లేదా సమస్తమునకు ఆశ్రయమని భావము. "పవిత్రమ్" అనగా ఆతడు భౌతికకల్మషములు అంటని పవిత్రుడని భావము. "పురుషమ్" అనగా ఆతడే దివ్యభోక్త. "శాశ్వతమ్" అనగా ఆదియైనవాడు, "దివ్యమ్" అనగా దివ్యుడైనవాడు, "ఆదిదేవమ్" అనగా దేవదేవుడైనవాడు, "అజమ్" అనగా పుట్టుకలేనివాడు, "విభుమ్" అనగా అత్యంత ఘనుడైనవాడని భావము.

శ్రీకృష్ణుడు అర్జునుని స్నేహితుడు కనుక అర్జునుడు ఆ విధముగా ఆతనిని ముఖస్తుతి కావించియుండవచ్చునని ఎవరైనను భావించవచ్చును. భగవద్గీతా పాఠకుల మనస్సు నందలి అటువంటి సంశయమును తరిమివేయుటకై అర్జునుడు తనచేతనే గాక, నారదుడు, అసితుడు, దేవలుడు, వ్యాసుడు వంటి ప్రామాణికుల చేతను శ్రీకృష్ణుడు దేవదేవునిగా అంగీకరింపబడినట్లు పలుకుచు తదుపరి శ్లోకమున ఈ ప్రార్థనలను ప్రామాణీకరించుచున్నాడు. ఆచార్యులందరి చేతను అంగీకరింప బడిన వేదజ్ఞానమును ఈ మహానుభావులందరును విస్తరించియుండిరి. కనుకనే శ్రీకృష్ణభగవానుడు పలికినదంతయు సంపూర్ణముగా సత్యమై యున్నదని తాను అంగీకరించుచున్నట్లు అర్జునుడు పలికియుండెను. "సర్వమేతద్ ఋతం మన్యే - నీవు పలికినదంతయు సత్యమని నేను అంగీకరించుచున్నాను." శ్రీకృష్ణభగవానుని అవగతము చేసికొనుట కష్టసాధ్యమనియు మరియు దేవతలకు సైతము ఆతడు తెలియబడడనియు అర్జునుడు పలికియున్నాడు. దీని భావమేమనగా మానవుల కన్నను గొప్పవారికి కూడా శ్రీకృష్ణభగవానుడు అవగతము కాబోడు. అట్టియెడ శ్రీకృష్ణభగవానునికి భక్తుడు కాకుండా ఆతనిని అవగతము చేసికొనుట మనుజునకు ఎట్లు సాధ్యపడగలదు?

కనుక భగవద్గీతను భక్తిభావములోనే స్వీకరింపవలెను. కృష్ణునితో సమానుడనని గాని లేదా కృష్ణుడు ఒక సాధారణ మానవుడని గాని లేదా ఒక గొప్ప పురుషుడని గాని ఎవ్వరును తలంపరాదు. శ్రీకృష్ణుడు వాస్తవమునకు పూర్ణపురుషోత్తముడైన

భగవానుడు. కనుక భగవద్గీతా వచనముల ననుసరించి లేదా భగవద్గీతను అవగతము చేసికొనుటకు యత్నించినట్టి అర్జునుని వచనముల ననుసరించి మనము శ్రీకృష్ణుని సిద్ధాంతరీతిగానైనను దేవదేవునిగా అంగీకరింపవలెను. అటువంటి నమ్రభావములోనే మనము భగవద్గీతను అవగతము చేసికొనగలము. పరమరహస్యమైన కారణమున మనుజుడు నమ్రభావముతో పఠింపనిదే భగవద్గీత అవగతము కాజాలదు.

భగవద్గీత అనగా నేమి? మానవులను భౌతికభావనపు అజ్ఞానము నుండి ఉద్ధరించుటయే భగవద్గీత యొక్క ముఖ్య ప్రయోజనము. కురుక్షేత్ర యుద్ధరంగమున అర్జునునకు యుద్ధమనెడి కష్టము సంప్రాప్తించినట్లు, ప్రతి మానవుడును పలు విధములుగా కష్టములకు గురియై యున్నాడు. అర్జునుడు శ్రీకృష్ణుని శరణువేడగా ఈ భగవద్గీత అతనికి ఉపదేశించబడెను. భౌతికస్థితి కారణమున అర్జునుడే గాక మనలో ప్రతియొక్కరము దుఃఖపూర్ణులమై యున్నాము. మన అస్తిత్వమే అసత్తునందు స్థితమై యున్నది. వాస్తవమునకు అసత్తుచే మనము భయమునకు గురికావలసిన వారము కాము. మన అస్తిత్వము నిత్యమైనది. కాని ఏదియో ఒక కారణము చేత మనము ఈ అసత్తు నందు ఉంచబడితిమి. అస్తిత్వము లేనిదే అసత్తు అనబడును.

దుఃఖార్తులైన అసంఖ్యాక మానవులలో అతి కొద్దిమంది మాత్రమే తమ స్థితిని గూర్చి, తామెవ రనెడి విషయమును గూర్చి, తామెందులకు అటువంటి స్థితి యందు ఉంచబడితిమనెడి విషయమును గూర్చి వాస్తవముగా ప్రశ్నింతురు. తన దుఃఖమును గూర్చి ప్రశ్నించే స్థితికి రానిదే మరియు తనకు దుఃఖములు వలదనియు, సమస్త దుఃఖముల పరిష్కారమునకు యత్నింతుననియు భావించనిదే ఎవ్వడును పూర్ణమానవుడుగా భావింపబడడు. మనస్సు నందు ఇటువంటి విచారణ ఉత్పన్నమైనప్పుడే మానవత ఆరంభమగుచున్నది. బ్రహ్మసూత్రము లందు ఈ విచారణయే "బ్రహ్మజిజ్ఞాసా" అని పేర్కొనబడుచున్నది (అథాతో బ్రహ్మజిజ్ఞాసా). పరతత్త్వమును గూర్చి ప్రశ్నించనిచో మనుజుని ప్రతికార్యము విఫలమైనదిగా భావింపబడును. కనుక తామెందులకు దుఃఖభాగులమై యున్నామని లేదా ఎచ్చట నుండి వచ్చితిమి మరియు మరణానంతరము ఎచ్చట కేగగలమని ప్రశ్నించుటను ఆరంభించినవారలు మాత్రమే భగవద్గీతను అవగతము చేసికొనుటకు యోగ్యత కలిగిన విద్యార్థులై యున్నారు. అంతియేగాక శ్రద్ధాళువైన విద్యార్థి శ్రీకృష్ణభగవానుని యందు దృఢమైన గౌరవమును కలిగియుండవలెను. అటువంటి

విద్యార్థియే అర్జునుడు.

జీవనముఖ్య ప్రయోజనమును మనుజుడు మరచినపుడు దానిని పునఃస్థాపించుటకే శ్రీకృష్ణభగవానుడు ప్రత్యేకముగా అవతరించును. అయినప్పటికిని జ్ఞానపూర్ణులైన అసంఖ్యాక మానవులలో ఒకానొకడు మాత్రమే తన యొక్క స్థితిని వాస్తవముగా అవగాహన చేసికొనగలడు. అటువంటివానికే ఈ భగవద్గీత ఉపదేశించబడును. వాస్తవమునకు మనమందరము అజ్ఞానమనెడి పులిచే మ్రింగివేయబడియున్నాము. శ్రీకృష్ణభగవానుడు జీవుల యెడ (ముఖ్యముగా మానవుల యెడ) పరమ కరుణామయుడు కనుక వారిని ఉద్ధరించుటకై స్నేహితుడైన అర్జునుని శిష్యునిగా చేసికొని భగవద్గీతను పలికియుండెను.

శ్రీకృష్ణుని సహచరుడైనందున అర్జునుడు అజ్ఞానమునకు పరమైనట్టివాడే. కాని జీవితమునకు సంబంధించిన సమస్యలను గూర్చి శ్రీకృష్ణుని ప్రశ్నించు నిమిత్తమై కురుక్షేత్ర రణరంగమున అతడు అజ్ఞానము నందుంచబడెను. తద్ద్వారా భావితరాల మనుజుల ప్రయోజనార్థమై శ్రీకృష్ణభగవానుడు వాటిని వివరించి తెలిపి మనుజులకు జీవనప్రణాళికలను ఏర్పాటు చేయగలిగెను. మనుజుడు ఆ రీతిగా వర్తించి మానవజన్మ ప్రయోజనమును పూర్ణము కావించుకొనవచ్చును.

భగవద్గీత యందు చర్చించబడిన విషయము ఐదు మూలసత్యములను గూర్చి విశదపరచుచున్నది. మొదట దీని యందు భగవద్విజ్ఞానము, తదుపరి జీవుల సహజస్థితి వివరింపబడినవి. "ఈశ్వరుడు" అనగా నియమించువాడని భావము. జీవులు సదా నియమింపబడెడివారు. ఎవరేని జీవుడు తాను నియమింపబడెడి వాడను కాననియు, స్వతంత్రుడననియు పలికినచో పిచ్చివాడనియే భావము. జీవుడు కనీసము తన బద్ధజీవనము నందైనను అన్నివిధములుగా నియమింపబడి యుండును. ఈ విధముగా భగవద్గీత యందలి విషయము ఈశ్వరుడు (సర్వ నియామకుడు) మరియు జీవులు (నియమింపబడెడివారు) అనెడి వాటిని గూర్చి చర్చించుచున్నది. ప్రకృతి (భౌతికప్రకృతి), కాలము (విశ్వము లేదా భౌతికప్రకృతి ప్రదర్శితమయ్యెడి కాలవ్యవధి), కర్మ యనునవి సైతము చర్చించబడినవి. సృష్టించబడిన విశ్వము పలుకర్మలను కూడియున్నది. జీవులందరును ఆ కర్మల యందు నియుక్తులై యున్నారు. ఈ విధముగా భగవానుడనగా ఎవరు, జీవులెవరు, ప్రకృతి యనగా నేమి, సృష్టి యనగా నేమి, అది యెట్లు కాలముచే నియమింప బడును, జీవుల కర్మలేవి యనెడి విషయములను మనము భగవద్గీత నుండి

తెలిసికొనవలసియున్నది.

భగవద్గీత యందలి ఈ ఐదు మూలవిషయములలో దేవదేవుడు (శ్రీకృష్ణుడు లేదా పరబ్రహ్మము లేదా దివ్యనియామకుడు లేదా పరమాత్ముడు - మీకు నచ్చిన ఏనామమైనను వాడండి) అన్నింటి కన్నను ఘనుడై యున్నాడు. జీవులు గుణరీత్యానే దివ్యనియామకుని పోలియున్నారు. భగవద్గీత యందలి తదుపరి అధ్యాయములలో వివరింపబడనున్నట్లు భౌతికప్రకృతి కలాపములను భగవానుడు నియమించుచున్నాడు. భౌతికప్రకృతి ఎన్నడును స్వతంత్రము కాదు. అది శ్రీకృష్ణభగవానుని నిర్దేశమున వర్తించుచున్నది. కనుకనే ఆతడు "మయాధ్యక్షేణ ప్రకృతిః సూయతే సచరాచరమ్ - ఈ భౌతికప్రకృతి నా నిర్దేశమునందు వర్తించుచున్నది" అని పలికియుండెను. విశ్వములో అద్భుత విషయములను గాంచినపుడు ఈ విశ్వరచన వెనుక నియామకుడొకడు కలడని మనము ఎరిగియుండవలెను. నియంత్రణ లేకుండా ఏదియును సృష్టింపబడ జాలదు. కనుకనే నియామకుని గుర్తింపజాలకపోవుట పిల్లల మనస్తత్త్వమే కాగలదు. ఉదాహరణమునకు గుఱ్ఱముగాని లేక ఏదేని జంతువుగాని లాగకుండగనే యంత్రశకటము పరిగెత్తగలుగుట పరమాద్భుతమని బాలుడు భావించినను, వివేకవంతుడైనవాడు యంత్రశకటము నందలి యంత్రపు అమరికను గూర్చి పూర్తిగా ఎరిగియుండును. యంత్రము వెనుక శకటచోదకుడు ఒకడు కలడని కూడా అతడు ఎరిగియుండును. అదేవిధముగా దేవదేవుడైన శ్రీకృష్ణుడు దివ్యచోదకుడై యున్నాడు. ఆతని నిర్దేశమునందే సమస్తము వర్తించుచున్నది. చివరి అధ్యాయములలో మనకు తెలియనున్నట్లు జీవులందరును శ్రీకృష్ణునిచే ఆతని అంశలుగా అంగీకరింపబడినారు. బంగారపు కణిక కూడా బంగారమే మరియు సముద్రపు చిన్న జలబిందువు సైతము లవణపూర్ణమే అయినట్లు దివ్య నియామకుడైన (ఈశ్వరుడు లేదా భగవానుడు) శ్రీకృష్ణుని అంశలమైన మనము అందరము ఆ దేవదేవుని గుణములనన్నింటిని అతికొద్దిగా కలిగియున్నాము. మనము సూక్ష్మమైన ఈశ్వరులము లేదా పరతంత్రమైన ఈశ్వరులము అగుటయే అందులకు కారణము. రోదసిని లేదా గ్రహములను ప్రస్తుతము నియమింప యత్నించునట్లుగా మనము ప్రకృతిని నియమింప యత్నింతుము. అటువంటి నియమించు స్వభావము శ్రీకృష్ణుని యందు ఉండుట చేతనే మనయందును అది గోచరించుచున్నది. భౌతికప్రకృతిపై ఆధిపత్యము చలాయించు స్వభావమును

కలిగియున్నప్పటికిని మనము దివ్య నియామకులము కామని ఎరుగవలసి యున్నది. ఈ విషయము భగవద్గీత యందు వివరింపబడినది.

భౌతికప్రకృతి యనగా నేమి? భౌతికప్రకృతి గీత యందు న్యూనప్రకృతిగా వివరింపబడినది. జీవుడు ఉన్నత ప్రకృతిగా వర్ణింపబడినాడు. న్యూనమైనను లేదా ఉన్నతమైనను ప్రకృతి ఎల్లవేళలా నియమింపబడెడిదే. అనగా ప్రకృతి స్త్రీ వంటిది. భార్య కలాపములన్నియును భర్తచే నియమింపబడినట్లు ఆమె భగవానునిచే నియమింపబడుచుండును. అనగా నియామకుడైన భగవానునిచే పరతంత్రమైన ప్రకృతి సదా నిగ్రహింపబడుచుండును. భగవద్గీత ప్రకారము జీవులు భగవానుని అంశలేయైనను ప్రకృతిగా భావింపబడుదురు. ఈ విషయము గీత యందలి సప్తమాధ్యాయమున స్పష్టముగా తెలుపబడినది. "అపరేయమితస్త్వన్యాం ప్రకృతిం విద్ధి మే పరామ్ / జీవభూతాం - ఈ భౌతికప్రకృతి నా న్యూనప్రకృతియై యున్నది. కాని దీనికి పరముగా వేరొక ప్రకృతి కలదు. అదియే జీవుడు (జీవభూతామ్)".

భౌతికప్రకృతి సత్త్వగుణము, రజోగుణము, తమోగుణములనెడి మూడు గుణములను కూడియున్నది. ఈ గుణములకు పరమైనది కాలము. ఈ ప్రకృతి త్రిగుణముల కలయిక ద్వారా మరియు కాలము యొక్క నియామకము, పర్యవేక్షణలో పలు కార్యములు జరుగుచున్నవి. వాటికే కర్మలని పేరు. అటువంటి కర్మలు అనంత కాలముగా నిర్వహింపబడుచుండ వాటి ఫలములనే మనము అనుభవించుచున్నాము. ఉదాహరణమునకు నేనొక వ్యాపారస్థుడ ననుకొనుడు. బుద్ధికుశలతతో అతికష్టించి పనిచేసి అధికమైన సొమ్మును కూడబెట్టినచో నేను భోగిని కాగలను. ఒకవేళ వ్యాపారములో ధనమునంతటిని కోల్పోయినచో నేను దుఃఖభాగుడను కాగలను. అదేవిధముగా జీవితపు ప్రతిరంగమందును మన కర్మఫలములను మనము అనుభవించుచుందుము. ఇదియే "కర్మ" అని పిలువబడును.

ఈ విధముగా ఈశ్వరుడు (శ్రీకృష్ణభగవానుడు), జీవుడు, ప్రకృతి, కాలము, కర్మ అనునవన్నియును భగవద్గీత యందు వివరింపబడినవి. ఈ ఐదింటిలో భగవానుడు, జీవులు, భౌతికప్రకృతి, కాలము అనునవి నిత్యమైన అంశములు. ప్రకృతి ప్రదర్శనము తాత్కాలికము కావచ్చునేమో గాని మిథ్య కాదు. కొందరు తత్త్వవేత్తలు భౌతికప్రకృతి ప్రదర్శనను మిథ్య యని పలుకుదురు. కాని భగవద్గీత తత్త్వము ప్రకారము లేదా వైష్ణవుల తత్త్వము ప్రకారము ఆ భావన సత్యము

కాదు. జగద్వ్యక్తీకరణ మెన్నడును మిథ్యగా అంగీకరింపబడక సత్యముగా అంగీకరింపబడును, కాని అది తాత్కాలికమైనది. ఆకాశమునందు చరించు మేఘముతో లేదా సస్యములను పోషించు వర్షఋతువుతో అది పోల్చబడును. వర్షఋతువు ముగిసినంతనే మరియు మేఘములు తొలగిపోయినంతనే వర్షముచే పోషింపబడిన సస్యములన్నియును ఎండిపోవును. అదేవిధముగా ఈ విశ్వప్రదర్శన సైతము ఒకానొక కాలమందు సంభవించి, కొంతకాలము స్థితిని కలిగియుండి తదుపరి అదృశ్యమగును. ప్రకృతి కర్మలు ఈ విధముగనే ఉండును. కాని ఈ కార్యచక్రము మాత్రము నిత్యముగా పరిభ్రమించుచున్నది. కనుకనే ప్రకృతి నిత్యమైనది. అది యెన్నడును మిథ్య కాదు. శ్రీకృష్ణభగవానుడు దీనిని “తన ప్రకృతి”గా వర్ణించి యున్నాడు. ఈ భౌతికప్రకృతి భగవానుని నుండి విడివడిన శక్తియై యున్నది. అదేవిధముగా జీవులు కూడా భగవానుని శక్తియై యున్నారు. కాని వారు భగవానుని నుండి విడివడక నిత్యముగా ముడివడియున్నారు. ఈ విధముగా భగవానుడు, జీవుడు, భౌతికప్రకృతి, కాలము అనెడి అంశములన్నియును ఒకదానితో నొకటి సంబంధము కలిగియుండి నిత్యములై యున్నవి. కాని వేరొక అంశమైన కర్మ మాత్రము నిత్యమైనది కాదు. కర్మఫలములు బహుపురాతనమైనవి కావచ్చును. అనంతకాలము నుండి కర్మఫలములను మనము అనుభవించుచుండవచ్చును. కాని ఆ కర్మఫలములను మనము మార్చవచ్చును. అట్టి మార్పు మన జ్ఞానపూర్ణత్వముపై ఆధారపడియుండును. మనమందరము ఇప్పుడు పలువిధములైన కర్మల యందు నియుక్తులమై యున్నాము. ఈ కర్మల యొక్క చర్య, ప్రతిచర్యల నుండి ఊరట పొందుటకు ఎటువంటి కర్మల నాచరింపవలెనో మనము ఎరుగజాలకున్నాము. కాని అట్టి విధానము భగవద్గీత యందు వివరింపబడినది.

ఈశ్వరుని (శ్రీకృష్ణభగవానుని) స్థితి దివ్యచైతన్యపూర్ణమైనది. ఆ దేవదేవుని అంశలుగా జీవులు కూడా చైతన్యపూర్ణులై యున్నారు. జీవుడు మరియు భౌతికప్రకృతి అనెడి రెండు అంశములును ప్రకృతిగా (భగవానుని శక్తి) వర్ణింపబడినవి. కాని ఈ రెండు అంశములలో జీవుడు మాత్రమే చైతన్యపూర్ణుడై యున్నాడు. వేరొక అంశమైన ప్రకృతి చైతన్యరహితమై యున్నది. ఈ రెండు అంశముల నడుమ గల భేదమిదియే. భగవానుని చైతన్యమును బోలిన చైతన్యమును జీవుడు కలిగి యుండుట చేతనే జీవప్రకృతి ఉన్నతమైనదిగా పిలువబడుచున్నది. శ్రీకృష్ణ భగవానుడు దివ్యచైతన్యపూర్ణుడై యున్నాడు. జీవుడు సైతము పరమ చైతన్య

పూర్ణుడని ఎవ్వరును పలుకరాదు. ఎట్టి పూర్ణత్వస్థితి యందును జీవుడు పరమ చైతన్యరూపుడు కాజాలడు. జీవుడు పరమ చైతన్యరూపుడని పలుకు సిద్ధాంతము కేవలము తప్పుద్రోవ పట్టించునదే అయియున్నది. జీవుడు చైతన్యవంతుడు కావచ్చునేమో గాని పూర్ణచైతన్యుడు గాని, పరమచైతన్య స్వరూపుడు కాని కాజాలడు.

ఈశ్వరుడు మరియు జీవుని నడుమగల భేదము భగవద్గీత యందలి త్రయోదశాధ్యాయము నందు వివరింపబడగలదు. శ్రీకృష్ణభగవానుడు క్షేత్రజ్ఞుడై (చైతన్యస్వరూపుడు) యున్నాడు. జీవుడు సైతము క్షేత్రజ్ఞుడే అయినను అతడు తన ప్రత్యేక దేహమునకు సంబంధించిన చైతన్యమునే కలిగియున్నాడు. కాని భగవానుడు మాత్రము సర్వదేహముల నెరిగియున్నాడు. ప్రతిజీవుని హృదయము నందు వసించియుండెడి కారణమున అతడు ప్రతిజీవుల చలనములను గమనించుచునే యున్నాడు. దీనిని మనము మరువరాదు. పరమాత్ముడు (శ్రీకృష్ణభగవానుడు) ప్రతిజీవి హృదయమునందు ఈశ్వరుని రూపున వసించియున్నాడనియు మరియు జీవుడు కోరిన రీతిగా వర్తించుటకు అతడు నిర్దేశము నొసగుననియు వివరింప బడినది. వాస్తవమునకు జీవుడు తానేమి చేయవలెనో మరచియుండును. మొదట ఒక విధముగా వర్తించవలెనని నిర్ణయము కావించి, పిదప తన కర్మ యొక్క చర్య,ప్రతిచర్యలలో బద్ధుడగును. మనము వస్త్రములను ధరించుచు తిరిగి తీసివేయునట్లుగా అతడు ఒక రకమైన దేహమును త్యజించి వేరొక దేహమునందు ప్రవేశించును. ఆ విధముగా ఆత్మ ఒక దేహము నుండి వేరొక దేహమునకు మార్పు చెందగా జీవుడు పూర్వకర్మల ఫలముల ననుభవించును. జీవుడు సత్త్వగుణము నందు నిలిచి బుద్ధిస్థిరతను కలిగియుండి ఎటువంటి కర్మలను ఆచరింపవలెనో అవగతము చేసికొనినపుడు ఈ కర్మలను మార్చివేయవచ్చును. ఈ విధముగా కర్మ యనునది అనిత్యమై యున్నది. కనుకనే ఈశ్వరుడు, జీవుడు, ప్రకృతి, కాలము, కర్మ అనెడి ఐదు అంశములలో నాలుగు నిత్యములై యుండగా, కర్మ అనిత్యమై యున్నదని తెలుపబడినది.

దివ్యచైతన్యపూర్ణుడైన ఈశ్వరుడు జీవునితో ఒకరీతిగా ఏకమై యున్నాడు. అది ఏమనగా భగవానుని చైతన్యము మరియు జీవుని చైతన్యము రెండును దివ్యములై యున్నవి. చైతన్యమెన్నడును భౌతికపదార్థపు సంపర్కముచే సృష్టింపబడబోదు. అది తప్పు అభిప్రాయము. భౌతికసమ్మేళనపు కొన్ని పరిస్థితులలో చైతన్యము

వృద్ధి యగునని పలుకు సిద్ధాంతము భగవద్గీత యందు అంగీకరింపబడదు. రంగుటద్దము ద్వారా ప్రసరించు కాంతి ఒక ప్రత్యేక వర్ణములో గోచరించునట్లు భౌతిక ఆచ్ఛాదనల కారణమున జీవుని చైతన్యము వికృతముగా గోచరించినను భగవానుని చైతన్యము మాత్రము ఎన్నడును భౌతికత్వముచే ప్రభావితము కాదు. "మయాధ్యక్షేణ ప్రకృతిః" అని శ్రీకృష్ణభగవానుడు పలుకుచున్నాడు. భౌతిక విశ్వమునందు ఆతడు అవతరించినపుడు ఆతని చైతన్యము భౌతికత్వముచే ప్రభావితము కాబోదు. ఒకవేళ ఆతడు ప్రభావితుడే అయినచో ఆధ్యాత్మిక విషయములపై ఉపదేశము కావించుటకు (భగవద్గీత యందు కావించినట్లు) అర్హుడయ్యెడివాడు కాడు. భౌతికముగా కలుషితమైన చైతన్యము నుండి ముక్తుడు కానిదే ఎవ్వరును ఆధ్యాత్మికజగత్తును గూర్చి కించిత్తును పలుకజాలరు. అనగా శ్రీకృష్ణభగవానుడు భౌతిక కలుషరహితుడై యున్నాడు. కాని ప్రస్తుతము మన చైతన్యము మాత్రము భౌతికముగా కలుషితమై యున్నది. భౌతికత్వముచే కలుషితమైన ఈ చైతన్యమును మనము శుద్ధిపరచుకొనవలెనని భగవద్గీత ఉపదేశించుచున్నది. శుద్ధచైతన్యమునందు మన కర్మలన్నియును శ్రీకృష్ణభగవానుని సంకల్పమునకు అనుగుణముగా రూపొంది మనలను ఆనందభాగులను చేయగలవు. దీని కొరకై కర్మలను మనము విరమించవలసిన అవసరము లేదు. కేవలము వాటిని శుద్ధిపరచిన చాలును. ఆ విధముగా శుద్ధిపడిన కర్మలే భక్తి యని పిలువబడును. భక్తియుతకర్మలు సాధారణ కర్మల వలె గోచరించినను అవి కలుషరహితములు. భక్తుడు కూడా సామాన్యమానవుని వలెనే వర్తించుచున్నాడు లేదా పని చేయుచున్నాడని జ్ఞానరహితుడైనవాడు భావించవచ్చును. భక్తుని కర్మలు గాని లేదా భగవానుని కర్మలు గాని మలినచైతన్యముచే (భౌతికపదార్థము) కలుషితము కాజాలవని అట్టి అల్పజ్ఞుడు తెలిసికొనజాలడు. అవన్నియును ప్రకృతి త్రిగుణములకు పరమై యుండును. ఏదియేమైనను ప్రస్తుత పరిస్థితి యందు మన చైతన్యము కలుషితమై యున్నదని మనము ఎరుగవలసియున్నది.

భౌతికత్వముచే కలుషితమైనప్పుడు మనము బద్ధులుగా పిలువబడుదుము. నేను భౌతికప్రకృతి యొక్క ఫలమనెడి భావనలో మిథ్యా చైతన్యము ప్రదర్శిత మగుచుండును. అదియే మిథ్యాహంకారముగా పిలువబడుచున్నది. దేహభావనలో మునిగియున్నవాడు తన నిజస్థితిని అవగతము చేసికొనజాలడు. అటువంటి దేహభావనాపూర్ణమైన జీవితము నుండి మానవుని ఉద్ధరించుటకే భగవద్గీత పలుక

బడినది. ఈ జ్ఞానమును భగవానుని నుండి పొందుటకే అర్జునుడు తనను తాను అట్టి స్థితిలో నిలుపుకొనియుండెను. అనగా ప్రతియొక్కరు దేహభావన నుండి ముక్తులు కావలసియున్నది. ఆధ్యాత్మికుడైనవానికి అదియే ప్రాథమిక కార్యము. బంధము నుండి విడివడగోరువాడు, ముక్తిని గాంచగోరువాడు తాను భౌతికదేహమును కానని మొట్టమొదట తెలిసికొనవలసియున్నది. "ముక్తి" యనగా భౌతికచైతన్యము నుండి విడుదల యని భావము. శ్రీమద్భాగవతము నందు కూడా ముక్తి యను పదమునకు భావార్థము ఒసగబడినది. "ముక్తిర్హిత్వాన్యథారూపం స్వరూపేణ వ్యవస్థితిః- ఈ భౌతిక జగత్తు యొక్క కలుషితమైన చైతన్యము నుండి విడివడి శుద్ధచైతన్యము నందు స్థితిని పొందుటయే ముక్తి యనబడును". ఇటువంటి శుద్ధచైతన్యమును జాగృతము చేయుట కొరకే భగవద్గీత ఉపదేశములన్నియును ఉద్దేశింపబడియున్నవి. కనుకనే గీతోపదేశముల చివరి యందు శ్రీకృష్ణుడు అర్జునుని శుద్ధచైతన్యము నందుంటివా యని ప్రశ్నించుటను మనము గాంచుదుము. శుద్ధచైతన్యమనగా భగవానుని ఆదేశానుసారము వర్తించుట యని భావము. శుద్ధచైతన్యము యొక్క సంపూర్ణ భావమిదియే. శ్రీకృష్ణభగవానుని అంశలమైన కారణమున మనమిదివరకే చైతన్యపూర్ణులమై యున్నాము. కాని న్యూనగుణములచే మనము ప్రభావితుల మగుటకు ఆస్కారము కలదు. కాని శ్రీకృష్ణుడు పరమపురుషుడైన కారణమున ఎన్నడును వాటిచే ప్రభావితుడు కాడు. శ్రీకృష్ణభగవానునకు, జీవులకు గల వ్యత్యాసమిదియే.

ఈ చైతన్యమనగా నేమి? "నేను" అనెడి భావనయే చైతన్యము. ఇక "నేను" అనగా నేమి? కలుషితమైన చైతన్యస్థితి యందు "నేను" అనగా "కానుపించు సర్వమునకు నేను ప్రభువును మరియు భోక్తను" అని భావము. ప్రతిజీవియు భౌతిక జగమునకు తాను ప్రభువునని, సృష్టికర్తనని భావించుట చేతనే ఈ ప్రపంచము నడచుచున్నది. భౌతికచైతన్యము నందు రెండు విధములైన భావములు ఉండును. నేను సృష్టికర్తనునది ఒక భావము కాగా, నేను భోక్తననునది రెండవ భావమై యున్నది. కాని వాస్తవమునకు శ్రీకృష్ణభగవానుడే సృష్టికర్త మరియు భోక్తయై యున్నాడు. ఆ దేవదేవుని అంశయైన కారణమున జీవుడు సృష్టికర్త గాని, భోక్తగాని కాడు. కేవలము అతడు సహాయభూతుడు మాత్రమే - అనగా సృష్టింపబడువాడు, భోగింపబడువాడని భావము. ఉదాహరణకు యంత్రమందలి ఒక భాగము సంపూర్ణ యంత్రమునకు సహకరించును; దేహమందలి ఒక భాగము

సంపూర్ణదేహమునకు ఉపకరించును. హస్తములు, పాదములు, నయనములు మొదలగునవి దేహభాగములైనను వాస్తవమునకు భోక్తలు కావు. ఉదరమే నిజమైన భోక్త. ఉదరమే దేహ యంత్రాంగమునకు పుష్టి గూర్చెడి ముఖ్యాంశమైనందున పాదములు కదులుచు, హస్తములు ఆహారమును అందించుచు, దంతములు నములుచు ఉదరమును సంతృప్తిపరచుట యందు నియుక్తమై యున్నవి. కనుకనే ప్రతిదియు ఉదరమునకే ఒసగబడుచుండును. వ్రేళ్ళకు నీరు పోయుట ద్వారా మానవుడు వృక్షమును పోషింపవచ్చును. ఉదరమునకు ఆహారమొసగుట ద్వారా దేహమునకు పుష్టిని కలిగింపవచ్చును. అనగా దేహమును ఆరోగ్యముగా ఉంచవలెనన్నచో దేహమందలి భాగములన్నియును ఉదరమును నింపుటకు సహకరింపవలెను. అదేవిధముగా పరమపురుషుడైన శ్రీకృష్ణుడు భోక్తయు మరియు సృష్టికర్తయునై యున్నాడు. పరతంత్రమైన జీవులుగా మనము ఆతని సంతృప్తికై సహకరించుట కొరకే ఉద్దేశింపబడియున్నాము. ఉదరముచే గ్రహించ బడిన ఆహారము దేహభాగములన్నింటికి సహాయము కూర్చునట్లుగా, అట్టి సహకారము మనలకు వాస్తవముగా సహాయభూతమే కాగలదు. ఉదరమునకు ఆహారము నొసగుటకు బదులు తామే ఆహారమును గ్రహింపవలెనని చేతివ్రేళ్ళు తలచినచో నిక్కముగా భంగపడగలవు. సృష్టికి మరియు అనుభవమునకు మూలము దేవదేవుడైన శ్రీకృష్ణుడే. జీవులు ఆ కార్యమునకు సహాయకుల వంటివారు మాత్రమే. అటువంటి సహకారమును గూర్చుట ద్వారా వారును భోగింపగలరు. వారిరువురి నడుమ గల సంబంధము యజమాని మరియు సేవకుల నడుమ వంటిది. యజమాని సంపూర్ణముగా సంతృప్తి చెందినచో సేవకుడు సంతుష్టి చెందగలడు. అదేవిధముగా సృష్టికర్త కావలెననెడి భావము మరియు భౌతికజగమును అనుభవింపవలెననెడి నైజము జీవుల యందు ఉన్నప్పటికిని శ్రీకృష్ణభగవానుని సర్వవిధములుగా సంతృప్తి పరుపవలసి యున్నది. భౌతికజగమును సృష్టించిన పరమపురుషుని యందు ఈ భావము లుండుట చేతనే జీవుల యందు అవి గోచరించుచున్నవి.

కనుకనే భగవద్గీత యందు పరమనియామకుడు, నియమింపబడెడి జీవులు, సృజింపబడెడి విశ్వము, కాలము, కర్మ అనెడి అంశములను కూడియుండెడి సంపూర్ణతత్త్వమును మనము గాంచగలము. ఈ అంశములన్నియును దీని యందు వివరింపబడినవి. సంపూర్ణముగా గ్రహించబడిన ఇవన్నియును కలిసి పూర్ణతత్త్వము ఏర్పడుచున్నది. అట్టి పూర్ణతత్త్వమే పరతత్త్వముగా పిలువ

బడుచున్నది. పూర్ణతత్త్వము మరియు పరతత్త్వములనగా పూర్ణపురుషోత్తముడైన శ్రీకృష్ణభగవానుడే. సృష్టులన్నియును ఆతని వివిధ శక్తుల వలననే కలుగుచున్నవి. ఆతడే పూర్ణతత్త్వమై యున్నాడు.

నిరాకారబ్రహ్మము కూడా పూర్ణపురుషోత్తముని ఆధీనము నందున్నదని గీత యందు వివరింపబడినది (బ్రహ్మణో హి ప్రతిష్ఠాహం). బ్రహ్మము సూర్యకిరణముల వంటిదని బ్రహ్మసూత్రములందు స్పష్టముగా వివరింపబడినది. అనగా నిరాకార బ్రహ్మము దేవదేవుడైన శ్రీకృష్ణుని కాంతిమయ కిరణములు మాత్రమే. కనుకనే నిరాకార బ్రహ్మానుభవము పూర్ణతత్త్వపు పాక్షికానుభవమై యున్నది. పరమాత్మానుభూతియు అటువంటిదే. నిరాకారబ్రహ్మానుభూతి, పరమాత్మానుభూతి రెండింటికిని పూర్ణపురుషోత్తముడైన శ్రీకృష్ణభగవానుడు పరముగా నున్నట్లు పంచ దశాధ్యాయమున గోచరించగలదు. పూర్ణపురుషోత్తముడైన శ్రీకృష్ణుడు సచ్చిదానంద విగ్రహునిగా పిలువబడును. కనుకనే బ్రహ్మసంహిత ఈ విధముగా ఆరంభమగుచున్నది - "ఈశ్వరః పరమః కృష్ణః సచ్చిదానందవిగ్రహః / అనాదిరాదిర్గోవింద సర్వకారణ కారణమ్ - గోవిందుడే (శ్రీకృష్ణుడు) సర్వకారణములకు కారణుడై యున్నాడు. ఆతడే ఆదికారణుడు మరియు సచ్చిదానందవిగ్రహుడు". నిరాకారబ్రహ్మానుభవము ఆ దేవదేవుని "సత్" (నిత్యత్వము) లక్షణపు అనుభవము. పరమాత్మానుభవము ఆతని "సత్-చిత్" (నిత్యజ్ఞానము) లక్షణపు అనుభవము. కాని పూర్ణ పురుషోత్తముడైన శ్రీకృష్ణుని అనుభూతి దివ్యలక్షణములైన సత్, చిత్, ఆనందముల (నిత్యత్వము, జ్ఞానము, ఆనందము) పూర్ణరూపపు అనుభవమై యున్నది.

అల్పజ్ఞులైన మానవులు పరమసత్యమును నిరాకారమని భావింతురు. కాని వాస్తవమునకు ఆతడు దివ్యపురుషుడు. ఈ విషయము వేదవాఙ్మయమునందు ధ్రువీకరింపబడినది. "నిత్యో నిత్యానాం చేతనశ్చేతనానాం (కఠోపనిషత్తు 2.2.13)". జీవులమైన మనమందరము వ్యక్తిత్వమును కలిగియున్నట్లే పూర్ణపరతత్త్వము సైతము చరమభావమున పురుషుడై యున్నాడు. కనుకనే భగవదనుభూతి యనునది ఆతని పూర్ణరూపపు దివ్యలక్షణముల అనుభవమై యున్నది. పూర్ణతత్త్వమెన్నడును నిరాకారము కాబోదు. ఆతడు నిరాకారమే అయినచో లేదా ఇతర ఏదేని విషయము కన్నను తక్కువ అయినచో పూర్ణతత్త్వము కాజాలడు. అనగా పూర్ణతత్త్వము మన అనుభవమున ఉన్నదానిని మరియు మన అనుభవమునకు పరమైనదానిని సైతము కల్గియుండవలెను. లేనిచో అది పూర్ణము కానేరదు.

సంపూర్ణతత్త్వమైన శ్రీకృష్ణభగవానుడు అపరిమితమైన శక్తులను కలిగి యున్నాడు (పరాస్యశక్తిర్వివిధైవ శ్రూయతే). శ్రీకృష్ణుడు ఏ విధముగా వివిధశక్తులతో వర్తించుననెడి విషయము కూడా భగవద్గీత యందు వివరింపబడినది. మనము నిలిచియున్నటువంటి ఈ భౌతికజగత్తు కూడా పూర్ణమై యున్నది. ఏలయన ఈ విశ్వపు భరణ, పోషణలకు అవసరమైన సమస్తమును ఉత్పత్తి చేయునట్లుగా ఇరువది నాలుగు తత్త్వములు పూర్ణముగా అమర్చబడినవి. సాంఖ్యతత్త్వము ననుసరించి ఆ చతుర్వింశతి తత్త్వములను కూడియున్న భౌతికజగత్తు తాత్కాలికప్రదర్శనము మాత్రమే. దాని యందు అముఖ్యమైనది గాని, అవసరమైనది గాని ఏదియును లేదు. సంపూర్ణతత్త్వము యొక్క శక్తిచే ఈ ప్రదర్శనము ఒక నిర్దిష్టమైన కాల వ్యవధిని కలిగియున్నది. కాలవ్యవధి ముగిసినంతనే పూర్ణతత్త్వపు పూర్ణమగు ఏర్పాటుచే ఈ తాత్కాలిక సృష్టియంతయు నశించిపోవును. సూక్ష్మమగు పూర్ణాంశములైన జీవులకు పూర్ణమును అనుభూతి కావించుకొనుటకు సంపూర్ణమగు సదుపాయము కలదు. అటువంటి పూర్ణతత్త్వము యొక్క అసంపూర్ణజ్ఞానము కారణముననే సర్వవిధములైన అసంపూర్ణత అనుభూతమగుచున్నది. కనుకనే వేదముల సంపూర్ణజ్ఞానమును భగవద్గీత కలిగియున్నది.

వేదజ్ఞానము అమోఘమైనట్టిది. హిందువులు వేదజ్ఞానమును పూర్ణమనియు, అమోఘమనియు అంగీకరింతురు. ఉదాహరణకు గోమయము ఒక జంతువు మలము. స్మృతి (వేదోపదేశము) ననుసరించి జంతుమలమును తాకినవాడు పరిశుద్ధి కొరకై స్నానమాచరించవలెను. కాని వేదవాఙ్మయము నందు గోమయము పవిత్రతను కలిగించునదిగా పరిగణింపబడును. ఇది పరస్పర విరుద్ధముగా నున్నట్లు గోచరించినను వేదనిర్దేశము కనుక యథాతథముగా అంగీకరింపబడినది. దీనిని అంగీకరించుట ద్వారా మనుజుడెన్నడును తప్పు కావింపడు. గోమయము క్రిమినాశక లక్షణములను కలిగి యున్నట్లుగా తదనంతరము విజ్ఞానశాస్త్రముచే నిరూపింపబడినది. అనగా సర్వ విధములైన సంశయములకు, పొరపాట్లకు అతీతమై యుండుటచే ఈ వేదజ్ఞానము పూర్ణమై భాసించుచున్నది. అటువంటి వేదజ్ఞానసారమే శ్రీమద్భగవద్గీత.

వేదజ్ఞానము పరిశోధనకు సంబంధించినది కాదు. అసమగ్ర ఇంద్రియములచే పరిశోధన కావించుచున్నందున మన పరిశోధన కార్యము అసంపూర్ణమై యున్నది. భగవద్గీత యందు తెలుపబడినట్లు పరంపరగా లభించినటువంటి పూర్ణజ్ఞానమునే మనము అంగీకరింపవలెను. దివ్య ఆధ్యాత్మికగురువైన భగవానుని

నుండియే ఆరంభమైన పరంపరలో సరియైన మూలము నుండియే మనము జ్ఞానమును స్వీకరింపవలెను. అటువంటి జ్ఞానము పరంపరలో గురువులకు ఒసగబడినది. శ్రీకృష్ణభగవానుని నుండి ఉపదేశములను స్వీకరించిన అర్జునుడు ఏ విధమైన నిరాకరణ లేకుండా ఆ దేవదేవుడు పలికినదంతయు అంగీకరించినాడు. భగవద్గీత యందలి ఒక భాగమును అంగీకరించి వేరొక భాగమును తిరస్కరించుటకు ఎవ్వరును అనుమతింపబడరు. అది ఎన్నడును సాధ్యము కాదు. ఎటువంటి వ్యాఖ్యానములు లేకుండా, ఎటువంటి తొలగింపు లేకుండా మరియు చర్చనీయాంశముపై విపరీత తలంపులు లేకుండా మనము భగవద్గీతను అంగీకరింపవలసియున్నది. అనగా భగవద్గీత యనునది వేదజ్ఞానపు పూర్ణస్వరూపమని తప్పక గ్రహింపవలెను. వేద జ్ఞానము దివ్యమూలము నుండియే స్వీకరింపబడుచుండును. శ్రీకృష్ణభగవానుడే తొలుత దానిని పలికియుండెను. శ్రీకృష్ణభగవానుడు పలికిన పలుకులు "అపౌరుషేయము"లని పిలువబడును. అనగా అవి నాలుగువిధములైన దోషములు కలిగియుండెడి లౌకికజగత్తుకు చెందిన మానవుని పలుకులకు భిన్నమైనవని భావము. లౌకికుడైనవాడు 1. తప్పులు కావించియే తీరును 2. మోహమునకు గురియగును 3. ఇతరులను మోసము చేయు స్వభావమును కలిగియుండును 4. అసమగ్రమగు ఇంద్రియముల కారణమున పరిమితుడై యుండును. ఈ విధమైన నాలుగు లోపములను కలిగియుండి ఎవ్వరును సర్వవ్యాపకజ్ఞానమును గూర్చిన పూర్ణమగు సమాచారమును అందించలేరు.

వేదజ్ఞానమనునది అటువంటి లోపభూయిష్ట జీవులచే ఒసగబడలేదు. అది మొదట బ్రహ్మదేవుని (తొలిగా సృష్టింపబడిన వాడు) హృదయమునందు తెలుపబడగా, బ్రహ్మదేవుడు దానిని తిరిగి తన పుత్రులకు మరియు శిష్యులకు భగవానుని నుండి గ్రహించిన విధముగా అందజేసెను. భగవానుడు పూర్ణుడు. భౌతికప్రకృతి నియమములకు ఆతడు ప్రభావితుడగు అవకాశము లేదు. కనుక కేవలము ఆతడే విశ్వమందలి ప్రతిదానికి యజమానియనియు మరియు బ్రహ్మదేవునే సృష్టించిన ఆది సృష్టికర్తయనియు ప్రతియొక్కరు బుద్ధికుశలతతో ఎరుగవలసియున్నది. బ్రహ్మదేవుడు పితామహునిగా సంబోధింపబడినందున శ్రీకృష్ణభగవానుడు ఏకాదశాధ్యాయమున ప్రపితామహునిగా సంబోధింపబడినాడు. అనగా పితామహుని సృష్టించినది ఆతడే. కనుక తాము యజమానులమని ఎవ్వరును పలుకరాదు. పోషణార్థమై భగవానుడు ఒసగిన వంతును మాత్రమే మానవుడు గ్రహింపవలెను.

మన కొరకు భగవానుడు ఒసగిన వాటిని మనము ఏ విధముగా వినియోగించుకొనవలెనో తెలుపుటకు పలు ఉపమానములు కలవు. ఈ విషయము కూడా భగవద్గీత యందు వివరింపబడినది. ఆదిలో అర్జునుడు తాను కురుక్షేత్ర యుద్ధమున పాల్గొనరాదని నిర్ణయించుకొనెను. అది అతని స్వంత నిర్ణయము. బంధువులను సంహరించి రాజ్యమును అనుభవించుట తనకు సాధ్యము కాదని అర్జునుడు శ్రీకృష్ణునితో పలికెను. ఆ నిర్ణయము దేహమునకు సంబంధించి యుండెను. ఏలయన అతడు దేహమే తాననియు మరియు సోదరులు, బావలు, తాతలు ఆదిగా గలవారు తన బంధువులనియు భావించుటయే కారణము. కనుకనే అతడు దేహపరమగు కోరికలను సంతృప్తిపరుపగోరెను. ఇట్టి అభిప్రాయమును మార్చుటకే శ్రీకృష్ణభగవానుని ద్వారా భగవద్గీత పలుకబడెను. అంత్యమున అర్జునుడు శ్రీకృష్ణుని నిర్దేశానుసారము యుద్ధము చేయుటకు నిర్ణయించుకొని "కరిష్యే వచనం తవ- నీ పలుకుల ననుసరించియే వర్తింతును" అని పలికెను.

ఈ ప్రపంచమున మనమున్నది శునక, మార్జాలముల వలె కలహించు కొనుటకు కాదు. జనులందరును మానవజన్మ ప్రాముఖ్యము నెరిగి సాధారణ జంతువుల వలె వర్తించుటను త్యజించవలెను. మానవుడైనవాడు తన జీవితలక్ష్యమును గుర్తెరుగవలెను. వేదవాఙ్మయమునందు అటువంటి మార్గదర్శనమే ఒసగబడినది. దాని సారమే భగవద్గీత యందు తెలుపబడినది. వేదవాఙ్మయము మానవుల కొరకే ఉద్దేశింపబడినది గాని జంతువులకు కాదు. జంతువులు ఇతర జంతువులను సంహరించుచుండును. ఈ విషయమున వాటికి పాపము సంక్రమించుననెడి ప్రశ్నయే ఉదయించదు. కాని మానవుడు తన జిహ్వాచాపల్యమును తీర్చుకొనుటకు ఏదేని జంతువును సంహరించినచో ప్రకృతి నియమముల ఉల్లంఘనకు బాధ్యుడగును. త్రిగుణముల ననుసరించి మూడు విధములైన కర్మలు కలవని భగవద్గీత యందు స్పష్టముగా వివరింపబడినది. అవియే సత్త్వగుణకర్మలు, రజోగుణ కర్మలు మరియు తమోగుణకర్మలు. అదే విధముగా మూడువిధములైన ఆహారములు కూడా కలవు. అవియే సత్త్వగుణ ఆహారము, రజోగుణ ఆహారము మరియు తమోగుణ ఆహారము అనునవి. ఇది యంతయు స్పష్టముగా వివరింపబడినందున భగవద్గీత ఉపదేశములను చక్కగా అనుసరించినచో మన జీవితమంతయు పవిత్రము కాగలదు. అంతియేగాక అంత్యమున ఈ భౌతికాకాశమునకు పరమైనట్టి గమ్యమును మనము చేరగలము (యద్గత్వాననివర్తన్తే తద్ధామ పరమం మమ).

అటువంటి గమ్యమే సనాతనాకాశమని (నిత్యమైన ఆధ్యాత్మికాకాశము) పిలువబడుచున్నది. ఈ భౌతికజగమున మనము ప్రతిదియు తాత్కాలికమైనట్లు గమనింతుము. అది ఉనికిలోకి వచ్చి, కొంతకాలము నిలిచి, ఇతరములను సృష్టించి, శుష్కించి, తదనంతరము నశించిపోవును. ఈ దేహము గాని లేదా పండు గాని లేదా దేనినైనను ఉపమానముగా గ్రహించినను ఈ భౌతికజగత్తు నియమమిదియే. కాని ఈ తాత్కాలిక ప్రపంచమునకు పరముగా వేరొక జగము కలదని మనకు సమాచారము లభించియున్నది. ఆ జగము సనాతన (నిత్య) లక్షణమును కలిగియున్నది. జీవుడు కూడా సనాతనునిగా వర్ణింపబడినాడు. ఏకాదశాధ్యాయమున భగవానుడు కూడా సనాతనునిగా వర్ణింపబడినాడు. మనము ఆ భగవానునితో సన్నిహిత సంబంధమును కలిగియున్నాము. మనమందరము గుణరీత్యా ఏకమైన కారణమున (సనాతన ధామము, సనాతన భగవానుడు, సనాతన జీవులు) మన సనాతన ధర్మమును జాగృతము చేయుటయే భగవద్గీత యొక్క ముఖ్య ప్రయోజనమై యున్నది. అట్టి సనాతనధర్మమే జీవుని నిత్యధర్మము. మనము పలువిధములైన కర్మలలో తాత్కాలికముగా నియుక్తులమై యున్నాము. కాని ఆ తాత్కాలిక కర్మల నన్నింటినీ త్యజించివేసి శ్రీకృష్ణభగవానునిచే నిర్దేశింపబడిన కర్మలను చేపట్టి నప్పుడు మన కర్మలన్నియును పవిత్రములు కాగలవు. అదియే పవిత్రజీవనము అనబడును.

దేవదేవుడైన శ్రీకృష్ణుడు సనాతనుడు. ఆతని దివ్యధామము సనాతనమైనది. జీవులు కూడా సనాతనులు. సనాతన ధామమునందు భగవానుడు మరియు జీవుల సాహచర్యమే మానవజీవన పూర్ణత్వము కాగలదు. తన సంతానమైన కారణమున జీవుల యెడ భగవానుడు మిగుల కృపాళుడై యుండును. కనుకనే ఆతడు భగవద్గీత యందు "సర్వయోనిషు.... అహం బీజ ప్రదః పితా - సర్వులకు నేను తండ్రిని" అని ప్రకటించియున్నాడు. వారివారి కర్మల ననుసరించి జీవులు పలురకములుగా నున్నను తాను వారందరికీ జనకుడనని శ్రీకృష్ణభగవానుడు పలుకుచున్నాడు. కనుకనే పతితులైన బద్ధజీవులను సనాతనధామమునకు తిరిగి రప్పించుకొనుటకు ఆతడు అవతరించుచుండును. తద్ద్వారా సనాతనులైన జీవులు భగవానుని నిత్యసాహచర్యమున తమ నిత్యమైన సనాతన స్థానములను తిరిగి పొంద గలరు. ఈ విధముగా బద్ధజీవులను ఉద్ధరించుటకై శ్రీకృష్ణభగవానుడు స్వయముగా వివిధ అవతారములలో అరుదెంచును లేదా తన ఆంతరంగిక సేవకులను పుత్రులుగనో,

సహచరులుగనో, ఆచార్యులుగనో పంపుచుండును.

కనుకనే సనాతనధర్మమనునది ఎట్టి ధర్మవిధానపు శాఖకు అన్వయించునట్టిది కాదు. అది నిత్యుడైన పరమపురుషుని సంబంధములో నిత్యులైన జీవుల యొక్క నిత్యధర్మమై యున్నది. గతమందు తెలిపినట్లుగా సనాతనధర్మము జీవుని నిత్యధర్మమునకు అన్వయించును. శ్రీపాద రామానుజాచార్యులు సనాతనమనెడి పదమును "ఆద్యంతములు లేనిది" యనుచు వివరించిరి. కనుక సనాతన ధర్మమును గూర్చి పలుకునపుడు శ్రీపాద రామానుజాచార్యుల ప్రామాణికతను ఆధారము చేసికొని దానిని ఆద్యంతములు లేనిదిగా మనము గ్రహింపవలెను.

"రెలిజియన్" అను ఆంగ్లపదము సనాతనధర్మమునకు కొద్దిగా భిన్నమైనది. "రెలిజియన్" యనెడి పదము "విశ్వాసము" అను భావనను సూచించును. కాని ఆ విశ్వాసము మారవచ్చును. ఒకనికి ఒక ప్రత్యేక విధానమునందు విశ్వాసముండ వచ్చును. అతడు ఆ విశ్వాసమును మార్చుకొని వేరొకదానిని గ్రహించవచ్చును. కాని సనాతనధర్మమనెడి పదము మార్పు చెందనటువంటి కర్మకు అన్వయించును. ఉదాహరణకు ద్రవత్వమును నీటి నుండి తీసివేయజాలము, అగ్ని నుండి ఉష్ణమును తొలగింపజాలము. అదేవిధముగా నిత్యుడైన జీవుని యొక్క నిత్యధర్మమును జీవుని నుండి తీసివేయజాలము. సనాతనధర్మము జీవునితో నిత్యముగా ముడివడి యున్నది. కనుకనే సనాతనధర్మమును గూర్చి పలికినపుడు శ్రీపాద రామానుజాచార్యుల ప్రామాణికతను ఆధారము చేసికొని దానిని ఆద్యంతములు లేనిదిగా మనము స్వీకరింపవలసియున్నది. ఆద్యంతములు లేనిది ఒక శాఖకు చెందినది కానేరదు. ఏలయన అట్టిది ఎటువంటి ఎల్లలచే పరిమితము కాబోదు. ఏదియో ఒక మతశాఖకు చెందిన కొందరు సనాతనధర్మము సైతము ఒక శాఖకు చెందినదని అపోహపడుదురు. కాని ఈ విషయమును మరింత గహనముగా పరిశీలించి నవీన విజ్ఞానశాస్త్రపు వెలుగులో గ్రహించినచో సనాతనధర్మమనునది ప్రపంచ జనులందరికే గాక విశ్వమునందలి జీవులందరి ధర్మముగా గాంచుటకు మనకు సాధ్యపడగలదు.

సనాతనేతర ధర్మమునకు మానవచరిత్రలో ఒక ఆది ఉండవచ్చును. కాని సనాతనధర్మచరిత్రకు ఆది యనునది లేదు. జీవునితో అది నిత్యముగా నిలిచి యుండుటయే అందులకు కారణము. జీవులకు సంబంధించినంతవరకు వారికి జన్మగాని, మృత్యువు గాని లేదని ప్రామాణికశాస్త్రములు తెలుపుచున్నవి.

జీవుడు జన్మించడనియు మరియు ఎన్నడును మరణించడనియు భగవద్గీతలో తెలుపబడినది. అతడు నిత్యుడు మరియు అవినాశి. తాత్కాలికమైన భౌతికదేహము నశించిన పిదపయు అతడు కొనసాగును. సనాతనధర్మము యొక్క భావన విషయములో సంస్కృత మూలార్థము నుండి ధర్మమును గూర్చి అవగతము చేసికొనుటకు మనము యత్నించవలెను. ఒక దానితో నిత్యముగా కూడియుండు లక్షణమునే "ధర్మము" అనునది సూచించును. ఉష్ణము, కాంతి యనునవి అగ్నితో పాటుగా ఉండునటువంటివని మనము తెలిసికొనియున్నాము. ఉష్ణము మరియు కాంతి లేకుండా అగ్ని యనెడి పదమునకు అర్థముండదు. అదేవిధముగా జీవునితో శాశ్వతముగా కూడియుండునటువంటి (శాశ్వత సహచరము) అతని యందలి ముఖ్యాంశమును మనము కనుగొనవలసియున్నది. ఆ శాశ్వత సహచరమే అతని నిత్యలక్షణము కాగలదు. అటువంటి నిత్యలక్షణమే అతని నిత్యధర్మము.

ప్రతిజీవుని స్వరూపమును గూర్చి సనాతనగోస్వామి శ్రీచైతన్యమహాప్రభువును ప్రశ్నించినప్పుడు దేవదేవుడైన శ్రీకృష్ణునికి సేవను గూర్చుటయే జీవుని స్వరూపమని (సహజస్థితి) ఆయన ప్రత్యుత్తరమిచ్చిరి. శ్రీచైతన్యమహాప్రభువు వచనమును పరిశీలించినచో ప్రతిజీవుడు వేరొక జీవికి సేవను గూర్చుట యందే నిరంతరము నియుక్తుడై యున్నాడని మనము సులభముగా గమనింపవచ్చును. ఒక జీవి ఇతర జీవులకు వివిధ స్థాయిలలో సేవ నొనరించుచుండును. ఆ విధముగా కావించుచు జీవుడు జీవితము ననుభవించును. సేవకులు వారి యజమానిని సేవించినట్లు జంతువులు మానవులను సేవించును. "ఏ" అనువాడు "బి" అనెడి యజమానిని సేవించగా, ఆ "బి" అనువాడు "సి" అనెడి యజమానిని సేవించును. ఆ "సి" అనువాడు "డి" అనెడి యజమానిని సేవించుచుండును. ఇది ఈ విధముగా కొనసాగుచుండును. ఇటువంటి పరిస్థితులలో ఒక స్నేహితుడు వేరొక స్నేహితుని, తల్లి కుమారుని, భార్య భర్తను, భర్త భార్యను సేవించుచుండుటను మనము గాంచవచ్చును. ఇదే భావనలో పరిశోధించుచు పోయినచో జీవుల సంఘమున ఎవరును సేవాకార్యము నుండి మినహాయింపబడలేదని మనము గాంచగలము. రాజకీయనాయకుడు తన సేవాసమర్థతను ప్రజలకు నచ్చజెప్పుటకై ఎన్నికల ప్రకటన పత్రమును ప్రదర్శించుచుండును. అతడు సంఘమునకు విలువైన సేవ చేయగలడని భావించుచు పౌరులు అతనికి తమ విలువైన ఓట్లను ఒసగుచుందురు. దుకాణాదారుడు గ్రాహకుని సేవించును. శ్రామికుడు పెట్టుబడిదారుని సేవించును.

పెట్టుబడిదారుడు కుటుంబమును సేవించును. ఇక కుటుంబమువారు నిత్యజీవులుగా తమ పరిధిలో దేశమును సేవించుచుందురు. ఈ విధముగా ఏ జీవుడు కూడా ఇతర జీవులకు సేవ గూర్చుట నుండి మినహాయింపబడలేదని మనము గాంచవచ్చును. కనుక సేవ యనునది జీవుని నిత్యసహచరమని మనము నిర్ధారింపవచ్చును. ఆ విధముగా సేవను గూర్చుటయే జీవుని నిత్యధర్మమై యున్నది.

అయినప్పటికిని మనుజుడు తాను ఒక ప్రత్యేక కాలమునకు, పరిస్థితికి సంబంధించిన ఒక ప్రత్యేకమైన మతమునకు సంబంధించినవానిగా పలుకుచుండును. ఆ విధముగా అతడు హిందువుననో, మహ్మదీయుడననో, క్రైస్తవుడననో, బౌద్ధుడననో లేదా వేరే శాఖకు సంబంధించినవాడననో వాదించును. కాని అటువంటి ఉపాధులు సనాతనధర్మమునకు భిన్నమైనవి. ఒక హిందువు మహ్మదీయునిగా అగుటకు తన మతమును (విశ్వాసము) మార్చుకొనవచ్చును లేదా ఒక మహ్మదీయుడు తన మతమును మార్చుకొని హిందువు కావచ్చును లేదా ఒక క్రైస్తవుడు తన మతమును మార్చుకొనవచ్చును. కాని అన్ని పరిస్థితుల యందును మతము యొక్క మార్పు ఇతరులకు సేవను గూర్చుట యనెడి నిత్య ధర్మమును మాత్రము ప్రభావితము చేయలేదు. హిందువు గాని, మహ్మదీయుడు గాని, క్రైస్తవుడు గాని అన్ని పరిస్థితుల యందును ఎవరో ఒకరికి సేవకుడై యుండును. కనుకనే ఒక ప్రత్యేకమైన మతమును గూర్చి పలుకుట యనునది మనుజుని సనాతనధర్మమును గూర్చి పలుకుట కానేరదు. సేవ నొనరించుటయే సనాతనధర్మము.

వాస్తవమునకు మనము దేవదేవునితో సేవ ద్వారానే సంబంధితులమై యున్నాము. ఆ దేవదేవుడు దివ్యభోక్త కాగా జీవులమైన మనము ఆతని సేవకులము. ఆతని భోగము కొరకే మనము సృష్టించబడితిమి. భగవానుని అట్టి నిత్యభోగమునందు మనము సహకరించినచో ఆనందభాగులము కాగలము. వేరు విధముగా మనము ఆనందభాగులము కాజాలము. ఉదరమునకు సహకరించక దేహమందలి ఏ భాగము కూడా ఆనందము పొందజాలనట్లు, స్వతంత్రముగా ఆనందము పొందుట సాధ్యము కాని విషయము. అనగా దేవదేవుడైన శ్రీకృష్ణునికి దివ్యమగు ప్రేమయుక్తసేవను చేయకుండా ఆనందమయుడగుట జీవునకు సాధ్యము కాదు.

వివిధ దేవతారాధనము లేదా వారికి సేవను గూర్చుట యనునది భగవద్గీత

యందు సమ్మతింపబడలేదు. సప్తమాధ్యాయపు ఇరువదియవ శ్లోకమున ఈ విధముగా తెలుపబడినది.

కామైస్తైస్తైర్హృతజ్ఞానాః ప్రపద్యన్తే ऽన్యదేవతాః ।
తం తం నియమమాస్థాయ ప్రకృత్యా నియతాః స్వయా ॥

"విషయవాంఛలచే జ్ఞానము హరింపబడినవారు దేవతల శరణువేడి తమ గుణముల ననుసరించి ఆయా ప్రత్యేక పూజా విధానములను అనుసరింతురు." కామముచే ప్రేరేపితులైనవారు దేవదేవుడైన శ్రీకృష్ణుని పూజింపక దేవతలను పూజింతురని ఇచ్చట స్పష్టముగా తెలుపబడినది. శ్రీకృష్ణుని నామమును ప్రస్తావించినపుడు అది ఏ విధమైన మతశాఖకు చెందిన నామమును సూచించుట కాదు. "కృష్ణుడు" అనగా అత్యున్నత ఆనందమని భావము. దేవదేవుడైన శ్రీకృష్ణుడు సర్వానంద నిధి యనియు లేదా ఆనంద భాండాగారమనియు నిర్ధారింపబడినాడు. మనమందరము ఆనందము కొరకే అఱ్ఱులు చాచియున్నాము. "ఆనందమయోऽభ్యాసాత్ (వేదాంతసూత్రము 1.1.12)" జీవులందరును భగవానుని వలెనే చైతన్యపూర్ణులై యున్నారు. అంతియేగాక ఆనందమును పొందవలెనని అభిలషించుచున్నారు. భగవానుడు సర్వదా ఆనందమయుడు కనుక జీవులు ఆతని సాహచర్యమును పొంది సహకారము గూర్చినచో వారును ఆనందభాగులు కాగలరు.

ఆనందపూర్ణములైన తన లీలలను బృందావనము నందు ప్రదర్శించుటకే శ్రీకృష్ణభగవానుడు భౌతికప్రపంచమున అవతరించును. ఆ దేవదేవుడు బృందావనము నందున్నప్పుడు స్నేహితులైన గోపబాలురతో, గోపికలతో, ఇతర బృందావన వాసులతో, గోవులతో ప్రదర్శించిన లీలలన్నియును ఆనందపూర్ణములై యున్నవి. బృందావన వాసులందరును కృష్ణుని తప్ప అన్యుని ఎఱుగకుండిరి. జనులు ఏ దేవతను కూడా పూజింపనవసరము లేదనెడు సత్యమును స్థిరపరచ కోరినందున ఆతడు తన తండ్రియైన నందమహారాజు చేసెడి ఇంద్రపూజను ఆపించెను. జనుల చరమలక్ష్యము భగవద్ధామమును చేరుటయే కనుక వారు కేవలము దేవదేవునే అర్చింపవలెను.

శ్రీకృష్ణభగవానుని ధామము భగవద్గీత యందలి పంచదశాధ్యాయపు ఆరవ శ్లోకమున వర్ణింపబడినది.

న తద్భాసయతే సూర్యో న శశాఙ్కో న పావకః ।
యద్గత్వా న నివర్తన్తే తద్ధామ పరమం మమ ॥

"అట్టి నా దివ్యధామము సూర్యునిచే గాని, చంద్రునిచే గాని లేదా అగ్ని విద్యుత్తులచే గాని ప్రకాశింపజేయబడదు. దానిని చేరినవారు ఈ భౌతికజగమునకు తిరిగిరారు."

ఈ శ్లోకము సనాతన ఆకాశపు వర్ణనను ఒసగుచున్నది. మనమందరము ఆకాశము యొక్క భౌతికభావనను కలిగియున్నాము. సూర్యుడు, చంద్రుడు, నక్షత్రములు మొదలగువాటి సంబంధములోనే దానిని మనము భావింతుము. కాని సనాతన ఆకాశమునందు సూర్యుని అవసరము గాని, చంద్రుని అవసరము గాని, విద్యుత్తు గాని లేదా ఏ విధమైన అగ్ని అవసరము గాని లేనే లేదని శ్రీకృష్ణభగవానుడు ఈ శ్లోకమునందు తెలుపుచున్నాడు. ఏలయన ఆ దేవదేవుని నుండి వెలువడుచున్న బ్రహ్మజ్యోతిచే ఆధ్యాత్మికాకాశము (పరవ్యోమము) ఇదివరకే ప్రకాశవంతమైనది. ఇతర గ్రహములను చేరవలెనని మనము అతికష్టముతో యత్నించుచున్నాము. కాని వాస్తవమునకు భగవద్ధామమును గూర్చి అవగతము చేసికొనుట ఏమాత్రము కష్టము కాదు. ఆ ధామము "గోలోకము"గా తెలుపబడినది. "గోలోక ఏవనివసత్యఖిలాత్మ భూతః" అనుచు బ్రహ్మసంహిత యందు ఆ ధామము సుందరముగా వర్ణింపబడినది. శ్రీకృష్ణభగవానుడు నిత్యముగా తన గోలోకధామమున వసించియున్నను ఈ లోకము నుండి ఆతనిని చేరవచ్చును. ఈ ప్రయోజనమును సిద్ధింపజేయుట కొరకే ఆ దేవదేవుడు తన సహజమైన సచ్చిదానందవిగ్రహ రూపమును ప్రదర్శించును. ఈ విధముగా ఆతడు ఈ రూపమును ప్రదర్శించుచుండ ఆతని రూపమెట్లుండునని ఊహింపవలసిన అవసరము మనకు లేదు. అటువంటి ఊహాకల్పనలను నివారించుటకే ఆతడు అవతరించి శ్యామసుందరునిగా తనను తాను ప్రదర్శించుకొనును. కాని దురదృష్టవశాత్తు అల్పజ్ఞులైన కొందరు ఆ దేవదేవుని అపహాస్యము చేయుదురు. ఆతడు మనలో ఒకనిగా అరుదెంచి సామాన్యమానవునిగా మనతో క్రీడించుటయే అందులకు కారణము. కాని దీనిని బట్టి ఆ దేవదేవుడు మనలో ఒకడని భావింపరాదు. సర్వశక్తిమత్వము చేతనే ఆతడు తన నిజరూపముతో మన యెదుట ప్రత్యక్షమై తన ధామము నందలి లీలలకు ప్రతిరూపములైన లీలలను ప్రదర్శించును.

ఆధ్యాత్మికాకాశపు ప్రకాశమాన కిరణములలో అసంఖ్యాక లోకములు నిలిచి యున్నవి. దివ్యధామమైన కృష్ణలోకమునుండియే ఆ బ్రహ్మజ్యోతి వెలువడు చున్నది. ఆనందమయ, చిన్మయ లోకములు (భౌతికములు కానట్టివి) ఆ

కిరణములందు నిలిచియున్నవి. "న తద్భాసయతే సూర్యో న శశాఙ్కో న పావకః / యద్గత్వా న నివర్తన్తే తద్ధామ పరమం మమ" అని శ్రీకృష్ణ భగవానుడు పలుకుచున్నాడు. అట్టి ఆధ్యాత్మికాకాశమును చేరగలిగినవాడు భౌతికాకాశమునకు తిరిగి చేరవలసిన అవసరము లేదు. ఈ భౌతికాకాశమున అత్యున్నత లోకమైన బ్రహ్మలోకమును చేరినప్పటికిని జన్మము, మృత్యువు, వ్యాధి, ముసలితనములనెడి జీవన పరిస్థితులనే మనము అచ్చట గాంచగలము. ఇక చంద్రలోకమును గూర్చి వేరుగా తెలుపునదేమున్నది? అనగా భౌతికవిశ్వపు ఏ లోకము కూడా ఈ నాలుగు భౌతికస్థితి లక్షణముల నుండి విడివడిలేదు.

జీవులు ఒక గ్రహము నుండి వేరొక గ్రహమునకు ప్రయాణించుచున్నారు. కాని కోరిన ఏ లోకమునకైనను కేవలము యాంత్రికమైన ఏర్పాట్లచే చేరవచ్చుననుట సరియైనది కాదు. ఇతర లోకములను మనము చేరగోరినచో అచ్చట కేగుటకు ఒక విధానము కలదు. "యాన్తి దేవవ్రతా దేవాన్ పితౄన్యాన్తి పితృవ్రతా" అనుచు అది తెలుపబడినది. గ్రహాంతరయానమును కోరినచో ఏ విధమైన యాంత్రికమైన ఏర్పాట్లు అవసరములేదు. కనుకనే "యాన్తి దేవ వ్రతాదేవాన్" యని గీత బోధించుచున్నది. చంద్రుడు, సూర్యుడు, ఉన్నత లోకములన్నియును స్వర్గలోకముగా పిలువబడును. ఉన్నతమైనవి, మధ్యస్థమైనవి, అధమమైనవి యనుచు లోకములు మూడు విధములుగా కలవు. భూమండలము మధ్యలోకములకు సంబంధించినది. ఈ రీతిని సరళసూత్రము (యాన్తి దేవవ్రతా దేవాన్) ద్వారా ఉన్నతలోక ములకు (దేవలోకము) ఏ విధముగా ప్రయాణింపవచ్చునో భగవద్గీత తెలుపుచున్నది. దాని కొరకు ఆ ప్రత్యేక లోకమునకు చెందిన ప్రత్యేక దేవతను పూజించిన చాలును. ఆ రీతి చంద్రుని గాని, సూర్యుని గాని, ఇతర ఉన్నతలోకములను గాని చేరవచ్చును.

అయినప్పటికిని భౌతికజగమునందలి ఏ లోకమునకైనను చేరుమని భగవద్గీత ఉపదేశమొసగుట లేదు. ఏలయన అత్యున్నతలోకమైన బ్రహ్మలోకమునకు యాంత్రిక ఏర్పాట్ల ద్వారా నలుబదివేల సంవత్సరములు ప్రయాణించి (అంత దీర్ఘకాలము ఎవరు జీవించగలరు?) చేరినను జన్మము, మృత్యువు, రోగము, ముసలితనములనెడి భౌతికక్లేశములనే అచ్చట గాంచగలము. కాని దివ్యలోకమైన కృష్ణలోకమును చేరినవాడు లేదా ఆధ్యాత్మికాకాశము నందలి ఇతర లోకమును చేరినవాడు ఈ భౌతికక్లేశములను గాంచబోడు. ఆధ్యాత్మికాకాశమునందలి లోకములలో గల దివ్య లోకమే గోలోక బృందావనముగా పిలువబడుచున్నది. అదియే ఆదిపురుషుడైన

అంతర్జాతీయ కృష్ణచైతన్యసంఘ సంస్థాపకాచార్యులును,
కృష్ణభక్తిపరాయణులును, విశ్వమంతటను కృష్ణభక్తిని విస్తృతముగా
ప్రచారము చేసినవారును అగు
శ్రీ శ్రీల ఏ.సి.భక్తివేదాంతస్వామి ప్రభుపాదులవారు.

శ్రీ శ్రీల జగన్నాథదాసబాబాజీ,

శ్రీ శ్రీల భక్తివినోదఠాకూరులు,

శ్రీ శ్రీల భక్తిసిద్ధాంతసరస్వతీ గోస్వాములవారు,

శ్రీ శ్రీల గౌరకిశోరదాస బాబాజీ మహారాజులు.

శ్రీ పంచతత్త్వము : శ్రీమద్భగవద్గీతను ప్రచారము గావించిన శ్రీచైతన్యమహాప్రభువు మరియు ఆయన అనుయాయులు.

రణరంగ విషయములను గూర్చి ధృతరాష్ట్రుడు సంజయు నడుగుట. (అధ్యా 1, శ్లోక 1)

మనుజుడు పాతవస్త్రములను త్యజించి నూతన వస్త్రములను ధరించు రీతి, ఆత్మ జీర్ణమైన దేహములను త్యజించి నూతన దేహములను పొందుచున్నది. (అధ్యా 2, శ్లోక 22)

దేహమను రథములో జీవుడు ప్రయాణికుడు కాగా, బుద్ధి రథచోదకుడై యున్నాడు. మనస్సు రథమును నడుపు సాధనము కాగా ఇంద్రియములు అశ్వములై యున్నవి. ఈ విధముగా జీవుడు మనస్సు మరియు ఇంద్రియముల సంగత్వమున భోక్త యగుచున్నాడని మునులచే అవగాహన చేసికొనబడినది. (అధ్యా 6, శ్లోక 34 భాష్యము)

జగమునందలి సమస్త కర్మలు ప్రకృతిజన్య త్రిగుణముల చేతనే నిర్వహింపబడుచున్నవి. ఈ త్రిగుణములు దేవదేవుడైన శ్రీకృష్ణుని నుండియే కలుగుచున్నను ఆతడెన్నడును వాటిచే ప్రభావితుడు కాడు. (అధ్యా 7, శ్లోక 12 భాష్యము)

అల్పబుద్ధి కలిగిన మనుజులు దేవతలను పూజింతురు. కాని వారొసగెడి ఫలములు అల్పములు, తాత్కాలికములై యున్నవి. వాస్తవమునకు ఆ వరములన్నియును దేవదేవుని చేతనే ఒసగబడుచున్నవి. (అధ్యా 7, శ్లోక 23)

పరబ్రహ్మము నెరిగిన బ్రహ్మవిదులు అగ్నిదేవుని ప్రభావమునందు, కాంతి యందు, పగటియందలి ఏదేని శుభఘడియ యందు, శుక్లపక్షమునందు లేక సూర్యుడు ఉత్తరముగా ప్రయాణించు ఉత్తరాయణ పుణ్యకాలమునందు ఈ జగమును వీడుట ద్వారా ఆ పరబ్రహ్మమును పొందుదురు. (అధ్యా 8, శ్లోక 24)

నేనే సర్వములైన ఆధ్యాత్మిక, భౌతికజగములకు కారణభూతుడను. సర్వము నా నుండియే ఉద్భవించుచున్నది. ఈ విషయమును సంపూర్ణముగా నెఱిగిన బుధజనులు నా భక్తి యందు నిమగ్నులై నన్ను హృదయపూర్వకముగా అర్చింతురు. (అధ్యా 10, శ్లోక 8)

హే విశ్వప్రభూ! విశ్వరూపా! నీ దేహమునందు అపరిమితముగా సర్వత్రా వ్యాపించియున్న అనేక బాహువులను, ఉదరములను, ముఖములను, నయనములను నేను గాంచుచున్నాను. నీ యందు ఆదిమధ్యాంతములను నేను గాంచలేకున్నాను. (అధ్యా 11, శ్లోక 16)

వ్రేళ్ళు ఊర్ధ్వముగను, శాఖలు క్రిందుగను, వేదఋక్కులే ఆకులుగను కలిగిన శాశ్వతమైన అశ్వత్థవృక్షమొకటి కలదని చెప్పబడును. ఆ వృక్షము నెరిగినవాడే వేదముల నెరిగినవాడు. (అధ్యా 15, శ్లోక 1)

దేహమందలి మార్పు దేహియైన అతని పైననే ఆధారపడియున్నది. అతడు రూపొందించుకొనిన చైతన్యము మరణసమయమున అతనిని వేరొక విధమైన దేహమునకు గొనిపోవును. (అధ్యా 15, శ్లోక 8 భాష్యము)

జీవుడు తన చైతన్యమును శునకమార్జాల గుణములతో కలుషితమొనర్చుకొనినచో తదుపరి జన్మమున అటువంటి జంతుదేహమునే పొందవలసివచ్చును. (అధ్యా 15, శ్లోక 9 భాష్యము)

సర్వుల హృదయమునందు నేను నిలిచియున్నాను. నా నుండియే స్మృతి, జ్ఞానము, మరుపు అనునవి కలుగుచున్నవి. నేనే సమస్త వేదముల ద్వారా తెలియదగినవాడను. వాస్తవమునకు వేదాంతకర్తను, వేదముల నెరిగినవాడను నేనే. (అధ్యా 15, శ్లోక 15)

సర్వదా నన్నే చింతింపుము. నా భక్తుడవగుము. నన్ను అర్చింపుము మరియు నాకు నమస్కారము గావింపుము. ఈ విధముగా నీవు తప్పక నన్ను చేరగలవు. నీవు నా ప్రియమిత్రుడవగుటచే నీకిది నేను వాగ్దానము చేయుచున్నాను. (అధ్యా 18, శ్లోక 65)

శ్రీకృష్ణుని ఆదిలోకము. ఈ వివరణమంతయు భగవద్గీత యందు ఒసగబడినది. ఏ విధముగా ఈ భౌతికజగమును వీడి ఆధ్యాత్మికజగమున నిజమైన ఆనందమయ జీవనమును ఆరంభింపగలమో దాని ఉపదేశముల ద్వారా మనకు సమాచారము లభించుచున్నది.

భగవద్గీత యందలి పంచదశాధ్యాయమునందు భౌతికజగత్తు యొక్క వాస్తవమగు పోలిక ఈ విధముగా ఒసగబడినది.

ఊర్ధ్వమూలమధఃశాఖమశ్వత్థం ప్రాహురవ్యయమ్ ।
ఛన్దాంసి యస్య పర్ణాని యస్తం వేద స వేదవిత్ ॥

వ్రేళ్ళు ఊర్ధ్వముగను, శాఖలు అధోముఖముగను గల వృక్షముగా భౌతికజగము ఇచట వర్ణింపబడినది. వ్రేళ్ళు ఊర్ధ్వముగా నున్న వృక్షపు అనుభవము మనకు కలదు. ఎవరేని ఒక నదీతీరమున గాని లేదా జలాశయపు ఒడ్డున గాని నిలిచినచో జలమునందు ప్రతిబింబించిన వృక్షములు తల్లిక్రిందులుగా నున్నట్లు అతడు గాంచగలడు. శాఖలు క్రింద దిక్కుగా నుండి, వ్రేళ్ళు ఊర్ధ్వముఖముగా గోచరించును. అదేవిధముగా భౌతికజగము ఆధ్యాత్మికజగత్తు యొక్క ప్రతిబింబమై యున్నది. అనగా ఈ భౌతికజగము యథార్థము యొక్క ఛాయ మాత్రమే. ఛాయ యందు యథార్థము గాని, నిజము గాని ఉండదు. కాని ఛాయ ద్వారా సత్యమైనట్టిది, సారమైనట్టిది ఒకటి కలదని అవగతము చేసికొనవచ్చును. ఎడారిలో జలము లేకున్నను జలము ఉన్నట్లుగా మృగతృష్ణ భ్రమింపజేయుచుండును. కాని అచ్చట జలము లేనట్లుగా భౌతికజగమున ఆనందము లేదు. వాస్తవమైన ఆనందము ఆధ్యాత్మికజగత్తు నందే కలదు.

ఆధ్యాత్మికజగత్తును ఈ క్రింది విధముగా మనము పొందవచ్చునని శ్రీకృష్ణభగవానుడు తెలియజేయుచున్నాడు (భగవద్గీత 15.5)

నిర్మానమోహా జితసఙ్గదోషా
అధ్యాత్మనిత్యా వినివృత్తకామాః ।
ద్వన్ద్వైర్విముక్తాః సుఖదుఃఖసంజ్ఞైర్
గచ్ఛన్త్యమూఢాః పదమవ్యయం తత్ ॥

"నిర్మానమోహుడు" అయినటువంటి మానవుడే అట్టి "పదమవ్యయమ్ (అవ్యయపదము)"ను చేరుచున్నాడు. దీని భావమేమిటి? ప్రస్తుతము మనము

ఉపాధుల వెంట పరుగిడుచున్నాము. కొందరు యజమాని కావలెనని కోరుచున్నారు. మరికొందరు ప్రభువు కావలెనని వాంఛించుచున్నారు. ఇంకొందరు రాష్ట్రపతియో, ధనికుడో, రాజో లేక మరియొకటో కావలెనని అభిలషించుచున్నారు. ఈ ఉపాధుల యెడ ఆసక్తులమై యున్నంతవరకు మనము దేహాసక్తులమై యున్నట్లే కాగలదు. ఏలయన ఉపాధులన్నియును దేహమునకు చెందినవై యున్నవి. కాని మనము ఈ దేహాదులము కాము. దీనిని తెలియగలుగుటయే ఆధ్యాత్మికానుభవమునందు తొలి దశయై యున్నది. ప్రస్తుతము మనమందరము ప్రకృతి త్రిగుణములతో తాదాత్మ్యము చెందియున్నాము. కాని శ్రీకృష్ణభగవానుని భక్తియుక్తసేవ ద్వారా అసంగులము కావలసియున్నది. శ్రీకృష్ణభగవానుని భక్తియుక్తసేవ యందు అనురక్తులము కానిచో ప్రకృతి త్రిగుణముల నుండి విడివడజాలము. ఉపాధులు మరియు సంగత్వము రెండును కామము, కోరికల వలన అనగా భౌతికప్రకృతిపై ఆధిపత్యము చలాయించ వలెననెడి మన కోరిక వలన కలుగుచున్నవి. అటువంటి భోగాభిలాష యనెడి స్వభావమును మనము త్యజించనంతవరకు పరమపురుషుని ధామమునకు (సనాతన ధామము) మరలివెళ్ళు అవకాశమే లేదు. దేవదేవుని భక్తియుక్తసేవలో స్థితుడై యుండి మిథ్యాపూర్ణమైన భౌతికభోగ ఆకర్షణలచే భ్రమితుడు కానటువంటి భక్తుడే అవ్యయమైన అట్టి నిత్యధామమును చేరగలడు. ఆ విధముగా స్థితుడైనట్టివాడు పరంధామమును సులభముగా చేరగలడు.

గీత (8.21) యందు మరియొక చోట ఈ విధముగా తెలుపబడినది.

> అవ్యక్తో ఽక్షర ఇత్యుక్తస్తమాహుః పరమాం గతిమ్ ।
> యం ప్రాప్య న నివర్తన్తే తద్ధామ పరమం మమ ॥

"అవ్యక్తము" అనగా ప్రత్యక్షము కానట్టిదని భావము. భౌతికజగత్తు కూడా సంపూర్ణముగా మన యెదుట ప్రత్యక్షమై లేదు. మన ఇంద్రియములెంత అసమగ్రములనగా భౌతికవిశ్వమునందలి నక్షత్రములనన్నింటిని కూడా మనము చూడజాలకున్నాము. ఆ సమస్త లోకములను గూర్చిన సమాచారము వేద వాఙ్మయమునందు మనకు లభించుచున్నది. దానిని మనము విశ్వసింపవచ్చును లేదా విశ్వసింపకపోవచ్చును. ఈ విధముగా ముఖ్యమైన లోకములన్నియును వేద వాఙ్మయమునందు (ముఖ్యముగా శ్రీమద్భాగవతము) వర్ణింపబడినవి. భౌతికాకాశమునకు పరమైనటువంటి ఆధ్యాత్మికప్రపంచము "అవ్యక్తము"గా (ప్రత్యక్షము కానట్టిది) వర్ణింపబడినది. అటువంటి పరంధామమును పొందుటకే

ప్రతియొక్కరు కోరిక కలిగియుండవలెను మరియు తహతహలాడవలెను. ఏలయన ఆ పదమును పొందినవాడు తిరిగి ఈ భౌతికజగమునకు రావలసిన అవసరము ఉండదు.

ఇక అటువంటి దేవదేవుని ధామమును మనుజుడు ఏ విధముగా చేరగలడని ఎవరైనను ప్రశ్నించవచ్చును. ఈ విషయమునకు సంబంధించిన సమాచారము అష్టమాధ్యాయమున ఇట్లు ఒసగబడినది.

అంతకాలే చ మామేవ స్మరన్ముక్త్వా కలేబరమ్ ।
యః ప్రయాతి స మద్భావం యాతి నాస్త్యత్ర సంశయః ॥

"అంత్యకాలమున నన్ను స్మరించుచు దేహమును వీడువాడు శీఘ్రముగా నా స్వభావమునే పొందుచున్నాడు. ఈ విషయమున ఎట్టి సందేహము లేదు (భగవద్గీత 8.5)". మరణసమయమున కృష్ణుని తలచువాడు కృష్ణునే చేరగలడు. అనగా ప్రతియొక్కరు శ్రీకృష్ణుని రూపమునే తప్పక స్మరించవలెను. ఆ రూపమును తలచుచు మనుజుడు దేహమును వీడినచో తప్పక ఆధ్యాత్మికలోకమును చేర గలడు. "మద్భావమ్" అనునది దివ్యపురుషుని దివ్యభావమును సూచించుచున్నది. దివ్యపురుషుడు సచ్చిదానందవిగ్రహుడు. అనగా ఆతని రూపము నిత్యము, జ్ఞానపూర్ణము మరియు ఆనందమయమునై ఉన్నది. మన ప్రస్తుతదేహము సచ్చిదానందము కాదు. ఇది "అసత్" అయియున్నది. అనగా నిత్యమైనట్టిది కాదు. నాశవంతమైనట్టిది. అలాగుననే ఇది "చిత్" (జ్ఞానపూర్ణము) కాదు. అజ్ఞాన భరితమై యున్నది. మనకు ఆధ్యాత్మికరాజ్యమును గూర్చిన జ్ఞానము లేదు. అలాగని ఈ భౌతికజగత్తును గూర్చిన పూర్ణజ్ఞానము కూడా లేదు. ఇచ్చట మనకెన్నియో విషయములు అవిదితమై యున్నవి. ఈ దేహము కూడా నిరానందమైనట్టిది. ఆనంద పూర్ణమునకు బదులుగా దుఃఖపూర్ణమై యున్నది. భౌతికజగమున మన అనుభవమునకు వచ్చెడి క్లేశములన్నియును దేహము వలననే ఉత్పన్నమగుచున్నవి. కాని పూర్ణపురుషోత్తముడైన శ్రీకృష్ణభగవానుని స్మరించుచు ఈ దేహమును విడిచెడివాడు శీఘ్రమే సచ్చిదానందదేహమును పొందగలడు.

భౌతికజగమునందు ఈ ప్రస్తుత దేహమును త్యజించి వేరొక దేహమును పొందెడి విధానము కూడా ఏర్పరచబడియే యున్నది. తదుపరి జన్మమున ఎటువంటి దేహము పొందవలెనో నిర్ణయింపబడిన పిమ్మటయే మనుజుడు మరణించును. ఈ నిర్ణయమును చేయునది ఉన్నతులైనవారే గాని జీవుడు కాదు.

ప్రస్తుత జన్మ యందలి కర్మల ననుసరించి మనము మునుగుటయో లేక ఉద్ధరింపబడుటయో జరుగుచుండును. అనగా ప్రస్తుతజన్మము తదుపరి జన్మమునకు సన్నద్ధమగుటయై యున్నది. కనుక భగవద్రాజ్యమును పొందుటకై మనము ఈ జన్మమున సన్నద్ధులమైనచో తప్పక ఈ భౌతికదేహమును విడిచిన పిమ్మట భగవానుని దేహము వంటి ఆధ్యాత్మికదేహమును పొందగలము.

గతమునందు వివరింపబడినట్లు బ్రహ్మవాదులు, పరమాత్మవాదులు, భక్తులు అనెడి పలువురు ఆధ్యాత్మికవాదులు కలరు. ఇదివరకే తెలుపబడినట్లు బ్రహ్మజ్యోతి (ఆధ్యాత్మికాకాశము) యందు అసంఖ్యాకములగు ఆధ్యాత్మిక లోకములు కలవు. ఆ లోకముల సంఖ్య భౌతికజగత్తుకు చెందిన లోకముల సంఖ్య కన్నను అత్యంత ఘనమై యున్నది. ఈ భౌతికజగము సమస్త సృష్టిలో కేవలము నాలుగవ వంతు ఉన్నట్లుగా తెలుపబడినది (ఏకాంశేన స్థితో జగత్). ఈ భౌతికజగమునందే కోట్లాది లోకములు, సూర్యులు, చంద్రులు, నక్షత్రములను కూడిన కోట్లాది విశ్వములు కలవు. కాని ఈ భౌతికసృష్టి యంతయు పూర్ణసృష్టిలో చిన్నభాగము మాత్రమే. పూర్ణసృష్టి యందలి అధికభాగము ఆధ్యాత్మికాకాశమునందే కలదు. పరబ్రహ్మమునందు లీనమవగోరువాడు శీఘ్రమే భగవానుని బ్రహ్మజ్యోతిని చేరును. ఆ విధముగా అతడు ఆధ్యాత్మికాకాశమును పొందుచున్నాడు. కాని భగవత్సాంగత్యమును అనుభవింపగోరు భక్తుడు మాత్రము అసంఖ్యాకములుగా నున్న వైకుంఠలోకములందు ప్రవేశించును. ప్రద్యుమ్న, అనిరుద్ధ, గోవిందాది నామములను మరియు చతుర్భుజములను దాల్చిన నారాయణునిగా దేవదేవుడు తన ప్రధాన విస్తృతాంశముల ద్వారా అతనికి అచ్చట సాహచర్యము నొసగును. కనుకనే ఆధ్యాత్మికులైనవారు జీవితాంతమున బ్రహ్మజ్యోతిని గాని లేక పరమాత్ముని గాని లేక దేవదేవుడైన శ్రీకృష్ణుని గాని స్మరింతురు. వీరందరును ఆధ్యాత్మిక ఆకాశమును చేరగలిగినను కేవలము భక్తుడు (భగవానునితో సన్నిహిత సంబంధము కలవాడు) మాత్రమే వైకుంఠములందు గాని లేక గోలోక బృందావనము నందు గాని ప్రవేశింపగలడు. "ఎటువంటి సందేహము లేదు" అను వచనమును శ్రీకృష్ణభగవానుడు ఈ విషయమునకు జతచేయుచున్నాడు. కనుక దీనిని దృఢముగా విశ్వసింపవలెను. మన ఊహకు సరిపడని దానిని త్యజించు స్వభావమును విడనాడవలెను. "నీవు పలికినదంతయు సత్యమని నేను విశ్వసించుచున్నాను" అని పలికిన అర్జునుని స్వభావమునే మనము కలిగియుండవలెను. అనగా బ్రహ్మముగా

లేక పరమాత్మగా లేక దేవదేవునిగా తనను అంత్యకాలమున స్మరించువాడు నిక్కముగా ఆధ్యాత్మికాకాశమున ప్రవేశించునని శ్రీకృష్ణభగవానుడు పలికి నప్పుడు దానియందు ఎట్టి సంశయము ఉండకూడదు. దానిని విశ్వసింపకుండుట యనెడి ప్రశ్నయే లేదు.

అంత్యకాలమున భగవానుని స్మరించుచు ఆధ్యాత్మికధామమున ప్రవేశింప గలిగెడి విధమును కూడా భగవద్గీత (8.6) వివరించుచున్నది.

యం యం వాపి స్మరన్ భావం త్యజత్యన్తే కలేబరమ్ ।
తం తమేవైతి కౌన్తేయ సదా తద్భావభావితః ॥

"ప్రస్తుత దేహమును విడుచునపుడు మనుజుడు ఏ భావమును స్మరించునో తదుపరి జన్మమున అతడు అదే భావమును నిశ్చయముగా పొందును". ఇక మొదట మనము ఈ భౌతికప్రకృతి శ్రీకృష్ణభగవానుని శక్తులలో ఒకదాని ప్రదర్శనమని నిశ్చయముగా నెరుగవలెను. ఆ దేవదేవుని శక్తులన్నియును విష్ణుపురాణము (6.7.61) నందు వర్ణింపబడినవి.

విష్ణుశక్తిః పరా ప్రోక్తా క్షేత్రజ్ఞాఖ్యా తథాపరా ।
అవిద్యాకర్మసంజ్ఞాయ తృతీయా శక్తిరిష్యతే ॥

భగవానుడు మన భావమునకు పరముగా నుండెడి నానా విధములును మరియు అసంఖ్యాకములును అగు శక్తులను కలిగియుండును. అయినప్పటికిని మహర్షులు (ముక్తజీవులు) ఈ శక్తులనన్నింటినీ అధ్యయనము చేసి వాటిని మూడు విధములుగా విశ్లేషించియుండిరి. ఆ శక్తులన్నియును "విష్ణుశక్తులు"గా పిలువ బడును. అనగా అవన్నియు విష్ణుభగవానుని వివిధశక్తులై యున్నవి. మొదటిశక్తి "పరా" (దివ్యమైనది) యనబడును. ఇదివరకే వివరింపబడినట్లు జీవులు కూడా ఉన్నతశక్తికి చెందినవారై యున్నారు. ఇక ఇతర శక్తులు (భౌతికశక్తులు) తమో గుణమునకు సంబంధించినట్టివి. మరణసమయమున మనము ఈ భౌతికజగత్తునకు చెందిన న్యూనశక్తి యందైనను ఉండవచ్చును లేదా ఆధ్యాత్మికజగత్తుకు చెందిన శక్తినైనను చేరవచ్చును. కనుకనే భగవద్గీత (8.6) ఇట్లు పలుకుచున్నది.

యం యం వాపి స్మరన్ భావం త్యజత్యన్తే కలేబరమ్ ।
తం తమేవైతి కౌన్తేయ సదా తద్భావభావితః ॥

"ప్రస్తుత దేహమును విడుచునపుడు మనుజుడు ఏ భావమును స్మరించునో తదుపరి జన్మమున అతడు అదే భావమును నిశ్చయముగా పొందును".

జీవితమున మనము భౌతికశక్తినో లేక ఆధ్యాత్మికశక్తినో స్మరించుటకు అలవాటు పడియున్నాము. ఇపుడు మన ఆలోచనలను భౌతికశక్తి నుండి ఆధ్యాత్మికశక్తికి ఏ విధముగా మార్చగలము? వార్తాపత్రికలు, పత్రికలు, నవలలు వంటి సాహిత్యము భౌతికభావనకు సంబంధించిన ఆలోచనలనే మనలో నింపగలవు. ఇటువంటి సాహిత్యమునందే లగ్నమైన మన ఆలోచన ఇప్పుడు వేదవాఙ్మయమునకు మార్పు చెందవలసియున్నది. అందుకొరకే మహర్షులు పురాణాది విస్తృత వేద వాఙ్మయమును రచించియుండిరి. పురాణములు కల్పితమైనట్టివి కావు. అవి చారిత్రిక విషయములై యున్నవి. చైతన్యచరితామృతము (మధ్యలీల 20.122) నందు ఈ క్రింది శ్లోకము ఒసగబడినది.

మాయాముగ్ధ జీవేర నాహి స్వతః కృష్ణజ్ఞాన
జీవేరే కృపయా కైలా కృష్ణ వేదపురాణ

మరుపు స్వభావము కలిగిన జీవులు (బద్ధజీవులు) దేవదేవుడైన శ్రీకృష్ణునితో తమకు గల సంబంధమును మరచి భౌతికకర్మలను చింతించుటలో మగ్నులై యున్నారు. వారి ఆలోచనను ఆధ్యాత్మికజగత్తు వైపునకు మళ్ళించుటకు కృష్ణద్వైపాయన వ్యాసుడు విస్తారముగా వేదవాఙ్మయము నొసగియున్నాడు. తొలుత ఆయన వేదములను నాలుగు భాగములుగా విభజించి పిదప వాటిని పురాణములందు వివరించెను. అసమర్థులైన జనులకై మహాభారతమును రచించెను. ఆ మహాభారతము నందే భగవద్గీత ఒసగబడినది. ఆ పిదప వేదవాఙ్మయము నంతటిని వేదాంతసూత్రములందు సంగ్రహపరచెను. అంతియేగాక భావి నిర్దేశమునకై వేదాంతసూత్రములకు సహజభాష్యము నొసగెను. అదియే శ్రీమద్భాగవతముగా పిలువబడుచున్నది. ఈ వేదవాఙ్మయమును పఠించుట యందే మనము మనస్సును లగ్నము చేయవలెను. లౌకికులు దినపత్రికలను, వార్తాపత్రికలను, మరి ఇతర లౌకిక సాహిత్యమును పఠించుట యందు తమ మనస్సులను లగ్నము చేసెడి రీతి, వ్యాసదేవుడు మనకొసగిన ఈ వాఙ్మయము వైపునకు మన పఠనాభిలాషను మళ్ళించవలెను. ఆ విధముగా అంత్యకాలమున దేవదేవుడైన శ్రీకృష్ణుని స్మరించుట మనకు సాధ్యపడగలదు. ఈ మార్గమొక్కటే శ్రీకృష్ణభగవానునిచే ఉపదేశించబడినది. "సందేహము లేదు" అనుచు ఆ భగవానుడు ఫలితమును గూర్చి హామీ పలుకుచున్నాడు.

తస్మాత్సర్వేషు కాలేషు మామనుస్మర యుధ్య చ ।
మయ్యర్పితమనోబుద్ధిర్మామేవైష్యస్యసంశయః ॥

"కావున ఓ అర్జునా! సర్వకాలముల యందును నీవు నన్నే(శ్రీకృష్ణుని) తలచుచు నీ విధ్యుక్తధర్మమైన యుద్ధము నొనరింపుము. నీ కర్మలను నాకు అర్పించుట ద్వారా మరియు నీ మనోబుద్ధులను నా యందు నిలుపుట ద్వారా నీవు నన్ను నిస్సందేహముగా పొందగలవు." (భగవద్గీత 8.7)

తనను స్మరించుచు విధ్యుక్తధర్మమును త్యజింపుమని శ్రీకృష్ణుడు అర్జునునకు ఉపదేశించలేదు. ఆచరణయోగ్యము కానట్టిదానిని భగవానుడెన్నడును ఉపదేశించడు. ఈ భౌతికజగమున దేహపోషణకై ప్రతియొక్కరు కర్మ చేయ వలసినదే. అటువంటి కర్మ ననుసరించి మానవసమాజము బ్రాహ్మణులు, క్షత్రియులు, వైశ్యులు, శూద్రులనెడి నాలుగు వర్ణములుగా విభజింపబడినది. బ్రాహ్మణవర్గము (మేధావి వర్గము) ఒక విధముగా పనిచేయును, క్షత్రియవర్గము (పాలనావర్గము) వేరొక విధముగా పనిచేయును. అదేవిధముగా వైశ్యశూద్ర వర్గములవారు వారివారి నియమిత కర్మలను గావించుచుందురు. మానవసంఘమునందు మనుజుడు శ్రామికుడైనను, వ్యాపారియైనను, పాలించు వాడైనను లేదా పొలములో పనిచేయువాడైనను లేదా అత్యున్నత వర్గమునకు చెందినవాడైనను, సాహిత్యవేత్తయైనను, శాస్త్రవేత్త లేదా వేదాంతియైనను పోషణ కొరకై కర్మనొనరింపవలసియే ఉండును. కనుకనే స్వధర్మమును విడువనవసరము లేదని అర్జునునకు భగవానుడు తెలుపుచున్నాడు. కాని తన ధర్మమునందు నియుక్తుడైనప్పుడు సైతము అతడు కృష్ణుని స్మరింపవలెను (మామనుస్మర). జీవనపోరాటమునందు శ్రీకృష్ణభగవానుని స్మరించుటను అతడు అభ్యాసము కావించనిచో అంత్యకాలమున ఆ దేవదేవుని స్మరించుట అతనికి సాధ్యము కాదు. శ్రీచైతన్యమహాప్రభువు సైతము ఈ విషయమునే ఉపదేశించియుండిరి. "కీర్తనీయః సదా హరిః - శ్రీకృష్ణుని నామములను కీర్తించుటనే ప్రతియొక్కరు అభ్యసించవలెను" అనుచు ఆయన పలికిరి. భగవన్నామమునకు మరియు భగవానునకు భేదము లేదు. కనుకనే "నన్ను స్మరింపుము" అనెడి అర్జునునకు ఒసగబడిన శ్రీకృష్ణుని ఆదేశము మరియు "శ్రీకృష్ణుని నామములనే సదా కీర్తింపుము" అనెడి శ్రీచైతన్యుల ఆదేశము రెండును ఒకటే. కృష్ణుడు మరియు కృష్ణుని నామము అభిన్నములు గనుక ఈ రెండు ఉపదేశములలో భేదము లేదు.

పూర్ణత్వస్థితిలో నామమునకు మరియు నామికి భేదముండదు. కనుకనే నామకీర్తనము ద్వారా మరియు సదా స్మరించుటకు అనువుగా ఉండునట్లు జీవనకర్మలను మలచుకొనుట ద్వారా ఇరువదినాలుగు గంటలు శ్రీకృష్ణభగవానుని స్మరించుటను మనము అభ్యసించవలెను.

ఇది ఏ విధముగా సాధ్యపడగలదు? ఆచార్యులు దాని కొరకై ఈ క్రింది ఉదాహరణము నొసగుచుందురు. వివాహితయైన స్త్రీ పరపురుషుని పట్ల అనురాగము పొందినచో లేదా పురుషుడు పరస్త్రీ పట్ల అనురాగమును కలిగినచో అట్టి అనురాగము బలీయమైనదిగా భావింపబడును. అటువంటి అనురాగమును పొందినవారు తమ ప్రియులనే సదా స్మరించుచుందురు. ప్రియుని గూర్చి స్మరించు వివాహితస్త్రీ తన గృహకార్యములను నిర్వహించుచునే అతనిని కలిసికొనుటను గూర్చి చింతించు చుండును. తన అనురాగమును గూర్చి భర్త పసిగట్టకుండుటకై ఆమె గృహకర్మల నన్నింటిని అత్యంత శ్రద్ధతో కావించుచుండును. అదేవిధముగా మనము పరమ ప్రియుడైన శ్రీకృష్ణుని సదా స్మరించుచు అదే సమయమున విధ్యుక్తధర్మములను చక్కగా నిర్వహించవలెను. దృఢమైన ప్రేమభావన ఇచ్చట అత్యంత అవసరము. శ్రీకృష్ణభగవానుని పట్ల మనము దృఢమైన ప్రేమను కలిగియున్నచో విధ్యుక్త ధర్మమును నిర్వహించుచునే ఆ దేవదేవుని స్మరించగలము. కాని ప్రేమభావనను పెంచుకొనుట మాత్రము దానికి అవసరము. ఉదాహరణకు అర్జునుడు శ్రీకృష్ణునే సదా స్మరించుచుండెను. శ్రీకృష్ణుని నిత్య సహచరుడైన అతడు యోధుడు కూడా అయియుండెను. యుద్ధమును త్యజించి ధ్యానము కొరకై వనమునకు పొమ్మని శ్రీకృష్ణుడు అతనికి ఉపదేశించలేదు. యోగవిధానము గూర్చి శ్రీకృష్ణభగవానుడు వివరించినపుడు ఆ విధానము తనకు సాధ్యపడదని అర్జునుడు పలికియున్నాడు.

అర్జున ఉవాచ

యో ऽయం యోగస్త్వయా ప్రోక్తః సామ్యేన మధుసూదన ।
ఏతస్యాహం న పశ్యామి చంచలత్వాత్ స్థితిం స్థిరామ్ ॥

"అర్జునుడు పలికెను : ఓ మధుసూదనా! మనస్సు చంచలమును, అస్థిరమును అయినందున నీవు సంగ్రహపరచిన యోగవిధానము ఆచరణయోగ్యము కానిదిగను మరియు సహింపరానట్టిదిగను నాకు తోచుచున్నది." (భగవద్గీత 6.33)

కాని శ్రీకృష్ణభగవానుడు ఈ విధముగా పలికెను.

యోగినామపి సర్వేషాం మద్గతేనాన్తరాత్మనా ।
శ్రద్ధావాన్ భజతే యో మాం స మే యుక్తతమో మతః ॥

"అత్యంత శ్రద్ధతో నా భావనలోనే సదా నిలిచియుండువాడును, నన్నే తన యందు స్మరించువాడును, నాకు దివ్యమైన ప్రేమపూర్వకసేవను ఒనరించు వాడును అగు మనుజుడు యోగులందరి కన్నను అత్యంత సన్నిహితముగా నాతో యోగమునందు కూడినట్టివాడై యున్నాడు. సర్వులలోను ఆతడే అత్యున్నతుడు. ఇదియే నా అభిప్రాయము" (భగవద్గీత 6.47). అనగా దేవదేవునే సదా స్మరించు వాడు అత్యున్నతయోగి, అత్యున్నత జ్ఞాని మరియు మహాఘనుడైన భక్తుడు అయి యున్నాడు. క్షత్రియునిగా అర్జునుడు యుద్ధమును విడువజాలడని శ్రీకృష్ణుడు పలికియున్నాడు. కాని అతడు శ్రీకృష్ణుని స్మరించుచు యుద్ధము చేసినచో మరణ సమయమున ఆ దేవదేవుని స్మరింపగలడు. కాని అందులకై మనుజుడు ఆ దేవదేవుని దివ్యమగు ప్రేమమయసేవ యందు సంపూర్ణ శరణాగతిని తప్పక పొందవలెను.

మనము వాస్తవమునకు దేహముతో కాక మనోబుద్ధులచే కర్మనొనరింతుము. కనుక అవి దేవదేవుడైన శ్రీకృష్ణుని ఆలోచన యందే సదా అనురక్తమై యున్నచో సహజముగా ఇంద్రియములు సైతము ఆతని సేవలో నియుక్తములు కాగలవు. బాహ్యమునకు ఇంద్రియకర్మలలో మార్పులేకున్నను కనీసము చైతన్యము మాత్రము మార్పు చెందగలదు. ఏ విధముగా మనుజుడు తన మనస్సును, బుద్ధిని శ్రీకృష్ణుని ఆలోచన యందు లగ్నము చేయవచ్చునో భగవద్గీత ఉపదేశించుచున్నది. ఆ విధమైన అనన్య మనస్కత మనుజుని భగవద్ధామమునకు చేర్చగలదు. మనస్సు శ్రీకృష్ణుని సేవ యందు నియుక్తమై యున్నచో ఇంద్రియములు అప్రయత్నముగా ఆతని సేవ యందు నిలువగలవు. ఇదియే కళ. భగవద్గీత యందలి రహస్యము కూడా ఇదియే. అనగా శ్రీకృష్ణభగవానుని యందు అనన్యమగు భక్తిని కలిగి యుండుట.

నవీనమానవుడు చంద్రుని చేరుటకై తీవ్రమగు యత్నము సలిపియున్నాడు. కాని తనను తాను ఆధ్యాత్మికముగా ఉద్ధరించుకొనుటకు మాత్రము అతడు యత్నించలేదు. మనుజునకు ఒక ఏబది సంవత్సరముల ఆయువు మిగిలినచో అట్టి కొద్దిపాటి సమయమును అతడు శ్రీకృష్ణభగవానుని స్మరించు అభ్యాసమునకై వినియోగింపవలెను. అటువంటి అభ్యాసమే భక్తియుక్తసేవా విధానము అనబడును.

శ్రవణం కీర్తనమ్ విష్ణోఃస్మరణం పాదసేవనం అర్చనం
వందనం దాస్యమ్ సఖ్యం ఆత్మనివేదనం

(శ్రీమద్భాగవతము 7.5.23)

ఈ తొమ్మిది విధానములలో అతి సులభమైనది శ్రవణము. ఆత్మదర్శియైన మనుజుని నుండి భగవద్గీతను శ్రవణము చేసినచో అది మనుజుని ఆలోచనను దేవదేవుని వైపునకు మళ్ళించును. శ్రీకృష్ణభగవానుని స్మరించుటకు ఇది దోహద పడి, దేహత్యాగానంతరము మనుజుడు భగవానుని సాహచర్యమునకు యోగ్యమైనట్టి ఆధ్యాత్మికదేహమును పొందునట్లుగా చేయగలదు.

శ్రీకృష్ణభగవానుడు ఇంకను ఇట్లు పలుకుచున్నాడు.

అభ్యాసయోగయుక్తేన చేతసా నాన్యగామినా ।
పరమం పురుషం దివ్యం యాతి పార్థానుచిన్తయన్ ॥

"ఓ అర్జునా! మనస్సును ఎల్లవేళలా నా స్మరణమునందే నియుక్తము చేసి, ఏమాత్రము మార్గము తప్పక నన్నే దేవదేవునిగా ధ్యానము చేయువాడు తప్పక నన్ను చేరగలడు." (భగవద్గీత 8.8)

ఇది అతికష్టమైన విధానమేమియును కాదు. అయినప్పటికిని దీనిని అనుభవజ్ఞుడైనవాని నుండి మనుజుడు నేర్వవలసియున్నది. "తద్విజ్ఞానార్థం స గురుమేవాభిగచ్ఛేత్" - అనగా ఇదివరకే అనుష్ఠానము కావించుచున్న మనుజుని దరిచేరవలసియున్నది. మనస్సు ఎల్లవేళలా అటునిటు పరుగెత్తిపోవుచుండును. దేవదేవుడైన శ్రీకృష్ణుని రూపమునందు లేదా ఆతని నామమునందు మనస్సు సదా లగ్నమగునట్లుగా మానవుడు అభ్యాసము కావించవలెను. మనస్సు అటునిటు సంచరించుచు సహజముగా చంచలమై యుండును. కాని అది శ్రీకృష్ణుని నామము నందు స్థిరత్వము పొందగలదు. కనుకనే ప్రతియొక్కరు పరమపురుషుని (ఆధ్యాత్మిక జగము నందలి దేవదేవుని) ధ్యానించి ఆతనిని పొందవలెను. ఈ విధముగా చరమానుభవమునకై (చరమప్రాప్తి) విధానము మరియు మార్గము భగవద్గీత యందు తెలుపబడినది. ఈ జ్ఞానము ఎల్లరకు ఉద్దేశింపబడినది, దీనిని పొందుటకు ఎవ్వరికిని నిషేధము లేదు. శ్రీకృష్ణభగవానుని గూర్చి శ్రవణము చేయుట మరియు స్మరించుట ప్రతియొక్కరికి సాధ్యము కనుక ఆ దేవదేవుని స్మరించుట ద్వారా అన్ని తరగతుల జనులు ఆతనిని పొందవచ్చును.

శ్రీకృష్ణభగవానుడు మరల ఇట్లు పలుకుచున్నాడు (భగవద్గీత 9.32-33)

మాం హి పార్థ వ్యపాశ్రిత్య ఏ ऽపి స్యుః పాపయోనయః ।
స్త్రియో వైశ్యాస్తథా శూద్రాస్తే ऽపి యాన్తి పరాం గతిమ్ ॥
కిం పునర్బ్రాహ్మణాః పుణ్యా భక్తా రాజర్షయస్తథా ।
అనిత్యమసుఖం లోకమిమం ప్రాప్య భజస్వమామ్ ॥

ఈ విధముగా వైశ్యుడైనను, పతిత స్త్రీయైనను, శూద్రుడైనను లేదా చండాలుడైనను తనను పొందగలరని శ్రీకృష్ణభగవానుడు పలుకుచున్నాడు. అందులకై అత్యధిక మేధస్సు యొక్క అవసరమేమియును లేదు. భక్తియోగ నియమములను అంగీకరించినవారు మరియు దేవదేవుడైన శ్రీకృష్ణుని జీవిత పరమావధిగా (అత్యున్నత లక్ష్యము లేదా చరమలక్ష్యము) భావించినవారలు ఆధ్యాత్మికజగమున ఆ భగవానుని చేరగలరు. భగవద్గీత యందు తెలుపబడిన నియమములను మనుజుడు అనుసరించినచో జీవితమును పరిపూర్ణమొనర్చుకొని జీవిత సమస్యలన్నింటికి శాశ్వత పరిష్కారమును చేకూర్చగలడు. ఇదియే భగవద్గీత యొక్క సంపూర్ణ సారాంశము.

సారాంశమేమనగా భగవద్గీత యనునది ప్రతియొక్కరు అత్యంత శ్రద్ధతో పఠింపవలసిన ఆధ్యాత్మికగ్రంథము. "గీతాశాస్త్రమిదం పుణ్యం యఃపఠేత్ ప్రయతః పుమాన్" - భగవద్గీత యందలి ఉపదేశములను మనుజుడు చక్కగా అనుసరించినచో జీవితపు సర్వదుఃఖముల నుండి, క్లేశముల నుండి ముక్తుడు కాగలడు. "భయశోకాదివర్జితః" - అనగా మానవుడు ప్రస్తుత జన్మపు సర్వవిధములైన భయముల నుండి దూరుడు కాగలడు. అంతియేగాక అతని తదుపరి జన్మము ఆధ్యాత్మికము కాగలదు. (గీతామాహాత్మ్యము-1)

దీని యందు ఇంకను లాభము ఈ విధముగా కలదు.

గీతాధ్యాయనశీలస్య ప్రాణాయామపరస్య చ ।
నైవ సంతిహి పాపాని పూర్వజన్మకృతాని చ ॥

"భగవద్గీతను ఎవరేని అత్యంత శ్రద్ధతోను, సావధానముగాను పఠించినచో శ్రీకృష్ణభగవానుని కరుణచే పూర్వపాపఫలములు అతనిపై ప్రభావమును చూపజాలవు." (గీతామాహాత్మ్యము-2)

కనుకనే భగవద్గీత యొక్క అంత్యమున శ్రీకృష్ణభగవానుడు బిగ్గరగా ఇట్లు పలుకుచున్నాడు (భగవద్గీత 18.66).

సర్వధర్మాన్ పరిత్యజ్య మామేకం శరణం వ్రజ ।
అహం త్వాం సర్వపాపేభ్యో మోక్షయిష్యామి మా శుచః ॥

"సర్వవిధములైన ధర్మములను త్యజించి కేవలము నన్ను శరణువేడుము. సర్వపాపఫలముల నుండి నిన్ను విముక్తుని చేయుదును. భయము నొందకుము." ఈ విధముగా శ్రీకృష్ణభగవానుడు తనకు శరణము నొందినవాని సమస్త బాధ్యతను స్వీకరించి అతనిని సర్వపాపఫలముల నుండి ముక్తుని చేయుచున్నాడు.

మలినే మోచనం పుంసాం జలస్నానం దినే దినే ।
సకృద్ గీతామృతస్నానం సంసారమలనాశనం ॥

"ప్రతిదినము కావించెడి జలస్నానముచే మనుజుడు తనను శుభ్రపరచుకొనవచ్చును. కాని పవిత్రమగు భగవద్గీత యను గంగాజలమునందు అతడు ఒక్కమారైనను స్నానమాచరించినచో సంసారమాలిన్యము సంపూర్ణముగా నశించిపోవుచున్నది. (గీతామాహాత్మ్యము - 3)

గీతా సుగీతా కర్తవ్యా కిం అన్యైః శాస్త్రవిస్తరైః ।
యా స్వయం పద్మనాభస్య ముఖపద్మాద్ వినిఃసృతా ॥

భగవద్గీత దేవదేవుడైన శ్రీకృష్ణభగవానుని చేతనే పలుకబడినందున ఇతర వేద వాఙ్మయమును మనుజుడు పఠింప నవసరము లేదు. కేవలము శ్రద్ధతో క్రమముగా భగవద్గీతను శ్రవణము చేయుట మరియు పఠించుట చేసిన చాలును. ప్రస్తుత యుగమున మనుజులు లౌకికకార్యములందు సంపూర్ణముగా మగ్నులైన కారణమున వేదవాఙ్మయమును పఠించుట వారికి సాధ్యము కాదు. అది వారికి అవసరము కూడా లేదు. ఈ భగవద్గీతా గ్రంథము ఒక్కటియే వారికి చాలును. భగవద్గీత యనునది సమస్త వేదవాఙ్మయపు సారము మరియు ప్రత్యేకముగా దేవదేవుడైన శ్రీకృష్ణునిచే ఉపదేశింపబడినది అగుటయు అందులకు కారణము. (గీతామాహాత్మ్యము - 4)

ఇంకను ఇట్లు తెలుపబడినది.

భారతామృతసర్వస్వం విష్ణువక్త్రాద్వినిసృతమ్ ।
గీతాగంగోదకం పీత్వా పునర్జన్మ న విద్యతే ॥

"గంగాజలమును పానము చేసినవాడే ముక్తిని పొందుచుండ భగవద్గీతా అమృతమును పానము చేసినవానిని గూర్చి వేరుగా పలుకునదేమున్నది? భగవద్గీత యనునది మహాభారతమునందలి దివ్యామృతము మరియు

ఆదివిష్ణువైన శ్రీకృష్ణభగవానునిచే స్వయముగా ఉపదేశితమునై యున్నది" (గీతామాహాత్మ్యము - 5). భగవద్గీత పూర్ణపురుషోత్తముడైన శ్రీకృష్ణుని ముఖతః వెలువడగా, గంగానది ఆతని చరణకమలము నుండి వెలువడినది. దేవదేవుని వక్త్రమునకు, పాదములకు భేదము లేకున్నను పక్షపాతరహితమైన విచారణ ద్వారా భగవద్గీత గంగాజలము కన్నను అధిక ఆవశ్యకమైనదని మనము గుర్తించవచ్చును.

సర్వోపనిషదో గావో దోగ్ధా గోపాలనందనః ।
పార్థోవత్సః సుధీర్భోక్తా దుగ్ధం గీతామృతం మహత్ ॥

"సర్వోపనిషత్తుల సారమైన గీతోపనిషత్తు (భగవద్గీత) గోవు కాగా, గోపాలునిగా ప్రసిద్ధి గాంచిన శ్రీకృష్ణభగవానుడు ఆ గోవు నుండి క్షీరమును పితుకువాడు. అర్జునుడు దూడ కాగా, పండితులు మరియు శుద్ధభక్తులు అమృతమయమైన భగవద్గీతాక్షీరమును పానము చేయువారై యున్నారు." (గీతామాహాత్మ్యము - 6)

ఏకం శాస్త్రం దేవకీపుత్రగీతం ఏకో దేవో దేవకీపుత్ర ఏవ ।
ఏకో మంత్రస్తస్య నామానియాని కర్మాప్యేకం తస్య దేవస్య సేవా ॥
(గీతామాహాత్మ్యము - 7)

ప్రస్తుత కాలమున జనులు ఒకే శాస్త్రము, ఒకే దేవుడు, ఒకే ధర్మము, ఒకే కర్మము ఉండవలెనని మిగుల వాంఛించుచున్నారు. కనుకనే ఏకం శాస్త్రం దేవకీపుత్ర గీతం - భగవద్గీత ఒక్కటే సమస్త ప్రపంచమునకు సంబంధించిన గ్రంథమగు గాక. ఏకో దేవో దేవకీపుత్ర ఏవ - సమస్త ప్రపంచమునకు శ్రీకృష్ణభగవానుడు ఒక్కడే దేవుడు. ఏకో మంత్రః తస్య నామాని యాని - హరే కృష్ణ హరే కృష్ణ కృష్ణ కృష్ణ హరే హరే / హరే రామ హరే రామ రామ రామ హరే హరే అనెడి ఆ దేవదేవుని నామకీర్తన మొక్కటే ఏకైక మంత్రము మరియు ప్రార్థనము. కర్మాప్యేకం తస్య దేవస్య సేవా - శ్రీకృష్ణభగవానుని సేవ ఒక్కటియే కర్మము.

ప్రథమాధ్యాయము

కురుక్షేత్ర రణరంగమున సైనిక పరిశీలనము

1

धृतराष्ट्र उवाच

धर्मक्षेत्रे कुरुक्षेत्रे समवेता युयुत्सवः ।
मामकाः पाण्डवाश्चैव किमकुर्वत सञ्जय ॥१॥

ధృతరాష్ట్ర ఉవాచ

ధర్మక్షేత్రే కురుక్షేత్రే సమవేతా యుయుత్సవః ।
మామకాః పాండవాశ్చైవ కిమకుర్వత సంజయ ॥

ధృతరాష్ట్రః ఉవాచ–ధృతరాష్ట్రుడు పలికెను; ధర్మక్షేత్రే–యాత్రాస్థలమునందు; కురుక్షేత్రే–కురుక్షేత్రమను పేరుగల ప్రదేశమున; సమవేతాః–సమకూడి; యుయుత్సవః–యుద్ధము చేయగోరువారై; మామకాః–నా పక్షమువారు (పుత్రులు); పాణ్డవాః–పాండురాజు కుమారులు; చ–మరియు; ఏవ–నిశ్చయముగా; కిం–ఏమి; అకుర్వత–చేసిరి; సంజయ–ఓ సంజయా!

ధృతరాష్ట్రుడు ఇట్లు పలికెను: ఓ సంజయా! ధర్మక్షేత్రమైన కురుక్షేత్రమునందు నా తనయులు మరియు పాండురాజు తనయులు యుద్ధము చేయగోరువారై సమకూడిన పిమ్మట ఏమి చేసిరి?

భాష్యము : శ్రీమద్భగవద్గీత విస్తారముగా పఠింపబడు ఆస్తిక విజ్ఞానశాస్త్రము. అది గీతామాహాత్మ్యము నందు సంగ్రహింపబడినది. భగవద్గీతను కృష్ణభక్తుని సహకారమున పరిశీలనాత్మకముగా పఠించి ఎటువంటి స్వంత వ్యాఖ్యానములు లేకుండా అవగాహనము చేసికొనుటకు యత్నించవలెనని దాని యందు తెలుపబడినది. గీతను అర్జునుడు శ్రీకృష్ణభగవానుని నుండి ప్రత్యక్షముగా శ్రవణము చేసి అవగాహన చేసికొనెను. ఈ విధముగా స్పష్టమైన అవగాహన కలుగగలదనుటకు భగవద్గీత యందే నిదర్శనము లభించుచున్నది. మనుజుడు ఆ

గురుశిష్యపరంపరలో స్వకల్పిత వ్యాఖ్యానములు లేకుండా భగవద్గీతను అవగతము చేసికొనగలిగినంతటి భాగ్యవంతుడైనచో సమస్త వేదజ్ఞానమును, ప్రపంచము నందలి ఇతర శాస్త్రములను అతిశయించగలడు. ఇతర శాస్త్రములందు గల విషయమునే గాక అన్యత్రా గోచరించని విషయములను కూడ పాఠకుడు భగవద్గీత యందు గాంచగలడు. అదియే గీత యొక్క విశిష్టమైన ప్రామాణికత. పూర్ణపురుషోత్తముడైన శ్రీకృష్ణభగవానుని ద్వారా ప్రత్యక్షముగా పలుకబడి నందున ఈ భగవద్గీత సంపూర్ణ ఆధ్యాత్మిక విజ్ఞానశాస్త్రమై విరాజిల్లుచున్నది.

మహాభారతమునందు వర్ణింపబడిన ధృతరాష్ట్ర, సంజయుల సంవాద విషయములు ఈ ఉత్కృష్ట తత్త్వశాస్త్రమునకు మూలసిద్ధాంతములై యున్నవి. అనాదియైన వేదకాలము నుండియు తీర్థస్థలముగా ప్రసిద్ధినొందిన కురుక్షేత్రము నందు ఈ తత్త్వశాస్త్రము ఉద్భవించినట్లుగా తెలియవచ్చుచున్నది. ఈ భూమిపై శ్రీకృష్ణభగవానుడు స్వయముగా ప్రత్యక్షమైయున్నపుడు మానవాళి నిర్దేశనార్థము దీనిని పలికియుండెను.

కురుక్షేత్రరణరంగమున శ్రీకృష్ణభగవానుడు అర్జునుని పక్షమున నిలిచి యుండుటచే ధర్మక్షేత్రమను (ధర్మాచారములు నిర్వహింపబడు స్థలము) పదము ప్రాధాన్యతను సంతరించుకున్నది. కౌరవుల తండ్రియైన ధృతరాష్ట్రుడు తన తనయుల విజయావకాశమును గూర్చి గొప్ప సందేహగ్రస్థుడై యుండెను. కనుకనే తన సందేశమున అతడు "వారు ఏమి చేసిరి" అని కార్యదర్శియైన సంజయుని ప్రశ్నించెను. తన పుత్రులు మరియు పాండురాజు తనయులు యుద్ధము చేయవలెనను నిశ్చయముతో కురుక్షేత్రమున సమకూడిరని అతనికి తెలిసియు ఆ విధముగా విచారణ కావించుటలో ఒక ప్రాముఖ్యము కలదు. జ్ఞాతులైన సోదరుల నడుమ అతడు రాజీని వాంఛింప లేదు. అదియును గాక రణరంగమున తన పుత్రుల విధి ఏ రీతి కలదో అతడు తెలిసికొనగోరెను. కాని దేవతలకు సైతము పూజనీయస్థానముగా వేదములలో తెలుపబడియున్న కురుక్షేత్రమునందు యుద్ధము ఏర్పాటు చేయబడుటచే యుద్ధపరిణామముపై స్థలప్రభావమును గూర్చి అతడు మిగుల భీతినొందెను. స్వభావరీత్యా ధర్మాత్ములైనందున అర్జునుడు మరియు ఇతర పాండుసుతులకు అది అనుకూల ప్రభావము చూపునని అతడెరిగి యుండెను. సంజయుడు వ్యాసదేవుని శిష్యుడు. ధృతరాష్ట్రుని మందిరముననే నిలిచియున్నను అతడు

వ్యాసుని కరుణచే కురుక్షేత్ర రంగమును గాంచగలిగెను. కనుకనే యుద్ధరంగమందలి పరిస్థితిని గూర్చి ధృతరాష్ట్రుడు సంజయుని అడిగెను.

పాండవులు మరియు ధృతరాష్ట్రుని తనయులు ఒకే వంశమునకు చెందినవారు. కాని కేవలము తన పుత్రులనే కురుసంతానముగా పలికి పాండుసంతానమును వంశము నుండి వేరుపరచుట ద్వారా ధృతరాష్ట్రుడు ఇచ్చట తన మనస్సును విశదపరచుచున్నాడు. సోదరుని తనయులైన పాండవుల యెడ ధృతరాష్ట్రునికి గల సంబంధమును దీని ద్వారా ఎవరైనను అవగతము చేసికొనవచ్చును. పంటపొలము నుండి కలుపుమొక్కలు తీసివేయబడు రీతి, ధర్మపితయైన శ్రీకృష్ణభగవానుడు నిలిచియున్న ధర్మ క్షేత్రమగు కురుక్షేత్రము నుండి కలుపుమొక్కల వంటి దుర్యోధనాది ధృతరాష్ట్రుని తనయులు తీసివేయబడుదురనియు, యుధిష్ఠిరుని ఆధ్యక్షతన గల ధర్మయుతులైన పాండవులు భగవానునిచే సుప్రతిష్ఠితులు కాగలరనియు ఆది నుండియే ఈ విధముగా ఊహింపబడినది. చారిత్రిక మరియు వైదిక ప్రాముఖ్యమే గాక "ధర్మ క్షేత్రము" మరియు "కురుక్షేత్రము" అనెడి పదములకు గల విశేషార్థమిదియే.

2

सञ्जय उवाच

दृष्ट्वा तु पाण्डवानीकं व्यूढं दुर्योधनस्तदा ।
आचार्यमुपसङ्गम्य राजा वचनमब्रवीत् ॥ २ ॥

సంజయ ఉవాచ

దృష్ట్వా తు పాణ్డవానీకం వ్యూఢం దుర్యోధనస్తదా ।
ఆచార్యముపసంగమ్య రాజా వచనమబ్రవీత్ ॥

సంజయః ఉవాచ—సంజయుడు పలికెను; దృష్ట్వా—గాంచిన పిమ్మట; తు—కాని; పాణ్డవానీకం—పాండవుల సేనను; వ్యూఢం—వ్యూహముగా ఏర్పరుపబడిన దానిని; దుర్యోధనః—దుర్యోధనుడు; తదా—అప్పుడు; ఆచార్యం—గురువును; ఉపసంగమ్య—సమీపించి; రాజా—ఓ రాజా; వచనం—వాక్కులను; అబ్రవీత్—పలికెను.

సంజయుడు పలికెను: ఓ రాజా! పాండుతనయులచే వ్యూహముగా ఏర్పాటు చేయబడిన సైన్యమును గాంచిన పిమ్మట దుర్యోధనుడు తన గురువు చెంతకు చేరి ఈ క్రింది విధముగా పలికెను.

భాష్యము : ధృతరాష్ట్రుడు పుట్టుకతో అంధుడు. దురదృష్టవశాత్తు అతనికి ఆధ్యాత్మికదృష్టి సైతము లోపించెను. ధర్మవిషయమున తన పుత్రులు తనతో సమానముగా అంధులని అతడు ఎరిగియుండెను. పుట్టుక నుండియు ధర్మాత్ములైన పాండవులతో వారు ఒక ఒడంబడికకు రాలేరని అతడు నిశ్చయముగా ఎరిగి యుండెను. అయినను తీర్థక్షేత్రమైన కురుక్షేత్ర ప్రభావమును గూర్చి అతడు సందేహాస్పదుడై యుండెను. యుద్ధరంగమందలి పరిస్థితిని గూర్చి ప్రశ్నించుటలో అతని అంతరార్థమును సంజయుడు అవగతము చేసికొనగలిగెను. కనుకనే సంజయుడు ఆ నిరాశ చెందియున్న రాజును ఉత్సాహపరచనెంచి, పవిత్రస్థలముచే ప్రభావితులై అతని పుత్రులు రాజీకి సిద్ధపడుట జరుగబోదని ఆశ్వాసము నొసగెను. పాండవసేనాబలమును గాంచిన పిమ్మట అతని తనయుడైన దుర్యోధనుడు నిజస్థితిని ఎరుకపరచుటకు శీఘ్రమే సైన్యాధిపతియైన ద్రోణాచార్యుని చెంతకు చేరెనని సంజయుడు ధృతరాష్ట్రునికి తెలియజేసెను. దుర్యోధనుడు రాజుగా పేర్కొనబడినను పరిస్థితి యొక్క తీవ్రత ననుసరించి స్వయముగా సైన్యాధిపతి వద్దకు వెడలవలసివచ్చెను. కనుకనే రాజకీయవేత్త యనుటకు అతడు చక్కగా తగియున్నాడు. కాని పాండవసేనా వ్యూహమును గాంచిన పిమ్మట అతడు పొందిన భయమును ఆ రాజనీతి నిపుణత మరుగుపరచలేకపోయెను.

3

पश्यैतां पाण्डुपुत्राणामाचार्य महतीं चमूम्।
व्यूढां द्रुपदपुत्रेण तव शिष्येण धीमता ॥३॥

పశ్యైతాం పాణ్డుపుత్రాణామాచార్య మహతీం చమూమ్ ।
వ్యూఢాం ద్రుపదపుత్రేణ తవ శిష్యేణ ధీమతా ॥

పశ్య—చూడుము; ఏతాం—ఈ; పాణ్డుపుత్రాణాం—పాండురాజు కుమారుల యొక్క; ఆచార్య—ఓ గురువర్యా; మహతీం—గొప్పదైన; చమూమ్—సైన్యమును; వ్యూఢాం—ఏర్పాటు చేయబడిన; ద్రుపదపుత్రేణ—ద్రుపద తనయునిచే; తవ—మీ యొక్క; శిష్యేణ—శిష్యుడు; ధీమతా—మిగుల బుద్ధిమంతుడైన.

ఓ ఆచార్యా! మీ బుద్ధికుశలుడైన శిష్యుడగు ద్రుపదతనయునితో దక్షతగా ఏర్పాటు చేయబడిన పాండుసుతుల గొప్ప సేనను గాంచుము.

భాష్యము : బ్రాహ్మణుడును, గొప్ప సైన్యాధిపతియునైన ద్రోణాచార్యుని

లోపములను రాజనీతి నిపుణుడైన దుర్యోధనుడు ఎత్తిచూప నెంచెను. ద్రౌపది (అర్జునుని భార్య) జనకుడైన ద్రుపదమహారాజుతో ద్రోణాచార్యుడు రాజకీయ వైరమును కలిగియుండెను. ఆ వైర కారణముగా ద్రుపదుడు ఒక గొప్ప యజ్ఞము నాచరించి ద్రోణుని సంహరింపగల పుత్రుని వరముగా పొందియుండెను. ద్రోణాచార్యుడు ఈ విషయమును సంపూర్ణముగా ఎరిగియున్నను ద్రుపద తనయుడైన ధృష్టద్యుమ్నుడు యుద్ధవిద్యను నేర్చుటకై తన చెంతకు చేరి నపుడు విశాల హృదయము కలిగిన బ్రాహ్మణునిగా వర్తించి అతనికి యుద్ధ రహస్యములను తెలియజేయుటలో సంకోచమును కనబరచలేదు. ఇపుడు ధృష్టద్యుమ్నుడు కురుక్షేత్ర యుద్ధరంగమున పాండవుల పక్షము వహించెను. ద్రోణాచార్యుని నుండి నేర్చిన విద్యతో అతడే పాండవసేనా వ్యూహమును సైతము రచించెను. ద్రోణాచార్యుడు సావధానుడై రాజీధోరణి లేని యుద్ధము చేయవలెనను ఉద్దేశ్యముతో అతని ఈ తప్పిదమును దుర్యోధనుడు ఎత్తి చూపెను. ప్రియతమ శిష్యులైన పాండవుల యెడ యుద్ధరంగమున అతడు అదేవిధముగా మృదు స్వభావముతో వర్తించరాదని తెలియజేయుటయు దుర్యోధనుని ఉద్దేశ్యమై యుండెను. ముఖ్యముగా అర్జునుడు అతనికి ప్రియతముడును మరియు తెలివిగలవాడును అయిన శిష్యుడు. యుద్ధమునందు అటువంటి కనికర భావము అపజయమునకు దారితీయుననియు దుర్యోధనుడు హెచ్చరించెను.

4

अत्र शूरा महेष्वासा भीमार्जुनसमा युधि।
युयुधानो विराटश्च द्रुपदश्च महारथ: ॥४॥

అత్ర శూరా మహేష్వాసా భీమార్జునసమా యుధి ।
యుయుధానో విరాటశ్చ ద్రుపదశ్చ మహారథః ॥

అత్ర—ఇచ్చట; శూరాః—శూరులు; మహేశ్వాసాః—గొప్ప ధనుర్ధరులు; భీమార్జున—భీమార్జునులకు; సమాః—సములైనవారు; యుధి—యుద్ధము నందు; యుయుధానః—యుయుధానుడు; విరాటః—విరాటుడు; చ—కూడా; ద్రుపదః—ద్రుపదుడు; చ—కూడా; మహారథః—మహారథుడైన.

ఈ సైన్యమునందు భీమార్జునులతో సమానముగా యుద్ధము చేయుగల శూరులైన ధనుర్ధరులు పెక్కురు గలరు. యుయుధానుడు, విరాటుడు, ద్రుపదుడు మొదలగువారు అటువంటి మహాయోధులు.

భాష్యము : యుద్ధవిద్య యందు ద్రోణాచార్యుని గొప్పశక్తి దృష్ట్యా ధృష్టద్యుమ్నుడు ముఖ్యమైన అవరోధము కాకున్నను భయమునకు కారణమైనవారు పెక్కురు కలరు. విజయపథములో వారు గొప్ప అవరోధముల వంటివారని దుర్యోధనుడు తెలియజేయుచున్నాడు. వారిలో ప్రతియొక్కరును భీముడు మరియు అర్జునుని వలె నిరోధింపశక్యము కానివారగుటయే అందులకు కారణము. భీమార్జునుల శక్తిని తెలిసియుండుట చేతనే ఇతరులను వారితో అతడు పోల్చిచూపెను.

5

धृष्टकेतुश्चेकितानः काशिराजश्च वीर्यवान्।
पुरुजित् कुन्तिभोजश्च शैब्यश्च नरपुङ्गवः ॥५॥

ధృష్టకేతుశ్చేకితానః కాశీరాజశ్చ వీర్యవాన్ ।
పురుజిత్ కున్తిభోజశ్చ శైబ్యశ్చ నరపుంగవః ॥

ధృష్టకేతుః—ధృష్టకేతువు; చేకితానః—చేకితానుడు; కాశీరాజః—కాశీరాజు; చ—కూడా; వీర్యవాన్—శక్తిమంతుడైన; పురుజిత్—పురుజిత్తు; కున్తిభోజః—కుంతిభోజుడు; చ—మరియు; శైబ్యః—శైబ్యుడు; చ—మరియు; నరపుంగవః—నరులలో శ్రేష్ఠుడైన.

ధృష్టకేతువు, చేకితానుడు, కాశీరాజు, పురుజిత్తుడు, కుంతీభోజుడు, శైబ్యుడు వంటి శూరులైన మహాయోధులును అందున్నారు.

6

युधामन्युश्च विक्रान्त उत्तमौजाश्च वीर्यवान्।
सौभद्रो द्रौपदेयाश्च सर्व एव महारथाः ॥६॥

యుధామన్యుశ్చ విక్రాన్త ఉత్తమౌజాశ్చ వీర్యవాన్ ।
సౌభద్రో ద్రౌపదేయాశ్చ సర్వ ఏవ మహారథాః ॥

యుధామన్యుః—యుధామన్యుడు; చ—మరియు; విక్రాన్తః—పరాక్రమవంతుడైన; ఉత్తమౌజాః—ఉత్తమౌజుడు; చ—మరియు; వీర్యవాన్—గొప్ప శక్తిమంతుడైన; సౌభద్రః—సుభద్రాతనయుడు; ద్రౌపదేయాః—ద్రౌపది పుత్రులును; చ—మరియు; సర్వే—అందరును; ఏవ—నిశ్చయముగా; మహారథాః—మహారథులు.

పరాక్రమవంతుడైన యుధామన్యుడు, శక్తిశాలియైన ఉత్తమౌజుడు, సుభద్రా తనయుడు, ద్రౌపదికుమారులును అందున్నారు. ఈ వీరులందరును మహారథులు.

7

अस्माकं तु विशिष्टा ये तान्निबोध द्विजोत्तम।
नायका मम सैन्यस्य संज्ञार्थं तान् ब्रवीमि ते ॥७॥

అస్మాకం తు విశిష్టా యే తాన్నిబోధ ద్విజోత్తమ ।
నాయకా మమ సైన్యస్య సంజ్ఞార్థం తాన్ బ్రవీమి తే ॥

అస్మాకం—మన యొక్క; తు—కాని; విశిష్టాః—ప్రధానముగా శక్తిమంతులైనవారు; యే—ఎవరో; తాన్—వారిని; నిబోధ—గుర్తింపుము; ద్విజోత్తమ—ఓ బ్రాహ్మణశ్రేష్ఠుడా; నాయకాః—నాయకులు; మమ—నా యొక్క; సైన్యస్య—సేనల; సంజ్ఞార్థం—తెలియుట కొరకు; తాన్—వారిని గూర్చి; బ్రవీమి—తెలుపుచున్నాను; తే—మీకు.

కాని ఓ బ్రాహ్మణోత్తమా! నా సేనాబలమును నడుపుటకై ప్రత్యేకముగా యోగ్యులైనట్టి నాయకులను గూర్చి మీ కొరకై నేను తెలియజేసెదను.

8

भवान् भीष्मश्च कर्णश्च कृपश्च समितिञ्जयः।
अश्वत्थामा विकर्णश्च सौमदत्तिस्तथैव च ॥८॥

భవాన్ భీష్మశ్చ కర్ణశ్చ కృపశ్చ సమితింజయః ।
అశ్వత్థామా వికర్ణశ్చ సౌమదత్తిస్తథైవ చ ॥

భవాన్—మీరు; భీష్మః—పితామహుడైన భీష్ముడు; చ—కూడా; కర్ణః—కర్ణుడు; చ—మరియు; కృపః—కృపుడును; చ—మరియు; సమితింజయః—యుద్ధమునందెప్పుడును జయశీలురైన; అశ్వత్థామా—అశ్వత్థామయు; వికర్ణః—వికర్ణుడును; చ—కూడా; సౌమదత్తిః—సోమదత్తుని కుమారుడు; తథా—అలాగుననే; ఏవ—నిశ్చయముగా; చ—కూడా.

యుద్ధమునందు ఎల్లప్పుడును విజయమును సాధించు మీరు, భీష్ముడు, కర్ణుడు, కృపుడు, అశ్వత్థామ, వికర్ణుడు మరియు సోమదత్తుని తనయుడైన భూరిశ్రవుడు వంటివారు మన సైన్యము నందున్నారు.

భాష్యము : యుద్ధరంగమున గల నిత్య జయశీలురైన ప్రముఖవీరులను దుర్యోధనుడు పేర్కొనుచున్నాడు. వికర్ణుడు దుర్యోధనుని సోదరుడు. అశ్వత్థామ ద్రోణాచార్యుని పుత్రుడు. సౌమదత్తుడు లేదా భూరిశ్రవుడు బాహ్లీకరాజు తనయుడు. పాండురాజుతో వివాహమునకు పూర్వము కుంతీదేవికి జన్మించి యున్నందున కర్ణుడు అర్జునుని సోదరుడు. కృపాచార్యుని కవల సోదరి ద్రోణాచార్యుని భార్య.

9

अन्ये च बहवः शूरा मदर्थे त्यक्तजीविताः ।
नानाशस्त्रप्रहरणाः सर्वे युद्धविशारदाः ॥९॥

అన్యే చ బహవః శూరా మదర్థే త్యక్తజీవితాః ।
నానాశస్త్రప్రహరణాః సర్వే యుద్ధవిశారదాః ॥

అన్యే—ఇతరులు; చ—కూడా; బహవః—బహుసంఖ్యలో; శూరాః—వీరులు; మదర్థే—నా కొరకు; త్యక్తజీవితాః—జీవితమును కూడా విడుచుటకు సిద్ధపడినవారు; నానాశస్త్ర ప్రహరణాః—పలువిధములైన ఆయుధములను దాల్చినవారు; సర్వే—అందరును; యుద్ధ విశారదాః—యుద్ధనిపుణత కలవారు.

నా కొరకు తమ జీవితములను త్యాగము చేయుటకు సిద్ధపడియున్న వీరులు ఇంకను పలువురు కలరు. వారందరును పలువిధములైన ఆయుధములను దాల్చినవారును మరియు యుద్ధనిపుణతను కలిగినవారును అయియున్నారు.

భాష్యము : జయద్రదుడు, కృతవర్మ, శల్యుడు వంటి ఇతర వీరులు సైతము దుర్యోధనుని కొరకు తమ జీవితమును త్యాగము చేయుటకు కృతనిశ్చయులై యున్నారు. వేరుమాటలలో పాపియైన దుర్యోధనుని పక్షము వహించి యున్నందున కురుక్షేత్రమునందు వారందరును మరణించి తీరుదురని ఇదివరకే నిర్ణయింపబడినది. కాని దుర్యోధనుడు మాత్రము పైన తెలుపబడిన సంఘటిత మిత్రశక్తివలన తనకు విజయము తప్పక లభించునని ధైర్యము కలిగి యుండెను.

10

अपर्याप्तं तदस्माकं बलं भीष्माभिरक्षितम् ।
पर्याप्तं त्विदमेतेषां बलं भीमाभिरक्षितम् ॥१०॥

అపర్యాప్తం తదస్మాకం బలం భీష్మాభిరక్షితమ్ ।
పర్యాప్తం త్విదమేతేషాం బలం భీమాభిరక్షితమ్ ॥

అపర్యాప్తం—అపరిమితమైన; తత్—అది; అస్మాకం—మనయొక్క; బలం—సైన్యబలము; భీష్మాభిరక్షితమ్—భీష్మునిచే లెస్సగా రక్షింపబడునది; పర్యాప్తం—పరిమితమైన; తు—కాని; ఇదం—ఈ; ఏతేషాం—పాండవుల యొక్క; బలం—సైన్యబలము; భీమాభిరక్షితం—భీమునిచే జాగరూకతతో రక్షింపబడునది.

మన సైన్యబలము లెక్కింప వీలులేనిదిగా నున్నది మరియు మనము పితామహుడైన భీష్మునిచే సంపూర్ణముగా రక్షింపబడుచున్నాము. కాని భీమునిచే జాగరూకతతో రక్షింపబడుచున్న పాండవసైన్యము పరిమితముగా నున్నది.

భాష్యము : ఇచ్చట దుర్యోధనుడు ఇరుసేనాబలముల తులనాత్మక అంచనా వేయుచున్నాడు. అత్యంత అనుభవజ్ఞుడగు సేనానియైన భీష్మపితామహునిచే ప్రత్యేకముగా రక్షింపబడు తన సైన్యబలము అపరిమితముగా నున్నట్లు అతడు భావించెను. అదే సమయమున భీష్ముని సమ్ముఖమున తృణప్రాయము వంటి అల్ప అనుభవజ్ఞుడగు సేనానియైన భీమునిచే రక్షింపబడుచున్న పాండవ సేనాబలము పరిమితముగా నున్నట్లు అతనికి గోచరించెను. దుర్యోధనుడు సదా భీముని పట్ల అసూయను కలిగియుండెను. తాను మరణింపవలసియే వచ్చినచో భీముని చేతనే తాను సంహరింపబడుదునని అతడు ఎరిగియుండుటయే అందులకు కారణము. కాని అదే సమయమున పరమోత్తమ సేనానియైన భీష్ముని సన్నిధిని తలచుకొని అతడు తన విజయము పట్ల విశ్వాసమును కలిగి యుండెను. యుద్ధరంగమున తాను విజయము సాధించుట తథ్యమనియే అతడు తెలియపరచెను.

11

अयनेषु च सर्वेषु यथाभागमवस्थिताः ।
भीष्ममेवाभिरक्षन्तु भवन्तः सर्व एव हि ॥११॥

అయనేషు చ సర్వేషు యథాభాగమవస్థితాః ।
భీష్మమేవాభిరక్షన్తు భవన్తః సర్వ ఏవ హి ॥

అయనేషు—ముఖ్యస్థానములందు; చ—కూడా; సర్వేషు—సర్వత్రా; యథాభాగం—వివిధముగా ఏర్పాటు చేయబడినట్లు; అవస్థితాః—ఉన్నవారై; భీష్మమ్—పితామహుడైన భీష్మదేవునికి; ఏవ—నిశ్చయముగా; అభిరక్షన్తు—రక్షణము కూర్చవలెను; భవన్తః—మీరు; సర్వే—అందరును; ఏవ హి—నిశ్చయముగా.

సేనావ్యూహ ద్వారమునందలి మీ ముఖ్యస్థానములలో నిలిచియుండి మీరు పితామహుడైన భీష్మదేవునకు సంపూర్ణ రక్షణమును కూర్చవలసి యున్నది.

భాష్యము : భీష్ముని నైపుణ్యమును శ్లాఘించిన పిదప దుర్యోధనుడు ఇతరులు తాము తక్కువ ప్రాముఖ్యము కలిగినవారిగా తలతురేమోనని భావించెను. తత్కారణముగా తన సహజ రాజనీతి ధోరణిలో అతడు పై వాక్యముల ద్వారా పరిస్థితిని చక్కబరచ యత్నించెను. భీష్మదేవుడు నిస్సందేహముగా గొప్ప వీరుడే అయినను వృద్ధుడైనందున ప్రతియొక్కరు అన్ని వైపుల నుండి అతని రక్షణమును గూర్చి ప్రత్యేకముగా ఆలోచించవలెనని అతడు వక్కాణించెను. అతడు యుద్ధమునందు నియుక్తుడైనపుడు ఒకే ప్రక్క అతని పూర్తి సంలగ్నతను శత్రువులు అనువుగా తీసికొనగలరు. కనుక ఇతర వీరులందరును తమ ముఖ్యస్థానములను వీడకుండుట మరియు సేనావ్యూహమును శత్రువు భేదించుటకు అవకాశ మీయకపోవుట అతి ముఖ్యమై యున్నవి. కౌరవుల విజయము భీష్ముని సన్నిధి పైననే ఆధారపడియున్నదని దుర్యోధనుడు స్పష్టముగా తలచెను. యుద్ధమందు భీష్ముడు, ద్రోణాచార్యుని పూర్ణ సహకారము పట్ల అతడు పూర్ణ విశ్వాసమును కలిగియుండెను. సభలో మహాసేనానాయకుల సమక్షమున నగ్నముగా నిలుపుటకు బలవంతము చేసెడి సమయమున అర్జునుని భార్యయైన ద్రౌపది నిస్సహాయస్థితిలో వారిని న్యాయము కొరకు అర్థించినపుడు వారు ఒక్కమాటైనను పలుకలేదని అతడెరుగుటయే అందులకు కారణము. ఆ ఇరువురు సేనానులు పాండవుల యెడ ఏదియో ఒక మమకారమును కలిగి యున్నారని తెలిసినప్పటికిని పాచికల సమయమున గావించినట్లు వారిపుడు ఆ మమకారమును పూర్ణముగా త్యజింతురని అతడు ఆశించెను.

12

तस्य सञ्जनयन् हर्षं कुरुवृद्धः पितामहः ।
सिंहनादं विनद्योच्चैः शङ्खं दध्मौ प्रतापवान् ॥१२॥

తస్య సంజనయన్ హర్షం కురువృద్ధః పితామహః ।
సింహనాదం వినద్యోచ్చైః శంఖం దధ్మౌ ప్రతాపవాన్ ॥

తస్య—అతనికి; సంజనయన్—వృద్ధిచేయుచు; హర్షం—సంతోషమును; కురువృద్ధః—కురువంశమున వృద్ధుడును (భీష్ముడు); పితామహః—పితామహుడును; సింహనాదం—సింహగర్జన వంటి ధ్వనిని; వినద్య—కలుగునట్లుగా; ఉచ్చైః—బిగ్గరగా; శంఖం—శంఖమును; దధ్మౌ—ఊదెను; ప్రతాపవాన్—పరాక్రమవంతుడును.

అప్పుడు కురువృద్ధుడును, యోధుల పితామహుడును అగు భీష్ముడు

దుర్యోధనునకు ఆనందమును గూర్చుచు సింహగర్జన వంటి ధ్వని కలుగునట్లుగా తన శంఖమును బిగ్గరగా పూరించెను.

భాష్యము : కురువృద్ధుడు తన మనుమడైన దుర్యోధనుని హృదయమందలి భావనను అవగతము చేసికొనగలిగెను. అంతట దుర్యోధనుని యెడ గల సహజ కరుణతో అతడు సింహముగా తన స్థితికి తగినట్లు అతిబిగ్గరగా శంఖమును పూరించి అతనిని సంతోషింపజేయ యత్నించెను. దేవదేవుడైన శ్రీకృష్ణుడు ప్రతిపక్షమున ఉన్నందున అతనికి యుద్ధమందు విజయావకాశమే లేదని శంఖము యొక్క సంకేతము ద్వారా భీష్ముడు విషణ్ణుడగు దుర్యోధనునికి (మనుమనికి) పరోక్షముగా తెలియజేసెను. అయినప్పటికిని యుద్ధమును నిర్వహించుట అతని ధర్మమై యున్నది. ఆ విషయమున ఎట్టి కష్టమునకైనను అతడు వెనుదీయరాదు.

13

ततः शङ्खाश्च भेर्यश्च पणवानकगोमुखाः ।
सहसैवाभ्यहन्यन्त स शब्दस्तुमुलोऽभवत् ॥१३॥

తతః శంఖాశ్చ భేర్యశ్చ పణవానకగోముఖాః ।
సహసైవాభ్యహన్యన్త స శబ్దస్తుములోఽభవత్ ॥

తతః—అటుపిమ్మట; శంఖాః—శంఖములు; చ—కూడా; భేర్యః—భేరులు; చ—మరియు; పణవానక—చిన్నభేరులు మరియు ఢంకాలు; గోముఖాః—శృంగములు; సహసా—అకస్మాత్తుగా; ఏవ—నిశ్చయముగా; అభ్యహన్యన్త—ఒకేసారి ప్రోగింపబడెను; సః—ఆ; శబ్దః—సంఘటిత ధ్వని; తుములః—దట్టమైనది; అభవత్—అయ్యెను.

అటు పిమ్మట శంఖములు, పణవానకములు, భేరులు, కొమ్ములు ఆదివి అన్నియు ఒక్కసారిగా ప్రోగింపబడెను. ఆ సంఘటిత ధ్వని అతిభీకరముగా నుండెను.

14

ततः श्वेतैर्हयैर्युक्ते महति स्यन्दने स्थितौ ।
माधवः पाण्डवश्चैव दिव्यौ शङ्खौ प्रदध्मतुः ॥१४॥

తతః శ్వేతైర్హయైర్యుక్తే మహతి స్యన్దనే స్థితౌ ।
మాధవః పాణ్డవశ్చైవ దివ్యౌ శంఖౌ ప్రదధ్మతుః ॥

తతః—పిమ్మట; శ్వేతైః—తెల్లని; హయైః—గుఱ్ఱములు; యుక్తే—పూన్చబడిన; మహతి—మహా; స్యన్దనే—రథమునందు; స్థితౌ—ఉన్నవారై; మాధవః—కృష్ణుడును (లక్ష్మీపతి); పాణ్డవః—అర్జునుడు (పాండురాజు తనయుడు); చ—కూడా; ఏవ—నిశ్చయముగా; దివ్యౌ—దివ్యములైన; శంఖౌ—శంఖములను; ప్రదధ్మతుః—పూరించిరి.

ఎదుటి పక్షమున శ్రీకృష్ణభగవానుడు, అర్జునుడు ఇరువురును తెల్లని గుఱ్ఱములు పూన్చబడిన మహారథమునందు ఆసీనులైనవారై తమ దివ్యశంఖములను పూరించిరి.

భాష్యము : శ్రీకృష్ణార్జునుల హస్తములందలి శంఖములు భీష్మదేవుడు పూరించిన శంఖమునకు భిన్నముగా దివ్యములని వర్ణింపబడినవి. శ్రీకృష్ణుడు పాండవుల పక్షమున నిలిచియున్నందున ప్రతిపక్షమువారికి జయమనెడి ఆశయే లేదని ఆ దివ్యశంఖముల ధ్వని సూచించినది. "జయస్తు పాణ్డుపుత్రాణాం యేషాం పక్షే జనార్దనః" - శ్రీకృష్ణభగవానుడు తన సాహచర్యము నొసగెడి కారణమున విజయము సదా పాండుపుత్రులకే లభించగలదు. భగవానుడు ఎప్పుడు ఎక్కడ నిలిచియుండునో అచ్చట లక్ష్మీదేవి సైతము నిలిచియుండును. ఏలయన లక్ష్మీదేవి తన భర్తను వీడి ఎన్నడును ఒంటరిగా నివసింపదు. అనగా విష్ణువు లేదా శ్రీకృష్ణుని శంఖముచే కలిగిన దివ్యధ్వని సూచించినట్లుగా విజయము మరియు ఐశ్వర్యము లనునవి అర్జునుని కొరకు వేచియున్నవి. ఇదియే గాక మిత్రులిరువురు ఆసీనులై యున్న రథము అగ్నిదేవునిచే అర్జునునకు ఒసగబడినట్టిది. ముల్లోకములలో అన్ని దిక్కులను అది జయించు సామర్థ్యమును కలిగి యున్నదని ఈ విషయము సూచించుచున్నది.

15

पाञ्चजन्यं हृषीकेशो देवदत्तं धनञ्जयः ।
पौण्ड्रं दध्मौ महाशङ्खं भीमकर्मा वृकोदरः ॥१५॥

పాంచజన్యం హృషీకేశో దేవదత్తం ధనంజయః ।
పౌణ్డ్రం దధ్మౌ మహాశంఖం భీమకర్మా వృకోదరః ॥

పాంచజన్యం—పాంచజన్యమను పేరు గల శంఖము; హృషీకేశః—శ్రీకృష్ణభగవానుడు (భక్తుల ఇంద్రియములను నియమించు శ్రీకృష్ణుడు); దేవదత్తం—దేవదత్తమను పేరు గల శంఖమును; ధనంజయః—ధనంజయుడు (ధనమును జయించిన అర్జునుడు); పౌణ్డ్రం—పౌణ్డ్రమను పేరు గల శంఖమును; దధ్మౌ—ఊదిరి; మహాశంఖం—భయంకరమైన

శంఖమును; భీమకర్మా–ఘనకార్యములు చేయువాడు; వృకోదరః–భోజనప్రియుడు (భీముడు).

శ్రీకృష్ణభగవానుడు పాంచజన్యమనెడి తన శంఖమును పూరించెను; అర్జునుడు దేవదత్తమనెడి తన శంఖమును పూరించెను; భోజన ప్రియుడును, ఘన కార్యములను చేయువాడును అగు భీముడు పౌండ్ర మనెడి తన మహాశంఖము నూదెను.

భాష్యము : సర్వేంద్రియములకు ప్రభువైనందునే శ్రీకృష్ణుడు ఈ శ్లోకము నందు హృషీకేశుడని తెలుపబడినాడు. జీవులందరును ఆతని అంశలు గావున జీవుల ఇంద్రియములు కూడా ఆతని ఇంద్రియముల అంశలే. నిరాకారవాదులు జీవుల ఇంద్రియములను గూర్చి ఎరుగలేనందున వారిని ఇంద్రియరహితులుగా లేదా నిరాకారులుగా వర్ణింపగోరుదురు. భగవానుడు జీవుల హృదయమునందు నిలిచి వారి ఇంద్రియములను నిర్దేశించుచుండును. కాని ఆతడు జీవుని శరణాగతిని బట్టి నిర్దేశమును గూర్చుచుండును. శుద్ధభక్తుని విషయమున ఆతడు ప్రత్యక్షముగా ఇంద్రియములను నియమించును. ఇచ్చట కురుక్షేత్ర రణరంగమునందు అర్జునుని దివ్యేంద్రియములను ప్రత్యక్షముగా నియమించుటచే శ్రీకృష్ణభగవానునికి ప్రత్యేకముగా "హృషీకేశుడు" అనెడి నామము వాడబడినది. వివిధకార్యములను అనుసరించి భగవానుడు వివిధనామములను కలిగియుండును. ఉదాహరణమునకు మధువనెడి రాక్షసుని సంహరించుట వలన ఆతనికి మధుసూదనుడనెడి నామము కలిగెను. గోవులకు, ఇంద్రియములకు ఆతడు ఆనందము నొసగును కనుక "గోవిందుడు" అనెడి నామము కలిగెను. వసుదేవుని తనయుడై ఆవిర్భవించి నందున "వాసుదేవుడు" అనెడి నామము కలిగెను. దేవకీదేవిని తల్లిగా అంగీకరించినందున "దేవకీనందన" అనెడి నామము కలిగెను. బృందావనమున యశోదకు బాల్యలీలలను దర్శించు అవకాశమొసగినందున "యశోదనందన" అనెడి నామము కలిగెను. స్నేహితుడైన అర్జునునకు సారథిగా వర్తించుట వలన "పార్థసారథి" యను నామము కలిగెను. అదేవిధముగా కురుక్షేత్రరణరంగమున అర్జునునకు నిర్దేశమునొసగుట వలన "హృషీకేశుడు" అను నామము కలిగెను.

వివిధ యజ్ఞముల నిర్వహణకు ధనము అవసరపడినపుడు దానిని సంపాదించుటలో అగ్రజునికి సహాయపడినందున ఈ శ్లోకమున అర్జునుడు ధనంజయునిగా తెలుపబడినాడు. అదేవిధముగా భీముడు వృకోదరునిగా తెలుప

బడినాడు. విపరీతముగా తినుటయే గాక దానికి తగినట్లు హిడింబాసురుని వధించుట వంటి ఘనకార్యములు చేయుటయే అందులకు కారణము. ఈ విధముగా భగవానుడు మొదలుకొని వివిధ మహాయోధులు పూరించిన వారి ప్రత్యేక శంఖములు పాండవపక్షవీరులకు ఉత్సాహమును కలిగించెను. ప్రతిపక్షములో అట్టి ఘనతలు గాని, దివ్యనిర్దేశకుడైన శ్రీకృష్ణుని సన్నిధి గాని, లక్ష్మీదేవి సన్నిధి గాని లేవు. అనగా వారు రణమున ఓడిపోవుట నిశ్చయింప బడియే ఉన్నది. ఆ సందేశమే శంఖధ్వానముల ద్వారా ప్రకటింపబడినది.

16-18

अनन्तविजयं राजा कुन्तीपुत्रो युधिष्ठिरः ।
नकुलः सहदेवश्च सुघोषमणिपुष्पकौ ॥१६॥
काश्यश्च परमेष्वासः शिखण्डी च महारथः ।
धृष्टद्युम्नो विराटश्च सात्यकिश्चापराजितः ॥१७॥
द्रुपदो द्रौपदेयाश्च सर्वशः पृथिवीपते ।
सौभद्रश्च महाबाहुः शङ्खान्दध्मुः पृथक् पृथक् ॥१८॥

అనన్తవిజయం రాజా కున్తీపుత్రో యుధిష్ఠిరః ।
నకులః సహదేవశ్చ సుఘోషమణిపుష్పకౌ ॥
కాశ్యశ్చ పరమేష్వాసః శిఖణ్డీ చ మహారథః ।
ధృష్టద్యుమ్నో విరాటశ్చ సాత్యకిశ్చాపరాజితః ॥
ద్రుపదో ద్రౌపదేయాశ్చ సర్వశః పృథివీపతే ।
సౌభద్రశ్చ మహాబాహుః శంఖాన్ దధ్ముః పృథక్ పృథక్ ॥

అనన్తవిజయం—అనంతవిజయనామక శంఖమును; రాజా—రాజైన; కున్తీపుత్రః—కుంతీ పుత్రుడగు; యుధిష్ఠిరః—ధర్మరాజు; నకులః—నకులుడు; సహదేవః—సహదేవుడు; చ—మరియు; సుఘోషమణిపుష్పకౌ—సుఘోషము మరియు మణిపుష్పకము అనెడి నామములు గల శంఖములను; కాశ్యః—కాశీరాజును; చ—మరియు; పరమేష్వాసః—గొప్ప విలుకాడైన; శిఖణ్డీ చ—శిఖండియు; మహారథః—ఒంటరిగా వేలకొలది యోధులతో పోరాడగల వీరుడును; ధృష్టద్యుమ్నః—ద్రుపదుని కుమారుడగు ధృష్టద్యుమ్నుడును; విరాటః చ—పాండవులకు అజ్ఞాతవాసమున ఆశ్రయమొసగిన విరాటరాజును; సాత్యకిః—సాత్యకి (శ్రీకృష్ణుని రథసారథియైన యుయుధానుడు); చ—మరియు; అపరాజితః—పరాజయమును ఎరుంగనివాడగు; ద్రుపదః—పాంచాల రాజగు ద్రుపదుడు; ద్రౌపదేయాః చ—ద్రౌపదికుమారులును; సర్వశః—అందరు; పృథివీపతే—ఓ రాజా; సౌభద్రః చ—సుభద్రా

తనయుడైన అభిమన్యుడును; మహాబాహుః—గొప్ప భుజపరాక్రమము కలవాడు; శంఖాన్—శంఖములను; దధ్ముః—ఊదిరి; పృథక్ పృథక్—వేరువేరుగా.

ఓ రాజా! కుంతీపుత్రుడైన యుధిష్ఠిరుడు అనంతవిజయమనెడి తన శంఖమును పూరించగా, నకులుడు సుఘోషమనెడి శంఖమును, సహదేవుడు మణిపుష్పకమనెడి శంఖమును పూరించిరి. గొప్ప విలుకాడైన కాశీరాజు, యోధుడైన శిఖండి, ధృష్టద్యుమ్నుడు, విరాటుడు, జయింప రానటువంటి సాత్యకి, ద్రుపదుడు, ద్రౌపదితనయులు, గొప్ప బాహువులు గలిగిన సుభద్రాతనయుడు మున్నగు వీరులందరును తమ తమ శంఖములను పూరించిరి.

భాష్యము : పాండుతనయులను మోసము చేయుట మరియు రాజ్య సింహాసనమును తన పుత్రులకు కట్టబెట్ట యత్నించుట యనెడి అధర్మ యోచన ఏమాత్రము శ్లాఘనీయము కాదని ధృతరాష్ట్రునకు సంజయుడు అతి చతురతతో తెలియజేసినాడు. కురువంశమంతయు ఆ మహారణమునందు సంహరింపబడు ననెడి సూచనలు స్పష్టముగా లభించినవి. పితామహుడైన భీష్ముడు మొదలుకొని మనుమలైన అభిమన్యుని వంటివారి వరకు సర్వులు (ప్రపంచ పలుదేశముల నుండి విచ్చేసిన రాజులతో సహా) అచ్చట నిలిచియుండిరి. వారందరును నశింపనున్నారు. తన కుమారులు అనుసరించిన యుక్తి విధానమును ప్రోత్సహించి యున్నందున ధృతరాష్ట్రుడే ఆ సమస్త ఘోరవిపత్తుకు కారణమై యున్నాడు.

19

स घोषो धार्तराष्ट्राणां हृदयानि व्यदारयत्।
नभश्च पृथिवीं चैव तुमुलोऽभ्यनुनादयन्॥१९॥

స ఘోషో ధార్తరాష్ట్రాణాం హృదయాని వ్యదారయత్ ।
నభశ్చ పృథివీం చైవ తుములో ఽభ్యనునాదయన్ ॥

సః—ఆ; ఘోషః—ధ్వని; ధార్తరాష్ట్రాణాం—ధృతరాష్ట్రుని కుమారుల; హృదయాని—హృదయములను; వ్యదారయత్—భేదించెను; నభః చ—ఆకాశమును; పృథివీం—భూమిని; చ—కూడా; ఏవ—నిశ్చయముగా; తుములః—మిక్కిలి భీకరముగా; అభ్యనునాదయన్—ప్రతిధ్వనింపజేయుచు.

ఆ వివిధశంఖముల ధ్వని అతిభీకరమయ్యెను. భూవ్యాకాశములు

రెండింటిని కంపించుచు అది ధృతరాష్ట్ర తనయుల హృదయములను బ్రద్దలు చేసెను.

భాష్యము : దుర్యోధనుని పక్షమున భీష్మాదులు శంఖధ్వానములు చేసినప్పుడు పాండవపక్షమువారి హృదయములు భేదింపబడలేదు. అట్టి సంఘటనలేవియును ప్రస్తావించబడలేదు. కాని పాండవపక్షపువారు కావించిన ధ్వనులతో ధృతరాష్ట్రుని తనయుల హృదయములు బ్రద్దలాయెనని ఈ శ్లోకమున తెలుపబడినది. పాండవులకు శ్రీకృష్ణభగవానుని యందు గల విశ్వాసమే అందులకు కారణము. దేవదేవుడైన శ్రీకృష్ణభగవానుని శరణుజొచ్చినవాడు ఎట్టి ఘోరవిపత్తు నందైనను భయము నొందవలసిన అవసరము లేదు.

20

अथ व्यवस्थितान् दृष्ट्वा धार्तराष्ट्रान् कपिध्वजः ।
प्रवृत्ते शस्त्रसम्पाते धनुरुद्यम्य पाण्डवः ।
हृषीकेशं तदा वाक्यमिदमाह महीपते ॥२०॥

అథ వ్యవస్థితాన్ దృష్ట్వా ధార్తరాష్ట్రాన్ కపిధ్వజః ।
ప్రవృత్తే శస్త్రసమ్పాతే ధనురుద్యమ్య పాణ్డవః ।
హృషీకేశం తదా వాక్యమిదమాహ మహీపతే ॥

అథ—తరువాత; వ్యవస్థితాన్—నిలిచియున్న; దృష్ట్వా—చూచి; ధార్తరాష్ట్రాన్—ధృతరాష్ట్ర కుమారులను; కపిధ్వజః—హనుమాని చిహ్నముతోనున్న ధ్వజము గల అర్జునుడు; ప్రవృత్తే—ఆరంభింపబోవుచు; శస్త్రసమ్పాతే—బాణములను విసురుటను; ధనుః—ధనస్సును; ఉద్యమ్య—చేపట్టి; పాణ్డవః—పాండురాజు కుమారుడైన అర్జునుడు; హృషీకేశం—శ్రీకృష్ణ భగవానునితో; తదా—అప్పుడు; వాక్యం—వాక్యమును; ఇదం—ఈ; ఆహ—పలికెను; మహీపతే—ఓ రాజా.

ఆ సమయమున పాండుసుతుడైన అర్జునుడు కపిధ్వజము కూర్చబడిన రథమునందు నిలిచి, ధనస్సును చేపట్టి బాణములను విసురుటకు సిద్ధపడెను. ఓ రాజా! వ్యూహముగా నిలిచియున్న ధృతరాష్ట్ర తనయులను గాంచి అతడు శ్రీకృష్ణభగవానునితో ఈ వాక్యములను పలికెను.

భాష్యము : యుద్ధము కొద్ది సమయములో ఆరంభము కానుండెను. యుద్ధరంగమున శ్రీకృష్ణభగవానుని ప్రత్యక్షోపదేశములచే నిర్దేశితులైన పాండవులతో

ఏర్పాటు చేయబడిన అనూహ్యమైన సేనావ్యూహము ధృతరాష్ట్రతనయులను దాదాపు పూర్తిగా నిరుత్సాహపరచినదని పై వాక్యము ద్వారా అవగతమగు చున్నది. హనుమానుని రూపముచే చిహ్నితమైన అర్జునుని ధ్వజము విజయమునకు మరొక సూచనయై యుండెను. ఏలయన, రామ,రావణుల నడుమ జరిగిన యుద్ధములో హనుమంతుడు రామునకు సహాయము చేయగా శ్రీరాముడు విజయము నొందెను. ఇప్పుడు రాముడు మరియు హనుమాను లిరువురును అర్జునునికి సహాయము చేయుటకై అతని రథమున ఉండిరి. శ్రీకృష్ణభగవానుడు స్వయముగా శ్రీరాముడే. అంతియేగాక శ్రీరాముడు ఎచ్చట నుండునో ఆతని నిత్య సేవకుడైన హనుమానుడు మరియు నిత్యసతియైన సీతాదేవి (లక్ష్మిదేవి) అచ్చట నుందురు. కావున వాస్తవమునకు అర్జునునకు ఎట్టి శత్రువు నుండియు భయము నొందుటకు కారణము లేదు. అన్నింటికి మించి హృషీకేశుడైన శ్రీకృష్ణుడు అతనికి మార్గదర్శనము చేయుటకు స్వయముగా ఉపస్థితుడై యుండెను. ఈ విధముగా యుద్ధము నిర్వహించుట యనెడి విషయమున చక్కని సహాయము అర్జునునకు లభ్యమై యుండెను. తన నిత్యభక్తుని కొరకు భగవానుడు ఏర్పరచిన అట్టి శుభకరమైన పరిస్థితులు నిశ్చయమగు విజయమునకు సూచనలు కావించుచున్నవి.

21-22

अर्जुन उवाच

सेनयोरुभयोर्मध्ये रथं स्थापय मेऽच्युत।
यावदेतान्निरीक्षेऽहं योद्धुकामानवस्थितान् ॥२१॥
कैर्मया सह योद्धव्यमस्मिन् रणसमुद्यमे ॥२२॥

అర్జున ఉవాచ

సేనయోరుభయోర్మధ్యే రథం స్థాపయ మే ఽచ్యుత ।
యావదేతాన్నిరీక్షే ఽహం యోద్ధుకామానవస్థితాన్ ॥
కైర్మయా సహ యోద్ధవ్యమస్మిన్ రణసముద్యమే ॥

అర్జునః ఉవాచ—అర్జునుడు పలికెను; సేనయోరుభయోః—రెండుసేనల; మధ్యే—నడుమ; రథమ్—రథమును; స్థాపయ—నిలుపుము; మే—నా యొక్క; అచ్యుత—(ఓ చ్యుతిలేనివాడా) శ్రీకృష్ణా; యావత్—ఎంతవరకు; ఏతాన్—వీరినందరిని; నిరీక్షే—చూడ గలను; అహమ్—నేను; యోద్ధుకామాన్—యుద్ధము చేయగోరి; అవస్థితాన్—యుద్ధ

రంగమున కూడినవారిని; కైః—ఎవరితో; మయా—నాచేత; సహ—కూడా; యోద్ధవ్యమ్—యుద్ధము చేయవలసియున్నదో; అస్మిన్—ఈ; రణసముద్యమే—యుద్ధయత్నమందు.

అర్జునుడు పలికెను : ఓ అచ్యుతా! దయచేసి రెండుసేనల నడుమ నా రథమును నిలుపుము. తద్ద్వారా యుద్ధము చేయగోరి ఇచ్చట ఉపస్థితులైనవారిని మరియు ఈ మహాసంగ్రామమున నేను తలపడ వలసినవారిని గాంచగలుగుదును.

భాష్యము : శ్రీకృష్ణుడు పూర్ణపురుషోత్తముడగు దేవదేవుడైనను తన నిర్హేతుక కరుణ వలన మిత్రుని సేవ యందు నియుక్తుడయ్యెను. తన భక్తుల యెడ ప్రేమను చూపుటలో ఆతడెన్నడును విఫలత్వము నొందడు. కనుకనే ఆతడు ఇచ్చట "అచ్యుతుని"గా సంబోధింపబడినాడు. రథసారథిగా ఆతడు అర్జునుని ఆదేశములను అమలుపరచవలసివచ్చును. ఆ విధముగా నొనర్చుటకు ఆ దేవదేవుడు సంకోచింప నందున అచ్యుతునిగా పిలువబడినాడు. తన భక్తుని కొరకు రథచోదకుని స్థానమును గ్రహించినను ఆతని దివ్యస్థితికి ఎన్నడును భంగము రాదు. అన్ని పరిస్థితుల యందును ఆతడు దేవదేవుడే. ఇంద్రియాధిపతియైన హృషీకేశుడే. భగవానుడు మరియు ఆతని సేవకుని నడుమ గల సంబంధము దివ్యమైనది మరియు మధురమైనది. సేవకుడు సదా భగవానునికి సేవను గూర్చ సంసిద్ధుడై యుండును. అదేవిధముగా భగవానుడు కూడ భక్తునికి ఏదియో కొంత సేవగూర్చెడి అవకాశము కొరకై వేచియుండును. ఆదేశము లొసగువానిగా తాను ఆజ్ఞల నొసగుట కన్నను శుద్ధభక్తుడైనవాడు తననే ఆజ్ఞాపించు స్థానమును గైకొనినచో ఆతడు మిక్కిలి ముదమందును. వాస్తవమునకు ఆతడు ప్రభువైనందున ప్రతియొక్కరు ఆతని ఆజ్ఞానుపాలకులే. ఆజ్ఞాపించుటకు ఆతనికి అధికులెవ్వరును లేరు. కాని తనను శుద్ధభక్తుడైనవాడు ఆజ్ఞాపించుట తటస్థించినపుడు ఆ దేవదేవుడు దివ్యానందము ననుభవించును. అయినప్పటికిని అన్ని పరిస్థితుల యందును ఆతడు అచ్యుతుడైన ప్రభువే అయియున్నాడు.

భగవానుని శుద్ధభక్తునిగా అర్జునుడు జ్ఞాతులతో మరియు సోదరులతో యుద్ధము చేయగోరలేదు. కాని ఎటువంటి శాంతిమయ రాయబారమునకు సైతము సమ్మతింపని దుర్యోధనుని మొండితనము వలననే అతడు యుద్ధ రంగమునకు బలవంతముగా రావలసివచ్చెను. కనుకనే యుద్ధరంగమునందు ఏ

ప్రముఖులు ఉపస్థితులై యుండిరా యని గాంచుటలో అతడు ఆతురతను కలిగి యుండెను. రణరంగమున శాంతియత్నములు చేయుటన్న ప్రశ్నలేకున్నను వారిని అతడు తిరిగి చూడగోరెను. అంతియేగాక అవాంఛితమైన యుద్ధము వైపుకు వారెంత మ్రొగ్గు చూపియుండిరో అతడు గాంచగోరెను.

23

योत्स्यमानानवेक्षेऽहं य एतेऽत्र समागताः ।
धार्तराष्ट्रस्य दुर्बुद्धेर्युद्धे प्रियचिकीर्षवः ॥२३॥

యోత్స్యమానానవేక్షే ఽహం య ఏతే ఽత్ర సమాగతాః ।
ధార్తరాష్ట్రస్య దుర్బుద్ధేర్యుద్ధే ప్రియచికీర్షవః ॥

యోత్స్యమానాన్—యుద్ధము చేయగోరువారిని; అవేక్షే—చూచెదను; అహం—నేను; యే—ఎవరు; ఏతే—వారు; అత్ర—ఇచ్చట; సమాగతాః—సమకూడియున్నారో; ధార్తరాష్ట్రస్య—ధృతరాష్ట్రకుమారునికి; దుర్బుద్ధేః—చెడ్డబుద్ధి కలవాడు; యుద్ధే—యుద్ధమునందు; ప్రియచికీర్షవః—ప్రియమును కూర్చగోరి.

దుష్టబుద్ధి గల ధృతరాష్ట్రతనయునికి ప్రియమును గూర్చుటకై యుద్ధము నొనరించుటకు ఇచ్చటకు విచ్చేసిన వారిని నేను చూచెదను.

భాష్యము : తన తండ్రియైన ధృతరాష్ట్రుని సహాయమున దుష్టప్రణాళికల ద్వారా పాండవుల రాజ్యమును దుర్యోధనుడు హరింప గోరెనుట బహిరంగ రహస్యము. అనగా దుర్యోధనుని పక్షమున చేరిన వారందరును అతని లక్షణములను పోలినవారే. యుద్ధారంభమునకు పూర్వము రణరంగమున వారిని అర్జునుడు గాంచదలిచెను. వారెవరా యని తెలిసికొనుటయే గాని వారితో శాంతిమంతనములు జరిపెడి భావన అర్జునునకు లేదు. తన చెంతనే శ్రీకృష్ణభగవానుడు ఉపస్థితుడై యున్నందున విజయమును గూర్చి సంపూర్ణ విశ్వాసమున్నను తాను తలపడ వలసియున్నవారి బలమును అంచనా వేయుటకు అర్జునుడు వారిని చూడ గోరెనుటయు ఒక ముఖ్యవిషయమే.

24

सञ्जय उवाच

एवमुक्तो हृषीकेशो गुडाकेशेन भारत ।
सेनयोरुभयोर्मध्ये स्थापयित्वा रथोत्तमम् ॥२४॥

సంజయ ఉవాచ
ఏవముక్తో హృషీకేశో గుడాకేశేన భారత ।
సేనయోరుభయోర్మధ్యే స్థాపయిత్వా రథోత్తమమ్ ॥

సంజయః ఉవాచ—సంజయుడు పలికెను; ఏవం—ఆ విధముగా; ఉక్తః—సంబోధింపబడినవాడై; హృషీకేశః—శ్రీకృష్ణభగవానుడు; గుడాకేశేన—అర్జునునిచే; భారత—ఓ భరతవంశీయుడా; సేనయోరుభయోః—రెండుసేనల యొక్క; మధ్యే—నడుమ; స్థాపయిత్వా —నిలిపి; రథోత్తమమ్ —శ్రేష్ఠమైన రథమును.

సంజయుడు పలికెను : ఓ భరతవంశీయుడా! అర్జునునిచే ఆ విధముగా సంబోధింపబడినవాడై శ్రీకృష్ణభగవానుడు ఉత్తమమైన రథమును ఇరుపక్షపు సేనల నడుమ నిలిపెను.

భాష్యము : ఈ శ్లోకము నందు అర్జునుడు గుడాకేశునిగా సంబోధింపబడినాడు. "గుడాక"మనగా నిద్ర యని భావము. అట్టి నిద్రను జయించినవాడు గుడాకేశునిగా పిలువబడును. నిద్రయనగా అజ్ఞానమనియు భావము. అనగా అర్జునుడు శ్రీకృష్ణభగవానుని సఖ్యము కారణమున నిద్ర మరియు అజ్ఞానము రెండింటిని జయించెను. కృష్ణభక్తునిగా అతడు శ్రీకృష్ణభగవానుని క్షణకాలము కూడ మరచి యుండలేదు. ఏలయన అదియే భక్తుని లక్షణము. నిద్రయందైనను లేదా మెలకువ యందైనను భక్తుడెన్నడును శ్రీకృష్ణుని నామ, రూప, గుణ, లీలల స్మరణమును మరువడు. ఆ విధముగా కృష్ణభక్తుడు శ్రీకృష్ణునే నిరంతరము తలచుచు నిద్ర మరియు అజ్ఞానము రెండింటిని సులభముగా జయింపగలుగును. ఇదియే "కృష్ణభక్తిరసభావనము" లేదా సమాధి యని పిలువబడుచున్నది. హృషీకేశునిగా లేదా ప్రతిజీవి యొక్క ఇంద్రియమనముల నిర్దేశకునిగా శ్రీకృష్ణభగవానుడు ఇరుసేనల నడుమ రథమును నిలుపుమనెడి అర్జునుని ప్రయోజనమును అవగతము చేసికొనెను. కనుకనే ఆతడు ఆ విధముగా నొనర్చి ఈ క్రింది విధముగా పలికెను.

25

भीष्मद्रोणप्रमुखत: सर्वेषां च महीक्षिताम्।
उवाच पार्थ पश्यैतान् समवेतान् कुरूनिति ॥२५॥

భీష్మద్రోణప్రముఖతః సర్వేషాం చ మహీక్షితామ్ ।
ఉవాచ పార్థ పశ్యైతాన్ సమవేతాన్ కురూనితి ॥

భీష్మ—భీష్మపితామహుడు; ద్రోణ—గురువైన ద్రోణుడు; ప్రముఖతః—సమ్ముఖమున; సర్వేషాం—అందరు; చ—కూడా; మహీక్షితాం—భూపాలకులు; ఉవాచ—పలికెను; పార్థ—ఓ పృథాకుమారా; పశ్య—చూడుము; ఏతాన్—వారందరిని; సమవేతాన్—కూడిన; కురూన్—కురువంశీయులను; ఇతి—ఆ విధముగా.

భీష్ముడు, ద్రోణుడు మరియు ఇతర భూపాలకుల సమక్షమున శ్రీకృష్ణుడు "ఓ పార్థా! ఇచ్చట కూడియున్నటువంటి కురువంశీయులందరిని గాంచుము" అని పలికెను.

భాష్యము : సకలజీవుల యందున్న పరమాత్మునిగా శ్రీకృష్ణుడు అర్జునుని మనస్సులోని ఆలోచనలను అవగతము చేసికొనగలిగెను. ఈ సందర్భమున ఉపయోగింపబడిన హృషీకేశుడు అనెడి పదము ఆ దేవదేవుడు సమస్తము నెరుగునని సూచించుచున్నది. పార్థా (కుంతీతనయుడు లేదా పృథాతనయుడు) అనెడి పదము కూడ అర్జునుని విషయమున ప్రాధాన్యమును కలిగియున్నది. పృథా (తన తండ్రియగు వసుదేవుని సోదరి) తనయుడు కనుకనే తాను సారథి యగుటకు అంగీకరించితినని శ్రీకృష్ణభగవానుడు అర్జునునకు మిత్రునిగా తెలియజేయగోరెను. ఇక "కురువంశీయులను గాంచుము" అని అర్జునునితో శ్రీకృష్ణుడు పలుకుటలో ఉద్దేశ్యమేమి? యుద్ధమును అచ్చటనే నిలిపివేయవలెనని అర్జునుడు కోరెనాయేమి? తన మేనత్తకుమారుడైన అర్జునుని నుండి అట్టి విషయమును శ్రీకృష్ణుడు ఎన్నడును ఊహించియుండలేదు. ఈ విధముగా అర్జునుని మనస్సును శ్రీకృష్ణుడు స్నేహపూరిత హాస్యధోరణిలో దర్శించెను.

26

तत्रापश्यत् स्थितान् पार्थः पितॄनथ पितामहान्।
आचार्यान्मातुलान् भ्रातॄन् पुत्रान् पौत्रान् सखींस्तथा।
श्वशुरान् सुहृदश्चैव सेनयोरुभयोरपि ॥२६॥

తత్రాపశ్యత్ స్థితాన్ పార్థః పితౄనథ పితామహాన్ ।
ఆచార్యాన్మాతులాన్ భ్రాతౄన్ పుత్రాన్ పౌత్రాన్ సఖీంస్తథా ।
శ్వశురాన్ సుహృదశ్చైవ సేనయోరుభయోరపి ॥

తత్ర—అచ్చట; అపశ్యత్—చూచెను; స్థితాన్—నిలబడియున్న; పార్థః—అర్జునుడు; పితౄన్—తండ్రులను; అథ—కూడా; పితామహాన్—తాతలను; ఆచార్యాన్—గురువులను; మాతులాన్—మేనమామలను; భ్రాతౄన్—సోదరులను; పుత్రాన్—కుమారులను; పౌత్రాన్—

మనుమలను; సఖీన్—మిత్రులను; తథా—అట్లే; శ్వశురాన్—మామలను; సుహృదః—శ్రేయోభిలాషులను; చ—కూడా; ఏవ—నిశ్చయముగా; సేనయోరుభయోః—రెండు సేనల; అపి—యందును.

ఇరుపక్షపు సేనల నడుమ నిలిచిన అర్జునుడు అచ్చట తండ్రులను, తాతలను, గురువులను, మేనమామలను, సోదరులను, పుత్రులను, మనుమలను, స్నేహితులను, మామలను, శ్రేయోభిలాషులను గాంచెను.

భాష్యము : రణరంగమునందు అర్జునుడు సమస్తబంధువులను గాంచెను. తన తండ్రి కాలమునాటి భూరిశ్రవుని వంటివారిని, తాతలైన భీష్ముడు మరియు సోమదత్తులను, ద్రోణాచార్యుడు మరియు కృపాచార్యుల వంటి గురువులను, శల్యుడు మరియు శకుని వంటి మేనమామలను, దుర్యోధనుని వంటి సోదరులను, లక్ష్మణుని వంటి పుత్రులను, అశ్వత్థామ వంటి స్నేహితులను, కృతవర్మ వంటి శ్రేయోభిలాషులను అతడు గాంచెను. పలువురు మిత్రులను గూడియున్న సైన్యమును కూడ అతడు చూడగలిగెను.

27

तान् समीक्ष्य स कौन्तेयः सर्वान् बन्धूनवस्थितान्।
कृपया परयाविष्टो विषीदन्निदमब्रवीत् ॥२७॥

తాన్ సమీక్ష్య స కౌన్తేయః సర్వాన్ బన్ధూనవస్థితాన్ ।
కృపయా పరయావిష్టో విషీదన్నిదమబ్రవీత్ ॥

తాన్—వారినందరిని; సమీక్ష్య—చూచిన పిమ్మట; సః—అతడు; కౌన్తేయః—కుంతీ పుత్రుడు; సర్వాన్—నానావిధ; బన్ధూన్—బంధువులను; అవస్థితాన్—చేరియున్నట్టి; కృపయా—జాలితో; పరయా—అధికమైన; ఆవిష్టః—ఆవరింపబడినవాడై; విషీదన్—చింతించుచు; ఇదమ్—ఇట్లు; అబ్రవీత్—పలికెను.

నానావిధ బంధువులను, స్నేహితులను గాంచినంతట కుంతీతనయుడైన అర్జునుడు కరుణను గూడినవాడై ఈ విధముగా పలికెను.

28

अर्जुन उवाच

दृष्ट्वेमं स्वजनं कृष्ण युयुत्सुं समुपस्थितम्।
सीदन्ति मम गात्राणि मुखं च परिशुष्यति ॥२८॥

అర్జున ఉవాచ

దృష్ట్వేమం స్వజనం కృష్ణం యుయుత్సుం సముపస్థితమ్ ।
సీదన్తి మమ గాత్రాణి ముఖం చ పరిశుష్యతి ॥

అర్జునః ఉవాచ—అర్జునుడు పలికెను; **దృష్ట్వా**—చూచి; **ఇమమ్**—ఈ; **స్వజనమ్**—జ్ఞాతులను; **కృష్ణ**—ఓ కృష్ణా; **యుయుత్సుమ్**—యుద్ధోత్సాహముతో; **సముపస్థితమ్**—సమావేశమై యున్న; **సీదన్తి**—కంపించుచున్నవి; **మమ**—నా యొక్క; **గాత్రాణి**—శరీరావయవములు; **ముఖమ్**—నోరు; **చ**—కూడా; **పరిశుష్యతి**—ఎండిపోవుచున్నది.

అర్జునుడు పలికెను: ఓ కృష్ణా! యుద్ధోత్సాహమున నా యెదుట నిలిచి యున్న మిత్రులను మరియు బంధువులను గాంచి నా శరీరావయవములు కంపించుచున్నవి. నోరు ఎండిపోవుచున్నది.

భాష్యము : శ్రీకృష్ణభగవానుని యెడ నిష్కపటమైన భక్తికలవాడెవడైనను దివ్య పురుషుల యందు లేదా దేవతల యందు గోచరించు సమస్త సద్గుణములను కలిగియుండును. కాని అభక్తుడైనవాడు విద్య మరియు సంస్కృతుల ద్వారా ఎంతటి లౌకికయోగ్యతలను కలిగియున్నప్పటికిని భగవద్గుణములు లోపించి యుండును. తమలో తాము యుద్ధము చేయుటకు సిద్ధపడిన జ్ఞాతులను, స్నేహితులను, బంధువులను గాంచినంతనే అర్జునుడు వారి యెడ దయాపూర్ణ హృదయుడయ్యెను. తన సైనికులకు సంబంధించినంతవరకు అతడు వారి యెడ మొదటి నుండియు కరుణను కలిగియుండెను. అంతియేగాక ప్రతిపక్షపు సైనికుల యెడను వారి నిశ్చయమైన మరణమును వీక్షించుచు కరుణాభావమును పొందెను. అతడు ఆ విధముగా తలచుచుండ శరీరావయవములు కంపించెను. నోరు ఎండిపోయెను. వారి యుద్ధోత్సాహమును గాంచి అతడు దాదాపు పూర్తిగా ఆశ్చర్యచకితుడయ్యెను. దాదాపు రాజవంశమంతయు (అర్జునుని రక్త సంబంధికులు) అతనితో యుద్ధము చేయ అరుదెంచెను. కరుణాపూర్ణుడైన అర్జునుని ఈ విషయము ఉద్విగ్నపరచెను. ఇచ్చట తెలుపబడనప్పటికిని అతని శరీరాంగములు కంపించుట, నోరు ఎండిపోవుటయే గాక అతడు కరుణాపూర్ణుడై రోదించుచుండెననియు ఎవరైనను ఊహింపగలరు. అర్జునుని యందలి ఇట్టి లక్షణములు అతని మృదుహృదయము వలననే కలిగినవి గాని శక్తిహీనత వలన కాదు. అట్టి మృదుహృదయము శుద్ధభక్తుని ముఖ్యలక్షణము. కావుననే భాగవతము (5.18.12) నందు ఈ క్రింది విధముగా తెలుపబడినది.

యస్యాస్తి భక్తి ర్భగవత్యకించనా సర్వైర్గుణై స్తత్ర సమాసతే సురాః ।
హరావభక్తస్య కుతో మహద్గుణాః మనోరథేనాసతి ధావతో బహిః ॥

"దేవదేవుడైన శ్రీకృష్ణుని యందు అకుంఠితమైన భక్తి గలవాడు దేవతల సర్వ శుభలక్షణములను కలిగియుండును. కాని అభక్తుడైనవాడు కేవలము తుచ్ఛములైన లౌకికయోగ్యతలనే కలిగియుండును. అట్టి అభక్తుడు మానసికస్థాయిలో వర్తించుచు భౌతికశక్తికి ఆకర్షితుడగుటయే అందులకు కారణము."

29

वेपथुश्च शरीरे मे रोमहर्षश्च जायते।
गाण्डीवं स्रंसते हस्तात् त्वक्चैव परिदह्यते ॥२९॥

వేపథుశ్చ శరీరే మే రోమహర్షశ్చ జాయతే ।
గాణ్డీవం స్రంసతే హస్తాత్ త్వక్చైవ పరిదహ్యతే ॥

వేపథుః—దేహకంపనమును; చ—కూడా; శరీరే—దేహమందు; మే—నాయొక్క; రోమహర్షః చ—రోమాంచము; జాయతే—కలుగుచున్నది; గాణ్డీవం—అర్జునుని ధనస్సు; స్రంసతే—జారిపోవుచున్నది; హస్తాత్—చేతి నుండి; త్వక్—చర్మము; చ—కూడా; ఏవ—నిశ్చయముగా; పరిదహ్యతే—మండిపోవుచున్నది.

నా దేహమంతయు కంపించుచున్నది. నాకు రోమాంచమగుచున్నది. గాండీవధనస్సు నా చేతి నుండి జారిపోవుచున్నది, నా చర్మము మండిపోవు చున్నది.

భాష్యము : రెండువిధములైన దేహకంపనములు కలవు. అదేవిధముగా రోమాంచితమగుట కూడా రెండురకములు. అట్టి విషయము ఆధ్యాత్మిక తన్మయత్వములో గాని, భౌతికపరిస్థితి యందు తీవ్రభయములో గాని కలుగుచుండును. దివ్యానుభవమునందు భయమనునది ఉండదు. ఇట్టి పరిస్థితిలో అర్జునుని యందు గోచరించు లక్షణములు ప్రాణహాని యనెడి భౌతికభయము వలన కలుగుచున్నవి. అతని ఇతర లక్షణముల నుండి కూడ ఇది ప్రతీతమగుచున్నది. ప్రసిద్ధమైన గాండీవధనస్సు చేతి నుండి జారిపోవునంతగా అతడు అసహనము పొందెను. హృదయము మండుచున్న కారణమున చర్మము సైతము మండుచున్న భావనను అతడు పొందెను. ఇవన్నియును జీవితపు భౌతికభావన వలననే కలిగినట్టివి.

30

न च शक्नोम्यवस्थातुं भ्रमतीव च मे मनः।
निमित्तानि च पश्यामि विपरीतानि केशव ॥३०॥

న చ శక్నోమ్యవస్థాతుం భ్రమతీవ చ మే మనః ।
నిమిత్తాని చ పశ్యామి విపరీతాని కేశవ ॥

న చ శక్నోమి—శక్తుడను కాకున్నాను; అవస్థాతుం—నిలబడుటకు; భ్రమతి—మరచిపోవుచున్నాను; ఇవ—వలె; చ—మరియు; మే—నా యొక్క; మనః—మనస్సు; నిమిత్తాని చ—కారణములు కూడా; పశ్యామి—చూచుచున్నాను; విపరీతాని—విరుద్ధములైనవి; కేశవ—కేశి యను రాక్షసుని సంహరించినవాడా (శ్రీకృష్ణా!).

నేను ఇపుడు ఏ మాత్రము నిలబడలేకపోవుచున్నాను. నన్ను నేనే మరచిపోవుచున్నాను. నా మనస్సు చలించుచున్నది. ఓ కృష్ణా! కేశిసంహారీ! కేవలము విపరీతములనే నేను గాంచుచున్నాను.

భాష్యము : అసహనత కారణమున అర్జునుడు యుద్ధరంగమున నిలువ అశక్తుడై యుండెను. ఈ మనోదుర్బలత వలన అతడు తననే మరచిపోవుచుండెను. భౌతికవిషయముల యెడ అధికాసక్తి యనునది మనుజుని అట్టి భ్రాంతిమయ స్థితి యందు నిలుపును. "భయమ్ ద్వితీయాభినివేశతః స్యాత్" (భాగవతము 11.2.37) భౌతికపరిస్థితులచే తీవ్రముగా ప్రభావితులైన వారి యందు అట్టి భయము, మానసిక అస్థిరత కలుగుచుండును. అర్జునుడు యుద్ధరంగమునందు బాధామయమైన విపరీతములనే దర్శించసాగెను. శత్రువులపై విజయము సాధించినను అతడు ఆనందము పొందలేనట్లుగా నుండెను. ఇచ్చట "నిమిత్తాని విపరీతాని" అను పదములు ప్రాముఖ్యమును కలిగియున్నవి. మనుజుడు తన ఆకాంక్షలలో కేవలము విఫలత్వమునే గాంచినపుడు "నేనిచట ఎందుల కున్నాను?" అని తలపోయును. సాధారణముగా ప్రతియొక్కరు తన యందు, తన స్వీయ క్షేమమునందు ప్రియమును కలిగియుందురు. భగవానుని యందు ఎవ్వరును ప్రియమును కలిగియుండరు. ఇచ్చట శ్రీకృష్ణుని సంకల్పమున అర్జునుడు తన నిజలాభము పట్ల జ్ఞానశూన్యతను ప్రదర్శించుచున్నాడు. ప్రతియొక్కరి నిజలాభము (స్వార్థగతి) విష్ణువు లేదా శ్రీకృష్ణుని యందే కలదు. బద్ధజీవుడు ఈ విషయమును మరచుట చేతనే భౌతికక్లేశముల ననుభవించును. రణరంగము

నందు లభించెడి విజయము తనకు దుఃఖకారణమే కాగలదని అర్జునుడు తలపోసెను.

31

न च श्रेयोऽनुपश्यामि हत्वा स्वजनमाहवे।
न काङ्क्षे विजयं कृष्ण न च राज्यं सुखानि च ॥३१॥

న చ శ్రేయో ऽనుపశ్యామి హత్వా స్వజనమాహవే ।
న కాంక్షే విజయం కృష్ణ న చ రాజ్యం సుఖాని చ ॥

శ్రేయః—మేలు; న చ అనుపశ్యామి—గాంచలేకున్నాను; హత్వా—చంపి; స్వజనం—స్వజనమును; ఆహవే—యుద్ధమునందు; న కాంక్షే—కోరను; విజయం—విజయమును; కృష్ణ—ఓ కృష్ణా; న చ రాజ్యమ్—రాజ్యమును కూడా; సుఖాని చ—దాని వలన కలుగు సౌఖ్యములను కూడా.

ఓ కృష్ణా! ఈ యుద్ధమునందు నా స్వజనమును చంపుటద్వారా ఏ విధముగా శ్రేయస్సు కలుగగలదో నేను గాంచలేకున్నాను. తదనంతర విజయమును గాని, రాజ్యమును గాని, సుఖమును గాని నేను వాంఛింపలేకున్నాను.

భాష్యము : మనుజుని నిజలాభము విష్ణువు (లేదా కృష్ణుడు) నందే కలదని తెలియక బద్ధజీవులు దేహపరబంధముల యెడ ఆకర్షితులగుదురు. వాటి యందు తాము ఆనందమును పొందగలమని వారు అభిలషింతురు. జీవితపు అట్టి అంధమయభావనలో వారు భౌతికసుఖమునకు హేతువులైన వాటిని కూడ మరచిపోవుదురు. ఇచ్చట అర్జునుడు క్షత్రియధర్మమును మరచినట్లుగా తోచుచున్నది. శ్రీకృష్ణుని ప్రత్యక్ష ఆదేశములో రణరంగమునందు మరణించు క్షత్రియుడు మరియు ఆధ్యాత్మికానుభవము కొరకే అంకితమైన సన్న్యాసి యనెడి ఇరువురు శక్తివంతమును, తేజోమయమును అగు సూర్యమండలమున ప్రవేశింపయోగ్యులు కాగలరని తెలుపబడినది. బంధువుల మాట అటుంచి శత్రువులను వధించుటకు కూడ అర్జునుడు విముఖుడై యుండెను. బంధువులను చంపుట వలన తనకు జీవితమున సుఖము లభింపదని అతడు భావించెను. కనుకనే ఆకలిలేనివాడు వంట చేయుటకు నిరాకరించురీతి అతడు యుద్ధము చేయుటకు ఇచ్ఛగింపలేదు. ఇపుడతడు వనముకేగి వ్యర్థముగా ఒంటరిజీవితమును గడుప నిశ్చయించుకొనెను. క్షత్రియునిగా జీవనార్థమై అతనికి ఒక రాజ్యము అవసరము.

ఏలయన క్షత్రియులు ఇతర ఏ వృత్తుల యందును నియుక్తులు కాజాలరు. కాని ప్రస్తుతము అర్జునుడు రాజ్యమును కలిగిలేడు. జ్ఞాతులతో, సోదరులతో పోరాడి పితృదత్తమైన రాజ్యమును తిరిగి పొందుట ఒక్కటే రాజ్యమును పొందుటకు అర్జునునకు అవకాశమై యుండెను. కాని ఆ విధముగా ఒనర్చుటకు అతడు ఇష్టపడ లేదు. కనుకనే ఒంటరిగా విఫలజీవితమును గడుపుటకు వనమున కేగుట ఒక్కటే తనకు తగినదని అతడు భావించెను.

32-35

किं नो राज्येन गोविन्द किं भोगैर्जीवितेन वा।
येषामर्थे काङ्क्षितं नो राज्यं भोगाः सुखानि च ॥३२॥
त इमेऽवस्थिता युद्धे प्राणांस्त्यक्त्वा धनानि च।
आचार्याः पितरः पुत्रास्तथैव च पितामहाः ॥३३॥
मातुलाः श्वशुराः पौत्राः श्यालाः सम्बन्धिनस्तथा।
एतान्न हन्तुमिच्छामि घ्नतोऽपि मधुसूदन ॥३४॥
अपि त्रैलोक्यराज्यस्य हेतोः किं नु महीकृते।
निहत्य धार्तराष्ट्रान्नः का प्रीतिः स्याज्जनार्दन ॥३५॥

కిం నో రాజ్యేన గోవిన్ద కిం భోగైర్జీవితేన వా ।
యేషామర్థే కాంక్షితం నో రాజ్యం భోగాః సుఖాని చ ॥
త ఇమేఽవస్థితా యుద్ధే ప్రాణాం స్త్యక్త్వా ధనాని చ ।
ఆచార్యాః పితరః పుత్రాస్తథైవ చ పితామహాః ॥
మాతులాః శ్వశురాః పౌత్రాః శ్యాలాః సంబంధినస్తథా ।
ఏతాన్న హన్తుమిచ్ఛామి ఘ్నతో ఽపి మధుసూదన ॥
అపి త్రైలోక్యరాజ్యస్య హేతోః కిం ను మహీకృతే ।
నిహత్య ధార్తరాష్ట్రాన్నః కా ప్రీతిః స్యాజ్జనార్దన ॥

కిమ్—ఏమి ప్రయోజనము; నః—మాకు; రాజ్యేన—రాజ్యము; గోవిన్ద—ఓ కృష్ణా; కిమ్—ఏమి; భోగైః—భోగానుభవము; జీవితేన వా—జీవితమునైనను; యేషాం—ఎవరి యొక్క; అర్థే—ప్రయోజనము కొరకు; కాంక్షితం—కోరబడినదో; నః—మాచే; రాజ్యం—రాజ్యము; భోగాః—ఐహికములగు భోగములు; సుఖాని చ—సుఖములును; తే ఇమే—వారందరును; అవస్థితాః—కూడియున్నారు; యుద్ధే—యుద్ధరంగమందు; ప్రాణాన్—ప్రాణములను; త్యక్త్వా—విడిచి; ధనాని చ—ధనములను కూడా; ఆచార్యాః—గురువులు; పితరః—

తండ్రులు; పుత్రాః—కుమారులు; తథా—అలాగుననే; ఏవ—నిశ్చయముగా; చ—కూడా; పితామహాః—తాతలు; మాతులాః—మేనమామలు; శ్వశురాః—మామలు; పౌత్రాః—మనుమలు; శ్యాలాః—బావమరుదులు; సంబంధినః—బంధువులు; తథా—అట్లే; ఏతాన్—వీరిని; హన్తుం—చంపుటకు; న ఇచ్ఛామి—నేను కోరను; ఘ్నతః అపి—చంపబడినను; మధుసూదన—మధువనెడి రాక్షసుని చంపిన ఓ కృష్ణా; అపి—అయినను; త్రైలోక్యరాజ్యస్య—ముల్లోక రాజ్యమును; హేతోః—పొందినను; కిం ను—ఇంక చెప్పనేమి; మహీకృతే—ధరిత్రికొరకు; నిహత్య—చంపి; ధార్తరాష్ట్రాన్—ధృతరాష్ట్రకుమారులను; నః—మాకు; కా ప్రీతిః—ఏమి ప్రియము; స్యాత్—కలుగును; జనార్దన—సమస్త జీవులందరిని పోషించు శ్రీకృష్ణా.

ఓ గోవిందా! మేమెవరి కొరకు రాజ్యమును, సుఖమును, చివరకు జీవనమును సైతము కోరుచున్నామో వారందరును ఈ యుద్ధరంగమున నిలిచి యుండగా ఆ రాజ్యాదులవలన మాకు కలుగు ప్రయోజనమేమి? ఓ మధుసూదనా! ఆచార్యులు, తండ్రులు, పుత్రులు, తాతలు, మేనమామలు, మామలు, మనుమలు, బావమరుదులు, ఇతర బంధువులందరును తమ ఆస్తులను మరియు ప్రాణములను విడిచిపెట్టుటకు సంసిద్ధులై నా యెదుట నిలబడి నన్ను చంపగోరినను నేనెందులకు వారిని చంపగోరవలెను? ఓ జనార్దనా! ఈ ధరిత్రి విషయమటుంచి ముల్లోకములను పొందినను నేను వారితో యుద్ధము చేయుటకు సిద్ధముగా లేను. ధృతరాష్ట్రుని తనయులను వధించుట వలన మేమెట్టి ఆనందమును పొందగలము?

భాష్యము : గోవులకు, ఇంద్రియములకు శ్రీకృష్ణుడు ఆనందధ్యేయమైన కారణమున ఆతనిని అర్జునుడు ఇచ్చట "గోవిందా" యని సంబోధించినాడు. ఈ ప్రత్యేక పదప్రయోగము ద్వారా అర్జునుడు ఏది తనను ఆనందపరచగలదో శ్రీకృష్ణుడు ఎరుగవలెనని సూచించుచున్నాడు. కాని మన ఇంద్రియతృప్తి కొరకై గోవిందుడు నిర్దేశింపబడలేదు. అయినప్పటికిని ఆ గోవిందుని తృప్తిపరచుటకు యత్నించినచో అప్రయత్నముగా మనము కూడా తృప్తినొందగలము. ప్రతియొక్కరు తమ ఇంద్రియములను తృప్తిపరచవలెననియే వాంఛింతురు మరియు అట్టి ఆనందమును భగవానుడు ఒసగవలెననియు కోరుదురు. కాని భగవానుడు జీవులెంతవరకు అర్హులో అంతవరకే వారికి ఇంద్రియభోగము నొసగును గాని వారు కోరినంత కాదు. కాని మనుజుడు అట్లుగాక భిన్నమార్గమును చేపట్టినపుడు, అనగా తన ఇంద్రియముల తృప్తిని కోరకుండ గోవిందుని

ప్రియము కొరకే యత్నించినపుడు ఆతని కరుణచే సమస్త కోరికలను పూర్ణము చేసికొనగలడు. తన జాతి మరియు కుటుంబసభ్యుల యెడ అర్జునుడు కనబరచిన ప్రగాఢ అనురాగమునకు వారి యెడ అతనికి గల సహజకరుణయే కొంత కారణమై యున్నది. కనుకనే అతడు యుద్ధమునకు సిద్ధపడలేదు. సాధారణముగా ప్రతి యొక్కరు తమ ధనసంపత్తులను బంధు,మిత్రులకు ప్రదర్శింపవలెనని తలతురు. బంధుమిత్రులందరును యుద్ధమున మరణింతురు కావున యుద్ధవిజయము తదుపరి తన సంపదను వారితో కలిసి పంచుకొనజాలనని అర్జునుడు భీతి చెందెను. లౌకికజీవనమునందలి భావములు ఈ విధముగనే ఉండును. కాని ఆధ్యాత్మిక జీవనము దీనికి భిన్నమైనట్టిది. భక్తుడు సదా భగవానుని కోరికలను పూర్ణము చేయవలెననియే కోరును కనుక ఆ దేవదేవుని సేవ కొరకు (ఆతడు అంగీకరించినచో) అన్నివిధములైన సంపదలను స్వీకరించును. భగవానుడు అంగీకరింపనిచో ఆ భక్తుడు చిల్లిగవ్వనైనను తాకరాదు. అర్జునుడు తన బంధువులను చంపగోరలేదు. వారిని చంపవలసియే వచ్చినచో కృష్ణుడే స్వయముగా వారిని సంహరింపవలెనని అతడు కోరెను. యుద్ధరంగమునకు అరుదెంచక పూర్వమే శ్రీకృష్ణుడు వారిని సంహరించియుండెననియు మరియు తాను కేవలము శ్రీకృష్ణునికి పనిముట్టుగా కావలసియున్నదనియు ఈ క్షణమున అర్జునుడు ఎరుగకున్నాడు. ఈ సత్యము రాబోవు అధ్యాయములలో తెలుపబడినది. భగవానుని సహజ భక్తుడైన కారణమున అర్జునుడు తన దుష్టజ్ఞాతుల యెడ మరియు సోదరుల యెడ ప్రతిక్రియ చేయగోరలేదు. కాని వారిని వధింపవలెననుట శ్రీకృష్ణుని సంకల్పమై యుండెను. భగవద్భక్తుడెన్నడును దుష్టుని యెడ ప్రతీకారము చేయడు. కాని భక్తుల యెడ దుష్టులు కావించు తప్పిదమును మాత్రము భగవానుడు సహింపడు. భగవానుడు తన విషయమున ఎవరినైనను క్షమింపగలడు గాని భక్తులకు హాని గూర్చినవానిని మాత్రము క్షమింపడు. కనుకనే అర్జునుడు క్షమింపగోరినను దుష్టులను దునుమాడుటకే శ్రీకృష్ణభగవానుడు నిశ్చయుడై యుండెను.

36

पापमेवाश्रयेदस्मान् हत्वैतानाततायिनः।
तस्मान्नार्हा वयं हन्तुं धार्तराष्ट्रान् सबान्धवान्।
स्वजनं हि कथं हत्वा सुखिनः स्याम माधव ॥३६॥

పాపమేవాశ్రయేదస్మాన్ హత్వైతానాతతాయినః ।
తస్మాన్నార్హా వయం హన్తుం ధార్తరాష్ట్రాన్ స్వబాన్ధవాన్ ।
స్వజనం హి కథం హత్వా సుఖినః స్యామ మాధవ ॥

పాపం—పాపములు; ఏవ—నిశ్చయముగా; ఆశ్రయేత్—కలుగును; అస్మాన్—మాకు; హత్వా—చంపుట వలన; ఏతాన్—ఈ; ఆతతాయినః—దుర్మార్గులను; తస్మాత్—అందుచే; న అర్హాః—తగినవారము కాము; వయం—మేము; హన్తుం—చంపుటకు; ధార్తరాష్ట్రాన్—ధృతరాష్ట్రుని కుమారులను; సబాన్ధవాన్—బంధువులతో కూడినవారిని; స్వజనం హి—స్వజనులైనవారిని; కథం—ఎట్లు; హత్వా—చంపి; సుఖినః—సౌఖ్యవంతులము; స్యామ—అగుదుము; మాధవ—ఓ కృష్ణా (లక్ష్మీపతి).

ఇట్టి దుర్మార్గులను చంపినచో మాకు పాపమే సంక్రమించును. కావున ధృతరాష్ట్రుని తనయులను మరియు మా స్నేహితులను సంహరించుట మాకు ఉచితము కాదు. లక్ష్మీపతివైన ఓ శ్రీకృష్ణా! స్వజనమును చంపుట వలన మాకు కలుగు లాభమేమి? ఆ కార్యముచే మేమెట్లు సుఖమును పొందగలము?

భాష్యము : వేదనిర్దేశము ననుసరించి ఆరు రకముల దుర్మార్గులు కలరు. వారే 1. విషము పెట్టువాడు 2. ఇంటికి నిప్పుపెట్టువాడు 3. మారణాయుధములతో దాడి చేయువాడు 4. ఇతరుల ధనమును దోచెడివాడు 5. ఇతరుల స్థలము నాక్రమించెడివాడు 6. పరుల భార్యను చెరపట్టెడివాడు. అట్టి దుర్మార్గులను శీఘ్రమే సంహరింపవలెను. వారి సంహారముచే ఎట్టి పాపము కలుగదు. అట్టి దుర్మార్గుల వధ సామాన్య వ్యక్తికైనను సరియైన కార్యమే. కాని అర్జునుడు సామాన్యవ్యక్తి కాడు. సాధుస్వభావమును కలిగియున్న కారణమున వారి యెడ అతడు సాధుస్వభావమున వర్తించదలచెను. అయినను అటువంటి సాధువర్తనము క్షత్రియునకు సంబంధించినది కాదు. రాజ్యమును పాలించు బాధ్యతాయుతుడైన రాజు సాధుస్వభావమును కలిగియుండవలెను గాని పిరికివాడై యుండకూడదు. ఉదాహరణమునకు శ్రీరామచంద్రుడు సాధుస్వభావమును కలిగియుండెను. కనుకనే నేటికిని జనులు రామరాజ్యమున వసింపవలెనని తహతహలాడుచున్నారు. శ్రీరాముడు ఎన్నడును పిరికితనమును ప్రదర్శింపలేదు. సీతాదేవిని అపహరించి రావణుడు రాముని యెడ దుర్మార్గతను ప్రదర్శించెను. అపుడు శ్రీరాముడు ప్రపంచచరిత్రలో అసమానమైన విధముగా

అతనికి గుణపాఠము చెప్పెను. కాని అర్జునుని విషయమున దుర్మార్గముగా ప్రవర్తించినవారు అతని తాత, గురువు, స్నేహితులు, బంధువులు, పుత్రులు, మనుమలు మొదలైన అతని బంధువర్గము వారే. కనుకనే సాధారణ దుర్మార్గుల యెడ చూపవలసినటువంటి తీవ్రచర్యను తాను వారి యెడ తీసికొనరాదని అర్జునుడు భావించెను. అదియును గాక సాధువులైనవారు క్షమాగుణమును కలిగి యుండవలెనని తెలియజేయబడుచున్నది. సాధువులైనవారికి అట్టి నిర్దేశములు రాజకీయ అత్యవసర పరిస్థితుల కన్నను అత్యంత ముఖ్యమైనవి. స్వజనమును రాజకీయ కారణములచే చంపుటకు బదులు వారిని ధర్మము మరియు సాధు వర్తనముల దృష్ట్యా క్షమించుటయే ఉత్తమమని అర్జునుడు భావించెను. కనుకనే అశాశ్వతమైన దేహసౌఖ్యము కొరకు అట్టి సంహారము లాభదాయకము కాదని అతడు తలచెను. అట్టి కార్యము ద్వారా లభించు రాజ్యము, సౌఖ్యము శాశ్వతము కానప్పుడు తాను తన జీవితమును మరియు నిత్యమైన ముక్తిని స్వజన సంహారము ద్వారా ఏల పణముగా పెట్టవలెను? అర్జునుడు శ్రీకృష్ణుని ఇచ్చట "మాధవ" యని సంబోధించుట యందు ఒక ప్రాముఖ్యము కలదు. అంత్యమున అశుభమునే కలుగజేయు కార్యమునందు తనను శ్రీకృష్ణుడు (లక్ష్మీదేవి భర్తగా) నియుక్తుని చేయరాదని అర్జునుడు ఆ దేవదేవునికి తెలియజేయగోరెను. అయినను వాస్తవమునకు శ్రీకృష్ణభగవానుడు ఎవ్వరికిని అశుభములను కలుగజేయడు. అట్టి యెడ తన భక్తులకు అట్టి పరిస్థితులను కలిగించడని వేరుగా తెలుపనవసరము లేదు.

37-38

यद्यप्येते न पश्यन्ति लोभोपहतचेतसः ।
कुलक्षयकृतं दोषं मित्रद्रोहे च पातकम् ॥३७॥
कथं न ज्ञेयमस्माभिः पापादस्मान्निवर्तितुम् ।
कुलक्षयकृतं दोषं प्रपश्यद्भिर्जनार्दन ॥३८॥

యద్యప్యేతే న పశ్యన్తి లోభోపహతచేతసః ।
కులక్షయకృతం దోషం మిత్రద్రోహే చ పాతకమ్ ॥
కథం న జ్ఞేయమస్మాభిః పాపాదస్మాన్నివర్తితుమ్ ।
కులక్షయకృతం దోషం ప్రపశ్యద్భిర్జనార్దన ॥

యది—ఒకవేళ; అపి—అయినను; ఏతే—వారు; న పశ్యన్తి—చూడకపోయినను; లోభ—లోభముచే; ఉపహత—ఆవరింపబడిన; చేతసః—చిత్తములు కలవారై; కులక్షయ—కులనాశనము; కృతం—చేయుటచే; దోషం—దోషమును; మిత్రద్రోహే—మిత్రులతో కలహించుట యందలి; పాతకం చ—పాపమును కూడా; కథం—ఎందులకు; న జ్ఞేయం—గాంచరాదు; అస్మాభిః—మాచే; పాపాత్—పాపముల నుండి; అస్మాత్—ఈ; నివర్తితుం—మరలుట; కులక్షయకృతం—వంశమును ధ్వంసము చేయుటచే కలుగు; దోషం—దోషమును; ప్రపశ్యద్భిః—గాంచగలిగిన; జనార్దన—ఓ కృష్ణా.

ఓ జనార్దనా! లోభపూర్ణ చిత్తము కలిగిన వీరందరును కులసంహారము నందు గాని, బంధువులతో కలహమునందు గాని దోషమును గాంచకున్నను, వంశనాశనము నందు దోషమును గాంచగలిగిన మేమెందులకు ఇట్టి పాపకార్యమునందు నియుక్తులము కావలెను?

భాష్యము : ప్రతిపక్షమువారు ఆహ్వానించినప్పుడు క్షత్రియుడైనవాడు యుద్ధము చేయుటకుగాని, జూదమాడుటకుగాని నిరాకరింపరాదు. కావున అట్టి నియమము ననుసరించి అర్జునుడు యుద్ధము నొనరించుటకు నిరాకరింపరాదు. దుర్యోధనుని పక్షము వారిచే అతడు యుద్ధమునకు ఆహ్వానింపబడుటయే అందులకు కారణము. కాని అట్టి యుద్ధపంతపు ప్రభావములను ప్రతిపక్షమువారు చూడజాలకున్నారని అతడు భావించెను. కాని అతడు ఆ దుష్టప్రభావములను గాంచగలిగినందున ప్రతిపక్షమువారి పంతమును అంగీకరింపలేక పోయెను. ఫలితము శుభకరమైనచో నియమమును కచ్చితముగా పాటింపవచ్చును. కాని ఫలితము విరుద్ధముగా నున్నపుడు ఎవ్వరును దానికి కట్టుబడజాలరు. ఈ విధమైన మంచిచెడ్డలను ఆలోచించియే అర్జునుడు యుద్ధము చేయరాదని నిశ్చయించుకొనెను.

39

कुलक्षये प्रणश्यन्ति कुलधर्माः सनातनाः ।
धर्मे नष्टे कुलं कृत्स्नमधर्मोऽभिभवत्युत ॥३९॥

కులక్షయే ప్రణశ్యన్తి కులధర్మాః సనాతనాః ।
ధర్మే నష్టే కులం కృత్స్నమధర్మో ఽభిభవత్యుత ॥

కులక్షయే—వంశము నాశమగుట వలన; ప్రణశ్యన్తి—చెడిపోవును; కులధర్మాః—వంశాచారములు; సనాతనాః—శాశ్వతములైన; ధర్మే—ధర్మములు; నష్టే—చెడిపోయి;

కులం—వంశము; కృత్స్నం—పూర్తిగా; అధర్మః—అధర్మ యుతులు; అభిభవతి—అగుదురు; ఉత—చెప్పబడినది.

కులక్షయము వలన శాశ్వతమైన వంశాచారము నశించిపోవును. ఆ విధముగా వంశమున మిగిలినవారు అధర్మవర్తనులగుదురు.

భాష్యము : వంశమునందలి వారు సక్రమముగా వృద్ధినొంది ఆధ్యాత్మికవిలువలను సంతరించుకొనుటకై సహాయపడుటకు పలు ధర్మనియమములు వర్ణాశ్రమపద్ధతి యందు కలవు. జన్మ మొదలుగా మృత్యువు వరకు గల అట్టి అనేక శుద్ధికర్మలకు వంశంలోని పెద్దలు బాధ్యతను వహింతురు. కాని ఆ పెద్దల మరణము పిమ్మట అట్టి వంశాచారములు నిలిచిపోయి మిగిలిన వంశమువారు అధర్మమగు అలవాట్లను వృద్ధిచేసికొను అవకాశము కలదు. తద్వారా ఆధ్యాత్మికముక్తికి వారు అవకాశమును కోల్పోవగలరు. కనుకనే ఏ ప్రయోజనము కొరకైనను వంశపెద్దలను వధింపరాదు.

40

अधर्माभिभवात् कृष्ण प्रदुष्यन्ति कुलस्त्रियः ।
स्त्रीषु दुष्टासु वार्ष्णेय जायते वर्णसङ्करः ॥४०॥

అధర్మాభిభవాత్ కృష్ణ ప్రదుష్యన్తి కులస్త్రియః ।
స్త్రీషు దుష్టాసు వార్ష్ణేయ జాయతే వర్ణసంకరః ॥

అధర్మ—అధర్మము; అభిభవాత్—ప్రబలమగుట వలన; కృష్ణ—ఓ కృష్ణా; ప్రదుష్యన్తి—కలుషితులగుదురు; కులస్త్రియః—కులస్త్రీలు; స్త్రీషు—కులస్త్రీలు; దుష్టాసు—పతనము ద్వారా; వార్ష్ణేయ—వృష్ణివంశమునందు జన్మించినవాడా; జాయతే—కలుగును; వర్ణసంకరః—అవాంఛనీయ సంతానము.

ఓ కృష్ణా! వంశము నందు అధర్మము ప్రబలమగుట వలన కులస్త్రీలు చెడిపోవుదురు. ఓ వృష్ణివంశసంజాతుడా! అట్టి కులస్త్రీ పతనము వలన అవాంఛనీయ సంతానము వృద్ధినొందును.

భాష్యము : జీవితమునందలి శాంతికి, అభివృద్ధికి, ఆధ్యాత్మికోన్నతికి మానవ సంఘము నందలి సత్ప్రవర్తన కలిగిన జనులే మూలాధారము. దేశము మరియు జాతి యొక్క ఆధ్యాత్మిక పురోగతి కొరకు సంఘమునందు సత్ప్రవర్తన కలిగిన జనులు నెలకొనియుండు రీతిలో వర్ణాశ్రమధర్మములు ఏర్పాటు చేయబడినవి. అటువంటి జనబాహుళ్యము స్త్రీల ధర్మవర్తనము మరియు

పాతివ్రత్యము పైననే ఆధారపడియుండును. బాలురు సులభముగా తప్పుదారి పట్టుటకు అవకాశమున్న రీతిగనే, స్త్రీలు కూడ పతనమగుటకు అవకాశము కలదు. కనుకనే పిల్లలకు, స్త్రీలకు కుటుంబపెద్దల రక్షణము అవసరము. వివిధ ధర్మాచారములందు నియుక్తులగుట ద్వారా స్త్రీలు పెడదారి పట్టకుందురు. చాణక్యపండితుని అభిప్రాయము ప్రకారము స్త్రీలు సాధారణముగా తెలివికలవారు కానందున నమ్మకముంచ దగినవారు కారు. కనుకనే ధర్మకార్యములకు సంబంధించిన వంశాచారములు వారికి సదా వ్యాపకమును కలిగించవలెను. ఆ విధముగా వారి పాతివ్రత్యము, భక్తి వర్ణాశ్రమపద్ధతిని పాటించుటకు యోగ్యత కలిగిన సత్ప్రజకు జన్మనొసగగలదు. అట్టి వర్ణాశ్రమధర్మము విఫలమైనపుడు స్త్రీలు సహజముగా కట్టుబాటు విడిచి పురుషులతో విచ్చలవిడిగా కలియుదురు. ఆ విధముగా అవాంఛిత జనబాహుళ్యమును వృద్ధిచేయుచు జారత్వము ప్రబలమగును. బాధ్యతారహితులైన పురుషులు కొందరు అటువంటి జారత్వమునే సంఘమున ప్రోత్సహించుచుందురు. అంతట సంఘమున అవాంఛిత సంతానము పెచ్చుపెరిగి యుద్ధములకు మరియు అశాంతికి దారితీయును.

41

सङ्करो नरकायैव कुलघ्नानां कुलस्य च।
पतन्ति पितरो ह्येषां लुप्तपिण्डोदकक्रियाः ॥४१ ॥

సంకరో నరకాయైవ కులఘ్నానాం కులస్య చ ।
పతన్తి పితరో హ్యేషాం లుప్తపిండోదకక్రియాః ॥

సంకరః—అట్టి అవాంఛితసంతానము; నరకాయ—నరకవాసమునకు; ఏవ—నిశ్చయముగా; కులఘ్నానాం—కుటుంబమును చెరచువారికిని; కులస్య—కుటుంబమునకును; చ—కూడా; పతన్తి—పతితులగుదురు; పితరః—పితృదేవతలు; హి—నిశ్చయముగా; ఏషాం—వారికి; లుప్త—లోపించిన; పిండ—ఆహారము; ఉదక—నీరు; క్రియాః—కర్మలు.

అవాంఛిత సంతానము వృద్ధియగుట వలన కుటుంబమువారు, కుటుంబ ఆచారమును నష్టపరచినవారు ఇరువురికిని నరకము సంప్రాప్తించును. పిండోదక క్రియలు సంపూర్ణముగా ఆపివేయబడుటచే అట్టి అధర్మ కుటుంబములకు చెందిన పితరులు పతనము నొందుదురు.

భాష్యము : కర్మకాండ విధుల ప్రకారము వంశపితరులకు నియమానుసారముగా

పిండోదకములు అర్పించవలసిన అవసరమున్నది. అట్టి అర్పణము విష్ణువు యొక్క అర్చనము ద్వారా చక్కగా ఒనరింపబడగలదు. ఏలయన విష్ణువునకు అర్పించిన ఆహారమును భుజించుట యనెడి కార్యము మనుజుని అన్ని రకములైన పాపముల నుండి ముక్తుని చేయగలదు. కొన్నిమార్లు వంశపితరులు పలు విధములైన పాపకర్మఫలముల కారణమున తపించుచుండవచ్చును. ఇంకొన్నిమార్లు వారికి స్థూలదేహము కూడ లభింపక పిశాచములుగా సూక్ష్మదేహమునందే బలవంతముగా నిలువవలసివచ్చును. కాని వంశీయులచే భగవత్ప్రసాదము ఆ పితరులకు అర్పింపబడినపుడు వారు పిశాచరూపముల నుండి, ఇతర దుర్భర జీవనస్థితుల నుండి విడుదలను పొందగలరు. పితరులకు ఒనర్చబడెడి అట్టి సహాయము వాస్తవమునకు ఒక వంశాచారము. భక్తియుతజీవనము నందు నిలువనివాడు అటువంటి కర్మకాండను తప్పక ఒనరింపవలెను. కాని భక్తియుత జీవనమునందు నిలిచినవాడు అట్టి కర్మలను ఒనరింపవలసిన అవసరము లేదు. కేవలము భక్తియుక్తసేవను నిర్వహించుట ద్వారా మనుజుడు లక్షలాది పితృ దేవతలనైనను సర్వవిధములైన దుఃఖముల నుండి ముక్తులను చేయగలడు. ఈ విషయమే శ్రీమద్భాగవతము (11.5.41) నందు ఈ క్రింది విధముగా తెలుప బడినది.

దేవర్షిభూతాప్తనృణాం పితౄణాం న కింకరో నాయమృణీ చ రాజన్ ।
సర్వాత్మనా యః శరణం శరణ్యం గతో ముకున్దం పరిహృత్య కర్తమ్ ॥

"సర్వవిధములైన ధర్మములను త్యజించి ముక్తినొసగెడి ముకుందుని చరణపద్మాశ్రయ శరణమున నిలిచినవాడు మరియు చేపట్టిన మార్గమునందు పూర్ణ శ్రద్ధాళువైనవాడు దేవతలకుగాని, ఋషులకుగాని, జీవులకుగాని, కుటుంబమువారికిగాని, పితృదేవతలకుగాని ఋణపడియుండడు. వారి యెడ అతనికి ఎట్టి విధులుగాని, బాధ్యతలుగాని లేవు." పూర్ణపురుషోత్తముడైన శ్రీకృష్ణుని భక్తియుక్తసేవ ద్వారా అట్టి సమస్త బాధ్యతలు అప్రయత్నముగా పూర్ణము కావింపబడుచున్నవి.

42

दोषैरेतैः कुलघ्नानां वर्णसङ्करकारकैः ।
उत्साद्यन्ते जातिधर्माः कुलधर्माश्च शाश्वताः ॥४२॥

దోషైరేతైః కులఘ్నానాం వర్ణసంకరకారకైః ।
ఉత్సాద్యన్తే జాతిధర్మాః కులధర్మాశ్చ శాశ్వతాః ॥

దోషైః—అట్టి దోషములచే; ఏతైః—ఈ; కులఘ్నానాం—కులమును చెరచువారు; వర్ణసంకర—దుష్టసంతానమును; కారకైః—కలిగించుచు; ఉత్సాద్యన్తే—నాశనమగును; జాతిధర్మాః—జాతి ధర్మము; కులధర్మాః—కులాచారములను; చ—కూడా; శాశ్వతాః—నిత్యములైన.

వంశాచారమును నశింపజేసి దుష్టసంతానమునకు కారణమగు వారి పాపకర్మల వలన కులధర్మములు, జాతిధర్మములు నాశనమగును.

భాష్యము : మానవుడు తన చరమలక్ష్యమైన ముక్తిని బడయురీతిలో మానవసంఘపు నాలుగువర్ణముల వారి కర్మలు (కుటుంబసంక్షేమ కార్యములతో సహా) నిర్ణయింపబడినవి. అవి సనాతనధర్మము లేదా వర్ణాశ్రమధర్మముచే నిర్దేశింపబడినవి. కనుకనే బాధ్యతారహితులైన నాయకులచే సనాతనధర్మ విధానము విచ్ఛిన్నము గావింపబడినప్పుడు సంఘములో అయోమయస్థితి ఏర్పడును. తత్ఫలితముగా జనులు తమ జీవితలక్ష్యమైన విష్ణువును మరచిపోవుదురు. అటువంటి నాయకులు అంధులుగా పిలువబడుదురు. వారిని అనుసరించు జనులు నిక్కముగా అయోమయస్థితిన పడగలరు.

43

उत्सन्नकुलधर्माणां मनुष्याणां जनार्दन।
नरके नियतं वासो भवतीत्यनुशुश्रुम ॥४३॥

ఉత్సన్నకులధర్మాణాం మనుష్యాణాం జనార్దన ।
నరకే నియతం వాసో భవతీత్యనుశుశ్రుమ ॥

ఉత్సన్న—నాశనము కావింపబడిన; కులధర్మాణాం—కులధర్మము కలిగినట్టివారు; మనుష్యాణాం—మానవులకు; జనార్దన—ఓ కృష్ణా; నరకే—నరకలోకములో; నియతం—శాశ్వతముగా; వాసః—నివాసము; భవతి—కలుగును; ఇతి—ఈ విధముగా; అనుశుశ్రుమ—గురుశిష్య పరంపరానుగతముగా వినియుంటిని.

ఓ కృష్ణా! జనార్దనా! కులధర్మములను నాశనము చేయువారు శాశ్వతముగా నరకవాసము చేయుదురని గురుశిష్య పరంపరానుగతముగా నేను విని యుంటిని.

భాష్యము : అర్జునుడు ఇచ్చట తన వాదమునకు స్వానుభవమును గాక, ప్రామాణికుల ద్వారా వినియున్న విషయమును ఆధారము చేసికొనెను. వాస్తవజ్ఞానమును స్వీకరించుటకు అదియే సరియైన మార్గము. జ్ఞానమునందు ఇదివరకే స్థితుడైనట్టి సరియైన వ్యక్తి యొక్క సహాయము లేనిదే ఎవ్వరును వాస్తవజ్ఞానపు ముఖ్యాంశమును అవగతము చేసికొనలేరు. మరణమునకు పూర్వమే స్వీయపాపకర్మలకు ప్రాయశ్చిత్తమును చేసికొనెడి ఒక విధానము వర్ణాశ్రమ పద్ధతియందు కలదు. సదా పాపకర్మలయందే నియుక్తులైనవారు ప్రాయశ్చిత్తముగా పిలువబడు ఆ విధానమును తప్పక అనుసరింపవలెను. ఆ విధముగా చేయని యెడల పాపకర్మల ఫలితముగా వారు దుర్భర జీవనమునకై నరకలోకములకు ఏగవలసివచ్చును.

44

अहो बत महत् पापं कर्तुं व्यवसिता वयम्।
यद् राज्यसुखलोभेन हन्तुं स्वजनमुद्यताः ॥४४॥

అహో బత మహత్పాపం కర్తుం వ్యవసితా వయం ।
యద్ రాజ్యసుఖలోభేన హన్తుం స్వజనముద్యతాః ॥

అహో—అహో; **బత**—ఏమి విచిత్రము; **మహత్**—గొప్ప; **పాపం**—పాపములు; **కర్తుం**—చేయుటకు; **వ్యవసితాః**—నిశ్చయించితిమి; **వయం**—మేము; **యత్**—కారణమున; **రాజ్యసుఖ లోభేన**—రాజ్యసుఖాభిలాషచే; **హన్తుం**—చంపుటకు; **స్వజనం**—స్వజనులను; **ఉద్యతాః**—యత్నించుచుంటిమి.

అహో! ఘోరమైన పాపకర్మలను చేయుటకు మేము సిద్ధపడుట ఎంత విచిత్రము! రాజ్యసుఖమును అనుభవింపవలెననెడి కోరికతో మేము స్వజనమును చంపగోరుచున్నాము.

భాష్యము : స్వార్థపూరిత భావములతో ప్రేరేపింపబడి మనుజుడు కొన్నిమార్లు స్వంతసోదరుడు, తండ్రి లేదా తల్లిని కూడా వధించుట వంటి పాపకార్యమునకు ఒడిగట్టును. ప్రపంచచరిత్రలో అట్టి సంఘటనలు పలుగలవు. కాని అర్జునుడు శ్రీకృష్ణభగవానుని భక్తుడైనందున నీతినియమములను గూర్చిన పూర్తి ఎరుక కలిగి అట్టి కార్యములు జరుగకుండునట్లుగా గాంచెను.

45

यदि मामप्रतीकारमशस्त्रं शस्त्रपाणयः।
धार्तराष्ट्रा रणे हन्युस्तन्मे क्षेमतरं भवेत्॥४५॥

యది మామప్రతీకారమశస్త్రం శస్త్రపాణయః ।
ధార్తరాష్ట్రా రణే హన్యుస్తన్మే క్షేమతరం భవేత్ ॥

యది—ఒకవేళ; మామ్—నన్ను; అప్రతీకారం—ప్రతీకారము చేయకున్నను; అశస్త్రం—సంపూర్ణముగా ఆయుధములను ధరింపకున్నను; శస్త్రపాణయః—శస్త్రములను దాల్చియున్నవారు; ధార్తరాష్ట్రాః—ధృతరాష్ట్రుని పుత్రులు; రణే—యుద్ధరంగమున; హన్యుః—చంపినచో; తత్—అది; మే—నాకు; క్షేమతరం—క్షేమతరమే; భవేత్—కాగలదు.

నిరాయుధుడను, ప్రతీకారము చేయనివాడను అగు నన్ను శస్త్రధారులైన ధృతరాష్ట్రుని పుత్రులు రణరంగమునందు వధించినచో అది నాకు క్షేమకరమే కాగలదు.

భాష్యము : క్షత్రియ యుద్ధనియమము ననుసరించి నిరాయుధుడైనవానిని, యుద్ధమును చేయగోరని శత్రువును ఎదుర్కొనరాదు. అది నియమము. అటువంటి పరిస్థితిలో శత్రువులు దాడిచేసినప్పటికిని తాను మాత్రము యుద్ధము చేయబోనని అర్జునుడు నిర్ణయించుకొనినాడు. ప్రతిపక్షమువారు ఎంత సమరోత్సాహముతో నున్నారో అతడు పట్టించుకొనలేదు. శ్రీకృష్ణభగవానుని ఘనభక్తుడైన కారణమున కలిగినట్టి మృదుహృదయమే ఆ లక్షణములకు కారణమై యున్నది.

46

सञ्जय उवाच

एवमुक्त्वार्जुनः संख्ये रथोपस्थ उपाविशत्।
विसृज्य सशरं चापं शोकसंविग्नमानसः॥४६॥

సంజయ ఉవాచ

ఏవముక్త్వార్జునః సంఖ్యే రథోపస్థ ఉపావిశత్ ।
విసృజ్య సశరం చాపం శోకసంవిగ్నమానసః ॥

సంజయః ఉవాచ—సంజయుడు పలికెను; ఏవం—ఆ విధముగా; ఉక్త్వా—పలికి; అర్జునః—అర్జునుడు; సంఖ్యే—రణరంగమునందు; రథ—రథముయొక్క; ఉపస్థ—ఆసనము మీద;

ఉపావిశత్—చతికిలబడెను; విసృజ్య—పడవేసి; సశరం—బాణములతో సహా; చాపం—విల్లును; శోక—దుఃఖముచే; సంవిగ్న—కల్లోలితమైన; మానసః—మనస్సు నందు.

సంజయుడు పలికెను : రణరంగమునందు అర్జునుడు ఆ విధముగా పలికి ధనుర్బాణములను పడవేసి దుఃఖముచే కల్లోలితమైన మనస్సు కలవాడై రథమునందు కూర్చుండిపోయెను.

భాష్యము : శత్రుసైన్యము నందలి పరిస్థితిని పరిశీలించినపుడు అర్జునుడు రథమునందు నిలబడియే యుండెను. కాని పిదప అతడు శోకముచే మిగుల నొచ్చి ధనుర్బాణములను పడవైచి రథమునందు తిరిగి కూర్చుండిపోయెను. అటువంటి దయ మరియు మృదుహృదయము కలిగి శ్రీకృష్ణభగవానుని భక్తియుక్తసేవ యందు నిలిచిన మనుజుడే ఆత్మజ్ఞానమును స్వీకరించుటకు అర్హుడై యున్నాడు.

శ్రీమద్భగవద్గీత యందలి "కురుక్షేత్రరణరంగమున సైనికపరిశీలనము" అను ప్రథమాధ్యాయమునకు భక్తివేదాంతభాష్యము సమాప్తము.

ద్వితీయాధ్యాయము

గీతాసారము

1

सञ्जय उवाच

तं तथा कृपयाविष्टमश्रुपूर्णाकुलेक्षणम्।
विषीदन्तमिदं वाक्यमुवाच मधुसूदनः ॥१॥

సంజయ ఉవాచ

తం తథా కృపయావిష్టమశ్రుపూర్ణాకులేక్షణమ్।
విషీదన్తమిదం వాక్యమువాచ మధుసూదనః ॥

సంజయః ఉవాచ—సంజయుడు పలికెను; తం—అర్జునునితో; తథా—అట్లు; కృపయా—జాలితో; ఆవిష్టం—ఆవరింపబడినవానిని; అశ్రుపూర్ణాకుల ఈక్షణమ్—కన్నీటితో కూడిన కన్నులు; విషీదన్తం—చింతించుచున్నవానిని; ఇదం—ఈ; వాక్యం—వాక్యమును; ఉవాచ—పలికెను; మధుసూదనః—మధువను రాక్షసుని సంహరించిన శ్రీకృష్ణుడు.

సంజయుడు పలికెను : చింతాక్రాంతుడై కనుల యందు అశ్రువులను దాల్చి కృపాపూర్ణుడైనట్టి అర్జునుని గాంచిన మధుసూదనుడు (శ్రీకృష్ణుడు) ఈ క్రింది వాక్యములను పలికెను.

భాష్యము : విషయపూర్ణమైన జాలి, చింత, కన్నీరు అనునవి ఆత్మజ్ఞాన రాహిత్యమునకు చిహ్నములై యున్నవి. నిత్యమైన ఆత్మ కొరకు చూపెడి జాలియే వాస్తవమునకు ఆత్మానుభవము. ఈ శ్లోకమున "మధుసూదన" అను పదమునకు విశేష ప్రాధాన్యము కలదు. మధువను దానవుని సంహరించిన శ్రీకృష్ణుడు ఇప్పుడు కర్తవ్యనిర్వాహణలో అవరోధము కలిగించిన తన అపార్థమను దానవుని సంహరింపవలెనని అర్జునుడు కోరెను. జాలి నెచ్చట చూపవలెనో ఎవ్వరును ఎరుగరు. నీటిలో మునుగువాని దుస్తులపై జాలిచూపుట మూర్ఖత్వమే కాగలదు. బాహ్యవస్త్రమును (స్థూలమైన భౌతికదేహము) రక్షించుట ద్వారా అజ్ఞానసాగరమున బడినవాడు ఎన్నడును రక్షింపబడడు. ఈ విషయము నెరుగక

బాహ్యవస్త్రము వంటి దేహము కొరకే చింతించువాడు శూద్రుడు (అతడు నిష్కారణముగా చింతించువాడు) అని పిలువబడును. అర్జునుడు క్షత్రియుడై నందున అట్టి నైజము అతనికి తగియుండలేదు. అయినను అజ్ఞానియైనవాని దుఃఖమును శ్రీకృష్ణభగవానుడు శమింపజేయగలడు. ఆ ప్రయోజనార్థమే గీత ఆతనిచే గానము చేయబడినది. భౌతికదేహము మరియు ఆత్మల విశ్లేషణాత్మక అధ్యయనము ద్వారా కలిగెడి ఆత్మానుభవమును ఈ అధ్యాయము మనకు ఉపదేశించుచున్నది. పరమప్రామాణికుడైన శ్రీకృష్ణుడే దీనిని వివరించెను. ఫలితముల యెడ సంగత్వము లేకుండా కర్మనొనరించుచు ఆత్మతత్త్వము నందు స్థిరముగా నిలిచియున్నవానికే ఈ అనుభవము సాధ్యము కాగలదు.

2

श्रीभगवानुवाच

कुतस्त्वा कश्मलमिदं विषमे समुपस्थितम् ।
अनार्यजुष्टमस्वर्ग्यमकीर्तिकरमर्जुन ॥२॥

శ్రీభగవానువాచ

కుతస్త్వా కశ్మలమిదం విషమే సముపస్థితమ్ ।
అనార్యజుష్టమస్వర్గ్యమకీర్తికరమర్జున ॥

శ్రీభగవానువాచ—శ్రీకృష్ణభగవానుడు పలికెను; కుతః—ఎచ్చట నుండి; త్వా—నీకు; కశ్మలమ్—ఈ కల్మషము; ఇదమ్—ఈ వ్యాకులత; విషమే—ఈ క్లిష్టసమయము నందు; సముపస్థితమ్—వచ్చినది; అనార్య—జీవితము యొక్క విలువ తెలియనివారు; జుష్టం—ఆచరింపబడునది; అస్వర్గ్యం—ఉన్నతలోకములను లభింపజేయనట్టి; అకీర్తికరమ్—అపకీర్తిని కలిగించునట్టి; అర్జున—ఓ అర్జునా!

శ్రీకృష్ణభగవానుడు పలికెను: ఓ అర్జునా! నీకీ కల్మషము ఎచ్చట నుండి ప్రాప్తించినది? జీవితపు విలువ నెరిగిన మనుజునకు ఇది అర్థము కానట్టిది. ఇది ఉన్నత లోకములను లభింపజేయదు. పైగా అపకీర్తిని కలిగించును.

భాష్యము : శ్రీకృష్ణుడన్నను మరియు పూర్ణపురుషోత్తముడగు భగవానుడన్నను ఒక్కటియే. కనుకనే శ్రీకృష్ణుడు భగవద్గీత యందంతటను భగవానునిగా సంబోధింపబడినాడు. పరతత్త్వమునందు చరమాంశము భగవానుడే. పరతత్త్వ మనునది బ్రహ్మము (సర్వత్రా వ్యాపించియుండెడి నిరాకారతత్త్వము), పరమాత్మ (సమస్త జీవరాసుల యందు నిలిచియుండెడి పరమపురుషుని రూపము),

భగవానుడు (దేవదేవుడైన శ్రీకృష్ణుడు) అనెడి మూడుదశలలో అనుభూతమగుచున్నది. శ్రీమద్భాగవతము (1.2.11) నందు ఇట్టి పరతత్త్వభావము ఈ క్రింది విధముగా వివరింపబడినది.

వదన్తి తత్తత్త్వవిదస్తత్త్వం యత్ జ్ఞానమద్వయమ్ ।
బ్రహ్మేతి పరమాత్మేతి భగవానితి శబ్ద్యతే ॥

"పరతత్త్వమనునది తత్త్వవిదులచే మూడుదశలలో అనుభూతమగుచున్నది. అవి యన్నియును అభిన్నములై యున్నవి. పరతత్త్వపు ఆ వివిధదశలే బ్రహ్మము, పరమాత్ముడు, భగవానుడు అనుచు తెలుపబడుచుండును."

ఈ మూడు అంశములను సూర్యుని ఉపమానముతో చక్కగా వివరింపవచ్చును. సూర్యుడు సైతము సూర్యకాంతి, సూర్యబింబము, సూర్యమండలము అనెడి మూడు అంశములను కలిగియున్నాడు. సూర్యకాంతిని మాత్రమే అధ్యయనము చేయువాడు ప్రాథమిక విద్యార్థి కాగా, సూర్యబింబమును అర్థము చేసికొనినవాడు ఉన్నత విద్యార్థి. కాని సూర్యమండలమునందు ప్రవేశింపగలిగినవాడు అత్యున్నతుడు. కేవలము సూర్యకాంతిని (దాని విశ్వవ్యాపకతను, నిరాకారమైనట్టి దాని తేజమును) అధ్యయనము చేయుచు సంతృప్తి చెందెడి సాధారణ విద్యార్థులతో పరతత్త్వపు బ్రహ్మానుభవమును బడసినవారిని పోల్చవచ్చును. మరింత పురోగమించిన విద్యార్థి సూర్యబింబము నెరుగగలడు. అట్టి సూర్యబింబముతో పరతత్త్వపు పరమాత్మజ్ఞానము పోల్చబడినది. ఇక సూర్యమండలములోనికే ప్రవేశింపగలిగినవానితో పరతత్త్వపు రూపలక్షణములను అనుభూతమొనర్చుకొనినవారిని పోల్చవచ్చును. అనగా పరతత్త్వాధ్యయనము నందు నియుక్తులైన సర్వులు ఒకే విషయమునకు సంబంధించినవారైనను భక్తులు (పరతత్త్వపు భగవానుడనెడి లక్షణమును అనుభూతమొనర్చుకొనిన ఆధ్యాత్మికవాదులు) ఉత్తమోత్తములై యున్నారు. సూర్యకాంతి, సూర్యబింబము, సూర్యమండలము నందలి కర్మలు అభిన్నములైనను వానిని అధ్యయనము చేయు విద్యార్థులు మాత్రము ఒకే తరగతికి చెందినవారు కారు.

"భగవానుడు" అను సంస్కృతపదము గొప్ప ప్రామాణికుడైన పరాశరమునిచే (వ్యాసదేవుని తండ్రి) చక్కగా వివరింపబడినది. సంపద, శక్తి, యశస్సు, సౌందర్యము, జ్ఞానము, వైరాగ్యములను సంపూర్ణముగా, సమగ్రస్థాయిలో కలిగియున్నవాడే భగవానుడని పిలువబడును. ధనవంతులు, శక్తిమంతులు,

అందమైనవారు, యశోవంతులు, జ్ఞానవంతులు, వైరాగ్యవంతులు పలువురున్నను తామే సర్వసంపదలను, శక్తిని కలిగియున్నామని ఎవ్వరును చెప్పుకొనలేరు. పూర్ణపురుషోత్తముడగు భగవానుడైనందున శ్రీకృష్ణుడు మాత్రమే ఆ విధముగా పలుకుటకు అర్హుడై యున్నాడు. ఏ జీవుడును శ్రీకృష్ణుడు కలిగియున్నంతగా సంపూర్ణ ఐశ్వర్యములను కలిగియుండలేడు. బ్రహ్మ, శివుడు లేదా నారాయణుడు కూడ కృష్ణునితో సమముగా విభూతులను కలిగిలేరు. కనుకనే బ్రహ్మసంహిత యందు బ్రహ్మదేవుడు శ్రీకృష్ణుని దేవదేవునిగా నిర్ధారించి యున్నాడు. ఆతనికి సములు గాని, అధికులు గాని లేరు. ఆతడే ఆదిదేవుడు. సర్వకారణములకు కారణుడు. గోవిందునిగా తెలియబడు భగవానుడు.

ఈశ్వరః పరమః కృష్ణః సచ్చిదానందవిగ్రహః /
అనాదిరాదిర్గోవిందః సర్వకారణకారణమ్ //

"భగవానుని లక్షణములను పలువురు కలిగియుండవచ్చును. కాని తనను అతిశయించువాడు వేరొక్కడు లేనందున శ్రీకృష్ణుడు పరమపురుషుడై యున్నాడు. ఆతడు సచ్చిదానందవిగ్రహుండు. ఆదిదేవుడైన ఆ గోవిందుడే సర్వకారణములకు కారణమై యున్నాడు" (బ్రహ్మసంహిత 5.1).

శ్రీమద్భాగవతము నందు పరమపురుషుడు ధరించిన అవతారముల జాబితా ఒసగబడినది. కాని శ్రీకృష్ణుడు మాత్రము ఆదియగు భగవానునిగా వర్ణింపబడినాడు. ఆతని నుండియే అనేకానేక అవతారములు, రూపములు విస్తరించును.

ఏతే చాంశకలాః పుంసః కృష్ణస్తు భగవాన్ స్వయమ్ /
ఇంద్రారివ్యాకులం లోకం మృడయన్తి యుగే యుగే //

"ఇచ్చట తెలుపబడిన ఆదిదేవుని అవతారములన్నియును ఆతని అంశావతారములు లేదా కళావతారములై యున్నవి. కాని శ్రీకృష్ణుడు మాత్రము స్వయము భగవానుడై యున్నాడు." (భాగవతము 1.3.28)

కావుననే శ్రీకృష్ణుడు ఆదియైన పూర్ణపురుషోత్తముడును, పరతత్త్వమును (పరమాత్మునకు, నిరాకారబ్రహ్మమునకు మూలము) అయియున్నాడు.

దేవదేవుని సన్నిధి యందు బంధువుల కొరకు అర్జునుడు దుఃఖించుట నిక్కముగా అనుచితమై యున్నది. కనుకనే శ్రీకృష్ణుడు "కుతః" (ఎచ్చట నుండి) యను పదముతో తన ఆశ్చర్యమును వ్యక్తము చేసెను. అట్టి కల్మషము

ఆర్యులుగా తెలియబడు నాగరిక మనుజుల నుండి ఎన్నడును ఊహింప లేనట్టిది. జీవితపు విలువ నెరిగి ఆధ్యాత్మికానుభవముపై ఆధారపడిన నాగరికతనే కలిగియుండు మనుజులకు "ఆర్యులు" అనెడి పదము సంబంధించినదై యున్నది. భౌతికభావననే కలిగినవారు పరతత్త్వపు (విష్ణువు లేదా భగవానుడు) అనుభవమే జీవితలక్ష్యమని ఎరుగక భౌతికజగత్తు యొక్క బాహ్యలక్షణములచే ఆకర్షితులగుదురు. తత్కారణమున ముక్తియననేమో వారెరుగరు. భౌతికబంధము నుండి ముక్తిని గూర్చిన జ్ఞానము లేనివారు అనార్యులని పిలువబడుదురు. అర్జునుడు క్షత్రియుడైనప్పటికిని యుద్ధము చేయ నిరాకరించుట ద్వారా విధ్యుక్తధర్మముల నుండి తొలగుచున్నాడు. అట్టి పిరికికార్యము అనార్యులకు ఉచితమైనదిగా వర్ణింపబడినది. విధ్యుక్తధర్మము నుండి అట్టి అతిక్రమణ మనుజునికి ఆధ్యాత్మికజీవన పురోగతి యందు సహాయమును గాని, ఈ ప్రపంచమున యశోవంతుడగుటకు అవకాశమును గాని ఒసగదు. కనుకనే బంధువుల యెడ అర్జునుని నామమాత్ర కరుణను శ్రీకృష్ణభగవానుడు ఆమోదింపలేదు.

3

क्लैब्यं मा स्म गमः पार्थ नैतत्त्वय्युपपद्यते ।
क्षुद्रं हृदयदौर्बल्यं त्यक्त्वोत्तिष्ठ परन्तप ॥३॥

క్లైబ్యం మా స్మ గమః పార్థ నైతత్త్వయ్యుపపద్యతే ।
క్షుద్రం హృదయదౌర్బల్యం త్యక్త్వోత్తిష్ఠ పరన్తప ॥

క్లైబ్యం—నపుంసకత్వము; మా స్మ గమః—పొందకుము; పార్థ—ఓ పృథాకుమారా; ఏతత్—ఇది; త్వయి—నీకు; న ఉపపద్యతే—తగినది కాదు; క్షుద్రం—తుచ్ఛమైన; హృదయ దౌర్బల్యం—హృదయబలహీనతను; త్యక్త్వా—విడిచి; ఉత్తిష్ఠ—లెమ్ము; పరన్తప—శత్రువులను తపింపజేయువాడా.

ఓ పృథాకుమారా! పతనకారక నపుంసకత్వమునకు లొంగకుము. ఇది నీకు తగదు. ఓ పరంతపా! ఇట్టి హృదయదుర్బలతను విడనాడి వెంటనే లెమ్ము.

భాష్యము : ఇచ్చట అర్జునుడు పృథ తనయునిగా సంబోధింపబడినాడు. పృథ శ్రీకృష్ణుని తండ్రియైన వసుదేవుని సోదరి. తత్కారణమున అర్జునుడు శ్రీకృష్ణునితో రక్తసంబంధమును కలిగియున్నాడు. క్షత్రియుని తనయుడు యుద్ధము చేయ నిరాకరించినచో అతడు నామమాత్ర క్షత్రియుడు మాత్రమే.

ఆలాగుననే బ్రాహ్మణ తనయుడు పాపవర్తనమును కలిగియున్నచో అతడు నామమాత్ర బ్రాహ్మణుడే. అట్టి క్షత్రియులు, బ్రాహ్మణులు తమ తండ్రులకు తగిన పుత్రులు కాజాలరు. కనుకనే అర్జునుడు క్షత్రియుడైన తండ్రికి తగని సంతానము కారాదని శ్రీకృష్ణుడు కోరెను. అర్జునుడు శ్రీకృష్ణునికి సన్నిహిత స్నేహితుడు. అంతియేగాక శ్రీకృష్ణుడు ప్రత్యక్షముగా రథము నందుండి అతనికి నిర్దేశము కూర్చుచున్నాడు. ఇన్ని యోగ్యతలను కలిగినప్పటికిని అర్జునుడు యుద్ధమును త్యజించినచో అతడు అపకీర్తికర కార్యము చేయువాడే కాగలడు. అర్జునుని యందు గోచరించు అట్టి నైజము అతనికి తగినట్లులేదని శ్రీకృష్ణుడు పలికినాడు. అత్యంత గౌరవనీయులైన భీష్ముడు మరియు బంధువుల యెడ ఉదార స్వభావముతో తాను యుద్ధమును త్యజింతునని అర్జునుడు వాదింపవచ్చును. కాని అట్టి ఉదారత కేవలము హృదయదుర్బలత మాత్రమేనని శ్రీకృష్ణుడు భావించెను. అట్టి మిథ్యా ఉదారతను ఏ ప్రామాణికుడును ఆమోదింపడు. కనుకనే అటువంటి ఉదారస్వభావమును లేదా నామమాత్ర అహింసను అర్జునుని వంటివారు శ్రీకృష్ణుని ప్రత్యక్ష మార్గదర్శకత్వమున శీఘ్రమే త్యజింపవలసియున్నది.

4

अर्जुन उवाच

कथं भीष्ममहं संख्ये द्रोणं च मधुसूदन।
इषुभिः प्रतियोत्स्यामि पूजार्हावरिसूदन॥४॥

అర్జున ఉవాచ

కథం భీష్మమహం సంఖ్యే ద్రోణం చ మధుసూదన ।
ఇషుభిః ప్రతియోత్స్యామి పూజార్హావరిసూదన ॥

అర్జునః ఉవాచ—అర్జునుడు పలికెను; కథం—ఎట్లు; భీష్మం—భీష్ముని; అహం—నేను; సంఖ్యే—యుద్ధమునందు; ద్రోణం చ—ద్రోణుని కూడా; మధుసూదన—ఓ మధుసంహారీ; ఇషుభిః—బాణములతో; ప్రతియోత్స్యామి—ఎదుర్కొనగలను; పూజఅర్హౌ—పూజింపదగిన వారు; అరిసూదన—ఓ శత్రుసంహారా.

అర్జునుడు పలికెను: ఓ శత్రుసంహారా! ఓ మధుసూదనా! పూజార్హులైన భీష్మ ద్రోణుల వంటివారిని నేనెట్లు బాణములతో యుద్ధమునందు ఎదుర్కొనగలను?

భాష్యము : పితామహుడైన భీష్ముడు, ఆచార్యుడైన ద్రోణాచార్యుల వంటి గౌరవనీయులగు పెద్దలు సదా పూజింపదగినవారు. అటువంటివారు దాడి చేసినను

వారి యెడ ఎదురు దాడి చేయరాదు. పెద్దలతో వాగ్యుద్ధమునకైనను దిగకుండుట సాధారణ కట్టుబాటు. కొన్నిమార్లు వారు కటువుగా వర్తించినను వారి యెడ కటువుగా వర్తించరాదు. అట్టి యెడ వారిని ఎదుర్కొనుట అర్జునునికి ఎట్లు సాధ్యము కాగలదు? కృష్ణుడు ఆ విధముగా ఎన్నడైనా తాతయైన ఉగ్రసేనుని గాని, గురువైన సాందీపనిమునిని గాని ఎదుర్కొనెనా? ఈ విధమైన కొన్ని వాదములను అర్జునుడు శ్రీకృష్ణునకు తెలియజేయుచున్నాడు.

5

गुरूनहत्वा हि महानुभावान्
श्रेयो भोक्तुं भैक्ष्यमपीह लोके ।
हत्वार्थकामांस्तु गुरूनिहैव
भुञ्जीय भोगान् रुधिरप्रदिग्धान् ।।५ ।।

గురూనహత్వా హి మహానుభావాన్
శ్రేయో భోక్తుం భైక్ష్యమపీహ లోకే ।
హత్వార్థకామాంస్తు గురూనిహైవ
భుఞ్జీయ భోగాన్ రుధిరప్రదిగ్ధాన్ ॥

గురూన్—పెద్దలు; అహత్వా—చంపకుండ; హి—నిశ్చయముగా; మహానుభావాన్—మహాత్ములను; శ్రేయః—ఉత్తమము; భోక్తుం—అనుభవించుట; భైక్ష్యం అపి—భిక్షమైనను; ఇహలోకే—ఈ లోకమునందు; హత్వా—చంపి; అర్థకామాన్—లాభమును కోరువారిని; తు—కాని; గురూన్—పెద్దలను; ఇహ—ఈ లోకమున; ఏవ—నిశ్చయముగా; భుఞ్జీయ — అనుభవింపవలయును; భోగాన్—భోగములను; రుధిరప్రదిగ్ధాన్—రక్తముచే మలినమైన.

గురువులైన మహాత్ముల జీవితములను పణముగా పెట్టి జీవించుట కన్నను భిక్షమెత్తి జీవించుట ఈ జగమున ఉత్తమమైనది. ప్రాపంచిక లాభమును కోరుచున్నప్పటికిని వారందరును పెద్దలే. వారిని వధించినచో మేము అనుభవించు సమస్తమును రక్తపంకిలమగును.

భాష్యము : గురువు హేయమైన కార్యమును చేయుచు తన విచక్షణను కోల్పోయినపుడు త్యజింపదగినవాడని శాస్త్రనియమములు తెలుపుచున్నవి. దుర్యోధనుడు ఒసగిన ఆర్థిక సహాయము కారణముగా భీష్మద్రోణు లిరువురును అతని పక్షమును వహించియుండిరి. కాని కేవలము ఆర్థిక కారణములచే అట్టి

స్థానమును స్వీకరించుట వారికి తగినట్లులేదు. ఇట్టి పరిస్థితులలో వారు గురువులుగా తమ గౌరవమును కోల్పోయిరి. అయినప్పటికిని వారు పెద్దలుగనే నిలిచి యుందురని అర్జునుడు భావించుచున్నాడు. కనుకనే వారిని సంహరించిన పిదప భౌతికలాభముల ననుభవించుట యనగా రక్తపంకిలమైన వాటిని అనుభవించుట యనియే భావము.

6

न चैतद् विद्मः कतरन्नो गरीयो
यद् वा जयेम यदि वा नो जयेयुः ।
यानेव हत्वा न जिजीविषामस्
तेऽवस्थिताः प्रमुखे धार्तराष्ट्राः ॥६ ॥

న చైతద్ విద్మః కతరన్నో గరీయో
యద్ వా జయేమ యది వా నో జయేయుః ।
యానేవ హత్వా న జిజీవిషామస్
తేఽవస్థితాః ప్రముఖే ధార్తరాష్ట్రాః ॥

ఏతత్—ఇది; న చ విద్మః—ఎరుగము; కతరత్—ఏది; నః—మాకు; గరీయః—మేలైనదో; యత్ వా జయేమ—జయించుటయో; నః—మమ్ము; యది వా జయేయుః—వారు జయించుటయో; యాన్—ఎవరిని; ఏవ—నిశ్చయముగా; హత్వా—చంపి; న జిజీవిషామః—జీవింప వాంఛింపమో; తే—వారందరును; అవస్థితాః—నిలిచియున్నారు; ప్రముఖే—ఎదుటనే; ధార్తరాష్ట్రాః—ధృతరాష్ట్రుని కుమారులు.

వారిని జయించుట ఉత్తమమో లేక వారిచే జయింపబడుట ఉత్తమమో మేము ఎరుగకున్నాము. ధృతరాష్ట్రుని తనయులను చంపినచో మేమిక జీవించి యుండుట వ్యర్థము. అయినప్పటికిని వారిపుడు యుద్ధరంగమున మా యెదుట నిలిచియున్నారు.

భాష్యము : యుద్ధము చేయుట క్షత్రియుల ధర్మమైనను అనవసర హింసకు కారణమగుచు యుద్ధము చేయవలెనా లేక యుద్ధమును త్యజించి భిక్షపై జీవించవలెనా అర్జునుడు ఎరుగలేకపోయెను. శత్రువును జయింపని యెడల భిక్షాటనయే అతనికి జీవనాధారము కాగలదు. ఆలాగని విజయము నిశ్చయముగా లభించునని కూడా లేదు. ఏలయన యుద్ధమునందు ఇరుపక్షములలో ఎవరైనను

జయమును సాధింపవచ్చును. ఒకవేళ విజయము వారి కొరకై వేచియున్నను (మరియు వారి యుద్ధకారణము న్యాయసమ్మతమైనను) యుద్ధమందు ధృతరాష్ట్రుని తనయులు మరణించినచో వారి అభావమున జీవించుట కష్టతరము కాగలదు. అట్టి పరిస్థితులలో అది వారికి వేరొక రకమైన అపజయము కాగలదు. అర్జునుని ఈ భావములన్నియును అతడు గొప్ప భగవద్భక్తుడు అనియే గాక, అత్యున్నత జ్ఞానపూర్ణుడనియు మరియు మనో ఇంద్రియములపై పూర్ణ నిగ్రహము కలవాడనియు స్పష్టముగా నిరూపించుచున్నవి. రాజవంశములో జన్మించినను భిక్షమెత్తి జీవించుట యనెడి కోరిక అతని వైరాగ్యమునకు మరొక చిహ్నమై యున్నది. ఈ గుణములు మరియు శ్రీకృష్ణుని (అతని ఆధ్యాత్మికగురువు) ఉపదేశములపై అతని శ్రద్ధ యనునవి అతడు నిక్కముగా ధర్మాత్ముడని సూచించుచున్నవి. కనుకనే అతడు ముక్తికి అర్హుడై యున్నాడని నిర్ధారింపబడినది. ఇంద్రియములు నిగ్రహింపబడనిదే జ్ఞానస్థాయికి ఉద్ధరింపబడు అవకాశమే లేదు. జ్ఞానము, భక్తి లేనిదే ముక్తికి అవకాశము లేదు. లౌకిక సంబంధములో అపరిమిత గుణములతో పాటుగా అర్జునుడు ఈ గుణములందును యోగ్యుడై యున్నాడు.

7

कार्पण्यदोषोपहतस्वभावः
पृच्छामि त्वां धर्मसम्मूढचेताः ।
यच्छ्रेयः स्यान्निश्चितं ब्रूहि तन्मे
शिष्यस्तेऽहं शाधि मां त्वां प्रपन्नम् ॥७॥

కార్పణ్యదోషోపహతస్వభావః
పృచ్ఛామి త్వాం ధర్మసమ్మూఢచేతాః ।
యచ్ఛ్రేయః స్యాన్నిశ్చితం బ్రూహి తన్మే
శిష్యస్తే ఽహం శాధి మాం త్వాం ప్రపన్నమ్ ॥

కార్పణ్య—లోభము; దోష—బలహీనతచే; ఉపహత—పీడింపబడి; స్వభావః—స్వభావము; పృచ్ఛామి—అడుగుచున్నాను; త్వాం—నిన్ను; ధర్మసమ్మూఢ—ధర్మమునందు మోహము చెందిన; చేతాః—హృదయమున; యత్—ఏది; శ్రేయః—సర్వహితకరము; స్యాత్—అగునో; నిశ్చితం—నిశ్చయముగా; బ్రూహి—తెలుపుము; తత్—అది; మే—నాకు; శిష్యః—శిష్యుడను; తే—నీకు; అహం—నేను; శాధి—ఉపదేశింపుము; మాం—నేను; త్వాం—నీకు;

ప్రపన్నమ్—శరణాగతుడను.

కార్పణ్యదోష కారణమున నేనిపుడు నా స్వధర్మ విషయమున మోహము చెంది శాంతిని కోల్పోయితిని. ఏది నాకు ఉత్తమమో నిశ్చయముగా తెలుపుమని నిన్ను నేను అడుగుచున్నాను. నేనిపుడు నీకు శిష్యుడను, శరణాగతుడను. దయచేసి నాకు ఉపదేశము కావింపుము.

భాష్యము : ప్రకృతి నియమము ప్రకారము లౌకికకర్మలే ప్రతియొక్కరి కలతకు కారణములై యున్నవి. అడుగడుగునా కలతలే కలవు కనుక జీవిత ప్రయోజనమును నెరవేర్చుటలో సరియైన నిర్దేశము నొసగు ఆధ్యాత్మికగురువును చేరుట ప్రతి యొక్కరికి ఉత్తమము. కోరకనే కలుగునట్టి జీవితపు కలతల నుండి ముక్తిని పొందుటకై ఆధ్యాత్మిక గురువును చేరుమని వేదశాస్త్రములు మనకు ఉపదేశించుచున్నవి. అవి ఎవ్వరి ప్రమేయము లేకుండగనే రగుల్కొనెడు దావానలము వంటివి. అదేవిధముగా మనము కోరకున్నప్పటికిని జీవితపు కలతలు అప్రయత్నముగా కలుగుచుండుట ఈ లోకపు పరిస్థితియై యున్నది. అగ్ని ప్రమాదమును ఎవ్వరును కోరరు. అయినను అది సంభవించి మనము కలతకు గురియగుచుందుము. కనుక జీవితములోని కలతలను పరిష్కరించుటకు, పరిష్కారపు విజ్ఞానమును అవగతము చేసికొనుటకు ప్రామాణిక పరంపరలో నున్న ఆధ్యాత్మిక గురువును దరిచేరుమని వేదవాఙ్మయము ఉపదేశించుచున్నది. ఆధ్యాత్మికగురువును కలిగియున్న వ్యక్తి సర్వమును తెలిసికొనగలుగును. కనుక మనుజుడు లౌకిక కలతల యందే ఉండిపోక గురువును తప్పక చేరవలెను. ఈ శ్లోకపు సారాంశమిదియే.

లౌకికకలతల యందున్న వాడెవడు? జీవితసమస్యలను అవగాహన చేసికొనని వాడే అట్టి మనుజుడు. బృహదారణ్యకోపనిషత్తు (3.8.10) కలతచెందిన మానవుని ఈ విధముగా వర్ణించుచున్నది. "యో వా ఏతదక్షరం గార్గ్యవిదిత్వా స్మా ల్లోకాత్ ప్రైతి స కృపణః" మానవునిగా జీవితసమస్యలను పరిష్కరించక ఆత్మానుభవ విజ్ఞానమును అవగతము చేసికొనకనే మార్జాల శునకముల వలె దేహమును త్యజించువాడు కృపణుడు. మానవజన్మము జీవునికి అత్యంత విలువైనది. దానిని నతడు జీవితసమస్యలను పరిష్కరించుటకు ఉపయోగించుకొనవచ్చును. కనుకనే ఈ అవకాశమును సద్వినియోగపరచుకొననివాడు లోభి యనబడును. అట్టి

కృపణునికి విరుద్ధస్వభావము గలవాడు బ్రాహ్మణుడు. సమస్త జీవనసమస్యల పరిష్కారమునకు మానవజన్మను ఉపయోగించుకొనగల బుద్ధిమంతుడు. "య ఏతదక్షరం గార్గి విదిత్వాస్మాల్లోకాత్ ప్రైతి స బ్రాహ్మణః"

కుటుంబము, సంఘము, దేశాదుల యెడ అతి అనురాగముతో కృపణులు భౌతికభావనయందు కాలమును వృథా చేయుదురు. సాధారణముగా మనుజుడు భార్య, సంతానము, బంధువులనెడి శారీరిక సంబంధమైన కుటుంబ జీవనమున అనురక్తుడై యుండును. కృపణుడైనవాడు తాను కుటుంబసభ్యులను మరణము నుండి కాపాడగలుగుదుననియు లేదా తన కుటుంబము (సంఘము) మృత్యువు నుండి తనను రక్షించుననియు భావించుచుండును. అటువంటి సాంసారిక అనురాగము జంతువులందును గోచరించును. అవి కూడా తమ సంతానముయొక్క రక్షణాభారమును స్వీకరించుచున్నవి. అర్జునుడు తెలివిగలవాడై నందున కుటుంబసభ్యుల యెడ అనురాగము మరియు వారిని మృత్యువు నుండి రక్షించవలెనను కోరికలే తన కలతకు కారణములని తెలిసికొనగలిగెను. స్వీయ ధర్మమైన యుద్ధము తన కొరకై ఎదురు చూచుచున్నను కృపణత్వ కారణముగా తాను తన విధులను నిర్వర్తింపలేక పోవుచున్నట్లు అతడు అవగతము చేసికొనెను. కనుకనే అతడు పరమ ఆధ్యాత్మికగురువైన శ్రీకృష్ణుని ఒక నిశ్చయమైన పరిష్కారమును చూపుమని అడుగుచున్నాడు. శిష్యునిగా అతడు శ్రీకృష్ణునికి శరణొందినవాడు. స్నేహపూర్వక సంభాషణలు ఆపవలెనని అతడు వాంఛించెను. గురుశిష్యుల నడుమ సంభాషణము గంభీరముగా నుండును కావున ప్రామాణికుడైన గురువు ఎదుట అర్జునుడు గాంభీర్యముతో పలుకగోరెను. కనుకనే భగవద్గీత విజ్ఞానమునకు శ్రీకృష్ణుడు ఆదిగురువు కాగా, దానిని అవగతము చేసికొనిన ప్రథమశిష్యుడు అర్జునుడు అయ్యెను. అర్జునుడు గీతను అవగతము చేసికొనిన విధానము గీతయందే తెలుపబడినది. అయినను మూఢులైన కొందరు గీతావ్యాఖ్యాతలు రూపముతో నున్న శ్రీకృష్ణునకు శరణుపొందవలసిన అవసరము లేదనియు, శ్రీకృష్ణుని యందు అంతర్యామిగా నున్న అజుడైన వానిని శరణువేడవలెననియు వ్యాఖ్యానించుచుందురు. వాస్తవమునకు శ్రీకృష్ణుని అంతర్బాహ్యములకు ఎట్టి భేదము లేదు. ఇట్టి అవగాహనము లేకుండా గీతను అవగతము చేసికొన యత్నించువాడు నిక్కముగా పరమ మూఢుడు.

8

न हि प्रपश्यामि ममापनुद्याद्
यच्छोकमुच्छोषणमिन्द्रियाणाम् ।
अवाप्य भूमावसपत्नमृद्धं
राज्यं सुराणामपि चाधिपत्यम् ॥८॥

న హి ప్రపశ్యామి మమాపనుద్యాత్
యచ్ఛోకముచ్ఛోషణమిన్ద్రియాణామ్ ।
అవాప్య భూమావసపత్నమృద్ధం
రాజ్యం సురాణామపి చాధిపత్యమ్ ॥

హి—నిశ్చయముగా; న ప్రపశ్యామి—గాంచలేకున్నాను; మమ—నా యొక్క; అపనుద్యాత్—తొలగింపగలిగినట్టి; యత్—ఏదైతే; శోకం—దుఃఖమును; ఉచ్ఛోషణం—శోషింపజేయునట్టి; ఇన్ద్రియాణాం—ఇంద్రియముల యెడ; అవాప్య—పొంది; భూమౌ—ధరిత్రిపై; అసపత్నం—శత్రురహితమైన; ఋద్ధం—సమృద్ధమైన; రాజ్యం—రాజ్యమును; సురాణాం—దేవతల యొక్క; అపి—అయినను; చ—కూడా; ఆధిపత్యమ్—ఆధిపత్యము.

ఇంద్రియములను శోషింపజేయునటువంటి ఈ శోకమును తొలగించుకొను మార్గమును నేను గాంచలేకున్నాను. దేవతల స్వర్గాధిపత్యమువలె సంపత్సమృద్ధమును, శత్రురహితమును అగు రాజ్యమును ధరిత్రిపై సాధించినను ఈ శోకమును నేను తొలగించుకొనజాలను.

భాష్యము : ధర్మనియమములు, నీతి నియమముల జ్ఞానముపై ఆధారపడిన పలువాదములను అర్జునుడు ప్రతిపాదించుచున్నను తన నిజమైన సమస్యను గురువైన శ్రీకృష్ణభగవానుని సహాయము లేకుండా పరిష్కరించుకొనజాలనట్లు విదితమగుచున్నది. స్వీయమనుగడనే శోషింపజేయునట్టి సమస్యలను నివారించుటలో తన నామమాత్ర జ్ఞానము వ్యర్థమని అతడు అవగతము చేసికొనగలిగెను. శ్రీకృష్ణభగవానుని వంటి గురువు సహాయము లేకుండా అట్టి కలతలకు పరిష్కారమును గూర్చుట అతనికి అసాధ్యము. పుస్తకజ్ఞానము, పాండిత్యము, ఉన్నతపదవుల వంటివి జీవితసమస్యలకు పరిష్కారము నొసగుటలో వ్యర్థములై యున్నవి. శ్రీకృష్ణుని వంటి గురువొక్కడే అట్టి సమస్యా పరిష్కారమునకు సహాయము చేయగలడు. కనుక సారాంశమేమనగా

నూటికినూరుపాళ్ళు కృష్ణభక్తిభావనలో ఉన్న గురువే ప్రామాణికుడైన గురువు. ఏలయన అట్టివాడే జీవితసమస్యలను పరిష్కరింపగలడు. కృష్ణసంబంధ విజ్ఞానమున నిష్ణాతుడైనవాడు నిజమైన ఆధ్యాత్మికగురువని శ్రీచైతన్యమహాప్రభువు తెలిపిరి. దానికి అతని సాంఘికస్థాయి ఏ విధముగను అవరోధము కాజాలదు.

కిబా విప్ర, కిబా న్యాసి, శూద్ర కేనే నయ ।
యై కృష్ణతత్త్వవేత్తా, సేఇ 'గురు' హయ ॥

"కృష్ణసంబంధ విజ్ఞానమునందు మనుజుడు నిష్ణాతుడైనచో అతడు విప్రుడైనను (వేదజ్ఞానపండితుడు) లేదా హీనకులజుడైనను లేదా సన్న్యాసి యైనను సరియే, అతడే పూర్ణుడైన ప్రామాణిక ఆధ్యాత్మికగురువై యున్నాడు" (చైతన్యచరితామృతము, మధ్యలీల 8.128). అనగా కృష్ణసంబంధ విజ్ఞానమున నిష్ణాతుడు కానిదే ఎవ్వరును ప్రామాణిక ఆధ్యాత్మికగురువు కాజాలరు. ఇదే విషయము పద్మపురాణము నందును ఇట్లు తెలుపబడినది.

షట్కర్మనిపుణో విప్రో మంత్రతంత్ర విశారదః ।
అవైష్ణవో గురుర్ న స్యాద్, వైష్ణవః శ్వపచో గురుః ॥

"వేదజ్ఞానమునందు పండితుడైన బ్రాహ్మణుడు కూడ కృష్ణసంబంధ విజ్ఞానమున నిష్ణాతుడు కాకుండా (వైష్ణవుడు కాకుండా) ఆధ్యాత్మికగురువగుటకు అర్హుడు కాబోడు. కాని శూద్రవంశమున జన్మించినప్పటికిని మనుజుడు వైష్ణవుడైనచో లేదా కృష్ణభక్తుడైనచో ఆధ్యాత్మికగురువు కాగలడు."

జన్మము, మృత్యువు, ముసలితనము, వ్యాధులనెడి భౌతికఅస్తిత్వపు క్లేశములు ధనమును కూడబెట్టుట ద్వారా లేదా ఆర్థికాభివృద్ధిని సాధించుట ద్వారా తొలగింపబడవు. ప్రపంచమందు పలుచోట్ల సమస్త సౌఖ్యములను కలిగిన దేశములు కలవు. అవి బహుసంపత్తిని కలిగియున్నను మరియు ఆర్థికాభివృద్ధిని బడసి యున్నను అచ్చట భౌతికక్లేశములు ఇంకను కలవు. వారు వివిధరీతులలో శాంతి కొరకై యత్నించుచున్నారు. వారు శ్రీకృష్ణుని (భగవద్గీత మరియు శ్రీమద్భాగవతము) దరిచేరినపుడే నిజమైన ఆనందమును పొందగలరు. అట్టి గ్రంథములు కృష్ణసంబంధ విజ్ఞానమును కూడియున్నవి. కృష్ణభక్తిభావనలో ఉన్న ప్రామాణికుడైన శ్రీకృష్ణుని ప్రతినిధి ద్వారా వాటిని అవగతము చేసికొనినపుడే అట్టి ఆనందము ప్రాప్తించగలదు.

ఆర్థికాభివృద్ధి, విషయసౌఖ్యములు అనునవి మనుజుని సాంసారిక, సాంఘిక,

జాతీయ (లేదా అంతర్జాతీయ) శోకమును నివారింపగలిగినచో, ధరిత్రిపై శత్రురహిత రాజ్యము గాని లేదా స్వర్గమునందలి దేవతలకున్నటువంటి ఆధిపత్యము గాని తన శోకమును పోగొట్టజాలదని అర్జునుడు పలికియుండెడివాడు కాడు. కనుకనే అతడు కృష్ణభక్తిభావన యందు శరణాగతి పొందెను. శాంతి, సామరస్యములకు అదియే చక్కని మార్గము. ఆర్థికాభివృద్ధి లేదా ప్రపంచాధిపత్యమనునది ప్రకృతి ప్రళయముచే ఏ క్షణమైనను నశింపగలదు. ఉన్నతలోకములకు చేరు యత్నము (నేటికాలమున మనుజులు చంద్రలోకమును చేరగోరినట్లు) కూడ ఒక్క దెబ్బతో నశించిపోగలదు. భగవద్గీత ఈ విషయమునే ధ్రువీకరించుచున్నది (క్షీణే పుణ్యే మర్త్యలోకం విశన్తి). అనగా పుణ్యకర్మల ఫలములు నశించినంతనే జీవుడు ఆనంద శిఖరము నుండి అధోజీవన స్థాయికి పతనము చెందును. ప్రపంచమునందలి పలువురు రాజనీతిజ్ఞులు ఆ రీతినే పతనము చెందియుండిరి. అవి కేవలము మరింత శోకమునకే కారణము కాగలవు. కావున మనము శుభము కొరకై శోకనాశనమును కోరుదుమేని అర్జునుడు ఒనరించిన రీతి శ్రీకృష్ణుని శరణమును పొందవలెను. అనగా అర్జునుడు సమస్యను నిశ్చయముగా పరిష్కరింపుమని శ్రీకృష్ణుని అడిగియున్నాడు. అదియే కృష్ణభక్తిభావనా మార్గము.

9

सञ्जय उवाच

एवमुक्त्वा हृषीकेशं गुडाकेशः परन्तपः ।
न योत्स्य इति गोविन्दमुक्त्वातूष्णीं बभूवह ॥९ ॥

సంజయ ఉవాచ

ఏవముక్త్వా హృషీకేశం గుడాకేశః పరన్తపః ।
న యోత్స్య ఇతి గోవిన్దముక్త్వా తూష్ణీం బభూవ హ ॥

సంజయః ఉవాచ—సంజయుడు పలికెను; ఏవం—ఆ విధముగా; ఉక్త్వా—పలికి; హృషీకేశం—ఇంద్రియములకు ప్రభువైన కృష్ణునితో; గుడాకేశః—అజ్ఞానమును అంతరింపజేయుట యందు నిపుణుడైన అర్జునుడు; పరన్తపః—శత్రువులను జయించువాడు; న యోత్స్యే—నేను యుద్ధము చేయను; ఇతి—అని; గోవిన్దం—ఇంద్రియములకు ఆనందము నొసగు కృష్ణునితో; ఉక్త్వా—పలికి; తూష్ణీం బభూవ—మౌనము వహించెను; హ—నిశ్చయముగా.

సంజయుడు పలికెను : శత్రువులను తపింపజేయు అర్జునుడు ఆ విధముగా

పలికి, పిదప శ్రీకృష్ణునితో "గోవిందా! నేను యుద్ధమును చేయను" అని పలికి మౌనమును వహించెను.

భాష్యము : యుద్ధమాచరించుటకు బదులు అర్జునుడు యుద్ధరంగమును వీడి భిక్షాటనను స్వీకరింపనున్నాడని అవగతము చేసికొని ధృతరాష్ట్రుడు మిక్కిలి ముదమంది యుండవచ్చును. కాని అర్జునుడు తన శత్రువులను వధింప సమర్థుడని (పరంతపుడు) పలుకుచు సంజయుడు అతనిని నిరాశపరచెను. బంధుప్రేమ కారణముగా అర్జునుడు కొలది సమయము మిథ్యా శోకతప్తుడైనను శిష్యుని వలె దివ్యగురువైన శ్రీకృష్ణునికి శరణుపొందెను. వంశానురాగము వలన కలిగిన మిథ్యాశోకము నుండి అతడు శీఘ్రమే ముక్తిని పొందగలడనియు, ఆత్మానుభవపు (కృష్ణభక్తిభావనము) పూర్ణజ్ఞానముచే జ్ఞానవంతుడు కాగలడనియు ఇది సూచించుచున్నది. పిదప అతడు నిక్కముగా యుద్ధమున పాల్గొనగలడు. అనగా శ్రీకృష్ణునిచే జ్ఞానమును బడసి అర్జునుడు విజయము సాధించువరకు యుద్ధము చేయనున్నందున ధృతరాష్ట్రుని సంతోషము నిశ్చయము నిరాశగా మారగలదు.

10

तमुवाच हृषीकेशः प्रहसन्निव भारत।
सेनयोरुभयोर्मध्ये विषीदन्तमिदं वचः ॥१०॥

తమువాచ హృషీకేశః ప్రహసన్నివ భారత ।
సేనయోరుభయోర్మధ్యే విషీదన్తమిదం వచః ॥

తం—అతనితో; ఉవాచ—పలికెను; హృషీకేశః—ఇంద్రియములకు ప్రభువగు కృష్ణుడు; ప్రహసన్—నవ్వుచున్నవాని; ఇవ—వలె; భారత—ఓ ధృతరాష్ట్రా (భరతవంశీయుడా); సేనయోరుభయోః—ఇరుసేనల యొక్క; మధ్యే—నడుమ; విషీదన్తం—దుఃఖించుచున్న; ఇదం—ఈ క్రింది; వచః—వాక్యములు.

ఓ భరతవంశీయుడా! ఇరుసేనల నడుమ శ్రీకృష్ణుడు నవ్వుచున్నవాని వలె ఆ సమయమున దుఃఖితుడైన అర్జునునితో ఇట్లు పలికెను.

భాష్యము : హృషీకేశుడు, గుడాకేశుడు అను ఇరువురు సన్నిహిత మిత్రుల నడుమ ఇచ్చట సంభాషణము జరుగుచున్నది. స్నేహితులుగా ఇరువురును ఒకే స్థాయికి చెందినవారైనను వారిలో ఒకడు వేరొకనికి స్వచ్ఛందముగా

శిష్యుడయ్యెను. స్నేహితుడు శిష్యునిగా మారుటకు ఎంచుకొనినందున శ్రీకృష్ణుడు నవ్వుచుండెను. సర్వులకు ప్రభువుగా ఆతడు సదా ఉన్నతస్థానము నందే నిలిచియుండును. అయినను తనను స్నేహితునిగా, పుత్రునిగా లేక ప్రియునిగా పొందగోరిన భక్తుని యెడ ఆతడు అదేరీతిగా వర్తించుటకు అంగీకరించును. గురువుగా అంగీకరించినంతనే ఆతడు ఆ స్థానమును స్వీకరించి శిష్యునితో కోరినరీతి గాంభీర్యముగా పలుక నారంభించెను. సర్వులకు లాభము కలుగునట్లుగా ఆ గురుశిష్యుల నడుమ సంభాషణము ఇరుసేనల సమక్షమున బాహాటముగా జరిగినట్లు అవగతమగుచున్నది. అనగా భగవద్గీతా వాక్యములు ఒకానొక వ్యక్తికి, సంఘమునకు లేదా జాతికి సంబంధించినవి గాక సర్వుల కొరకై నిర్దేశింపబడియున్నవి. శత్రుమిత్రులు ఇరువురును ఆ వాక్యములను శ్రవణము చేయుటకు సమానముగా అర్హులై యున్నారు.

11

श्रीभगवानुवाच

अशोच्यानन्वशोचस्त्वं प्रज्ञावादांश्च भाषसे।
गतासूनगतासूंश्च नानुशोचन्ति पण्डिताः ॥११॥

శ్రీభగవానువాచ

అశోచ్యానన్వశోచస్త్వం ప్రజ్ఞావాదాంశ్చ భాషసే ।
గతాసూనగతాసూంశ్చ నానుశోచన్తి పణ్డితాః ॥

శ్రీభగవానువాచ—శ్రీకృష్ణభగవానుడు పలికెను; అశోచ్యాన్—దుఃఖింపదగనివానిని గూర్చి; అన్వశోచః—విచారించుచున్నావు; త్వం—నీవు; ప్రజ్ఞావాదాన్—ప్రజ్ఞను గూడిన పలుకులను; చ—కూడా; భాషసే—పలుకుచున్నావు; గతాసూన్—మరణించినవారిని గూర్చియు; అగతాసూన్ చ—జీవించియున్నవారిని గూర్చియు; న అనుశోచన్తి—దుఃఖింపరు; పణ్డితాః—పండితులైనవారు.

పూర్ణపురుషోత్తముడగు శ్రీకృష్ణభగవానుడు పలికెను : ప్రజ్ఞను గూడిన పలుకులను పలుకుచునే నీవు దుఃఖింపదగని విషయమును గూర్చి దుఃఖించుచున్నావు. పండితులైనవారు జీవించియున్నవారిని గూర్చిగాని, మరణించినవారిని గూర్చిగాని దుఃఖింపరు.

భాష్యము : శ్రీకృష్ణభగవానుడు వెంటనే గురుస్థానమును స్వీకరించి పరోక్షముగా శిష్యుని మూర్ఖుడని పిలుచుచు మందలించుచున్నాడు. "నీవు పండితునిలాగా

పలుకుచున్నావు. కాని దేహమననేమో, ఆత్మయననేమో తెలిసిన పండితుడు దేహపు ఏ స్థితిని గూర్చియు (జీవించి యున్న స్థితిని గాని, మరణించిన స్థితిని గాని) శోకింపడని ఎరుగకున్నావు" అని ఆతడు పలికెను. తరువాతి అధ్యాయములలో వివరింపబడినరీతి జ్ఞానమనగా భౌతికపదార్థము, ఆత్మ మరియు ఆ రెంటిని నియమించువాని గూర్చి తెలియుటయే. రాజకీయములు లేదా సాంఘిక ఆచారముల కన్నను ధర్మనియమములకే అధిక ప్రాధాన్యము నొసగవలెనని అర్జునుడు వాదించెను. కాని భౌతికపదార్థము, ఆత్మ, భగవానుని గూర్చిన జ్ఞానము ధార్మిక నియమముల కన్నను మరింత ముఖ్యమైనదని అతడు ఎరుగకుండెను. అటువంటి జ్ఞానము కొరవడియున్నందున గొప్ప ప్రజ్ఞ కలవానిగా తనను అతడు ప్రదర్శించుకొనుట తగియుండలేదు. ప్రజ్ఞగలవాడు కానందునే అతడు విచారింపదగని దానిని గూర్చి విచారించెను. దేహము ఒకప్పుడు ఉద్భవించి నేడో, రేపో రాలిపోయే తీరును. కనుకనే దేహము ఆత్మ యంత ముఖ్యమైనది కాదు. ఇది తెలిసినవాడే నిజముగా ప్రజ్ఞకలవాడు. భౌతికదేహపు స్థితి ఎట్లున్నను అట్టివానికి దుఃఖకారణము ఏదియును లేదు.

12

न त्वेवाहं जातु नासं न त्वं नेमे जनाधिपाः ।
न चैव न भविष्यामः सर्वे वयमतः परम् ॥१२॥

న త్వేవాహం జాతు నాసం న త్వం నేమే జనాధిపాః ।
న చైవ న భవిష్యామః సర్వే వయమతః పరమ్ ॥

న—లేదు; తు—కాని; ఏవ—నిశ్చయముగా; అహం—నేను; జాతు—ఎప్పుడును; న ఆసం—లేక ఉండలేదు; త్వం—నీవు; న—ఉండకపోలేదు; ఇమే జనాధిపాః—ఈ రాజులు కూడా; న చ—ఉండకపోలేదు; ఏవ—నిశ్చయముగా; న భవిష్యామః—ఉండకపోము; సర్వేవయం—మనమందరమును; అతః పరమ్—ఇకముందు.

నేను గాని, నీవు గాని, ఈ రాజులందరు గాని నిలిచియుండని సమయ మేదియును లేదు. ఆలాగుననే భవిష్యత్తు నందు మనమెవ్వరము ఉండక పోము.

భాష్యము : దేవదేవుడు అసంఖ్యాకములైన జీవులకు వారి వారి వ్యక్తిగత కర్మలు, కర్మఫలముల ననుసరించి పోషకుడై యున్నాడని కఠోపనిషత్తు మరియు శ్వేతాశ్వతరోపనిషత్తు (వేదములు) నందు తెలుపబడినది. అదే దేవదేవుడు

ప్రతిజీవి హృదయములో తన ప్రథానాంశ రూపమున సదా నిలిచియుండును. అట్టి భగవానుని బాహ్యాభ్యంతరములలో గాంచగలిగిన సాధుపురుషులే పూర్ణమును, శాశ్వతమును అగు శాంతిని నిజముగా పొందుచున్నారు.

నిత్యో నిత్యానాం చేతనశ్చేతనానాం
ఏకో బహూనాం యో విదధాతి కామాన్ ।
తమాత్మస్థం యే ఽనుపశ్యన్తి ధీరాః
తేషాం శాన్తిః శాశ్వతీ నేతరేషామ్ ॥

(కఠోపనిషత్తు 2.2.13)

అర్జునునకు తెలుపబడిన ఈ వేదసత్యము నిజమునకు జ్ఞానరహితులైనను జ్ఞానవంతులుగా తమను ప్రదర్శించుకొను జనులందరికీ తెలుపబడుచున్నది. తాను, అర్జునుడు, రణరంగమున సమకూడిన రాజులందరును నిత్యులైన జీవులనియు మరియు బంధముక్తస్థితులు రెండింటి యందును జీవులకు తాను నిత్య పోషకుడననియు శ్రీకృష్ణభగవానుడు ఇచ్చట స్పష్టముగా తెలియ జేయుచున్నాడు. దేవదేవుడైన శ్రీకృష్ణుడు దివ్యపురుషుడు కాగా, ఆతని నిత్యసహచరుడైన అర్జునుడు, రణరంగమునందు సమకూడిన రాజులు నిత్యులగు జీవులై యున్నారు. వారు పూర్వము ఏ సమయమందును వ్యక్తిగత జీవులుగా నుండకపోలేదు మరియు భవిష్యత్తు నందును ఉండకపోరు. అనగా వారి యొక్క వ్యక్తిత్వము గతమునందు నిలిచియున్నది. అది భవిష్యత్తు నందును ఎటువంటి అవరోధము లేకుండా కొనసాగనున్నది. అట్టి యెడ ఎవరి కొరకును చింతించుటకు ఎట్టి కారణము లేదు.

మోక్షము పిమ్మట ఆత్మ మాయావరణము నుండి బయటపడి నిరాకార బ్రహ్మముతో కలిసి తన వ్యక్తిత్వమును కోల్పోవునని పలుకు మాయావాద సిద్ధాంతమును పరమప్రామాణికుడైన శ్రీకృష్ణభగవానుడు సమర్థించుట లేదు. ఆలాగుననే వ్యక్తిత్వమనునది కేవలము బద్ధస్థితి యందే అనెడి సిద్ధాంతమును సైతము సమర్థించలేదు. ఉపనిషత్తులలో నిర్ధారింపబడిన రీతి తన వ్యక్తిత్వము, ఇతరులందరి వ్యక్తిత్వము శాశ్వతముగా భవిష్యత్తు నందును నిలిచియుండునని శ్రీకృష్ణభగవానుడు స్పష్టముగా తెలియజేయుచున్నాడు. మాయాతీతుడై నందున శ్రీకృష్ణుని ఈ వచనము అత్యంత ప్రామాణికమై యున్నది. వ్యక్తిత్వమనునది వాస్తవము కానిచో ఈ విషయమును శ్రీకృష్ణుడు (భవిష్యత్తు

నందు కూడా యనుచు) నొక్కి వక్కాణించెడివాడు కాడు. ఇచ్చట శ్రీకృష్ణుడు తెలిపిన వ్యక్తిత్వము భౌతికమే గాని ఆధ్యాత్మికము కాదని మాయావాదులు వాదించు నవకాశము కలదు. ఒకవేళ వ్యక్తిత్వము భౌతికమనెడి ఆ వాదమునే అంగీకరించినను శ్రీకృష్ణభగవానుని వ్యక్తిత్వమునందు భేదమునెట్లు గాంచగలము? తన వ్యక్తిత్వమును గతమునందు ఉన్నదానిగను, భవిష్యత్తు నందును నిలిచి యుండుదానిగను శ్రీకృష్ణుడు నిర్ధారించినాడు. తన వ్యక్తిత్వమును ఆతడు పలురీతుల నిరూపించియున్నాడు. అంతియేగాక నిరాకారబ్రహ్మము ఆతనికి లోబడియున్నదనియు ప్రకటింపబడినది. ఈ విధముగా శ్రీకృష్ణుడు తన ఆధ్యాత్మిక వ్యక్తిత్వమును సర్వత్రా నిరూపించియే యున్నాడు. ఒకవేళ ఆతనిని సాధారణ బద్ధజీవునిగా భావించినచో ఆతని భగవద్గీతకు (ప్రామాణిక గ్రంథముగా) విలువ కలుగదు. నాలుగు విధములైన దోషములను కలిగియుండెడి సాధారణ మానవుడు శ్రవణదాయకమైన ఉపదేశము నెన్నడును చేయజాలడు. కాని భగవద్గీత అట్టి వాఙ్మయమునకు అతీతమైనది. ఏ లౌకికగ్రంథమును దీనితో సాటిరాదు. కాని ఎవరేని శ్రీకృష్ణభగవానుని సాధారణవ్యక్తిగా భావించినంతనే ఇది తన ప్రాముఖ్యమును కోల్పోవును. ఈ శ్లోకమునందు తెలుపబడిన బహుత్వ మనునది వ్యవహారికమనియు, అది దేహమునకు సంబంధించినదనియు మాయావాదులు వాదింతురు. కాని అట్టి దేహభావనము పూర్వపు శ్లోకమునందు ఇదివరకే ఖండించబడినది. జీవుల దేహభావనను ఖండించిన పిదప దేహమును గూర్చిన వ్యవహారిక భావననే శ్రీకృష్ణుడు తిరిగి ఎందులకు ప్రతిపాదించును? అనగా ఇచ్చట వ్యక్తిత్వము ఆధ్యాత్మిక పరిధిలోనే ప్రస్తావించబడినదని తెలియుచున్నది. ఈ విషయమునే శ్రీరామానుజులు, ఇతర ఆచార్యులు నిర్ధారించిరి. ఇట్టి ఆధ్యాత్మిక వ్యక్తిత్వము భగవానుని భక్తులకే అవగతము కాగలదని భగవద్గీత యందు పలుచోట్ల స్పష్టముగా తెలుపబడినది. శ్రీకృష్ణుని దేవదేవత్వము పట్ల అసూయ కలిగినవారలకు ఈ మహావాఙ్మయము ఎన్నడును అవగతము కాదు. గీతోపదేశములను అభక్తులు అవగతము చేసికొనగోరు యత్నమును తేనెటీగ తేనెసీసాపై వాలిన చందముతో పోల్చవచ్చును. సీసామూత తెరువనిదే ఎవ్వరును మకరందమును రుచి చూడలేరు. అదేవిధముగా గీత యందలి చతుర్థాధ్యాయమున తెలుపబడినరీతి శ్రీకృష్ణభక్తులైనవారికే భగవద్గీత మహిమము చక్కగా అవగాహనము కాగలదు. వేరెవ్వరును దీనిని రుచి

చూడలేరు. భగవానుని ఉనికి యెడనే అసూయాగ్రస్థులైనవారు గీతను తాకనైనను సమర్థులు కారు. కనుకనే గీత యొక్క మాయావాద భాష్యము సత్యమును మరుగుపరచునదై యున్నది. మాయావాద భాష్యమును వినరాదని శ్రీచైతన్యమహాప్రభువు నిషేధమును విధించియుండిరి. ఎవరేని దానిని అంగీకరించినచో గీతారహస్యమును అవగతము చేసికొనుటకు శక్తిని కోల్పోవుదురని ఆయన హెచ్చరించిరి. వ్యక్తిత్వమనునది భౌతికజగత్తునకు సంబంధించినదైనచో భగవానుని ఉపదేశపు అవసరమే లేదు. అనగా జీవుడు, భగవానుడనెడి బహుత్వము నిత్యమైన విషయము. పైన తెలిపిన రీతిగనే వేదములందును ఈ విషయము నిర్ధారింపబడినది.

13

देहिनोऽस्मिन् यथा देहे कौमारं यौवनं जरा।
तथा देहान्तरप्राप्तिर्धीरस्तत्र न मुह्यति ॥१३॥

దేహినో ऽస్మిన్ యథా దేహే కౌమారం యౌవనం జరా।
తథా దేహాన్తరప్రాప్తిర్ధీరస్తత్ర న ముహ్యతి ॥

దేహినః—దేహధారి; అస్మిన్—ఈ; యథా—ఎట్లు; దేహే—శరీరమునందు; కౌమారం—బాల్యము; యౌవనం—యౌవనము; జరా—ముసలితనము; తథా—అదే విధముగా; దేహాన్తరప్రాప్తిః—మరియొక దేహమును పొందుట; ధీరః—ధీరుడు; తత్ర—ఆ విషయమున; న ముహ్యతి—ఎన్నడును మోహము నొందడు.

దేహధారి దేహమునందు బాల్యము నుండి యౌవనమునకు, యౌవనము నుండి ముదుసలి ప్రాయమునకు క్రమముగా చను రీతి మరణానంతరము వేరొక దేహమును పొందును. అట్టి మార్పు విషయమున ధీరుడైనవాడు మోహము నొందడు.

భాష్యము : ప్రతిజీవుడును వ్యక్తిగత ఆత్మయైనందున కొంత సమయము బాలునిగా, మరికొంత సమయము యౌవనవంతునిగా, ఇంకొంత కాలము ముదుసలిగా వ్యక్తమగుచు నిరంతరము దేహమార్పులకు లోనగుచుండును. అయినప్పటికిని ఆత్మ మాత్రము ఎట్టి మార్పులేక యుండును. అది చివరకు మరణసమయమున దేహమును మార్చి వేరొక దేహమునకు ప్రయాణించును. తదుపరి జన్మలో వేరొక దేహమును (భౌతికము గాని లేదా ఆధ్యాత్మికము గాని) పొందుట నిశ్చయమై యున్నందున భీష్మద్రోణుల మరణ విషయమున

అర్జునుడు చింతించుటకు ఎట్టి కారణము లేదు. వారిని గూర్చి అతడు మిగుల వ్యాకుల పడియున్నాడు. కాని వారు తమ పాతదేహములను వదలి నూతన దేహములను పొందుట ద్వారా తిరిగి శక్తిని పొందగలరని అతడు ఆనందింపవలసి యున్నది. జీవితమున మనుజుని కర్మ ననుసరించి వివిధములైన సుఖముల కొరకు లేదా దుఃఖముల కొరకు అట్టి దేహమార్పు కలుగుచుండును. భీష్ముడు, ద్రోణుడు ఇరువురును పవిత్రాత్ములై నందున తదుపరి జన్మమున నిక్కముగా ఆధ్యాత్మికదేహములను పొందనున్నారు లేదా కనీసము ఉన్నత భోగము కొరకై దేవతా శరీరములను పొందగలరు. ఈ రెండింటిలో ఏది జరిగినను చింతకు కారణమేదియును లేదు.

ఆత్మ, పరమాత్మ, భౌతిక ఆధ్యాత్మిక ప్రకృతులకు సంబంధించిన పరిపూర్ణ జ్ఞానమును సంపూర్ణముగా కలిగియున్నవాడు ధీరుడని పిలువబడును. అట్టివాడు దేహపరమైన మార్పుల యెడ మోహము నొందడు.

మాయావాద సిద్ధాంతము పలుకు ఆత్మ యొక్క అద్వయత్వమును ఏమాత్రము అంగీకరింపలేము. ఆత్మ ముక్కలుగా ఖండింపబడలేదనుటయే దానికి ఆధారము. ఆ రీతి వ్యక్తిగతాత్మలుగా ఖండింపబడుట యనునది పరమాత్మను మార్పునొందువానిగా లేదా ఖండింపబడువానిగా చేయును. అట్టి విషయము పరమాత్మ మార్పురహితమనెడి సిద్ధాంతమునకు వ్యతిరేకమై యున్నది. భగవద్గీత యందు నిర్ధారింపబడిన రీతిగా భగవానుని అంశలు నిత్యముగా (సనాతనులు) నిలిచియుండి క్షరులుగా పిలువబడుదురు. అనగా వారు భౌతిక ప్రకృతికి పతనము చెందు లక్షణమును కలిగియుందురు. ఈ అంశలు నిత్యముగా తమ అంశరూపమున నిలిచియుందురు. ముక్తిపొందిన పిమ్మటయు జీవుడు అంశగా మిగిలియుండును. కాని ముక్తిని పొందిన పిమ్మట అతడు ఆనందము మరియు జ్ఞానములను గూడి దేవదేవునితో నిత్యజీవనమును పొందును. ప్రతిదేహము నందు నిలిచి పరమాత్మ నామమున తెలియబడు దేవదేవుని యెడ ప్రతిబింబ సిద్ధాంతమును అన్వయింపవచ్చును. ఆతడు బద్ధజీవునికి భిన్నుడై యున్నాడు. ఆకాశము నీటి యందు ప్రతిబింబితమైనపుడు ఆ ప్రతిబింబములో సూర్యుడు, చంద్రుడు, నక్షత్రములు కూడ గోచరించును. నక్షత్రములను జీవులతో మరియు సూర్యుని లేదా చంద్రుని దేవదేవునితో పోల్చవచ్చును. ఇచ్చట అర్జునుడు జీవాత్మ కాగా, దేవదేవుడైన శ్రీకృష్ణుడు పరమాత్మయై యున్నాడు.

చతుర్థాధ్యాయపు ఆది యందు అవగతము కానున్నట్లు వారిరువురును ఒకే స్థాయికి చెందినవారు కారు. అర్జునుడు శ్రీకృష్ణునితో సమానస్థాయి గలవాడైనచో లేదా శ్రీకృష్ణుడు అర్జునుని కన్నను ఉన్నతస్థాయిలో నున్నవాడు కానిచో వారిరువురి నడుమగల ఉపదేశకుడు, ఉపదేశము నందువాడు అనెడి సంబంధము అర్థరహితమగును. ఇరువురును మాయాశక్తిచే మోహమునకు గురియగువారే యైనచో అందులో ఒకరు గురువగుటకు, మరియొకరు శిష్యుడగుటకు అవసరమే లేదు. మాయాబంధములో నున్నపుడు ఎవ్వరును ప్రామాణిక ఉపదేశకుడు కాలేనందున అట్టి ఉపదేశము వ్యర్థమే కాగలదు. కనుకనే ఇట్టి పరిస్థితులలో జీవుడైన అర్జునుని (మాయచే భ్రాంతి నొందినవాడు) కన్నను ఉన్నతస్థాయిలో నున్న శ్రీకృష్ణుడు దేవదేవునిగా అంగీకరింపబడుచున్నాడు.

14

मात्रास्पर्शास्तु कौन्तेय शीतोष्णसुखदु:खदा: ।
आगमापायिनोऽनित्यास्तांस्तितिक्षस्व भारत ॥१४॥

మాత్రాస్పర్శాస్తు కౌన్తేయ శీతోష్ణసుఖదుఃఖదాః ।
ఆగమాపాయినోఽనిత్యాస్తాంస్తితిక్షస్వ భారత ॥

మాత్రాస్పర్శాః—ఇంద్రియానుభవములు; తు—కేవలము; కౌన్తేయ—ఓ కుంతీపుత్రా; శీత—చలికాలము; ఉష్ణ—ఎండాకాలము; సుఖ—సుఖమును; దుఃఖ—దుఃఖమును; దాః—ఇచ్చునట్టివి; ఆగమాపాయినః—రాకపోకలు కలవి; అనిత్యాః—తాత్కాలికములు; తాన్—వాటిని; తితిక్షస్వ—సహింపుము; భారత—భరతవంశీయుడా.

ఓ కౌంతేయా! తాత్కాలికములైనట్టి సుఖదుఃఖముల రాకయు, కాలక్రమమున వాటిపోకయు శీతగ్రీష్మకాలముల రాకపోకల వంటివి. ఓ భరతవంశీయుడా! ఇంద్రియానుభవము వలన కలుగు అటువంటి ద్వంద్వములను కలత నొందక సహించుటను మనుజుడు నేర్వవలెను.

భాష్యము : విధ్యుక్తధర్మమును చక్కగా నిర్వహించుట యందు సుఖదుఃఖముల తాత్కాలికమైన రాకపోకలను సహించుటను ప్రతియొక్కరు నేర్వవలెను. వేద నియమము ప్రకారము మాఘమాసము నందును (జనవరి- ఫిబ్రవరి) తెల్లవారు ఝాముననే స్నానమాచరింపవలెను. ఆ సమయమున వాతావరణము అతిచలిగా నున్నను వేదనియమాచరణమునకు కట్టుబడినవాడు తత్కార్యమునకు

సంశయింపడు. అదేవిధముగా ఎండాకాలపు అతివేడి సమయమున మే, జూన్ నెలల యందు కూడా స్త్రీలు వంటశాల యందు వండుటకు సంశయింపరు. అనగా వాతావరణపు అసౌకర్యములు కలిగినప్పటికిని మనుజుడు తన విధ్యుక్తధర్మమును నిర్వహింపవలెను. ఆ రీతిగనే యుద్ధమనునది క్షత్రియధర్మము. అట్టి యుద్ధమును స్నేహితుడు లేదా బంధువుతో చేయవలసివచ్చినను క్షత్రియుడైనవాడు తన విధ్యుక్తధర్మము నుండి వైదొలగరాదు. జ్ఞానస్థాయికి ఎదుగుట కొరకై మనుజుడు నిర్దేశిత నియమనిబంధనలను అనుసరింపవలెను. ఏలయన కేవలము జ్ఞానము, భక్తి ద్వారానే ఎవడైనను తనను తాను మాయాబంధముల నుండి ముక్తుని గావించుకొనగలడు.

ఈ శ్లోకమున అర్జునుని సంబోధించిన రెండు నామములకు ప్రాశస్త్యము కలదు. కౌంతేయ అనెడి సంబోధన అతని తల్లి తరఫున గల రక్తసంబంధమును, భారత అనెడి సంబోధనము తండ్రి ద్వారా సంక్రమించిన గొప్పదనమును సూచించుచున్నది.ఈ విధముగా రెండు వైపుల నుండియు అర్జునుడు గొప్ప వారసత్వమును కలిగియున్నాడు. అట్టి వారసత్వము స్వీయధర్మపాలన యందు గొప్ప బాధ్యతను కలిగించుచున్నందున అతడు యుద్ధమును నిరాకరించుటకు అవకాశము లేదు.

15

यं हि न व्यथयन्त्येते पुरुषं पुरुषर्षभ।
समदुःखसुखं धीरं सोऽमृतत्वाय कल्पते ॥१५॥

యం హి న వ్యథయన్త్యేతే పురుషం పురుషర్షభ ।
సమదుఃఖసుఖం ధీరం సోఽమృతత్వాయ కల్పతే ॥

యం—ఎవనిని; హి—నిశ్చయముగా; న వ్యథయన్తి—బాధింపవో; ఏతే—ఇవన్నియు; పురుషం—మానవుని; పురుషర్షభ—మానవశ్రేష్ఠుడా; సమ—కలతనొందని; దుఃఖ—దుఃఖమునందు; సుఖం—సుఖమునందు; ధీరం—ధీరుని; సః—అతడు; అమృతత్వాయ—మోక్షమునకు; కల్పతే—అర్హునిగా భావింపబడును.

ఓ మానవశ్రేష్ఠుడా(అర్జునా)! సుఖదుఃఖములచే కలత నొందక, ఆ రెండింటి యందును ధీరుడై నిలుచువాడు నిక్కముగా మోక్షమునకు అర్హుడై యున్నాడు.

భాష్యము : ఉన్నత ఆధ్యాత్మికానుభవ ప్రాప్తి యందు స్థిరనిశ్చయము కలిగి, సుఖదుఃఖముల తాకిడిని సమానముగా సహింపగలిగినవాడు నిక్కముగా మోక్షమును పొందుటకు అర్హుడై యున్నాడు. వర్ణాశ్రమవిధానమునందు నాలుగవ జీవనస్థితియైన సన్న్యాసము వాస్తవమునకు అత్యంత కష్టదాయకమైనది. అయినను జీవితమును పూర్ణమొనర్చుకొనవలెనను నిశ్చయము కలిగినవాడు కష్టములెన్ని ఎదురైనను తప్పక సన్న్యాసమును స్వీకరించును. అట్టి కష్టములు సాధారణముగా గృహబంధములను త్రెంపుకొనవలసి వచ్చునందున మరియు భార్యాపిల్లల సంబంధము త్యజింపవలసి యున్నందున కలుగుచుండును. కాని అట్టి కష్టములను సహించినచో మనుజుని ఆధ్యాత్మికానుభవమార్గము సంపూర్ణము కాగలదు. అదేవిధముగా స్వీయవంశీయులతో లేదా ప్రియమైన వారితో యుద్ధము చేయుట కష్టమైనను క్షత్రియునిగా ధర్మపాలన విషయమున అర్జునుడు దృఢ నిశ్చయము కలిగియుండవలెనని బోధింపబడినది. శ్రీచైతన్యమహాప్రభువు ఇరువది నాలుగేండ్ల ప్రాయమున సన్న్యాసమును స్వీకరించినపుడు ఆయనపై ఆధార పడిన భార్యను, తల్లిని పోషించువారు వేరొక్కరు లేకుండిరి. అయినప్పటికిని ఉన్నతప్రయోజనార్థమై ఆయన సన్న్యాసమును స్వీకరించి ఉన్నతధర్మ పాలనలో ధీరులై నిలిచిరి. భౌతికబంధము నుండి ముక్తిని సాధించుటకు అదియే మార్గము.

16

नासतो विद्यते भावो नाभावो विद्यते सतः ।
उभयोरपि दृष्टोऽन्तस्त्वनयोस्तत्त्वदर्शिभिः ॥१६ ॥

నాసతో విద్యతే భావో నాభావో విద్యతే సతః ।
ఉభయోరపి దృష్టోఽన్తస్త్వనయోస్తత్త్వదర్శిభిః ॥

అసతః—అసత్తునకు; న విద్యతే—లేదు; భావః—ఉనికి; అభావః—పరివర్తన స్వభావము; న విద్యతే—లేదు; సతః—నిత్యమైనదానికి; ఉభయోరపి—రెండింటి యొక్కయు; దృష్టః—దర్శింపబడినది; అన్తః—సారాంశము; తు—నిక్కముగా; అనయోః—వాటి; తత్త్వః—సత్యము; దర్శిభిః—తత్త్వదర్శులచే.

అసత్తునకు (భౌతికదేహము) ఉనికి లేదనియు, నిత్యమైనదానికి (ఆత్మ) మార్పు లేదనియు సత్యద్రష్టలైనవారు నిర్ణయించియున్నారు. ఈ రెండింటి తత్త్వమును బాగుగా అధ్యయనము చేసి వారీ విషయమును ధ్రువీకరించిరి.

భాష్యము : మార్పుచెందు దేహమునకు ఉనికి లేదు. వివిధములైన కణముల

చర్య, ప్రతిచర్యల వలన దేహము ప్రతిక్షణము మార్పునకు లోనగుచున్నదని ఆధునిక వైద్యశాస్త్రము అంగీకరించియున్నది. కనుకనే దేహమునందు పెరుగుదల మరియు ముసలితనము కలుగుచున్నవి. కాని మనోదేహములు ఆ విధముగా సదా మార్పు చెందుచున్నను ఆత్మ మాత్రము ఎటువంటి మార్పు లేకుండా శాశ్వతముగా నిలిచియుండును. అదియే భౌతికపదార్థము, ఆత్మ నడుమ గల భేదము. ప్రకృతిరీత్యా దేహము నిత్యపరిణామశీలమై యుండగా ఆత్మ నిత్యత్వ లక్షణమును కలిగియున్నది. అన్ని తరగతుల సత్యద్రష్టలచే (నిరాకారవాదులు, సాకారవాదులు ఇరువురు) ఈ విషయము ధ్రువీకరింపబడినది. విష్ణువు మరియు ఆతని ధామములన్నియును స్వయంప్రకాశమాన ఉనికిని కలిగియున్నట్లు (జ్యోతీంషి విష్ణుర్భువనాని విష్ణుః) విష్ణుపురాణము (2.12.38) నందు తెలుపబడినది. అనగా సత్తు, అసత్తు అను పదములు వరుసగా ఆత్మ మరియు భౌతికపదార్థములనే సూచించుచున్నవి. సత్యద్రష్టలందరి అభిప్రాయమిదియే.

అజ్ఞానప్రభావముచే మోహపరవశులైన జీవులకు శ్రీకృష్ణభగవానుడొసగిన ఉపదేశపు ఆరంభమిదియే. అజ్ఞానమును అంతమొందించుటనెడి కార్యము అర్చకుడు మరియు అర్చనీయ భగవానుని నడుమగల నిత్యసంబంధమును పునఃస్థాపించుట, భగవానుడు మరియు ఆతని అంశలైన జీవుల నడుమ గల భేదమును సంపూర్తిగా అవగతము చేసికొనుట యనెడి అంశములను కూడి యుండును. భగవానుడు మరియు తన నడుమగల భేదము పూర్ణము, అంశము నడుమగల సంబంధము వంటిదని తెలిసికొని, తనను గూర్చిన సంపూర్ణ అధ్యయనము కావించుట ద్వారా మనుజుడు భగవత్తత్త్వమును అవగతము చేసికొనగలడు. వేదాంతసూత్రములందు, శ్రీమద్భాగవతము నందు సర్వసృష్టికి శ్రీకృష్ణభగవానుడే మూలమని అంగీకరింపబడినది. ఉన్నత మరియు న్యూన ప్రకృతులచే అవి అనుభూతమగుచుండును. సప్తమాధ్యాయమున తెలుపబడనున్నట్లు జీవుడు ఉన్నత ప్రకృతికి చెందినవాడై యున్నాడు. శక్తి, శక్తిమానుల నడుమ భేదము లేకున్నను శక్తిమానుడు దివ్యుడనియు, శక్తి (ప్రకృతి) యనునది ఆతని ఆధీనతలో నుండునదనియు అంగీకరింపబడినది. కనుకనే యజమాని మరియు సేవకుల విషయము వలె లేదా గురువు మరియు శిష్యుల విషయము వలె జీవులందరును సదా శ్రీకృష్ణభగవానుని ఆధీనములో నుందురు. అజ్ఞానమున

ఉన్నంతకాలము ఈ స్పష్టమైన జ్ఞానమును అవగతము చేసికొనుట సాధ్య పడదు. అట్టి అజ్ఞానమును తరిమివేసి సర్వకాలజనుల జ్ఞానాభివృద్ధి కొరకే శ్రీకృష్ణుడు భగవద్గీతను బోధించెను.

17

अविनाशि तु तद् विद्धि येन सर्वमिदं ततम्।
विनाशमव्ययस्यास्य न कश्चित् कर्तुमर्हति ॥१७॥

అవినాశి తు తద్విద్ధి యేన సర్వమిదం తతం ।
వినాశమవ్యయస్యాస్య న కశ్చిత్ కర్తుమర్హతి ॥

అవినాశి–నాశము లేనట్టిది; తు–కాని; తత్–దానిని; విద్ధి–తెలిసికొనుము; యేన–దేనిచే; సర్వమిదం–ఈ శరీరమంతయు; తతమ్–వ్యాప్తమై యున్నదో; వినాశం–నాశమును; అవ్యయస్య అస్య–ఈ నాశనము లేనిదానికి; కశ్చిత్–ఎవ్వడును; కర్తుం–చేయుటకు; న అర్హతి–సమర్థుడు కాడు.

శరీరమందంతటను వ్యాపించియున్న ఆత్మ నశింపు లేనటువంటిదని నీవు తెలిసికొనుము. అట్టి అవినాశియైన ఆత్మను నశింపజేయుటకు ఎవ్వడును సమర్థుడు కాడు.

భాష్యము : శరీరమంతటను వ్యాపించి యున్నటువంటి ఆత్మ యొక్క నిజతత్త్వమును ఈ శ్లోకము మరింత స్పష్టముగా వివరించుచున్నది. దేహము నందంతటను వ్యాపించి యున్నదేదో ఎవ్వరైనను అవగతము చేసికొనగలరు. అదియే చైతన్యము. కనుకనే దేహమునందలి ఒక భాగమున లేదా సంపూర్ణ దేహమున కలుగు సుఖదుఃఖములను ప్రతియొక్కరు తెలిసికొనగలుగుచున్నారు. కాని ఈ చైతన్యము మనుజుని దేహమువరకు మాత్రమే పరిమితమై యున్నది. ఒక దేహపు బాధలు, సుఖములు వేరొక దేహమునకు తెలియవు. కనుకనే ప్రతి దేహము ఒక జీవాత్మ యొక్క ఆచ్ఛాదనయై యున్నది. అట్టి దేహమునందు ఆత్మ యొక్క ఉనికి చైతన్యము ద్వారా అనుభూతమగును. ఈ ఆత్మ కేశాగ్రపు పదివేలవ వంతు పరిమాణము కలదిగా వర్ణింపబడినది. శ్వేతాశ్వతరోపనిషత్తు (5.9) ఈ విషయమును ఇట్లు ధ్రువీకరించుచున్నది.

బాలాగ్రశతభాగస్య శతధా కల్పితస్య చ ।
భాగో జీవః స విజ్ఞేయః స చానన్త్యాయ కల్పతే ॥

"కేశాగ్రమును వందభాగములుగా విభజించి, తిరిగి అందలి ఒక భాగమును

పందభాగములుగా విభజించినచో అట్టి ఒక భాగపు పరిమాణమును ఆత్మ కలిగి యున్నది.” అటువంటి శ్లోకమే మరొకటి ఇట్లు చెప్పబడినది.

కేశాగ్రశతభాగస్య శతాంశః సాదృశాత్మకః ।
జీవః సూక్ష్మస్వరూపోఽయం సంఖ్యాతీతో హి చిత్కణః ॥

“కేశాగ్రము యొక్క పదివేలవ వంతు పరిమాణము గల ఆధ్యాత్మిక అణువులు అసంఖ్యాకములుగా నున్నవి.”

అనగా ఆధ్యాత్మిక అణువులైన ఆత్మలు భౌతికాంశముల కన్నను సూక్ష్మమై యున్నవి. అట్టివి అసంఖ్యాకములుగా కలవు. అట్టి సూక్ష్మమైన ఆధ్యాత్మిక స్ఫులింగమే భౌతికదేహమునకు ఆధారనియమమై యున్నది. ఔషధపు ప్రభావము దేహమందంతటను వ్యాపించెడి రీతి, అట్టి ఆధ్యాత్మిక స్ఫులింగపు ప్రభావము దేహమంతటను వ్యాపించియుండును. ఆత్మ యొక్క ఈ ప్రభావము శరీరము నందంతటను చైతన్యరూపమున అనుభూతమగుచుండును. చైతన్యరహితమైన దేహము మృతశరీరమని ఎంతటి అమాయకుడైనను అవగతము చేసికొనగలడు. ఏ భౌతికవిధానము ద్వారాను ఆ చైతన్యమును దేహమందు తిరిగి కల్పింపజాలము. అనగా చైతన్యము భౌతికమూలకముల సమ్మేళనము వలన కాక, ఆత్మ వలన కలుగుచున్నది. ముండకోపనిషత్తు (3.1.9) నందు అణుఆత్మ పరిమాణము గూర్చి మరికొంత వివరింపబడినది.

ఏషోఽణు రాత్మా చేతసా వేదితవ్యో
యస్మిన్ ప్రాణః పంచధా సంవివేశ ।
ప్రాణైశ్చిత్తం సర్వమోతం ప్రజానాం
యస్మిన్ విశుద్ధే విభవత్యేష ఆత్మా ॥

“అణుపరిమాణము గల ఆత్మ సంపూర్ణ విజ్ఞానముచే అనుభూతము కాగలదు. హృదయమునందు నిలిచి, ఐదువాయువులచే (ప్రాణ, అపాన, వ్యాన, సమాన, ఉదాన) తేలుచు ఈ అణుఆత్మ తన ప్రభావమును బద్ధజీవుల దేహము నందంతటను చూపుచున్నది. ఐదువాయువుల కల్మషము నుండి ఆత్మ శుద్ధమై నప్పుడు దాని ఆధ్యాత్మికప్రభావము ప్రదర్శితము కాగలదు.”

శుద్ధమైన ఆత్మను చుట్టియున్న పంచవాయువులను వివిధములైన ఆసనముల ద్వారా అదుపు చేయుటకే హఠయోగ విధానము నిర్దేశింపబడియున్నది. భౌతిక బంధము నుండి అణుఆత్మకు ఆ విధముగా ముక్తిని గూర్చుటకే అది నిర్దేశింప

బడినది గాని ఎట్టి లౌకిక ప్రయోజనము కొరకు కాదు.

ఈ విధముగా వేదవాఙ్మయము నందంతటను అణుఆత్మ స్థితి అంగీకరింప బడినది. అంతియేగాక బుద్ధిమంతుడు దానిని ప్రత్యక్షముగా అనుభవములోనికి తెచ్చుకొనగలడు. కేవలము బుద్ధిహీనుడే అట్టి అణుఆత్మను సర్వత్రా వ్యాపించి యున్నటువంటి విష్ణుతత్త్వమని భావించును.

అణుఆత్మ ప్రభావము దేహము నందంతటను వ్యాపించియుండును. ముండకోపనిషత్తు ప్రకారము అట్టి ఆత్మ జీవుని హృదయమునందు నిలిచి యున్నది. ఆత్మ పరిమాణము అతిసూక్ష్మమై శాస్త్రజ్ఞుల కొలత పరిధికి అతీతమై యుండుట వలన వారిలో కొందరు ఆత్మయే లేదని మూర్ఖముగా పలుకుదురు. కాని వాస్తవమునకు హృదయమునందు ఆత్మ పరమాత్మను గూడి నిక్కముగా నిలిచియున్నది. కనుకనే దేహమునందలి ఈ భాగము నుండి దేహపు కదలికలకు అవసరమైన శక్తులు ఉత్పన్నమగుచున్నవి. ఊపిరితిత్తుల నుండి ప్రాణవాయువును గొనిపోవు కణములు ఆత్మ నుండియే శక్తిని గ్రహించును. ఆత్మ తన స్థానము నుండి వెడలినంతనే రక్తవృద్ధి ఆగిపోవును. రక్తకణముల ప్రాముఖ్యమును అంగీకరించిన వైద్యశాస్త్రము ఆత్మయే వాటి శక్తికి మూలమని ఎరుగకున్నది. అయినను వైద్యశాస్త్రము హృదయమే దేహము యొక్క సర్వశక్తులకు కూడలి స్థానమని అంగీకరించినది.

పరమపురుషుని అణురూప ఆత్మలు సూర్యకాంతి కణములతో పోల్చబడినవి. సూర్యకాంతి యందు అసంఖ్యాక తేజోమయ కణములు కలవు. అదేవిధముగా అణురూప ఆత్మలు ఆ భగవానుని నుండి వెలువడు కాంతిలో కణములై యున్నవి. వాటికే "ప్రభా" యను నామము కలదు. కావున వేదజ్ఞానము ననుసరించినను లేదా ఆధునిక విజ్ఞానశాస్త్రము ననుసరించినను ఎవ్వరును దేహమునందలి ఆత్మ యొక్క అస్తిత్వమును త్రోసిపుచ్చలేరు. అటువంటి ఆత్మను గూర్చిన విజ్ఞానము శ్రీకృష్ణభగవానునిచే స్వయముగా భగవద్గీత యందు వివరింపబడినది.

18

अन्तवन्त इमे देहा नित्यस्योक्ताः शरीरिणः।
अनाशिनोऽप्रमेयस्य तस्माद् युध्यस्व भारत॥१८॥

అన్తవన్త ఇమే దేహా నిత్యస్యోక్తాః శరీరిణః ।
అనాశినో ऽప్రమేయస్య తస్మాత్ యుధ్యస్వ భారత ॥

అన్తవన్తః—నాశవంతమైనవి; **ఇమే దేహాః**—ఈ భౌతికశరీరములు; **నిత్యస్య**—శాశ్వతమైన; **ఉక్తాః**—చెప్పబడినవి; **శరీరిణః**—దేహధారి యొక్క; **అనాశినః**—ఎప్పుడును నశింపని; **అప్రమేయస్య**—పరిమితిలేని; **తస్మాత్**—అందుచే; **యుధ్యస్వ**—యుద్ధము చేయుము; **భారత**—ఓ భరతవంశీయుడా.

అవినాశియును, అపరిమితుడును, నిత్యుడును అగు జీవుని దేహము తప్పక నశించియే తీరును. కావున ఓ భరతవంశీయుడా! నీవు యుద్ధము చేయుము.

భాష్యము : ప్రకృతిరీత్యా దేహము నశించు స్వభావమును కలిగియున్నది. అది ఈ క్షణమే నశింపవచ్చును లేదా నూరు సంవత్సరముల పిదపనైనను నశింపవచ్చును. అనగా అది నిలిచియుండు కాలము మారవచ్చును గాని, అనంతముగా దానిని పోషించుటకు అవకాశమే లేదు. కాని ఆత్మ అతి సూక్ష్మమైనది. దానిని గాంచుటకైనను శత్రువులకు సాధ్యము కాదు. అట్టియెడ వధించుటను గూర్చి వేరుగా తెలుపపనిలేదు. గత శ్లోకములో తెలుపబడినరీతి అత్యంత సూక్ష్మమైన ఆత్మ యొక్క పరిమాణమును కొలుచు పద్ధతిని ఎవ్వరును ఎరుంగరు. అట్టి ఆత్మ ఎవ్వరి చేతను చంపబడదు. కాని కోరినంతకాలము లేదా శాశ్వతముగా దేహము రక్షింపబడదు. అనగా ఈ రెండు కోణములలో దేని ద్వారా గాంచినను దుఃఖమునకు ఎట్టి కారణము లేదు. కర్మానుసారముగా అణుపరిమాణ ఆత్మ వివిధములైన దేహములను ధరించును గావున ధర్మాచరణమును ప్రతియొక్కరు తప్పక అవలంబింపవలసియున్నది. జీవుడు దివ్యప్రకాశపు అంశమైన కారణమున వేదాంతసూత్రములందు అతడు ప్రకాశమానునిగా అంగీకరింపబడినాడు. కనుకనే సూర్యుని కాంతి సమస్తజగత్తును పోషించురీతి, ఆత్మకాంతి ఈ దేహమును పోషించుచున్నది. అట్టి ఆత్మ దేహము నుండి తొలగినంతనే దేహము క్రుళ్ళుట నారంభించును. అనగా ఆత్మయే దేహమును పోషించుచున్నది. దేహము స్వతః ముఖ్యమైనది కాదు. కనుకనే లౌకికమైన దేహపరభావనలచే ధర్మమును త్యజింపక యుద్ధమాచరింపుమని అర్జునునకు ఉపదేశమొసగబడినది.

19

य एनं वेत्ति हन्तारं यश्चैनं मन्यते हतम्।
उभौ तौ न विजानीतो नायं हन्ति न हन्यते॥१९॥

యః ఏనం వేత్తి హన్తారం యశ్చైనం మన్యతే హతం ।
ఉభౌ తౌ న విజానీతో నాయం హన్తి న హన్యతే ॥

యః—ఎవరైతే; ఏనం—దీనిని; వేత్తి—భావించునో; హన్తారం—చంపువానిగా; యః—మరియెవడు; చ—కూడా; ఏనం—దీనిని; మన్యతే—తలంచునో; హతం—చంపబడువానిగా; ఉభౌ తౌ—ఆ ఇరువురును; న విజానీతః—జ్ఞానరహితులు; అయం—ఇది; న హన్తి—చంపదు; న హన్యతే—చంపబడదు.

జీవుడు చంపువాడని తలచువాడు గాని, చంపబడువాడని భావించువాడు గాని జ్ఞానవంతులు కారు. ఏలయన ఆత్మ చంపదు మరియు చంపబడదు.

భాష్యము : మారణాయుధములచే దేహధారి గాయపడినపుడు దేహమునందలి జీవుడు మాత్రము చంపబడడని ఎరుగవలెను. అత్యంత సూక్ష్మమైన అట్టి ఆత్మను వధించుట ఎట్టి ఆయుధముల చేతను సాధ్యము కాదు. ఈ విషయము రాబోవు శ్లోకముల ద్వారా నిరూపణ కాగలదు. అంతియేగాక దివ్యమైన ఆధ్యాత్మికస్థితి కారణముగా ఆత్మ వధార్హమును కాదు. అనగా చంపబడునది లేదా చంపబడవలసినది కేవలము దేహము మాత్రమే. అయినను దీని ఉద్దేశ్యము దేహవధను ప్రోత్సహించుట కాదు. "మా హింస్యాత్ సర్వాభూతాని" యను వేదనియమము ప్రకారము ఎవ్వరి యెడను హింసను ప్రదర్శించరాదు. ఆలాగుననే జీవుడు ఎన్నడును చంపబడడని అవగతమగుట జంతువధను ప్రోత్సహించుట ఎన్నడును కాదు. అధికారము లేకుండా ఎవరినేని వధించుట అత్యంత హేయమైన కార్యము. అట్టి చర్య దేశనియమము ప్రకారము, భగవన్నియమము ప్రకారము దండనీయమే కాగలదు. కాని ఇచ్చట అర్జునుడు ధర్మము కొరకే సంహారము నందు నియోగింపబడుచుండెను గాని విపరీత తలంపుతో కాదు.

20

न जायते म्रियते वा कदाचिन्
नायं भूत्वा भविता वा न भूयः ।
अजो नित्यः शाश्वतोऽयं पुराणो
न हन्यते हन्यमाने शरीरे ॥२०॥

న జాయతే మ్రియతే వా కదాచిన్
నాయం భూత్వా భవితా వా న భూయః ।
అజో నిత్యః శాశ్వతోఽయం పురాణో
న హన్యతే హన్యమానే శరీరే ॥

న జాయతే—జన్మింపదు; మ్రియతే వా—మరణింపదు కూడా; కదాచిత్—ఎప్పుడును

(భూత, భవిష్యత్ , వర్తమానములందు); న—కాదు; అయం—ఇది; భూత్వా—జన్మించి; భవితా—జన్మించుచు; వా—లేక; న—లేదు; భూయః—తిరిగి జన్మించుట; అజః—పుట్టుకలేనిది ; నిత్యః—నిత్యమైనది; శాశ్వతః—శాశ్వతమైనది; అయం—ఇది; పురాణః—ప్రాచీనమైనది; న హన్యతే—చంపబడదు; హన్యమానే—చంపబడినను; శరీరే—దేహము.

ఆత్మకు ఎన్నడును జన్మగాని, మృత్యువు గాని లేదు. అది జన్మింపలేదు, జన్మించదు, జన్మింపబోదు. జన్మరహితమును, నిత్యమును, శాశ్వతమును, పురాతనమును అగు అట్టి ఆత్మ దేహము చంపబడినను చంపబడదు.

భాష్యము : భగవానుని అణుపరిమాణ అంశమైన ఆత్మ భగవానునితో గుణరీతిని సమానమైనది. దేహము వలె అది మార్పునొందదు. కనుకనే అది కొన్నిమార్లు స్థిరము లేదా కూటస్థమని పిలువబడును. తల్లి గర్భము నుండి జన్మించుట, స్థితిని కలిగియుండుట, పెరుగుట, ఇతరములను సృష్టించుట, క్రమముగా క్షీణించుట, చివరికి నశించుట అనెడి ఆరువిధములైన మార్పులు దేహమునందు కలుగు చుండును. కాని ఆత్మ ఎన్నడును అటువంటి మార్పుల నొందదు. అనగా ఆత్మకు జన్మము లేదు. కాని అది దేహమును స్వీకరించుట వలన దేహము జన్మము నొందుచున్నది. అనగా అచట ఆత్మ జన్మము నొందుట లేదు. ఆలాగుననే అది మరణమునకు కూడ గురికాదు. జన్మించిన ప్రతిదానికి మరణము తప్పదు. కాని ఆత్మకు జన్మము లేనందున భూత, భవిష్యత్ , వర్తమానములనునవి దానికి లేవు. నిత్యమును, శాశ్వతమును, పురాతనమును అగు ఆత్మ యెన్నడు ఆవిర్భవించెనో ఎట్టి చారిత్రిక ఆధారమును లేదు. దేహభావన కారణముగా మనము ఆత్మ యొక్క జన్మాది విషయములను గూర్చి ప్రశ్నింపవచ్చును. కాని నిత్యమైన ఆత్మ ఎన్నడును దేహము వలె ముసలితనము నొందదు. కనుకనే ముదుసలి కూడా తన బాల్యము లేదా యౌవనములో కలిగియున్న ఉత్సాహమునే కలిగి యుండును. దేహమునందు కలిగెడి మార్పులు ఆత్మపై ప్రభావమును చూపవు. వృక్షముగాని లేదా మరియే ఇతర భౌతికవిషయము వలె గాని ఆత్మ క్షీణింపదు. ఇతరములను కూడా సృష్టింపదు. దేహము ద్వారా సృష్టింపబడు సంతానము వాస్తవమునకు భిన్నములైన జీవాత్మలు. కాని దేహమును కలిగి యున్న కారణముగా వారు ఒక వ్యక్తికి సంతానముగా గోచరించుచున్నారు. అనగా ఆత్మ యొక్క ఉనికి కారణముననే దేహము వృద్ధినొందుచున్నది. అయినను ఆత్మ యందు మాత్రము మార్పులు లేదా ఇతర సృష్టులు కలుగవు. కనుకనే

దేహమునందు కలిగెడి ఆరు మార్పులకు ఆత్మ అతీతమై యున్నది.

కఠోపనిషత్తు (1.2.18) నందు ఈ విషయమును పోలిన విషయమునే మనము గాంచగలము.

న జాయతే మ్రియతే వా విపశ్చిన్
నాయం కుతశ్చిన్న బభూవ కశ్చిత్ ।
అజో నిత్యః శాశ్వతోఽయం పురాణో
న హన్యతే హన్యమానే శరీరే ॥

ఈ శ్లోకము యొక్క భావము ప్రస్తుత గీతాశ్లోకపు భావముతో సమానమైనను దీని యందు "విపశ్చిత్" అనెడి ప్రత్యేక పదము ప్రయోగింపబడినది. విద్వాంసుడు లేదా జ్ఞానవంతుడని దాని భావము.

ఆత్మ యనునది జ్ఞానపూర్ణము లేదా సదా చైతన్యపూర్ణము. అనగా చైతన్యము ఆత్మ లక్షణమై యున్నది. కనుక హృదయమునందు (అది నిలిచియుండు స్థానము) ఆత్మను కనుగొనలేక పోయినప్పటికిని ఆత్మ ఉనికిని చైతన్యము ద్వారా ఎవరైనను గుర్తింపవచ్చును. కొన్నిమార్లు మేఘముల కారణముగా లేదా ఇతర కారణము వలన సూర్యుని మనము ఆకాశము నందు గాంచలేము. కాని సూర్యుని వెలుగును బట్టి పగటి సమయమును మనము గుర్తింతుము. తెల్లవారుఝామున కొంత వెలుగు వచ్చినంతనే సూర్యుడు ఆకాశమున ఉదయించినట్లు మనము తెలిసికొందుము. అదేవిధముగా సర్వదేహములందును (మనుజుడైనను లేదా జంతువైనను) చైతన్యముండును కావున ఆత్మ ఉనికిని మనము తెలిసికొనవచ్చును. కాని ఈ జీవచైతన్యము భగవానుని చైతన్యమునకు భిన్నమైనది. ఏలయన భగవానుని చైతన్యము భూత, భవిష్యత్, వర్తమాన జ్ఞానపూర్ణమై యుండగా, జీవచైతన్యము మరుపు స్వభావమును కలిగియున్నది. జీవుడు తన నిజస్వభావమును మరచినపుడు దానిని పునరుద్ధరించుకొనుటకై శ్రీకృష్ణభగవానుని ఉత్తమబోధల ద్వారా జ్ఞానమును మరియు వికాసమును పొందగలడు. అనగా శ్రీకృష్ణభగవానుడు మరుపు కలిగినట్టి జీవాత్మ వంటివాడు కాడు. ఒకవేళ అతడు జీవాత్మ వంటివాడేయైనచో అతని గీతాబోధలు వ్యర్థములై యుండెడివి. అణుపరిమాణ ఆత్మ (అణు ఆత్మ) మరియు పరమాత్మ (విభు ఆత్మ) యనుచు ఆత్మలు రెండురకములు. ఈ విషయము కఠోపనిషత్తు నందు ఈ క్రింది విధముగా నిర్ధారింపబడినది (1.2.20).

అణో రణీయాన్ మహతో మహీయాన్
ఆత్మాస్య జంతోర్నిహితో గుహాయామ్ ।
తమక్రతుః పశ్యతి వీతశోకో
ధాతుఃప్రసాదాన్మహిమాన మాత్మనః ॥

"జీవాత్మ, పరమాత్మ లిరువురును దేహమనెడి ఒకే వృక్షముపై (జీవుని హృదయమునందు) నిలిచియున్నారు. భగవానుని కరుణ వలన విషయవాంఛలు మరియు శోకముల నుండి బయటపడినవాడు మాత్రమే అట్టి ఆత్మ యొక్క మహిమలను తెలిసికొనగలుగుచున్నాడు." శ్రీకృష్ణభగవానుడు పరమాత్మకు కూడ కారణుడని రాబోవు అధ్యాయములలో తెలుపబడినది. ఇచ్చట అర్జునుడు తన నిజమైన స్వభావమును మరచిన అణు ఆత్మయై యున్నాడు. కనుకనే శ్రీకృష్ణుడు లేదా ఆతని ప్రతినిధియైన ఆధ్యాత్మికగురువు నుండి ఆత్మవికాసము నొందవలసిన అవసరమున్నది.

21

वेदाविनाशिनं नित्यं य एनमजमव्ययम्।
कथं स पुरुषः पार्थ कं घातयति हन्ति कम्॥२१॥

వేదావినాశినం నిత్యం య ఏనమజమవ్యయమ్ ।
కథం స పురుషః పార్థ కం ఘాతయతి హన్తి కం ॥

వేద—తెలిసినవాడు; **అవినాశినం**—నాశనము లేనిది; **నిత్యం**—శాశ్వతమైన; **యః**—ఎవడు; **ఏనం**—ఈ ఆత్మను; **అజం**—పుట్టుక లేనిది; **అవ్యయమ్**—క్షయము లేనిది; **కథం**—ఎట్లు; **సః పురుషః**—అతడు; **పార్థ**—ఓ అర్జునా; **కం**—ఎవనిని; **ఘాతయతి**—చంపించును; **హన్తి**—చంపును; **కం**—ఎవనిని.

ఓ పార్థా! ఆత్మ నాశము లేనిదనియు, నిత్యమైనదనియు, పుట్టుక లేనిదనియు, అవ్యయమైనదనియు తెలిసినవాడు ఎవ్వరినేని ఎట్లు చంపును? లేదా చంపించును?

భాష్యము : వాస్తవమునకు ప్రతిదానికిని ఒక ప్రయోజనముండును. పూర్ణ జ్ఞానవంతుడైనవాడు ఎచ్చట మరియు ఏవిధముగా ఒకదానిని సరియైన ప్రయోజనము కొరకై వినియోగించవలెనో ఎరిగియుండును. ఆలాగుననే హింసకు కూడ ఒక ప్రయోజనమున్నది. కాని దానిని ఎట్లు వినియోగించవలెనన్న

విషయమును జ్ఞానవంతుడు ఎరిగియుండును. హంతకునికి ఉరిశిక్ష విధించినను న్యాయమూర్తి నిందనీయుడు కాడు. ఏలయన అతడు ఉరిశిక్ష యను హింసను న్యాయసూత్రముల ననుసరించియే అమలుపరచును. హత్య గావించినవానికి మరణదండన విధింపబడవలెననియు, తద్రీతినే చేసిన ఘోరపాపమునకు అతడు మరుసటి జన్మలో దుఃఖభాగుడు కావలసిన అవసరము కలుగదనియు మానవధర్మ శాస్త్రమైన మనుసంహిత తెలియజేయుచున్నది. అనగా హంతకునికి రాజు ద్వారా విధింపబడెడి ఉరిశిక్ష లాభదాయకమైనదే. ఆలాగుననే శ్రీకృష్ణుడు యుద్ధమునకై ఆదేశింపగా అట్టి హింస పరమధర్మము కొరకేనని నిర్ధారింపవలసి యున్నది. శ్రీకృష్ణుని కొరకై చేయబడు యుద్ధమున సంభవించు హింస యనునది హింస ఏమాత్రము కానేరదని ఎరిగి అర్జునుడు అట్టి ఆదేశమును అనుసరింపవలెను. ఏలయన ఆత్మ యనునది వధింపబడునది కాదు. కనుక న్యాయమును నెలకొల్పుటకై అట్టి నామమాత్ర హింస ఆమోదనీయమే. శస్త్రచికిత్స రోగిని బాగు చేయుటకే గాని చంపుటకు కాదు. కావున శ్రీకృష్ణుని ఉపదేశమున అర్జునుడు ఒనరింపబోవు యుద్ధము జ్ఞానపూర్ణమై యున్నది. దాని యందు పాపమునకు ఏమాత్రము అవకాశము లేదు.

22

वासांसि जीर्णानि यथा विहाय
नवानि गृह्णाति नरोऽपराणि ।
तथा शरीराणि विहाय जीर्णान्य्
अन्यानि संयाति नवानि देही ॥२२॥

వాసాంసి జీర్ణాని యథా విహాయ
నవాని గృహ్ణాతి నరోఽపరాణి ।
తథా శరీరాణి విహాయ జీర్ణాన్య
అన్యాని సంయాతి నవాని దేహీ ॥

వాసాంసి—వస్త్రములు; జీర్ణాని—ప్రాతబడి శిథిలములైనట్టివి; యథా—విధముగా; విహాయ—విడిచి; నవాని—నూతనవస్త్రములు; గృహ్ణాతి—గ్రహించునో; నరః—మానవుడు; అపరాణి—ఇతరములను; తథా—అట్లే; శరీరాణి—దేహములను; విహాయ—విడిచి; జీర్ణాని—ముసలివై నిష్ప్రయోజనమైన వానిని; అన్యాని—భిన్నములైన వానిని; సంయాతి—గ్రహించును; నవాని—క్రొత్తవానిని; దేహీ—దేహధారి.

మనుజుడు పాతవస్త్రములను త్యజించి నూతన వస్త్రములను ధరించు రీతి, ఆత్మ జీర్ణమైన దేహములను త్యజించి నూతనదేహములను పొందుచున్నది.

భాష్యము: ఆత్మ దేహములను మార్చుననెడి విషయము అంగీకరింపబడిన సత్యము. ఆత్మ ఉనికిని అంగీకరింపని ఆధునిక విజ్ఞానశాస్త్రవేత్తలు ఏ విధముగా హృదయము నుండి శక్తి కలుగునో వివరింపలేకున్నను, దేహమునందు జరిగెడి మార్పులను అంగీకరించియే తీరవలెను. శైశవము నుండి బాల్యము వరకు, బాల్యము నుండి యౌవనము వరకు, యౌవనము నుండి ముసలితనము వరకు కలుగు దేహమునందలి మార్పులను వారు అంగీకరింపవలసియున్నది. ముసలితనము పిమ్మట మార్పు అనునది వేరొక దేహమును కలుగజేయును. ఈ విషయము ఇదివరకే పూర్వశ్లోకము(2.13) నందు వివరింపబడినది.

ఒక దేహము నుండి వేరొక దేహమునకు ఆత్మ యొక్క మార్పు పరమాత్మ కరుణచే సాధ్యపడుచున్నది. స్నేహితుని కోరికను ఇంకొక స్నేహితుడు తీర్చు రీతి, ఆత్మ యొక్క కోరికను పరమాత్ముడు తీర్చును. ఆత్మ, పరమాత్మలను ఒకే వృక్షముపై కూర్చొని యున్న రెండుపక్షులతో ముండకోపనిషత్తు శ్వేతాశ్వతరోపనిషత్తులు పోల్చినవి. ఆ రెండు పక్షులలో ఒకటి(ఆత్మ) వృక్షఫలములను ఆరగించుచుండగా, వేరొక పక్షి(శ్రీకృష్ణుడు) తన మిత్రుని గాంచుచున్నది. ఈ పక్షులు రెండును గుణరీతిని ఏకమైనను, అందొకటి భౌతికవృక్షపు ఫలములచే ఆకర్షింపబడగా, రెండవది తన మిత్రుని కార్యములకు కేవలము సాక్షిగా నిలిచియున్నది. ఇచ్చట శ్రీకృష్ణుడు సాక్షియైన పక్షి కాగా, అర్జునుడు ఫలమారగించు పక్షియై యున్నాడు. వారిరువురు స్నేహితులే అయినను అందులో ఒకరు గురువు కాగా, రెండవవాడు శిష్యుడై యున్నాడు. ఈ సంబంధమును మరచుటయే ఆత్మ ఒక వృక్షము నుండి వేరొక వృక్షమునకు లేదా ఒక దేహము నుండి వేరొక దేహమునకు మార్పు చెందుటకు కారణమై యున్నది. అనగా దేహమనెడి వృక్షముపై జీవాత్మ తీవ్రప్రయాస నొందు చుండును. కాని అది చెంతనే ఉన్న మిత్రుడైన వేరొకపక్షిని (ఉపదేశము కొరకై అర్జునుడు శ్రీకృష్ణునికి శరణుపొందిన రీతి) గురువుగా అంగీకరించినంతనే శీఘ్రముగా సర్వశోకముల నుండి ముక్తినొందగలదు. ముండకోపనిషత్తు (3.1.2) మరియు శ్వేతాశ్వతరోపనిషత్తులు(4.7) రెండును ఈ విషయమును

ధ్రువీకరించుచున్నవి.

సమానే వృక్షే పురుషో నిమగ్నోఽనీశయా శోచతి ముహ్యమానః ।
జుష్టం యదా పశ్యత్యన్యమీశం అస్య మహిమాన మితి వీతశోకః ॥

"పక్షులు రెండును ఒకే వృక్షముపై నున్నను ఫలమారగించు పక్షి ఫలభోక్తగా వ్యాకులతను, చింతను కలిగియుండును. కాని ఆ పక్షి భగవానుడైనటువంటి తన మిత్రుని వైపునకు ఏదియో ఒక విధముగా దృష్టిని సారించి ఆతని వైభవములను తెలిసికొనగలిగినచో శీఘ్రమే సర్వచింతల నుండి విముక్తమగును." అర్జునుడు ఇప్పుడు తన నిత్యమిత్రుడైన శ్రీకృష్ణునికి అభిముఖుడై ఆతని నుండి భగవద్గీతను అవగతము చేసికొనుచున్నాడు. ఆ విధమైన శ్రవణము ద్వారా అతడు శ్రీకృష్ణభగవానుని దివ్య వైభవములను సంపూర్ణముగా అవగతము చేసికొని శోకదూరుడు కాగలడు.

పితామహుడు, గురువు యొక్క దేహమార్పును గూర్చి చింతింపవలదని అర్జునుడు ఇచ్చట భగవానునిచే బోధింపబడినాడు. వాస్తవమునకు వారిని ధర్మ యుద్ధమునందు సంహరించుటలో అతడు ఆనందమును కనబరచవలసి యున్నది. ఏలయన ఆ విధముగా వారు తమ దేహకార్యముల ద్వారా సంక్రమించిన పాపమును నశింపజేసికొనగలరు. యజ్ఞవేదికపై లేదా ధర్మ యుద్ధమునందు దేహమును త్యజించినవాడు శీఘ్రమే సర్వములైన దేహపరకర్మల నుండి విముక్తుడై ఉత్తమజన్మను పొందును. కావున అర్జునుని చింతకు ఎట్టి కారణము లేదు.

23

नैनं छिन्दन्ति शस्त्राणि नैनं दहति पावकः ।
न चैनं क्लेदयन्त्यापो न शोषयति मारुतः ॥२३॥

నైనం ఛిన్దన్తి శస్త్రాణి నైనం దహతి పావకః ।
న చైనం క్లేదయన్త్యాపో న శోషయతి మారుతః ॥

ఏనం—ఈ ఆత్మను; న ఛిన్దన్తి—ఛేదింపజాలవు; శస్త్రాణి—ఆయుధములు; ఏనం—ఈ ఆత్మను; న దహతి—దహింపదు; పావకః—అగ్ని; ఏనం—ఈ ఆత్మను; న చ క్లేదయన్తి—తడుపజాలదు; ఆపః—నీరు; న శోషయతి—ఎండింపజాలదు; మారుతః—వాయువు.

ఆత్మ ఎట్టి ఆయుధముల చేతను ఛేదింపబడదు, అగ్నిచే దహింపబడదు,

నీటిచే తడుపబడదు, వాయువుచే శోషింపబడదు.

భాష్యము : ఖడ్గములు, ఆగ్నేయాస్త్రములు, వారుణాస్త్రములు, వాయువ్యాస్త్రములు వంటి ఏ ఆయుధములైనను ఆత్మను నశింపజేయలేవు. ఆధునిక అగ్ని అస్త్రములతో పాటు పృథివి, జలము, వాయువు, ఆకాశములతో తయారు చేయబడిన అస్త్రములు కూడ పలుగలవని తెలియవచ్చుచున్నది. ఈనాటి అణ్వస్త్రములు అగ్నేయాస్త్రముల కోవకు చెందినవి. కాని పూర్వపు అస్త్రములు అన్నిరకములైన భౌతిక మూలకములతో చేయబడియుండెడివి. ఆగ్నేయాస్త్రములను వారుణాస్త్రములతో శాంతింపజేయుట వంటి ఆనాటి పద్ధతులు నేటి ఆధునిక విజ్ఞానశాస్త్రమునకు తెలియవు. అదే కాకుండా వాయవ్యాస్త్రముల గూర్చి నవీన శాస్త్రజ్ఞులకు ఏమాత్రము జ్ఞానము లేదు. ఏది ఏమైనను ఎన్ని ఆయుధములను ఉపయోగించినను (అవి ఎంతటి వైజ్ఞానికములైనను) ఆత్మ ఛేదింపబడదు లేదా నశింపబడదు.

ఏ విధముగా ఆత్మ అజ్ఞానముచే ఉనికి లోనికి వచ్చి ఆపై మాయచే కప్పబడుచున్నదో మాయావాదులు వివరింపలేరు. ఆలాగుననే మూలమైన పరమాత్మ నుండి ఆత్మలను ఖండించుటయు సాధ్యమైన విషయము కాదు. వాస్తవమునకు ఆత్మలు పరమాత్ముని నుండి నిత్యముగా విడివడియుండెడి అంశలు. నిత్యముగా (సనాతనముగా) విడివడియుండెడి అంశలైనందునే ఆత్మలు మాయచే ఆవరింపబడునవై యున్నవి. అగ్నికణములు అగ్ని గుణమునే కలిగి యున్నను అగ్ని నుండి వేరైనంతనే చల్లారిపోవు స్వభావమును కలిగియున్నట్లు, భగవానుని సాహచర్యము నుండి ఆ విధముగా ఆత్మలు విడివడగలవు. జీవులు శ్రీకృష్ణభగవానుని నుండి విడివడియున్న అంశలుగా వరాహపురాణమునందు వర్ణింపబడినది. భగవద్గీత ప్రకారము కూడా ఈ విషయము సత్యమై యున్నది. కావున మాయనుండి ముక్తిని పొందిన పిదపయు జీవుడు తన వ్యక్తిగత ఉనికిని కలిగియే యుండును. ఈ విషయమే అర్జునునకు భగవానుడు ఒసగిన ఉపదేశము ద్వారా విదితమగుచున్నది. శ్రీకృష్ణుని ద్వారా గ్రహించిన జ్ఞానము వలన అర్జునుడు ముక్తిని పొందెనే గాని శ్రీకృష్ణునితో ఎన్నడును ఏకము కాలేదు.

24

अच्छेद्योऽयमदाह्योऽयमक्लेद्योऽशोष्य एव च।
नित्यः सर्वगतः स्थाणुरचलोऽयं सनातनः ॥२४॥

అచ్ఛేద్యోऽయమదాహ్యోऽయమక్లేద్యోऽశోష్య ఏవ చ ।
నిత్యః సర్వగతః స్థాణురచలోऽయం సనాతనః ॥

అచ్ఛేద్యః—ఛేదింపబడనిది; అయం—ఈ ఆత్మ; అదాహ్యః—దహింపబడనిది; అయం—ఈ ఆత్మ; అక్లేద్యః—తడుపబడనిది; అశోష్య—ఎండింపబడనిది; ఏవ—నిశ్చయముగా; చ—మరియు; నిత్యః—శాశ్వతమైనది; సర్వగతః—సర్వవ్యాపకమైనది; స్థాణుః—మార్పుటకు వీలులేనిది; అచలః—చలనము లేనిది; అయం—ఈ ఆత్మ; సనాతనః—శాశ్వతముగా ఒకే విధముగా నుండునది.

ఆత్మ ఛేదింపబడనటువంటిది మరియు కరుగనటువంటిది. దహింపజేయుటకు గాని, శోషింపజేయుటకు గాని అది వీలుకానటువంటిది. అది నిత్యమును, సర్వత్రా వ్యాపితమును, మార్పురహితమును, అచలమును, సనాతనమును అయి యున్నది.

భాష్యము : ఆత్మ యొక్క ఈ లక్షణములన్నియును దానిని పరమపురుషుని నిత్యమైన అంశగా నిరూపించుచున్నవి. అది ఎటువంటి మార్పు లేకుండా తన అణుస్థితి యందే సదా నిలిచియుండును. ఐక్యము నొందుట యనునది ఆత్మ విషయమున ఊహింపరానిదైనందున మాయావాద సిద్ధాంతము దానికి సరిపోదు. భౌతికసంపర్కము నుండి ముక్తినొందిన పిమ్మట అది భగవానుని తేజోమయ కిరణములలో ఒక ఆధ్యాత్మిక కణముగా నిలువగోరవచ్చును. కాని బుద్ధిమంతులైన జీవులు మాత్రము భగవానుని సాహచర్యమును పొందుటకై ఆధ్యాత్మిక లోకములందు ప్రవేశింతురు.

జీవులు భగవానుని సృష్టియందంతటను నిలిచియున్న విషయము నిస్సందేహము కనుక "సర్వగతః" అను పదమునకు ఇచ్చట ప్రాముఖ్యము కలిగినది. అనగా వారు భూమిపైనను, జలమునందును, వాయువునందును, భూమి అడుగుభాగముననను, చివరికి అగ్ని యందును జీవించుచున్నారు. ఆత్మ అగ్నిచే దగ్ధము కాదనెడి విషయము ఇచ్చట స్పష్టముగా తెలుపబడినందున అగ్నిలో వారు దగ్ధమై పోదురనెడి నమ్మకమును నిరాకరింపవచ్చును. కావున సూర్యమండలమున కూడా జీవులు అట్టి లోకమునకు తగిన దేహములతో జీవించుచున్నారనుటలో ఎట్టి సందేహము లేదు. సూర్యమండలము జీవరహితమైనచో సర్వగతమనెడి పదము అర్థరహితము కాగలదు.

25

अव्यक्तोऽयमचिन्त्योऽयमविकार्योऽयमुच्यते ।
तस्मादेवं विदित्वैनं नानुशोचितुमर्हसि ॥२५॥

అవ్యక్తోఽయమచిన్త్యోఽయమవికార్యోఽయ ముచ్యతే ।
తస్మాదేవం విదిత్వైనం నానుశోచితుమర్హసి ॥

అవ్యక్తః—కనబడనిది; **అయం**—ఈ ఆత్మ; **అచిన్త్యః**—ఊహింపరానిది; **అయం**—ఈ ఆత్మ; **అవికార్యః**—మార్పురహితము; **అయం**—ఈ ఆత్మ; **ఉచ్యతే**—అని చెప్పబడినది; **తస్మాత్**—అందుచే; **ఏవం**—ఈ విధముగా; **విదిత్వా**—దానిని బాగుగా తెలిసికొని; **ఏనం**—ఈ ఆత్మ; **అనుశోచితుం**—దుఃఖించుటకు; **న అర్హసి**—తగవు.

ఆత్మ అవ్యక్తము, అచింత్యము, మార్పురహితమని చెప్పబడినది. ఈ విషయమును తెలిసిన పిమ్మట దేహమును గూర్చి నీవు చింతించరాదు.

భాష్యము : ఇదివరకు వివరింపబడిన రీతి ఆత్మ యొక్క పరిమాణము అత్యంత సూక్ష్మమైనట్టిది. శక్తివంతమైన సూక్ష్మదర్శిని చేతను అది దర్శింపబడదు. కనుకనే అది అవ్యక్తమని తెలుపబడినది. ఇక దాని అస్తిత్వమునకు సంబంధించినంతవరకు శృతి లేదా వేదజ్ఞాన ప్రమాణము మినహా దానిని ఎవ్వరును ప్రయోగాత్మకముగా నిర్ధారింపలేరు. అనుభవైకవేద్యమైన ఆత్మను తెలియుటకై ఇతర మార్గములు వేరేవియును లేనందున ఈ సత్యమును మనము అంగీకరింపవలసియున్నది. కొన్ని విషయములను మనము కేవలము ఉన్నతమగు ప్రామాణికతపై ఆధారపడియే అంగీకరింపవలసివచ్చును. ఉదాహరణమునకు తల్లి ప్రామాణికతపై ఆధారపడి తండ్రి ఉనికిని గుర్తించుట సాధారణముగా జరుగుచుండును. అచ్చట తండ్రిని గుర్తించుటకు తల్లి ప్రామాణికత ఒక్కటే మార్గము. అదేవిధముగా ఆత్మను అవగతము చేసికొనుటకు కేవలము వేదాధ్యయనము తప్ప వేరొక్క మార్గము లేదు. వేరుమాటలలో ఆత్మ యనునది మానవ ప్రయోగాత్మక జ్ఞానముచే అవగతము కానట్టిది. ఆత్మ చైతన్యస్వరూపమనియు మరియు చైతన్యసహితమనియు వేదములలో తెలుపబడినది. ఆ విషయమును మనము అంగీకరింపవలెను. దేహమునందు మార్పులు జరుగునట్లుగా ఆత్మ యందు మార్పులు సంభవింపవు. మార్పురహితమైనట్టిదిగా అట్టి ఆత్మ సదా అణురూపమున నిలిచియుండును. పరమాత్ముడు అనంతుడు కాగా, అణురూప ఆత్మ అత్యంత సూక్ష్మమై యున్నది. కావుననే మార్పురహితమగు సూక్ష్మమైన ఆత్మ ఏనాడును అనంతమైన

పరమాత్మతో (భగవానునితో) సమానము కాజాలదు. ఆత్మ యొక్క మార్పురహిత స్థితిని నిర్ధారించుటకే ఈ సిద్ధాంతము వేదములందు పలురీతులుగా మరల మరల వివరింపబడినది. దోషరహితముగా ఒక విషయమును గూర్చి మనము అవగతము చేసికొనుటకై మరల మరల వివరించుట అత్యంత అవసరము.

26

अथ चैनं नित्यजातं नित्यं वा मन्यसे मृतम्।
तथापि त्वं महाबाहो नैनं शोचितुमर्हसि ॥२६॥

అథ చైనం నిత్యజాతం నిత్యం వా మన్యసే మృతమ్ ।
తథాపి త్వం మహాబాహో నైనం శోచితుమర్హసి ॥

అథ—ఒకవేళ; చ—కూడా; ఏనం—ఈ ఆత్మను; నిత్యజాతం—సర్వదా పుట్టునదిగను; నిత్యం—ఎల్లప్పుడును; మృతం వా—మరణించుదానిగను; మన్యసే—తలంచినను; తథాపి—అయినను; త్వం—నీవు; మహాబాహో—గొప్ప పరాక్రమముతో కూడిన బాహువులు కలవాడా; ఏనం—ఈ ఆత్మను గూర్చి; శోచితుం—దుఃఖించుటకు; న అర్హసి—తగవు.

ఓ మహాబాహో! ఒకవేళ నీవు ఈ ఆత్మ (లేదా జీవలక్షణములు) ఎల్లప్పుడును పుట్టుచు, మరణించునని తలచినను దుఃఖించుటకు ఎట్టి కారణము లేదు.

భాష్యము : దేహమునకు పరముగా ఆత్మ కొక ప్రత్యేక ఉనికి కలదని అంగీకరింపని తత్త్వవేత్తల తెగ ఒకటి ఎల్లప్పుడు ఉండును. వారు దాదాపు బౌద్ధులను పోలినట్టివారు. శ్రీకృష్ణభగవానుడు గీతను తెలియజేసిన కాలమునందును అట్టివారు ఉన్నట్లుగా గోచరించుచున్నది. "లోకాయతికులు" మరియు "వైభాషికులు" అని తెలియబడు అట్టి తత్త్వవేత్తలు మూలకముల సరియైన సమ్మేళనము వలన జీవనము కలుగునని పలుకుదురు. నేటి ఆధునిక శాస్త్రవేత్తలు మరియు భౌతిక తత్త్వవేత్తలు కూడ అదేవిధముగా తలతురు. వారి సిద్ధాంతము ప్రకారము మూలకముల కలయికలో కొన్ని భౌతిక,రసాయనచర్యల వలన జీవము కలుగుచున్నది. నవీన మానవశాస్త్రము ఇట్టి సిద్ధాంతము పైననే ఆధారపడి యున్నది. పలు కుహనా ధర్మములు ఈ సిద్ధాంతమును, భక్తిరహితమైన బౌద్ధ వాదమును అనుసరించుచు అమెరికాదేశమునందు ప్రాచుర్యము నొందుచున్నవి.

ఒకవేళ అర్జునుడు వైభాషిక సిద్ధాంతమునందు వలె ఆత్మ ఉనికిని గుర్తింపకున్నను దుఃఖించుటకు కారణము లేదు. కొన్ని రసాయనముల నష్టము

వలన ఎవ్వరును చింతాక్రాంతులై విధ్యుక్త ధర్మమును విడనాడరు. పైగా నేటి ఆధునిక యుద్ధపద్ధతిన శత్రువుపై విజయమును పొందుటకు మనుజుడు టన్నుల పరిమాణములో రసాయనములను వృథా చేయుచున్నాడు. వైభాషిక సిద్ధాంత ప్రకారము దేహముతో పాటు ఆత్మ నశించును. కావున అర్జునుడు ఆత్మ ఉనికిని గూర్చి వేదనిర్ణయమును అంగీకరించినను లేదా ఆత్మ ఉనికిని నిరాకరించినను చింతించుటకు ఎట్టి కారణము లేదు. అనేకసంఖ్యలో జీవులు పదార్థముల కలయిక వలన ప్రతిక్షణము ఉత్పత్తి యగుచు వారిలో పలువురు నశించుచున్నందున అట్టి సంఘటనల విషయమున చింతింప నవసరము లేదని ఈ సిద్ధాంతపు వాదము. కావున అట్టి విషయమున చింతింప నవసరము లేదు. ఆత్మకు పునర్జన్మయే లేనిచో పితామహుడు మరియు గురువును సంహరించుట ద్వారా పాపము కలుగునని అర్జునుడు భయము నొందుటకు కారణమే లేదు. ఇచ్చట శ్రీకృష్ణుడు అర్జునుని "మహాబాహో" యని ఎత్తిపొడుపు ధోరణిలో సంబోధించి యున్నాడు. వేదమార్గమును పాటించకున్నను కనీసము అర్జునుడు వేదజ్ఞానమును త్రోసిపుచ్చు వైభాషిక సిద్ధాంతమును అంగీకరింపనందులకు భగవానుడట్లు పలికెను. క్షత్రియునిగా అర్జునుడు వేదధర్మమునకు చెందినవాడైనందున అది అతనిని నియమపాలనము చేయువానిగా చేసినది.

27

जातस्य हि ध्रुवो मृत्युर्ध्रुवं जन्म मृतस्य च।
तस्मादपरिहार्येऽर्थे न त्वं शोचितुमर्हसि ॥२७॥

జాతస్య హి ధ్రువో మృత్యుర్ధ్రువం జన్మ మృతస్య చ ।
తస్మాదపరిహార్యేఽర్థే న త్వం శోచితుమర్హసి ॥

జాతస్య—పుట్టినవానికి; హి—నిశ్చయముగా; ధ్రువః—యథార్థము; మృత్యుః—మృత్యువు; ధ్రువం—అదియును సత్యమే; జన్మ—పుట్టుక; మృతస్య—చనిపోయినవానికి; చ—కూడా; తస్మాత్—అందుచే; అపరిహార్యేర్థే—పరిహరించుటకు వీలు లేని విషయము నందు; త్వం—నీవు; శోచితుం—దుఃఖించుటకు; న అర్హసి—తగవు.

పుట్టినవానికి మరణము తప్పదు మరియు మరణము పిదప జన్మము తప్పదు. కావున అనివార్యమైన నీ విధ్యుక్త ధర్మనిర్వహణము నందు నీవు దుఃఖింపరాదు.

భాష్యము : కర్మానుసారము ప్రతియొక్కరు జన్మింపవలసియున్నది. నిర్ణీతకాల

కార్యములు ముగిసిన పిమ్మట మరణించి వేరొక జన్మ నొందవలసియుండును. ఈ విధముగా జనన, మరణచక్రములో ప్రతియొక్కరు ముక్తి యనునది లేకుండా పరిభ్రమింతురు. ఇట్టి జననమరణచక్రము అనవసర హత్యలు, జంతుహింస, యుద్ధము వంటివానిని ప్రోత్సహించునది కాదు. కాని అదే సమయమున అట్టి హింస మరియు యుద్ధము లనునవి మానవసంఘములో శాంతి భద్రతలను నెలకొల్పుటకు అనివార్య అంశములు కాగలవు.

శ్రీకృష్ణభగవానుని వాంఛ అయినందున కురుక్షేత్రయుద్ధము అనివార్యమై యుండెను. అంతియేగాక ధర్మము కొరకై యుద్ధము చేయుట క్షత్రియుల విధ్యుక్తధర్మమై యున్నది. తాను విధ్యుక్తధర్మమునే నిర్వర్తించుచున్నప్పుడు అర్జునుడు ఎందులకై తనవారి మరణమును గూర్చి చింతింపవలెను లేదా భయపడవలెను. ధర్మమును త్యజించి తద్ద్వారా పాపమును పొందుట అతనికి ఏమాత్రము తగదు. అటువంటి పాపము విషయమున అతడు మిగుల భీతుడై యున్నాడు. విధ్యుక్తధర్మమైన యుద్ధమును విడనాడుట ద్వారా ఎన్నడును అతడు తన బంధువుల మరణమును ఆపలేడు. పైగా అధర్మమార్గమును ఎంచుకొనుట వలన అతడు పతనము నొందగలడు.

28

अव्यक्तादीनि भूतानि व्यक्तमध्यानि भारत।
अव्यक्तनिधनान्येव तत्र का परिदेवना॥२८॥

అవ్యక్తాదీని భూతాని వ్యక్తమధ్యాని భారత।
అవ్యక్తనిధనాన్యేవ తత్ర కా పరిదేవనా ॥

అవ్యక్తాదీని—ఆరంభదశలో కనబడక; భూతాని—సృజింపబడిన జీవులు; వ్యక్తమధ్యాని—మధ్యదశలో కనబడి; భారత—ఓ భరతవంశీయుడా; అవ్యక్తనిధనాని—నశించినపుడు కనబడక; ఏవ—ఆ విధముగా; తత్ర—కనుక; కా పరిదేవనా—దుఃఖమెందులకు.

సృజింపబడిన జీవులందరును ఆదిలో కనబడక, మధ్యలో కనబడి, నశించిన పిమ్మట తిరిగి కనబడక యుందురు. అట్టి యెడ దుఃఖించుటకు అవసరమేమి కలదు?

భాష్యము : ఆత్మ ఉనికిని అంగీకరించువారు మరియు ఆత్మ ఉనికిని అంగీకరింపనివారు అనుచు తత్త్వవేత్తలు రెండు రకములుగా నున్నారు. వీరిలో ఎవరిని అనుసరించినప్పటికిని దుఃఖమునకు ఎట్టి కారణము లేదు. వేదజ్ఞానము

ననుసరించువారు ఆత్మ ఉనికిని అంగీకరింపనివారిని నాస్తికులని పిలుతురు. మాటవరుసకు ఆ నాస్తికవాదమును గ్రహించినను దుఃఖమునకు ఎట్టి కారణము లేదు. ఆత్మ ప్రత్యేకమైన ఉనికిని కలిగియుండగా భౌతికాంశములన్నియును సృష్టికి పూర్వము అవ్యక్తములై యుండును. సూక్ష్మమైన ఈ అవ్యక్తస్థితి నుండియే సృష్టి వ్యక్తమగును. ఆకాశము నుండి వాయువు, వాయువు నుండి అగ్ని, అగ్ని నుండి నీరు, నీటి నుండి భూమి ప్రకటమగును. ఆ భూమి నుండి అనేకములు సృష్టింపబడుచున్నవి. ఒక ఎత్తైన భవంతిని ఉదాహరణముగా గైకొనినచో అది భూమి యొక్క పదార్థముల నుండియే వ్యక్తమగుచున్నది. దానిని కూలగొట్టినప్పుడు అది తిరిగి అవ్యక్తమై దాని పదార్థములన్నియును భూమిలో కలిసిపోవును. శక్తి యనునది సృష్టింపబడదు మరియు నశింపబడదనెడి సిద్ధాంతము ప్రకారము శక్తి అక్షయమై యున్నను కాలములో అనేకములు వ్యక్తములై తిరిగి అవ్యక్తములగుచుండును. అట్టి యెడ వాటి వ్యక్తస్థితిని గూర్చియు లేదా అవ్యక్తస్థితిని గూర్చియు దుఃఖించుటకు కారణమేమి? అవ్యక్తస్థితి యందు వాటికి నాశము లేదు. ఆద్యంతములు రెండింటి యందును అవి అవ్యక్తరూపమున నిలిచి మధ్యలో వ్యక్తములగుచున్నవి. కాని అది ఎట్టి నిజమైన భేదమును కలుగ జేయదు.

దేహము కాలక్రమములో నశించు స్వభావము కలది (అన్తవన్త ఇమే దేహాః) అయినను ఆత్మ శాశ్వతమైనదని (నిత్యస్యోక్తాః శరీరిణః) యనెడి భగవద్గీత యందు తెలుపబడిన వేదసారాంశమును మనము అంగీకరింతుమేని ఈ దేహము ఒక వస్త్రము వంటిదని సదా జ్ఞప్తి యందుంచుకొనవలెను. కావున వస్త్రము యొక్క మార్పునకు ఎందులకు దుఃఖించవలెను? ఆత్మతో పోల్చినచో దేహమునకెట్టి అస్తిత్వము లేదు. అది ఒక స్వప్నము వంటిది. స్వప్నములో కొన్నిమార్లు మనము ఆకాశములో ఎగురుచున్నట్లు లేదా రాజు వలె ఒక రథము నందు కూర్చొనినట్లు గాంచవచ్చును. కాని మేల్కాంచినంతనే మనము ఆకాశమున గాని, రథమునందు గాని లేమని బోధపడగలదు. భౌతికదేహపు అస్తిత్వలేమిని ఆధారము చేసికొనియే వేదజ్ఞానము మనుజుని ఆత్మానుభవమునకు ప్రోత్సహించుచున్నది. కావున ఆత్మ యొక్క అస్తిత్వమును అంగీకరించినను లేదా అంగీకరింపకున్నను దేహము నశించు విషయమున చింతించుటకు ఎట్టి కారణము లేదు.

29

आश्चर्यवत् पश्यति कश्चिदेनम्
आश्चर्यवद् वदति तथैव चान्यः ।
आश्चर्यवच्चैनमन्यः शृणोति
श्रुत्वाप्येनं वेद न चैव कश्चित् ॥२९॥

ఆశ్చర్యవత్ పశ్యతి కశ్చిదేనమ్
ఆశ్చర్యవద్ వదతి తథైవ చాన్యః ।
ఆశ్చర్యవచ్చైనమన్యః శ్రుణోతి
శ్రుత్వాప్యేనం వేద న చైవ కశ్చిత్ ॥

ఆశ్చర్యవత్—అద్భుతమైనదానిగా; పశ్యతి—చూచును; కశ్చిత్—ఒకడు; ఏనం—ఈ ఆత్మను; ఆశ్చర్యవత్—అద్భుతమైనదానిగా; వదతి—దానిని గూర్చి పలుకును; తథా—అట్లే; ఏవ—నిశ్చయముగా; చ—కూడా; అన్యః—ఇంకొకడు; ఆశ్చర్యవత్—అట్లే అద్భుతమైనదిగా; చ—కూడా; ఏనం—ఈ ఆత్మను; అన్యః—మరియొకడు; శ్రుణోతి—వినును; శ్రుత్వాపి—వినికూడా; ఏనం—ఈ ఆత్మను; న వేద —ఎప్పుడును ఎరుంగడు; చ—మరియు; ఏవ—నిశ్చయముగా; కశ్చిత్—ఇంకొకడు.

కొందరు ఆత్మను అద్భుతమైనదానిగా గాంచుదురు. కొందరు దానిని అద్భుతమైన దానిగా వర్ణింతురు. మరికొందరు దానిని అద్భుతమైనదిగా శ్రవణము చేయుదురు. ఇంకొందరు శ్రవణము చేసినను దానిని గూర్చి ఏ మాత్రము ఎరుగకుందురు.

భాష్యము : ఈ గీతోపనిషత్తు ఉపనిషత్తుల పైననే ఆధారపడియుండుట వలన ఈ క్రింది శ్లోకము కఠోపనిషత్తు (1.2.7) నందు గోచరించుట ఆశ్చర్యమును కలిగింపదు.

శ్రవణయాపి బహుభిర్ యో న లభ్యః శ్రుణ్వన్తోऽపి బహవో యం న విద్యుః ।
ఆశ్చర్యో వక్తా కుశలోऽస్య లబ్ధా ఆశ్చర్యోऽస్య జ్ఞాతా కుశలానుశిష్టః ॥

అధికపరిమాణ దేహము గల జంతువునందు, ఘనమైన అశ్వత్థవృక్షము నందే గాక, ఒక అంగుళమాత్ర స్థలములో కోట్లాది సంఖ్యలో నుండు సూక్ష్మజీవుల యందును ఆత్మ ఉన్నదనెడు విషయము నిక్కముగా అద్భుతమైనది. అల్పజ్ఞులు మరియు తపోనిష్ఠ లేనివారు ఇట్టి ఆత్మ యొక్క అద్భుతకర్మలను ఎరుగకున్నారు. విశ్వమునందు తొలిజీవియైన బ్రహ్మదేవునకు కూడ జ్ఞానమును

ప్రసాదించిన పరమప్రామాణికుడైన శ్రీకృష్ణభగవానుడే స్వయముగా ఉపదేశించినను వారు ఆ విషయమును గ్రహింపజాలరు. కేవలము భౌతిక భావనయే కలిగియుండుట వలన ఎట్లు అణుపరిమాణ ఆత్మ అతిపెద్దదిగా మరియు అతి చిన్నదిగా వర్తింపగలదో ఈ కాలపు జనులు ఊహింపజాలరు. కనుకనే వారు దానిని నిర్మాణరీత్యా లేదా వర్ణనరీత్యా అద్భుతమైనదిగా గాంతురు. భౌతికశక్తిచే మోహమునకు గురియై జనులు ఇంద్రియభోగ విషయములందే అధికముగా రతులగుదురు. ఆత్మానుభవమును పొందకున్నచో కర్మలన్నియును జీవనసంఘర్షణలో అంత్యమున ఓటమినే కలుగజేయుననుట వాస్తవమైనను వారు దాని కొరకై సమయమును కేటాయింపరు. ప్రతియొక్కరు ఆత్మను గూర్చి తెలిసికొని తద్ద్వారా భౌతికక్లేశములకు పరిష్కారము చూపవలెనని వారు బహుశా తెలిసియుండకపోవచ్చును.

ఆత్మను గూర్చి వినగోరిన కొందరు సత్సంగమున ప్రవచనములను వినుచుందురు. కాని కొన్నిమార్లు అజ్ఞానవశమున వారు ఆత్మ, పరమాత్మ లిరువురును ఒక్కటే యనియు, వారిరువురి నడుమ పరిమాణమందును భేదము లేదనియు భావించి తప్పుమార్గమున చనుదురు. ఆత్మ మరియు పరమాత్మల నిజస్థితిని, వారి కర్మలను, వారి నడుమ గల సంబంధమును, వారికి సంబంధించిన విషయములనన్నింటిని సంపూర్తిగా తెలిసిన మనుజుడు దుర్లభుడు. ఇది ఇట్లుండగా ఆత్మజ్ఞానము నుండి సంపూర్ణ లాభమును పొంది, ఆత్మ యొక్క స్థానమును వివిధకోణముల ద్వారా వివరింపగలిగిన మహాత్ముడు మరింత దుర్లభుడు. కాని ఏదియో ఒక విధముగా ఈ ఆత్మను గూర్చిన విషయమును మనుజుడు అవగతము చేసికొనినచో జన్మ సఫలము కాగలదు.

ఇతర సిద్ధాంతములచే మార్గము తప్పకుండా పరమప్రామాణికుడైన శ్రీకృష్ణభగవానుడు పలికిన గీతావాక్యములను యథాతథముగా అంగీకరించుటయే ఆత్మను గూర్చి అవగతము చేసికొనుటకు సులభమైన మార్గమై యున్నది. కాని దానికి కూడా అధికమైన తపస్సు మరియు త్యాగము అవసరము. శ్రీకృష్ణుని దేవదేవునిగా అంగీకరించుటకు పూర్వము మనుజుడు (ఈ జన్మ యందు గాని లేదా పూర్వజన్మలందు గాని) తపోసంపన్నుడు కావలసి యుండును. శుద్ధభక్తుని నిర్హేతుక కరుణ చేతనే శ్రీకృష్ణుడు యథాతథముగా అవగతమగును గాని అన్యథా కాదు.

30

देही नित्यमवध्योऽयं देहेसर्वस्य भारत।
तस्मात् सर्वाणि भूतानि न त्वं शोचितुमर्हसि ॥३०॥

దేహీ నిత్యమవధ్యోఽయం దేహేసర్వస్య భారత ।
తస్మాత్ సర్వాణి భూతాని న త్వం శోచితుమర్హసి ॥

దేహీ—భౌతికదేహమునకు యజమానుడు; నిత్యం—ఎల్లప్పుడును; అవధ్యః—చంపబడడు; అయం—ఈ ఆత్మ; దేహే—శరీరమునందు; సర్వస్య—అందరి యొక్క; భారత—ఓ భరతవంశీయుడా; తస్మాత్—అందుచే; సర్వాణి భూతాని—పుట్టిన జీవులన్నింటిని గూర్చియు; త్వం—నీవు; శోచితుం—దుఃఖించుటకు; న అర్హసి—తగవు.

ఓ భరతవంశీయుడా! దేహమునందు వసించు దేహి ఎన్నడును చంపబడడు. కావున ఏ జీవిని గూర్చియు నీవు దుఃఖించుట తగదు.

భాష్యము : అవధ్యమైన ఆత్మను గూర్చిన ఉపదేశమును శ్రీకృష్ణభగవానుడు ఇచ్చట ముగించుచున్నాడు. అమరమైన ఆత్మను గూర్చి అనేక విధములుగా వివరించుచు అది నిత్యమైనదనియు, దేహము శాశ్వతము కానిదనియు భగవానుడు నిర్ధారించెను. కావున పితామహుడైన భీష్ముడు, గురువైన ద్రోణుడు యుద్ధమున మరణింతురనెడి భీతితో క్షత్రియుడైన అర్జునుడు యుద్ధమును త్యజింపరాదు. శ్రీకృష్ణుని ప్రామాణికతపై ఆధారపడి దేహమునకు అన్యముగా ఆత్మ కలదని ప్రతియొక్కరు విశ్వసింపవలెను. ఆత్మ యనునది లేదనియు లేదా రసాయనముల కలయికతో ఒకానొక స్థితిలో జీవము పుట్టు ననియు భావించరాదు. ఆత్మ నిత్యమైనను హింస ఎన్నడును ప్రోత్సాహనీయము కాదు. కాని యుద్ధసమయమున దాని నిజమైన అవసరము కలిగినపుడు మాత్రము దానిని త్యజింపరాదు. అట్టి అవసరమును భగవానుని ఆదేశము పైననే సమర్థింపవలెను గాని తోచినరీతిగా కాదు.

31

स्वधर्ममपि चावेक्ष्य न विकम्पितुमर्हसि।
धर्म्याद्धि युद्धाच्छ्रेयोऽन्यत् क्षत्रियस्य न विद्यते ॥३१॥

స్వధర్మమపి చావేక్ష్య న వికమ్పితుమర్హసి ।
ధర్మ్యాద్ధి యుద్ధాచ్ఛ్రేయో ఽన్యత్ క్షత్రియస్య న విద్యతే ॥

స్వధర్మం—స్వీయధర్మమును; అపి—కూడా; చ—నిక్కముగా; అవేక్ష్య—భావించి; వికమ్పితుం—సంశయించుటకు; న అర్హసి—తగవు; ధర్మ్యాత్—ధర్మము కొరకు; హి—నిశ్చయముగా; యుద్ధాత్—యుద్ధముకంటె; శ్రేయః—మేలైనది; అన్యత్—ఇంకొకటి; క్షత్రియస్య—క్షత్రియునికి; న విద్యతే—ఉండదు.

క్షత్రియునిగా స్వధర్మము ననుసరించి ధర్మము కొరకై యుద్ధము చేయుట కన్నను శ్రేయోదాయకమైనది వేరొక్కటి లేదని నీవెరుగవలెను. కావున సంశయింపవలసిన అవసరమే లేదు.

భాష్యము : సంఘము నడచుటకై అవసరమైన నాలుగు విధములైన వర్ణములలో సత్పరిపాలన కొరకై యున్న రెండవ వర్ణమునకు క్షత్రియవర్ణమని పేరు. "క్షత్" అనగా హాని యని భావము. హాని నుండి రక్షణమును గూర్చువారే క్షత్రియులు (త్రాయతే-రక్షించుట). సాధారణముగా సంహారము విషయమున క్షత్రియులకు అరణ్యమునందు శిక్షణ ఇవ్వబడును. క్షత్రియులు అడవికి పోయి, ఒంటరిగా పులితో ఖడ్గమును బూని తలపడి, అది మరణించిన పిమ్మట దానికి రాజ లాంఛనములతో దహనక్రియలు చేయుదురు. ఈ విధమైన పద్ధతి నేటికిని జైపూరు రాష్ట్రమునందలి క్షత్రియవంశరాజులచే పాటింపబడుచున్నది. ధర్మహితమైన హింస యనునది కొన్నిమార్లు అత్యంత అవసరమైనది కనుక క్షత్రియులకు పోటీపడుట, సంహరించుట యందు అభ్యాసము గూర్చబడును. కావుననే క్షత్రియులు నేరుగా సన్న్యాసమును స్వీకరించరాదు. అహింస యనునది రాజనీతి యందు ఒక తంత్రమైనను అది ఎన్నడును ఒక సిద్ధాంతము కాదు. కనుకనే ధర్మశాస్త్రమునందు ఈ విధముగా తెలుపబడినది.

ఆహవేషు మిథో ऽన్యోన్యం జిఘాంసన్తో మహీక్షితః ।
యుద్ధమానాః పరం శక్త్యా స్వర్గం యాన్త్యపరాఙ్ముఖాః ॥
యజ్ఞేషు పశవో బ్రహ్మన్ హన్యన్తే సతతం ద్విజైః ।
సంస్కృతాః కిల మన్త్రైశ్చ తే ऽపి స్వర్గం అవాప్నువన్ ॥

"యాగాగ్నిలో పశువులను హోమము చేయుట ద్వారా బ్రాహ్మణులు స్వర్గలోకములను పొందెడి రీతి, శత్రురాజుతో యుద్ధరంగమునందు పోరుచు మరణించెడి రాజు లేదా క్షత్రియుడు స్వర్గలోకములను పొందును." కావున యుద్ధరంగమునందలి ధర్మబద్ధమైన సంహారకార్యము, యజ్ఞమందలి

పశుసంహారములు ఏమాత్రము హింసాయుత కార్యములుగా భావింపబడవు. ఏలయన ధర్మకార్యముల ద్వారా ప్రతియొక్కరికి లాభమే కలుగగలదు. యజ్ఞమునందు వధింపబడిన పశువులు ఎట్టి పరిణామ పద్ధతి లేకుండగనే శీఘ్రముగా మానవజన్మను పొందగలవు. అదేవిధముగా యజ్ఞమాచరించు బ్రాహ్మణుడు స్వర్గలోకములను పొందెడి రీతి యుద్ధమునందు మరణించు క్షత్రియుడు ఆ ఉన్నతలోకములను పొందును.

స్వధర్మము రెండు రకములు. ముక్తిని పొందనంతవరకు మనుజుడు దేహమునకు సంబంధించిన విధ్యుక్తధర్మములను ధర్మానుసారముగా ముక్తిని పొందుట కొరకై ఒనరించవలెను. ముక్తిని పొందిన పిమ్మట స్వధర్మము ఆధ్యాత్మికము కాగలదు. అది ఆపై దేహభావన యందు ఉండబోదు. దేహభావన యందు ఉన్నంతవరకు బ్రాహ్మణులకు, క్షత్రియులకు వేరు వేరు ధర్మములుండును. అట్టి ధర్మములు అనివార్యములు. వాస్తవమునకు స్వధర్మము భగవానునిచే నిర్ణయింపబడినది. ఈ విషయము చతుర్థాధ్యాయము నందు స్పష్టపరుపబడినది. దేహభావనలో ఒనరింపబడెడి స్వధర్మము వర్ణాశ్రమధర్మముగా పిలువబడుచున్నది. అదియే మనుజుని ఆధ్యాత్మిక అవగాహనమునకు సోపానమై యున్నది. వర్ణాశ్రమధర్మ పాలనముతోనే (గుణముల ననుసరించియున్న ప్రత్యేక ధర్మములు) మానవనాగరికత ఆరంభమగును. ఏ రంగమునందైనను ప్రామాణికులైన వారి ఆజ్ఞల ప్రకారము స్వధర్మమును నిర్వహించుట యనునది మనుజుని ఉత్తమజన్మమునకు ఉద్ధరించును.

32

यदृच्छया चोपपन्नं स्वर्गद्वारमपावृतम् ।
सुखिनः क्षत्रियाः पार्थ लभन्ते युद्धमीदृशम् ॥३२॥

యదృచ్ఛయా చోపపన్నం స్వర్గద్వారమపావృతమ్ ।
సుఖినః క్షత్రియాః పార్థ లభన్తే యుద్ధమీదృశమ్ ॥

యదృచ్ఛయా—తనంత తాను; చ—కూడా; ఉపపన్నం—పొందబడిన; స్వర్గద్వారం—స్వర్గద్వారము; అపావృతం—తెరువబడినటువంటి; సుఖినః—సౌఖ్యవంతులైన; క్షత్రియాః—క్షత్రియులు; పార్థ—ఓ కుంతీపుత్రా; లభన్తే—పొందునటువంటి; యుద్ధం—యుద్ధమును; ఈదృశమ్—ఇటువంటి.

ఓ పార్థా! స్వర్గద్వారములను తెరచునటువంటి యుద్ధావకాశమును కోరకనే

అప్రయత్నముగా పొందునటువంటి క్షత్రియులు సౌఖ్యవంతులు.

భాష్యము : "ఈ యుద్ధము నందు ఎటువంటి శుభమును నేను గాంచుట లేదు. ఇది శాశ్వతమగు నరకవాసమునే గూర్చును" అని పలికిన అర్జునుని నైజమును జగద్గురువైన శ్రీకృష్ణుడు నిరసించుచున్నాడు. అర్జునుని అట్టి పలుకులు కేవలము అజ్ఞానజనితములు. అతడు తన విధ్యుక్తధర్మ నిర్వహణమునందు అహింసను పాటింపదలచెను. క్షత్రియుడైనవాడు యుద్ధరంగమునందు అహింసను పాటించుట యనునది మూర్ఖుల సిద్ధాంతము. వ్యాసదేవుని జనకుడు, గొప్పఋషియైన పరాశరుడు రచించిన పరాశరస్మృతియందు ఈ క్రింది విధముగా తెలుపబడినది :

క్షత్రియో హి ప్రజా రక్షన్ శస్త్రపాణిః ప్రదణ్డయన్ ।
నిర్జిత్య పరసైన్యాది క్షితిం ధర్మేణ పాలయేత్ ॥

"పౌరులను అన్నిరకములైన కష్టముల నుండి రక్షించుట క్షత్రియుని ధర్మమై యున్నందున అవసరమగు విషయములందు శాంతిభద్రతల పరిరక్షణకై హింసను చేపట్టవలసియుండును. కావున అతడు శత్రురాజుల సైన్యమును జయించి, తదుపరి ధర్మబద్ధముగా రాజ్యమును పాలింపవలెను."

ఈ విషయముల నన్నింటిని బట్టి అర్జునుడు యుద్ధమును త్యజించుటకు ఎట్టి కారణము లేదు. శత్రువులను జయించినచో రాజ్యమును అతడు అనుభవింప గలడు. ఒకవేళ యుద్ధరంగమునందు మరణించినచో ద్వారములు తెరువబడి యున్న స్వర్గమునకు అతడు చేరగలడు. కావున ఏ విధముగా గాంచినను యుద్ధమే అతనికి లాభదాయకమై యున్నది.

33

अथ चेत्त्वमिमं धर्म्यं संग्रामं न करिष्यसि।
ततः स्वधर्मं कीर्तिं च हित्वा पापमवाप्स्यसि ॥३३॥

అథ చేత్త్వమిమం ధర్మ్యం సంగ్రామం న కరిష్యసి ।
తతః స్వధర్మం కీర్తిం చ హిత్వా పాపమవాప్స్యసి ॥

అథ—అందుచే; చేత్—ఒకవేళ; త్వం—నీవు; ఇమం—ఈ; ధర్మ్యం—ధర్మానుగుణమైన; సంగ్రామం—యుద్ధమును; న కరిష్యసి—చేయనిచో; తతః—అప్పుడు; స్వధర్మం—నీ స్వధర్మమును; కీర్తిం—కీర్తిని; చ—కూడా; హిత్వా—కోల్పోయి; పాపం—పాపమును;

అవాప్స్యసి—పొందుదువు.

ఒకవేళ నీవు నీ స్వధర్మమైన యుద్ధమును చేయకుందువేని ధర్మమును అలక్ష్యపరచి నందులకు నిక్కముగా పాపము నొందగలవు. ఆ విధముగా యోధుడవనెడి కీర్తిని నీవు పోగొట్టుకొందువు.

భాష్యము : అర్జునుడు ప్రసిద్ధి గాంచిన యోధుడు. శివునితో సహా పలువురు దేవతలతో యుద్ధమొనర్చి అతడు కీర్తిని బడసెను. వేటగాని రూపములో నున్న శివుని అర్జునుడు రణమునందు ఓడించెను. ఆ విధముగా అతడు శివుని మెప్పించి అతని నుండి పాశుపతాస్త్రమును బహుమతిగా పొందెను. కనుకనే అర్జునుడు గొప్ప యోధుడని సర్వులు ఎరుగుదురు. ద్రోణాచార్యుడు కూడ అతనికి అనేక వరములను, గురువును కూడ వధింపగల విశేష శక్తివంతమైన ఆయుధము నొసగెను. ఈ విధముగా అర్జునుడు పలువురు మహానుభావుల నుండి యుద్ధమునకు కావలసిన యోగ్యతలను సాధించెను. స్వర్గాధిపతి మరియు జనకుడైన ఇంద్రుని నుండియు అతడు వరములను పొందెను. కాని ఇప్పుడు అతడు యుద్ధమును త్యజించినచో క్షత్రియునిగా తన ధర్మమును అలక్ష్యపరచిన వాడగుటయే గాక, పేరు ప్రతిష్ఠలను కోల్పోయి నరకమునకు రాచమార్గమును తయారు చేసికొనినవాడగును. వేరుమాటలలో యుద్ధమును చేయుట వలన గాక, దాని నుండి విరమించుట ద్వారా అతడు నరకమును పొందగలడు.

34

अकीर्तिं चापि भूतानि कथयिष्यन्ति तेऽव्ययाम् ।
सम्भावितस्य चाकीर्तिर्मरणादतिरिच्यते ॥३४॥

అకీర్తిం చాపి భూతాని కథయిష్యన్తి తేऽవ్యయామ్ ।
సంభావితస్య చాకీర్తిర్మరణాదతిరిచ్యతే ॥

అకీర్తిం—అపకీర్తిని; చ—కూడా; అపి—పైగా; భూతాని—ప్రజలందరును; కథయిష్యన్తి—చెప్పుదురు; తే—నీ యొక్క; అవ్యయామ్—ఎల్లప్పుడు; సంభావితస్య చ—గౌరవము కలవానికి; అకీర్తిః—అపకీర్తి; మరణాత్—మరణము కంటె; అతిరిచ్యతే—దారుణమైనది.

జనులు నీ అపకీర్తిని ఎల్లప్పుడును చెప్పుకొందురు. గౌరవనీయుడైనవానికి అపకీర్తి యనునది మరణము కన్నను దారుణమైనది.

భాష్యము : అర్జునుని యుద్ధవిముఖతను గూర్చి శ్రీకృష్ణభగవానుడు అతని

స్నేహితుడు, తత్త్వబోధకుని రూపమున తన తుది తీర్పును ఈ విధముగా పలుకుచున్నాడు.

"ఓ అర్జునా! యుద్ధము ప్రారంభము గాకమునుపే నీవు యుద్ధరంగమును వీడినచో నిన్ను జనులు భీరువని పిలుతురు. జనులు నిందించినను రణరంగము నుండి పారిపోయినచో ప్రాణములు దక్కగలవని నీవు భావింపవచ్చును. కాని ఈ విషయమున నీవు యుద్ధరంగమున మరణించుటయే ఉత్తమమని నా ఉపదేశము. నీ వంటి గౌరవనీయునికి అపకీర్తి యనునది మరణము కన్నను దారుణమైనది. కావున ప్రాణభీతితో నీవు పారిపోరాదు. యుద్ధమునందు మరణించుటయే ఉత్తమము. అది నా స్నేహితమును దుర్వినియోగపరచుట నుండియు మరియు సంఘమునందు గౌరవమును కోల్పోవుట నుండియు నిన్ను కాపాడగలదు."

కావున యుద్ధరంగమును వీడుట కన్నను దాని యందే మరణించుట అర్జునునకు ఉత్తమమనుట శ్రీకృష్ణభగవానుని తుది తీర్పైయై యున్నది.

35

भयाद् रणादुपरतं मंस्यन्ते त्वां महारथाः ।
येषां च त्वं बहुमतो भूत्वा यास्यसि लाघवम् ॥३५॥

భయాద్ రణాదుపరతం మంస్యన్తే త్వాం మహారథాః ।
యేషాం చ త్వం బహుమతో భూత్వా యాస్యసి లాఘవమ్ ॥

భయాత్—భయము చేతనే; రణాత్—యుద్ధరంగము నుండి; ఉపరతం—తొలగిపోయినవానిగా; మంస్యన్తే—భావింతురు; త్వాం—నిన్ను; మహారథాః—గొప్ప సేనాపతులు; యేషాం—ఎవరికి; చ—కూడా; త్వం—నీవు; బహుమతః—గౌరవనీయుడవు; భూత్వా—అయి; యాస్యసి—పొందుదువు; లాఘవమ్—చులకదనమును.

నీ పేరు ప్రతిష్ఠల యెడ గొప్ప గౌరవమును కలిగియున్న సేనాధిపతులు భయము చేతనే యుద్ధరంగమును నీవు వీడినావని తలచి నిన్ను చులకన చేయుదురు.

భాష్యము : శ్రీకృష్ణుడు తన తీర్పును ఇంకను కొనసాగించుచున్నాడు. "సోదరులు, పితామహుని పైన గల జాలితో యుద్ధరంగమును వీడితివని దుర్యోధనుడు, కర్ణుడు మొదలగు సేనాధిపతులు భావింతురని నీవు తలచకుము. నీవు ప్రాణభయముతోనే పలాయనమైతివని వారు తలచెదరు. తత్కారణమున

నీ పేరుప్రతిష్ఠల యెడ గల వారి గొప్ప అభిప్రాయము నశించిపోగలదు."

36

अवाच्यवादांश्च बहून् वदिष्यन्ति तवाहिताः ।
निन्दन्तस्तव सामर्थ्यं ततो दुःखतरं नु किम् ॥३६॥

అవాచ్యవాదాంశ్చ బహూన్ వదిష్యన్తి తవాహితాః ।
నిన్దన్తస్తవ సామర్థ్యం తతో దుఃఖతరం ను కిమ్ ॥

అవాచ్య—దయాహీనములైన; వాదాన్—కల్పిత వచనములను; చ—కూడా; బహూన్—పెక్కింటిని; వదిష్యన్తి—పలుకుదురు; తవ—నీ యొక్క; అహితాః—శత్రువులు; నిన్దన్తః—నిందించుచు; తవ—నీ యొక్క; సామర్థ్యం—శక్తిని; తతః—అంతకంటె; దుఃఖతరం—మిక్కిలి దుఃఖమును కలిగించునది; ను కిమ్—ఏమి కలదు.

నీ శత్రువులు నిన్ను పలు నిర్దయవాక్యములతో వర్ణించుచు నీ సామర్థ్యమును నిందింతురు. ఇంతకన్నను నీకు దుఃఖకరమైనది వేరేది గలదు?

భాష్యము : అర్జునుని అవాంఛితమైన జాలిని గాంచి శ్రీకృష్ణభగవానుడు తొలుత దిగ్భ్రాంతి చెందెను. అట్టి జాలి అనార్యులకు మాత్రమే తగినదని ఆతడు తెలియజేసెను. ఈ విధముగా భగవానుడు పలువాక్యములతో అర్జునుని అవాంఛిత కరుణకు విరుద్ధముగా తన వాదనను నిరూపణ చేసియున్నాడు.

37

हतो वा प्राप्स्यसि स्वर्गं जित्वा वा भोक्ष्यसे महीम् ।
तस्मादुत्तिष्ठ कौन्तेय युद्धाय कृतनिश्चयः ॥३७॥

హతో వా ప్రాప్స్యసి స్వర్గం జిత్వా వా భోక్ష్యసే మహీమ్ ।
తస్మాదుత్తిష్ఠ కౌన్తేయ యుద్ధాయ కృతనిశ్చయః ॥

హతః వా—చంపబడి; ప్రాప్స్యసి—పొందగలవు; స్వర్గం—స్వర్గమును; జిత్వా వా—జయించి; భోక్ష్యసే—అనుభవింతువు; మహీమ్—భూమిని; తస్మాత్—అందుచే; ఉత్తిష్ఠ—లెమ్ము; కౌన్తేయ—ఓ కుంతీపుత్రా; యుద్ధాయ—యుద్ధము కొరకు; కృతనిశ్చయః—నిశ్చయించిన వాడవై.

ఓ కుంతీతనయా! నీవు యుద్ధరంగమున చంపబడి స్వర్గమును పొందుటయో లేక యుద్ధమును జయించి రాజ్యమును అనుభవించుటయో జరుగగలదు. కావున కృతనిశ్చయుడవై లేచి యుద్ధము చేయుము.

భాష్యము : తన పక్షమునకు జయము కలుగునన్న నిశ్చయము లేకున్నను అర్జునుడు యుద్ధమును చేయవలసియే యున్నది. ఏలయన అట్టి యుద్ధము నందు మరణించినను అతడు స్వర్గలోకములను పొందగలడు.

38

सुखदुःखे समे कृत्वा लाभालाभौ जयाजयौ।
ततो युद्धाय युज्यस्व नैवं पापमवाप्स्यसि ॥३८॥

సుఖదుఃఖే సమే కృత్వా లాభాలాభౌ జయాజయౌ ।
తతో యుద్ధాయ యుజ్యస్వ నైవం పాపమవాప్స్యసి ॥

సుఖదుఃఖే—సుఖదుఃఖములను; సమే—సమానములుగా; కృత్వా—చేసి; లాభ అలాభౌ—లాభనష్టములను; జయ అజయౌ—జయాపజయములను; తతః—తరువాత; యుద్ధాయ—యుద్ధము కొరకు; యుజ్యస్వ—నియుక్తుడవు కమ్ము (యుద్ధమున); ఏవం—ఈ విధముగా చేసినచో; పాపం—పాపఫలమును; న అవాప్స్యసి—పొందవు.

సుఖదుఃఖములను గాని, లాభనష్టములను గాని, జయాపజయములను గాని లెక్కింపక యుద్ధము కొరకే యుద్ధము చేయుము. ఆ విధముగా చేయుట వలన నీవెన్నడును పాపమును పొందవు.

భాష్యము : తాను యుద్ధమును వాంఛించుచున్నందున యుద్ధము కొరకే అర్జునుడు యుద్ధము చేయవలెనని శ్రీకృష్ణభగవానుడు ఇప్పుడు నేరుగా పలుకుచున్నాడు. కృష్ణపరమైన కర్మల యందు సుఖదుఃఖములు, లాభనష్టములు, జయాపజయముల వంటి భావనలకు తావు లేదు. ప్రతిదియు శ్రీకృష్ణుని ప్రీత్యర్థము ఒనరింపవలెననుటయే దివ్యభావనము. కావున అచట భౌతికకర్మల వలన బంధము కలుగదు. తన ఇంద్రియప్రీత్యర్థమే కర్మనొనరించువాడు నిక్కముగా బద్ధుడగును. అట్టి కర్మ సాత్త్వికమైనను లేదా రాజసమైనను తదనుగుణమైన ఫలము ప్రాప్తించియే తీరును. కాని కృష్ణభక్తిభావనలో సంపూర్ణ శరణాగతి నొందినవాడు అట్లుగాక ఎవ్వరికిని ఋణపడడు మరియు బద్ధుడు కాడు. కాని సామాన్యకార్యములందు రతుడైనవాడు ఋణియై యున్నాడు.

శ్రీమద్భాగవతము (11.5.41) నందు ఈ విషయమును గూర్చి ఇట్లు చెప్పబడినది.

దేవర్షిభూతాప్తనృణాం పితౄణామ్ న కింకరో నాయం ఋణీ చ రాజన్ ।
సర్వాత్మనా యః శరణం శరణ్యం గతో ముకుందం పరిహృత్య కర్తమ్ ॥

“సర్వధర్మములను త్యజించి ముకుందుడైన శ్రీకృష్ణునికి సంపూర్ణ శరణాగతిని పొందెడివాడు దేవతలకు గాని, ఋషులకు గాని, జనులకు గాని, బంధువులకు గాని, పితృదేవతలకు గాని ఋణపడియుండడు మరియు సేవకుడు కాబోడు.” ఈ విషయమునే శ్రీకృష్ణభగవానుడు అర్జునునకు పరోక్షముగా ఈ శ్లోకమునందు తెలియజేసెను. రాబోవు శ్లోకములలో ఈ విషయము మరింత స్పష్టముగా వివరింపబడును.

39

एषा तेऽभिहिता सांख्ये बुद्धिर्योगे त्विमां शृणु ।
बुद्ध्या युक्तो यया पार्थ कर्मबन्धं प्रहास्यसि ॥३९॥

ఏషా తేఽభిహితా సాంఖ్యే బుద్ధిర్యోగే త్విమాం శ్రుణు ।
బుద్ధ్యా యుక్తో యయా పార్థ కర్మబన్ధం ప్రహాస్యసి ॥

ఏషా—ఇదియంతయు; తే—నీకు; అభిహితా—వర్ణింపబడినది; సాంఖ్యే—సాంఖ్యమునందు; బుద్ధిః—తెలివి; యోగే—ఫలాపేక్ష లేని కార్యమునందు; తు—కాని; ఇమాం—దీనిని; శ్రుణు—వినుము; బుద్ధ్యా—తెలివితో; యుక్తః—కూడినవాడై; యయా—దేనిచే; పార్థ—ఓ పృథాకుమారా; కర్మబన్ధం—కర్మబంధమును; ప్రహాస్యసి—విడివడగలవు.

ఇంతవరకు ఈ జ్ఞానమును నేను సాంఖ్యము ననుసరించి నీకు వివరించితిని. ఇప్పుడు దానిని ఫలాపేక్ష లేనటువంటి కర్మ రూపమున వివరించెదను ఆలకింపుము. ఓ పృథాకుమారా! అట్టి జ్ఞానము ననుసరించి నీవు వర్తింతువేని కర్మబంధము నుండి విడివడగలవు.

భాష్యము : వేదనిఘంటువైన “నిరుక్తి” ననుసరించి “సాంఖ్యము” అనగా సంపూర్ణముగా వివరించునదని భావము. సాంఖ్యమనునది ఆత్మ యొక్క నిజస్వభావమును వివరించు తత్త్వము కాగా, యోగము ఇంద్రియముల నియమమును కూడియుండును. ఇచ్చట యుద్ధము నుండి విరమించుటనెడి అర్జునుని ప్రతిపాదన ఇంద్రియప్రీతిపై ఆధారపడియున్నది. ధృతరాష్ట్రుని తనయులైన తన సోదరులను, జ్ఞాతులను యుద్ధములో జయించి రాజ్యము ననుభవించుట కన్నను వారిని యుద్ధములో వధింపకుండుట తనకు ఎక్కువ ఆనందమును కలుగజేయునని తలచియుండుట చేతనే ముఖ్యధర్మమును మరచి

అతడు యుద్ధము నుండి విరమింపగోరెను. అర్జునుడు యోచించిన ఈ రెండు విషయములును ఇంద్రియప్రీతికి సంబంధించినవే. వారిని జయించుటచే కలిగెడి ఆనందము మరియు వారిని జీవితులుగా గాంచుటచే ఒనగూడెడి ఆనందము రెండును జ్ఞానధర్మములను పణముగా పెట్టునటువంటి దేహభావనపై ఆధారపడి యున్నవి. పితామహుని దేహమును వధించుట ఆత్మను వధించుట కాబోదని శ్రీకృష్ణభగవానుడు అర్జుననకు వివరింపగోరెను. సర్వులు ఆత్మస్వరూపులై నందున తాను మరియు ఇతరులందరును శాశ్వతముగా వ్యక్తిగతులనియు, అందరును భూత, భవిష్యత్, వర్తమానములందన్ని వేళలా ఉండగలరనియు భగవానుడు వివరించెను. కేవలము మనము దేహములనే పలురీతులుగా మార్చుచున్నాము. కాని దేహబంధము నుండి ముక్తి పిదపయు మన వ్యక్తిత్వము నిలిచియుండును. ఈ విధముగా ఆత్మ మరియు దేహములకు సంబంధించిన విశ్లేషణాత్మక వివరణను శ్రీకృష్ణభగవానుడు తెలియజేసెను. వివిధకోణములలో కావింపబడిన ఆత్మ, దేహములకు సంబంధించిన వివరణాత్మక జ్ఞానమే నిరుక్తి నిఘంటువు ననుసరించి సాంఖ్యజ్ఞానముగా తెలుపబడినది. ఈ సాంఖ్యజ్ఞానమునకు మరియు నాస్తికుడైన కపిలునిచే తెలుపబడిన సాంఖ్యతత్త్వమునకు ఎట్టి సంబంధము లేదు. నాస్తికుడైన కపిలుని సాంఖ్యము కన్నను పూర్వమే శ్రీకృష్ణుని అవతారమైన కపిల భగవానునిచే సాంఖ్యతత్త్వము శ్రీమద్భాగవతమునందు వివరింపబడినది. కపిలభగవానుడు ఈ తత్త్వమును తన తల్లియైన దేవహూతికి వివరించెను. పురుషుడు లేదా భగవానుడు చైతన్యవంతుడనియు, ప్రకృతిపై ఆతడు దృష్టిని సారించుట ద్వారా సృష్టికార్యక్రమమును నిర్వహించుననియు కపిలభగవానుడు స్పష్టముగా దాని యందు తెలియజేసెను. ఈ విషయము వేదములందు, గీత యందు అంగీకరింపబడినది. ప్రకృతిపై దృష్టిని సారించుట ద్వారా భగవానుడు జీవులను దాని యందు నిలిపెనని వేదములు తెలియ జేయుచున్నవి. ఆ జీవులందరు ఈ భౌతికజగమున ఇంద్రియప్రీత్యర్థమై శ్రమించుచు మాయావశమున తమను తాము భోక్తలుగా భావింతురు. ఈ భోగానుభవమే ముక్తస్థితి యందును భగవానునితో ఏకము కావలెనను భావనగా జీవుని పట్టి పీడించును. ఇట్టి భావనయే మాయ (ఇంద్రియభోగపు భ్రాంతి) యొక్క చివరి వల. ఇంద్రియభోగపు కర్మలను గూడిన పలుజన్మలు ఆ విధముగా గడచిన పిమ్మట మహాత్ముడైనవాడు వాసుదేవుని శరణుజొచ్చును. తద్ద్వారా

పరతత్త్వాన్వేషణము సఫలము కాగలదు.

శ్రీకృష్ణభగవానునికి శరణము నొందుట ద్వారా అర్జునుడు ఆ దేవదేవుని ఇది వరకే గురువుగా అంగీకరించినాడు "శిష్యస్తేఽహం సాధిమాం త్వాం ప్రపన్నమ్". కనుకనే ఏ విధముగా అర్జునుడు బుద్ధియోగము (కర్మయోగము) ద్వారా కర్మ నొనరించవలెనో భగవానుడు ఇప్పుడు తెలుపబోవుచున్నాడు. వేరుమాటలలో భక్తియుత సేవ యనునది శ్రీకృష్ణుని ప్రీత్యర్థమే అయియున్నది. ప్రతివారి హృదయములో పరమాత్మ రూపమున నిలిచియుండు భగవానునితో ప్రత్యక్ష సంబంధమును కలిగియుండుటయే ఈ బుద్ధియోగమని దశమాధ్యాయపు పదవశ్లోకమునందు స్పష్టముగా వివరింపబడినది. అట్టి ప్రత్యక్షసంబంధము భక్తి లేకుండా కలుగబోదు. కావున శ్రీకృష్ణభగవానుని భక్తియుక్త (దివ్యమగు ప్రేమ యుత) సేవ యందు నిలిచియుండెడివాడు అనగా కృష్ణభక్తిరసభావనలో మునిగి యుండెడివాడు ఆ భగవానుని ప్రత్యేక కరుణ వలన బుద్ధియోగమును శీఘ్రమే పొందగలడు. కనుకనే ప్రేమతో తన సేవ యందు నియుక్తులైనవారికే భక్తి యోగమును గూర్చిన శుద్ధజ్ఞానమును ప్రసాదింతునని శ్రీకృష్ణభగవానుడు పలికి యుండెను. తద్ద్వారా భక్తుడు నిత్యానందమయమైన ధామమునందు ఆ దేవదేవుని సులభముగా చేరగలడు.

అనగా ఈ శ్లోకమునందు తెలుపబడిన బుద్ధియోగమనునది భగవానుని భక్తి యుక్తసేవయే. ఇందు తెలుపబడిన సాంఖ్యమునకు, నాస్తికుడైన కపిలుని సాంఖ్యమునకు ఎట్టి సంబంధము లేదు. కనుక నాస్తిక కపిలుని సాంఖ్యమునకు, ఈ సాంఖ్యమునకు సంబంధము కలదని ఎవ్వరును భావించరాదు. ఆ కాలమున అట్టి తత్త్వము ఎట్టి ప్రభావమును చూపియుండలేదు. అంతియేగాక భక్తిరహితమైన అట్టి తాత్త్వికకల్పనలను శ్రీకృష్ణభగవానుడు ఎందులకై ప్రస్తావింప యత్నించును? నిజమైన సాంఖ్యతత్త్వము కపిలభగవానునిచే శ్రీమద్భాగవతమునందు సంపూర్ణముగా వివరింపబడినది. వాస్తవమునకు శ్రీమద్భాగవతమునందు కపిలభగవానుడు తెలిపిన సాంఖ్యజ్ఞానమునకు, ఇప్పటి చర్చనీయాంశములకు కూడ ఎక్కువ సంబంధము లేదు. సాంఖ్యమనగా ఆత్మ మరియు దేహముల విశ్లేషణాత్మక వివరణము. అర్జునుని బుద్ధియోగపు (భక్తియోగము) స్థాయికి గొనివచ్చుట కొరకే శ్రీకృష్ణుడు ఆత్మ యొక్క విశ్లేషణాత్మక వివరణ నిచ్చెను. ఆ విధముగా శ్రీకృష్ణభగవానుడు తెలిపిన సాంఖ్యము, శ్రీమద్భాగవతము

నందు కపిలుడు తెలిపిన సాంఖ్యములు సమానములు మరియు ఏకములై యున్నవి. అవి రెండును భక్తియోగమునే తెలుపుచున్నవి. కనుకనే శ్రీకృష్ణ భగవానుడు బుద్ధిహీనులైనవారే సాంఖ్యయోగము, భక్తియోగముల నడుమ భేదమును గాంచుదురని పలికియుండెను (సాంఖ్యయోగౌ పృథగ్ బాలాః ప్రవదన్తి న పండితాః).

నాస్తిక సాంఖ్యయోగమునకు మాత్రము భక్తియోగముతో ఎట్టి సంబంధము లేదు. అయినను కొందరు బుద్ధిహీనులు నాస్తిక సాంఖ్యయోగము భగవద్గీత యందును తెలుపబడినదని పలుకుదురు.

కావున బుద్ధియోగమనగా భక్తియోగపు పూర్ణజ్ఞానము, ఆనందములందు (కృష్ణభక్తిభావన) కర్మనొనరించుట యని ప్రతియొక్కరు అవగతము చేసికొనవలెను. కార్యము ఎంతటి కష్టతరమైనప్పటికిని భగవానుని ప్రీత్యర్థమై దానిని ఒనరించువాడు బుద్ధియోగమునందు వర్తించునట్టివాడు. అట్టివాడు దివ్యమైన ఆనందమునే ఎల్లవేళలా పొందగలడు. ఆ విధమైన దివ్యకర్మ ద్వారా భగవానుని కరుణచే మనుజాడు ఆధ్యాత్మికావగాహనను అప్రయత్నముగా పొందును. ఆ విధముగా జ్ఞానసముపార్జనకై ప్రత్యేక యత్నము సల్పకుండగనే అట్టివాని ముక్తి పూర్ణమగుచున్నది. కృష్ణభక్తిభావనలో చేసెడి కర్మ, కామ్యకర్మ (ముఖ్యముగా సాంసారిక లేదా భౌతికసుఖము కొరకై చేయబడునది) నడుమ గొప్ప భేదము కలదు. అనగా బుద్ధియోగమనునది మనము చేయు కర్మ యొక్క ఆధ్యాత్మికగుణమై యున్నది.

40

नेहाभिक्रमनाशोऽस्ति प्रत्यवायो न विद्यते।
स्वल्पमप्यस्य धर्मस्य त्रायते महतो भयात्॥४०॥

నేహాభిక్రమనాశోఽస్తి ప్రత్యవాయో న విద్యతే ।
స్వల్పమప్యస్య ధర్మస్య త్రాయతే మహతో భయాత్ ॥

ఇహ—ఈ యోగమునందు; అభిక్రమనాశః—ప్రయత్నము నందు నాశము; న అస్తి—లేదు; ప్రత్యవాయః—హాని; న విద్యతే—ఉండదు; స్వల్పం అపి—మిక్కిలి స్వల్పమైనను; అస్య—ఈ; ధర్మస్య—ధర్మము; త్రాయతే—రక్షించును; మహతః—గొప్ప; భయాత్—భయము నుండి.

ఈ ప్రయత్నము నందు నష్టము గాని, హాని గాని లేదు. ఈ మార్గమున స్వల్పపురోగతియు మహత్తరమైన భయము నుండి మనుజుని రక్షించును.

భాష్యము : కృష్ణభక్తిభావనలో కర్మనొనరించుట (శ్రీకృష్ణుని ప్రీత్యర్థమే ఎటువంటి భోగాభిలాష లేకుండా కర్మను చేయుట) యనునది మహోన్నతమైన దివ్యకార్యము. అటువంటి కార్యమును కొద్దిగా ఆరంభించినను అందు ఎటువంటి ఆటంకములు కలుగవు. అంతియేగాక అట్టి స్వల్పయత్నము ఏనాడును నశించిపోదు. భౌతిక పరిధిలో ప్రారంభించబడు కర్మ ఒకనాటికి సంపూర్ణము చెందవలసియే ఉండును. అట్లుకానిచో ఆ యత్నమంతయు విఫలము కాగలదు. కాని కృష్ణభక్తిభావనలో ప్రారంభించబడు కర్మ సంపూర్ణము కాకున్నను శాశ్వత ప్రభావమును కలిగియుండును. అనగా కృష్ణభక్తిభావన యందలి తన కర్మ పూర్ణము కానప్పటికిని కర్త ఏ విధమైన నష్టమును పొందడు. కృష్ణపరమగు కర్మ ఒక్క శాతము పూర్తియైనను శాశ్వతఫలమును కలిగియుండి తదుపరి ప్రారంభము రెండవశాతము నుండి మొదలగును. కాని లౌకికకర్మ యందు నూటికినూరుపాళ్ళు సఫలత కలుగనిదే లాభము చేకూరదు. అజామిళుడు తన ధర్మమును కృష్ణభక్తిభావనలో కొద్దిగానే నిర్వర్తించినను భగవానుని కరుణ వలన అంత్యమున నూటికినూరుపాళ్ళు ఫలితమును పొందెను. శ్రీమద్భాగవతము (1.5.17) నందు ఈ విషయమునకు సంబంధించిన ఒక చక్కని శ్లోకము కలదు.

త్యక్త్వా స్వధర్మం చరణామ్బుజం హరేః
భజన్నపక్వో ऽథ పతేత్తతో యది ।
యత్ర క్వ వా భద్రమభూదముష్య కిమ్
కో వార్థ ఆప్తోऽభజతాం స్వధర్మతః ॥

"స్వధర్మములను విడిచి కృష్ణభక్తిభావన యందు కర్మలు చేయువాడు ఆ కర్మలను పూర్తి చేయజాలనందున పతనమైనను అతడు పొందు నష్టమేమున్నది? ఆలాగుననే లౌకికకర్మలను పూర్ణముగా నొనరించువాడు పొందు లాభమేమున్నది?" క్రైస్తవులు కూడ ఈ విషయమునే ఇట్లు పలుకుదురు : సమస్త ప్రపంచమును సాధించినను శాశ్వతమైన ఆత్మను కోల్పోయినచో మనుజుడు పొందు లాభమేమి కలదు?

భౌతికకర్మలు, వాటి ఫలితములు దేహముతో పరిసమాప్తమగును. కాని కృష్ణభక్తిభావన యందలి కర్మలు దేహత్యాగానంతరము కూడ మనుజుని

కృష్ణభక్తిభావన వైపునకే అతనిని గొనిపోవును. అనగా ఉత్తమ సంస్కృతి కలిగిన బ్రాహ్మణుల ఇంట గాని లేదా ధనవంతుల ఇంట గాని జన్మించుటకు తదుపరి జన్మమున మనుజుడు అవకాశమును తప్పక పొందగలడు. అటువంటి జన్మము మనుజుడు మరింత పురోగతి నొందుటకు అవకాశమును గూర్చగలదు. ఇదియే కృష్ణభక్తిభావనలో ఒనరింపబడు కర్మ యొక్క అద్వితీయ లక్షణము.

41

व्यवसायात्मिका बुद्धिरेकेह कुरुनन्दन।
बहुशाखा ह्यनन्ताश्च बुद्धयोऽव्यवसायिनाम्॥४१॥

వ్యవసాయాత్మికా బుద్ధి రేకేహ కురునన్దన ।
బహుశాఖా హ్యనన్తాశ్చ బుద్ధయో ऽవ్యవసాయినామ్ ॥

వ్యవసాయాత్మికా—కృష్ణభక్తిభావనలో స్థిరమైనవారు; బుద్ధిః—బుద్ధి; ఇహ—ఈ ప్రపంచమున; ఏకా—ఒక్కటే; కురునన్దన—కురునందనా; బహుశాఖాః—అనేకశాఖలు కలిగిన; హి—నిశ్చయముగా; అనన్తాః—అసంఖ్యాకములైనవి; చ—కూడా; బుద్ధయః—బుద్ధి; అవ్యవసాయినామ్—కృష్ణభక్తిభావనలో లేనివారి యొక్క.

ఈ మార్గమున ఉన్నవారు స్థిరప్రయోజనముతో ఒకే లక్ష్యమును కలిగి యుందురు. ఓ కురునందనా! స్థిర ప్రయోజనము లేనివారి బుద్ధి అనేక విధములుగా నుండును.

భాష్యము : కృష్ణభక్తిభావన ద్వారా మనుజుడు జీవితపు అత్యున్నత పూర్ణత్వ స్థాయికి చేరగలడనెడి దృఢనిశ్చయమే "వ్యవసాయాత్మికా బుద్ధి" యని పిలువబడును. ఈ విషయమున చైతన్యచరితామృతము (మధ్యలీల 22.62) ఈ విధముగా పలుకుచున్నది.

'శ్రద్ధా' శబ్దే - విశ్వాస కహే సుదృఢ నిశ్చయ ।
కృష్ణే భక్తి కయిలే సర్వకర్మ కృత హోయ ॥

ఉదాత్తమైన దాని యందు మ్రొక్కవోని నమ్మకమునే విశ్వాసమని అందురు. కృష్ణభక్తిభావన కర్మల యందు మనుజుడు నిమగ్నమైనపుడు వంశాచారములకు గాని, సంఘాచారములకు గాని లేక దేశాచారములకు గాని లోబడి కర్మనొనరింప నవసరము లేదు. గతజన్మ యొక్క శుభాశుభకర్మల ఫలితములే లౌకికకర్మలు. కృష్ణభక్తి హృదయములో జాగృతమైనవాడు తన కార్యములందు శుభఫలములకై

విడిగా యత్నింప నవసరము లేదు. ఏలయనగా మనుజుడు కృష్ణభక్తిభావనలో స్థితుడైనంతనే కర్మలన్నియును నిర్గుణస్థితికి చెందినవి కాగలవు. శుభ, అశుభ ద్వంద్వములచే అవి ప్రభావితములు కాకపోవుటయే అందులకు కారణము. జీవితపు భౌతికభావనను సంపూర్ణముగా త్యాగము చేయుట యనునది కృష్ణభక్తిభావన యందు పరిపూర్ణత్వ స్థితి. కృష్ణభక్తి యందు పురోగతి ద్వారా అట్టి స్థితి అప్రయత్నముగా సిద్ధింపగలదు.

కృష్ణభక్తిభావన యందు గల మనుజుని స్థిరప్రయోజనము అతని జ్ఞానముపై ఆధారపడియుండును. "వాసుదేవః సర్వమితి స మహాత్మా సుదుర్లభః" - శ్రీకృష్ణుడే (వాసుదేవుడు) సర్వకారణములకు మూలమని సంపూర్ణముగా నెరిగిన కృష్ణభక్తిపరాయణుడు అత్యంత దుర్లభుడు. వృక్షమూలమునకు నీరుపోయుట ద్వారా ఆకులకు, శాఖలన్నింటికి అప్రయత్నముగా నీరుపోసినట్లగు రీతి, కృష్ణభక్తిభావనలో కర్మ చేయుట ద్వారా మనుజుడు తనకు, కుటుంబమునకు, సంఘమునకు, దేశమునకు, మానవాళి సమస్తమునకు సేవ చేసినవాడగును. కర్మల ద్వారా శ్రీకృష్ణుడు సంతృప్తి నొందినచో ప్రతియొక్కరు సంతృప్తి నొందగలరు.

అట్టి కృష్ణపరమగు సేవ శ్రీకృష్ణుని ప్రామాణిక ప్రతినిధియైన గురువు నిర్దేశము నందు చక్కగా అభ్యసింపబడును. కృష్ణప్రతినిధియైన ఆధ్యాత్మిక గురువు శిష్యుని నైజమును తెలిసి కృష్ణభక్తిభావనలో అతడు వర్తించునట్లుగా నిర్దేశము నొసగ గలడు. కృష్ణభక్తిభావనను గూర్చి సంపూర్ణముగా నెరుగుటకు మనుజుడు దృఢ చిత్తముతో వర్తించుచు గురువుగారి ఆజ్ఞలను జీవితలక్ష్యముగా భావించి అంగీకరింపవలెను. ఈ విషయమున శ్రీవిశ్వనాథచక్రవర్తి ఠాకూరులు తమ సుప్రసిద్ధమైన గురువందనములో ఈ విధముగా తెలిపిరి :

యస్యప్రసాదాద్ భగవత్ప్రసాదో యస్యాప్రసాదా న్న గతిః కుతోఽపి ।
ధ్యాయన్ స్తువంస్తస్య యశస్త్రిసన్ధ్యమ్ వన్దే గురోః శ్రీ చరణారవిన్దమ్ ॥

"గురుదేవులను సంతృప్తిపరచుట ద్వారా భగవానుడు సంతృప్తి నొందును. గురుదేవుని సంతృప్తిపరుపకుండా కృష్ణభక్తిభావనా స్థితికి ఉద్ధరింపబడు అవకాశమే లేదు. కావున ఆయన అనుగ్రహము కొరకై దినమునకు మూడుసార్లు ధ్యానించి, ప్రార్థించి, గౌరవపూర్వక వందనములను అర్పింతును."

కాని ఈ కార్యమంతయు దేహభావనకు పరమైన ఆత్మజ్ఞానముపై ఆధారపడి

యున్నది. అది సిద్ధాంతపరమైనది మాత్రమే గాక ఆచరించునదై యుండవలెను. ఆ సమయమున కర్తల యందు భోగాభిలాషకు తావే ఉండదు. ఆ విధమైన స్థిరచిత్తము లేనివాడు పలువిధములైన సకామకర్మలచే విచలితుడు కాగలడు.

42-43

यामिमां पुष्पितां वाचं प्रवदन्त्यविपश्चितः ।
वेदवादरताः पार्थ नान्यदस्तीति वादिनः ॥४२॥
कामात्मानः स्वर्गपरा जन्मकर्मफलप्रदाम् ।
क्रियाविशेषबहुलां भोगैश्वर्यगतिं प्रति ॥४३॥

యామిమాం పుష్పితాం వాచం ప్రవదన్త్యవిపశ్చితః ।
వేదవాదరతాః పార్థ నాన్యదస్తీతి వాదినః ॥
కామాత్మానః స్వర్గపరా జన్మకర్మఫలప్రదామ్ ।
క్రియావిశేషబహులాం భోగైశ్వర్యగతిం ప్రతి ॥

యామిమాం—ఈ; పుష్పితాం—పుష్పితమగు; వాచం—వాక్కును; ప్రవదన్తి—చెప్పుదురు; అవిపశ్చితః—అల్పజ్ఞానముగల మానవులు; వేదవాదరతాః—వేదములను అనుసరించు చున్నామని చెప్పువారు; పార్థ—ఓ పృథాకుమారా; అన్యత్—వేరొక్కటి; న అస్తి—లేదు; ఇతి—అని; వాదినః—వాదింతురు; కామాత్మానః—ఇంద్రియసుఖమును కోరి; స్వర్గపరాః—స్వర్గాదిలోకములను పొందగోరి; జన్మకర్మఫలప్రదామ్—ఉత్తమజన్మను, ఇతర ఫలములను ఇచ్చునట్టి; క్రియావిశేష బహులాం—పలువిధములైన కర్మలతో కూడిన; భోగైశ్వర్య— ఇంద్రియసుఖమును, ఐశ్వర్యమును; గతిం ప్రతి—పొందుటను గూర్చి.

స్వర్గలోకప్రాప్తి, ఉత్తమజన్మము, అధికారము వంటివానిని పొందుటకై వివిధములైన కర్మలను ఉపదేశించు వేదములందలి మధురమైన వాక్కుల యెడ అల్పజ్ఞులు అనురక్తులగుదురు. భోగానుభవమును, సంపన్న జీవితమును కోరువారగుటచే అట్టివారు దానికి మించినది వేరొకటి లేదని పలుకుదురు.

భాష్యము : సాధారణముగా జనులు మందమతులై యుందురు. అజ్ఞానకారణముగా వారు వేదమునందలి కర్మకాండ భాగములోని సకామ కర్మల యెడనే అనురక్తులగుదురు. మదిర, మగువ, లౌకికవైభవములు పుష్కలముగా లభించు స్వర్గలోకమునందు జీవితము ననుభవించుటను తప్ప వారు వేరేదియును కోరరు. అట్టి స్వర్గలోకములను పొందుటకు పెక్కు యజ్ఞములు

(ముఖ్యముగా జ్యోతిష్టోమ యజ్ఞములు) వేదములందు ప్రతిపాదింపబడినవి. స్వర్గలోకప్రాప్తిని గోరువారు అట్టి యజ్ఞములను తప్పక ఆచరించియే తీరవలెనని వాటి యందు తెలుపబడినది. కాని అల్పజ్ఞులు ఇది యొక్కటే వేదముల సమస్త ప్రయోజనమని భావింతురు. అటువంటి అనుభవశూన్య జనులకు కృష్ణభక్తిభావన యందు స్థిరప్రయోజనముతో నెలకొనియుండుట మిగుల కష్టతరము. విషపూర్ణ వృక్షపు పుష్పముల యెడ గల ఆకర్షణ పరిణామము నెరుగక మూఢుడు వాని యెడ ఆకర్షితుడగునట్లు, మందమతులైనవారు స్వర్గములు మరియు వాని యందలి భోగముల యెడ ఆకర్షితులగుదురు.

"అపామ సోమమమృతా అభూమ" మరియు "అక్షయ్యమ్ హ వై చాతుర్మాస్య యాజినః సుకృతం భవతి" యని వేదములోని కర్మకాండ భాగములో తెలుపబడినది. అనగా చాతుర్మాస్య వ్రతమును పాటించినవాడు సోమరసమును త్రాగి అమృతత్వమును మరియు ఆనందమును పొందుటకు అర్హుడగుచున్నాడు. సోమరసముతో బలమును పొంది, భోగానుభవమును పొందవలెనని భూమిపై కూడా కొందరు అభిలషింతురు. అట్టివారు భవబంధముల నుండి ముక్తి యెడ శ్రద్ధను చూపక కేవలము ఆర్భాటము కలిగిన వైదికయజ్ఞములందే రతులగుదురు. భోగలాలసులైన అట్టివారు స్వర్గభోగములను తప్ప వేరేదియును కోరరు. స్వర్గమునందు నందనకాననమనెడి ఉద్యానవనము కలదనియు, అందు సుందరస్త్రీ సాంగత్యము, కోరినంతగా సోమరసము లభించుననియు తెలుపబడినది. అట్టి దేహపర సౌఖ్యము నిక్కముగా ఇంద్రియపరమైనట్టిది. కనుకనే భౌతికజగత్తునకు ప్రభువులమనెడి భావనలో నిలిచి అట్టి లౌకికమైన తాత్కాలిక సౌఖ్యముల యెడ అనురక్తులై యుండెడివారు పెక్కురు కలరు.

44

भोगैश्वर्यप्रसक्तानां तयापहृतचेतसाम् ।
व्यवसायात्मिका बुद्धिः समाधौ न विधीयते ॥४४॥

భోగైశ్వర్యప్రసక్తానాం తయాపహృతచేతసామ్ ।
వ్యవసాయాత్మికా బుద్ధిః సమాధౌ న విధీయతే ॥

భోగైశ్వర్య—భౌతికభోగానుభవముల యందును, సంపదల యందును; ప్రసక్తానాం—ఆసక్తులైనవారికి; తయా—వాని చేత; అపహృత చేతసామ్—మోహగ్రస్థమైన మనస్సులు కలవారికి; వ్యవసాయాత్మికా—నిశ్చయముతో కూడిన; బుద్ధిః—భగవానుని భక్తియుక్తసేవ;

సమాధౌ—నియమితమైన మనస్సునందు; న విధీయతే—కలుగదు.

భోగానుభవము మరియు లౌకిక సంపదలకు ఆకర్షితులై, వానిచే మోహపరవశులగు వారి మనస్సు నందు భగవానుని భక్తియుత సేవను గూర్చిన స్థిరనిశ్చయము కలుగనే కలుగదు.

భాష్యము : "సమాధి" యనగా స్థిరమైన చిత్తమని భావము. వేదనిఘంటువైన "నిరుక్తి" ఈ విషయమున ఇట్లు పలుకుచున్నది. "సమ్యగాధీయతేఽస్మిన్ ఆత్మతత్త్వ యాథాత్మ్యమ్"- అనగా ఆత్మను అవగతము చేసికొనుటలో చిత్తము లగ్నమై యున్నప్పుడు అది సమాధి యందున్నదని చెప్పబడుచున్నది. ఇంద్రియభోగములందు అనురక్తులైనవారికి గాని, అటువంటి తాత్కాలికమైన వాటిచే మోహపరవశులగువారికి గాని సమాధి ఎన్నడును సాధ్యపడదు. అట్టి వారందరును దాదాపు మాయాశక్తిచే శిక్షింపబడినట్టివారే.

45

त्रैगुण्यविषया वेदा निस्त्रैगुण्यो भवार्जुन।
निर्द्वन्द्वो नित्यसत्त्वस्थो निर्योगक्षेम आत्मवान्॥४५॥

త్రైగుణ్యవిషయా వేదా నిస్త్రైగుణ్యో భవార్జున ।
నిర్ద్వన్ద్వో నిత్యసత్త్వస్థో నిర్యోగక్షేమ ఆత్మవాన్ ॥

త్రైగుణ్య—ప్రకృతి త్రిగుణములకు సంబంధించిన; విషయాః—విషయమునే; వేదాః—వేదములు; నిస్త్రైగుణ్యః—మూడుగుణములకు అతీతుడవు; భవ—అగుము; అర్జున—ఓ అర్జునా; నిర్ద్వన్ద్వః—ద్వంద్వములు లేకుండా; నిత్యసత్త్వస్థః—శుద్ధ ఆధ్యాత్మికస్థితిని; నిర్యోగక్షేమః—యోగ, క్షేమముల ఆలోచన నుండి విడివడి; ఆత్మవాన్—ఆత్మ యందు స్థిరుడవు.

వేదములు ముఖ్యముగా త్రిగుణములకు సంబంధించిన విషయములను గూర్చి చర్చించును. ఓ అర్జునా! నీవు ఈ త్రిగుణములకు అతీతుడవై, ద్వంద్వముల నుండియు, యోగక్షేమములనెడి చింతల నుండియు విడివడినవాడవై ఆత్మ యందు స్థిరుడవగుము.

భాష్యము : భౌతికకార్యములన్నియును త్రిగుణములను కూడిన కర్మలను మరియు ఫలములను కూడియుండును. భౌతికజగమున బంధమును కలిగించు సకామఫలములను పొందుటకే అవి ఉద్దేశింపబడినవి. జనులను ఇంద్రియ

భోగానుభవము నుండి ఆధ్యాత్మికస్థాయికి క్రమముగా గొనిపోవు నిమిత్తమే వేదములు అట్టి సకామకర్మలను ఉపదేశించును. శ్రీకృష్ణభగవానుని స్నేహితునిగా మరియు శిష్యునిగా అర్జునుడు ఇచ్చట వేదాంతతత్త్వము యొక్క దివ్యస్థాయికి ఎదగవలసినదిగా ఉపదేశింపబడినాడు. బ్రహ్మజిజ్ఞాస లేదా పరబ్రహ్మమును గూర్చిన ప్రశ్నలే ఆ వేదాంతతత్త్వము యొక్క ఆరంభములోని అంశము. భౌతికజగమునందు గల జీవులందరును తీవ్ర జీవనసంఘర్షణకు లోనై యుందురు. ఏ విధముగా మనుగడను సాగించి పిదప భౌతికబంధము నుండి ముక్తినొందగలరో ఉపదేశించుటకే భౌతికజగత్తును సృష్టించిన పిమ్మట భగవానుడు వారికి వేదజ్ఞానము నొసగెను. భోగవాంఛను కూడిన కర్మలు (కర్మకాండ) ముగిసినంతనే ఆధ్యాత్మికానుభవమునకు ఆతడు ఉపనిషత్తుల రూపమున అవకాశము నొసగెను. భగవద్గీత పంచమవేదమైన మహాభారతము యొక్క భాగమైనట్లు, ఉపనిషత్తులు వివిధ వేదములందలి భాగములు. ఈ ఉపనిషత్తులు ఆధ్యాత్మికజీవనపు ఆరంభమును సూచించును.

భౌతికదేహము నిలిచియున్నంతకాలము త్రిగుణపూర్ణములైన కర్మలు మరియు ఫలితములు తప్పవు. కనుక ప్రతియొక్కరు సుఖదుఃఖములు, శీతతాపముల వంటి ద్వంద్వములను సహించుటను నేర్చుకొని ఆ ద్వంద్వ సహనము ద్వారా లాభనష్టముల యెడ గల చింత నుండి దూరులు కావలెను. దేవదేవుడైన శ్రీకృష్ణుని కృపాకటాక్షములపై మనుజుడు సంపూర్ణముగా ఆధారపడి నప్పుడు అట్టి దివ్యస్థితి (సంపూర్ణ కృష్ణభక్తిభావన యందు) సిద్ధింపగలదు.

46

यावानर्थ उदपाने सर्वतः सम्प्लुतोदके ।
तावान् सर्वेषु वेदेषु ब्राह्मणस्य विजानतः ॥४६ ॥

యావానర్థ ఉదపానే సర్వతః సంప్లుతోదకే ।
తావాన్ సర్వేషు వేదేషు బ్రాహ్మణస్య విజానతః ॥

యావాన్—ఎంతటి; అర్థః—ప్రయోజనము; ఉదపానే—నూతి యందు; సర్వతః—అన్ని విధముల; సంప్లుతోదకే—పెద్ద జలాశయమునందు; తావాన్—అట్లే; సర్వేషు—అన్ని; వేదేషు—వేదములందును; బ్రాహ్మణస్య—(బ్రహ్మజ్ఞానము గల) బ్రాహ్మణునికి; విజానతః—పరిపూర్ణజ్ఞానము గల.

చిన్ననూతిచే ఒనగూడు ప్రయోజనములన్నియును శీఘ్రమే పెద్ద

జలాశయమునందలి జలముచే సిద్ధించురీతి, వేదముల సమస్త ప్రయోజనములు వాని అంతరార్థమును గ్రహించినవానికి సిద్ధించుచున్నవి.

భాష్యము : వేదవాఙ్మయమునందలి కర్మకాండ భాగములో తెలియజేయబడిన యజ్ఞములు మరియు కర్మలన్నియును క్రమానుగతమైన ఆత్మానుభూతి కొరకే నిర్దేశింపబడినవి. ఇక ఆత్మానుభవపు ప్రయోజనము భగవద్గీత యొక్క పంచదశాధ్యాయము (15.15) నందు స్పష్టముగా తెలుపబడినది. సమస్తమునకు ఆది కారణుడైన శ్రీకృష్ణభగవానుని ఎరుగుటయే వేదాధ్యయనపు ప్రయోజనమని అచ్చట వివరింపబడినది. అనగా శ్రీకృష్ణుని గూర్చియు, ఆతనితో జీవునికి గల నిత్యసంబంధమును గూర్చియు తెలియుటయే ఆత్మానుభవపు నిజమైన భావము. గీతయొక్క ఆ పంచదశాధ్యాయము (15.7) నందు జీవులకు శ్రీకృష్ణభగవానునితో గల సంబంధము కూడ వివరింపబడినది. జీవులందరును శ్రీకృష్ణుని అంశలు గావున ప్రతిజీవుడును కృష్ణభక్తిభావనను పునరుద్ధరించుకొనుటయే వేదజ్ఞానపు పూర్ణత్వస్థితియై యున్నది. ఈ విషయము శ్రీమద్భాగవతము (3.33.7) నందు ఇట్లు స్థిరీకరింపబడినది.

అహో బత శ్వపచోऽతో గరీయాన్ యజ్జిహ్వాగ్రే వర్తతే నామ తుభ్యమ్ ।
తేపుస్తపస్తే జుహువుః సస్నురార్యా బ్రహ్మానూచుర్నామ గృణన్తి యే తే ॥

"హే ప్రభూ! నీ పవిత్ర నామమును కీర్తించువాడు చండాలుని (శునక మాంసమును భుజించువాడు) వంశము వంటి అధమవంశములో జన్మించినను అత్యున్నత ఆత్మానుభవస్థాయిలో నున్నట్టివాడు. అట్టివాడు వేదప్రకారము సర్వ విధములైన యజ్ఞములను, తపస్సులను ఆచరించినట్టివాడే! సమస్త పుణ్య తీర్థములలో స్నానమాచరించి, వేదవాఙ్మయమును పలుమార్లు అధ్యయనము చేసినట్టివాడే! అట్టివాడే ఆర్యవంశములో ఉత్తముడని పరిగణింపబడును."

కావున కేవలము కర్మకాండకే ఆకర్షితులు గాక ప్రతియొక్కరును వేద ప్రయోజనమును తెలివితో అర్థము చేసికొనవలెను. ఆలాగుననే అధిక ఇంద్రియ భోగము కొరకై స్వర్గలోకములను చేరవలెననియు కోరరాదు. నేటికాలమున వేద ధర్మములను, కర్మలను పాటించుట గాని, వేదాంతము, ఉపనిషత్తులను కూలంకశముగా అధ్యయనము చేయుట గాని సామాన్యమానవునికి సాధ్యము కాదు. వేదముల ప్రయోజనమును సిద్ధింపజేయుటకు అధికకాలము, శక్తి, జ్ఞానము,

వనరుల అవసరముండును. అవియన్నియును ఈ కాలమున అతిదుర్లభములు. కాని పతితపావనుడైన శ్రీచైతన్యమహాప్రభువుచే ఉపదేశింపబడిన పవిత్ర హరినామ సంకీర్తనము ద్వారా వేదముల ఉత్తమ ప్రయోజనము సిద్ధింపగలదు. వేదాంతమును అధ్యయనము చేయక ఏల భావావిష్టుని వలె హరినామమును కీర్తించుచుంటివని శ్రీచైతన్యమహాప్రభువును ప్రకాశానందసరస్వతి యను ఒక వేదవిద్వాంసుడు ప్రశ్నించెను. అందులకు ఆయన తనను తన ఆధ్యాత్మికగురువు మూఢుడని తలచి కృష్ణనామమే కీర్తించుమని తెలిపియుండెననియు, తాను ఆ విధముగనే కావించి ఉన్మాదినైతిననియు ప్రత్యుత్తరమిచ్చిరి. ఈ కలియుగమున జనులలో అత్యధిక భాగము మూఢులు, వేదాంతజ్ఞానమును అర్థము చేసికొనగలిగినంత విద్యలేనివారు అయియున్నారు. అట్టివారు అపరాధరహితముగా పవిత్ర హరినామ సంకీర్తనము చేయుట ద్వారా వేదాంతతత్త్వపు ప్రయోజనము సిద్ధింపగలదు. వేదాంతమనునది వేదజ్ఞానపు చివరి అంశము. వేదాంతతత్త్వమును రచించినవాడు మరియు తెలిసినవాడు శ్రీకృష్ణభగవానుడే. అట్టి శ్రీకృష్ణభగవానుని పవిత్ర నామకీర్తనలో దివ్యానందమునొందు మహాత్ముడే అత్యున్నత వేదాంతి. ఇదియే వేదజ్ఞానము యొక్క చరమ ప్రయోజనమై యున్నది.

47

कर्मण्येवाधिकारस्ते मा फलेषु कदाचन।
मा कर्मफलहेतुर्भूर्मा ते सङ्गोऽस्त्वकर्मणि ॥४७॥

కర్మణ్యేవాధికారస్తే మా ఫలేషు కదాచన ।
మా కర్మఫలహేతుర్భూర్మా తే సఙ్గో ऽస్త్వకర్మణి ॥

కర్మణి—విధ్యుక్తధర్మములందు; ఏవ—నిశ్చయముగా; అధికారః—అధికారము; తే—నీకు; మా—ఎన్నడును; ఫలేషు—ఫలముల యందు; కదాచన—ఎప్పుడును; మా—లేదు; కర్మఫలహేతుః—కర్మఫలమునకు కారణము; మా భూః—కాకుము; తే—నీకు; సఙ్గః—ఆసక్తి; మా అస్తు—కలుగకుండుగాక; అకర్మణి—విధింపబడిన కర్మము మానుట యందు.

విధ్యుక్తధర్మమును నిర్వర్తించుట యందే నీకు అధికారము కలదు గాని కర్మఫలమునందు కాదు. నీ కర్మఫలములకు నీవే కారణమని ఎన్నడును భావింపకుము. అలాగుననే విధ్యుక్తధర్మమును వీడుట యందు ఆసక్తుడవు కాకుము.

భాష్యము : విధ్యుక్తధర్మములు, దుష్కర్మలు, అకర్మ అనుచు కర్మలు మూడు

రకములు. మనుజుని గుణముల ననుసరించి విధింపబడిన కర్మలే విధ్యుక్త ధర్మములు. ప్రామాణికమైన అనుమతి లేకుండగనే ఒనరింపబడునవి దుష్కర్మలు కాగా, విధ్యుక్తధర్మమును చేయకుండుట అకర్మ అనుదాని భావము. అకర్మునిగా కారాదనియు, ఫలాపేక్ష లేకుండా విధ్యుక్తధర్మమును విధిగా నిర్వహించుమనియు ఇచ్చట శ్రీకృష్ణభగవానుడు అర్జునునకు ఉపదేశించినాడు. కర్మఫలములందు ఆసక్తిని కలిగియుండెడివాడు ఆ కర్మలకు కూడ కారణమగుటచే ఆ ఫలముల వలన సుఖి లేదా దుఃఖి యగుచున్నాడు.

ఇక విధ్యుక్తధర్మములకు సంబంధించినంతవరకు వాటిని నిత్యకర్మము, అత్యవసర కర్మము, ఇష్టమైన కర్మలనెడి మూడింటిగా విభజింపవచ్చును. శాస్త్రానుసారముగా ఎటువంటి లాభాపేక్ష లేకుండా విధిగా నిర్వర్తింపబడు నిత్యకర్మ సత్త్వగుణకర్మ అనబడును. ఫలితమును వాంఛించుచు చేయబడు కర్మబంధమును కలిగించును గావున అది అమంగళదాయకము. ప్రతియొక్కరికిని వారి విధ్యుక్తధర్మమునందు అధికారము కలదు. కాని ఆ ధర్మమును వారు ఫలాపేక్ష లేకుండా నిర్వర్తింపవలసియున్నది. అట్టి ఫలాపేక్షరహిత విధ్యుక్త ధర్మపాలనము మనుజుని ముక్తిమార్గమును చేర్చగలదు.

కావుననే ఫలమునందు ఆసక్తిని గొనక విధిగా యుద్ధమును చేయుమని శ్రీకృష్ణుడు అర్జునునికి ఉపదేశమొసగినాడు. యుద్ధములో పాల్గొనకపోవుటయు ఒక విధముగా ఆసక్తియే. అటువంటి ఆసక్తి ఎన్నడును మనుజుని ముక్తిపథమునకు నడిపించదు. ఆసక్తి ఎటువంటిదైనను అది బంధమునకే కారణము కాగలదు. అకర్మ అనునది పాపమే కనుక విధిగా యుద్ధము చేయుటయే అర్జునునికి శుభప్రదమైన మోక్షమార్గమై యున్నది.

48

योगस्थ: कुरु कर्माणि सङ्गं त्यक्त्वा धनञ्जय।
सिद्ध्यसिद्ध्यो: समो भूत्वा समत्वं योग उच्यते॥४८॥

యోగస్థః కురు కర్మాణి సఙ్గం త్యక్త్వా ధనంజయ ।
సిద్ధ్యసిద్ధ్యోః సమో భూత్వా సమత్వం యోగ ఉచ్యతే ॥

యోగస్థః—సమభావము కలవాడవై; కురు—చేయుము; కర్మాణి—నీ ధర్మములను; సఙ్గం—ఆసక్తిని; త్యక్త్వా—విడిచి; ధనంజయ—ఓ అర్జునా; సిద్ధి అసిద్ధ్యోః—జయము, అపజయము లందు; సమః—సమభావము కలవాడవు; భూత్వా—అయి; సమత్వం—

సమభావమే; యోగః—యోగమని; ఉచ్యతే—చెప్పబడుచున్నది.

ఓ అర్జునా! జయము, అపజయములందు ఆసక్తిని విడనాడి సమబుద్ధితో నీ విధ్యుక్తధర్మమును నిర్వహింపుము. అట్టి సమభావమే యోగమనబడును.

భాష్యము : యోగమునందు వర్తించుమని అర్జునునితో శ్రీకృష్ణభగవానుడు పలుకుచున్నాడు. ఆ యోగమనగా నేమి? సదా కలతపెట్టు ఇంద్రియములను అదుపుజేసి భగవానుని యందు మనస్సును సంలగ్నము చేయుటయే యోగము. మరి ఆ భగవానుడెవ్వరు? దేవదేవుడైన శ్రీకృష్ణుడే భగవానుడు. అట్టి శ్రీకృష్ణుడే స్వయముగా యుద్ధము చేయుమని పలుకుచున్నందున యుద్ధఫలములతో అర్జునునకు ఎట్టి సంబంధము లేదు. లాభము లేదా జయమనెడి విషయమును శ్రీకృష్ణుడే చూచుకొనగలడు. కనుకనే కేవలము తన ఆదేశానుసారము వర్తించుమని అర్జునుడు శ్రీకృష్ణునిచే ఉపదేశింపబడినాడు. శ్రీకృష్ణుని ఆజ్ఞను అనుసరించుటయే నిజమైన యోగము. అట్టి విధానము కృష్ణభక్తిభావన యందు పాటింపబడును. కృష్ణభక్తిభావన యందే మనుజుడు తాను యజమానిననెడి భావనను త్యజింపగలడు. కావున శ్రీకృష్ణునకు లేదా శ్రీకృష్ణుని దాసునకు అతడు దాసుడు కావలెను. కృష్ణభక్తిభావన యందు కర్మనొనరించుటకు అదియే సరియైన మార్గము. అట్టి మార్గమే యోగమునందు వర్తించుటకు అతనికి తోడ్పడగలదు.

అర్జునుడు క్షత్రియుడు, వర్ణాశ్రమ ధర్మవిధానమును పాటించువాడు. వర్ణాశ్రమధర్మముల ముఖ్యోద్దేశ్యము విష్ణువును సంతృప్తిపరచుటయేనని విష్ణుపురాణము నందు తెలుపబడినది. ఈ భౌతికజగమునందు ప్రతియొక్కరును స్వీయతృప్తినే వాంఛింతురు. కాని వాస్తవమునకు ప్రతియొక్కరు శ్రీకృష్ణునే సంతృప్తిపరుపవలెను గాని స్వీయసంతృప్తికై ఆరాటపడరాదు. అనగా శ్రీకృష్ణుని సంతృప్తిపరుపనిదే వర్ణాశ్రమధర్మ నియమములను ఎవ్వరును చక్కగా పాటింపలేరు. శ్రీకృష్ణుడు తెలిపిన రీతిగా వర్తింపవలెనని అర్జునుడు పరోక్షముగా బోధింపబడుచున్నాడు.

49

दूरेण ह्यवरं कर्म बुद्धियोगाद्धनञ्जय।
बुद्धौ शरणमन्विच्छ कृपणाः फलहेतवः ॥४९॥

దూరేణ హ్యవరం కర్మ బుద్ధియోగాద్ధనంజయ ।
బుద్ధౌ శరణమన్విచ్ఛ కృపణాః ఫలహేతవః ॥

దూరేణ—దూరముగా వదలుము; హి—నిశ్చయముగా; అవరం—హీనమైన; కర్మ—కర్మను; బుద్ధియోగాత్—కృష్ణభక్తిభావనా బలముచే; ధనంజయ—అర్జునా; బుద్ధౌ—అట్టి భావనలో; శరణం—శరణమును; అన్విచ్ఛ—ప్రయత్నింపుము; కృపణాః—లోభులు; ఫలహేతవః—ఫలమును గోరువారు.

ఓ ధనంజయా! భక్తియోగముచే హీనకర్మలను దూరము చేసి ఆ భావనలోనే భగవానుని శరణువేడుము. కర్మఫలములను అనుభవింపగోరువారు లోభులు.

భాష్యము : శ్రీకృష్ణభగవానుని నిత్యదాసునిగా నిజస్థితిని అవగతము చేసికొనినవాడు కృష్ణభక్తిభావన యందు పనిచేయుట మినహా సమస్త కలాపములను త్యజించును. ఇదివరకే వివరింపబడినట్లు బుద్ధియోగమనగా శ్రీకృష్ణభగవానుని దివ్యమగు ప్రేమయుక్త సేవ. అదియే జీవులకు నిజమైన కర్మము. కేవలము లోభులు మాత్రమే మరింత భౌతికబంధమున చిక్కుబడుటకు తమ కర్మఫలములను అనుభవింపగోరుదురు. కృష్ణపరమైన కర్మలు తప్ప మిగిలిన కర్మలన్నియును కర్తను జనన, మరణచక్రమునందే సదా బంధించును గావున హేయములై యున్నవి. కావుననే కర్మలకు ఎవ్వరును కారణము కారాదు. ప్రతికర్మయు శ్రీకృష్ణుని ప్రీత్యర్థమే కృష్ణభక్తిభావన యందు నిర్వహింపవలెను. లోభులైనవారు కష్టముతో లేదా అదృష్టముతో కూడబెట్టిన ధనమును ఏ విధముగా వినియోగించవలెనో ఎరుగరు. వాస్తవమునకు ప్రతియొక్కరు తమ శక్తి సామర్థ్యములను కృష్ణభక్తి కొరకే వినియోగింపవలెను. అదియే మనుజుని జన్మను సఫలము కావింపగలదు. అదృష్టహీనులైనవారే లోభుల వలె తమ శక్తిని భగవానుని సేవలో వినియోగింపరు.

50

बुद्धियुक्तो जहातीह उभे सुकृतदुष्कृते ।
तस्माद् योगाय युज्यस्व योगः कर्मसु कौशलम् ॥५०॥

బుద్ధియుక్తో జహాతీహ ఉభే సుకృతదుష్కృతే ।
తస్మాద్ యోగాయ యుజ్యస్వ యోగః కర్మసు కౌశలమ్ ॥

బుద్ధియుక్తః—భక్తియుతసేవలో నియుక్తుడైనవాడు; జహాతి—విడువజాలును; ఇహ—ఈ

జన్మమందే; ఉభే—రెండింటిని; సుకృతదుష్కృతే—మంచిచెడు ఫలితములను; తస్మాత్—అందుచే; యోగాయ—భక్తియోగము కొరకు; యుజ్యస్వ—నియుక్తుడవగుము; యోగః—కృష్ణపరములైన; కర్మసు—పనుల యందు; కౌశలమ్—నేర్పు.

భక్తియోగమునందు నియుక్తుడైనవాడు ఈ జన్మమునందే శుభ, అశుభఫలముల నుండి ముక్తుడగును. కనుక కర్మ యందలి నేర్పైనటువంటి ఆ యోగము కొరకు యత్నింపుము.

భాష్యము : అనంతకాలము నుండి ప్రతిజీవుడు తన శుభ, అశుభకర్మల ఫలములను ప్రోగుచేసికొనియున్నాడు. అంతియేగాక తన నిజస్థితినికూడ ఎరుగలేకున్నాడు. జీవుని అట్టి అజ్ఞానము భగవద్గీత ఉపదేశముచే నశించిపోగలదు. శ్రీకృష్ణభగవానునికి సంపూర్ణ శరణాగతిని పొంది జన్మ,జన్మల నుండి కలుగుచున్న కర్మలు, వాని ఫలముల శృంఖలము నుండి ముక్తినొందుమనియే భగవద్గీత జీవునికి బోధించుచున్నది. కనుకనే కర్మఫలములను శుద్ధిచేయు విధానమైనటువంటి కృష్ణభక్తిభావన యందు కర్మనొనరింపుమని అర్జునుడు బోధింపబడినాడు.

51

कर्मजं बुद्धियुक्ता हि फलं त्यक्त्वा मनीषिणः ।
जन्मबन्धविनिर्मुक्ताः पदं गच्छन्त्यनामयम् ॥५१॥

కర్మజం బుద్ధియుక్తా హి ఫలం త్యక్త్వా మనీషిణః ।
జన్మబన్ధవినిర్ముక్తాః పదం గచ్ఛన్త్యనామయమ్ ॥

కర్మజం—కామ్యకర్మల వలన కలుగు; బుద్ధియుక్తాః—భక్తియుక్తమైన సేవలో నియుక్తులై; హి—నిశ్చయముగా; ఫలం—ఫలమును; త్యక్త్వా—విడిచి; మనీషిణః—గొప్పఋషులు లేదాభక్తులు; జన్మబన్ధవినిర్ముక్తాః—జననమరణ బంధముల నుండి విడివడినవారై; పదం—స్థితిని; గచ్ఛన్తి—పొందుదురు; అనామయమ్—దుఃఖరహితమైన.

ఆ విధముగా భక్తియోగమునందు నియుక్తులై మహర్షులు లేదా భక్తులు ఈ భౌతికజగమునందు కర్మఫలముల నుండి తమను తాము ముక్తులను కావించుకొందురు. ఆ విధముగా వారు జనన,మరణచక్రము నుండి విడుదలను పొంది (భగవద్ధామమును చేరుట ద్వారా) దుఃఖరాహిత్యస్థితిని పొందుచున్నారు.

భాష్యము : ముక్తజీవులు దుఃఖరాహిత్యమైన స్థానమునకు చెందినవారై

యున్నారు. ఈ విషయమున శ్రీమద్భాగవతము (10.14.58) ఈ విధముగా పలుకుచున్నది.

సమాశ్రితా యే పదపల్లవప్లవం మహత్పదం పుణ్యయశో మురారేః ।
భవామ్బుధిర్వత్సపదం పరం పదం పదం పదం యద్విపదాం న తేషామ్ ॥

"విశ్వమునకు శరణ్యుడును, ముక్తినిచ్చు ముకుందునిగా ప్రసిద్ధినొందిన వాడును అగు శ్రీకృష్ణభగవానుని పాదపద్మనౌకను ఆశ్రయించినవానికి సంసార సాగరము దూడపాదముద్ర యందలి జలమే కాగలదు. వైకుంఠము లేదా దుఃఖరహితస్థలమైన పరమపదమే ఆ భక్తుని గమ్యస్థానముగాని అడుగడుగున అపాయము కలిగిన అన్యస్థానము కాదు."

ఈ భౌతికజగము అడుగడుగున అపాయము కలిగిన దుఃఖభూయిష్ఠ స్థానమని ఎవ్వరును అజ్ఞానవశమున తెలిసికొనజాలరు. అట్టి అజ్ఞానము చేతనే బుద్ధిహీనులు సకామకర్మల ద్వారా తమ స్థితిని చక్కబరచుకొనుటకు యత్నింతురు. అట్టి కర్మఫలములు తమకు ఆనందము నొసగగలవని వారు భావింతురు. కాని విశ్వమునందు ఎచ్చోటను దుఃఖరాహిత్యమైన జన్మముండదని వారెరుగరు. జన్మము, మృత్యువు, ముసలితనము, వ్యాధులనెడి నాలుగు దుఃఖములు విశ్వమందంతటను గలవు. కాని భగవానుని నిత్యదాసునిగా తన నిజస్థితిని అవగతము చేసికొనినవాడు భగవానుని స్థితిని తెలిసికొని ఆతని భక్తియుక్తసేవలో నియుక్తుడగును. తత్ఫలితముగా అతడు దుఃఖమయజీవనము గాని, కాలము మరియు మృత్యువుల ప్రభావము గాని లేనటువంటి వైకుంఠలోకములందు ప్రవేశించుటకు అర్హుడగుచున్నాడు. వాస్తవమునకు తన నిజస్థితిని తెలియుట యనగా భగవానుని ఉదాత్తము, ఉన్నతమైన స్థితిని తెలియుట యనియే భావము. జీవుని స్థితి, భగవానుని స్థితి సమానమైనవే యని తప్పుగా తలంచువాడు అంధకారమున ఉన్నట్టివాడు. తత్ఫలితముగా అట్టివాడు భగవానుని సేవలో ఎన్నడును నిలువజాలడు. అట్టివాడు తనకు తానే ప్రభువై జన్మ,మృత్యు పరంపరకు మార్గము నేర్పరచుకొనును. కాని సేవయే తన నిజస్థితి యని అవగతము చేసికొనినవాడు శ్రీకృష్ణభగవానుని సేవలో నిలిచి శీఘ్రమే వైకుంఠలోకమును పొందుటకు అర్హుడగుచున్నాడు. శ్రీకృష్ణభగవానునికి ఒనర్చబడు సేవయే కర్మ యోగము (బుద్ధియోగము) అనబడును. సులభవాక్యములలో చెప్పవలెనన్న అదియే కృష్ణభక్తి యనబడును.

52

यदा ते मोहकलिलं बुद्धिर्व्यतितरिष्यति।
तदा गन्तासि निर्वेदं श्रोतव्यस्य श्रुतस्य च ॥५२॥

యదా తే మోహకలిలం బుద్ధిర్వ్యతితరిష్యతి ।
తదా గన్తాసి నిర్వేదం శ్రోతవ్యస్య శ్రుతస్య చ ॥

యదా—ఎప్పుడు; తే—నీ యొక్క; మోహకలిలం—మోహారణ్యమును; బుద్ధిః—దివ్యసేవతో కూడిన బుద్ధి; వ్యతితరిష్యతి—అతిక్రమించునో; తదా—అప్పుడు; గన్తాసి—పొందినవాడవు అగుదువు; నిర్వేదం—విరక్తిని; శ్రోతవ్యస్య—వినవలసినదాని యెడ; శ్రుతస్య—వినినదాని యెడ; చ—కూడా.

ఎప్పుడు నీ బుద్ధి దట్టమైన మోహారణ్యమును దాటునో అప్పుడు నీవు వినినదాని యెడ, వినవలసినదాని యెడ విరక్తిని కలిగినవాడవగుదువు.

భాష్యము : శ్రీకృష్ణభగవానుని యెడ గల భక్తియుతసేవ ద్వారా వేదములందలి కర్మల యెడ విరాగమును పొందిన మహాభక్తుల ఉదాహరణములు పెక్కులు కలవు. కృష్ణుని గూర్చియు, కృష్ణునితో తనకు గల సంబంధమును గూర్చియు మనుజుడు వాస్తవముగా నెరిగినప్పుడు తాను అనుభవజ్ఞుడైన బ్రాహ్మణుడు అయినప్పటికిని అతడు సర్వవిధములైన కామ్యకర్మల యెడ విరక్తుడగును. పరమభక్తుడును, భక్తపరంపరలో ఆచార్యుడును అగు శ్రీమాధవేంద్రపురి ఈ క్రింది విధముగా పలికిరి.

సంధ్యావందన భద్రమస్తు భవతో భోః స్నాన తుభ్యం నమో
    భో దేవాః పితరశ్చ తర్పణవిధౌ నాహం క్షమః క్షమ్యతామ్ ।
యత్ర క్వాపి నిషద్య యాదవ కులోత్తమస్య కంసద్విషః
    స్మారం స్మారమఘం హరామి తదలం మన్యే కిమన్యేన మే ॥

"ఓ సంధ్యావందనమా! నీకు భద్రమగుగాక! ఓ స్నానమా! నీకు నేను నమస్సులర్పింతును. ఓ దేవతలారా! ఓ పితృదేవతలారా! మీకు వందనములను అర్పింపలేని నా అశక్తతకు నన్ను మన్నింపుడు. ఇప్పుడు నేనెచ్చట నిలిచియున్నను కంసారియైన యాదవకులోత్తముని (శ్రీకృష్ణుని) తలచుచు సర్వపాప బంధముల నుండి విముక్తుడను కాగలను. ఇదియే నాకు చాలునని నేను భావించుచున్నాను."

త్రిసంధ్యల యందును వివిధస్తుతులను కావించుట, తెల్లవారుఝామునే

స్నానము చేయుట, పితృదేవతలకు వందనములొసగుట వంటి వేదవిహిత కర్మలు, పద్ధతులు ప్రారంభదశలో నున్న భక్తులకు తప్పనిసరియైనవి. కాని కృష్ణభక్తిభావన యందు మనుజుడు పూర్ణుడైనపుడు మరియు ఆ దేవదేవుని ప్రేమయుతసేవలో నియుక్తుడైనపుడు పూర్ణత్వమును సాధించిన కారణమున ఈ విధివిధానముల యెడ విరాగమును పొందును. శ్రీకృష్ణభగవానుని భక్తి ద్వారా ఈ స్థితికి చేరగలిగినవాడు శాస్త్రమునందు తెలియజేయబడిన వివిధ తపస్సులను, యజ్ఞములను నిర్వహింపవలసిన అవసరము లేదు. దీనికి విరుద్ధముగా వేద ప్రయోజనము శ్రీకృష్ణుని చేరుటకే ననెడి విషయమును తెలియక కేవలము వేదపరమైన కర్మల యందు మగ్నమైనవాడు ఆ కర్మల యందు కాలమును వృథా చేసినట్లే యగును. అనగా కృష్ణభక్తి యందున్నవారు "శబ్దబ్రహ్మము" లేదా వేదోపనిషత్తులను అతిశయించుచున్నారు.

53

श्रुतिविप्रतिपन्ना ते यदा स्थास्यति निश्चला।
समाधावचला बुद्धिस्तदा योगमवाप्स्यसि ॥५३॥

శ్రుతివిప్రతిపన్నా తే యదా స్థాస్యతి నిశ్చలా ।
సమాధావచలా బుద్ధిస్తదా యోగమవాప్స్యసి ॥

శ్రుతి—వేదములందు చెప్పబడిన; విప్రతిపన్నా—కామ్యకర్మలచే ప్రభావితము కానిదై; తే—నీ యొక్క; యదా—ఎప్పుడు; స్థాస్యతి—ఉండునో; నిశ్చలా—చంచలము కానిదై; సమాధౌ—సమాధియందు లేక కృష్ణభక్తిభావన యందు; అచలా—స్థిరమైనది; బుద్ధిః—బుద్ధి; తదా—అప్పుడు; యోగం—ఆత్మానుభూతిని; అవాప్స్యసి—పొందగలవు.

ఎప్పుడు నీ మనస్సు వేదముల మధురవాక్కులచే కలతనొందక ఆత్మానుభూతి యనెడి సమాధి యందు స్థితమగునో అప్పుడు నీవు దివ్య చైతన్యమును పొందినవాడవగుదువు.

భాష్యము : మనుజుడు సమాధిమగ్నుడైనాడని పలుకుట అతడు కృష్ణభక్తి భావనను సంపూర్ణముగా అనుభూతమొనర్చుకొనినాడని పలుకుటయే కాగలదు. అనగా సమాధి మగ్నుడైనవాడు బ్రహ్మము, పరమాత్మ, భగవానుడు అనెడి తత్త్వముల అనుభూతిని బడసియుండును. మనుజుడు శ్రీకృష్ణభగవానుని నిత్యదాసుడనియు, కృష్ణభక్తిభావనలో కర్మల నొనరించుటయే నిజధర్మ మనియు ఎరుగుటయే ఆత్మానుభవమునందు పూర్ణత్వస్థితి. కృష్ణభక్తి

పరాయణుడు (శ్రద్ధావంతుడైన భక్తుడు) ఎన్నడును వేదముల పుష్పితవాక్కులచే కలతనొందరాదు. అంతియేగాక స్వర్గాదులను పొందుటకై కామ్యకర్మలయందు నియుక్తుడు కారాదు. కృష్ణభక్తిభావన యందు మనుజుడు శ్రీకృష్ణునితో ప్రత్యక్షముగా అన్యోన్య సంబంధమును పొందును గనుక భగవానుని ఆదేశములను అతడు అట్టి దివ్యస్థితి యందే నిలిచి గ్రహించగలుగును. అట్టి కర్మల ద్వారా అతడు తప్పక ఫలమును బడసి చరమజ్ఞానమును పొందగలడు. దాని కొరకై మనుజుడు శ్రీకృష్ణుని లేదా ఆతని ప్రతినిధియైన గురువు ఆదేశములను మాత్రము నిర్వహింపవలసియుండును.

54

अर्जुन उवाच

स्थितप्रज्ञस्य का भाषा समाधिस्थस्य केशव।
स्थितधीः किं प्रभाषेत किमासीत व्रजेत किम् ॥५४॥

అర్జున ఉవాచ

స్థితప్రజ్ఞస్య కా భాషా సమాధిస్థస్య కేశవ ।
స్థితధీః కిం ప్రభాషేత కిమాసీత వ్రజేత కిం ॥

అర్జునః ఉవాచ—అర్జునుడు పలికెను; స్థితప్రజ్ఞస్య—కృష్ణభక్తిభావన యందు స్థిరుడైనవాని యొక్క; కా—ఎట్టిది; భాషా—భాష; సమాధిస్థస్య—సమాధి యందున్నవానికి; కేశవ—ఓ కృష్ణా; స్థిత ధీః—కృష్ణభక్తిభావన యందు స్థిరముగా నున్నవాడు; కిం—ఏది; ప్రభాషేత—పలుకును; కిం—ఎట్లు; ఆసీత—ఉండును; వ్రజేత—నడుచును; కిం—ఎట్లు.

అర్జునుడు పలికెను: ఓ కృష్ణా! సమాధిమగ్నమైన చైతన్యము గలవాని లక్షణము లేవి? అతడు ఏ విధముగా భాషించును, అతని భాష ఎట్టిది? అతడెట్లు కూర్చుండును, ఎట్లు నడుచును?

భాష్యము : ప్రతిమనిషికిని అతని ప్రత్యేక స్థితి ననుసరించి కొన్ని లక్షణములు ఉన్నట్లుగా కృష్ణభక్తియందున్నవాడు కూడ తన ప్రత్యేక నైజమునకు తగినటువంటి మాట, నడక, ఆలోచన, భావములను కలిగియుండును. ధనికుడైనవాడు ధనికునిగా గుర్తింపబడుటకు కొన్ని ప్రత్యేక లక్షణములను కలిగియుండునట్లు, రోగియైన వాడు రోగిగా గుర్తింపబడుటకు కొన్ని లక్షణములను కలిగియుండునట్లు, విద్వాంసుడైనవాడు విద్వాంసునిగా గుర్తింపబడుటకు కొన్ని ప్రత్యేకలక్షణములను కలిగియుండునట్లు, దివ్యమైన కృష్ణభక్తిభావనలో నిమగ్నుడైన మహాత్ముడు తన

వివిధ వ్యవహారములందు కొన్ని ప్రత్యేక లక్షణములను కలిగియుండును. భక్తుని అట్టి ప్రత్యేక లక్షణములు భగవద్గీత ద్వారా తెలియగలవు. భాషణమనునది మనుజుని ముఖ్యమైన లక్షణము కనుక కృష్ణభక్తిభావన యందున్నవాడు ఏ విధముగా భాషించుననెడి విషయము అత్యంత ముఖ్యమైనది. మూర్ఖుడైన వాడు భాషించనంతవరకే మూర్ఖుడుగా గుర్తింపబడడనెడిది తెలిసిన విషయమే. చక్కని వేషధారణ కావించిన మూర్ఖుడు పలుకనంతవరకు మూర్ఖునిగా గుర్తింపబడ కున్నను పలుకుట నారంభించినంతనే తన నిజరూపమును వెల్లడిజేయును. కృష్ణభక్తిభావన యందున్న మనుజుని ముఖ్యలక్షణమేమనగా అతడు కేవలము శ్రీకృష్ణుని గూర్చి, శ్రీకృష్ణునికి సంబంధించిన విషయములను గూర్చి మాత్రమే భాషించును. క్రింద తెలుపబడనున్నట్లు పిదప ఇతర లక్షణములు అప్రయత్నముగా ఒనగూడగలవు.

55

श्रीभगवानुवाच

प्रजहाति यदा कामान् सर्वान् पार्थ मनोगतान्।
आत्मन्येवात्मना तुष्टः स्थितप्रज्ञस्तदोच्यते ॥५५॥

శ్రీభగవానువాచ

ప్రజహాతి యదా కామాన్ సర్వాన్ పార్థ మనోగతాన్ ।
ఆత్మన్యేవాత్మనా తుష్టః స్థితప్రజ్ఞస్తదోచ్యతే ॥

శ్రీభగవానువాచ—శ్రీకృష్ణభగవానుడు పలికెను; ప్రజహాతి—విడుచునో; యదా—ఎప్పుడు; కామాన్—ఇంద్రియభోగ కోరికలను; సర్వాన్—అన్నివిధములైన; పార్థ—ఓ పృథాకుమారా; మనోగతాన్—మానసిక కల్పితములైన; ఆత్మని—విశుద్ధమైన ఆత్మస్థితి యందే; ఏవ—నిశ్చయముగా; ఆత్మనా—విశుద్ధమైన మనస్సుచేత; తుష్టః—తృప్తి నొందినవాడై; స్థితప్రజ్ఞః—దివ్యస్థితియందు నెలకొనినవాడు; తదా—అప్పుడు; ఉచ్యతే—చెప్పబడును.

శ్రీకృష్ణభగవానుడు పలికెను : ఓ పార్థా! మనుజుడు ఎప్పుడు మానసిక కల్పితములైన సర్వకామములను త్యజించునో, ఆ విధముగా శుద్ధిపడిన మనస్సు ఎప్పుడు ఆత్మ యందు తృప్తినొందునో అప్పుడతడు స్థితప్రజ్ఞుడని చెప్పబడును.

భాష్యము : కృష్ణభక్తిభావన యందు పూర్ణుడైనట్టివాడు (భక్తియోగమునందు

పూర్ణుడు) మహర్షుల సర్వసద్గుణములను కలిగియుండగా, దివ్యమైన ఆధ్యాత్మిక స్థితిలో నిలువలేనటువంటివాడు ఎటువంటి సద్గుణములను కలిగియుండజాలడని శ్రీమద్భాగవతము నిర్ధారించుచున్నది. అట్టివాడు మానసికకల్పనాపరుడు అగుటయే అందులకు కారణము. కనుకనే మనోజనితమైన సర్వవిధ కామములను మనుజుడు త్యజింపవలెనని ఇచ్చట తెలుపబడినది. వాస్తవమునకు అట్టి ఇంద్రియపర కోరికలు బలవంతముగా అణచబడలేవు. కాని మనుజుడు కృష్ణభక్తిలో నియుక్తుడైనంతనే ఇంద్రియసంబంధ కోరికలు ఎట్టి బాహ్యయత్నము లేకుండా అప్రయత్నముగా అణగిపోగలవు. కనుక ప్రతియొక్కరు ఎటువంటి సంకోచము లేకుండా కృష్ణభక్తిభావన యందు నియుక్తులు కావలెను. ఏలయన అదియే దివ్య చైతన్యస్థాయిని తక్షణమే చేరుటకు సహాయభూతమగుచున్నది. మహాత్ముడైన వాడు తనను శ్రీకృష్ణభగవానుని నిత్యదాసునిగా గుర్తించి సదా తృప్తుడై నిలిచి యుండును. దివ్యస్థితియందు నెలకొనిన అటువంటి మనుజుడు తుచ్ఛమైన ఇంద్రియపర కోరికలను కలిగియుండక శ్రీకృష్ణభగవానుని నిత్యసేవనమనెడి తన సహజస్థితిలో సదా ఆనందమగ్నుడై యుండును.

56

दुःखेष्वनुद्विग्नमनाः सुखेषु विगतस्पृहः ।
वीतरागभयक्रोधः स्थितधीर्मुनिरुच्यते ॥५६॥

దుఃఖేష్వనుద్విగ్నమనాః సుఖేషు విగతస్పృహః ।
వీతరాగభయక్రోధః స్థితధీర్మునిరుచ్యతే ॥

దుఃఖేషు—మూడురకములైన దుఃఖముల యందు; అనుద్విగ్నమనాః—కలతపొందని మనస్సు గలవాడు; సుఖేషు—సుఖమునందు; విగతస్పృహః—కోరికలేనివాడు; వీత—లేనివాడు; రాగ—ఆసక్తియు; భయ—భయమును; క్రోధః—కోపమును; స్థితధీః—స్థిరమైన మనస్సుగల; మునిః—ముని; ఉచ్యతే—చెప్పబడును.

త్రివిధ తాపములందును చలింపని మనస్సు గలవాడును, సుఖము కలిగినప్పుడు ఉప్పొంగనివాడును, రాగము, భయము, క్రోధముల నుండి విడివడినవాడును అగు మనుజుడు స్థిరమైన మనస్సుగల ముని యని చెప్పబడును.

భాష్యము : ఒక స్థిరమైన నిర్ణయమునకు రాకుండా మానసికకల్పనలతో పలురీతుల మననము కావించువాడనియే "ముని" యను పదమునకు అర్థము. ప్రతి మునికి

కూడా ఒక ప్రత్యేక దృక్కోణముండును. మునియైనవాడు ఇతర మునులకు భిన్నుడు కానిచో ముని యని పిలువబడుటకు అర్హుడు కాడు. "న చాసౌ ఋషిః యస్యమతం న భిన్నం"(మహాభారతము, వనపర్వము 313.117). కాని శ్రీకృష్ణభగవానుడిచ్చట తెలిపిన "స్థితధీర్మునిః" సామాన్య మునులకు అన్యమైనవాడు. సర్వములైన మనోకల్పితభావములను త్యజించి యున్నందున అట్టి స్థితధీర్ముని సదా కృష్ణభక్తిలో నిలిచియుండును. అతడు "ప్రశాంత నిశ్శేష మనోరథాంతరుడు" (స్తోత్రరత్నం 43) అని పిలువబడును. అనగా అతడు సర్వ విధములైన మానసికకల్పనా భావములను అతిశయించిశ్రీకృష్ణుడే సర్వస్వమనెడి నిర్ణయమునకు వచ్చినట్టివాడు (వాసుదేవః సర్వమితి స మహాత్మా సుదుర్లభః). అతడే ఆత్మయందు స్థితిని కలిగినట్టి ముని. అట్టి కృష్ణభక్తిపరాయణుడైన ముని త్రివిధతాపముల తాకిడిచే ఎట్టి కలతను పొందడు. తన గతమునందలి పాపములకు ఎక్కువ శిక్ష అనుభవింపవలసియున్నదని భావించుచు అతడు ఆ తాపత్రయములను భగవత్కారుణగా అంగీకరించును. అంతియేగాక భగవానుని కరుణచే తనకు దుఃఖములు అతికొద్ది పరిమాణములో కలుగుచున్నవని అతడు తలపోయును. అదే విధముగా సుఖము కలిగినప్పుడు అట్టివాడు (తాను ఆ సౌఖ్యమునకు అర్హుడను కానని తలచుచు) ఆ కీర్తిని శ్రీకృష్ణునకు ఆపాదించును. భగవానుని కరుణ వలననే తాను అట్టి అనుకూల, సుఖవాతావరణములో నిలిచి భక్తిని సాగించగలుగుచున్నానని అతడు అవగతము చేసికొనును. అట్టి సేవ కొరకు ఆ భక్తుడు ఎల్లప్పుడును ధైర్యమును కలిగియుండి ఆసక్తి మరియు అనాసక్తులచే ప్రభావితుడు కాకుండును. ఇంద్రియభోగము కొరకు దేనినైనను గ్రహించుట యనునది ఆసక్తి కాగా, విషయసుఖముల యెడ అనాసక్తి యనునది వైరాగ్య మనబడును. కాని కృష్ణభక్తి యందు స్థిరుడైనట్టివాడు జీవితమును శ్రీకృష్ణ భగవానుని సేవ కొరకే అర్పించి యున్నందున అట్టి ఆసక్తి, అనాసక్తులకు అతీతుడై యుండును. కావుననే తన ప్రయత్నములు విఫలమైనను అతడు క్రోధము చెందడు. అనగా కృష్ణభక్తిపరాయణుడు జయము, అపజయములు రెండింటి యందును సదా ధీరుడై స్థిరనిశ్చయముతో నిలుచును.

57

यः सर्वत्रानभिस्नेहस्तत्तत्प्राप्य शुभाशुभम्।
नाभिनन्दति न द्वेष्टि तस्य प्रज्ञा प्रतिष्ठिता ॥५७॥

యః సర్వత్రానభిస్నేహస్తత్తత్ప్రాప్య శుభాశుభమ్ ।
నాభినన్దతి న ద్వేష్టి తస్య ప్రజ్ఞా ప్రతిష్ఠితా ॥

యః—ఎవడు; సర్వత్ర—ఎల్లెడల; అనభిస్నేహః—అనురాగము లేనివాడై; తత్ తత్—దానిని దానిని; ప్రాప్య—పొంది; శుభ అశుభమ్—మంచిని, చెడును; న అభినన్దతి—ప్రశంసింపడు; న ద్వేష్టి—ద్వేషింపడు; తస్య—అతని యొక్క; ప్రజ్ఞా—సంపూర్ణజ్ఞానము; ప్రతిష్ఠితా—స్థిరమై యుండును.

భౌతికజగమునందు ప్రాప్తించిన మంచి, చెడులను ప్రశంసించుట గాని, ద్వేషించుట గాని చేయక వాటిచే ప్రభావితుడు కానివాడు సంపూర్ణ జ్ఞానము నందు స్థిరుడై నిలుచును.

భాష్యము : భౌతికజగమునందు సదా మంచి,చెడులలో ఏదియోనొకటి కలుగుచునే యుండును. అట్టి ఒడుదుడుకులచే కలతనొందక మంచిచెడులచే ప్రభావితుడు కానివాడు కృష్ణభక్తిభావనలో స్థిరుడైనవాడని అవగతము చేసికొనవచ్చును. లోకము ద్వంద్వభరితము కావున భౌతికజగమున ఉన్నంతకాలము మంచి, చెడులలో ఏదియో నొకటి కలుగుచునే ఉండును. కాని కృష్ణభక్తిభావనలో స్థిరుడైనట్టివాడు నిర్గుణుడైన కృష్ణుని గూర్చియే సదా చింతించుచుండుట వలన అట్టి మంచి, చెడులచే ప్రభావితుడు కాడు. అట్టి కృష్ణభక్తిభావనయే సమాధియని పిలువబడు సంపూర్ణ ఆధ్యాత్మికస్థితి యందు మనుజుని నెలకొల్పగలదు.

58

यदा संहरते चायं कूर्मोऽङ्गानीव सर्वशः ।
इन्द्रियाणीन्द्रियार्थेभ्यस्तस्य प्रज्ञा प्रतिष्ठिता ॥५८॥

యదా సంహరతే చాయం కూర్మోఽఙ్గానీవ సర్వశః ।
ఇన్ద్రియాణీన్ద్రియార్థేభ్యస్తస్య ప్రజ్ఞా ప్రతిష్ఠితా ॥

యదా—ఎప్పుడు; సంహరతే—ముడుచుకొనును; చ—కూడా; అయం—అతడు; కూర్మః—తాబేలు; అంగాని—అవయవములను; ఇవ—వలె; సర్వశః—అన్ని; ఇన్ద్రియాణి—ఇంద్రియములను; ఇన్ద్రియార్థేభ్యః—ఇంద్రియవిషయముల నుండి; తస్య—అతని; ప్రజ్ఞా—బుద్ధి; ప్రతిష్ఠితా—స్థిరముగా నుండును.

తాబేలు తన అవయవములను లోనికి ముడుచుకొనెడి రీతి, ఇంద్రియార్థముల నుండి ఇంద్రియములను మరలించువాడు సంపూర్ణ జ్ఞానమునందు స్థిరముగా

నున్నవాడగును.

భాష్యము : తాను కోరిన రీతిలో తన ఇంద్రియములను నియమింప గలుగుటయే యోగి (భక్తుడు) లేదా ఆత్మదర్శియైనవానికి పరీక్షయై యున్నది. సాధారణముగా జనులందరును ఇంద్రియములకే దాసులై అవి చెప్పిన రీతి వర్తింతురు. యోగి ఎట్టి స్థితిలో నుండుననెడి ప్రశ్నకు ఇదియే సమాధానము. ఇంద్రియములు విషపూర్ణసర్పములతో పోల్చబడినవి. అవి సదా ఎటువంటి అడ్డు లేకుండా విచ్చలవిడిగా వర్తింపగోరుచుండును. కనుక యోగియైనవాడు లేదా భక్తుడు సర్పముల వంటి ఇంద్రియములను అణచుటకు (పాములవాని వలె) పరమశక్తిశాలియై యుండవలెను. అవి యథేచ్ఛగా వర్తించుటకు అతడెన్నడును అనుమతింపడు. నిషేధింపబడిన కర్మలను గూర్చియు, ఆమోదింపబడిన కర్మలను గూర్చియు పలువిధములైన ఉపదేశములు శాస్త్రములందు కలవు. ఇంద్రియ భోగము నుండి దూరులై అట్టి నిషిద్ధకర్మలను, ఆమోదయోగ్యమైన కర్మలను అవగతము చేసికొననిదే కృష్ణభక్తిభావన యందు స్థిరత్వము పొందుట సాధ్య పడదు. ఈ విషయమున తాబేలు ఒక చక్కని ఉపమానముగా తెలుపబడినది. తాబేలు తన అవయవములను ఏ క్షణమైనను ఉపసంహరించుకొని, తిరిగి ఏ సమయమందైనను ఏదేని కార్యార్థమై ప్రదర్శింపగలదు. అదేవిధముగా కృష్ణభక్తి భావనలో నున్న వ్యక్తి యొక్క ఇంద్రియములు కేవలము భగవానుని సేవ కొరకే వినియోగింపబడి అన్య సమయములలో ఉపసంహరింపబడియుండును. ఇంద్రియములను స్వీయసంతృప్తి కొరకు గాక శ్రీకృష్ణభగవానుని సేవ కొరకు వినియోగించుమని ఇచ్చట అర్జునుడు ఉపదేశింపబడుచున్నాడు. ఇంద్రియముల నన్నింటిని శ్రీకృష్ణభగవానుని సేవ యందే నిలుపవలెననెడి విషయమిచ్చట ఇంద్రియములను సదా తన యందే నిలుపుకొని యుండు తాబేలు ఉపమానముతో పోల్చి తెలుపబడినది.

59

विषया विनिवर्तन्ते निराहारस्य देहिनः ।
रसवर्जं रसोऽप्यस्य परं दृष्ट्वा निवर्तते ॥५९ ॥

విషయా వినివర్తన్తే నిరాహారస్య దేహినః ।
రసవర్జం రసోఽప్యస్య పరం దృష్ట్వా నివర్తతే ॥

విషయాః—ఇంద్రియార్థములు; వినివర్తన్తే—మరలించుటకు యత్నింపబడును; నిరాహారస్య—

వ్యతిరేక నియమముల ద్వారా; దేహినః—దేహికి; రసవర్జం—రుచిని విడిచి; రసః అపి—ఇంద్రియ భోగానుభవము ఉన్నప్పటికిని; అస్య—అతనికి; పరం—ఉత్తమములైన విషయములను; దృష్ట్వా—అనుభవము ద్వారా; నివర్తతే—మరలగలడు.

దేహిని ఇంద్రియభోగముల నుండి నిగ్రహించినను ఇంద్రియార్థముల పట్ల రుచి నిలిచియే యుండును. కాని అత్యున్నత రసాస్వాదన ద్వారా అట్టి కర్మలను అంతరింపజేసి అతడు చైతన్యమునందు స్థిరుడు కాగలడు.

భాష్యము : దివ్యమైన ఆధ్యాత్మికస్థితిలో నిలువనిదే ఇంద్రియభోగముల నుండి మరలుట ఎవ్వరికిని సాధ్యము కాదు. విధినియమముల ద్వారా ఇంద్రియ భోగానుభవముపై ఆంక్షలు విధించుట యనునది రోగిని కొన్ని విధములైన ఆహారపదార్థముల నుండి నియమించుట వంటిది. అట్టి నియమములు రోగి కెన్నడును రుచింపవు. అంతియేగాక ఆహారపదార్థములపై కోరికయు అతనికి పోదు. ఆ విధముగనే అల్పజ్ఞులైన మనుజుల కొరకు యమము, నియమము, ఆసనము, ప్రాణాయామము, ప్రత్యాహారము, ధ్యానము, ధారణాది పలు ప్రక్రియలు కలిగిన అష్టాంగయోగ విధానము ఇంద్రియముల అదుపు కొరకై నిర్దేశింపబడినవి. కాని కృష్ణభక్తిలో పురోభివృద్ధి నొందుచు శ్రీకృష్ణభగవానుని దివ్యసౌందర్యమును ఆస్వాదించిన భక్తుడు మృతప్రాయములైన లౌకిక విషయముల యెడ రుచిని కోల్పోయియుండును. అనగా నియమములనునవి తొలిదశలో నున్న భక్తుల ఆధ్యాత్మికాభివృద్ధి కొరకే ఏర్పాటు చేయబడినవి. కృష్ణభక్తిభావనలో నిజమైన రసాస్వాదనము కలుగునంతవరకే అవి ప్రయోజనమును కలిగియుండును. మనుజుడు కృష్ణభక్తిభావనలో మగ్నుడైనంతనే శుష్క విషయములందు అప్రయత్నముగా రుచిని కోల్పోవును.

60

यततो ह्यपि कौन्तेय पुरुषस्य विपश्चितः ।
इन्द्रियाणि प्रमाथीनि हरन्ति प्रसभं मनः ॥६०॥

యతతో హ్యపి కౌన్తేయ పురుషస్య విపశ్చితః ।
ఇంద్రియాణి ప్రమాథీని హరన్తి ప్రసభం మనః ॥

యతతః హి అపి—ప్రయత్నించుచున్నవాడైనను; కౌన్తేయ—కుంతీపుత్రా; పురుషస్య—మానవునికి; విపశ్చితః—యుక్తాయుక్త తజ్ఞానపూర్ణుడైన; ఇన్ద్రియాణి—ఇంద్రియములు; ప్రమాథీని—కలతను కలిగించునట్టి; హరన్తి—హరించును; ప్రసభం—బలవంతముగా;

మనః—మనస్సును.

ఓ అర్జునా! ఇంద్రియములు బలవంతములును, దృఢములును అయి యున్నవి. వానిని అదుపు చేయ యత్నించు విచక్షణాపూర్ణుని మనస్సును కూడ అవి హరించివేయుచున్నవి.

భాష్యము : ఇంద్రియములను జయించుటకు యత్నించు మునులు, తత్త్వవేత్తలు, జ్ఞానులు పలువురు కలరు. కాని వారట్లు ప్రయత్నించుచున్నను వారి యందు ఘనులైనట్టివారే కల్లోలిత మనస్సు కారణముగా ఇంద్రియభోగమునకు బలి యగుదురు. గొప్ప తాపసి, పూర్ణయోగియైన విశ్వామిత్రుడు కూడ మేనకచే మైథునభోగమునకు ఆకర్షితుడయ్యెను. యోగము మరియు పలువిధములైన తపస్సులచే ఇంద్రియములను అతడు అదుపుజేయ యత్నించినను మేనకచే మైథునభోగమునకు వశీభూతుడయ్యెను. ఇటువంటి సంఘటనలు ప్రపంచచరిత్రలో పెక్కు గలవు. కావున కృష్ణభక్తిభావన యందు సంపూర్ణముగా లగ్నము కానిదే ఇంద్రియములను, మనస్సును అదుపు చేయుట మిగుల కష్టతరము. కృష్ణుని యందు మనస్సును సంలగ్నము చేయక విషయకర్మల నుండి విరమించుట ఎవ్వరికిని సాధ్యము కాదు. ఈ విషయమున గొప్పముని, భక్తుడు అయిన శ్రీయామునాచార్యులు ఒక చక్కని ఉపమానమును ఇచ్చియున్నారు.

యదవధి మమ చేతః కృష్ణపదారవిన్దే
నవనవరసధామన్యుద్యతం రంతుమాసీత్ ।
తదవధి బత నారీ సంగమే స్మర్యమాణే
భవతి ముఖవికారః సుష్ఠు నిష్ఠీవనం చ ॥

"శ్రీకృష్ణభగవానుని పాదపద్మసేవ యందు నా మనస్సు సదా నిలిచి యుండుట చేతను, అనుక్షణము నేనొక నవ్యదివ్యరసమును ఆస్వాదించుట చేతను స్త్రీతో సంభోగభావన కలిగినంతనే నేను విముఖుడనై ఆ భావముపై ఉమ్మి వేయుదును."

కనుకనే కృష్ణభక్తిభావన యనునది అతి దివ్యమైనది. దాని ద్వారా విషయ భోగములన్నియును రసహీనములగును. అట్టి కృష్ణభక్తిభావనము ఆకలిగొన్న వాడు తగినంత పుష్టికర ఆహారముతో ఆకలిని శమింపజేసికొనుట వంటిది. కృష్ణభక్తిభావనలో మనస్సును సంలగ్నము చేసియున్నందున భక్త

అంబరీషుడు గొప్ప యోగియైన దుర్వాసమునిని కూడ జయించెను (స వై మనః కృష్ణపాదారవిన్దయోః వచాంసి వైకుంఠ గుణానువర్ణనే)."

61

तानि सर्वाणि संयम्य युक्त आसीत मत्परः ।
वशे हि यस्येन्द्रियाणि तस्य प्रज्ञा प्रतिष्ठिता ॥६१ ॥

తాని సర్వాణి సంయమ్య యుక్త ఆసీత మత్పరః ।
వశే హి యస్యేన్ద్రియాణి తస్య ప్రజ్ఞా ప్రతిష్ఠితా ॥

తాని సర్వాణి—ఆ ఇంద్రియములన్నింటిని; సంయమ్య—నిగ్రహించి; యుక్తః—నియోగించువాడు; ఆసీత—కావలెను; మత్పరః—నా యెడ సంబంధముతో; వశే—వశమునందు; హి—నిశ్చయముగా; యస్య—ఎవని; ఇన్ద్రియాణి—ఇంద్రియములు; తస్య—అతని; ప్రజ్ఞా—బుద్ధి; ప్రతిష్ఠితా—స్థిరమై యుండును.

ఇంద్రియములను పూర్ణముగా నియమించి వానిని వశము నందుంచుకొని నా యందే చిత్తమును లగ్నము చేయు మనుజుడు స్థితప్రజ్ఞుడనబడును.

భాష్యము : కృష్ణభక్తిరసభావన యనునది అత్యున్నత యోగపూర్ణత్వమని ఈ శ్లోకమునందు స్పష్టముగా వివరింపబడినది. కృష్ణభక్తిభావన లేనిదే ఇంద్రియములపై అదుపు సాధ్యపడదు. గత శ్లోకములోని భాష్యములో తెలియజేసినట్లు దుర్వాసుడు భక్త అంబరీషునితో కయ్యమునకు దిగెను. గర్వకారణమున అతడు అనవసరముగా క్రోధితుడై ఇంద్రియములను నిగ్రహింపజాలకపోయెను. వేరొకప్రక్క రాజు ముని యంతటి శక్తిసంపన్నుడు కాకున్నను భక్తుడైనందున అన్యాయముల నన్నింటిని మౌనముగా సహించి విజయము సాధించెను. శ్రీమద్భాగవతము (9.4.18-20) నందు తెలుపబడినట్లు ఈ క్రింది యోగ్యతల కారణమున ఆ రాజు తన ఇంద్రియములను నియమింపగలిగెను.

స వై మనః కృష్ణపదారవిన్దయోః
వచాంసి వైకుంఠగుణానువర్ణనే ।
కరౌ హరేర్మన్దిరమార్జనాదిషు
శ్రుతిం చకారాచ్యుత సత్కథోదయే ॥
ముకున్దలింగాలయ దర్శనే దృశౌ
తద్భృత్యగాత్ర స్పర్శేఽంగ సంగమమ్ ।

ఘ్రాణం చ తత్పాదసరోజసౌరభే
శ్రీమత్తులస్యా రసనాం తదర్పితే ॥
పాదౌ హరేః క్షేత్రపదానుసర్పణే
శిరో హృషీకేశపదాభివన్దనే ।
కామం చ దాస్యే న తు కామకామ్యయా
యథోత్తమశ్లోకజనాశ్రయా రతిః ॥

"అంబరీష మహారాజు తన మనస్సును శ్రీకృష్ణభగవానుని పాదపద్మముల చెంత స్థిరముగా నిలిపెను. తన వాక్కును కృష్ణుని ధామమును వర్ణించుట యందు నియోగించెను. తన కరములను కృష్ణుని మందిరములను శుభ్రపరచుట యందును, తన కర్ణములను ఆ భగవానుని లీలాకథలను శ్రవణము చేయుట యందును, తన కన్నులను ఆ దేవదేవుని సుందరమైన రూపమును గాంచుట యందును, తన దేహమును భక్తుల దేహమును స్పృశించుట యందును, తన నాసికను ఆ దేవదేవుని పాదపద్మముల చెంత అర్పింపబడిన పుష్పముల సుగంధమును ఆస్వాదించుట యందును, తన జిహ్వను భగవానునికి అర్పణము గావించిన తులసీదళములను రుచిచూచుట యందును, తన పాదములను ఆ శ్రీహరి మందిరములు గల తీర్థస్థలములకు ప్రయాణించుట యందును, తన శిరమును ఆ హృషీకేశుని పాదములకు మ్రొక్కుట యందును, తన కోరికల నన్నింటిని ఆ ఉత్తమశ్లోకుని కోరికలను పూర్ణము కావించుట యందును సంపూర్ణముగా వినియోగించెను." ఈ యోగ్యతలన్నియును అతనిని "మత్పర" భక్తునిగా చేసినవి.

ఈ సందర్భమున "మత్పరః" అను పదము మిక్కిలి ప్రాధాన్యమును కలిగి యున్నది. మనుజుడు ఏ విధముగా "మత్పర" భక్తుడు కాగలడో అంబరీషుని జీవితము ద్వారా వివరింపబడినది. గొప్ప విద్వాంసుడును, "మత్పర" భక్తిపరంపరలో ఆచార్యుడును అయిన శ్రీబలదేవ విద్యాభూషణులు ఈ విధముగా పలికిరి. "మద్భక్తి ప్రభావేన సర్వేంద్రియ విజయ పూర్వికాస్వాత్మదృష్టిః సులభేతి భావః - శ్రీకృష్ణభగవానుని యందు గల భక్తిబలము చేతనే ఇంద్రియములు సంపూర్ణముగా అదుపు చేయబడును." అగ్ని దృష్టాంతము కూడా కొన్నిమార్లు ఈ విషయమున ఒసగబడుచుండును. "మండుచున్న అగ్ని సమస్తమును

భస్మీపటలము చేయు రీతి, యోగి హృదయస్థుడైన విష్ణువు సర్వపాపములను భస్మము చేయుచున్నాడు." యోగసూత్రములు కూడ విష్ణుధ్యానమును ప్రతిపాదించుచున్నవే గాని శూన్యధ్యానమును కాదు. విష్ణుపరములు కానటువంటి వాటిపై ధ్యానమును కావించెడి నామమాత్ర యోగులు ఊహాకల్పిత విషయములనే అన్వేషించుచు కాలమును వృథా పరచినవారగుదురు. కాని మనము మాత్రము శ్రీకృష్ణభగవానుని భక్తి కలిగినటువంటి కృష్ణభక్తిభావనా యుతులము కావలెను. అదియే నిజమైన యోగము యొక్క ముఖ్యలక్ష్యము.

62

ध्यायतो विषयान् पुंसः सङ्गस्तेषूपजायते।
सङ्गात् सञ्जायते कामः कामात् क्रोधोऽभिजायते ॥६२॥

ధ్యాయతో విషయాన్ పుంసః సఙ్గస్తేషూపజాయతే ।
సఙ్గాత్సంజాయతే కామః కామాత్క్రోధోఽభిజాయతే ॥

ధ్యాయతః—ధ్యానించునపుడు; విషయాన్—ఇంద్రియార్థములను గూర్చి; పుంసః—వ్యక్తికి; సఙ్గః—ఆసక్తి; తేషు—ఆ ఇంద్రియార్థములందు; ఉపజాయతే—కలుగును; సఙ్గాత్—ఆసక్తి నుండి; సంజాయతే—పుట్టును; కామః—కోరిక; కామాత్—కోరిక వలన; క్రోధః—కోపము; అభిజాయతే—వ్యక్తమగును.

ఇంద్రియార్థములను ధ్యానించునపుడు వాని యెడ మనుజునికి ఆసక్తి కలుగును. ఆ ఆసక్తి నుండి కామము వృద్ధినొందగా, కామము నుండి క్రోధము ఉద్భవించును.

భాష్యము : కృష్ణభక్తిభావనలో లేనివాడు ఇంద్రియార్థములను చింతించు నప్పుడు విషయవాంఛలచే ప్రభావితుడగును. వాస్తవమునకు ఇంద్రియములకు చక్కని కార్యక్రమము ఎల్లవేళలా అవసరము. శ్రీకృష్ణభగవానుని ప్రేమయుక్తసేవ యందు వానిని నియోగించనిచో అవి తప్పక విషయసేవనమునందు నిలువ గోరును. ఈ భౌతికజగమునందు బ్రహ్మరుద్రాదులతో సహా ప్రతియొక్కరును ఇంద్రియార్థములచే ప్రభావితము చెందెడివారే. అట్టి యెడ స్వర్గలోకములందలి దేవతల గూర్చి వేరుగా తెలుపపనిలేదు. భౌతికజగత్తు యొక్క ఈ చిక్కుముడి నుండి బయటపడుటకు కృష్ణభక్తిభావనలో ఉండుటయే ఏకైక మార్గము. ఒకమారు పరమశివుడు ధ్యానమగ్నుడై యుండగా పార్వతీదేవి అతనిని ఇంద్రియప్రీతికై

చలింపజేసెను. అందులకు శివుడు అంగీకరించగా కార్తికేయుని జననము కలిగెను. శ్రీకృష్ణభగవానుని భక్తుడైన హరిదాసఠాకూరు యౌవనములో ఉన్నప్పుడు మాయాదేవి అవతారము అదేవిధముగా మోహమునకు గురిచేయ యత్నించెను. కాని హరిదాసుడు శ్రీకృష్ణుని యందలి అకుంఠితభక్తి కారణమున అట్టి పరీక్షలో సులభముగా ఉత్తీర్ణుడు కాగలిగెను. పూర్వశ్లోక భాష్యములో శ్రీయామునాచార్యులు తెలియజేసిన రీతి, భగవానుని సాహచర్యములో ఒనగూడు ఆధ్యాత్మికానుభవపు దివ్యరసాస్వాదన కారణమున శుద్ధభక్తుడు సర్వవిధములైన ఇంద్రియభోగములను వర్జించును. భక్తుల ఆధ్యాత్మికవిజయపు రహస్యమిదియే. కావున కృష్ణభక్తిభావనలో లేనివాడు ఇంద్రియముల కృత్రిమ దమనమునందు ఎంతటి శక్తిసంపన్నుడైనను అంత్యమున విఫలత్వమునే పొందగలడు. ఇంద్రియప్రీతిని గూర్చిన లేశమాత్ర చింతనమైనను కోరికల పూర్ణము కొరకై అతనిని కలతపరచుటయే అందులకు కారణము.

63

क्रोधाद् भवति सम्मोहः सम्मोहात्स्मृतिविभ्रमः ।
स्मृतिभ्रंशाद् बुद्धिनाशो बुद्धिनाशात्प्रणश्यति ॥६३॥

క్రోధాద్ భవతి సమ్మోహః సమ్మోహాత్స్మృతివిభ్రమః ।
స్మృతిభ్రంశాద్ బుద్ధినాశో బుద్ధినాశాత్ప్రణశ్యతి ॥

క్రోధాత్—క్రోధము వలన; భవతి—కలుగును; సమ్మోహః—అధికమైన మోహము; సమ్మోహాత్—మోహము వలన; స్మృతివిభ్రమః—జ్ఞాపకశక్తి యొక్క సంభ్రమము; స్మృతిభ్రంశాత్—జ్ఞాపకశక్తి నశింపు; బుద్ధినాశః—బుద్ధినాశము; బుద్ధినాశాత్—బుద్ధినాశము వలన; ప్రణశ్యతి—మానవుడు పతితుడగును.

క్రోధము వలన అధికమోహము కలుగగా, మోహము వలన జ్ఞాపకశక్తి భ్రమకు గురియగును. జ్ఞాపకశక్తి భ్రమచే బుద్ధి నాశనమగును. బుద్ధి నశించినపుడు మనుజుడు తిరిగి సంసారగర్తమున పడిపోవును.

భాష్యము : శ్రీల రూపగోస్వామి ఈ క్రింది ఉపదేశమును మనకొసగి యున్నారు.

ప్రాపంచికతయా బుద్ధ్యా హరిసమ్బన్ధివస్తునః ।
ముముక్షుభిః పరిత్యాగో వైరాగ్యం ఫల్గు కథ్యతే ॥
(భక్తిరసామృతసింధువు - 1.2.258)

ప్రతిదియు భగవానుని సేవలో వినియోగమునకు వచ్చుననెడి విషయమును

కృష్ణభక్తిభావన వృద్ధియైనపుడు మనుజుడు ఎరుగగలడు. కృష్ణభక్తిభావనకు సంబంధించిన జ్ఞానము లేని కొందరు కృత్రిమముగా విషయవస్తువులను త్యజించుటకు యత్నింతురు. తత్ఫలితముగా భౌతికబంధము నుండి వారు ముక్తిని వాంఛించుచున్నను వైరాగ్యమునందు సంపూర్ణస్థితిని మాత్రము పొంద జాలరు. వారి నామమాత్ర వైరాగ్యము "ఫల్గు" లేదా అప్రధానమైనదని పిలువ బడును. కాని కృష్ణభక్తియందున్న వ్యక్తి ఏ విధముగా ప్రతిదానిని శ్రీకృష్ణ సేవలో వినియోగించవలెనో ఎరిగియుండును. తత్కారణముగా అతడు విషయభావనలకు ఎన్నడును బలి కాడు. ఉదాహరణకు భగవానుడు(లేదా పరతత్త్వము) నిరాకారుడు అయినందున భుజింపడని నిరాకారవాది భావించును. కనుక అతడు కూడ రుచికర పదార్థములను త్యజించుటకు యత్నించును. కాని భక్తుడైనవాడు మాత్రము శ్రీకృష్ణుడు దివ్యభోక్తయనియు, భక్తితో నొసగు సమస్తమును ప్రియముతో ఆరగించుననియు ఎరిగియుండుటచే రుచికరమైన ఆహారపదార్థములను ఆ భగవానునకు అర్పించును. ఆ పిదప ప్రసాదముగా పిలువబడు అన్నశేషమును అతడు గ్రహించును. ఆ విధముగా ప్రతిదియు ఆధ్యాత్మికమగుచున్నందున భక్తునికి పతనభయము లేదు. భక్తుడు ప్రసాదమును భక్తితో స్వీకరించగా, అభక్తుడైనవాడు దానిని భౌతికమైనదని భావించి విసర్జించును. కనుకనే నిరాకారవాదులు కృత్రిమ వైరాగ్యము వలన జీవితమును ఆనందముగా అనుభవింపలేరు. ఈ కారణము వలననే కొద్దిపాటి మనోచలనమైనను వారిని తిరిగి సంసారగర్తమున తోయుచున్నది. భక్తియుతసేవ యొక్క ఆసరా లేకపోవుట వలననే ముక్తినొందు స్థితి వరకు ఎదిగినను, అట్టివారు తిరిగి పతనము నొందుదురని తెలుపబడినది.

64

रागद्वेषविमुक्तैस्तु विषयानिन्द्रियैश्चरन् ।
आत्मवश्यैर्विधेयात्मा प्रसादमधिगच्छति ॥६४॥

రాగద్వేషవిముక్తైస్తు విషయానిన్ద్రియైశ్చరన్ ।
ఆత్మవశ్యైర్విధేయాత్మా ప్రసాదమధిగచ్ఛతి ॥

రాగ—ఆసక్తి; ద్వేష—ద్వేషము; విముక్తైః—విముక్తుడైనవాడు; తు—కాని; విషయాన్—ఇంద్రియార్థములను; ఇన్ద్రియైః—ఇంద్రియములచే; చరన్—అనుభవించుచున్నను; ఆత్మవశ్యైః—తనకు వశములైన; విధేయాత్మా—నియమముతో వర్తించువాడు;

ప్రసాదమ్—భగవంతుని అనుగ్రహమును; అధిగచ్ఛతి—పొందును.

కాని సమస్త రాగద్వేషముల నుండి ముక్తిపొందినవాడును, విధినియమముల ప్రకారము వర్తించుట ద్వారా ఇంద్రియములను అదుపు చేయగలిగిన వాడును అగు మనుజుడు భగవానుని సంపూర్ణ కరుణను పొందగలుగును.

భాష్యము : మనుజుడు బాహ్యముగా ఇంద్రియములను ఏదియోనొక కృత్రిమ పద్ధతిలో అదుపు చేసినను వానిని శ్రీకృష్ణభగవానుని దివ్యసేవలో నియోగించనిదే పతనము తప్పదని ఇదివరకే వివరింపబడినది. కృష్ణభక్తి యందున్నవాడు బాహ్యమునకు విషయభోగస్థాయిలో నున్నట్లే కనిపించినను తన కృష్ణభక్తిభావన వలన అతడు భోగకర్మల యెడ ఆసక్తిని కలిగియుండడు. అట్టి కృష్ణభక్తుడు కేవలము కృష్ణుని ప్రియమును తప్ప అన్యమును వాంఛింపడు. కనుకనే అతడు సమస్త రాగద్వేషములకు అతీతుడై యుండును. భక్తుడైనవాడు శ్రీకృష్ణుడు కోరినచో సామాన్యముగా అవాంఛనీయమైన కార్యమును సైతము ఒనరించును. ఆలాగుననే కృష్ణుడు కోరకున్నచో సామాన్యముగా తన ప్రీత్యర్థమై ఒనరించు కర్మను కూడ ఒనరింపకుండును. అనగా కేవలము శ్రీకృష్ణుని అధ్యక్షతయందే వర్తించువాడు కావున కర్మ చేయుట లేదా చేయకుండుట యనెడి రెండు విషయములు ఆ భక్తుని అదుపులోనే యుండును. భక్తుని ఇట్టి చైతన్యము కేవలము భగవానుని నిర్హైతుక కరుణ మాత్రమే. భోగానుభవస్థితి యందున్నప్పటికిని భక్తుడు దానిని పొంద గలడు.

65

प्रसादे सर्वदुःखानां हानिरस्योपजायते ।
प्रसन्नचेतसो ह्याशु बुद्धिः पर्यवतिष्ठते ॥६५॥

ప్రసాదే సర్వదుఃఖానాం హానిరస్యోపజాయతే ।
ప్రసన్నచేతసో హ్యాశు బుద్ధిః పర్యవతిష్ఠతే ॥

ప్రసాదే—భగవానుని నిర్హైతుక అనుగ్రహము కలుగగా; సర్వదుఃఖానాం—సమస్త భౌతిక దుఃఖములు; హానిః—నాశము; అస్య—అతనికి; ఉపజాయతే—కలుగును; ప్రసన్నచేతసః—సుఖముతో కూడిన మనస్సుగలవానికి; హి—నిశ్చయముగా; ఆశు—శీఘ్రముగా; బుద్ధిః—బుద్ధి; పర్యవతిష్ఠతే—సుస్థిరమగును.

ఈ విధముగా కృష్ణభక్తిభావన యందు సంతృప్తి చెందినవానికి త్రివిధ

తాపములు కలుగవు. అట్టి సంతృప్త చిత్తము కలిగినపుడు మనుజుని బుద్ధి శీఘ్రమే సుస్థిరమగును.

66

नास्ति बुद्धिरयुक्तस्य न चायुक्तस्य भावना।
न चाभावयतः शान्तिरशान्तस्य कुतः सुखम् ॥६६॥

నాస్తి బుద్ధిరయుక్తస్య న చాయుక్తస్య భావనా ।
న చాభావయతః శాన్తిరశాన్తస్య కుతః సుఖమ్ ॥

న అస్తి—ఉండజాలదు; బుద్ధిః—విశుద్ధబుద్ధి; అయుక్తస్య—కృష్ణభక్తిభావన లేనివానికి; భావనా—(ఆనందమునందు) స్థిరమైన బుద్ధి; న చ—ఉండదు; అయుక్తస్య—కృష్ణభక్తిభావన లేనివానికి; అభావయతః—స్థిరమైన బుద్ధిలేనివానికి; శాన్తిః—శాంతి; న చ—ఉండదు; అశాన్తస్య—శాంతిలేనివానికి; కుతః—ఎక్కడిది; సుఖమ్—సుఖము.

(కృష్ణభక్తిభావన యందు) భగవానునితో సంబంధమును పొందనివాడు విశుద్ధబుద్ధిని గాని, స్థిరమైన మనస్సును గాని కలిగియుండజాలడు. అవి లేనిదే శాంతిని పొందుటకు అస్కారము లేదు. ఇక శాంతి లేనిదే సుఖమెట్లు కలుగును?

భాష్యము : మనుజుడు కృష్ణభక్తిభావన యందు నిలువనిదే శాంతిని పొందుటకు అవకాశమే లేదు. శ్రీకృష్ణుడే సకల యజ్ఞములకు, తపస్సులకు ఫలభోక్త యనియు, ఆతడే సకలసృష్టులకు అధిపతి యనియు, ఆతడే సకలజీవులకు నిజమైన స్నేహితుడనియు మనుజుడు అవగతము చేసికొనినపుడు వాస్తవమైన శాంతిని పొందునని భగవద్గీత పంచమాధ్యాయమున (5.29) ధ్రువీకరింప బడినది. అనగా మనుజుడు కృష్ణభక్తిరసభావితుడు కానిచో మనస్సుకు ఒక లక్ష్యము లభింపదు. చరమలక్ష్యము లేనందునే మనస్సు చంచలమగును గనుక శ్రీకృష్ణుడే సర్వులకు మరియు సమస్తమునకు భోక్త, ప్రభువు, స్నేహితుడని తెలిసికొనినచో మనుజుడు స్థిరమనస్సుతో శాంతిని పొందగలడు. కనుకనే శ్రీకృష్ణునితో ఎటువంటి సంబంధము లేకుండా వర్తించువాడు ఎంతటి ఆధ్యాత్మికపురోగతిని, శాంతిని ప్రదర్శించినను నిజమైన శాంతి లేకుండా సదా కలతచెందియే ఉండును. కృష్ణభక్తిభావన యనునది స్వయముగా ప్రకటమయ్యే దివ్యమైన శాంతిస్థితి. అట్టి దివ్యస్థితి శ్రీకృష్ణునితో గల దివ్య సంబంధముతోనే ప్రాప్తించగలదు.

67

इन्द्रियाणां हि चरतां यन्मनोऽनुविधीयते।
तदस्य हरति प्रज्ञां वायुर्नावमिवाम्भसि ॥६७॥

ఇన్ద్రియాణాం హి చరతాం యన్మనోఽనువిధీయతే ।
తదస్య హరతి ప్రజ్ఞాం వాయుర్నావమివామ్భసి ॥

ఇన్ద్రియాణాం—ఇంద్రియముల యొక్క; హి—నిశ్చయముగా; చరతాం—చరించుచున్న; యత్—దేనితో; మనః—మనస్సు; అనువిధీయతే—స్థిరముగా మగ్నమైయుండునో; తత్—అది; అస్య—అతని; హరతి—హరించును; ప్రజ్ఞాం—బుద్ధిని; వాయుః—గాలి; నావం—నావను; ఇవ—వలె; అమ్భసి—నీటియందు.

నీటి యందలి నావను బలమైన వాయువు త్రోసివేయు రీతి, మనస్సు దాని యందు లగ్నమైనప్పుడు చరించు ఇంద్రియములలో ఒక్కటైనను సరియే మనుజుని బుద్ధిని హరింపగలదు.

భాష్యము : ఇంద్రియములన్నియును శ్రీకృష్ణభగవానుని దివ్యమైన సేవ యందు నియుక్తములై యుండవలెను. ఒక్క ఇంద్రియము భోగానుభవములో నున్నను అది భక్తుని ఆధ్యాత్మికపురోగమన మార్గము నుండి దారి మళ్ళించ గలదు. అంబరీషుని వృత్తాంతములో తెలిపిన రీతి ఇంద్రియములన్నియును కృష్ణభక్తి యందే నియోగింపబడవలెను. అది ఒక్కటియే మనస్సును అదుపు చేయుటకు సరియైన విధానము.

68

तस्माद् यस्य महाबाहो निगृहीतानि सर्वशः।
इन्द्रियाणीन्द्रियार्थेभ्यस्तस्य प्रज्ञा प्रतिष्ठिता ॥६८॥

తస్మాద్ యస్య మహాబాహో నిగృహీతాని సర్వశః ।
ఇన్ద్రియాణీన్ద్రియార్థేభ్యస్తస్య ప్రజ్ఞా ప్రతిష్ఠితా ॥

తస్మాత్—అందుచే; యస్య—ఎవని; మహాబాహో—పరాక్రమము గల బాహువులు గలవాడా; నిగృహీతాని—నిగ్రహింపబడినవో; సర్వశః—అన్నింటినుండి; ఇన్ద్రియాణి—ఇంద్రియములు; ఇన్ద్రియార్థేభ్యః—ఇంద్రియవిషయముల నుండి; తస్య—అతని; ప్రజ్ఞా—బుద్ధి; ప్రతిష్ఠితా—స్థిరమైనది.

అందుచే ఓ మహాబాహో! ఎవ్వని ఇంద్రియములు వాని ఇంద్రియార్థముల

నుండి నిగ్రహింపబడియుండునో అతడు నిశ్చయముగా స్థితప్రజ్ఞుడన బడును.

భాష్యము : ఇంద్రియములను శ్రీకృష్ణభగవానుని ప్రేమయుత సేవ యందు నిలుపుట ద్వారా (కృష్ణభక్తిభావన ద్వారా) మనుజుడు ఇంద్రియవేగమును అరికట్టవచ్చును. శత్రువులను అధికబలముతో అణచివేయు రీతి, ఇంద్రియవేగమును కూడ అణచవచ్చును. కాని అది ఎట్టి మానవయత్నముచే గాక ఇంద్రియములను శ్రీకృష్ణభగవానుని సేవలో నిలుపుట ద్వారానే సాధ్యమగును. ఈ విధముగా కృష్ణభక్తిభావన ద్వారానే మనుజుడు నిజముగా స్థితప్రజ్ఞుడు కాగలడనియు మరియు కృష్ణభక్తి యనెడి ఈ దివ్యకళను ప్రామాణికుడైన గురువు నిర్దేశము నందే ఒనరింపవలెననియు అవగతము చేసికొనినవాడు సాధకుడు (ముక్తిని పొందుటకు యోగ్యుడు) అనబడును.

69

या निशा सर्वभूतानां तस्यां जागर्ति संयमी।
यस्यां जाग्रति भूतानि सा निशा पश्यतो मुनेः ॥६९॥

యా నిశా సర్వభూతానాం తస్యాం జాగర్తి సంయమీ ।
యస్యాం జాగ్రతి భూతాని సా నిశా పశ్యతో మునేః ॥

యా—ఏది; నిశా—రాత్రియో; సర్వభూతానాం—సర్వ జీవులకును; తస్యాం—దాని యందు; జాగర్తి—మేల్కొని యుండును; సంయమీ—ఆత్మనిగ్రహము కలవాడు; యస్యాం—దేని యందు; జాగ్రతి—మేల్కొనియుండునో; భూతాని—జీవులన్నియు; సా—అట్టి; నిశా—రాత్రి; పశ్యతః—అంతర్ముఖుడైన; మునేః—మునికి.

సకలజీవులకు ఏది రాత్రియో అదియే ఆత్మనిగ్రహము కలవానికి మేల్కొని యుండు సమయము. సర్వజీవులు మేల్కొనియుండు సమయము అంతర్ముఖుడైన మునికి రాత్రి సమయము.

భాష్యము : తెలివిగలవారిలో రెండుతరగతులవారు కలరు. అందులో నొకరు ఇంద్రియప్రీత్యర్థమై భౌతికకర్మల యందు తెలివిని కలిగియుండగా, ఇంకొక రకమువారు అంతర్ముఖులు మరియు ఆత్మానుభవ అభ్యాసతత్పరులై యుందురు. అంతర్ముఖుడైన ముని (తెలివిగల మనుజుడు) యొక్క కర్మలు విషయభావనలో లగ్నమైయున్న మనుజులకు రాత్రివంటివి. ఆత్మానుభవ

రాహిత్యము వలన అట్టి రాత్రి యందు లౌకికజనులు సదా నిద్రలో నుందురు. అట్టి విషయానురక్తుల "రాత్రిసమయము" నందు మాత్రము అంతర్ముఖుడైన ముని జాగరూకుడై యుండును. మునియైనవాడు ఆధ్యాత్మిక పురోభివృద్ధి యందు దివ్యానందము నొందగా, ఆత్మానుభవ విషయమున నిద్రించు కారణముగా భౌతికకర్మల యందున్న మనుజుడు పలువిధములైన భోగములను గూర్చి కలలు గనుచు ఆ నిద్రావస్థ యందు కొన్నిమార్లు సుఖమును, మరికొన్ని మార్లు దుఃఖమును అనుభవించుచుండును. అంతర్ముఖుడైన ముని భౌతికములైన సుఖదుఃఖముల యెడ సదా తటస్థుడై యుండును. భౌతికకర్మలచే ఏమాత్రము కలతచెందక అతడు తన ఆత్మానుభవకర్మల యందు నిమగ్నుడై యుండును.

70

आपूर्यमाणमचलप्रतिष्ठं
समुद्रमापः प्रविशन्ति यद्वत्।
तद्वत् कामा यं प्रविशन्ति सर्वे
स शान्तिमाप्नोति न कामकामी ॥७०॥

ఆపూర్యమాణమచలప్రతిష్ఠం
సముద్రమాపః ప్రవిశన్తి యద్వత్ ।
తద్వత్ కామా యం ప్రవిశన్తి సర్వే
స శాన్తిమాప్నోతి న కామకామీ ॥

ఆపూర్యమాణం—ఎల్లప్పుడును పూరింపబడునది; అచలప్రతిష్ఠం—స్థిరముగా నుండునది; సముద్రం—సముద్రమును; ఆపః—జలములు; ప్రవిశన్తి యద్వత్—ఎట్లు ప్రవేశించుచుండునో; తద్వత్—అట్లు; కామాః—కోరికలు; యమ్—ఎవని యందు; ప్రవిశన్తి—ప్రవేశించునో; సర్వే—అన్నియును; సః—అతడు; శాన్తిమ్—శాంతిని; ఆప్నోతి—పొందును; న—పొందజాలడు; కామకామీ—కోరికలను ఈడేర్చుకొనగోరువాడు.

సదా పూరింపబడుచున్నను నిశ్చలముగా నుండు సముద్రమునందు నదులు ప్రవేశించు రీతి, తన యందు కోరికలు నిరంతరము ప్రవేశించుచున్నను ఆ ప్రవాహముచే కలత నొందనివాడే శాంతిని పొంద గలడు. కోరికలను తీర్చుకొన యత్నించువాడు అట్టి శాంతిని పొందజాలడు.

భాష్యము : విస్తారమగు సముద్రము సదా జలపూర్ణమై యుండును. అధిక పరిమాణములో జలముచే పూరింపబడుట వలన ముఖ్యముగా వర్షాకాలము

నందు అది జలముచే నిండియుండును. కాని అది స్థిరముగా నుండి చలింపకుండును. కనీసము చెలియలికట్టనైనను దాటదు. ఈ విషయము కృష్ణభక్తిభావనయందు స్థితినొందిన వ్యక్తియందును సత్యమై యున్నది. దేహమున్నంతవరకు దేహమునకు సంబంధించిన కోరికలు కలుగుచునే యుండును. కాని భక్తుడైనవాడు తన యందలి పూర్ణత్వము కారణముగా అట్టి కోరికలచే కలతనొందడు. కృష్ణభక్తి యందున్నవానికి ఆ శ్రీకృష్ణుడే సర్వావసరములను తీర్చును గావున అతడు ఏదియును వాంఛింపడు. కనుకనే అతడు సముద్రము వలె సదా తన యందే పూర్ణుడై యుండును. సముద్రమునందు నదులు ప్రవేశించు రీతిగా తన యందు కోరికలు ప్రవేశించినను అతడు తన కర్మలయందు స్థిరుడై యుండి ఇంద్రియభోగకోరికలచే ఏమాత్రము కలతచెందకుండును. కోరికలు కలుగుచున్నప్పటికిని భోగవాంఛను త్యజించియుండెడి కృష్ణభక్తిభావనలో ఉన్నవానికి ఇదియే నిదర్శనము. భగవానుని ప్రేమయుతసేవలో తృప్తినొందుచు సముద్రము వలె స్థిరుడై యుండును గావున ఆ భక్తుడు సంపూర్ణశాంతిని పొందును. కాని మోక్షపర్యంతము (భౌతికజయమును గూర్చి వేరుగా తెలుపపనిలేదు) కోరికల నీడేర్చుకొనుట యందే ప్రియము గలవారు ఎన్నడును శాంతిని పొందలేరు. కామ్యకర్మరతులు, మోక్షకాములు, సిద్ధులను పొంద యత్నించు యోగులు మొదలగు వారందరును తీరని కోరికలచే ఎల్లప్పుడును దుఃఖమునే కలిగియుందురు. కాని కృష్ణభక్తిభావన యందుండువాడు శ్రీకృష్ణభగవానుని సేవలో సదా ఆనందమునే కలిగియుండును. అతనికి ఏ కోరికలు ఉండవు. చివరకు నామమాత్ర భౌతికబంధము నుండి ముక్తిని కూడ అతడు వాంఛింపడు. అనగా లౌకిక కోరికలు లేనందునే కృష్ణభక్తులు సదా సంపూర్ణశాంతిని కలిగియుందురు.

71

विहाय कामान् यः सर्वान् पुमांश्चरति निःस्पृहः ।
निर्ममो निरहङ्कारः स शान्तिमधिगच्छति ॥७१ ॥

విహాయ కామాన్ యః సర్వాన్ పుమాంశ్చరతి నిస్పృహః ।
నిర్మమో నిరహంకారః స శాన్తిమధిగచ్ఛతి ॥

విహాయ—విడిచి; కామాన్—ఇంద్రియసుఖమునకు సంబంధించిన భౌతికవాంఛలను; సర్వాన్—అన్నింటిని; యః పుమాన్—ఏ పురుషుడు; చరతి—జీవించునో; నిః స్పృహః—కోరికలు లేనివాడై; నిర్మమః—మమత్వము లేనివాడై; నిరహంకారః—మిథ్యాహంకారము

లేనివాడై; సః—అతడు; శాన్తిం—సంపూర్ణశాంతిని; అధిగచ్ఛతి—పొందును.

ఇంద్రియభోగానుభవ కోరికల నన్నింటిని త్యజించి నిష్కామునిగా జీవించుచు, మమకారము మరియు మిథ్యాహంకారములను వదలిపెట్టినవాడు మాత్రమే నిజమైన శాంతిని పొందగలుగును.

భాష్యము : నిష్కామత్వమనగా ఇంద్రియభోగము కొరకై దేనిని వాంఛింప కుండుట యని భావము. అనగా కృష్ణభక్తియందు నిలువగోరుటయే నిజమైన నిష్కామత్వము. దేహాత్మభావనము, జగమునందలి దేనిపైనను యజమానిత్వమును కలిగియుండక శ్రీకృష్ణుని దాసునిగా మనుజుని వాస్తవస్థితిని అవగతము చేసికొనుటయే కృష్ణభక్తిభావన యందలి పూర్ణత్వస్థితి. అట్టి పూర్ణత్వస్థితి యందు నెలకొనినవాడు శ్రీకృష్ణుడే సకలమునకు అధిపతి కనుక సమస్తమును ఆతని ప్రీత్యర్థమే నియోగింపబడవలెనని ఎరిగియుండును. అర్జునుడు తొలుత తన ప్రీత్యర్థమై యుద్ధమును నిరాకరించినను కృష్ణభక్తిభావనాయుతుడు అయినంతనే యుద్ధము నొనరించెను. అతడు యుద్ధమునందు పాల్గొనవలెనని శ్రీకృష్ణుడు వాంఛించియుండుటయే అందులకు కారణము. యుద్ధము చేయవలెననెడి కోరిక తనకు లేకున్నను కృష్ణుని కొరకై అతడు తన శక్త్యనుసారము యుద్ధము చేసెను. కృత్రిమముగా కోరికలను నశింపజేయుట కన్నను కృష్ణుని ప్రియమును వాంఛించుట యనునది నిజమైన నిష్కామత్వమై యున్నది. జీవుడెన్నడును వాంఛారహితుడు కాజాలడు. కాని అతడు తన కోరికల పద్ధతిని (గుణమును) మార్చుకొనవలెను. భౌతికవాంఛారహితుడైన వ్యక్తి సమస్తము శ్రీకృష్ణునకే చెందినదని (ఈశావాస్యమిదం సర్వమ్) తెలిసియుండును కావున దేనిపైనను వ్యర్థముగా యజమానిత్వమును కలిగియుండడు. ఆధ్యాత్మికముగా శ్రీకృష్ణునికి నిత్యాంశమైన జీవుడు తన నిజస్థితి కారణముగా ఎన్నడును శ్రీకృష్ణునితో సమానుడు కాని, అధికుడు కాని కాజాలడనెడి ఆత్మానుభవము పైననే ఈ దివ్యజ్ఞానము ఆధారపడియున్నది. ఇట్టి కృష్ణభక్తిభావన యొక్క అవగాహనయే శాంతికి మూలసిద్ధాంతమై యున్నది.

72

एषा ब्राह्मी स्थितिः पार्थ नैनां प्राप्य विमुह्यति ।
स्थित्वास्यामन्तकालेऽपि ब्रह्मनिर्वाणमृच्छति ॥७२ ॥

ఏషా బ్రాహ్మీ స్థితిః పార్థ నైనాం ప్రాప్య విముహ్యతి ।
స్థిత్వాస్యామన్తకాలేఽపి బ్రహ్మనిర్వాణ మృచ్ఛతి ॥

ఏషా—ఇది; బ్రాహ్మీస్థితిః—ఆధ్యాత్మికస్థితి; పార్థ—ఓ కుంతీనందనా; ఏనాం—దీనిని; ప్రాప్య—పొంది; న విముహ్యతి—కలతనొందడు; స్థిత్వా—స్థితినొంది; అస్యాం—ఈ స్థితి యందు; అన్తకాలేపి—జీవితాంతమున కూడా; బ్రహ్మనిర్వాణం—దేవదేవుని ఆధ్యాత్మికరాజ్యమును; ఋచ్ఛతి—పొందును.

ఇదియే ఆధ్యాత్మికమును, దివ్యమును అయిన జీవనవిధానము. దీనిని పొందిన పిమ్మట మనుజుడు మోహము నొందడు. మరణసమయము నందును ఆ విధముగా స్థితుడైనట్టివాడు భగవద్రాజ్యమున ప్రవేశింపగలుగును.

భాష్యము : కృష్ణభక్తిభావనను (ఆధ్యాత్మిక జీవనము) మనుజుడు క్షణములో పొందవచ్చును లేదా కోట్లాది జన్మలు ఎత్తినను పొందలేకపోవచ్చును. ఇది కేవలము తత్త్వము యొక్క అవగాహన మరియు అంగీకారముల పైననే ఆధారపడి యున్నది. కృష్ణుని శరణుపొందుట ద్వారా ఖట్వాంగమహారాజు మరణమునకు కొలది నిముషములకు ముందే అట్టి జీవనస్థితిని పొందగలిగెను. వాస్తవమునకు విషయపూర్ణ జీవనమును ముగించుటయే నిర్వాణము. భౌతికజీవనము తరువాత మిగులునది శూన్యమని బౌద్ధవాదము తెలుపుచుండగా అందులకు భిన్నముగా శ్రీమద్భగవద్గీత ఉపదేశించుచున్నది. అనగా నిజమైన జీవితము భౌతికజీవితపు అంతము పిమ్మట ఆరంభమగుచున్నది. ఈ భౌతికజీవన విధానమును ప్రతియొక్కరు అంతము చేసికొని తీరవలెనని తెలిసికొనుటయే లౌకికునికి సరిపోవును. కాని ఆధ్యాత్మికముగా పురోభివృద్ధి నొందినవాడు భౌతికజన్మము తదుపరి వేరొక ఆధ్యాత్మికజన్మము కలదని ఎరుగవలెను. జన్మ ముగియుటకు పూర్వమే మనుజుడు అదృష్టవశమున కృష్ణభక్తిభావనలో ఉన్నవాడైనచో శీఘ్రమే "బ్రహ్మనిర్వాణస్థితి"ని పొందగలడు. భగవద్ధామమునకు, భగవానుని సేవకు భేదము లేదు. ఆ రెండును ఒకే పూర్ణత్వస్థాయిలో ఉన్నట్టివి కనుక భగవానుని సేవయందు నిలుచుట యన్నది భగవద్ధామమును పొందినట్లే యగును. భౌతికజగమునందు ఇంద్రియప్రీతి కర్మలుండగా ఆధ్యాత్మికజగమున కృష్ణకర్మలుండును. ఈ జన్మమునందే కృష్ణభక్తిని పొందుట యనునది శీఘ్రమే బ్రహ్మస్థితిని కలుగజేయును. కనుకనే కృష్ణభక్తిరసభావితుడు భగవద్రాజ్యమున

నిశ్చయముగా ప్రవేశించినట్టివాడే యగుచున్నాడు.

బ్రహ్మము భౌతికత్వమునకు వ్యతిరేకమైనది. కనుక "బ్రాహ్మీస్థితి" యనగా భౌతిక కర్మకలాపములను కూడిన స్థాయిలో నిలువకుండుట యని అర్థము. శ్రీకృష్ణభగవానునికి ఒనర్చబడు భక్తియుక్తసేవ ముక్తస్థితిగా భగవద్గీత యందు అంగీకరింపబడినది (సగుణాన్ సమతీత్యైతాన్ బ్రహ్మభూయాయ కల్పతే). కనుకనే బ్రాహ్మీస్థితి భౌతికబంధముల నుండి ముక్తిని పొందినట్టి స్థితియై యున్నది.

భగవద్గీత యొక్క ఈ ద్వితీయాధ్యాయము గీతాసారమని శ్రీల భక్తివినోద ఠాకూరులు తెలిపియుండిరి. కర్మయోగము, జ్ఞానయోగము, భక్తియోగములనునవి భగవద్గీత యందలి చర్చనీయాంశములు. ఈ ద్వితీయాధ్యాయమున గీతా సారాంశముగా కర్మయోగము, జ్ఞానయోగము స్పష్టముగా చర్చించబడి భక్తి యోగము కొద్దిగా సూచించబడినది.

శ్రీమద్భగవద్గీత యందలి "గీతాసారము" అను ద్వితీయాధ్యాయమునకు భక్తివేదాంతభాష్యము సమాప్తము.

తృతీయాధ్యాయము

కర్మయోగము

1

अर्जुन उवाच

ज्यायसी चेत् कर्मणस्ते मता बुद्धिर्जनार्दन।
तत् किं कर्मणि घोरे मां नियोजयसि केशव ॥१॥

అర్జున ఉవాచ

జ్యాయసీ చేత్ కర్మణస్తే మతా బుద్ధిర్జనార్దన ।
తత్కిం కర్మణి ఘోరే మాం నియోజయసి కేశవ ॥

అర్జునః ఉవాచ—అర్జునుడు పలికెను; జ్యాయసీ—ప్రశస్తతరము; చేత్—అయినచో; కర్మణః—కామ్యకర్మము కన్నను; తే—నీవు; మతా—భావించినచో; బుద్ధిః—బుద్ధి; జనార్దన—ఓ కృష్ణా; తత్—కావున; కిం—ఎందుకు; కర్మణి—కర్మమార్గమునందు; ఘోరే—భయంకరమైన; మాం—నన్ను; నియోజయసి—నియోగించుచున్నావు; కేశవ—ఓ కృష్ణా.

అర్జునుడు పలికెను : ఓ జనార్దనా! కేశవా! కామ్యకర్మము కన్నను బుద్ధియే ప్రశస్తతరమని నీవు భావించినచో ఎందులకు నన్ను ఇట్టి ఘోరమైన యుద్ధమునందు నియోగింపగోరుచున్నావు?

భాష్యము : పూర్ణపురుషోత్తముడగు శ్రీకృష్ణభగవానుడు తన సన్నిహిత స్నేహితుడైన అర్జునుని దుఃఖసాగరము నుండి ఉద్ధరింపజేయు ఉద్దేశ్యముతో ఆత్మ యొక్క నిజస్థితిని గడచిన అధ్యాయమునందు విపులముగా వివరించెను. అంతియేగాక ఆత్మానుభవమార్గమైన బుద్ధియోగమును (కృష్ణభక్తిభావనము) కూడ ప్రతిపాదించెను. కొన్నిమార్లు కృష్ణభక్తిభావనము జడత్వమని తప్పుగా భావింపబడును. ఆ విధముగా అపార్థము చేసికొనినవాడు పవిత్ర కృష్ణనామమును జపించుచు పూర్ణ కృష్ణభక్తియుతుడగుటకు ఏకాంతస్థలమునకు చనుచుండును. కాని కృష్ణభక్తి తత్త్వమున సంపూర్ణముగా శిక్షణను పొందనిదే ఏకాంతస్థలములో కృష్ణనామజపమును చేయుట హితకరము కాదు. అట్టి కార్యము వలన కేవలము

అమాయకజనులచే భక్తిప్రశంసలు మాత్రమే మనుజునకు లభింపగలవు. అర్జునుడు కూడ కృష్ణభక్తిభావన (బుద్ధియోగము లేదా ఆధ్యాత్మికజ్ఞానము నందు బుద్ధి) యనగా క్రియాశీలక జీవనము నుండి విరమణను పొంది ఏకాంత స్థలములో తపోధ్యానములు చేయుట యని భావించెను. అనగా కృష్ణభక్తి నెపమున అతడు యుద్ధము నుండి తెలివితో విరమింపగోరెను. కాని అతడు ఉత్తమవిద్యార్థి వలె తన గురువు ఎదుట ఈ విషయముంచి ఉత్తమమార్గమేదియో తనకు తెలుపుమని ప్రశ్నించెను. అర్జునుని ఈ ప్రశ్నకు సమాధానముగా శ్రీకృష్ణ భగవానుడు కర్మయోగమును (కృష్ణభక్తిభావన యందు కర్మనొనరించు విధానమును) ఈ తృతీయాధ్యాయమున విపులముగా వివరించెను.

2

व्यामिश्रेणेव वाक्येन बुद्धिं मोहयसीव मे।
तदेकं वद निश्चित्य येन श्रेयोऽहमाप्नुयाम्॥२॥

వ్యామిశ్రేణేవ వాక్యేన బుద్ధిం మోహయసీవ మే ।
తదేకం వద నిశ్చిత్య యేన శ్రేయో ऽహమాప్నుయామ్ ॥

వ్యామిశ్రేణ—అనేకార్థములు కలిగిన; ఇవ—వలె; వాక్యేన—వచనముచే; బుద్ధిం—తెలివిని; మోహయసి—మోహింపజేయుచున్నావు; ఇవ—వలె; మే—నా యొక్క; తత్—అందుచే; ఏకం—ఒక్కటే; వద—దయతో తెలుపుము; నిశ్చిత్య—నిశ్చయించి; యేన—దేనిచే; శ్రేయః—నిజమైన లాభమును; అహం—నేను; ఆప్నుయామ్—పొందుదునో.

అనేకార్థములు కలిగిన నీ బోధలచే నా బుద్ధి మోహము నొందినది. కావున నాకు ఏది అత్యంత శ్రేయోదాయకమో దయతో నిశ్చయముగా తెలియ జేయుము.

భాష్యము : భగవద్గీతకు ఉపోద్ఘాతముగా గడచిన అధ్యాయములో సాంఖ్య యోగము, బుద్ధియోగము, బుద్ధిచే ఇంద్రియనిగ్రహము, ఫలాపేక్షరహిత కర్మము, ప్రారంభదశలో గల సాధకుని స్థితులనెడి వివిధ విషయములు వర్ణింపబడినవి. కాని అవియన్నియును ఒక క్రమపద్ధతిలో వివరింపబడలేదు. వాని సంపూర్ణావగాహనకు, ఆచరణకు ఒక క్రమపద్ధతి అత్యంత అవసరమై యున్నది. కనుకనే అర్జునుడు బాహ్యమునకు అస్పష్టముగా గోచరించు ఆ విషయములను సంపూర్ణముగా తెలియనెంచెను. తద్వారా సాధారణవ్యక్తి కూడ వాటిని ఎటువంటి కల్పనలు, వ్యతిరేకవివరణలు లేకుండా అంగీకరించు అవకాశము కలుగును. తన

పదప్రయోగముచే అర్జునుని కలతపెట్టుట శ్రీకృష్ణభగవానుని ఉద్దేశ్యము కాకున్నను కృష్ణభక్తిభావన యనగా జడత్వమో లేక క్రియాశీలక సేవయో అర్జునుడు ఎరుగలేకపోయెను. అనగా అర్జునుడు తన ప్రశ్నల ద్వారా భగవద్గీత అంతరార్థమును తెలిసికొనగోరు నిష్ఠాపూర్ణులకు కృష్ణభక్తిభావనా మార్గమును సుగమము చేయుచున్నాడు.

3

श्रीभगवानुवाच

लोकेऽस्मिन् द्विविधा निष्ठा पुरा प्रोक्ता मयानघ।
ज्ञानयोगेन सांख्यानां कर्मयोगेन योगिनाम्॥३॥

శ్రీభగవానువాచ

లోకే ऽస్మిన్ ద్వివిధా నిష్ఠా పురా ప్రోక్తా మయానఘ ।
జ్ఞానయోగేన సాంఖ్యానాం కర్మయోగేన యోగినామ్ ॥

శ్రీభగవానువాచ—దేవదేవుడైన శ్రీకృష్ణుడు పలికెను; లోకే—లోకమునందు; అస్మిన్—ఈ; ద్వివిధా—రెండు విధములైన; నిష్ఠా—శ్రద్ధ; పురా—పూర్వము; ప్రోక్తా—చెప్పబడినది; మయా—నాచేత; అనఘ—పాపరహితుడా; జ్ఞానయోగేన—జ్ఞానయోగము చేత; సాంఖ్యానాం —తత్త్వవేత్తల; కర్మయోగేన—భక్తియోగవిధానము చేత; యోగినాం—భక్తులకు.

దేవదేవుడైన శ్రీకృష్ణుడు పలికెను : పాపరహితుడవైన ఓ అర్జునా! ఆత్మానుభూతిని పొందగోరు మానవులు రెండురకములని ఇదివరకే నేను వివరించితిని. కొందరు దానిని సాంఖ్యము మరియు తాత్త్విక కల్పన ద్వారా అవగతము చేసికొనగోరగా, మరికొందరు భక్తియోగము ద్వారా దానిని అర్థము చేసికొనగోరుదురు.

భాష్యము : ద్వితీయాధ్యాయపు ముప్పదితొమ్మిదవ శ్లోకమున సాంఖ్యయోగము, కర్మయోగము (బుద్ధియోగము) లనెడి రెండు విధానములను శ్రీకృష్ణ భగవానుడు వివరించెను. అదేవిషయమును భగవానుడు ఈ శ్లోకమున మరింత విశదముగా వివరించుచున్నాడు. ఆత్మ, భౌతికపదార్థముల విశ్లేషణాత్మక అధ్యయనమైన సాంఖ్యయోగము మానసికకల్పనలను కావించుట యందును మరియు ఏదేని విషయమును ప్రయోగాత్మకజ్ఞానము, తాత్త్విక చింతన ద్వారా ఎరుగుట యందును అభిరుచిని కలిగినట్టి మనుజులకు చెందినట్టిది. ఇక

రెండవ రకమువారు కృష్ణభక్తిభావన యందు కర్మనొనరించెడి వారు. ఈ విషయము ద్వితీయాధ్యాయపు అరువదియొకటవ శ్లోకమునందు వివరింప బడినది. బుద్ధియోగము (కృష్ణభక్తిభావన) ననుసరించి కర్మచేయుట ద్వారా మనుజుడు కర్మబంధము నుండి విడివడగలడనియు, పైగా కర్మయందు ఎటువంటి దోషము కలుగదనియు శ్రీకృష్ణభగవానుడు ద్వితీయాధ్యాయపు ముప్పది తొమ్మిదవ శ్లోకమున తెలిపియే యున్నాడు. బుద్ధియోగమనగా భగవానుని పైననే (మరింత విశదముగా చెప్పవలెనన్న శ్రీకృష్ణుని పైననే) సంపూర్ణముగా ఆధారపడుటయనియు, తద్ద్వారా ఇంద్రియములన్నియు సులభముగా అదుపు లోనికి రాగలవనియు ఆ అధ్యాయపు అరువదియొకటవ శ్లోకమున స్పష్టముగా వివరింపబడినది. అనగా ధర్మము, తత్త్వముల వలె ఈ రెండు యోగములు ఒకదానిపై మరొకటి ఆధారపడియున్నవి. తత్త్వము లేనటువంటి ధర్మము కేవలము సిద్ధాంతము లేదా మూఢవిశ్వాసము కాగా, ధర్మము లేనటువంటి తత్త్వము కేవలము మానసికకల్పనము కాగలదు. పరతత్త్వమును అనుభూతమొనర్చు కొనుటకు నిష్ఠగా యత్నించువారు కూడ అంత్యమున కృష్ణభక్తిభావననే పొందుదురు కావున శ్రీకృష్ణుడే పరమలక్ష్యమై యున్నాడు. ఈ విషయము భగవద్గీత యందును తెలుపబడినది. భగవానునితో పోల్చినచో జీవుని నిజస్థితి యెట్టిదని అవగతము చేసికొనుటయే అన్నింటి యందును ముఖ్యాంశమై యున్నది. పరోక్షమార్గమైన మనోకల్పనను కావించుచు మనుజుడు క్రమముగా కృష్ణభక్తిభావనాస్థితికి రావచ్చును లేదా రెండవమార్గమున కృష్ణభక్తి యందు ప్రత్యక్షసంబంధము నేర్పరచుకొనవచ్చును. ఈ రెండింటిలో కృష్ణభక్తిభావనా మార్గము ఉత్తమమైనది. తాత్త్వికవిధానము ద్వారా ఇంద్రియములను శుద్ధి పరచుకొనవలసిన అవసరము దాని యందు లేకపోవుటయే అందులకు కారణము. కృష్ణభక్తియే సాక్షాత్తుగా అట్టి పవిత్రమొనర్చు విధానము. భక్తియుక్తసేవ యనెడి ప్రత్యక్షవిధానము వలన ఆ కార్యము సులభమును, ఉదాత్తమును అయి యున్నది.

4

न कर्मणामनारम्भान् नैष्कर्म्यं पुरुषोऽश्नुते।
न च संन्यसनादेव सिद्धिं समधिगच्छति ॥४॥

న కర్మణామనారమ్భాత్ నైష్కర్మ్యం పురుషో ऽశ్నుతే ।
న చ సన్న్యసనాదేవ సిద్ధిం సమధిగచ్ఛతి ॥

కర్మణాం—విధ్యుక్తధర్మములు; అనారమ్భాత్—ఒనరింపకపోవుట వలన; నైష్కర్మ్యం—కర్మఫలము నుండి విముక్తి; పురుషః—మానవుడు; న అశ్నుతే—పొందడు; సన్న్యసనాత్ ఏవ—కేవలము సన్న్యసించుట మాత్రము చేతనే; సిద్ధిం—జయమును; చ—కూడా; న సమధిగచ్ఛతి—పొందడు.

కేవలము కర్మను చేయకుండుట ద్వారా ఎవ్వరును కర్మఫలము నుండి ముక్తిని పొందలేరు. అలాగుననే కేవలము సన్న్యాసము ద్వారా ఎవ్వరును సంపూర్ణత్వమును పొందలేరు.

భాష్యము : లౌకికజనుల హృదయములను శుద్ధిపరచుట కొరకై విధింపబడినటువంటి విధ్యుక్తధర్మములను నియమముగా పాటించి పవిత్రుడైనపుడు మనుజుడు సన్న్యాసాశ్రమమును స్వీకరింపవచ్చును. పవిత్రతను పొందకుండగనే హఠాత్తుగా సన్న్యాసమును స్వీకరించుట ద్వారా జయము సిద్ధింపదు. సాంఖ్య తత్త్వవేత్తల ఉద్దేశ్యము ప్రకారము కేవలము సన్న్యాసమును స్వీకరించినంతనే (కామ్యకర్మల నుండి విరమించినంతనే) మనుజుడు నారాయణునితో సమానుడు కాగలడు. కాని శ్రీకృష్ణభగవానుడు ఈ సిద్ధాంతమును అంగీకరించుట లేదు. హృదయము పవిత్రము కానిదే సన్న్యాసమును స్వీకరించినచో అది కేవలము సాంఘికవ్యవస్థ సంక్షోభమునకే కారణము కాగలదు. కాని ఒకవేళ మనుజుడు తన విధ్యుక్తధర్మములను నిర్వర్తింపకున్నను భగవానుని దివ్యసేవను స్వీకరించి తన శక్త్యనుసారము పురోగమించినచో (బుద్ధియోగము) భగవానునిచే ఆమోదింపబడును. "స్వల్పమప్యస్య ధర్మస్య త్రాయతే మహతో భయాత్" - అట్టి ధర్మాచరణము కొద్దిగా ఒనరింపబడినను మనుజుని గొప్ప సంకటముల నుండి తరింపజేయగలదు.

5

न हि कश्चित् क्षणमपि जातु तिष्ठत्यकर्मकृत्।
कार्यते ह्यवशः कर्म सर्वः प्रकृतिजैर्गुणैः ॥५॥

న హి కశ్చిత్ క్షణమపి జాతు తిష్ఠత్యకర్మకృత్ ।
కార్యతే హ్యవశః కర్మ సర్వః ప్రకృతిజైర్గుణైః ॥

హి—నిశ్చయముగా; కశ్చిత్—ఎవడును; క్షణమపి—ఒక్క క్షణకాలమైనను; జాతు—ఎప్పుడును; న హి తిష్ఠతి—ఉండడు; అకర్మకృత్—ఏదియో ఒకటి చేయకుండ; కార్యతే—చేయునట్లు ప్రేరేపింపబడుచుండును; హి—నిశ్చయముగా; అవశః—తన వశము లేనివాడై; కర్మ—పని; సర్వః—సర్వులు; ప్రకృతిజైః—భౌతికప్రకృతి వలన పుట్టిన; గుణైః—గుణములచే.

ప్రతిమానవుడును భౌతికప్రకృతి వలన తాను పొందినటువంటి గుణము ననుసరించి అవశుడై కర్మ యందు ప్రేరేపింపబడును. కావున ఏదియును చేయకుండ క్షణకాలము కూడా ఎవ్వరును ఉండజాలరు.

భాష్యము : సర్వదా చైతన్యముతో కూడియుండుట యనునది దేహమునకు సంబంధించినది కాక ఆత్మ యొక్క లక్షణమై యున్నది. ఆత్మ లేనిదే భౌతిక దేహము కొద్దిగానైనను కదలదు. అనగా దేహము కేవలము ఒక చైతన్యరహితమైన వాహనము వంటిది. నిత్యక్రియాశీలకమై క్షణకాలమును జడత్వమును కలిగి యుండని ఆత్మ యొక్క ఉనికి వలననే అది పనిచేయగలదు. వాస్తవమునకు ఆత్మను కృష్ణభక్తిభావన కర్మ యందే నియుక్తము కావింపవలెను. లేనిచో అది మాయాశక్తి నిర్దేశములైన కర్మలలో నియుక్తము కాగలదు. భౌతికశక్తి సంపర్కము నందే ఆత్మ భౌతికగుణమును పొందుచున్నది. అట్టి గుణసంపర్కము నుండి ఆత్మను శుద్ధిపరచుటకు శాస్త్రములందు తెలుపబడిన విధ్యుక్తధర్మములను విధిగా నిర్వర్తింపవలసియున్నది. కాని ఆత్మ దాని నిజకర్మయైన కృష్ణభక్తిలో నియుక్తమైనపుడు అది ఏది చేయగలిగినను లాభదాయకమైనదే కాగలదు. శ్రీమద్భాగవతము (1.5.17) ఈ విషయమునే ధ్రువీకరించుచున్నది.

త్యక్త్వా స్వధర్మం చరణామ్బుజం హరే
ర్భజన్నపక్వోఽథపతేత్తతో యది ।
యత్ర క్వ వాభద్రమభూదముష్య కిం
కో వార్థ ఆప్తోఽభజతాం స్వధర్మతః ॥

"ఎవరేని కృష్ణభక్తిభావనను స్వీకరించినచో శాస్త్రవిహిత కర్మలను పాటింపకున్నను, భక్తియుతసేవను సక్రమముగా నిర్వర్తింపకున్నను, తన స్థితి నుండి పతనము నొందినను ఎట్టి నష్టమును గాని, పాపమును గాని పొందడు. అట్లుగాక అతడు శాస్త్రములలో తెలిపిన అన్ని పవిత్రీకరణకర్మలను నిర్వహించినను కృష్ణభక్తిభావనాపూర్ణుడు కానిచో ఏమి లాభమును పొందగలడు?" అనగా

కృష్ణభక్తిభావనాస్థితికి చేరుటకు పవిత్రీకరణవిధానము అవసరమై యున్నది. కావున సన్న్యాసము లేదా ఏ పవిత్రీకరణ విధానమైనను తుదిలక్ష్య మైన కృష్ణభక్తిభావనను పొందుటకు సహాయభూతము మాత్రమే. అట్టి కృష్ణభక్తి ప్రాప్తించనిచో సమస్తము నిష్ఫలమే కాగలదు.

6

कर्मेन्द्रियाणि संयम्य य आस्ते मनसा स्मरन्।
इन्द्रियार्थान् विमूढात्मा मिथ्याचारः स उच्यते ॥६॥

కర్మేన్ద్రియాణి సంయమ్య య ఆస్తే మనసా స్మరన్ ।
ఇన్ద్రియార్థాన్ విమూఢాత్మా మిథ్యాచారః స ఉచ్యతే ॥

కర్మేన్ద్రియాణి—ఐదు కర్మేంద్రియములను; సంయమ్య—నిగ్రహించి; యః—ఎవడు; ఆస్తే—ఉండునో; మనసా—మనస్సుచే; స్మరన్—ధ్యానించుచు; ఇంద్రియార్థాన్—ఇంద్రియ విషయములను; విమూఢాత్మా—మూఢుడైన జీవుడు; మిథ్యాచారః—నటనచేయువాడని; సః—అతడు; ఉచ్యతే—చెప్పబడును.

కర్మేంద్రియములను నిగ్రహించినను మనస్సు ఇంద్రియార్థములందు మగ్నమై యుండువాడు నిశ్చయముగా తనను తాను మోసగించుకొనుచు మిథ్యాచారి యనబడును.

భాష్యము : మనస్సునందు ఇంద్రియభోగమును గూర్చి ఆలోచించుచునే ధ్యానతత్పరతను ప్రదర్శించు కపటులు పలువురు గలరు. అట్టివారు కృష్ణభక్తిభావన యందు కర్మను చేయ నిరాకరింతురు. అట్టి మిథ్యాచారులు తమను అనుసరించు శిష్యులను భ్రమింపచేయుటకు శుష్కవేదాంతమును కూడ పలుకుదురు. ఈ శ్లోకము ప్రకారము అట్టి వారందరును గొప్ప మోసకారులు. ఇంద్రియప్రీతిని కోరినవాడు వర్ణాశ్రమధర్మమును పాటించుచు తనకు సంబంధించిన నియమ నిబంధనలను అనుసరించినచో క్రమముగా తనను తాను పవిత్రుని కావించుకొన గలడు. కాని యోగివలె నటించుచు ఇంద్రియార్థములను వెదుకువాడు కొన్నిమార్లు తత్త్వముపై ప్రవచనములను గావించినను గొప్ప మోసకారి యనియే పిలువ బడును. అట్టి పాపి యొక్క జ్ఞానము భగవానుని మాయచే హరింపబడును గావున వాని జ్ఞానమునకు ఎట్టి విలువయు ఉండదు. అటువంటి కపటాత్ముని మనస్సు సదా అపవిత్రమై యుండుట వలన అతని ధ్యానప్రదర్శనము సర్వదా ప్రయోజనశూన్యమై యుండును.

7

यस्त्विन्द्रियाणि मनसा नियम्यारभतेऽर्जुन।
कर्मेन्द्रियैः कर्मयोगमसक्तः स विशिष्यते ॥७॥

యస్త్విన్ద్రియాణి మనసా నియమ్యారభతేऽర్జున ।
కర్మేన్ద్రియైః కర్మయోగమసక్తః స విశిష్యతే ॥

యః—ఎవడు; తు—కాని; ఇన్ద్రియాణి—ఇంద్రియములను; మనసా—మనస్సుచే; నియమ్య—నిగ్రహించి; ఆరభతే—ఆరంభించునో; అర్జున—అర్జునా; కర్మేన్ద్రియైః—కర్మేన్ద్రియముల చేత; కర్మయోగం—భక్తిని; అసక్తః—సంగత్వము లేనివాడై; సః—అతడు; విశిష్యతే—అత్యుత్తముడు.

అట్లుగాక మనస్సు చేత క్రియాశీలక ఇంద్రియములను నిగ్రహించుటకు యత్నించి సంగత్వము లేనివాడై కర్మయోగమును (కృష్ణభక్తిభావన యందు) ఆరంభించు శ్రద్ధావంతుడు అత్యుత్తముడు.

భాష్యము : యథేచ్ఛాజీవనము, ఇంద్రియభోగముల కొరకు కపటయోగిగా వర్తించుట కన్నను, భవబంధము నుండి ముక్తిని కలిగించి భగవద్ధామమున ప్రవేశింపచేయు స్వధర్మమున నిలిచి జీవితలక్ష్యము కొరకై ప్రయత్నించుట అత్యంత ఉత్తమము. వాస్తవమునకు నిజమైన స్వార్థగతి లేదా జీవితపరమార్థము విష్ణువును చేరుటయే. ఈ జీవితలక్ష్యమును సాధించుటలో మనకు తోడ్పడు విధముగనే వర్ణాశ్రమపద్ధతులు ఏర్పాటు చేయబడినవి. అనగా గృహస్థుడు కూడా కృష్ణభక్తిభావన యందలి నియమిత సేవ ద్వారా ఈ గమ్యమును చేరగలడు. ఆత్మానుభవము కొరకై ప్రతియొక్కరు శాస్త్రములలో తెలుపబడిన రీతి నియమిత జీవనమును సాగించుచు సంగరహితముగా తమ కర్మ నొనరించినచో పురోభివృద్ధిని పొందగలరు. ఈ విధానమును అనుసరించు శ్రద్ధావంతుడు అమాయకులను మోసగించుటకై కపటభక్తిని ప్రదర్శించు కపటయోగి కన్నను అత్యంత ఉత్తముడు. కేవలము జీవనార్థమై కపటధ్యానము చేయువాని కన్నను శ్రద్ధగా వీధులను శుభ్రపరచువాడు ఉత్తముడు.

8

नियतं कुरु कर्म त्वं कर्म ज्यायो ह्यकर्मणः।
शरीरयात्रापि च ते न प्रसिद्ध्येदकर्मणः ॥८॥

నియతం కురు కర్మ త్వం కర్మ జ్యాయో హ్యకర్మణః ।
శరీరయాత్రాపి చ తే న ప్రసిద్ధ్యేదకర్మణః ॥

నియతం—విధ్యుక్తమైన; కురు—చేయుము; కర్మ—కర్మలు; త్వం—నీవు; కర్మ—పని; జ్యాయః—మేలుతరమైనది; హి—నిశ్చయముగా; అకర్మణః—పనిచేయకుండ ఉండుట కంటె; శరీరయాత్రా—దైహికమైన జీవితయాత్ర; అపి—అయినను; చ—కూడా; తే—నీ యొక్క; అకర్మణః—కర్మ లేకుండా; న ప్రసిద్ధ్యేత్—సిద్ధింపదు.

నీ విధ్యుక్తధర్మమును నీవు నిర్వర్తింపుము. ఏలయన అది అకర్మ కన్నను ఉత్తమమైనది. కర్మ నొనరింపకుండా దేహపోషణమును కూడ మనుజుడు చేసికొనజాలడు.

భాష్యము : ఉత్తమవంశమునకు చెందినవారమని తప్పుగా ప్రకటించుకొను కపటధ్యానపరులు, ఆధ్యాత్మికోన్నతికై సర్వమును త్యాగము చేసినట్లుగా మిథ్యాప్రదర్శనమును కావించు ఘనులు పలువురు కలరు. కాని అర్జునుడు ఆ విధమైన మిథ్యావాది కారాదని శ్రీకృష్ణభగవానుడు తలచెను. పైగా క్షత్రియులకు నిర్దేశింపబడిన కర్మలను అర్జునుడు పాటింపవలెనని భగవానుడు కోరెను. అర్జునుడు గృహస్థుడు, క్షత్రియయోధుడు కావున తన స్థానమందే నిలిచి, గృహస్థుడైన క్షత్రియునకు విధింపబడిన ధర్మములను పాటించుట ఉత్తమకార్యము. అట్టి కర్మలు లౌకికుని హృదయమును శుభ్రపరచి భౌతికకల్మషము నుండి అతనిని ముక్తుని చేయగలదు. జీవనార్థమై ఆచరింపబడు నామమాత్ర సన్న్యాసమును శ్రీకృష్ణభగవానుడు కాని, ఏ ధర్మశాస్త్రము కాని అంగీకరించు నవకాశము లేదు. వాస్తవమునకు ఏదియో ఒక కర్మ ద్వారా మనుజుడు దేహమును పోషింపవలసియుండును. భౌతికభావనల నుండి శుద్ధిపరుపకనే కర్మను చపలత్వముతో త్యజింపరాదు. భౌతికజగము నందున్న ప్రతియొక్కరికిని ప్రకృతిపై ఆధిపత్యము వహింపవలెననెడి కల్మషభావములు (వేరుమాటలలో ఇంద్రియభోగవాంఛలు) తప్పకయుండును. అటువంటి కలుషితభావములు తప్పక నశింపవలెను. విధ్యుక్తధర్మముల ద్వారా అట్టి కార్యమును సాధింపక మునుపే కర్మను త్యజించి ఇతరులపై ఆధారపడి జీవించు కపటయోగి వలె అగుటకు ఎవ్వరును యత్నింపరాదు.

9

यज्ञार्थात् कर्मणोऽन्यत्र लोकोऽयं कर्मबन्धनः ।
तदर्थं कर्म कौन्तेय मुक्तसङ्गः समाचर ॥९ ॥

యజ్ఞార్థాత్ కర్మణోఽన్యత్ర లోకోఽయం కర్మబన్ధనః ।
తదర్థం కర్మ కౌన్తేయ ముక్తసంగః సమాచర ॥

యజ్ఞార్థాత్—యజ్ఞుని కొరకు లేక విష్ణువు కొరకు మాత్రమే చేయబడు; కర్మణః—కర్మ కంటె; అన్యత్ర—వేరైనది; లోకోఽయం—ఈ లోకము; కర్మబన్ధనః—కర్మ ద్వారా బంధము; తదర్థం—ఆ విష్ణువు కొరకు; కర్మ—పనిని; కౌన్తేయ—ఓ కుంతీపుత్రా; ముక్తసంగః—అసంగుడవై; సమాచర—చక్కగా చేయుము.

విష్ణువు కొరకై యజ్ఞరూపమున కర్మనొనరింపవలెను. లేనిచో ఈ భౌతికజగమున కర్మ బంధకారకము కాగలదు. కావున ఓ కుంతీపుత్రా! నీ విధ్యుక్తధర్మములను ఆతని ప్రీత్యర్థమే కావింపుము. ఆ విధముగా నీవు బంధము నుండి సదా ముక్తుడవై ఉండగలవు.

భాష్యము : సాధారణమైన దేహపోషణ కొరకైనను ప్రతియొక్కరు కర్మ చేయవలసి యున్నందున ఆ ప్రయోజనము సిద్ధించురీతిలోనే వర్ణాశ్రమములకు సంబంధించిన విధ్యుక్తధర్మములు నిర్దేశింపబడినవి. యజ్ఞమనగా విష్ణువు లేదా యాగకర్మలు. యాగకర్మలన్నియును విష్ణుప్రీత్యర్థమే నిర్ణయింపబడినవి. "యజ్ఞో వై విష్ణుః" అని వేదములు పలుకుచున్నవి. అనగా మనుజుడు విధింపబడిన యజ్ఞములను ఆచరించినను లేదా విష్ణువును ప్రత్యక్షముగా ఆరాధించినను ఒకే ప్రయోజనమును పొందగలడు. అనగా కృష్ణభక్తిభావన యనునది ఈ శ్లోకమున తెలిపిన రీతి యజ్ఞమును నిర్వహించుట వంటిది. వర్ణాశ్రమపద్ధతి సైతము విష్ణుప్రీతినే లక్ష్యముగా భావించును. "వర్ణాశ్రమాచారవతా పురుషేణ పరః పుమాన్/ విష్ణుః ఆరాధ్యతే" (విష్ణుపురాణము 3.8.8).

కనుక ప్రతియొక్కరు విష్ణుప్రీత్యర్థమే కర్మనొనరింపవలసియున్నది. శుభ, అశుభకర్మలు రెండును ఫలములను కలిగియుండి కర్తను బంధించు కారణమున ఇతర కర్మలన్నియును జగమునందు బంధమునే కలిగించును. కనుక ప్రతియొక్కరు కృష్ణభక్తిభావన యందు కృష్ణుని (లేదా విష్ణువు) ప్రీత్యర్థమై కర్మనొనరింపవలెను. అటువంటి కర్మలను చేయునపుడు మనుజుడు ముక్తస్థితి యందే నిలిచియుండును. ఇది కర్మ చేయుట యందు గొప్ప నేర్పరితనమై

యున్నందున నిష్ణాతులైనవారి నిర్దేశము దీనికి తొలుత అవసరమై యున్నది. అనగా శ్రీకృష్ణభక్తుని నిర్దేశమునందు గాని లేదా (ఎవరి సమక్షమున అర్జునునకు కర్మ చేయు నవకాశము కలిగెనో అటువంటి) శ్రీకృష్ణభగవానుని ప్రత్యక్ష బోధనల ననుసరించి గాని ప్రతియొక్కరు నిపుణతతో వర్తింపవలసియున్నది. దేనిని కూడా ఇంద్రియప్రీతికై నిర్వహింపరాదు. ప్రతిదియు శ్రీకృష్ణుని ప్రీత్యర్థమే నిర్వహింపవలెను. ఇటువంటి అభ్యాసము మనుజుని కర్మఫలము నుండి రక్షించుటయే గాక క్రమముగా భగవానుని ప్రేమయుత సేవాస్థాయికి అతనిని ఉద్ధరించును. దాని ద్వారా అతడు భగవద్ధామమును చేరగలడు.

10

सहयज्ञाः प्रजाः सृष्ट्वा पुरोवाच प्रजापतिः ।
अनेन प्रसविष्यध्वमेष वोऽस्त्विष्टकामधुक् ॥१०॥

సహయజ్ఞాః ప్రజాః సృష్ట్వా పురోవాచ ప్రజాపతిః ।
అనేన ప్రసవిష్యధ్వమేష వోఽస్త్విష్టకామధుక్ ॥

సహయజ్ఞాః—యజ్ఞములతో సహా; ప్రజాః—ప్రజలను; సృష్ట్వా—సృజించి; పురా—పూర్వకాలమున; ఉవాచ—పలికెను; ప్రజాపతిః—జీవులకు ప్రభువైన భగవంతుడు; అనేన—దీనిచే; ప్రసవిష్యధ్వం—అధికముగా శ్రేయస్సును పొందుడు; ఏషః—ఇది; వః—మీకు; అస్తు—అగుగాక; ఇష్ట—కోరినవన్నింటిని; కామధుక్—ఒసగునది.

సృష్ట్యారంభమున సర్వజీవులకు ప్రభువైన భగవానుడు మానవులను, దేవతలను విష్ణుప్రీత్యర్థమైన యజ్ఞములతో సహా సృష్టించి "ఈ యజ్ఞములచే మీరు సౌఖ్యవంతులు కండు. ఏలయన వీని ఆచరణము మీ సుఖజీవనమునకు, ముక్తికి కావలసిన సర్వమును ఒసంగును" అని ఆశీర్వదించెను.

భాష్యము : సర్వజీవుల ప్రభువైన విష్ణువుచే సృష్టింపబడిన భౌతికజగత్తు బద్ధజీవులు భగవద్ధామమును తిరిగి చేరుటకు ఒసగబడిన ఒక అవకాశము వంటిది. దేవదేవుడైన శ్రీకృష్ణునితో గల సంబంధమును మరచుట చేతనే ఈ జగమునందు జీవులందరును భౌతికప్రకృతిచే బద్ధులగుచున్నారు. అట్టి నిత్య సంబంధమును జీవులు తెలిసికొనుటకు వేదములు సహాయపడును. "వేదైశ్చ సర్వైరహమేవవేద్యః" అని ఈ విషయమునే భగవద్గీత తెలియచేయుచున్నది. తన నెరుగుటయే వేదముల ఉద్దేశ్యమని శ్రీకృష్ణభగవానుడు తెలిపియున్నాడు. "పతిం విశ్వస్యాత్మేశ్వరం" అని వేదమంత్రములందు తెలుపబడినది. అనగా

జీవులకు ప్రభువు దేవదేవుడైన విష్ణువు. శ్రీమద్భాగవతమునందు కూడా శ్రీల శుకదేవగోస్వామి భగవానుడే పతి యని పలువిధములుగా వర్ణించి యున్నారు (2.4.20).

శ్రియః పతి ర్యజ్ఞపతిః ప్రజాపతి ర్ధియాం పతిర్లోకపతిర్ధరాపతిః ।
పతిర్గతి శ్చాన్ధకవృష్ణిసాత్వతాం ప్రసీదతాం మే భగవాన్ సతాం పతిః ॥

భగవానుడైన విష్ణువే ప్రజాపతి. అతడే సమస్త జీవులకు, సమస్త లోకములకు, సమస్త సౌందర్యములకు పతియై యున్నాడు. సర్వులకు అతడే రక్షకుడు. విష్ణుప్రీత్యర్థమై ఏ విధముగా యజ్ఞములను నిర్వహింపవలెనో బద్ధజీవులు నేర్చుట కొరకే అతడు ఈ భౌతికజగత్తును సృష్టించెను. తద్ద్వారా వారు ఈ జగత్తు నందున్నంతవరకు ఎటువంటి కలతలు లేకుండా సుఖముగా జీవించి, దేహత్యాగము పిమ్మట భగవద్ధామమును చేరగలరు. బద్ధజీవుల కొరకై ఏర్పాటు చేయబడిన కార్యక్రమమిదియే. యజ్ఞనిర్వాహణము ద్వారా బద్ధజీవులు క్రమముగా కృష్ణభక్తిరసభావితులై అన్నివిధముల దివ్యులగుదురు. ఈ కలియుగమునందు వేదములు హరినామసంకీర్తనమనెడి సంకీర్తనాయజ్ఞమును ఉపదేశించుచున్నవి. ఈ దివ్యవిధానమును శ్రీచైతన్యమహాప్రభువు ఈ యుగజనుల ఉద్ధారమునకై ప్రవేశపెట్టిరి. అట్టి సంకీర్తనాయజ్ఞముతో కృష్ణభక్తిభావనము చక్కని పొత్తు కలిగి యుండును. ఈ క్రింది శ్రీమద్భాగవత (11.5.32) శ్లోకములో శ్రీకృష్ణ భగవానుడు భక్తుని రూపమున (శ్రీచైతన్యమహాప్రభువు) తెలుపబడినాడు. దీని యందు సంకీర్తనాయజ్ఞము కూడా ప్రత్యేకముగా ప్రస్తావించబడినది.

కృష్ణవర్ణం త్విషాకృష్ణం సాంగోపాంగాస్త్రపార్షదమ్ ।
యజ్ఞైః సంకీర్తనప్రాయైః యజన్తి హి సుమేధసః ॥

"ఈ కలియుగమునందు మేధాసంపత్తి కలిగిన మనుజులు పార్షదులతో కూడి యుండెడి భగవానుని సంకీర్తనాయజ్ఞముచే పూజింతురు." వేదములందు తెలియజేయబడిన ఇతర యజ్ఞముల నిర్వహణము ఈ కలియుగమునందు సులభము కాదు. కాని సంకీర్తనాయజ్ఞము సర్వప్రయోజనములకు సులభము మరియు మహనీయమై యున్నది. ఇదే విషయము భగవద్గీత(9.14) యందును ఉపదేశింపబడినది.

11

देवान् भावयतानेन ते देवा भावयन्तु वः ।
परस्परं भावयन्तः श्रेयः परमवाप्स्यथ ॥११॥

దేవాన్ భావయతానేన తే దేవా భావయన్తు వః ।
పరస్పరం భావయన్తః శ్రేయః పరమవాప్స్యథ ॥

దేవాన్—దేవతలు; భావయత—సంతృప్తినొంది; అనేన—ఈ యజ్ఞముచే; తే దేవాః—ఆ దేవతలు; భావయన్తు—తృప్తిపరచుదురు; వః—మిమ్ము; పరస్పరం—ఒకరినొకరు; భావయన్తః—తృప్తిపరచుకొనుచు; శ్రేయః పరం—ఉత్కృష్టమైన శ్రేయస్సును; అవాప్స్యథ—మీరు పొందగలరు.

యజ్ఞములచే సంతృప్తి నొందిన దేవతలు మీకు ప్రియమును గూర్చగలరు. ఆ విధముగా మానవులు, దేవతల నడుమ గల పరస్పర సహకారముచే సర్వులకు శ్రేయస్సు కలుగగలదు.

భాష్యము : లోకకార్యములను నిర్వహించుటకై నియమింపబడిన పాలకులే దేవతలు. జీవుల దేహపోషణార్థమై వలసిన గాలి, వెలుతురు, నీరు మరియు ఇతర వరముల నన్నింటిని ఒసగు కార్యము అట్టి దేవతలకు అప్పగించబడినది. అసంఖ్యాకములుగా నున్న అట్టి దేవతలు దేవదేవుడైన శ్రీకృష్ణుని శరీరము నందలి భాగములు. అట్టి దేవతల తృప్తి, అసంతృప్తులనునవి మానవుల యజ్ఞనిర్వహణపై ఆధారపడియుండును. కొన్ని యజ్ఞములు కేవలము ఒక ప్రత్యేక దేవత ప్రీత్యర్థమే నిర్ణయింపబడియున్నను వాస్తవమునకు అన్ని యజ్ఞముల యందును విష్ణువే ముఖ్యభోక్తగా పూజింపబడును. శ్రీకృష్ణుడే సకల యజ్ఞములకు భోక్తయని శ్రీమద్భగవద్గీత యందును తెలుపబడినది (భోక్తారం యజ్ఞతపసామ్). అనగా యజ్ఞపతి ప్రీతియే సర్వయజ్ఞముల ముఖ్యోద్దేశ్యమై యున్నది. ఇటువంటి యజ్ఞములు యథావిధిగా నిర్వహింపబడినప్పుడు మానవావసరములను తీర్చు వివిధశాఖలకు చెందిన దేవతలు ప్రీతినొందెదరు. తద్ద్వారా ప్రకృతిజన్య పదార్థములందు కొరత యెన్నడును వాటిల్లదు.

యజ్ఞనిర్వహణము అనేకములైన ఇతర లాభములను గూర్చుచు, అంత్యమున భవబంధము నుండి ముక్తిని కూడ కలిగించును. "ఆహారశుద్ధౌ సత్త్వశుద్ధిః, సత్త్వశుద్ధౌ ధ్రువాస్మృతిః, స్మృతిలంభే సర్వగ్రంథీనాం విప్రమోక్షః" అని వేదములలో తెలుపబడిన రీతి యజ్ఞనిర్వహణము ద్వారా సర్వకర్మలు పవిత్రములు కాగలవు.

అనగా యజ్ఞము ద్వారా ఆహారపదార్థములు పవిత్రములు కాగలవు. పవిత్రాహారమును భుజించుట ద్వారా మనుజుని స్థితియే పవిత్రమగును. స్థితి యొక్క పవిత్రీకరణ ద్వారా బుద్ధి యందలి సూక్ష్మగ్రంథులు పవిత్రత నొంద గలవు. ఆ విధముగా స్మృతి పవిత్రమైనప్పుడు మనుజుడు మోక్షమార్గమును గూర్చి చింతింపగలుగును. ఇవన్నియును కలిసి అంత్యమున అతనిని దివ్యమైన కృష్ణభక్తిభావనకు చేర్చగలవు. అట్టి పరమోత్కృష్టమైన కృష్ణభక్తిభావనయే నేటి మానవసమాజమునకు పరమావశ్యకమై యున్నది.

12

इष्टान् भोगान् हि वो देवा दास्यन्ते यज्ञभाविताः ।
तैर्दत्तानप्रदायैभ्यो यो भुङ्क्ते स्तेन एव सः ॥१२॥

ఇష్టాన్ భోగాన్ హి వో దేవా దాస్యన్తే యజ్ఞభావితాః ।
తైర్దత్తానప్రదాయైభ్యో యో భుఙ్క్తే స్తేన ఏవ సః ॥

ఇష్టాన్—కోరబడిన; భోగాన్—జీవితావశ్యకములను; హి—నిశ్చయముగా; వః—మీకు; దేవాః—దేవతలు; దాస్యన్తే—ఒసగగలరు; యజ్ఞభావితాః—యజ్ఞాచరణముచే తృప్తి నొందింపబడినవారై; తైః—వారిచే; దత్తాన్—ఒసగబడినవానిని; అప్రదాయ—అర్పింపక; ఏభ్యః—ఆ దేవతలకు; యః—ఎవడు; భుఙ్క్తే—అనుభవించునో; స్తేనః—దొంగ; ఏవ—నిశ్చయముగా; సః—అతడు.

వివిధ జీవనావశ్యకములను ఒనగూర్చు దేవతలు యజ్ఞముచే సంతృప్తి నొంది మీకు కావలసినవన్నియును ఒసంగుదురు. వాటిని ఆ దేవతలకు అర్పింపకయే తాను అనుభవించువాడు నిక్కముగా చోరుడే యగును.

భాష్యము : దేవదేవుడైన విష్ణువు తరఫున జీవితావశ్యకములైనవాటిని సమకూర్చుటకు అధీకృతులైనట్టివారే దేవతలు. కావున వారిని విధిపూర్వకమగు యజ్ఞముచే సంతృప్తిపరుపవలెను. వేదములందు పలుదేవతల కొరకు పలు విధములైన యజ్ఞములు తెలుపబడినను అవియన్నియును అంత్యమున దేవదేవునకే అర్పింపబడును. శ్రీకృష్ణభగవానుని గూర్చి తెలియనివానికే దేవతాయజ్ఞము ఆదేశింపబడినది. మనుజుని వివిధ గుణముల ననుసరించి వివిధ యజ్ఞములు వేదములందు ప్రతిపాదింపబడినవి. వివిధదేవతార్చనములు కూడా అదే విధముగా గుణముల ననుసరించియే తెలుపబడినవి. ఉదాహరణమునకు మాంసభక్షకులకు ప్రకృతి యొక్క ఘోరరూపమైన కాళికాదేవి పూజ ఆదేశింప

బడినది. ఆ దేవత యెదుట పశుబలియు తెలుపబడినది. కాని సత్త్వగుణములో నున్నవారికి మాత్రము విష్ణుభగవానుని దివ్యార్చనము ఉద్దేశింపబడినది. క్రమముగా ఆధ్యాత్మికస్థితిని పొందుటకే ఈ యజ్ఞములన్నియును ఉన్నవి. పంచమహా యజ్ఞములని తెలియబడు ఐదు యజ్ఞములు మాత్రము సాధారణజనులకు అత్యంత ఆవశ్యకములై యున్నవి.

అయినను మానవులకు అవసరమైనట్టి జీవనావశ్యకములన్నియు శ్రీకృష్ణ భగవానుని ప్రతినిధులైన దేవతలచే సమకూర్చబడునని ప్రతియొక్కరు ఎరుగవలెను. ఎవ్వరును వాటిని సృష్టింపలేరు. ఉదాహరణకు మానవులు భుజించెడి ఆహారపదార్థములను గ్రహించినచో సత్త్వగుణప్రధానులు స్వీకరించెడి ధాన్యము, ఫలములు, కాయగూరలు, పాలు, పంచదార మొదలగునవి కాని, మాంసాహారులు భుజించెడి మాంసము కాని ఏదియును మనుజునిచే సృష్టింపబడలేదు. అదే విధముగా జీవితావసరములైన ఉష్ణము, కాంతి, నీరు, వాయువు వంటివి కూడా మానవునిచే సృష్టింపబడలేదు. శ్రీకృష్ణభగవానుడు లేనిదే సూర్యకాంతి, చంద్ర కాంతి, వర్షము, గాలి వంటివి కలుగవు. అవి లేనిదే ఎవ్వరును జీవింపలేరు. అనగా మన జీవితము ఆ భగవానుడు కరుణతో సమకూర్చువాని పైననే ఆధారపడి యున్నది. చివరికి మనము నిర్వహించు కర్మాగారముల కొరకు కూడా లోహము, గంధకము, పాదరసము వంటి అనేక మూలకములు లేదా ముడిపదార్థముల అవసరమున్నది. అవియన్నియు దేవతలచే ఒసగబడుచున్నవి. లభించినవానిని సద్వినియోగపరచుకొని ఆనందముతో ఆరోగ్యవంతులై, ఆత్మానుభవమును గూర్చి చింతించుచు జీవితలక్ష్యమైన జీవనసంఘర్షణ నుండి ముక్తిని సాధింతురనెడి ఉద్దేశ్యము చేతనే వారట్లు మనకు సర్వమును ఒసగుచున్నారు. అట్టి జీవితలక్ష్యము యజ్ఞనిర్వహణచే సిద్ధించుచున్నది. కాని మానవజన్మ లక్ష్యమును మరచి, భగవానుని ప్రతినిధులచే ఒసగబడినవాటిని కేవలము ఇంద్రియప్రీతి కొరకే వినియోగించి భౌతికత్వమునందే మరింతగా బద్ధులమైనచో (అది సృష్టి ప్రయోజనమెన్నడును కాదు) మనము చోరులుగా పరిగణింపబడి ప్రకృతి నియమములచే శిక్షింపబడుదుము. ఎటువంటి జీవితోద్దేశ్యము కలిగియుండ నందున చోరులతో నిండియున్న సంఘమెన్నడును సుఖవంతము కాజాలదు. దొంగలైనటువంటి విషయపూర్ణ మనుజులకు ఎట్టి జీవితప్రయోజనముండదు. ఇంద్రియప్రీతియే వారి ముఖ్యోద్దేశ్యము. యజ్ఞమును ఏ విధముగా ఆచరింపవలెనో

వారు ఎరుగరు. కనుకనే సులభముగా నిర్వహింపబడెడి సంకీర్తన యజ్ఞమనెడి యజ్ఞమును శ్రీచైతన్యమహాప్రభువు ప్రవేశపెట్టిరి. కృష్ణభక్తిభావనను అంగీకరించ గలిగిన ప్రపంచజను లెవ్వరైనను ఈ సంకీర్తనయజ్ఞమును నిర్వహింపగలరు.

13

यज्ञशिष्टाशिनः सन्तो मुच्यन्ते सर्वकिल्बिषैः ।
भुञ्जते ते त्वघं पापा ये पचन्त्यात्मकारणात् ॥१३॥

యజ్ఞశిష్టాశినః సన్తో ముచ్యన్తే సర్వకిల్బిషైః ।
భుంజతే తే త్వఘం పాపా యే పచన్త్యాత్మకారణాత్ ॥

యజ్ఞశిష్ట—యజ్ఞము ముగిసిన పిమ్మట ఆహారమును; ఆశినః—భుజించునట్టి; సన్తః—భక్తులు; ముచ్యన్తే—విడువబడుదురు; సర్వకిల్బిషైః—అన్నిపాపముల నుండి; భుంజతే—అనుభవింతురు; తే—వారు; తు—కాని; అఘం—ఘోరపాపమును; పాపాః—పాపులు; యే—ఎవరు; పచన్తి—వండుదురో; ఆత్మకారణాత్—ఇంద్రియతృప్తి కొరకు.

యజ్ఞమున అర్పింపబడిన ఆహారమును స్వీకరించుట వలన భగవద్భక్తులు సర్వవిధములైన పాపముల నుండి ముక్తులగుదురు. తమ ప్రియము కొరకే ఆహారమును సిద్ధము చేసికొనువారు కేవలము పాపమునే భుజింతురు.

భాష్యము : భగవద్భక్తులు లేదా కృష్ణభక్తిరసభావితులు సత్పురుషులని పిలువ బడుదురు. బ్రహ్మసంహితలో(5.38) తెలుపబడిన రీతి వారు సదా శ్రీకృష్ణ భగవానుని ప్రేమ యందే నిలిచియుందురు (ప్రేమాంజనచ్ఛురిత భక్తివిలోచనేన సన్తః సదైవ హృదయేషు విలోకయన్తి). దేవదేవుని (ప్రియము నొసగు గోవిందుని లేదా ముక్తినొసగు ముకుందుని లేదా సర్వాకర్షకుడైన శ్రీకృష్ణుని) ప్రేమలో సన్నిహితముగా ముడివడియుండుటచే ఆతనికి తొలుత అర్పింపనిదే దేనిని వారు స్వీకరింపరు. అనగా అట్టి భక్తులు శ్రవణము, కీర్తనము, విష్ణోస్మరణము, అర్చనము వంటి పలు భక్తిమార్గముల ద్వారా యజ్ఞములను సదా నిర్వహించుచునే యుందురు. అట్టి యజ్ఞనిర్వహణములు వారిని సదా భౌతికజగమునందలి సర్వ విధములైన పాపసంగము నుండి దూరముగా నుంచును. అట్లుగాక తమ ఆనందము కొరకే ఆహారమును తయారు చేసికొనువారు కేవలము చోరులే గాక సర్వవిధములైన పాపములను భుజించినవారు కాగలరు. దొంగ, పాపియైన మనుజుడు ఎట్లు ఆనందమును పొందగలడు? అదియెన్నడును సాధ్యము కాదు. కనుకనే జనులు సర్వవిధములుగా ఆనందమయులగుటకు సులభమైన ఈ సంకీర్తనా

విధానమును నిర్వహించుటను (పూర్ణకృష్ణభక్తిభావనలో) వారికి నేర్పవలసి యున్నది. లేనిచో ప్రపంచమునందు సుఖముగాని, శాంతిగాని నెలకొనజాలవు.

14

अन्नाद्भवन्ति भूतानि पर्जन्यादन्नसम्भवः ।
यज्ञाद्भवति पर्जन्यो यज्ञः कर्मसमुद्भवः ॥१४॥

అన్నాద్భవన్తి భూతాని పర్జన్యాదన్నసమ్భవః ।
యజ్ఞాద్భవతి పర్జన్యో యజ్ఞః కర్మసముద్భవః ॥

అన్నాత్—ధాన్యము వలన; భవన్తి—పెరుగును; భూతాని—భౌతికశరీరములు; పర్జన్యాత్—వర్షము నుండి; అన్నసమ్భవః—ధాన్యముల ఉత్పత్తి; యజ్ఞాత్—యజ్ఞములను చేయుట వలన; భవతి—కలుగును; పర్జన్యః—వర్షము; యజ్ఞః—యజ్ఞాచరణము; కర్మ—విహితకర్మలు; సముద్భవః—ఉద్భవించినది.

జీవదేహములన్నియును వర్షము వలన ఉత్పన్నమైనట్టి ధాన్యముపై ఆధారపడి జీవించును. వర్షములు యజ్ఞముచే కలుగగా, విహితకర్మము నుండి యజ్ఞము ఉద్భవించుచున్నది.

భాష్యము : శ్రీమద్భగవద్గీతకు గొప్ప వ్యాఖ్యాతయైన శ్రీల బలదేవ విద్యాభూషణులు ఈ విధముగా తెలిపిరి. "యే ఇంద్రాద్యంగతయావస్థితం యజ్ఞం సర్వేశ్వరం విష్ణు మభ్యర్చ్యతచ్ఛేష మశ్నన్తి తేన తద్దేహయాత్రాం సంపాదయన్తి, తే సన్తః సర్వేశ్వరస్య యజ్ఞపురుషస్య భక్తాః సర్వకిల్బిషైః అనాది కాల వివృద్ధైః ఆత్మానుభవప్రతిబన్ధకై ర్నిఖిలైః పాపైః విముచ్యన్తే". యజ్ఞ పురుషుడని (సర్వయజ్ఞభోక్త) తెలియబడు శ్రీకృష్ణభగవానుడు దేవతలందరికీ ప్రభువు. దేహమునందలి వివిధ అంగములు దేహమునకు సేవ చేయురీతి ఆ దేవతలందరును భగవానునికి సేవను గూర్చుదురు. ఇంద్రుడు, చంద్రుడు, వరుణుడు వంటి దేవతలు సృష్టిపరిపాలనకై నియమింపబడిన అధికారులైనందున వారి ప్రీతి కొరకై వేదములు యజ్ఞములను నిర్దేశించుచున్నవి. తద్ద్వారా వారు ప్రియమునొంది ధాన్యమును సమృద్ధిగా ఉత్పత్తి చేయుటకు వలసిన గాలిని, వెలుతురును, నీటిని అందించగలరు. శ్రీకృష్ణభగవానుని అర్చించినప్పుడు ఆతని అంగములైన దేవతలు అప్రయత్నముగా పూజింపబడుచున్నందున ప్రత్యేకముగా ఆ దేవతలను అర్చింప నవసరము లేదు. ఈ కారణముననే భక్తులు (కృష్ణభక్తిభావన యందున్నవారు) తొలుత ఆహారమును కృష్ణునకు అర్పించి పిదప గ్రహింతురు

(ఈ విధానము ద్వారా దేహము ఆధ్యాత్మికముగా పుష్టినొందగలదు). ఆ విధమైన కర్మ ద్వారా పూర్వపాపములన్నియు నశించుటయే కాక, దేహము సర్వభౌతిక కల్మషములకు అతీతమగుచున్నది. అంటువ్యాధి ప్రబలినప్పుడు రోగనిరోధక ఔషధము అట్టి అంటువ్యాధి నుండి మనుజుని రక్షించురీతి, విష్ణువుకు అర్పింపబడిన ఆహారము మనలను విషయాసక్తత నుండి రక్షించును. ఇట్టి విధానము నవలంబించువాడు భక్తుడని పిలువబడును. కావున కృష్ణప్రసాదమును స్వీకరించు భక్తుడు ఆత్మానుభవమార్గములో అవరోధముల వంటి పూర్వపాపములను నశింపజేసికొనుచున్నాడు. ఈ విధముగా వర్తించనివాడు పాపభారమును క్రమముగా పెంచుకొనిపోవుచు పాపఫలముల ననుభవించుటకు హీనమైన శునక, సూకరాదుల దేహములను తయారుచేసికొనును. ఈ భౌతికదేహము కల్మషభూయిష్ఠమైనట్టిది. భగవత్ప్రసాదమును (విష్ణువునకు అర్పింపబడిన ఆహారము) స్వీకరించువాడు మాత్రమే వాని ప్రభావము నుండి రక్షింపబడుచున్నాడు. ఆ విధముగా నొనరింపనివాడు దాని కల్మషముచే ప్రభావితుడు కాగలడు.

వాస్తవమునకు ధాన్యము మరియు కూరగాయులే ఆహారయోగ్యములు. ధాన్యము, కూరగాయలు, ఫలములు మొదలగువాటిని మానవుడు భుజింపగా, ధాన్యపు వ్యర్థశేషమును గడ్డిని, చెట్లను జంతువులు ఆహారముగా స్వీకరించును. మాంసభక్షణము చేయుటకు అలవాటుపడినవారు సైతము మాంసము కొరకు వృక్షజాలపు ఉత్పత్తుల పైననే ఆధారపడవలెను. అనగా చివరికి మనము భూఉత్పత్తుల పైననే ఆధారపడవలెను గాని కర్మాగార ఉత్పత్తులపై కాదు. భూఉత్పత్తులు సమృద్ధియైన వర్షముపై ఆధారపడియుండును. అట్టి వర్షము ఇంద్రుడు, చంద్రుడు, సూర్యాది దేవతలచే నియమింపబడుచున్నది. ఆ దేవతలందరును శ్రీకృష్ణభగవానుని సేవకులు. అట్టి భగవానుడు యజ్ఞముచే సంతృప్తినొందును గావున యజ్ఞాచరణము కావించువానికి ఎట్టి కొరతయు ఉండదు. ఇది ప్రకృతి నియమము. కావున కనీసము ఆహారపదార్థముల కొరత నుండి రక్షింపబడుటకైనను యజ్ఞమును (ముఖ్యముగా ఈ యుగమునకు నిర్దేశింపబడిన సంకీర్తనా యజ్ఞమును) నిర్వహింపవలసియున్నది.

15

कर्म ब्रह्मोद्भवं विद्धि ब्रह्माक्षरसमुद्भवम् ।
तस्मात् सर्वगतं ब्रह्म नित्यं यज्ञे प्रतिष्ठितम् ॥१५॥

కర్మ బ్రహ్మోద్భవం విద్ధి బ్రహ్మాక్షరసముద్భవమ్ ।
తస్మాత్ సర్వగతం బ్రహ్మ నిత్యం యజ్ఞే ప్రతిష్ఠితమ్ ॥

కర్మ—కర్మ; బ్రహ్మోద్భవం—వేదముల నుండి పుట్టినదిగా; విద్ధి—ఎరుంగుము; బ్రహ్మ—వేదము; అక్షర—పరబ్రహ్మము నుండి; సముద్భవమ్—ప్రత్యక్షముగా వ్యక్తము చేయబడినది; తస్మాత్—అందుచే; సర్వగతం—సర్వవ్యాపకమైన; బ్రహ్మ—పరబ్రహ్మము; నిత్యం—శాశ్వతముగా; యజ్ఞే—యజ్ఞమునందు; ప్రతిష్ఠితమ్—స్థిరముగా నున్నది.

నియమిత కర్మలు వేదములందు నిర్దేశింపబడగా, అట్టి వేదములు దేవదేవుని నుండి ప్రత్యక్షముగా ప్రకటింపబడినవి. అందుచే సర్వవ్యాపకమైన పరబ్రహ్మము యజ్ఞకర్మలందు నిత్యముగా ప్రతిష్ఠితమై యుండును.

భాష్యము : కేవలము శ్రీకృష్ణుని ప్రీత్యర్థమే కర్మనొనరింపవలసిన అవసరము (యజ్ఞార్థకర్మ) ఈ శ్లోకమునందు మరింత నొక్కి చెప్పబడినది. యజ్ఞపురుషుడైన విష్ణువు ప్రీత్యర్థమే మనము కర్మ చేయవలెనన్నచో కర్మకు సంబంధించిన మార్గదర్శకత్వమును బ్రహ్మమునందే పొందవలెను. కనుకనే వేదములు కర్మనొనరించుటకు మార్గదర్శకసూత్రములై యున్నవి. వేదనిర్దేశము లేకుండా ఒనరింపబడెడి కర్మము వికర్మగా (అప్రమాణికకర్మ) లేదా పాపకర్మగా తెలియబడును. కనుక కర్మఫలము నుండి రక్షింపబడుటకు ప్రతియొక్కరు వేదముల నుండి మార్గదర్శకత్వమును పొందవలెను. సాధారణజీవితమున మనుజుడు దేశము యొక్క రాజ్యాంగ నిర్దేశమునందు పనిచేయురీతి ప్రతియొక్కరును భగవానుని నిర్దేశములోనే కర్మ నొనరించవలెను. వేదములందలి అట్టి నిర్దేశములు ప్రత్యక్షముగా ఆతని శ్వాస ద్వారా ప్రకటమై యున్నవి. "అస్య మహతో భూతస్య నిశ్వసితమేతత్ యద్ ఋగ్వేదో యజుర్వేదః సామవేదోఽథర్వాంగిరసః" - ఋగ్వేదము, యజుర్వేదము, సామవేదము, అథర్వవేదమనెడి నాలుగు వేదములు దేవదేవుని శ్వాసనుండి బహిర్గతమైనవి (బృహదారణ్యకోపనిషత్తు 4.5.11). భగవానుడు సర్వశక్తిసమన్వితుడు కావున శ్వాస ద్వారాను భాషించగలడు. శ్రీకృష్ణభగవానుడు తన ప్రతి ఇంద్రియము ద్వారా ఇతర ఇంద్రియ కార్యములను సైతము చేయగలిగిన శక్తిసామర్థ్యములు కలిగి యున్నాడని తెలుపుచు బ్రహ్మసంహిత ఈ విషయమును నిర్ధారించుచున్నది. అనగా భగవానుడు శ్వాస ద్వారాను మాట్లాడగలడు. కన్నుల ద్వారాను సృజింపగలడు. వాస్తవమునకు ఆతడు ప్రకృతిని వీక్షించుట ద్వారానే జీవులను

సృష్టించెనని తెలుపబడినది. బద్ధజీవులను ఆ విధముగా ప్రకృతి గర్భమున సృజించిన పిమ్మట వారు ఏ విధముగా తిరిగి తన ధామమును చేరగలరో తెలుపుటకు ఆతడు వేదవిజ్ఞానమునందు నిర్దేశముల నొసగెను. భౌతికప్రకృతి యందున్న బద్ధజీవులు భోగాభిలాషను సదా కలిగియుందురని మనమెరుగవలెను. కాని జీవుడు అట్టి వికృతకోరికలను సంతృప్తిపరచుకొని, ఆ నామమాత్రభోగము ముగిసిన పిమ్మట ఎట్లు భగవద్ధామమును చేరవచ్చునో తెలుపురీతిగా వేద నిర్దేశములు సృష్టింపబడినవి. అనగా ఇది బద్ధజీవులు ముక్తిని పొందుటకు కల్పింపబడిన ఒక అవకాశము కనుక వారందరును కృష్ణభక్తిభావనాయుతులు అగుట ద్వారా యజ్ఞవిధానమును అనుసరింపవలెను. వేదశాసనములను అనుసరింపనివారు కూడ కృష్ణభక్తిభావనా నియమములను స్వీకరింపవచ్చును. అట్టి కార్యము వైదిక యజ్ఞాచరణమే (వైదిక కర్మాచరణము) కాగలదు.

16

एवं प्रवर्तितं चक्रं नानुवर्तयतीह यः ।
अघायुरिन्द्रियारामो मोघं पार्थ स जीवति ॥१६॥

ఏవం ప్రవర్తితం చక్రం నానువర్తయతీహ యః ।
అఘాయురిన్ద్రియారామో మోఘం పార్థ స జీవతి ॥

ఏవం—ఈ విధముగా; ప్రవర్తితం—వేదములచే నిర్ణయింపబడిన; చక్రం—వలయమును; న అనువర్తయతి—అనుసరింపనివాడు; ఇహ—ఈ జీవితమున; యః—ఎవడు; అఘాయుః—పాపమయజీవితము కలవాడు; ఇంద్రియారామః—ఇంద్రియభోగరతుడై; మోఘం—వ్యర్థముగా; పార్థ—ఓ పృథాతనయా (అర్జునా); సః—వాడు; జీవతి—జీవించును.

ఓ అర్జునా! ఈ విధముగా వేదములచే నిర్ణయింపబడిన యజ్ఞచక్రమును జీవితమున అనుసరింపనివాడు నిక్కముగా పాపజీవనుడగును. కేవలము ఇంద్రియతృప్తి కొరకే జీవించుచు అట్టివాడు నిరర్థకముగా జీవనమును గడుపును.

భాష్యము : "కష్టించి పనిచేసి పిదప ఇంద్రియభోగము ననుభవింపుము" అనెడి ధనలోభపూరితమైన తత్త్వము శ్రీకృష్ణభగవానునిచే ఇచ్చట నిరసింప బడుచున్నది. కనుక ఈ భౌతికజగమును అనుభవింపగోరువారికి పైన తెలుప బడిన యజ్ఞచక్రము అత్యంత అవసరము. అట్టి నియమములను పాటింపనివాడు మిగుల నిరసింపబడినవాడై ప్రమాదకరజీవితమును గడుపువాడే యగును. ప్రకృతి

నియమము ప్రకారము మానవజన్మ యనునది కర్మయోగము లేదా జ్ఞాన యోగము లేదా భక్తియోగమనెడి ఏదియో ఒక మార్గము ద్వారా ఆత్మానుభూతిని పొందుట కొరకే ప్రత్యేకముగా ఉద్దేశింపబడినది. నిర్దేశితమైనటువంటి యజ్ఞములను కచ్చితముగా అనుసరింపవలసిన అవసరము గుణదోషాతీతులైన మహాత్ములకు లేకున్నను, ఇంద్రియభోగమునందు నిలిచినవారు మాత్రము పైన తెలుపబడిన యజ్ఞచక్రము ద్వారా పవిత్రతను పొందవలసియున్నది. వాస్తవమునకు కర్మలు పలురకములు. కృష్ణభక్తిభావన లేనివారు నిక్కముగా భోగభావన యందే నెలకొని యుందురు కనుక అట్టివారు పుణ్యకర్మలను చేయవలసియున్నది. భోగభావన కలిగినవారు భోగకర్మఫలమునందు తగుల్కొనకుండా తమ కోరికలను సంతృప్తిపరచుకొనగలుగునట్లుగా యజ్ఞవిధానము ఏర్పాటు చేయబడినది. ఈ జగత్తు యొక్క పురోభివృద్ధి మన స్వీయకృషిపై గాక, దేవతలచే ప్రత్యక్షముగా నిర్వహింపబడెడి భగవానుని ప్రణాళికపై ఆధారపడియుండును. కనుకనే వేదములందు తెలుపబడిన ప్రత్యేక దేవతల కొరకే యజ్ఞములు ప్రత్యక్షముగా ఉద్దేశింపబడినవి. పరోక్షముగా అది కృష్ణభక్తిరసభావనా విధానపు అభ్యాసమే అయియున్నది. ఏలయన యజ్ఞనిర్వహణమందు నిష్ణాతుడైనవాడు నిక్కముగా కృష్ణభక్తిభావనాయుతుడు కాగలడు. కాని అట్టి యజ్ఞాచరణము ద్వారా మనుజాడు కృష్ణభక్తిభావితుడు కానిచో అవియన్నియును కేవలము నీతి సూత్రములుగా పరిగణింపబడును. కనుక ప్రతియొక్కరు తమ పురోగతిని కేవలము నీతిసూత్రముల వరకే పరిమితము చేసికొనక, వాటిని అధిగమించి కృష్ణభక్తిభావనను పొందవలసియున్నది.

17

यस्त्वात्मरतिरेव स्यादात्मतृप्तश्च मानवः ।
आत्मन्येव च सन्तुष्टस्तस्य कार्यं न विद्यते ॥१७॥

యస్త్వాత్మరతిరేవ స్యాదాత్మతృప్తశ్చ మానవః ।
ఆత్మన్యేవ చ సన్తుష్టస్తస్య కార్యం న విద్యతే ॥

యః—ఎవడు; తు—కాని; ఆత్మరతిః—ఆత్మ యందే ఆనందము గొనుచు; ఏవ—నిశ్చయముగా; స్యాత్—నిలుచునో; ఆత్మతృప్తః—ఆత్మవికాసము కలవాడు; చ—మరియు; మానవః—మానవుడు; ఆత్మని—ఆత్మయందు; ఏవ—మాత్రమే; చ—మరియు; సంతుష్టః—పూర్ణతుష్టుడు; తస్య—వానికి; కార్యం—చేయదగినపని; న విద్యతే—ఉండదు.

కాని ఆత్మానుభవపూర్ణమైన జీవితముతో ఆత్మ యందే ఆనందమును గొనుచు, ఆత్మ యందే తృప్తుడై పరిపూర్ణ సంతుష్టిని పొందినవానికి చేయవలసిన కర్మమేమియును లేదు.

భాష్యము : పూర్ణముగా కృష్ణభక్తిభావనాయుతుడై కృష్ణపరకర్మలచే పూర్ణతృప్తి నొందినవానికి చేయవలసిన కర్మమేదియును ఉండదు. కృష్ణభక్తిభావితుడైన కారణమున వేలాది యజ్ఞనిర్వహణ ప్రభావమైన కల్మషమార్జనము అతని యందు శీఘ్రమే కలుగుచున్నది. చైతన్యము ఆ విధముగా శుద్ధిపడినపుడు మనుజుడు తనకు శ్రీకృష్ణభగవానునితో గల సంబంధమును స్థిరముగా ఎరుగగలుగును. అట్టివానికి అతని విధ్యుక్తధర్మము స్వయముగా భగవానుని కరుణచే హృదయమునందు ప్రకాశితమగును. కనుక వేదనిర్దేశములను అనుసరింపవలసిన నిర్బంధము అతనికి ఏమాత్రము ఉండదు. అటువంటి కృష్ణభక్తిరసభావితుడు ఎటువంటి లౌకికకర్మల యందును మగ్నుడు కాడు. అంతియేగాక అతడు మదిర, మగువ వంటి మోహపూర్వక విషయములందు ఏమాత్రము ఆనందమును గొనడు.

18

नैव तस्य कृतेनार्थो नाकृतेनेह कश्चन।
न चास्य सर्वभूतेषु कश्चिदर्थव्यपाश्रयः ॥१८॥

నైవ తస్య కృతేనార్థో నాకృతేనేహ కశ్చన ।
న చాస్య సర్వభూతేషు కశ్చిదర్థవ్యపాశ్రయః ॥

న—ఉండదు; ఏవ—నిశ్చయముగా; తస్య—అతనికి; కృతేన—కర్మాచరణముచే; అర్థః—ప్రయోజనము; న—కాని; అకృతేన—కర్మను ఆచరింపకపోవుటకు; ఇహ—ఈ ప్రపంచమునందు; కశ్చన—ఎట్టి ప్రయోజనమును; న చ—ఉండదు; అస్య—అతనికి; సర్వభూతేషు—సమస్త జీవులయందును; కశ్చిత్—ఏదియోనొక; అర్థ వ్యపాశ్రయః—ప్రయోజనమును ఆశ్రయించియుండుట.

ఆత్మానుభవమును పొందిన మనుజుడు తన విధ్యుక్తధర్మనిర్వహణము ద్వారా పొందవలసిన ప్రయోజనమేదియును ఉండదు. అయినను అట్టి కర్మను నిర్వర్తింపకపోవుటకు కారణము గాని, ఇతర జీవులపై ఆధారపడవలసిన అవసరము గాని అతనికి ఉండదు.

భాష్యము : ఆత్మానుభవమును పొందిన వ్యక్తికి కృష్ణపరమైన కర్మలు తప్ప అన్యమైన విధ్యుక్తధర్మ నిర్వహణమేదియును లేదు. రాబోవు శ్లోకములలో తెలుపబడబోవు రీతి కృష్ణభక్తిభావన జడత్వము కూడా కాదు. కృష్ణభక్తిభావన యందున్నవాడు దేవతాశరణమును గాని, మానవశరణమును గాని పొందడు. కృష్ణభక్తి యందు అతడు ఏది యొనరించినను అది విధినిర్వహణమునకు సరిపోవునదై యుండును.

19

तस्मादसक्तः सततं कार्यं कर्म समाचर।
असक्तो ह्याचरन् कर्म परमाप्नोति पूरुषः ॥१९॥

తస్మాదసక్తః సతతం కార్యం కర్మ సమాచర ।
అసక్తో హ్యాచరన్ కర్మ పరమాప్నోతి పూరుషః ॥

తస్మాత్—అందుచే; అసక్తః—సంగత్వము లేకుండా; సతతం—ఎల్లప్పుడును; కార్యం—విధిగా; కర్మ—పనిని; సమాచర—ఒనరింపుము; అసక్తః—అసంగముగా; ఆచరన్—చేయుచు; కర్మ—కర్మను; పరమ్—పరమును; ఆప్నోతి—పొందును; పూరుషః—మానవుడు.

కనుక ప్రతియొక్కరు కర్మఫలముల యందు ఆసక్తిని గొనక తన విధియని భావించుచు కర్మల యందు వర్తించవలెను. ఏలయనగా అసంగత్వముతో కర్మనొనరించుట ద్వారా మనుజుడు పరమును పొందగలడు.

భాష్యము : భక్తులకు "పరము" అనునది దేవదేవుడైన శ్రీకృష్ణుడు కాగా, నిరాకారవాదికి మోక్షమై యున్నది. కనుక సరియైన నిర్దేశమునందు కర్మఫలము నెడ సంగము లేకుండా కృష్ణుని కొరకై కర్మను చేయువాడు (కృష్ణభక్తిరస భావితుడు) తప్పక జీవితపు పరమలక్ష్యము వైపుకు పురోగమించును. కురుక్షేత్ర యుద్ధమున శ్రీకృష్ణుని కొరకే యుద్ధము చేయుమని అర్జునుడు ఉపదేశింపబడినాడు. అర్జునుడు యుద్ధము చేయవలెనని శ్రీకృష్ణుడు కోరియుండుటయే అందులకు కారణము. సాధువుగా లేదా అహింసాత్మకునిగా వర్తించుట యనునది సంగత్వమును కూడినది. కాని భగవానుని పక్షమున కర్మచేయుట ఫలమునందు ఆసక్తి లేకుండా వర్తించుట వంటిది. పూర్ణపురుషోత్తముడగు శ్రీకృష్ణ భగవానుడు ఉపదేశించిన అత్యుత్తమ పూర్ణకర్మమదియే.

ఇంద్రియభోగానుభవమునందు ఒనర్చబడు పాపకర్మలను శుద్ధిపరచుట కొరకే

యజ్ఞముల వంటి వేదవిహితకర్మలు నిర్వహింపబడును. కాని కృష్ణభక్తి యందలి కర్మలు శుభ, అశుభకర్మఫలములకు అతీతములై యున్నవి. కృష్ణభక్తుడైనవాడు కర్మఫలములందు ఆసక్తుడు గాక, కేవలము కృష్ణుని తరఫున కర్మను సాగించును. అతడు అన్నిరకముల కార్యములను నిర్వహించినను సంపూర్ణముగా అసంగుడై యుండును.

20

कर्मणैव हि संसिद्धिमास्थिता जनकादयः ।
लोकसंग्रहमेवापि सम्पश्यन् कर्तुमर्हसि ॥२०॥

కర్మణైవ హి సంసిద్ధిమాస్థితా జనకాదయః ।
లోకసంగ్రహమేవాపి సంపశ్యన్ కర్తుమర్హసి ॥

కర్మణా—కర్మము; ఏవ—చేతనే; హి—నిశ్చయముగా; సంసిద్ధిం—సంపూర్ణత్వమును; ఆస్థితాః—పొందిరి; జనకాదయః—జనకుడును ఇతర రాజులును; లోకసంగ్రహమ్—జనసామాన్యము; ఏవ అపి—కూడా; సంపశ్యన్—నిమిత్తమై; కర్తుం—పనిచేయుటకు; అర్హసి—తగుదువు.

జనకమహారాజు వంటి రాజులు కేవలము విధ్యుక్తధర్మములను నిర్వర్తించుట ద్వారానే సంపూర్ణత్వమును పొందిరి. కావున జనసామాన్యమునకు బోధించు నిమిత్తమై తప్పక నీవు కర్మను చేయుము.

భాష్యము : జనకుడు వంటి రాజులు ఆత్మానుభవమును పొందిన మహాత్ములైనందున వేదనిర్దేశములైన కర్మల నొనరింపవలసిన అవసరము వారికి లేకుండెను. అయినను సామాన్యజనులకు ఆదర్శమును నెలకొల్పుటకై వారు తమ విధ్యుక్త ధర్మములను సంపూర్ణముగా నిర్వర్తించిరి. జనకమహారాజు సీతాదేవికి తండ్రి, శ్రీరామచంద్రునికి మామగారు. భగవద్భక్తుడైనందున అతడు ఉన్నత ఆధ్యాత్మికస్థితి యందు నిలిచియున్నను మిథిలానగరమునకు (బీహారు రాష్ట్రమునకు) రాజైన కారణమున విధ్యుక్తధర్మములను ఏ విధముగా నిర్వర్తింపవలెనో తన ప్రజలకు స్వయముగా తెలియజేయవలసివచ్చెను. శ్రీకృష్ణునకు, ఆతని నిత్యస్నేహితుడైన అర్జునునకు కురుక్షేత్రరణరంగమున యుద్ధము చేయవలసిన అవసరము లేకున్నను మంచిమాటలు విఫలమైన చోట హింస తప్పనిసరి యని జనులకు తెలియజేయుటకై వారు యుద్ధము చేసిరి. కురుక్షేత్ర యుద్ధమునకు పూర్వము యుద్ధమును నివారించుటకు సర్వవిధములైన

ప్రయత్నములు జరిగెను. స్వయము శ్రీకృష్ణభగవానుడు అందులకు యత్నించినను ఎదుటి పక్షమువారు యుద్ధమునకే సిద్ధపడిరి. కనుక న్యాయ సమ్మతమైన అట్టి విషయమున యుద్ధము తప్పనిసరి అయ్యెను. కృష్ణభక్తిరస భావితుడు ఈ లోకము పట్ల ఆసక్తిరహితుడైనను జనులు ఏ విధముగా జీవించవలెనో, కర్మలు ఏ విధముగా ఒనరించవలెనో తెలియచేయుటకై కర్మల నొనరించుచుండును. కృష్ణభక్తిభావన యందు అనుభవజ్ఞులైనవారు ఇతరులు తమను అనుసరించురీతిలో కర్మను సమర్థవంతముగా ఒనరింపగలరు. ఈ విషయము రాబోవు శ్లోకమునందు వివరింపబడినది.

21

यद् यदाचरति श्रेष्ठस्तत्तदेवेतरो जनः ।
स यत्प्रमाणं कुरुते लोकस्तदनुवर्तते ॥२१॥

యద్ యదాచరతి శ్రేష్ఠస్తత్తదేవేతరో జనః ।
స యత్ప్రమాణం కురుతే లోకస్తదనువర్తతే ॥

యత్ యత్—దేనిని; ఆచరతి—ఒనరించునో; శ్రేష్ఠః—ఉత్తముడైనవాడు; తత్—దానిని; తత్—మరియు దానిని మాత్రమే; ఏవ—నిశ్చయముగా; ఇతరః జనః—ఇతరజనులు కూడా; సః—అతడు; యత్—దేనిని; ప్రమాణమ్—ప్రమాణముగా; కురుతే—చేయునో; లోకః—ప్రపంచమంతయు; తత్—దానిని; అనువర్తతే—అనుసరించును.

మహనీయుడైన వ్యక్తి ఎట్టి కార్యములను చేయునో వానిని సామాన్యజనులు అనుసరింతురు. తన ఆదర్శప్రాయ కర్మము ద్వారా దేనిని అతడు ప్రమాణముగా నిర్ణయించునో దానినే లోకమంతయు అనుసరించును.

భాష్యము : స్వీయాచరణము ద్వారా జనులకు బోధ చేయగల నాయకుడు సామాన్యజనులకు సర్వదా అవసరము. నాయకుడే స్వయముగా ధూమపానము చేయువాడైనచో ధూమపానము చేయవద్దని జనులకు బోధను చేయలేడు. విద్యను బోధించుటకు పూర్వమే గురువు చక్కని నడవడికను అలవరచుకొనవలెనని శ్రీచైతన్యమహాప్రభువు తెలిపిరి. ఆ విధముగా చేయువాడు ఆచార్యుడు లేక ఉత్తమగురువని పిలువబడును. కనుక సామాన్యజనులకు బోధించుట కొరకై గురువైనవాడు శాస్త్రనియమములను చక్కగా పాటింపవలెను. అంతియేగాక శాస్త్రనియమములకు విరుద్ధములైన నియమములను అతడెన్నడును తయారు చేయరాదు. మనుసంహిత వంటి పలు గ్రంథములు మానవాళి అనుసరించుటకు

ప్రామాణికగ్రంథములుగా పరిగణింపబడినవి. నాయకుడైనవాని బోధలు అట్టి శాస్త్రనియమములపై ఆధారపడియుండవలెను. తన ఉన్నతిని వాంఛించువాడు మహాత్ములైనవారు ఆచరించు ప్రామాణిక నియమములను చక్కగా పాటింపవలెను. మహాభక్తుల మార్గము అనుసరణీయమనియు, ఆత్మానుభవ మార్గమున పురోగతికి అదియే సరియైన విధానమనియు శ్రీమద్భాగవతము సైతము ధ్రువీకరించుచున్నది. దేశమునేలెడి రాజు, జన్మనొసగిన తండ్రి, పాఠశాలయందు విద్య నేర్పెడి ఉపాధ్యాయుడు జనసామాన్యమునకు నాయకుల వంటివారు. తమపై ఆధారపడిన వారి యెడ అట్టి సహజనాయకులు గొప్ప బాధ్యతను కలిగియున్నారు. కనుకనే నీతి, తత్త్వసూత్రములకు సంబంధించిన ప్రామాణిక గ్రంథములందు వారు నిపుణులై యుండవలెను.

22

न मे पार्थास्ति कर्तव्यं त्रिषु लोकेषु किञ्चन।
नानवाप्तमवाप्तव्यं वर्त एव च कर्मणि ॥२२॥

న మే పార్థాస్తి కర్తవ్యం త్రిషు లోకేషు కించన ।
నానవాప్తమవాప్తవ్యం వర్త ఏవ చ కర్మణి ॥

మే—నాకు; పార్థ—ఓ పృథాకుమారా; న అస్తి—లేదు; కర్తవ్యం—చేయవలసినది; త్రిషు లోకేషు—ముల్లోకములందు; కించన—ఏదియు; అనవాప్తం—కోరునది; అవాప్తవ్యం—పొందవలసినది; న—లేదు; వర్తే—నియుక్తుడనై యున్నాను; ఏవ—నిశ్చయముగా; చ—కూడా; కర్మణి—విహితకర్మ యందు.

ఓ పార్థా! నాకు నిర్దేశింపబడిన కర్మము ముల్లోకములలో ఏదియును లేదు. నేను కోరునది కాని, పొందవలసినది కాని ఏదియును లేకున్నను విహితకర్మల యందు నేను నియుక్తుడనై యున్నాను.

భాష్యము : వేదవాఙ్మయమునందు భగవానుడు ఈ విధముగా వర్ణింపబడినాడు.

తం ఈశ్వరాణాం పరమం మహేశ్వరం
తం దేవతానాం పరమం చ దైవతమ్ ।
పతిం పతీనాం పరమం పరస్తాద్
విదామదేవం భువనేశమీడ్యమ్ ॥

న తస్యకార్యం కరణం చ విద్యతే న తత్సమ శ్చాభ్యధికశ్చ దృశ్యతే ।
పరాస్య శక్తి ర్వివిధైవ శ్రూయతే స్వాభావికీ జ్ఞానబలక్రియా చ ॥

"భగవానుడు నియామకులందరికి నియామకుడైనట్టివాడు. ఆతడు సమస్త లోకపాలకులలో అతిఘనమైనవాడు. ప్రతియొక్కరు ఆతని ఆధీనములో నున్నవారే. జీవులందరికి ఆ భగవానుడే వివిధ శక్తులను ప్రదానము కావించియున్నాడు. కనుక ఆ జీవులెన్నడును స్వతః ఘనులు కాజాలరు. సమస్త దేవతలచే పూజింపబడు ఆ భగవానుడు నిర్దేశించువారందరికి పరమ నిర్దేశకుడు. కావున ఆతడు సమస్త లోకపాలకులకు మరియు నియామకులకు అతీతుడైనట్టివాడు. అంతియేగాక వారందరిచే ఆతడు పూజనీయుడై యున్నాడు. ఆతని కన్నను ఘనుడెవ్వరును లేరు మరియు ఆతడే సర్వకారణములకు ఆదికారణుడై యున్నాడు."

"ఆ భగవానుడు సాధారణజీవుని దేహమువంటి దేహమును కలిగియుండడు. ఆతని దేహము, ఆత్మలకు భేదము లేదు. పరమపురుషుడైన ఆతని ఇంద్రియములు దివ్యములు. ఆతని ఏ ఇంద్రియమైనను ఇతరేంద్రియ కార్యము చేయగల సామర్థ్యమును కలిగియుండును. కావున ఆతని కంటె ఘనుడు గాని, సమానుడు గాని లేడు. ఆతని శక్తులు అనేకములగుటచే ఆతని కర్మలన్నియును అప్రయత్నముగా సహజరీతిలో నిర్వహింపబడుచుండును" (శ్వేతాశ్వతరోపనిషత్తు 6.7-8).

భగవానుని యందు ప్రతిదియు సమగ్రముగాను, సత్యముగాను నెలకొని యుండుట వలన ఆతడు నిర్వహింపవలసిన కర్మమేదియును లేదు. ఫలము గోరువానికి మాత్రమే చేయవలసిన కర్మ యుండును. కాని ముల్లోకముల యందు ఏదియును పొందవలసినది లేనివానికి నిక్కముగా ఎట్టి కర్మయు ఉండదు. అయినను శ్రీకృష్ణభగవానుడు క్షత్రియులకు నాయకుని రూపమున కురుక్షేత్రరణరంగమున కార్యోన్ముఖుడయ్యెను. ఏలయన దీనులకు, దుఃఖితులైన వారికి రక్షణమును గూర్చుట క్షత్రియుల ధర్మమై యున్నది. తాను శాస్త్రవిధులకు అతీతుడై యున్నను శాస్త్రములను భంగపరచు దేనినైనను శ్రీకృష్ణభగవానుడు ఒనరింపడు.

23

यदि ह्यहं न वर्तेयं जातु कर्मण्यतन्द्रितः ।
मम वर्त्मानुवर्तन्ते मनुष्याः पार्थ सर्वशः ॥२३॥

యది హ్యహం న వర్తేయం జాతు కర్మణ్యతన్ద్రితః ।
మమ వర్త్మానువర్తన్తే మనుష్యాః పార్థ సర్వశః ॥

యది—ఒకవేళ; హి—నిశ్చయముగా; అహం—నేను; న వర్తేయం—కర్మల యందు వర్తింపనిచో; జాతు—ఎప్పుడైనను; కర్మణి—విహితకర్మాచరణము నందు; అతన్ద్రితః—అత్యధికశ్రద్ధ కలవాడనై; మమ—నాయొక్క; వర్త్మ—మార్గమును; అనువర్తన్తే—అనుసరింతురు; మనుష్యాః—మానవులందరును; పార్థ—ఓ పృథాకుమారా; సర్వశః—అన్నివిధముల.

ఓ పార్థా! ఒకవేళ నేను విధ్యుక్తధర్మములను శ్రద్ధగా నిర్వహింపనిచో మనుజులు తప్పక నా మార్గమునే అనుసరింతురు.

భాష్యము : ఆధ్యాత్మికపురోగతికి కారకమగు సాంఘికజీవన శాంతిని నెలకొల్పుటకై ప్రతినాగరిక మనుజునకు కొన్ని వంశాచారములు నిర్ణయింపబడినవి. కాని అట్టి నియమనిబంధనలు బద్ధజీవునకే గాని శ్రీకృష్ణునకు కావు. అయినను తాను ధర్మసంస్థాపనకై అవతరించి యున్నందున శ్రీకృష్ణుడు ఆ విహితకర్మలను అనుసరించెను లేనిచో సామాన్యజనులు పరమప్రామాణికుడైన శ్రీకృష్ణునే అనుసరింపగలరు. గృహస్థునకు అవసరమైన ధార్మికకర్మలను గృహమునందు మరియు గృహము వెలుపల శ్రీకృష్ణుడు నిర్వహించెనని శ్రీమద్భాగవతము ద్వారా అవగతమగుచున్నది.

24

उत्सीदेयुरिमे लोका न कुर्यां कर्म चेदहम्।
संकरस्य च कर्ता स्यामुपहन्यामिमाः प्रजाः ॥२४॥

ఉత్సీదేయురిమే లోకా న కుర్యాం కర్మ చేదహమ్ ।
సంకరస్య చ కర్తా స్యాముపహన్యామిమాః ప్రజాః ॥

ఉత్సీదేయుః—నాశనము పొందును; ఇమే లోకాః—ఈ లోకములన్నియు; న కుర్యాం—నేను చేయనిచో; కర్మ—విహితకర్మమును; చేత్—ఒకవేళ; అహం—నేను; సంకరస్య—అవాంఛనీయమైన ప్రజాబాహుళ్యమునకు; చ—మరియు; కర్తా—సృజించినవాడను; స్యాం—అగుదును; ఉపహన్యాం—నాశనము చేసినవాడనగుదును; ఇమాః ప్రజాః—ఈ జీవులందరిని.

విధ్యుక్తధర్మములను నేను నిర్వహింపనిచో లోకములన్నియును నాశమును పొందగలవు. అవాంఛనీయ ప్రజాబాహుళ్యమునకు నేను కారణుడనై తద్ద్వారా

సర్వజీవుల శాంతిని నష్టపరచినవాడనగుదును.

భాష్యము : వర్ణసంకరమనగా మానవసంఘము యొక్క శాంతిని చెరచునటువంటి అవాంఛనీయ జనబాహుళ్యమని భావము. సంఘపు ఈ శాంతి భగ్నతను నివారించుటకే విధినియమములు నిర్ణయింపబడినవి. వాటి ద్వారా మనుజులు అప్రయత్నముగానే శాంతిని పొంది ఆధ్యాత్మిక పురోగతిని సాధింపగలరు. శ్రీకృష్ణుడు అవతరించినప్పుడు అట్టి నియమనిబంధనల గౌరవము, అవసరములు కొనసాగు రీతిలో వాటిని అనుసరించును. శ్రీకృష్ణభగవానుడు జీవులందరికీ తండ్రి గనుక ఒకవేళ జీవులు తప్పుదారి పట్టినచో ఆ బాధ్యత పరోక్షముగా ఆతనికే చెందును. కనుకనే ఎప్పుడు ధర్మనియమముల యెడ అగౌరవము పొడసూపునో అప్పుడు ఆతడు అవతరించి సంఘమును సరిచేయును. భగవానుని అడుగు జాడలలో నడువవలసియున్నను ఎన్నడును ఆతనిని అనుకరించలేమనెడి సత్యమును మనము ఎరిగియుండవలెను. అనుసరించుట, అనుకరించుట యనునవి సమానమైనవి కావు. ఉదాహరణమునకు శ్రీకృష్ణుడు బాల్యములో చూపిన గోవర్ధనోద్ధరణమును మనము అనుకరింపలేము. ఏ మానవునికైనను అది అసాధ్యమైనదే. అనగా ఆతని ఉపదేశములను మనము అనుసరించగలము కాని ఎన్నడును ఆతనిని అనుకరింపలేము. శ్రీమద్భాగవతము (10.33.30-31) ఈ విషయమునే ఇట్లు ధ్రువీకరించుచున్నది.

నైతత్సమాచరే జ్జాతు మనసాపి హ్యనీశ్వరః ।
వినశ్యత్యాచరన్ మౌఢ్యాద్యథా రుద్రో ऽబ్ధిజం విషమ్ ॥
ఈశ్వరాణాం వచః సత్యం తథైవాచరితం క్వచిత్ ।
తేషాం యత్ స్వవచోయుక్తం బుద్ధిమాం స్త త్సమాచరేత్ ॥

"భగవానుడు, ఆతని సేవకుల ఉపదేశములను ప్రతియొక్కరు పాటింపవలసి యున్నది. వారి ఉపదేశములు మనకు సర్వశుభదాయకములు. ఏ బుద్ధిమంతుడైనను ఉపదేశించిన రీతిగనే వాటిని అనుసరించును. కాని వారి కార్యములను మాత్రము మనుజుడు అనుకరించరాదు. పరమశివుని అనుకరించుచు విషసముద్రమును పానము చేయుటకు ఎవ్వరును యత్నించరాదు."

సూర్య, చంద్రుల గమనములను నియమించు శక్తిని కలిగినవారి (ఈశ్వరుల) స్థితి ఉన్నతమైనదిగా మనము గమనింపవలెను. అటువంటి శక్తి లేనిదే

సర్వశక్తిసమన్వితులైన అట్టి ఈశ్వరులను ఎవ్వరును అనుకరింపలేరు. ఉదాహరణకు పరమశివుడు సముద్రమంత విస్తృతమైయున్న విషమును పానము కావించెను. కాని సామాన్యమానవుడు ఆ విషములో అతిసూక్ష్మభాగమును స్వీకరించినను వెంటనే మరణించును. కాని పరమశివుని మిథ్యాభక్తులు కొందరు గంజాయిని పీల్చుట, మాదకద్రవ్యములను గ్రహించుట వంటి కర్మలను చేయుచుందురు. శివుని కార్యముల అట్టి అనుకరణ ద్వారా తాము మృత్యువును ఆహ్వానించుచున్నామని వారు ఎరుగజాలరు. అదేవిధముగా శ్రీకృష్ణభగవానుని మిథ్యాభక్తులు కొందరు ఆ దేవదేవుని వలె గోవర్ధనపర్వతమును ఎత్తలేమనెడి విషయమును మరచి ఆతని రాసలీలను మాత్రము అనుకరింప యత్నింతురు. కావున శక్తిమంతులను అనుకరించుట కన్నను వారి ఉపదేశములను అనుసరించుట అత్యంత ఉత్తమము. అంతియేగాక ఎటువంటి యోగ్యతలు లేకుండా వారి స్థానములను ఆక్రమింప యత్నించుటయు చేయరాదు. భగవానునకు ఉండవలసిన శక్తి లేకుండా భగవదవతారముగా చలామణి యగు "అవతారములు" ఈనాడు పెక్కు గలవు.

25

सक्ताः कर्मण्यविद्वांसो यथा कुर्वन्ति भारत।
कुर्याद् विद्वांस्तथासक्तश्चिकीर्षुर्लोकसंग्रहम्॥२५॥

సక్తాః కర్మణ్యవిద్వాంసో యథా కుర్వన్తి భారత ।
కుర్యాద్ విద్వాంస్తథాసక్తశ్చికీర్షుర్లోకసంగ్రహమ్ ॥

సక్తాః—ఆసక్తులై; కర్మణి—విహిత కర్మములందు; అవిద్వాంసః—పామరులు; యథా—ఎట్లు; కుర్వన్తి—వారుచేయుదురో; భారత—ఓ భరతవంశీయుడా; కుర్యాత్—చేయవలయును; విద్వాన్—పండితుడు; తథా—ఆ విధముగా; అసక్తః—సంగత్వము లేనివాడై; చికీర్షుః—మార్గదర్శనము చేయగోరి; లోకసంగ్రహమ్—జనసామాన్యము.

పామరులు ఫలములందు ఆసక్తిగలవారై తమ కర్మనొనరించునట్లు, విద్వాంసుడైనవాడు జనులను ధర్మమార్గమున వర్తింపజేయుటకై సంగ రహితముగా కర్మ నొనరింపవలెను.

భాష్యము : కృష్ణభక్తిరసభావితుని, కృష్ణభక్తిభావన యందు లేనివానిని కోరికల ననుసరించి వేరు పరుపవచ్చును. కృష్ణభక్తిభావన యందున్నవాడు కృష్ణభక్తి పురోగతికి దోహదము కానటువంటి దేనిని ఒనరింపడు. అట్టివాడు భౌతికకర్మ

లందు అమితానురక్తుడైన అజ్ఞాని మాదిరిగా కర్మనొనరించినను అతని ఆచరణము శ్రీకృష్ణుని ప్రీత్యర్థమై యుండును. కాని అజ్ఞాని కర్మలు ఇంద్రియప్రీత్యర్థమై యుండును. కావున ఏ విధముగా కర్మనొనరింపవలెనో, ఎట్లు కర్మఫలములను కృష్ణభక్తి ప్రయోజనార్థమై వినియోగించవలెనో కృష్ణభక్తుడు జనులకు చూపవలెను.

26

न बुद्धिभेदं जनयेदज्ञानां कर्मसङ्गिनाम् ।
जोषयेत्सर्वकर्माणि विद्वान्युक्तः समाचरन् ॥२६॥

న బుద్ధిభేదం జనయేదజ్ఞానాం కర్మసఙ్గినామ్ ।
జోషయేత్సర్వకర్మాణి విద్వాన్ యుక్తః సమాచరన్ ॥

బుద్ధిభేదం—మానసికకలతను; న జనయేత్—కలిగింపరాదు; అజ్ఞానామ్—పామరులకు; కర్మసఙ్గినామ్—కామ్యకర్మల యందాసక్తి కలవారైన; జోషయేత్—సంధింపవలయును; సర్వకర్మాణి—అన్నికర్మలను; విద్వాన్—పండితుడు; యుక్తః—మగ్నుడై; సమాచరన్—చేయుచు.

విధ్యుక్తధర్మపు ఫలముల యెడ ఆసక్తిని కలిగిన పామరుల మనస్సు కలతపడు రీతిగా విద్వాంసుడు వారిని కర్మ యందు నిగ్రహింపరాదు. అందుకు భిన్నముగా అతడు భక్తిభావముతో కర్మనొనరించుచు (కృష్ణభక్తి వృద్ధి యగుటకు) వారిని వివిధ కర్మల యందు నియుక్తులను చేయవలెను.

భాష్యము : "వేదైశ్చ సర్వైరహమేవ వేద్యః" సమస్త వేదకర్మల అంతిమ ప్రయోజనమిదియే. వేదములందు తెలుపబడిన సర్వకర్మలు, సర్వయజ్ఞములు (లౌకిక కర్మలకు సంబంధించిన నిర్దేశములతో సహా) ఇతరములైన అన్ని విషయములు జీవితగమ్యమైన శ్రీకృష్ణభగవానుని అవగతము చేసికొనుట కొరకే ఉద్దేశింపబడియున్నవి. కాని బద్ధజీవులు ఇంద్రియభోగము కన్నను అన్యమైనది ఎరుగనందున అట్టి ప్రయోజనమునకే వేదాధ్యయనమును గావింతురు. అయినను వేదకర్మల ద్వారా నియమింపబడిన కామ్యకర్మలు, ఇంద్రియభోగములచే మనుజుడు క్రమముగా కృష్ణభక్తిభావనా స్థాయికి చేరగలడు. కనుకనే కృష్ణభక్తిభావనా యుతుడు ఇతరుల కర్మల యందు లేదా అవగాహన యందు కలతను కలిగించ రాదు. దానికి బదులు ఏ విధముగా కర్మఫలములను శ్రీకృష్ణుని సేవకు అంకితము చేయవచ్చునో తెలియజేయురీతిలో అతడు కర్మ నొనరింపవలెను. అనగా ఇంద్రియభోగము కొరకై కర్మనొనరించు అజ్ఞాని వాస్తవమునకు ఏ విధముగా

కర్మనొనరించవలెనో, ఏ విధముగా వర్తించవలెనో తెలిసికొనగలిగే రీతిలో కృష్ణభక్తిభావనాయుతుడు వర్తింపవలెను. అజ్ఞానియైనవానిని వాని కర్మల యందు కలతపెట్టకుండుట సరియైనదే అయినను, కొద్దిగా కృష్ణభక్తిభావన కలిగినవానిని ఇతర వేదప్రక్రియలకై ఎదురు చూడక నేరుగా కృష్ణసేవ యందు నియుక్తుని చేయవచ్చును. అటువంటి అదృష్టభాగునికి వేదవిహిత కర్మల ననుసరింపవలసిన అవసరము ఏదియును లేదు. ఏలయన విధ్యుక్తధర్మ నిర్వహణము ద్వారా కలుగు ఫలములనన్నింటిని మనుజుడు కృష్ణభక్తి యందు ప్రత్యక్షముగా నిలుచుట వలన సాధించగలుగును.

27

प्रकृतेः क्रियमाणानि गुणैः कर्माणि सर्वशः ।
अहङ्कारविमूढात्मा कर्ताहमिति मन्यते ॥२७॥

ప్రకృతేః క్రియమాణాని గుణైః కర్మాణి సర్వశః ।
అహంకారవిమూఢాత్మా కర్తాహమితి మన్యతే ॥

ప్రకృతేః—భౌతికప్రకృతి యొక్క; క్రియమాణాని—చేయబడుచున్నట్టి; గుణైః—గుణములచే; కర్మాణి—కర్మలకు; సర్వశః—అన్నిరకములైన; అహంకార విమూఢ—మిథ్యాహంకారముచే విమోహితుడై; ఆత్మా—జీవుడు; కర్తా—కర్తను; అహం—నేను; ఇతి—అని; మన్యతే—తలంచును.

మిథ్యాహంకారముచే మోహపరవశుడగు జీవాత్మ వాస్తవముగా ప్రకృతి త్రిగుణములచే నిర్వహింపబడు కర్మలకు తనను కర్తగా భావించును.

భాష్యము : కృష్ణభక్తిభావనాయుతుడు, భౌతికభావన యందున్నవాడు అను ఇరువురు వ్యక్తులు ఒకే స్థాయిలో కర్మనొనరించుచు ఒకే పదము నందున్నట్లుగా గోచరింతురు. కాని వాస్తవమునకు వారి స్థితుల నడుమ విశేష వ్యత్యాస మున్నది. భౌతికభావన యందున్నవాడు మిథ్యాహంకారము చేత తననే ప్రతిదానికి కర్తగా భావించును. దేహము ప్రకృతిచే సృష్టించబడినదనియు, అట్టి ప్రకృతి భగవానుని నిర్దేశము నందు వర్తించుననియు అతడు ఎరుగడు. అనగా అట్టి లౌకికుడు తాను అంత్యమున శ్రీకృష్ణభగవానుని అదుపులోనే ఉన్నాననెడి జ్ఞానమును కలిగియుండడు. మిథ్యాహంకారపూరితుడు తాను స్వతంత్రముగా వర్తించుచున్నానని భావించును. అది అతని అజ్ఞానమునకు చిహ్నము. అట్టి వాడు స్థూల,సూక్ష్మదేహములు రెండును భగవానుని ఆదేశానుసారము ప్రకృతిచే

సృష్టింపబడినవనియు మరియు తన మానసికకర్మలు, దేహపరకర్మలన్నియును భక్తిభావనలో శ్రీకృష్ణభగవానుని సేవ యందు నియుక్తము కావలెననియు ఎరుగడు. అజ్ఞానియైనవాడు బహుకాలము తన ఇంద్రియములను ఇంద్రియభోగములందు దురుపయోగము కావించినందున శ్రీకృష్ణభగవానుడు హృషీకేశుడని (దేహేంద్రియములకు ప్రభువు) తెలిసికొనలేడు. అట్టివాడు శ్రీకృష్ణభగవానునితో గల నిత్య సంబంధమును మరపింపచేయు మిథ్యాహంకారముచే నిక్కముగా మోహపరవశుడైనట్టివాడే.

28

तत्त्ववित्तु महाबाहो गुणकर्मविभागयो: ।
गुणा गुणेषु वर्तन्त इति मत्वा न सज्जते ॥२८॥

తత్త్వవిత్తు మహాబాహో గుణకర్మవిభాగయోః ।
గుణా గుణేషు వర్తన్త ఇతి మత్వా న సజ్జతే ॥

తత్త్వవిత్—పరతత్త్వము నెరిగినవాడు; తు—కాని; మహాబాహో—గొప్పపరాక్రమము గల బాహువులు కలవాడా; గుణకర్మ—భౌతికప్రభావితమైన కర్మలు; విభాగయోః—భేదములు; గుణాః—ఇంద్రియములు; గుణేషు—ఇంద్రియతృప్తి యందు; వర్తంత—వర్తించును; ఇతి—అని; మత్వా—తలచి; న సజ్జతే—ఆసక్తుడు కాడు.

ఓ మహాబాహో! పరతత్త్వజ్ఞానము కలిగినవాడు భక్తియుతకర్మము, కామ్యకర్మముల నడుమ గల భేదమును చక్కగా ఎరిగి, ఇంద్రియము లందును మరియు ఇంద్రియభోగములందును ఆసక్తుడు గాకుండును.

భాష్యము : పరతత్త్వము నెరిగినవాడు భౌతికసంపర్కములో తన హేయస్థితిని గుర్తింపగలుగును. తాను పూర్ణపురుషోత్తముడగు శ్రీకృష్ణుని అంశననియు మరియు తాను భౌతికజగమునందు ఉండరాదనియు అతడెరుగును. నిత్యానంద జ్ఞానపూర్ణుడైన భగవానుని అంశగా తన నిజస్థితిని అతడు తెలిసికొనగలిగి ఏదియోనొక కారణము చేత జీవితపు భౌతికభావన యందు చిక్కుబడితినని అవగతము చేసికొనగలుగును. వాస్తవమునకు పరిశుద్ధస్థితి యందు అతడు తన కర్మముల నన్నింటిని శ్రీకృష్ణభగవానుని భక్తియుతసేవతో ముడివేయవలసి యున్నది. కావున అతడు కృష్ణపరకర్మల యందు నియుక్తుడై సమయానుగుణములు, తాత్కాలికములు అయిన ఇంద్రియకర్మల యెడ సహజముగా అసంగుడగును. అట్టివాడు తన భౌతికజీవనస్థితి భగవానుని ఆధీనమున

ఉన్నటువంటిదని తెలిసి ఎట్టి కర్మఫలముల చేతను కలతనొందకుండును. పైగా వాటిని అతడు భగవత్కారుణగా భావించును. బ్రహ్మము, పరమాత్ముడు, భగవానుడనెడి మూడు తత్త్వములుగా పరతత్త్వము నెరిగినవాడు శ్రీమద్భాగవతము ననుసరించి "తత్త్వవిత్" యని పిలువబడును. ఏలయన దేవదేవుని సంబంధములో తన నిజస్థితిని సైతము అతడు సంపూర్ణముగా నెరిగి యుండును.

29

प्रकृतेर्गुणसम्मूढाः सज्जन्ते गुणकर्मसु।
तानकृत्स्नविदो मन्दान् कृत्स्नविन्न विचालयेत् ॥२९॥

ప్రకృతేర్గుణసమ్మూఢాః సజ్జన్తే గుణకర్మసు ।
తానకృత్స్నవిదో మందాన్ కృత్స్నవిన్న విచాలయేత్ ॥

ప్రకృతేః—భౌతికప్రకృతి యొక్క; గుణ—గుణములచే; సమ్మూఢాః—భౌతికమగ్నత వలన మూఢులైనవారు; సజ్జన్తే—ఆసక్తులగుదురు; గుణకర్మసు—భౌతికకర్మల యందు; తాన్—అట్టి; అకృత్స్నవిదః—అల్పజ్ఞానము కలిగిన జనులు; మందాన్—ఆత్మానుభూతిని గ్రహించుట యందు ఆలసులైనవారిని; కృత్స్నవిత్—యథార్థజ్ఞానవంతుడు; న విచాలయేత్—కలతపెట్టరాదు.

ప్రకృతిగుణములచే మోహపరవశులైన మూఢులు భౌతికకర్మల యందు సంపూర్ణముగా నియుక్తులై సంగత్వము నొందుదురు. కర్తయొక్క అజ్ఞాన కారణమున ఆ కర్మలు అధమములైనను జ్ఞానవంతుడు వారిని కలతపెట్ట రాదు.

భాష్యము : జ్ఞానహీనులైన మనుజులు స్థూల భౌతికచైతన్యముతో తాదాత్మ్యము చెందియుండి భౌతికఉపాధుల భావనలో మునిగియుందురు. ఈ దేహము భౌతికప్రకృతి యొక్క వరము వంటిది. అట్టి దేహమునందు తాదాత్మ్యము చెంది యుండువాడు మందుడు లేదా ఆత్మనెరుగని ఆలసుడని పిలువబడును. అజ్ఞానులైనవారు దేహమునే ఆత్మగా భావింతురు. అట్టివారు దేహమునకు సంబంధించినవారిని బంధువులుగా భావించుచు, జన్మనొసగిన స్థలమును పూజనీయస్థానముగా తలచుచు, ధర్మకార్యముల ఉద్దేశ్యము కేవలము నిర్వహించుట కొరకే యని భావింతురు. సాంఘికసేవ, జాతీయభావము, పరహితమును వాంఛించుట యనునవి అట్టి భౌతికభావనాపరుల కొన్ని కార్యములై

యుండును. అటువంటి ఉపాధుల భావనలో వారు భౌతికజగమునందు క్షణకాలమును తీరిక లేకుండా వర్తింతురు. వారికి ఆధ్యాత్మికానుభవము ఒక మిథ్య. కనుక వారు దాని యందు ఆసక్తిని కనబరచరు. అయినను ఆధ్యాత్మికజీవనమున జ్ఞానవికాసము నొందినవారు అట్టి విషయపూర్ణచిత్తులను కలతపెట్టక తమ ఆధ్యాత్మిక కార్యక్రమములను ప్రశాంతముగా కొనసాగించవలెను. అట్టి మోహగ్రస్థ మానవులను అహింస, లౌకిక ఉపకార కార్యముల వంటి ప్రాథమిక నీతిధర్మములందు నియుక్తులను చేయవచ్చును.

అజ్ఞానులైనవారు కృష్ణభక్తిరసభావన యందలి కర్మలను అర్థము చేసికొనజాలరు. కావున అట్టివారిని కలతపెట్టరాదనియు, ఆ విధముగా విలువైన కాలమును వృథాపరుపరాదనియు శ్రీకృష్ణభగవానుడు మనకు ఉపదేశించుచున్నాడు. కాని ఆ భగవానుని ఉద్దేశ్యమును తెలిసియుండెడి కారణమున భక్తులు ఆతని కన్నను అధికకరుణను కలిగియుందురు. తత్కారణమున వారు మూఢులను కృష్ణపరకర్మల యందు నియుక్తులను చేయ యత్నించుట వంటి పలురకముల విపత్తులనైనను స్వీకరింతురు. అటువంటి కృష్ణపరకర్మలే మానవునకు అత్యంత అవసరములై యున్నవి.

30

मयि सर्वाणि कर्माणि संन्यस्याध्यात्मचेतसा ।
निराशीर्निर्ममो भूत्वा युध्यस्व विगतज्वरः ॥३०॥

మయి సర్వాణి కర్మాణి సన్న్యస్యాధ్యాత్మచేతసా ।
నిరాశీర్నిర్మమో భూత్వా యుద్ధ్యస్వ విగతజ్వరః ॥

మయి—నాకు; సర్వాణి కర్మాణి—అన్నికర్మములను; సన్న్యస్య—పూర్తిగా విడిచి; అధ్యాత్మచేతసా—ఆత్మజ్ఞానపూర్ణుడవై; నిరాశీః—లాభమునందు కోరికలేనివాడవు; నిర్మమః—మమత్వము లేనివాడవు; భూత్వా—అయి; యుద్ధ్యస్వ—యుద్ధము చేయుము; విగతజ్వరః—మాంద్యము లేనివాడవై.

కావున ఓ అర్జునా! నన్ను గూర్చిన సంపూర్ణజ్ఞానము కలవాడవై ఫలాపేక్ష మరియు మమత్వములను విడిచి, కర్మలనన్నింటిని నాకు అర్పించి మాంద్యమును వీడి యుద్ధము చేయుము.

భాష్యము : శ్రీమద్భగవద్గీత యొక్క ప్రయోజనమును ఈ శ్లోకము స్పష్టముగా తెలియజేయుచున్నది. సైనిక క్రమశిక్షణ వలె విధ్యుక్తధర్మములను నిర్వహించుటకు

ప్రతియొక్కరు సంపూర్ణ కృష్ణభక్తిరసభావితులు కావలసియున్నదని శ్రీకృష్ణ భగవానుడు బోధించుచున్నాడు. అటువంటి ఉత్తరువు విషయమును కొంత కష్టతరము కావించినను కృష్ణునిపై ఆధారపడి కర్మములను నిర్వహింప వలసియే యున్నది. ఏలయన అదియే జీవుని నిజస్థితియై యున్నది. జీవుని నిత్యమైన సహజస్థితి భగవానుని కోరికలకు లోబడియుండుట కావున అతడెన్నడును భగవానుని సహాయము లేకుండా స్వతంత్రునిగా ఆనందము ననుభవింపలేడు. కనుకనే సైన్యాధ్యక్షుని మాదిరిగా శ్రీకృష్ణుడు అర్జునుని యుద్ధము చేయుమని ఆజ్ఞాపించుచున్నాడు. ప్రతియొక్కరు భగవానుని అనుగ్రహము కొరకు సర్వమును త్యాగము చేయుటయే కాక విధ్యుక్తధర్మములను సైతము ఎటువంటి యజమానిత్వము లేకుండా నిర్వహింపవలసియున్నది. అర్జునుడు ఇచ్చట భగవానుని ఆజ్ఞను గూర్చి చింతింప నవసరము లేదు. కేవలము దానిని అమలుపరచిన చాలును. శ్రీకృష్ణభగవానుడు సర్వాత్మలకు ఆత్మ యైనవాడు. కనుక స్వంతభావన ఏమాత్రము లేకుండా ఆ పరమపురుషుని పైననే సంపూర్ణముగా ఆధారపడెడివాడు (అనగా కృష్ణభక్తిరసభావితుడైనవాడు) "అధ్యాత్మచేతసుడు" అని పిలువబడును. "నిరాశీః" అనగా ప్రభువు ఆజ్ఞమేరకు వర్తించుచు, కర్మఫలములను కోరనివాడని భావము. ధనమును లెక్కించు గుమాస్తా తన యజమాని కొరకు లక్షలాదిరూపాయలను లెక్కించినను ఒక్క పైసా పైనను యజమానిత్వమును చూపడు. అదేవిధముగా ఈ జగమునందు ఏదియును ఒక వ్యక్తికి చెందినది కాదని ప్రతియొక్కరు అవగతము చేసికొనవలెను. ప్రతిదియు శ్రీకృష్ణభగవానునిదే. "మయి (నా యందు)" పదమునకు భావమిదియే. అట్టి కృష్ణభక్తిభావన యందు పనిచేయువాడు నిక్కముగా దేనిపైనను మమత్వమును చూపడు. అట్టి భావనయే "నిర్మమత్వభావనము" (ఏదియును నాదికాదు) అనబడును. నామమాత్ర బంధువుల యెడ గల బంధుత్వ కారణమున అట్టి కఠిన ఉత్తరువును పాటించుటకు ఏదేని విముఖత కలిగినచో దానిని శీఘ్రమే త్యజించవలెను. ఆ విధముననే మనుజుడు "విగతజ్వరుడు" (ఆలసత్వము లేనివాడు) కాగలడు. ప్రతియొక్కడు తన గుణము, స్థితి ననుసరించి ఒక ప్రత్యేకమైన కర్మనొనరింప వలసియుండును. పైన తెలిపిన విధముగా అట్టి విధ్యుక్తధర్మములను కృష్ణభక్తిభావనలో నిర్వహింపవలెను. అది మనుజుని ముక్తి పథమునకు నడిపింపగలదు.

31

ये मे मतमिदं नित्यमनुतिष्ठन्ति मानवाः ।
श्रद्धावन्तोऽनसूयन्तो मुच्यन्ते तेऽपि कर्मभिः ॥३१॥

యే మే మతమిదం నిత్యమనుతిష్ఠన్తి మానవాః ।
శ్రద్ధావన్తోऽనసూయన్తో ముచ్యన్తే తేऽపి కర్మభిః ॥

యే—ఎవరు; మే—నా యొక్క; మతమ్—ఆదేశమును; ఇదం—ఈ; నిత్యం—నిత్యధర్మముగా; అనుతిష్ఠన్తి—సక్రమముగా నిర్వహింతురో; మానవాః—మానవులు; శ్రద్ధావన్తః—శ్రద్ధాభక్తులతో; అనసూయన్తః—అసూయ లేకుండా; ముచ్యన్తే—విడువబడుదురు; తే—వారు; అపి—కూడా; కర్మభిః—కామ్యకర్మబంధముల నుండి.

నా ఆజ్ఞానుసారము తమ కర్మలను నిర్వహించుచు శ్రద్ధతో ఈ ఉపదేశమును అసూయారహితులై అనుసరించువారు కామ్యకర్మబంధముల నుండి విడివడగలరు.

భాష్యము : శ్రీకృష్ణభగవానుని ఆదేశము వేదజ్ఞానపు సారమై యున్నందున ఎటువంటి మినహాయింపు లేకుండా నిత్యసత్యమై యున్నది. వేదములు నిత్యమైనట్లు కృష్ణభక్తిభావన యందలి ఈ సత్యము కూడా నిత్యమై యున్నది. కనుక శ్రీకృష్ణభగవానుని యెడ అసూయారహితులై ప్రతియొక్కరు ఈ ఆదేశమునందు శ్రద్ధను కలిగియుండవలెను. శ్రీకృష్ణుని యందు శ్రద్ధాభక్తులు లేకున్నను భగవద్గీతపై వ్యాఖ్యానములు వ్రాయు తత్త్వవేత్తలు పెక్కురు గలరు. అట్టివారు ఏనాడును కామ్యకర్మబంధము నుండి ముక్తిని పొందజాలరు. కాని భగవానుని నిత్య ఆజ్ఞలపై సంపూర్ణశ్రద్ధను కలిగియున్న సామాన్యవ్యక్తి అట్టి ఆజ్ఞలను పాటింప సమర్థుడు కాకపోయినను కర్మబంధము నుండి ముక్తిని పొందగలడు. భగవదాజ్ఞల నన్నింటిని అనుసరించుట కృష్ణభక్తిభావన యందలి ఆరంభస్థితిలో సాధ్యము కాకపోవచ్చును. కాని ఆ నియమము నెడ ద్వేషమును చూపక అపజయము, నిరాశల చింత వీడి మనుజుడు శ్రద్ధతో కర్మనొనరించినచో నిక్కముగా కృష్ణభక్తిభావనాస్థితికి ఉద్ధరింపబడును.

32

ये त्वेतदभ्यसूयन्तो नानुतिष्ठन्ति मे मतम् ।
सर्वज्ञानविमूढांस्तान् विद्धि नष्टानचेतसः ॥३२॥

యే త్వేతదభ్యసూయన్తో నానుతిష్ఠన్తి మే మతమ్ ।
సర్వజ్ఞానవిమూఢాంస్తాన్ విద్ధి నష్టానచేతసః ॥

యే—ఎవరు; తు—అయినప్పటికి; ఏతత్—ఈ; అభ్యసూయన్తః—అసూయనొందుచు; న అనుతిష్ఠన్తి—క్రమముగా చేయరో; మే—నాయొక్క; మతమ్—ఆదేశమును; సర్వజ్ఞాన విమూఢాన్—అన్ని విధములుగా మూఢులైన; తాన్—వారిగా; విద్ధి—తెలిసికొనుము; నష్టాన్—భ్రష్టులుగను; అచేతసః—కృష్ణభక్తిరహితులుగను.

కాని అసూయతో ఈ ఉపదేశములను మన్నింపక అనుసరింపనివారలు జ్ఞానరహితులుగను, మూఢులుగను, పూర్ణత్వమును పొందు యత్నములో నాశము నొందినవారిగను భావింపబడుదురు.

భాష్యము : కృష్ణభక్తిభావనను పొందకపోవుట యందలి దోషము ఇచ్చట స్పష్టముగా తెలుపబడినది. అత్యున్నత అధికారి ఆజ్ఞ యెడ అవిధేయతకు శిక్ష తప్పనిసరియైనట్లు, దేవదేవుడైన శ్రీకృష్ణుని ఆజ్ఞ యెడ అవిధేయతకు కూడ శిక్ష తప్పనిసరిగా లభించును. అట్టి అవిధేయుడు ఎంతటి గొప్పవాడైనను తన రిక్త హృదయము కారణముగా తనను గూర్చి మరియు పరబ్రహ్మము, పరమాత్మ, భగవానులను గూర్చి జ్ఞానరహితుడై యుండును. కావున అతడు జీవన పూర్ణత్వమును పొందుటకు అవకాశమే ఉండదు.

33

सदृशं चेष्टते स्वस्याः प्रकृतेर्ज्ञानवानपि ।
प्रकृतिं यान्ति भूतानि निग्रहः किं करिष्यति ॥३३॥

సదృశం చేష్టతే స్వస్యాః ప్రకృతేర్జ్ఞానవానపి ।
ప్రకృతిం యాన్తి భూతాని నిగ్రహః కిం కరిష్యతి ॥

సదృశం—తగినట్లు; చేష్టతే—చేయును; స్వస్యాః—తనయొక్క; ప్రకృతేః—గుణములు; జ్ఞానవానపి—జ్ఞానవంతుడైనను; ప్రకృతిం—స్వభావమును; యాన్తి—పొందును; భూతాని—జీవులన్నియును; నిగ్రహః—నిగ్రహము; కిం—ఏమి; కరిష్యతి—చేయగలదు.

జ్ఞానవంతుడైన మనుజుడు కూడ తన గుణము ననుసరించియే కర్మ నొనరించును. ఏలయన ప్రతియొక్కరు త్రిగుణముల నుండి తాము పొందిన స్వభావమునే అనుసరింతురు. అట్టి యెడ నిగ్రహమేమి చేయగలదు?

భాష్యము : సప్తమాధ్యాయమున(7.14) శ్రీకృష్ణభగవానుడు నిర్ధారించిన రీతి

మనుజుడు సంపూర్ణ కృష్ణభక్తిభావన యనెడి ఆధ్యాత్మికస్థితి యందు నెలకొననిదే భౌతికప్రకృతి త్రిగుణముల ప్రభావము నుండి ముక్తిని పొందలేడు. కావున లౌకికభావనలో గొప్ప విద్వాంసుడని పేరొందినవానికి కూడ కేవలము సిద్ధాంతమాత్ర జ్ఞానముచే (ఆత్మను దేహమునకు అన్యముగా గాంచుట) మాయాబంధము నుండి ముక్తిని పొందుట సాధ్యము కాదు. జ్ఞానమునందు పురోగతి నొందినవారిగా పైకి ప్రదర్శనము గావించుచు ఆంతరమున సంపూర్ణముగా గుణములకు లోబడి వాటిని జయింపలేని నామమాత్ర ఆధ్యాత్మికవాదులు పెక్కురు గలరు. మనుజుడు విద్యాజ్ఞానసంపన్నుడైనను చిరకాల భౌతికప్రకృతి సాహచర్యముచే బద్ధుడై యుండును. మనుజుడు తన భౌతికస్థితి ననుసరించి వివిధకర్మలలో నియుక్తుడై యున్నను భౌతికబంధము నుండి ముక్తినొందుటకు కృష్ణభక్తిరసభావనము సహాయపడగలదు. కావున సంపూర్ణముగా కృష్ణభక్తిభావనా యుతులు కానిదే ఎవ్వరును విధ్యుక్తధర్మములను త్యజింపరాదు. అనగా విధ్యుక్తధర్మములను తొందరపాటుగా త్యజించి నామమాత్ర యోగిగా లేదా కృత్రిమ ఆధ్యాత్మికునిగా నగుటకు ఎవ్వరును యత్నించరాదు. మనుజుడు తానున్న స్థితి యందే నిలిచి, ఉన్నత శిక్షణలో కృష్ణభక్తిని పొందుటకు యత్నించుట ఉత్తమమైన విధానము. ఆ విధముగా అతడు శ్రీకృష్ణుని మాయాబంధము నుండి విడుదలను పొందగలడు.

34

इन्द्रियस्येन्द्रियस्यार्थे रागद्वेषौ व्यवस्थितौ।
तयोर्न वशमागच्छेत् तौ ह्यस्य परिपन्थिनौ॥३४॥

ఇన్ద్రియస్యేన్ద్రియస్యార్థే రాగద్వేషౌ వ్యవస్థితౌ ।
తయోర్న వశమాగచ్ఛేత్ తౌ హ్యస్య పరిపన్థినౌ ॥

ఇంద్రియస్య—ఇంద్రియముల యొక్క; ఇంద్రియస్యార్థే—ఇంద్రియవిషయముల యందు; రాగద్వేషౌ—ఆసక్తియు, అనాసక్తియు; వ్యవస్థితౌ—నియమింపబడినవి; తయోః—వాని యొక్క; వశమ్—వశమును; న ఆగచ్ఛేత్—మానవుడు పొందరాదు; తౌ—అవి; హి—నిశ్చయముగా; అస్య—అతనికి; పరిపంథినౌ—ఆటంకములు.

ఇంద్రియములు మరియు ఇంద్రియార్థముల యెడ కలుగు రాగద్వేషములను నియమించుటకు కొన్ని నియమములు కలవు. ఆత్మానుభవ మార్గమున ఆ రాగద్వేషములు ఆటంకముల వంటివి గావున వాటికి ఎవ్వరును వశము

కాకూడదు.

భాష్యము : కృష్ణభక్తిరసభావన యందున్నవారు ఇంద్రియభోగముల యెడ సహజముగా విముఖులై యుందురు. అటువంటి దివ్యభావన లేనివారు శాస్త్రములలో తెలుపబడిన విధినియమములను తప్పక అనుసరింపవలసి యుండును. విచ్చలవిడి భోగానుభవము భౌతికబంధమును కలిగించగలదు. కాని శాస్త్రములందు తెలుపబడిన విధినియమములను పాటించువారు ఇంద్రియార్థములచే బంధింపబడరు. ఉదాహరణకు మైథునభోగమనునది బద్ధ జీవునకు అత్యంత అవసరమైనది. అట్టి సుఖము వివాహము ద్వారా ఆమోదింప బడినది. భార్యతో తప్ప ఇతర స్త్రీలతో లైంగికభోగమునందు పాల్గొనరాదని శాస్త్రములు తెలుపుచున్నవి. పరస్త్రీని తల్లిగా భావించవలెను. అటువంటి ఆదేశములు ఉన్నప్పటికిని మనుజుడు ఇతర స్త్రీలతో అక్రమసంబంధమును పొంద గోరును. అటువంటి భావములను సంపూర్ణముగా నశింపజేయవలెను. లేనిచో అవి ఆత్మానుభవమార్గమున గొప్ప ఆటంకములు కాగలవు. దేహమున్నంత కాలము దేహావసరములు తప్పవు కనుక వానిని నియమనిబంధనల ననుసరించి గ్రహించవలెను. అయినను ఆ నియమముల పైన కూడా పూర్తిగా ఆధారపడ రాదు. కేవలము సంగరహితులమై వాటిని మనము అనుసరింపవలెను. ఏలయన విధినియమముల ప్రకారము పొందబడు ఇంద్రియభోగము కూడ కొన్నిమార్లు మనుజుని తప్పుద్రోవను పట్టించు ప్రమాదము కలదు. రాజమార్గమునందు కూడా ప్రమాదము ఒనగూడు అవకాశముండుననెడి విషయము తెలిసినదే కదా! రాజమార్గములు చక్కగా ఎటువంటి ఆటంకములు మరియు అవరోధములు లేకుండా ఏర్పాటు చేయబడినను, వాటిపై ఎట్టి ప్రమాదములు జరుగవని ఎవ్వరును హామీ నొసగలేరు. భౌతికసంపర్క కారణమున భోగవాంఛ అనంతకాలము నుండి వచ్చుచున్నది కావున ఇంద్రియభోగము నియమితమైనప్పటికిని మనుజుడు పతనము నొందుటకు ఆస్కారము కలదు. అందుచే విధినియమానుసార ఇంద్రియభోగమును కూడ త్యజించవలసియున్నది. కృష్ణభక్తిభావన యందు ఆసక్తి (కృష్ణుని ప్రేమపూర్వకసేవ) అన్నివిధములైన ఇంద్రియభోగకర్మల యెడ విముఖతను కలిగించును. కావున జీవితపు ఏ స్థితి యందును అట్టి కృష్ణభక్తిభావనము నుండి విడివడుటకు ఎవ్వరును యత్నించరాదు. అంత్యమున కృష్ణభక్తిభావనాస్థితిలో నెలకొనుటయే సర్వవిధములైన ఇంద్రియభోగముల నుండి

విడివడుట యందలి పూర్ణప్రయోజనమై యున్నది.

35

श्रेयान् स्वधर्मो विगुणः परधर्मात् स्वनुष्ठितात्।
स्वधर्मे निधनं श्रेयः परधर्मो भयावहः ॥३५॥

శ్రేయాన్ స్వధర్మో విగుణః పరధర్మాత్ స్వనుష్ఠితాత్ ।
స్వధర్మే నిధనం శ్రేయః పరధర్మో భయావహః ॥

శ్రేయాన్—ఎక్కువ మేలైనది; స్వధర్మః—స్వధర్మము; విగుణః—గుణరహితమైనను; పరధర్మాత్—ఇతరులకు విధింపబడిన ధర్మము కంటె; స్వనుష్ఠితాత్—చక్కగా అనుసరింపబడినను; స్వధర్మే—తనకు విధింపబడిన ధర్మము నందు; నిధనం—నాశము; శ్రేయః—మేలైనది; పరధర్మః—ఇతరులకు విధింపబడిన ధర్మము; భయావహః—హానికరము.

పరధర్మమును చక్కగా నిర్వహించుట కన్నను గుణరహితమైనను స్వధర్మమును ఆచరించుట ఉత్తమము. పరధర్మపాలనము హానికరమైనది కావున దానిని పాటించుట కన్నను స్వధర్మపాలనము నందు నాశమును పొందుటయైనను ఉత్తమమైనదే!

భాష్యము : ప్రతియొక్కరు పరధర్మమును నిర్వహించుటకు బదులు సంపూర్ణ కృష్ణభక్తిభావన యందు తమ విధ్యుక్తధర్మములను నిర్వహింపవలసియున్నది. భౌతికప్రకృతి యొక్క త్రిగుణముల ప్రభావములో మనుజుని స్థితి ననుసరించి విధింపబడిన ధర్మములే విధ్యుక్తధర్మములు. ఇక శ్రీకృష్ణుని దివ్యసేవార్థమై ఆధ్యాత్మికగురువుచే ఒసగబడిన కర్మలు ఆధ్యాత్మికకర్మలు. భౌతికమైనను లేదా ఆధ్యాత్మికమైనను మరణము వరకు ప్రతియొక్కరు పరధర్మమును అనుకరించుటకు బదులు తమ విధ్యుక్తధర్మములను నిర్వహింపవలసి యున్నది. ఆధ్యాత్మికస్థాయిలో ఒనరింపబడు కర్మలు మరియు భౌతికస్థాయిలో ఒనరింపబడు కర్మలు భిన్నమైనను ప్రామాణికమైన నిర్దేశమును అనుసరించుట కర్తకు సర్వదా లాభదాయకము. గుణప్రభావము నందున్న మనుజుడు ఇతరులను అనుకరింపక తన స్థితికి అనుగుణముగా విధింపబడిన నియమములను చక్కగా పాటింపవలెను. ఉదాహరణకు సత్త్వగుణము నందుండెడి బ్రాహ్మణుడు అహింసాపరుడుగా నుండును. కాని రజోగుణము నందుండెడి క్షత్రియుడు హింసాపూర్ణుడగుట ఆమోదయోగ్యమైనది. క్షత్రియుడైనవానికి హింసకు సంబంధించిన నియమముల ననుసరించుచు నశించుట యనునది అహింసాపరుడైన బ్రాహ్మణుని అనుకరించుట

కన్నను ఉత్తమమైనది. ప్రతియొక్కరు తమ హృదయకల్మషమును క్రమవిధానము ద్వారా శుద్ధిపరచుకొనవలెనే గాని తొందరపాటుతో కాదు. అయినను గుణసంపర్కమును దాటి సంపూర్ణముగా కృష్ణభక్తిరసభావన యందు స్థితుడైన పిమ్మట మనుజుడు గురునిర్దేశములో ఎట్టి కర్మమునైనను ఒనరింప సమర్థుడగును. అట్టి సంపూర్ణ కృష్ణభక్తిభావనా స్థితి యందు క్షత్రియుడు బ్రాహ్మణునిగా వర్తించవచ్చును. ఆలాగుననే బ్రాహ్మణుడు క్షత్రియునిగా వర్తించవచ్చును. అనగా అట్టి దివ్య ఆధ్యాత్మికస్థితి యందు భౌతికజగమునకు సంబంధించిన భేదములు ఏమాత్రము వర్తింపవు. ఉదాహరణమునకు విశ్వామిత్రుడు తొలుత క్షత్రియుడైనను పిదప బ్రాహ్మణునిగా వర్తించెను. కాని పరశురాముడు బ్రాహ్మణుడైనను తదుపరి క్షత్రియునిగా వర్తించెను. ఆధ్యాత్మికస్థితి యందు నెలకొనినందునే వారు ఆ విధముగా చేయగలిగిరి. కాని భౌతికపరిధిలో ఉన్నంత వరకు మనుజుడు గుణము ననుసరించి యున్న తన కర్మలనే ఒనరింపవలెను. ఆ విధముగా ఒనర్చుచునే అతడు పూర్ణ కృష్ణభక్తిభావనను కలిగియుండవలెను.

36

अर्जुन उवाच

अथ केन प्रयुक्तोऽयं पापं चरति पूरुषः ।
अनिच्छन्नपि वार्ष्णेय बलादिव नियोजितः ॥३६ ॥

అర్జున ఉవాచ

అథ కేన ప్రయుక్తోఽయం పాపం చరతి పూరుషః ।
అనిచ్ఛన్నపి వార్ష్ణేయ బలాదివ నియోజితః ॥

అర్జునః ఉవాచ—అర్జునుడు పలికెను; **అథ**—అప్పుడు; **కేన**—దేనిచే; **ప్రయుక్తః**—ప్రేరితుడై; **అయం**—ఈ; **పాపం**—పాపమును; **చరతి**—చేయును; **పూరుషః**—మానవుడు; **అనిచ్ఛనపి**—కోరకపోయినను; **వార్ష్ణేయ**—ఓ వృష్ణివంశసంజాతుడా; **బలాత్**—బలవంతముగా; **ఇవ**—వలె; **నియోజితః**—నియోగింపబడినవాని.

అర్జునుడు పలికెను : ఓ వృష్ణివంశసంజాతుడా! అనిష్టముగానైనను బలవంతముగా నియుక్తమైనవాని వలె మనుజుడు దేనిచే పాపకర్మలను చేయుట యందు ప్రేరేపింపబడుచున్నాడు?

భాష్యము : దేవదేవుడైన శ్రీకృష్ణుని అంశగా జీవుడు ఆదిలో ఆధ్యాత్మికుడు,

పవిత్రుడు, భౌతికకల్మషరాహిత్యుడు అయియుండెను. అనగా స్వభావరీత్యా అతడు భౌతికజగమునకు సంబంధించిన పాపములకు అతీతుడై యున్నాడు. కాని ప్రకృతి సంగత్వము కలుగగనే అతడు ఎటువంటి సంకోచము లేకుండా వివిధములైన పాపకర్మలయందు మగ్నుడగుచున్నాడు. కొన్నిమార్లు అతడు తన అభిప్రాయమునకు భిన్నముగను వర్తించి అట్టి పాపమును చేయుచుండును. కనుకనే అర్జునుడు శ్రీకృష్ణుని ముందుంచిన ప్రశ్న జీవుల వికృత స్వభావమునకు తగినదియై ఆలోచనాపూర్ణముగా నున్నది. జీవులు కొన్నిమార్లు పాపము చేయ కోరకున్నను బలవంతముగా వారు దాని యందు వర్తింపబడుదురు. తరువాతి శ్లోకములో భగవానునిచే వివరింపబడినట్లు అట్టి పాపకర్మలు ఆంతరమందున్న పరమాత్మునిచే కాక వేరుకారణములచే ప్రేరేపింపబడుచున్నవి.

37

श्रीभगवानुवाच

काम एष क्रोध एष रजोगुणसमुद्भवः ।
महाशनो महापाप्मा विद्ध्येनमिह वैरिणम् ॥३७॥

శ్రీభగవానువాచ

కామ ఏష క్రోధ ఏష రజోగుణసముద్భవః ।
మహాశనో మహాపాప్మా విద్ధ్యేనమిహ వైరిణమ్ ॥

శ్రీభగవానువాచ—దేవదేవుడైన శ్రీకృష్ణుడు పలికెను; కామః—కామము; ఏషః—ఈ; క్రోధః—కోపము; ఏషః—ఈ; రజోగుణసముద్భవః—రజోగుణము వలన పుట్టిన; మహాశనః—సర్వమును మ్రింగునట్టిది; మహాపాప్మా—గొప్పపాపము కలిగినట్టిది; విద్ధి—తెలిసికొనుము; ఏనం—ఈ; ఇహ—భౌతికప్రపంచమునందు; వైరిణమ్—గొప్పశత్రువు.

శ్రీకృష్ణభగవానుడు పలికెను : అర్జునా! రజోగుణసంపర్కముచే ఉద్భవించి, తదుపరి క్రోధముగా పరిణమించు కామమే దానికి కారణము. అదియే ఈ ప్రపంచమునకు సర్వమును కబళించునట్టి పాపభూయిష్ఠ శత్రువు.

భాష్యము : జీవుడు భౌతికసంపర్కమును పొందినంతనే కృష్ణుని యెడ గల అతని నిత్యప్రేమ రజోగుణము వలన కామముగా మార్పుచెందును. అనగా పుల్లని చింతపండుతో కలిసినంతనే పాలు పెరుగుగా మారునట్లు, భగవత్ప్రేమ భావము కామముగా మార్పు చెందుచున్నది. ఆ కామము సంతృప్తి చెందనిచో శీఘ్రమే కోపముగా మార్పుచెందును. అటుపిమ్మట కోపము మోహముగా

మార్పునొందును. ఆ మోహమే జీవుని భౌతికస్థితిని అనంతముగా కొనసాగించును. అనగా కామమే జీవునకు గొప్ప శత్రువై యున్నది. అదియే పవిత్రుడైన జీవుడు భౌతికజగమున బద్ధునిగా నిలుచునట్లు చేయుచున్నది. క్రోధము రజోగుణమునకు మారురూపము. ఈ గుణములు ఈ విధముగా క్రోధము మరియు తజ్జన్యములైన వానిగా ప్రకటితమగుచుండును. కనుక నిర్దేశింపబడిన జీవనవిధానము మరియు కర్మము ద్వారా రజోగుణము తమోగుణముగా పతనము చెందుటకు బదులు సత్త్వగుణమునకు ఉద్ధరింపబడినచో మనుజుడు ఆధ్యాత్మిక సంపర్క కారణమున క్రోధము యొక్క పతనము నుండి రక్షింపబడును.

అనవరతము వృద్ధిచెందెడి తన ఆధ్యాత్మికానందము కొరకు భగవానుడు బహురూపములుగా విస్తరించెను. జీవులు అట్టి ఆధ్యాత్మికానందపు అంశలు. వారు కూడా పాక్షికమైన స్వతంత్రతను కలిగియున్నారు. కాని సేవాభావము భోగవాంఛగా మారి వారి స్వాతంత్ర్యము దుర్వినియోగమైనపుడు వారు కామము యొక్క వశములోనికి వత్తురు. బద్ధజీవులు ఈ కామభావనలను సంతృప్తి పరచుకొనుట కొరకే భగవానుడు ఈ భౌతికజగత్తును సృష్టించెను. అట్టి అనంత కామభోగపు కర్మలలో పూర్తిగా విసుగుచెంది, హతాశయులైనపుడు వారు తమ నిజస్థితిని గూర్చి ప్రశ్నించుట (విచారణను) నారంభింతురు.

ఆ విచారణయే వేదాంతసూత్రముల ఆరంభమై యున్నది. అట్టి ఆరంభము నందు "అథాతో బ్రహ్మ జిజ్ఞాసా" అని చెప్పబడినది. అనగా ప్రతియొక్కరు పరమపురుషుని గూర్చి విచారణ కావింపవలెను. ఆ పరమపురుషుడు "జన్మాద్యస్యయతో ऽన్వయాదితరతశ్చ" యని నిర్వచింపబడినాడు. అనగా సర్వసృష్టికి పరబ్రహ్మమే కారణము. కావున కామమునకు కూడ మూలము పరమపురుషుని యందే కలదు. కావున ఒకవేళ అట్టి కామము భగవత్ప్రేమగా (కృష్ణభక్తిరసభావనలోనికి లేదా కృష్ణుని కొరకే సర్వమును వాంఛించుట యను భావనలోనికి) మార్పు చెందినచో కామక్రోధములు రెండును ఆధ్యాత్మికములు కాగలవు. శ్రీరామచంద్రుని బంటైన హనుమానుడు రావణుని సువర్ణనగరమును దహించుట ద్వారా తన క్రోధమును ప్రదర్శించెను. ఆ విధమైన కార్యముచే అతడు గొప్ప రామభక్తునిగా కీర్తినొందెను. ఇచ్చట భగవద్గీత యందు కూడా శ్రీకృష్ణభగవానుడు తన ప్రీత్యర్థమై క్రోధమును శత్రువులపై చూపుమని అర్జునుని ప్రేరేపించుచున్నాడు. అనగా కామక్రోధములను కృష్ణభక్తిభావన యందు

నియోగించినచో అవి శత్రువులుగా కాక మన మిత్రులుగా మారగలవు.

38

धूमेनाव्रियते वह्निर्यथादर्शो मलेन च।
यथोल्बेनावृतो गर्भस्तथा तेनेदमावृतम्॥३८॥

ధూమేనావ్రియతే వహ్నిర్యథాదర్శో మలేన చ ।
యథోల్బేనావృతో గర్భస్తథా తేనేదమావృతమ్ ॥

ధూమేన—పొగచే; ఆవ్రియతే—కప్పబడును; వహ్నిః—అగ్ని; యథా—వలె; ఆదర్శః—అద్దము; మలేన—దుమ్ముచే; చ—కూడా; యథా—వలె; ఉల్బేన—మావిచే; ఆవృతః—ఆవరింపబడును; గర్భః—గర్భస్థ పిండము; తథా—అట్లు; తేన—ఆ కామముచే; ఇదమ్—ఇది; ఆవృతమ్—ఆవరింపబడియున్నది.

పొగ చేత అగ్ని, ధూళి చేత అద్దము, మావి చేత గర్భము కప్పబడినట్లు కామము యొక్క వివిధ దశలచే జీవుడు కప్పబడియుండును.

భాష్యము : జీవుని శుద్ధచైతన్యమును మరుగుపరచు ఆవరణదశలు మూడు కలవు. ఆ ఆవరణయే కామము. అదియే అగ్ని యందలి పొగ, అద్దముపై నుండెడి ధూళి, గర్భము పైని మావి వలె వివిధరూపములలో నుండును. కామమును పొగచే పోల్చినపుడు జీవుడనెడి అగ్ని అతికొద్దిగా అనుభూతమగునని అవగతము చేసికొనవచ్చును. అనగా జీవుడు కృష్ణభక్తిభావనను కొద్దిగా ప్రదర్శించునప్పుడు పొగ చేత కప్పబడిన అగ్నిని పోలియుండును. పొగ ఉన్న చోట అగ్నియున్నను ప్రారంభదశలో అగ్ని ప్రదర్శితము కాక గుప్తముగా నుండును. ఈ స్థితిని కృష్ణభక్తిరసభావన యందలి తొలిదశతో పోల్చవచ్చును. అద్దము పైన గల ధూళి వివిధములైన ఆధ్యాత్మికపద్ధతుల ద్వారా మనోదర్పణ మాలిన్యమును తొలగించు విధానమును సూచించును. దాని కొరకు హరినామసంకీర్తనమే అత్యుత్తమమైన మార్గము. మావి చేత గర్భము కప్పబడి యుండుట అనెడి ఉపమానము నిస్సహాయస్థితిని సూచించును. ఏలయన మావి యందు శిశువు నిస్సహాయస్థితిలో కదలలేకయుండును. ఇట్టి జీవనస్థితిని వృక్షములకు అన్వయింపవచ్చును. వృక్షములు కూడ జీవులే. కాని అత్యధిక కామమును వారు ప్రదర్శించియుండుటచే అట్టి దాదాపు చేతనారహిత జీవనస్థితిని పొందిరి. ధూళి చేత అద్దము కప్పబడిన ఉపమానము పక్షులకు, జంతువులకు అన్వయింపవచ్చును. ఆలాగుననే పొగ చేత కప్పబడిన అగ్ని ఉపమానమును

మానవులకు అన్వయింపవచ్చును. మానవజన్మలో జీవుడు కృష్ణభక్తిరసభావనను జాగృతము చేసికొనగలడు. దాని యందు అతడు పురోగమించినచో ఆధ్యాత్మిక జీవనమనెడి అగ్ని రగుల్కొనగలదు. తదుపరి పొగను జాగ్రత్తగా నివారించినచో అగ్నిని ప్రజ్వలింపచేయ వచ్చును. కావుననే ఈ మానవజన్మ భవబంధముల నుండి తప్పించుకొనుటకు జీవునకు ఒక చక్కని అవకాశమై యున్నది. అట్టి మానవజన్మ యందు సమర్థవంతమైన మార్గదర్శకత్వమున కృష్ణభక్తిభావనను అలవరచుకొనుట ద్వారా ఎవ్వరైనను కామమనెడి శత్రువును జయింపగలరు.

39

आवृतं ज्ञानमेतेन ज्ञानिनो नित्यवैरिणा।
कामरूपेण कौन्तेय दुष्पूरेणानलेन च ॥३९॥

ఆవృతం జ్ఞానమేతేన జ్ఞానినో నిత్యవైరిణా ।
కామరూపేణ కౌన్తేయ దుష్పూరేణానలేన చ ॥

ఆవృతం—ఆవరింపబడినది; జ్ఞానం—శుద్ధచైతన్యము; ఏతేన—ఈ; జ్ఞానినః—జ్ఞానవంతుని యొక్క; నిత్యవైరిణా—నిత్యశత్రువుచే; కామరూపేణ—కామరూపమున నున్న; కౌన్తేయ—ఓ కుంతీపుత్రా; దుష్పూరేణ—తృప్తిపరచుటకు శక్యము కాని; అనలేన—అగ్నిచే; చ—కూడా.

ఈ విధముగా జ్ఞానవంతుడైన జీవుని శుద్ధచైతన్యము ఎన్నడును తృప్తి చెందనిదియు మరియు అగ్నివలె దహించునదియునైన కామమనెడి నిత్యవైరిచే ఆవరింపబడును.

భాష్యము : ఇంధనముచే అగ్ని ఆర్పబడనట్లు, ఎంతటి భోగానుభవము చేతను కామము సంతృప్తి చెందదని మనుస్మృతి యందు తెలుపబడినది. ఈ భౌతికజగమునందు సర్వకర్మలకు మూలము మైథునభోగమై యున్నది. కనుకనే ఈ జగము "మైథునాగారము" లేక మైథునభోగ బంధమని పిలువబడును. కారాగారమునందు నేరస్థులు బంధింపబడినట్లు భగవానుని ఆజ్ఞలను ఉల్లంఘించినవారు మైథునభోగము ద్వారా బంధింపబడుదురు. ఇంద్రియభోగమునే పరమావధిగా భావించుచు సాధించెడి నాగరికత యొక్క పురోగతి యనగా భౌతికత్వమున జీవుడు నిలిచియుండవలసిన కాలపరిమితిని పొడిగించుటనియే భావము. అనగా అజ్ఞానమునకు చిహ్నమైన కామమే జీవుని భౌతికజగము నందు బంధించుచున్నది. ఇంద్రియభోగము ననుభవించునప్పుడు సుఖభావనము

కొద్దిగా కలిగినను వాస్తవమునకు అట్టి నామమాత్ర సుఖభావనము ఇంద్రియభోగికి నిత్యశత్రువై యున్నది.

40

इन्द्रियाणि मनो बुद्धिरस्याधिष्ठानमुच्यते।
एतैर्विमोहयत्येष ज्ञानमावृत्य देहिनम्॥४०॥

ఇన్ద్రియాణి మనో బుద్ధిరస్యాధిష్ఠానముచ్యతే ।
ఏతైర్విమోహయత్యేష జ్ఞానమావృత్య దేహినమ్ ॥

ఇన్ద్రియాణి—ఇంద్రియములు; మనః—మనస్సు; బుద్ధిః—బుద్ధియు; అస్య—ఈ కామమునకు; అధిష్ఠానం—వాసస్థానము; ఉచ్యతే—చెప్పబడుచున్నవి; ఏతైః—వీనిచే; విమోహయతి—కలతపెట్టును; ఏషః—ఈ కామము; జ్ఞానం—జ్ఞానమును; ఆవృత్య—ఆవరించి; దేహినమ్—జీవుల.

ఇంద్రియములు, మనస్సు, బుద్ధి యనునవి ఈ కామము నివసించు స్థానములు. వాని ద్వారా కామము జీవుని నిజజ్ఞానమును ఆవరించి అతనిని మోహింప జేయును.

భాష్యము : బద్ధజీవుని దేహమందలి వివిధ ముఖ్యస్థానములను శత్రువు ఆక్రమించియున్నాడు. అట్టి శత్రువును జయింపగోరువారు అతడు ఎచ్చట కనుగొనబడునో తెలియుట కొరకు శ్రీకృష్ణభగవానుడు ఆయా స్థానములను గూర్చి తెలుపుచున్నాడు. మనస్సు ఇంద్రియముల కర్మలన్నింటికిని మూలము కావున ఇంద్రియార్థముల గూర్చి వినినంతనే ఇంద్రియభోగాభిలాషలకు మనస్సు నిలయమగును. తత్ఫలితముగా మనస్సు, ఇంద్రియములు కామమునకు ఆశ్రయమగును. తదుపరి బుద్ధి అట్టి కామభావనలకు కేంద్రమగును. బుద్ధి ఆత్మ యొక్క పొరుగున ఉన్నటువంటిది. కామపూర్ణమైన బుద్ధి యనునది ఆత్మ మిథ్యాహంకారమును పొంది, భౌతికభావనలో ఇంద్రియ, మనస్సులతో తాదాత్మ్యము చెందునట్లుగా ప్రభావితము చేయును. తద్ద్వారా జీవాత్మ ఇంద్రియ సుఖములకు అలవాటుపడి అదియే నిజసుఖమని భ్రమపడును. జీవుని అట్టి భ్రాంతి శ్రీమద్భాగవతము (10.84.13) నందు చక్కగా వివరింపబడినది.

యస్యాత్మ బుద్ధిః కుణపే త్రిధాతుకే
స్వధీః కలత్రాదిషు భౌమ ఇజ్యధీః ।

యత్తీర్థబుద్ధిః సలిలే న కర్హిచిత్
జనేష్వభిజ్ఞేషు స ఏవ గోఖరః ॥

"త్రిధాతులతో తయారు చేయబడిన దేహమును ఆత్మగను, దేహము నుండి కలిగినవారిని బంధువులుగను, జన్మభూమిని పూజాస్థానముగాను, తీర్థస్థానమున కేగుట ఆధ్యాత్మికజ్ఞానపూర్ణులగు మహాత్ములను కలిసికొనుటకు గాక స్నానమాచరించు ప్రయోజనముగను భావించు మనుజుడు గార్దభము లేక గోవుగా భావింపబడును."

41

तस्मात्त्वमिन्द्रियाण्यादौ नियम्य भरतर्षभ।
पाप्मानं प्रजहि ह्येनं ज्ञानविज्ञाननाशनम् ॥४१॥

తస్మాత్త్వమిన్ద్రియాణ్యాదౌ నియమ్య భరతర్షభ ।
పాప్మానం ప్రజహి హ్యేనం జ్ఞానవిజ్ఞాననాశనమ్ ॥

తస్మాత్—అందుచే; త్వమ్—నీవు; ఇంద్రియాణి—ఇంద్రియములను; ఆదౌ—మొదటనే; నియమ్య—నియమించి; భరతర్షభ—భరతవంశీయులలో శ్రేష్ఠుడా; పాప్మానమ్—గొప్ప పాపచిహ్నమును; ప్రజహి—నిరోధింపుము; హి—నిశ్చయముగా; ఏనమ్—ఈ; జ్ఞాన—జ్ఞానమును; విజ్ఞాన—ఆత్మ యొక్క శాస్త్రీయజ్ఞానమును; నాశనమ్—నశింపజేయునది.

కావున భరతవంశీయులలో శ్రేష్ఠుడవైన ఓ అర్జునా! ఇంద్రియనిగ్రహము ద్వారా పాపచిహ్నమైన ఈ కామమును మొట్టమొదటనే అదుపుచేసి, జ్ఞానము మరియు ఆత్మానుభవములను నాశనము చేయునట్టి అద్దానిని నశింపజేయుము.

భాష్యము : ఆత్మకు సంబంధించిన విజ్ఞానమును, ఆత్మానుభవమును పొందు వాంఛను నశింపజేయునటువంటి గొప్ప పాపశత్రువైన కామమును నశింపజేయుటకు తొలి నుండియే ఇంద్రియములను నిగ్రహింపుమని శ్రీకృష్ణభగవానుడు అర్జునునకు ఉపదేశించినాడు. ఇచ్చట జ్ఞానమనగా అనాత్మకు భిన్నమైన ఆత్మజ్ఞానము. అనగా ఆత్మ దేహము కాదని తెలుపునటువంటి జ్ఞానము. ఇక విజ్ఞానమనగా ఆత్మ యొక్క నిజస్థితిని మరియు దానికి పరమాత్మతో గల సంబంధమును తెలుపునటువంటిది. ఈ విషయము శ్రీమద్భాగవతము (2.9.31) నందు ఇట్లు తెలుపబడినది.

జ్ఞానమ్ పరమగుహ్యమ్ మే యద్విజ్ఞాన సమన్వితమ్ ।
సరహస్యం తదంగం చ గృహాణ గదితం మయా ॥

"ఆత్మ, పరమాత్మల జ్ఞానము అతిగుహ్యము మరియు గహనమై ఉంది. కాని అట్టి జ్ఞానమును, అనుభూతిని వాటి వివిధ అంశములతో భగవానుడే స్వయముగా వివరించినచో అవగతము కాగలవు." ఆత్మను గూర్చిన అట్టి సాధారణ మరియు ప్రత్యేక జ్ఞానమును భగవద్గీత మనకు ఒసగుచున్నది. జీవులు వాస్తవమునకు శ్రీకృష్ణభగవానుని అంశలైనందున ఆతనిని సేవించుటకే వారు ఉద్దేశింపబడి యున్నారు. అట్టి సేవాభావనమే కృష్ణభక్తిరసభావనము. కావున జీవితము తొలినుండియే ప్రతియొక్కరు కృష్ణభక్తిభావనను అలవరచుకొనుటకు యత్నించ వలెను. తద్వారా వారు సంపూర్ణ కృష్ణభక్తిభావితులై తదనుగుణముగా వర్తించగలరు.

ప్రతిజీవునకు సహజమైనటువంటి భగవత్ప్రేమ యొక్క వికృత ప్రతిబింబమే కామము. కాని మనుజుడు ఆది నుండియే కృష్ణభక్తిభావన యందు శిక్షణ గరుప బడినచో అతని సహజ భగవత్ప్రేమ కామముగా పతనము చెందదు. భగవత్ప్రేమ కామముగా పతనము చెందినపుడు తిరిగి సహజ స్థితికి చేరగలుగుట అతికష్టము కాగలదు. ఏదియేమైనను కృష్ణభక్తిరసభావన మాత్రము అత్యంత శక్తివంత మైనది. జీవితమున భక్తిని ఆలస్యముగా ఆరంభించినవాడు కూడ భక్తియోగము నందలి నియమములను అనుసరించుట ద్వారా కృష్ణుని ప్రేమించువాడు కాగలడు. కనుక జీవితపు ఏ స్థితి నుండైనను లేదా జీవితలక్ష్యము తెలిసిన తోడనే ప్రతియొక్కరు కృష్ణభక్తిభావన యందు (భక్తియోగము నందు) ఇంద్రియములను అదుపు చేయుట నారంభించి కామమును శ్రీకృష్ణభగవానుని ప్రేమగా మార్చవచ్చును. అట్టి కృష్ణప్రేమయే మానవజీవితము నందలి అత్యున్నత పూర్ణత్వస్థితియై యున్నది.

42

इन्द्रियाणि पराण्याहुरिन्द्रियेभ्यः परं मनः ।
मनसस्तु परा बुद्धिर्यो बुद्धेः परतस्तु सः ॥४२॥

ఇన్ద్రియాణి పరాణ్యాహురిన్ద్రియేభ్యః పరం మనః ।
మనసస్తు పరా బుద్ధిర్యో బుద్ధేః పరతస్తు సః ॥

ఇన్ద్రియాణి—ఇంద్రియములు; పరాణి—ఉత్తమములు అని; ఆహుః—చెప్పబడినది;

ఇంద్రియేభ్యః—ఇంద్రియముల కన్నను; పరమ్—ఉత్తమము; మనః—మనస్సు; మనసః—మనస్సుకన్నను; తు—కూడా; పరా—ఉత్తమము; బుద్ధేః—బుద్ధి; యః—ఎవరు; బుద్ధేః—బుద్ధి కన్నను కూడా; పరతః—ఉత్తముడు; తు—కాని; సః—అతడు.

జడపదార్థము కన్నను ఇంద్రియములు ఉత్తమములు; ఇంద్రియముల కన్నను మనస్సు ఉత్తమము; మనస్సు కన్నను బుద్ధి మరింత ఉత్తమము; బుద్ధి కన్నను ఆత్మ అత్యంత ఉత్తమము.

భాష్యము : ఇంద్రియములు కామము యొక్క కర్మలకు వివిధ ద్వారములై యున్నవి. అనగా దేహమునందు నిలిచియుండెడి కామము వివిధములైన ఇంద్రియముల ద్వారా బహిర్గతమగుచుండును. కనుక దేహము కన్నను ఇంద్రియములు శ్రేష్ఠములై యున్నవి. కాని కృష్ణభక్తిరసభావనము (ఉత్తమ చైతన్యము) కలిగినప్పుడు ఇంద్రియములు కామము బహిర్గతమగుటకు ఉపయోగింపబడవు. కృష్ణభక్తిభావన యందు ఆత్మ భగవానునితో ప్రత్యక్ష సంబంధమును ఏర్పరచుకొనును గావున ఇచ్చట తెలుపబడిన దేహకర్మాది సర్వవిషయములు అంత్యమున పరమాత్మ యందే ముగియును. దేహకర్మ యనగా ఇంద్రియకర్మ గనుక ఇంద్రియములను నిరోధించుట యనగా దేహకర్మలను ఆపివేయుట యని భావము. కాని మనస్సు క్రియాశీలత కలిగి యున్నందున దేహము ఎట్టి కర్మను చేయక నిశ్చలముగా నున్నను స్వప్న సమయమునందు వలె సదా చరించుచునే యుండును. ఆ మనస్సు కన్నను ఉన్నతమైనది బుద్ధి మరియు ఆ బుద్ధి కన్నను ఉన్నతమైనదే ఆత్మ. కనుక ఒకవేళ ఆత్మను ప్రత్యక్షముగా శ్రీకృష్ణభగవానుని సంబంధమునందు నిలిపినచో బుద్ధి, మనస్సు, ఇంద్రియములనునవి వాటంతట అవియే అప్రయత్నముగా భగవత్సేవలో నియుక్తములగును. ఇటువంటి విషయమే కఠోపనిషత్తునందు ఒక చోట చెప్పబడినది. దాని ప్రకారము ఇంద్రియార్థములు ఇంద్రియముల కన్నను ఉత్తమములు కాగా, మనస్సు ఇంద్రియార్థముల కన్నను ఉత్తమమై యున్నది. కావున ఒకవేళ మనస్సు భగవానుని సేవలో నిత్యము నిలిచియున్నచో ఇంద్రియములు ఇతర మార్గములందు నియుక్తమగుటకు అవకాశముండదు. ఇట్టి మానసికస్థితి పూర్వమే వివరింపబడినది. "పరం దృష్ట్వా నివర్తతే". అనగా మనస్సును శ్రీకృష్ణభగవానుని దివ్యమైన సేవలో నిలిపినచో అది ఇతర హీన ప్రవృత్తులను కలిగియుండు అవకాశముండదు. కఠోపనిషత్తునందు ఆత్మ "మహాన్"

(ఘనమైనది) అని వర్ణింపబడినది. అనగా ఇంద్రియార్థములు, ఇంద్రియములు, మనస్సు, బుద్ధి కన్నను ఆత్మ ఘనమైనది. కనుక ఆత్మ యొక్క నిజస్థితిని ప్రత్యక్షముగా అవగతము చేసికొనుటయే సమస్యా పరిష్కారమునకు మార్గమై యున్నది.

బుద్ధి చేత మనుజుడు ఆత్మ యొక్క నిజస్థితిని తెలిసికొని, మనస్సును సదా కృష్ణభక్తిరసభావన యందు నిలుపవలెను. అది సమస్యలనన్నింటిని సంపూర్ణముగా పరిష్కరింపగలదు. ఇంద్రియార్థముల నుండి దూరముగా నుండుమని ప్రారంభ దశలో నున్న సాధకునికి సాధారణముగా ఉపదేశింపబడును. కాని దానితో పాటుగా అతడు బుద్ధిచే మనస్సును దృఢపరచుకొనవలెను. శ్రీకృష్ణభగవానుని యందు సంపూర్ణ శరణాగతితో మనుజుడు బుద్ధి నుపయోగించి తన మనస్సును కృష్ణభక్తిభావన యందు నిలిపినచో అతని మనస్సు అప్రయత్నముగా దృఢవంతమగును. అట్టి స్థితిలో సర్పముల వలె బలమైన ఇంద్రియములు కోరలు తీసిన పాముల వలె నిర్వీర్యములగును. బుద్ధి, మనస్సు, ఇంద్రియములకు ఆత్మ ప్రభువైనను భక్తిభావనలో శ్రీకృష్ణభగవానుని సాహచర్యమునందు అది దృఢము కానిచో కల్లోలిత మనస్సు కారణముగా పతనము చెందు అవకాశము కలదు.

43

एवं बुद्धेः परं बुद्ध्वा संस्तभ्यात्मानमात्मना।
जहि शत्रुं महाबाहो कामरूपं दुरासदम् ॥४३॥

ఏవం బుద్ధేః పరం బుద్ధ్వా సంస్తభ్యాత్మానమాత్మనా ।
జహి శత్రుం మహాబాహో కామరూపం దురాసదమ్ ॥

ఏవమ్—ఆ విధముగా; బుద్ధేః—బుద్ధికన్నను; పరం—ఉత్తమమని; బుద్ధ్వా—తెలిసికొని; సంస్తభ్య—స్థిరపరచి; ఆత్మానమ్—మనస్సును; ఆత్మనా—అత్యున్నతమైన బుద్ధిచే; జహి—జయింపుము; శత్రుమ్—శత్రువును; మహాబాహో—గొప్ప బాహుబలము కలవాడా; కామరూపం—కామమనెడి; దురాసదమ్—దుర్జయమైన.

ఓ గొప్పబాహువులు గల అర్జునా! ఈ విధముగా తనను ఇంద్రియ,మనో బుద్ధులకు పరమైనవానిగా తెలిసికొని, ఆధ్యాత్మికబుద్ధి చే (కృష్ణభక్తిరస భావనము) మనస్సును స్థిరపరచి, ఆ విధముగా ఆధ్యాత్మిక బలముచే మనుజుడు కామమనెడి ఈ దుర్జయమైన శత్రువును జయింపవలెను.

భాష్యము : మానవుడు నిర్విశేష శూన్యమును చరమలక్ష్యముగా భావింపక తనను శ్రీకృష్ణభగవానుని నిత్యదాసునిగా గుర్తించి కృష్ణభక్తిరసభావనను అవలంబించవలెనని భగవద్గీత యందలి ఈ తృతీయాధ్యాయము నిర్దేశించుచున్నది. భౌతికజీవనస్థితి యందు ప్రతియొక్కరు కామవాంఛను, ప్రకృతిపై ఆధిపత్యము వహింపవలెనను కోరికను కలిగియుందురు. అటువంటి ఇంద్రియభోగవాంఛ మరియు స్వామిత్వ భావనయే బద్ధజీవునకు గొప్ప శత్రువై యున్నది. కాని కృష్ణభక్తి యనెడి బలము ద్వారా మనుజుడు ఇంద్రియములను, మనస్సును, బుద్ధిని అదుపు చేయగలడు. అనగా చేయు కర్మను మరియు విధ్యుక్తధర్మమును ఎవ్వరును హఠాత్తుగా త్యజింపవలసిన అవసరము లేదు. కృష్ణభక్తిరసభావనను క్రమముగా వృద్ధిపరచుకొనుచు మనో,ఇంద్రియములచే ప్రభావితము కానటువంటి ఆధ్యాత్మికస్థితి యందు మనుజుడు నెలకొనగలడు. పవిత్రతను సాధించుట కొరకై యత్నించెడి స్థిరబుద్ధి ద్వారా అది సాధ్యపడగలదు. ఇదియే ఈ అధ్యాయపు సంపూర్ణ సారాంశము. అపరిపక్వ భౌతికజీవన స్థితిలో తాత్త్వికకల్పనలు మరియు నామమాత్ర యోగము ద్వారా ఇంద్రియ నిరోధము వంటివి మనుజుని ఆధ్యాత్మికజీవనమునకు తోడ్పడజాలవు. కనుక అతడు ఉన్నతబుద్ధి ద్వారా కృష్ణభక్తిరసభావన యందు సుశిక్షితుడు కావలసి యున్నది.

శ్రీమద్భగవద్గీత యందలి "కర్మయోగము" లేదా "కృష్ణభక్తిభావన యందు విధ్యుక్తధర్మనిర్వహణము" అను తృతీయాధ్యాయమునకు భక్తివేదాంతభాష్యము సమాప్తము.

చతుర్థాధ్యాయము

దివ్యజ్ఞానము

1

श्रीभगवानुवाच

इमं विवस्वते योगं प्रोक्तवानहमव्ययम्।
विवस्वान्मनवे प्राह मनुरिक्ष्वाकवेऽब्रवीत्॥१॥

శ్రీభగవానువాచ

ఇమం వివస్వతే యోగం ప్రోక్తవానహమవ్యయమ్ ।
వివస్వాన్మనవే ప్రాహ మనురిక్ష్వాకవే ऽబ్రవీత్ ॥

శ్రీభగవానువాచ—దేవదేవుడైన శ్రీకృష్ణభగవానుడు పలికెను; ఇమం—ఈ; వివస్వతే—సూర్యునికి; యోగం—మానవునికి భగవానునితో గల సంబంధవిజ్ఞానము; ప్రోక్తవాన్—ఉపదేశించితిని; అహం—నేను; అవ్యయమ్—నాశనము లేని; వివస్వాన్—వివస్వానుడు (సూర్యదేవుని నామము); మనవే—మానవులకు తండ్రియైన వైవస్వతమనువునకు; ప్రాహ—చెప్పెను; మనుః—మనువు; ఇక్ష్వాకవే—ఇక్ష్వాకురాజునకు; అబ్రవీత్—చెప్పెను.

దేవదేవుడైన శ్రీకృష్ణభగవానుడు పలికెను: అవ్యయమైన ఈ యోగశాస్త్రమును నేను వివస్వానునకు(సూర్యదేవునకు) ఉపదేశించితిని. వివస్వానుడు దానిని మానవులకు పితయైన మనువునకు ఉపదేశించగా, మనువు దానిని ఇక్ష్వాకునకు ఉపదేశించెను.

భాష్యము : సూర్యలోకము మొదలుగా సర్వలోకములందలి రాజవంశములకు శ్రీమద్భగవద్గీతాజ్ఞానము ప్రాచీనకాలము నుండియే ఉపదేశింపబడినదనెడి దాని చరిత్ర ఇచ్చట మనకు తెలియవచ్చుచున్నది. సర్వలోకరాజులు తమ ప్రజలకు రక్షణమును కల్పించుటకే ప్రత్యేకముగా నిర్దేశింపబడియున్నారు. కనుక ప్రజలను చక్కగా పాలించి వారిని కామబంధము నుండి రక్షించుటకు రాజవంశమువారు భగవద్గీతాజ్ఞానమును సంపూర్ణముగా అవగాహన చేసికొనవలసిన అవసరమున్నది. దేవదేవుడైన శ్రీకృష్ణభగవానుని నిత్య సంబంధములో ఆధ్యాత్మిక

జ్ఞానమును సంపాదించుటకే మానవజన్మ ఉద్దేశింపబడినది. ఈ సందేశమును ప్రజలకు విద్య, సంస్కృతి, భక్తి ద్వారా తెలియజేయుట సర్వదేశ, లోక పాలకుల బాధ్యతయై యున్నది. అనగా జనుల శ్రేయస్సు కొరకు రాజులు ఈ కృష్ణసంబంధ విజ్ఞానమును విస్తృతముగా ప్రచారము చేయవలసియున్నది. తద్ద్వారా జనులు ఈ ఘనమైన శాస్త్రపు లాభమును బడసి, జయప్రదమైన మార్గమున పయనించి లభించిన మానవజన్మను సద్వినియోగపరచుకొనగలరు.

ఈ కల్పము నందు సూర్యదేవుడు వివస్వానునిగా పిలువబడును. ఆ సూర్యుడే గ్రహమండలమందలి సర్వగ్రహములకు మూలము. బ్రహ్మసంహిత (5.52) యందు ఈ క్రింది విధముగా తెలుపబడినది.

యచ్చక్షు రేష సవితా సకలగ్రహాణామ్
రాజా సమస్తసురమూర్తిరశేషతేజాః ।
యస్యాజ్ఞయా భ్రమతి సంభృతకాలచక్రో
గోవిందం ఆదిపురుషం తమహం భజామి ॥

"ఏ ఆదిపురుషుని ఆజ్ఞచే గ్రహములకు రాజైన సూర్యుడు అత్యధికశక్తిని మరియు ఉష్ణమును పొందుచున్నాడో అట్టి దేవదేవుడైన గోవిందుని (శ్రీకృష్ణుని) నేను భజింతును. అట్టి సూర్యుడు ఆ భగవానుని నేత్రమై భాసించుచు, ఆతని ఆజ్ఞలకు లోబడి తన కక్ష్య యందు పరిభ్రమించుచుండును" అని బ్రహ్మదేవుడు స్తుతించెను.

సూర్యుడే సమస్తగ్రహములకు రాజై యున్నాడు. గ్రహములన్నింటికిని ఉష్ణమును మరియు వెలుగును ప్రదానము చేయుచు వాటిని నియమించెడి సూర్యమండలమును సూర్యదేవుడు (ప్రస్తుత నామము వివస్వానుడు) పాలించును. అతడు శ్రీకృష్ణుని ఆజ్ఞ ననుసరించి తన కక్ష్యలో పరిభ్రమించుచుండును. శ్రీకృష్ణభగవానుడు తొలుత వివస్వానునే ప్రథమశిష్యునిగా స్వీకరించి గీతా జ్ఞానమును బోధించెను. అనగా గీత అనాదికాలము నుండి వచ్చుచున్న ప్రామాణికశాస్త్రి గ్రంథమే గాని, అప్రధానులైన లౌకికపండితుల కొరకు ఉద్దేశింపబడిన ఊహాకల్పిత గ్రంథము కాదు.

మహాభారతము (శాంతిపర్వము 348.51-52) నందు గీత యొక్క చరిత్రను ఈ క్రింది విధముగా మనము కనుగొనవచ్చును.

త్రేతాయుగాదౌ చ తతో వివస్వాన్ మనవే దదౌ ।
మనుశ్చ లోకభృత్యర్థం సుతాయేక్ష్వాకవే దదౌ ॥
ఇక్ష్వాకుణా చ కథితో వ్యాప్య లోకానవస్థితః ॥

"భగవానునితో గల సంబంధమును తెలుపు ఈ జ్ఞానము త్రేతా యుగారంభమున వివస్వానునిచే మనువునకు బోధింపబడినది. మానవులకు తండ్రియై యున్నందున మనువు దానిని తన కుమారుడును, భూమండలమునకు రాజును మరియు శ్రీరామచంద్రుడు ఉద్భవించిన రఘువంశము యొక్క మూలపురుషుడును అగు మహారాజు ఇక్ష్వాకునకు ఒసగెను." అనగా గీతాజ్ఞానము ఇక్ష్వాకుమహారాజు కాలము నుండియే మానవసంఘమునందు నెలకొనియున్నది.

నాలుగులక్షల ముప్పదిరెండువేల సంవత్సరముల (4,32,000) కాలపరిమితి గల కలియుగములో ప్రస్తుతము వరకు కేవలము ఐదువేల సంవత్సరములు మాత్రమే గడచినవి. ఈ యుగమునకు పూర్వము ద్వాపరయుగము (8,00,000 సంవత్సరములు), దానికి పూర్వము త్రేతాయుగము (1,200,000 సంవత్సరములు) గడచియున్నవి. అనగా దాదాపు 2,005,000 సంవత్సరములకు పూర్వము మనువు తన శిష్యుడును మరియు భూమండలమునకు రాజును అగు ఇక్ష్వాకునకు ఈ గీతాజ్ఞానమును బోధించెను. ప్రస్తుత మనువు యొక్క ఆయుఃపరిమితి 305,300,000 సంవత్సరములు. అందులో 120,400,000 సంవత్సరములు మాత్రమే గడచియున్నవి. గీతాజ్ఞానము మనువు యొక్క జన్మమునకు పూర్వమే శిష్యుడైన వివస్వానునికి (సూర్యదేవునకు) శ్రీకృష్ణ భగవానునిచే తెలుపబడిన విషయమును బట్టి దాదాపు 12,04,00,000 సంవత్సరములకు పూర్వమే ఇది ఉపదేశింపబడినదని స్థూలముగా అంచనా వేయవచ్చును. అదే జ్ఞానము మానవసంఘమున దాదాపు ఇరువదిలక్షల సంవత్సరములుగా వ్యాప్తియందున్నది. శ్రీకృష్ణభగవానునిచే అర్జునునకు ఐదువేల సంవత్సరముల క్రిందట అదియే తిరిగి చెప్పబడినది. గీత ప్రకారము మరియు గీతను బోధించిన శ్రీకృష్ణభగవానుని ప్రకారము ఇదియే భగవద్గీత యొక్క స్థూలచరిత్రము. వివస్వానుడు స్వయముగా క్షత్రియుడును, సూర్యవంశ క్షత్రియులకు తండ్రియును అయియున్నందున అతనికి ఈ భగవద్గీతా జ్ఞానము తెలుపబడినది. వేదసదృశమైన ఈ గీతాజ్ఞానము శ్రీకృష్ణభగవానునిచే

స్వయముగా తెలుపబడియున్నందున "అపౌరుషేయము" (మానవాతీతము) అయియున్నది. కనుక మానవకల్పిత వివరణలు లేకుండా వేదములను అంగీకరించినట్లు గీతాజ్ఞానమును కూడ ఎటువంటి లౌకికవివరణలు లేకుండా యథాతథముగా స్వీకరింపవలసియున్నది. లౌకికవిద్వాంసులు గీతాజ్ఞానమును తమకు తోచిన విధముగా ఊహింపవచ్చును గాని అది ఎన్నటికిని భగవద్గీత యథాతథము కాజాలదు. కనుక భగవద్గీతను యథాతథముగా గురుపరంపరలో స్వీకరింపవలెను. అట్టి దివ్యజ్ఞానమును శ్రీకృష్ణభగవానుడు తొలుత సూర్యదేవునికి బోధింపగా, సూర్యుడు తన తనయుడైన మనువునకు, పిదప మనువు తన పుత్రుడైన ఇక్ష్వాకునకు బోధించినట్లుగా ఇచ్చట వర్ణింపబడినది.

2

एवं परम्पराप्राप्तमिमं राजर्षयो विदुः ।
स कालेनेह महता योगो नष्टः परन्तप ॥२॥

ఏవం పరంపరాప్రాప్తమిమం రాజర్షయో విదుః ।
స కాలేనేహ మహతా యోగో నష్టః పరన్తప ॥

ఏవమ్—ఆ విధముగా; పరంపరా—గురుశిష్యపరంపరలో; ప్రాప్తమ్—పొందబడినది; ఇమం—ఈ జ్ఞానము; రాజర్షయః—రాజర్షులు; విదుః—అవగతము చేసికొనిరి; సః—ఆ జ్ఞానము; కాలేన—కాలక్రమముచే; ఇహ—ఈ లోకమున; మహతా—గొప్పదైన; యోగః—భగవానునితో గల సంబంధమును తెలుపు శాస్త్రము; నష్టః—వినష్టమైనది; పరన్తప—శత్రుజేతయైన ఓ అర్జునా.

ఈ దివ్యజ్ఞానము ఈ విధముగా గురుశిష్యపరంపరా రూపమున స్వీకరించబడినది. రాజర్షులు దానిని ఆ రీతి అవగతము చేసికొనిరి. కాని కాలక్రమమున పరంపర విచ్ఛిన్నమగుటవలన ఆ జ్ఞానము నశించినట్లుగా కనిపించుచున్నది.

భాష్యము : ప్రజలను పాలించుట యందు భగవద్గీత యొక్క ప్రయోజనమును రాజర్షులు నెరవేర్చవలసియున్నందున వారి కొరకే ఈ గీతాజ్ఞానము ప్రత్యేకముగా ఉద్దేశింపబడినదని ఇచ్చట స్పష్టముగా తెలుపబడినది. నిశ్చయముగా ఇది దానవప్రవృత్తి గలవారికి ఉద్దేశింపబడలేదు. ఎవ్వరికి కూడా లాభము కలుగనట్లుగా వారు దీని విలువను నష్టపరచుటయే గాక తమ విపరీత తలంపుల ననుసరించి దీనికి వివిధ వివరణలను కల్పించుచుందురు. ఈ విధముగా మూలప్రయోజనము

అటువంటి అధర్మపరులగు వ్యాఖ్యాతల విపరీతతలంపులచే నష్టపడినప్పుడు గురుశిష్యపరంపరను తిరిగి పునఃస్థాపించవలసిన అవసరమేర్పడును. దివ్యమైన గురుశిష్యపరంపర నష్టమైనదని శ్రీకృష్ణభగవానుడు ఐదువేల సంవత్సరములకు పూర్వము గుర్తించి, గీతాజ్ఞాన ప్రయోజనము నశించినట్లు కనిపించుచున్నదని ప్రకటించెను. అదేవిధముగా ప్రస్తుతము కూడా అనేకములైన గీతావ్యాఖ్యానములు (ముఖ్యముగా ఆంగ్లములో) వ్యాప్తియందున్నను దాదాపు అవన్నియును ప్రామాణిక పరంపరానుగతములు కాకయున్నవి. లౌకిక విద్వాంసులు రచించిన వ్యాఖ్యానములు పెక్కు లభించుచున్నను దాదాపు ఆ వ్యాఖ్యాతలందరును శ్రీకృష్ణుని దేవదేవునిగా అంగీకరించియుండలేదు. కాని వారు శ్రీకృష్ణభగవానుని వచనములపై ఆధారపడి గొప్ప వ్యాపారము మాత్రము కావింతురు. ఇదియే దానవప్రవృత్తి. ఏలయన దానవులు భగవానుని నమ్మకున్నను భగవదాస్తిని మాత్రము అనుభవింపవలెనని కోరుచుందురు. గురుశిష్యపరంపరలో స్వీకరింప బడిన భగవద్గీత వ్యాఖ్యానమొకటి ఆంగ్లభాష యందు అవసరమై యున్నందున తత్ప్రయోజనమును పూర్ణము చేయుట కొరకే ఈ రచనాయత్నము చేయబడుచున్నది. యథాతథముగా అంగీకరింపబడిన భగవద్గీత సమస్త మానవాళికి ఒక వరము వంటిది. కాని అట్లుగాక దీనిని ఒక కాల్పనికమైన తాత్త్వికగ్రంథముగా స్వీకరించినచో అది కాలమును వృథాపరచినట్లే కాగలదు.

3

स एवायं मया तेऽद्य योगः प्रोक्तः पुरातनः ।
भक्तोऽसि मे सखा चेति रहस्यं ह्येतदुत्तमम् ॥३॥

స ఏవాయం మయా తేఽద్య యోగః ప్రోక్తః పురాతనః ।
భక్తోఽసి మే సఖా చేతి రహస్యం హ్యేతదుత్తమమ్ ॥

సః ఏవ—అదే; అయమ్—ఈ; మయా—నాచే; తే—నీకు; అద్య—నేడు; యోగః—యోగశాస్త్రము; ప్రోక్తః—చెప్పబడినది; పురాతనః—మిక్కిలి ప్రాచీనమైన; భక్తః అసి—భక్తుడవు; మే—నాకు; సఖా—స్నేహితుడవు; చ—కూడా; ఇతి—కావున; రహస్యం—రహస్యమైన; హి—నిశ్చయముగా; ఏతత్—ఇది; ఉత్తమమ్—దివ్యమైనది.

నీవు నా భక్తుడవు, స్నేహితుడవు కావున ఈ శాస్త్రము యొక్క ఉత్తమమైన రహస్యమును అర్థము చేసికొనగలవని భగవానునితో గల సంబంధమును తెలియజేయు పురాతన శాస్త్రమును నేడు నీకు తెలుపుచున్నాను.

భాష్యము : భక్తులు, దానవప్రవృత్తిగలవారు అనుచు మానవులలో రెండు తరగతుల వారు కలరు. అర్జునుడు భక్తుడైన కారణమున అతనినే ఈ గొప్పజ్ఞానపు గ్రహీతగా శ్రీకృష్ణభగవానుడు ఎంచుకొనెను. ఈ రహస్యశాస్త్రమును అవగతము చేసికొనుట దానవప్రవృత్తి గలవారికి సాధ్యము కాదు. ఈ దివ్యజ్ఞాన గ్రంథమునకు పలు వ్యాఖ్యానములు కలవు. ఆ వ్యాఖ్యానములలో కొన్ని భక్తులచే రచింపబడగా, మరికొన్ని దానవప్రవృత్తి గలవారిచే వ్రాయబడియున్నవి. భక్తుల వ్యాఖ్యానము సత్యమైనది కాగా, దానవప్రవృత్తి గలవారి లిఖితములు వ్యర్థములై యున్నవి. అర్జునుడు శ్రీకృష్ణుని దేవదేవునిగా అంగీకరించెను. అర్జునుని మార్గము ననుసరించుచు వ్రాయబడిన ఏ గీతావ్యాఖ్యానమైనను ఈ దివ్యశాస్త్రమున కొనరింపబడు నిజమైన భక్తియుతసేవయై యున్నది. దానవప్రవృత్తిగలవారు శ్రీకృష్ణుని యథాతథముగా స్వీకరింపక, ఆ దేవదేవుని గూర్చి స్వకల్పనలు చేయుచు పాఠకులను ఆతని బోధల నుండి పెడత్రోవ పట్టింతురు. అట్టి పెడత్రోవ మార్గములను గూర్చి ఇచ్చట హెచ్చరిక చేయబడుచున్నది. కనుక ప్రతియొక్కరు అర్జునుని నుండి వచ్చిన పరంపరను అనుసరించుటకు యత్నించి శ్రీమద్ భగవద్గీతయనెడి ఈ దివ్యశాస్త్రము ద్వారా లాభమును గడింపవలసియున్నది.

4

अर्जुन उवाच

अपरं भवतो जन्म परं जन्म विवस्वतः ।
कथमेतद् विजानीयां त्वमादौ प्रोक्तवानिति ।।४।।

అర్జున ఉవాచ

అపరం భవతో జన్మ పరం జన్మ వివస్వతః ।
కథమేతద్ విజానీయాం త్వమాదౌ ప్రోక్తవానితి ॥

అర్జునః ఉవాచ—అర్జునుడు పలికెను; అపరమ్—తరువాతది; భవతః—నీ యొక్క; జన్మ—జన్మము; పరం—పూర్వతరమైనది; జన్మ—జన్మము; వివస్వతః—సూర్యదేవునిది; కథమ్—ఎట్లు; ఏతత్—దీనిని; విజానీయామ్—అవగతము చేసికొందును; త్వమ్—నీవు; ఆదౌ—ఆరంభమందు; ప్రోక్తవానితి—చెప్పితివని.

అర్జునుడు పలికెను : సూర్యదేవుడైన వివస్వానుడు జన్మచే నీకన్నను పూర్వుడు. అట్టి యెడ ఆదిలో నీవీ జ్ఞానమును అతనికి ఉపదేశించితివనుటను నేనెట్లు అర్థము చేసికొనగలను?

భాష్యము : అర్జునుడు శ్రీకృష్ణభగవానుని పరమభక్తుడు. అట్టి యెడ శ్రీకృష్ణుని వచనములను అతడు నమ్మకుండుట ఎట్లు సంభవించును? వాస్తవమేమనగా అర్జునుడు ఇచ్చట తన కొరకు గాక భగవానుని యందు నమ్మకము లేనివారి కొరకు లేదా శ్రీకృష్ణుడు దేవదేవుడనెడి విషయమును అంగీకరింపని దానవప్రవృత్తి కలవారి కొరకు ప్రశ్నించుచున్నాడు. అనగా వారి కొరకే అర్జునుడు శ్రీకృష్ణభగవానుని గూర్చి ఏమియును తెలియనివాని వలె ఈ విషయమున విచారణ కావించుచున్నాడు. దశమాధ్యాయమున విదితము కానున్నట్లు శ్రీకృష్ణుడు సమస్తమునకు మూలమైన భగవానుడనియు, పరతత్త్వపు చరమానుభవమనియు అర్జునుడు సంపూర్ణముగా నెరిగియుండెను. అయినను ఆ దేవదేవుడు దేవకీదేవి తనయునిగా ధరిత్రిపై అవతరించెను. అట్టి యెడ ఆతడు నిత్యుడైన ఆదిపురుషునిగా, దేవదేవునిగా నిలిచియుండుట ఎట్లు సాధ్యమయ్యెనో సామాన్యమానవునకు బోధపడని విషయము. కనుక ఆ విషయమును విశద పరచుటకే అర్జునుడు శ్రీకృష్ణుని ఈ ప్రశ్నను అడిగియుండెను. తద్ద్వారా శ్రీకృష్ణుడే ఈ విషయమును గూర్చి ప్రామాణికముగా పలుకగలడని అర్జునుడు భావించెను. శ్రీకృష్ణుడు పరమప్రామాణికుడు అనెడి సత్యమును ఈనాడే గాక అనంతకాలము నుండియు సమస్త ప్రపంచము ఆమోదించినది. కేవలము దానవులే ఆతనిని తిరస్కరింతురు. సర్వులచే శ్రీకృష్ణుడు ప్రామాణికునిగా అంగీకరింపబడి నందున అర్జునుడు ఈ ప్రశ్నను ఆతని ముందుంచుచున్నాడు. తద్ద్వారా దానవప్రవృత్తి కలవారిచే వివరింపబడుటకు బదులు కృష్ణుడు తనను గూర్చి తానే వివరించుటకు అవకాశము కలుగగలదు. అట్టి దానవప్రవృత్తిగలవారు దానవస్వభావులైన తమ అనుయాయుల నిమిత్తమై సదా శ్రీకృష్ణుని గూర్చి వక్రభాష్యము కావింతురు. కాని వాస్తవమునకు ప్రతివారును తమ శ్రేయస్సు కొరకై కృష్ణసంబంధ విజ్ఞానమును ఎరుగవలసియున్నది. కావున శ్రీకృష్ణుడే తనను గూర్చి ప్రవచించినపుడు అది సర్వలోకమంగళకరము కాగలదు. శ్రీకృష్ణుని సదా తమ పరిధిలోనే అధ్యయనము కావింతురు కావున దానవప్రవృత్తి గలవారికి ఆ దేవదేవుని వివరణలు విచిత్రముగా తోచినను భక్తులు మాత్రము వానిని (కృష్ణుడే స్వయముగా పలికినపుడు) హృదయపూర్వకముగా స్వీకరింతురు. శ్రీకృష్ణుని గూర్చి అధికాధికముగా తెలిసికొనగోరియున్నందునే భక్తులు ఆతని ప్రామాణిక వచనములను సర్వదా భక్తితో మన్నింతురు. శ్రీకృష్ణుని సామాన్యమానవునిగా

తలంచు నాస్తికులు కూడా ఈ విధముగా ఆతడు మానవాతీతుడనియు, జ్ఞానానంద పూర్ణుడనియు (సచ్చిదానందవిగ్రహుడు), దివ్యుడనియు, త్రిగుణాతీతుడనియు, దేశకాలప్రభావములకు పరుడనియు తెలిసికొనగలరు. అర్జునుని వంటి భక్తుడెన్నడును శ్రీకృష్ణుని దివ్యస్థితి యెడ ఎటువంటి అనుమానమును కలిగి యుండడు. శ్రీకృష్ణుడు ప్రకృతి గుణములచే ప్రభావితుడయ్యెడి సామాన్య మానవుడని భావించువారి నాస్తికభావమును నిరసించుటకు అర్జునుడు చేసిన యత్నమే ఈ ప్రశ్నను శ్రీకృష్ణభగవానుని ముందుంచుట.

5

श्रीभगवानुवाच

बहूनि मे व्यतीतानि जन्मानि तव चार्जुन।
तान्यहं वेद सर्वाणि न त्वं वेत्थ परन्तप ॥५॥

శ్రీభగవానువాచ

బహూని మే వ్యతీతాని జన్మాని తవ చార్జున ।
తాన్యహం వేద సర్వాణి న త్వం వేత్థ పరన్తప ॥

శ్రీభగవానువాచ—శ్రీకృష్ణభగవానుడు పలికెను; బహూని—పెక్కు; మే—నాకు; వ్యతీతాని—గడచినవి; జన్మాని—జన్మములు; తవ—నీకు; చ—కూడా; అర్జున—అర్జునా; తాన్—ఆ జన్మలను; అహమ్—నేను; వేద—ఎఱుగుదును; సర్వాణి—అన్నిటిని; త్వమ్—నీవు; న వేత్థ—ఎరుగవు; పరన్తప—శత్రువులను అణచువాడా.

దేవదేవుడైన శ్రీకృష్ణుడు పలికెను : ఓ పరంతపా! నీకును, నాకును పలు జన్మములు గడచినవి. నాకు అవియన్నియును జ్ఞప్తియందున్నవి. కాని నీవు వానిని జ్ఞప్తి యందుంచుకొనజాలవు.

భాష్యము : శ్రీకృష్ణభగవానుని అనేకానేక అవతారములను గూర్చిన సమాచారము బ్రహ్మసంహిత(5.33) యందు మనకు లభించుచున్నది. దాని యందు ఇట్లు తెలుపబడినది.

అద్వైతమచ్యుతమనాదిమనన్తరూపమ్
ఆద్యం పురాణపురుషం నవయౌవనం చ ।
వేదేషు దుర్లభ మదుర్లభ మాత్మభక్తౌ
గోవిందం ఆదిపురుషం తమహం భజామి ॥

"అద్వితీయుడును, అచ్యుతుడును, అనాదియును అగు దేవదేవుడైన

గోవిందుని (శ్రీకృష్ణుని) నేను భజింతును. ఆతడు అనంతరూపములలోనికి అదే ఆదిపురుషునిగా, అనాదిగా మరియు నిత్యయౌవనములో అలరారువానిగా భాసించును. భగవానుని అట్టి సచ్చిదానందవిగ్రహరూపములు వేదవేత్తలకు సాధారణముగా దుర్లభములైనను, శుద్ధభక్తులకు మాత్రము స్వయముగా ప్రకటితమగుచుండును."

అదే బ్రహ్మసంహిత(5.39) యందు ఈ క్రింది విషయము కూడా తెలుప బడినది :

రామాదిమూర్తిషు కలానియమేన తిష్ఠన్
నానావతార మకరోద్భువనేషు కింతు ।
కృష్ణః స్వయం సమభవత్పరమః పుమాన్ యో
గోవిందం ఆదిపురుషం తమహం భజామి ॥

"రామ, నృసింహాది పలు అవతారములను, ఇతరములైన అనేక అంశావతారములను ధరించువాడును మరియు ఆదిదేవుడైన శ్రీకృష్ణునిగా తెలియబడుచు స్వయముగా అవతరించెడివాడును అగు గోవిందుని (శ్రీకృష్ణుని) నేను భజింతును."

భగవానుడు అద్వితీయుడని తెలియబడినను అసంఖ్యాకరూపములలోనికి ప్రకటితమగుచుండునని వేదములందును తెలుపబడినది. పలురంగులను మార్చినను వాస్తవమునకు మార్పురహితముగా నుండు వైడూర్యముతో ఆతనిని పోల్చవచ్చును. ఆ నానావిధ రూపములన్నియును విశుద్ధభక్తులకే సంపూర్ణముగా అవగతమగును. కేవలము వేదాధ్యయనముచే అవి అవగతము కావు (వేదేషు దుర్లభం అదుర్లభం ఆత్మ భక్తౌ). అర్జునుని వంటి భక్తులు శ్రీకృష్ణభగవానుని నిత్యసహచరులు. భగవానుడెప్పుడు అవతరించినను వివిధస్థాయిలలో ఆతని సేవ కొరకు ఆ నిత్యసహచరులైన భక్తులును అవతరింతురు. అటువంటి భక్తులలో అర్జునుడు ఒకడు. గీతాజ్ఞానమును భగవానుడు లక్షలాది సంవత్సరములకు పూర్వము సూర్యదేవుడైన వివస్వానునకు బోధించినపుడు అర్జునుడు కూడ తన స్థాయిలో భగవానుని చెంత నిలిచియే యున్నాడని ఈ శ్లోకము ద్వారా అవగతమగుచున్నది. కాని అర్జునుడు మరియు భగవానుని నడుమ వ్యత్యాసమేమనగా భగవానుడు ఆ సంఘటనను జ్ఞాపకముంచుకొనగా, అర్జునుడు అందులకు సమర్థుడు కాకుండెను. ఇదియే అంశలైన జీవులు

మరియు భగవానుని నడుమ కల భేదము. ఇచ్చట అర్జునుడు శత్రువులను తపింపజేయు గొప్ప యోధునిగా సంబోధింపబడినను తన గతజన్మలలో జరిగిన విషయములను జ్ఞప్తికి తెచ్చుకొనుటలో అశక్తుడై యుండెను. అనగా జీవుడు భౌతికపరిగణనలో ఎంతటి ఘనుడైనను భగవానునకెన్నడును సాటిరాడు. శ్రీకృష్ణభగవానునితో శాశ్వతసాహచర్యము కలిగినవాడు నిక్కముగా ముక్తపురుషుడే. కాని అతడెన్నడును భగవానునితో సముడు కాలేడు. బ్రహ్మసంహిత యందు శ్రీకృష్ణుడు అచ్యుతునిగా వర్ణింపబడినాడు. అనగా భౌతికత్వ సంపర్కమున ఉన్నప్పటికిని ఆతడు తన దివ్యత్వమును మరచిపోడు. కనుక జీవుడు అర్జునుని వంటి ముక్తపురుషుడైనను భగవానునితో అన్నివిధముల సముడు కాజాలడు. అర్జునుడు భగవానుని భక్తుడైనను ఒక్కొక్కమారు భగవానుని స్థితిని మరచు నవకాశము కలదు. కాని దివ్యకరుణచే భక్తుడు శీఘ్రమే తిరిగి భగవానుని అచ్యుతమైనటువంటి స్థితిని తెలిసికొనగలడు. కాని అభక్తులు (దానవ ప్రవృత్తి కలవారు) భగవానుని ఈ దివ్యతత్త్వమును తెలిసికొనజాలరు. కనుకనే గీత యందలి ఈ వివరణలు అభక్తులకు, దానవప్రవృత్తి గలవారికి ఎన్నడును అవగతము కావు. కృష్ణార్జును లిరువురును స్వభావరీత్యా శాశ్వతులైనను, లక్షలాది సంవత్సరములకు పూర్వము తాను చేసిన కర్మలను శ్రీకృష్ణభగవానుడు జ్ఞప్తి యందుంచుకొనగా అర్జునుడందులకు సమర్థుడు కాకుండెను. అనగా జీవుడు తన దేహము మార్పుచెందుచున్న కారణముగా సర్వమును మరచిపోవుననియు మరియు శ్రీకృష్ణుడు తన సచ్చిదానందదేహమును మార్చని కారణముగా సర్వమును జ్ఞప్తి యందుంచుకొనుననియు మనము ఇచ్చట గమనింపవచ్చును. ఆతడు అద్వైతుడు. అనగా ఆతనికి, ఆతని దేహమునకు భేదము లేదు. ఆతనికి సంబంధించిన ప్రతిదియును చైతన్యపూర్ణమే. కాని బద్ధజీవుని విషయమున ఆతని ఆత్మ దేహము కన్నను భిన్నమైనది. భగవానుడు మరియు ఆతని దేహము రెండును ఏకమే గనుక ఆతడు భౌతికజగమునందు అవతరించినను ఆతని స్థితి సర్వదా సాధారణజీవుని స్థితికి భిన్నముగా నుండును. భగవానుని ఇట్టి దివ్యమైన తత్త్వమును అసురప్రవృత్తిగలవారు అవగతము చేసికొనజాలరు. ఈ విషయమును భగవానుడే రాబోవు శ్లోకములో వివరించును.

6

अजोऽपि सन्नव्ययात्मा भूतानामीश्वरोऽपि सन्।
प्रकृतिं स्वामधिष्ठाय सम्भवाम्यात्ममायया ॥६॥

అజోఽపి సన్నవ్యయాత్మా భూతానామీశ్వరోఽపి సన్ ।
ప్రకృతిం స్వామధిష్ఠాయ సమ్భవామ్యాత్మమాయయా ॥

అజః—పుట్టుకలేనివాడను; **అపి**—అయినప్పటికి; **సన్**—కూడా; **అవ్యయాత్మా**—నాశముకాని శరీరము కలవాడును; **భూతానామ్**—జన్మించిన వాటన్నింటికిని; **ఈశ్వరః**—ప్రభువును; **అపి**—అయినప్పటికి; **సన్**—కూడా; **ప్రకృతిమ్**—దివ్యమైన రూపముతో; **స్వామ్**—నా యొక్క; **అధిష్ఠాయ**—అధిష్ఠించి; **సంభవామి**—అవతరించుచుందును; **ఆత్మ మాయయా**—నా ఆంతర శక్తిచే.

జన్మలేనివాడనైనను, నా దివ్యదేహము ఎన్నడును నశింపనిదైనను, సకలజీవులకు ప్రభువునైనను ఆదియైన దివ్యరూపముతో నేను ప్రతియుగము నందును అవతరింతును.

భాష్యము : శ్రీకృష్ణభగవానుడు తన జన్మ యందలి ప్రత్యేకతను గూర్చి పలుకుచున్నాడు. ఆతడు సాధారణ మానవుని వలె గోచరించినను తన పూర్వపు "జన్మల" విషయముల నన్నింటిని జ్ఞప్తి యందుంచుకొనును. కాని సామాన్యుడు తాను కొలదిగంటల క్రిందట ఏమి ఒనర్చెనో గుర్తుంచుకొన జాలడు. గడచిన దినమందు అదే సమయమున ఏమి చేయుచుంటివని ఎవరినేని ప్రశ్నించినచో వెంటనే సమాధానమొసగుట ఆ సామాన్యునికి బహుకష్టతరము కాగలదు. క్రిందటి రోజు అదే సమయమున ఏమి చేయుచుండెనో గుర్తు తెచ్చుకొనుటకు అతడు తన జ్ఞాపకశక్తినంతటినీ తిరిగి తోడవలసియే వచ్చును. అయినప్పటికిని తాను దేవుడనని (లేదా కృష్ణుడినని) పలుకుటకు మానవులు ఏమాత్రము జంకరు. కాని అట్టి అర్థరహిత పలుకులచే ఎవ్వరును మోసపోరాదు. ఇంకను ఇచ్చట శ్రీకృష్ణభగవానుడు తన "ప్రకృతి"ని (తన రూపమును) గూర్చి వివరించినాడు. ప్రకృతి యనగా స్వభావము మరియు స్వరూపము (స్వీయ రూపము) అని భావము. భగవానుడు తాను తన స్వీయరూపముతో అవతరింతునని పలికెను. సాధారణజీవులు మార్చునట్లుగా ఆతడు తన దేహమును మార్చడు. బద్ధజీవుడు ప్రస్తుత జన్మ యందు ఒక రకమైన దేహమును కలిగియుండవచ్చును. కాని మరుసటి జన్మలో వేరొక దేహము లభించగలదు. అనగా భౌతికజగము

నందు జీవుడు స్థిరమైన దేహమును కలిగియుండక ఒక దేహము నుండి వేరొక దేహమునకు మార్పుచెందుచునే యుండును. కాని భగవానుడు ఆ విధముగా కావింపడు. ఆతడెప్పుడు అవతరించినను అంతరంగికశక్తి ద్వారా తన ఆది దివ్యశరీరముతోనే ఆవిర్భవించుచుండును. అనగా మురళిని దాల్చిన ద్విభుజ రూపమునందు (ఆదియైన నిత్యరూపము) శ్రీకృష్ణుడు ఈ భౌతికజగమున అవతరించును. భౌతికజగత్తు యొక్క కల్మషముచే ప్రభావితము కాకుండా తన దివ్యరూపముతోనే ఆతడు అవతరించును. తాను జగదీశ్వరుడైనను మరియు ఆది దివ్యదేహముతో అవతరించినను ఆతడు సాధారణజీవి వలె జన్మను పొందినట్లుగా గోచరించును. భౌతికదేహము వలె ఆతని దేహము జీర్ణము కాకపోయినను శైశవము నుండి బాల్యమునకు, బాల్యము నుండి యౌవనమునకు ఆతని దేహము మార్పు చెందుచున్నట్లు గోచరించును. కాని ఆశ్చర్యమేమనగా ఆతని దేహము యౌవనము పిమ్మట ఎటువంటి మార్పునొందదు. కురుక్షేత్రరణరంగ సమయమున శ్రీకృష్ణుడు పలువురు మనుమలను కలిగియున్నను, అనగా లౌకికపరిగణనలో వయస్సు మీరినవాడైనను ఇరువది లేక ఇరువదియైదేళ్ళ ప్రాయపు యౌవనవంతుని వలె గోచరించెను. వృద్ధాప్యమును పొందినవానిగా కృష్ణుని మనము ఏ చిత్రము నందును గాంచబోము. ఏలయన సమస్త సృష్టిలో భూత, భవిష్యత్, వర్తమానము లందన్ని వేళలా ఆతడు అనాదియైనను మనవలె ఆతడెన్నడును వృద్ధాప్యమును పొందడు. ఆతని దేహము కాని, బుద్ధి కాని ఎన్నడును మార్పుచెందదు, నష్టము కాదు. కనుకనే భౌతికజగత్తు నందున్నప్పటికిని ఆతడు పుట్టుక లేనివాడే. సచ్చిదానందవిగ్రహుండే. తన దివ్యదేహము నందు, బుద్ధి యందు మార్పు లేనటువంటివాడే. వాస్తవమునకు ఆతని జన్మము మరియు అవతార పరిసమాప్తములు సూర్యుడు ఉదయించుట, ఎదుటనే ప్రయాణించుట, తిరిగి మన దృష్టికి అగోచరమగుట వంటివి. సూర్యుడు మన దృష్టికి అగోచరుడైనంతనే అతడు అస్తమించినాడనియు మరియు ఎదుట గోచరించినంతనే ఉదయించినాడనియు మనము భావింతుము. కాని వాస్తవమునకు సూర్యుడు తన స్థానములో స్థిరముగా నిలిచియుండును. కేవలము మన దోషపూర్ణ (అసంపూర్ణ) ఇంద్రియముల కారణమున ఆకాశమునందు సూర్యుని ఉదయాస్తమములను మనము పరిగణింతుము. శ్రీకృష్ణభగవానుని అవతరణము మరియు అవతరణ పరిసమాప్తము లనునవి సామాన్యజీవుని జన్మము, అస్తమయములకు సంపూర్ణముగా

భిన్నములైనట్టివి గనుక ఆతడు తన అంతరంగికశక్తి కారణముగా సచ్చిదానంద స్వరూపుడనియు మరియు భౌతికప్రకృతిచే ప్రభావితుడు కాబోడనియు నిరూపితమగుచున్నది. దేవదేవుడు జన్మలేనివాడైనను పలురూపములందు జన్మించుననని వేదములు కూడ నిర్ధారించుచున్నవి. భగవానుడు జన్మను పొందినట్లు గోచరించినను దేహమార్పు లేకనే యుండునని వేదములకు అనుబంధ మైన వాఙ్మయము కూడా ధృవపరచుచున్నది. శ్రీకృష్ణుడు తన తల్లి యెదుట చతుర్భుజములతో, షడైశ్వర్యయుక్తమగు అలంకరణలతో దర్శనమొసగినట్లు శ్రీమద్భాగవతము తెలుపుచున్నది. తన ఆదియైన నిత్యరూపముతో ఆతడు అవతరించుటనునది జీవులపై ఆతని నిర్హేతుక కరుణయై యున్నది. తద్ద్వారా వారు వివిధములైన మనోకల్పిత రూపములను (లేదా ఊహారూపములను) గాక భగవానుని యథార్థరూపమునే ధ్యానించు నవకాశము కలుగును. కాని నిరాకార వాదులు అట్టి మానసికకల్పనా రూపములనే భగవానుని నిజరూపములనెడి అపోహలో నుందురు. విశ్వకోశనిఘంటువు ప్రకారము "ఆత్మమాయ" యనగా భగవానుని నిర్హేతుక కరుణ యని భావము. శ్రీకృష్ణభగవానుడు తన పూర్వ జన్మలను, అవతార పరిసమాప్తులను జ్ఞప్తి యందుంచుకొనగా, సామాన్యజీవుడు నూతనదేహమును పొందినంతనే పూర్వజన్మను గూర్చిన సమస్తమును మరచి పోవును. ధరిత్రిపై నున్నప్పుడు అద్భుతములు, మానవాతీతములైన కర్మలను చేయుట వలననే భగవానుడు జీవులకు ప్రభువని తెలియబడినాడు. కనుకనే ఆతడు ఒకే పరతత్త్వమై యున్నాడు. అంతియేగాక ఆతనికి, ఆతని రూపమునకు (గుణమునకు మరియు దేహమునకు) ఎట్టి భేదము ఉండదు. అటువంటి భగవానుడు జగమునందు ఏల అవతరించి, తిరిగి అంతర్ధానమగుననెడి ప్రశ్న ఉదయింపవచ్చును. ఈ విషయము తదుపరి శ్లోకమునందు వివరింపబడినది.

7

यदा यदा हि धर्मस्य ग्लानिर्भवति भारत।
अभ्युत्थानमधर्मस्य तदात्मानं सृजाम्यहम्॥७॥

యదా యదా హి ధర్మస్య గ్లానిర్భవతి భారత ।
అభ్యుత్థానమధర్మస్య తదాత్మానం సృజామ్యహం ॥

యదా యదా—ఎప్పుడెప్పుడు మరియు ఎచ్చటెచ్చట; హి—నిశ్చయముగా; ధర్మస్య—ధర్మమునకు; గ్లాని—హాని; భవతి—కలుగునో; భారత—ఓ భరతవంశీయుడా;

అభ్యుత్థానం—వృద్ధినొందునో; అధర్మస్య—అధర్మము; తదా—ఆ సమయమున; ఆత్మానం—స్వయముగా; సృజామి—అవతరింతును; అహమ్—నేను.

ఓ భరతవంశీయుడా! ఎప్పుడెప్పుడు మరియు ఎచ్చటెచ్చట ధర్మమునకు హాని కలుగునో, అధర్మము వృద్ధినొందునో ఆ సమయమున నేను అవతరింతును.

భాష్యము : ఇచ్చట "సృజామి" అను పదము ముఖ్యమైనది. దానినెన్నడును సృష్టింపబడు ననెడి భావనలో ఉపయోగించరాదు. ఏలయన గత శ్లోకము ననుసరించి భగవానుని దేహమునకు లేదా రూపమునకు సృష్టి యనునది లేదు. రూపములన్నియును నిత్యముగా నిలిచి యుండుటయే అందులకు కారణము. కావున సృజామి యనగా భగవానుడు తన స్వీయరూపముతో అవతరించునని భావము. నియమానుసారముగా శ్రీకృష్ణభగవానుడు బ్రహ్మదేవుని ఒక దినము నందలి ఏడవమనువు యొక్క ఇరువదిఎనిమిదవ యుగపు ద్వాపర యుగాంతమున ఆవిర్భవించుచుండును. కాని ఆతనికి అదేవిధముగా విధినియమానుసారము అవతరింపవలెనను నిబంధనము మాత్రము లేదు. ఆతడు తనకు తోచినరీతిగా వర్తింపగలడు. కనుక అధర్మము ప్రబలి, నిజమైన ధర్మము అడుగంటినప్పుడు ఆతడు తన ఇచ్ఛానుసారము అవతరించుచుండును. ధర్మనియమములు వేదములందు వివరింపబడినవి. అట్టి వేదనియమాచరణము నందు భంగము వాటిల్లినచో మనుజుడు అధర్మవర్తనుడగును. ఆ నియమములు భగవానుని శాసనములని శ్రీమద్భాగవతము తెలుపుచున్నది. కేవలము శ్రీకృష్ణ భగవానుడు మాత్రమే ధర్మవిధానమును సృజింపగలడు. వేదములు కూడ తొలుత బ్రహ్మదేవుని హృదయమున భగవానునిచే పలుకబడినవని తెలియవచ్చు చున్నది. కనుకనే ధర్మనియమములు సాక్షాత్తుగా భగవానుని నిర్దేశములై యున్నవి (ధర్మం తు సాక్షాద్భగవత్ప్రణీతమ్). ఈ నియమములన్నియును భగవద్గీత యందు స్పష్టముగా వివరింపబడినవి. భగవానుని అధ్యక్షతలో ఆ నియమములను స్థాపించుటయే వేదముల ప్రయోజనమై యున్నది. ధర్మము యొక్క అత్యున్నత నియమము తననే శరణువేడవలెననియు, అంతకు మించి వేరొకటి లేదనియు శ్రీకృష్ణభగవానుడు స్వయముగా గీత యొక్క అంత్యమున ప్రత్యక్షముగా ఆదేశించినాడు. ఆ దేవదేవుని సంపూర్ణ శరణాగతి లోనికే వేద నియమములు మనుజుని చేర్చగలవు. అట్టి నియమములు దానవులు మరియు

దానవప్రవృత్తి గలవారిచే నశింపజేయబడినప్పుడు శ్రీకృష్ణభగవానుడు అవతరించును. భౌతికభావనము విచ్చలవిడిగా నుండి, లౌకికులు వేదప్రమాణమును ఒక నెపముగా భావించినప్పుడు అవతరించిన బుద్ధుడు శ్రీకృష్ణుని అవతారమని శ్రీమద్భాగవతము ద్వారా మనకు అవగతమగుచున్నది. కొన్ని ప్రత్యేక ప్రయోజనములకై గల జంతువధ విషయమున నియమనిబంధనలు వేదము లందున్నప్పటికిని దానవప్రవృత్తి గలవారు ఆ నియమములను పాటింపకనే జంతుబలులను స్వీకరించిరి. అట్టి విపరీతము నాపి, వేదధర్మమైన అహింసను నెలకొల్పుట కొరకే బుద్ధుడు అవతరించెను. అనగా శ్రీకృష్ణభగవానుని ప్రతి అవతారమునకు ఒక ముఖ్యకార్యముండును. అవియన్నియును శాస్త్రము లందు సంపూర్ణముగా వివరింపబడినవి. కనుక శాస్త్రములందు తెలుపనిదే ఎవ్వరినీ కూడా అవతారముగా అంగీకరింపరాదు. భగవానుడు భారతదేశమునందే అవతరించుననుట సత్యము కాదు. ఆతడెక్కడైనను, ఎన్నడైనను కోరినరీతిగా అవతరింపవచ్చును. భగవచ్చైతన్యమునకు మానవులను మళ్ళించుట, ధర్మ నియమములను వారిచే పాటింపజేయుటయే ఉద్దేశ్యముగా నుండు ఆతని అన్ని అవతారముల యందును ఆతడు వివిధ పరిస్థితులకు చెందిన ఆయా జనులు అవగాహన చేసికొనురీతిలో ధర్మమును గూర్చియే ఉపదేశమొసగును. కొన్నిమార్లు ఆతడు స్వయముగా అరుదెంచును. మరికొన్నిమార్లు తన ప్రామాణిక ప్రతినిధిని పుత్రుని రూపమున గాని, సేవకుని రూపమున గాని పంపును. లేదా తానే స్వయముగా గూఢరూపములో అరుదెంచును.

ప్రపంచమునందలి ఇతర మనుష్యుల కన్నను ఉన్నతుడై యున్నందున భగవద్గీత నియమములు అర్జునునకు తెలుపబడినవి. అర్జునుడే కాక ఉన్నతులైన వారందరును ఈ ఉపదేశమును గ్రహించుటకు అర్హులై యున్నారు. రెండును రెండుచే కలిపినచో నాలుగగుననుట ప్రాథమిక, ఉన్నత గణితములు రెండింటి యందును సత్యమేయైనను, ప్రాథమిక ఉన్నతగణితములందు వ్యత్యాస మున్నది. అదేవిధముగా భగవానుడు అవతరించిన ప్రతిసారియు అవే ధర్మ నియమములు ఉపదేశింపబడినను పరిస్థితుల ప్రకారము అవి ప్రాథమికములు మరియు ఉన్నతములని రెండు విధములుగా నుండును. తరువాత వివరింపబడబోవు రీతి, వర్ణాశ్రమసాంఘిక విధానమును అంగీకరించుట ద్వారా ఉన్నత ధర్మాచరణము ఆరంభము కాగలదు. అనగా సర్వత్రా కృష్ణభక్తిభావనమును

జాగృతము చేయుటయే సర్వావతారముల ముఖ్య ప్రయోజనమై యున్నది. అట్టి భావనము పరిస్థితుల ననుసరించి కొన్నిమార్లు వ్యక్తమై, మరికొన్నిమార్లు అవ్యక్తముగా నిలిచియుండును.

8

परित्राणाय साधूनां विनाशाय च दुष्कृताम्।
धर्मसंस्थापनार्थाय सम्भवामि युगे युगे ॥८॥

పరిత్రాణాయ సాధూనాం వినాశాయ చ దుష్కృతామ్ ।
ధర్మసంస్థాపనార్థాయ సంభవామి యుగే యుగే ॥

పరిత్రాణాయ—రక్షణము కొరకు; సాధూనామ్—భక్తుల; వినాశాయ—నశింపజేయుటకు; చ—మరియు; దుష్కృతామ్—దుర్మార్గులను; ధర్మసంస్థాపనార్థాయ—ధర్మమును స్థాపించుట కొరకు; సంభవామి—అవతరించుచుందును; యుగే యుగే—ప్రతియుగము నందును.

సాధువులను రక్షించుటకు, దుర్మార్గులను నశింపజేయుటకు మరియు ధర్మమును పునఃస్థాపించుటకు ప్రతియుగమునందును నేను అవతరించుచుందును.

భాష్యము : భగవద్గీత ప్రకారము సాధువనగా కృష్ణభక్తిభావనాపూర్ణుడని భావము. ఒక వ్యక్తి అధర్మవర్తనునిగా గోచరించినను, కృష్ణభక్తిభావన లక్షణములను సంపూర్ణముగా కలిగియున్నచో అతనిని సాధువుగా అవగతము చేసికొనవలెను. కృష్ణభక్తిభావనను లెక్కజేయనివారే దుష్కృతులనబడుదురు. అట్టి దుష్కృతులు లౌకికవిద్యాపారంగతులైనను మూఢులుగను, నరాధములుగను వర్ణింపబడినారు. కాని కృష్ణభక్తి యందు నూటికి నూరుపాళ్ళు మగ్నమైనవాడు విద్యావంతుడు లేదా నాగరికుడు కాకపోయినను సాధువుగా అంగీకరింపబడును. రావణ,కంసులను వధించిన రీతి నాస్తికులను నశింపజేయుటకు భగవానుడు స్వయముగా అవతరింపవలసిన అవసరము లేదు. ఏలయన దానవులను సంహరించుటకు యోగ్యులైన ప్రతినిధులు ఆతనికి పెక్కుమంది గలరు. అయినను దానవులచే పీడింపబడు తన శుద్ధభక్తులను ఆనందింపజేయుట కొరకే ఆతడు ప్రత్యేకముగా అవతరించును. దానవప్రవృత్తి కలవాడు భక్తుని సదా పీడించుచుండును. పీడింపబడెడి భక్తుడు స్వజనుడే అయినప్పటికిని అతడు ఆ కార్యమునకు వెనుదీయడు. ప్రహ్లాదుడు హిరణ్యకశిపుని తనయుడు. అయినను ఆ దానవుడు

ప్రహ్లాదుని మిగుల పీడించెను. కృష్ణుని తల్లియైన దేవకి కంసుని సోదరియైనను, కృష్ణునికి జన్మనొసగనున్నందున ఆమె మరియు వసుదేవుడు ఇరువురును కష్టములకు గురిచేయబడిరి. కనుక కంసుని వధించుట కన్నను ముఖ్యముగా దేవకిని రక్షించుట కొరకే శ్రీకృష్ణభగవానుడు ఆవిర్భవించెను. అయినను ఆ రెండుకార్యములు ఏకకాలముననే ఒనరింపబడెను. కనుకనే సాధువులైనవారిని రక్షించి, దుష్టులను నశింపజేయుటకే శ్రీకృష్ణభగవానుడు వివిధ అవతారములను స్వీకరించునని ఇచ్చట తెలుపబడినది.

కృష్ణదాసకవిరాజగోస్వామి విరచితమైన చైతన్యచరితామృతము (మధ్యలీల 20.263-264) నందలి క్రింది శ్లోకములు అవతార రహస్యములను సంగ్రహపరచుచున్నవి.

సృష్టి హేతు యెఇ మూర్తి ప్రపంచే అవతరే ।
సెఇ ఈశ్వరమూర్తి 'అవతార' నామ ధరే ॥
మాయాతీత పరవ్యోమే సబార అవస్థాన ।
విశ్వే అవతరి ధరే 'అవతార' నామ ॥

"అవతారమనునది భౌతికప్రపంచము కొరకై భగవద్ధామము నుండి అవతరించును. అట్లు అవతరించిన భగవానుని రూపమే అవతారమని పిలువ బడును. అట్టి రూపములు ఆధ్యాత్మికజగత్తు నందు నెలకొనియుండి భౌతికజగత్తు నందు అవతరించినపుడు అవతార నామమును గొనుచున్నవి."

పురుషావతారములు, గుణావతారములు, లీలావతారములు, శక్త్యావేశ అవతారములు, మన్వంతరావతారములు, యుగావతారములని అవతారములు పలురకములు. అవన్నియును క్రమపద్ధతిలో విశ్వమందంతటను అవతరించు చుండును. కాని శ్రీకృష్ణభగవానుడు ఆ అవతారములన్నింటికిని మూలమై యున్నాడు. ఆదియైన బృందావనలీలల యందే తనను చూడగోరు శుద్ధభక్తుల కలతలనన్నింటిని నశింపజేయుటకే ఆతడు ప్రత్యేకముగా అవతరించును. అనగా తన విశుద్ధభక్తులను సంతృప్తిపరచుటయే శ్రీకృష్ణభగవానుని అవతార ముఖ్య ప్రయోజనమై యున్నది.

ప్రతియుగమునందును తాను అవతరింతునని శ్రీకృష్ణభగవానుడు పలికి యున్నాడు. కలియుగమునందును ఆతడు అవతరింపగలడని ఈ విషయము

సూచించుచున్నది. శ్రీమద్భాగవతము ననుసరించి శ్రీచైతన్యమహాప్రభువే కలి యుగమునందలి అవతారమై యున్నారు. ఆయనే సంకీర్తనోద్యమము (సామూహిక హరినామసంకీర్తనము) ద్వారా కృష్ణభక్తిని ప్రచారము కావించి, భారతదేశమంతటను కృష్ణభక్తిరసభావనను విస్తరించిరి. అట్టి హరినామసంకీర్తనము ప్రపంచమునందలి ప్రతినగరము, గ్రామమునందు ప్రచారము కాగలదని ఆయన భవిష్యద్వాణి పలికియుండిరి. శ్రీచైతన్యమహాప్రభువు దేవదేవుడైన శ్రీకృష్ణుని అవతారమని ప్రత్యక్షముగా కాక అతిరహస్యముగా ఉపనిషత్తులు, మహాభారతము, శ్రీమద్భాగవతము వంటి శాస్త్రముల రహస్యభాగములలో తెలుపబడినది. శ్రీచైతన్యమహాప్రభువు యొక్క ఈ సంకీర్తనోద్యమము పట్ల కృష్ణభక్తులందరును అత్యంత అనురక్తిని కలిగియుందురు. శ్రీకృష్ణభగవానుని ఈ అవతారము దుష్టులను వధించుట కొరకు గాక, నిర్హేతుక కరుణతో వారిని తరింపజేయునదై యున్నది.

9

जन्म कर्म च मे दिव्यमेवं यो वेत्ति तत्त्वतः।
त्यक्त्वा देहं पुनर्जन्म नैति मामेति सोऽर्जुन ॥९॥

జన్మ కర్మ చ మే దివ్యమేవం యో వేత్తి తత్త్వతః ।
త్యక్త్వా దేహం పునర్జన్మ నైతి మామేతి సోऽర్జున ॥

జన్మ—పుట్టుక; కర్మ—కర్మము; చ—కూడా; మే—నా యొక్క; దివ్యమ్—దివ్యమైనది; ఏవమ్—ఇట్టిదని; యః—ఎవడు; వేత్తి—తెలిసికొనునో; తత్త్వతః—యథార్థముగా; త్యక్త్వా—విడిచి; దేహమ్—ఈ శరీరమును; పునః—మరల; జన్మ—పుట్టుకను; న ఏతి—ఎప్పుడును పొందడు; మామ్—నన్ను; ఏతి—పొందును; సః—అతడు; అర్జున—ఓ అర్జునా!

ఓ అర్జునా! నా జన్మము, కర్మల దివ్యత్వము నెరిగినవాడు శరీరత్యాగము పిమ్మట తిరిగి ఈ భౌతికజగమున జన్మింపక నా శాశ్వతమైన ధామమునే పొందగలడు.

భాష్యము : భగవానుని అవతరణము ఆతని దివ్యధామము నుండియే జరుగుననెడి విషయము ఆరవశ్లోకములో ఇదివరకే తెలుపబడినది. అట్టి అవతారసత్యము నెరిగినవాడు భవబంధములనుండి ముక్తిని పొందినట్టివాడే కనుక దేహ త్యాగానంతరము అతడు శీఘ్రమే భగవద్ధామమును తప్పక చేరగలడు. జీవునికి అటువంటి భవబంధ విముక్తి ఏమాత్రము సులభమైన కార్యము కాదు. నిరాకార

వాదులు, యోగులు బహుకష్టములు మరియు జన్మల పిమ్మటయే ముక్తిని పొంద గలరు. అయినను వారు పొందెడి ముక్తి (భగవానుని నిరాకార బ్రహ్మజ్యోతి యందు లీనమగుట) కేవలము పాక్షికము మాత్రమే. దానిని సాధించిన పిమ్మటయు భౌతికజగమునకు తిరిగి వచ్చు ప్రమాదము కలదు. కాని శ్రీకృష్ణభగవానుని రూపము మరియు కర్మల దివ్యస్వభావమును అవగతము చేసికొనుట ద్వారా భక్తులు దేహత్యాగము పిమ్మట శ్రీకృష్ణధామమును పొంది ఈ భౌతికజగమునకు తిరిగి రావలసిన ప్రమాదము నుండి బయటపడుదురు. శ్రీకృష్ణభగవానునకు అనేక రూపములు, అవతారములు కలవని (అద్వైతమచ్యుత మనాది మనంతరూపమ్) బ్రహ్మసంహిత (5.33) యందు తెలుపబడినది. ఈ విధముగా భగవానునకు పలురూపములున్నను ఆ రూపములన్నియును ఏకమే అయియున్నవి మరియు ఆ దేవదేవుడు అద్వితీయుడై యున్నాడు. ఈ సత్యము లౌకిక విద్వాంసులకు, సాంఖ్యతత్త్వవేత్తలకు దురవగ్రాహ్యమై యున్నను ప్రతియొక్కరు దీనిని విశ్వాసముతో అవగాహన చేసికొనవలెను. వేదములందు (పురుషబోధినీ ఉపనిషత్తు) ఈ విధముగా తెలుపబడినది.

ఏకో దేవో నిత్యలీలానురక్తో భక్తవ్యాపీ హృద్యంతరాత్మా ।

"తన విశుద్ధభక్తుల సంబంధమున అద్వితీయుడైన భగవానుడు అనేకానేక దివ్యరూపములలో నిత్యముగా వర్తించుచుండును." ఈ వేదవాక్యము భగవద్గీత యందలి ఈ శ్లోకములో శ్రీకృష్ణభగవానునిచే నిర్ధారింపబడుచున్నది. కనుక వేద ప్రామాణమును, భగవానుని ప్రామాణమును బట్టి ఈ సత్యమును అంగీకరించి కాలమును తత్త్వకల్పనలచే వృథాచేయనివాడు అత్యున్నత పూర్ణతమ ముక్తస్థితిని తప్పక పొందగలడు. అనగా ఈ సత్యమును నిస్సందేహముగా మరియు విశ్వాసముతో అంగీకరించువాడు ముక్తిని పొందుచున్నాడు. వాస్తవమునకు "తత్త్వమసి" అనెడి మహావాక్యము ఈ విషయమున చక్కగా అన్వయమగు చున్నది. ఏలయన ఎవ్వరు శ్రీకృష్ణునే పరతత్త్వముగా అవగతము చేసికొందురో లేదా కృష్ణునితో "ఓ కృష్ణా! నీవే ఆ పరబ్రహ్మమువు" అని పలుకుదురో వారే శీఘ్రముగా ముక్తిని పొందగలరు. తద్ద్వారా భగవానుని దివ్య సహచర్యమును పొందగలుగుట వారికి నిశ్చయము కాగలదు. అనగా అటువంటి శ్రద్ధాపూర్ణుడైన భక్తుడు పూర్ణత్వమును సాధించగలడు. ఈ క్రింది వేదవాక్యము నందు ఈ విషయము నిర్ధారితమైనది.

తమేవ విదిత్వాऽతిమృత్యుమేతి నాన్యః పంథా విద్యతేऽయనాయ (శ్వేతాశ్వతర ఉపనిషత్తు 3.8)

"కేవలము భగవానుని గూర్చి తెలియుట ద్వారానే జన్మ, మృత్యు విముక్తమైన సంపూర్ణ ముక్తస్థితిని ఎవ్వరైనను పొందగలరు. అట్టి పూర్ణత్వమును బడయుటకు వేరొక్క మార్గము లేదు." శ్రీకృష్ణుని పూర్ణపురుషోత్తముడగు భగవానునిగా అవగతము చేసికొనలేనివాడు నిక్కముగా తమోగుణమున ఉన్నట్టివాడై ముక్తిని బడయజాలడనుటయే అన్యమార్గము వేరొక్కటి లేదని పలుకుటలో భావము. సీసా యందలి తేనెను సీసాను నాకుట ద్వారా ఆస్వాదించలేనట్లు, లౌకికపాండిత్యము ననుసరించి భగవద్గీతను వ్యాఖ్యానించుటచే అట్టి తమోగుణయుతులు ముక్తిని బడయజాలరు. అట్టి తత్త్వవేత్తలు జగమునందు వివిధములైన ఉన్నతస్థానములను పొందగలిగినను ముక్తికి మాత్రము అర్హులు కాజాలరు. అట్టి గర్వితమతులు శ్రీకృష్ణభక్తుని నిర్హేతుక కరుణ కొరకు వేచియుండవలసినదే. కనుక ప్రతియొక్కరు కృష్ణభక్తిరసభావనను అత్యంత శ్రద్ధ మరియు జ్ఞానములతో అలవరచుకొని జీవనపూర్ణత్వమును బడయవలసియున్నది.

10

वीतरागभयक्रोधा मन्मया मामुपाश्रिताः ।
बहवो ज्ञानतपसा पूता मद्भावमागताः ॥१०॥

వీతరాగభయక్రోధా మన్మయా మాముపాశ్రితాః ।
బహవో జ్ఞానతపసా పూతా మద్భావమాగతాః ॥

వీత—ముక్తులై; రాగ—ఆసక్తినుండియు; భయ—భయము నుండియు; క్రోధాః—కోపము నుండియు; మన్మయా—సంపూర్ణముగా నా యందే; మాముపాశ్రితాః—నన్నాశ్రయించి; బహవః—పలువురు; జ్ఞానతపసా—జ్ఞానమనెడి తపస్సుచే; పూతాః—పవిత్రులై; మద్భావమ్—నా యెడ దివ్యప్రేమను; ఆగతాః—పొందిరి.

రాగము, భయము, క్రోధము నుండి విడివడి, నా యందు సంపూర్ణముగా మగ్నులై నాకు శరణుజొచ్చిన కారణముగా పూర్వము పలువురు నా యొక్క జ్ఞానముచే పవిత్రులై నా దివ్యప్రేమను పొందగలిగిరి.

భాష్యము : పైన వర్ణింపబడినట్లు భౌతికభావన యందు మగ్నమైనవానికి పరతత్త్వము యొక్క రూపసహితత్వమును అవగతము చేసికొనుట అత్యంత కఠిన విషయము. దేహాత్మభావన యందే ఆసక్తమైన జనులు సాధారణముగా

భౌతికత్వమునందే మునిగి యున్నందున పరతత్త్వము ఏ విధముగా రూపసహితమై యున్నదో అవగతము చేసికొనజాలరు. అట్టి లౌకికులు నాశము పొందనిదియు, జ్ఞానపూర్ణమైనదియు, ఆనంద స్వరూపమైనదియు నైన ఆధ్యాత్మిక దేహమొకటి కలదని ఊహింపలేరు. భౌతికభావన యందు దేహము నశించునది, అజ్ఞాన పూర్ణమైనది, దుఃఖభూయిష్ఠమైనది అయియున్నది. కనుకనే భగవానుని దేహమును గూర్చి తెలుపగనే సాధారణముగా జనసామాన్యము అదే దేహభావనను మనస్సులో అన్వయించుకొందురు. అటువంటి లౌకికులకు విశ్వరూపమే పరతత్త్వము. తత్కారణముగా వారు పరతత్త్వమును నిరాకారమని భావింతురు. అదియును గాక భౌతికభావనలో సంపూర్ణముగా మునిగియున్నందున ముక్తి పిదపయు వ్యక్తిత్వమును నిలుపుకొనుట యనెడి భావన వారికి అత్యంత భయమును కలుగజేయును. అట్టివారికి ఆధ్యాత్మిక జీవనమనగా వ్యక్తిగతము మరియు రూపసహితమని తెలిపినపుడు తిరిగి రూపమును పొందుటకు మిక్కిలి జంకి నిరాకారత్వమునందు లీనమగుటనే వాంఛింతురు. సాధారణముగా వారు జీవులను సముద్రమునందలి నీటి బుడగలతో పోల్చుదురు. నీటిబుడగలు సముద్రములో కలిసిపోవు రీతిగా వ్యక్తిత్వమనునదిలేక బ్రహ్మములో లీనమగుట వారికి అత్యుత్తమ పూర్ణత్వస్థితియై యున్నది. వాస్తవమునకు అది ఆధ్యాత్మికతను గూర్చిన పూర్ణజ్ఞానరాహిత్యమగు భయంకర జీవనస్థితి. ఇది ఇట్లుండగా ఆధ్యాత్మికస్థితిని ఏమాత్రము అవగాహన చేసికొనలేనివారు కొందరుందురు. అనేకములైన సిద్ధాంతములు మరియు తాత్త్విక కల్పనల యొక్క విరుద్ధవాదములచే విసుగుచెంది కోపముతో వారు పరమైన కారణమేదియును లేదనియు, చివరికి అంతయు శూన్యమేయనియు మూర్ఖముగా నిర్ధారింతురు. అట్టివారు రోగగ్రస్థస్థితిలో నున్నట్టివారు. అనగా కొందరు భౌతికత్వమునందు ఆసక్తులై ఆధ్యాత్మికజీవనము నెడ అనాసక్తులు కాగా, కొందరు పరబ్రహ్మములో లీనము కాగోరుదురు. మరి కొందరు విసుగుతో సర్వవిధములైన తాత్త్విక కల్పనల యెడ క్రోధముపూని దేనిని కూడా విశ్వసింపరు. ఇటువంటి చివరి తెగవారు మాదకద్రవ్యములను ఆశ్రయించి, వాటి ద్వారా కలిగెడి మత్తునే కొన్నిమార్లు ఆధ్యాత్మికానుభూతిగా భావింతురు. ఈ విధమైన ఆధ్యాత్మికజీవనము పట్ల వైముఖ్యము, ఆధ్యాత్మిక వ్యక్తిత్వము నెడ భయము, విసుగు చెందిన జీవనము వలన కలిగెడి శూన్య భావనము అనెడి మూడుస్థితుల భౌతికప్రపంచాసక్తిని మనుజుడు త్యజించవలెను.

భౌతికజీవనపు ఈ మూడుస్థితుల నుండి బయటపడుటకు మనుజుడు గురువు నేతృత్వమున శ్రీకృష్ణభగవానుని సంపూర్ణ శరణాగతిని పొంది, భక్తియుక్త జీవనపు నియమనిబంధనలను అనుసరింపవలెను. అటువంటి భక్తిమయజీవనపు చివరి స్థితియే "భావము" లేదా శ్రీకృష్ణభగవానుని దివ్యప్రేమగా పిలువబడును.

భక్తియోగపు శాస్త్రమైన భక్తిరసామృతసింధువు (1.4.15-16) ఈ క్రింది విధముగా తెలుపుచున్నది.

ఆదౌ శ్రద్ధా తతః సాధుసంగోऽథ భజనక్రియా ।
తతోऽనర్థనివృత్తిః స్యాత్ తతో నిష్ఠా రుచిస్తతః ॥
అథాసక్తిస్తతో భావః తతః ప్రేమాభ్యుదఞ్చతి ।
సాధకానా మయం ప్రేమ్ణః ప్రాదుర్భావే భవేత్ క్రమః ॥

"ఆరంభదశలో ప్రతియొక్కరు ఆత్మానుభవమును గూర్చిన కోరికను కలిగి యుండవలెను. అట్టి కోరిక ఆధ్యాత్మికముగా ఉన్నతి చెందిన భక్తులతో సాంగత్యమునకై యత్నించు స్థితికి మనుజుని చేర్చును. తరువాతి స్థితిలో ఉన్నతుడైన గురువుచే దీక్షను పొంది, ఆయన ఆదేశమునందు సాధకుడు భక్తియుక్తసేవా విధానమును ఆరంభించును. ఆ విధముగా గురువుగారి నిర్దేశమునందు భక్తియోగమును నిర్వహించుట ద్వారా అతడు సర్వవిధములైన భౌతికాసక్తుల నుండి ముక్తిని పొంది, ఆత్మానుభవ విషయమున నిష్ఠను పొందును. తదుపరి అతడు దేవదేవుడైన శ్రీకృష్ణుని గూర్చి శ్రవణము చేయుట యందు రుచిని పొందును. ఆ శ్రవణరుచి అతనిని కృష్ణభక్తిభావన యందు మరింత ఆసక్తుని జేసి భావస్థితికి లేదా శ్రీకృష్ణభగవానుని దివ్యప్రేమ యందలి తొలిదశకు గొనిపోవును. భావస్థితి యందలి పరిపక్వతయే నిజమైన ప్రేమ యనబడును. ఆ కృష్ణప్రేమయే మానవజన్మ యొక్క ఉత్కృష్టస్థితియై యున్నది." అట్టి ప్రేమస్థితిలో శ్రీకృష్ణభగవానుని నిరంతర ప్రేమయుక్తసేవ కొనసాగగలదు. అనగా ఆధ్యాత్మిక గురువు నిర్దేశమునందు ఒనరింపబడు క్రమానుగతమైన భక్తియుక్తసేవ ద్వారా మనుజుడు సమస్త భౌతికాసక్తుల నుండియు, ఆధ్యాత్మిక వ్యక్తిత్వము పట్ల గల భయము నుండియు, శూన్యవాదపు ఫలితముగా కలిగిన నిరాశ నుండియు విడివడి అత్యున్నత స్థితిని సాధించగలడు. తదుపరి అంత్యమున అతడు భగవద్ధామమును చేరగలడు.

11

ये यथा मां प्रपद्यन्ते तांस्तथैव भजाम्यहम्।
मम वर्त्मानुवर्तन्ते मनुष्याः पार्थ सर्वशः ॥११॥

యే యథా మాం ప్రపద్యన్తే తాంస్తథైవ భజామ్యహమ్ ।
మమ వర్త్మానువర్తన్తే మనుష్యాః పార్థ సర్వశః ॥

యే—ఎవరు; యథా—ఎట్లు; మాం—నన్ను; ప్రపద్యన్తే—శరణువేడుదురో; తాం—వారిని; తథైవ—అట్లే; భజామి—అనుగ్రహింతును; అహమ్—నేను; మమ—నా యొక్క; వర్త్మ—మార్గమును; అనువర్తన్తే—అనుసరింతురు; మనుష్యాః—మానవులందరును; పార్థ—ఓ పృథాకుమారా; సర్వశః—అన్నివిధముల.

ఎవరు ఏ విధముగా నన్ను శరణువేడుదురో వారిని ఆ విధముగా నేను అనుగ్రహింతును. ఓ పార్థా! ప్రతియొక్కరు అన్నివిధములా నా మార్గమునే అనుసరింతురు.

భాష్యము : ప్రతియొక్కరు శ్రీకృష్ణభగవానునే ఆతని వివిధరూపములందు అన్వేషించుచున్నారు. నిరాకారబ్రహ్మజ్యోతి తేజమునందును, కణములతో సహా సర్వమునందు నిలిచియుండు సర్వవ్యాపియైన పరమాత్మ యందును దేవదేవుడైన శ్రీకృష్ణుడు కేవలము పాక్షికముగా అనుభూతుడగును. విశుద్ధభక్తులే ఆతనిని పూర్ణముగా అనుభూతమొనర్చుకొనగలరు. అనగా శ్రీకృష్ణుడే ప్రతి యొక్కరికిని అనుభవధ్యేయమై యున్నాడు. ఆ విధముగా ప్రతియొక్కరు ఆ దేవదేవుని పొందగోరిన విధము ననుసరించి తృప్తిని బడయుచుందురు. ఆధ్యాత్మిక జగత్తునందు కూడ శ్రీకృష్ణుడు భక్తులు కోరినరీతిగా దివ్యభావనలో వారితో వర్తించును. ఒక భక్తుడు కృష్ణుని పరమ యజమానిగా కోరవచ్చును. మరియొకరు ఆతనిని స్నేహితునిగా పొందగోరవచ్చును. ఇంకొకరు పుత్రునిగా కోరవచ్చును. ఇంకను ఒకడు ప్రియునిగా కోరవచ్చును. తన యెడగల ప్రేమస్థాయి ననుసరించి శ్రీకృష్ణుడు వారికి సమముగా వరదానము కావించును. భౌతికజగము నందు కూడా అట్టి పరస్పర భావవినిమయము కలదు. అట్టి భావములు భగవానుడు మరియు వివిధ భక్తుల నడుమ ఒనగూడుచునే ఉండును. అనగా శుద్ధ భక్తులు భౌతికజగము నందును మరియు ఆధ్యాత్మికజగము నందును భగవానునితో సాహచర్యమును పొంది, సేవను గూర్చుచు, ఆ విధముగా ఆతని ప్రేమమయ సేవలో దివ్యమైన ఆధ్యాత్మికానందమును పొందుచుందురు. జీవుని వ్యక్తిత్వమును

నశింపజేయుట ద్వారా సాయుజ్యముక్తిని (ఆధ్యాత్మికముగా ఆత్మహత్యయే) వాంఛించు నిరాకారవాదులను కూడా శ్రీకృష్ణుడు తన బ్రహ్మజ్యోతి యందు ఐక్యమొనర్చుకొని కరుణించుచుండును. అట్టి నిరాకారవాదులు భగవానుని సచ్చిదానందవిగ్రహమును అంగీకరింపని కారణముగా తమ వ్యక్తిత్వమును కోల్పోయి భగవానుని దివ్యమైన ఆంతరంగిక సేవ యందలి ఆనందమును అనుభవింపలేరు. అటువంటి నిరాకారత్వము నందును స్థిరముగా నెలకొనజాలని వారు తిరిగి భౌతికజగమునకు వచ్చి కర్మల యెడ గల నిద్రాణముగా నున్న తమ కోరికలను ప్రదర్శింతురు. వారికి ఎన్నడును ఆధ్యాత్మికజగములందు ప్రవేశము లభింపదు. కేవలము భౌతికజగమునందే వర్తించుటకు వారికి అవకాశము కల్పింపబడును. కామ్యకర్మరతులైనవారికి శ్రీకృష్ణభగవానుడు యజ్ఞేశ్వరుని రూపమున వారి విధ్యుక్తధర్మములకు తగిన ఫలములను ఒసగుచుండును. ఆలాగుననే సిద్ధులను కోరెడి యోగులకు అట్టి సిద్ధులను సమకూర్చుచుండును. అనగా ప్రతియొక్కరు తమ కర్మల యందు జయము కొరకు శ్రీకృష్ణుని పైననే ఆధారపడియున్నారు. అట్టి ఆధ్యాత్మికవిధానములన్నియును ఒకే మార్గము నందు గల వివిధస్థాయిల జయములు మాత్రమే అయియున్నవి. కనుకనే శ్రీమద్భాగవతము (2.3.10) నందు తెలిపిన రీతి మనుజుడు కృష్ణభక్తిభావన యందలి అత్యున్నత పూర్ణత్వస్థితికి చేరనంతవరకు సమస్త యత్నములు అసంపూర్ణములే కాగలవు.

అకామః సర్వకామో వా మోక్షకామ ఉదారధీః ।
తీవ్రేణ భక్తియోగేన యజేత పురుషం పరమ్ ॥

"కోరికలు లేకున్నను (భక్తుల సహజస్థితి) లేదా కామ్యకర్మఫలములను కోరినను లేదా మోక్షవాంఛను కూడియున్నను ప్రతియొక్కరు తమ ఇచ్ఛాపూర్ణత్వము తుదకు కృష్ణభక్తిరసభావనలో మార్పుచెందు రీతిగా శాయశక్తులా దేవదేవుడైన శ్రీకృష్ణునే అర్చింపవలయును."

12

काङ्क्षन्तः कर्मणां सिद्धिं यजन्त इह देवताः ।
क्षिप्रं हि मानुषे लोके सिद्धिर्भवति कर्मजा ॥१२॥

కాంక్షన్తః కర్మణాం సిద్ధిం యజన్త ఇహ దేవతాః ।
క్షిప్రం హి మానుషే లోకే సిద్ధిర్భవతి కర్మజా ॥

కాంక్షన్తః–కోరుచు; కర్మణామ్–కామ్యకర్మలకు; సిద్ధిమ్–ఫలమును; యజన్తే–యజ్ఞములతో పూజింతురు; ఇహ–భౌతికజగమందు; దేవతాః–దేవతలను; క్షిప్రం హి–అతిశీఘ్రముగనే; మానుషే లోకే–ఈ మానవలోకము నందు; సిద్ధి–జయము; భవతి–కలుగును; కర్మజా–కామ్యకర్మల నుండి.

లోకమున జనులు కామ్యకర్మల యందు జయమును గోరు కారణముగా దేవతలను పూజింతురు. ఈ జగమునందు వారు కామ్యకర్మలకు శీఘ్రముగా ఫలమును పొందుచున్నారు.

భాష్యము : ఈ జగమున దైవమును గూర్చి లేదా దేవతలను గూర్చి గొప్ప తప్పు భావన కలదు. అల్పజ్ఞులైనవారు (విద్వాంసులుగా చలామణి అగుచున్నను) దేవతలను భగవానుని వివిధరూపములుగా భావింతురు. కాని వాస్తవమునకు దేవతలు భగవానుని వివిధరూపములు కారు. వారు కేవలము ఆతని అంశలు మాత్రమే. భగవానుడొక్కడే కాని ఆతని అంశలు మాత్రము అనంతములు. "నిత్యోనిత్యానాం" - భగవానుడొక్కడే యని వేదములు తెలుపుచున్నవి. "ఈశ్వరః పరమః కృష్ణః" - దేవదేవుడు అద్వితీయుడు. ఆతడే శ్రీకృష్ణుడు. భౌతికజగమును పాలించుటకు పాలనాధికారము ఒసగబడినవారే దేవతలు. వారందరును వివిధ శక్తులు కలిగిన జీవులు (నిత్యానాం) మాత్రమే. వారెన్నడును దేవదేవుడైన శ్రీకృష్ణునితో లేదా నారాయణునితో లేదా విష్ణువుతో సమానులు కాజాలరు. అట్టి దేవతలు, శ్రీకృష్ణభగవానుడు సమానమే యని భావించువాడు పాషండుడు లేదా నాస్తికుడని పిలువబడును. బ్రహ్మ మరియు శివుని వంటి మహా దేవతలే ఆ భగవానునకు సాటిరారు. వాస్తవమునకు భగవానుడు బ్రహ్మరుద్రాదుల వంటి దేవతలచే పూజల నందుచుండును (శివవిరించినుతమ్). అయినను ఆశ్చర్యకర విషయమేమనగా మూఢజనులు కొందరు భగవానునికి మనుష్యరూపమును ఆపాదించుట లేదా భగవానునికి జంతురూపము నాపాదించుట వంటి అపోహలో పలువురు మానవులను పూజించుచుందురు. ఈ శ్లోకమున "ఇహదేవతాః" అను పదము ఈ లోకమునకు చెందిన శక్తిమంతుడైన మనుజుని గాని, దేవతను గాని సూచించును. కాని దేవదేవుడైన శ్రీకృష్ణుడు (నారాయణుడు లేదా విష్ణువు) ఈ లోకమునకు చెందినవాడు కాడు. ఆతడు ఈ భౌతికజగమునకు పరమైనవాడు. మాయావాదులకు గురువైన శంకరాచార్యులు కూడ శ్రీకృష్ణుడు లేదా నారాయణుడు భౌతికజగమునకు పరమైనవాడని అంగీకరించిరి. కాని మూఢ

జనులు (హృతజ్ఞానులు) శీఘ్రఫలములను గోరినందున వివిధదేవతలను పూజింతురు. వారు తాము కోరిన ఫలములను శీఘ్రమే పొందగలిగినను, అవి అశాశ్వతములనియు, బుద్ధిహీనులకు మాత్రమే నిర్దేశింపబడినవనియు ఎరుగజాలరు. కాని బుద్ధిమంతుడైనవాడు కృష్ణభక్తిభావన యందు నిలిచిన కారణముగా ఏదియో తాత్కాలిక లాభము కొరకై వివిధ దేవతలను అర్చింప నవసరము లేదు. వాస్తవమునకు దేవతలు, వారిని పూజించెడి వారందరును విశ్వప్రళయమున నశించిపోవుదురు. అంతియేగాక దేవతా ఫలములన్నియును భౌతికములు, అశాశ్వతములు అయియున్నవి. భౌతికజగములు మరియు వాటి యందు నివసించువారు (దేవతలు, వారిని అర్చించువారు) అనెడి రెండు అంశములును విశ్వసముద్రములో బుడగలను పోలును. అయినను ఈ జగమునందు మనుజులు గృహక్షేత్రములు, చక్కని కుటుంబము, భోగ్యసంపత్తి వంటి అశాశ్వత విషయముల యెడ అనురక్తులగుదురు. అటువంటి తాత్కాలికములైన వాటిని పొందుటకు వారు దేవతలను గాని, శక్తిమంతుడైన మనుజుని గాని పూజించుచుందురు. ఎవరేని ఒక రాజకీయనాయకుని సేవించుట ద్వారా ప్రభుత్వమునందు మంత్రిపదవి లభించినచో మనుజుడు గొప్ప లాభమును పొందినట్లుగా భావించును. కనుకనే ప్రతియొక్కరు అట్టి (అశాశ్వత) ఫలములను పొందుటకు నామమాత్ర నాయకులకు దండప్రణామము లాచరించుచుందురు. వారు ఆ ఫలములను తప్పక పొందుదురు. కాని అట్టి మూఢులు భౌతికజీవన క్లేశములకు శాశ్వత పరిష్కారమును కలుగజేయు కృష్ణభక్తిభావన యందు ప్రియమును ఏమాత్రము ప్రదర్శించరు. వారు సదా ఇంద్రియభోగమునే వాంఛించి, దానిని కొద్దిగా పొందుటకు శక్తినొసగబడిన జీవుల (దేవతల) అర్చనకు ఆకర్షితులగుదురు. అనగా సాధారణముగా జనులు కృష్ణభక్తిభావన యందు అభిరుచిని కలిగియుండరని ఈ శ్లోకము తెలుపుచున్నది. వారు దాదాపు విషయభోగమునందే అభిరుచిని కలిగియుండి ఎవరో ఒక శక్తిమంతుడైన జీవుని పూజించుచుందురు.

13

चातुर्वर्ण्यं मया सृष्टं गुणकर्मविभागशः ।
तस्य कर्तारमपि मां विद्ध्यकर्तारमव्ययम् ॥१३॥

చాతుర్వర్ణ్యం మయా సృష్టం గుణకర్మవిభాగశః ।
తస్య కర్తారమపి మాం విద్ధ్యకర్తారమవ్యయమ్ ॥

చాతుర్వర్ణ్యం—మానవసమాజమందలి నాలుగు వర్ణములు; మయా—నా చేత; సృష్టమ్—సృజింపబడినవి; గుణ—గుణముల యొక్కయు; కర్మ—కర్మల యొక్కయు; విభాగశః—విభాగము ననుసరించి; తస్య—దానిని; కర్తారమ్—సృష్టించినవాడిని; అపి—అయినప్పటికిని; మామ్—నన్ను; విద్ధి—తెలిసికొనుము; అకర్తారమ్—చేయనివానినిగా; అవ్యయమ్—మార్పులేనివాడు.

ప్రకృతి త్రిగుణములు, తత్సంబంధిత కర్మల ననుసరించి మానవసంఘము నందలి చాతుర్వర్ణ్యములు నాచే సృష్టింపబడినవి. ఈ విధానమునకు నేనే కర్తనైనను అవ్యయుడనగుటచే అకర్తగానే నన్ను నీవు తెలిసికొనుము.

భాష్యము : శ్రీకృష్ణభగవానుడే సమస్తమునకు సృష్టికర్త. ప్రతిదియు ఆతని నుండియే సృష్టింపబడి, ఆతని యందే స్థితినొంది, అంత్యమున లయము పిమ్మట ఆతని యందే విశ్రమించును. కనుకనే ఆతడు సత్త్వగుణమునందు నిలిచి బ్రాహ్మణులుగా పిలువబడు బుద్ధిమంతులైన జనులతో మొదలయ్యేడి చాతుర్వర్ణ్య వ్యవస్థకు సృష్టికర్త అయినాడు. బ్రాహ్మణుల పిదప ఈ వ్యవస్థ యందలి తరువాతివారు రజోగుణమున స్థితిని కలిగి క్షత్రియులుగా పిలువబడు పరిపాలనా దక్షత గలవారు. తరువాతివారు రజస్తమోగుణముల మిశ్రమము కలిగి వైశ్యులుగా పిలువబడు వ్యాపారస్థులు. ఇక నాలుగవ వర్ణమువారు తమోగుణము నందుండి శూద్రులుగా పిలువబడు శ్రామికవర్గము. మానవసంఘము నందలి ఈ నాలుగు వర్ణములను సృష్టించినప్పటికిని బద్ధజీవులలో ఒక భాగమైన మానవసంఘమున తానును ఒక బద్ధజీవి కానందున శ్రీకృష్ణభగవానుడు ఈ వర్ణములలో దేనికిని చెందినవాడు కాడు. వాస్తవమునకు మానవజాతికి, జంతుజాతికి భేదమేమియును లేదు. కాని మానవుని అట్టి జంతుస్థాయి నుండి ఉద్ధరించి, అతని యందు కృష్ణభక్తిభావనను వృద్ధిచేయుట కొరకే శ్రీకృష్ణభగవానుడు ఈ చాతుర్వర్ణ్య వ్యవస్థను సృష్టించినాడు. కర్మ యెడ మనుజుని స్వభావము అతడు పొంది యున్నట్టి గుణములను బట్టి నిర్ణయింపబడును. త్రిగుణముల వలన కలిగెడి అట్టి జీవనలక్షణములను (స్వభావములను) గూర్చి రాబోవు అష్టాదశాధ్యాయమున వివరింపబడినది. అయినను కృష్ణభక్తిరసభావితుడు బ్రాహ్మణుల కన్నను ఉన్నతుడై నట్టివాడు. బ్రాహ్మణులైనవారు తమ గుణము ననుసరించి పరతత్త్వము నెరుగవలసియున్నను, వారిలో అధికభాగము శ్రీకృష్ణభగవానుని నిరాకార బ్రహ్మభావన వైపునకే ఎక్కువ మ్రొగ్గు చూపుదురు. కాని మనుజుడు అట్టి

పరిమితమైన బ్రాహ్మణజ్ఞానమును అధిగమించి దేవదేవుడైన శ్రీకృష్ణుని గూర్చిన దివ్యజ్ఞానమును పొందగలిగినచో కృష్ణభక్తిరసభావితుడు (వేరుమాటలలో వైష్ణవుడు) కాగలడు. శ్రీరాముడు, శ్రీనృసింహుడు, శ్రీవరాహాది పలు శ్రీకృష్ణుని దివ్యావతారముల జ్ఞానము ఈ కృష్ణభక్తిరసభావనా జ్ఞానమునందు ఇమిడి యున్నది. దేవదేవుడైన శ్రీకృష్ణుడు చాతుర్వర్ణ్య వ్యవస్థకు అతీతుడైనట్లే, కృష్ణభక్తిభావనలో ఉన్నవాడు కూడ జాతి, దేశ, వర్గాది మానవసంఘ విభాగములకు అతీతుడై యుండును.

14

न मां कर्माणि लिम्पन्ति न मे कर्मफले स्पृहा।
इति मां योऽभिजानाति कर्मभिर्न स बध्यते ॥१४॥

న మాం కర్మాణి లిమ్పన్తి న మే కర్మఫలే స్పృహా ।
ఇతి మాం యోఽభిజానాతి కర్మభిర్న స బధ్యతే ॥

మామ్—నన్ను; కర్మాణి—అన్నిరకములైన కర్మములు; న లిమ్పన్తి—ప్రభావితము చేయవు; మే—నాకు; కర్మఫలే—కర్మఫలమునందు; న స్పృహా—కోరిక లేదు; ఇతి—అని; మామ్—నన్ను; యః—ఎవడు; అభిజానాతి—తెలిసికొనునో; కర్మభిః—కర్మఫలముచే; సః—అతడు; న బధ్యతే—బంధింపబడడు.

నన్ను ఏ కర్మయు ప్రభావితము చేయజాలదు; నేను యెట్టి కర్మఫలమును ఆశింపను. నన్ను గూర్చిన ఈ సత్యము నెరిగినవాడు కూడ కర్మఫలములచే బంధింపబడడు.

భాష్యము : దేశమునేలెడి రాజు తప్పుచేసెడి అవకాశము లేదనియు లేదా రాజ్యాంగ శాసనములకు అతడు అతీతుడై యుండుననియు పలికెడి భౌతికజగత్తుకు సంబంధించిన రాజ్యశాసనములు కలవు. అదేవిధముగా భగవానుడు ఈ భౌతికజగత్తుకు సృష్టికర్తయైనప్పటికిని అట్టి జగత్కార్మలచే ప్రభావితుడు కాడు. ఆతడు ఈ జగమును సృష్టించి దానికి పరముగా నిలిచియుండగా, ప్రకృతి వనరులపై ఆధిపత్యము వహించు స్వభావముతో జీవులు వివిధ కామ్యకర్మ ఫలములందు బంధితులగుదురు. ఉదాహరణమునకు ఒక సంస్థ యందలి పనివారి మంచిచెడుకర్మలకు వారే బాధ్యులు కాగలరుగాని సంస్థ యొక్క యజమాని కాదు. అదే విధముగా ఈ జగమునందు జీవులందరును తమ తమ ఇంద్రియభోగ

కర్మల యందు మగ్నులై యున్నారు. అట్టి కర్మలను భగవానుడేమియును నిర్దేశించియుండలేదు. అయినను జీవులు భోగానుభవవృద్ధి కొరకు ఈ జగత్తు నందలి కర్మల యందు నియుక్తులై, మరణానంతరము స్వర్గలోకమును పొందవలెనని వాంఛింతురు. పూర్ణుడైనందున శ్రీకృష్ణభగవానుడు ఎన్నడును నామమాత్ర స్వర్గభోగములందు ఆకర్షణను కలిగియుండడు. వాస్తవమునకు స్వర్గవాసులైన దేవతలందరును ఆతని సేవకులే. పనివారు వాంఛించెడి తుచ్ఛ సౌఖ్యమును, ఆనందమును యజమాని ఎన్నడును కోరడు. కర్మలకు, కర్మఫలములకు ఆతడు సర్వదా అతీతుడై యుండును. ఉదాహరణమునకు భూమిపై ఉద్భవించు వృక్షజాలమునకు వర్షము కారణము కాకున్నను, వర్షము లేకుండా అవి వృద్ధి చెందు అవకాశమే లేదు. ఈ విషయమున వేదస్మృతి ఇట్లు నిర్ధారించుచున్నది.

నిమిత్తమాత్రమేవాసౌ సృజ్యానాం సర్గకర్మణి ।
ప్రధానకారణీభూతా యతో వై సృజ్యశక్తయః ॥

"భౌతికసృష్టుల యందు భగవానుడు ప్రధానకారణుడు మాత్రమే. ప్రకృతియే వాటికి నిమిత్తకారణమై జగత్తును గోచరింపజేయుచున్నది." సృష్టింపబడెడి దేవ, మనుష్య, మృగాది సర్వవిధజీవులు గత పుణ్య,పాపకర్మల ఫలములచే ప్రభావితము కావలసినదే. భగవానుడు వారికి కర్మల నొనరించు నిమిత్తమై తగిన సదుపాయములను గూర్చుచు త్రిగుణములను నియమించునే గాని వారి పూర్వప్రస్తుత కర్మలకు బాధ్యతను వహింపడు. "వైషమ్యనైర్ఘృణ్యే న సాపేక్షత్వాత్ - భగవానుడు ఏ జీవి యెడను పక్షపాతమును కలిగియుండడు" అని వేదాంతసూత్రము (2.1.34) నిర్ధారించుచున్నది. అనగా వాస్తవమునకు జీవుడే తన కర్మలకు బాధ్యుడై యున్నాడు. భగవానుడు అతనికి ప్రకృతి ద్వారా కేవలము సౌకర్యములను మాత్రమే కూర్చుచుండును. కర్మసిద్ధాంతపు ఈ రహస్యములను తెలిసినవాడు కర్మఫలములచే ఎన్నడును ప్రభావితుడు కాడు. అనగా శ్రీకృష్ణభగవానుని దివ్యతత్త్వమును అవగతము చేసికొనినవాడు కృష్ణభక్తిరసభావన యందు నిష్ణాతుడు కాగలడు. ఆ విధముగా అతడెన్నడును కర్మసిద్ధాంతముచే ప్రభావితుడు కాడు. అట్లుకాక శ్రీకృష్ణుని దివ్యత్వమును ఎరుగక, సాధారణజీవుల కర్మల వలెనే ఆతని కర్మలు కూడ ఫలప్రాప్తి కొరకే ఉద్దేశింపబడినవని భ్రమించువాడు కర్మఫలములచే నిక్కముగా బంధితుడు

కాగలడు. కాని పరమసత్యము నెరిగినవాడు కృష్ణభక్తిభావన యందు స్థితుడైనట్టి ముక్తపురుషుడు.

15

एवं ज्ञात्वा कृतं कर्म पूर्वैरपि मुमुक्षुभिः ।
कुरु कर्मैव तस्मात्त्वं पूर्वैः पूर्वतरं कृतम् ॥१५॥

ఏవం జ్ఞాత్వా కృతం కర్మ పూర్వైరపి ముముక్షుభిః ।
కురు కర్మైవ తస్మాత్త్వం పూర్వైః పూర్వతరం కృతమ్ ॥

ఏవమ్—ఈ విధముగా; జ్ఞాత్వా—తెలిసికొని; కృతమ్—చేయబడినది; కర్మ—కర్మము; పూర్వైః—పూర్వులైన; ముముక్షుభిః—ముక్తిని పొందినవారు; అపి—కూడా; కురు—చేయుము; కర్మ—విధ్యుక్తధర్మమును; ఏవ—నిశ్చయముగా; తస్మాత్—దాని వలన; త్వమ్—నీవు; పూర్వైః—పూర్వులచే; పూర్వతరమ్—పూర్వకాలమున; కృతమ్—చేయబడినట్లు.

పూర్వకాలమున ముక్తపురుషులందరును నా దివ్యతత్త్వపు ఈ అవగాహనతోనే కర్మలను ఒనరించియుండిరి. కావున నీవు కూడా వారిని అనుసరించుచు నీ కర్మనొనరింపుము.

భాష్యము : మానవులలో రెండు తరగతులవారు కలరు. ఒకరు హృదయము నందు మలినభావములు కలవారు కాగా, మిగిలినవారు కల్మషదూరులై యుందురు. ఈ ఇరువురికిని కృష్ణభక్తిరసభావనము సమానముగా శ్రేయోదాయకమైనదే. మలినచిత్తులు భక్తియోగము నందలి నియమిత సూత్రములను అనుసరించుచు పవిత్రతను పొందుటకై కృష్ణభక్తి విధానమును స్వీకరింపవచ్చును. విషయమాలిన్యము తొలగియే యున్నవారు కూడ ఈ కృష్ణభక్తిభావన యందు కొనసాగుచు, ఇతరులు తమ ననుసరించి లాభపడురీతిలో ఆదర్శముగా కర్మల నొనరింపవచ్చును. మూర్ఖజనులు లేదా భక్తి యొక్క ఆరంభ దశలో నున్నవారు కొందరు తగినంత కృష్ణపరజ్ఞానము లేకుండుటచే కర్మల నుండి విరమింపగోరుదురు. యుద్ధరంగకర్మల నుండి విరమించవలెననెడి అర్జునుని కోరికను శ్రీకృష్ణభగవానుడు ఆమోదింపలేదు. అనగా మనుజుడు కర్మను ఏ విధముగా ఒనరించవలెనో తెలిసిన చాలును. కృష్ణపరములగు కర్మల నుండి విరమించి కృష్ణభక్తి ప్రదర్శనము కావించుచు ఒంటరిగా కూర్చుండుట యనునది కృష్ణపరమగు కర్మరంగమున నియుక్తమగుట కన్నను ముఖ్యమెన్నడును కాబోదు. కనుకనే పూర్వము తెలుపబడిన వివస్వానుడు (సూర్యదేవుడు) వంటి

శ్రీకృష్ణభగవానుని శిష్యులను అనుసరించుచు కృష్ణభక్తిభావనలో వర్తింప వలసినదిగా ఇచ్చట అర్జునుడు బోధింపబడెను. శ్రీకృష్ణభగవానుడు తన పూర్వకర్మలనన్నింటిని మరియు పూర్వము కృష్ణభక్తిభావనలో వర్తించిన వారి కర్మలనన్నింటిని సంపూర్ణముగా ఎరిగియుండెను. కనుకనే తన నుండి లక్షల సంవత్సరములకు పూర్వము విద్యను బడసిన సూర్యదేవుని కర్మలను ఆతడు అనుసరణీయములని పలుకుచున్నాడు. శ్రీకృష్ణుని అట్టి శిష్యులే ఇచ్చట ముక్తపురుషులుగా పేర్కొనబడిరి. వారందరును ఆ దేవదేవుడు నిర్దేశించిన కార్యనిర్వహణమునందు నియుక్తులై యుందురు.

16

किं कर्म किमकर्मेति कवयोऽप्यत्र मोहिताः ।
तत्ते कर्म प्रवक्ष्यामि यज्ज्ञात्वा मोक्ष्यसेऽशुभात् ॥१६ ॥

కిం కర్మ కిమకర్మేతి కవయోఽప్యత్ర మోహితాః ।
తత్తే కర్మ ప్రవక్ష్యామి యజ్జ్ఞాత్వా మోక్ష్యసే ఽశుభాత్ ॥

కిమ్—ఏది; కర్మ—కర్మ; కిమ్—ఏది; అకర్మ—కర్మరాహిత్యము; ఇతి—అని; కవయః అపి—బుద్ధిమంతులు కూడా; అత్ర—ఈ విషయమున; మోహితాః—భ్రాంతులైయున్నారు; తత్—ఆ; తే—నీకు; కర్మ—కర్మను; ప్రవక్ష్యామి—వివరింతును; యత్—దేనిని; జ్ఞాత్వా—తెలిసికొని; మోక్ష్యసే—ముక్తుడవగుదువు; అశుభాత్—అశుభముల నుండి.

కర్మయనగా నేమో మరియు అకర్మ యనగా నేమో నిర్ణయించుట యందు బుద్ధిమంతులు కూడ భ్రాంతినొంది యున్నారు. కనుక కర్మయనగా నేమో ఇప్పుడు నేను వివరింతును. దానిని తెలిసికొని నీవు అన్ని అశుభముల నుండియు ముక్తుడవు కాగలవు.

భాష్యము : కృష్ణభక్తిభావనతో కూడిన కర్మను పూర్వపు ప్రామాణిక భక్తుల ఉపమానము ననుసరించియే ఒనరించవలెను. ఈ విషయము క్రిందటి పదునైదవ శ్లోకమున ఉపదేశింపబడినది. కర్మను ఎందులకు స్వతంత్రముగా తోచినరీతిలో చేయరాదో రాబోవు శ్లోకమునందు వివరింపబడినది.

ఈ అధ్యాయపు ఆరంభములో తెలుపబడినట్లు కృష్ణభక్తిభావన యందు కర్మనొనరించుటకు గురుశిష్యపరంపరలో వచ్చుచున్న ప్రామాణిక వ్యక్తుల నాయకత్వమును అనుసరింపవలెను. ఈ విధానము తొలుత సూర్యదేవునకు

వివరింపబడగా, సూర్యుడు తన తనయుడైన మనువునకు దానిని బోధించెను. పిదప మనువు దానిని తన పుత్రుడైన ఇక్ష్వాకునకు తెలుపగా, అది ఆనాటి నుండి ధరిత్రి యందు కొనసాగుచున్నది. అనగా ప్రతియొక్కరు పరంపరలో నున్న పూర్వపు ప్రామాణికులను సంపూర్ణముగా అనుసరింపవలెను. లేనిచో బుద్ధిమంతులైనవారు కూడ కృష్ణభక్తిభావనలోని ప్రామాణిక కర్మల విషయమున మోహితులు కాగలరు. ఈ కారణము చేతనే ప్రత్యక్ష కృష్ణభక్తిభావన యందు అర్జునునకు ఉపదేశమొసగ శ్రీకృష్ణుడు నిర్ణయించుకొనెను. భగవానుడే ప్రత్యక్షముగా అర్జునునకు ఉపదేశించియున్నందున, అర్జునుని అనుసరించువారలు నిక్కముగా భ్రాంతులు కాబోరు.

అసంపూర్ణమై యుండెడి ప్రయోగాత్మకజ్ఞానము ద్వారా ఎవ్వరును ధర్మ విధానమును నిర్ణయింపలేరని తెలుపబడినది. వాస్తవమునకు ధర్మనియమములు కేవలము భగవానుని చేతనే స్వయముగా నిర్ణయింపబడును. "ధర్మం తు సాక్షాత్ భగవత్ప్రణీతమ్"(భాగవతము 6.3.19). ఎవ్వరును తమ అసంపూర్ణమగు మానసికకల్పనలచే వాటిని సృష్టింపలేరు. కనుకనే బ్రహ్మ, శివుడు, నారదుడు, మనువు, సనకసనందనాదులు, కపిలుడు, ప్రహ్లాదుడు, భీష్ముడు, శుకదేవగోస్వామి, యమరాజు, జనకుడు, బలిమహారాజు వంటి మహాజనుల అడుగుజాడలను ప్రతి యొక్కరు అనుసరింపవలెను. మానసికకల్పనల ద్వారా ధర్మమననేమో (లేదా ఆత్మానుభవము) ఎవ్వరును నిర్ణయింపజాలరు. కనుకనే భక్తుల యెడ నిర్హేతుక కరుణచే శ్రీకృష్ణభగవానుడు కర్మ యననేమో, అకర్మ యననేమో అర్జునునకు ప్రత్యక్షముగా బోధించెను. కృష్ణభక్తిభావనలో ఒనరింపబడిన కర్మయే భవ బంధముల నుండి మనుజుని ముక్తుని చేయగలదు.

17

कर्मणो ह्यपि बोद्धव्यं बोद्धव्यं च विकर्मणः ।
अकर्मणश्च बोद्धव्यं गहना कर्मणो गतिः ॥१७॥

కర్మణో హ్యపి బోద్ధవ్యం బోద్ధవ్యం చ వికర్మణః ।
అకర్మణశ్చ బోద్ధవ్యం గహనా కర్మణో గతిః ॥

కర్మణః—కర్మ యొక్క; హి—నిశ్చయముగా; అపి—కూడా; బోద్ధవ్యం—ఎరుగవలెను; బోద్ధవ్యం—ఎరుగవలెను; చ—కూడా; వికర్మణః—నిషేధింపబడిన కర్మ యొక్క; అకర్మణః చ—కర్మ చేయక ఉండుట యొక్కయు; బోద్ధవ్యం—ఎరుగవలెను; గహనా—

క్లేశకరమైనది; కర్మణః—కర్మ యొక్క; గతిః—మార్గము.

కర్మగతులను అవగాహన చేసికొనుట అత్యంత కష్టము కనుక కర్మ యననేమో, వికర్మ యననేమో, అకర్మ యననేమో ప్రతియొక్కరు చక్కగా ఎరుగవలెను.

భాష్యము : ఎవరేని భవబంధము నుండి ముక్తిని బడయుట యందు కృత నిశ్చయులై యున్నచో వారు తప్పక కర్మము, వికర్మము, అకర్మముల నడుమ గల భేదమును అవగాహనము చేసికొనవలెను. ఈ కర్మసంబంధ విషయము అత్యంత కఠినమైనది గనుక ప్రతియొక్కరు అటువంటి వివిధ కర్మలను విశ్లేషించి తెలిసికొనవలెను. కృష్ణభక్తిని, తత్పరమైన కర్మలను అవగతము చేసికొనుటకు ప్రతియొక్కరు తమకు భగవానునితో గల సంబంధమును ఎరుగవలెను. అనగా జ్ఞానవంతుడైనవాడు జీవుడు శ్రీకృష్ణభగవానుని నిత్యదాసుడనియు, తత్కారణముగా అతడు కృష్ణభక్తిభావనలో వర్తించవలసియుండుననియు అవగాహన చేసికొనును. భగవద్గీత యంతయు ఈ సారాంశము వైపునకే కేంద్రీకృతమై యున్నది. ఈ భావనకు, తత్సంబంధిత కర్మలకు విరుద్ధములైన నిర్ణయములన్నియును నిషిద్ధకర్మలే(వికర్మలే). ఈ విషయము నంతటిని సంపూర్ణముగా నెరుగుటకు కృష్ణభక్తి యందు నిష్ణాతులైనవారితో సాహచర్యమును పొంది, వారి నుండి ఈ రహస్యమును తెలిసికొనవలెను. ఆ విధముగా చేయుట భగవానుని నుండి ప్రత్యక్షముగా నేర్చుటతో సమానము కాగలదు. లేనిచో అత్యంత బుద్ధిమంతులైనవారు కూడ భ్రాంతికి గురికాగలరు.

18

कर्मण्यकर्म यः पश्येदकर्मणि च कर्म यः।
स बुद्धिमान्मनुष्येषु स युक्तः कृत्स्नकर्मकृत् ॥१८॥

కర్మణ్యకర్మ యః పశ్యేదకర్మణి చ కర్మ యః ।
స బుద్ధిమాన్మనుష్యేషు స యుక్తః కృత్స్నకర్మకృత్ ॥

కర్మణి—కర్మ యందు; అకర్మ—కర్మరాహిత్యమును; యః—ఎవడైతే; పశ్యేత్—చూచునో; అకర్మణి—కర్మరాహిత్యము నందు; చ—కూడా; కర్మ—ఫలాపేక్షసహిత కర్మను; యః—ఎవడైతే; సః—అతడు; బుద్ధిమాన్—తెలివిగలవాడు; మనుష్యేషు—మానవుల యందు; సః—అతడు; యుక్తః—దివ్యస్థితిలో నున్నవాడు; కృత్స్నకర్మకృత్—అన్ని కర్మల యందు నియుక్తుడై నప్పటికిని.

కర్మ యందు అకర్మను మరియు అకర్మ యందు కర్మను గాంచువాడు మనుజులలో బుద్ధిమంతుడైనవాడు. అట్టివాడు అన్నిరకముల కర్మల యందు నియుక్తుడైనను దివ్యస్థితి యందున్నవాడే యగును.

భాష్యము : కృష్ణభక్తిభావన యందు కర్మ నొనరించువాడు సహజముగా అన్ని కర్మబంధముల నుండి ముక్తుడై యుండును. కర్మలన్నియును శ్రీకృష్ణుని ప్రీత్యర్థమే ఒనరింపబడినందున అతడు కర్మప్రభావముచే సుఖదుఃఖములకు లోనుగాడు. తత్కారణమున అతడు కృష్ణుని కొరకై అన్నిరకముల కర్మల యందు నియుక్తుడైనను మానవులలో అత్యంత బుద్ధిమంతుడుగా పరిగణింపబడును. అకర్మ యనగా కర్మ చేయకుండుట యని భావము. ఆత్మానుభవ మార్గములో కర్మఫలము అవరోధము కాకూడదని తలచి నిరాకారవాదులు భయముతో కామ్యకర్మల నుండి విరమింతురు. కాని భక్తుడు మాత్రము భగవానుని నిత్యదాసునిగా తన స్థితిని చక్కగా ఎరిగి సదా భక్తిపరమగు కర్మల యందు నియుక్తుడై యుండును. ప్రతిదియు కేవలము కృష్ణుని కొరకే చేయబడును కావున అతడు తన సేవాకార్యమునందు దివ్యానందము ననుభవించును. ఇట్టి విధానమునందు నియుక్తులైనవారు నిష్కాములుగా తెలియబడుదురు. శ్రీకృష్ణుని యెడ గల నిత్యదాసత్వభావము సర్వవిధములైన కర్మఫలముల నుండి మనుజుని ముక్తుని చేయగలదు.

19

यस्य सर्वे समारम्भाः कामसंकल्पवर्जिताः ।
ज्ञानाग्निदग्धकर्माणं तमाहुः पण्डितं बुधाः ॥१९॥

యస్య సర్వే సమారమ్భాః కామసంకల్పవర్జితాః ।
జ్ఞానాగ్నిదగ్ధకర్మాణం తమాహుః పణ్డితం బుధాః ॥

యస్య—ఎవని; సర్వే—అన్నివిధములైన; సమారమ్భాః—ప్రయత్నములు; కామ—ఇంద్రియతృప్తి వాంఛపై ఆధారపడిన; సంకల్ప—నిశ్చయముతో; వర్జితాః—రహితములో; జ్ఞాన—సంపూర్ణజ్ఞానమనెడి; అగ్ని—అగ్నిచే; దగ్ధ—కాల్చబడిన; కర్మాణం—కర్మలు గల; తమ్—వానిని; ఆహుః—చెప్పుదురు; పణ్డితం—పండితుడని; బుధాః—తెలిసినవారలు.

ఎవని ప్రతికర్మయు భోగవాంఛారహితముగా నుండునో అతడు సంపూర్ణజ్ఞానము కలిగినట్టివాడు. కర్మఫలములన్నియును జ్ఞానాగ్నిచే దగ్ధమైనవానిగా (జ్ఞానాగ్ని దగ్ధకర్ముడు) అతడు ఋషులచే చెప్పబడును.

భాష్యము : సంపూర్ణమైన జ్ఞానము గలవాడే కృష్ణభక్తిరసభావన యందు మగ్నుడై యుండెడి మనుజుని కర్మలను అవగాహనము చేసికొనగలడు. కృష్ణభక్తిభావన యందుండెడివాడు సర్వవిధములైన ఇంద్రియభోగభావనల నుండి విడివడి యుండును కావున శ్రీకృష్ణభగవానునికి నిత్యదాసుడననెడి తన నిజస్థితిని గూర్చిన సంపూర్ణజ్ఞానముతో కర్మఫలములనన్నింటిని భస్మీపటలము కావించుకొనెనని ఎరుగవలసియున్నది. అట్టి దివ్యజ్ఞానమును సంపాదించినవాడే వాస్తవమునకు పండితుడు. భగవానునితో గల నిత్యసంబంధమును గూర్చిన ఈ జ్ఞానాభివృద్ధి అగ్నితో పోల్చబడును. అది ఒక్కమారు రగిలినచో సర్వములైన కర్మఫలములను సమూలముగా దహింపజేయగలదు.

20

त्यक्त्वा कर्मफलासङ्गं नित्यतृप्तो निराश्रयः ।
कर्मण्यभिप्रवृत्तोऽपि नैव किञ्चित् करोति सः ॥२०॥

త్యక్త్వా కర్మఫలాసఙ్గం నిత్యతృప్తో నిరాశ్రయః ।
కర్మణ్యభిప్రవృత్తోఽపి నైవ కించిత్ కరోతి సః ॥

త్యక్త్వా—విడిచి; కర్మఫలాసఙ్గం—కర్మఫలముల యెడ ఆసక్తిని; నిత్య—ఎల్లప్పుడును; తృప్తః—తృప్తినొందినవాడు; నిరాశ్రయః—ఎట్టి ఆశ్రయము లేనివాడు; కర్మణి—కర్మ యందు; అభిప్రవృత్తః అపి—పూర్తిగా నియుక్తుడైనప్పటికిని; ఏవ—నిశ్చయముగా; కించిత్—ఏమియును; న కరోతి—చేయడు; సః—అతడు.

కర్మఫలముల యెడ ఆసక్తిని విడిచి నిత్యతృప్తుడును, నిరాశ్రయుడును అయి యుండెడివాడు అన్నిరకములగు కర్మల యందు నియుక్తుడైనను కామ్యకర్మలు చేయనివాడే యగును.

భాష్యము : మనుజుడు ప్రతిదియు కృష్ణుని కొరకే ఒనరించునపుడు ఆ భావన యందే కర్మబంధము నుండి విడుదల సాధ్యము కాగలదు. కృష్ణభక్తిపూర్ణుడైన భక్తుడు ఆ దేవదేవుని యెడ గల ప్రేమతోనే వర్తించును గావున కర్మఫలముల యెడ ఆకర్షణను కలిగియుండడు. అతడు సర్వభారమును కృష్ణునికే వదలి వేయుటచే స్వీయపోషణమును గూర్చియు చింతింపడు. లేనివి పొందవలెనని గాని, ఉన్నవానిని రక్షించుకొనవలెనని గాని అతడు ఆతురతపడడు. తన ధర్మమును శక్త్యనుసారము నిర్వహించి పిదప అతడు సమస్తమును కృష్ణునికే వదలివేయును. అట్టి అసంగుడైన భక్తుడు ఏమియును చేయనివాని చందమున

కర్మల యొక్క శుభ, అశుభఫలముల నుండి సర్వదా ముక్తుడై యుండును. ఇట్టి స్థితి అకర్మకు లేదా విషయఫలరహితమైన కర్మకు చిహ్నమై యున్నది. కనుక కృష్ణభక్తిభావన లేనటువంటి ఇతర కర్మ ఏదైనను సరియే కర్తను నిక్కముగా బంధించును. పూర్వము తెలుపబడినట్లు అదియే వికర్మ యొక్క నిజస్వరూపమై యున్నది.

21

निराशीर्यतचित्तात्मा त्यक्तसर्वपरिग्रहः ।
शारीरं केवलं कर्म कुर्वन्नाप्नोति किल्बिषम् ॥२१॥

నిరాశీర్యతచిత్తాత్మా త్యక్తసర్వపరిగ్రహః ।
శారీరం కేవలం కర్మ కుర్వన్నాప్నోతి కిల్బిషమ్ ॥

నిరాశీః—ఫలాపేక్షరహితముగా; యత—నిగ్రహింపబడిన; చిత్తాత్మా—మనస్సు మరియు బుద్ధి; త్యక్త—విడిచి; సర్వ—సమస్తము; పరిగ్రహః—తనకున్నవానిపై స్వామ్యభావనను (తనదనెడి భావము); శారీరం—దేహమును పోషించుట కొరకు; కేవలం—మాత్రమే; కర్మ—పనిని; కుర్వన్—చేయుచు; న ఆప్నోతి—పొందడు; కిల్బిషం—పాపమును.

అట్టి అవగాహనము కలిగిన మనుజుడు నియమిత మనోబుద్ధులచే తనకున్నవానిపై స్వామ్యభావనను విడిచి, కేవలము జీవనావసరముల కొరకే కర్మనొనరించును. ఆ విధముగా వర్తించుచు అతడు పాపఫలములచే ప్రభావితుడు కాకుండును.

భాష్యము : కృష్ణభక్తిరసభావితుడు తన కర్మల యందు శుభ, అశుభ ఫలములను వాంఛింపడు. అతని మనోబుద్ధులు సదా నియమితములై యుండును. తాను శ్రీకృష్ణభగవానుని అంశయై యున్నందున అంశగా తనచే చేయబడు కార్యము వాస్తవమునకు తాను చేయుట లేదనియు, ఆ కార్యము తన ద్వారా భగవానునిచే ఒనరింపబడుచున్నదనియు ఎరుగును. దేహమునందలి హస్తము తనకు తోచినరీతిగా గాక దేహావసరార్థమే దాని ప్రోద్బలముతో చరించుననన్న విషయము తెలిసినదే. అదే విధముగా కృష్ణభక్తుడైనవాడు స్వీయభోగాభిలాష లేనందున సదా శ్రీకృష్ణభగవానుని కోరికతోనే తాను ముడివడియుండును. ఆ భక్తుడు యంత్రమందలి ఒక భాగము పనిచేయు రీతిగా వర్తించును. యంత్రము సరిగా పనిచేయుటకు యంత్రమందలి భాగమును శుభ్రపరచుట, తైలాదులతో

పోషించుటవంటివి అవసరమైనట్లే, భగవానుని దివ్యమగు సేవాకార్యమున సరిగా నిలుచు నిమిత్తమే కృష్ణభక్తిపరాయణుడు కర్మ ద్వారా దేహమును పోషించుకొనును. కనుకనే తన కర్మఫలములన్నింటికిని అతడు అతీతుడై యుండును. యజమాని ఆధీనములో నుండు జంతువు తన దేహముపై అధికారమును కలిగి యుండక, తనను యజమాని చంప యత్నించినను అస్వతంత్రమై యుండుటచే ప్రతిఘటనను చేయదు. భక్తుడు కూడ యజమాని ఆధీనములో నుండు జంతువు వలె తన దేహముపై యజమానిత్వమును కలిగియుండడు. ఆత్మానుభవ కార్యమునందే మగ్నుడైన అతడు లౌకికమైనవాటిని పొందగలిగినంతటి తీరికను కలిగియుండడు. దేహపోషణార్థమై అతడు అక్రమమార్గముల ద్వారా ధనమును కూడబెట్టవలసిన అవసరము లేనందున పాపముచే ఎన్నడును అంటబడడు. ఈ విధముగా ఆ భక్తుడు తన సమస్త కర్మఫలముల నుండి ముక్తుడై యుండును.

22

यदृच्छालाभसन्तुष्टो द्वन्द्वातीतो विमत्सरः ।
समः सिद्धावसिद्धौ च कृत्वापि न निबध्यते ॥२२॥

యదృచ్ఛాలాభసంతుష్టో ద్వన్ద్వాతీతో విమత్సరః ।
సమః సిద్ధావసిద్ధౌ చ కృత్వాపి న నిబధ్యతే ॥

యదృచ్ఛా—తనంతట తానుగా ప్రాప్తించిన; లాభ—లాభముతో; సంతుష్టః—తృప్తుడైనవాడు; ద్వంద్వ—సుఖదుఃఖాది ద్వంద్వములకు; అతీతః—అతీతుడైనవాడు; విమత్సరః—అసూయలేనివాడు; సమః—స్థిరుడు; సిద్ధౌ—విజయము నందు; అసిద్ధౌ చ—అపజయమునందును; కృత్వాపి—చేయుచున్నప్పటికిని; న నిబధ్యతే—ఎప్పుడును బంధింపబడడు.

యాదృచ్ఛికముగా లభించినదానితో సంతుష్టుడగువాడును, ద్వంద్వములకు అతీతుడైనవాడును, అసూయ లేనివాడును, జయము అపజయములందు స్థిరుడై యుండెడివాడును అగు మనుజుడు కర్మలను ఒనరించుచున్నను ఎన్నడును బంధితుడు కాడు.

భాష్యము : కృష్ణభక్తిరసభావితుడు దేహపోషణార్థము కూడ ఎక్కువగా శ్రమింపడు. యాదృచ్ఛికముగా లభించినదానితో అతడు సంతుష్టి నొందును. భిక్షమెత్తుట గాని, అప్పుచేయుట గాని చేయక న్యాయముగా తన శక్తికొలది కర్మనొనరించి తద్వారా లభించినదానితో అతడు సంతృప్తి నొందును. కనుకనే తన

జీవనోపాధి విషయమున అతడు స్వతంత్రుడై యుండును. ఇతరులకు ఒనర్చబడెడి సేవ తన భక్తికి (కృష్ణభక్తిభావన యందలి సేవకు) అడ్డురాకుండా యుండునట్లు అతడు చూచుకొనును. అయినను భగవానుని సేవ కొరకు మాత్రము భౌతికజగత్తు యొక్క ద్వంద్వములచే ఏమాత్రము కలతచెందక ఎట్టి కర్మ యందైనను అతడు పాల్గొనును. భౌతికజగము నందలి ద్వంద్వములనునవి సుఖ దుఃఖములు, శీతోష్ణముల రూపములో అనుభూతములగుచుండును. కాని భక్తుడు కృష్ణుని ప్రీత్యర్థమై ఎటువంటి జంకు లేకుండా తన కర్మల నొనరించును కావున అట్టి ద్వంద్వములకు అతీతునిగా నుండును. ద్వంద్వాతీతుడు కనుకనే అతడు జయాపజయములు రెండింటి యందును స్థిరుడై యుండును. మనుజుడు దివ్యజ్ఞానపూర్ణుడైనప్పుడు ఈ విధమైన చిహ్నములు గోచరించును.

23

गतसङ्गस्य मुक्तस्य ज्ञानावस्थितचेतसः ।
यज्ञायाचरतः कर्म समग्रं प्रविलीयते ॥२३॥

గతసఙ్గస్య ముక్తస్య జ్ఞానావస్థితచేతసః ।
యజ్ఞాయాచరతః కర్మ సమగ్రం ప్రవిలీయతే ॥

గతసఙ్గస్య—త్రిగుణములచే అంటబడనివాడు; ముక్తస్య—ముక్తినొందినవాడు; జ్ఞానావస్థిత—దివ్యమైన జ్ఞానమునందు నిలిచినవాడు; చేతసః—చిత్తము కలవాడును; యజ్ఞాయ—యజ్ఞుని (కృష్ణుని) కొరకు; ఆచరతః—చేయువాడు; కర్మ—కర్మ; సమగ్రం ప్రవిలీయతే—పూర్తిగా లయమగును.

ప్రకృతి త్రిగుణముల యెడ అసంగుడై దివ్యజ్ఞానమునందు సంపూర్ణముగా స్థితుడైన మనుజుని సర్వకర్మలు దివ్యత్వమునందే పూర్తిగా లీనమగును.

భాష్యము : కృష్ణభక్తిరసభావితుడగుట ద్వారా మనుజుడు ద్వంద్వముల నుండి విడివడి క్రమముగా త్రిగుణముల సంపర్కము నుండి విడివడును. కృష్ణునితో గల సంబంధమున తన నిజస్థితిని ఎరిగియుండుటచే అతడు ముక్తినొందుటకు అర్హుడగును. ఆ విధముగా అతని మనసెప్పుడును కృష్ణభక్తి నుండి వేరొక వైపుకు మరలదు. తత్కారణముగా అతడేది ఒనర్చినను ఆదివిష్ణువైన శ్రీకృష్ణుని కొరకే ఒనరించును. విష్ణుప్రీత్యర్థమే యజ్ఞములన్నియు ఉద్దేశింపబడియున్నందున అతని కర్మలన్నియును యజ్ఞరూపములే యగుచున్నవి. అట్టి యజ్ఞరూప కర్మల ఫలములన్నియును నిక్కముగా దివ్యత్వమునందు లీనమగుటచే వానిని

ఒనరించువారెవ్వరును కర్మఫలములచే ప్రభావితులు కారు.

24

ब्रह्मार्पणं ब्रह्म हविर्ब्रह्माग्नौ ब्रह्मणा हुतम्।
ब्रह्मैव तेन गन्तव्यं ब्रह्मकर्मसमाधिना ॥२४॥

బ్రహ్మార్పణం బ్రహ్మ హవిర్బ్రహ్మాగ్నౌ బ్రహ్మణా హుతమ్ ।
బ్రహ్మైవ తేన గన్తవ్యం బ్రహ్మకర్మసమాధినా ॥

బ్రహ్మ—ఆధ్యాత్మిక స్వభావము కలది; అర్పణం—ప్రదానము; బ్రహ్మ—బ్రహ్మము; హవిః—నెయ్యి; బ్రహ్మ—ఆధ్యాత్మికమైన; అగ్నౌ—యజ్ఞాగ్నియందు; బ్రహ్మణా—ఆత్మచే; హుతం—అర్పింపబడినది; బ్రహ్మ—భగవద్ధామము; ఏవ—నిశ్చయముగా; తేన—వానిచే; గన్తవ్యం—పొందదగినది; బ్రహ్మ—ఆధ్యాత్మికమైన; కర్మ—కర్మల యందు; సమాధినా—సంపూర్ణ తత్పరత్వముచే.

కృష్ణభక్తిరసభావన యందు సంపూర్ణముగా నిమగ్నుడైన మనుజుడు భగవద్ధామమును తప్పక పొందితీరును. స్వీకరించునది, అర్పింపబడునది యను రెండును బ్రహ్మమేయైనటువంటి ఆధ్యాత్మికకర్మల యందు అతడు తత్పరుడై యుండుటయే అందులకు కారణము.

భాష్యము : కృష్ణభక్తిభావన యందలి కర్మలు ఏ విధముగా అంత్యమున మనుజుని ఆధ్యాత్మికగమ్యమును చేర్చగలవో ఇచ్చట వివరింపబడినది. కృష్ణభక్తి యందు పలుకార్యములు గలవు. అవియన్నియు రాబోవు శ్లోకములందు వివరింపబడినను ప్రస్తుతము మాత్రము కృష్ణభక్తిభావన యందలి సిద్ధాంతము తెలుపబడినది. భౌతికత్వమున బద్ధుడైన బద్ధజీవి భౌతికభావన యందే కర్మనొనరింపవలసివచ్చినను ఏదియో ఒక విధముగా దాని నుండి అతడు ముక్తుడు కావలసియున్నది. ఆ విధముగా బద్ధజీవుడు భౌతికభావన నుండి ముక్తిని పొందు విధానమే కృష్ణభక్తిరస భావనము. ఉదాహరణమునకు పాలపదార్థములను అధికముగా భుజించుట వలన కలిగిన అతిసారవ్యాధిచే బాధపడు రోగిని పాలకు సంబంధించినదే అయిన పెరుగును తినిపించుట ద్వారా బాగుపరచినట్లు, విషయభావనలో రతుడైన బద్ధ జీవుని భగవద్గీత యందు ఇచ్చట తెలుపబడిన కృష్ణభక్తిభావన ద్వారా బాగుపరచవచ్చును. ఈ పద్ధతే యజ్ఞము లేదా విష్ణుప్రీత్యర్థమై ఒనరింపబడు కర్మగా తెలియబడుచున్నది. భౌతికజగమునందలి కర్మలు ఎంత ఎక్కువగా విష్ణువు కొరకై (కృష్ణభక్తిభావన యందు) నిర్వహింపబడునో అంత అధికముగా

వాతావరణము ఆధ్యాత్మికముగా రూపొందగలదు. "బ్రహ్మము" అనగా ఆధ్యాత్మికమని భావము. శ్రీకృష్ణభగవానుడే పరబ్రహ్మము. ఆతని దివ్యశరీరకాంతియే ఆధ్యాత్మికతేజమైన "బ్రహ్మజ్యోతి"గా పిలువబడును. స్థితిని కలిగిన ప్రతిదియు ఆ బ్రహ్మజ్యోతి యందే నిలిచియుండును. కాని అట్టి జ్యోతి మాయచే లేక ఇంద్రియభోగముచే కప్పబడినప్పుడు భౌతికమని తెలియబడును. అట్టి భౌతికతెర కృష్ణభక్తిభావనచే శీఘ్రమే తొలగబడుచున్నందున ఆ భావన యందు అర్పణము చేయబడునది, అట్టి అర్పణమును స్వీకరించునది, అర్పణ విధానము, అర్పణము చేయువాడు, దాని ఫలములన్నియును బ్రహ్మమే (పరతత్త్వమే) అయియున్నవి. మాయచే ఆవరింపబడిన బ్రహ్మము భౌతికము కాగా, బ్రహ్మమునకు అనుసంధానము కావింపబడిన భౌతికపదార్థము ఆధ్యాత్మిక గుణమును తిరిగి పొందును. మోహితచైతన్యమును బ్రహ్మభావనలోనికి (భగవద్భావనలోనికి) మార్చుటయే కృష్ణభక్తిభావనమార్గము. అట్టి కృష్ణభక్తిభావనలో మనస్సు సంపూర్ణముగా మునిగియున్న స్థితియే "సమాధి" యని పిలువ బడును. అట్టి స్థితిలో ఒనరింపబడు సర్వము యజ్ఞమే యనబడును. కావున అటువంటి ఆధ్యాత్మిక చైతన్యావస్థ యందు అర్పించువాడు, అర్పణము, స్వీకారము, కర్త, ఫలము లేదా అంతిమ లాభములన్నియును పరబ్రహ్మముతో ఏకమగును. అదియే కృష్ణభక్తిరసభావన విధానము.

25

दैवमेवापरे यज्ञं योगिनः पर्युपासते ।
ब्रह्माग्नावपरे यज्ञं यज्ञेनैवोपजुह्वति ॥२५॥

దైవమేవాపరే యజ్ఞం యోగినః పర్యుపాసతే ।
బ్రహ్మాగ్నావపరే యజ్ఞం యజ్ఞే నైవోపజుహ్వతి ॥

దైవం—దేవతాపూజకు సంబంధించిన; ఏవ—ఈ విధముగా; అపరే—మరికొందరు; యజ్ఞం—యజ్ఞములు; యోగినః—యోగులు; పర్యుపాసతే—లెస్సగా పూజింతురు; బ్రహ్మ—పరమసత్యమనెడి; అగ్నౌ—అగ్ని యందు; అపరే—ఇతరులు; యజ్ఞం—యజ్ఞమును; యజ్ఞేన ఏవ—యజ్ఞము చేతనే; ఉపజుహ్వతి—హోమము చేయుదురు.

కొందరు యోగులు వివిధ యజ్ఞముల ద్వారా దేవతలను లెస్సగా పూజింతురు. మరికొందరు పరబ్రహ్మమనెడి అగ్ని యందు హోమమును చేయుదురు.

భాష్యము : ఇంతకు పూర్వము వివరించిన రీతి కృష్ణభక్తిభావనలో విధ్యుక్తధర్మ

నిర్వహణయందు నియుక్తుడైనవాడు పూర్ణయోగి (ప్రథమశ్రేణి యోగి) యని పిలువబడును. కాని అటువంటి యజ్ఞములనే దేవతార్చనమునందు ఒనరించు వారును కలరు. ఇంకొందరు పరబ్రహ్మమును లేదా భగవానుని నిరాకారతత్త్వమును ఉపాసింతురు. అనగా వివిధ తరగతులను బట్టి వివిధములైన యజ్ఞములు కలవని విదితమగుచున్నది. కాని వాస్తవమునకు వివిధకర్తలచే చేయబడు యజ్ఞము లందలి వివిధవర్గములు కేవలము యజ్ఞము యొక్క బాహ్యావర్గీకరణము మాత్రమే. ఏలయన యజ్ఞము యజ్ఞుడని పిలువబడు విష్ణుప్రీత్యర్థమే నిర్ణయింపబడి యున్నది. కనుక వివిధములైన యజ్ఞములనన్నింటిని రెండు ప్రధాన తరగతులుగా విభజింపవచ్చును. ఒకటి లౌకికసంపదలను త్యాగము చేయుట కాగా రెండవది ఆధ్యాత్మికజ్ఞానప్రాప్తి కొరకు చేయబడునదై యున్నది. కృష్ణభక్తిభావన యందున్న వారు శ్రీకృష్ణభగవానుని ప్రీత్యర్థము తమకున్న వన్నియును అర్పింపగా, అశాశ్వతసుఖమును గోరువారు ఇంద్రుడు, సూర్యుడు వంటి దేవతల ప్రీత్యర్థము తమకున్నవి అర్పింతురు. ఇతరులైన నిరాకారవాదులు (మాయా వాదులు) నిరాకారబ్రహ్మమునందు లీనమగుట ద్వారా తమ వ్యక్తిత్వమును అర్పింతురు. భౌతికజగత్తును పాలించుట మరియు దాని యందు అగ్ని, నీరు వెలుతురు వంటివి సమకూర్చుట కొరకు దేవదేవునిచే నియమింపబడిన శక్తిమంతులగు జీవులే వివిధ దేవతలు. భౌతికలాభమును కోరువారు అట్టి దేవతలను వేదకర్మకాండ ప్రకారము పలుయజ్ఞముల ద్వారా పూజింతురు. అట్టివారు "బహ్వీశ్వరవాదులు" (పలుదేవతలను విశ్వసించువారు) అని పిలువ బడుదురు. కాని కొందరు దేవతారూపములను అశాశ్వతములని భావించి పరతత్త్వము యొక్క నిరాకారతత్త్వమును ఉపాసించుచు, బ్రహ్మాగ్ని యందు తమ వ్యక్తిత్వమును హుతము చేసి బ్రహ్మమునందు లీనమగుదురు. అట్టి నిరాకారవాదులు (మాయావాదులు) పరతత్త్వపు దివ్యత్వమును అవగతము చేసికొనుటకై తాత్త్విక కల్పనల యందు కాలమును వినియోగింతురు. అనగా కామ్యకర్మరతులు భోగానుభవము కొరకు తమకున్నవి అర్పింపగా, మాయా వాదులు పరబ్రహ్మమునందు లీనమయ్యే ఉద్దేశ్యముతో తమ భౌతికఉపాధులను అర్పింతురు. అట్టి నిరాకారవాదికి పరబ్రహ్మమే యజ్ఞగుండము మరియు వ్యక్తిత్వమే బ్రహ్మాగ్ని యందు అర్పింపబడెడి ఆహుతి. కాని అర్జునుని వంటి కృష్ణభక్తిరసభావితుడు కేవలము కృష్ణుని ప్రీత్యర్థమే సమస్తమును అర్పించును.

ఆ విధముగా అతని సమస్త సంపత్తులు మరియు ఆత్మ అన్నియును కృష్ణునికి అర్పణమగును. కనుకనే అతడు ప్రథమశ్రేణి యోగి అయియున్నాడు. కాని అతడు తన వ్యక్తిత్వము నెన్నడును కోల్పోవడు.

26

श्रोत्रादीनीन्द्रियाण्यन्ये संयमाग्निषु जुह्वति ।
शब्दादीन् विषयानन्य इन्द्रियाग्निषु जुह्वति ॥२६॥

శ్రోత్రాదీనీంద్రియాణ్యన్యే సంయమాగ్నిషు జుహ్వతి ।
శబ్దాదీన్ విషయానన్య ఇంద్రియాగ్నిషు జుహ్వతి ॥

శ్రోత్ర ఆదీని—శ్రవణము వంటివానిని; ఇంద్రియాణి—ఇంద్రియములను; అన్యే—ఇతరులు; సంయమాగ్నిషు—నిగ్రహమనెడి అగ్ని యందు; జుహ్వతి—అర్పింతురు; శబ్దాదీన్—శబ్దాదులు; విషయాన్—ఇంద్రియార్థములను; అన్యే—ఇతరులు; ఇంద్రియాగ్నిషు—ఇంద్రియములనెడి అగ్నియందు; జుహ్వతి—అర్పింతురు.

కొందరు (నిష్ఠ కలిగిన బ్రహ్మచారులు) శ్రవణాది కార్యములను, ఇంద్రియములను మనోనిగ్రహమనెడి అగ్ని యందు హోమము చేయగా, మరికొందరు (నియమితులైన గృహస్థులు) ఇంద్రియార్థములను ఇంద్రియములనెడి అగ్ని యందు అర్పింతురు.

భాష్యము : బ్రహ్మచారి, గృహస్థుడు, వానప్రస్థుడు, సన్న్యాసి యను నాలుగు ఆశ్రమముల వారందరును ఉత్తమయోగులు లేదా ఆధ్యాత్మికులు కావలసి యున్నది. మానవజన్మ జంతువుల వలె ఇంద్రియభోగానుభవమును పొందుట కొరకు కానందున మనుజుడు క్రమముగా ఆధ్యాత్మికజీవనమునందు పరిపూర్ణుడయ్యెడి విధముగా నాలుగు ఆశ్రమములు ఏర్పాటు చేయబడియున్నవి. బ్రహ్మచారులు గుర్వాశ్రయములో ఇంద్రియభోగము నుండి విడివడుట ద్వారా మనస్సును నిగ్రహించుటకు యత్నింతురు. శ్రవణమనునది అవగాహన కొరకు మూలసూత్రము గనుక బ్రహ్మచారి కేవలము కృష్ణపరములగు వచనములనే శ్రవణము చేయును. అనగా అతడు శ్రీకృష్ణభగవానుని లీలల శ్రవణ, కీర్తనములందు సంపూర్ణముగా నిమగ్నుడై యుండును (హరేర్నామానుకీర్తనమ్). హరినామకీర్తనమును (హరేకృష్ణ మహామంత్రము) మాత్రమే శ్రవణము చేయుచు అతడు ఇతర లౌకిక శబ్దముల నుండి విడివడియుండును. అదే విధముగా ఇంద్రియభోగమునకు అనుమతి కలిగియున్న గృహస్థులు కూడా అట్టి

అనుమతిని అతి నియమముతో నిర్వహింతురు. మైథునభోగము, మత్తుపదార్థముల స్వీకారము, మాంసభక్షణము లనునవి మానవుల సాధారణ నైజములు. కాని నియమితుడైన గృహస్థుడు అపరిమిత మైథునభోగమునందు మరియు ఇతర ఇంద్రియభోగములందు మగ్నుడు కాకుండును. మైథునజీవనమును నియమించునది కావుననే ధర్మసమ్మతమైన వివాహము నాగరికసమాజము నందు వ్యాప్తి నొందియున్నది. నియమితుడైన గృహస్థుడు ఉన్నతమైన ఆధ్యాత్మిక జీవనము కొరకు తన సాధారణస్వభావమైన ఇంద్రియప్రీతిని త్యజించు చున్నందున అట్టి నియమితమైన సంగత్వరహిత మైథునజీవనము కూడా ఒక విధమైన యజ్ఞమే అయియున్నది.

27

सर्वाणीन्द्रियकर्माणि प्राणकर्माणि चापरे।
आत्मसंयमयोगाग्नौ जुह्वति ज्ञानदीपिते ॥२७॥

సర్వాణీంద్రియకర్మాణి ప్రాణకర్మాణి చాపరే ।
ఆత్మసంయమయోగాగ్నౌ జుహ్వతి జ్ఞానదీపితే ॥

సర్వాణి—అన్ని; ఇంద్రియకర్మాణి—ఇంద్రియకర్మలను; ప్రాణకర్మాణి చ—ప్రాణవాయువు కర్మలను కూడా; అపరే—ఇతరులు; ఆత్మసంయమ—మనస్సును నిగ్రహించుట యనెడి; యోగ—యోగమునందు; అగ్నౌ—అగ్ని యందు; జుహ్వతి—ఆహుతి చేయుదురు; జ్ఞాన దీపితే—ఆత్మానుభవమును గోరి.

ఇంద్రియ,మనోనియమము ద్వారా ఆత్మానుభవమును సాధించగోరు ఇంకొందరు ఇంద్రియకర్మలను, ప్రాణవాయువు కర్మలను మనోనియమమనెడి అగ్ని యందు ఆహుతులుగా అర్పింతురు.

భాష్యము : పతంజలిచే సృష్టింపబడిన యోగపద్ధతి ఇచ్చట తెలుపబడినది. పతంజలి యోగసూత్రములందు ఆత్మ "ప్రత్యగాత్మ"గా మరియు "పరాగాత్మ"గా పిలువబడును. ఇంద్రియభోగముతో సంగత్వము కలిగియున్నంతవరకు పరాగాత్మగా పిలువబడు ఆత్మ, అట్టి ఇంద్రియభోగము నుండి విడివడినంతనే ప్రత్యగాత్మగా పిలువబడును. అట్టి ఆత్మ దేహమునందు పదిరకములైన వాయువులచే ప్రభావితమగుచుండును. ఈ విషయము ప్రాణాయామము ద్వారా తెలియగలదు. ఏ విధముగా దేహమునందలి వాయువులు నియమింపబడి భౌతికసంగత్వము నుండి ఆత్మ శుద్ధిపడుటకు దోహదము కాగలవో తెలిపెడి

పద్ధతిని మనుజునకు ఈ పతంజలి యోగసిద్ధాంతము ఉపదేశించును. ఈ యోగసిద్ధాంతము ప్రకారము ప్రత్యగాత్మయే చివరి లక్ష్యము. అట్టి ప్రత్యగాత్మ భౌతికకర్మల నుండి విరమింపబడును. కర్ణములు శ్రవణమునందు, చక్షువులు దృశ్యమునందు, నాసిక ఘ్రాణమునందు, జిహ్వ రుచియందు, హస్తములు స్పర్శయందు లగ్నమయ్యెడి విధముగా ఇంద్రియములు ఇంద్రియార్థములందు లగ్నమై ఆత్మకు అన్యమైన కార్యములందు పాల్గొనును. అవియన్నియు ప్రాణవాయువు కార్యములుగా పిలువబడును. అపానవాయువు అధోముఖముగా ప్రసరించగా, వ్యానవాయువు సంకోచ, వ్యాకోచములకు కారణమగును. సమానవాయువు సమానత్వము కొరకు కాగా, ఉదానవాయువు ఊర్ధ్వముగా ప్రసరించును. మనుజుడు జ్ఞానవంతుడైనపుడు వీటినన్నింటిని ఆత్మానుభవ అన్వేషణలో నియుక్తము కావించును.

28

द्रव्ययज्ञास्तपोयज्ञा योगयज्ञास्तथापरे।
स्वाध्यायज्ञानयज्ञाश्च यतयः संशितव्रताः ॥२८॥

ద్రవ్యయజ్ఞాస్తపోయజ్ఞా యోగయజ్ఞాస్తథాపరే ।
స్వాధ్యాయజ్ఞానయజ్ఞాశ్చ యతయః సంశితవ్రతాః ॥

ద్రవ్యయజ్ఞాః—తమకున్నవానిని అర్పించుచు; తపః యజ్ఞాః—తపోయజ్ఞము; యోగ యజ్ఞాః—యోగయజ్ఞము; తథా—అ విధముగా; అపరే—ఇతరులు; స్వాధ్యాయ—వేదాధ్యయనమనెడి యజ్ఞము; జ్ఞానయజ్ఞాః—జ్ఞానమనెడి యజ్ఞము; చ—కూడా; యతయః—జ్ఞానవంతులు; సంశితవ్రతాః—కఠినవ్రతములను స్వీకరించినవారు.

కఠినవ్రతములను చేపట్టి కొందరు తమ సంపత్తిని అర్పించుట ద్వారా, మరికొందరు తీవ్రతపస్సులను చేయుట ద్వారా, అష్టాంగయోగ పద్ధతిని పాటించుట ద్వారా లేదా దివ్యజ్ఞానపురోగతికై వేదాధ్యయనము నొనరించుట ద్వారా జ్ఞానవంతులగుదురు.

భాష్యము : ఇచ్చట తెలుపబడిన యజ్ఞములను వివిధభాగములుగా విభజింప వచ్చును. పలువిధములైన దానముల రూపములో తమ సంపత్తులను త్యాగము చేయువారు కొందరు కలరు. భారతదేశమునందు ధనవంతులు లేదా రాజ

వంశమునకు చెందినవారు ధర్మశాలలు, అన్నక్షేత్రములు, అతిథిశాలలు, అనాథాలయములు, విద్యాపీఠములు వంటి పలువిధములైన ధర్మసంస్థలను నెలకొల్పుట తెలిసిన విషయమే. అదే విధముగా ఇతరదేశములందు కూడా పేదలకు అన్నము, విద్య, వైద్య సౌకర్యములను ఉచితముగా కల్పించు ధర్మసంస్థలు, వైద్యశాలలు, వృద్ధాశ్రమములు పెక్కు గలవు. ఇటువంటి ధార్మిక కర్మలన్నియును "ద్రవ్యమయ యజ్ఞములు" అని పిలువబడును. మరికొందరు ఉన్నతజీవనప్రాప్తి కొరకు లేదా ఉన్నతలోకములకు ఉద్ధరింపబడుట కొరకు చంద్రాయణము, చాతుర్మాస్యము వంటి పలువిధములైన కఠిననియమములను, తపస్సులను స్వచ్ఛందముగా స్వీకరింతురు. ఈ విధానములందు నియమపూర్ణ జీవితమును గడుపుటకు తీవ్రవ్రతములను పాటింపవలసియుండును. ఉదాహరణకు చాతుర్మాస్యదీక్ష యందు మనుజుడు నాలుగునెలలు (జూలై నుండి అక్టోబరు) గడ్డమును తొలగించుకొనడు. కొన్నిరకముల ఆహారమును స్వీకరింపక ఏకభుక్తముండును. గృహమును విడిచి వెళ్ళకుండును. జీవితసుఖమును త్యాగమొనర్చునటువంటి ఆ యజ్ఞములు "తపోమయ యజ్ఞములు" అని పిలువ బడును. ఇంకను మరికొందరు బ్రహ్మమునందు లీనమవగోరి పతంజలి యోగమునందు గాని, హఠయోగము లేదా అష్టాంగయోగమునందు కాని (సిద్ధులను కోరి) నియుక్తులగుదురు. ఇంకొందరు వివిధములైన తీర్థస్థానముల కేగుచుందురు. ఈ అభ్యాసములు భౌతికజగమునందు ఏదియో ఒక సిద్ధిని కోరి ఒనరింపబడు యోగయజ్ఞములు. మరికొందరు ఉపనిషత్తులు, వేదాంతసూత్రముల వంటి వేదశాస్త్రములను లేదా సాంఖ్యజ్ఞానమును అధ్యయనము చేయుట యందు నియుక్తులగుదురు. అట్టివి స్వాధ్యాయయజ్ఞములు (అధ్యయన యజ్ఞము నందు నియుక్తమగుట) అనబడును. ఈ విధముగా యోగులందరును వివిధములైన యజ్ఞములందు నియుక్తులై ఉన్నతజీవనస్థితిని పొందగోరియుందురు. కాని శ్రీకృష్ణభగవానుని ప్రత్యక్షసేవయై యున్నందున కృష్ణభక్తిరసభావన యనునది వీటన్నింటికి భిన్నమైనది. అది పైన తెలుపబడిన ఏ విధమైన యజ్ఞముల చేతను గాక కేవలము శ్రీకృష్ణభగవానుడు, ఆతని ప్రామాణిక భక్తుల కరుణ చేతనే ప్రాప్తము కాగలదు. కనుకనే కృష్ణభక్తిరసభావనము దివ్యమై యున్నది.

29

अपाने जुह्वति प्राणं प्राणेऽपानं तथापरे।
प्राणापानगती रुद्ध्वा प्राणायामपरायणाः।
अपरे नियताहाराः प्राणान् प्राणेषु जुह्वति ॥२९ ॥

అపానే జుహ్వతి ప్రాణం ప్రాణే ऽపానం తథాపరే ।
ప్రాణాపానగతీ రుద్ధ్వా ప్రాణాయామపరాయణాః ।
అపరే నియతాహారాః ప్రాణాన్ ప్రాణేషు జుహ్వతి ॥

అపానే—అధోముఖముగా ప్రయాణించు వాయువునందు; జుహ్వతి—అర్పింతురు; ప్రాణం—బాహ్యముగా పోవు వాయువును; ప్రాణే—బాహ్యముగా పోవు వాయువు నందే; అపానం—అధోముఖముగా పోవు వాయువును; తథా—అట్లే; అపరే—ఇతరులు; ప్రాణాపాన గతీ—బాహ్యముగా పోవునట్టియు, క్రిందికి పోవునట్టియు వాయువుల చలనమును; రుద్ధ్వా—నిరోధించి; ప్రాణాయామ—శ్వాసను నిరోధించుటచే కలుగు సమాధి యందు; పరాయణాః—ఆసక్తులై; అపరే—ఇతరులు; నియతాహారాః—నియమింపబడిన ఆహారము కలవారు; ప్రాణాన్—బయటికిపోవు వాయువును; ప్రాణేషు—బయటికిపోవు వాయువు నందు; జుహ్వతి—యజ్ఞము కావింతురు.

ప్రాణాయామము ద్వారా సమాధి యందు నిలువగోరు ఇంకొందరు ప్రాణమును అపానమునందు మరియు అపానమును ప్రాణమునందు అర్పింప యత్నించి, శ్వాసను సంపూర్ణముగా బంధించి, అంత్యమున సమాధి మగ్నులగుదురు. మరికొందరు ఆహారమును నియమించి ప్రాణవాయువును ప్రాణవాయువునందే యజ్ఞముగా అర్పింతురు.

భాష్యము : శ్వాసను నియమించునట్టి ఈ యోగపద్ధతి ప్రాణాయామము అనబడును. ఈ యోగపద్ధతి వివిధములైన ఆసనముల ద్వారా హఠయోగము నందలి ప్రారంభదశలో ఆచరింపబడును. ఇంద్రియనిగ్రహము కొరకు మరియు ఆధ్యాత్మికానుభవ పురోగతి కొరకు ఈ విధానములన్నియును ఉద్దేశింపబడినవి. దేహమునందలి వాయువులను నియమించి, వాటిని వాటి విరుద్ధదశలో ప్రసరింప జేయుట ఈ యోగపద్ధతి యందు యత్నింపబడును. అపానవాయువు అధో ముఖముగా ప్రసరించగా, ప్రాణవాయువు ఊర్ధ్వముగా ప్రసరించును. ఈ రెండు వాయువులు విరుద్ధదశలలో ప్రసరించి, చివరికి పూరకమందు తటస్థము నొందురీతిగా ప్రాణాయామయోగి యత్నించును. ఉచ్ఛ్వాసమును నిశ్వాసము

నందు అర్పించుట యనునది రేచకము. ప్రాణాపానవాయువుల చలనము సంపూర్ణముగా స్తంభించినప్పుడు మనుజుడు కుంభకయోగమునందు ఉన్నట్లుగా తెలుపబడును. అట్టి కుంభకయోగము ద్వారా ఆధ్యాత్మికజీవన సంపూర్ణత్వమునకై మనుజుడు ఆయుర్వృద్ధిని సాధింపవచ్చును. బుద్ధిమంతుడైన యోగి మరొకజన్మకై వేచియుండక ఈ జన్మమునందే పూర్ణత్వమును సాధించుట యందు అనురక్తుడై యుండును. దాని కొరకై యోగి కుంభకయోగము ద్వారా జీవనపరిమాణమును అనేక సంవత్సరములు వృద్ధిచేసికొనును. కాని కృష్ణభక్తిభావన యందున్న భక్తుడు సదా శ్రీకృష్ణభగవానుని దివ్యసేవ యందు నిలిచియున్నందున అప్రయత్నముగా ఇంద్రియములపై నియమమును కలిగియే యుండును. సదా కృష్ణుని సేవలో నియుక్తములై యున్నందున అతని ఇంద్రియములు ఇతర కర్మలలో నిలుచు అవకాశముండదు. అట్టి భక్తుడు దేహత్యాగానంతరము సహజముగా శ్రీకృష్ణుని ధామమునకే పోవును గనుక జీవితపరిమాణమును పొడిగించు యత్నములు ఎన్నడును చేయడు. భగవద్గీత(14.26) యందు తెలిపినట్లుగా అతడు శీఘ్రమే ముక్తిస్థాయికి చేరియుండును.

మాం చ యో ఽవ్యభిచారేణ భక్తియోగేన సేవతే ।
స గుణాన్సమతీత్యైతాన్ బ్రహ్మభూయాయ కల్పతే ॥

"భగవానుని అనన్య భక్తియుత సేవయందు నియుక్తుడైనవాడు త్రిగుణములను దాటి శీఘ్రమే ఆధ్యాత్మికస్థితిని చేరును." అనగా కృష్ణభక్తితత్పరుడు దివ్య ఆధ్యాత్మికస్థితిలోనే జీవనము నారంభించి దాని యందే నిరంతరము కొనసాగును. కనుక పతనమనెడి ప్రశ్నయే ఉదయించదు. ఎటువంటి ఆలస్యము లేకుండా అతడు చివరికి భగవద్ధామమును చేరును. కృష్ణప్రసాదమును మాత్రమే గ్రహించుట ద్వారా మనుజుడు ఆహారమును అప్రయత్నముగా నియమించినవాడే యగును. అట్టి నియమము ఇంద్రియనిగ్రహమునందు మిక్కిలి తోడ్పడగలదు. అట్టి ఇంద్రియనిగ్రహము లేనిదే భవబంధముల నుండి ముక్తిని పొందుటకు ఆస్కారమే లేదు.

30

सर्वेऽप्येते यज्ञविदो यज्ञक्षपितकल्मषाः ।
यज्ञशिष्टामृतभुजो यान्ति ब्रह्म सनातनम् ॥३०॥

సర్వేऽప్యేతే యజ్ఞవిదో యజ్ఞక్షపితకల్మషాః ।
యజ్ఞశిష్టామృతభుజో యాన్తి బ్రహ్మ సనాతనమ్ ॥

సర్వే—అందరు; అపి—భిన్నముగా కనిపించినను; ఏతే—ఈ; యజ్ఞవిదః—యజ్ఞనిర్వహణ మందలి ప్రయోజనమును ఎరిగినవారు; యజ్ఞక్షపితకల్మషాః—యజ్ఞముల ద్వారా పాపఫలముల నుండి శుద్ధిపడినవారు; యజ్ఞశిష్ట—యజ్ఞము యొక్క ఫలములను; అమృతభుజః—అమృతమును ఆస్వాదించినవారు; యాన్తి—చేరుదురు; బ్రహ్మ—పరబ్రహ్మమును; సనాతనం—సనాతనమైన.

యజ్ఞప్రయోజనము నెరిగిన ఈ కర్తలందరును పాపఫలముల నుండి శుద్ధి పడి, యజ్ఞఫలమనెడి అమృతమును ఆస్వాదించినందున నిత్యమైన భగవద్ధామము వైపునకు పురోగమింతురు.

భాష్యము : ఇంతవరకు తెలిపిన వివిధయజ్ఞముల (ద్రవ్యమయ యజ్ఞము, స్వాధ్యాయయజ్ఞము, యోగయజ్ఞము) వివరణను బట్టి ఇంద్రియనిగ్రహమే వాటన్నింటి మూల లక్ష్యమని అవగతమగుచున్నది. ఇంద్రియభోగానుభవమే భవబంధమునకు మూలకారణమై యున్నందున భోగానుభవమునకు పరమైన స్థితి యందు నిలువనిదే ఎవ్వరును నిత్యమును, జ్ఞానానందపూర్ణమును అగు నిత్యస్థితికి ఉద్ధరింపబడు అవకాశము లేదు. అట్టి స్థితి నిత్యాకాశమునందు (పరబ్రహ్మకాశమునందు) కలదు. ఇంతవరకు తెలుపబడిన యజ్ఞములన్నియును భౌతికజీవనపు పాపఫలముల నుండి శుద్ధిపడుటకు మనుజునకు తోడ్పడును. ఇట్టి పురోగతి ద్వారా అతడు జీవితమునందు ఆనందమయుడు, వైభవోపేతుడు అగుటయే గాక అంత్యమున నిరాకారబ్రహ్మమునందు లీనమగుట ద్వారా కాని లేదా దేవదేవుడైన శ్రీకృష్ణుని సాహచర్యమును పొందుట ద్వారా కాని నిత్యమైన భగవద్ధామమున ప్రవేశింపగలడు.

31

नायं लोकोऽस्त्ययज्ञस्य कुतोऽन्यः कुरुसत्तम ॥३१॥

నాయం లోకోऽస్త్యయజ్ఞస్య కుతోऽన్యః కురుసత్తమ ।

అయం లోకః—ఈ లోకమున; న అస్తి—ఎప్పుడును లేదు; అయజ్ఞస్య—యజ్ఞము చేయనివానికి; కుతః—ఎచటనున్నది; అన్యః—అన్యము; కురుసత్తమ—కురుశ్రేష్ఠుడా.

ఓ కురువంశ శ్రేష్ఠుడా! యజ్ఞమును నిర్వహింపకుండా ఎవ్వరును ఈ

లోకమునగాని, ఈ జన్మమునందు గాని ఆనందముగా జీవింపలేరు. అట్టి యెడ తరువాతి జన్మమును గూర్చి వేరుగా చెప్పనేల?

భాష్యము : జీవుడు ఎటువంటి భౌతికస్థితి యందున్నప్పటికిని తన నిజస్థితి యెడ జ్ఞానరహితుడై యుండును. అనగా పాపజన్మల ఫలముల వలననే భౌతికజగము నందు అస్తిత్వము కలుగుచున్నది. అజ్ఞానము పాపజన్మకు కారణము కాగా, పాపజీవనము మనుజుడు భౌతికత్వమున కొనసాగుటకు కారణమగు చున్నది. అట్టి భవబంధము నుండి ముక్తిని సాధించుటకు మానవజన్మ యొక్కటే సరియైన మార్గమై యున్నది. కనుకనే వేదములు దానిని సాధించుటకు ధర్మము, అర్థము, నియమిత ఇంద్రియభోగము, అంత్యమున దుర్భరస్థితి నుండి సంపూర్ణముగా విముక్తి యనెడి మార్గములను చూపుట ద్వారా మనలకు ఒక అవకాశము నొసగుచున్నవి. ధర్మమార్గము (ఇంతవరకు తెలుపబడిన వివిధ యజ్ఞ నిర్వహణములు) మన సర్వ ఆర్థిక పరిస్థితులను అప్రయత్నముగా చక్కబరచగలదు. జనాభివృద్ధి అధికముగా నున్నను యజ్ఞనిర్వహణము ద్వారా సమృద్ధిగా ఆహారము, పాలు ఆదివి లభింపగలవు. దేహము చక్కగా పోషింపబడి నప్పుడు ఇంద్రియభోగానుభవ భావన కలుగును. కనుకనే వేదములు నియమిత భోగానుభవము కొరకై పవిత్ర వివాహపద్ధతిని నిర్దేశించుచున్నవి. తద్ద్వారా మనుజుడు క్రమముగా భౌతికబంధము నుండి ముక్తుడై ఉన్నతస్థితిని చేరును. అట్టి ముక్తస్థితి యందలి సంపూర్ణత్వమే భగవానునితో సాహచర్యము. పూర్వము వివరించినట్లు అటువంటి సంపూర్ణత్వము యజ్ఞనిర్వహణము ద్వారానే లభించ గలదు. అట్లు వేదములు తెలిపినరీతిగా యజ్ఞమును నిర్వహించుట యందు మనుజుడు అనురక్తుడు కానిచో ఈ జన్మమునందైనను సుఖమయ జీవనమును ఊహింపలేడు. ఇక వేరే దేహముతో ఇంకొక లోకమునందు సౌఖ్యమును గూర్చి తెలుపునదేమున్నది? వివిధయజ్ఞములను నిర్వహించువారికి అమితానందమును గూర్చుటకు స్వర్గలోకములందు వివిధప్రమాణములలో భౌతికసుఖములు గలవు. కాని కృష్ణభక్తిని చేయుట ద్వారా ఆధ్యాత్మికలోకమును పొందుటయే మానవునికి అత్యంత ఉత్కృష్టమైన ఆనందమై యున్నది. కనుకనే కృష్ణభక్తిరసభావనము సర్వభవక్లేశములకు దివ్యమైన పరిష్కారమై యున్నది.

32

एवं बहुविधा यज्ञा वितता ब्रह्मणो मुखे।
कर्मजान् वद्धि तान् सर्वानेवं ज्ञात्वा विमोक्ष्यसे ॥३२॥

ఏవం బహువిధా యజ్ఞా వితతా బ్రహ్మణో ముఖే ।
కర్మజాన్ విద్ధి తాన్ సర్వానేవం జ్ఞాత్వా విమోక్ష్యసే ॥

ఏవం—ఈ విధముగా; బహువిధాః—అనేక విధములైన; యజ్ఞాః—యజ్ఞములు; వితతాః—వ్యాపింప చేయబడినవి; బ్రహ్మణోముఖే—వేదముల ద్వారా; కర్మజాన్—కర్మ నుండి పుట్టినవానినిగా; విద్ధి—తెలిసికొనుము; తాన్సర్వాన్—వానినన్నింటిని; ఏవం—ఈ విధముగా; జ్ఞాత్వా—తెలిసికొని; విమోక్ష్యసే—ముక్తిని పొందుదువు.

ఈ వివిధ యజ్ఞములన్నియును వేదములచే ఆమోదింపబడినవి మరియు అవియన్నియును వివిధకర్మల నుండి ఉద్భవించినవి. వానిని యథార్థ రూపములో ఎరుగుట ద్వారా నీవు ముక్తిని పొందగలవు.

భాష్యము : ఇంతవరకు చర్చింపబడినటువంటి వివిధయజ్ఞములు వివిధకర్తలకు అనుగుణముగా వేదములందు తెలుపబడియున్నవి. మానవులు దేహాత్మభావనలో సంపూర్ణముగా మగ్నులై యుందురు. కావున మనుజుడు దేహముతో గాని, మనస్సుతో గాని, బుద్ధితో గాని కర్మనొనరించు రీతిగా ఈ యజ్ఞములు నిర్ణయింపబడినవి. కాని అంత్యమున దేహము నుండి ముక్తిని పొందుట కొరకే అవియన్నియును నిర్దేశింపబడియున్నవి. ఈ విషయము శ్రీకృష్ణభగవానుని చేతనే స్వయముగా ఇచ్చట నిర్ధారితమైనది.

33

श्रेयान् द्रव्यमयाद् यज्ञाज्ज्ञानयज्ञः परन्तप।
सर्वं कर्माखिलं पार्थ ज्ञाने परिसमाप्यते ॥३३॥

శ్రేయాన్ ద్రవ్యమయాద్ యజ్ఞాత్ జ్ఞానయజ్ఞః పరన్తప ।
సర్వం కర్మాఖిలం పార్థ జ్ఞానే పరిసమాప్యతే ॥

శ్రేయాన్—మహత్తరము; ద్రవ్యమయాత్—ద్రవ్యమయ; యజ్ఞాత్—యజ్ఞము కంటే; జ్ఞానయజ్ఞః—జ్ఞానముతో కూడిన యజ్ఞము; పరంతప—శత్రువులను జయించువాడా; సర్వమ్ కర్మ—సర్వకర్మలు; అఖిలమ్—సమస్తము; పార్థ—పృథాకుమారుడా; జ్ఞానే—జ్ఞానమునందు; పరిసమాప్యతే—సమాప్తము నొందును.

ఓ పరంతపా! జ్ఞానయజ్ఞము ద్రవ్యమయ యజ్ఞము కన్నను

మహత్తరమైనది. ఓ పార్థా! కర్మయజ్ఞము లన్నియును చివరికి దివ్యజ్ఞానమునందే పరిసమాప్తి నొందును.

భాష్యము : సంపూర్ణ జ్ఞానస్థితిని సాధించి తద్ద్వారా భౌతికక్లేశముల నుండి బయటపడి అంత్యమున శ్రీకృష్ణభగవానుని ప్రేమయుక్తసేవ యందు (కృష్ణభక్తిరస భావనము) నియుక్తమగుటయే సర్వయజ్ఞముల ముఖ్యోద్దేశ్యమై యున్నది. అయినను ఈ యజ్ఞములకు సంబంధించిన ఒక రహస్యము కలదు. దానిని ప్రతియొక్కరు తప్పక ఎరుగవలెను. అదియేమనగా కర్త యొక్క శ్రద్ధ ననుసరించి యజ్ఞములు వివిధరూపములను దాల్చుచుండును. కర్తకు గల శ్రద్ధ దివ్యజ్ఞానస్థితికి చేరినప్పుడు, అట్టి కర్త జ్ఞానరహితముగా కేవలము తన సంపత్తులను త్యాగము చేయువాని కన్నను శ్రేష్ఠుడుగా గుర్తింపబడును. ఏలయన జ్ఞానప్రాప్తి కలుగనపుడు యజ్ఞములు భౌతికపరిధికే చెంది ఎట్టి ఆధ్యాత్మికలాభమును గూర్చకుండును. అట్టి నిజమైన జ్ఞానము చివరికి దివ్యజ్ఞానపు ఉత్కృష్టస్థితియైన కృష్ణభక్తిరసభావనగా మార్పుచెందును. జ్ఞానవృద్ధి లేకుండా చేయబడు యజ్ఞములు కేవలము భౌతికకర్మలే కాగలవు. కాని అవి జ్ఞానస్థితికి చేరినప్పుడు సంపూర్ణ ఆధ్యాత్మికస్థాయికి చేరగలవు. ఈ యజ్ఞములు వాటి ఉద్దేశ్యముల ననుసరించి కొన్నిమార్లు కర్మకాండగా (కామ్యకర్మములు), మరికొన్ని మార్లు జ్ఞానకాండగా (పరమ సత్యాన్వేషణ జ్ఞానము) పిలువబడును. వాటి అంతిమ లక్ష్యము జ్ఞానమే యగుట అత్యంత శ్రేష్ఠము.

34

तद् विद्धि प्रणिपातेन परिप्रश्नेन सेवया।
उपदेक्ष्यन्ति ते ज्ञानं ज्ञानिनस्तत्त्वदर्शिनः ॥३४॥

తద్విద్ధి ప్రణిపాతేన పరిప్రశ్నేన సేవయా ।
ఉపదేక్ష్యన్తి తే జ్ఞానం జ్ఞానినస్తత్త్వదర్శినః ॥

తత్—భిన్నయజ్ఞములకు సంబంధించిన జ్ఞానమును; విద్ధి—తెలిసికొన యత్నింపుము; ప్రణిపాతేన—ఆధ్యాత్మికాచార్యుని దరిచేరి; పరిప్రశ్నేన—వినయపూర్వకమైన ప్రశ్నలచే; సేవయా—సేవచేయుటచే; ఉపదేక్ష్యన్తి—ఉపదేశింతురు; తే—నీకు; జ్ఞానం—జ్ఞానమును; జ్ఞానినః—ఆత్మదర్శులు; తత్త్వదర్శినః—సత్యమును దర్శించినవారు.

గురువు దరిచేరి సత్యము నెరుగుట కొరకై యత్నింపుము. వినయముతో ప్రశ్నలు వేసి సేవను గూర్చుము. ఆత్మదర్శులు తత్త్వదర్శనము

చేసినవారగుటచే నీకు జ్ఞానమును ఉపదేశింతురు.

భాష్యము : ఆత్మానుభవమార్గము నిస్సందేహముగా కఠినమైనది. కనుకనే తన నుండియే వచ్చిన గురుపరంపరలోని ఆధ్యాత్మికగురువు దరిచేరుమని శ్రీకృష్ణ భగవానుడు ఉపదేశించుచున్నాడు. పరంపరా సిద్ధాంతమును పాటింపక ఎవ్వరును ప్రామాణికుడైన ఆధ్యాత్మికాచార్యులు కాజాలరు. శ్రీకృష్ణభగవానుడే ఆది ఆధ్యాత్మికాచార్యుడు. అట్టి భగవానుని నుండి వచ్చుచున్న పరంపరలో నున్నవాడే ఆ ఆదిదేవుని ఉపదేశమును యథాతథముగా తన శిష్యులకు తెలియజేయ గలడు. స్వీయపద్ధతిని సృష్టించుట ద్వారా ఎవ్వరును ఆధ్యాత్మికానుభవమును పొందలేరు (మూర్ఖులైన కపటులకు అది మోజు వంటిది). "ధర్మం తు సాక్షాత్ భగవత్ప్రణీతం" అని శ్రీమద్భాగవతము (6.3.19) తెలుపుచున్నది. అనగా ధర్మము భగవానుని చేతనే స్వయముగా నిర్దేశింపబడినది. కనుక మానసికకల్పనలు లేదా శుష్కవాదనలు మనుజుని సరియైన మార్గమునకు చేర్చజాలవు. అదే విధముగా ఎవ్వరినీ సంప్రదింపక స్వతంత్రముగా చేయబడు శాస్త్రాధ్యయనము చేత ఎవ్వరును ఆధ్యాత్మిక పురోభివృద్ధిని సాధింపలేరు. కనుక ప్రతియొక్కరు జ్ఞానమును పొందుటకు తప్పక గురువును సమీపించి, సంపూర్ణ శరణాగతిని పొంది, ఆయనను ఎట్టి మిథ్యాహంకారము లేకుండా శ్రద్ధతో సేవకుని వలె సేవించవలెను. వాస్తవమునకు ఆత్మదర్శియైన గురువును సంతృప్తి పరచుటయే ఆధ్యాత్మికజీవన పురోభివృద్ధికి రహస్యము. ప్రశ్నలు, శరణాగతి యనునవి ఆధ్యాత్మికావగాహనకు చక్కని సమ్మేళనము కాగలవు. ఏలయన శరణాగతి, సేవ లేనిదే గురువుకు వేయబడు ప్రశ్నలు నిష్ప్రయోజనములు మరియు శక్తిహీనములు కాగలవు. ప్రతియొక్కరు గురుపరీక్షలో జయమును సాధింపవలెను. శిష్యుని యందలి శ్రద్ధను గమనించిన గురుదేవుడు అప్రయత్నముగా అతనికి నిజమైన ఆధ్యాత్మికావగాహనను ప్రదానము చేయగలడు. గ్రుడ్డిగా అనుసరించుట, అర్థరహిత ప్రశ్నలు వేయుట రెండును ఈ శ్లోకమునందు నిరసింపబడినవి. ప్రతియొక్కరు గురువు నుండి అణకువతో శ్రవణమును చేయుటయే గాక, అణకువ, సేవ, పరిప్రశ్నలతో జ్ఞానము యొక్క స్పష్టమైన అవగాహనను కూడ పొందవలసియున్నది. ఆధ్యాత్మికగురువు తన ప్రవృత్తిరీత్యా శిష్యుని యెడ కరుణను కలిగియుండును. కనుక శిష్యుడు అణకువతో సదా సేవచేయ సిద్ధపడినపుడు అతని జ్ఞానసముపార్జనము మరియు పరిప్రశ్నలు

పూర్ణత్వము నొందగలవు.

35

यज्ज्ञात्वा न पुनर्मोहमेवं यास्यसि पाण्डव।
येन भूतान्यशेषाणि द्रक्ष्यस्यात्मन्यथो मयि॥३५॥

యద్‌జ్ఞాత్వా న పునర్మోహమేవం యాస్యసి పాణ్డవ ।
యేన భూతాన్యశేషాణి ద్రక్ష్యస్యాత్మన్యథో మయి ॥

యత్—దేనిని; జ్ఞాత్వా—తెలిసికొని; పునః—మరల; మోహం—భ్రాంతిని; ఏవం—ఈ విధముగా; న యాస్యసి—ఎప్పుడును పొందవు; పాండవ—ఓ పాండుపుత్రా; యేన—దేనిచే; భూతాని—జీవులు; అశేషాణి—అన్నింటిని; ద్రక్ష్యసి—నీవు చూడగలవు; ఆత్మని—పరమాత్మ యందు; అథః—లేక వేరుమాటలలో; మయి—నాయందు.

ఆత్మదర్శియైన మహాత్ముని నుండి నిజమైన జ్ఞానమును పొందినపుడు ఆ జ్ఞానముచే సమస్తజీవులు పరమాత్ముని అంశలని, అనగా నాకు సంబంధించిన వారని గాంచగలుగుటచే నీవు తిరిగి ఎన్నడును ఇట్టి మోహమునకు గురికావు.

భాష్యము : జీవులందరును దేవదేవుడైన శ్రీకృష్ణుని అంశలని ఎరుగ గలుగుటయే ఆత్మదర్శియైన మహాత్ముని (ఉన్నది ఉన్నట్లుగా గాంచగలిగిన సత్యదర్శి) నుండి జ్ఞానమును పొందుట వలన కలిగెడి ఫలితమై యున్నది. కృష్ణుని నుండి విడివడియున్న స్థితి యొక్క భావనయే మాయ (మా-కాదు, యా-ఇది) యనబడును. అయినను కొందరు మాకు కృష్ణునితో సంబంధము లేదనియు, ఆతడు కేవలము ఒక చారిత్రాత్మక పురుషుడు మాత్రమే యనియు మరియు పరతత్త్వమనునది నిరాకారబ్రహ్మమే యనియు భావింతురు. కాని వాస్తవమునకు భగవద్గీత యందు తెలుపబడినరీతిగా నిరాకారబ్రహ్మము శ్రీకృష్ణుని శరీర కాంతియై యున్నది. పూర్ణపురుషోత్తమునిగా శ్రీకృష్ణుడే సమస్తమునకు కారణమై యున్నాడు. శ్రీకృష్ణుడే సమస్త కారణములకు కారణమైన దేవదేవుడని బ్రహ్మసంహిత యందు స్పష్టముగా తెలుపబడినది. లక్షలాదిగానున్న అవతారము లన్నియును ఆతని భిన్నవిస్తారములై యున్నవి. అదే విధముగా జీవులు కూడ ఆ శ్రీకృష్ణుని విస్తారములే. శ్రీకృష్ణుడు అట్టి వివిధ విస్తారములందు తన మూలస్థితిని కోల్పోవునని మాయావాద తత్త్వవేత్తలు తప్పుగా భావింతురు. వాస్తవమునకు అట్టి భావనము కేవలము భౌతికమైనది. దేనినైనను ముక్కలుగా

విభజించినచో అది తన మూలరూపమును కోల్పోవుననుట ఈ భౌతికజగత్తు యొక్క అనుభవమై యున్నది. కాని పరతత్త్వమనగా ఒకటిని ఒకటితో కలుపగా ఒకటిగా నుండునదనియుమరియు ఒకటి నుండి ఒకటిని తీసివేసినను ఒకటిగనే నిలుచునటువంటిదనియు వారు ఎరుగజాలరు. కాని ఆధ్యాత్మికజగము సమస్తము ఈ రీతిగానే ఉండును.

పరతత్త్వమును గూర్చిన తగిన జ్ఞానము లేనందున మాయచే కప్పబడి మనము కృష్ణుని నుండి వేరనెడి భావనను కలిగియుందుము. మనము శ్రీకృష్ణుని నుండి విడివడిన అంశలమైనను ఆతని నుండి భిన్నులము కాము. జీవుల దేహ భేదములు మాయయేగాని వాస్తవము కాదు. మనమందరము శ్రీకృష్ణుని సేవ కొరకే ఉద్దేశింపబడియున్నాము. కాని మాయకారణముననే అర్జునుడు బంధువులతోగల దేహసంబంధిత బంధమును భగవానుడైన కృష్ణునితో గల నిత్య ఆధ్యాత్మికబంధము కన్నను ముఖ్యమైనదిగా భావించెను. శ్రీకృష్ణుని నిత్య దాసునిగా జీవుడెన్నడును కృష్ణుని నుండి వేరుకాదనియు మరియు శ్రీకృష్ణుని నుండి తాను వేరనెడి జీవుని భావన మాయ యనియు ఉపదేశించుట కొరకే భగవద్గీత ఉద్దేశింపబడినది. భగవానుని నిత్యాంశలుగా జీవులు నిర్వహింపవలసిన ప్రయోజన మొకటున్నది. అయినను వారు దానిని అనంతకాలముగా మరచిపోయి దేవ, మనుష్య, పశ్వాది వివిధ దేహములందు స్థితిని పొందుచున్నారు. శ్రీకృష్ణభగవానుని దివ్యసేవను మరచుట చేతనే అట్టి వివిధదేహములు కలుగుచున్నవి. కాని మనుజుడు కృష్ణభక్తిరసభావన ద్వారా దివ్యసేవలో నియుక్తుడైనపుడు శీఘ్రమే మోహము నుండి విడివడగలడు. అట్టి జ్ఞానము కేవలము ఆధ్యాత్మిక గురువు ద్వారానే లభింపగలదు. తద్ద్వారా జీవుడు శ్రీకృష్ణునితో సముడనెడి భ్రాంతి నశించిపోవును. పరమాత్ముడైన శ్రీకృష్ణుడు సకలజీవులకు ఆశ్రయుడనియు మరియు అట్టి ఆశ్రయమును విడిచి ప్రకృతిచే భ్రాంతినొందుట వలన జీవులు తమను వేరుగా భావించుచున్నారనియు తెలిసికొనగలుగుటయే వాస్తవమునకు పూర్ణజ్ఞానము. ఆ కారణముననే వారు భౌతికఉపాధి తాదాత్మ్యముచే కృష్ణుని మరచుచున్నారు. అట్టి మాయామోహిత జీవులు కృష్ణభక్తిరసభావన యందు నిలిచినపుడు ముక్తిమార్గమునందు చేరినట్టివారని శ్రీమద్భాగవతము (2.10.6) నిర్ధారించుచున్నది. "ముక్తిర్హిత్వాన్యథా రూపం స్వరూపేణ వ్యవస్థితిః". శ్రీకృష్ణభగవానుని నిత్యదాసునిగా జీవుడు తన నిజస్థితిలో సదా నిలిచి

యుండుటయే ముక్తి యనబడును.

36

अपि चेदसि पापेभ्यः सर्वेभ्यः पापकृत्तमः।
सर्वं ज्ञानप्लवेनैव वृजिनं सन्तरिष्यसि ॥३६॥

అపి చేదసి పాపేభ్యః సర్వేభ్యః పాపకృత్తమః ।
సర్వం జ్ఞానప్లవేనైవ వృజినం సంతరిష్యసి ॥

అపి—అయినప్పటికిని; చేదసి—ఒకవేళ నీవు; పాపేభ్యః—పాపులలో; సర్వేభ్యః—అందరికన్నను; పాపకృత్తమః—మహాపాపి; సర్వం—అట్టి పాపకర్మలన్నియు; జ్ఞానప్లవేన—దివ్యజ్ఞానమనెడి పడవచే; ఏవ—నిశ్చయముగా; వృజినం—దుఃఖసముద్రమును; సంతరిష్యసి—పూర్తిగా దాటుదువు.

ఒకవేళ నీవు పాపులందరిలోను పరమపాపిగా భావింపబడినను దివ్యజ్ఞానమనెడి పడవ యందు స్థితుడవైనచో దుఃఖసముద్రమును దాటగలవు.

భాష్యము : శ్రీకృష్ణుని సంబంధమున తన నిజస్థితిని మనుజుడు సరిగా అవగతము చేసికొనుట పరమోత్కృష్టమైనది. అది అజ్ఞానసాగరమునందు జరిగెడి జీవన సంఘర్షణ నుండి అతనిని శీఘ్రమే ఉద్ధరించును. ఈ భౌతికజగత్తు కొన్నిమార్లు అజ్ఞానసాగరముగను, మరికొన్నిమార్లు దావానలముతో చుట్టబడిన అరణ్యముగను వర్ణింపబడును. సముద్రమునందు ఎంతటి ప్రవీణుడైన ఈతగానికైనను ప్రాణ రక్షణము కష్టమే. ఎవరేని వచ్చి అతనిని సముద్రము నుండి లేవదీసి రక్షించినచో అట్టివానిని గొప్పరక్షకుడని భావింపవచ్చును. దేవదేవుడైన శ్రీకృష్ణుని నుండి స్వీకరింపబడిన పూర్ణజ్ఞానము ముక్తికి మార్గమై యున్నది. అట్టి కృష్ణభక్తిరసభావన యనెడి నౌక సరళమైనను మహోన్నతమై యున్నది.

37

यथैधांसि समिद्धोऽग्निर्भस्मसात् कुरुतेऽर्जुन।
ज्ञानाग्निः सर्वकर्माणि भस्मसात् कुरुते तथा ॥३७॥

యథైధాంసి సమిద్ధోఽగ్నిర్భస్మసాత్ కురుతేఽర్జున ।
జ్ఞానాగ్నిః సర్వకర్మాణి భస్మసాత్ కురుతే తథా ॥

యథా—ఎట్లు; ఏధాంసి—కట్టెలను; సమిద్ధః—మండుచున్న; అగ్నిః—అగ్ని; భస్మసాత్ కురుతే—బూడిదగా చేసివేయునో; అర్జున—అర్జునా; జ్ఞానాగ్నిః—జ్ఞానమనెడి అగ్ని;

సర్వకర్మాణి—భౌతికకర్మల ఫలములన్నింటిని; భస్మసాత్ కురుతే—బూడిదగా చేసి వేయును; తథా—అట్లు.

ఓ అర్జునా! మండుచున్న అగ్ని కట్టెలను బూడిదగా చేయునట్లు, జ్ఞానాగ్ని భౌతిక కర్మఫలముల నన్నింటిని బూడిదగా చేసివేయును.

భాష్యము : ఆత్మ, పరమాత్మ మరియు వాని నడుమ గల సంబంధమును గూర్చిన పూర్ణజ్ఞానము ఇచ్చట అగ్నితో పోల్చబడినది. ఈ అగ్ని పాపఫలములనే గాక పుణ్యకర్మఫలములను కూడా భస్మీపటలము కావించును. కలుగబోవు ఫలము, ఫలవంతమగుచున్న ఫలము, అనుభవించుచున్న ఫలము, సంచితఫలమనుచు కర్మఫలము లందు అనేక స్థితులు కలవు. కాని జీవుని నిజస్థితి యొక్క జ్ఞానము సమస్తమును భస్మము చేయగలదు. మనుజుడు జ్ఞానవంతుడైనపుడు సంచిత, ప్రారబ్దాది సర్వకర్మఫలములు నశించిపోవును. కనుకనే బృహదారణ్యకోపనిషత్తు (4.4.22) నందు "ఉభే ఉహైవైష ఏతే తరత్యమృతః సాధ్వసాధూనీ - పుణ్య, పాపకర్మఫలములు రెండింటిని మనుజుడు అధిగమించును" అని తెలుపబడినది.

38

न हि ज्ञानेन सदृशं पवित्रमिह विद्यते ।
तत् स्वयं योगसंसिद्धः कालेनात्मनि विन्दति ॥३८॥

న హి జ్ఞానేన సదృశం పవిత్రమిహ విద్యతే ।
తత్స్వయం యోగసంసిద్ధః కాలేనాత్మని విన్దతి ॥

జ్ఞానేన—జ్ఞానముతో; సదృశం—సమానమైన; పవిత్రం—పవిత్రమైనది; ఇహ—ఈ ప్రపంచములో; న విద్యతే హి—నిశ్చయముగా లేదు; తత్—దానిని; స్వయం—స్వయముగా; యోగసంసిద్ధః—భక్తి యందు పరిపక్వమైనవాడు; కాలేన—కాలక్రమమున; ఆత్మని—తన యందే; విన్దతి—అనుభవించును.

ఈ జగమునందు ఆధ్యాత్మికజ్ఞానము వలె పవిత్రమైనది, మహోన్నతమైనది వేరొక్కటి లేదు. సకల యోగముల పక్వఫలమైన ఆ జ్ఞానమును భక్తియోగాభ్యాసమునందు పరిపక్వతను సాధించినవాడు కాలక్రమమున తన యందే అనుభవించును.

భాష్యము : దివ్యజ్ఞానమును గూర్చి పలుకునపుడు ఆధ్యాత్మిక అవగాహనతోనే మనము ఆ కార్యమును చేయుదుము. అట్టి ఆధ్యాత్మికజ్ఞానము లేదా దివ్యజ్ఞానము

కన్నను పవిత్రమైనది మరియు ఉన్నతమైనది వేరొక్కటి లేదు. అజ్ఞానము బంధమునకు కారణము కాగా, అట్టి జ్ఞానము ముక్తికి కారణమై యున్నది. అదియే భక్తియోగ పక్వఫలము. అట్టి దివ్యజ్ఞానమునందు స్థితిని పొందినవాడు శాంతిని తన యందే అనుభవించుటచే దాని కొరకు బాహ్యమున వెదుక నవసరము కలుగదు. అనగా జ్ఞానము, శాంతి యనునవి చివరకు కృష్ణభక్తిరసభావనగానే పరిణమించును. ఇదియే భగవద్గీత యొక్క తుదివాక్యము.

39

श्रद्धावाँल्लभते ज्ञानं तत्परः संयतेन्द्रियः।
ज्ञानं लब्ध्वा परां शान्तिमचिरेणाधिगच्छति ॥३९॥

శ్రద్ధావాన్ లభతే జ్ఞానం తత్పరః సంయతేన్ద్రియః ।
జ్ఞానం లబ్ధ్వా పరాం శాంతిమచిరేణాధిగచ్ఛతి ॥

శ్రద్ధావాన్—శ్రద్ధకలవాడు; లభతే—పొందును; జ్ఞానం—జ్ఞానమును; తత్పరః—దాని యందు మిక్కిలి ఆసక్తికలవాడై; సంయతేన్ద్రియః—నిగ్రహింపబడిన ఇంద్రియములు కలవాడై; జ్ఞానం—జ్ఞానమును; లబ్ధ్వా—పొంది; పరాం—దివ్యమైన; శాంతిం—శాంతిని; అచిరేణ—శీఘ్రముగనే; అధిగచ్ఛతి—పొందును.

దివ్యజ్ఞానతత్పరుడైన శ్రద్ధావంతుడు ఇంద్రియములను నియమించి అట్టి ఆధ్యాత్మికజ్ఞానమును పొందుటకు అర్హుడగును. దానిని సాధించి అతడు శీఘ్రముగా పరమశాంతిని పొందును.

భాష్యము : దేవదేవుడైన శ్రీకృష్ణుని యందు దృఢమైన విశ్వాసము కలిగిన మనుజునికి అట్టి కృష్ణభక్తిభావనా జ్ఞానము లభించగలదు. కృష్ణభక్తిభావన యందు కేవలము వర్తించుట చేతనే సంపూర్ణత్వము సిద్ధించునని భావించు వాడు శ్రద్ధావంతుడనబడును. భక్తియుతసేవ నొనరించుట ద్వారా, హృదయ మాలిన్యమును తొలగించు హరే కృష్ణ హరే కృష్ణ కృష్ణ కృష్ణ హరే హరే/హరే రామ హరే రామ రామ రామ హరే హరే అను మహామంత్రమును జపకీర్తనములు చేయుట ద్వారా అట్టి శ్రద్ధ ప్రాప్తించగలదు. వీనితోపాటుగా అతడు ఇంద్రియములను కూడ నిగ్రహించవలెను. శ్రీకృష్ణుని యెడ శ్రద్ధను కలిగి ఇంద్రియనియమమును పాటించువాడు కృష్ణభక్తిరసభావనా జ్ఞానమునందు పూర్ణత్వమును ఏమాత్రము జాగులేక సులభముగా పొందగలడు.

40

अज्ञश्चाश्रद्दधानश्च संशयात्मा विनश्यति।
नायं लोकोऽस्ति न परो न सुखं संशयात्मनः ॥४०॥

అజ్ఞశ్చాశ్రద్దధానశ్చ సంశయాత్మా వినశ్యతి ।
నాయం లోకో ऽస్తి న పరో న సుఖం సంశయాత్మనః ॥

అజ్ఞః చ—ప్రామాణికశాస్త్రజ్ఞానములేని అజ్ఞాని కూడా; అశ్రద్దధానః—శాస్త్రములందు శ్రద్ధ లేనివాడు; చ—కూడా; సంశయాత్మా—సందేహము కలవాడు; వినశ్యతి—నశించును; న—లేదు; అయం లోకః—ఈ లోకము; న అస్తి—లేదు; పరః—పరలోకము; న—లేదు; సుఖం—సుఖమును; సంశయాత్మనః—సంశయాత్మునికి.

శాస్త్రములను శంకించు అజ్ఞానులు, శ్రద్ధారహితులు భగవత్‌జ్ఞానమును పొందజాలక పతనము చెందుదురు. సంశయాత్ములైనవారికి ఈ లోకమున గాని, పరలోకమున గాని సుఖము లేదు.

భాష్యము: అధికారికములు, ప్రామాణికములు అగు పెక్కు శాస్త్రములలో భగవద్గీత శ్రేష్ఠమైనది. జంతుప్రాయులైన మనుజులకు శాస్త్రములందు శ్రద్ధకాని, జ్ఞానము కాని ఉండదు. కొందరికి అట్టి శాస్త్రముల యెడ కొంత జ్ఞానమున్నను, సందర్భోచితముగా వాని నుండి కొన్ని విషయములను ఉదహరించగలిగినను ఆ శాస్త్రవచనములపై సంపూర్ణ విశ్వాసముండదు. మరికొందరు భగవద్గీత వంటి గ్రంథముల యెడ శ్రద్ధను కలిగియున్నను దేవదేవుడైన శ్రీకృష్ణుని విశ్వసించుట గాని, ఆతనిని అర్చించుట గాని చేయరు. అట్టి శ్రద్ధాహీనులు కృష్ణభక్తిరసభావన యందు నిలువజాలక పతనము చెందుదురు. పైన తెలుపబడిన వారిలో శ్రద్ధాహీనులు, సంశయాత్ములైనవారు ఎన్నడును పురోభివృద్ధిని పొందలేరు. దైవమునందు, ఆతని వచనమునందు శ్రద్ధలేనివారు ఇహపరములందు ఎట్టి శుభమును బడయజాలరు. కనుక ప్రతియొక్కరు శాస్త్రనియమములను పాటించుచు జ్ఞానస్థాయికి ఎదుగవలెను. కేవలము అట్టి జ్ఞానమే ఆధ్యాత్మిక అవగాహనపు దివ్యస్థితికి చేరుటలో వారికి తోడ్పడగలదు. అనగా సందేహస్థులకు ఆధ్యాత్మికరంగమునందు ఎట్టి స్థానము లేదు. కనుక ప్రతియొక్కరు పరంపరానుగతముగా వచ్చుచున్న గొప్ప ఆచార్యుల అడుగుజాడల ననుసరించుచు విజయమును సాధింపవలెను.

41

योगसंन्यस्तकर्माणं ज्ञानसञ्छिन्नसंशयम्।
आत्मवन्तं न कर्माणि निबध्नन्ति धनञ्जय ॥४१॥

యోగసన్న్యస్తకర్మాణం జ్ఞానసంఛిన్నసంశయమ్ ।
ఆత్మవన్తం న కర్మాణి నిబధ్నన్తి ధనంజయ ॥

యోగ—కర్మయోగమునందలి భక్తియుతసేవచే; సన్న్యస్త—త్యజించినవాడు; కర్మాణం—కర్మఫలములు; జ్ఞాన—జ్ఞానముచే; సంఛిన్న—ఛేదింపబడిన; సంశయం—సందేహములు; ఆత్మవన్తం—ఆత్మజ్ఞానము కలవానిని; కర్మాణి—కర్మలు; న నిబధ్నన్తి—బంధింపవు; ధనంజయ—అర్జునా!

కర్మఫలముల నన్నింటిని త్యజించి భక్తియోగమునందు వర్తించుచు దివ్యజ్ఞానముచే సందేహములు నశించియున్నవాడు వాస్తవముగా ఆత్మయందే స్థితుడైనట్టివాడు. ఓ ధనంజయా! ఆ విధముగా అతడు కర్మఫలములచే బంధితుడు కాడు.

భాష్యము : దేవదేవుడైన శ్రీకృష్ణునిచే తెలుపబడినరీతిగా భగవద్గీతోపదేశమును అనుసరించువాడు దివ్యజ్ఞానముద్వారా సర్వసంశయములనుండి విముక్తుడగును. సంపూర్ణ కృష్ణభక్తిభావనలో భగవానుని అంశరూపమున అతడు ఆత్మజ్ఞానమునందు స్థితిని పొందినవాడే యగును. అందుచే అతడు నిస్సందేహముగా కర్మబంధమునకు అతీతుడై యుండును.

42

तस्मादज्ञानसम्भूतं हृत्स्थं ज्ञानासिनात्मनः।
छित्त्वैनं संशयं योगमातिष्ठोत्तिष्ठ भारत ॥४२॥

తస్మాదజ్ఞానసంభూతం హృత్స్థం జ్ఞానాసినాత్మనః ।
ఛిత్త్వైనం సంశయం యోగమాతిష్ఠోత్తిష్ఠ భారత ॥

తస్మాత్—కావున; అజ్ఞానసంభూతం—అజ్ఞానము నుండి పుట్టిన; హృత్స్థం—హృదయము నందున్న; జ్ఞానాసినా—జ్ఞానమనెడి ఖడ్గముచే; ఆత్మనః—ఆత్మ యొక్క; ఛిత్త్వా—ఛేదించి; ఏనం—ఈ; సంశయం—సందేహమును; యోగం—యోగమునందు; అతిష్ఠ—స్థితుడవై; ఉత్తిష్ఠ—యుద్ధము చేయుటకు లెమ్ము; భారత—ఓ భరతవంశీయుడా.

కావున అజ్ఞానము వలన హృదయమునందు కలిగిన సంశయములను జ్ఞానఖడ్గముచే ఛేదించి వేయుము. ఓ భారతా! యోగసమన్వితుడవై యుద్ధము

చేయుటకు లెమ్ము!

భాష్యము : ఈ అధ్యాయమున ఉపదేశింపబడిన యోగపద్ధతి సనాతనయోగము (జీవునిచే నిర్వహింపబడు నిత్యకర్మలు) అని పిలువబడును. ఈ యోగవిధానము రెండు విధములైన యజ్ఞకర్మలను కూడియుండును. అందు ఒకటి ద్రవ్యమయ యజ్ఞమని పిలువబడగా, రెండవది శుద్ధ ఆధ్యాత్మిక కర్మయైనటువంటి ఆత్మ జ్ఞానముగా పిలువబడును. ద్రవ్యమయ యజ్ఞము ఆత్మానుభవముతో సంధింప బడనిచో అది భౌతికకర్మగా పరిణమించును. కాని అట్టి యజ్ఞములను ఆధ్యాత్మిక ఉద్దేశ్యముతో (భక్తియోగమునందు) నిర్వహించువాడు పూర్ణయజ్ఞమును కావించినవాడగును. ఇక మనము ఆధ్యాత్మిక కర్మలను గూర్చి పరిశీలించినచో వాటి యందు రెండు విభాగములను గాంచగలము. అందు ఒకటి తనను గూర్చి తెలిసికొనుట (స్వీయస్థితి) కాగా, రెండవది దేవదేవుడైన శ్రీకృష్ణభగవానుని గూర్చిన సత్యమును ఎరుగుట కాగలదు. భగవద్గీత మార్గమును యథాతథముగా అనుసరించువాడు ఆధ్యాత్మికజ్ఞానమునందలి ఈ రెండు ముఖ్యవిభాగములను సులభముగా అవగతము చేసికొనగలడు. అట్టివానికి ఆత్మ శ్రీకృష్ణభగవానుని అంశ యనెడి పూర్ణజ్ఞానము సులభముగా లభించును. అటువంటివాడు శ్రీకృష్ణ భగవానుని దివ్యకర్మలను సులభముగా అవగతము చేసికొనగలడు కావున అతనికి గల జ్ఞానము లాభదాయకము కాగలదు. ఈ అధ్యాయపు ఆరంభములో భగవానుని దివ్యకర్మలు ఆతని చేతనే చర్చించబడియున్నవి. అట్టి గీతోపదేశమును అవగాహన చేసికొనలేనివాడు శ్రద్ధారహితునిగను, భగవానునిచే ఒసగబడిన కొద్దిపాటి స్వాతంత్ర్యమును దుర్వినియోగపరచినవాడుగను భావింపబడును. అట్టి ఉపదేశము లభించిన పిమ్మటయు సత్, చిత్, జ్ఞానస్వరూపునిగా శ్రీకృష్ణ భగవానుని నిజతత్త్వమును తెలిసికొనలేనివాడు నిక్కముగా గొప్ప మూర్ఖుడే. అట్టి అజ్ఞానము కృష్ణభక్తిభావన యందలి నియమములను పాటించుట ద్వారా క్రమముగా తొలగిపోగలదు. వివిధదేవతల కొరకై ఒనర్చబడు యజ్ఞముల ద్వారా, పరబ్రహ్మోపాసన ద్వారా, బ్రహ్మచర్యము ద్వారా, నియమిత గృహస్థజీవనము ద్వారా, యోగము ద్వారా, తపస్సు ద్వారా, భౌతికసంపత్తుల త్యాగము ద్వారా, వేదాధ్యయనము ద్వారా, వర్ణాశ్రమధర్మము ననుసరించుట ద్వారా కృష్ణభక్తి భావనము జాగృతము కాగలదు. ఇవియన్నియును నియమిత కర్మలపై ఆధారపడి యజ్ఞములుగా పిలువబడును. కాని వీటన్నింటి యందలి ముఖ్యవిషయము

ఆత్మానుభవమే కనుక ఆ లక్ష్యసాధననే వాంఛించువాడు భగవద్గీత యొక్క నిజమైన విద్యార్థి కాగలడు. అట్లుగాక శ్రీకృష్ణుని ప్రామాణికతనే శంకించువాడు పతనము నొందగలడు. కనుక భగవద్గీతాధ్యయనమును గాని లేదా వేరే ఇతర శాస్త్రాధ్యయనమును గాని గురుసన్నిధిలో సేవ మరియు శరణాగతితో ఒనరింపవలెను. ఆధ్యాత్మికగురువు అనంతకాలము నుండి అవిచ్ఛిన్నముగా వచ్చుచున్న గురుపరంపరలో ఉన్నట్టివాడు. అనేక లక్షల సంవత్సరములకు పూర్వము సూర్యదేవునకు ఉపదేశింపబడి తదుపరి అతని ద్వారా ధరిత్రి యందు వ్యాప్తినొందిన శ్రీకృష్ణభగవానుని ఉపదేశముల నుండి అట్టి గురువు ఏమాత్రము వైదొలగడు. కనుక ప్రతియొక్కరు భగవద్గీతా మార్గమును దాని యందే తెలుపబడినరీతి అనుసరించుచు, ఇతరులను సత్యమార్గము నుండి పెడత్రోవ పట్టించు స్వీయాభ్యుదయ వాంఛితులగు స్వార్థపరుల యెడ జాగరూకులై యుండవలెను. శ్రీకృష్ణభగవానుడు నిశ్చయముగా దివ్యపురుషుడు మరియు ఆతని కర్మలన్నియును దివ్యములు. ఈ విషయమును అవగతము చేసికొనిన వాడు గీతాధ్యయనపు ఆది నుండియే ముక్తపురుషుడై యుండును.

శ్రీమద్భగవద్గీత యందలి "దివ్యజ్ఞానము" అను చతుర్థాధ్యాయమునకు భక్తివేదాంతభాష్యము సమాప్తము.

పంచమాధ్యాయము

కర్మయోగము - కృష్ణభక్తిరసభావిత కర్మ

1

अर्जुन उवाच

संन्यासं कर्मणां कृष्ण पुनर्योगं च शंससि।
यच्छ्रेय एतयोरेकं तन्मे ब्रूहि सुनिश्चितम् ॥१ ॥

అర్జున ఉవాచ

సన్న్యాసం కర్మణాం కృష్ణ పునర్యోగం చ శంససి ।
యచ్ఛ్రేయ ఏతయోరేకం తన్మే బ్రూహి సునిశ్చితమ్ ॥

అర్జునః ఉవాచ—అర్జునుడు పలికెను; సన్న్యాసం—త్యజించుట; కర్మణాం—అన్ని కర్మల యొక్క; కృష్ణ—ఓ కృష్ణా; పునః—మరల; యోగం—భక్తియుతసేవను; చ—కూడా; శంససి—ప్రశంసించుచున్నావు; యత్—ఏది; శ్రేయః—ఎక్కువ లాభకరమో; ఏతయోః—ఈ రెండింటిలో; ఏకం—ఒక్కటి; తత్—దానిని; మే—నాకు; బ్రూహి—చెప్పుము; సునిశ్చితమ్—మిక్కిలి నిశ్చయముగా.

అర్జునుడు ఇట్లు పలికెను : ఓ కృష్ణా! తొలుత నన్ను కర్మత్యాగము చేయుమని చెప్పి తిరిగి భక్తియుతకర్మను ఉపదేశించుచున్నావు. ఈ రెండింటిలో ఏది ఎక్కువ శ్రేయోదాయకమో దయతో నాకు నిశ్చయముగా తెలియజేయుము.

భాష్యము : భక్తితో చేయబడు కర్మ శుష్కమైన మానసికకల్పనల కన్నను ఉత్తమమైనదని శ్రీకృష్ణభగవానుడు భగవద్గీత యందలి ఈ పంచమాధ్యాయమున తెలియజేయుచున్నాడు. ప్రకృతికి పరముగా నుండి మనుజుని కర్మఫలముల నుండి ముక్తుని చేయగలిగినందున భక్తియోగము వాస్తవమునకు మానసికకల్పనల కన్నను సులభమైన మార్గమై యున్నది. ఆత్మను గూర్చిన ప్రాథమిక జ్ఞానము మరియు అది దేహమునందు బంధింపబడిన వైనము ద్వితీయాధ్యాయమున

వివరింపబడినది. ఏ విధముగా ఆత్మ అట్టి భవబంధము నుండి బుద్ధియోగము (భక్తియోగము) ద్వారా ముక్తినొందగలదో కూడా ఆ అధ్యాయముననే వివరింపబడినది. జ్ఞానస్థితిలో నిలిచియున్నవాడు ఒనరింపవలసిన ధర్మములేవియును ఉండవని తృతీయాధ్యాయమున వివరింపబడినది. సర్వవిధములైన యజ్ఞములు అంత్యమున జ్ఞానమునందే పరిసమాప్తి నొందునని అర్జునునకు శ్రీకృష్ణ భగవానుడు చతుర్థాధ్యాయమున బోధించెను. అయినను పూర్ణజ్ఞానమునందు స్థితిని కలిగి యుద్ధము చేయుటకు సంసిద్ధుడవగుమని చతుర్థాధ్యాయపు అంత్యమున భగవానుడు అర్జునునకు ఉపదేశించెను. అనగా భక్తియుతకర్మ మరియు జ్ఞానముతో కూడిన అకర్మల ప్రాముఖ్యమును ఏకమారు నొక్కిచెప్పుచు శ్రీకృష్ణుడు అర్జునుని భ్రమకు గురిచేసి అతని స్థిరత్వమును కలవరపరచెను. జ్ఞానపూర్వక త్యాగమనగా ఇంద్రియప్రీతికర కర్మలనన్నింటిని విరమించుట యని అర్జునుడు ఎరిగియుండెను. కాని ఎవరేని భక్తియోగమునందు కర్మ నొనరించుచున్నచో కర్మ ఎట్లు ఆగిపోగలదు? అనగా కర్మ, త్యాగము రెండింటికిని పొత్తు కుదరదు కనుక సన్న్యాసమనగా (జ్ఞానపూర్వక త్యాగము) అన్నిరకముల కర్మల నుండి విడివడియుండుట యని అర్జునుడు భావించెను. జ్ఞానపూర్వక కర్మ బంధమును కలుగజేయదు కనుక అకర్మతో సమానమని అర్జునుడు అవగతము చేసికొననట్లుగా ఇచ్చట కనిపించుచున్నది. కనుకనే తాను కర్మను విరమింపవలెనో లేదా జ్ఞానయుతుడై కర్మనొనరింపవలెనో అతడు తెలియగోరుచున్నాడు.

2

श्रीभगवानुवाच

संन्यासः कर्मयोगश्च निःश्रेयसकरावुभौ ।
तयोस्तु कर्मसंन्यासात् कर्मयोगो विशिष्यते ॥२॥

శ్రీభగవానువాచ

సన్న్యాసః కర్మయోగశ్చ నిఃశ్రేయసకరావుభౌ ।
తయోస్తు కర్మసన్న్యాసాత్ కర్మయోగో విశిష్యతే ॥

శ్రీభగవానువాచ—శ్రీకృష్ణభగవానుడు పలికెను; **సన్న్యాసః**—కర్మపరిత్యాగము; **కర్మయోగః**—భక్తియుత కర్మ; **చ**—కూడా; **నిఃశ్రేయసకరౌ**—ముక్తిమార్గమును చేర్చునవి; **ఉభౌ**—రెండును; **తయోః**—ఆ రెండింటిలో; **తు**—కాని; **కర్మసన్న్యాసాత్**—కామ్యకర్మ పరిత్యాగము కన్నను; **కర్మయోగః**—భక్తితో కర్మ చేయుటయే; **విశిష్యతే**—ఉత్తమమైనది.

శ్రీకృష్ణభగవానుడు సమాధానమొసగెను : కర్మపరిత్యాగము మరియు భక్తితో కూడిన కర్మము రెండును ముక్తికి శ్రేయోదాయకములే. కాని ఆ రెండింటిలో కర్మపరిత్యాగము కన్నను భక్తియుతకర్మము ఉత్తమమైనది.

భాష్యము : కామ్యకర్మలు (ఇంద్రియప్రీతిని కోరునటువంటి) భవబంధమునకు కారణములై యున్నవి. దేహసౌఖ్యమును పెంపొందించుకొను ఉద్దేశ్యముతో కర్మల నొనరించునంత కాలము జీవుడు వివిధములైన దేహములను పొందుచు భవబంధమున నిరంతరము కొనసాగవలసియే యుండును. శ్రీమద్భాగవతము (5.5.4-6) ఈ విషయమునే ఇట్లు నిర్ధారణ చేసినది.

నూనం ప్రమత్తః కురుతే వికర్మ
యదింద్రియప్రీతయ ఆపృణోతి ।
న సాధు మన్యే యత ఆత్మనో ఽయమ్
అసన్నపి క్లేశద ఆస దేహః ॥
పరాభవస్తావ దబోధజాతో
యావన్న జిజ్ఞాసత ఆత్మతత్త్వం ।
యావత్క్రియా స్తావదిదం మనోవై
కర్మాత్మకం యేన శరీరబంధః ॥
ఏవం మనః కర్మవశం ప్రయుంక్తే
అవిద్యయాత్మన్యుపధీయమానే ।
ప్రీతి ర్న యావన్మయి వాసుదేవే
న ముచ్యతే దేహయోగేన తావత్ ॥

"ఇంద్రియప్రీతి యెడ ఆసక్తులై యుండు మనుజులు దుఃఖభూయిష్ఠమైన ప్రస్తుతదేహము గత కర్మఫలముగా లభించినదే యని తెలిసికొనజాలరు. ఈ దేహము అశాశ్వతమైనను ఉన్నంతకాలము జీవుని అది అనేకరకములుగా బాధించును. కనుక ఇంద్రియప్రీతి కొరకు వర్తించుట సరియైనది కాదు. మనుజుడు తన నిజస్థితిని గూర్చి ప్రశ్నించనంతకాలము జీవితములో పరాజయమును పొందినట్లుగా భావింపబడును. అతడు తన నిజస్థితిని ఎరుగనంతవరకు ఇంద్రియప్రీతికై ఫలముల నాశించి కర్మ యందు వర్తించవలసి వచ్చును. అట్టి ఇంద్రియభోగానుభవ భావములో నున్నంతకాలము అతడు వివిధ

యోనుల యందు పరిభ్రమించవలసినదే. మనస్సు ఆ విధముగా కామ్యకర్మల యందు లగ్నమై యున్నను, అజ్ఞానముచే ప్రభావితమై యున్నను ఏదియో ఒక విధముగా ప్రతియొక్కరు వాసుదేవుని భక్తియుతసేవ యెడ అనురక్తిని పెంపొందించుకొనవలెను. అప్పుడే ఎవ్వరైనను భవబంధము నుండి ముక్తిని పొందు అవకాశమును పొందగలరు."

కావున జ్ఞానమొక్కటే (నేను దేహమును గాక ఆత్మననెడి జ్ఞానము) ముక్తికి సరిపోదు. అట్టి జ్ఞానముతో పాటు ఆత్మస్థితిలో వర్తించనిదే భవబంధము నుండి తప్పించుకొనుట ఎవ్వరికినీ సాధ్యము కాదు. కాని కృష్ణభక్తిభావనమునందు ఒనరింపబడు కర్మ కామ్యకర్మ వంటిది కాదు. పూర్ణజ్ఞానముతో ఒనరింపబడు కర్మలు మనుజుని జ్ఞానమునందలి పురోగతిని మరింత దృఢవంతము చేయగలవు. వాస్తవమునకు కృష్ణభక్తిభావన లేకుండా కేవలము కామ్యకర్మలను త్యజించుట యనునది బద్ధజీవుని హృదయమును పవిత్రము చేయజాలదు. హృదయము పవిత్రము కానంతవరకు మనుజుడు కామ్యభావనలో కర్మలను ఒనరింపవలసి వచ్చును. కాని కృష్ణభక్తిభావనలో ఒనరింపబడు కర్మ సర్వకర్మఫలముల నుండి తప్పించుకొనుటకు అప్రయత్నముగా దోహదమగుచున్నందున కర్మ వలన భౌతికస్థితికి ఎవ్వరును పతనము చెందు అవకాశముండదు. కనుకనే పతనము నొందు అవకాశమున్నటు వంటి కర్మపరిత్యాగము కన్నను కృష్ణభక్తిరసభావిత కర్మ శ్రేష్ఠమైనది. భక్తిరసామృతసింధువులో(1.2.258) శ్రీల రూపగోస్వామి నిర్ధారించినట్లు కృష్ణభక్తిభావన లేకుండా చేయబడు త్యాగము అసంపూర్ణమై యున్నది.

ప్రాపంచికతయా బుద్ధ్యా హరిసంబంధివస్తునః ।
ముముక్షుభిః పరిత్యాగో వైరాగ్యం ఫల్గు కథ్యతే ॥

"ముక్తిని పొందవలెనను ఆత్రుతతో మనుజులు దేవదేవుడైన శ్రీకృష్ణునికి సంబంధించిన వస్తువులను, విషయములను కూడ భౌతికముగా భావించి త్యాగము చేసినప్పుడు, వారి త్యాగము అసంపూర్ణమైనదిగా పిలువబడును." సర్వము శ్రీకృష్ణునకే చెందినదనియు, ఎవ్వరును దేనిపైనను స్వామ్యమును కలిగి యుండరాదనియు తెలిపెడి జ్ఞానముతో కూడియున్నప్పుడే త్యాగము సంపూర్ణము కాగలదు. వాస్తవమునకు ఏదియును ఎవ్వరకును చెందినది కాదని ప్రతియొక్కరు

అవగాహన చేసికొనవలెను. అట్టి యెడ త్యాగమనెడి ప్రశ్న ఎట్లు ఉదయించును? సర్వము కృష్ణునకు చెందినదే యని ఎరిగినవాడు త్యాగమునందు స్థితుడైనట్టి వాడే కాగలడు. సర్వము కృష్ణునిదే కనుక ఆతని సేవ కొరకే సమస్తమును వినియోగింపవలసియున్నది. కర్మ యొక్క సమగ్రరూపమైన ఇటువంటి కృష్ణభక్తిభావనతో కూడిన కర్మ యనునది మాయావాద సన్న్యాసులు అవలంబించు కృత్రిమమైన పరిత్యాగము కన్నను అత్యంత శ్రేష్ఠమైనది.

3

ज्ञेयः स नित्यसंन्यासी यो न द्वेष्टि न काङ्क्षति।
निर्द्वन्द्वो हि महाबाहो सुखं बन्धात् प्रमुच्यते ॥३॥

జ్ఞేయః స నిత్యసన్న్యాసీ యో న ద్వేష్టి న కాంక్షతి ।
నిర్ద్వంద్వో హి మహాబాహో సుఖం బన్ధాత్ ప్రముచ్యతే ॥

జ్ఞేయః—తెలియబడును; సః—అతడు; నిత్య—ఎల్లప్పుడును; సన్న్యాసీ—పరిత్యజించువాడు; యః—ఎవరు; న ద్వేష్టి—ద్వేషింపడు; న కాంక్షతి—కోరడు; నిర్ద్వంద్వః—ద్వంద్వముల నుండి విడివడినవాడు; హి—నిశ్చయముగా; మహాబాహో—గొప్ప బాహు పరాక్రమము కలవాడా; సుఖం—సుఖముగా; బన్ధాత్—బంధము నుండి; ప్రముచ్యతే—సంపూర్ణముగా ముక్తుడు కాగలడు.

కర్మఫలములను ద్వేషించుట గాని, కోరుట గాని చేయనివాడు నిత్యసన్న్యాసిగా తెలియబడును. ఓ మహాబాహుడవైన అర్జునా! ద్వంద్వముల నుండి విడివడి యుండు అట్టివాడు లౌకికబంధములను సులభముగా దాటి సంపూర్ణముగా ముక్తుడు కాగలడు.

భాష్యము : కృష్ణభక్తిరసభావన యందు సంపూర్ణముగా నిమగ్నుడైనవాడు కర్మఫలములను ద్వేషించుట గాని, కోరుట గాని చేయనందున నిత్య సన్న్యాసియై యున్నాడు. శ్రీకృష్ణునితో తనకు గల నిత్యసంబంధమున తన నిజస్థితిని ఎరిగియున్న కారణముగా భక్తియుతసేవకు అంకితుడై యుండు అట్టి త్యాగి జ్ఞానమునందు పరిపూర్ణుడై యుండును. శ్రీకృష్ణుడు పూర్ణుడనియు, తాను అట్టి పూర్ణము యొక్క అంశననియు ఆ భక్తుడు సంపూర్ణముగా నెరిగియుండును. అట్టి జ్ఞానమే వాస్తవమునకు గుణరీతిని, పరిమాణరీతిని సరియై యున్నందున సమగ్రజ్ఞానమై యున్నది. అంశలు ఏనాడును పూర్ణముతో సమానము కాలేనందున కృష్ణునితో ఏకత్వమనెడి భావనము ఎన్నడును సరియైనది కాదు.

జీవుడు భగవానునితో గుణరీతిగనే సమానుడు గాని పరిమాణరీతిని కాదనెడి నిజమైన ఆధ్యాత్మికజ్ఞానము కోరికలు, చింతలు లేనటువంటి పూర్ణాత్మునిగా మనుజుని చేయగలదు. అట్టివాడు ఏది చేసినను కృష్ణుని కొరకే చేయును కనుక అతని మనస్సు నందు ద్వంద్వములు పొడసూపవు. ఆ విధముగా ద్వంద్వాతీతుడై అతడు ఈ భౌతికజగమునందును ముక్తుడై యుండగలడు.

4

सांख्ययोगौ पृथग्बालाः प्रवदन्ति न पण्डिताः ।
एकमप्यास्थितः सम्यगुभयोर्विन्दते फलम् ॥४॥

సాంఖ్యయోగౌ పృథగ్బాలాః ప్రవదన్తి న పణ్డితాః ।
ఏకమప్యాస్థితః సమ్యగుభయోర్విన్దతే ఫలమ్ ॥

సాంఖ్య—భౌతికజగత్తు యొక్క విశ్లేషణాత్మక అధ్యయనము; యోగౌ—భక్తియుత సేవతో కూడిన కర్మము; పృథక్—భిన్నములు; బాలాః—అల్పజ్ఞులు; ప్రవదన్తి—చెప్పుదురు; పండితాః—పండితులు; న—ఎప్పుడును చెప్పరు; ఏకమపి—ఒకదాని యందైనను; ఆస్థితః—ఉన్నవాడు; సమ్యక్—సంపూర్ణముగా; ఉభయోః—రెండింటి యొక్క; విన్దతే—అనుభవించును; ఫలమ్—ఫలమును.

కేవలము అజ్ఞానులే భక్తియోగమును (కర్మయోగము) భౌతికజగత్తుయొక్క విశ్లేషణాత్మక అధ్యయనమునకు (సాంఖ్యమునకు) భిన్నమైనదిగా పలుకుదురు. కాని ఈ రెండు మార్గములలో ఏ ఒక్కదానిని సమగ్రముగా అనుసరించినను రెండింటి ఫలములను మనుజుడు పొందగలడని పండితులు చెప్పుదురు.

భాష్యము : ఆత్మ ఉనికిని తెలిసికొనుటయే భౌతికజగమును గూర్చిన విశ్లేషణాత్మక అధ్యయనముయొక్క లక్ష్యమై యున్నది. విష్ణువు లేదా పరమాత్మయే ఈ భౌతిక జగమునకు ఆత్మయై యున్నాడు. శ్రీకృష్ణభగవానునకు ఒనరింపబడు భక్తి ఆ పరమాత్మకు కూర్చబడు సేవయే కాగలదు. ఒక పద్ధతి చెట్టు మూలమును కనుగొను విధానము కాగా, ఇంకొక పద్ధతి ఆ మూలమునకు నీరుపోయుట వంటిది. నిజమైన సాంఖ్యజ్ఞాన అధ్యయనపరుడు భౌతికజగత్తుకు మూలమైన విష్ణువును తెలిసికొని పూర్ణజ్ఞానముతో ఆతని సేవ యందు నియుక్తుడగును. అనగా వాస్తవమునకు ఈ రెండు మార్గముల లక్ష్యము విష్ణువేయైనందున రెండింటిలో భేదమేమియును లేదు. అంతిమ ప్రయోజనమును తెలియనివారే

సాంఖ్యము మరియు కర్మయోగముల ప్రయోజనములు ఏకము కావని పలుకుదురు. కాని పండితుడైనవాడు మాత్రము ఈ రెండు మార్గముల యొక్క ఏకమాత్ర ప్రయోజనమును సంపూర్ణముగా ఎరిగియుండును.

5

यत् सांख्यैः प्राप्यते स्थानं तद् योगैरपि गम्यते।
एकं सांख्यं च योगं च यः पश्यति स पश्यति॥५॥

యత్సాంఖ్యైః ప్రాప్యతే స్థానం తద్యోగైరపి గమ్యతే ।
ఏకం సాంఖ్యం చ యోగం చ యః పశ్యతి స పశ్యతి ॥

యత్—ఏ; సాంఖ్యైః—సాంఖ్యతత్త్వముచే; ప్రాప్యతే—పొందబడునో; స్థానమ్—స్థానమును; తత్—అట్టి; యోగైః—భక్తియుక్త సేవచే; అపి—కూడా; గమ్యతే—పొందబడును; ఏకమ్—ఒకటే; సాంఖ్యం చ—విశ్లేషణాత్మక పరిశీలనమును; యోగం చ—భక్తియుక్త కర్మమును; యః—ఎవడు; పశ్యతి—చూచునో; సః—అతడు; పశ్యతి—చక్కగా చూడగలిగినవాడు.

సాంఖ్యము ద్వారా పొందబడు స్థానమును భక్తియోగము ద్వారాను పొంద వచ్చునని ఎరిగి, తత్కారణముగా భక్తియోగము మరియు సాంఖ్యములను ఏకస్థాయిలో నున్నవానిగా గాంచువాడు యథార్థదృష్టి కలిగినవాడగును.

భాష్యము : జీవితపు చరమలక్ష్యమును కనుగొనుటయే తత్త్వపరిశోధనల ముఖ్యప్రయోజనమై యున్నది. జీవిత ముఖ్యలక్ష్యము ఆత్మానుభవమై నందున ఈ రెండుమార్గముల యందలి నిర్ణయములందు ఎట్టి భేదము లేదు. సాంఖ్యతత్త్వ పరిశోధన ద్వారా జీవుడు భౌతికజగత్తుయొక్క అంశ కాదనియు, పూర్ణుడైన పరమాత్ముని అంశమేననియు మనుజుడు నిర్ధారణకు వచ్చును. శుద్ధాత్మకు భౌతికజగత్తుతో సంబంధము లేదనియు మరియు దాని కర్మలన్నియును కృష్ణపరములుగా నుండవలెననియు అంతట మనుజుడు తెలిసికొనగలుగును. అట్టి భావనలో అతడు కర్మనొనరించినచో తన నిజస్థితి యందు నిలిచినవాడే కాగలడు. మొదటి పద్ధతియైన సాంఖ్యములో మనుజుడు భౌతికపదార్థము నుండి విడివడవలసియుండగా, రెండవ పద్ధతియైన భక్తియోగమునందు కృష్ణభక్తిరసభావిత కర్మల యందు సంపూర్ణముగా మగ్నుడు కావలసియుండును. బాహ్యమునకు ఒకదాని యందు అసంగత్వము ఇంకొక దాని యందు సంగత్వము గోచరించినను వాస్తవమునకు రెండు పద్ధతులు ఏకమే అయియున్నవి. భౌతికత్వము నుండి విముక్తి మరియు కృష్ణుని యెడ అనురక్తి ఏకమేననెడి విషయమును

గాంచగలిగినవాడు యథార్థదృష్టిని పొందగలడు.

6

संन्यासस्तु महाबाहो दुःखमाप्तुमयोगतः।
योगयुक्तो मुनिर्ब्रह्म न चिरेणाधिगच्छति ॥६॥

సన్న్యాసస్తు మహాబాహో దుఃఖమాప్తుమయోగతః ।
యోగయుక్తో మునిర్బ్రహ్మ న చిరేణాధిగచ్ఛతి ॥

సన్న్యాసః—సన్న్యాసాశ్రమము; తు—కాని; మహాబాహో—గొప్పపరాక్రమముతో కూడిన భుజములు కలవాడా; దుఃఖమ్—దుఃఖమును; ఆప్తుం—పొందును; అయోగతః—భక్తియుక్తసేవ లేకుండా; యోగయుక్తః—భక్తియోగమున మగ్నుడైన; మునిః—మననశీలుడు; బ్రహ్మ—పరబ్రహ్మమును; న చిరేణ—శీఘ్రముముగా; అధిగచ్ఛతి—పొందును.

భక్తియుతసేవ యందు నియుక్తుడు కాకుండా కేవలము కర్మలను త్యజించుట ద్వారా ఎవ్వరును సుఖమును పొందలేరు. కాని భక్తియోగమునందు నియుక్తుడైన మననశీలుడు పరబ్రహ్మమును శీఘ్రముగా పొందగలడు.

భాష్యము : సన్న్యాసుల యందు (సన్న్యాసాశ్రమము నందున్నవారు) రెండు తరగతులవారు కలరు. మాయావాద సన్న్యాసులు సాంఖ్యతత్త్వమును అధ్యయనము చేయుట యందు నియుక్తులై యుండగా, వైష్ణవసన్న్యాసులు వేదాంతసూత్రములకు చక్కని భాష్యమైన శ్రీమద్భాగవత తత్త్వమును అధ్యయనము చేయుట యందు నియుక్తులై యుందురు. మాయావాదులు కూడ వేదాంతసూత్రములను అధ్యయనము చేసినను దాని కొరకు వారు శంకరాచార్యులు వ్రాసిన శారీరికభాష్యమనెడి తమ స్వంత వ్యాఖ్యానమును ఉపయోగింతురు. భాగవతధర్మము నందు భక్తులు "పాంచరాత్రిక" విధానము ద్వారా భగవానుని భక్తియుక్తసేవ యందు నెలకొనియుందురు. కనుకనే భాగవతధర్మము ననుసరించు వైష్ణవసన్న్యాసులు భగవానుని దివ్యసేవ యందు పలురకములైన కర్మలను కలిగియుందురు. భౌతికకర్మలతో ఎట్టి సంబంధము లేకున్నను వారు భగవత్సేవ కొరకై పలువిధములైన కర్మలలో నియుక్తులగుదురు. సాంఖ్యమునందు, వేదాంతాధ్యయనమునందు, మనోకల్పనల యందు మునిగియుండెడి మాయావాద సన్న్యాసులు అట్టి దివ్యసేవా మధురిమను అనుభవింపలేరు. అతిదీర్ఘమైన తమ అధ్యయనముల వలన వారు కొన్నిమార్లు పరబ్రహ్మమును గూర్చిన మానసికకల్పనల యెడ విసుగుచెంది శ్రీమద్భాగవతము నాశ్రయింతురు. కాని

సరియైన అవగాహన లేకనే భాగవతమును స్వీకరించుచున్నందున వారి అధ్యయనము శ్రమ కారణమే కాగలదు. వాస్తవమునకు అట్టి శుష్క మానసిక కల్పనలు మరియు కృత్రిమమైన నిరాకారభావపు వ్యాఖ్యానములు మాయావాద సన్న్యాసులకు నిరర్థక కార్యములు. భక్తియోగమునందు చరించుచున్న వైష్ణవ సన్న్యాసులు తమ దివ్య కర్మాచరణమునందు ఆనందము ననుభవించుచు అంత్యమున భగవద్ధామమును చేరుదుమనెడి అభయమును కలిగియుందురు. కాని మాయావాద సన్న్యాసులు కొన్నిమార్లు ఆత్మానుభవ మార్గము నుండి పతనము నొంది భౌతికకలాపములేయైన ధర్మకార్యములు, పరహితముల వంటి లౌకికకర్మలలో తిరిగి ప్రవేశింతురు. కనుక సారాంశమేమనగా ఏది బ్రహ్మము మరియు ఏది బ్రహ్మము కాదనెడి మనోకల్పనల యందే నియుక్తులై యుండు మాయావాద సన్న్యాసుల కన్నను కృష్ణభక్తిభావన కర్మలలో నియుక్తులైనవారు సరియైన స్థితిలో నెలకొనినట్టివారు. అయినను మాయావాద సన్న్యాసులు కూడ బహుజన్మల పిదప కృష్ణభక్తిభావనను పొందగలరు.

7

योगयुक्तो विशुद्धात्मा विजितात्मा जितेन्द्रियः ।
सर्वभूतात्मभूतात्मा कुर्वन्नपि न लिप्यते ॥७॥

యోగయుక్తో విశుద్ధాత్మా విజితాత్మా జితేన్ద్రియః ।
సర్వభూతాత్మభూతాత్మా కుర్వన్నపి న లిప్యతే ॥

యోగయుక్తః—భక్తియుక్తసేవలో నియుక్తుడైనవాడు; విశుద్ధాత్మా—పరిశుద్ధమైన హృదయము గలవాడు; విజితాత్మా—ఆత్మనిగ్రహము కలవాడు; జితేంద్రియః—ఇంద్రియములను జయించినవాడు; సర్వభూతాత్మభూతాత్మా—ప్రాణులన్నింటి యందు దయగలవాడు; కుర్వన్నపి—కర్మలు చేయుచున్నను; న లిప్యతే—ఎన్నడును బద్ధుడు కాడు.

భక్తియోగముతో కర్మనొనరించువాడును, విశుద్ధాత్ముడును, ఇంద్రియ, మనస్సులను జయించినవాడును అగు మనుజుడు సర్వులకు ప్రియుడై యుండును. సర్వుల యెడ అతడు ప్రియమును కలిగియుండును. అట్టివాడు సదా కర్మల నాచరించుచున్నను ఎన్నడును బద్ధుడు కాడు.

భాష్యము : కృష్ణభక్తిభావన ద్వారా ముక్తిమార్గమున పయనించువాడు సర్వజీవులకు

పరమప్రియుడై యుండును, సర్వజీవులు అతనికి ప్రియులై యుందురు. అతని కృష్ణభక్తిరసభావనమే అందులకు కారణము. పత్రములు, కొమ్మలు వంటివి వృక్షము నుండి వేరు కానట్లుగా, ఏ జీవియు కృష్ణుని నుండి వేరు కాదని అట్టి భక్తుడు భావించును. వృక్షమూలమునకు నీరుపోయుట ద్వారా ఆకులు, కొమ్మలన్నింటికిని నీరు సరఫరా యగుననియు లేదా ఉదరమునకు ఆహారము నందించుట ద్వారా దేహమంతయు అప్రయత్నముగా శక్తిని పొందుననియు అతడు ఎరిగియుండును. కృష్ణభక్తిభావన యందు కర్మనొనరించువాడు సర్వులకు దాసుని వలె వర్తించును కావున సర్వులకు ప్రియుడై యుండును. సర్వులు అతని పనిచే ప్రియము నొందుటచే అతడు శుద్ధమైన అంతరంగమును కలిగియుండును. శుద్ధాంతరంగము ద్వారా అతని మనస్సు సంపూర్ణముగా నిగ్రహింపబడి, నిగ్రహమనస్సు ద్వారా ఇంద్రియములు అదుపులోనికి వచ్చియుండును. మనస్సు సదా శ్రీకృష్ణుని యందే లగ్నమై యున్న కారణముగా అతడు కృష్ణుని నుండి దూరమగుట గాని, కృష్ణసేవకు ఇతరములైన కర్మలలో నియుక్తుడగుట గాని జరుగదు. ఆ భక్తుడు కృష్ణపరములగు విషయములను తప్ప అన్యమును శ్రవణము చేయగోరడు. కృష్ణునికి అర్పింపబడని ఆహారమును భుజింప వాంఛింపడు. ఆలాగుననే కృష్ణునితో సంబంధములేని స్థలములకు పోవ నిచ్చగించడు. కనుకనే అతని ఇంద్రియములు సంపూర్ణముగా అదుపులో నుండును. ఆ విధముగా ఇంద్రియములు అదుపులో నున్నవాడు ఎవ్వరికిని అపకారమును తలపెట్టడు. "అట్టి యెడ అర్జునుడు ఏ విధముగా యుద్ధరంగమున ఇతరులకు అపకారము చేసెను? అతడు కృష్ణభక్తిపూర్ణుడు కాడా?" అని ఎవ్వరైనను ప్రశ్నించు అవకాశము కలదు. కాని వాస్తవమునకు ఆత్మ చంపబడని కారణముగా యుద్ధరంగము నందు నిలచిన వారందరును వ్యక్తిగతముగా ఆత్మరూపములో నిలువ నున్నందున (ద్వితీయాధ్యాయమున ఇది వరకే తెలుపబడినట్లు) అర్జునుడు చేయు అపకారము కేవలము బాహ్యమునకు మాత్రమే అయియున్నది. అనగా ఆధ్యాత్మిక దృష్టిలో కురుక్షేత్రమునందు ఎవ్వరును మరణింపలేదు. స్వయముగా రణరంగమున నిలిచియున్న శ్రీకృష్ణభగవానుని ఆజ్ఞ మేరకు వారి దుస్తులవంటి దేహములు మాత్రమే మార్చబడినవి. అనగా అర్జునుడు కురుక్షేత్రరణరంగమున యుద్ధము చేసినను కేవలము శ్రీకృష్ణభగవానుని ఆజ్ఞలను సంపూర్ణభక్తిభావనలో నిర్వర్తింపజేసి యున్నందున నిజముగా యుద్ధము చేయనివాడే అయినాడు.

అట్టివాడు ఎన్నడును కర్మఫలములచే బద్ధుడు కాడు.

8-9

**नैव किञ्चित् करोमीति युक्तो मन्येत तत्त्ववित्।
पश्यञ्शृण्वन् स्पृशञ्जिघ्रन्नश्नन् गच्छन्स्वपन् श्वसन्॥८॥
प्रलपन् विसृजन् गृह्णन्नुन्मिषन्निमिषन्नपि।
इन्द्रियाणीन्द्रियार्थेषु वर्तन्त इति धारयन्॥९॥**

నైవ కించిత్ కరోమీతి యుక్తో మన్యేత తత్త్వవిత్ ।
పశ్యన్‌శృణ్వన్ స్పృశన్‌జిఘ్రన్నశ్నన్ గచ్ఛన్‌స్వపన్ శ్వసన్ ॥
ప్రలపన్ విసృజన్ గృహ్ణన్నున్మిషన్నిమిషన్నపి ।
ఇంద్రియాణీంద్రియార్థేషు వర్తంత ఇతి ధారయన్ ॥

ఏవ—నిశ్చయముగా; కించిత్—ఏదియును; న కరోమి—నేను చేయుటలేదు; ఇతి—అని; యుక్తః—దివ్య చైతన్యముతో కూడినవాడై; మన్యేత—తలంచును; తత్త్వవిత్—తత్త్వము నెరిగినవాడు; పశ్యన్—చూచుచు; శృణ్వన్—వినుచు; స్పృశన్—తాకుచు; జిఘ్రన్—వాసన చూచుచు; అశ్నన్—తినుచు; గచ్ఛన్—నడచుచు; స్వపన్—నిద్రించుచు; శ్వసన్—ఊపిరి పీల్చుచు; ప్రలపన్—మాట్లాడుచు; విసృజన్—విడుచుచు; గృహ్ణన్—గ్రహించుచు; ఉన్మిషన్—తెరచుచు; నిమిషన్—మూయుచు; అపి—ఇవన్నియు చేయుచున్నప్పటికిని; ఇంద్రియాణి—ఇంద్రియములు; ఇంద్రియార్థేషు—ఇంద్రియార్థములందు; వర్తంతే—వర్తించుచున్నవి; ఇతి—అని; ధారయన్—భావించును.

దివ్యచైతన్యయుక్తుడైనవాడు చూచుట, వినుట, తాకుట, వాసనజూచుట, భుజించుట, కదలుట, నిద్రించుట, శ్వాసించుట వంటివి చేయుచున్నను తాను వాస్తవముగా ఏదియును చేయనట్లుగా ఎరిగియుండును. ఏలయన మాట్లాడు నప్పుడు, గ్రహించునప్పుడు, విసర్జించునప్పుడు, కనులుతెరచుట లేక మూయుట జరుగునప్పుడు ఆయా ఇంద్రియములు ఇంద్రియార్థములలో వర్తించుచున్నవనియు మరియు తాను వాని నుండి దూరముగా నుంటి ననియు అతడు సదా ఎరిగియుండును.

భాష్యము : కృష్ణభక్తిభావనలో నున్నటువంటివాడు శుద్ధస్థితిలో యున్నందున కర్త, కర్మము, స్థితి, ప్రయత్నము, అదృష్టములను ఐదు విధములైన కారణములపై ఆధారపడియుండు ఎటువంటి కర్మలతోను సంబంధమును కలిగియుండడు. శ్రీకృష్ణభగవానుని దివ్యమైన భక్తియుక్తసేవలో అతడు నిలిచియుండుటయే

అందులకు కారణము. దేహేంద్రియములతో వర్తించుచున్నను అతడు ఆధ్యాత్మిక కలాపమైన తన వాస్తవస్థితిని గూర్చి సర్వదా ఎరిగియుండును. భౌతికభావనలో ఇంద్రియములు ఇంద్రియభోగమునకై నియోగించబడగా, కృష్ణభక్తిభావన యందు అవి కృష్ణుని ప్రీత్యర్థమై నియోగించబడును. కావుననే కృష్ణభక్తి పరాయణుడు ఇంద్రియకర్మలలో వర్తించుచున్నట్లు తోచినను ఎల్లవేళలా విముక్తుడై యుండును. చూచుట, వినుట వంటి కర్మలు జ్ఞానసముపార్జన కొరకు కాగా, నడుచుట, మాట్లాడుట, విసర్జించుట మొదలగు ఇంద్రియకర్మలు ఏదియో ఒక కార్యార్థమై యుండును. కృష్ణభక్తిభావన యందున్నవాడు అట్టి ఇంద్రియకర్మలచే ఎన్నడును ప్రభావితుడు కాడు. అట్టి భక్తుడు తాను శ్రీకృష్ణభగవానుని నిత్య దాసుడనని ఎరిగియుండుటచే ఆ భగవానుని సేవ తప్ప అన్యకార్యమును చేయకుండును.

10

ब्रह्मण्याधाय कर्माणि सङ्गं त्यक्त्वा करोति यः ।
लिप्यते न स पापेन पद्मपत्रमिवाम्भसा ॥१०॥

బ్రహ్మణ్యాధాయ కర్మాణి సఙ్గం త్యక్త్వా కరోతి యః ।
లిప్యతే న స పాపేన పద్మపత్రమివామ్భసా ॥

బ్రహ్మణి—దేవదేవునకు; ఆధాయ—విడిచి; కర్మాణి—అన్నికర్మలను; సఙ్గం—ఆసక్తిని; త్యక్త్వా—విడిచి; కరోతి—చేయును; యః—ఎవడు; న లిప్యతే—ప్రభావితుడు కాడు; సః—అతడు; పాపేన—పాపముచే; పద్మపత్రం—తామరాకు; ఇవ—వలె; అమ్భసా—నీటిచే.

ఫలముల నన్నింటిని భగవానునకు అర్పించి సంగత్వము లేకుండా తన ధర్మమును నిర్వహించువాడు తామరాకు నీటిచే అంటబడనట్లుగా పాపకర్మలచే ప్రభావితుడు కాడు.

భాష్యము : ఇచ్చట "బ్రహ్మణి" యనగా "కృష్ణభక్తిరసభావనము నందు" అని అర్థము. "ప్రధానము" అని పిలువబడు భౌతికజగత్తు ప్రకృతి త్రిగుణముల సంపూర్ణ ప్రదర్శనమై యున్నది. " సర్వం హి ఏతత్ బ్రహ్మ" (మాండూక్యోపనిషత్తు 2), "తస్మాత్ ఏతత్ బ్రహ్మ నామరూపం అన్నం చ జాయతే" (ముండకోపనిషత్తు 1.2.10) అను వేదమంత్రములు మరియు "మమ యోనిర్ మహద్బ్రహ్మ" (భగవద్గీత 14.3) అను భగవద్గీతావాక్యము జగత్తు నందలి సర్వము బ్రహ్మ స్వరూపమని తెలుపుచున్నవి. అనగా జగమునందలి విషయములు తమకు

కారణమైన బ్రహ్మము కన్నను భిన్నముగా ప్రదర్శితమగుచున్నను వాస్తవమునకు బ్రహ్మమునకు అభిన్నములై యున్నవి. ప్రతిదియు పరబ్రహ్మమైన శ్రీకృష్ణునికి సంబంధించినదే కావున అవియన్నియును ఆతనికే చెందియున్నవని ఈశోపనిషత్తునందు తెలుపబడినది. సర్వము శ్రీకృష్ణునకే చెందినదనియు, శ్రీకృష్ణుడే సర్వమునకు యజమానియనియు, తత్కారణముగా సమస్తమును ఆ భగవానుని సేవయందే నియుక్తము కావించవలెననియు తెలిసినవాడు తన పుణ్యాపాపకర్మల ఫలములతో సంబంధము లేకుండును. ఒక నిర్దుష్ట కార్యార్థమై భగవానునిచే ఒసగబడియున్నందున భౌతికదేహమును కూడ కృష్ణభక్తిభావన యందు నియోగింపవలెను. అట్టి సమయమున నీటి యందున్నను తడి గాని తామరాకు వలె దేహము పాపకర్మఫలములకు అతీతమగును. "మయి సర్వాణి కర్మాణి సన్న్యస్య- నీ కర్మలనన్నింటిని నాకు అర్పింపుము" అని శ్రీకృష్ణభగవానుడు తృతీయాధ్యాయమున(3.30) పలికియుండెను. సారాంశమేమనగా కృష్ణభక్తి భావనము లేనివాడు దేహేంద్రియభావనలో వర్తించగా, కృష్ణభక్తిపరాయణుడు దేహము కృష్ణుని సొత్తు గనుక దానిని ఆతని సేవ యందే నియోగించవలెనను జ్ఞానముతో వర్తించును.

11

कायेन मनसा बुद्ध्या केवलैरिन्द्रियैरपि।
योगिनः कर्म कुर्वन्ति सङ्गं त्यक्त्वात्मशुद्धये ॥११॥

కాయేన మనసా బుద్ధ్యా కేవలైరిన్ద్రియైరపి ।
యోగినః కర్మ కుర్వన్తి సఙ్గం త్యక్త్వాత్మశుద్ధయే ॥

కాయేన—శరీరము చేతను; మనసా—మనస్సు చేతను; బుద్ధ్యా—బుద్ధి చేతను; కేవలైః—పవిత్రీకరింపబడిన; ఇన్ద్రియైః—ఇంద్రియములచే; అపి—కూడా; యోగినః—కృష్ణభక్తి సమన్వితులు; కర్మ—కర్మను; కుర్వన్తి—చేయుదురు; సఙ్గం—ఆసక్తిని; త్యక్త్వా—విడిచి; ఆత్మశుద్ధయే—ఆత్మశుద్ధి కొరకు.

యోగులైనవారు సంగత్వమును విడిచి ఆత్మశుద్ధి యను ప్రయోజనము కొరకు మాత్రమే దేహము తోడను, మనస్సు తోడను, బుద్ధి తోడను, ఇంద్రియముల తోడను కర్మ నొనరింతురు.

భాష్యము : కృష్ణభక్తిభావన యందు కృష్ణుని ప్రీత్యర్థమై కర్మ నొనరించి నప్పుడు దేహము, మనస్సు, బుద్ధి లేదా ఇంద్రియములతో చేయబడు ఏ

కర్మమైనను భౌతికకల్మషము నుండి పవిత్రమగును. అనగా కృష్ణభక్తి పరాయణుడు ఒనరించు కర్మలు ఎటువంటి భౌతిక కర్మఫలమును కలుగ జేయబోవు. కనుకనే సదాచారములని పిలువబడు పవిత్రకర్మలను కృష్ణభక్తిభావన యందు నిలిచి సులభముగా నిర్వహింపవచ్చును. భక్తిరసామృతసింధువు (1.2.187) నందు ఈ విషయమును శ్రీరూపగోస్వామి ఇట్లు వివరించి యుండిరి.

ఈహా యస్య హరేర్దాస్యే కర్మణా మనసా గిరా ।
నిఖిలాస్వపి అవస్థాసు జీవన్ముక్తః స ఉచ్యతే ॥

"దేహము, మనస్సు, బుద్ధి, వాక్కులచే కృష్ణభక్తిరసభావన యందు వర్తించెడి వాడు (కృష్ణసేవానురక్తుడు) పలు నామమాత్ర లౌకికకర్మల యందు నియుక్తుడై నప్పటికిని భౌతికజగమున ముక్తపురుషుడే యగును." దేహాత్మభావనము లేనందున అతడు మిథ్యాహంకారము లేకుండును. తాను దేహమును కాదనియు, ఈ దేహము తనది కాదనియు అతడు సంపూర్ణముగా నెరుగును. తాను కృష్ణునికి చెందినవాడు కనుక తన దేహము కూడ కృష్ణునిదే యని అతడు భావించును. దేహము, మనస్సు, బుద్ధి, వాక్కు, జీవితము, ధనము మొదలగు సమస్తమును కృష్ణుని సేవ యందే వినియోగించుటచే అతడు శీఘ్రమే కృష్ణునితో సన్నిహితత్వమును పొందును. కృష్ణునితో అతడు ఏకత్వమును కలిగియుండి, దేహాత్మభావనము వంటివి కలిగించు మిథ్యాహంకారమునకు దూరుడై యుండును. ఇదియే కృష్ణభక్తిరసభావనమందలి పూర్ణత్వస్థితియై యున్నది.

12

युक्त: कर्मफलं त्यक्त्वा शान्तिमाप्नोति नैष्ठिकीम्।
अयुक्त: कामकारेण फले सक्तो निबध्यते ॥१२॥

యుక్తః కర్మఫలం త్యక్త్వా శాన్తిమాప్నోతి నైష్ఠికీమ్ ।
అయుక్తః కామకారేణ ఫలే సక్తో నిబధ్యతే ॥

యుక్తః—భక్తియుక్తసేవలో మగ్నుడైనవాడు; **కర్మఫలం**—సర్వకర్మఫలములను; **త్యక్త్వా**—విడిచి; **శాన్తిం**—సంపూర్ణమైన శాంతిని; **ఆప్నోతి**—పొందును; **నైష్ఠికీమ్**—నిశ్చలమైన; **అయుక్తః**—కృష్ణభక్తిభావనలో లేనివాడు; **కామకారేణ**—కర్మఫలము అనుభవించుటచే; **ఫలే**—ఫలమందు; **సక్తః**—ఆసక్తుడై; **నిబధ్యతే**—బద్ధుడగును.

స్థిరమైన భక్తిని కలిగినవాడు సర్వకర్మఫలములను నాకు అర్పించుటచే నిర్మలమైన శాంతిని పొందును. కాని భగవద్భావనము లేనివాడును, తన కర్మఫలముల యెడ ఆసక్తిని కలిగియున్నవాడును అగు మనుజుడు బద్ధుడగును.

భాష్యము : కృష్ణభక్తిరసభావితుడు, దేహభావన యందున్నవాడు అనెడి ఇరువురి నడుమగల భేదమేమనగా మొదటివాడు కృష్ణునితో సదా కూడియుండగా, రెండవవాడు తన కర్మఫలముల యెడ ఆసక్తుడై యుండును. కృష్ణుని యెడ ఆసక్తుడై యుండి కేవలము ఆతని కొరకే కర్మనొనరించువాడు నిక్కముగా ముక్తపురుషుడు. అట్టివాడు తన కర్మఫలముల యెడ ఎటువంటి చింతను కలిగి యుండడు. ద్వైతభావనలో అనగా పరతత్త్వము యొక్క జ్ఞానరాహిత్యముతో కర్మనొనరించుటయే కర్మఫలముల యెడ చింతకు కారణమని శ్రీమద్భాగవతము నందు వివరింపబడినది. దేవదేవుడైన శ్రీకృష్ణుడే ఆ పరతత్త్వము. అట్టి శ్రీకృష్ణుని భక్తి యందు ద్వైతభావనము లేదు. సర్వము సర్వశుభకరుడైన శ్రీకృష్ణుని శక్తిఫలమే అయినందున కృష్ణపరకర్మలన్నియును ఆధ్యాత్మికతను సంతరించుకొని దివ్యములును, భౌతికప్రభావ రహితములును అయియున్నవి. కనుకనే కృష్ణభక్తి భావన యందు మనుజుడు పూర్ణశాంతితో నిండియుండును. కాని ఇంద్రియప్రీతి కొరకు లాభగణనలో మునిగినవాడు అట్టి శాంతిని పొందలేడు. అనగా కృష్ణునికి అన్యముగా వేరేదియును లేదనెడి అవగాహనయే శాంతికి, అభయత్వమునకు ఆధారమై యున్నది. ఇదియే కృష్ణభక్తిరసభావన యందలి రహస్యము.

13

सर्वकर्माणि मनसा संन्यस्यास्ते सुखं वशी ।
नवद्वारे पुरे देही नैव कुर्वन्न कारयन् ॥१३॥

సర్వకర్మాణి మనసా సన్న్యస్యాస్తే సుఖం వశీ ।
నవద్వారే పురే దేహీ నైవ కుర్వన్న కారయన్ ॥

సర్వకర్మాణి—అన్నికర్మములను; మనసా—మనస్సుచే; సన్న్యస్య—విడిచి; ఆస్తే—ఉండును; సుఖం—సుఖముగా; వశీ—నిగ్రహము కలవాడు; నవద్వారే—తొమ్మిది ద్వారములు గల; పురే—పట్టణమునందు; దేహీ—బద్ధజీవుడు; నైవకుర్వన్—ఏమియు ఎప్పుడును చేయకుండనే; న కారయన్—చేయింపకుండారానే.

దేహమునందున్న జీవుడు తన స్వభావమును నియమించి మానసికముగా

కర్మలనన్నింటిని త్యజించినప్పుడు, కర్మను చేయక మరియు కర్మకు కారణము కాక నవద్వారపురము నందు (దేహములో) సుఖముగా వసించును.

భాష్యము : బద్ధజీవుడు నవద్వారములు గల పురమునందు నివసించును. దేహకర్మలు (దేహమనెడి పురము యొక్క కర్మలు) స్వాభావికగుణము ననుసరించి వాటంతట అవే అప్రయత్నముగా నిర్వహింపబడును. దేహపరిస్థితుల ప్రభావమునకు లోనైయుండెడి జీవుడు ఒకవేళ తలచినచో వాటికి అతీతుడుగను కావచ్చును. జీవుడు తన ఉన్నత స్వభావమును మరచి దేహాత్మభావనను పొందుట వలననే దుఃఖము నొందుచున్నాడు. కృష్ణభక్తిభావనలో అతడు తన సహజస్థితిని పునరుద్ధరించుకొని బంధము నుండి ముక్తుడు కాగలడు. కనుకనే కృష్ణభక్తి పరాయణుడైనంతనే మనుజుడు శీఘ్రముగా దేహపరకర్మల నుండి దూరుడగును. అటువంటి మారిన ప్రవృత్తులు కలిగిన నియమితజీవితము నందు అతడు నవద్వారపురములో సుఖముగా జీవించును. నవద్వారములు ఈ క్రింది విధముగా తెలుపబడినవి.

నవద్వారే పురే దేహీ హంసో లీలాయతే బహిః ।
వశీ సర్వస్య లోకస్య స్థావరస్య చరస్య చ ॥

"జీవుని దేహమునందు నిలిచియుండెడి భగవానుడు విశ్వమునందలి సమస్తజీవులను నియమించువాడు. దేహము నవద్వారములను కలిగియుండును (రెండు కళ్ళు, రెండు నాసికారంధ్రములు, రెండు చెవులు, ఒకనోరు, మర్మావయము, గుదస్థానము). బద్ధస్థితిలో జీవుడు అట్టి దేహముతో తనను గుర్తించును. కాని హృదయస్థ పరమాత్మతో తనను అతడు గుర్తించినపుడు దేహము నందున్నపుడును భగవానుని వలె స్వతంత్రుడు కాగలడు (శ్వేతాశ్వతరోపనిషత్తు 3.18)." కనుకనే కృష్ణభక్తిభావనము నందున్నవాడు దేహము యొక్క అంతర్బాహ్య కర్మలన్నింటి నుండి స్వతంత్రుడై యుండును.

14

न कर्तृत्वं न कर्माणि लोकस्य सृजति प्रभुः ।
न कर्मफलसंयोगं स्वभावस्तु प्रवर्तते ॥१४॥

న కర్తృత్వం న కర్మాణి లోకస్య సృజతి ప్రభుః ।
న కర్మఫలసంయోగం స్వభావస్తు ప్రవర్తతే ॥

న—కలిగియుండడు; కర్తృత్వం—కర్తృత్వమును; కర్మాణి—కర్మములను; న సృజతి—సృజింపడు; లోకస్య—ప్రజలకు; ప్రభుః—దేహమనెడి పురమునకు అధిపతి; న—సృజింపడు; కర్మఫలసంయోగం—కర్మల యొక్క ఫలముతోడి సంబంధమును; స్వభావః—ప్రకృతిగుణములు; తు—కాని; ప్రవర్తతే—ఒనరించును.

తన దేహమనెడి పురము యొక్క అధిపతియైన దేహి కర్మలను సృష్టించుటగాని, కర్మల యందు జనులను ప్రేరేపించుటగాని, కర్మఫలములను సృష్టించుటగాని చేయడు. ఇదియంతయు ప్రకృతి త్రిగుణముల చేతనే చేయబడుచున్నది.

భాష్యము : సప్తమాధ్యాయమున తెలుపబడనున్నట్లు జీవుడు శ్రీకృష్ణభగవానుని శక్తులలో (ప్రకృతులలో) ఒకడై యున్నాడు. కాని భగవానుని వేరొక శక్తియైన (న్యూనమైనట్టిది) భౌతికప్రకృతికి అతడు భిన్నుడైనట్టివాడు. అట్టి ఉన్నతప్రకృతికి చెందిన జీవుడు అనంతకాలముగా ఏదియో ఒక కారణముచే నిమ్నమైన భౌతికప్రకృతి యొక్క సంబంధమును కలిగియున్నాడు. అతడు పొందునటువంటి తాత్కాలిక దేహము (చరించుస్థలము) వివిధములైన కర్మలకు, ఫలములకు కారణమై యున్నది. అటువంటి బద్ధవాతావరణములో జీవించుచు అజ్ఞానవశమున దేహాత్మభావనచే జీవుడు దేహకర్మఫలములచే పీడితుడగును. అనంతకాలము నుండి పొందిన అట్టి అజ్ఞానమే దేహపరమగు దుఃఖమునకు, చింతకు కారణమై యున్నది. జీవుడు దేహపరకార్యముల నుండి దూరుడైనంతనే వాటి ఫలముల నుండియు దూరుడు కాగలడు. దేహమను పురమున నిలిచినంతకాలము జీవుడు దానికి అధిపతిగా కనిపించినను వాస్తవమునకు అతడు దేహమునకు అధిపతి కాని, దాని కర్మలను మరియు ఫలములను నియమించువాడు కాని కాడు. అతడు కేవలము భవసాగరమున జీవనపోరాటము సల్పునట్టివాడే. తనను తల్లక్రిందులు చేయు ఆ సముద్రపుటలలపై అతడు ఎట్టి నియంత్రణను కలిగి యుండడు. కనుక దివ్యమైన కృష్ణభక్తిభావన ద్వారా ఆ భవజలముల నుండి బయటపడుటయే దానికి ఉత్తమ పరిష్కారము. అది ఒక్కటే అతనిని సర్వక్లేశముల నుండి రక్షించగలదు.

15

नादत्ते कस्यचित् पापं न चैव सुकृतं विभुः ।
अज्ञानेनावृतं ज्ञानं तेन मुह्यन्ति जन्तवः ॥१५॥

నాదత్తే కస్యచిత్ పాపం న చైవ సుకృతం విభుః ।
అజ్ఞానేనావృతం జ్ఞానం తేన ముహ్యన్తి జన్తవః ॥

న ఆదత్తే—ఎప్పుడును గ్రహింపడు; కస్యచిత్—ఎవని యొక్కయు; పాపం—పాపమును; న—గ్రహింపడు; చ—కూడా; ఏవ—నిశ్చయముగా; సుకృతం—పుణ్యమును; విభుః—దేవదేవుడు; అజ్ఞానేన—అజ్ఞానముచే; ఆవృతం—ఆవరించెడి; జ్ఞానం—జ్ఞానము; తేన—దానిచే; ముహ్యన్తి—మోహితులగుదురు; జన్తవః—జీవులు.

భగవానుడు ఎవరి పాపమును గాని, పుణ్యమును గాని గ్రహింపడు. అయినను జీవులు వారి నిజజ్ఞానమును ఆవరించెడి అజ్ఞానముచే మోహము నొందుచుందురు.

భాష్యము : "విభుః" అనెడి సంస్కృతపదమునకు అపరిమితమైన జ్ఞానము, సంపద, బలము, యశస్సు, సౌందర్యము, వైరాగ్యము అనెడి షడ్గుణములు సమగ్రముగా కలిగియున్న భగవానుడని అర్థము. పాపపుణ్యకార్యములచే కలతనొందక ఆతడెల్లప్పుడును తన యందే తృప్తుడై యుండును. జీవుని స్థితికి ఆతడెన్నడును కారణము కాడు. జీవుడే అజ్ఞానముచే మోహమునొంది కొన్నిరకములైన స్థితుల యందు నిలువగోరి, తన కర్మఫల శృంఖలమును తయారుచేసికొనును. వాస్తవమునకు ఉన్నతప్రకృతికి చెందిన జీవుడు పూర్ణ జ్ఞానవంతుడు. అయినను తన పరిమితశక్తి కారణముగా అతడు అజ్ఞానముచే ప్రభావితుడగును. భగవానుడు సర్వశక్తిసమన్వితుడు. కాని జీవుడు అట్టివాడు కాడు. భగవానుడు "విభుః"(సర్వజ్ఞుడు) కాగా జీవుడు "అణుమాత్రుడు" అయి యున్నాడు. కాని జీవుడు ఆత్మయై యున్నందున తన ఇచ్ఛానుసారముగా దేనినైనను కోరు శక్తిని కలిగియుండును. అతని అట్టి కోరిక సర్వశక్తి సమన్వితుడైన భగవానుని చేతనే పూర్ణము చేయబడుచుండును. కనుక జీవుడు తన కోరికల విషయమున మోహము నొందినప్పుడు భగవానుడు వాటిని నెరవేర్చుకొను అవకాశము నొసగునే గాని, జీవుని యొక్క వాంఛనీయ పరిస్థితి యందలి కర్మలకు, ఫలములకు బాధ్యతను వహింపడు. కనుకనే మోహపరిస్థితులలో నుండుటచే జీవుడు తనను దేహముగా భావించి తత్కాలికములైన సుఖ దుఃఖములచే ప్రభావితుడగును. భగవానుడు పరమాత్మ రూపమున సదా జీవుని సాహచర్యమున ఉండి, పుష్పము దగ్గరగా ఉన్నప్పుడు వ్యక్తి దాని సుగంధమును ఆఘ్రాణించ గలిగిన రీతి జీవుని కోరికల నన్నింటిని అవగాహన చేసికొనును.

వాస్తవమునకు కోరిక యనునది జీవునకు సూక్ష్మరూప బంధమైనను భగవానుడు జీవులకు వారి అర్హతను బట్టి కోరికలను పూర్ణము కావించుచుండును. ఈ విధముగా మనుజుడు తలచుట, భగవానుడు దానిని పూర్ణము కావించుట జరుగుచుండును. అనగా మనుజుడు తన కోరికలను పూర్ణము కావించుకొనుటలో సర్వశక్తిమంతుడు కాడు. కాని భగవానుడు మాత్రము తన కోరికలను పూర్ణము కావించుకొనగలడు. ఆతడు సర్వుల యెడ తటస్థుడై యుండును కనుకనే కొద్దిపాటి స్వాతంత్ర్యము కలిగినటువంటి జీవుల కోరికలతో ఆతడు జోక్యమును కలిగించుకొనడు. అయినను తనను పొందవలెనను ఇచ్ఛను ఎవరేని ప్రకటించినచో వారి యెడ ప్రత్యేక శ్రద్ధను తీసికొని వారు తనను పొంది నిత్యానందము ననుభవించు రీతిగా వారి కోరికను వృద్ధి చేయును. కనుకనే "ఏష ఉ హ్యేవ సాధు కర్మ కారయతి తం యమేభ్యో లోకేభ్య ఉన్నినీషతే ఏష ఉ ఏవాసాధు కర్మ కారయతి యమధో నినీషతే - జీవుడు ఉద్ధరింపబడు రీతిగా భగవానుడు వానిని పుణ్యకార్యములలో నియుక్తుని చేయును. అట్లే నరకమునకు పోవు రీతిగా పాపకార్యములందును నియుక్తుని చేయును" అని వేదమంత్రము తెలుపుచున్నది (కౌశీతకీ ఉపనిషత్తు 3.8).

అజ్ఞో జంతురనీశోఽయమాత్మనః సుఖదుఃఖయోః ।
ఈశ్వరప్రేరితో గచ్ఛేత్ స్వర్గం వా శ్వభ్రమేవ చ ॥

"జీవుడు తన సుఖదుఃఖములందు సంపూర్ణముగా పరతంత్రుడై యుండును. గాలిచే మేఘము కదలినట్లు, అతడు భగవానుని సంకల్పముచే స్వర్గమునకు గాని, నరకమునకు గాని ప్రయాణించును."

అనగా కృష్ణభక్తిరసభావనను త్యజించుచున్నందునే జీవుడు మోహమునకు గురియగుచున్నాడు. తత్కారణముగా జీవుడు సహజస్థితి రీత్యా నిత్యుడును, ఆనందస్వరూపుడును, జ్ఞానపూర్ణుడును అయినప్పటికిని తన అణుమాత్ర స్థితి వలన శ్రీకృష్ణభగవానునికి సేవ గూర్చవలసిన నిజస్థితిని మరచి అజ్ఞానముచే బద్ధుడగుచున్నాడు. అట్టి అజ్ఞానవశమున అతడు తన బద్ధస్థితికి భగవానుడే కారణమనియు పలుకుచుండును. "వైషమ్యనైర్ఘృణ్యే న సాపేక్షత్వాత్ తథా హి దర్శయతి - భగవానుడు బాహ్యముగా ద్వేషించుచున్నట్లు లేదా ప్రేమించుచున్నట్లు కానిపించినను వాస్తవమునకు అతడు ఎవ్వరినీ ద్వేషించుట గాని,

ప్రేమించుట గాని చేయుడు" అని వేదాంతసూత్రము (2.1.34) ఈ విషయమునే నిర్ధారించుచున్నది.

16

ज्ञानेन तु तदज्ञानं येषां नाशितमात्मनः ।
तेषामादित्यवज्ज्ञानं प्रकाशयति तत् परम् ॥१६॥

జ్ఞానేన తు తదజ్ఞానం యేషాం నాశితమాత్మనః ।
తేషామాదిత్యవద్‌జ్ఞానం ప్రకాశయతి తత్ పరమ్ ॥

జ్ఞానేన—జ్ఞానముచే; తు—కాని; తత్—ఆ; అజ్ఞానం—అజ్ఞానము; యేషామ్—ఎవరి యొక్క; నాశితం—నశింపజేయబడినదో; ఆత్మనః—జీవి యొక్క; తేషామ్—వారి యొక్క; అదిత్యవత్—ఉదయించుచున్న సూర్యుని వలె; జ్ఞానం—జ్ఞానము; ప్రకాశయతి—ప్రకాశింపజేయును; తత్పరమ్—కృష్ణభక్తిభావనము.

అజ్ఞానమును నశింపజేయు జ్ఞానముచే మనుజుడు ప్రకాశవంతుడై నప్పుడు, పగటిసమయమున సూర్యుడు సర్వమును ప్రకాశింపజేయునట్లు, అతని జ్ఞానము సర్వమును వ్యక్తపరచును.

భాష్యము : శ్రీకృష్ణుని మరచినవారు నిశ్చయముగా మోహపరవశులగుదురు. కాని కృష్ణభక్తిభావన యందున్నవారు ఎన్నడును మోహమునకు గురికారు. "సర్వం జ్ఞానప్లవేనైవ, జ్ఞానాగ్నిః సర్వకర్మాణి, న హి జ్ఞానేన సదృశమ్" అనుచు జ్ఞానము సర్వదా భగవద్గీత యందు గొప్ప గౌరవమొసగబడినది. ఇక ఆ జ్ఞానమననెట్టిది? సంపూర్ణజ్ఞానము శ్రీకృష్ణునికి శరణుపొందుట ద్వారానే లభించునని భగవద్గీత సప్తమాధ్యాయపు పందొమ్మిదవ శ్లోకము (7.19) తెలుపుచున్నది (బహూనాం జన్మనా మన్తే జ్ఞానవాన్ మాం ప్రపద్యతే). అనేకానేక జన్మలు గడచిన పిమ్మట జ్ఞానవంతుడైనవాడు శ్రీకృష్ణుని శరణుపొందినపుడు (కృష్ణభక్తిరసభావితుడై నపుడు) పగటిసమయమున సూర్యుని వలన సర్వము గోచరమైనట్లు అతనికి సర్వము వెల్లడి చేయబడును. నిజమునకు జీవులు పలు విధములుగా మోహమునకు గురియగుచుందురు. ఉదాహరణకు అతడు తనను భగవానునిగా భావించుచు అజ్ఞానవాగురమున పడిపోవును. జీవుడు భగవానుడేయైనచో అజ్ఞానముచే ఎట్లు మోహితుడగును? భగవానుడు అజ్ఞానముచే మోహితుడగునా? ఒకవేళ అదే నిజమైనచో అజ్ఞానము భగవానుని కన్నను గొప్పదే

కాగలదు. నిజమైన జ్ఞానము కృష్ణభక్తిపరాయణుడైన వాని నుండే లభించును కనుక ప్రతియొక్కరు అట్టి ప్రామాణిక గురువును ఆశ్రయించి, ఆయన శరణమున కృష్ణభక్తిరసభావనను గూర్చి నేర్వవలెను. ఏలయన సూర్యుడు అంధకారమును తరిమివేయు రీతి కృష్ణభక్తిరసభావనము సమస్త అజ్ఞానమును నిక్కముగా పారద్రోలగలదు. తాను దేహమును గాక దేహమునకు పరమైనవాడిననెడి పూర్ణ జ్ఞానము మనుజునకున్నను, ఆత్మ మరియు పరమాత్ముని నడుమగల భేదమును అతడు గాంచలేకపోవచ్చును. కాని కృష్ణభక్తిపరాయణుడైన గురువు యొక్క శరణమును పొందినచో అతనికి సర్వము విదితము కాగలదు. శ్రీకృష్ణభగవానుని గూర్చియు, ఆ దేవదేవునితో తనకు గల సంబంధమును గూర్చియు మనుజుడు ఆతని ప్రతినిధి నాశ్రయించినప్పుడే నిజముగా తెలిసికొనగలడు. కృష్ణసంబంధ విజ్ఞానమును సంపూర్ణముగా కలిగియున్నందున కృష్ణునితో సమానముగా భక్తిగౌరవములు లభించినను కృష్ణుని ప్రతినిధియైనవాడు తానెన్నడును భగవానుడనని పలుకడు. భగవానుడు, జీవుల నడుమ గల వ్యత్యాసమును సర్వులు ఎరుగవలెను. కనుకనే శ్రీకృష్ణభగవానుడు ద్వితీయాధ్యాయమున (2.12) ప్రతిజీవియు వ్యక్తిత్వము కలవాడనియు, తాను కూడ వ్యక్తిత్వము కలవాడ ననియు పలికియుండెను. జీవులు భూతకాలమందును, వర్తమానమునందును, భవిష్యత్తునందును, వ్యక్తిత్వమును కలిగియుందురు. ముక్తి పిదపయు వారు ఆ స్వభావమును కలిగియుందురు. రాత్రి యందు చీకటిలో సర్వము ఒకటిగానే గోచరించినను సూర్యోదయమైనంతనే ప్రతిదియు వాటి యథార్థరూపములో గోచరించును. ఆధ్యాత్మిక జీవితమునందలి వ్యక్తిత్వముతో కూడిన గుర్తింపే యథార్థజ్ఞానమై యున్నది.

17

तद्बुद्धयस्तदात्मानस्तन्निष्ठास्तत्परायणाः ।
गच्छन्त्यपुनरावृत्तिं ज्ञाननिर्धूतकल्मषाः ॥१७॥

తద్బుద్ధయస్తదాత్మానస్తన్నిష్ఠాస్తత్పరాయణాః ।
గచ్ఛన్త్యపునరావృత్తిం జ్ఞాననిర్ధూతకల్మషాః ॥

తద్బుద్ధయః—దేవదేవుని యందు ఎల్లప్పుడును బుద్ధిని నిల్పువారు; తదాత్మానః—దేవదేవుని యందు ఎల్లప్పుడును మనస్సు లగ్నమైనవారు; తన్నిష్ఠాః—దేవదేవుని యందే సంపూర్ణవిశ్వాసము గలవారు; తత్పరాయణాః—ఆతనినే పూర్ణముగా

ఆశ్రయించినవారు; గచ్ఛన్తి—పొందుదురు; అపునరావృత్తిం—మోక్షమును; జ్ఞాన—జ్ఞానము చేత; నిర్ధూత—ప్రక్షాళింపబడిన; కల్మషాః—కల్మషములు.

బుద్ధి, మనస్సు, నిష్ఠ, ఆశ్రయములన్నియును భగవానుని యందే లగ్నమైనపుడు మనుజుడు సంపూర్ణజ్ఞానముచే కల్మషరహితుడై నేరుగా ముక్తిమార్గమున ప్రయాణించును.

భాష్యము : దివ్యమగు పరమసత్యమే శ్రీకృష్ణభగవానుడు. శ్రీకృష్ణుడు పూర్ణపురుషోత్తముడగు భగవానుడని ప్రకటించుట యందే గీతాజ్ఞానమంతయు కేంద్రీకృతమైనది. వేదవాఙ్మయమంతయు ఈ విషయమునే తెలుపుచున్నది. పరతత్త్వమనగా పరమసత్యత్వమని భావము. బ్రహ్మము, పరమాత్మ, భగవానుడనెడి తత్త్వములుగా పరతత్త్వము నెరిగినవారే దానిని అవగాహన చేసికొనగలరు. ఆ పరతత్త్వము యొక్క చరమానుభవమే శ్రీకృష్ణభగవానుడు. ఆతనికి మించి వేరొక్కటి లేదు. కనుకనే ఆ భగవానుడు "మత్తః పరతరం నాన్యత్ కించిదస్తి ధనంజయ" అని బోధించెను. నిరాకారబ్రహ్మము సైతము శ్రీకృష్ణుని పైననే ఆధారపడియున్నదని తెలుపబడినది (బ్రహ్మణోహి ప్రతిష్ఠాహమ్). కనుకనే అన్నివిధముల శ్రీకృష్ణుడే పరమసత్యమై యున్నాడు. తత్కారణముగా శ్రీకృష్ణుని యందే మనస్సు, బుద్ధి, నిష్ఠ, ఆశ్రయములను సదా కలిగియున్నవారు (కృష్ణభక్తిరసభావితులు) నిస్సందేహముగా కల్మషరహితులును, పరతత్త్వ విషయమున సంపూర్ణజ్ఞానమును కలిగినవారును అగుదురు. కృష్ణభక్తిరస భావితుడు శ్రీకృష్ణుని యందు ద్వైతము కలదని (ఏకకాలమున ఏకత్వము మరియు వ్యక్తిత్వము) సంపూర్ణముగా అవగతము చేసికొనగలుగును. అట్టి జ్ఞానమును కలిగిన మనుజుడు ముక్తిమార్గమున పురోభివృద్ధిని పొందును.

18

विद्याविनयसम्पन्ने ब्राह्मणे गवि हस्तिनि ।
शुनि चैव श्वपाके च पण्डिताः समदर्शिनः ॥१८॥

విద్యావినయసమ్పన్నే బ్రాహ్మణే గవి హస్తిని ।
శుని చైవ శ్వపాకే చ పణ్డితాః సమదర్శినః ॥

విద్యా—విద్యతోడను; వినయ—నమ్రతతోడను; సమ్పన్నే—పూర్తిగా కలిగి; బ్రాహ్మణే—బ్రాహ్మణుని యందును; గవి—గోవు యందును; హస్తిని—ఏనుగు యందును; శుని—కుక్క

యందు; చ–మరియు; ఏవ–నిశ్చయముగా; శ్వపాకే చ–కుక్కమాంసము తినువాని యందు(చండాలుని యందును); పణ్డితాః–పండితులు; సమదర్శినః–సమానమైన దృష్టి గలవారు.

వినమ్రులైన యోగులు యథార్థమైన జ్ఞానము కలిగినవారగుటచే విద్యా వినయసంపన్నుడైన బ్రాహ్మణుని, గోవుని, ఏనుగును, శునకమును, శునకమాంసమును తినువానిని (చండాలుని) సమదృష్టితో వీక్షింతురు.

భాష్యము : కృష్ణభక్తిభావన యందున్నవాడు జాతి, కుల విచక్షణను చూపడు. సంఘదృష్టిలో బ్రాహ్మణుడు, చండాలుడు వేరు కావచ్చును. అలాగుననే కుక్క, గోవు, ఏనుగు మొదలగునవి జాతిదృష్టిలో వేరుకావచ్చును. కాని ఈ విధమైన దేహపరభేదములు జ్ఞానవంతుడైన యోగి దృష్టిలో అర్థరహితములు. పరమాత్మ రూపమున శ్రీకృష్ణభగవానుడు వాటన్నింటి యందును నిలిచి వాటితో సంబంధమును కలిగియుండుటే అందులకు కారణము. భగవానుని గూర్చిన అట్టి అవగాహనయే నిజమైన జ్ఞానమై యున్నది. భగవానుడు ప్రతిజీవిని కూడా మిత్రునిగా భావించు కారణమున దేహములు వివిధవర్ణములు లేదా జాతుల యందున్నను ఆతడు మాత్రము సమభావమును కలిగియుండును. జీవుల స్థితులతో నిమిత్తములేక ఆతడు సర్వుల యందును పరమాత్మ రూపమున వసించి యుండును. బ్రాహ్మణుడు, చండాలుని దేహములు సమానములు కాకున్నను పరమాత్మ రూపమున భగవానుడు ఆ రెండింటి యందును నిలిచియుండును. దేహములనునవి ప్రకృతిజన్యత్రిగుణముల ద్వారా రూపొందినవైనను, దేహము నందుండెడి ఆత్మ, పరమాత్మ మాత్రము ఒకే ఆధ్యాత్మికతను కలిగియున్నట్టివి. సమాన ఆధ్యాత్మికతను కలిగియున్నప్పటికిని ఆత్మ, పరమాత్మ పరిమాణరీతిని ఎన్నడును సమానములు కావు. ఏలయన జీవాత్మ తాను నిలిచియున్న దేహమునకే పరిమితము చెందియుండగా, పరమాత్మ ప్రతిజీవి దేహమందును నిలిచియుండును. కృష్ణభక్తిరసభావితుడు ఈ జ్ఞానమును సంపూర్ణముగా కలిగి యుండుటచే నిక్కముగా జ్ఞానవంతుడును, సమదృష్టి కలవాడును అయి యుండును. చైతన్యము, సనాతనత్వము, ఆనందమయత్వము అనునవి ఆత్మ, పరమాత్మల ఒకేరీతి లక్షణములు. కాని వాటి నడుమ గల భేదమేమనగా ఆత్మ తాను నిలిచియున్న దేహపరిధిలోనే చేతనమును కలిగియుండగా, పరమాత్మ సర్వదేహముల జ్ఞానమును కలిగియుండును. అట్టి పరమాత్మ సర్వదేహము

లందు ఎట్టి విచక్షణలేక నిలిచియుండును.

19

इहैव तैर्जितः सर्गो येषां साम्ये स्थितं मनः।
निर्दोषं हि समं ब्रह्म तस्माद् ब्रह्मणि ते स्थिताः ॥१९॥

ఇహైవ తైర్జితః సర్గో యేషాం సామ్యే స్థితం మనః ।
నిర్దోషం హి సమం బ్రహ్మ తస్మాద్ బ్రహ్మణి తే స్థితాః ॥

ఇహైవ—ఈ జన్మమందే; తైః—వారిచే; జితః—జయింపబడినవి; సర్గః—జనన, మరణములు; యేషాం—ఎవరి యొక్క; సామ్యే—సమత్వములో; స్థితం—ఉన్నదో; మనః—మనస్సు; నిర్దోషం—దోషరహితమైనది; హి—నిశ్చయముగా; సమం—సమదృష్టి; బ్రహ్మ—బ్రహ్మము వలె; తస్మాత్—అందుచే; బ్రహ్మణి—బ్రహ్మమందు; తే—వారు; స్థితాః—ఉందురు.

సమానత్వము, ఏకత్వములందు మనస్సు నెలకొనినట్టివారు జననమరణస్థితిని జయించినట్టివారే. వారు బ్రహ్మము వలె దోషరహితులైనట్టి వారు. ఆ విధముగా వారు బ్రహ్మమునందు స్థితిని కలిగినట్టివారే యగుదురు.

భాష్యము : పైన తెలిపిన విధముగా మనస్సు నందలి సమానత్వము ఆత్మానుభవపు చిహ్నమై యున్నది. అట్టి స్థితిని పొందినవారిని జన్మమృత్యువుల వంటి భౌతికస్థితులను జయించినవారుగా భావింపవలెను. దేహమును ఆత్మగా భావించు దేహాత్మభావనము కలిగియున్నంతవరకు మనుజుడు బద్ధునిగా భావింపబడినను, ఆత్మజ్ఞానము ద్వారా సమత్వస్థితికి ఉద్ధరింపబడినంతనే బద్ధ జీవితము నుండి ముక్తిని పొందినవాడగును. అనగా మరణానంతరము అతడు తిరిగి ఈ భౌతికజగమున జన్మను పొందక ఆధ్యాత్మికజగమున ప్రవేశించును. రాగద్వేషములు లేనందున భగవానుడు దోషరహితుడైనట్లే, జీవుడును రాగ ద్వేషముల నుండి విడివడినప్పుడు దోషరహితుడై ఆధ్యాత్మికజగమున ప్రవేశించుటకు అర్హతను పొందును. అట్టివానిని ముక్తపురుషునిగానే భావింపవలెను. అతని లక్షణములు తరువాతి శ్లోకములో వర్ణింపబడినవి.

20

न प्रहृष्येत् प्रियं प्राप्य नोद्विजेत् प्राप्य चाप्रियम्।
स्थिरबुद्धिरसम्मूढो ब्रह्मविद् ब्रह्मणि स्थितः ॥२०॥

న ప్రహృష్యేత్ ప్రియం ప్రాప్య నోద్విజేత్ ప్రాప్య చాప్రియమ్ ।
స్థిరబుద్ధిరసమ్మూఢో బ్రహ్మవిద్ బ్రహ్మణి స్థితః ॥

న ప్రహృష్యేత్—ఉప్పొంగడు; ప్రియం—ప్రియమైనదానిని; ప్రాప్య—పొంది; న ఉద్విజేత్—కలతను పొందడు; ప్రాప్య—పొంది; చ—కూడా; అప్రియం—ప్రియము కాని దానిని; స్థిర బుద్ధిః—స్థిరమైన బుద్ధి కలవాడును; అసమ్మూఢః—మోహితుడు కానివాడును; బ్రహ్మవిత్—బ్రహ్మమును పూర్తిగా నెరింగినవాడును; బ్రహ్మణి—బ్రహ్మము నందు; స్థితః—ఉండును.

ప్రియమైనది పొందినప్పుడు ఉప్పొంగక అప్రియమైనది ప్రాప్తించినప్పుడు ఉద్విగ్నత నొందనివాడును, స్థిరబుద్ధిని కలిగినవాడును, మోహపరవశుడు కానివాడును, భగవద్విజ్ఞానమును పూర్ణముగా నెరిగినవాడును అగు మనుజుడు పరబ్రహ్మమునందు స్థితిని కలిగియున్నట్టివాడే యగును.

భాష్యము : ఆత్మానుభవమును పొందిన మహాత్ముని లక్షణములు ఇచ్చట పేర్కొనబడినవి. మిథ్యాతాదాత్మ్యముచే దేహమునే ఆత్మగా భావించెడి మోహగ్రస్థుడు కాకపోవుట అతని ప్రథమ లక్షణము. దేహాత్మభావనను కలిగి యుండక తాను శ్రీకృష్ణభగవానుని అంశనని అతడు సంపూర్ణముగా ఎరిగి యుండును. కనుకనే దేహమునకు సంబంధించినదేదైనను లభించినప్పుడు పొంగుట గాని, నష్టపోయినప్పుడు చింతించుట గాని అతడు చేయడు. మనస్సు యొక్క ఈ స్థిరత్వమే "స్థిరబుద్ధి" అనబడును. కనుక అతడు దేహమును ఆత్మగా భ్రమించుట గాని, దేహమును శాశ్వతమని తలచి ఆత్మను తృణీకరించుట గాని చేయడు. ఇట్టి జ్ఞానము అతనిని బ్రహ్మము, పరమాత్మ, భగవానుడనెడి పరతత్త్వ జ్ఞానమును అవగాహన చేసికొనగలిగెడి స్థితికి చేర్చగలదు. తద్వారా ఆ భక్తుడు భగవానునితో అన్ని విధములుగా సమానము కావలెనను మిథ్యాయత్నమును త్యజించి తన నిజస్థితిని తెలిసికొనగలడు. ఇదియే వాస్తవమునకు బ్రహ్మానుభవము లేదా ఆత్మానుభవము అనబడును. అట్టి స్థిరమైన భావనయే కృష్ణభక్తిరసభావనము.

21

बाह्यस्पर्शेष्वसक्तात्मा विन्दत्यात्मनि यत् सुखम् ।
स ब्रह्मयोगयुक्तात्मा सुखमक्षयमश्नुते ॥२१॥

బాహ్యస్పర్శేష్వసక్తాత్మా విన్దత్యాత్మని యత్ సుఖమ్ ।
స బ్రహ్మయోగయుక్తాత్మా సుఖమక్షయమశ్నుతే ॥

బాహ్యస్పర్శేషు—బాహ్యేంద్రియ ఆనందములందు; అసక్తాత్మా—ఆసక్తుడు కానివాడు; విన్దతి—అనుభవించును; ఆత్మని—ఆత్మ యందు; యత్సుఖం—ఏ సుఖమును; సః—అతడు; బ్రహ్మయోగ—బ్రహ్మధ్యానము; యుక్తాత్మా—కూడినవాడై; సుఖం—సుఖమును;

అక్షయం—అపరిమితమైన; అశ్నుతే—పొందును.

అట్టి ముక్తపురుషుడు బాహ్యేంద్రియ సుఖమునకు ఆకర్షితుడు గాక ఆత్మ యందే సౌఖ్యము ననుభవించుచు సదా ధ్యానమగ్నుడై యుండును. పరబ్రహ్మమును ధ్యానించు కారణమున ఆత్మదర్శి ఆ విధముగా అనంతసౌఖ్యము ననుభవించును.

భాష్యము: కృష్ణభక్తిపరాయణుడైన శ్రీయామునాచార్యులు ఈ క్రింది విధముగా పలికియుండిరి.

యదవధి మమ చేతః కృష్ణపాదారవిన్దే।
నవనవరసధామన్యుద్యతం రంతు మాసీత్ ॥
తదవధి బత నారీసంగమే స్మర్యమాణే ।
భవతి ముఖవికారః సుష్ఠు నిష్ఠీవనం చ ॥

"శ్రీకృష్ణభగవానుని దివ్యమైన ప్రేమయుక్తసేవ యందు నియుక్తమై, ఆ దేవదేవుని యందు నిత్యనూతనమైన ఆనందమును నేను అనుభవించు చున్నందున మైథునసుఖభావన కలిగినంతనే అరుచిచే నా ముఖము వికారము నొంది నేనా భావముపై ఉమ్మివేయుదును." బ్రహ్మయోగము (కృష్ణభక్తిరస భావనము) నందున్నవాడు శ్రీకృష్ణభగవానుని దివ్యమైన భక్తియుతసేవ యందు నిమగ్నుడై యున్నందున భౌతికభోగముల యెడ రుచిని కోల్పోవును. భౌతికభావనలో అత్యంత ఘనమైన సుఖము మైథునభోగము. జగమంతయు దీనిపై ఆధారపడియే పనిచేయుచున్నది. దీని ప్రోద్బలము లేకుండా లౌకికుడు ఎట్టి కర్మల యందును పాల్గొనలేడు. కాని కృష్ణభక్తిభావన యందున్నవాడు అట్టి సుఖమును వాంఛింపకయే అత్యంత ఉత్సాహముతో కర్మను ఒనరింపగలడు. దాని నతడు సంపూర్ణముగా త్యజించును. అట్టి సుఖత్యాగము ఆత్మానుభవమునకు ఒక పరీక్ష వంటిది. ఏలయన ఆత్మానుభవమునకు, మైథునభోగమునకు పొత్తు ఎన్నడును కుదరదు. కృష్ణభక్తిభావన యందున్నవాడు ముక్తపురుషుడై యున్నందున ఏ విధమైన ఇంద్రియభోగముల యెడను ఆకర్షణను కలిగి యుండడు.

22

ये हि संस्पर्शजा भोगा दुःखयोनय एव ते।
आद्यन्तवन्तः कौन्तेय न तेषु रमते बुधः ॥२२॥

యే హి సంస్పర్శజా భోగా దుఃఖయోనయ ఏవ తే ।
ఆద్యన్తవన్తః కౌన్తేయ న తేషు రమతే బుధః ॥

యే—ఏవి; హి—నిశ్చయముగా; సంస్పర్శజాః—ఇంద్రియముల సంపర్కము వలన కలుగు; భోగాః—సౌఖ్యములు; దుఃఖయోనయః—దుఃఖమునకు మూలములు; ఏవ—నిశ్చయముగా; తే—అవి; ఆద్యన్తవన్తః—మొదలును, తుదియును కలవి; కౌన్తేయ—కుంతీకుమారుడా; తేషు—వాని యందు; న రమతే—ప్రీతినొందడు; బుధః—తెలివిగలవాడు.

బుద్ధిమంతుడైనవాడు ఇంద్రియసంపర్కముచే కలుగు దుఃఖకారణము లందు పాల్గొనడు. ఓ కౌంతేయా! ఆ సుఖములు ఆద్యంతములను కూడి యున్నందున తెలివిగలవాడు వాని యందు ప్రియమును పొందడు.

భాష్యము : భౌతికసుఖములు ఇంద్రియసంపర్కముచే కలుగుచుండును. కాని దేహమే అశాశ్వతము గనుక అట్టి భౌతికసుఖములన్నియును తాత్కాలికములై యున్నవి. తాత్కాలికమైన దేనియందును ముక్తపురుషుడు ఆసక్తిని కనబరచడు. దివ్యమైన ఆధ్యాత్మికానంద రుచిని తెలిసిన ముక్తపురుషుడు ఎట్లు ఆభాస సుఖమును అనుభవింప అంగీకరించును? ఈ విషయమును గూర్చి పద్మపురాణము నందు ఇట్లు తెలుపబడినది.

రమంతే యోగినోఽనన్తే సత్యానందే చిదాత్మని ।
ఇతి రామపదేనాసౌ పరం బ్రహ్మాభిధీయతే ॥

"యోగులైనవారు పరతత్త్వము నందు రమించుచు అనంతముగా దివ్యానందము ననుభవింతురు. కనుకనే పరతత్త్వము రాముడనియు తెలియ బడును."

శ్రీమద్భాగవతము నందు కూడా ఈ విధముగా తెలుపబడినది (5.5.1) :

నాయం దేహో దేహభాజాం నృలోకే
కష్టాన్ కామానర్హతే విడ్భుజాం యే ।
తపో దివ్యం పుత్రకాయేన సత్త్వం
శుద్ధ్యేద్యస్మాత్ బ్రహ్మసౌఖ్యం త్వనంతం ॥

"ప్రియమైన పుత్రులారా! మానవజన్మ యందు ఇంద్రియప్రీతి కొరకు కష్టించి పనిచేయుట యుక్తము కాదు. ఏలయన అట్టి ఇంద్రియసుఖములు మలభక్షణము చేయు సూకరములకు కూడ లభించుచున్నవి. దానికి బదులు జీవితమనుగడనే శుద్ధిపరచునటువంటి తపస్సును ఈ జీవితమున మీరు చేపట్టుడు. తత్ఫలితముగా

మీరు అనంతమైన ఆధ్యాత్మికానందము ననుభవింపగలరు."

కనుకనే నిజమైన యోగులు (బుధజనులు) నిరంతర భవబంధమునకు కారణమైన ఇంద్రియసుఖముచే ఆకర్షణకు గురికారు. విషయసుఖముల యెడ ఎంత ఎక్కువ అనురక్తి పెరుగునో అంత ఎక్కువగా మనుజుడు దుఃఖములందు చిక్కుబడును.

23

शक्नोतीहैव यः सोढुं प्राक्शरीरविमोक्षणात् ।
कामक्रोधोद्भवं वेगं स युक्तः स सुखी नरः ॥२३॥

శక్నోతీహైవ యః సోఢుం ప్రాక్శరీరవిమోక్షణాత్ ।
కామక్రోధోద్భవం వేగం స యుక్తః స సుఖీ నరః ॥

శక్నోతి—శక్తుడగునో; ఇహైవ—వర్తమాన శరీరమునందే; యః—ఎవడు; సోఢుం—సహించుటకు; ప్రాక్శరీరవిమోక్షణాత్—దేహమును విడుచుటకు పూర్వమే; కామ—కామము; క్రోధ—క్రోధము; ఉద్భవం—పుట్టినట్టి; వేగం—వేగమును; సః—అతడు; యుక్తః—సమాధిలో; సః—అతడు; సుఖీ—సౌఖ్యవంతుడు; నరః—మానవుడు.

దేహమును విడుచుటకు పూర్వమే ఇంద్రియముల కోరికలను అదుపు చేయగలిగినవాడు, కామక్రోధ వేగమును అణచగలిగినవాడు దివ్యస్థితి యందున్నట్టివాడై ఈ జగమునందు సుఖవంతుడగును.

భాష్యము : ఆత్మానుభవమార్గమున స్థిరమైన పురోభివృద్ధిని గోరువాడు ఇంద్రియవేగమును అణచుటకు యత్నింపవలెను. వాచావేగము, క్రోధవేగము, మనోవేగము, ఉదరవేగము, ఉపస్థవేగము, జిహ్వావేగము అను పలు ఇంద్రియ వేగములు కలవు. ఈ వివిధేంద్రియ వేగములను, మనస్సును అదుపు చేయ గలిగినవాడు గోస్వామి లేదా స్వామి యని పిలువబడును. అట్టి గోస్వాములు నిష్ఠగా నియమజీవనము పాటించుచు, సర్వవిధములైన ఇంద్రియవేగముల నుండి దూరులై యుందురు. కోరికలనునవి సంతృప్తి నొందనప్పుడు అవి క్రోధమును కలిగించును. తత్కారణముగా మనస్సు, కన్నులు, హృదయము ఉద్విగ్నమగును. కనుకనే ఈ భౌతికదేహమును విడుచుటకు పూర్వమే ప్రతియొక్కరు ఆ ఇంద్రియ, మనోవేగములను నియమించుటను అభ్యసించవలెను. అట్లు చేయగలిగినవాడు ఆత్మానుభవమును పొందినవాడని భావింపబడును. అట్టి ఆత్మానుభవస్థితి యందు అతడు పూర్ణానందము ననుభవించును. కనుక కోరిక,

క్రోధములను తీవ్రముగా అణచుటకు యత్నించుటయే ఆధ్యాత్మికజ్ఞాన సంపన్నుని విధ్యుక్తధర్మమై యున్నది.

24

योऽन्तःसुखोऽन्तरारामस्तथान्तर्ज्योतिरेव यः ।
स योगी ब्रह्मनिर्वाणं ब्रह्मभूतोऽधिगच्छति ॥२४॥

యోఽన్తఃసుఖోఽన్తరారామస్తథాన్తర్జ్యోతిరేవ యః ।
స యోగీ బ్రహ్మనిర్వాణం బ్రహ్మభూతోఽధిగచ్ఛతి ॥

యః—ఎవడు; అన్తః సుఖః—ఆంతరసౌఖ్యము కలవాడు; అన్తః ఆరామః—ఆంతరంగమందే రమించువాడు; తథా—అట్లే; అన్తః జ్యోతిః—అంతరంగమందే లక్ష్యము కలవాడు; ఏవ—నిశ్చయముగా; యః—ఎవడు; సః—అతడు; యోగీ—యోగి; బ్రహ్మనిర్వాణం—బ్రహ్మమందు ముక్తిని; బ్రహ్మభూతః—ఆత్మానుభవమును పొందినవాడై; అధిగచ్ఛతి—పొందును.

అంతరంగమందే ఆనందమును కలిగినవాడును, ఉత్సాహవంతుడై అంతరంగమందే రమించువాడును, అంతరంగమందే లక్ష్యమును కలిగినవాడును అగు మనుజుడే వాస్తవమునకు పూర్ణుడగు యోగి యనబడును. బ్రహ్మభూతుడైన అట్టివాడు అంత్యమున పరబ్రహ్మమునే పొందగలడు.

భాష్యము : అంతరంగము నందు ఆనందమును అనుభవించనిదే పైపై సుఖములను కలుగజేయు బాహ్యకర్మల నుండి మనుజుడెట్లు విరమింపగలడు? ముక్తపురుషుడైనవాడు సుఖమును యథార్థానుభవము చేతనే అనుభవించును. కనుక మౌనముగా ఎచ్చటనైనను కూర్చుండి అంతరంగమునందే అతడు సౌఖ్యమును అనుభవింపగలడు. అట్టి ముక్తపురుషుడు బాహ్యసుఖమును ఎన్నడును అభిలషింపడు. "బ్రహ్మభూతస్థితి" యని పిలువబడు అట్టి స్థితిని పొంది నంతట మనుజుడు భగవద్ధామమును నిశ్చయముగా చేరగలడు.

25

लभन्ते ब्रह्मनिर्वाणम् ऋषयः क्षीणकल्मषाः ।
छिन्नद्वैधा यतात्मानः सर्वभूतहिते रताः ॥२५॥

లభన్తే బ్రహ్మనిర్వాణం ఋషయః క్షీణకల్మషాః ।
ఛిన్నద్వైధా యతాత్మానః సర్వభూతహితే రతాః ॥

లభన్తే—పొందుదురు; బ్రహ్మనిర్వాణం—పరతత్త్వము నందు ముక్తిని; ఋషయః—ఋషులు; క్షీణకల్మషాః—పాపరహితులైనవారు; ఛిన్నద్వైధాః—ద్వైతభావనము నశించినవారు; యతాత్మానః—ఆత్మానుభవమునందు అనురక్తులైనవారు; సర్వభూత—సర్వజీవుల యొక్క; హితే—సంక్షేమకర్మమందు; రతాః—రతులై.

అంతరంగమందే మనస్సు సంలగ్నమై సందేహముల నుండి ఉత్పన్నమైనట్టి ద్వంద్వములకు పరమైనవారును, సర్వజీవహితము కొరకే పనిచేయువారును, సర్వపాపదూరులైనవారును అగు ఋషులే బ్రహ్మనిర్వాణమును పొందుదురు.

భాష్యము : కృష్ణభక్తిభావనాపూర్ణుడే వాస్తవమునకు సర్వజీవుల హితకార్యము నందు నియుక్తుడైనవాడని చెప్పబడును. శ్రీకృష్ణుడే సర్వమునకు మూలకారణమనెడి నిజజ్ఞానమును కలిగి తద్భావనలో వర్తించినప్పుడు మనుజుడు సర్వుల హితార్థమై వర్తించినవాడగును. శ్రీకృష్ణభగవానుడు దివ్యభోక్త, దివ్యయజమాని, పరమమిత్రుడు అనెడి విషయమును మరచుటయే మానవుల దుఃఖమునకు కారణమై యున్నది. కనుక మానవుల యందు ఈ చైతన్యమును జాగృతము చేయుటకై వర్తించుట వాస్తవమునకు అత్యంత ఘనమైన హితకార్యమై యున్నది. బ్రహ్మనిర్వాణమును బడయనిదే ఎవ్వరును అట్టి శ్రేష్ఠమైన క్షేమకరకార్యము నొనరింపలేరు. కృష్ణభక్తిభావలో ఉన్నవాడు శ్రీకృష్ణుని దేవదేవత్వమున ఎట్టి సందేహమును కలిగియుండడు. అతడు సంపూర్ణముగా పాపదూరుడై యుండుటయే అందులకు కారణము. అదియే దివ్యమైన ప్రేమస్థితి.

మానవుల యొక్క కేవల బాహ్యక్షేమమును చూచుట యందు మాత్రమే నియుక్తుడైనవాడు వాస్తవమునకు ఎవ్వరికినీ హితమును గూర్చలేడు. మనస్సు, దేహములకు కూర్చబడు తాత్కాలిక ఉపశమనము నిత్యతృప్తిని ఎన్నడును కూర్చలేదు. జీవనసంఘర్షణ మందలి కష్టములకు నిజమైన కారణము శ్రీకృష్ణభగవానునితో గల సంబంధమును జీవుడు మరచుటయే. తనకు శ్రీకృష్ణునితో గల నిత్యసంబంధమును మనుజుడు సంపూర్ణముగా అవగతము చేసికొనినప్పుడు భౌతికజగమునందు ఉన్నప్పటికిని అతడు ముక్తపురుషుడే కాగలడు.

26

कामक्रोधविमुक्तानां यतीनां यतचेतसाम् ।
अभितो ब्रह्मनिर्वाणं वर्तते विदितात्मनाम् ॥२६॥

కామక్రోధవిముక్తానాం యతీనాం యతచేతసామ్ ।
అభితో బ్రహ్మనిర్వాణం వర్తతే విదితాత్మనామ్ ॥

కామ—కోరికల నుండియు; క్రోధ—కోపము నుండియు; విముక్తానాం—విడువబడిన; యతీనాం—యతులకు; యతచేతసాం—మనస్సుపై సంపూర్ణ నిగ్రహము కలిగినవారు; అభితః—అచిరకాలమునందే; బ్రహ్మనిర్వాణం—పరబ్రహ్మమునందు ముక్తిని; వర్తతే—పొందుదురు; విదితాత్మనాం—ఆత్మదర్శులు.

కామక్రోధముల నుండి విడివడినవారును, ఆత్మదర్శులును, ఆత్మ సంయమనము కలిగినవారును, సంపూర్ణత్వము కొరకు నిరంతరము యత్నించువారును అగు మహాత్ములు అచిరకాలములోనే బ్రహ్మనిర్వాణమును నిశ్చయముగా బడయుదురు.

భాష్యము : ముక్తిని పొందుట కొరకై నిరంతరము యత్నించు సాధుపురుషులలో కృష్ణభక్తిరసభావన యందున్నవాడు అత్యంత శ్రేష్ఠుడు. శ్రీమద్భాగవతము (4.22.39) ఈ విషయమునే ఇట్లు నిర్ధారించుచున్నది.

యత్పాదపంకజపలాశవిలాసభక్త్యా
కర్మాశయం గ్రథితముద్గ్రథయన్తి సంతః ।
తద్వన్న రిక్తమతయో యతయో ऽపి
రుద్ధస్రోతోగణాస్తమరణం భజ వాసుదేవమ్ ॥

"దేవదేవుడైన వాసుదేవుని భక్తియోగముతో అర్చించుటకు యత్నింపుము. తీవ్రముగా నాటుకొని యుండెడి కామ్యకర్మల కోరికను నశింపజేసికొనుచు ఆ భగవానుని చరణకమలసేవ యందు నిమగ్నులై దివ్యానందము ననుభవించు భక్తులు తమ ఇంద్రియవేగమును అణచినరీతిగా మహామునులు కూడ ఇంద్రియ వేగమును అణచలేకున్నారు."

కామ్యకర్మల ఫలమును అనుభవింపవలెనను కోరిక బద్ధజీవుని యందు అతి గట్టిగా నాటుకొనియుండును. తీవ్రముగా యత్నించుచున్నను మహామునులైనవారు సైతము అట్టి కోరికలను అదుపు చేసికొనలేరు. కాని కృష్ణభక్తిరసభావన యందు శ్రీకృష్ణభగవానుని సేవలో సర్వదా నియుక్తుడైయుండు భక్తుడు ఆత్మజ్ఞానపూర్ణుడై శీఘ్రమే బ్రహ్మనిర్వాణస్థితిని బడయును. తనకుగల ఆత్మజ్ఞానముచే అతడు సదా ధ్యానమగ్నుడై యుండును. దీనికి ఈ క్రింది ఉదాహరణమును తెలుపవచ్చును.

దర్శనధ్యానసంస్పర్శైః మత్స్యకూర్మవిహంగమాః ।
స్వాన్యపత్యాని పుష్ణన్తి తథాఽహమపి పద్మజ ॥

"మత్స్యము చూపు ద్వారా, తాబేలు ధ్యానము ద్వారా, పక్షులు స్పర్శ ద్వారా తమ సంతానమును ఉత్పత్తి చేయును. ఓ పద్మజా! నేను కూడా ఈ రీతిగానే చేయుచుందును."

మత్స్యము కేవలము చూచుట ద్వారానే తన సంతానమును ఉత్పత్తి చేయును. తాబేలు ధ్యానము ద్వారా తన సంతానమును ఉత్పత్తి చేయును. తాబేలు తన గ్రుడ్లను తీరము నందుగల భూమిలో నుంచి, నీటి యందు నిలిచి వాటిపై ధ్యానము చేయును. అదే విధముగా కృష్ణభక్తుడు కూడ భగవద్ధామము నుండి అనంతదూరమున ఉన్నను కృష్ణభక్తి యందు నియుక్తుడగుట ద్వారా సదా ఆ దేవదేవునే చింతించుచు భగవద్ధామమును చేరగలడు. అతడెన్నడును భౌతికక్లేశములచే ప్రభావితుడు కాడు. అట్టి జీవనస్థితియే "బ్రహ్మనిర్వాణము" (నిరంతర బ్రహ్మభావనచే భౌతికక్లేశభావనము లేకుండుట) అని పిలువబడును.

27-28

स्पर्शान् कृत्वा बहिर्बाह्यांश्चक्षुश्चैवान्तरे भ्रुवोः ।
प्राणापानौ समौ कृत्वा नासाभ्यन्तरचारिणौ ॥२७॥
यतेन्द्रियमनोबुद्धिर्मुनिर्मोक्षपरायणः ।
विगतेच्छाभयक्रोधो यः सदा मुक्त एव सः ॥२८॥

స్పర్శాన్ కృత్వా బహిర్బాహ్యాంశ్చక్షుశ్చైవాన్తరే భ్రువోః ।
ప్రాణాపానౌ సమౌ కృత్వా నాసాభ్యన్తరచారిణౌ ॥
యతేన్ద్రియమనోబుద్ధిర్మునిర్మోక్షపరాయణః ।
విగతేచ్ఛాభయక్రోధో యః సదా ముక్త ఏవ సః ॥

స్పర్శాన్—ధ్వని మున్నగు ఇంద్రియవిషయములను; కృత్వా—చేసి; బహిః—బాహ్యమైన; బాహ్యాన్—అనవసరమగు; చక్షుః—కన్నులను; చ—కూడా; ఏవ—నిశ్చయముగా; అన్తరే—నడుమ; భ్రువోః—కనుబొమ్మల; ప్రాణాపానౌ—ఉచ్ఛ్వాసనిశ్వాసములను; సమౌకృత్వా—సమములుగా చేసి; నాసాభ్యంతరచారిణౌ—నాసికారంధ్రముల యందు చరించు; యత—నిగ్రహింపబడిన; ఇంద్రియ—ఇంద్రియములను; మనః—మనస్సును; బుద్ధిః—బుద్ధియు గల; మునిః—దివ్యజ్ఞాని; మోక్షపరాయణః—మోక్షమునందు ఆసక్తి కలవాడు; విగత—విడిచి; ఇచ్ఛా—కోరికలను; భయ—భయమును; క్రోధః—కోపమును; యః—

యః—ఎవడు; సదా—ఎల్లప్పుడును; ముక్తః—ముక్తుడు; ఏవ—నిశ్చయముగా; సః—అతడు.

బాహ్యేంద్రియార్థములన్నింటిని త్యజించి, దృష్టిని భృమధ్యమున నిలిపి, ప్రాణాపాన వాయువులను నాసిక యందే సమములుగా చేసి తద్ద్వారా మనస్సును, బుద్ధిని, ఇంద్రియములను అదుపుజేయునట్టి మోక్ష వాంఛితుడు కోరిక, భయము, కోపముల నుండి ముక్తుడగును. అట్టి స్థితిలో సదా నిలిచి యుండువాడు నిక్కముగా ముక్తిని పొందగలడు.

భాష్యము : కృష్ణభక్తిభావన యందు నియుక్తమగుట ద్వారా మనుజుడు శీఘ్రమే తన ఆధ్యాత్మిక ఉనికిని గుర్తించగలుగును. తదుపరి అతడు భక్తియోగము ద్వారా శ్రీకృష్ణభగవానుని అవగతము చేసికొనగలడు. భక్తియోగమునందు చక్కగా నెలకొనినపుడు మనుజుడు దివ్యమైన ఆధ్యాత్మికస్థితికి చేరి తన కర్మలన్నింటి యందును శ్రీకృష్ణుని దర్శించగలుగును. ఇట్టి విశేషస్థితియే పరబ్రహ్మమందు ముక్తస్థితి యనబడును.

పరబ్రహ్మమునందు ముక్తిని సాధించు విషయమును గూర్చి అర్జునునకు వివరించిన పిమ్మట శ్రీకృష్ణభగవానుడు అట్టి స్థితికి యమము, నియమము, ఆసనము, ప్రాణాయామము, ప్రత్యాహారము, ధారణము, ధ్యానము, సమాధి యను ఎనిమిదివిధములుగా గల అష్టాంగయోగము ద్వారా ఎట్లు మనుజుడు చేరగలడో ఉపదేశించుచున్నాడు. రాబోవు షష్ఠాధ్యాయమున సంపూర్ణముగా వివరింపబడిన ఈ యోగవిషయము ఇప్పటి పంచమాధ్యాయపు చివరన కొద్దిగా తెలుపబడినది. శబ్దము, స్పర్శ, రూపము, రుచి, ఘ్రాణము వంటి ఇంద్రియార్థములను యోగమునందలి ప్రత్యాహార విధానము ద్వారా తరిమివేసి, దృష్టిని భ్రూమధ్యమున నిలిపి, అర్థనిమీలిత నేత్రములతో ధ్యానమును సలుపవలెను. కనులను పూర్తిగా మూసినచో నిదురవచ్చు అవకాశము కలదు. కనుక కనులను పూర్తిగా మూయుటలో ఎట్టి ప్రయోజనము లేదు. ఇంద్రియార్థములచే ఆకర్షణకు గురియయ్యెడి ప్రమాదమున్నందున కనులను పూర్తిగా తెరచియుండుట యందును ఎట్టి ప్రయోజనము లేదు. కనుకనే అర్థనిమీలిత నేత్రములను కలిగి, ప్రాణాపానవాయువులను తటస్థము చేయుట ద్వారా శ్వాసను నాసిక యందే నియంత్రించవలెను. ఇటువంటి యోగాభ్యాసము ద్వారా మనుజుడు ఇంద్రియములపై ఆధిపత్యమును పొందగలిగి బాహ్యములగు ఇంద్రియార్థములను త్యజింపగలుగును. ఆ విధముగా అతడు బ్రహ్మనిర్వాణమును

బడయుటకు సన్నద్ధుడగును.

మనుజుడు సర్వవిధములైన భయము, క్రోధముల నుండి విడివడి దివ్యస్థితి యందు పరమాత్ముని సన్నిధిని అనుభూతమొనర్చుకొనుటకు ఈ యోగవిధానము మిక్కిలి దోహదకరము కాగలదు. వేరుమాటలలో చెప్పవలెనన్న కృష్ణభక్తిరస భావనము యోగనిర్వాహణకు అత్యంత సులభవిధానమై యున్నది. ఈ విషయము రాబోవు అధ్యాయములో సంపూర్ణముగా వివరింపబడును. కృష్ణభక్తిపరాయణుడు సదా భక్తియోగమునందు నిలిచియున్నందున తన ఇంద్రియములను వేరే ఇతర కార్యములందు నిమగ్నము చేయడు. ఇంద్రియములను నియమించుటకు ఈ పద్ధతియే అష్టాంగయోగపద్ధతి కన్నను ఉత్తమమై యున్నది.

29

भोक्तारं यज्ञतपसां सर्वलोकमहेश्वरम् ।
सुहृदं सर्वभूतानां ज्ञात्वा मां शान्तिमृच्छति ॥२९॥

భోక్తారం యజ్ఞతపసాం సర్వలోకమహేశ్వరమ్ ।
సుహృదం సర్వభూతానాం జ్ఞాత్వా మాం శాన్తిమృచ్ఛతి ॥

భోక్తారం—భోక్త; యజ్ఞ—యజ్ఞములకు; తపసాం—తపములకు, నియమములకు; సర్వలోక—సర్వలోకముల యొక్క మరియు అందుండు దేవతల యొక్క; మహేశ్వరం—పరమప్రభువు; సుహృదం—సుహృత్తు; సర్వభూతానాం—సర్వజీవులకు; జ్ఞాత్వా—అని తెలిసికొని; మాం—నన్ను(శ్రీకృష్ణుని); శాన్తిం—భౌతికక్లేశముల నుండి విడుదలను; ఋచ్ఛతి—పొందును.

నా సంపూర్ణభావన యందున్నవాడు నన్ను సర్వయజ్ఞములకు తపస్సులకు చరమభోక్తగను, సకల లోకములకు దేవతలకు ప్రభువుగను, సకలజీవులకు లాభమును గూర్చువానిగను మరియు శ్రేయోభిలాషిగను తెలిసికొని భౌతిక దుఃఖముల నుండి విడివడి పరమశాంతిని పొందును.

భాష్యము : మాయాశక్తి బంధములో నున్న బద్ధజీవులు భౌతికజగమునందు శాంతిని పొందుటకై ఆరాటపడుచుందురు. కాని శాంతిసూత్రమును మాత్రము వారెరుగరు. అదియే భగవద్గీత యందు ఇచ్చట వివరింపబడినది. ఆ ఘనమైన శాంతిసూత్రము ఈ విధముగా తెలుపబడినది. సమస్త మానవకర్మలకు శ్రీకృష్ణభగవానుడే దివ్యభోక్త. ఆతడే సర్వలోకములకు, అందున్న దేవతలకు ప్రభువు కనుక జనులు ఆతని దివ్యసేవకే సమస్తమును అర్పించవలసి యున్నది. ఆతని కన్నను ఘనుడైనవాడు వేరొక్కడు లేడు. బ్రహ్మరుద్రాదుల

వంటి దేవతల కన్నను ఆతడు ఘనమైనవాడు. కనుకనే ఆతడు "తం ఈశ్వరాణాం పరమం మహేశ్వరమ్" అని వేదములందు (శ్వేతాశ్వతరోపనిషత్తు 6.7) వర్ణింపబడినాడు. మాయ కారణముననే జీవులు తమను ప్రభువులుగా తలచుచున్నను వాస్తవమునకు వారు దేవదేవుని మాయకు అధీనులైనట్టివారే. శ్రీకృష్ణ భగవానుడు ప్రకృతికి ప్రభువు కాగా, కఠినమగు ప్రకృతి నియమములచే నియమింపబడువారు బద్ధజీవులు. ఈ నగ్నసత్యమును అవగతము చేసికొననంత వరకు వ్యక్తిగతముగా గాని, సామూహికముగా గాని విశ్వశాంతిని సాధించు అవకాశమే లేదు. దేవదేవుడైన శ్రీకృష్ణుడే సర్వులకు ప్రభువు మరియు దేవతలతో సహా సర్వజీవులు ఆతనికి లోబడియుండువారు అనుటయే కృష్ణభక్తిభావనము. అట్టి సంపూర్ణ కృష్ణభక్తిభావన యందే మనుజుడు పూర్ణశాంతిని పొందగలడు.

సాధారణముగా కర్మయోగమని తెలియబడు కృష్ణభక్తిరసభావనకు ఈ పంచమాధ్యాయము ప్రయోగాత్మక వివరణమై యున్నది. కర్మయోగము ఏ విధముగా ముక్తిని గూర్చగలదనెడు మనోకల్పిత ప్రశ్నకు ఇచ్చట సమాధానము ఒసగబడినది. కృష్ణభక్తిభావనలో కర్మచేయుటనగా శ్రీకృష్ణుడే సర్వమునకు ప్రభువనెడి సంపూర్ణజ్ఞానముతో కర్మచేయుటని భావము. అట్టి కర్మ ఆధ్యాత్మిక జ్ఞానము కన్నను అన్యమైనది కాదు. కృష్ణభక్తిభావన యందు లగ్నమగుట భక్తియోగము కాగా, జ్ఞానయోగము అట్టి భక్తియోగమునకు చేరు మార్గము వంటిది. పరతత్త్వముతో గల సంబంధజ్ఞానముతో కర్మచేయుట కృష్ణభక్తిరసభావనము కాగా, శ్రీకృష్ణుని యొక్క సంపూర్ణజ్ఞానమును కలిగియుండుటయే కృష్ణభక్తిభావన యందలి సమగ్రస్థితియై యున్నది. వాస్తవమునకు అంశగా జీవుడు శ్రీకృష్ణునికి నిత్యదాసుడు. కాని మాయపై ఆధిపత్యము వహింపవలెనను కోరికచే అతడు మాయాసంపర్కమునకు వచ్చును. ఆ సంపర్కమే అతని పలుదుఃఖములకు కారణమై యున్నది. అతడు భౌతికత్వముతో సంపర్కము కలిగియున్నంతవరకు భౌతికావసరముల దృష్ట్యానే కర్మనొనరింపవలసివచ్చును. కృష్ణభక్తిరసభావన మనునది అభ్యాసము ద్వారా ఆధ్యాత్మికస్థితిని జగమునందు జాగృతము చేయునదైనందున మనుజుడట్లు భౌతికత్వము నందున్నను క్రమముగా అది అతనిని ఆధ్యాత్మికతకు గొని రాగలదు. ఆధ్యాత్మికజీవనమున అతడు ఎంత అధికముగా పురోభివృద్ధిని పొందునో అంత అధికముగా భౌతికబంధముల నుండి విడివడగలుగును. శ్రీకృష్ణభగవానుడు ఎవరి యెడను పక్షపాతమును కలిగి

యుండడు గనుక మనుజుని ఆధ్యాత్మిక పురోభివృద్ధి కృష్ణభక్తిభావనలో అతని విధ్యుక్తధర్మ నిర్వహణము పైననే ఆధారపడియుండును. అట్టి కృష్ణభక్తిరసభావిత కర్మ ఇంద్రియములను నిగ్రహించుట యందును, కామక్రోధముల వేగమును జయించుట యందును తోడ్పడును. ఈ విధముగా ఇంద్రియముల పలువేగములను నియమించి, కృష్ణభక్తిభావన యందు స్థిరుడై నిలిచినవాడు బ్రహ్మనిర్వాణమను ఆధ్యాత్మికస్థితి యందే నిలిచినవాడగును. యోగము యొక్క అంతిమ ప్రయోజనము నిర్వహింపబడుచున్నందున కృష్ణభక్తిభావన యందు అష్టాంగ యోగము అప్రయత్నముగా నిర్వహింపబడినట్లే యగును. యమము, నియమము, ఆసనము, ప్రాణాయామము, ప్రత్యాహారము, ధారణము, ధ్యానము, సమాధి యను ఎనిమిది అంగములు గల యోగాభ్యాసము నందు క్రమానుగతమైన ఉద్ధారమున్నను అది భక్తియుక్తసేవచే సంపూర్ణత్వము నొందుట యందు ఉపోద్ఘాతము వంటిది మాత్రమే. భక్తియోగమునందలి సంపూర్ణత్వమొక్కటే మనుజునకు శాంతిని గూర్చగలదు. అదియే మానవజన్మ యొక్క పరమ సిద్ధియై యున్నది.

శ్రీమద్భగవద్గీత యందలి "కర్మయోగము - కృష్ణభక్తిరసభావితకర్మ" అను పంచమాధ్యాయమునకు భక్తివేదాంతభాష్యము సమాప్తము.

షష్ఠాధ్యాయము

ధ్యానయోగము

1

श्रीभगवानुवाच

अनाश्रितः कर्मफलं कार्यं कर्म करोति यः ।
स संन्यासी च योगी च न निरग्निर्न चाक्रियः ॥१ ॥

శ్రీభగవానువాచ

అనాశ్రితః కర్మఫలం కార్యం కర్మ కరోతి యః ।
స సన్న్యాసీ చ యోగీ చ న నిరగ్నిర్న చాక్రియః ॥

శ్రీభగవానువాచ—శ్రీకృష్ణభగవానుడు పలికెను; అనాశ్రితః—ఆశ్రయింపక; కర్మఫలం—కర్మఫలమును; కార్యం—చేయదగిన; కర్మ—పనిని; కరోతి—చేయునో; యః—ఎవడు; సః—అతడు; సన్న్యాసీ—సన్న్యాసియు; చ—కూడా; యోగీ—యోగియును; చ—కూడా; ననిరగ్నిః—అగ్నిని రగిలింపనివాడు; న—కాజాలడు; చ—కూడా; అక్రియః—విధ్యుక్తధర్మము చేయనివాడు.

శ్రీకృష్ణభగవానుడు పలికెను: కర్మఫలముల యెడ ఆసక్తిని గొనక చేయవలసిన కార్యములను నిర్వహించువాడే సన్న్యాసి కాగలడు. అతడే నిజమైన యోగి. అంతియేగాని కేవలము అగ్నిని రగిలింపక మరియు కర్మలను చేయక యుండెడివాడు యోగి కాజాలడు.

భాష్యము : అష్టాంగయోగపద్ధతి మనస్సును, ఇంద్రియములను నియమించుటకు ఒక మార్గమని శ్రీకృష్ణభగవానుడు ఈ అధ్యాయమున వివరింపనున్నాడు. కాని కలియుగములో దీనిని ఆచరించుట సాధారణ మానవులకు అత్యంత కఠినమైన కార్యము. ఈ అధ్యాయమున అష్టాంగయోగపద్ధతి ప్రతిపాదింపబడినను కర్మయోగమే (కృష్ణభక్తిరసభావిత కర్మ) ఉత్తమమని శ్రీకృష్ణభగవానుడు నొక్కి చెప్పెను. ప్రతియొక్కరు ఈ జగమునందు కుటుంబమును పోషించుట కొరకే కర్మను చేయుచుందురు. తన కొరకు లేదా తనవారి కొరకు యనెడి స్వార్థము

లేకుండా ఎవ్వరును పనిచేయలేరు. కాని కర్మఫలములను ఆశింపక కృష్ణభక్తిభావన యందే కర్మ చేయుట పూర్ణత్వ లక్షణమై యున్నది. జీవులందరును శ్రీకృష్ణ భగవానుని అంశలైనందున వారు వాస్తవమునకు కృష్ణభక్తిభావన యందే కర్మ నొనరింపవలెను. దేహాంగములు దేహతృప్తి కొరకే కర్మనొనరించును. అవి ఎన్నడును తమ తృప్తి కొరకు వర్తించక దేహతృప్తి కొరకే పనిచేయును. అదే విధముగా స్వీయతృప్తి కొరకు కాక శ్రీకృష్ణభగవానుని ప్రీత్యర్థము కర్మ నొనరించు జీవుడే పూర్ణుడైన సన్న్యాసి (పూర్ణుడైన యోగి) యనబడును.

సన్న్యాసులైనవారు కొన్నిమార్లు తమను తాము భౌతికకర్మల నుండి ముక్తిని పొందినవారిగా భావించి తత్కారణముగా అగ్నిహోత్రయజ్ఞముల నుండి విరమింతురు. కాని తమ అంతిమ లక్ష్యము నిరాకార పరబ్రహ్మమునందు లీనమగుటయే అయినందున వారు వాస్తవముగా స్వార్థపరులై యున్నారు. అట్టి సాయుజ్యముక్తి వాంఛ విషయవాంఛ కన్నను గొప్పదే యైనను స్వార్థరహితమైనది కాజాలదు. అదే విధముగా విషయకర్మలన్నింటి నుండి విరమణను పొంది అర్ధనిమీలిత నేత్రములతో యోగాభ్యాసమును కావించు యోగి సైతము కొంత స్వీయలాభమును కోరియుండును. కాని కృష్ణభక్తిభావన యందున్నవాడు మాత్రము ఎటువంటి స్వార్థములేక కేవలము శ్రీకృష్ణభగవానుని ప్రీత్యర్థమే కర్మ నొనరించును. అట్టి కృష్ణభక్తిపరాయణుడు తన ప్రీతి కొరకు ఎట్టి కోరికను కలిగి యుండడు. శ్రీకృష్ణభగవానుని ప్రీతియే తన ఆధ్యాత్మికజయమునకు ప్రమాణమనెడి భావన కలిగినందున ఆ భక్తుడు పూర్ణుడైన సన్న్యాసి లేదా పూర్ణుడైన యోగి యనబడును. సన్న్యాసమునకు ప్రతిరూపమైన శ్రీచైతన్య మహాప్రభువు ఈ క్రింది విధముగా ప్రార్థించిరి.

న ధనం న జనం న సుందరీం కవితాం వా జగదీశ కామయే ।
మమ జన్మని జన్మనీశ్వరే భవతాద్భక్తిరహైతుకీ త్వయి ॥

"హే భగవాన్! ధనమును కూడబెట్టవలెనని గాని, సుందరస్త్రీలతో ఆనందింపవలెనని గాని లేక శిష్యులు పలువురు కావలెనని గాని నేను కోరను. ప్రతిజన్మ యందును నీ భక్తి యనెడి నిర్హేతుక కరుణనే నేను వాంఛించుచున్నాను."

2

यं संन्यासमिति प्राहुर्योगं तं विद्धि पाण्डव।
न ह्यसंन्यस्तसंकल्पो योगी भवति कश्चन ॥२॥

యం సన్న్యాసమితి ప్రాహుర్యోగం తం విద్ధి పాణ్డవ ।
న హ్యసన్న్యస్తసంకల్పో యోగీ భవతి కశ్చన ॥

యం—దేనిని; సన్న్యాసమితి—సన్న్యాసమని; ప్రాహుః—చెప్పుదురో; యోగం—దేవదేవునితో సంయోగమని; తం—దానిని; విద్ధి—తెలిసికొనుము; పాణ్డవ—ఓ పాండుకుమారా; హి—నిశ్చయముగా; అసన్న్యస్త—విడువకుండ; సంకల్పః—ఇంద్రియప్రీతి వాంఛను; యోగీ—దివ్యజ్ఞానముగల యోగి; న భవతి—కాజాలడు; కశ్చన—ఎవ్వడును.

ఏది సన్న్యాసమని పిలువబడునో దానిని యోగమనియు (భగవానునితో కలయిక) నీవు తెలిసికొనుము. ఓ పాండుకుమారా! ఇంద్రియప్రీతి కోరికను త్యాగము చేయనిదే ఎవ్వడును యోగి కాజాలడు.

భాష్యము : జీవునిగా తన నిజస్థితిని సంపూర్ణముగా ఎరిగి తద్రీతి వర్తించుటయే నిజమైన సన్న్యాసయోగము (భక్తి) అనబడును. నిజమునకు జీవునికి స్వతంత్ర ప్రతిపత్తి లేదు. అతడు శ్రీకృష్ణభగవానుని తటస్థశక్తియైనట్టివాడు. అతడు బాహ్యశక్తిచే బంధితుడైనప్పుడు బద్ధునిగాను, కృష్ణభక్తిరస భావితుడైనప్పుడు (ఆధ్యాత్మికశక్తిని ఎరిగినపుడు) నిజమైన సహజస్థితిని పొందినవానిగను తెలియబడును. కనుకనే మనుజుడు పూర్ణజ్ఞానవంతుడైనపుడు సర్వవిధములైన ఇంద్రియభోగకర్మల నుండి (కామ్యకర్మల నుండి) దూరుడై యుండును. భౌతికాసక్తి నుండి ఇంద్రియములను నియమించు యోగులు ఈ పద్ధతిని అభ్యసింతురు. కాని కృష్ణభక్తిభావన యందున్నవాడు కృష్ణపరములు కానటువంటి కర్మల యందు ఇంద్రియములను నియుక్తముచేయు అవకాశమే లేదు. కనుకనే కృష్ణభక్తిరస భావితుడు ఏకకాలమున సన్న్యాసియు, యోగియు అయియున్నాడు. జ్ఞాన, యోగవిధానము లందు తెలుపబడెడి జ్ఞానము, ఇంద్రియనిగ్రహమనువాని ప్రయోజనము కృష్ణభక్తిభావన యందు అప్రయత్నముగానే సిద్ధించును. మనుజుడు స్వార్థపూరిత కర్మలను విడువలేనిచో అట్టి జ్ఞానము, యోగము నిరర్థకములే కాగలవు. స్వార్థపూరితమగు చింతను విడచి శ్రీకృష్ణభగవానునికి ప్రియమును గూర్చ సిద్ధమగుటయే జీవుని ముఖ్యలక్ష్యమై యున్నది. కనుకనే కృష్ణభక్తిభావన యందున్నవాడు ఎటువంటి స్వీయానందము కొరకు కోరికను కలిగియుండక, సదా శ్రీకృష్ణునికి ఆనందము నొసగుట యందే నియుక్తుడై యుండును. కర్మచేయక ఎవ్వడును ఉండలేనందున శ్రీకృష్ణభగవానుని గూర్చిన జ్ఞానము లేనివాడు స్వీయతృప్తికర కార్యమునందు నియుక్తుడగును. కాని

వాస్తవమునకు కృష్ణభక్తిరసభావితకర్మ ద్వారా సర్వప్రయోజనములు మనుజునకు సంపూర్ణముగా సిద్ధింపగలవు.

3

आरुरुक्षोर्मुनेर्योगं कर्म कारणमुच्यते।
योगारूढस्य तस्यैव शमः कारणमुच्यते ॥३॥

ఆరురుక్షోర్మునేర్యోగం కర్మ కారణముచ్యతే ।
యోగారూఢస్య తస్యైవ శమః కారణముచ్యతే ॥

ఆరురుక్షోః—యోగమును అప్పుడే ఆరంభించినట్టి; మునేః—మునికి; యోగం—అష్టాంగ యోగము; కర్మ—కర్మ; కారణం—సాధనముగా; ఉచ్యతే—చెప్పబడును; యోగారూఢస్య—అష్టాంగయోగమునందు సిద్ధి పొందినట్టి; తస్యైవ—అతనికి; శమః—సర్వభౌతికకర్మ విరమణ; కారణం—సాధనముగా; ఉచ్యతే—చెప్పబడినది.

అష్టాంగయోగపద్ధతి యందు ఆరంభస్థితిలో నున్న యోగికి కర్మము సాధనముగా చెప్పబడగా, యోగమునందు సిద్ధిని పొందినవానికి భౌతికకర్మల విరమణ సాధనముగా చెప్పబడినది.

భాష్యము : శ్రీకృష్ణభగవానునితో సంబంధమును ఏర్పరచుకొను పద్ధతియే యోగమని పిలువబడును. అత్యున్నతమైన ఆధ్యాత్మికానుభవమును పొందుటకు అట్టి యోగమును ఒక నిచ్చెనగా భావింపవచ్చును. అది జీవుని అత్యంత హీనస్థితి నుండి ప్రారంభమై పూర్ణమైన ఆత్మానుభవస్థితి వరకు కొనసాగియుండును. వివిధములైన ఉన్నతుల ననుసరించి ఆ నిచ్చెన యొక్క వివిధభాగములు వివిధ నామములతో పిలువబడును. అట్టి యోగమను నిచ్చెనను జ్ఞానయోగము, ధ్యాన యోగము, భక్తియోగమను నామములు కలిగిన మూడుభాగములుగా విభజింప వచ్చును. ఆ యోగనిచ్చెన యొక్క ఆరంభము "యోగారురుక్షువు" స్థితి యనియు, దాని చివరిమెట్టు "యోగారూఢము" అనియు పిలువబడును.

ఆరంభదశలో వివిధములైన నియమముల ద్వారా మరియు వివిధములైన ఆసనముల ద్వారా (దాదాపు శరీరవ్యాయామము వంటివి మాత్రమే) ధ్యానము నందు ప్రవేశించుటకు చేయు అష్టాంగయోగమందలి పద్ధతులు కామ్యకర్మ లనియే భావింపబడును. అయినను ఇంద్రియములను నియమించుటకు అవసరమగు పూర్ణ మనోనిర్మలత్వమును సాధించుటకు అవన్నియును

సహాయభూతములు కాగలవు. అట్టి ధ్యానమునందు పూర్ణత్వమును బడసిన వాడు కలతపెట్టెడి సర్వమనోకర్మల నుండి దూరుడగును.

కృష్ణభక్తిరసభావితుడు శ్రీకృష్ణునే సదా తలచుచున్నందున తొలి నుండియే ధ్యానస్థితి యందు నెలకొనియుండును. అంతియేగాక నిరంతర కృష్ణసేవ యందు నిలిచియున్నందున అతడు సర్వవిధములైన కామ్యకర్మలను త్యజించినవానిగా భావింపబడును.

4

यदा हि नेन्द्रियार्थेषु न कर्मस्वनुषज्जते।
सर्वसंकल्पसंन्यासी योगारूढस्तदोच्यते ॥४॥

యదా హి నేన్ద్రియార్థేషు న కర్మస్వనుషజ్జతే ।
సర్వసంకల్పసన్న్యాసీ యోగారూఢస్తదోచ్యతే ॥

యదా—ఎప్పుడు; హి—నిశ్చయముగా; న—లేదు; ఇన్ద్రియార్థేషు—ఇంద్రియతృప్తి యందును; కర్మసు—కామ్యకర్మల యందును; న అనుషజ్జతే—నిమగ్నుడు కాడో; సర్వసంకల్పసన్న్యాసీ—సర్వభౌతికకోరికలను విడచినవాడు; యోగారూఢః—యోగము నందు ఉన్నతిని పొందినవాడు; తదా—అప్పుడు; ఉచ్యతే—చెప్పబడును.

విషయకోరికల నన్నింటిని విడిచి ఇంద్రియప్రీతి కొరకు వర్తించుట గాని, కామ్యకర్మలందు నియుక్తుడగుట గాని చేయని మనుజుడు యోగారూఢుడని చెప్పబడును.

భాష్యము : మనుజుడు శ్రీకృష్ణభగవానుని దివ్యమైన ప్రేమయుక్తసేవ యందు సంపూర్ణముగా నియుక్తుడైనపుడు తన యందే ఆనందము ననుభవించును కావున ఇంద్రియభోగమునందు కాని, కామ్యకర్మలందు కాని ఎన్నడును రతుడు కాడు. కర్మ చేయక ఎవ్వరును ఉండలేనందున అట్లు కృష్ణభక్తి పరాయణుడు కానిచో మనుజుడు ఇంద్రియభోగరతుడు కావలసివచ్చును. కృష్ణభక్తిభావన లేనప్పుడు ప్రతియొక్కరు తన కొరకు గాని లేదా తనవారి కొరకు గాని సంబంధించిన స్వార్థపూరిత కర్మల యందు పాల్గొనుచుందురు. కాని కృష్ణభక్తిపరాయణుడు మాత్రము ప్రతిదియు శ్రీకృష్ణుని ప్రీత్యర్థమే ఒనరించుచు ఇంద్రియభోగము నుండి పూర్ణముగా దూరుడై యుండును. అట్టి అనుభవము లేనివాడు యోగమను నిచ్చెన యొక్క చివరిమెట్టును చేరుటకు ముందు

యాంత్రికమైన విధానము ద్వారా విషయవాంఛల నుండి బయటపడుటకు యత్నించవలసియుండును.

5

उद्धरेदात्मनात्मानं नात्मानमवसादयेत्।
आत्मैव ह्यात्मनो बन्धुरात्मैव रिपुरात्मनः ॥५॥

ఉద్ధరేదాత్మనాత్మానం నాత్మానమవసాదయేత్ ।
ఆత్మైవ హ్యాత్మనో బన్ధురాత్మైవ రిపురాత్మనః ॥

ఉద్ధరేత్—ఉద్ధరింపవలెను; **ఆత్మనా**—మనస్సు చేత; **ఆత్మానం**—బద్ధజీవి; **ఆత్మానం**—బద్ధజీవి; **న అవసాదయేత్**—అధోగతి కలిగించరాదు; **ఆత్మ ఏవ**—మనస్సే; **హి**—నిశ్చయముగా; **ఆత్మనః**—బద్ధజీవికి; **బన్ధుః**—మిత్రుడు; **ఆత్మ ఏవ**—మనస్సే; **రిపుః**—శత్రువు; **ఆత్మనః**—బద్ధజీవికి.

ప్రతియొక్కడు తన మనస్సు యొక్క సహాయముచే తనను తాను ఉద్ధరించుకొన వలెనే గాని అధోగతిపాలు చేసికొనరాదు. బద్ధజీవునికి మనస్సు అనునది మిత్రుడును, ఆలాగుననే శత్రువును అయియున్నది.

భాష్యము : పరిస్థితుల ననుసరించి ఆత్మ అను పదము దేహమును, మనస్సును, ఆత్మను సూచించును. యోగపద్ధతి యందు మనస్సు మరియు బద్ధజీవి యను అంశములు అత్యంత ముఖ్యములైన విషయములు. యోగాభ్యాసమునందు మనస్సే కేంద్రవిషయమైనందున ఇచ్చట ఆత్మ యనగా మనస్సని భావము. అట్టి మనస్సును నియమించి, దానిని ఇంద్రియార్థముల నుండి వేరుచేయుటయే యోగము యొక్క ముఖ్యప్రయోజనమై యున్నది. బద్ధజీవునికి అజ్ఞానమనెడి బురద నుండి ముక్తిని కలిగించు రీతిగా మనస్సునకు శిక్షణ నొసగవలెనని ఇచ్చట నొక్కి చెప్పబడినది. వాస్తవమునకు భౌతికస్థితి యందు ప్రతియొక్కరు మనో ఇంద్రియముల ప్రభావమునకు గురియై యుందురు. ప్రకృతిపై ఆధిపత్యమును వహించు కోరిక కలిగిన మిథ్యాహంకారముతో మనస్సు లగ్నమైయున్నందునే భౌతికజగమునందు శుద్ధాత్మ భవబంధములో తగుల్కొనును. కనుక భౌతికప్రకృతి యొక్క పైపై మెరుగులకు ఆకర్షితము కానట్లుగా మనస్సును మలచవలెను. ఆ విధముననే బద్ధజీవుడు రక్షింపబడగలడు. ఇంద్రియార్థముల యెడ ఆకర్షణతో ఎవ్వరును తమను తాము అధోగతిపాలు చేసికొనరాదు. ఇంద్రియార్థముల యెడ మనుజుడు ఎంతగా ఆకర్షణను కలిగియుండునో అంతగా అతడు భవబంధములో

చిక్కుకొనును. అట్టి భవబంధము నుండి తప్పించుకొనుటకు మనస్సును సదా కృష్ణభక్తిభావన యందు నిలుపుటయే అత్యంత ఉత్తమమార్గము. ఈ విషయమును నొక్కి చెప్పుటకే ఈ శ్లోకమునందు "హి" అను పదము ప్రయోగింపబడినది. అనగా ప్రతియొక్కరు దీనిని ఆచరింపవలసియున్నది. అమృతబిందూపనిషత్తు (2) ఈ విషయమున ఇట్లు పలుకుచున్నది.

మన ఏవ మనుష్యాణాం కారణం బంధమోక్షయోః ।
బంధాయ విషయాసంగో ముక్త్యై నిర్విషయం మనః ॥

"మనుజునకు మనస్సే బంధకారణమును, ముక్తికారణమును అయి యున్నది. ఇంద్రియార్థములందు లగ్నమైన మనస్సు బంధకారణము కాగా, ఇంద్రియార్థముల నుండి విడివడిన మనస్సు మోక్షమునకు కారణమగు చున్నది." అనగా కృష్ణభక్తిభావన యందు సంలగ్నమైన మనస్సు దివ్యమైన ముక్తికి కారణమై యున్నది.

6

बन्धुरात्मात्मनस्तस्य येनात्मैवात्मना जितः ।
अनात्मनस्तु शत्रुत्वे वर्तेतात्मैव शत्रुवत् ॥६॥

బన్ధురాత్మాత్మనస్తస్య యేనాత్మైవాత్మనా జితః ।
అనాత్మనస్తు శత్రుత్వే వర్తేతాత్మైవ శత్రువత్ ॥

బన్ధుః—మిత్రుడు; ఆత్మా—మనస్సు; ఆత్మనః—జీవికి; తస్య—అతనికి; యేన—ఎవనిచే; ఆత్మ ఏవ—మనస్సే; ఆత్మనా—జీవిచే; జితః—జయింపబడినదో; అనాత్మనః—మనస్సును నిగ్రహింపలేనివానికి; తు—కాని; శత్రుత్వే—శత్రుత్వముతో; వర్తేత—వర్తించును; ఆత్మ ఏవ—ఆ మనస్సే; శత్రువత్—శత్రువువలె.

మనస్సును జయించినవానికి మనస్సే ఉత్తమ మిత్రుడు. కాని అట్లు చేయలేని వానికి అతని మనస్సే గొప్ప శత్రువుగా వర్తించును.

భాష్యము : మానవధర్మమును నిర్వహించుట యందు మనస్సును మిత్రునిగా చేసికొనుట కొరకు దానిని నియమించుటయే అష్టాంగయోగాభ్యాసపు ప్రయోజనమై యున్నది. మనస్సు నియమింపబడనిచో యోగాభ్యాసము కేవలము సమయమును వృథాచేయుటయే కాగలదు. మనస్సును అదుపు చేయనివాడు సదా గొప్ప శత్రువుతో కలసి జీవనము సాగించువాడు కాగలడు. తత్కారణముగా అతని జన్మ మరియు జన్మప్రయోజనము సంపూర్ణముగా నష్టము కాగలవు. తన

కన్నను ఉన్నతుడైనవాని ఆజ్ఞలను నిర్వర్తించుట జీవుల సహజస్థితియై యున్నది. మనస్సు జయింపరాని శత్రువుగా నిలిచినంతకాలము మనుజుడు కామము, క్రోధము, ద్వేషము, మోహము మొదలగువాని ఆజ్ఞలను అనుసరింపవలసి వచ్చును. కాని మనస్సు జయింపబడినప్పుడు మనుజుడు ఎల్లరి హృదయములందు పరమాత్మ రూపమున వసించియున్న శ్రీకృష్ణుని ఆజ్ఞలకు కట్టుబడియుండుటకు స్వచ్ఛందముగా అంగీకరించును. హృదయస్థుడైన పరమాత్మను చేరి, ఆతని ఆజ్ఞల మేరకు వర్తించుటనే నిజమైన యోగము ఉపదేశించును. కృష్ణభక్తిభావన యందు ప్రత్యక్షముగా నియుక్తుడైనవానికి శ్రీకృష్ణభగవానుని ఆజ్ఞలను సమగ్రముగా పాటించుట అప్రయత్నముగా జరిగిపోవును.

7

जितात्मनः प्रशान्तस्य परमात्मा समाहितः ।
शीतोष्णसुखदुःखेषु तथा मानापमानयोः ॥७॥

జితాత్మనః ప్రశాన్తస్య పరమాత్మా సమాహితః ।
శీతోష్ణసుఖదుఃఖేషు తథా మానాపమానయోః ॥

జితాత్మనః—మనస్సును జయించినవానికి; ప్రశాన్తస్య—మనోనిగ్రహముచే శాంతిని పొందినవానికి; పరమాత్మా—పరమాత్మ; సమాహితః—పూర్తిగా పొందబడినవాడు; శీతోష్ణ సుఖదుఃఖేషు—శీతోష్ణసుఖదుఃఖములందు; తథా—అట్లే; మానాపమానయోః—గౌరవ, అగౌరవముల యందు.

మనస్సును జయించినవాడు శాంతిని పొందియుండుటచే పరమాత్మను చేరినట్టివాడే యగును. అట్టి మనుజునకు సుఖదుఃఖములు, శీతోష్ణములు, మానావమానములు అన్నియును సమానములే అయియున్నవి.

భాష్యము : వాస్తవమునకు ప్రతిజీవియు ఎల్లరి హృదయములందు పరమాత్మ రూపమున నిలిచియుండు శ్రీకృష్ణభగవానుని ఆజ్ఞలను పాటించుటకే ఉద్దేశింపబడి యున్నాడు. కాని మనస్సు బాహ్యశక్తిచే మోహితమై తప్పుదారి పట్టినప్పుడు మనుజుడు భౌతికకర్మల యందు రతుడగును. కనుక ఏదేని ఒక యోగపద్ధతి ద్వారా మనస్సు నియమింపబడినంతనే అతడు తన గమ్యస్థానమును చేరినట్టి వానిగా భావింపబడును. వాస్తవమునకు మనుజుడెప్పుడును ఉన్నతమైన ఆజ్ఞకు లోబడవలసియుండును. కనుక మనుజుని మనస్సు దివ్యచైతన్యము నందు

నిలిచినప్పుడు అతడు శ్రీకృష్ణభగవానుని ఆజ్ఞలను పాటించుటను తప్ప అన్యమును ఎరుగలేడు. మనస్సు సదా ఉన్నత ఆజ్ఞలను గ్రహించి వానిని అనుసరింపవలసియుండును. కనుక అది నిగ్రహింపబడినప్పుడు అప్రయత్నముగా పరమాత్ముని ఆజ్ఞలను అనుసరించును. ఇట్టి దివ్యమైన స్థితిని కృష్ణభక్తిభావన యందు నిలిచియున్న భక్తుడు శీఘ్రమే పొందుచున్నందున సుఖదుఃఖములు, శీతతాపముల వంటి ప్రకృతి ద్వంద్వములచే ప్రభావితుడు కాకుండును. ఇట్టి స్థితియే శ్రీకృష్ణభగవానుని యందు సంలగ్నమైన స్థితి లేదా సమాధి యనబడును.

8

ज्ञानविज्ञानतृप्तात्मा कूटस्थो विजितेन्द्रियः ।
युक्त इत्युच्यते योगी समलोष्टाश्मकाञ्चनः ॥८॥

జ్ఞానవిజ్ఞానతృప్తాత్మా కూటస్థో విజితేన్ద్రియః ।
యుక్త ఇత్యుచ్యతే యోగీ సమలోష్టాశ్మకాంచనః ॥

జ్ఞాన—సంపాదింపబడిన జ్ఞానము చేతను; విజ్ఞాన—అనుభూతమైన జ్ఞానము చేతను; తృప్త—తృప్తినొందిన; ఆత్మా—జీవి; కూటస్థః—ఆధ్యాత్మికస్థితి యందున్నవాడు; విజితేంద్రియః—ఇంద్రియములను జయించినవాడు; యుక్తః—ఆత్మసాక్షాత్కారమునకు అర్హుడు; ఇతి—అని; ఉచ్యతే—చెప్పబడును; యోగీ—యోగి; సమ—సముడై యుండును; లోష్ట్ర—గులకరాయి; అశ్మ—రాయి; కాంచనః—బంగారము.

మనుజుడు తాను పొందినటువంటి జ్ఞాన,విజ్ఞానములచే సంపూర్ణముగా సంతృప్తి చెందినపుడు ఆత్మానుభవము నందు స్థితిని పొందినట్టివాడై యోగి యనబడును. అట్టివాడు ఆధ్యాత్మికస్థితి యందు నెలకొని ఆత్మనిగ్రహమును కలిగియుండును. అతడు గులకరాళ్ళనైనను, రాళ్ళనైనను లేదా బంగారము నైనను సమానముగా గాంచును.

భాష్యము : పరతత్త్వానుభవము లేనటువంటి కేవల పుస్తకపాండిత్యము నిష్ప్రయోజనమైనట్టిది. ఈ విషయమే ఇట్లు చెప్పబడినది.

అతః శ్రీకృష్ణనామాది న భవేద్ గ్రాహ్యమింద్రియైః ।
సేవోన్ముఖే హి జిహ్వాదౌ స్వయమేవ స్ఫురత్యదః ॥

"శ్రీకృష్ణుని నామము, రూపము, గుణము, లీలల దివ్యస్వభావమును భౌతికత్వముతో కూడిన ఇంద్రియములతో ఎవ్వరును అవగాహన చేసికొనలేరు.

కేవలము దివ్యమైన భక్తియుక్తసేవ ద్వారా ఆధ్యాత్మికముగా పరిపూర్ణుడైనప్పుడే మనుజునకు ఆ ఆదిదేవుని రూపము, నామము, గుణము, లీలలు వ్యక్తములగును." (భక్తిరసామృతసింధువు 1.2.234)

కృష్ణభక్తిరసభావన శాస్త్రమే ఈ శ్రీమద్భగవద్గీత. లౌకిక పాండిత్యము ద్వారా ఎవ్వరును కృష్ణభక్తిరసభావితులు కాలేరు. అందులకు శుద్ధాంతరంగునితో సాహచర్యము అత్యంత అవసరము. అట్టి భక్తుడు శుద్ధమగు భక్తియోగముతో సంతృప్తుడై యుండుటచే కృష్ణుని కరుణ వలన అనుభవజ్ఞానమును కలిగి యుండును. అటువంటి అనుభవజ్ఞానము చేతనే ఎవ్వరైనను పూర్ణులు కాగలరు మరియు తమ విశ్వాసము నందు స్థిరులై నిలువగలరు. కాని అనుభవజ్ఞానములేక కేవలము పుస్తకజ్ఞానము కలవారు బాహ్యవైరుధ్యములచే భ్రాంతులును, కలత నొందినవారును కాగలరు. శ్రీకృష్ణునికి సంపూర్ణ శరణాగతిని పొంది యున్నందున ఆత్మజ్ఞానము గలవాడే నిజముగా ఆత్మనిగ్రహమును కలిగియుండ గలడు. లౌకికపాండిత్యముతో ఎట్టి సంబంధము లేనందున అతడు దివ్యస్థితిలో నెలకొనియుండును. ప్రాపంచిక పాండిత్యము, మనోకల్పనలు ఇతరులకు బంగారము వంటివైనను అతనికి మాత్రము గులకరాళ్ళు లేదా రాళ్ళతో సమానమై యుండును.

9

सुहृन्मित्रार्युदासीनमध्यस्थद्वेष्यबन्धुषु ।
साधुष्वपि च पापेषु समबुद्धिर्विशिष्यते ॥९॥

సుహృన్మిత్రార్యుదాసీనమధ్యస్థద్వేష్యబన్ధుషు ।
సాధుష్వపి చ పాపేషు సమబుద్ధిర్విశిష్యతే ॥

సుహృత్—స్వభావరీత్యా శ్రేయోభిలాషులైనవారి యెడ; మిత్ర—ప్రేమతో కూడిన ఆప్తుల యెడ; అరి—శత్రువులు; ఉదాసీన—కలహప్రియుల నడుమ తటస్థులై యుండువారు; మధ్యస్థ—కలహప్రియుల నడుమ మధ్యవర్తులుగా నుండువారు; ద్వేష్య—ద్వేషించువారు; బంధుషు—చుట్టములు లేదా శ్రేయోభిలాషులు; సాధుషు—సాధువుల యెడ; అపి—కూడా; చ—మరియు; పాపేషు—పాపుల యెడ; సమబుద్ధిః—సమానమైన బుద్ధి కలవాడు; విశిష్యతే—విశిష్టుడు.

శ్రేయోభిలాషులను, ప్రియమైన మిత్రులను, తటస్థులను, మధ్యవర్తులను, ద్వేషించువారలను, శత్రుమిత్రులను, పాపపుణ్యులను సమబుద్ధితో

చూచువాడు మరింత పురోభివృద్ధి నొందినవానిగా పరిగణింపబడును.

10

योगी युञ्जीत सततमात्मानं रहसि स्थितः ।
एकाकी यतचित्तात्मा निराशीरपरिग्रहः ॥१०॥

యోగీ యుఞ్జీత సతతమాత్మానం రహసి స్థితః ।
ఏకాకీ యతచిత్తాత్మా నిరాశీరపరిగ్రహః ॥

యోగీ—యోగి; యుఞ్జీత—కృష్ణభక్తిరసభావితుడై యుండవలెను; సతతం—ఎల్లప్పుడును; ఆత్మానం—తనను (మనోదేహాత్మల చేత); రహసి—ఏకాంతప్రదేశము నందు; స్థితః—నిలచి; ఏకాకీ—ఒంటరిగా; యతచిత్తాత్మా—ఎల్లప్పుడును మనస్సు పట్ల సావధానుడై; నిరాశీః—ఇతరమైన దేని చేతను ఆకర్షింపబడక; అపరిగ్రహః—దేనినైనను పొందవలెననెడి భావన నుండి దూరుడై.

యోగియైనవాడు తన దేహమును, మనస్సును, ఆత్మను సదా భగవానుని సంబంధములోనే నియుక్తము చేసి, ఒంటరిగా ఏకాంతస్థలమునందు నివసించుచు సావధానముగా మనస్సును నియమింపవలెను. అతడు కోరికల నుండియు, సమస్తమును కలిగియుండవలెనను భావనల నుండియు ముక్తుడై యుండవలెను.

భాష్యము : బ్రహ్మము, పరమాత్మ, భగవానుడను మూడువిధములుగా వివిధ దశలలో దేవదేవుడైన శ్రీకృష్ణుడు అనుభవమునకు వచ్చును. అట్టి దేవదేవుని దివ్యమగు ప్రేమయుక్తసేవ యందు సదా నెలకొనియుండుటయే కృష్ణభక్తిరస భావనమని సంక్షిప్తముగా తెలుపవచ్చును. అయినను నిరాకారబ్రహ్మానుభవము లేదా పరమాత్మానుభవము నందు అనురక్తులైనవారు కూడ పాక్షికముగా కృష్ణభక్తిరసభావితులే యనబడుదురు. ఏలయన నిరాకారబ్రహ్మము శ్రీకృష్ణుని దివ్యమైన దేహకాంతి కాగా, పరమాత్మ రూపము శ్రీకృష్ణుని సర్వత్రా వ్యాపించి యున్నటువంటి రూపము. అనగా నిరాకారవాదులు, యోగులు కూడ పరోక్షముగా కృష్ణభక్తులే. కాని కృష్ణభక్తిపరాయణుడు బ్రహ్మమననేమో మరియు పరమాత్మ యననేమో సంపూర్ణముగా ఎరిగియున్నందున ఆధ్యాత్మికులలో అత్యున్నతుడై యున్నాడు. పరతత్త్వమును గూర్చిన అతని జ్ఞానము సంపూర్ణమై యుండగా, నిరాకారవాదులు, యోగులు కృష్ణభక్తిభావన యందు అసంపూర్ణులై యున్నారు.

అయినను శీఘ్రముగనో లేదా ఆలస్యముగనో అత్యున్నత పూర్ణత్వమును

బడయుటకై వారందరును తమ తమ సాధనల యందు నిష్ఠగా కొనసాగవలెనని ఇచ్చట ఉపదేశింపబడిరి. శ్రీకృష్ణుని యందే మనస్సును సంలగ్నము చేయుట యోగి యొక్క ప్రథమకర్తవ్యము. క్షణకాలమును మరువక కృష్ణునే అతడు సదా స్మరింపవలెను. ఆ విధముగా శ్రీకృష్ణభగవానునిపై మనస్సు కేంద్రీకృత మగుటయే "సమాధి" యనబడును. మనస్సును కేంద్రీకరించుటకు మనుజుడు ఏకాంతముననే సదా నిలిచి, బాహ్యవిషయముల నుండి కలిగెడి కలతను నివారింపవలెను. తన ఆత్మానుభవమునకు అనుకూలమైనవానిని గ్రహించుట మరియు ప్రతికూలమైనవానిని త్యజించుటను అతడు జాగరూకుడై ఒనరింపవలెను. కూడబెట్టవలెనను భావనతో తనను బంధించునటువంటి అవాంఛిత విషయవస్తువుల యెడ అతడు నిశ్చయముగా తపన చెందరాదు.

మనుజుడు ప్రత్యక్షముగా కృష్ణభక్తిభావన యందు నెలకొనినప్పుడు ఈ సంపూర్ణత్వము, నియమములు అప్రయత్నముగా చక్కగా ఒనగూడగలవు. ఏలయన కృష్ణభక్తిభావన యనగా ఆత్మసమర్పణమని భావము. దాని యందు నాది యను భావనకు కించిత్తు కూడా ఆస్కారముండదు. కనుకనే శ్రీరూపగోస్వామి (భక్తిరసామృతసింధువు, 2.255-256) కృష్ణభక్తిరసభావనను ఈ క్రింది విధముగా వివరించిరి.

అనాసక్తస్య విషయాన్ యథార్హ ముపయుంజతః ।
నిర్బంధః కృష్ణసంబంధే యుక్తం వైరాగ్యముచ్యతే ॥
ప్రాపంచికతయా బుద్ధ్యా హరిసంబంధివస్తునః ।
ముముక్షుభిః పరిత్యాగో వైరాగ్యం ఫల్గు కథ్యతే ॥

"దేని యెడను సంగత్వమును కలిగియుండక, అదే సమయమున ప్రతిదానిని కృష్ణుని కొరకు స్వీకరించెడి మనుజుడు సర్వమును కలిగియుండవలెనను భావనకు (స్వామిత్వమునకు) అతీతుడైనట్టివాడు. అట్లుగాక కృష్ణునితో వాటికి గల సంబంధమును తెలియక సర్వమును త్యజించువాడు వైరాగ్యమునందు పూర్ణత్వమును పొందినవాడు కాజాలడు."

కృష్ణభక్తిరసభావితుడు సర్వము కృష్ణునకే చెందినదని ఎరిగియుండుటచే "నాది" యను భావన నుండి ముక్తుడై యుండును. తన కొరకై అతడు దేని యెడను ఆతురతను కలిగియుండడు. తన భక్తికి దోహదమగు విషయములను

ఎట్లు గ్రహింపవలెనో మరియు దానికి ప్రతిబంధకమగు విషయములను ఎట్లు త్యజించవలెనో అతడు సంపూర్ణముగా నెరిగియుండును. దివ్యుడై యుండుటచే అతడు సదా విషయవస్తువుల నుండి దూరముగా నుండును. అభక్తులతో సంబంధము లేకుండుటచే సదా ఒంటరియై యుండును. కనుకనే కృష్ణభక్తిరసభావితుడు సంపూర్ణయోగి యనబడును.

11-12

शुचौ देशे प्रतिष्ठाप्य स्थिरमासनमात्मनः ।
नात्युच्छ्रितं नातिनीचं चैलाजिनकुशोत्तरम् ॥११॥
तत्रैकाग्रं मनः कृत्वा यतचित्तेन्द्रियक्रियः ।
उपविश्यासने युञ्ज्याद् योगमात्मविशुद्धये ॥१२॥

శుచౌ దేశే ప్రతిష్ఠాప్య స్థిరమాసనమాత్మనః ।
నాత్యుచ్ఛ్రితం నాతినీచం చైలాజినకుశోత్తరమ్ ॥
తత్రైకాగ్రం మనః కృత్వా యతచిత్తేన్ద్రియక్రియః ।
ఉపవిశ్యాసనే యుఞ్జ్యాద్ యోగమాత్మవిశుద్ధయే ॥

శుచౌ—పవిత్రమైన; దేశే—ప్రదేశమునందు; ప్రతిష్ఠాప్య—ఉంచి; స్థిరం—స్థిరముగా; ఆసనం—ఆసనమును; ఆత్మనః—తన యొక్క; న అతి ఉచ్ఛ్రితం—అతి ఎత్తైనదికాని; న అతి నీచం—అతిక్రిందుగా గాని; చైలాజినకుశోత్తరమ్—మృదువైన వస్త్రము, లేడిచర్మము, దర్భలు కప్పిన; తత్ర—దానిమీద; ఏకాగ్రం—ఏకాగ్రముతో; మనః—మనస్సును; కృత్వా—చేసి; యతచిత్త—నియమింపబడిన మనస్సు; ఇంద్రియ—ఇంద్రియములు; క్రియః—కర్మలు; ఉపవిశ్య—కూర్చుండి; ఆసనే—ఆసనమందు; యుఞ్జ్యాత్—చేయవలయును; యోగం—యోగాభ్యాసమును; ఆత్మవిశుద్ధయే—హృదయమును పరిశుద్ధము చేసికొనుటకు.

యోగాభ్యాసము కొరకు యోగి ఏకాంతస్థలమున కేగి నేలపై కుశగ్రాసమును పరచి, దానిని జింకచర్మము వస్త్రముతో కప్పవలెను. అట్టి ఆసనము అతి ఎత్తుగాను లేదా అతి క్రిందుగాను ఉండక పవిత్రస్థానములో ఏర్పాటు కావలెను. పిదప అతడు దానిపై స్థిరముగా కూర్చుండి ఇంద్రియమనోకర్మలను నియమించి, మనస్సును ఏకాగ్రపరచి హృదయశుద్ధి కొరకు యోగము నభ్యసించవలెను.

భాష్యము : "శుచౌదేశే" అను పదము ఇచ్చట తీర్థస్థానములను సూచించు

చున్నది. భారతభూమి యందు యోగులు, భక్తులు గృహములను విడిచి గంగ, యమున వంటి పవిత్రనదులు ప్రవహించు ప్రయాగ, మథుర, బృందావనము, హృషీకేశము, హరిద్వారము వంటి తీర్థస్థానముల కేగి అచ్చట ఏకాంతమున యోగాభ్యాసమును కావింతురు. కాని ఇది అన్నివేళలా సర్వులకు (ముఖ్యముగా పాశ్చాత్యదేశవాసులకు) సాధ్యము కాదు. పెద్ద పెద్ద నగరములందలి యోగసంఘములు ధనమును గడింపవచ్చునేమో గాని నిజమైన యోగసాధనకు అవి ఏమాత్రము తగినవి కావు. ఆత్మనిగ్రహము లేనివాడు, మనోచంచలము కలవాడు ధ్యానమును కొనసాగింపలేడు. కలియుగమునందు జనులు అల్పాయుష్కులు, ఆధ్యాత్మిక పురోగతి యందు బద్ధకస్తులు, వివిధములైన తాపత్రయములచే సదా కలతనొందినవారు యగుట చేతనే ఆత్మానుభవమునకు హరినామసంకీర్తనము ఉత్తమమార్గమని బృహన్నారదీయ పురాణమునందు తెలుపబడినది.

హరేర్నామ హరేర్నామ హరేర్నామైవ కేవలం ।
కలౌ నాస్త్యేవ నాస్త్యేవ నాస్త్యేవ గతి రన్యథా ॥

"కపటము మరియు కలహములతో కూడిన ఈ యుగమునందు హరినామకీర్తనమే ఏకైక ముక్తిమార్గము. దానికి మించి వేరొకమార్గము లేదు. వేరొకమార్గము లేదు. వేరొకమార్గము లేదు."

13-14

समं कायशिरोग्रीवं धारयन्नचलं स्थिरः ।
सम्प्रेक्ष्य नासिकाग्रं स्वं दिशश्चानवलोकयन् ॥१३॥
प्रशान्तात्मा विगतभीर्ब्रह्मचारिव्रते स्थितः ।
मनः संयम्य मच्चित्तो युक्त आसीत मत्परः ॥१४॥

సమం కాయశిరోగ్రీవం ధారయన్నచలం స్థిరః ।
సంప్రేక్ష్య నాసికాగ్రం స్వం దిశశ్చానవలోకయన్ ॥
ప్రశాన్తాత్మా విగతభీర్బ్రహ్మచారివ్రతే స్థితః ।
మనః సంయమ్య మచ్చిత్తో యుక్త ఆసీత మత్పరః ॥

సమం—సమముగా; కాయ—శరీరమును; శిరః—తలను; గ్రీవం—మెడను; ధారయన్—నిలుపుచు; అచలం—కదలకుండ; స్థిరః—స్థిరుడై; సంప్రేక్ష్య—చూచి; నాసికాగ్రం—ముక్కు

యొక్క కొనను; స్వం–తన యొక్క; దిశశ్చ–దిక్కులను కూడా; అనవలోకయన్–చూడకుండ; ప్రశాన్తాత్మా–కలత పొందని మనస్సుతో; విగతభీః–భయములేనివాడై; బ్రహ్మచారివ్రతే–బ్రహ్మచర్యవ్రతము నందు; స్థితః–స్థితుడై; మనః–మనస్సును; సంయమ్య–పూర్తిగా నిగ్రహించి; మచ్చిత్తః–నా యందే(కృష్ణుని యందే) మనస్సును ఏకాగ్రము చేయుచు; యుక్తః–నిజమైన యోగి; ఆసీత–కూర్చుండవలెను; మత్–నన్నే; పరః–చరమలక్ష్యము.

శరీరమును, మెడను, శిరమును చక్కగా సమముగా నిలిపి దృష్టిని నాసికాగ్రముపై కేంద్రీకరింపవలెను. ఆ విధముగా కలతనొందనటువంటి నియమిత మనస్సుతో, భయమును వీడి, బ్రహ్మచర్యమును పాటించుచు యోగియైనవాడు నన్నే హృదయమునందు ధ్యానించుచు నన్నే జీవితపరమగతిగా చేసికొనవలెను.

భాష్యము : చతుర్బాహు విష్ణురూపమైన పరమాత్మగా ప్రతిజీవి హృదయము నందు వసించియున్న శ్రీకృష్ణుని తెలిసికొనుటయే మానవజన్మ యొక్క ముఖ్యలక్ష్యమై యున్నది. హృదయమునందు నిలిచియుండెడి అట్టి విష్ణురూపమును శోధించి చూచు నిమిత్తమే యోగము అభ్యసింపబడవలెను గాని అన్యప్రయోజనము కొరకు కాదు. సర్వజీవ హృదయస్థమైన ఆ విష్ణురూపము శ్రీకృష్ణుని సంపూర్ణ ప్రాతినిధ్యరూపము. అట్టి విష్ణుమూర్తి సాక్షాత్కారము లేదా అనుభవమన్నది ఉద్దేశ్యము కానప్పుడు మనుజుడొనరించు యోగాభ్యాసము కేవలము బూటకమాత్రమై కాలమును వ్యర్థము చేయుటయే కాగలదు. అనగా జీవితపు అంతిమలక్ష్యము శ్రీకృష్ణభగవానుడై యున్నాడు, హృదయస్థుడైన విష్ణుమూర్తి అనుభూతియే యోగాభ్యాసపు లక్ష్యమై యున్నది. ఈ హృదయస్థ విష్ణుమూర్తి సాక్షాత్కారమునకు మనుజుడు సంపూర్ణముగా మైథునజీవనము నుండి విడివడవలెను. కనుక అతడు గృహమును విడిచి గతమునందు తెలిపిన రీతిగా ఆసీనుడై ఏకాంతమున జీవించవలెను. ఒకవైపు మైథునసుఖమును అనుభవించుచునే మరొకవైపు నామమాత్ర యోగతరగతులందు పాల్గొనుట ద్వారా ఎవ్వరును యోగులు కాజాలరు. అందులకై మనోనియమమును, సర్వవిధ భోగత్యాగమును (ఆ సుఖములలో అతిముఖ్యమైనదైన మైథునసుఖ త్యాగమును) మనుజుడు అభ్యసించవలెను. యాజ్ఞవల్క్యమహర్షి రచించిన బ్రహ్మచర్య నియమములందు ఈ విషయమును గూర్చి ఇట్లు చెప్పబడినది.

కర్మణా మనసా వాచా సర్వావస్థాసు సర్వదా ।
సర్వత్ర మైథునత్యాగో బ్రహ్మచర్యం ప్రచక్షతే ॥

"అన్ని సమయములలో, అన్ని పరిస్థితులలో, అన్ని ప్రదేశములలో మనసా, వాచా, కర్మణా మైథునభోగమును త్యజించుట కొరకే బ్రహ్మచర్యవ్రతము ఉద్దేశింపబడియున్నది." మైథునసుఖమును అనుభవించుచునే సరియైన యోగాభ్యాసమును ఎవ్వరును చేయజాలరు. కనుకనే మైథునసుఖపు జ్ఞానముండని బాల్యము నుండియే బ్రహ్మచర్యము బోధింపబడును. ఐదేండ్ల సమయము నందే పిల్లలను గురుకులమునకు లేదా గురువు వద్దకు పంపినచో అతడు వారిని చక్కని బ్రహ్మచారులగు రీతిగా శిక్షణను ఒసగగలడు. ధ్యానమార్గము, జ్ఞానమార్గము లేదా భక్తిమార్గము ఏదైనను సరియే అట్టి బ్రహ్మచర్యాభ్యాసము లేనిదే ఎవ్వరును వారి యోగమునందు అభివృద్ధిని పొందలేరు. అయినను గృహస్థజీవన ధర్మమును చక్కగా పాటించుచు, కేవలము భార్యతోనే నియమబద్ధముగా సాంసారికసుఖమును కలిగియున్నవాడు కూడ బ్రహ్మచారిగా పిలువబడును. అట్టి నియమిత గృహస్థ బ్రహ్మచారులు భక్తిమార్గమునందు ఆమోదింపబడుదురు. కాని జ్ఞానము మరియు ధ్యానమార్గ సంప్రదాయములు అట్టి గృహస్థ బ్రహ్మచారులను తమ యందు చేర్చుకొనుటకైనను అంగీకరింపవు. ఆ సంప్రదాయముల వారు మైథునజీవన త్యాగమునందు ఎటువంటి సడలింపును అంగీకరింపరు. కాని భక్తియోగవిధానము అత్యంత శక్తివంతమైనందున ఉన్నతమగు భగవత్సేవ యందు నియుక్తుడైనవాడు అప్రయత్నముగా మైథునసుఖ ఆకర్షణ నుండి బయటపడును. ఆ కారణముననే గృహస్థ బ్రహ్మచారికి నియమితమగు మైథునసుఖము ఆమోదింపబడినది. భగవద్గీత (2.59) యందు ఇదే విషయము ఇట్లు చెప్పబడినది.

విషయా వినివర్తన్తే నిరాహారస్య దేహినః ।
రసవర్జం రసోఽప్యస్య పరం దృష్ట్వా నివర్తతే ॥

ఇతరులు బలవంతముగా తమను ఇంద్రియభోగము నుండి నియమించుకొనుచుండగా భక్తులు తమ ఉన్నత రసాస్వాదన కారణముగా అప్రయత్నముగా ఇంద్రియభోగముల నుండి దూరులగుచున్నారు. భక్తులకు తప్ప అన్యులకు ఆ దివ్యరసాస్వాదనపు జ్ఞానము ఏమాత్రము ఉండదు.

సంపూర్ణముగా కృష్ణభక్తిభావన యందు నిలువనిదే ఎవ్వరును అభయత్వమును

పొందలేరని "విగతభీః" యను పదము సూచించుచున్నది. తన విస్మృతస్మృతి (తనకు కృష్ణునితో గల సంబంధమును మరచుట) కారణముననే బద్ధజీవుడు భయాతురుడై యుండును. "భయం ద్వితీయాభినివేశతః స్యాద్ ఈశాదాపేతస్య విపర్యయో ऽస్మృతిః" అని శ్రీమద్భాగవతము(11.2.37) పలుకుచున్నది. అనగా కృష్ణభక్తిరసభావనయే భయరాహిత్యమునకు మూలమై యున్నది. కనుకనే కృష్ణభక్తునకు సమగ్రాభ్యాసము సాధ్యమై యున్నది. అంతియేగాక యోగాభ్యాసపు ముఖ్యోద్దేశ్యము హృదయస్థుడైన పరమాత్ముని దర్శించుటయే గనుక యోగులందరిలోను అతడు ఉత్తముడగుచున్నాడు. ఇచ్చట తెలుపబడిన యోగ పద్ధతి నియమములు జనాదరణ పొందిన నామమాత్ర యోగసమాజముల నియమములకు భిన్నములై యున్నవి.

15

युञ्जन्नेवं सदात्मानं योगी नियतमानसः ।
शान्तिं निर्वाणपरमां मत्संस्थामधिगच्छति ॥१५॥

యుంజన్నేవం సదాత్మానం యోగీ నియతమానసః ।
శాన్తిం నిర్వాణపరమాం మత్సంస్థామధిగచ్ఛతి ॥

యుంజన్నేవం—పైన పేర్కొనబడినట్లు అభ్యాసము చేయుచు; సదా—ఎల్లప్పుడును; ఆత్మానం—ఆత్మ మనోదేహములను; యోగీ—యోగియైనవాడు; నియతమానసః—నియమిత మనస్సు కలవాడై; శాన్తిం—శాంతిని; నిర్వాణపరమాం—భౌతికస్థితి నుండి విరమణ పొంది; మత్సంస్థామ్—భగవద్రాజ్యమును; అధిగచ్ఛతి—పొందును.

దేహము, మనస్సు, కర్మలను ఈ విధముగా నిరంతరము నియమించుచు యోగియైనవాడు నియమిత మనస్సు కలవాడై భౌతికస్థితి నుండి విరమించుట ద్వారా భగవద్రాజ్యమును (కృష్ణధామమును) పొందును.

భాష్యము : యోగాభ్యాసపు అంతిమలక్ష్యము ఇప్పుడు స్పష్టముగా వివరింపబడినది. అట్టి యోగాభ్యాసము ఎటువంటి భౌతికసౌకర్యమును పొందుట కొరకు గాక భౌతికస్థితి నుండి ముక్తిని పొందుటకై ఉద్దేశింపబడినది. యోగము ద్వారా ఆరోగ్యవృద్ధి చేసికొనుటకు లేదా ఏదేని సిద్ధిని పొందుటకు యత్నించువాడు గీత ప్రకారము యోగి కానేరడు. ఆలాగుననే భౌతికస్థితి నుండి విరమణము మనుజుని "శూన్యము" నందు ప్రవేశింపజేయదు. నిజమునకు అట్టి భావన మిథ్యయై యున్నది. భగవానుని సృష్టిలో ఎచ్చటను శూన్యమనునది లేదు. వాస్తవమునకు

భౌతికస్థితి నుండి ముక్తి మనుజుని ఆధ్యాత్మిక లోకమైన భగవద్ధామమునకు చేర్చగలదు. సూర్యచంద్రులు లేదా విద్యుత్తు యొక్క అవసరము లేని అట్టి భగవద్ధామము భగవద్గీత యందు స్పష్టముగా వివరింపబడినది. అట్టి ఆధ్యాత్మిక జగమునందు అన్ని లోకములు కూడా భౌతికాకాశము నందలి సూర్యుని వలె స్వయంప్రకాశమానములై యుండును. సృష్టియంతయు భగవద్రాజ్యమేయైనను, ఆధ్యాత్మికాకాశము మరియు దాని యందలి లోకములు మాత్రము పరంధామమని పిలువబడును.

కృష్ణుని గూర్చిన సంపూర్ణజ్ఞానమును కలిగిన పూర్ణయోగి ఆ భగవానుడు స్వయముగా ఇచ్చట తెలిపిన రీతి (మచ్చిత్తః, మత్పరః, మత్ స్థానం) నిజమైన శాంతిని పొంది, అంత్యమున గోలోకబృందావనమని తెలియబడు దివ్యమైన కృష్ణలోకమును చేరగలడు. "గోలోక ఏవ నివసత్యఖిలాత్మభూతః - శ్రీకృష్ణభగవానుడు తన ధామమైన గోలోకమునందు నిత్యముగా వసించి యున్నను, తన దివ్యశక్తులచే సర్వత్రా వ్యాపించియున్న పరబ్రహ్మముగా మరియు సర్వజీవహృదయస్థుడైన పరమాత్మగా తెలియబడుచున్నాడు" అని బ్రహ్మసంహిత (5.37) తెలియజేయుచున్నది. అట్టి శ్రీకృష్ణభగవానుని సంపూర్ణావగాహనము మరియు అతని సంపూర్ణాంశయైన విష్ణువు యొక్క అవగాహనము లేనిదే ఎవ్వరును ఆధ్యాత్మికజగత్తునందు గాని (వైకుంఠము) లేదా భగవద్ధామమునందు గాని (గోలోకబృందావనము) ప్రవేశింపలేరు. కనుకనే కృష్ణభక్తిభావన యందు కర్మనొనరించువాడు తన మనస్సు కృష్ణపరములగు కర్మల యందు సంలగ్నమై యుండుటచే శ్రేష్ఠుడైన యోగి యనబడును (సవై మనః కృష్ణపదారవిందయోః). అంతియేగాక "తమేవ విదిత్వాతిమృత్యుమేతి - దేవదేవుడైన శ్రీకృష్ణుని తెలియుట ద్వారానే జన్మమృత్యువులను అధిగమింపవచ్చును" అని వేదము (శ్వేతాశ్వతరోపనిషత్తు 3.8) మనకు తెలియజేయుచున్నది. అనగా భౌతికస్థితి నుండి ముక్తిని బడయుటయే యోగపూర్ణత్వ మనబడును. అమాయకప్రజలను మోసపుచ్చు ఇంద్రజాలము గాని, వ్యాయామ ప్రదర్శనము గాని యోగపూర్ణత్వము కానేరదు.

16

नात्यश्नतस्तु योगोऽस्ति न चैकान्तमनश्नतः ।
न चातिस्वप्नशीलस्य जाग्रतो नैव चार्जुन ॥१६॥

నాత్యశ్నతస్తు యోగో ऽస్తి న చైకాన్తమనశ్నతః ।
న చాతిస్వప్నశీలస్య జాగ్రతో నైవ చార్జున ॥

అతి అశ్నతః—అధికముగా తినువానికి; **తు**—కాని; **యోగః**—యోగము; **న అస్తి**—లేదు; **ఏకాన్తం**—పూర్తిగా; **అనశ్నతః**—తిననివానికి; **చ**—కూడా; **న**—లేదు; **అతిస్వప్నశీలస్య**—ఎక్కువగా నిద్రించు స్వభావము కలవానికి; **చ**—కూడా; **న**—లేదు; **జాగ్రతః**—అతిగా మెలకువతో ఉండువానికి; **చ**—కూడా; **న ఏవ**—లేనేలేదు; **అర్జున**—ఓ అర్జునా.

ఓ అర్జునా! అతిగా భుజించువానికి లేదా అతితక్కువ తినువానికి, అతిగా నిద్రించువానికి లేదా తగినంత నిద్రలేనివానికి యోగి యగుటకు అవకాశము లేదు.

భాష్యము : ఆహారము మరియు నిద్రయందు నియమము ఇచ్చట యోగులకు నిర్దేశింపబడుచున్నది. అధికముగా భుజించుట యనగా దేహపోషణకు అవసరమైనదాని కన్నను అధికముగా భుజించుటని భావము. సమృద్ధిగా ధాన్యము, కూరగాయలు, ఫలములు, పాలు లభించుచున్నందున మనుజాలు జంతు మాంసమును తిననవసరము లేదు. శ్రీమద్భగవద్గీత ప్రకారము అట్టి సరళమగు ఆహారము సాత్త్వికమైనట్టిది. మాంసాహారము తమోగుణప్రధానులకు ఉద్దేశింప బడినది. కావున మాంసాహారము, మద్యపానము, ధూమపానము చేయుచు కృష్ణునకు అర్పింపని ఆహారమును గ్రహించువారు తాము పాపమునే భుజించుటచే పాపకర్మల ఫలములను అనుభవింపవలసివచ్చును. "భుంజతే తే త్వఘం పాపాః యే పచన్త్యాత్మకారణాత్ - ఎవరైతే కృష్ణునికి అర్పింపక తమ ప్రీత్యర్థమే ఆహారమును స్వీకరింతురో లేక తయారు చేసికొందురో అట్టివారు పాపమునే భుజించువారు కాగలరు." పాపమును భుజించువాడు మరియు అతిగా భుజించువాడు పూర్ణయోగమును అభ్యసింపలేడు. కనుక కృష్ణునకు అర్పింప బడిన ఆహారమును భుజించుటయే సర్వులకు ఉత్తమము. కృష్ణభక్తిభావన యందున్నవాడు తొలుత కృష్ణునికి అర్పింపబడని ఆహారమును దేనిని కూడా స్వీకరింపడు. కనుక కృష్ణభక్తిరసభావితుడే యోగాభ్యాసమునందు పూర్ణత్వమును పొందగలడు. అట్లుగాక కేవలము తనకు తోచిన విధముగా ఉపవాసముండి కృత్రిమముగా ఆహారమును విడిచి యోగమభ్యసించువాడు ఎన్నడును యోగమునందు పూర్ణుడు కాలేడు. కృష్ణభక్తిపరాయణుడు శాస్త్రములలో తెలిపినరీతి ఉపవాసమును అవలంబించును. అతడు అధికముగా భుజించుట లేదా

అతిగా ఉపవసించుట చేయనందున యోగాభ్యాసమును చక్కగా పాటించ గలడు. అధికముగా భుజించువానికి స్వప్నములు ఎక్కువగా వచ్చునందున అధికసమయము నిద్రించును. వాస్తవమునకు మనుజుడు ఆరుగంటల కన్నను అధికముగా నిద్రపోరాదు. ఆ విధముగా రోజులో ఆరుగంటల కన్నను అధికముగా నిద్రించువాడు తమోగుణముచే ప్రభావితుడైనట్టివాడే. తమోగుణప్రధానుడు మందుడై, అధికముగా నిద్రించును. అట్టివాడు ఎన్నడును యోగమును నిర్వహింపలేడు.

17

युक्ताहारविहारस्य युक्तचेष्टस्य कर्मसु।
युक्तस्वप्नावबोधस्य योगो भवति दुःखहा ॥१७॥

యుక్తాహారవిహారస్య యుక్తచేష్టస్య కర్మసు ।
యుక్తస్వప్నావబోధస్య యోగో భవతి దుఃఖహా ॥

యుక్త—నియమితమైన; ఆహార—ఆహారము; విహారస్య—విహారము; యుక్తచేష్టస్య—నియమితముగా పోషణార్థమే పనిచేయువానికి; కర్మసు—ధర్మములను నిర్వహించుట యందు; యుక్త—నియమితమైన; స్వప్న—నిద్ర; అవబోధస్య—జాగరణము; యోగః—యోగాభ్యాసము; భవతి—యగును; దుఃఖహా—బాధలను శమించునది.

నియమితవములైన ఆహారవము, నిద్ర, విహారవము, కర్మవములు గలవాడు యోగాభ్యాసము ద్వారా భౌతికక్లేశములను శమింపజేసికొనగలడు.

భాష్యము : దేహావసరములైన ఆహారము, నిద్ర, భయము, మైథునములందు అతి యనునది యోగాభ్యాసము నందు పురోభివృద్ధిని ఆటంకపరచును. శ్రీకృష్ణ భగవానునికి అర్పింపబడిన ఆహారమును పవిత్రమైన ప్రసాదరూపమున స్వీకరించుట ద్వారా ఆహారవిషయము నియమింపబడగలదు. భగవద్గీత(9.26) ప్రకారము కూరగాయలు, పుష్పములు, ఫలములు, ధాన్యము, పాలు మొదలగునవి శ్రీకృష్ణునకు అర్పింపవచ్చును. ఈ విధముగా కృష్ణభక్తిభావన యందున్న వాడు మానవులు స్వీకరించుటకు పనికిరాని ఆహారమును (సత్త్వగుణమునందు లేనటువంటి ఆహారములను) స్వీకరింపకుండుట యందు అప్రయత్నముగానే శిక్షితుడు లేదా నేర్పరి కాగలడు. కృష్ణభక్తిపరాయణుడు కృష్ణపరకర్మలను చేయుట యందు సదా జాగరూకుడై యుండును. నిద్ర యందు అధికముగా కాలమును వ్యర్థము చేయుట గొప్ప నష్టమే కాగలదు(అవ్యర్థ కాలత్వమ్). అట్టి

భక్తుడు భక్తియుతసేవ లేకుండా క్షణకాలము వృథాయగుటయు సహింపలేడు. కనుకనే అతడు నిద్రకు అతి తక్కువ సమయమును కేటాయించును. ఈ విషయమున అతనికి శ్రీరూపగోస్వామి అత్యంత ఆదర్శనీయులై యున్నారు. శ్రీకృష్ణుని దివ్యసేవలో రతులై యుండి ఆయన రోజుకు రెండుగంటలు మాత్రమే నిద్రించెడివారు. కొన్నిమార్లు ఆ మాత్రమును ఆయన నిద్రించెడివారు కారు. హరిదాసఠాకూరు తమ నిత్యనియమమైన మూడులక్షల హరినామజపము పూర్తికానిదే ప్రసాదమును స్వీకరించుట గాని లేదా క్షణకాలము నిద్రించుట గాని చేసెడివారు కారు. ఇక కర్మ విషయమున కృష్ణభక్తిపరాయణుడు కృష్ణపరములు కానటువంటి కర్మలేవియును చేయకున్నందున అతని కర్మము సదా నియమింపబడి ఇంద్రియభోగభావనచే కలుషితము కాకుండును. ఇంద్రియభోగమనెడి ప్రశ్నయే లేనందున కృష్ణభక్తిరసభావితునికి భౌతికమైన విశ్రాంతి ఉండదు. ఈ విధముగా తన కర్మ, వాక్కు, నిద్ర, జాగరణ, ఇతర దేహకర్మలన్నియును నియమితములై యున్నందున కృష్ణభక్తిపరాయణునికి భౌతికక్లేశము లేవియును లేకుండును.

18

यदा विनियतं चित्तमात्मन्येवावतिष्ठते।
निस्पृहः सर्वकामेभ्यो युक्त इत्युच्यते तदा ॥१८॥

యదా వినియతం చిత్తమాత్మన్యేవావతిష్ఠతే ।
నిస్పృహః సర్వకామేభ్యో యుక్త ఇత్యుచ్యతే తదా ॥

యదా—ఎప్పుడు; వినియతం—ప్రత్యేకముగా నియమబద్ధమై; చిత్తం—మనస్సును మరియు దాని కర్మలను; ఆత్మని—దివ్యత్వము నందు; ఏవ—నిశ్చయముగా; అవతిష్ఠతే—ఉండునో; నిస్పృహః—కోరికలేనివాడు; సర్వ—అన్నివిధములైన; కామేభ్యః—ఇంద్రియభోగము; యుక్తః—యోగమునందు స్థిరముగా నున్నవాడు; ఇతి—అని; ఉచ్యతే—చెప్పబడును; తదా—అప్పుడు.

యోగాభ్యాసము ద్వారా యోగి తన మనోకర్మలనన్నింటిని నియమించి, విషయకోరికల రహితమైన ఆధ్యాత్మికస్థితి యందు నిలిచినప్పుడు యోగము నందు స్థిరుడైనట్లుగా చెప్పబడును.

భాష్యము : సమస్తమగు విషయకోరికల నుండి (వాటిలో ముఖ్యమైనది మైథునసుఖము) విరమణ పొందియుండుటనెడి విషయము ద్వారా యోగికర్మలను

సాధారణజనుల కర్మల నుండి వేరుపరుపవచ్చును. తన మనోకర్మలను చక్కగా నియమించిన సంపూర్ణయోగి ఏ విధమైన విషయకోరిక చేతను కలతకు గురికాడు. శ్రీమద్భాగవతమున (9.4.18-20) తెలుపబడినట్లు అట్టి పూర్ణత్వస్థితి కృష్ణభక్తిభావన యందున్నవారిచే అప్రయత్నముగా పొందబడును.

స వై మనః కృష్ణపదారవిన్దయోః
వచాంసి వైకుంఠగుణానువర్ణనే ।
కరౌ హరేర్ మన్దిరమార్జనాదిషు
శ్రుతిం చకారాచ్యుతసత్కథోదయే ॥
ముకున్దలింగాలయదర్శనే దృశౌ
తద్భృత్యగాత్రస్పర్శేఽఙ్గసఙ్గమమ్ ।
ఘ్రాణం చ తత్పాదసరోజసౌరభే
శ్రీమత్తులస్యా రసనాం తదర్పితే ॥
పాదౌ హరేః క్షేత్రపదానుసర్పణే
శిరో హృషీకేశపదాభివన్దనే ।
కామం చ దాస్యే న తు కామకామ్యయా
యథోత్తమశ్లోకజనాశ్రయా రతిః ॥

"మహారాజు అంబరీషుడు తన మనస్సును శ్రీకృష్ణుని చరణకమలముల చెంత నియుక్తము చేసెను. అతడు తన పలుకులను ఆ దేవదేవుని దివ్యగుణములను వర్ణించుట యందును, తన హస్తములను శ్రీహరి మందిరములను శుభ్రము చేయుట యందును, తన కర్ణములను అచ్యుతుని కర్మలను శ్రవణము చేయుట యందును, తన చక్షువులను ముకుందుని దివ్యరూపములను వీక్షించుట యందును, తన దేహమును భక్తుల దేహములను స్పృశించుట యందును, తన నాసికను శ్రీకృష్ణభగవానునకు అర్పింపబడిన కలువపూలను వాసన చూచుట యందును, తన జిహ్వను ఆ భగవానుని చరణకమలములకు అర్పించిన తులసీ దళములను రుచిచూచుట యందును, తన పాదములను శ్రీహరి తీర్థస్థలములకు మరియు మందిరములకు పోవుట యందును, తన శిరమును హృషీకేశునికి వందనమొనర్చుట యందును, తన కోరికలను ఉత్తమశ్లోకుడైన శ్రీకృష్ణుని కార్యములను నిర్వహించుట యందును నియోగించెను. అతని ఈ దివ్యకార్యము లన్నియును శుద్ధభక్తులకు తగినవై యున్నవి."

నిరాకారమార్గము నవలంబించువారికి ఇట్టి ఆధ్యాత్మికస్థితి అనిర్వచనీయము, ఊహాతీతమైనను కృష్ణభక్తిభావనలో నున్నవారికి సులభము, ఆచరణీయమై యున్నది. ఈ విషయము పైన వర్ణింపబడిన అంబరీషుని కార్యముల ద్వారా విదితమగుచున్నది. నిత్యస్మరణము ద్వారా శ్రీకృష్ణభగవానుని చరణకమలముల చెంత మనస్సు లగ్నము కానిదే అట్టి ఆధ్యాత్మిక కర్మలు ఆచరణీయములు కాజాలవు. కనుకనే శ్రీకృష్ణుని భక్తియుతసేవ యందలి కర్మలు "అర్చనము" (ఇంద్రియముల నన్నింటిని శ్రీకృష్ణభగవానుని సేవలో నియుక్తముచేయుట) అనబడును. వాస్తవమునకు మనస్సునకు, ఇంద్రియములకు ఏదియో ఒక వ్యాపకముండవలెను. వాటిని వ్యాపకరహితము చేయుటన్నది ఆచరణీయమైనది కాదు. కనుకనే సామాన్యజనులకు, ముఖ్యముగా సన్న్యాసాశ్రమమున లేనివారికి, పైన తెలుపబడినటువంటి దివ్యమైన ఇంద్రియ,మనోవ్యాపకము ఆధ్యాత్మికానుభవ ప్రాప్తికై చక్కని విధానమై యున్నది. అదియే "యుక్తము" అని భగవద్గీత యందు తెలుపబడినది.

19

यथा दीपो निवातस्थो नेङ्गते सोपमा स्मृता ।
योगिनो यतचित्तस्य युञ्जतो योगमात्मनः ॥१९॥

యథా దీపో నివాతస్థో నేఙ్గతే సోపమా స్మృతా ।
యోగినో యతచిత్తస్య యుంజతో యోగమాత్మనః ॥

యథా—రీతిగా; దీపః—దీపము; నివాతస్థః—గాలి లేని చోటనున్న; న ఇఙ్గతే—చలింపదో; సా—అది; ఉపమా—పోలికగా; స్మృతా—పరిగణింపబడుచున్నది; యోగినః—యోగి యొక్క; యతచిత్తస్య—మనోనిగ్రహము కలిగిన; యుంజతః—సదా నియుక్తుడై యున్న; యోగమ్—ధ్యానమునందు; ఆత్మనః—పరతత్త్వపు.

గాలిలేని చోట నున్న దీపము నిశ్చలముగా నుండు రీతి, నిగ్రహింపబడిన మనస్సు గల యోగి తన పరతత్త్వధ్యానమున సదా స్థిరుడై యుండును.

భాష్యము : సదా దివ్యత్వమునందు రమించుచు తన పూజనీయ భగవానుని ధ్యానమున అచంచలముగా నిలుచు నిజమైన కృష్ణభక్తుడు గాలిలేని చోట నున్న దీపమువలె స్థిరముగా నుండును.

20-23

यत्रोपरमते चित्तं निरुद्धं योगसेवया ।
यत्र चैवात्मनात्मानं पश्यन्नात्मनि तुष्यति ॥२० ॥
सुखमात्यन्तिकं यत्तद् बुद्धिग्राह्यमतीन्द्रियम् ।
वेत्ति यत्र न चैवायं स्थितश्चलति तत्त्वतः ॥२१ ॥
यं लब्ध्वा चापरं लाभं मन्यते नाधिकं ततः ।
यस्मिन् स्थितो न दुःखेन गुरुणापि विचाल्यते ॥२२ ॥
तं विद्याद्दुःखसंयोगवियोगं योगसंज्ञितम् ॥२३ ॥

యత్రోపరమతే చిత్తం నిరుద్ధం యోగసేవయా ।
యత్ర చైవాత్మనాత్మానం పశ్యన్నాత్మని తుష్యతి ॥
సుఖమాత్యన్తికం యత్తద్ బుద్ధిగ్రాహ్యమతీన్ద్రియమ్ ।
వేత్తి యత్ర న చైవాయం స్థితశ్చలతి తత్త్వతః ॥
యం లబ్ధ్వాచాపరం లాభం మన్యతే నాధికం తతః ।
యస్మిన్ స్థితో న దుఃఖేన గురుణాపి విచాల్యతే ॥
తం విద్యాద్దుఃఖసంయోగవియోగం యోగసంజ్ఞితమ్ ॥

యత్ర—ఏ స్థితిలో; ఉపరమతే—విరమించునో (దివ్యమైన సుఖమును అనుభవించును గావున); చిత్తం—మనోకర్మలు; నిరుద్ధం—భౌతికవిషయముల నుండి నిగ్రహింపబడి; యోగసేవయా—యోగాభ్యాసముచే; యత్ర—ఎక్కడ; చ—కూడా; ఏవ—నిశ్చయముగా; ఆత్మనా—విశుద్ధమైన మనస్సుచే; ఆత్మానం—ఆత్మను; పశ్యన్—స్థితిని ఎరుగును; ఆత్మని—ఆత్మయందు; తుష్యతి—తృప్తి నొందునో; సుఖమ్—సుఖమును; ఆత్యన్తికం—దివ్యమైన; యత్—ఏది; తత్—అది; బుద్ధిగ్రాహ్యం—బుద్ధిచే గ్రహింపబడినది; అతీన్ద్రియమ్—దివ్యమైనది; వేత్తి—తెలిసికొనునో; యత్ర—ఎచ్చట; చ—కూడా; ఏవ—నిశ్చయముగా; అయం—అతడు; స్థితః—స్థితిని కలిగి; న చలతి—ఎప్పుడును చలింపడు; తత్త్వతః—సత్యమునుండి; యం—దేనిని; చ—కూడా; లబ్ధ్వా—పొంది; చ—కూడా; అపరం—ఇతరమైన; లాభం—లాభమును; న మన్యతే—ఎప్పుడు తలంపడో; అధికం—ఎక్కువైన దానినిగా; తతః—దాని కంటే; యస్మిన్—దేని యందు; స్థితః—ఉన్నవాడై; దుఃఖేన—దుఃఖముచే; గురుణాపి—మిక్కిలి క్లేశకరమైనప్పటికిని; న విచాల్యతే—చలింపడు; తమ్—దానిని; విద్యాత్—తెలిసికొనవలెను; దుఃఖసంయోగ—భౌతికసంపర్కముచే కలిగిన దుఃఖములు; వియోగం—నాశము; యోగసంజ్ఞితమ్—యోగమునందు సమాధి.

సమాధి యనబడు పూర్ణత్వస్థితిలో మనుజుని మనస్సు సమస్త మానసిక

కలాపముల నుండి యోగాభ్యాసము చేత నిరోధింపబడియుండును. శుద్ధమైన మనస్సుతో ఆత్మను వీక్షింపగలుగుట మరియు ఆత్మ యందే ఆనందమును, సుఖమును అనుభవింపగలుగుట యను విషయమున మనుజుని సమర్థతను బట్టి అట్టి పూర్ణత్వస్థితిని నిర్ధారింపవచ్చును. అట్టి ఆనందమయస్థితిలో పవిత్రమైన ఇంద్రియముల ద్వారా అనుభవమునకు వచ్చు అపరిమిత దివ్యానందములో మనుజుడు స్థితిని పొందియుండును. ఆ విధముగా స్థితుడైన అతడు సత్యము నుండి వైదొలగక , దానికి మించిన వేరొక అధికలాభము లేదని భావించును. అట్టి స్థితిలో నిలిచినవాడు గొప్ప కష్టమునందైనను చలింపక యుండును. భౌతికసంపర్కముచే ఉత్పన్నమగు సమస్త దుఃఖముల నుండి వాస్తవమైన ముక్తి ఇదియే.

భాష్యము : యోగాభ్యాసము ద్వారా మనుజుడు క్రమముగా భౌతికభావనల నుండి ముక్తుడగును. ఇదియే యోగసిద్ధాంతపు ప్రధాన లక్షణము. తదుపరి మనుజుడు సమాధి యందు మగ్నుడగును. అనగా ఆత్మ పరమాత్మతో సమానమనెడి ఎట్టి అపోహలు లేకుండా, పవిత్రమైన మనోబుద్ధులతో హృదయస్థ పరమాత్మను యోగి గుర్తించగలుగు స్థితియే సమాధి యనబడును. వాస్తవమునకు యోగపద్ధతి దాదాపు పతంజలి యోగనియమముల పైననే ఆధారపడి యున్నది. కొందరు అప్రమాణీక వ్యాఖ్యాతలు ఆత్మను పరమాత్మగా గుర్తించగా, అద్వైతులు అట్టిదానినే మోక్షమని భావింతురు. కాని వారందరును పతంజలి యోగపద్ధతి యొక్క ప్రయోజనము అవగతము కానట్టివారే. పతంజలి యోగ పద్ధతి యందు దివ్యానందమను విషయము అంగీకరింపబడినను, అద్వైతులు ఆ విషయము అద్వైతసిద్ధాంతమందలి ఏకత్వమునకు భంగకరమని భయపడి అట్టి దివ్యానందమును అంగీకరింపరు. జ్ఞానము మరియు జ్ఞాత యను ద్వైతమును అద్వైతులు అంగీకరింపకున్నను, పవిత్రములైన ఇంద్రియముల ద్వారా అనుభవింపబడెడి దివ్యానందము ఈ శ్లోకము నందు అంగీకరింపబడినది. ఇదే విషయము యోగవిధానకర్తయైన పతంజలిముని చేతను ఆమోదింపబడినది. ఆ మహాముని "పురుషార్థశూన్యానాం గుణానాం ప్రతిప్రసవః కైవల్యం స్వరూపప్రతిష్ఠా వా చితిశక్తిరితి" యని తన యోగసూత్రములలో (3.34) ప్రకటించియున్నాడు.

పై సూత్రమునందలి "చితిశక్తి" లేదా "అంతరంగశక్తి" దివ్యమైనది. ధర్మము,

అర్థము, కామము, అంత్యమున భగవానునితో ఏకమగుటయైన మోక్షము అనునవియే పురుషార్థ మనబడును. ఈ పురుషార్థములలోని భగవదైక్యమే అద్వైతులచే కైవల్యమని పిలువబడును. కాని పతంజలిముని ప్రకారము ఈ కైవల్యము ఆంతరంగికశక్తి (ఆధ్యాత్మికశక్తి) అయియున్నది. దాని ద్వారా జీవుడు తన సహజస్థితిని తెలిసికొనగలడు. శ్రీచైతన్యమహాప్రభువు వాక్యములలో ఇదియే "చేతోదర్పణమార్జనము" లేదా చిత్తదర్పణ మాలిన్యమును తొలగించుకొను కార్యము. నిజమునకు ఈ మనోమాలిన్య నిర్మూలనమే వాస్తవమైన ముక్తియై (భవమహా దావాగ్ని నిర్వాపణం) యున్నది. నిర్వాణమను సిద్ధాంతము (ఇది కూడా ప్రాథమికమైనదే) ఈ సిద్ధాంతముతో ఏకీభవించుచున్నది. శ్రీమద్భాగవతము (2.10.6) నందు ఇది "స్వరూపేణ వ్యవస్థితిః" అని పిలువ బడినది. అట్టి స్థితియే భగవద్గీత యందు కూడా ఈ శ్లోకమున నిర్ధారింపబడినది.

నిర్వాణము పిదప (భౌతికత్వము యొక్క విరమణ పిమ్మట) కృష్ణభక్తిరస భావనముగా తెలియబడు శ్రీకృష్ణభగవానుని భక్తియుక్తసేవ (ఆధ్యాత్మికకర్మలు) ఆరంభమగును. శ్రీమద్భాగవతము ప్రకారము అదియే జీవుని నిజస్థితియై యున్నది (స్వరూపేణ వ్యవస్థితిః). అట్టి జీవుని ఆధ్యాత్మికజీవనస్థితి భౌతికత్వముచే కలుషితమైనప్పుడు అది మాయ అనబడును. అట్టి భౌతికసంపర్కము నుండి ముక్తిని పొందుట జీవుని ఆదియైన నిత్యస్థితిని నశింప జేయుట కాదు. "కైవల్యం స్వరూపప్రతిష్ఠా వా చితిశక్తిరితి" యని తన వాక్యముల ద్వారా పతంజలి మునియు దీనిని ఆమోదించియున్నారు. ఈ చితిశక్తియే (దివ్యానందము) నిజమైన జీవనస్థితియై యున్నది. "ఆనందమయోఽభ్యాసాత్" యని వేదాంతసూత్రములందు (1.1.12) కూడ ఇది నిర్ధారింపబడినది. ఈ సహజ దివ్యానందమే యోగపు చరమలక్ష్యమై భక్తియోగము ద్వారా అతిసులభముగా పొందబడుచున్నది. ఈ భక్తియోగము భగవద్గీత యందలి సప్తమాధ్యాయమున విస్తారముగా వివరింపబడినది.

ఈ అధ్యాయమున వివరింపబడినట్లు యోగపద్ధతిలో సంప్రజ్ఞాత సమాధి మరియు అసంప్రజ్ఞాత సమాధి యను రెండు విధములైన సమాధిస్థితులు కలవు. వివిధములైన తాత్త్విక పరిశీలనలచే ఎవ్వరేని ఆధ్యాత్మికస్థితి యందు నిలిచి యున్నచో అతడు సంప్రజ్ఞాత సమాధిని సాధించినట్లు చెప్పబడును. అసంప్రజ్ఞాత సమాధి యందు మనుజుడు ఇంద్రియముల ద్వారా లభించెడి సర్వానందములకు

దూరుడై యున్నందున ఎట్టి విధమైన లౌకికానందముతోను సంబంధమును కలిగి యుండడు. అట్టి దివ్యస్థితి యందు నిలిచిన యోగి దాని నుండి ఏమాత్రమును వైదొలగడు. అటువంటి దివ్యస్థితిని పొందలేనిచో యోగి పరాజయమును పొందినవాడే యగును. నేటికాలమున నామమాత్ర యోగపద్ధతి సర్వవిధములైన ఇంద్రియప్రియ కార్యములను కూడియుండి నిజమైన పద్ధతికి విరుద్ధమై యున్నది. మైథునమునందు పాల్గొని, మత్తుపదార్థములను స్వీకరించు యోగి కపటియే కాగలడు. యోగవిధానమునందు సిద్ధుల యెడ ఆకర్షణము కలిగిన యోగులు సైతము యోగమునందు పూర్ణత్వమును పొందినవారు కారు. అనగా యోగము యొక్క ఇతర లాభముల యెడ ఆకర్షితులైనచో ఈ శ్లోకమునందు తెలుపబడినట్లు యోగులు పూర్ణత్వస్థితిని ఎన్నడును పొందజాలరు. కనుక యోగమును వ్యాయామ ప్రదర్శనముగా చేయువారు లేదా సిద్ధుల నిమిత్తమై వినియోగించువారు తమ యోగలక్ష్యము తత్కార్యమున నశించునని తెలిసికొనవలెను.

ఈ యుగమునందు చక్కగా, ఎటువంటి కలత లేకుండా నిర్వహింపదగిన యోగము కృష్ణభక్తిరసభావనము. కృష్ణభక్తిరసభావితుడు తన కార్యములలో సంపూర్ణానందము పొందినవాడై ఇతర ఆనందమునకై అర్రులు చాచడు. ఈ కపటయుగమున హఠయోగము, ధ్యానయోగము, జ్ఞానయోగము మొదలగు వాటిని అభ్యాసము చేయుట యందు అనేక అవరోధములు కలుగవచ్చునేమో కాని భక్తియోగము (కర్మయోగము) నభ్యసించుట యందు ఎట్టి కష్టము, అవరోధము ప్రాప్తించబోదు.

దేహమున్నంతవరకు దేహావసరములైన ఆహారము, నిద్ర, భయము, మైథునములను మనుజుడు నెరవేర్చవలసియుండును. కాని శుద్ధభక్తియోగము (కృష్ణభక్తిరసభావనము) నందున్న వ్యక్తి అట్టి దేహావసరములను తీర్చుకొనునప్పుడు ఇంద్రియములను అనవసరముగా ప్రేరేపింపడు. పైగా అతడు కేవలము దేహపోషణ నిమిత్తమే కావలసినవి గ్రహించి (చెడ్డబేరపు ఉత్తమలాభమును పొందుచు) కృష్ణభక్తిభావన యందు దివ్యసౌఖ్యము ననుభవించును. అపాయము, రోగము, అభావము, ప్రియబంధువుల మృతి వంటి యాదృచ్ఛిక సంఘటనల యెడ అతడు నిర్లిప్తుడై, తన కృష్ణపరకర్మల యెడ మాత్రము సదా జాగరూకుడై యుండును. అపాయము లెన్నడును అతనిని స్వీయకార్య విముఖుని

చేయజాలవు. "ఆగమాపాయినో ऽనిత్యాస్తాం స్తితిక్షస్వ భారత" యని భగవద్గీత యందలి ద్వితీయాధ్యాయమున (2.14) తెలుపబడినది. ఆ విధముగా అవి రాకపోకలు కలవనియు, తన కర్మలను ప్రభావితము చేయజాలవనియు ఎరిగి యుండుటచే అతడు తత్సంఘటనలను ఓర్పుతో సహించును. ఆ రీతిని అతడు యోగాభ్యాసమునందు అత్యున్నత పూర్ణత్వమును సాధించగలడు.

24

स निश्चयेन योक्तव्यो योगोऽनिर्विण्णचेतसा ।
संकल्पप्रभवान् कामांस्त्यक्त्वा सर्वानशेषतः ।
मनसैवेन्द्रियग्रामं विनियम्य समन्ततः ॥२४॥

స నిశ్చయేన యోక్తవ్యో యోగోऽనిర్విణ్ణచేతసా ।
సంకల్పప్రభవాన్ కామాంస్త్యక్త్వా సర్వానశేషతః ।
మనసైవేన్ద్రియగ్రామం వినియమ్యసమన్తతః ॥

సః—ఆ; నిశ్చయేన—స్థిరనిశ్చయముతో; యోక్తవ్యః—అభ్యసింపవలెను; యోగః—యోగవిధానము; అనిర్విణ్ణచేతసా—నియమభంగము లేని మనస్సుతో; సంకల్ప—మానసికకల్పనల వలన; ప్రభవాన్—పుట్టిన; త్యక్త్వా—విడిచి; కామాన్—భౌతికములైన కోరికలను; సర్వాన్—అన్నింటిని; అశేషతః—పూర్తిగా; మనసా ఏవ—మనస్సుచేతనే; ఇన్ద్రియగ్రామం—ఇంద్రియముల సమూహమును; వినియమ్య—నిగ్రహించి; సమన్తతః—అన్ని వైపుల నుండి.

స్థిరనిశ్చయముతో శ్రద్ధను కలిగి యోగము నభ్యసించుచు మనుజుడు ఆ మార్గము నుండి వైదొలగక యుండవలెను. మానసికకల్పనల నుండి ఉత్పన్నమైన విషయకోరికల నన్నింటిని ఎటువంటి మినహాయింపు లేకుండా త్యజించి, అతడు మనస్సు ద్వారా ఇంద్రియములను అన్నివైపుల నుండి నియమింపవలెను.

భాష్యము : యోగము నభ్యసించువాడు స్థిరనిశ్చయమును కలిగి ఏమాత్రము మార్గము నుండి వైదొలగక ఓపికగా తన అభ్యాసమును కొనసాగింపవలెను. అంతిమవిజయము పట్ల విశ్వాసమును కలిగియుండి, గొప్ప పట్టుదలతో తన పనిని నిర్వహింపవలెను. విజయము లభించుట యందు ఆలస్యమైనచో అతడెన్నడును నిరాశ చెందరాదు. నిష్ఠతో అభ్యాసము కావించువానికి

విజయము తథ్యమై యుండును. శ్రీరూపగోస్వామి భక్తియోగమును గూర్చి ఈ విధముగా పలికియుండిరి.

ఉత్సాహాన్నిశ్చయాద్ధైర్యాత్ తత్తత్కర్మప్రవర్తనాత్ ।
సంగత్యాగాత్ సతో వృత్తేః షడ్భిర్భక్తిః ప్రసిధ్యతి ॥

"ఉత్సాహము, పట్టుదల, నిశ్చయము, భక్తుల సమక్షములో విధ్యుక్త ధర్మములను నిర్వర్తించుట, సత్త్వగుణకార్యములందే సంపూర్ణముగా నిమగ్నమగుట ద్వారా భక్తియోగమును మనుజుడు విజయవంతముగా నిర్వహింపగలడు." (ఉపదేశామృతము 3)

నిశ్చయము విషయమున మనుజుడు సముద్రపుటలలలో తన గ్రుడ్లను కోల్పోయిన పిచ్చుక వృత్తాంతమును ఉదాహరణముగా తీసికొనవచ్చును. ఒకమారు ఒక పిచ్చుక సముద్రతీరమున గ్రుడ్లు పెట్టగా అవి సముద్రపుటలలలో కొట్టుకొనిపోయెను. పిచ్చుక దానిచే కలతనొంది తన గ్రుడ్లను తనకు తిరిగి ఇవ్వమని సముద్రుని ప్రార్థించగా సముద్రుడు ఆ పిచ్చుక ప్రార్థనను ఆలకింప లేదు. అంతట అది సముద్రమును ఎండింప చేసెదనని నిశ్చయించుకొని తన ముక్కుతో సముద్రజలమును తీసివేయుట నారంభించెను. పిచ్చుక యొక్క దుస్సాధ్యమైన ఆ నిశ్చయమును గాంచి సర్వులు హేళన చేయుట నారంభించిరి. పిచ్చుక కార్యమును గూర్చిన వార్త నెమ్మదిగా వ్యాపించి విష్ణువాహనమైన గరుత్మంతుని చేరెను. తన సోదరి పిచ్చుక యెడ కరుణను కలిగిన గరుడుడు వెంటనే దానిని చూచుటకేగి, దాని నిశ్చయమునకు సంతసించి, సహాయమును గూర్చెదనని వాగ్దానము చేసెను. పిదప వెంటనే గరుడుడు పిచ్చుక గ్రుడ్లను తిరిగి దానికి ఇచ్చివేయుమనియు లేనిచో తానే పిచ్చుక యొనర్చు కార్యమును స్వీకరింపగలననియు సముద్రునితో పలుకగా, సముద్రుడు భీతిల్లి వెంటనే గ్రుడ్లను తిరిగి ఇచ్చివేసెను. ఈ విధముగా గరుడుని కరుణతో పిచ్చుక ఆనందమును పొందెను.

అదే విధముగా యోగాభ్యాసము, ముఖ్యముగా కృష్ణభక్తిరసభావన యందు నిర్వహింపబడెడి భక్తియోగము అతికఠినమైనదిగా తోచవచ్చును. కాని దాని నియమములను నిశ్చయముగా పాటించువారికి శ్రీకృష్ణభగవానుడు తప్పక సహాయమును గూర్చును. తనకు తాను సహాయము చేసికొనెడివానికి భగవానుని సహాయము లభించునన్నది తెలిసిన విషయమే కదా!

25

शनैः शनैरुपरमेद् बुद्ध्या धृतिगृहीतया।
आत्मसंस्थं मनः कृत्वा न किञ्चिदपि चिन्तयेत्॥२५॥

శనైః శనైరుపరమేద్ బుద్ధ్యా ధృతిగృహీతయా ।
ఆత్మసంస్థం మనః కృత్వా న కించిదపి చిన్తయేత్ ॥

శనైః—క్రమముగా; శనైః—ఒకదాని తరువాత ఒకటి; ఉపరమేత్—మనుజుడు విరమింపవలెను; బుద్ధ్యా—బుద్ధిచే; ధృతిగృహీతయా—నిశ్చితమైన; ఆత్మసంస్థం—ఆత్మయందు; మనః—మనస్సును; కృత్వా—నిలిపి; కించిదపి—ఇతరమైన దేనిని కూడా; న చింతయేత్—తలంపరాదు.

నిశ్చయమైన బుద్ధితో క్రమముగా నెమ్మది నెమ్మదిగా మనుజుడు సమాధిమగ్నుడు కావలెను. ఆ విధముగా మనస్సును ఆత్మ యందే నిలిపి అతడు ఇక దేనిని గూర్చియు చింతింపరాదు.

భాష్యము : సరియైన నిశ్చయము, బుద్ధి ద్వారా మనుజుడు ఇంద్రియకర్మల నుండి క్రమముగా విరమణను పొందవలెను. ఇదియే "ప్రత్యాహారము" అనబడును. అనగా నిశ్చయము, ధ్యానము, ఇంద్రియకర్మల నుండి విరమణ ద్వారా మనస్సును సమాధి యందు లగ్నము చేయవలెను. ఆ సమయమున భౌతికభావన యందు కూరుకొనిపోవుట యనెడి భయము ఏమాత్రము కలుగదు. వేరుమాటలలో దేహమున్నంతవరకు మనుజుడు భౌతికవిషయములను కూడియుండవలసివచ్చినను ఇంద్రియతృప్తి భావనను మాత్రము కలిగియుండరాదు. శ్రీకృష్ణభగవానుని ప్రియమునకు అన్యమైన ప్రియమును గూర్చి అతడు చింతింపరాదు. ఇట్టి దివ్యస్థితి కృష్ణపరములగు కర్మల యందు ప్రత్యక్షముగా పాల్గొనుట ద్వారా సులభముగా ప్రాప్తించగలదు.

26

यतो यतो निश्चलति मनश्चञ्चलमस्थिरम्।
ततस्ततो नियम्यैतदात्मन्येव वशं नयेत्॥२६॥

యతో యతో నిశ్చలతి మనశ్చంచలమస్థిరమ్ ।
తతస్తతో నియమ్యైతదాత్మన్యేవ వశం నయేత్ ॥

యతః యతః—ఎచ్చటెచ్చట; నిశ్చలతి—మిక్కిలి చలించును; మనః—మనస్సు; చంచలం—

చపలమైనది; అస్థిరం—స్థిరము కానిది; తతః తతః—అచ్చటచ్చట నుండి; నియమ్య—నిగ్రహించి; ఏతత్—దీనిని; ఆత్మన్యేవ—ఆత్మ యందే; వశం నయేత్—వశము చేయవలెను.

చంచలత్వము, అస్థిరత్వము కారణమున మనస్సు ఎచ్చట పరిభ్రమించినను మనుజుడు దానిని అచ్చట నుండి తప్పక నిగ్రహించి ఆత్మ వశమునకు గొని రావలెను.

భాష్యము : చంచలత్వము, అస్థిరత్వమనునవి మనస్సు యొక్క స్వభావములు. కాని ఆత్మదర్శియైన యోగి అట్టి మనస్సును నియమింపవలెను. దానిచే అతడెన్నడును నియమింపబడరాదు. మనస్సును నియమించినవాడు (తద్వారా ఇంద్రియములను నియమించినవాడు) గోస్వామి లేదా స్వామి యనబడును. అట్లుగాక మనస్సు చేతనే నియమింపబడెడివాడు గోదాసుడు లేదా ఇంద్రియ దాసుడని పిలువబడును. ఇంద్రియముల వలన కలిగే ఆనందపు పరిమాణమును గోస్వామి ఎరిగియుండును. కనుకనే దివ్యానంద భావనలో అతని ఇంద్రియములు హృషీకేశుని (ఇంద్రియాధినేతయైన శ్రీకృష్ణుడు) సేవ యందు నియుక్తమై యుండును. ఆ విధముగా పవిత్రములైన ఇంద్రియములతో కృష్ణుని సేవించుటయే కృష్ణభక్తిరసభావన మనబడును. ఇంద్రియములను అదుపులోనికి తెచ్చుటకు ఇదియే ఉత్తమమార్గము. యోగాభ్యాసపు అత్యున్నత పూర్ణత్వమైన దీనికి మించినది వేరొక్కటి లేదు.

27

प्रशान्तमनसं ह्येनं योगिनं सुखमुत्तमम् ।
उपैति शान्तरजसं ब्रह्मभूतमकल्मषम् ॥२७॥

ప్రశాన్తమనసం హ్యేనం యోగినం సుఖముత్తమమ్ ।
ఉపైతి శాన్తరజసం బ్రహ్మభూతమకల్మషమ్ ॥

ప్రశాన్త—శాంతముగా నుండి కృష్ణుని పాదపద్మములందు లగ్నమైన; మనసం—మనస్సు; హి—నిశ్చయముగా; ఏనం—ఈ; యోగినం—యోగి; సుఖమ్—సుఖము; ఉత్తమం—శ్రేష్ఠమైనది; ఉపైతి—పొందును; శాన్తరజసం—రజోగుణము నశించి; బ్రహ్మభూతం—పరతత్త్వభావన ద్వారా ముక్తి; అకల్మషమ్—పూర్వము చేసిన పాపముల నుండి ముక్తుడగును.

నా యందు మనస్సు లగ్నమైన యోగి తప్పక ఆధ్యాత్మికానందపు అత్యున్నత పూర్ణత్వమును బడయును. రజోగుణమునకు పరముగా

నుండు అతడు పరబ్రహ్మముతో తనకుగల గుణరీతి ఏకత్వము నెరిగి పూర్వ కర్మఫలములన్నింటి నుండియు ముక్తుడగును.

భాష్యము : భౌతికసంపర్కము నుండి ముక్తిని పొంది శ్రీకృష్ణభగవానుని దివ్యమైన భక్తియుక్తసేవలో నిలిచియుండు స్థితియే "బ్రహ్మభూతస్థితి" యన బడును. "మద్భక్తిం లభతే పరామ్"(భగవద్గీత 18.54) - మనస్సు శ్రీకృష్ణుని చరణకమలములపై లగ్నము కానిదే ఎవ్వరును బ్రహ్మభావనలో నిలిచియుండ లేరు. "స వై మనః కృష్ణపదారవిందయోః". దేవదేవుడైన శ్రీకృష్ణుని దివ్యమైన భక్తియోగము నందు సదా నిలిచియుండుటయే (కృష్ణభక్తిరసభావన యందు మగ్నమగుటయే) వాస్తవమునకు రజోగుణము నుండియు, సమస్త భౌతిక సంపర్కము నుండియు ముక్తిని పొందుటయై యున్నది.

28

युञ्जन्नेवं सदात्मानं योगी विगतकल्मषः।
सुखेन ब्रह्मसंस्पर्शमत्यन्तं सुखमश्नुते ॥२८॥

యుంజన్నేవం సదాత్మానం యోగీ విగతకల్మషః ।
సుఖేన బ్రహ్మసంస్పర్శమత్యన్తం సుఖమశ్నుతే ॥

యుంజన్—యోగాభ్యాసమునందు మగ్నుడై; ఏవం—ఆ విధముగా; సదా—ఎల్లప్పుడును; ఆత్మానం—ఆత్మను; యోగీ—పరబ్రహ్మముతో కూడియుండువాడు; విగతకల్మషః—సర్వభౌతికకల్మషముల నుండి విడివడినవాడై; సుఖేన—దివ్యమైన సౌఖ్యము నందు; బ్రహ్మసంస్పర్శం—పరబ్రహ్మముతో సదా కూడియుండుటచే; అత్యన్తం—అత్యున్నతమైన; సుఖం—సౌఖ్యమును; అశ్నుతే—పొందును.

ఆ విధముగా ఆత్మనిగ్రహుడైన యోగి నిరంతరము యోగము నభ్యసించుచు భౌతిక కల్మషములకు దూరుడై, భగవానుని దివ్యమైన ప్రేమయుత సేవ యందు అత్యున్నతమైన పూర్ణానందస్థితిని పొందును.

భాష్యము : భగవానుని సంబంధములో తన నిజస్థితిని మనుజుడు తెలిసికొనగలుగుటయే ఆత్మానుభవమనబడును. ఆత్మ శ్రీకృష్ణభగవానుని అంశమైనందున ఆ దేవదేవునికి సేవను గూర్చుటయే దాని నిజస్థితియై యున్నది. ఆత్మకు భగవానునితో గల ఇట్టి దివ్యసంబంధమే "బ్రహ్మసంస్పర్శ" మని పిలువబడును.

29

सर्वभूतस्थमात्मानं सर्वभूतानि चात्मनि।
ईक्षते योगयुक्तात्मा सर्वत्र समदर्शनः ॥२९॥

సర్వభూతస్థమాత్మానం సర్వభూతాని చాత్మని ।
ఈక్షతే యోగయుక్తాత్మా సర్వత్ర సమదర్శనః ॥

సర్వభూతస్థం—సర్వజీవులయందున్న వానినిగా; ఆత్మానం—పరమాత్మను; సర్వభూతాని—సర్వప్రాణులను; చ—కూడా; ఆత్మని—ఆత్మయందును; ఈక్షతే—చూచును; యోగ యుక్తాత్మా—కృష్ణభక్తిసమన్వితుడు; సర్వత్ర—అంతటను; సమదర్శనః—సమముగా గాంచుచు.

నిజమైన యోగి నన్ను సర్వజీవుల యందును, సర్వజీవులను నా యందును గాంచును. ఆత్మదర్శియైన అట్టివాడు దేవదేవుడనైన నన్నే నిక్కముగా సర్వత్రా గాంచును.

భాష్యము : సర్వుల హృదయములలో పరమాత్మ రూపమున స్థితుడై యున్న శ్రీకృష్ణభగవానుని గాంచగలిగినందున కృష్ణభక్తిరస భావితుడైన యోగి నిజమైన ద్రష్ట యనబడును. "ఈశ్వరః సర్వభూతానాం హృద్దేశేఽర్జున తిష్ఠతి". శ్రీకృష్ణ భగవానుడు పరమాత్మ రూపములో శునకహృదయమునందును మరియు బ్రాహ్మణుని హృదయమునందును నిలిచియుండును. ఆ భగవానుడు నిత్యముగా దివ్యుడనియు, శునకము లేదా బ్రాహ్మణుని హృదయమునందు నిలుచుటచే భౌతికముగా ప్రభావితుడు కాడనియు పూర్ణయోగి ఎరిగియుండును. ఆ విధముగా భౌతికత్వముచే ప్రభావితము కాకుండుటయే భగవానుని దివ్యమైన తటస్థస్వభావమై యున్నది. పరమాత్మతో పాటు జీవాత్మయు హృదయమందు నిలిచియున్నను పరమాత్మ వలె అది ఎల్లరి హృదయములలో నిలిచియుండ లేదు. ఇదియే జీవాత్మ, పరమాత్మ నడుమ గల భేదము. నిజమైన యోగాభ్యాసము నందు నియుక్తుడు కానివాడు ఈ విషయమును స్పష్టముగా గాంచలేడు. కాని ఆస్తికుడు మరియు నాస్తికుడు ఇరువురి యందును కృష్ణభక్తిరసభావితుడు శ్రీకృష్ణుని గాంచగలుగును. ఈ విషయము స్మృతి యందు ఇట్లు నిర్ధారింప బడినది. "ఆతతత్వాచ్చ మాతృత్వాచ్చ ఆత్మ హి పరమోహరిః" సర్వులకు కారణమై యున్నందున భగవానుడు తల్లి లేదా పోషకుని వంటివాడు. తల్లి తన సమస్త సంతానము నెడ సమభావముతో నుండునట్లు భగవానుడును తన

సంతానము పట్ల సమభావముతో నుండును. కనుకనే సర్వజీవుల యందు ఆతడు పరమాత్మగా సదా నిలిచియుండును.

బాహ్యమునను జీవులు సదా భగవానుని శక్తి యందే నిలిచియుందురు. సప్తమాధ్యాయమున వివరింపబడినట్లు ఆధ్యాత్మికశక్తి (ఉత్తమము), భౌతికశక్తి (అల్పము) యను రెండుశక్తులను శ్రీకృష్ణభగవానుడు ప్రధానముగా కలిగి యుండును. జీవుడు ఉత్తమశక్తి అంశయైనను అల్పమైన భౌతికశక్తిచే బద్ధుడై యుండును. ఈ విధముగా అతడు సర్వదా భగవానుని శక్తి యందున్నట్టివాడే. అనగా జీవుడు భగవానుని యందే ఏదో ఒక విధముగా స్థితిని కలిగియున్నట్టి వాడే యగుచున్నాడు.

జీవులు తమ కర్మఫలముల ననుసరించి వివిధస్థితుల యందున్నప్పటికిని అన్ని పరిస్థితుల యందును వారు శ్రీకృష్ణభగవానుని దాసులే యని గాంచగలిగి నందున యోగి సమదర్శియై యుండును. భౌతికశక్తి యందు నిలిచినపుడు జీవుడు ఇంద్రియములను సేవించును. కాని అదే జీవుడు ఆధ్యాత్మికశక్తి యందు నిలిచినప్పుడు మాత్రము ప్రత్యక్షముగా భగవానుని సేవించును. ఈ విధముగా రెండు పరిస్థితుల యందును అతడు భగవానుని దాసుడే. ఇట్టి సమత్వ వీక్షణము కృష్ణభక్తిభావనాపూర్ణుడైన వ్యక్తి యందు పూర్ణముగా నుండును.

30

यो मां पश्यति सर्वत्र सर्वं च मयि पश्यति ।
तस्याहं न प्रणश्यामि स च मे न प्रणश्यति ॥३०॥

యో మాం పశ్యతి సర్వత్ర సర్వం చ మయి పశ్యతి ।
తస్యాహం న ప్రణశ్యామి స చ మే న ప్రణశ్యతి ॥

యః—ఎవడు; మాం—నన్ను; పశ్యతి—చూచునో; సర్వత్ర—అన్నిచోట్ల; సర్వం—సమస్తమును; చ—మరియు; మయి—నాయందు; పశ్యతి—చూచునో; తస్య—వానికి; అహం—నేను; న ప్రణశ్యామి—కనబడకపోను; సః చ—అతడు కూడా; మే—నాకు; న ప్రణశ్యతి—కనబడక పోడు.

నన్ను సర్వత్రా వీక్షించువానికి మరియు నా యందు సమస్తమును గాంచువానికి నేను కనబడకపోవుట గాని, నాకు అతడు కనబడకపోవుట గాని జరుగదు.

భాష్యము : కృష్ణభక్తిభావన యందున్నవాడు శ్రీకృష్ణభగవానుడు సర్వత్రా నిలిచియున్నట్లుగా నిక్కము గాంచగలుగును. అంతియేగాక అతడు ఆ దేవదేవుని యందు సమస్తమును వీక్షించును. అట్టివాడు ప్రకృతి యొక్క విభిన్న రూపములను దర్శించినట్లు గోచరించినను సర్వము శ్రీకృష్ణుని శక్తిప్రదర్శనమే యని తెలిసికొని అన్నివేళలా కృష్ణభక్తిభావన యందు నిలిచియుండును. సర్వమునకు శ్రీకృష్ణుడే ప్రభువు మరియు కృష్ణుడు లేకుండా ఏదియును స్థితిని కలిగియుండలేదన్న భావనయే కృష్ణభక్తిరసభావనపు మూలసిద్ధాంతము. కృష్ణప్రేమ వృద్ధియే కృష్ణభక్తిరసభావనము. అట్టి దివ్యస్థితి లౌకికముక్తికి సైతము అతీతమై యున్నది. ఆత్మానుభవమునకును అతీతమైన అట్టి కృష్ణప్రేమను పొందిన స్థితిలో భక్తుడు కృష్ణునితో ఏకమగును. అనగా భక్తునకు కృష్ణుడే సర్వస్వమై నిలుచును, భక్తుడు అట్టి కృష్ణప్రేమతో నిండిపోవును. అంతట భగవానుడు మరియు భక్తుని నడుమ ఒక సన్నిహిత సంబంధము ఏర్పడును. అటువంటి స్థితిలో జీవుడు నశించుట గాని, భగవానుడు భక్తుని చూపు నుండి దూరమగుట గాని జరుగదు. వాస్తవమునకు కృష్ణుని యందు లీనమగుట యనునది ఆధ్యాత్మికనశింపు వంటిది. కనుకనే భక్తుడు అట్టి ప్రమాదమును కొనితెచ్చుకొనడు. బ్రహ్మసంహిత (5.38) యందు ఇట్లు తెలుపబడినది.

ప్రేమాంజనచ్ఛురితభక్తివిలోచనేన
సన్తస్సదైవ హృదయేషు విలోకయన్తి ।
యం శ్యామసుందరమచిన్త్య గుణస్వరూపం
గోవిందం ఆదిపురుషం తమహం భజామి ॥

"ప్రేమాంజనమును కనులకు పూసుకొనియున్న భక్తులచే సదా వీక్షింపబడు ఆదిదేవుడైన గోవిందుని నేను భజింతును. భక్తుని హృదయములో ఆతడు తన నిత్యమైన శ్యామసుందర రూపముతో సదా దర్శితమై యుండును."

ఇటువంటి స్థితిలో భక్తుని చూపునకు శ్రీకృష్ణుడు ఎన్నడును దూరము కాడు. ఆలాగుననే భక్తుడును శ్రీకృష్ణభగవానుని దృష్టి నుండి దూరముగా పోడు. దేవదేవుడైన శ్రీకృష్ణుని హృదయస్థ పరమాత్మగా వీక్షించు యోగి విషయముననను ఇది వర్తించును. అట్టి యోగి క్రమముగా శుద్ధభక్తునిగా మారి, హృదయమునందు శ్రీకృష్ణుని గాంచకుండా క్షణకాలమును జీవించలేని స్థితికి వచ్చును.

31

सर्वभूतस्थितं यो मां भजत्येकत्वमास्थितः ।
सर्वथा वर्तमानोऽपि स योगी मयि वर्तते ॥३१॥

సర్వభూతస్థితం యో మాం భజత్యేకత్వమాస్థితః ।
సర్వథా వర్తమానోఽపి స యోగీ మయి వర్తతే ॥

సర్వభూతస్థితం—ఎల్లరి హృదయమందున్న; యః—ఎవడు; మాం—నన్ను; భజతి—భక్తియుక్తసేవతో సేవించునో; ఏకత్వం—ఏకత్వమున; ఆస్థితః—నిలిచినవాడై; సర్వథా—అన్ని విధముల; వర్తమానః అపి—నిలిచియున్నప్పటికిని; సః—అతడు; యోగీ—దివ్యజ్ఞాని; మయి—నాయందు; వర్తతే—నిలిచియుండును.

నేను, హృదయస్థ పరమాత్మ ఇరువురము ఏకమేనని ఎరిగి పరమాత్మ భజనమందు నియుక్తుడైన యోగి అన్ని పరిస్థితుల యందును నా యందే నిలిచియుండును.

భాష్యము : పరమాత్మ ధ్యానమును సాగించు యోగి శ్రీకృష్ణుని సంపూర్ణాంశను శంఖము, చక్రము, గద, పద్మమును దాల్చిన చతుర్భాహు విష్ణువుగా హృదయమునందు వీక్షించును. యోగియైనవాడు ఆ విష్ణువు శ్రీకృష్ణునకు అభిన్నుడని ఎరుగవలెను. వాస్తవమునకు కృష్ణుడే అట్టి పరమాత్మ రూపములో ఎల్లరి హృదయములందును నిలిచియున్నాడు. అంతియేగాక అసంఖ్యాక జీవరాసులలో నిలిచియున్న అసంఖ్యాక పరమాత్మల నడుమను ఎట్టి భేదము లేదు. ఆలాగుననే శ్రీకృష్ణభగవానుని దివ్యమగు భక్తియుతసేవ యందు నియుక్తుడైన కృష్ణభక్తిరసభావితునికి, పరమాత్మ ధ్యానమునందు సంలగ్నమైన పూర్ణయోగికి ఎట్టి భేదము లేదు. కృష్ణభక్తిభావన యందున్న యోగి భౌతికస్థితిలో వివిధకర్మల యందు నియుక్తుడైనను సదా కృష్ణుని యందే స్థితిని కలిగినట్టి వాడగును. "నిఖిలాస్వపి అవస్థాసు జీవన్ముక్తః స ఉచ్యతే" యనుచు శ్రీరూపగోస్వామివారి భక్తిరసామృతసింధువు (1.2.187) నందును ఇది నిర్ధారింపబడినది. అనగా కృష్ణభక్తి యందు చరించు భక్తుడు అప్రయత్నముగా ముక్తుడే యగుచున్నాడు. ఈ విషయము నారదపంచరాత్రము నందు ఈ విధముగా ధృవీకరింపబడినది.

దిక్కాలాద్యనవచ్ఛిన్నే కృష్ణే చేతో విధాయ చ ।
తన్మయో భవతి క్షిప్రం జీవో బ్రహ్మణి యోజయేత్ ॥

"సర్వవ్యాపియు, దేశకాలాతీతుడును అగు శ్రీకృష్ణుని దివ్యరూపముపై ధ్యానము కావించువాడు కృష్ణుని భావములోనే నిమగ్నుడై, తదనంతరము ఆ భగవానుని దివ్య సహచర్యమను ఆనందస్థితిని పొందగలడు."

కృష్ణభక్తిరసభావన మనునది యోగపద్ధతి యందలి అత్యున్నత సమాధిస్థితి వంటిది. శ్రీకృష్ణుడు పరమాత్మ రూపమున ఎల్లరి హృదయములందు వసించి యున్నాడనెడి ఈ అవగాహనయే యోగిని దోషరహితునిగా చేయగలదు. "ఏకోఽపి సన్ బహుధా యోఽవభాతి - భగవానుడు ఏకమేయైనను అసంఖ్యాక హృదయములలో బహురూపునిగా నిలిచియున్నాడు" అని వేదములు (గోపాల తాపన్యుపనిషత్తు 1.21) ఆ భగవానుని అచింత్యశక్తిని నిరూపించుచున్నవి. ఇదే విధముగా స్మృతిశాస్త్రమునందును ఇట్లు తెలుపబడినది.

ఏక ఏవ పరో విష్ణుః సర్వవ్యాపీ న సంశయః ।
ఐశ్వర్యాద్రూపమేకం చ సూర్యవత్ బహుధేయతే ॥

"విష్ణువు ఏకమేయైనను నిశ్చయముగా సర్వత్రా వ్యాపించియుండును. ఒకే సమయమున సూర్యుడు అనేక ప్రదేశములలో ఉదయించు రీతి, ఆతడు ఏకరూపుడైనను తన అచింత్యశక్తిచే సర్వత్రా నిలిచియుండును."

32

आत्मौपम्येन सर्वत्र समं पश्यति योऽर्जुन।
सुखं वा यदि वा दुःखं स योगी परमो मतः ॥३२॥

ఆత్మౌపమ్యేన సర్వత్ర సమం పశ్యతి యోఽర్జున ।
సుఖం వా యది వా దుఃఖం స యోగీ పరమో మతః ॥

ఆత్మ–తన ఆత్మతోడి; ఔపమ్యేన–సామ్యముతో; సర్వత్ర–అంతటను; సమం–సమానముగా; పశ్యతి–చూచునో; యః–ఎవడు; అర్జున–ఓ అర్జునా; సుఖం వా–సుఖమైనను; యది వా దుఃఖం–దుఃఖమైనను; సః–ఆ; యోగీ–యోగి; పరమః–ఉత్తముడుగా; మతః–పరిగణింపబడును.

ఓ అర్జునా! ఎవడు తనతో పోల్చుకొని సమస్తజీవులను వాటి సుఖదుఃఖము లందు సమముగా గాంచునో అతడే ఉత్తమయోగి యనబడును.

భాష్యము : తన స్వానుభవకారణముగా సర్వుల సుఖదుఃఖములను ఎరిగి యుండెడి కృష్ణభక్తిరసభావితుడు వాస్తవమునకు ఉత్తమయోగి యనబడును. భగవానునితో తనకు గల సంబంధమును మరచుటయే జీవుని దుఃఖమునకు

కారణమై యున్నది. కాని శ్రీకృష్ణుడే సర్వమానవకర్మలకు దివ్యభోక్తయనియు, సమస్తజగములకు ప్రభువనియు, సర్వజీవుల ఆప్తమిత్రుడనియు ఎరుగుటయే జీవుని సుఖశాంతులకు కారణము కాగలదు. ప్రకృతిజన్య త్రిగుణములకు లొంగి యుండెడి జీవుడు తనకు శ్రీకృష్ణునితో గల సంబంధమును మరచుట చేతనే తాపత్రయములకు లోనగునని యోగియైనవాడు ఎరిగియుండును. కృష్ణభక్తిభావన యందు నిలుచు అట్టి యోగి సుఖియై యుండును కనుక కృష్ణసంబంధ విజ్ఞానమును సర్వులకు పంచుటకు యత్నించును. ప్రతియొక్కరు కృష్ణభక్తిరస భావితులు కావలసిన ఆవశ్యకతను అతడు ప్రచారము చేయ యత్నించు నందున అతడే నిజముగా జగములో ఉత్తమమైన జనహితైషియు, శ్రీకృష్ణునకు ప్రియతమ సేవకుడును కాగలడు. "న చ తస్మాన్మనుష్యేషు కశ్చిన్మే ప్రియకృత్తమః" (భగవద్గీత 18.69). అనగా భక్తుడు సదా జీవులందరి క్షేమమును గాంచుచు సర్వులకు ఆప్తమిత్రుడు కాగలడు. యోగమునందు పూర్ణత్వమును స్వీయలాభాపేక్ష కొరకు గాక కేవలము ఇతరుల కొరకే ఉపయోగించు కారణమున అతడు ఉత్తమయోగియు కాగలడు. ఇతర జీవుల యెడ అతడెన్నడును ఈర్ష్యను కలిగియుండడు. విశుద్ధభక్తునికి, స్వీయోద్ధారమునకై యత్నించు సాధారణ యోగికి నడుమ వ్యత్యాసము ఇచ్చటనే యున్నది. కనుకనే చక్కగా ధ్యానము చేయుట కొరకు ఏకాంతస్థలమునకు పోవు యోగి, ప్రతియొక్కరిని తన శక్తి కొలది కృష్ణభక్తిరసభావితులుగా మార్చ యత్నము చేయు భక్తుని కన్నను పూర్ణుడు కానేరడు.

33

अर्जुन उवाच

योऽयं योगस्त्वया प्रोक्तः साम्येन मधुसूदन ।
एतस्याहं न पश्यामि चञ्चलत्वात् स्थितिं स्थिराम् ॥३३॥

అర్జున ఉవాచ

యో ఽయం యోగస్త్వయా ప్రోక్తః సామ్యేన మధుసూదన ।
ఏతస్యాహం న పశ్యామి చంచలత్వాత్ స్థితిం స్థిరామ్ ॥

అర్జునః ఉవాచ—అర్జునుడు పలికెను; యః అయం—ఈ పద్ధతి; యోగః—యోగము; త్వయా—నీచే; ప్రోక్తః—వర్ణింపబడినది; సామ్యేన—సాధారణముగా; మధుసూదన—మధువను రాక్షసుని సంహరించినవాడా; ఏతస్య—దీనియొక్క; అహం—నేను; న పశ్యామి—

చూడలేకున్నాను; చంచలత్వాత్—చంచలత్వముచే; స్థితిం—పరిస్థితిని; స్థిరామ్—స్థిరమైన.

అర్జునుడు పలికెను : ఓ మధుసూదనా! మనస్సు చంచలమును, అస్థిరమును అయియున్నందున నీవు సంగ్రహముగా తెలిపినటువంటి యోగపద్ధతి ఆచరణకు అసాధ్యమైనదిగను మరియు ఓర్వరానిదిగను నాకు తోచుచున్నది.

భాష్యము : "శుచౌదేశే" యను పదముతో ఆరంభమై "యోగీపరమః" యను పదముతో సమాప్తి నొందెడి యోగపద్ధతిని శ్రీకృష్ణుడు అర్జునునకు వివరించగా, దానికి తాను అశక్తుడననెడి భావనలో అతడు ఆ పద్ధతిని ఇచ్చట తిరస్కరించుచున్నాడు. కలియుగములో సాధారణమానవునకు గృహమును విడిచి కొండలలోనో, అడవులలోనో ఏకాంతస్థలమునకు పోయి యోగాభ్యాసము చేయుట సాధ్యము కానటువంటి విషయము. స్వల్పజీవితము కొరకు తీవ్రసంఘర్షణ మనునది ఈ యుగలక్షణమై యున్నది. ఈ కాలమున జనులు ఆత్మానుభూతి విషయమున శ్రద్ధారహితులై యున్నారు. సామాన్యములు మరియు ఆచరణ యోగ్యములైన పద్ధతులనే వారు స్వీకరింపలేరన్నచో నియమితజీవనము, ప్రత్యేక ఆసనపద్ధతి, స్థాననిర్దేశము, విషయకర్మల నుండి మనోనిగ్రహము వంటి కఠినకార్యములు గల యోగపద్ధతిని అనుసరింపలేరనెడి విషయమును గూర్చి వేరుగా చెప్పపనిలేదు. పలు అనుకూలపరిస్థితులను కలిగియున్నప్పటికిని క్రియాశీలునిగా అర్జునుడు అట్టి యోగము నాచరించుట తనకు సాధ్యము కాదని భావించెను. రాచవంశమునకు చెందిన అతడు పలుయోగ్యతల దృష్ట్యా అత్యంత ఉన్నతుడై యుండెను. అతడు గొప్ప వీరుడు, దీర్ఘాయువు గలవాడు మరియు అన్నింటికిని మించి దేవదేవుడైన శ్రీకృష్ణునికి ప్రియమిత్రుడు. ఐదువేల సంవత్సరములకు పూర్వము అర్జునుడు ప్రస్తుతము మనకున్నటువంటి పరిస్థితుల కన్నను చక్కని అనుకూల పరిస్థితులను కలిగియున్నను ఈ యోగపద్ధతిని తిరస్కరించెను. అతడు యోగమును ఆచరించినట్లుగా మనకెటువంటి చారిత్రికాధారము లభింపదు. కనుకనే ఈ యోగపద్ధతి కలియుగమున అసాధ్యమని భావింపబడినది. ఒకవేళ ఏ కొద్దిమందికో (అసాధారణ పురుషులు) సాధ్యపడినను జనసామాన్యమునకు మాత్రము ఇది మిగుల అసాధ్యము. ఐదువేల సంవత్సరముల క్రిందటే దీని విషయమిట్లుండ ఇక నేటి పరిస్థితి యేమిటి? నామమాత్ర యోగశాలల యందు మరియు సంఘములందు ఈ యోగవిధానమును

అనుకరింప యత్నించువారు తమను తాము కృతార్థులుగా భావించినను, నిక్కముగా కాలమును వృథాపరచునట్టివారే యగుచున్నారు. వాంఛితమగు లక్ష్యమును గూర్చిన విషయమున వారు సంపూర్ణముగా అజ్ఞానులై యున్నారు.

34

चञ्चलं हि मनः कृष्ण प्रमाथि बलवद् दृढम्।
तस्याहं निग्रहं मन्ये वायोरिव सुदुष्करम् ॥३४॥

చంచలం హి మనః కృష్ణ ప్రమాథి బలవద్దృఢమ్ ।
తస్యాహం నిగ్రహం మన్యే వాయోరివ సుదుష్కరమ్ ॥

చంచలం—మిక్కిలి చపలమైనది; హి—నిశ్చయముగా; మనః—మనస్సు; కృష్ణ—ఓ కృష్ణా; ప్రమాథి—మిక్కిలి కలతపెట్టునది; బలవత్—బలము కలది; దృఢం—పట్టుదల కలది; తస్య—దానిని; అహం—నేను; నిగ్రహం—నిగ్రహించుట; మన్యే—తలంచుచున్నాను; వాయోః—వాయువును; ఇవ—వలె; సుదుష్కరమ్—మిక్కిలి కష్టమైనది.

ఓ కృష్ణా! మనస్సు చంచలమును, కల్లోలపూర్ణమును, దృఢమును, మిగుల బలవత్తరమును అయి యున్నది. దీనిని నిగ్రహించుట వాయువును నిగ్రహించుట కన్నను కష్టతరమని నేను భావించుచున్నాను.

భాష్యము : మనస్సు మిగుల బలవత్తరమును, దృఢమును అయియున్నది. తత్కారణమున అది వాస్తవమునకు బుద్ధికి విధేయమై యుండవలసినను కొన్నిమార్లు దానిని అతిక్రమించుచుండును. జగమునందు అనేకములైన అవరోధములతో సంఘర్షణ పడు మనుజునికి అట్టి మనస్సును నిగ్రహించుట అత్యంత కష్టమైన కార్యము. కృత్రిమముగా ఎవరైనను శత్రుమిత్రుల యెడ సమానవైఖరిని కనబరచిన కనబరచవచ్చును. కాని లౌకికుడు మాత్రము ఆ విధముగా చేయలేడు. మనస్సును నిగ్రహించుట తీవ్రగాలిని నియమించుట కన్నను అతికష్టమైన కార్యమగుటయే అందులకు కారణము. కఠోపనిషత్తు (1.3.3-4) నందు ఈ విషయమును గూర్చి ఇట్లు చెప్పబడినది.

ఆత్మానం రథినం విద్ధి శరీరం రథమేవ చ ।
బుద్ధిం తు సారథిం విద్ధి మనః ప్రగ్రహమేవ చ ॥
ఇంద్రియాణి హయా నాహుః విషయాం స్తేషు గోచరాన్ ।
ఆత్మేన్ద్రియమనోయుక్తం భోక్తేత్యాహుర్మనీషిణః ॥

"దేహమను రథములో జీవుడు ప్రయాణికుడు కాగా, బుద్ధి రథచోదకుడై యున్నాడు. మనస్సు రథమును నడుపు సాధనము కాగా ఇంద్రియములు అశ్వములై యున్నవి. ఈ విధముగా జీవుడు మనస్సు, ఇంద్రియముల సంగత్వమున భోక్త యగుచున్నాడని మునులచే అవగాహన చేసికొనబడినది." వాస్తవమునకు బుద్ధి యనునది మనస్సునకు నిర్దేశము నొసగవలెను. కాని బలవత్తరమును, దృఢమును అగు మనస్సు అంటువ్యాధి ఔషధశక్తిని కూడ అతిక్రమించునట్లు, మనుజుని బుద్ధిని సైతము కొన్నిమార్లు అతిక్రమించు చుండును. అట్టి బలమైన మనస్సును యోగపద్ధతిచే నియమింపవలసి యున్నది. అయినను అర్జునుని వంటి వానికి కూడా ఈ యోగాభ్యాసము ఆచరణీయమైనదిగా లేదు. అట్టి యెడ నేటి సాధారణమానవుని గూర్చి ఇక చెప్పవలసినది ఏమున్నది? ఈ శ్లోకమునందు తెలుపబడిన వాయువు ఉదాహరణము అత్యంత సమంజసముగా నున్నది. ఏలయన ఎవ్వరును వాయువును బంధించలేరు. కాని దాని కన్నను కల్లోలపూర్ణమగు మనస్సును నిరోధించుట ఇంకను కష్టతరమై యున్నది. అటువంటి మనస్సును నిరోధించుటకు శ్రీచైతన్యమహాప్రభువు ఉపదేశించిన భవతారకమైన హరేకృష్ణమహామంత్రమును నమ్రతతో కీర్తించుట అతిసులభమైన మార్గము. అనగా "స వై మనః కృష్ణపదారవిందయోః" అను విధానమే ఇచ్చట నిర్దేశింపబడినది. అనగా ప్రతియొక్కరు తమ మనస్సును శ్రీకృష్ణుని యందే సంలగ్నము కావింపవలెను. ఆ సమయముననే మనస్సును కలవరపరచు ఇతర ఏ కార్యములు మనుజునకు లేకుండును.

35

श्रीभगवानुवाच

असंशयं महाबाहो मनो दुर्निग्रहं चलम्।
अभ्यासेन तु कौन्तेय वैराग्येण च गृह्यते ॥३५॥

శ్రీభగవానువాచ

అసంశయం మహాబాహో మనో దుర్నిగ్రహం చలమ్ ।
అభ్యాసేన తు కౌన్తేయ వైరాగ్యేణ చ గృహ్యతే ॥

శ్రీభగవానువాచ—శ్రీకృష్ణభగవానుడు పలికెను; అసంశయం—నిస్సందేహముగా; మహాబాహో—గొప్పపరాక్రమము గల భుజములు గలవాడా; మనః—మనస్సు; దుర్నిగ్రహం—నిగ్రహించుటకు శక్యము కానిది; చలం—చంచలమైనది; అభ్యాసేన—

అభ్యాసముచే; తు—కాని; కౌన్తేయ—ఓ కుంతీపుత్రా; వైరాగ్యేణ—అనాసక్తి చేతను; చ—కూడా; గృహ్యతే—నిగ్రహింపబడును.

శ్రీకృష్ణభగవానుడు పలికెను : ఓ గొప్పభుజములు కలిగిన కుంతీపుత్రా! చంచలమైన మనస్సును నిగ్రహించుట నిస్సందేహముగా మిగుల కష్టతరమైనను దానిని తగిన అభ్యాసము మరియు వైరాగ్యములచే సాధింపవచ్చును.

భాష్యము : దృఢమైన మనస్సును నిగ్రహించుట యందలి కష్టమును గూర్చి అర్జునుడు పలికినదానిని శ్రీకృష్ణభగవానుడు అంగీకరించెను. కాని అట్టి కార్యము అభ్యాసము, వైరాగ్యములచే సాధ్యమగునని అదే సమయమున ఆతడు ఉపదేశించుచున్నాడు. అట్టి అభ్యాసమనగా నేమి? తీర్థస్థలమున కేగుట, మనస్సును పరమాత్మ యందు సంలగ్నము చేయుట, ఇంద్రియ మనస్సులను నిరోధించుట, బ్రహ్మచర్యమును పాటించుట, ఏకాంతముగా వసించుట వంటి కఠిన నియమ నిబంధనలను ఈ కాలమున ఎవ్వరును పాటించలేరు. కాని కృష్ణభక్తిభావన ద్వారా మనుజుడు నవవిధములైన భక్తిమార్గములందు పాల్గొనగలడు. అట్టి భక్తికార్యములలో ప్రప్రథమమైనది శ్రీకృష్ణుని గూర్చిన శ్రవణము. అది మనస్సును అన్నివిధములైన అపోహల నుండి ముక్తినొందించు దివ్యవిధానము. శ్రీకృష్ణుని గూర్చిన శ్రవణము అధికాధికముగా జరిగిన కొలది మనుజుడు అధికముగా జ్ఞానవంతుడై, కృష్ణుని నుండి మనస్సును దూరము చేయు సమస్త విషయములందును వైరాగ్యమును పొందును. కృష్ణపరములు కానటువంటి కార్యముల నుండి మనస్సును నిగ్రహించుట ద్వారా మనుజుడు వైరాగ్యమును సులభముగా నేర్వగలడు. భౌతికత్వము నుండి విడివడి, ఆధ్యాత్మికత యందే మనస్సు లగ్నమగుట యనెడి కార్యము వైరాగ్యమనబడును. వాస్తవమునకు నిరాకారతత్త్వములో వైరాగ్యమును పొందుట యనునది మనస్సును కృష్ణపరకర్మల యందు నియుక్తముచేయుట కన్నను మిక్కిలి కష్టమైనది. కనుకనే కృష్ణభక్తి ఆచరణీయమైన పద్ధతియై యున్నది. ఏలయన కృష్ణుని గూర్చి శ్రవణము చేయుటద్వారా మనుజుడు అప్రయత్నముగా పరతత్త్వమునందు అనురక్తుడగును. అట్టి పరతత్త్వానురాగమే "పరేశానుభవము" (ఆధ్యాత్మిక సంతృప్తి) అనబడును. ఆకలిగొన్నవాడు తాను తిను ప్రతిముద్ద యందు తృప్తిని పొందుటతో ఈ ఆధ్యాత్మిక సంతృప్తిని పోల్చవచ్చును. ఆకలిగొన్నవాడు ఎంత

అధికముగా భుజించినచో అంత అధికముగా తృప్తిని మరియు శక్తిని పొందెడి రీతి, భక్తియోగమును అధికముగా ఒనరించుచున్నప్పుడు మనస్సు భౌతికవిషయముల నుండి విముఖమై యుండును కనుక అధికముగా దివ్యానందము, సంతృప్తి ఒనగూడుచుండును. ఇది చక్కని వైద్యము మరియు పథ్యముతో రోగమును నయము చేయు ప్రక్రియ వంటిది. కనుకనే శ్రీకృష్ణభగవానుని దివ్యలీలలను శ్రవణము చేయుట మూర్ఖమనస్సుకు చక్కని వైద్యము కాగా, కృష్ణప్రసాదమును స్వీకరించుట భవరోగికి సరియైన ఆహారమై యున్నది. ఇట్టి భవరోగచికిత్సా విధానమే కృష్ణభక్తిరసభావన విధానము.

36

असंयतात्मना योगो दुष्प्राप इति मे मतिः ।
वश्यात्मना तु यतता शक्योऽवाप्तुमुपायतः ॥३६॥

అసంయతాత్మనా యోగో దుష్ప్రాప ఇతి మే మతిః ।
వశ్యాత్మనా తు యతతా శక్యోఽవాప్తుముపాయతః ॥

అసంయతాత్మనా—నిగ్రహింపబడని మనస్సు కలవానిచే; **యోగః**—ఆత్మానుభూతి; **దుష్ప్రాపః**—పొందశక్యము కానిది; **ఇతి**—అని; **మే**—నా యొక్క; **మతిః**—అభిప్రాయము; **వశ్యాత్మనా**—నిగ్రహింపబడిన మనస్సు కలవానిచే; **తు**—కాని; **యతతా**—ప్రయత్నించునపుడు; **శక్యః**—ఆచరణయోగ్యము; **అవాప్తుమ్**—పొందుటకు; **ఉపాయతః**—తగిన మార్గములచే.

మనస్సు నిగ్రహింపబడనివానికి ఆత్మానుభవము అతికష్టకార్యము. కాని మనోనిగ్రహము కలిగి, తగిన పద్ధతుల ద్వారా యత్నించువానికి జయము తప్పక సిద్ధించును. ఇది నా అభిప్రాయము.

భాష్యము : విషయకర్మల నుండి మనస్సును దూరము చేయుటకు తగిన చికిత్సను పొందనివాడు ఆత్మానుభవము నందు విజయమును సాధింపలేడని శ్రీకృష్ణభగవానుడు ఇచ్చట ప్రకటించుచున్నాడు. భౌతికానందమున మనస్సును నిమగ్నముచేసి యోగాభ్యాసమునకు యత్నించుట యనునది ఒకవైపు అగ్ని యందు నీరు పోయుచునే దానిని జ్వలింపజేయు యత్నము వంటిది. మనోనిగ్రహము లేనటువంటి యోగాభ్యాసము కేవలము కాలమును వ్యర్థము చేయుటయే కాగలదు. అట్టి యోగప్రదర్శనము బాహ్యమునకు ఆకర్షణీయముగా తోచినను ఆత్మానుభవమునకు సంబంధించినంతవరకు మాత్రము అది

నిరుపయోగమై యున్నది. కనుక ప్రతియొక్కరు మనస్సును సదా దివ్యమగు ప్రేమయుతసేవ యందు లగ్నము చేయుట ద్వారా నియమించవలెను. మనుజుడు కృష్ణభక్తిభావన యందు నిలువనిదే తన మనస్సును నియమింప జాలడు. అనగా కృష్ణభక్తిరసభావితుడు యోగాభ్యాసపు ఫలమును ప్రత్యేకమైన శ్రమ వేరేదియును లేకనే సులభముగా పొందగలడు. కాని కేవల యోగాభ్యాస పరుడు కృష్ణభక్తిరసభావితుడు కానిదే జయమును సాధింపలేడు.

37

अर्जुन उवाच

अयतिः श्रद्धयोपेतो योगाच्चलितमानसः ।
अप्राप्य योगसंसिद्धिं कां गतिं कृष्ण गच्छति ॥३७॥

అర్జున ఉవాచ

అయతిః శ్రద్ధయోపేతో యోగాచ్చలితమానసః ।
అప్రాప్య యోగసంసిద్ధిం కాం గతిం కృష్ణ గచ్ఛతి ॥

అర్జునః ఉవాచ—అర్జునుడు పలికెను; **అయతిః**—జయమును పొందలేని ఆధ్యాత్మికుడు; **శ్రద్ధయా**—శ్రద్ధతో; **ఉపేతః**—కూడినవాడు; **యోగాత్**—యోగము నుండి; **చలితమానసః**—చలించిన మనస్సు కలవాడు; **అప్రాప్య**—పొందజాలక; **యోగసంసిద్ధిం**—యోగము నందు సంపూర్ణతను; **కాం**—ఎట్టి; **గతిం**—గమ్యమును; **కృష్ణ**—ఓ కృష్ణా; **గచ్ఛతి**—పొందును.

అర్జునుడు పలికెను : ఓ కృష్ణా! తొలుత ఆత్మానుభవ విధానమును శ్రద్ధతో అనుసరించి, పిదప లౌకికభావన కారణముగా దానిని త్యజించి, యోగము నందు పూర్ణత్వమును పొందలేని విఫలయోగి గమ్యమెట్టిది ?

భాష్యము : ఆత్మానుభవమును (యోగమును) పొందు మార్గము భగవద్గీత యందు వివరింపబడినది. జీవుడు వాస్తవమునకు పాంచభౌతికదేహము గాక దానికి అతీతుడైన వాడనియు మరియు సత్ , చిత్ , ఆనందమందే అతనికి నిజమైన ఆనందము కలదనియు తెలిపెడి జ్ఞానము ఆత్మానుభవము యొక్క మూల సిద్ధాంతమై యున్నది. ఇట్టి నిత్యజీవనము, జ్ఞానము మరియు ఆనందములనునవి (సత్ , చిత్ , ఆనందము) దేహము, మనస్సులకు అతీతమైన దివ్యలక్షణములు. ఇట్టి ఆత్మానుభవము జ్ఞానమార్గము ద్వారా, అష్టాంగయోగ మార్గము ద్వారా లేక భక్తిమార్గము ద్వారా పొందుటకు సాధ్యమగును. ఈ మార్గములన్నింటి యందును జీవుడు తన నిజస్థితిని, తనకు భగవానునితో గల సంబంధమును

మరియు తనకు భగవానునితో గల సంబంధమును పునఃస్థాపించి కృష్ణభక్తిభావన యందలి అత్యున్నత పూర్ణత్వస్థితిని బడయుటకు వలసిన కర్మలను ఎరుగవలసి యున్నది. ఈ మూడుమార్గములలో దేనిని చేపట్టినను శీఘ్రముగనో లేక ఆలస్యముగనో తప్పక మనుజుడు దివ్యగమ్యమును చేరగలడు. ఆధ్యాత్మిక మార్గమున కొద్ది యత్నమైనను ముక్తికి గొప్పగా దోహదము కాగలదని పలుకుచు శ్రీకృష్ణభగవానుడు ద్వితీయాధ్యాయమున ఈ విషయమును నిర్ధారించి యున్నాడు. ఈ మూడుమార్గములలో భక్తియోగమార్గము భగవదనుభూతిని బడయుటకు ప్రత్యక్షమార్గమై యున్నందున ఈ యుగమునకు మిక్కిలి అనువైనదై యున్నది. భగవానుడు గతమునందు తెలిపియున్న వచనమును తిరిగి నిర్ధారించుకొనుట కొరకే అర్జునుడిచ్చట ఈ విధముగా ప్రశ్నించుచున్నాడు. మనుజుడు ఆత్మానుభవమార్గమును శ్రద్ధతో స్వీకరించినను జ్ఞానయోగవిధానము మరియు అష్టాంగయోగపద్ధతి ఈ కాలమునకు మిగుల కష్టతరవిధానములై యున్నవి. కనుకనే ఈ మార్గములందు పలుయత్నములు కావించినను బహు కారణముల చేత మనుజుడు విఫలత్వమునే బడయవచ్చును. మొట్టమొదటి విషయమేమనగా ఈ విధానము ననుసరించుట యందు మనుజునకు అత్యంత శ్రద్ధ యుండదు. అంతియేగాక ఆధ్యాత్మికమార్గమును చేపట్టుట యనగా దాదాపు మాయపై యుద్ధము ప్రకటించుట వంటిది. కనుక ఎవ్వరైనను అట్లు యత్నించగనే మాయ వివిధములైన ఆకర్షణలచే సాధకుని జయింప యత్నించుచుండును. వాస్తవమునకు బద్ధజీవుడు మాయాగుణములచే ప్రభావితుడైనట్టివాడే గనుక ఆధ్యాత్మిక కలాపములందున్నను తిరిగి ఆ గుణములచే మోహింపబడుటకు అవకాశము కలదు. ఇదియే ఆధ్యాత్మికమార్గము నుండి పతనము నొందుట యనబడును (యోగాచ్చలిత మానసః). ఆ విధముగా ఆత్మానుభవమార్గము నుండి వైదొలగుట వలన కలిగెడి ఫలితములను తెలిసికొనుటకు అర్జునుడు కుతూహలపడుచున్నాడు.

38

कच्चिन्नोभयविभ्रष्टश् छिन्नाभ्रमिव नश्यति ।
अप्रतिष्ठो महाबाहो विमूढो ब्रह्मणः पथि ॥३८॥

కచ్చిన్నోభయవిభ్రష్ట శ్ఛిన్నాభ్రమివ నశ్యతి ।
అప్రతిష్ఠో మహాబాహో విమూఢో బ్రహ్మణః పథి ॥

కచ్చిత్—ఒకవేళ; న ఉభయ—రెండింటి నుండియు; విభ్రష్టః—భ్రష్టుడై; ఛిన్నాభ్రం—చెదరగొట్టబడిన మేఘము; ఇవ—వలె; నశ్యతి—నశింపడా; అప్రతిష్ఠః—ఎట్టి స్థానము లేనివాడై; మహాబాహో—గొప్ప పరాక్రమముతో కూడిన బాహువులు కల కృష్ణా; విమూఢః—కలతనొందిన వాడై; బ్రహ్మణః—దివ్యత్వము యొక్క; పథి—మార్గమునందు.

ఓ మహాబాహో శ్రీకృష్ణా! ఆధ్యాత్మికమార్గము నుండి వైదొలగిన అట్టి మనుజుడు ఆధ్యాత్మికజయమును మరియు లౌకికజయమును రెండింటిని పొందనివాడై ఎచ్చోటను స్థానము లేకుండా గాలిచే చెదరిన మేఘము వలె నశింపడా?

భాష్యము : మానవాభ్యుదయమునకు రెండు మార్గములు గలవు. లౌకికులకు ఆధ్యాత్మికత యందు అనురక్తి యుండదు. తత్కారణమున వారు ఆర్థికాభివృద్ధి ద్వారా లౌకికపురోగతిని బడయుట యందు గాని, తగిన కర్మల ద్వారా ఉన్నతలోకములను చేరుట యందు గాని ప్రియమును కలిగియుందురు. కాని ఎవ్వరేని ఆధ్యాత్మికమార్గమును చేపట్టినచో అట్టి విషయకర్మల నుండి విరమణను పొంది, సర్వవిధములైన నామమాత్ర సుఖముల నన్నింటిని త్యజించవలసివచ్చును. ఇట్టి స్థితిలో ఆధ్యాత్మికమార్గమున పయనించువాడు తన యత్నములో విఫలమైనచో బాహ్యమునకు రెండువిధములా నష్టపోయినవాడగును. వేరుమాటలలో అతడు భౌతికసుఖమును అనుభవింపలేడు, అలాగుననే ఆధ్యాత్మిక జయమును కూడ పొందలేడు. గాలి చేత చెదరగొట్టబడిన మేఘమువలె అతడు రెండింటి యందును స్థానము లేకుండును. కొన్నిమార్లు ఆకాశమున మేఘము ఒక చిన్నమేఘము నుండి విడివడి పెద్ద మేఘముతో కలియుచుండును. కాని ఆ ప్రయత్నములో అది విఫలమైనచో, గాలిచే చెదరగొట్టబడి అనంత ఆకాశములో జాడలేకుండా పోవును. బ్రహ్మము, పరమాత్మ, భగవానునిగా ప్రకటమగు పరతత్త్వపు అంశరూపమున తాను నిజమునకు దివ్యుడనని జీవుడు ఎరుగగలిగే ఆత్మానుభవమార్గమే "బ్రహ్మణపథః" యనబడును. శ్రీకృష్ణభగవానుడే ఆ పరతత్త్వము కనుక ఆతనికి శరణు పొందినవాడు కృతకృత్యుడైన ఆధ్యాత్మికుడు కాగలడు. కాని బ్రహ్మానుభవము మరియు పరమాత్మానుభవము ద్వారా ఇట్టి జీవితలక్ష్యమును చేరగలుగుటకు బహుజన్మలు అవసరమగును (బహూనాం జన్మనామన్తే). కనుకనే ప్రత్యక్ష విధానమైన భక్తియోగమే (కృష్ణభక్తిరసభావనము) అత్యుత్తమ ఆధ్యాత్మికానుభవ మార్గమై యున్నది.

39

एतन्मे संशयं कृष्ण छेत्तुमर्हस्यशेषतः ।
त्वदन्यः संशयस्यास्य छेत्ता न ह्युपपद्यते ॥३९॥

ఏతన్మే సంశయం కృష్ణ ఛేత్తుమర్హస్యశేషతః ।
త్వదన్యః సంశయస్యాస్య ఛేత్తా న హ్యుపపద్యతే ॥

ఏతత్—ఇది; మే—నా యొక్క; సంశయం—సందేహము; కృష్ణ—ఓ కృష్ణా; ఛేత్తుం—తొలగించుటకు; అర్హసి—నీవే తగుదువు; అశేషతః—పూర్తిగా; త్వత్—నీవు తప్ప; అన్యః—ఇతరుడు; సంశయస్య—సంశయమును; అస్య—ఈ; ఛేత్తా—తొలగించువాడు; న హి ఉపపద్యతే—ఎవరును కనబడుట లేదు.

ఓ కృష్ణా! ఈ నా సందేహమును సంపూర్ణముగా తొలగించుమని నిన్ను వేడుచున్నాను. నీవు తప్ప ఈ సందేహమును నివారించువారు వేరెవ్వరును లేరు.

భాష్యము : శ్రీకృష్ణుడు భూత, భవిష్యత్ , వర్తమానములను పూర్ణముగా నెరిగినవాడు. జీవులు వ్యక్తిత్వముతో గతము నందును, వర్తమానము నందును, భవిష్యత్తు నందును నిలిచియుందురనియు, భవబంధము నుండి ముక్తిని పొందిన పిదపయు వారట్లే వ్యక్తిత్వముతో కొనసాగుదురనియు ఆతడు భగవద్గీత యొక్క ఆరంభమున తెలిపెను. అనగా జీవుని భవిష్యత్తును గూర్చిన ప్రశ్నకు ఆతడు సమాధానము నొసగియే యున్నాడు. కాని ఇప్పుడు అర్జునుడు సామాన్యజీవుని విషయమును గాక, ఆధ్యాత్మికమార్గమునందు జయమును సాధింపలేని యోగి భవిష్యత్తును గూర్చి తెలిసికొనగోరుచున్నాడు. వాస్తవమునకు కృష్ణునికి సమానులు గాని, అధికులు గాని లేరు. నామమాత్ర యోగులు, తత్త్వవేత్తలు ప్రకృతికి లోబడియుండువారే గనుక ముమ్మాటికి శ్రీకృష్ణునికి సములు కాలేరు. తత్కారణముగా అర్జునుని ఈ ప్రశ్న విషయమున శ్రీకృష్ణుని తీర్పే తుదియై, సర్వసంశయములకు సంపూర్ణ సమాధానమై యున్నది. ఆ దేవదేవుడు భూత, భవిష్యత్, వర్తమానములను పూర్ణముగా నెరిగి యుండుటయే అందులకు కారణము. కాని ఆతనిని మాత్రము ఎవ్వరును ఎరుగజాలరు. కృష్ణుడు, కృష్ణభక్తులు మాత్రమే ఏది ఎట్టిదన్న విషయమును సంపూర్ణముగా నెరిగియుందురు.

40

श्रीभगवानुवाच

पार्थ नैवेह नामुत्र विनाशस्तस्य विद्यते।
न हि कल्याणकृत्कश्चिद् दुर्गतिं तात गच्छति ॥४०॥

శ్రీభగవానువాచ

పార్థ నైవేహ నాముత్ర వినాశస్తస్య విద్యతే ।
న హి కల్యాణకృత్కశ్చిద్ దుర్గతిం తాత గచ్ఛతి ॥

శ్రీభగవానువాచ—శ్రీకృష్ణభగవానుడు పలికెను; పార్థ—ఓ పృథాకుమారా; న ఏవ ఇహ—ఈ భౌతికప్రపంచమున గాని; అముత్ర—తదుపరి జన్మమున గాని; వినాశః—నాశము; తస్య—అతనికి; న విద్యతే—ఉండదు; హి—నిశ్చయముగా; కల్యాణకృత్—శుభకార్యము లందు మగ్నుడై యుండువాడు; కశ్చిత్—ఎవడును; దుర్గతిం—పతనమును; తాత—మిత్రమా; గచ్ఛతి—పొందడు.

శ్రీకృష్ణభగవానుడు పలికెను : ఓ పార్థా! శుభకార్యముల యందు నియుక్తుడైనవాడు ఈ లోకమున గాని, పరలోకమున గాని వినాశమును పొందడు. మిత్రమా! మంచి చేయువాడెన్నడును చెడుచే పరాజితుడు కాడు.

భాష్యము : శ్రీమద్భాగవతము (1.5.17) నందు శ్రీనారదముని వ్యాసదేవునికి ఈ విధముగా ఉపదేశము కావించిరి.

త్యక్త్వా స్వధర్మం చరణాంబుజం హరే
భజన్నపక్వో ఽథ పతేత్తతో యది ।
యత్ర క్వ వాభద్ర మభూదముష్య కిమ్
కో వార్థ ఆప్తో ఽభజతాం స్వధర్మతః ॥

"భౌతికవాంఛల నన్నింటిని త్యజించి దేవదేవుడైన శ్రీకృష్ణుని సంపూర్ణ శరణాగతిని బడసినవానికి ఏ విధమైన నష్టము గాని, వినాశము గాని ఉండదు. కాని అభక్తుడైనవాడు తన విధ్యుక్తధర్మములలో సంపూర్ణముగా నిమగ్నుడైనను పొందునదేదియును లేదు." భౌతికవాంఛా పూర్ణమునకై శాస్త్రవిహితములు, ఆచారవిహితములు అయిన పలుకర్మలు కలవు. యోగియైనవాడు ఆధ్యాత్మిక పురోగతి (కృష్ణభక్తిరసభావనము) కొరకై అట్టి సమస్త లౌకికకర్మలను త్యజింపవలసి యుండును. కృష్ణభక్తిభావనను పూర్ణముగా అనుసరించినచో దాని ద్వారా

మనుజుడు అత్యున్నత పూర్ణత్వమును బడయుననుట సత్యమే అయినను ఒకవేళ అతడు పూర్ణత్వస్థితిని పొందకున్నచో భౌతికరంగమందును మరియు ఆధ్యాత్మికరంగమందును నష్టపోయినట్లు కాదా యని కొందరు ప్రశ్నించు నవకాశము కలదు. విధ్యుక్తధర్మములను విధిగా నిర్వహింపనివాడు తత్ఫలితమును అనుభవింపవలసివచ్చునని శాస్త్రమునందు నిర్దేశింపబడినది. కనుక ఆధ్యాత్మిక కర్మలను చక్కగా ఒనరింపజాలనివాడు కూడ కర్మఫలముచే ప్రభావితుడు కాగలడని భావించు నవకాశము కలదు. కాని ఈ విషయమున చింత ఏమాత్రము వలదని సఫలీకృతుడు కానట్టి యోగికి శ్రీమద్భాగవతము హామీ ఇచ్చుచున్నది. కర్మనిర్వహణను పూర్ణముగా ఒనరించని కారణమున ఒకవేళ వారు అట్లు కర్మఫలముల ననుభవింపవలసివచ్చినను వారు ఎట్టి నష్టమును పొందబోరు. ఏలయన శుభప్రదమైన కృష్ణభక్తిభావనము మరుపునకు వచ్చునటు వంటిది కాదు. అంతియేగాక ఆ విధముగా నియుక్తుడైనవాడు తదుపరి జన్మమున నీచకులమున బుట్టినను దానిని కొనసాగించగలుగును. అట్లుగాక మనుజుడు విధ్యుక్తధర్మములను నిష్ఠగా నిర్వహించినను ఒకవేళ కృష్ణభక్తిభావన లేనివాడైనచో శుభఫలములను పొందలేకపోవచ్చును.

దీనిని మనము ఈ క్రింది విధముగా అర్థము చేసికొనవచ్చును. మనుజులను క్రమపద్ధతి గలవారు, క్రమపద్ధతి లేనివారని రెండు తరగతులుగా విభజింపవచ్చును. మరుజన్మ జ్ఞానము ఏమాత్రము లేకుండా లేదా ముక్తిని గూర్చిన చింతను కలిగి యుండక కేవలము ఇంద్రియభోగమునందే నిలిచియుండెడివారు క్రమపద్ధతి లేనివారు. శాస్త్రములలో తెలియజేయబడిన విధ్యుక్తధర్మములను విధిగా అనుసరించువారు క్రమపద్ధతి గలవారు. క్రమపద్ధతిని పాటించనివారు నాగరికులైనను, అనాగరికులైనను, విద్యావంతులైనను, అవిద్యావంతులైనను, బలవంతులైనను, బలహీనులైనను సర్వులు జంతులక్షణములనే కలిగి యుందురు. ఆహారము, నిద్ర, భయము, మైథునము వంటి జంతులక్షణము లందే మునిగి యున్నందున, కర్మలు అశుభములై వారు సదా దుఃఖకరమైన భౌతికత్వమునందే పడియుందురు. కాని శాస్త్రనియమానుసారము నియమిత జీవనమును కలిగిన క్రమపద్ధతి గలవారు క్రమముగా కృష్ణభక్తిభావన యందు పురోభివృద్ధిని పొంది జీవితాభ్యుదయమును గాంచుదురు.

ఇక ఈ పుణ్యమార్గమును అనుసరించువారిని తిరిగి మూడు తరగతులుగా

విభజింపవచ్చును. 1. భౌతికాభ్యుదయమును అనుభవించుచునే శాస్త్రి నియమ,నిబంధనలను అనుసరించువారు 2. భౌతికత్వము నుండి చరమముక్తిని బడయుటకై యత్నించువారు 3. కృష్ణభక్తిభావనలో ఉన్న భక్తులు. భౌతికానందము కొరకై శాస్త్రినియమములను అనుసరించు మొదటి తరగతివారిని తిరిగి రెండు తరగతులుగా విభజింపవచ్చును. వారే కామ్యకర్మరతులు, ఇంద్రియభోగమునకై కర్మఫలములను కోరనివారు. ఇంద్రియభోగార్థమై కర్మఫలములను కోరువారు ఉత్తమజన్మమును (చివరకు ఉత్తమలోకములను కూడా) పొందవచ్చునేమో గాని భౌతికత్వము నుండి విడివడనివారు కానందున వాస్తవమైన శుభమార్గమున చనువారిగా గుర్తింపబడరు. మనుజుని ముక్తి వైపునకు నడుపు కర్మలే నిజమునకు శుభకర్మలు. చరమమైన ఆత్మానుభవమునకు లేదా భవబంధముల నుండి ముక్తి కొరకు ఉద్దేశింపబడని ఏ కర్మయు శుభకరము కానేరదు. కేవలము కృష్ణభక్తిభావన యందలి కర్మమే శుభకరకార్యము. కనుకనే కృష్ణభక్తి యందు పురోభివృద్ధి నొందుటకై తనంతట తాను సర్వవిధములైన దేహపర అసౌకర్యములను అంగీకరించువాడు తపోనిష్ఠుడైన ఉత్తమయోగి యనబడును. ఇట్టి కృష్ణభక్తిభావనపు చరమానుభవమును పొందుట కొరకే ఉద్దేశింపబడియున్నందున అష్టాంగయోగపద్ధతియు శుభకరమే అయియున్నది. కనుకనే ఈ విషయమున తన శక్త్యానుసారము యత్నించువాడు పతన భయమును కలిగియుండ నవసరము లేదు.

41

प्राप्य पुण्यकृतां लोकानुषित्वा शाश्वतीः समाः ।
शुचीनां श्रीमतां गेहे योगभ्रष्टोऽभिजायते ॥४१ ॥

ప్రాప్య పుణ్యకృతాం లోకానుషిత్వా శాశ్వతీః సమాః ।
శుచీనాం శ్రీమతాం గేహే యోగభ్రష్టోఽభిజాయతే ॥

ప్రాప్య—పొంది; పుణ్యకృతాం—పుణ్యకార్యములను ఆచరించినవారి; లోకాన్—లోకములను; ఉషిత్వా—నివసించి; శాశ్వతీః—పెక్కు; సమాః—సంవత్సరములు; శుచీనాం—పవిత్రులైనవారి యొక్క; శ్రీమతాం—సంపన్నుల యొక్క; గేహే—గృహమందు; యోగభ్రష్టః—ఆత్మానుభవమార్గము నుండి పతితుడైనవాడు; అభిజాయతే—జన్మించును.

యోగభ్రష్టుడైనవాడు పుణ్యజీవులు వసించు పుణ్యలోకములందు అనేకానేక సంవత్సరములు సుఖముల ననుభవించిన పిదప పవిత్ర కుటుంబమున గాని

లేదా శ్రీమంతుల గృహమున గాని జన్మించును.

భాష్యము : యోగమునందు కృతకృత్యులు కానివారిని రెండు తరగతులుగా విభజింపవచ్చును. వారే 1. యోగమునందు కొద్దిపాటి పురోగతి పిమ్మట పతనము నొందినవారు 2. యోగమునందు తీవ్ర అభ్యాసము చేసిన పిమ్మట పతనము నొందినట్టివారు. కొలదికాల యోగాభ్యాసము పిమ్మట పతనమైనవాడు పుణ్య లోకములను (పుణ్యజీవులు ప్రవేశించుటకు అనుమతి కలిగిన) పొందును. అచ్చట చిరకాల జీవనము పిమ్మట అతడు తిరిగి ఈ లోకమునకు పంపబడి పవిత్రమైన బ్రాహ్మణ కుటుంబమున గాని లేదా ధనవంతులైనవారి ఇంట గాని జన్మము నొందును.

ఈ అధ్యాయపు చివరి శ్లోకమున వివరింపబడినట్లు కృష్ణభక్తిభావన యందు పూర్ణత్వమును పొందుటయే యోగము యొక్క నిజప్రయోజనమై యున్నది. కాని అంత దీర్ఘకాలము యోగమును అభ్యసింపజాలక భౌతికాకర్షణలచే ప్రభావితులై యోగమునందు కృతకృత్యులు కాలేనివారికి భగవత్కారుణచే వారి విషయ భావనలను తృప్తిపరచుకొను అవకాశము కల్పింపబడును. ఆ పిదప వారికి పవిత్రమైన కుటుంబమున గాని లేదా ధనవంతులైనవారి ఇంట గాని జీవించు అవకాశము ఒసగబడును. అట్టి కుటుంబములందు జన్మించినవారు తమకు లభించిన సౌకర్యములను సద్వినియోగపరచుకొని తిరిగి కృష్ణభక్తిభావన యందు అభ్యుదయమును పొందుటకు యత్నించు నవకాశము కలదు.

42

अथवा योगिनामेव कुले भवति धीमताम्।
एतद्धि दुर्लभतरं लोके जन्म यदीदृशम्॥४२॥

అథవా యోగినామేవ కులే భవతి ధీమతామ్ ।
ఏతద్ధి దుర్లభతరం లోకే జన్మ యదీదృశమ్ ॥

అథవా—లేదా; **యోగినామేవ**—యోగుల యొక్క; **కులే**—కుటుంబము నందు; **భవతి**—పుట్టును; **ధీమతాం**—గొప్ప జ్ఞానయుతులైనవారి; **ఏతత్ హి**—కాని ఇది; **దుర్లభతరం**—మిక్కిలి అరుదు; **లోకే**—ఈ ప్రపంచమునందు; **జన్మ**—పుట్టుక; **యత్**—అట్టిది; **ఈదృశమ్**— ఇటువంటిది.

లేదా (దీర్ఘకాల యోగాభ్యాసము పిమ్మటయు కృతకృత్యుడు కానిచో) అతడు జ్ఞానవంతులైన యోగుల ఇంట జన్మము నొందును. కాని ఈ జగములో

అట్టి జన్మము నిశ్చయముగా అరుదుగా నుండును.

భాష్యము : జీవితారంభము నుండియే శిశువునకు ఆధ్యాత్మిక ప్రోత్సాహము లభించును కనుక జ్ఞానవంతులైన యోగుల ఇంట లేదా భక్తుల ఇంట జన్మము అతిఘనముగా ఇచ్చట కీర్తించబడినది. ఇట్టిది ఆచార్యుల వంశమునందు లేదా గోస్వాముల వంశమునందు ప్రత్యేకమైనదియై యున్నది. అట్టి వంశములవారు సంస్కృతి మరియు శిక్షణ కారణమున జ్ఞానవంతులును, భక్తులును అయి యుందురు. తత్కారణమున వారు ఆధ్యాత్మికాచార్యులు కాగలరు. భారత దేశమునందు అట్టి ఆచార్యుల వంశములు పెక్కుయున్నను విద్య మరియు శిక్షణ లోపించియున్నందున అవి ప్రస్తుతము పతనము నొందియున్నవి. అయినను భగవత్కరుణచే అట్టి వంశములు కొన్ని ఇంకను తరతరములుగా భక్తులను వృద్ధి చేయుచున్నవి. అటువంటి వంశములందు జన్మించుట యనునది నిశ్చయముగా మిక్కిలి అదృష్టకరవిషయము. భగవత్కృప చేతనే నా ఆధ్యాత్మిక గురువైన ఓం విష్ణుపాద శ్రీమద్ భక్తిసిద్ధాంతసరస్వతీ గోస్వాములవారును మరియు నేనును అటువంటి భక్తుల వంశములలో జన్మించుటకు అవకాశమును పొందితిమి. ఆ విధముగా జీవితారంభము నుండియు మేము శ్రీకృష్ణభగవానుని భక్తియుతసేవ యందు సుశిక్షితులమై తదుపరి దివ్యమగు భగవత్సంకల్పముచే ఒకరినొకరు కలిసికొంటిమి.

43

तत्र तं बुद्धिसंयोगं लभते पौर्वदेहिकम् ।
यतते च ततो भूयः संसिद्धौ कुरुनन्दन ॥४३॥

తత్ర తం బుద్ధి సంయోగం లభతే పౌర్వదేహికమ్ ।
యతతే చ తతో భూయః సంసిద్ధౌ కురునన్దన ॥

తత్ర—తరువాత; తం—ఆ; బుద్ధి సంయోగం—చైతన్య పునరుద్ధరణము; లభతే—పొందును; పౌర్వదేహికమ్—పూర్వజన్మమునకు సంబంధించిన; యతతే—ప్రయత్నించును; చ—కూడా; తతః—అటుపిమ్మట; భూయః—తిరిగి; సంసిద్ధౌ—సంపూర్ణత్వము కొరకు; కురునన్దన—ఓ అర్జునా.

ఓ కురునందనా! అట్టి జన్మను పొందిన పిమ్మట అతడు గతజన్మపు దివ్య చైతన్యమును పునరుద్ధరించుకొని పూర్ణవిజయమును సాధించుటకు తిరిగి యత్నము కావించును.

భాష్యము : పూర్వజన్మపు ఆధ్యాత్మిక చైతన్యమును జాగృతము చేయుటకు ఉత్తమజన్మ అవసరమనెడి విషయమునకు తన మూడవజన్మను ఉత్తమ బ్రాహ్మణవంశములో పొందినట్టి భరతమహారాజు వృత్తాంతము చక్కని ఉదాహరణమై యున్నది. భరతమహారాజు సమస్త ప్రపంచమునకు చక్రవర్తియై యుండెను. అతని కాలము నుండియే ఈ లోకము భారతవర్షముగా దేవతా లోకములలో ప్రసిద్ధి నొందినది. పూర్వము ఇది ఇలావృతవర్షముగా తెలియ బడెడిది. ప్రపంచాధినేతయైన అతడు ఆధ్యాత్మికసిద్ధిని గోరి యుక్తవయస్సు నందే కర్మల నుండి విరమణను పొందినను జయమును సాధింపలేకపోయెను. తత్కారణముగా అతడు జన్మనెత్తవలసి వచ్చినను, మూడవజన్మను ఒక ఉత్తమబ్రాహ్మణుని ఇంట పొందెను. సదా ఏకాంతస్థలములో వసించుచు మౌనియై నిలిచినందున అతడు జడభరతుడని పిలువబడెను. కాని అతడు గొప్ప యోగి యని తదనంతరము రహూగణుడను రాజు అవగతము చేసికొనగలిగెను. ఆధ్యాత్మిక యత్నములు (యోగాభ్యాసము) ఎన్నడును వృథా కావని భరతుని ఈ చరిత్ర ద్వారా అవగతమగుచున్నది. అనగా యోగాభ్యాసి శ్రీకృష్ణభగవానుని కరుణచే కృష్ణభక్తిభావన యందలి పూర్ణత్వమునకై అనుకూల పరిస్థితులను మరల మరల పొందుచునే యుండును.

44

पूर्वाभ्यासेन तेनैव ह्रियते ह्यवशोऽपि सः ।
जिज्ञासुरपि योगस्य शब्दब्रह्मातिवर्तते ॥४४॥

పూర్వాభ్యాసేన తేనైవ హ్రియతే హ్యవశో ఽపి సః ।
జిజ్ఞాసురపి యోగస్య శబ్దబ్రహ్మాతివర్తతే ॥

పూర్వాభ్యాసేన—పూర్వజన్మము నందలి అభ్యాసము చేత; తేన—ఆ; ఏవ—నిశ్చయముగా; హ్రియతే—ఆకర్షింపబడును; హి—తప్పక; అవశః—అప్రయత్నముగా; అపి—కూడా; సః—అతడు; జిజ్ఞాసుః—జ్ఞానము పొందవలెనని కోరిక గలవాడు; అపి—అయినను; యోగస్య—యోగము యొక్క; శబ్దబ్రహ్మ—శాస్త్రములందలి కర్మనియమములను; అతివర్తతే—దాటిపోవును.

పూర్వజన్మపు దివ్యచైతన్య కారణముగా అతడు కోరకనే అప్రయత్నముగా యోగము వైపునకు ఆకర్షితుడగును. జిజ్ఞాసువైన అట్టి యోగి శాస్త్రము లందు తెలుపబడిన కర్మనియమములకు సదా అతీతుడై యుండును.

భాష్యము : ఉన్నతులైన యోగులు శాస్త్రములందు తెలుపబడిన కర్మల యెడ అంతగా ఆకర్షితులు కాక, ఉన్నతయోగ పూర్ణత్వమైన పూర్ణ కృష్ణభక్తిభావనకు తమను ఉద్ధరింపచేసెడి యోగనియమముల వైపునకే అప్రయత్నముగా ఆకర్షితులగుదురు. ఉన్నతులైన యోగులు అట్లు వేదకర్మల యెడ చూపు ఉపేక్షను గూర్చి శ్రీమద్భాగవతము (శ్రీమద్భాగవతము 3.33.7) నందు ఈ విధముగా వివరింపబడినది.

అహో బత శ్వపచోऽతో గరీయాన్
యజ్జిహ్వాగ్రే వర్తతే నామ తుభ్యమ్ ।
తేపు స్తపస్తే జుహువుః సస్నురార్యా
బ్రహ్మానూచుర్నామ గృణన్తి యే తే ॥

"హే ప్రభూ! శునకమాంసమును భుజించు చండాలుర వంశమున జన్మించినను నీ పవిత్రనామములను కీర్తించువారు ఆధ్యాత్మికజీవనమున పురోగతిని సాధించినట్టివారే. అట్టి భక్తులు అన్నిరకములైన తపస్సులను, యజ్ఞములను ఆచరించినట్టివారే. అన్ని తీర్థ స్థానములలో స్నానమాడినట్టివారే, సకల శాస్త్రాధ్యయనమును గావించినట్టివారే."

శ్రీహరిదాసఠాకూరును ముఖ్యశిష్యులలో ఒకనిగా స్వీకరించుట ద్వారా శ్రీచైతన్యమహాప్రభువు ఈ విషయమున ఒక చక్కని ఉదాహరణమును నెలకొల్పిరి. హరిదాసఠాకూరు మహ్మదీయవంశమున జన్మించినను శ్రీచైతన్యమహాప్రభువు ఆయనను "నామాచార్యుని" స్థానమునకు ఉద్ధరించిరి. హరే కృష్ణ హరే కృష్ణ కృష్ణ కృష్ణ హరే హరే/హరే రామ హరే రామ రామ రామ హరే హరే యను మహామంత్రము ద్వారా మూడులక్షల హరినామమును విడువక పట్టుదలతో ఆయన నిత్యము జపించుటయే అందులకు కారణము. హరినామమును నిరంతరము జపించుటను బట్టి శబ్దబ్రహ్మమని పిలువబడు వేదకర్మవిధానముల నన్నింటిని పూర్వజన్మమందే ఆయన పూర్తిచేసినట్లుగా అవగతమగుచున్నది. కనుకనే పవిత్రులు కానిదే ఎవ్వరును కృష్ణభక్తిరసభావనను స్వీకరించుట గాని, శ్రీకృష్ణుని పవిత్రనామమైన హరేకృష్ణ మహామంత్ర జపకీర్తనములందు నియుక్తులగుట గాని సంభవింపదు.

45

प्रयत्नाद् यतमानस्तु योगी संशुद्धकिल्बिषः ।
अनेकजन्मसंसिद्धस्ततो याति परां गतिम् ॥४५॥

ప్రయత్నాద్ యతమానస్తు యోగీ సంశుద్ధకిల్బిషః ।
అనేకజన్మసంసిద్ధస్తతో యాతి పరాం గతిమ్ ॥

ప్రయత్నాత్—తీవ్రమైన అభ్యాసము ద్వారా; యతమానః—ప్రయత్నించుచు; తు—మరియు; యోగీ—అట్టి యోగి; సంశుద్ధకిల్బిషః—పాపములు ప్రక్షాళింపబడి; అనేకజన్మ—పెక్కు జన్మల తరువాత; సంసిద్ధః—సంపూర్ణత్వమును పొందినవాడై; తతః—పిమ్మట; యాతి—పొందును; పరాం—అత్యున్నతమైన; గతిమ్—గమ్యమును.

సమస్త కల్మషముల నుండి శుద్ధిపడిన యోగి మరింత పురోగతి కొరకు శ్రద్ధతో యత్నించినపుడు బహుజన్మల అభ్యాసము పిదప పూర్ణత్వమును బడసి, అంత్యమున పరమగతిని పొందును.

భాష్యము : పవిత్రము, సంపన్నవంతము లేదా ధర్మయుక్తమైన వంశమున జన్మించిన మనుజుడు యోగాభ్యాసమునకై తనకున్నటువంటి అనుకూల పరిస్థితులను గుర్తించి అసంపూర్ణముగా మిగిలిన తన కార్యమును తీవ్ర నిశ్చయముతో ఆరంభించును. ఆ విధముగా అతడు సమస్త పాపముల నుండి తనను ముక్తుని గావించుకొనును. అతడట్లు అంత్యమున సర్వపాపముల నుండి విడివడినంతనే పరమ పూర్ణత్వమైనటువంటి కృష్ణభక్తిరసభావనము అతనికి ప్రాప్తించగలదు. అట్టి కృష్ణభక్తిరసభావనము సర్వవిధములైన కల్మషముల నుండి దూరమైన సంపూర్ణస్థితియై యున్నది. ఈ విషయము భగవద్గీత (7.28) యందే ఈ క్రింది విధముగా నిర్ధారింపబడినది.

యేషాం త్వన్తగతం పాపం జనానాం పుణ్యకర్మణామ్ ।
తే ద్వన్ద్వమోహనిర్ముక్తా భజన్తే మాం దృఢవ్రతాః ॥

"బహుజన్మల యందు పుణ్యకర్మల నొనరించి సర్వపాపముల నుండియు, భ్రాంతిమయమగు ద్వంద్వముల నుండియు విముక్తుడైనపుడు మనుజుడు శ్రీకృష్ణభగవానుని ప్రేమయుతసేవ యందు నియుక్తుడు కాగలడు."

46

तपस्विभ्योऽधिको योगी ज्ञानिभ्योऽपि मतोऽधिकः ।
कर्मिभ्यश्चाधिको योगी तस्माद्योगी भवार्जुन ॥४६॥

తపస్విభ్యోఽధికో యోగీ జ్ఞానిభ్యోఽపి మతోఽధికః
కర్మిభ్యశ్చాధికో యోగీ తస్మాద్యోగీ భవార్జున ॥

తపస్విభ్యః—మునుల కన్నను; అధికః—మహత్తరుడు; యోగీ—యోగి; జ్ఞానిభ్యః అపి—జ్ఞానవంతుల కన్నను కూడా; మతః—భావింపబడును; అధికః—మహత్తరుడుగా; కర్మిభ్యః—కామ్యకర్మరతుల కన్నను; చ—కూడా; అధికః—మహత్తరుడు; యోగీ—యోగి; తస్మాత్—అందుచే; యోగీ—యోగివి; భవ—అగుము; అర్జున—ఓ అర్జునా.

యోగియైనవాడు తపస్వి కన్నను, జ్ఞాని కన్నను, కామ్యకర్మరతుని కన్నను అధికుడైనట్టివాడు. కనుక ఓ అర్జునా! అన్ని పరిస్థితుల యందును నీవు యోగివి కమ్ము.

భాష్యము : యోగమును గూర్చి చర్చించినపుడు దానిని స్వీయచైతన్యమును పరతత్త్వముతో సంధించు విధానముగా మనము అన్వయింతుము. అట్టి విధానమును మనుజులు తాము అనుసరించు ప్రత్యేక పద్ధతిని బట్టి వివిధ నామములతో పిలుతురు. కామ్యకర్మలు అధికముగా నున్నచో అట్టి అనుసంధాన పద్ధతి కర్మయోగమనియు, జ్ఞానముతో అధికముగా ముడివడి యున్నచో జ్ఞానయోగమనియు, శ్రీకృష్ణభగవానుని భక్తియుక్తకార్యములతో నిండియున్నచో భక్తియోగమనియు పిలువబడును. తదుపరి శ్లోకములో వివరింపబడినట్లు భక్తియోగమే (కృష్ణభక్తిరసభావనము) సర్వయోగములకు చరమ పూర్ణత్వమై యున్నది. భగవానుడు ఇచ్చట యోగము యొక్క ఆధిపత్యమును ధ్రువీకరించుచున్నను, దానిని భక్తియోగము కన్నను ఉత్తమమని మాత్రము పలికియుండలేదు. వాస్తవమునకు భక్తియోగము సంపూర్ణ ఆధ్యాత్మికజ్ఞానమైనందున దానిని ఏ యోగము కూడ అతిశయింపలేదు. ఆత్మజ్ఞానములేని తపస్సు అసంపూర్ణమైనది. అలాగుననే భగవానుని శరణాగతి లేని జ్ఞానము కూడ అసంపూర్ణమై యున్నది. ఇక కృష్ణభక్తిభావన లేనటువంటి కామ్యకర్మ వృథాకాల వ్యయమే అయియున్నది. కనుకనే ఇచ్చట ఘనముగా కీర్తించబడిన యోగ పద్ధతి వాస్తవమునకు భక్తియోగమే. ఈ విషయము రాబోవు శ్లోకములో మరింత విపులముగా వివరించబడినది.

47

योगिनामपि सर्वेषां मद्गतेनान्तरात्मना ।
श्रद्धावान् भजते यो मां स मे युक्ततमो मतः ॥४७॥

యోగినామపి సర్వేషాం మద్గతేనాన్తరాత్మనా ।
శ్రద్ధావాన్ భజతే యో మాం స మే యుక్తతమో మతః ॥

యోగినాం—యోగులందరిలో; అపి—కూడా; సర్వేషాం—అన్నివిధములైన; మద్గతేన—సర్వదా నన్నే తలచుచు నన్నే పరమగతిగా తలచువాడు; అంతరాత్మనః—తనలో తాను; శ్రద్ధావాన్—సంపూర్ణశ్రద్ధ గలవాడు; భజతే—ప్రేమయుక్తమైన దివ్యసేవ చేయువాడు; యః—ఎవడు; మాం—నన్ను(దేవదేవుడనైన); సః—అతడు; మే—నాచే; యుక్తతమః—అత్యుత్తమ యోగి; మతః—భావింపబడును.

అత్యంత శ్రద్ధతో నా భావన యందే సదా నిలిచియుండువాడును, నన్నే తన యందు సదా స్మరించువాడును మరియు నాకు దివ్యమైన ప్రేమయుత సేవను ఒనరించువాడును అగు యోగి యోగులందరి కన్నను అత్యంత సన్నిహితముగా నాతో యోగమునందు కూడినట్టివాడై యున్నాడు. సర్వులలో అతడే అత్యున్నతుడు. ఇదియే నా అభిప్రాయము.

భాష్యము : ఇచ్చట "భజతే" యను పదము అతిముఖ్యమైనది. "భజ్" యను ధాతువునుండి పుట్టిన భజతే యను పదము సేవను కూర్చుటనెడి విషయము నందు ఉపయోగింపబడును. "వర్షిప్" యను ఆంగ్లపదమును "భజ్" యనుదాని భావనలో ఉపయోగింపలేము. పూజించుట లేదా ఉత్తముడైనవానికి గౌరవ మర్యాదలను చూపుటన్న భావమునే ఆ ఆంగ్లపదము సూచించును. కాని శ్రద్ధ మరియు ప్రేమతో ఒనరింపబడు సేవ యను పదము కేవలము శ్రీకృష్ణ భగవానునికే ప్రత్యేకముగా ఉద్దేశింపబడియున్నది. గౌరవనీయుడైన వ్యక్తిని లేదా ఏదేని దేవతను పూజింపనపుడు మనుజుడు అమర్యాదపరునిగా మాత్రమే పిలువ బడును. కాని భగవానునికి సేవను గూర్చనిచో భ్రష్టుడై నశించును. ప్రతి జీవియు శ్రీకృష్ణభగవానుని అంశమైనందున తన నిజస్థితి కారణముగా అతడు ఆ దేవదేవునికి సేవను గూర్చవలసియున్నది. ఒకవేళ అతడు ఆ విధముగా గావించనిచో పతనము నొందగలడు. శ్రీమద్భాగవతము (11.5.3) ఈ విషయమునే ధ్రువీకరించుచున్నది.

య ఏషాం పురుషం సాక్షాద్ ఆత్మప్రభవ మీశ్వరమ్ ।
న భజన్త్యవజానన్తి స్థానాద్ భ్రష్టాః పతన్త్యధః ॥

"సర్వజీవులకు కారణుడైన భగవానునికి సేవను గూర్చక ఆ పరమపురుషుని యెడ తనకు గల ధర్మమును ఉపేక్షించువాడు నిక్కముగా తన నిజస్థితి నుండి

పతితుడు కాగలడు.”

ఈ శ్లోకము నందు కూడా “భజన్తి” యను పదము ఉపయోగించబడినది. అనగా “భజన్తి” యను పదము కేవలము భగవానునికే చెందియుండగా, ‘వర్షిప్’ యను ఆంగ్లపదము దేవతలకు లేదా ఎవరేని సాధారణజీవులకు ఉపయోగ యోగ్యమై యున్నది. ఈ భాగవతశ్లోకము నందు వాడబడిన “అవజానన్తి” యను పదము భగవద్గీత యందును గోచరించగలదు. “అవజానన్తి మాం మూఢాః - మూర్ఖులు మాత్రమే దేవదేవుడైన శ్రీకృష్ణుని అపహాస్యము చేయుదురు.” అట్టి మూర్ఖులు భగవానుని యెడ ఎట్టి సేవాభావము లేకనే గీతకు వ్యాఖ్యానమును వ్రాయుటకు యత్నించు కారణముగా “భజన్తి” మరియు “వర్షిప్” యను పదములకు అర్థభేదమును చక్కగా గ్రహింపజాలరు.

వాస్తవమునకు అన్నియోగముల పరమావధి భక్తియోగమునందే కలదు. అనగా అన్నియోగములు భక్తియోగమందలి భక్తి యనెడి కేంద్ర విషయమును చేరుటకు సాధనముల వంటివి మాత్రమే. యోగమనగా నిజమునకు భక్తియోగమే. ఇతర యోగములన్నియును భక్తియోగ గమ్యస్థానము వైపునకు ప్రయాణించునట్టివే. కర్మయోగముతో ప్రారంభమై భక్తియోగముతో సమాప్తము నొందు ఆత్మానుభవ మార్గము అతి దీర్ఘమైనది. అట్టి సుదీర్ఘమార్గమున కర్మఫలవర్జితమైన కర్మయోగము ఆరంభము వంటిది. జ్ఞానము మరియు వైరాగ్యములతో కర్మయోగము వృద్ధి నొందినప్పుడు అట్టి స్థితి జ్ఞానయోగమనబడును. వివిధములైన ఆసనములు, పద్ధతుల ద్వారా పరమాత్మ ధ్యానము నందు జ్ఞానము వృద్ధియై, మనస్సు పరమాత్మ యందే నిలిచినపుడు అది అష్టాంగయోగమనబడును. మనుజుడు అట్టి అష్టాంగయోగమును దాటి దేవదేవుడైన శ్రీకృష్ణుని అవగతము చేసికొనెడి కేంద్ర విషయమునకు అరుదెంచినపుడు అది భక్తియోగమనబడును. వాస్తవమునకు ఈ భక్తియోగము తుదిలక్ష్యమైనను దాని విశ్లేషణాత్మక అవగాహనకు ఇతర యోగముల అవగాహనము కూడా అవసరమై యున్నది. కనుకనే ఆధ్యాత్మిక మార్గమున క్రమముగా పురోభివృద్ధినొందు యోగి నిజమైన నిత్యలాభమార్గమున పయనించువానిగా పరిగణింపబడును. అట్లుగాక ఏదియో ఒక విషయమును అంటిపెట్టుకొని ఏమాత్రము పురోగతిని సాధింపనివాడు కర్మయోగియనో, జ్ఞాన యోగియనో, ధ్యానయోగియనో, రాజయోగియనో, హఠయోగియనో ప్రత్యేక నామములతో పిలువబడును. కనుకనే భక్తియోగమను స్థానమును చేరగలిగిన

భక్తుడు సర్వయోగములను అతిశయించినవానిగా పరిగణింపబడును. అనగా హిమాలయములను గూర్చి మనము చర్చించినపుడు, వానిని ప్రపంచమందలి ఎత్తైన పర్వతములుగా అంగీకరించి వాని యందలి ఎవరెస్ట్ శిఖరమును అత్యున్నత శిఖరముగా గుర్తించు రీతి, కృష్ణభక్తిరస భావనమునకు వచ్చుటయే యోగము యొక్క అత్యున్నత స్థితిగా భావింపబడును.

గొప్ప భాగ్యవశముననే మనుజుడు భక్తియోగపథమునందలి కృష్ణభక్తిరస భావనకు అరుదెంచి వేదనిర్దేశము ననుసరించి సుస్థిరుడు కాగలడు. ఆదర్శనీయుడైన యోగి శ్యామసుందరుడును, నీలమేఘశ్యాముడును, సూర్యుని భాతి ప్రకాశించు కలువముఖము గలవాడును, మణులు పొదగబడిన వస్త్రమును దాల్చినవాడును, పూమాలలను ధరించినవాడును అగు శ్రీకృష్ణభగవానునే ధ్యానించును. బ్రహ్మజ్యోతిగా పిలువబడు ఆతని తేజోమయమైన దేహకాంతి సర్వదిక్కులను ప్రకాశింపజేయును. రాముడు, నృసింహుడు, వరాహాది పలు అవతారములలో ఆతడు అవతరించుచుండును. యశోదాతనయునిగా మానవ రూపమున అవతరించు ఆతడు కృష్ణుడు, గోవిందుడు, వాసుదేవునిగా పిలువ బడుచుండును. ఉత్తమపుత్రుడు, ఉత్తమభర్త, ఉత్తమ స్నేహితుడు, ఉత్తమగురువన్న ఆతడే. దివ్యగుణముల యందును, ఐశ్వర్యముల యందును ఆతడు సదా సమగ్రుడై యుండును. భగవానుని ఈ లక్షణములను సంపూర్ణముగా నెరిగినవాడు అత్యున్నత యోగి యని పిలువబడును.

వేదవాఙ్మయము నందు నిర్ధారింపబడినరీతి, యోగమందలి ఇట్టి పూర్ణత్వస్థితి కేవలము భక్తియోగము ద్వారానే ప్రాప్తించగలదు.

యస్య దేవే పరాభక్తి ర్యథా దేవే తథా గురౌ ।
తస్యైతే కథితా హ్యర్థాః ప్రకాశన్తే మహాత్మనః ॥

"భగవానుని యందు, గురువు యందు సంపూర్ణ విశ్వాసమును కలిగియున్న మహాత్ములకు మాత్రమే వేదజ్ఞానపు మర్మము అప్రయత్నముగా విదితము కాగలదు" (శ్వేతాశ్వతరోపనిషత్తు 6.23).

"భక్తి రస్య భజనమ్ తదిహాముత్రోపాధి నైరాస్యేనాముష్మిన్ మనఃకల్పనం, ఏతదేవ నైష్కర్మ్యమ్ - ఈ జన్మమున గాని, పరజన్మమున గాని ఎటువంటి భౌతికలాభాపేక్ష లేకుండా శ్రీకృష్ణభగవానునకు ఒనరింపబడు సేవయే భక్తి

యనబడును. అట్టి కోరికల నుండి విడివడి మనుజుడు మనస్సును సదా శ్రీకృష్ణభగవానుని యందు లగ్నము చేయవలెను. అదియే నైష్కర్మ్యము యొక్క ప్రయోజనమై యున్నది." (గోపాలతాపన్యుపనిషత్తు 1.15)

యోగపద్ధతి యందలి అత్యున్నత పూర్ణత్వస్థితి యగు కృష్ణభక్తిరస భావనమును (భక్తిని) కొనసాగించుటకు ఇవి కొన్ని మార్గములై యున్నవి.

శ్రీమద్భగవద్గీత యందలి "ధ్యానయోగము" అను షష్ఠాధ్యాయమునకు భక్తివేదాంతభాష్యము సమాప్తము.

సప్తమాధ్యాయము

భగవద్విజ్ఞానము

1

श्रीभगवानुवाच

मय्यासक्तमनाः पार्थ योगं युञ्जन्मदाश्रयः ।
असंशयं समग्रं मां यथा ज्ञास्यसि तच्छृणु ॥१ ॥

శ్రీభగవానువాచ

మయ్యాసక్తమనాః పార్థ యోగం యుంజన్మదాశ్రయః ।
అసంశయం సమగ్రం మాం యథా జ్ఞాస్యసి తచ్ఛృణు ॥

శ్రీభగవానువాచ—శ్రీకృష్ణభగవానుడు పలికెను; మయి—నా యందు; ఆసక్తమనాః—ఆసక్తి గల మనస్సు కలవాడవై; పార్థ—ఓ పృథాకుమారా; యోగం—ఆత్మానుభూతిని; యుంజన్—అభ్యసించుచు; మదాశ్రయః—నా భావన యందు నిలిచి (కృష్ణభక్తిరస భావనము); అసంశయం—నిస్సందేహముగా; సమగ్రం—పూర్తిగా; మాం—నన్ను; యథా—ఎట్లు; జ్ఞాస్యసి—తెలిసికొనగలవో; తత్—అది; శృణు—వినుము.

శ్రీకృష్ణభగవానుడు పలికెను : ఓ పార్థా! మనస్సును నా యందే సంలగ్నము చేసి నా సంపూర్ణభావనలో యోగము నభ్యసించుట ద్వారా నీవు నిస్సందేహముగా నన్నెట్లు సమగ్రముగా నెరుగగలవో ఇప్పుడు ఆలకింపుము.

భాష్యము : భగవద్గీత యొక్క ఈ సప్తమాధ్యాయమున కృష్ణభక్తిరస భావనా తత్త్వము సమగ్రముగా వివరింపబడినది. సమస్త విభూతులను సమగ్రముగా కలిగియున్న శ్రీకృష్ణభగవానుడు తన విభూతులను ఏ విధముగా ప్రదర్శించునో ఈ అధ్యాయమున వర్ణింపబడినది. అదే విధముగా శ్రీకృష్ణుని శరణుజొచ్చు నాలుగు తరగతుల అదృష్టభాగుల గూర్చియు, కృష్ణునికి ఎన్నడును శరణు పొందని నాలుగు తరగతుల అదృష్టహీనుల గూర్చియు ఈ అధ్యాయమున వివరింపబడినది.

భగవద్గీత యొక్క మొదటి ఆరు అధ్యాయములలో జీవుడు ఆత్మ

స్వరూపుడనియు మరియు వివిధములైన యోగముల ద్వారా తనను ఆత్మసాక్షాత్కారస్థితికి ఉద్ధరించుకొనగలడనియు వివరింపబడినది. శ్రీకృష్ణ భగవానుని యందు స్థిరముగా మనస్సును సంలగ్నము చేయుటయే (కృష్ణభక్తిరస భావనము) యోగములన్నింటి యందును అత్యున్నత యోగమనియు షష్ఠాధ్యాయపు అంతమున స్పష్టముగా తెలుపబడినది. అనగా శ్రీకృష్ణునిపై మనస్సును నిలుపుట ద్వారానే మనుజుడు పరతత్త్వమును సమగ్రముగా నెరుగగలడు గాని అన్యథా కాదు. నిరాకారబ్రహ్మానుభూతి గాని లేదా పరమాత్మానుభూతి గాని అసంపూర్ణమై యున్నందున ఎన్నడును పరతత్త్వపు సంపూర్ణజ్ఞానము కాజాలదు. వాస్తవమునకు అట్టి సంపూర్ణ శాస్త్రీయజ్ఞానము శ్రీకృష్ణభగవానుడే. కృష్ణభక్తిరస భావన యందున్న వానికి అది యంతయు విదితము కాగలదు. అనగా సంపూర్ణ కృష్ణభక్తిభావన యందు మనుజుడు శ్రీకృష్ణుడే నిస్సందేహముగా చరమజ్ఞానమని ఎరుగగలడు. వివిధములైన యోగపద్ధతులు అట్టి కృష్ణభక్తిరస భావనమునకు సోపానములు వంటివి మాత్రమే. కనుకనే కృష్ణభక్తిభావన యందు ప్రత్యక్షముగా నెలకొనినవాడు బ్రహ్మజ్యోతి, పరమాత్మకు సంబంధించిన జ్ఞానమును సంపూర్ణముగా అప్రయత్నముగనే పొందగలుగును. అనగా కృష్ణభక్తిభావనా యోగమును అభ్యసించుట ద్వారా మనుజుడు పరతత్త్వము, జీవులు, ప్రకృతి, సంపత్పూర్ణమైనటువంటి వాని వ్యక్తీకరణముల గూర్చి పూర్ణముగా తెలిసికొనగలుగును.

కనుక ప్రతియొక్కరు యోగమును షష్ఠాధ్యాయపు చివరి శ్లోకము నందు నిర్దేశింపబడిన రీతిగా ఆరంభింపవలెను. ఆ విధముగా శ్రీకృష్ణభగవానునిపై మనస్సును నిలుపుట నవవిధరూప సమన్వితమైన భక్తియుతసేవ ద్వారానే సాధ్యమగును. ఆ నవవిధ పద్ధతులలో శ్రవణము ఆదియైనది మరియు అత్యంత ముఖ్యమైనది. కనుకనే శ్రీకృష్ణభగవానుడు "తచ్ఛృణు - నా నుండి వినుము" అని బోధించెను. శ్రీకృష్ణుని కన్నను గొప్పనైన ప్రామాణికుడు వేరొకడు ఉండబోడు కనుక అతని ద్వారా శ్రవణము చేయు అవకాశము మనుజుని పూర్ణభక్తునిగా చేయగలదు. కనుక ప్రతియొక్కరు ప్రత్యక్షముగా శ్రీకృష్ణుని నుండి గాని లేదా కృష్ణభక్తుని ద్వారా గాని తత్త్వమును నేర్వవలెను. అంతియేగాని లౌకికపాండిత్యముచే గర్వించు అభక్తుని నుండి ఎన్నడును శ్రవణము చేయరాదు.

దేవదేవుడును, పరతత్త్వమును అగు శ్రీకృష్ణుని అవగాహన చేసికొను విధానము శ్రీమద్భాగవతము నందలి ప్రథమస్కంధపు ద్వితీయాధ్యాయము నందు ఇట్లు వివరింపబడినది.

శృణ్వతాం స్వకథాః కృష్ణః పుణ్యశ్రవణకీర్తనః ।
హృద్యన్తఃస్థో హ్యభద్రాణి విధునోతి సుహృత్సతామ్ ॥
నష్టప్రాయేష్వభద్రేషు నిత్యం భాగవతసేవయా ।
భగవత్యుత్తమశ్లోకే భక్తిర్భవతి నైష్ఠికీ ॥
తదా రజస్తమోభావాః కామలోభాదయశ్చ యే ।
చేత ఏతైరనావిద్ధం స్థితం సత్త్వే ప్రసీదతి ॥
ఏవం ప్రసన్నమనసో భగవద్భక్తియోగతః ।
భగవత్తత్త్వవిజ్ఞానం ముక్తసంగస్య జాయతే ॥
భిద్యతే హృదయగ్రన్థిః ఛిద్యన్తే సర్వసంశయాః ।
క్షీయన్తే చాస్య కర్మాణి దృష్ట ఏవాత్మనీశ్వరే॥

"శ్రీకృష్ణుని గూర్చి వేదవాఙ్మయము నుండి శ్రవణము చేయుట లేదా ఆ భగవానుని నుండియే ప్రత్యక్షముగా భగవద్గీత ద్వారా శ్రవణము చేయుట అత్యుత్తమ కార్యము. ఏలయన సర్వహృదయాంతరవాసియైన శ్రీకృష్ణుడు తనను గూర్చి శ్రవణము చేసినవానికి సన్నిహిత స్నేహితునిగా వర్తించి నిత్యశ్రవణానురక్తుడైన అతనిని పవిత్రుని చేయును. ఈ విధముగా భక్తుడు తనలో నిద్రాణమై యున్న ఆధ్యాత్మికజ్ఞానమును వృద్ధిచేసికొనగలడు. అతడు శ్రీమద్భాగవతము నుండియు, భక్తుల నుండియు శ్రీకృష్ణుని గూర్చి అధికముగా శ్రవణము చేసిన కొలది అధికముగా భక్తియోగమునందు స్థిరత్వమును పొందగలడు. అట్టి భక్తియుతసేవ ద్వారా మనుజుడు రజస్తమోగుణముల నుండి దూరుడగును. ఆ విధముగా కామము, లోభము నశింపగలవు. ఆ కల్మషములు తొలగినంతనే భక్తుడు శుద్ధసత్త్వములో స్థితిని పొంది, భక్తియోగము ద్వారా రంజితుడై భగవత్తత్త్వ విజ్ఞానమును సంపూర్ణముగా అవగాహన చేసికొనగలుగును. ఆ విధముగా భక్తియోగము హృదయగ్రంథిని ఛేదించి పరతత్త్వమైన దేవదేవుని అవగాహన చేసికొనగలిగిన స్థితికి (అసంశయం సమగ్రం) అతనిని శీఘ్రమే చేర్చగలదు." (భాగవతము 1.2.17-21)

కనుక కృష్ణుని నుండి గాని లేదా కృష్ణభక్తుని నుండి గాని శ్రవణము చేయుట

ద్వారానే కృష్ణసంబంధ విజ్ఞానమును మనుజుడు అవగతము చేసికొనగలడు.

2

ज्ञानं तेऽहं सविज्ञानमिदं वक्ष्याम्यशेषतः ।
यज्ज्ञात्वा नेह भूयोऽन्यज्ज्ञातव्यमवशिष्यते ॥२॥

జ్ఞానం తేஉహం సవిజ్ఞానమిదం వక్ష్యామ్యశేషతః ।
యజ్జ్ఞాత్వా నేహ భూయోஉన్యజ్జ్ఞాతవ్యమవశిష్యతే ॥

జ్ఞానం—సిద్ధాంతపూర్వక జ్ఞానము; తే—నీకు; అహం—నేను; సవిజ్ఞానం—అనుభవపూర్వక జ్ఞానము; ఇదం—ఈ; వక్ష్యామి—వివరింతును; అశేషతః—పూర్తిగా; యత్—దేనిని; జ్ఞాత్వా—తెలిసికొని; ఇహ—ఈ ప్రపంచమున; భూయః—మరల; అన్యత్—ఇతరమైన; జ్ఞాతవ్యం—తెలిసికొనవలసినది; న అవశిష్యతే—మిగలదో.

జ్ఞానము మరియు విజ్ఞానములను గూడిన సంపూర్ణ జ్ఞానమును నీకిప్పుడు నేను సంపూర్ణముగా వివరించెదను. అది తెలిసిన పిమ్మట నీవు తెలిసికొనవలసినది ఏదియును మిగిలి యుండదు.

భాష్యము : సంపూర్ణజ్ఞానము నందు భౌతికజగము, దాని వెనుక నున్న ఆత్మ మరియు ఆ రెండింటికిని మూలకారణముల జ్ఞానము ఇమిడియుండును. కనుకనే అది దివ్యజ్ఞానమై యున్నది. తనకు అర్జునుడు భక్తుడు మరియు స్నేహితుడై యున్నందున శ్రీకృష్ణభగవానుడు అతనికి పైన వివరింపబడిన జ్ఞానవిధానమును తెలుపగోరెను. తన నుండియే ప్రత్యక్షముగా వచ్చుచున్న గురుశిష్యపరంపరలో నున్న భక్తునికి మాత్రమే సంపూర్ణజ్ఞానము ప్రాప్తించునని చతుర్థాధ్యాయపు ఆరంభములో వివరించిన విషయమునే శ్రీకృష్ణభగవానుడు ఇచ్చట తిరిగి నిర్ధారించుచున్నాడు. కనుక ప్రతియొక్కరు ఎవడు సర్వకారణములకు కారణుడో మరియు సమస్త యోగములందు ఏకైక ధ్యానధ్యేయమో ఆతడే సమస్తజ్ఞానమునకు మూలమని ఎరుగవలసియున్నది. ఆ విధముగా సర్వకారణకారణము విదితమైనపుడు తెలిసికొనదగినదంతయు తెలియబడి, తెలియవలసినదేదియును ఇక మిగిలియుండదు. కనుకనే "కస్మిన్ భగవో విజ్ఞాతే సర్వమిదం విజ్ఞాతం భవతి" యని వేదములు (ముండకోపనిషత్తు 1.3) తెలుపుచున్నవి.

3

मनुष्याणां सहस्रेषु कश्चिद् यतति सिद्धये ।
यततामपि सिद्धानां कश्चिन्मां वेत्ति तत्त्वतः ॥३॥

మనుష్యాణాం సహస్రేషు కశ్చిద్ యతతి సిద్ధయే ।
యతతామపి సిద్ధానాం కశ్చిన్మాం వేత్తి తత్త్వతః ॥

మనుష్యాణాం—మనుష్యులలో; సహస్రేషు—వేలాది; కశ్చిత్—ఒకడు; యతతి—ప్రయత్నించును; సిద్ధయే—సంపూర్ణత్వము కొరకు; యతతాం—అట్లు ప్రయత్నించు వారిలో; అపి సిద్ధానాం—సంపూర్ణత పొందినవారిలో కూడా; కశ్చిత్—ఒకడు; మాం—నన్ను; వేత్తి—తెలిసికొనును; తత్త్వతః—యథార్థముగా.

వేలాది మనుష్యులలో ఒక్కడు మాత్రమే పూర్ణత్వమును సాధించుటకు ప్రయత్నించును. ఆ విధముగా పూర్ణత్వమును సాధించినవారిలో కూడా ఒకానొకడు మాత్రమే నన్ను యథార్థముగా తెలిసికొనగలుగుచున్నాడు.

భాష్యము : మానవులందు పెక్కు తరగతులవారు కలరు. అట్టి వేలాది మనుష్యులలో ఒకానొకడు మాత్రమే ఆత్మసాక్షాత్కారమునందు అభిరుచిని కలిగి ఆత్మ యననేమో, దేహమననేమో, పరతత్త్వమననేమో తెలిసికొనుటకు యత్నించును. సాధారణముగా మనుజులు పశుప్రవృత్తులేయైన ఆహారము, భయము, నిద్ర, మైథునముల యందు మాత్రమే నియుక్తులై యుందురు. ఏ ఒక్కడు కూడా ఆధ్యాత్మికజ్ఞానము నందు అభిరుచిని కలిగియుండడు. భగవద్గీత యందలి మొదటి ఆరు అధ్యాయములు ఆధ్యాత్మికజ్ఞానము నందును, ఆత్మ, పరమాత్మలను అవగాహన చేసికొనుట యందును, జ్ఞానయోగము మరియు ధ్యానయోగము ద్వారా ఆత్మసాక్షాత్కారమును పొందుట యందును, అనాత్మయైన భౌతికపదార్థమును ఆత్మ నుండి వేరుగా గాంచుట యందును అనురక్తులై యుండెడి వారికై నిర్దేశింపబడినవి. కాని వాస్తవమునకు కృష్ణభక్తిభావన యందున్న వారికే శ్రీకృష్ణభగవానుడు సంపూర్ణముగా అవగతము కాగలడు. ఇతర తత్త్వవేత్తలు నిరాకార బ్రహ్మతత్త్వమును మాత్రము పొందిన పొంద వచ్చును. ఏలయన నిరాకార బ్రహ్మతత్త్వము నెరుగుట శ్రీకృష్ణుని అవగతము చేసికొనుట కన్నను సులువైనది. శ్రీకృష్ణుడు పూర్ణపురుషోత్తముడే గాక నిరాకార బ్రహ్మము మరియు పరమాత్మల జ్ఞానములకు పరమైనవాడు. కనుకనే యోగులు మరియు జ్ఞానులైనవారు కృష్ణుని అవగాహనము చేసికొను యత్నములో భ్రమనొందుదురు. పరమ అద్వైతియైన శ్రీశంకరాచార్యులు తమ గీతాభాష్యములో శ్రీకృష్ణుని దేవదేవునిగా అంగీకరించినను, ఆయన అనుయాయులు మాత్రము శ్రీకృష్ణుని దేవదేవుడని అంగీకరింపరు. మనుజుడు నిరాకారబ్రహ్మానుభూతిని

కలిగియున్నను శ్రీకృష్ణుని అవగతము చేసికొనుట అతి కష్టకార్యమగుటయే అందులకు కారణము.

శ్రీకృష్ణభగవానుడు దేవదేవుడును, సర్వకారణములకు కారణమును, ఆదిపురుషుడైన గోవిందుడును అయియున్నాడు - "ఈశ్వరః పరమః కృష్ణః సచ్చిదానందవిగ్రహః అనాదిరాదిర్గోవిందః సర్వకారణకారణమ్." అభక్తులకు ఆతనిని తెలిసికొనుట మిగుల కష్టతరము. అట్టివారు భక్తిమార్గము అతిసులభమైనదని ప్రకటించినను దానిని అవలంబింపలేరు. వారు తెలిపినట్లు ఒకవేళ భక్తిమార్గము సులభమేమైనచో ఎందులకు వారు కఠినమార్గము నెన్నుకొందురు? అనగా వాస్తవమునకు భక్తిమార్గము సులభమైనది కాదు. భక్తినెరుగని అప్రమాణికులైనవారు అవలంబించు నామమాత్ర భక్తిమార్గము సులభము అయిన కావచ్చును కాని నియమనిబంధన ప్రకారము వాస్తవముగా ఒనరింపవలసివచ్చినప్పుడు కల్పనాపరులైన పండితులు, తత్త్వవేత్తలు ఆ మార్గమున కొనసాగలేక వైదొలగుదురు. ఈ విషయమున శ్రీరూపగోస్వామి భక్తిరసామృతసింధువు (1.2.101) నందు ఇట్లు పలికిరి :

శ్రుతిస్మృతిపురాణాది పంచరాత్రవిధిం వినా ।
ఐకాన్తికీ హరేర్భక్తి రుత్పాతాయైవ కల్పతే ॥

"ఉపనిషత్తులు, పురాణములు, నారదపంచరాత్రము వంటి ప్రామాణిక వేదవాఙ్మయము ననుసరించి చేయబడని శ్రీకృష్ణభగవానుని భక్తి కేవలము సంఘమునందు అనవసర కలతకే కారణము కాగలదు."

దేవదేవుడైన శ్రీకృష్ణుని యశోదాతనయునిగా లేదా అర్జునరథసారథిగా అవగాహనము చేసికొనుట బ్రహ్మానుభవము కలిగిన అద్వైతికి గాని, పరమాత్మానుభవము కలిగిన యోగికి గాని దుర్లభమైనట్టిది. గొప్ప గొప్ప దేవతలే ఆ శ్రీకృష్ణుని విషయమున కొన్నిమార్లు మోహము నొందుచుందురు (ముహ్యన్తి యత్సూరయః). ఈ విషయమున శ్రీకృష్ణభగవానుడు కూడా "మాం తు వేద న కశ్చన - నన్ను యథారూపముగా ఎవ్వరును తెలిసికొనలేరు" అని పలికెను. ఒకవేళ ఆతనిని తెలిసికొనగలిగినను అట్టి మహాత్ములు అతి అరుదుగా నుందురు (స మహాత్మా సుదుర్లభః). కనుకనే మనుజుడు గొప్ప పండితుడైనను లేదా తత్త్వవేత్తయైనను భక్తియుక్తసేవ నొనరించనిదే ఆతనిని యథార్థముగా (తత్త్వతః) ఎరుగజాలడు. కేవలము శుద్ధభక్తులే ఆ దేవదేవుని సర్వకారణకారణత్వము,

సర్వశక్తిసామర్థ్యము, విభూతిమత్త్వము, షడ్గుణైశ్వర్య సంపన్నత్వము (సంపద, యశస్సు, శక్తి, సౌందర్యము, జ్ఞానము, వైరాగ్యము) లందలి అచింత్య దివ్యగుణములను కొద్దిగా అవగతము చేసికొనగలరు. తన భక్తుల యెడ శ్రీకృష్ణ భగవానుడు దయతో మ్రొగ్గు చూపియుండుటయే అందులకు కారణము. బ్రహ్మానుభూతికి పరమావధియైన ఆతనిని భక్తులు మాత్రమే యథారూపములో అనుభూతమొనర్చుకొనగలరు. కనుకనే భక్తిరసామృతసింధువు (1.2.234) నందు ఇట్లు చెప్పబడినది.

అతః శ్రీకృష్ణనామాది న భవేద్ గ్రాహ్యమిన్ద్రియైః ।
సేవోన్ముఖే హి జిహ్వాదౌ స్వయమేవ స్ఫురత్యదః ॥

"జడమైన ఇంద్రియములచే ఎవ్వరును శ్రీకృష్ణుని యథార్థముగా అవగాహనము చేసికొనలేరు. కాని తనకొనర్చెడి ప్రేమయుతసేవతో ముదమంది ఆతడే తనను తాను భక్తులకు ఎరుకపరచుకొనును."

4

भूमिरापोऽनलो वायुः खं मनो बुद्धिरेव च।
अहंकार इतीयं मे भिन्ना प्रकृतिरष्टधा॥४॥

భూమిరాపో ऽనలో వాయుః ఖం మనో బుద్ధిరేవ చ ।
అహఙ్కార ఇతీయం మే భిన్నా ప్రకృతిరష్టధా ॥

భూమిః—భూమి; ఆపః—నీరు; అనలః—అగ్ని; వాయుః—వాయువు; ఖం—ఆకాశము; మనః—మనస్సు; బుద్ధిః—బుద్ధి; ఏవ—నిశ్చయముగా; చ—మరియు; అహంకారః—అహంకారము; ఇతి—ఈ విధముగా; ఇయం—ఇవియన్నియు; మే—నా యొక్క; భిన్నా—భిన్న మైన; ప్రకృతిః—ప్రకృతి; అష్టధా—ఎనిమిది విధములు.

భూమి, జలము, అగ్ని, వాయువు, ఆకాశము, మనస్సు, బుద్ధి, అహంకారము అను ఎనిమిది అంశముల సముదాయము నా భిన్నప్రకృతి యనబడును.

భాష్యము : భగవత్తత్త్వవిజ్ఞానము భగవానుని దివ్యమగు స్థితిని మరియు ఆతని విభిన్నశక్తులను విశ్లేషించి చర్చించును. సాత్వతతంత్రములో వివరింపబడినట్లు ఆ భగవానుని వివిధ పురుషావతారముల యందలి శక్తికే ప్రకృతి యని పేరు.

విష్ణోస్తు త్రీణి రూపాణి పురుషాఖ్యాన్యథో విదుః ।
ఏకం తు మహతః స్రష్టృ ద్వితీయం త్వండ సంస్థితమ్ ।

తృతీయం సర్వభూతస్థం తాని జ్ఞాత్వా విముచ్యతే ॥

"భౌతికజగత్తు సృష్టికై శ్రీకృష్ణభగవానుని సంపూర్ణస్వాంశ మూడు విష్ణురూపములను దాల్చును. అందులో మొదటి విష్ణురూపమైన మహావిష్ణువు మహత్తత్త్వమని తెలియబడు భౌతికశక్తిని సృష్టించును. రెండవ విష్ణురూపమైన గర్భోదకశాయివిష్ణువు వివిధవ్యక్తీకరణలకై అన్ని విశ్వములందును ప్రవేశించును. ఇక మూడవ విష్ణురూపమైన క్షీరోదకశాయివిష్ణువు సకల విశ్వములందు పరమాత్మ రూపమున వ్యాపించి పరమాత్మగా పిలువబడుచు అణువణువు నందును నిలిచి యుండును. ఈ ముగ్గురు విష్ణువుల గూర్చి తెలిసినవాడు భవబంధము నుండి ముక్తిని పొందగలడు."

ఈ భౌతికజగత్తు శ్రీకృష్ణభగవానుని విభిన్నశక్తులలో ఒకానొక శక్తి యొక్క తాత్కాలికప్రదర్శనము. అట్టి భౌతికజగత్తు కర్మలన్నియును పురుషావతారములుగా పిలువబడు కృష్ణుని స్వాంశలైన ముగ్గురు విష్ణువుల ద్వారా నిర్దేశింపబడు చుండును. సాధారణముగా భగవద్విజ్ఞానము (కృష్ణపరజ్ఞానము) లేనివారు ఈ జగత్తు జీవుల విషయభోగానుభవమునకై యున్నదని భావింతురు. అంతియేగాక వారు జీవులను ప్రకృతికి కారణములుగను, దానిని నియమించువారుగను, అనుభవించువారునైన పురుషులుగను భావింతురు. కాని భగవద్గీత ప్రకారము అట్టి నాస్తికభావము మిథ్యాపూర్ణమైనట్టిది. వాస్తవమునకు శ్రీకృష్ణుడే సర్వసృష్టికి మూలమని ప్రస్తుత శ్లోకమునందు తెలుపబడినది. శ్రీమద్భాగవతము కూడ దీనినే నిర్ధారించుచున్నది. భౌతికసృష్టి యందలి మూలకములన్నియును శ్రీకృష్ణ భగవానుని విభిన్నశక్తులు. అద్వైతుల పరమావధియైన బ్రహ్మజ్యోతి సైతము ఆధ్యాత్మికజగత్తు నందు ప్రదర్శింపబడెడి శ్రీకృష్ణభగవానుని ఆధ్యాత్మిక శక్తియే. వైకుంఠలోకములలో గోచరించు వైవిధ్యము అట్టి బ్రహ్మజ్యోతి యందు గోచరించదు. అయినను అద్వైతులు దానినే తమ పరమగమ్యముగా భావింతురు. పరమాత్మ రూపము కూడా క్షీరోదకశాయి విష్ణువు యొక్క తాత్కాలికమగు సర్వవ్యాపకరూపమై యున్నది. ఆధ్యాత్మికజగమునందు ఆ పరమాత్మ రూపము నిత్యమై యుండదు. కనుకనే వాస్తవమునకు పరతత్త్వమనగా దేవదేవుడైన శ్రీకృష్ణుడే. పూర్ణశక్తిమానుడు ఆతడే. ఆతడే వివిధములైన భిన్నశక్తులను, అంతరంగిక శక్తులను కలిగియున్నాడు.

ఈ శ్లోకమున తెలుపబడినట్లు భౌతికశక్తి యందు ముఖ్యముగా ఎనిమిది అంశములు కలవు. వీనిలో భూమి, జలము, అగ్ని, వాయువు, ఆకాశము లనునవి మహత్తర సృష్టి లేదా స్థూలసృష్టిగా పిలువబడును. వీని యందే శబ్దము, స్పర్శ, రూపము, రసము, గంధము అను ఐదు ఇంద్రియార్థములు ఇమిడియున్నవి. భౌతిక విజ్ఞానశాస్త్రము కేవలము ఈ పదివిషయములనే చర్చించును. కాని అన్యమును కాదు. కాని మనస్సు, బుద్ధి, అహంకారమను మిగతా మూడు విషయములు భౌతికవాదులచే ఉపేక్షింపబడును. మనోకర్మలతో తాదాత్మ్యము చెంది యుండు తత్త్వవేత్తలు కూడా సర్వమునకు మూలకారణము శ్రీకృష్ణుడని ఎరుగలేనందున జ్ఞానమునందు అసంపూర్ణులైయున్నారు. "నేను నాది" యను అహంకారభావనమే భౌతికస్థితికి మూలకారణమై యున్నది. అట్టి అహంకారము భౌతికకర్మలకు ఉపయోగపడు దశేంద్రియములను కూడియుండును. బుద్ధి యనునది మహత్తత్త్వమని పిలువబడు పూర్ణ భౌతికసృష్టికి సంబంధించినది. అనగా శ్రీకృష్ణభగవానుని ఈ ఎనిమిది భిన్నశక్తుల నుండి భౌతికజగత్తు యొక్క ఇరువదినాలుగు అంశములు వ్యక్తమగుచున్నవి. ఈ ఇరువదినాలుగు అంశముల విషయమే నాస్తిక సాంఖ్యవాదపు చర్చనీయాంశమై యున్నది. వాస్తవమునకు అవియన్నియును శ్రీకృష్ణుని శక్తి నుండియే ఉద్భవించి, ఆతని నుండి విడివడి యున్నవి. కాని అల్పజ్ఞులైన సాంఖ్యతత్త్వవేత్తలు అట్టి శ్రీకృష్ణుని సర్వకారణ కారణునిగా ఎరుగలేరు. గీతయందు తెలుపబడినట్లు శ్రీకృష్ణుని బాహ్యాశక్తి స్వరూపమే సాంఖ్యతత్త్వమునందు చర్చనీయాంశమై యున్నది.

5

अपरेयमितस्त्वन्यां प्रकृतिं विद्धि मे पराम्।
जीवभूतां महाबाहो ययेदं धार्यते जगत्॥५॥

అపరేయమితస్త్వన్యాం ప్రకృతిం విద్ధి మే పరామ్ ।
జీవభూతాం మహాబాహో యయేదం ధార్యతే జగత్ ॥

అపరా—న్యూనమైన; ఇయం—ఇది; ఇతః—అన్యముగా; తు—కాని; అన్యాం—ఇతరమైన; ప్రకృతిం—ప్రకృతిని; విద్ధి—తెలిసికొనుము; మే—నాయొక్క; పరామ్—ఉన్నతమైన; జీవభూతాం—జీవులను కూడియున్న; మహాబాహో—శక్తిమంతమైన బాహువులు కలవాడా; యయా—ఎవరిచే; ఇదం—ఈ; ధార్యతే—ఉపయోగింపబడుచున్నదో; జగత్—భౌతికప్రపంచము.

ఓ మహాబాహుడవైన అర్జునా! వాటికి అన్యముగా న్యూనమైన ప్రకృతిని ఉపయోగించుకొను జీవులను కూడియున్న నా ఉన్నతమైన శక్తి వేరొక్కటి కలదు.

భాష్యము : జీవులు శ్రీకృష్ణభగవానుని ఉన్నతమైన ప్రకృతికి (శక్తికి) చెందిన వారని ఇచ్చట స్పష్టముగా తెలుపబడినది. భూమి, జలము, అగ్ని, వాయువు, ఆకాశము, మనస్సు, బుద్ధి, అహంకారము అను వివిధాంశములుగా ప్రదర్శింపబడు భౌతికపదార్థమే న్యూనమైన శక్తి. భూమ్యాది స్థూలవిషయములు మరియు మనస్సాది సూక్ష్మవిషయములను రెండు ప్రకృతి రూపములును న్యూనశక్తి నుండి ఉద్భవించినట్టివే. వివిధప్రయోజనములకై ఈ న్యూనశక్తులను వినియోగించుకొను జీవులు శ్రీకృష్ణభగవానుని ఉన్నతశక్తికి సంబంధించినవారై యున్నారు. అటువంటి ఈ ఉన్నతశక్తి వలననే సమస్తజగత్తు నడుచుచున్నది. ఉన్నతశక్తికి చెందిన జీవుడు నడుపనిదే భౌతికజగత్తు నడువలేదు. కాని శక్తులు అన్నివేళలా వానిని కలిగియున్న శక్తిమానునిచే నియమింపబడి యున్నందున జీవులు సదా భగవానునిచే నియమింపబడెడివారే. కనుక వారికెన్నడును స్వతంత్ర ఉనికి యనునది ఉండదు. కొందరు బుద్ధిహీనులు ఊహించునట్లు వారెన్నడును భగవానునితో సమశక్తిమంతులు కాజాలరు. శ్రీకృష్ణభగవానుడు మరియు జీవులకు నడుమగల భేదమును శ్రీమద్భాగవతము ఈ క్రింది విధముగా వివరించుచున్నది (10.87.30).

అపరిమితా ధ్రువాస్తనుభృతో యది సర్వగతా
స్తర్హి న శాస్యతేతి నియమో ధ్రువ నేతరథా ।
అజని చ యన్మయం తదవిముచ్య నియన్తృ భవేత్
సమమనుజానతాం యదమతం మతదుష్టయా ॥

"ఓ దేవదేవా! బద్ధజీవులు నీ వలెనే నిత్యులును, సర్వవ్యాపకులును అయినచో నీ ఆధీనములో వారెన్నడును ఉండరు. కాని వాస్తవమునకు జీవులు నీ సూక్ష్మాంశములై నందున నీ ఆధీనమందే నిలువవలసియున్నది. కనుకనే నిజమైన ముక్తి జీవులను నీ శరణమున చేరునట్లుగా చేయుచున్నది. అట్టి శరణాగతియే వారికి ఆనందమును గూర్చగలదు. అటువంటి సహజస్థితి యందే వారు నియామకులు కాగలరు. కనుకనే నీవు మరియు జీవులు సర్వవిధములుగా

సమానులే యను అద్వైతవాదమును తమ పరిమితజ్ఞానముతో ప్రతిపాదించు మనుజులు దోషము, కలుషితమైన భావనను కలిగియున్న వారగుదురు."

దేవదేవుడైన శ్రీకృష్ణుడే దివ్యనియామకుడు మరియు జీవులు ఆతనిచే నియమింపబడెడివారు. కాని జీవుల నిజస్థితి గుణరీతిని భగవానునితో సమానమై యున్నందున వారు భగవానుని ఉన్నతమైన శక్తిగా గుర్తించబడిరి. కాని శక్తిపరిమాణములో వారెన్నడును భగవానునితో సమానులు కాజాలరు. కాని ఉన్నతశక్తికి చెందిన జీవుడు గౌణమైన స్థూల,సూక్ష్మశక్తులను (భౌతికపదార్థము) ఉపయోగించునప్పుడు తన నిజ ఆధ్యాత్మికమనస్సును మరియు బుద్ధిని మరచిపోవును. జీవునిపై భౌతికశక్తి ప్రభావమే ఈ మరుపునకు కారణమై యున్నది. కాని అతడు భౌతికశక్తి ప్రభావము నుండి బయటపడినంతనే ముక్తిని పొందగలడు. భ్రాంతి కారణమున జీవుడు అహంకారముచే "నేను భౌతిక దేహమును మరియు ఇవన్నియును నావి" అను భావమును కలిగియుండును. భగవానునితో సర్వవిధములా సముడను కావలెనను భావముతో సహా సర్వ విషయభావనల నుండి ముక్తుడైనప్పుడు తన నిజస్థితిని అతడు అవగతము చేసికొనగలడు. అనగా శ్రీకృష్ణభగవానుని వివిధశక్తులలో జీవుడు ఒకడని గీత నిర్ధారించుచున్నట్లు మనము గ్రహింపవచ్చును. అట్టి జీవుడు భౌతికసంపర్కము నుండి ముక్తుడైనప్పుడు పూర్ణముగా కృష్ణభక్తిరసభావితుడు (ముక్తుడు) కాగలడు.

6

एतद्योनीनि भूतानि सर्वाणीत्युपधारय।
अहं कृत्स्नस्य जगतः प्रभवः प्रलयस्तथा ॥६॥

ఏతద్యోనీని భూతాని సర్వాణీత్యుపధారయ ।
అహం కృత్స్నస్య జగతః ప్రభవః ప్రలయస్తథా ॥

ఏతత్—ఈ రెండుప్రకృతులు; యోనీని—జన్మమూలము; భూతాని—సృజించబడిన సమస్తము; సర్వాణి—అన్నియు; ఇతి—అని; ఉపధారయ—తెలిసికొనుము; అహం—నేను; కృత్స్నస్య—సమస్తమైన; జగతః—జగత్తునకు; ప్రభవః—ఉత్పత్తికి మూలకారణము; ప్రలయః—ప్రళయమును; తథా—అట్లే.

సృజింపబడిన సర్వజీవులకు ఈ రెండు ప్రకృతులే కారణములై యున్నవి. ఈ జగత్తు నందలి భౌతికమును, ఆధ్యాత్మికమును అగు సర్వమునకు

మూలమును మరియు ప్రళయమును నేనే యని నిశ్చయముగా నెరుగుము.

భాష్యము : దృశ్యమాన జగత్తంతయు ఆత్మ, భౌతికపదార్థముల కలయికచే ఏర్పడినది. సృష్టికి ఆత్మ మూలము కాగా, భౌతికపదార్థము ఆత్మచే సృష్టించబడినది. అనగా ఆత్మ ఎట్టి స్థితియందును భౌతికపదార్థముచే సృష్టించబడదు. వాస్తవమునకు ఈ జగత్తు ఆధ్యాత్మికశక్తి ఆధారము పైననే సృష్టింపబడినది. భౌతికపదార్థమునందు ఆత్మ నిలుచుట చేతనే స్థూలదేహము వృద్ధినొందును. శిశువు క్రమముగా బాలునిగా, పిదప యౌవనవంతునిగా మారుటకు ఉన్నతశక్తి యగు ఆత్మ ఉనికియే కారణము. అదే విధముగా పరమాత్మయైన విష్ణువు యొక్క ఉనికి వలననే బ్రహ్మాండమైన విశ్వము వృద్ధినొందినది. కనుకనే భౌతిక పదార్థము, ఆత్మ అనునవి శ్రీకృష్ణభగవానుని శక్తులుగా తెలియబడుచున్నవి. వాటి కలయిక వలననే బ్రహ్మాండమగు విశ్వరూపము సృష్టించబడుచున్నది. అనగా శ్రీకృష్ణభగవానుడే సర్వమునకు మూలకారణుడై యున్నాడు. అతని అంశయైన జీవుడు ఒక గొప్ప ఆకాశమునంటు భవంతినిగాని లేదా గొప్పనగరమును గాని లేదా గొప్ప కర్మాగారమునుగాని సృష్టింపవచ్చునేమో గాని విశ్వమును మాత్రము సృష్టించలేడు. అనగా పెద్దదైన విశ్వమునకు పరమాత్ముడే (విభుఆత్మ) కారణుడై యున్నాడు. అటువంటి విభుఆత్మ మరియు అణుఆత్మలకు (జీవులకు) శ్రీకృష్ణుడే మూలకారణుడు. కనుకనే అతడు సర్వకారణములకు కారణమై యున్నాడు. "నిత్యోనిత్యానాం చేతనశ్చేతనానాం" అని ఈ విషయము కఠోపనిషత్తు (2.2.13) నందు నిర్ధారింపబడినది.

7

मत्तः परतरं नान्यत् किञ्चिदस्ति धनञ्जय।
मयि सर्वमिदं प्रोतं सूत्रे मणिगणा इव ॥७॥

మత్తః పరతరం నాన్యత్ కించిదస్తి ధనంజయ ।
మయి సర్వమిదం ప్రోతం సూత్రే మణిగణా ఇవ ॥

మత్తః—నాకన్నను; పరతరం—శ్రేష్ఠమైనది; అన్యత్ కించిత్—వేరొకటేదియును; న అస్తి—లేదు; ధనంజయ—ఓ ధనమును జయించినవాడా(అర్జునా); మయి—నాయందు; సర్వమిదం—మనము చూచునదంతయు; ప్రోతం—గుచ్చబడినది; సూత్రే—దారమునందు; మణిగణాః ఇవ—ముత్యముల సముదాయము వలె.

ఓ ధనంజయా! నా కన్నను శ్రేష్ఠమైన సత్యము వేరొక్కటి లేదు. దారము

నందు ముత్యములు కూర్చబడినట్లు సమస్తము నా పైననే ఆధారపడి యున్నది.

భాష్యము : పరతత్త్వము సాకారమా లేక నిరాకారమా అను విషయముపై ఒక వివాదము కలదు. కాని భగవద్గీతకు సంబంధించినంతవరకు పరతత్త్వమనగా దేవదేవుడైన శ్రీకృష్ణుడే. ఈ విషయమే భగవద్గీత యందు అడుగడుగునా నిర్ధారింపబడినది. ముఖ్యముగా ఈ శ్లోకములో పరతత్త్వము సాకారమని నొక్కి చెప్పబడినది. దేవదేవుడే పరతత్త్వమనెడి విషయమును బ్రహ్మసంహిత కూడ ధ్రువీకరించినది. "ఈశ్వరః పరమః కృష్ణః సచ్చిదానందవిగ్రహః - ఆదిదేవుడును, ఆనందనిధానమును, గోవిందుడును, సచ్చిదానంద విగ్రహుడును అగు శ్రీకృష్ణుడే పరతత్త్వమైన దేవదేవుడు." ఈ ప్రామాణములన్నియును పరతత్త్వము సర్వకారణ కారణుడైన దివ్యపురుషుడని నిస్సందేహముగా నిరూపించుచున్నవి. కాని నిరాకారవాదులు శ్వేతాశ్వతరోపనిషత్తు(3.10) నందు తెలుపబడిన విషయమును ఆధారము చేసికొని తమ నిరాకారవాదనను చేయుదురు. "తతో యదుత్తరతరం తదరూప మనామయమ్/ య ఏతద్విదు రమృతాస్తే భవన్త్యథేతరే దుఃఖమేవాపి యన్తి - విశ్వపు తొలిజీవియైన బ్రహ్మదేవుడు ఈ భౌతికజగమునందు దేవతలు, మానవులు, జంతువుల కన్నను అత్యంత ఘనుడని తెలియబడుచున్నాడు. కాని ఆ బ్రహ్మదేవునకు పరముగా భౌతికరూపరహితము, భౌతికకల్మషరహితము నైన తత్త్వము (పరమపురుషుడు) వేరొకటున్నది. ఆతనిని తెలిసికొనగలిగినవాడు సైతము ఆతని వలె దివ్యుడు కాగా, ఆతనిని తెలిసికొనలేనివారు భౌతికజగము నందు దుఃఖభాగులగుదురు."

నిరాకారవాది ఈ ఉపనిషద్వాక్యములోని "అరూపమ్" అను పదమునకే ఎక్కువ ప్రాధాన్యము నొసగుచున్నను వాస్తవమునకు ఈ "అరూపము" అను పదము నిరాకారమును సూచించుట లేదు. కేవలము అది బ్రహ్మసంహితలో వర్ణింపబడిన సచ్చిదానంద దివ్యరూపమునే సూచించుచున్నది. శ్వేతాశ్వతర ఉపనిషత్తు నందలి (3.8-9) ఇతర శ్లోకములు కూడా ఈ విషయమునే నిర్ధారించుచున్నవి.

వేదాహమేతం పురుషం మహాన్తమ్
ఆదిత్యవర్ణం తమసః పరస్తాత్ ।

తమేవ విద్వానతిమృత్యు
మేతి నాన్యః పన్థా విద్యతే ऽయనాయ ॥
యస్మాత్పరం నా పరమస్తి కిఞ్చిద్
యస్మాన్ నాణీయో నో జ్యాయో ऽస్తి కిఞ్చిత్ ।
వృక్షఇవ స్తబ్ధో దివి తిష్ఠత్యేక
స్తేనేదం పూర్ణం పురుషేణ సర్వం ॥

"భౌతిక తమోభావనలన్నింటికిని పరుడైన దేవదేవుని నేను ఎరుగుదును. ఆతనిని ఎరిగినవాడే జనన, మరణబంధము నుండి ముక్తుడు కాగలడు. ఆ పరమపురుషుని గూర్చిన ఈ జ్ఞానము కన్నను ముక్తికి వేరొక్క మార్గము లేదు."

"దివ్యతముడగుటచే ఆ దివ్యపురుషుని కన్నను శ్రేష్ఠమగు సత్యము వేరొక్కటి లేదు. ఆతడే సూక్ష్మము కన్నను సూక్ష్మము మరియు ఘనముల కన్నను ఘనమైనవాడై యున్నాడు. వృక్షమువలె స్థిరుడై యుండు నాతడు ఆధ్యాత్మికజగత్తు నంతటిని ప్రకాశింప జేయును. చెట్టు తనవ్రేళ్ళను వ్యాపింపజేయునట్లు ఆతడు తన శక్తులను వ్యాపింపజేయును."

ఈ శ్లోకముల ద్వారా పరతత్త్వమనగా భౌతికము, ఆధ్యాత్మికములనెడి వివిధ శక్తులచే సర్వవ్యాపియై యుండు దేవదేవుడైన శ్రీకృష్ణుడే యని ఎవరైనను సారాంశపరుపవచ్చును.

8

रसोऽहमप्सु कौन्तेय प्रभास्मि शशिसूर्ययोः ।
प्रणवः सर्ववेदेषु शब्दः खे पौरुषं नृषु ॥८ ॥

రసో ऽహమప్సు కౌన్తేయ ప్రభాస్మి శశిసూర్యయోః ।
ప్రణవః సర్వవేదేషు శబ్దః ఖే పౌరుషం నృషు ॥

రసః—రుచి; అహమ్—నేను; అప్సు—నీటియందు; కౌన్తేయ—కుంతీపుత్రా; ప్రభా—కాంతి; అస్మి—నేనే అయి యున్నాను; శశిసూర్యయోః—సూర్యచంద్రుల యొక్క; ప్రణవః—అ, ఉ, మ్ అను అక్షరములతో కూడిన ఓంకారము; సర్వవేదేషు—సర్వవేదముల యందు; శబ్దః—ధ్వని; ఖే—ఆకాశమునందు; పౌరుషం—సామర్థ్యమును; నృషు—నరుల యందు.

ఓ కుంతీపుత్రా! నీటి యందు రుచిని, సూర్యచంద్రుల యందు కాంతిని, వేద మంత్రములందు ఓంకారమును, ఆకాశము నందు శబ్దమును, నరుని

యందు సామర్థ్యమును నేనే అయి యున్నాను.

భాష్యము : భౌతికము, ఆధ్యాత్మికములనెడి తన వైవిధ్యశక్తులచే శ్రీకృష్ణ భగవానుడు ఏ విధముగా సర్వవ్యాపియై యుండునో ఈ శ్లోకము వివరించు చున్నది. ఈ వివిధ శక్తుల ద్వారానే భగవానుడు తొలుత దర్శింపబడి నిరాకార రూపముగా అనుభవమునకు వచ్చును. సూర్యమండలము నందుండెడి సాకారుడైన సూర్యదేవుడు తన సర్వవ్యాపకశక్తి (సూర్యకాంతి) ద్వారా దర్శనీయుడైనట్లు, శ్రీకృష్ణభగవానుడు తన ధామమునందు నిలిచియున్నను సర్వత్రా వ్యాపించియుండెడి తన శక్తుల ద్వారా దర్శనీయుడగును. ఉదాహరణకు రుచి యనునది నీటి యందలి ప్రధాన విషయము. లవణపూర్ణమై యున్నందున సముద్రనీటిని త్రాగుటకు ఎవ్వరును ఇచ్చగింపరు. అనగా రుచిని బట్టియే నీటి యెడ ఎవ్వరైనను ఆకర్షణను కలిగియుందురు. అట్టి రుచి శ్రీకృష్ణభగవానుని శక్తులలో ఒకటియై యున్నది. నిరాకారవాదియైనవాడు నీటి రుచి ద్వారా దాని యందు భగవానుని ఉనికిని గాంచగా, మనుజుని దాహమును తీర్చుటకు కరుణతో రుచిగల నీటి నొసగుచున్న ఆ భగవానుని సాకారవాది కీర్తించును. భగవానుని దర్శించుటకు ఇదియే మార్గము. వాస్తవమునకు సాకారవాదమునకు, నిరాకార వాదమునకు ఎట్టి విరోధము లేదు. భగవత్తత్త్వము నెరిగినవాడు సాకారభావనము, నిరాకారభావనము అనునవి ఏకకాలమున సమస్తమునందు నెలకొని యున్నవనియు మరియు ఆ తత్త్వములందు ఎట్టి వ్యతిరేకత లేదనియు ఎరిగి యుండును. కనుకనే శ్రీచైతన్యమహాప్రభువు ఏకకాలమున ఏకత్వము మరియు భిన్నత్వములను తెలిపెడి "అచింత్యభేదాభేదతత్త్వము" అనెడి తమ ఉదాత్తమగు సిద్ధాంతమును స్థాపించిరి.

సూర్యచంద్రుల కాంతి కూడ శ్రీకృష్ణభగవానుని నిరాకారతేజమైన బ్రహ్మజ్యోతి నుండియే వెలువడునటువంటిది. అలాగుననే సర్వవేదమంత్రముల ఆదిపదమైన ప్రణవము లేదా ఓంకారము దేవదేవునే సంబోధించును. నిరాకారవాదులు శ్రీకృష్ణభగవానుని ఆతని అసంఖ్యాక నామముల ద్వారా సంబోధించుటకు వెరగు చెందియుండుటచే దివ్యమగు ఓంకారమును పలుకుట యందు మక్కువను చూపుదురు. కాని ఓంకారము శ్రీకృష్ణుని శబ్దప్రాతినిధ్యమే యని వారు ఎరుగజాలరు. వాస్తవమునకు కృష్ణభక్తిరస భావనపు పరిధి సర్వత్రా వ్యాపించి

యున్నది. దాని నెరిగినవాడు ధన్యుడు కాగలడు. అనగా కృష్ణుని గూర్చి తెలియనివారు మాయలో నున్నట్టివారే. కనుకనే కృష్ణపరజ్ఞానము ముక్తియై యుండగా, కృష్ణుని గూర్చి తెలియకుండుట బంధమై యున్నది.

9

पुण्यो गन्धः पृथिव्यां च तेजश्चास्मि विभावसौ।
जीवनं सर्वभूतेषु तपश्चास्मि तपस्विषु ॥९॥

పుణ్యో గన్ధః పృథివ్యాం చ తేజశ్చాస్మి విభావసౌ ।
జీవనం సర్వభూతేషు తపశ్చాస్మి తపస్విషు ॥

పుణ్యః—ఆద్యమైన; గన్ధః—సుగంధము; పృథివ్యాం—భూమియందు; చ—కూడా; తేజః—ఉష్ణమును; చ—కూడా; అస్మి—నేనే; విభావసౌ—అగ్నియందు; జీవనం—ప్రాణము; సర్వభూతేషు—సర్వజీవుల యందును; తపః—తపస్సును; చ—కూడా; అస్మి—నేనే; తపస్విషు—తపస్సుచేయువారి యందు.

భూమి యొక్క ఆద్యమైన సుగంధమును, అగ్ని యందు ఉష్ణమును, జీవుల యందలి ప్రాణమును, తపస్వుల యందు తపస్సును నేనై యున్నాను.

భాష్యము : "పుణ్యము" అనగా శిథిలము కాకుండా ఉండునదని భావము. అట్టి పుణ్యము ఆద్యమైనట్టిది. పుష్పము, భూమి, జలము, అగ్ని, వాయువు మొదలైనవానికి ఒక ప్రత్యేకమైన వాసన యున్నట్లే జగమునందు ప్రతి యొక్కటియు ఒక ప్రత్యేకమైన వాసనను (గంధమును) కలిగియుండును. ఆద్యమై సర్వత్రా వ్యాపించియుండి కలుషితము గానటువంటి పరిమళము శ్రీకృష్ణుడే అయియున్నాడు. వాసన రీతిగానే ప్రతిదియు ఒక సహజరుచిని కలిగియుండును. కాని ఆ రుచి రసాయన మిశ్రణముచే మార్పుచెందగలదు. అనగా ఆద్యమైన ప్రతిదియు ఒక వాసనను, సుగంధమును, రుచిని కలిగి యుండును. ఇక "విభావసౌ" యనగా అగ్ని యని భావము. ఆ అగ్ని లేనిదే కర్మాగారములను నడుపుట, వంటచేయుట వంటి కార్యములు ఏవియును మనము చేయజాలము. అట్టి అగ్ని మరియు అగ్ని యందలి ఉష్ణము శ్రీకృష్ణుడే. ఆయుర్వేదము ప్రకారము ఉదరములో జఠరాగ్ని మందగించుటయే అజీర్తికి కారణము. అనగా ఆహారము పచనమగుటకు కూడ అగ్నియే అవసరము. ఈ విధముగా భూమి, జలము, అగ్ని, వాయువు, సర్వచైతన్యపదార్థములు

(రసాయనములు, మూలకములు) శ్రీకృష్ణుని వలననే కలుగుచున్నవని కృష్ణభక్తిరస భావన ద్వారా మనము తెలిసికొనగలము. మనుజుని ఆయుఃపరిమితి కూడా కృష్ణుని చేతనే నిర్ణయింపబడుచున్నది. కనుక ఆ కృష్ణుని కరుణచే మనుజుడు తన ఆయుఃపరిమితిని పెంచుకొనుట లేక తగ్గించుకొనుట చేసికొన వచ్చును. అనగా కృష్ణభక్తిరసభావనయే అన్నిరంగములందును అవసరము.

10

बीजं मां सर्वभूतानां विद्धि पार्थ सनातनम्।
बुद्धिर्बुद्धिमतामस्मि तेजस्तेजस्विनामहम् ॥१०॥

బీజం మాం సర్వభూతానాం విద్ధి పార్థ సనాతనమ్ ।
బుద్ధిర్బుద్ధిమతామస్మి తేజస్తేజస్వినామహమ్ ॥

బీజం—బీజమును; మాం—నన్ను; సర్వభూతానాం—సర్వప్రాణులకును; విద్ధి—తెలిసికొనుము; పార్థ—ఓ పృథాకుమారా; సనాతనమ్—సనాతనమైన, శాశ్వతమైన; బుద్ధిః—బుద్ధిని; బుద్ధిమతాం—బుద్ధిమంతుల యొక్క; అస్మి—నేనే; తేజః—తేజస్సును; తేజస్వినాం—తేజస్సుకలవారి యొక్క; అహం—నేను.

ఓ పృథాకుమారా! నేనే సర్వప్రాణులకు సనాతన బీజమునియు, బుద్ధిమంతుల బుద్ధిననియు, శక్తిమంతుల శక్తిననియు తెలిసికొనుము.

భాష్యము : బీజమనగా విత్తనము. స్థావర, జంగమాది సమస్తజీవులకు శ్రీకృష్ణుడే బీజమై యున్నాడు. పక్షులు, జంతువులు, మనుజులు, పలు ఇతరజీవులు జంగమములు కాగా, వృక్షాదులు స్థావరములు. స్థావరములు కదలలేక కేవలము స్థిరముగా నిలిచియుండును. ప్రతిజీవియు ఎనుబదినాలుగులక్షల జీవరాసులలో ఏదియో ఒక రకమునకు చెందియుండును. వానిలో కొన్ని స్థావరములై యుండగా, మరికొన్ని జంగమములై యున్నవి. అయినను అన్నింటికిని బీజప్రదాత శ్రీకృష్ణుడే. దేని నుండి సమస్తము ఉద్భవించినదో అదియే పరబ్రహ్మము లేదా పరతత్త్వమని వేదవాఙ్మయమునందు తెలుపబడినది. శ్రీకృష్ణుడే ఆ పరతత్త్వమును, పరబ్రహ్మమును అయియున్నాడు. బ్రహ్మము నిరాకారము కాగా పరబ్రహ్మము మాత్రము సాకారము. భగవద్గీత యందు తెలుపబడినట్లు నిరాకారబ్రహ్మము పరబ్రహ్మమైన శ్రీకృష్ణుని యందు ప్రతిష్ఠితమై యున్నది. కనుక శ్రీకృష్ణుడే సర్వమునకు కారణమును, మూలమును అయియున్నాడు.

వృక్షమూలము వృక్షమునంతటిని పోషించురీతి, సర్వమునకు సనాతనమూలమై యున్నందున శ్రీకృష్ణుడు జగమునందు సమస్తమును పోషించుచున్నాడు. ఈ విషయము కఠోపనిషత్తు(2.2.13) నందు కూడా నిర్ధారింపబడినది.

నిత్యోనిత్యానాం చేతన శ్చేతనానామ్ ।
ఏకో బహూనాం యో విదధాతి కామాన్ ॥

నిత్యులైనవారిలో ప్రధానమైనవాడు ఆతడే. సమస్తజీవులలో దివ్యుడు ఆతడే. ఆతడొక్కడే సర్వులను పోషించువాడై యున్నాడు. వాస్తవమునకు బుద్ధి నుపయోగింపక ఎవ్వరును ఏ కార్యమును చేయలేరు. అట్టి బుద్ధికి సైతము కారణము తానేనని శ్రీకృష్ణభగవానుడు పలుకుచున్నాడు. కనుకనే మనుజుడు బుద్ధిమంతుడు కానిదే దేవదేవుడైన శ్రీకృష్ణుని అవగాహన చేసికొనజాలడు.

11

बलं बलवतां चाहं कामरागविवर्जितम्।
धर्माविरुद्धो भूतेषु कामोऽस्मि भरतर्षभ॥११॥

బలం బలవతాం చాహం కామరాగవివర్జితమ్ ।
ధర్మావిరుద్ధో భూతేషు కామో ౽స్మి భరతర్షభ ॥

బలమ్—బలమును; బలవతాం—బలవంతులలోని; చ—మరియు; అహం—నేను; కామరాగ వివర్జితమ్—కామము మరియు ఆసక్తిరహితముగా; ధర్మావిరుద్ధో—ధర్మనియమములకు విరుద్ధముకాని; భూతేషు—సర్వప్రాణుల యందలి; కామః—సంభోగమును; అస్మి—నేను; భరతర్షభ—భరతవంశస్థులలో శ్రేష్ఠుడా.

ఓ భరతవంశశ్రేష్ఠుడా! బలవంతులలోని కామరాగరహితమైన బలమును మరియు ధర్మనియమములకు విరుద్ధము కానటువంటి సంభోగమును నేనే అయియున్నాను.

భాష్యము : బలవంతుడైనవాని బలము ఎల్లప్పుడును బలహీనులను రక్షించుటకే వినియోగపడవలెను గాని స్వలాభము కొరకు కాదు. అదే విధముగా ధర్మానుసారముగా నుండెడి మైథునసుఖము కేవలము సంతానప్రాప్తికే గాని అన్యమునకు కాదు. అటు పిమ్మట సంతానమును కృష్ణభక్తిభావనాయుతులుగా చేయుట తల్లిదండ్రుల బాధ్యతయై యున్నది.

12

ये चैव सात्त्विका भावा राजसास्तामसाश्च ये।
मत्त एवेति तान् विद्धि न त्वहं तेषु ते मयि ॥१२॥

యే చైవ సాత్త్వికా భావా రాజసాస్తామసాశ్చ యే ।
మత్త ఏవేతి తాన్విద్ధి న త్వహం తేషు తే మయి ॥

ఏ చైవ—ఏవి; సాత్త్వికాః—సత్త్వగుణమునకు; భావాః—జీవుల భావములు; రాజసాః—రజోగుణమునకు; తామసాః—తమోగుణమునకు; చ—కూడా; యే—కలవి; మత్త ఏవేతి—నా నుండియే యని; తాన్—వానిని; విద్ధి—తెలిసికొనుము; తు—కాని; అహమ్—నేను; న తేషు—వానియందు ఉండను; తే—అవి; మయి—నా యందుండును.

సత్త్వగుణమునకు గాని, రజోగుణమునకు గాని లేదా తమోగుణమునకు గాని సంబంధించిన జీవుల భావములన్నియును నా శక్తి నుండే ఉద్భవించినవని నీవు తెలిసికొనుము. ఒక విధముగా నేనే సర్వమునైనను స్వతంత్రుడనై యున్నాను. ప్రకృతిత్రిగుణములు నా యందున్నను నేను వాటికి లోబడి యుండను.

భాష్యము : జగమునందలి సమస్తకర్మలు ప్రకృతిజన్య త్రిగుణముల చేతనే నిర్వహింపబడుచున్నవి. ఈ త్రిగుణములు దేవదేవుడైన శ్రీకృష్ణుని నుండియే కలుగుచున్నను ఆతడెన్నడును వాటిచే ప్రభావితుడు కాడు. ఉదాహరణకు రాజ్యాంగనియమములచే ఎవ్వరైనను శిక్షింపబడవచ్చునేమో కాని, ఆ రాజ్యాంగమును తయారుచేసిన రాజు మాత్రము రాజ్యాంగ నియమములకు అతీతుడై యుండును. అదే విధముగా సత్త్వరజస్తమోగుణములు శ్రీకృష్ణభగవానుని నుండియే ఉద్భవించినను ఆతడెన్నడును ప్రకృతిచే ప్రభావితుడు కాడు. కనుకనే ఆతడు నిర్గుణుడు. అనగా గుణములు ఆతని నుండియే కలుగుచున్నను ఆతనిపై ప్రభావమును చూపలేవు. అదియే భగవానుని లేదా దేవదేవుని ప్రత్యేక లక్షణములలో ఒకటి.

13

त्रिभिर्गुणमयैर्भावैरेभिः सर्वमिदं जगत्।
मोहितं नाभिजानाति मामेभ्यः परमव्ययम् ॥१३॥

త్రిభిర్గుణమయైర్భావైరేభిః సర్వమిదం జగత్ ।
మోహితం నాభిజానాతి మామేభ్యః పరమవ్యయమ్ ॥

త్రిభిః—మూడు; గుణమయైః—గుణములను కూడిన; భావైరేభిః—ఈ భావములచే; సర్వమ్—సమస్తమైన; ఇదమ్ జగత్—ఈ విశ్వము; మోహితమ్—మోహమునొంది; న అభిజానాతి—ఎరుగజాలకున్నది; మామ్—నన్ను; ఏభ్యః—వీనికంటె; పరమ్—ఉన్నతుడను; అవ్యయమ్—అక్షయుడను.

సమస్తవిశ్వము సత్త్వరజస్తమోగుణములనెడి త్రిగుణములచే భ్రాంతికి గురియై గుణములకు పరుడను, అవ్యయుడను అగు నన్ను ఎరుగజాలకున్నది.

భాష్యము : సమస్త ప్రపంచము త్రిగుణములచే మోహింపజేయబడియున్నది. అట్టి త్రిగుణములచే మోహమునకు గురియైనవారు శ్రీకృష్ణభగవానుడు ప్రకృతికి పరమైనవాడని ఎరుగజాలరు.

భౌతికప్రకృతి ప్రభావము నందున్న ప్రతిజీవియు ఒక ప్రత్యేకమైన దేహమును మరియు తత్సంబంధిత కర్మలను కలిగియుండును. గుణముల ననుసరించి కర్మల యందు చరించు మనుజులు నాలుగు రకములుగా నుందురు. సత్త్వగుణము నందు సంపూర్ణముగా నిలిచియుండువారు బ్రాహ్మణులు. రజోగుణమునందు సంపూర్ణముగా నిలిచియుండువారు క్షత్రియులు. రజస్తమోగుణములను కలిగి యుండువారు వైశ్యులు, కేవలము తమోగుణమునందే యుండువారు శూద్రులు. శూద్రులకన్నను నీచులైనవారు జంతువులు లేక పశుప్రాయ జీవనులు అనబడుదురు. కాని వాస్తవమునకు ఈ ఉపాధులన్నియును అశాశ్వతములు. బ్రాహ్మణుడైనను, క్షత్రియుడైనను, వైశ్యుడైనను, శూద్రుడైనను లేక ఇంకేదైనను ఈ జీవితము తాత్కాలికమైనది. ఈ జీవితము తాత్కాలికమైనను దీని పిదప మనకు ఏ జన్మ లభించునో ఎరుగలేము. మాయావశమున దేహభావనకు లోబడియే మనలను మనము భారతీయులుగనో, అమెరికావాసులుగనో లేక బ్రాహ్మణులుగనో, హిందువులుగనో, మహ్మదీయులుగనో భావించుచుందుము. ఈ విధముగా త్రిగుణములచే బంధితులమైనచో మనము ఆ గుణముల వెనుకనున్న భగవానుని మరతుము. కనుకనే త్రిగుణములచే మోహమునొందిన జీవులు భౌతిక నేపథ్యము వెనుక నున్నది తానే యనుచు ఎరుగజాలకున్నారని శ్రీకృష్ణ భగవానుడు పలుకుచున్నాడు.

మానవులు, దేవతలు, జంతువులాదిగాగల అనేకరకముల జీవులు ప్రకృతి ప్రభావము చేతనే నిర్గుణుడైన శ్రీకృష్ణభగవానుని మరచియున్నారు. రజస్తమోగుణముల యందున్నవారే గాక, సత్త్వగుణమునందున్నవారు కూడా పరతత్త్వము యొక్క నిరాకారబ్రహ్మభావమును దాటి ముందుకు పోజాలరు. సౌందర్యము, ఐశ్వర్యము, జ్ఞానము, బలము, యశస్సు, వైరాగ్యములు సమగ్రముగా నున్న శ్రీకృష్ణభగవానుని దివ్యరూపముచే వారు భ్రాంతి నొందుదురు. శ్రీకృష్ణభగవానుని అవగతము చేసికొనుట సత్త్వగుణమునందున్న వారికే సాధ్యము కాదన్నచో, రజస్తమోగుణము లందున్నవారికి ఏమి ఆశ మిగిలి యుండగలదు? కాని కృష్ణభక్తిరస భావనము ఈ త్రిగుణములకు పరమైనట్టిది. దాని యందు ప్రతిష్ఠితులైనట్టివారు నిజముగా ముక్తపురుషులు.

14

दैवी ह्येषा गुणमयी मम माया दुरत्यया।
मामेव ये प्रपद्यन्ते मायामेतां तरन्ति ते ॥१४॥

దైవీ హ్యేషా గుణమయీ మమ మాయా దురత్యయా ।
మామేవ యే ప్రపద్యన్తే మాయామేతాం తరన్తి తే ॥

దైవీ—దివ్యము; హి—నిశ్చయముగా; ఏషా—ఈ; గుణమయీ—భౌతికప్రకృతికి సంబంధించిన త్రిగుణములతో కూడిన; మమ—నాయొక్క; మాయా—శక్తి; దురత్యయా—దాటశక్యము కానిది; మామేవ—నన్ను; యే—ఎవరు; ప్రపద్యన్తే—శరణు పొందుదురో; మాయామేతాం—ఈ మాయాశక్తిని; తరన్తి—దాటుదురు; తే—వారు.

త్రిగుణాత్మకమైన నా ఈ దైవీమాయ నిశ్చయముగా దాటశక్యము కానిది. కాని నన్ను శరణుజొచ్చినవారు దీనిని సులభముగా దాటగలుగుదురు.

భాష్యము : దేవదేవుడైన శ్రీకృష్ణునకు అసంఖ్యాకములైన శక్తులు కలవు. అవన్నియును దివ్యమైనవి. జీవులు ఆతని శక్తిలో భాగములైన కారణముగా దివ్యులైనను మాయాశక్తి సంపర్కముచే వారి ఆదియైన ఉన్నతశక్తి కప్పబడి యుండును. ఆ విధముగా మాయాశక్తిచే కప్పబడినప్పుడు ఎవ్వరును దాని ప్రభావము నుండి తప్పించుకొనలేరు. పూర్వమే తెలుపబడినట్లు భౌతికములును, ఆధ్యాత్మికములును అగు ప్రకృతులు శ్రీకృష్ణభగవానుని నుండియే ఉత్పన్నమగుచున్నందున నిత్యములై యున్నవి. జీవులు భగవానుని నిత్యమైన ఉన్నతప్రకృతికి చెందినవారు. కాని గౌణప్రకృతి సంపర్కము వలన (భౌతికపదార్థ

సంపర్కము) వారి మోహము కూడ నిత్యమగుచున్నది. కనుకనే బద్ధజీవుడు "నిత్యబద్ధుడు" అని పిలువబడుచున్నాడు. ఏ సమయమున అతడు బద్ధుడైనాడన్న చరిత్రను కనుగొనుట ఎవ్వరికినీ సాధ్యము కాదు. కనుకనే భౌతికప్రకృతి గౌణశక్తియైనను ప్రకృతిబంధము నుండి జీవుని ముక్తి అత్యంత కఠినమై యున్నది. జీవుడు అతిక్రమింపలేనటువంటి భగవత్సంకల్పము చేతనే భౌతిక ప్రకృతియు నడుచుటయే అందులకు కారణము. భౌతికప్రకృతి గౌణమైనను శ్రీకృష్ణభగవానునితో సంబంధమును కలిగి ఆతని సంకల్పము చేతనే నడుచుచున్నందున దివ్యప్రకృతిగా ఇచ్చట వర్ణింపబడినది. గౌణమైనను భగవత్సంకల్పముచే నడుపబడుచున్నందున భౌతికప్రకృతి విశ్వము యొక్క సృష్టి, లయములందు అద్భుతముగా పనిచేయుచుండును. "మాయాం తు ప్రకృతిం విద్యాన్ మాయినం తు మహేశ్వరమ్(శ్వేతాశ్వతరోపనిషత్తు 4.10) - మాయ అసత్యము లేదా తాత్కాలికమైనను దాని వెనుక ఘన ఇంద్రజాలకుడైన దేవదేవుడు కలడు. ఆతడే మహేశ్వరుడు మరియు దివ్యనియామకుడు" అని వేదములు సైతము ఈ విషయమును నిర్ధారించుచున్నవి.

"గుణము" అను దానికి వేరొక అర్థము త్రాడు. అనగా బద్ధజీవుడు మోహమనెడి త్రాళ్ళతో గట్టిగా బంధింపబడియున్నాడని అవగతము చేసికొనవలెను. చేతులు, కాళ్ళు బంధింపబడిన వ్యక్తి తనను తాను బంధవిముక్తుని గావించుకొనలేడు. బంధరహితుడైనవాడే అతనికి సహాయము చేయవలసియుండును. బంధింపబడి యున్నవాడు బంధింపబడినవానిచే సహాయము నొందలేడు గనుక రక్షించువాడు ముక్తుడై యుండవలెను. కనుక కేవలము శ్రీకృష్ణభగవానుడు లేదా ఆతని ప్రతినిధియైన ఆధ్యాత్మికగురువు మాత్రమే బద్ధజీవునికి బంధము నుండి ముక్తిని గూర్చగలరు. అట్టి ఉన్నతమైన సహాయము లేనిదే ఎవ్వరును ప్రకృతిబంధము నుండి విడివడలేరు. అనగా కృష్ణభక్తిరస భావనము (భక్తియోగము) మనుజునికి బంధము నుండి ముక్తిని పొందుటకు తోడ్పడగలదు. శ్రీకృష్ణభగవానుడు మాయకు ప్రభువైనందున జీవుని ముక్తుని చేయుమని దాటశక్యము గాని ఆ మాయను ఆదేశించును. సహజముగా తన సంతానమేయైన జీవునిపై గల పితృవాత్సల్యము మరియు శరణాగతుడైన జీవుని యెడ గల నిర్హేతుక కరుణయే భగవానుడు అట్టి విడుదలను ఆదేశించుటకు కారణమై యున్నది. కనుక శ్రీకృష్ణభగవాను చరణకమలములకు శరణుపొందుటయే అతికఠినమైన

ప్రకృతిబంధముల నుండి ముక్తిని పొందుటకు ఏకైక మార్గమై యున్నది.

"మామేవ" అను పదమునకు కూడ విశేష ప్రాధాన్యము కలదు. ఇచ్చట "మామ్" అనగా కృష్ణుడే (విష్ణువు) యని భావము కాని బ్రహ్మ లేదా శివుడని భావము కాదు. బ్రహ్మరుద్రాదులు ఉన్నతులు మరియు దాదాపు విష్ణుస్థాయికి చెందినవారేయైనను మాయాబంధము నుండి జీవునికి ముక్తిని మాత్రము కలిగించలేరు. అట్టి రజస్తమోగుణావతారములకు అది సాధ్యము కాదు. వేరుమాటలలో బ్రహ్మరుద్రులు సైతము మాయాప్రభావమునకు లోబడి యుండువారే. కేవలము విష్ణువే మాయకు ప్రభువు కావున ఆతడే బద్ధజీవుని బంధము నుండి విడిపింపగలడు. శ్రీకృష్ణుని అవగాహన చేసికొనుట ద్వారానే ముక్తి లభింపగలదు - "తమేవ విదిత్వా" యని శ్వేతాశ్వతరోపనిషత్తు (3.8) సైతము దీనిని నిర్ధారించుచున్నది. ముక్తి కేవలము విష్ణుకరుణ చేతనే లభించునని శివుడు కూడ ధ్రువీకరించెను. "ముక్తి ప్రదాతా సర్వేషాం విష్ణురేవ న సంశయః - సర్వులకు ముక్తిప్రదాత విష్ణువే యనుటలో ఎట్టి సందేహము లేదు" అని పరమ శివుడు పలికెను.

15

न मां दुष्कृतिनो मूढाः प्रपद्यन्ते नराधमाः ।
माययापहृतज्ञाना आसुरं भावमाश्रिताः ॥१५॥

న మాం దుష్కృతినో మూఢాః ప్రపద్యన్తే నరాధమాః ।
మాయయాపహృతజ్ఞానా ఆసురం భావమాశ్రితాః ॥

మాం—నన్ను; దుష్కృతినః—దుష్టులు; మూఢాః—అజ్ఞానులు; న ప్రపద్యన్తే—శరణు పొందరు; నరాధమాః—మానవులలో అధములు; మాయయా—మాయచే; అపహృతజ్ఞానాః—జ్ఞానము అపహరింపబడినవారు; ఆసురం—రాక్షససంబంధమైన; భావమ్—స్వభావమును; ఆశ్రితాః—ఆశ్రయించినవారు.

దుష్టులైన మూఢులు, నరాధములు, మాయచే జ్ఞానము హరింపబడినవారు, దానవప్రవృత్తియైన నాస్తికస్వభావమును కలిగియుండువారు నా శరణము నొందరు.

భాష్యము : దేవదేవుడైన శ్రీకృష్ణుని చరణకమలములకు కేవలము శరణు పొందుట ద్వారా మనుజుడు అతికఠినమైన ప్రకృతినియమములను దాటగలడని భగవద్గీత యందు తెలుపబడినది. అట్టి యెడ విద్యావంతులైన తాత్త్వికులు,

శాస్త్రిజ్ఞులు, వ్యాపారస్థులు, పాలకులు, సామాన్యజనుల నేతలు పలువురు ఎందులకు సర్వశక్తిసంపన్నుడైన శ్రీకృష్ణభగవానుని చరణకమలములకు శరణు జొచ్చరనెడి ప్రశ్న ఇచ్చట ఉదయించును. మానవులకు మార్గదర్శకులైనవారు పలురీతులలో గొప్ప ప్రణాళికలు మరియు పట్టుదలతో ముక్తిని (ప్రకృతి నియమముల నుండి విడుదల) బడయుటకై పలు సంవత్సరములు లేదా జన్మలు యత్నింతురు. కాని దేవదేవుడైన శ్రీకృష్ణుని చరణకమలములకు కేవలము శరణము నొందుట ద్వారా ముక్తి సాధ్యమగుచున్నప్పుడు మేధావులును, కష్టించువారును అగు నాయకులు ఎందులకై ఈ సులభవిధానమును ఎన్నుకొనుటలేదు?

ఈ ప్రశ్నకు భగవద్గీత స్పష్టముగా సమాధానమొసగుచున్నది. మానవులకు వాస్తవముగా మార్గదర్శకులైన బ్రహ్మ, శివుడు, కపిలుడు, సనకాదిఋషులు, మనువు, వ్యాసుడు, దేవలుడు, అసితుడు, జనకుడు, ప్రహ్లాదుడు, బలిమహారాజు, తదనంతరము వారైన మధ్వాచార్యులు, రామానుజాచార్యులు, శ్రీచైతన్య మహాప్రభువు మరియు శ్రద్ధను కలిగినటువంటి తాత్త్వికులు, ప్రజానేతలు, విద్యా బోధకులు, శాస్త్రిజ్ఞుల వంటివారు సర్వశక్తిసమన్వితుడును ప్రామాణికుడును అగు శ్రీకృష్ణభగవానుని చరణకమలములకు శరణము నొందియే యున్నారు. కేవలము నిజమైన తత్త్వవేత్తలు, శాస్త్రిజ్ఞులు, బోధకులు, నేతలు కానివారు మాత్రమే విషయాభిలాషులై తమను తాము గొప్పగా ప్రదర్శించుకొనుచు ఆ భగవానుని ప్రణాళికను గాని, మార్గమును గాని అంగీకరించుట లేదు. వారు భగవానుని గూర్చిన అవగాహన ఏమియును లేక కేవలము లోకవ్యవహార ప్రణాళికలను మాత్రము పలు జేయుచు, భౌతికస్థితికి సంబంధించిన సమస్యలను పరిష్కరించుకొనుటకు బదులు వాటిని మరింత వృద్ధిచేసికొందురు. భౌతికప్రకృతి శక్తివంతమైనందున అది సర్వదా అట్టి నాస్తికుల అప్రమాణిక ప్రణాళికలను నిరోధించి వారి యోచనాసంఘముల జ్ఞానమును భంగపరచుచుండును.

నాస్తికులైనట్టి యోజనకర్తలు ఇచ్చట "దుష్కృతినః" (చెడు కార్యములు ఆచరించువారుగా) అని వర్ణింపబడినారు. "కృతి" యనగా గణనీయమైన కార్యము చేసినవాడని భావము. దుష్టమైనది గాని, మంచిదైనది కాని ఏదేని ఒక ఘనకార్యమును నిర్వహించుటకు గొప్పబుద్ధి అవసరమై యున్నది. కనుక నాస్తిక యోజనకర్తలు కూడ కొన్నిమార్లు తెలివిగలవారు, బుద్ధికుశలత గలవారుగా

కనప్పట్టుచుందురు. కాని వారి అట్టి నాస్తికబుద్ధి భగవానుని విధానమునకు వ్యతిరేకముగా ఉపయోగించబడుట వలన వారు "దుష్కృతినః" అని పిలువ బడుదురు. అట్టి నాస్తికుల బుద్ధి మరియు ప్రయత్నములు చెడుమార్గమును పట్టి యుండునని ఈ పదము సూచించును.

భౌతికశక్తి సంపూర్ణముగా శ్రీకృష్ణభగవానుని ఆధీనములో వర్తించునని భగవద్గీత యందు స్పష్టముగా తెలుపబడినది. దానికెన్నడును స్వతంత్ర అధికారము లేదు. వస్తువునకు అనుగుణముగా దాని ఛాయ చరించురీతి అది పనిచేయుచుండును. అయినప్పటికిని అది అతిశక్తివంతమై యుండును. కాని భక్తిలేని కారణముగా నాస్తికుడు ఆ భౌతికప్రకృతి వర్తించు విధానమును గాని, భగవానుని సంకల్పమును గాని ఎరుగజాలకుండును. శాస్త్రజ్ఞులు, తత్త్వవేత్తలు, నేతలు, బోధకులని లౌకికముగా గొప్ప పేరు పొందినను హిరణ్యకశిపుడు మరియు రావణుల యోచనలన్నియు రూపుమాసినట్లు, మాయ మరియు రజస్తమోగుణముల కారణముగా నాస్తికుడైనట్టివాని ప్రణాళికలన్నియును భంగపడును. ఈ క్రింద వివరింపబడినట్లు ఇట్టి "దుష్కృతినః" అనువారు నాలుగువిధములుగా నుందురు.

1. జంతువుల వలె కష్టించుచు అజ్ఞానపూర్ణులై యుండెడివారే "మూఢులు" అనబడుదురు. వారు తమ శ్రమఫలమును తామే అనుభవింపగోరుదురు. దానిని వారు భగవానునితో పంచుకొనగోరరు. అతి కష్టకార్యములను చేయు జంతువునకు ఉదాహరణము గార్దభము. యజమాని దానిచే కష్టమైన పనులు చేయించుచుండును. అది యజమాని చెప్పినట్లు రేయింబవళ్ళు పనిజేయుచు వాస్తవమునకు తాను ఎవ్వరికొరకు పని చేయుచున్నదో ఎరుగకుండును. మూర్ఖమైన ఆ గార్దభము గడ్డితో కడుపు నింపుకొనుట, యజమాని వచ్చి కొట్టునేమోనన్న భయముతో నిద్రించుట, ఆడుగాడిదతో తన్నులు తినుచున్నను కామదాహమును తీర్చుకొనుటకు యత్నించుట యందే నిమగ్నమై యుండి, కొన్నిమార్లు ఇతరులకు శబ్దభంగకరమగునట్లు గీతములు ఆలపించుచుండును. వాస్తవమునకు తానెవరి కొరకు పనిచేయవలెనో ఎరుగలేనటువంటి కామ్యకర్మరతుని పరిస్థితియు ఇట్టిదియే. అతడు కర్మము యజ్ఞము కొరకే ననెడి జ్ఞానమును కలిగియుండడు.

తాము సృష్టించుకొన్న పనుల భారమును పూర్తిచేయుటకై రేయింబవళ్ళు

కష్టించువారు జీవుని అమృతత్వమును గూర్చి వినుటకు తమకు సమయము లేదని పలుకుదురు. అట్టి మూఢులకు నశ్వరములైన విషయలాభములే జీవితసర్వస్వము. తమ శ్రమఫలములో అతి కొద్దిశాతమునే అనుభవింపగలిగినను వాటికొరకే అట్టివారు తమ జీవితమును అర్పింతురు. లౌకికలాభము కొరకై వారు కొన్నిమార్లు రేయింబవళ్ళు నిద్ర లేకుండా గడుపుదురు. అజీర్తి లేదా కడుపులో వ్రణములు కలిగి ఆహారము తినలేకున్నను వారు సంతృప్తియే చెందియుందురు. కేవలము మిథ్యాయజమానుల లాభము కొరకై వారు రేయింబవళ్ళు పనిలో తీవ్రముగా నిమగ్నులై యుందురు. నిజయజమానియైన శ్రీకృష్ణభగవానుని మరచి అట్టివారు తమ విలువైన కాలమును ధనపరాయణుల సేవ యందే వ్యర్థము చేయుదురు. దురదృష్టకారణముగా వారు యజమానుల కందరకు యజమాని యైన శ్రీకృష్ణభగవానునికి శరణుపొందుట గాని, ఆ దేవదేవుని గూర్చి భక్తుల నుండి శ్రవణము చేయుటకు కాలమును వినియోగించుట గాని చేయరు. మలమును భక్షించు సూకరము నెయ్యి, చెక్కరలతో చేసిన పిండివంటలను భుజింపవలెనని కోరనట్లు, క్షణభంగురమైన భౌతికజగమునందలి భోగవిషయముల గూర్చియే అలసట లేకుండా వినగలిగిన మూఢుడైన కామ్యకర్మరతుడు జగమును నడిపించు శ్రీకృష్ణభగవానుని గూర్చి వినుటకు సమయమును కలిగియుండడు.

2. దుష్కృతులలో రెండవ తరగతివారు "నరాధములు" అని పిలువబడుదురు. నరుడనగా మానవుడు మరియు అధముడనగా నీచుడైనవాడు అని భావము. ఎనుబదినాలుగులక్షల జీవరాసులలో మానవజాతులు నాలుగులక్షల రకములు. వీనిలోని బహుమానవజాతులు అనాగరికములై యున్నవి. సాంఘిక, రాజకీయ, ఆధ్యాత్మిక జీవననియమములను కలిగియున్న మానవులే నాగరిక మనుజులు. సాంఘికముగా మరియు రాజకీయముగా వృద్ధినొందినను ధర్మజీవన విధానమును కలిగియుండనివారు నరాధములుగా భావింపబడుదురు. ధర్మ నియమముల పాలనము యొక్క ఉద్దేశ్యము పరతత్త్వమును గూర్చియు, ఆ భగవానునితో మనుజునకు గల సంబంధమును గూర్చియు తెలియుటయే కనుక భగవద్రహితమైన ధర్మము ఎన్నడును ధర్మము కానేరదు. తనకన్నను అధికుడెవ్వడును లేడనియు మరియు తానే పరమసత్యమనియు శ్రీకృష్ణుడు భగవద్గీత యందు తెలిపియున్నాడు. అట్టి సర్వశక్తిమంతుడును మరియు

పరమసత్యమును అగు శ్రీకృష్ణునితో గల నిత్యసంబంధమును పునరుద్ధరించుటకే నాగరిక మానవజన్మ ఉద్దేశింపబడియున్నది. ఈ చక్కని అవకాశమును వృథాపరచుకొనినవాడు నరాధమునిగా వర్గీకరింపబడినాడు. శిశువు గర్భమునందు ఉన్నప్పుడు (అత్యంత అసౌకర్యముగా నుండెడి పరిస్థితి) ముక్తికై మొరలిడి, బయటపడినంతనే ఆతని నొక్కనినే అర్చింతునని భగవానుని ప్రార్థించునని శాస్త్రముల ద్వారా మనకు సమాచారము లభించుచున్నది. జీవుడు శ్రీకృష్ణ భగవానునితో నిత్యసంబంధమును కలిగియున్నందున కష్టము ప్రాప్తించినపుడు ఆ విధముగా పరమపురుషుని ప్రార్థించుట సహజవిషయమే. కాని గర్భము నుండి బయటపడినంతనే తన జన్మదుఃఖములను మరియు తనను రక్షించువానిని సైతము శిశువు మాయాప్రభావమున మరచిపోవును.

కనుకనే నిద్రాణమై యున్న భగవచ్చైతన్యమును పిల్లల యందు జాగృతము చేయుట వారి పోషకుల బాధ్యతయై యున్నది. ధర్మజీవనమునకు మార్గదర్శకమైన మనుస్మృతిలో తెలుపబడిన దశవిధసంస్కార కర్మలు వర్ణాశ్రమవిధానమున భగవచ్చైతన్యమును జాగృతము చేయుట కొరకే ఉద్దేశింపబడినవి. కాని ఏ విధానము కూడా కచ్చితముగా ప్రపంచములో ఎచ్చటను అవలంబింపబడకున్నందున ప్రస్తుత జనాభాలో 99.9శాతము జనులు నరాధములై యున్నారు.

జనాభా సర్వము నరాధములైనప్పుడు సహజముగా వారి నామమాత్ర విద్యాజ్ఞానములు సర్వశక్తివంతమైన ప్రకృతిచే శూన్యము కావించబడును. భగవద్గీత ప్రమాణము ప్రకారము బ్రాహ్మణుని, శునకమును, గోవును, ఏనుగును, చండాలుని సమముగా వీక్షించువాడే పండితుడు. అదియే నిజమైన భక్తుని దృష్టియై యుండును. దివ్యగురువవతారమైన శ్రీనిత్యానందప్రభువు నరాధములైన జగాయి, మాధాయిలనెడి ఇరువురిని ఉద్ధరించి, ఏ విధముగా నిజమైన భక్తుడు నరాధములపై కరుణను వర్షించునో ప్రదర్శించెను. అనగా దేవదేవునిచే నిరసింపబడిన నరాధముడు కేవలము భక్తుని కరుణ చేతనే తిరిగి తన ఆధ్యాత్మిక చైతన్యమును పునరుద్ధరించుకొనగలడు.

శ్రీచైతన్యమహాప్రభువు భాగవతధర్మమును (భక్తుల కార్యక్రమములు) ప్రచారము చేయుచు జనులు తప్పక శ్రీకృష్ణభగవానుని కథను శ్రవణము చేయవలెనని ఉపదేశించిరి. ఆ ఉపదేశసారమే ఈ భగవద్గీత. నమ్రతాపూర్వకమైన ఈ శ్రవణవిధానము ద్వారానే నరాధములు ఉద్ధరింపబడుదురు. కాని

దురదృష్టవశాత్తు వారు ఈ సందేశమును శ్రవణము చేయుటకు నిరాకరింతురు. ఇక ఆ దేవదేవునికి శరణుపొందుటను గూర్చి పలుకునదేమున్నది? అనగా నరాధములైనవారు మానవజీవితపు ముఖ్యధర్మమును సంపూర్ణముగా ఉపేక్ష చేయుదురు.

3. దుష్కృతులలో తరువాతి తరగతివారు "మాయయాపహృతజ్ఞానులు". అనగా మాయాశక్తి ప్రభావము చేత జ్ఞానము అపహరింపబడినవారని భావము. వారు సాధారణముగా గొప్ప తత్త్వవేత్తలుగా, కవులుగా, విద్యావంతులుగా, శాస్త్రజ్ఞులుగా పేరొందినవారైనను మాయచే తప్పుదారి పట్టినవారై యుందురు. తత్కారణముగా వారు శ్రీకృష్ణభగవానుని యెడ అవిధేయులై యుందురు.

ప్రస్తుత పరిస్థితులలో ఈ మాయాపహృతజ్ఞానుల సంఖ్య అధికముగా నున్నది. గీతాజ్ఞాన పండితుల యందును ఇట్టివారు పెక్కురు గలరు. గీత యందు శ్రీకృష్ణుడే దేవదేవుడని సరళమును మరియు సుస్పష్టమును అగు భాషలో తెలుపబడినది. ఆతనికి సములుగాని, అధికులుగాని లేరు. మానవులకు ఆదిపితయైన బ్రహ్మదేవుని జనకునిగా ఆతడు పేర్కొనబడినాడు. నిజమునకు ఆతడు బ్రహ్మదేవునికే గాక సమస్తజీవులకు తండ్రి యని చెప్పదగినవాడు. నిరాకారబ్రహ్మమునకు మరియు పరమాత్మునకు ఆతడే మూలమై యున్నాడు. సర్వజీవుల యందున్న పరమాత్ముడు ఆతని ప్రధానాంశమే. సమస్తమునకు ఆతడే మూలమై యున్నాడు. కనుక ప్రతియొక్కరు ఆతని చరణకమలములకు శరణము నొందవలసియున్నది. ఇటువంటి స్పష్టమైన వివరణములు ఉన్నప్పటికిని మాయచేత కప్పబడిన జ్ఞానులు శ్రీకృష్ణభగవానుని నిరసించి ఆతనిని సాధారణమానవునిగా భావింతురు. నిత్యమును మరియు దివ్యమును అయిన భగవానుని రూపము ననుసరించియే మానవరూపము రూపొందినదని వారు ఎరుగజాలరు.

మాయయాపహృతజ్ఞానులగు వారి అప్రామాణిక గీతాభాష్యములు పరంపరానుగతమైన భాష్యములకు భిన్నములై ఆధ్యాత్మికావగాహన మార్గమున కేవలము అవరోధములు మాత్రమే కాగలవు. అటువంటి మోహితులైన భాష్యకారులు తాము శ్రీకృష్ణభగవానుని చరణకమలములకు శరణుపొందుట గాని, ఆ దేవదేవుని శరణు పొందుమని ఇతరులకు బోధించుట గాని చేయరు.

4. దుష్కృతులలో చివరి తరగతివారు "ఆసురం భావమాశ్రితాః" - అనగా అసురస్వభావము కలిగినవారని భావము. అట్టివారు బాహాటముగా నాస్తికత్వమును ప్రదర్శింతురు. వారిలో కొందరు భగవానుడు ఈ భౌతికజగమున అవతరించనే అవతరించడనియు పలుకుచుందురు. కాని అది ఎందులకనెడి విషయమున మాత్రము వారు సరియైన వివరణ నొసగలేరు. ఇంకొందరు గీతలో చెప్పినదానికి విరుద్ధముగా శ్రీకృష్ణభగవానుడు నిరాకారబ్రహ్మమునకు ఆధీనుడని వర్ణింతురు. దేవదేవుడైన శ్రీకృష్ణుని యెడ ద్వేషమును కలిగియుండి అట్టి దానవస్వభావము గలవాడు తనకు తోచినరీతిగా పలు అవతారములను సృష్టించుచుండును. భగవానుని నిందించుటయే జీవితసిద్ధాంతముగా కలిగిన అట్టి అసురస్వభావులు ఎన్నటికిని శ్రీకృష్ణభగవానుని చరణపద్మాశ్రయమును పొందలేరు.

దక్షిణభారతదేశమున అళవందర్ గా ప్రసిద్ధినొందిన శ్రీయామునాచార్యులు ఈ విధముగా పలికిరి. "హే ప్రభూ! నీవు అసాధారణ గుణములను, లక్షణములను, కర్మలను కలిగియున్నను, సత్త్వగుణపూర్ణమైన శాస్త్రములు నీ మాహాత్మ్యమును నిర్ధారించియున్నను, ఆధ్యాత్మికజ్ఞాన నిష్ణాతులు మరియు దైవగుణములు కలిగి యున్న సుప్రసిద్ధ మహానుభావులు నిన్ను గుర్తించి ప్రశంసించియున్నను నాస్తికభావములు కలిగియున్నవారు నిన్ను తెలిసికొనలేరు."

కనుకనే శాస్త్రోపదేశములు మరియు ప్రామాణికోపదేశములు ఉన్నప్పటికిని పైన తెలుపబడిన మూఢులు, నరాధములు, మాయయాపహృతజ్ఞానులు, దానవప్రవృత్తిగలవారు దేవదేవుడైన శ్రీకృష్ణుని చరణకమలములకు ఎన్నడును శరణుపొందరు.

16

चतुर्विधा भजन्ते मां जनाः सुकृतिनोऽर्जुन।
आर्तो जिज्ञासुरर्थार्थी ज्ञानी च भरतर्षभ॥१६॥

చతుర్విధా భజన్తే మాం జనాః సుకృతినో ऽర్జున ।
ఆర్తో జిజ్ఞాసురర్థార్థీ జ్ఞానీ చ భరతర్షభ ॥

చతుర్విధాః—నాలుగువిధములైన; భజన్తే—సేవింతురు; మామ్—నన్ను; జనాః—జనులు; సుకృతినః—పుణ్యాత్ములు; అర్జున—ఓ అర్జునా; ఆర్తః—ఆపదలలో నున్నవాడు; జిజ్ఞాసుః—తెలిసికొనగోరువాడు; అర్థార్థీ—భౌతికలాభమును వాంఛించువాడు; జ్ఞానీ—యథార్థ

తత్త్వమును తెలిసినవాడు; చ—కూడా; భరతర్షభ—భరతవంశశ్రేష్ఠుడా.

ఓ భరతవంశశ్రేష్ఠుడా! ఆర్తుడు, అర్థార్థి, జిజ్ఞాసువు, పరతత్త్వజ్ఞానము నన్వేషించువాడు అనెడి నాలుగురకముల పుణ్యాత్ములు నాకు భక్తియుక్తసేవ నొనరింతురు.

భాష్యము : దుష్కృతులకు భిన్నముగా శాస్త్రములందు తెలుపబడిన నియమములకు కట్టుబడి వర్తించు ఇట్టివారు "సుకృతినః" అనబడుదురు. అనగా వారు శాస్త్రములందలి సాంఘిక మరియు నైతికనియమములను పాటించుచు దాదాపు శ్రీకృష్ణభగవానుని యెడ భక్తిని కలిగియుందురు. అటువంటి వారిలో ఆర్తులు, అర్థార్థులు, జిజ్ఞాసువులు, పరతత్త్వజ్ఞానము కొరకై అన్వేషించువారు అనెడి నాలుగుతరగతుల వారు గలరు. ఇట్టివారు వివిధ పరిస్థితులలో భక్తియుక్తసేవ నొనర్చుటకు భగవానుని దరిచేరుదురు. తాము చేయు భక్తికి కొంత ప్రతిఫలమును కోరియుండుటచే వాస్తవమునకు వారు శుద్ధభక్తులు కారు. శుద్ధభక్తి యనునది ఆశలకు, భౌతికలాభాపేక్షకు అతీతమైనట్టిది. అటువంటి శుద్ధభక్తిని భక్తిరసామృత సింధువు (1.1.11) ఈ విధముగా నిర్వచించినది.

అన్యాభిలాషితాశూన్యం జ్ఞానకర్మాద్యనావృతం ।
అనుకూల్యేన కృష్ణానుశీలనం భక్తిరుత్తమా ॥

"కామ్యకర్మల ద్వారా గాని, తాత్త్వికకల్పనల ద్వారా గాని భౌతికలాభాపేక్ష లేకుండగ అనుకూల్యముగా శ్రీకృష్ణభగవానునికి ప్రతియొక్కరు దివ్యమైన ప్రేమయుక్తసేవ నొనరింపవలసియున్నది. అదియే శుద్ధమైన భక్తియుతసేవ యనబడును."

ఈ నాలుగుతెగల మనుజులు భక్తియోగమును నిర్వహించుటకై శ్రీకృష్ణ భగవానుని దరిచేరినపుడు శుద్ధభక్తుని సాంగత్యములో పరిశుద్ధులై వారును శుద్ధ భక్తులు కాగలరు. కాని దుష్కృతులైన వారి జీవనము స్వార్థపూరితము, క్రమరహితము, ఆధ్యాత్మికగమ్య శూన్యమై యుండుట వలన వారికి భక్తిలో నెలకొనుట అతికష్టము కాగలదు. కాని అదృష్టవశాత్తు ఒకవేళ వారు శుద్ధభక్తుని సాంగత్యమును పొందినచో వారును శుద్ధభక్తులు కాగలరు.

కామ్యకర్మలలో రతులై యుండెడివారు ఆర్తి సమయమున శ్రీకృష్ణభగవానుని చేరి భక్తులతో సాంగత్యము నెరిపి ఆ ఆర్తి యందు భక్తులుగా మారుదురు. నిరాశ

పొందినవారు సైతము కొన్నిమార్లు భక్తుల సాంగత్యమును పొంది భగవానుని గూర్చి తెలిసికొనుటకు జిజ్ఞాసులగుదురు. అదేవిధముగా శుష్కవేదాంతులు కూడా తమ జ్ఞానవిషయమున విసుగుచెంది, భగవత్తత్త్వమును గూర్చి వాస్తవముగా తెలిసికొనగోరి శ్రీకృష్ణభగవానునకు సేవనొనర్చ సిద్ధమగుదురు. ఆ విధముగా వారు ఆ భగవానుని కరుణ మరియు భక్తుల కరుణచే నిరాకారబ్రహ్మభావనము, పరమాత్మభావనలను దాటి సచ్చిదానందవిగ్రహభావనకు వత్తురు. అనగా ఆర్తులు, జిజ్ఞాసులు, జ్ఞానసముపార్జనాభిలాషులు, అర్థార్థులు విషయాభిలాషల నుండి ముక్తులై భౌతికలాభములు ఆధ్యాత్మిక పురోభివృద్ధికి ఏమాత్రము దోహదము కావని సంపూర్ణముగా అవగతము చేసికొనినప్పుడు శుద్ధభక్తులు కాగలరు. అటువంటి పరిశుద్ధస్థితి ప్రాప్తించనంతవరకు భక్తి యందు నెలకొనియున్నవారు లౌకిక జ్ఞానాన్వేషణ, కామ్యకర్మలు వంటి పలువిషయములచే కలుషితమైనట్టివారే యగుదురు. కనుక శుద్ధమైన భక్తియుతసేవాస్థితికి వచ్చుటకు పూర్వము మనుజుడు వీనినన్నింటిని తరింపవలసి యుండును.

17

तेषां ज्ञानी नित्ययुक्त एकभक्तिर्विशिष्यते।
प्रियो हि ज्ञानिनोऽत्यर्थमहं स च मम प्रियः ॥१७॥

తేషాం జ్ఞానీ నిత్యయుక్త ఏకభక్తిర్విశిష్యతే ।
ప్రియో హి జ్ఞానినో ऽత్యర్థమహం స చ మమ ప్రియః ॥

తేషాం—వారిలో; జ్ఞానీ—సంపూర్ణజ్ఞానము కలవాడు; నిత్యయుక్తః—సర్వదా నియుక్తుడైన వాడు; ఏకభక్తిః—భక్తియుక్తసేవ యందే తత్పరుడు; విశిష్యతే—ప్రత్యేకముగా; ప్రియో—మిగుల ప్రియుడు; హి—నిశ్చయముగా; జ్ఞానినః—జ్ఞానవంతునకు; అత్యర్థం—మిక్కిలి; అహం—నేను; సః—అతడు; చ—కూడా; మమ—నాకు; ప్రియః—ప్రియుడు.

వీరిలో సంపూర్ణజ్ఞానము కలిగి సదా భక్తియుక్తసేవలో నియుక్తుడై యుండెడివాడు అత్యంత ఉత్తముడు. ఏలయన నేను అతనికి మిక్కిలి ప్రియుడను, అతడును నాకు మిక్కిలి ప్రియతముడు.

భాష్యము : ఆర్తుడు, జిజ్ఞాసువు, అర్థార్థి, దివ్యజ్ఞానమును సముపార్జించగోరు జ్ఞాని యనువారలు విషయకోరికల నుండి విడివడినప్పుడు శుద్ధభక్తులు కాగలరు. వీరిలో పరతత్త్వజ్ఞానమును కలిగి సర్వవిషయకోరికల నుండి ముక్తుడైనవాడు శ్రీకృష్ణభగవానుని నిజమైన భక్తుడు కాగలడు. ఇట్టి సుకృతులైన నలుగురిలో

సంపూర్ణ జ్ఞానవంతుడై యుండి అదే సమయమున భక్తియుక్తసేవలో నియుక్తుడై యుండెడివాడు అత్యుత్తముడని శ్రీకృష్ణభగవానుడు తెలుపుచున్నాడు. జ్ఞానమును అన్వేషించువాడు తనను దేహము కన్నను అన్యునిగా తెలిసికొని, మరింత పురోగతి పొందిన పిదప నిరాకారబ్రహ్మానుభూతిని, పరమాత్మానుభవమును పొందును. అతడు పూర్ణముగా పవిత్రుడైనప్పుడు తన నిజస్థితి శ్రీకృష్ణభగవానుని దాసత్వమే ననెడి విషయమును అవగతము చేసికొనగలడు. అనగా శుద్ధభక్తుల సాంగత్యములో జిజ్ఞాసువు, ఆర్తుడు, అర్థార్థి, జ్ఞాని అనువారలు క్రమముగా పవిత్రులు కాగలరు. కాని ప్రయత్నదశలో శ్రీకృష్ణభగవానుని గూర్చిన జ్ఞానమును కలిగియుండి, అదే సమయమున సేవను కూడ గూర్చువాడు ఆ భగవానునికి మిక్కిలి ప్రియతముడు కాగలడు. భగవానుని దివ్యమగు శుద్ధజ్ఞానమునందు నెలకొనిన వాడు భక్తిచే రక్షితుడైయుండి భౌతికకల్మషములచే ఎన్నడును అంటబడకుండును.

18

उदाराः सर्व एवैते ज्ञानी त्वात्मैव मे मतम् ।
आस्थितः स हि युक्तात्मा मामेवानुत्तमां गतिम् ॥१८॥

ఉదారాః సర్వ ఏవైతే జ్ఞానీ త్వాత్మైవ మే మతమ్ ।
ఆస్థితః స హి యుక్తాత్మా మామేవానుత్తమాం గతిమ్ ॥

ఉదారాః—ఉదాత్తులు; సర్వే—అందరును; ఏవ—నిశ్చయముగా; ఏతే—వీరు; జ్ఞానీ—జ్ఞానవంతుడును; తు—కాని; ఆత్మైవ—నా వంటివాడే; మే—నాయొక్క; మతం—అభిప్రాయము; ఆస్థితః—ఉన్నవాడు; సః—అతడు; హి—నిశ్చయముగా; యుక్తాత్మా—భక్తియుక్తసేవలో నిమగ్నుడైన; మామేవ—నన్నే; అనుత్తమాం—అత్యుత్తమమైన; గతిం—గమ్యమును.

ఈ భక్తులందరును నిస్సంశయముగా ఉదాత్తులే యైనను వీరిలో నా జ్ఞానమునందు స్థితుడైనవానిని నన్నుగానే నేను భావింతును. నా దివ్యమైన సేవ యందు నియుక్తుడైనందున అతడు అత్యుత్తమము, పరమగతియైన నన్ను తప్పక పొందగలడు.

భాష్యము : జ్ఞానమునందు పూర్ణత్వము లేని భక్తులు శ్రీకృష్ణభగవానునకు ప్రియులు కాజాలరని ఎన్నడును భావింపరాదు. భక్తులందరును ఉదాత్తులేయని భగవానుడు పలుకుచున్నాడు. ఏ ప్రయోజనము కొరకైనను భగవానుని

దరిచేరువారలు మహాత్ములని పిలువబడుటయే అందులకు కారణము. తామొనరించు భక్తికి ప్రతిఫలముగా ఏదేని లాభమును కోరు భక్తులను సైతము భగవానుడు ఆమోదించును. వారి భక్తి యందు ప్రేమభావ వినిమయము ఉండుటయే అందులకు కారణము. ఆ ప్రేమలోనే వారు భగవానుని కొంత విషయలాభమును గోరి, అది ప్రాప్తించిన పిమ్మట తృప్తి చెంది మరింతగా భక్తిలో పురోగతి నొందుదురు. కాని జ్ఞానపూర్ణుడైన భక్తుడు కేవలము భక్తి,ప్రేమలతో శ్రీకృష్ణభగవానుని సేవించుటయే ఏకైక ప్రయోజనముగా భావించి యున్నందున ఆ భగవానునికి అత్యంత ప్రియుడగును. అట్టివాడు భగవానుని తలచకుండా లేదా ఆతనిని సేవించకుండా క్షణకాలమును జీవింపలేడు. అదే విధముగా భగవానుడు కూడ అట్టి భక్తుని యెడ మిగుల ప్రియుడై యుండి అతని నుండి దూరుడు కాకుండును.

శ్రీమద్భాగవతము (9.4.68) నందు భగవానుడు ఇట్లు పలికెను.

సాధవో హృదయం మహ్యం సాధూనాం హృదయం త్వహమ్ ।
మదన్యత్ తే న జానన్తి నాహం తేభ్యో మనాగపి ॥

"భక్తులు సదా నా హృదయమునందు నిలిచియుందురు మరియు నేనును సదా భక్తుల హృదయమునందు వసింతును. వారు నన్ను తప్ప అన్యమును ఎరుగరు మరియు నేనును వారిని ఎన్నడును మరువను. నాకు, వారికి నడుమ ఒక సన్నిహిత సంబంధము కలదు. అట్టి జ్ఞానపూర్ణులైన శుద్ధభక్తులు ఆధ్యాత్మికతకు ఎన్నడును దూరము కానందునే నాకు అత్యంత ప్రియులై యున్నారు."

19

बहूनां जन्मनामन्ते ज्ञानवान्मां प्रपद्यते ।
वासुदेवः सर्वमिति स महात्मा सुदुर्लभः ॥१९॥

బహూనాం జన్మనామన్తే జ్ఞానవాన్మాం ప్రపద్యతే ।
వాసుదేవః సర్వమితి స మహాత్మా సుదుర్లభః ॥

బహూనాం—పెక్కు; జన్మనాం—జనన,మరణములు; అన్తే—తదుపరి; జ్ఞానవాన్—సంపూర్ణజ్ఞానము కలవాడు; మాం—నన్ను; ప్రపద్యతే—శరణుజొచ్చును; వాసుదేవః—దేవదేవుడైన శ్రీకృష్ణుడు; సర్వమితి—సమస్తమని; సః—ఆ; మహాత్మా—మహాత్ముడు; సుదుర్లభః—మిక్కిలి అరుదు.

జ్ఞానవంతుడైనవాడు బహు జన్మమృత్యువుల పిదప నన్నే సర్వకారణములకు

కారణునిగను మరియు సమస్తముగను తెలిసికొని నన్ను శరణుజొచ్చును. అట్టి మహాత్ముడు అతి దుర్లభుడు.

భాష్యము : భక్తియుతసేవ నొనరించుచు జీవుడు పలుజన్మల పిదప శ్రీకృష్ణ భగవానుడే ఆధ్యాత్మికానుభవపు చరమలక్ష్యమను దివ్యమగు శుద్ధజ్ఞానము నందు వాస్తవముగా స్థితుడు కాగలడు. ఆధ్యాత్మికానుభవపు ఆది యందు మనుజుడు భౌతికత్వ సంపర్కమును తొలగించుకొను యత్నము చేయు నపుడు కొంత నిరాకారభావము వైపునకు మ్రొగ్గుచూపుట జరుగును. కాని అతడు తన యత్నములో పురోభివృద్ధి నొందినప్పుడు ఆధ్యాత్మిక జీవనమున పెక్కు కర్మలు గలవనియు, అవియే భక్తియుత సేవాకార్యములనియు అవగతము చేసికొనును. ఆ విధముగా అతడు తెలిసికొని శ్రీకృష్ణభగవానుని యెడ ఆకర్షితుడై ఆతనిని శరణుజొచ్చును. అట్టి సమయముననే మనుజుడు శ్రీకృష్ణభగవానుని కరుణయే సర్వస్వమనియు, ఆతడే సర్వకారణములకు కారణమనియు, విశ్వము ఆతని నుండి స్వతంత్రమై యుండదనియు అవగాహనము చేసికొనును. ఈ జగత్తు ఆధ్యాత్మికవైవిధ్యము యొక్క వికృత ప్రతిబింబమనియు మరియు ప్రతిదియు దేవదేవుడైన శ్రీకృష్ణునితో ఒక సంబంధమును కలిగియున్నదనియు అంతట అతడు ఎరుగగలుగును. ఆ విధముగా అతడు ప్రతిదానిని వాసుదేవపరముగా లేదా కృష్ణపరముగా గాంచును. అట్టి విశ్వాత్మకమగు వాసుదేవ దృష్టి శ్రీకృష్ణభగవానుని శరణుపొందుటయే ఉత్తమోత్తమ గమ్యమనెడి భావనకు చేర్చగలదు. కాని అట్టి శరణాగతులైన మహాత్ములు అతిఅరుదుగా నుందురు.

ఈ శ్లోకమునందలి భావమును శ్వేతాశ్వతరోపనిషత్తులోని తృతీయ అధ్యాయము నందలి 14, 15 శ్లోకములు చక్కగా ఇట్లు వివరించుచున్నవి.

సహస్రశీర్షా పురుషః సహస్రాక్షః సహస్రపాత్ ।
స భూమిం విశ్వతో వృత్వాత్యతిష్ఠద్దశాంగులమ్ ॥
పురుష ఏవేదం సర్వం యద్భూతం యచ్చభవ్యమ్ ।
ఉతామృతత్వస్యేశానో యదన్నేనాతిరోహతి ॥

"న వై వాచో న చక్షూంషి న శ్రోత్రాణి న మనాంసీ త్యాచక్షతే ప్రాణ ఇతి ఏవాచక్షతే ప్రాణోహ్యేవైతాని సర్వాణి భవన్తి - జీవి దేహములో వాక్శక్తిగాని, దృశ్యశక్తిగాని, శ్రవణశక్తిగాని లేదా ఆలోచనాశక్తిగాని ముఖ్యములు గాక వాటికి కారణమైన ప్రాణమే అత్యంత ముఖ్యమై యున్నది" యని ఛాందోగ్యోపనిషత్తు

(5.1.15) నందు తెలుపబడినది. అదే విధముగా వాసుదేవుడు(శ్రీకృష్ణ భగవానుడు) సర్వమునకు మూలమై యున్నాడు. దేహమునందు వాక్శక్తి, దృశ్యశక్తి, శ్రవణశక్తి, ఆలోచనాశక్తి అనునవి ఉన్నను అవియన్నియును శ్రీకృష్ణ భగవానునితో సంబంధమును కలిగియుండనిచో వ్యర్థములే యగును. వాసుదేవుడే సర్వవ్యాపి మరియు సమస్తమై యున్నందున సంపూర్ణజ్ఞానముతో భక్తుడు ఆతనికి శరణమునొందును (భగవద్గీత 7.17 మరియు 11.40).

20

कामैस्तैस्तैर्हृतज्ञाना: प्रपद्यन्तेऽन्यदेवता: ।
तं तं नियममास्थाय प्रकृत्या नियता: स्वया ॥२०॥

కామైస్తైస్తైర్హృతజ్ఞానాః ప్రపద్యన్తే ऽన్యదేవతాః ।
తం తం నియమమాస్థాయ ప్రకృత్యా నియతాః స్వయా ॥

కామైః—కోరికలచే; తైఃతైః—ఆయా విధములైన; హృతజ్ఞానాః—జ్ఞానము నశించినవారై; ప్రపద్యన్తే—శరణుజొత్తురు; అన్యదేవతాః—ఇతరదేవతలను; తం తం—తదనుగుణమైన; నియమం—నియమమును; ఆస్థాయ—అనుసరించి; ప్రకృత్యా—ప్రకృతిచే; నియతాః—నియమింపబడినవారై; స్వయా—తమకు సంబంధించిన.

విషయకోరికలచే జ్ఞానము అపహరింపబడినవారు ఇతర దేవతలకు శరణుపొంది తమ గుణములను బట్టి ఆయా పూజావిధానములను అనుసరింతురు.

భాష్యము : సమస్త భౌతికకల్మషముల నుండి ముక్తులైనవారు శ్రీకృష్ణభగవానుని శరణువేడి ఆతని భక్తియుక్తసేవలో నియుక్తులగుదురు. భౌతికసంపర్కము సంపూర్ణముగా క్షాళనము కానంతవరకు వారు అభక్తులుగనే పరిగణింప బడుదురు. విషయకోరికలు కలిగియున్నను శ్రీకృష్ణభగవానుని శరణుజొచ్చినవారు బాహ్యప్రకృతిచే ఆకర్షింపబడనివారే యగుదురు. ఏలయన వారు సరియైన గమ్యమునే దరిచేరియున్నందున క్రమముగా కామము నుండి బయటపడగలరు. శుద్ధభక్తుడై సర్వవిధములైన కోరికల నుండి ముక్తుడైనను లేదా సర్వవిధములైన విషయకోరికలు పూర్ణముగా కలిగియున్నను లేదా భౌతికసంపర్కము నుండి ముక్తిని వాంఛించుచున్నను మనుజుడు సర్వవిధములా వాసుదేవునికే శరణుపొంది ఆతనినే సేవించవలెనని శ్రీమద్భాగవతము(2.3.10)నందు ఉపదేశింపబడినది

అకామః సర్వకామో వా మోక్షకామ ఉదారధీః ।
తీవ్రేణ భక్తియోగేన యజేత పురుషం పరమ్ ॥

కాని బుద్ధిహీనులైన మనుజులు ఆధ్యాత్మికజ్ఞానము లేకుండుటచే విషయ కోరికల తక్షణప్రాప్తి కొరకు ఇతరదేవతల శరణుజొత్తురు. సాధారణముగా అట్టివారు శ్రీకృష్ణుని దరిచేరరు. రజస్తమోగుణ భరితులై యున్నందున వారు వివిధ దేవతలను అర్చింతురు. ఆయా పూజా విధివిధానములను అనుసరించుచు వారు సంతృప్తులై యుందురు. అట్టి దేవతారాధకులు అల్పకోరికల యందే మగ్నులై యుండి పరమగమ్యమును ఎట్లు పొందవలెనో ఎరుగకుందురు. కాని శ్రీకృష్ణ భగవానుని భక్తులు మాత్రము ఆ విధముగా పెడమార్గమును పట్టరు. వేద శాస్త్రమునందు వివిధ ప్రయోజనములకై వివిధ దేవతారాధనము ప్రతిపాదించబడి యున్నందున (ఉదా॥ రోగియైనవాడు సూర్యుని పూజించవలెను) కృష్ణభక్తులు కానివారు కొన్ని ప్రయోజనములకు భగవానుని కన్నను దేవతలే మేలని భావింతురు. కాని శుద్ధభక్తుడు శ్రీకృష్ణుడే సర్వులకు ప్రభువని ఎరిగియుండును. "ఏకలే ఈశ్వర కృష్ణ, ఆర సబ భృత్య - దేవదేవుడైన శ్రీకృష్ణుడొక్కడే ప్రభువు, ఇతరులందరును ఆతని సేవకులు" అని చైతన్యచరితామృతము (ఆదిలీల-5.142) నందు తెలుపబడినది. కనుకనే శుద్ధభక్తుడు ఎన్నడును తన కోరికల పూర్ణము కొరకై దేవతలను ఆశ్రయింపక కేవలము శ్రీకృష్ణభగవానుని పైననే ఆధారపడి యుండును. అట్టి శుద్ధభక్తుడు తనకు భగవానుడు ఒసగినదానితో సంతృప్తి చెంది యుండును.

21

यो यो यां यां तनुं भक्तः श्रद्धयार्चितुमिच्छति।
तस्य तस्याचलां श्रद्धां तामेव विदधाम्यहम्॥२१॥

యో యో యాం యాం తనుం భక్తః శ్రద్ధయార్చితుమిచ్ఛతి ।
తస్య తస్యాచలాం శ్రద్ధాం తామేవ విదధామ్యహమ్ ॥

యః యః—ఎవరు; యాం యాం—ఏయే; తనుం—దేవతారూపమును; భక్తః—భక్తుడు; శ్రద్ధయా—శ్రద్ధతో; అర్చితుం—పూజించుటకు; ఇచ్ఛతి—కోరునో; తస్య తస్య—వానికి; అచలాం—స్థిరమైన; శ్రద్ధాం—విశ్వాసమును; తామేవ—దానిని; విదధామి—ఇత్తును; అహం—నేను.

నేను ప్రతివారి హృదయమునందు పరమాత్మ రూపమున నిలిచి యుందును. ఎవరేని ఒక దేవతను పూజింపగోరినంతనే నేను అతని శ్రద్ధను స్థిరము చేసి ఆ దేవతకు అతడు భక్తుడగునట్లు చేయుదును.

భాష్యము : భగవానుడు సర్వజీవులకు స్వతంత్రత నొసగియున్నాడు. కనుకనే మనుజుడు విషయభోగమును వాంఛించి దానిని దేవతల నుండి పొందగోరినచో సర్వుల హృదయాంతరవర్తి రూపమున ఆ భగవానుడు వారి భావముల నవగాహనము చేసికొని వారు కోరినట్లు చేసికొనుటకు అవకాశములు కల్పించును. సర్వజీవులకు దివ్యజనకునిగా ఆతడు వారి స్వాతంత్ర్యముతో జోక్యమును కల్పించుకొనక, వారు తమ కోరికలు తీర్చుకొనుటకు అవకాశమును కల్పించును. సర్వశక్తిసమన్వితుడైన భగవానుడు జీవులకు విషయజగమునందు అనుభవించుటకు అవకాశము నొసగి మాయాశక్తి వలలో తగులుకొనునట్లు ఏల చేయవలెనని కొందరు ప్రశ్నించవచ్చును. శ్రీకృష్ణభగవానుడు పరమాత్మ రూపమున అట్టి అవకాశములు, సౌకర్యములు కల్పించనిచో జీవుల స్వాతంత్ర్యమను పదమునకు అర్థమే ఉండదనుట ఆ ప్రశ్నకు సమాధానము. కనుకనే ఆతడు సర్వజీవులకు సంపూర్ణ స్వాతంత్ర్యమును వారు కోరినది కోరినట్లుగా ఒసగుచున్నాడు. కాని సర్వధర్మములను విడిచి తననొక్కనినే శరణుపొందవలె ననునది ఆతని చరమ ఉపదేశము. అది మనకు గీతాజ్ఞానపు అంత్యమున దర్శనమిచ్చును. అట్టి ఉపదేశపాలనము మనుజుని ఆనందభాగుని చేయగలదు.

జీవులు, దేవతలు ఇరువురును శ్రీకృష్ణభగవానుని ఆధీనమున ఉండువారు. తత్కారణమున జీవుడు తన కోరిక ననుసరించి ఏదేని దేవతను పూజింప జాలడు. అదేవిధముగా దేవదేవుని అనుమతి లేనిదే దేవతలు సైతము ఎట్టి వరముల నొసగజాలరు. సాధారణముగా చెప్పబడునట్లు భగవానుని ఆజ్ఞ లేనిదే గడ్డిపోచ కూడా కదలదు. సామాన్యముగా జగమునందు ఆర్తులైనవారు వేదములు ఉపదేశించిన రీతి వివిధ దేవతల దరిచేరుదురు. అనగా ఏదేని వరమును వాంఛించువాడు ఆయా దేవతలను పూజించుచుండును. రోగగ్రస్థుడు సూర్యుని పూజింపవలెననియు, విద్యను కోరువాడు సరస్వతీదేవిని పూజింపవలెననియు, అందమైన భార్యను కోరువాడు శివపత్నియైన ఉమాదేవిని పూజింపవలెననియు వివిధగుణములకు సంబంధించిన వివిధ దేవతార్చనపు ఉపదేశములు శాస్త్రము లందు కలవు. ఏదేని ఒక భౌతికసౌఖ్యమును పొంద అభిలషించినప్పుడు ఆ

వరమును ప్రత్యేక దేవత ద్వారా పొందు కోరికను భగవానుడే వాని యందు కలిగింపజేయును. తద్ద్వారా జీవుడు ఆ వరమును బడయుచుండును. ఏదేని ప్రత్యేకదేవత యెడ జీవునకు ప్రత్యేక భక్తితత్పరతను కూడ భగవానుడే ఏర్పరచుచుండును. దేవతలు జీవుల యందు అటువంటి సన్నిహితత్వమును ఉద్దీపితము చేయజాలరు. కాని సర్వజీవ హృదయాంతరవర్తియైన పరమాత్ముడును లేదా ఆదిదేవుడును అయినందున శ్రీకృష్ణుడే దేవతలను పూజించుటకు వలసిన ప్రేరణను మానవునకు ఒసగును. వాస్తవమునకు దేవత లందరును దేవదేవుని విశ్వరూపమందలి వివిధభాగములు. తత్కారణమున వారికి ఎట్టి స్వాతంత్ర్యమును లేదు. "దేవదేవుడు పరమాత్మ రూపమున దేవతల హృదయమందును నిలిచియుండి, వారి ద్వారా జీవుల కోరికలను పూర్ణము చేయు ఏర్పాట్లను చేయుచుండును. దేవతలు మరియు జీవులిరువురును భగవానుని ఆధీనముననే ఉండువారు కనుక ఎన్నడును స్వతంత్రులు కాజాలరు" అని వేదవాఙ్మయమునందు తెలుపబడినది.

22

स तया श्रद्धया युक्तस्तस्याराधनमीहते।
लभते च ततः कामान्मयैव विहितान् हि तान्॥२२॥

స తయా శ్రద్ధయా యుక్తస్తస్యారాధనమీహతే ।
లభతే చ తతః కామాన్మయైవ విహితాన్ హి తాన్ ॥

సః—అతడు; తయా—అట్టి; శ్రద్ధయా—ప్రేరణతో; యుక్తః—కూడినవాడై; తస్య—ఆ దేవత యొక్క; ఆరాధనం—పూజను; ఈహతే—కోరును; లభతే—పొందును; చ—మరియు; తతః—దానివలన; కామాన్—కోరికలను; మయైవ—నా చేతనే; విహితాన్—ఒసగబడిన; హి— నిశ్చయముగా; తాన్—వానిని.

అట్టి శ్రద్ధను పొందినవాడై మనుజుడు ఏదేని ఒక దేవతారాధనను చేపట్టి తద్ద్వారా తన కోరికలను ఈడేర్చుకొనును. కాని వాస్తవమునకు ఆ వరములన్నియును నా చేతనే ఒసగబడుచున్నవి.

భాష్యము : శ్రీకృష్ణభగవానుని అనుజ్ఞ లేనిదే దేవతలు తమ భక్తులకు ఎట్టి వరములను ఒసగలేరు. సర్వము శ్రీకృష్ణభగవానునికి చెందినదే యన్న విషయమును జీవులు మరచినను దేవతలు మాత్రము మరువరు. అనగా దేవతార్చనము మరియు తద్ద్వారా ఇష్టసిద్ధి యనునవి దేవతల వలన గాక ఆ

భగవానుని ఏర్పాటు వలననే జరుగుచుండును. అల్పజ్ఞుడైన జీవుడు ఈ విషయము నెరుగలేడు. కనుకనే మూర్ఖముగా అతడు కొద్దిపాటి లాభమునకై దేవతల నాశ్రయించును. కాని శుద్ధభక్తుడు మాత్రము ఏదేని కావలసివచ్చినప్పుడు ఆ భగవానునే ప్రార్థించును. అయినను ఆ విధముగా భౌతికలాభమును అర్థించుట శుద్ధభక్తుని లక్షణము కాదు. సాధారణముగా జీవుడు తన కామమును పూర్ణము చేసికొనుట యందు ఆతురతను కలిగియుండును కనుక దేవతల నాశ్రయించును. జీవుడు తనకు తగనటువంటిదానిని కోరగా భగవానుడు అట్టి కోరికను తీర్చనప్పుడు ఆ విధముగా జరుగుచుండును. ఒకవైపు ఆదిదేవుడైన శ్రీకృష్ణుని అర్చించుచు వేరొక వైపు విషయభోగవాంఛలను కూడియుండుట యనునది విరుద్ధకోరికలను కలిగియుండుట వంటిదని శ్రీచైతన్యచరితామృతము తెలుపుచున్నది. కృష్ణునకు ఒనర్చబడు భక్తియుతసేవ మరియు దేవతలకు ఒనర్చబడు పూజ సమస్థాయిలో నున్నటువంటివి కావు. దేవతార్చనము భౌతికము కాగా భగవానుని భక్తియుతసేవ సంపూర్ణముగా దివ్యమగుటయే అందులకు కారణము.

భగవద్ధామమును చేర నభిలషించు జీవునికి విషయకోరిక లనునవి అవరోధముల వంటివి. కనుకనే అల్పజ్ఞులగు జీవులు వాంఛించు భౌతికలాభములు శుద్ధభక్తునకు సాధారణముగా ఒసగబడవు. తత్కారణముననే అట్టి అల్పజ్ఞులు భగవానుని భక్తియుతసేవ యందు నిలుచుటకు బదులు భౌతికజగమునకు చెందిన దేవతల పూజకే ప్రాధాన్యము నొసగుదురు.

23

अन्तवत्तु फलं तेषां तद् भवत्यल्पमेधसाम्।
देवान् देवयजो यान्ति मद्भक्ता यान्ति मामपि॥२३॥

అన్తవత్తు ఫలం తేషాం తద్ భవత్యల్పమేధసాం ।
దేవాన్ దేవయజో యాన్తి మద్భక్తా యాన్తి మామపి ॥

అన్తవత్—నశ్వరమైనది; తు—కాని; ఫలం—ఫలము; తేషాం—వారియొక్క; తత్—అట్టి; భవతి—యగును; అల్పమేధసాం—అల్పబుద్ధులకు; దేవాన్—దేవతలను; దేవయజః—దేవతలను పూజించువారు; యాన్తి—పొందుదురు; మద్భక్తాః—నా భక్తులు; యాన్తి—పొందుదురు; మాం అపి—నన్నే.

అల్పబుద్ధి కలిగిన మనుజులు దేవతలను పూజింతురు. కాని వారొసగెడి

ఫలములు అల్పములు, తాత్కాలికములై యున్నవి. దేవతలను పూజించువారు దేవతాలోకములను చేరగా, నా భక్తులు మాత్రము అంత్యమున నా దివ్యలోకమునే చేరుదురు.

భాష్యము : ఇతరదేవతలను పూజించువారు కూడా శ్రీకృష్ణభగవానునే చేరుదురని భగవద్గీతా వ్యాఖ్యాతలు కొందరు పలుకుదురు. కాని దేవతలను పూజించువారు ఆ దేవతలు నివసించు లోకమునే చేరుదురని ఇచ్చట స్పష్టముగా తెలుపబడినది. అనగా సూర్యుని పూజించువారు సూర్యలోకమును చేరగా, చంద్రుని పూజించువారు చంద్రలోకమును చేరుదురు. అదే విధముగా ఇంద్రుని వంటి దేవతను పూజించినచో ఆ దేవతకు సంబంధించిన లోకమును మనుజుడు పొందగలడు. అంతియే గాని ఏ దేవతను పూజించినను చివరకు అందరును శ్రీకృష్ణభగవానునే చేరుదురన్నది సత్యము కాదు. అట్టి భావనమిచ్చట ఖండింపబడినది. అనగా దేవతలను పూజించువారు భౌతికజగమునందలి ఆయా దేవతల లోకములను చేరగా, దేవదేవుడైన శ్రీకృష్ణుని భక్తులు మాత్రము ఆ భగవానుని దివ్యధామమునే నేరుగా చేరుచున్నారు.

దేవతలు శ్రీకృష్ణభగవానుని దేహమునందలి వివిధభాగములే అయినచో ఆ భగవానుని అర్చించుట వలన కలిగెడి ఫలితమే దేవతలను అర్చించుట చేతను కలుగవలెనను భావన ఇచ్చట ఉదయింపవచ్చును. కాని దేహమునందు ఏ భాగమునకు ఆహారము నందించవలెనో తెలియనివారిగా పరిగణింపబడినందున దేవతార్చకులు అల్పజ్ఞులై యున్నారు. వారిలో మరింత మూఢులైన కొందరు దేహమునకు ఆహారము నందించుటకు పలుమార్గములున్నవని మూర్ఖముగా పలుకుదురు. కాని వాస్తవమునకు వారి వాదము యుక్తమైనది కాదు. ఏలయన ఎవరైనా చెవుల ద్వారా గాని, కన్నుల ద్వారా గాని దేహమునకు ఆహారమును అందించగలరా? దేవతలు శ్రీకృష్ణుని విశ్వరూపమందలి వివిధ భాగములని వారు ఎరుగజాలరు. అంతియేగాక అజ్ఞానకారణముగా వారు ప్రతిదేవతయు భగవానుడనియు లేదా భగవానునితో సముడనియు మూర్ఖముగా భావింతురు.

దేవతలేగాక సాధారణజీవులు కూడ శ్రీకృష్ణుని అంశలై యున్నారు. బ్రాహ్మణులు ఆ భగవానుని శిరమనియు, క్షత్రియులు ఆతని భుజములనియు, వైశ్యులు ఆతని ఉదరమనియు, శూద్రులు ఆతని పాదములనియు మరియు

వారందరును వివిధములైన ప్రయోజనములను నెరవేర్తురనియు శ్రీమద్భాగవతమున తెలుపబడినది. తన స్థితితో నిమిత్తము లేకుండా తనను మరియు దేవతలను ఆ భగవానుని అంశలుగా తెలిసికొనగలిగినచో మనుజుని జ్ఞానము పూర్ణము కాగలదు. కాని ఈ విషయమును అతడు అవగాహన చేసికొననిచో వివిధ దేవతాలోకములను పొందవలసివచ్చును. భక్తులు మాత్రము అటువంటి గమ్యము నెన్నడును చేరరు.

భౌతికజగమునందలి లోకములు, దేవతలు, వారిని అర్చించువారు సర్వము నశ్వరమే కనుక దేవతా వరములచే కలుగు ఫలితములు సైతము నశ్వరములై యున్నవి. కనుకనే దేవతార్చనచే కలుగు ఫలములు నశ్వరమనియు, కేవలము అల్పజ్ఞులైన జీవుల చేతనే అట్టి దేవతార్చనము ఒనరించబడుననియు ఈ శ్లోకమున స్పష్టముగా తెలుపబడినది. శుద్ధభక్తుడు కృష్ణభక్తిరసభావనలో శ్రీకృష్ణుని భక్తి యుక్తసేవ యందు నియుక్తుడై జ్ఞానపూర్ణమగు నిత్యానందస్థితిని సాధించును కనుక అతడు పొందు లాభములు సామాన్య దేవతార్చకుడు పొందువానికి భిన్నములై యుండును. ఏలయన ఆదిదేవుడైన శ్రీకృష్ణుడు అప్రమేయుడు. ఆతని ఉపకారము అపరిమితమైనది. ఆతని కరుణయు పరిమితములేనిది. కనుకనే ఆతడు తన శుద్ధభక్తులపై చూపు కరుణ అపారమై యున్నది.

24

अव्यक्तं व्यक्तिमापन्नं मन्यन्ते मामबुद्धयः ।
परं भावमजानन्तो ममाव्ययमनुत्तमम् ॥२४॥

అవ్యక్తం వ్యక్తిమాపన్నం మన్యన్తే మామబుద్ధయః ।
పరం భావమజానన్తో మమావ్యయమనుత్తమమ్ ॥

అవ్యక్తం—అవ్యక్తము; వ్యక్తిం—స్వరూపమును; ఆపన్నం—పొందినవానిగా; మన్యన్తే—తలంతురు; మామ్—నన్ను; అబుద్ధయః—మందబుద్ధులు; పరం—దివ్యమైన; భావమ్—స్థితిని; అజానన్తః—తెలియనివారై; మమ—నా యొక్క; అవ్యయమ్—నాశరహితమైన; అనుత్తమమ్—మిక్కిలి ఉత్తమమైన.

నన్ను సంపూర్ణముగా ఎరుగని మందబుద్ధులు దేవదేవుడనైన నేను (శ్రీకృష్ణుడు) తొలుత నిరాకారుడనై యుండి ఇప్పుడు ఈ రూపమును దాల్చితినని తలతురు. అల్పజ్ఞత వలన వారు నాశరహితమును, అత్యుత్తమమును అగు నా దివ్యభావమును ఎరుగలేరు.

భాష్యము : దేవతలను పూజించువారు అల్పజ్ఞులు లేదా బుద్ధిహీనులని పైన వర్ణింపబడినారు. నిరాకారవాదులు సైతము అదేవిధముగా ఇచ్చట వర్ణింపబడిరి. దేవదేవుడైన శ్రీకృష్ణుడు తన స్వీయరూపమున అర్జునుని ఎదుట సంభాషించుచున్నను నిరాకారవాదులు తమ అజ్ఞానకారణముగా భగవానుడు రూపరహితుడని వాదింతురు. శ్రీరామానుజాచార్యుల పరంపరలో నున్న పరమభక్తుడైన శ్రీయామునాచార్యులు ఈ విషయమున ఒక చక్కని శ్లోకమును ఇట్లు రచించియుండిరి.

త్వాం శీలరూపచరితైః పరమప్రకృష్టైః
సత్త్వేన సాత్త్వికతయా ప్రబలైశ్చ శాస్త్రైః ।
ప్రఖ్యాతదైవపరమార్థవిదాం మతైశ్చ
నైవాసురప్రకృతయః ప్రభవన్తి బోద్ధుమ్ ॥
(స్తోత్రరత్నము 12)

"హే ప్రభూ! వ్యాసదేవుడు మరియు నారదుడు వంటి భక్తులు నీవు దేవదేవుడవని ఎరిగియున్నారు. వేదవాఙ్మయమును అవగాహన చేసికొనుట ద్వారా నీ గుణములను, రూపమును, కర్మలను తెలిసికొని మనుజుడు నిన్ను దేవదేవుడని అవగతము చేసికొనగలడు. కాని రజస్తమోగుణము లందున్న దానవులు మరియు అభక్తులు మాత్రము నిన్నెన్నడును ఎరుగజాలరు. వారు నిన్ను అవగాహన చేసికొనజాలకున్నారు. అభక్తులైనవారు వేదాంతమును, ఉపనిషత్తులను, ఇతర వేదవాఙ్మయమును నిపుణతతో చర్చించినను ఆదిదేవుడవైన నిన్ను అవగాహన చేసికొనుట వారికి సాధ్యము కాదు."

కేవలము వేదవాఙ్మయమును అధ్యయనము చేయుట ద్వారా శ్రీకృష్ణభగవానుడు తెలియబడడని బ్రహ్మసంహిత యందు తెలుపబడినది. శ్రీకృష్ణుని గూర్చి తెలియుట కేవలము ఆతని కరుణతోనే సాధ్యము కాగలదు. కనుకనే దేవతలను పూజించువారే బుద్ధిహీనులు కాదనియు, కృష్ణభక్తిరసభావనము అనునది ఏమాత్రములేక కేవలము వేదాంతచర్చ మరియు వేదవాఙ్మయముపై ఊహాకల్పనలు చేయు భక్తిహీనులు సైతము బుద్ధిహీనులేయనియు ఈ శ్లోకమున స్పష్టముగా తెలుపబడినది. అట్టివారికి భగవానుని స్వీయరూపమును అవగతము చేసికొనుట సాధ్యముకాని విషయము. పరతత్త్వము అనునది నిరాకారమనెడి భావనలో నున్నవారు "అబుద్ధులు" అని వర్ణింపబడిరి. అనగా వారు పరతత్త్వపు

నిజరూపము తెలియనివారని భావము. దివ్యానుభవము అనునది నిరాకార బ్రహ్మానుభూతితో ప్రారంభమై పిదప పరమాత్మానుభూతికి పురోగమించు ననియు, కాని పరతత్త్వపు చరమానుభవము శ్రీకృష్ణభగవానుడే యనియు శ్రీమద్భాగవతమున తెలుపబడినది. నవీనయుగపు నిరాకారవాదులు మరింత అల్పజ్ఞులై యున్నారు. శ్రీకృష్ణుడు పూర్ణపురుషోత్తముడగు దేవదేవుడని ప్రత్యేకముగా పలికినట్టి తమ పూర్వీకుడైన శంకరాచార్యుని సైతము వారు అనుసరింపరు. కనుకనే నిరాకారవాదులు శ్రీకృష్ణుని నిజతత్త్వమును ఎరుగలేక ఆతనిని దేవకీవసుదేవుల పుత్రుడనియో, రాజకుమారుడనియో లేక శక్తిమంతుడైన మనుజుడనియో భావింతురు. ఇట్టి భావన కూడా భగవద్గీత (9.11) యందు "అవజానన్తి మాం మూఢాః మానుషీం తనుమాశ్రితమ్ - మూఢులు మాత్రమే నన్ను సాధారణ మానవునిగా భావింతురు" అని ఖండింపబడినది.

సత్యమేమనగా భక్తియుక్తసేవ నొనర్చక మరియు కృష్ణభక్తిరసభావనను పెంపొందించుకొనక ఎవ్వరును శ్రీకృష్ణుని అవగతము చేసికొనజాలరు. ఈ విషయమునే శ్రీమద్భాగవతము (10.14.29) ఇట్లు నిర్ధారించుచున్నది.

అథాపి తే దేవ పదాంబుజద్వయ ప్రసాదలేశానుగృహీత ఏవ హి ।
జానాతి తత్త్వం భగవన్మహిమ్నో న చాన్య ఏకోఽపి చిరం విచిన్వన్ ॥

"హే ప్రభూ! నీ చరణకమలముల కరుణ లేశమాత్రము లభించినను మనుజుడు నీ గొప్పతనమును అవగాహనము చేసికొనగలడు. కాని నిన్ను అవగతము చేసికొనుటకు కేవలము ఊహాగానము చేయువారు సంవత్సరముల కొలది వేదాధ్యయనము గావించినను నిన్ను తెలిసికొనజాలరు." అనగా దేవదేవుడైన శ్రీకృష్ణుని గాని, ఆతని రూపగుణములను గాని, నామమును గాని ఎవ్వరును కేవల ఊహాకల్పనలు లేదా వేదాధ్యయనముచే ఎరుగలేరు. ఆ భగవానుని కేవలము భక్తి ద్వారానే మనుజుడు అవగాహన చేసికొనగలడు. హరే కృష్ణ హరే కృష్ణ కృష్ణ కృష్ణ హరే హరే/హరే రామ హరే రామ రామ రామ హరే హరే - అను మహామంత్ర జపము మరియు కీర్తనతో ప్రారంభమగు కృష్ణభక్తిరస భావన యందు మనుజుడు సంపూర్ణముగా నిమగ్నమైనప్పుడే దేవదేవుడైన శ్రీకృష్ణుని అవగతము చేసికొనగలడు. అభక్తులైన నిరాకారవాదులు శ్రీకృష్ణుని దేహము పాంచభౌతికమనియు మరియు ఆతని కర్మలు, రూపము, ఆతనికి సంబంధించిన సమస్తము "మాయ" అనియు పలుకుదురు. కనుకనే అట్టి

నిరాకారవాదులు మాయావాదులని పిలువబడుదురు. వాస్తవమునకు వారు పరమతత్త్వమును ఎరిగినట్టివారు కారు.

"కామైస్తైస్తైర్హృతజ్ఞానాః ప్రపద్యన్తేఽన్యదేవతాః - కామపూర్ణ కోరికలచే అంధులైనవారు వివిధదేవతల శరణుజొత్తురు" అని ఇరువదియవ శ్లోకము స్పష్టముగా వివరించినది. అంతియే గాక దేవదేవునితో పాటు వివిధలోకములు కలిగిన దేవతలు కలరనియు, దేవదేవుడు దివ్యలోకమును కలిగియున్నాడనియు అంగీకరింపబడినది. "దేవాన్ దేవయజోయాన్తి మద్భక్తా యాన్తి మామపి" యని ఇరువదిమూడవ శ్లోకమున తెలుపబడినది. అనగా దేవతలను పూజించువారు వారి లోకములను పొందుదురు, కృష్ణభక్తులు కృష్ణలోకమును చేరుదురు. ప్రతిదియు ఇంత స్పష్టముగా తెలుపబడియున్నను మూర్ఖులైన నిరాకారవాదులు శ్రీకృష్ణ భగవానుడు రూపరహితుడనియు, ఈ రూపములన్నియును ఆపాదించబడిన వనియు వాదము చేయుదురు. గీతాధ్యయనము పిమ్మట దేవతలు మరియు వారి లోకములు నిరాకారములనెడి భావన ఎట్లు కలుగును? కనుకనే నిశ్చయముగా దేవతలు గాని, శ్రీకృష్ణభగవానుడు గాని నిరాకారులు కారు. వారందరును రూపమును కలిగియున్నట్టివారే. దేవదేవుడైన శ్రీకృష్ణుడు తన స్వీయలోకమును కలిగియున్నట్లే, దేవతలును తమ తమ లోకములను కలిగియున్నారు.

కనుక పరతత్త్వము రూపరహితము మరియు రూపమనునది ఆపాదించ బడినదే యను మాయావాదము సత్యమైనది కాదు. ఇది ఆపాదించబడినది కాదని ఇచ్చట స్పష్టముగా తెలుపబడినది. దేవతల రూపములు, దేవదేవుని రూపము వేరువేరుగా ఏకకాలమున స్థితమైయున్నవనియు మరియు శ్రీకృష్ణుడు సచ్చిదానందవిగ్రహుడనియు (నిత్యత్వము, జ్ఞానము, ఆనంద పూర్ణము) భగవద్గీత ద్వారా మనము స్పష్టముగా తెలిసికొనగలము. పరతత్త్వము సహజముగా ఆనందమయుడనియు (ఆనందమయోఽభ్యాసాత్) మరియు అనంతకళ్యాణగుణములకు నిధి యనియు వేదములు ధ్రువపరచుచున్నవి. తాను "అజుడు" అయినను (పుట్టుకలేనివాడు) అవతరించుచుందుననియు భగవద్గీత యందు శ్రీకృష్ణభగవానుడు పలికియుండెను. ఈ సత్యములనన్నింటిని మనము భగవద్గీత ద్వారా అవగాహన చేసికొనవలెను. వాస్తవమునకు ఏ విధముగా శ్రీకృష్ణుడు రూపరహితుడని చెప్పబడునో మనకు అవగతము కాదు. కనుకనే పరతత్త్వమునందు రూపము ఆపాదించబడునని పలుకు నిరాకారవాది యొక్క

మాయావాదము గీత ప్రకారము అసత్యమై యున్నది. అనగా పరతత్త్వమైన శ్రీకృష్ణుడు రూపమును, వ్యక్తిత్వమును కలిగియున్నాడని ఇచ్చట స్పష్టముగా విదితమైనది.

25

नाहं प्रकाशः सर्वस्य योगमायासमावृतः ।
मूढोऽयं नाभिजानाति लोको मामजमव्ययम् ॥२५॥

నాహం ప్రకాశః సర్వస్య యోగమాయాసమావృతః ।
మూఢో ऽయం నాభిజానాతి లోకో మామజమవ్యయమ్ ॥

నాహం—నేను కాను; ప్రకాశః—వ్యక్తుడను; సర్వస్య—అందరికిని; యోగమాయా సమావృతః—అంతరంగశక్తిచే కప్పబడియుందును; మూఢః—మూఢులు; అయం—నేను; నాభిజానాతి—తెలిసికొనజాలరు; లోకః—జనులు; మాం—నన్ను; అజం—పుట్టుకలేని వాడనని; అవ్యయమ్—నశింపులేనివాడనని.

మూఢులకు, అజ్ఞానులకు నేనెన్నడును వ్యక్తము కాను. వారికి నేను నా అంతరంగశక్తిచే కప్పబడియుందును. తత్కారణముగా వారు నేను అజుడ ననియు, నాశము లేనివాడననియు ఎరుగరు.

భాష్యము : శ్రీకృష్ణుడు భూమిపై అవతరించి ఒకప్పుడు సర్వులకు దర్శనమొసగెను గావున ఇప్పుడు మాత్రము ఎందులకు సర్వులకు దర్శితమగుటలేదని ఎవరైనను వాదింపవచ్చును. కాని వాస్తవమునకు ఆ సమయమున కూడా శ్రీకృష్ణుడు సర్వులకు వ్యక్తము కాలేదు. భూమిపై అవతరించియున్నప్పుడు కొద్దిమంది మాత్రమే ఆతనిని దేవదేవునిగా తెలిసికొన గలిగిరి. కురుసభలో శ్రీకృష్ణుడు అగ్రపూజకు అర్హుడు కాడని శిశుపాలుడు అభ్యంతరముగా పలికినప్పుడు, భీష్ముడు శ్రీకృష్ణుని సమర్థించి ఆతనిని దేవదేవునిగా తీర్మానించెను. ఆలాగుననే పాండవులు, ఇతర కొద్దిమంది మాత్రమే శ్రీకృష్ణుడు దేవదేవుడని తెలిసికొనగలిగిరి. ఆతడెన్నడును అభక్తులకు మరియు సామాన్యజనులకు విదితము కాలేదు. కనుకనే భక్తులు తప్ప మిగిలిన వారందరును తనను తమ వంటివాడనే తలతురని శ్రీకృష్ణుడు గీత యందు పలికియుండెను. భక్తులకు ఆనందనిధిగా గోచరించు ఆతడు అజ్ఞానులైన అభక్తులకు తన అంతరంగశక్తిచే కప్పబడియుండును.

శ్రీకృష్ణభగవానుడు “యోగమాయ” అను తెరచే కప్పబడియున్నందున

సామాన్యజనులు ఆతనిని తెలిసికొనలేరని కుంతీదేవి తన ప్రార్థనలలో తెలియజేసెను (శ్రీమద్భాగవతము 1.8.19). ఈ "యోగమాయ" అను తెర ఈశోపనిషత్తు (మంత్రము15) నందును తెలుపబడినది. దీని యందు భక్తుడు భగవానుని ఇట్లు కీర్తించెను :

హిరణ్మయేన పాత్రేణ సత్యస్యాపిహితం ముఖమ్ ।
తత్త్వం పూషన్నపావృణు సత్యధర్మాయ దృష్టయే ॥

"హే ప్రభూ! సమస్తవిశ్వమును పోషించువాడవు నీవే. నీ భక్తియే అత్యుత్తమ ధర్మనియమమై యున్నది. కనుకనే నన్ను కూడా పోషింపుమని నిన్ను నేను ప్రార్థించుచున్నాను. నీ దివ్యరూపము యోగమాయచే కప్పబడియున్నది. అట్టి యోగమాయ బ్రహ్మజ్యోతిచే ఆచ్ఛాదితమై యున్నది. నీ సచ్చిదానంద విగ్రహమును దర్శించుటకు అవరోధము కలిగించుచున్న ఆ ప్రకాశమాన కాంతిని ఉపసంహరింపుమని నేను ప్రార్థించుచున్నాను." సచ్చిదానంద విగ్రహుడైన శ్రీకృష్ణభగవానుడు బ్రహ్మజ్యోతిచే కప్పబడియుండుట వలన బుద్ధిహీనులైన నిరాకారవాదులు ఆతనిని గాంచలేకున్నారు.

శ్రీమద్భాగవతము(10.14.7) నందు బ్రహ్మదేవుడును శ్రీకృష్ణుని ఇట్లు కీర్తించెను. "ఓ దేవదేవా! పరమాత్మా! అచింత్యశక్తిస్వరూపా! నీ శక్తి మరియు లీలల గణనమును ఎవ్వరు చేయగలరు? నీవు నీ అంతరంగశక్తిని ఎల్లప్పుడును విస్తరించుచున్నందున నిన్నెవ్వరును అవగాహన చేసికొనలేరు. విజ్ఞానవేత్తలు మరియు పండితులైనవారు భౌతికజగము లేదా వివిధగ్రహముల నిర్మాణమును పరీక్ష చేయగలుగుదురేమో గాని ఎదుట నిలిచియున్నను నీ శక్తిసామర్థ్యములను మాత్రము గణింపజాలరు." దేవదేవుడైన శ్రీకృష్ణుడు అజుడే గాక నాశరహితుడై యున్నాడు. ఆతని నిత్యరూపము జ్ఞానానందపూర్ణము కాగా, ఆతని సర్వశక్తులు అక్షయములై యున్నవి.

26

वेदाहं समतीतानि वर्तमानानि चार्जुन।
भविष्याणि च भूतानि मां तु वेद न कश्चन ॥२६ ॥

వేదాహం సమతీతాని వర్తమానాని చార్జున ।
భవిష్యాణి చ భూతాని మాం తు వేద న కశ్చన ॥

వేద—ఎరుగుదును; అహం—నేను; సమతీతాని—గడచినదానిని; వర్తమానాని—ప్రస్తుతము జరుగుచున్నదానిని; చ—మరియు; అర్జున—ఓ అర్జునా; భవిష్యాణి—ముందు రాబోవుదానిని; చ—కూడా; భూతాని—సమస్తజీవులను; మాం—నన్ను; తు—కాని; న వేద—ఎరుగడు; కశ్చన—ఎవడును.

ఓ అర్జునా! దేవదేవుడనైన నేను గతములో జరిగిన సమస్తమును, ప్రస్తుతము జరుగుచున్న సర్వమును, భవిష్యత్తులో జరుగనున్న వానినన్నింటిని ఎరుగుదును. ఆలాగుననే జీవులందరిని నేను ఎరుగుదును. కాని నన్నెవ్వరును ఎరుగరు.

భాష్యము : సాకార, నిరాకారతత్త్వములకు సంబంధించిన వివాదము ఇచ్చట స్పష్టముగా విశదీకరింపబడినది. మాయావాదులు తలచురీతిగా శ్రీకృష్ణ భగవానుని రూపము మాయ (భౌతికము) అయినచో, సాధారణజీవుల వలె ఆతడును దేహమును మార్చుచు గడచిన జన్మను మరచిపోవలెను. దేహధారులెవ్వరును గడచిన జన్మను గుర్తుంచుకొనుట, రాబోవు జన్మమును గూర్చి భవిష్యత్తు పలుకుట లేక ప్రస్తుతజన్మము యొక్క ఫలితమును ఊహించుట చేయలేరు. కనుకనే వారు భూత, భవిష్యత్, వర్తమానములను తెలియరని తీర్మానింపవచ్చును. భౌతికసంపర్కము నుండి ముక్తిని పొందనిదే ఎవ్వరును భూత, భవిష్యత్, వర్తమానములను ఎరుగజాలరు.

సాధారణమానవునికి భిన్నముగా శ్రీకృష్ణభగవానుడు ఇచ్చట తాను భూతకాలమున గడచిన సర్వమును, వర్తమానమున జరుగుచున్న సమస్తమును, భవిష్యత్తులో జరుగనున్న వానినన్నింటిని సంపూర్ణముగా తెలియుదునని స్పష్టముగా పలికియున్నాడు. లక్షలాది సంవత్సరముల క్రిందట సూర్యదేవుడైన వివస్వానునకు జ్ఞానోపదేశము చేసిన విషయమును శ్రీకృష్ణుడు జ్ఞప్తి యందుంచుకొనినట్లు మనము భగవద్గీత యొక్క చతుర్థాధ్యాయమున గాంచి యున్నాము. సర్వజీవహృదయములలో పరమాత్మ రూపమున నిలిచి యున్నందున ఆతడు సర్వజీవులను ఎరిగియున్నాడు. కాని శ్రీకృష్ణుడు ఆ విధముగా సర్వజీవుల యందు పరమాత్మగా నిలిచియున్నను మరియు దేవదేవునిగా స్థితుడై యున్నను అల్పజ్ఞులైనవారు (నిరాకారబ్రహ్మానుభూతిని బడయగలిగినప్పటికిని) ఆతనిని పరమపురుషునిగా ఎరుగజాలకున్నారు. నిక్కముగా శ్రీకృష్ణభగవానుని దేహము అవ్యయమైనది మరియు నశ్వరము

కానిది. ఆతడు సూర్యుడైనచో మాయ మేఘము వంటిది. భౌతికజగత్తులోని సూర్యుడు, చంద్రుడు, నక్షత్రాదులు కలిగిన ఆకాశమును ఒక్కొక్కమారు మేఘములు తాత్కాలికముగా కప్పివేసినను వాస్తవమునకు అది మన దృష్టిని కప్పివేయుటయే యగును. ఏలయన సూర్యచంద్రాదులు వాస్తవమునకు కప్పబడరు. ఆలాగుననే మాయ సైతము శ్రీకృష్ణభగవానుని కప్పలేదు. ఆతడే తన అంతరంగశక్తిచే అల్పజ్ఞులైనవారికి గోచరించకయుండును. ఈ అధ్యాయపు మూడవశ్లోకమున తెలుపబడినట్లు లక్షలాది జనులలో అతి కొద్దిమంది మాత్రమే మానవజన్మను సఫలము చేసికొనవలెనని యత్నింతురు. అట్లు యత్నించి సఫలీకృతులైన వేలాదిమందిలో ఒకానొకడు మాత్రమే శ్రీకృష్ణుని వాస్తవముగా అవగతము చేసికొనగలడు. నిరాకార బ్రహ్మానుభూతిని పూర్ణముగా బడసినను లేక పరమాత్మానుభూతి యందు నిలచినను కృష్ణభక్తిరస భావన యందు పూర్ణుడు కానిదే ఎవ్వరును దేవదేవుడైన శ్రీకృష్ణుని అవగతము చేసికొనజాలరు.

27

इच्छाद्वेषसमुत्थेन द्वन्द्वमोहेन भारत।
सर्वभूतानि सम्मोहं सर्गे यान्ति परन्तप॥२७॥

ఇచ్ఛాద్వేషసముత్థేన ద్వన్ద్వమోహేన భారత ।
సర్వభూతాని సమ్మోహం సర్గే యాన్తి పరన్తప ॥

ఇచ్ఛా—కోరిక; ద్వేష—మరియు ద్వేషము; సముత్థేన—పుట్టిన; ద్వన్ద్వమోహేన—సుఖదుఃఖాది ద్వంద్వములచే మోహితులై; భారత—ఓ భరతవంశీయుడా; సర్వభూతాని—జీవులందరు; సమ్మోహం—భ్రాంతిని; సర్గే—జన్మను గ్రహించునప్పుడు; యాన్తి—పొందుదురు; పరన్తప—శత్రువులను జయించువాడా.

ఓ భరతవంశీయుడా! పరంతపా! కోరిక మరియు ద్వేషముల వలన కలిగిన ద్వంద్వములచే మోహితులై జీవులందరును మోహమునందే జన్మించుచున్నారు.

భాష్యము : శుద్ధజ్ఞానస్వరూపుడైన శ్రీకృష్ణభగవానుని ఆధీనమున ఉండుటయే జీవుని సహజస్థితియై యున్నది. అట్టి శుద్ధజ్ఞానము నుండి జీవుడు మోహముచే విడివడినప్పుడు మాయాశక్తి ఆధీనమునకు వచ్చి దేవదేవుని అవగతము చేసికొనజాలకుండును. అట్టి మాయాశక్తి కోరిక, ద్వేషములనెడి ద్వంద్వ రూపమున

వ్యక్తమగుచుండును. అటువంటి కోరిక మరియు ద్వేషముల వలన మూర్ఖ మానవుడు భగవానునితో ఏకము కావలెనని కోరి, శ్రీకృష్ణుడు భగవానుడన్న విషయమున ఈర్ష్యను పొందును. కోరిక, ద్వేషములచే అంటబడని మోహరహిత శుద్ధభక్తులు శ్రీకృష్ణభగవానుడు తన అంతరంగశక్తిచే ఆవిర్భవించునని తెలిసియుండగా, ద్వంద్వములు మరియు అజ్ఞానకారణముగా మోహితులైనవారు ఆ భగవానుడు భౌతికప్రకృతిచే సృజింపబడునని భావింతురు. అది వారి దురదృష్టము. భ్రాంతులైన అట్టి మానవులు "ఈమె నా భార్య, ఇది నా ఇల్లు, నేను ఈ ఇంటికి యజమానిని, నేనీమెకు భర్తను" అని భావించుచు మానావమానములు, సుఖదుఃఖములు, స్త్రీపురుషులు, శుభము అశుభములనెడి ద్వంద్వములలో మునిగియుందురు. ఇవియే మోహకారక ద్వంద్వములు. అటువంటివాటిచే మోహితులగువారు పూర్ణముగా మూఢులగుదురు. తత్కారణముగా వారు దేవదేవుడైన శ్రీకృష్ణుని అవగతము చేసికొనజాలరు.

28

येषां त्वन्तगतं पापं जनानां पुण्यकर्मणाम् ।
ते द्वन्द्वमोहनिर्मुक्ता भजन्ते मां दृढव्रताः ॥२८॥

యేషాం త్వన్తగతం పాపం జనానాం పుణ్యకర్మణామ్ ।
తే ద్వన్ద్వమోహనిర్ముక్తా భజన్తే మాం దృఢవ్రతాః ॥

యేషాం—ఎవరి యొక్క; తు—కాని; అన్తగతం—పూర్తిగా తొలగింపబడినదో; పాపం—పాపము; జనానాం—జనుల యొక్క; పుణ్యకర్మణాం—పూర్వ పుణ్యకర్మలు; తే—వారు; ద్వన్ద్వమోహనిర్ముక్తాః—ద్వంద్వభ్రాంతి నుండి విడివడినవారై; భజన్తే—భక్తియుక్తసేవలో నిమగ్నులగుదురు; మాం—నా యొక్క; దృఢవ్రతాః—దృఢవ్రతముతో.

పూర్వజన్మములందు, ప్రస్తుత జన్మమునందు పుణ్యకార్యములను చేయుచు పాపములను పూర్తిగ నశింపజేసికొనిన మనుజులు ద్వంద్వమోహముల నుండి విడివడినవారై నా సేవ యందు దృఢవ్రతముతో నెలకొనెదరు.

భాష్యము : దివ్యమైన ఆధ్యాత్మికస్థితిని పొందుటకు అర్హతను కలిగినవారు ఈ శ్లోకమున పేర్కొనబడినారు. పాపులు, నాస్తికులు, మూర్ఖులు, వంచకులైనవారికి కోరిక మరియు ద్వేషములనెడి ద్వంద్వములను దాటుట దుస్సాధ్యము. కేవలము ధర్మనియమాను సారముగా జీవనము గడుపుచు పుణ్యముగా వర్తించి పాపఫలమును నశింపజేసికొనినవారే భక్తిమార్గమును చేపట్టి క్రమముగా

దేవదేవుడైన శ్రీకృష్ణుని శుద్ధజ్ఞానమును పొందు స్థాయికి ఎదగగలరు. తదుపరి వారు క్రమముగా ఆ భగవానుని తలచుచు సమాధిమగ్నులు కాగలరు. ఆధ్యాత్మికస్థితి యందు నెలకొనుటకు ఇదియే సరియైన పద్ధతి. శుద్ధభక్తుల సంగములో కృష్ణభక్తిరసభావన ద్వారా ఇట్టి ఉద్ధారము సాధ్యపడగలదు. మహాభక్తుల సాంగత్యమున మనుజుడు భ్రాంతి నుండి విడివడుటయే అందులకు కారణము.

ఎవరేని నిజముగా ముక్తిని వాంఛించినచో భక్తులకు సేవను గూర్చవలెనని శ్రీమద్భాగవతము (5.5.2) నందు తెలుపబడినది (మహత్సేవాం ద్వారమాహుః విముక్తేః). కాని భౌతికభావన కలిగిన కామ్యకర్మరతులతో సంగత్వము కలిగిన వాడు తమస్సును చేరు మార్గమును చేపట్టినవాడగును (తమోద్వారం యోషితాం సంగిసంగమ్). కనుకనే బద్ధజీవులను భ్రాంతి నుండి తప్పించుటకే కృష్ణభక్తులు జగమంతటను సంచరించుచుందురు. శ్రీకృష్ణభగవానుని దాసత్వమనెడి తమ నిజస్థితిని మరచుటన్నది ఆ భగవానుని నియమమోల్లంఘనమని నిరాకార వాదులు ఎరుగజాలరు. కనుకనే మనుజుడు తన సహజస్థితియైన శ్రీకృష్ణుని దాసత్వమున తిరిగి నెలకొననంతవరకు ఆ భగవానుని అవగతము చేసికొనుట గాని, దృఢవ్రతముతో ఆ దేవదేవుని భక్తియుతసేవ యందు పూర్ణముగా నిలుచుట గాని సంభవింపదు.

29

जरामरणमोक्षाय मामाश्रित्य यतन्ति ये।
ते ब्रह्म तद्विदुः कृत्स्नमध्यात्मं कर्म चाखिलम् ॥२९॥

జరామరణమోక్షాయ మామాశ్రిత్య యతన్తి యే ।
తే బ్రహ్మ తద్ విదుః కృత్స్నమధ్యాత్మం కర్మ చాఖిలమ్ ॥

జరా—ముసలితనము నుండి; మరణ—మరణము నుండి; మోక్షాయ—ముక్తిని పొందుటకు; మాం—నన్ను; ఆశ్రిత్య—ఆశ్రయించి; యతన్తి—ప్రయత్నింతురు; యే—ఎవరు; తే—వారు; బ్రహ్మ—బ్రహ్మమును; తత్—యథార్థముగా; విదుః—తెలిసికొందురు; కృత్స్నం—సర్వమును; అధ్యాత్మం—దివ్యమైన; కర్మ చ—కర్మలను కూడా; అఖిలమ్—పూర్తిగా.

ముసలితనము మరియు మృత్యువుల నుండి ముక్తిని పొందుటకై యత్నించు బుద్ధిమంతులు భక్తియోగముతో నన్ను ఆశ్రయించుచున్నారు. దివ్యకర్మలను గూర్చి సమగ్రముగా నెరిగియుండుటచే యథార్థముగా వారు బ్రహ్మస్వరూపులై యున్నారు.

భాష్యము : జన్మము, మృత్యువు, ముసలితనము, వ్యాధులనునవి పాంచభౌతిక దేహమునే ప్రభావితము చేయును గాని ఆధ్యాత్మికదేహమును కాదు. జన్మము, మృత్యువు, ముసలితనము, వ్యాధులు ఆధ్యాత్మికదేహమునకు లేనందున ఆధ్యాత్మికదేహమును పొందినవాడు భగవానుని పార్షదులలో ఒకడై నిత్యమైన భక్తియుతసేవను చేయుచు వాస్తవముగా ముక్తిని పొందినవాడగును. "అహం బ్రహ్మాస్మి - నేను బ్రహ్మమును" అనగా తాను వాస్తవమునకు బ్రహ్మ స్వరూపుడనని ప్రతియొక్కరు తెలిసికొనవలెను. ఇట్టి బ్రహ్మభావనము భక్తి యందును కలదని ఈ శ్లోకము వివరించుచున్నది. శుద్ధభక్తులైనవారు బ్రహ్మభావనలో నిత్యముగా నిలిచియుండి దివ్యమైన కర్మలను గూర్చి సమగ్రముగా ఎరిగియుందురు.

శ్రీకృష్ణభగవానుని సేవించు నాలుగుతరగతుల అసంపూర్ణ భక్తులు తమ వాంఛితఫలములను పొందుదురు. అయినను భగవత్కారుణచే వారు కృష్ణభక్తి పూర్ణులైనంతనే శ్రీకృష్ణభగవానునితో నిజముగా ఆధ్యాత్మిక సాహచర్యము ననుభవింతురు. కాని దేవతలను పూజించువారు దివ్యధామము నందలి భగవానుని ఎన్నడును చేరలేరు. వారేగాక అల్పజ్ఞులైన బ్రహ్మానుభూతిని బడసినవారు కూడా శ్రీకృష్ణుని దివ్యధామమైన గోలోకబృందావనమును చేరలేరు. వాస్తవముగా కృష్ణలోకమును చేర యత్నించుచున్నందున కృష్ణభక్తిరస భావన యందు కర్మల నొనరించువారే (మామాశ్రిత్య) "బ్రహ్మము"గా పిలువబడుటకు అర్హులై యున్నారు. అట్టివారికి కృష్ణుని యెడ ఎట్టి అపోహలు గాని, సందేహములు గాని లేనందునే యథార్థముగా బ్రహ్మస్వరూపులై యున్నారు.

శ్రీకృష్ణభగవానుని శ్రీవిగ్రహారాధన యందు నియుక్తులైనవారు మరియు భవబంధము నుండి ముక్తికొరకే ఆ భగవానుని ధ్యానమునందు నిలచియుండెడి వారు కూడ రాబోవు అధ్యాయములో తెలుపబడినట్లు బ్రహ్మము, అధిభూతములాది విషయముల భావముల నెరుగగలరు.

30

साधिभूताधिदैवं मां साधियज्ञं च ये विदुः ।
प्रयाणकालेऽपि च मां ते विदुर्युक्तचेतसः ॥३०॥

సాధిభూతాధిదైవం మాం సాధియజ్ఞం చ యే విదుః ।
ప్రయాణకాలే ऽపి చ మాం తే విదుర్యుక్తచేతసః ॥

సాధిభూత—భౌతికజగత్తును నడుపునది; అధిదైవం—సమస్తదేవతలను పాలించునది; మాం—నన్ను; సాధియజ్ఞం—యజ్ఞములను ప్రవర్తింపజేయునది; చ—కూడా; యే—ఎవరు; విదుః—తెలిసికొందురో; ప్రయాణకాలే—మరణసమయమున; అపి—కూడా; చ—మరియు; మాం—నన్ను; తే—వారు; విదుః—ఎరిగియుందురు; యుక్తచేతసః—నా యందు లగ్నమైన మనస్సు కలవారై.

నా యందు సంలగ్నమైన చిత్తము కలిగినవారు దేవదేవుడనైన నన్నే భౌతికజగత్తును, సర్వదేవతలను, సమస్త యజ్ఞములను నియమించువానిగా తెలిసికొని మరణసమయమందును నన్ను (దేవదేవుడు) అవగాహనతో ఎరిగి యుందురు.

భాష్యము : కృష్ణభక్తిరస భావన యందు వర్తించు జనులు దేవదేవుడైన శ్రీకృష్ణుని సంపూర్ణముగా అవగాహనము చేసికొను మార్గము నుండి ఎన్నడును వైదొలగరు. శ్రీకృష్ణభగవానుడు ఏ విధముగా జగత్తును, దేవతలను కూడా నడుపువాడై యున్నాడో కృష్ణభక్తిరస భావన యొక్క దివ్యసాంగత్యము ద్వారా మనుజుడు తెలిసికొనగలడు. కృష్ణభక్తిభావనతో గల దివ్యసాహచర్యము ద్వారా క్రమముగా అతడు దేవదేవుని యందు విశ్వాసమును పొందును. అటువంటి కృష్ణభక్తిరస భావితుడు మరణసమయమున కూడా కృష్ణుని మరువబోడు. ఆ విధముగా సహజముగనే అతడు కృష్ణలోకమగు గోలోకబృందావనమును చేరగలడు.

ఏ విధముగా మనుజుడు సంపూర్ణ కృష్ణభక్తిపరాయణుడు కాగలడో ఈ సప్తమాధ్యాయము ప్రత్యేకముగా వివరించినది. కృష్ణభక్తులైనవారితో సాంగత్య మనునది అట్టి కృష్ణభక్తిరస భావనను పొందుటలో మొట్టమొదటి అంశము. ఏలయన అట్టి సాంగత్యము ఆధ్యాత్మికమై యుండి మనుజునికి భగవానునితో ప్రత్యక్షసంబంధమును కలుగజేయును. అంతట శ్రీకృష్ణుని కరుణచే మనుజునికి ఆ కృష్ణుడే దేవదేవుడని అవగాహన కాగలదు. అదే సమయమున అతనికి జీవుల సహజస్థితి మరియు ఏ విధముగా జీవుడు శ్రీకృష్ణుని మరచి విషయకర్మలలో బంధితుడగుననెడి విషయము అవగతము కాగలదు. అనగా సత్సాంగత్యమున కృష్ణభక్తిభావనము క్రమముగా వృద్ధినొందినపుడు కృష్ణుని మరచుట చేతనే తాను ప్రకృతిచే బంధితుడనైతినని జీవుడు అవగతము చేసికొనగలడు. కృష్ణభక్తిరస భావనను తిరిగి పొందుటకు మానవజన్మము చక్కని అవకాశమనియు, కనుక

దానిని దేవదేవుని నిర్హేతుక కరుణను పొందుటకు సంపూర్ణముగా ఉపయోగించవలెననియు అంతట అతడు నిశ్చయముగా తెలిసికొనును.

ఆర్తుడు, జిజ్ఞాసువు, అర్థార్థి, బ్రహ్మజ్ఞానము, పరమాత్మజ్ఞానము, జన్మమృత్యు జరావ్యాధుల నుండి ముక్తి మరియు దేవదేవుడైన శ్రీకృష్ణుని భక్తియుక్తసేవ లనెడి పలు అంశములు ఈ అధ్యాయమున చర్చించబడినవి. అయినను కృష్ణభక్తిరసభావన యందు పురోభివృద్ధి నొందినవాడు పలువిధములైన పద్ధతులను పట్టించుకొనక కృష్ణభక్తిరస భావిత కర్మల యందే ప్రత్యక్షముగా నియుక్తుడగును. ఆ విధముగా అతడు శ్రీకృష్ణుని నిత్యదాసునిగా తన సహజస్థితిని వాస్తవముగా పొందగలుగును. అట్టి స్థితిలో అతడు భక్తితో శ్రవణ,కీర్తనములను చేయుట యందు దివ్యానందమును పొందుచు ఆ విధముగా చేయుట వలన తన లక్ష్యము లన్నియును సిద్ధించునన్న విశ్వాసమును పొందును. అతని అట్టి నిశ్చయాత్మక శ్రద్ధయే "దృఢవ్రతము" అని పిలువబడును. అదియే భక్తియోగమునకు నాంది యని సర్వశాస్త్రములు వచించుచున్నవి. భగవద్గీత యందలి ఈ సప్తమాధ్యాయము అటువంటి శ్రద్ధ యొక్క సారాంశమై యున్నది.

శ్రీమద్భగవద్గీత యందలి "భగవద్విజ్ఞానము" అను సప్తమ అధ్యాయమునకు భక్తివేదాంతభాష్యము సమాప్తము.

అష్టమాధ్యాయము

భగవత్ప్రాప్తి

1

अर्जुन उवाच
किं तद् ब्रह्म किमध्यात्मं किं कर्म पुरुषोत्तम।
अधिभूतं च किं प्रोक्तमधिदैवं किमुच्यते ॥१ ॥

అర్జున ఉవాచ
కిం తద్బ్రహ్మ కిమధ్యాత్మం కిం కర్మ పురుషోత్తమ ।
అధిభూతం చ కిం ప్రోక్తమధిదైవం కిముచ్యతే ॥

అర్జునః ఉవాచ—అర్జునుడు పలికెను; కిం—ఏమి; తత్—ఆ; బ్రహ్మ—బ్రహ్మము; కిం—ఏమి; అధ్యాత్మం—ఆత్మ; కిం—ఏమి; కర్మ—కోరికతో కూడిన కర్మము; పురుషోత్తమ—ఓ ఉత్తమపురుషా; అధిభూతం—భౌతికజగత్తు; చ—మరియు; కిం—ఏమి; ప్రోక్తం—చెప్పబడును; అధిదైవం—దేవతలు; కిం—ఏమి; ఉచ్యతే—చెప్పబడుచున్నది.

అర్జునుడు ప్రశ్నించెను : ఓ దేవదేవా! పురుషోత్తమా! బ్రహ్మమననేమి? ఆత్మ యననేమి? కామ్యకర్మలననేవి? భౌతికసృష్టి యననేమి? దేవతలన నెవరు? దయతో ఇది నాకు వివరింపుము.

భాష్యము : "బ్రహ్మమననేమి?" యను ప్రశ్నతో మొదలైన అర్జునుని వివిధ ప్రశ్నలకు శ్రీకృష్ణభగవానుడు ఈ అధ్యాయమున సమాధానము లొసగును. కామ్యకర్మలు, భక్తియుక్తసేవ, యోగనియమములు, శుద్ధభక్తిని గూర్చియు దీని యందు భగవానుడు వివరించుచున్నాడు. పరతత్త్వమనునది బ్రహ్మముగా, పరమాత్మగా, భగవానునిగా తెలియబడుచున్నదని శ్రీమద్భాగవతము వివరించుచున్నది. కాని దీనితోపాటు జీవాత్మ కూడా బ్రహ్మముగానే పిలువ బడుచుండును. దేహము, ఆత్మ, మనస్సు అనువానిగా అన్వయింపదగిన ఆత్మను గూర్చియు అర్జునుడు ప్రశ్నించుచున్నాడు. వేదనిఘంటువు ప్రకారము ఆత్మ యనగా మనస్సు, ఆత్మ, దేహము, ఇంద్రియములనియు భావము.

ఇచ్చట అర్జునుడు శ్రీకృష్ణుని పురుషోత్తమునిగా సంబోధించెను. అనగా అతడు పరమపురుషునే ప్రశ్నించుచున్నాడు గాని సామాన్య స్నేహితుని కాదు. శ్రీకృష్ణుడు నిశ్చితమైన సమాధానములొసగు పరమప్రామాణికుడని అతడు ఎరిగియున్నాడు.

2

अधियज्ञः कथं कोऽत्र देहेऽस्मिन्मधुसूदन।
प्रयाणकाले च कथं ज्ञेयोऽसि नियतात्मभिः ॥२॥

అధియజ్ఞః కథం కోఽత్ర దేహేఽస్మిన్మధుసూదన ।
ప్రయాణకాలే చ కథం జ్ఞేయోఽసి నియతాత్మభిః ॥

అధియజ్ఞః—యజ్ఞప్రభువు; **కథం**—ఎట్లు; **కః**—ఎవరు; **అత్ర**—ఇచ్చట; **దేహే**—శరీరమునందు; **అస్మిన్**—ఈ; **మధుసూదన**—ఓ మధుసూదనా; **ప్రయాణకాలే**—మరణసమయమునందు; **చ**—మరియు; **కథమ్**—ఎట్లు; **జ్ఞేయః అసి**—తెలియబడగలవు; **నియతాత్మభిః**—ఆత్మనిగ్రహము కలవారిచే.

ఓ మధుసూదనా! యజ్ఞప్రభువెవ్వరు? ఆతడు ఏ విధముగా దేహమునందు వసించియుండును? భక్తియోగమునందు నిలిచినవారు మరణ సమయమున నిన్నెట్లు ఎరుగజాలుదురు?

భాష్యము : యజ్ఞప్రభువను పదము ఇంద్రుని గాని, విష్ణువును గాని సూచించును. విష్ణువు బ్రహ్మరుద్రాది ప్రధానదేవతలలో ముఖ్యుడు కాగా, ఇంద్రుడు కార్యనిర్వాహక దేవతలలో ముఖ్యుడు. కనుకనే విష్ణువు, ఇంద్రుడు ఇరువురును యజ్ఞములచే అర్చింపబడుదురు. కాని ఎవరు వాస్తవముగా యజ్ఞములకు ప్రభువనియు మరియు ఏ విధముగా భగవానుడు జీవిదేహములో వసించి యుండుననియు అర్జునుడు ప్రశ్నించుచున్నాడు.

శ్రీకృష్ణుడు మధువనెడి దానవుని సంహరించియున్నందున అర్జునుడు ఆతనిని ఇచ్చట మధుసూదన అని సంబోధించుచున్నాడు. అర్జునుడు కృష్ణభక్తి పరాయణుడైనందున వాస్తవమునకు అతని మనస్సునందు ఇట్టి సంశయములు ఉదయించకూడదు. అనగా ఈ సంశయములు దానవులను బోలియున్నవి. దానవులను దునుమాడుటలో శ్రీకృష్ణుడు నేర్పరి కనుక తన మనస్సులో ఉదయించుచున్న దానవస్వభావ సంశయములను ఆతడు నశింపజేయునని

భావించి అర్జునుడు ఆ దేవదేవుని మధుసూదన యని సంబోధించుచున్నాడు.

జీవితమున చేసినదంతయు మరణసమయమున పరీక్షింపబడుచున్నందున "ప్రయాణకాలే" యను పదము ఈ శ్లోకమున ప్రధానమై యున్నది. కృష్ణభక్తిభావన యందు నిరంతరము సంలగ్నమైనవారిని గూర్చి ఎరుగుటలో అర్జునుడు ఆతురతను కలిగియున్నాడు. చివరి క్షణమున వారి స్థితి ఎట్టిదన్నదే అతని ప్రశ్న. మరణ సమయములో దేహకర్మలన్నియును స్తంభించిపోయి మనస్సు సరియైన స్థితిలో నిలువజాలకుండును. దేహపరిస్థితి కారణముగా విచలితుడై మనుజుడు శ్రీకృష్ణభగవానుని జ్ఞప్తికి తెచ్చుకొనలేకపోవచ్చును. కనుకనే "హే ప్రభూ! నేనిపుడు పూర్ణ స్వస్థతతో ఉన్నాను. నీ పాదపద్మముల చెంత నా మనస్సనెడి రాజహంస చేరగలిగిన రీతిలో నేను శీఘ్రమే మరణించుట ఉత్తమము" అని మహారాజు కులశేఖరుడు ప్రార్థించెను. నీటి యందుండెడి హంస పద్మములను చేరి క్రీడించుట యందు ఆనందమును పొందును గనుక అతడు ఆ ఉపమానమును ఒసగెను. పద్మములందు చేరుటయే దాని స్వభావసిద్ధమైన క్రీడ. కనుకనే ఆయన "హే ప్రభూ! నా మనస్సు ఇప్పుడు నిర్మలముగా నున్నది మరియు నేను స్వస్థుడనై యున్నాను. కనుక నీ పాదపద్మములను తలచుచు నేను ఈ క్షణమే మరణించినచో నిక్కముగా నా భక్తి పూర్ణము కాగలదు. కాని సహజ మరణమునకై ఎదురు చూసినచో ఏమి జరుగనున్నదో నేనెరుగలేను. ఏలయన ఆ సమయమున దేహకార్యములన్నియును భంగపడి గొంతు కఫముతో నిండి పోవును గనుక నీ నామమును నేను పలుకగలనో లేదో నేనెరుగజాలను. కనుక శీఘ్రమే మరణించుట ఉత్తమము" అని శ్రీకృష్ణభగవానునితో పలికెను. కనుకనే మరణసమయమున ఏ విధముగా మనుజుడు శ్రీకృష్ణుని చరణకమలములపై మనస్సును నిలుపగలడనునదియే అర్జునుని ప్రశ్నయై యున్నది.

3

श्रीभगवानुवाच

अक्षरं ब्रह्म परमं स्वभावोऽध्यात्ममुच्यते।
भूतभावोद्भवकरो विसर्गः कर्मसंज्ञितः ॥३॥

శ్రీభగవానువాచ

అక్షరం బ్రహ్మ పరమం స్వభావోఽధ్యాత్మముచ్యతే ।
భూతభావోద్భవకరో విసర్గః కర్మసంజ్ఞితః ॥

శ్రీభగవానువాచ—దేవదేవుడైన శ్రీకృష్ణుడు పలికెను; అక్షరం—నాశరహితము; బ్రహ్మ—బ్రహ్మము; పరమం—దివ్యమైన; స్వభావః—నిత్యమైన స్వభావము; అధ్యాత్మం—ఆత్మ; ఉచ్యతే—చెప్పబడుచున్నది; భూతభావ ఉద్భవకరః—జీవదేహములను సృష్టించుట; విసర్గః—సృష్టి; కర్మ—కామ్యకర్మములు; సంజ్ఞితః—చెప్పబడుచున్నది.

శ్రీకృష్ణభగవానుడు పలికెను : నాశరహితమును, దివ్యమును అగు జీవుడే బ్రహ్మమనియు, అతని నిత్యస్వభావమే అధ్యాత్మమనియు చెప్పబడును. జీవుల దేహోద్భవమునకు సంబంధించిన కార్యమే కర్మము (కామ్యకర్మలు) అనబడును.

భాష్యము : బ్రహ్మము నాశరహితమును, శాశ్వతమును అయియున్నది. కాలములో దాని సహజస్థితి యందు ఎట్టి మార్పు ఉండదు. అట్టి బ్రహ్మమునకు పరముగా నున్నదే పరబ్రహ్మము. బ్రహ్మము జీవుని సూచించగా పరబ్రహ్మము దేవదేవుడైన శ్రీకృష్ణుని సూచించును. అట్టి జీవుడు భౌతికజగత్తు నందు స్వీకరించెడి స్థితి అతని నిజస్థితికి భిన్నమైనటువంటిది. భౌతికచైతన్యములో అతడు ప్రకృతిపై ప్రభువుగా నగుటకు యత్నించినను ఆధ్యాత్మిక చైతన్యములో (కృష్ణభక్తిభావన యందు) మాత్రము శ్రీకృష్ణభగవానునికి దాసునిగా వర్తించును. అట్టి భౌతిక చైతన్యము నందున్నంత కాలము అతడు భౌతికజగమున వివిధములైన దేహములను పొందవలసివచ్చును. అదియే భౌతికచైతన్యపు ప్రభావము వలన కలిగెడి విభిన్నసృష్టి లేదా కర్మము అనబడును.

వేదవాఙ్మయమునందు జీవుడు జీవాత్మగా మరియు బ్రహ్మముగా పిలువబడెనే గాని పరబ్రహ్మముగా ఎన్నడును పిలువబడలేదు. అట్టి జీవుడు కొన్నిమార్లు భౌతికచైతన్యముతో తాదాత్మ్యము చెంది తనను భౌతికమని భావించును. మరికొన్నిమార్లు ఉన్నతమైన ఆధ్యాత్మికశక్తితో తనను గుర్తించుచుండును. ఈ విధముగా అతడు వివిధగతులను పొందుచుండును. కనుకనే అతడు శ్రీకృష్ణభగవానుని తటస్థశక్తిగా పిలువబడినాడు. అతని భౌతిక, ఆధ్యాత్మిక తాదాత్మ్యము ననుసరించి అతడు భౌతికదేహమునుగాని లేదా ఆధ్యాత్మికదేహమునుగాని పొందుచుండును. భౌతికప్రకృతిలో అతడు ఎనుబదినాలుగులక్షల జీవరాసులలోని ఏదేని ఒక జన్మను పొందినను ఆధ్యాత్మికస్వభావమున మాత్రము ఒకే దివ్య దేహమును కలిగియుండును. భౌతికప్రకృతిలో అతడు కొన్నిమార్లు మనుజునిగా, కొన్నిమార్లు దేవతగా, కొన్నిమార్లు జంతువుగా, ఇంకొన్నిమార్లు పక్షిగా తన

కర్మననుసరించి ప్రకటమగుచుండును. స్వర్గలోకములను పొంది అచ్చట సౌఖ్యముల ననుభవించుటకు అతడు కొన్నిమార్లు యజ్ఞములను చేసినను, ఆ పుణ్యఫలము నశించినంతనే తిరిగి భూమిపై మనుజునిగా జన్మించుచుండును. ఇదియే "కర్మము" అనబడును.

వైదిక యజ్ఞవిధానమును "ఛాందోగ్యోపనిషత్తు" వివరించుచున్నది. దాని ప్రకారము యజ్ఞవేదికపై ఐదురకముల ఆహుతులు పంచాగ్నుల యందు ఆహుతి చేయబడును. స్వర్గలోకములు, మేఘములు, భూమి, పురుషుడు, స్త్రీ యనునవి పంచాగ్నులు కాగా, శ్రద్ధ, చంద్రుడు, వర్షము, ధాన్యము, వీర్యము లనునవి పంచాహుతులుగా భావింపబడును.

యజ్ఞవిధానములందు జీవుడు ప్రత్యేకములైన స్వర్గలోకములను పొందుటకు ప్రత్యేకమైన యజ్ఞములను ఆచరించి, తత్ఫలితముగా వాటిని పొందుచుండును. కాని యజ్ఞఫలము నశించినంతనే భూమికి వర్షరూపమున అరుదెంచును. తదుపరి వర్షరూపము నుండి అతడు ధాన్యరూపమును పొందును. ధాన్యము మనుజులచే భుజింపబడగా పిదప వీర్యరూపమును పొంది స్త్రీగర్భమున చేరి తిరిగి మానవ దేహమును పొందును. మానవజన్మలో తిరిగి యజ్ఞములు చేయుచు ఈ చక్రమును కొనసాగించుచుండును. ఈ విధముగా జీవుడు భౌతికమార్గమునందే నిరంతరము రాకపోకలు సల్పుచుండును. కాని కృష్ణభక్తిరస భావితుడు అట్టి యజ్ఞములను ఏమాత్రము చేపట్టక కృష్ణభక్తి యందు ప్రత్యక్షముగా నిలిచి కృష్ణధామమును చేరుటకు యత్నించును.

గీతావ్యాఖ్యానమును గూర్చు కొందరు నిరాకారవాదులు భౌతికజగము నందు పరబ్రహ్మము జీవరూపము దాల్చునని అయుక్తముగా పలుకుచు తమ వాదమును సమర్థించుటకు గీత యందలి పంచదశాధ్యాయపు ఏడవశ్లోకమును ఉదహరింతురు. కాని ఆ శ్లోకమునందు శ్రీకృష్ణభగవానుడు తన అంశగా జీవుని వర్ణించియున్నాడు. అట్టి భగవదంశయైన జీవుడు భౌతికజగమునకు పతనము చెందవచ్చును గాని భగవానుడెన్నడును (అచ్యుతుడు) పతనము నొందడు. కనుకనే పరబ్రహ్మము జీవరూపము దాల్చునని పలుకు వాదము ఆమోద యోగ్యము కాదు. కావుననే బ్రహ్మము (జీవుడు) పరబ్రహ్మమునకు (దేవదేవునకు) భిన్నుడని వేదవాఙ్మయమునందు తెలుపబడిన విషయమును జ్ఞప్తియందు ఉంచుకొనుట అత్యంత ముఖ్యమైనది.

4

अधिभूतं क्षरो भावः पुरुषश्चाधिदैवतम्।
अधियज्ञोऽहमेवात्र देहे देहभृतां वर ॥४॥

అధిభూతం క్షరో భావః పురుషశ్చాధిదైవతమ్ ।
అధియజ్ఞో ऽహమేవాత్ర దేహే దేహభృతాం వర ॥

అధిభూతం—భౌతికజగత్తు; **క్షరః**—నిత్యమును మారునట్టిది; **భావః**—స్వభావము; **పురుషః**—సూర్యుడు, చంద్రుడు మున్నగు దేవతలందరితో కూడిన విశ్వరూపము; **చ**—మరియు; **అధిదైవతం**—అధిదైవము; **అధియజ్ఞః**—పరమాత్మ; **అహం**—నేను (శ్రీకృష్ణుడు); **ఏవ**—నిశ్చయముగా; **అత్ర**—ఈ; **దేహే**—శరీరమందు; **దేహభృతాం వర**—దేహధారులలో శ్రేష్ఠుడా!

ఓ దేహధారులలో శ్రేష్ఠుడా! నిరంతరము పరిణామశీలమైన భౌతికప్రకృతి అధిభూతమనబడును (భౌతికజగత్తు). సూర్యచంద్రుల వంటి సర్వదేవతలను కూడియుండెడి విశ్వరూపవే అధిదైవతమనబడును. దేహధారుల హృదయములో పరమాత్మ రూపమున నిలిచియుండెడి దేవదేవుడనైన నేనే అధియజ్ఞుడను (యజ్ఞప్రభువును).

భాష్యము : భౌతికప్రకృతి నిరంతర పరిణామశీలమై యుండును. పుట్టుట, పెరుగుట, కొంతకాలము నిలిచియుండుట, ఇతర దేహములను ఉత్పత్తి చేయుట, శిథిలమగుట, చివరికి నశించుట యను ఆరువిధములైన మార్పులకు భౌతికదేహములు లోనగుచుండును. అట్టి ఈ భౌతికప్రకృతియే "అధిభూతము" అనబడును. ఇది ఒక నిర్దిష్టమైన సమయమున సృష్టించబడి వేరొక నిర్దిష్ట సమయమున నశింపజేయబడును. సమస్తదేవతలను, సమస్తలోకములను తన యందు కలిగియున్న శ్రీకృష్ణభగవానుని విశ్వరూపమే "అధిదైవతము" అనబడును. దేహమునందు ఆత్మతోపాటుగా శ్రీకృష్ణుని సంపూర్ణ ప్రాతినిధ్యమైన పరమాత్మయు నిలిచియుండును. ఆ పరమాత్మయే "అధియజ్ఞుడు" అనబడుచు హృదయమునందు నెలకొనియుండును. ఈ శ్లోకమునందు "ఏవ" అను పదము మిగుల ప్రధానమైనది. ఏలయన దాని ద్వారా శ్రీకృష్ణుడు తన కన్నను పరమాత్మ భిన్నుడు కాడని నొక్కి చెప్పుచున్నాడు. ఆత్మ చెంతనే నిలిచియుండెడి ఆ పరమాత్మయే జీవి కర్మలకు సాక్షిగా నుండి అతని వివిధస్వభావములకు కారణమై యున్నాడు. అనగా జీవుడు స్వతంత్రముగా వర్తించుటకు అవకాశమొసగుచు అతని కర్మలను పరమాత్ముడు సాక్షిగా గమనించుచుండును. శ్రీకృష్ణభగవానుని

వివిధరూపముల ఇట్టి సర్వకార్యములు దివ్యసేవలో నియుక్తుడైన కృష్ణభక్తిభావనా యుతునికి అప్రయత్నముగా విదితము కాగలవు. "అధిదైవతము" అని పిలువబడు భగవానుని విశ్వరూపము ఆ దేవదేవుని పరమాత్మ రూపమున ఎరుగలేని ఆరంభదశలో నున్న సాధకునిచే ధ్యానింపబడుచుండును. కనుకనే అధోలోకములు పాదములుగా, సూర్యచంద్రులు నేత్రములుగా, శిరము ఊర్ధ్వలోకములుగా పరిగణింపబడు "విరాట్పురుషుని" (విశ్వరూపమును) ధ్యానము చేయుమని ఆరంభకునికి ఉపదేశించబడుచుండును.

5

अन्तकाले च मामेव स्मरन् मुक्त्वा कलेवरम्।
यः प्रयाति स मद्भावं याति नास्त्यत्र संशयः।।५ ।।

అంతకాలే చ మామేవ స్మరన్ముక్త్వా కలేవరమ్ ।
యః ప్రయాతి స మద్భావం యాతి నాస్త్యత్ర సంశయః ॥

అంతకాలే—అంత్యకాలమున; చ—కూడా; మాం ఏవ—నన్నే; స్మరన్—స్మరించుచు; ముక్త్వా—విడిచి; కలేవరం—దేహమును; యః—ఎవడు; ప్రయాతి—పొందునో; సః—అతడు; మద్భావం—నా భావమును(నన్ను); యాతి—పొందును; న అస్తి—లేదు; అత్ర—ఈ విషయమున; సంశయః—సందేహము.

అంత్యకాలమున కూడా నన్నే స్మరించుచు దేహత్యాగము చేసెడివాడు తత్క్షణమే నన్ను పొందుచున్నాడు. ఈ విషయమున ఎట్టి సందేహము లేదు.

భాష్యము : కృష్ణభక్తిరస భావనపు ప్రాముఖ్యము ఈ శ్లోకమునందు నొక్కి చెప్ప బడినది. కృష్ణభక్తిభావనలో నిలిచి దేహత్యాగము చేసెడివాడు శీఘ్రమే శ్రీకృష్ణభగవానుని పొందగలడు. ఆ దేవదేవుడు పవిత్రులలో పవిత్రతముడు గనుక ఆతని సంపూర్ణ భక్తిభావనలో సదా నిలిచియుండెడి భక్తుడు సైతము పవిత్రతముడు కాగలడు. ఈ శ్లోకమునందు "స్మరణ్" (స్మరించుట) అను పదము మిక్కిలి ప్రధానమైనది. కృష్ణభక్తిభావనలో భక్తియోగమును అనుసరించని అపవిత్రునికి కృష్ణుని స్మరించుట సాధ్యము కాదు. కనుకనే జీవితారంభము నుండియే కృష్ణభక్తిభావనను అలవరచుకొనవలెను. జీవితాంతమున విజయమును కోరినచో శ్రీకృష్ణస్మరణము అత్యంత అవసరము గనుక ప్రతియొక్కరు హరే కృష్ణ హరే కృష్ణ కృష్ణ కృష్ణ హరే హరే/హరే రామ హరే రామ రామ రామ హరే

హరే యను మహామంత్రమును నిత్యము నిర్విరామముగా జపించుట మరియు కీర్తించుట చేయవలెను. ప్రతియొక్కరును తరువువలె గొప్ప ఓర్పును (తరోరివ సహిష్ణునా) కలిగియుండవలెనని శ్రీచైతన్యమహాప్రభువు ఉపదేశించియుండిరి. కనుక మహామంత్రమును జపించునపుడు మనుజునికి అవరోధములు కలిగినను వానిని అతడు సహిష్ణుడై ఓర్చుకొనవలెను. ఆ విధముగా అతడు హరే కృష్ణ హరే కృష్ణ కృష్ణ కృష్ణ హరే హరే/హరే రామ హరే రామ రామ రామ హరే హరే యను నామజపమును కొనసాగించినచో జీవితాంతమున కృష్ణభక్తిరసభావనపు సంపూర్ణ ప్రయోజనమును నిశ్చయముగా పొందగలడు.

6

यं यं वापि स्मरन् भावं त्यजत्यन्ते कलेवरम्।
तं तमेवैति कौन्तेय सदा तद्भावभावित: ॥६॥

యం యం వాపి స్మరన్ భావం త్యజత్యన్తే కలేవరమ్ ।
తం తమేవైతి కౌన్తేయ సదా తద్భావభావితః ॥

యం యం వాపి—ఏయే; స్మరన్—స్మరించుచు; భావం—భావమును; త్యజతి—విడుచునో; అన్తే—అంత్యకాలమున; కలేవరం—ఈ దేహమును; తం తం—అట్టిదానినే; ఏవ—నిశ్చయముగా; ఏతి—పొందును; కౌన్తేయ—ఓ కుంతీపుత్రా; సదా—ఎల్లప్పుడును; తత్—ఆ; భావ—స్థితిని; భావితః—స్మరించుచు.

ఓ కౌంతేయా! దేహమును త్యజించునపుడు మనుజుడు ఏ భావమును స్మరించునో అదే భావమును అతడు నిశ్చయముగా పొందును.

భాష్యము : అతిక్లిష్టమైన మరణసమయమున మనుజుడు తన భావమును మార్చుకొను విధానము ఇచ్చట వివరింపబడినది. జీవితాంతమున శ్రీకృష్ణుని తలచుచు శరీరమును విడుచువాడు ఆ భగవానుని దివ్యభావమునే పొందగలడు. కాని కృష్ణునకు అన్యమైనదానిని చింతించువాడు సైతము అదే దివ్యస్థితిని పొందగలడనుట ఏమాత్రము సత్యము కాదు. ఈ విషయమును ప్రతియొక్కరు అతిజాగ్రత్తతో గమనింపవలెను. కాని మనస్సు సరియైన స్థితిలో నుండగా మరణించుట ఎట్లు సంభవము? ఉదాహరణమునకు భరతమహారాజు మహానుభావుడే అయినను అంత్యకాలమున ఒక జింకను తలచినందున తదుపరి జన్మలో జింక దేహమును పొందవలసివచ్చెను. జింకదేహములో అతడు పూర్వజన్మ స్మృతులను కలిగియున్నను ఆ జంతుశరీరముననే కొనసాగవలసివచ్చెను. జీవితకాలము నాటి

ఆలోచనలే ప్రోగుపడి మరణసమయమున మనుజుని ఆలోచనలను ప్రభావితము చేయును గనుక, ప్రస్తుత దేహమే తరువాతి దేహమును తయారు చేయుచున్నదని పలుకవచ్చును. అనగా ప్రస్తుత జన్మమున సత్త్వగుణమున నిలిచి సదా శ్రీకృష్ణునే తలచినచో అంత్యకాలమున శ్రీకృష్ణుని స్మరించుట ఎవ్వరికైనను సాధ్యము కాగలదు. అదియే దివ్యమైన శ్రీకృష్ణుని ధామమును చేరుటకు మనుజునికి తోడ్పడును. అనగా మనుజుడు దివ్యమైన శ్రీకృష్ణసేవలో సంపూర్ణముగా నిమగ్నుడైనచో అతని తరువాతి దేహము దివ్యమే (ఆధ్యాత్మికమే) కాగలదు గాని భౌతికము కాజాలదు. కనుక హరే కృష్ణ హరే కృష్ణ కృష్ణ కృష్ణ హరే హరే/ హరే రామ హరే రామ రామ రామ హరే హరే యను మహామంత్ర కీర్తనమే అంత్యకాలమున మనుజుని స్థితిని జయప్రదముగా మార్చుటకు ఉత్తమవిధానమై యున్నది.

7

तस्मात्सर्वेषु कालेषु मामनुस्मर युध्य च ।
मय्यर्पितमनोबुद्धिर्मामेवैष्यस्यसंशयः ॥७॥

తస్మాత్సర్వేషు కాలేషు మామనుస్మర యుధ్య చ ।
మయ్యర్పితమనోబుద్ధిర్మామేవైష్యస్యసంశయః ॥

తస్మాత్—అందుచే; సర్వేషు కాలేషు—అన్నికాలముల యందును; మామ్—నన్ను; అనుస్మర—స్మరింపుము; యుధ్య—యుద్ధము; చ—కూడా; మయి—నాయందు; అర్పిత—సమర్పింపబడిన; మనః బుద్ధిః—మనోబుద్ధులను; మామ్ ఏవ—నన్నే; ఏష్యసి—పొందగలవు; అసంశయః—నిస్సందేహముగా.

కావున ఓ అర్జునా! సర్వకాలముల యందును నీవు నన్నే (శ్రీకృష్ణుని) తలచుచు నీ విధ్యుక్తధర్మమైన యుద్ధము నొనరింపుము. నీ కర్మలను నాకు అర్పించుట ద్వారా మరియు నీ మనోబుద్ధులను నా యందు నిలుపుట ద్వారా నీవు నన్ను నిస్సందేహముగా పొందగలవు.

భాష్యము : అర్జునునకు ఒసగబడిన ఈ ఉపదేశము కామ్యకర్మల యందు మునిగి యుండెడి సర్వజనులకు అత్యంత ముఖ్యమైనది. విధ్యుక్తధర్మములను లేదా కర్మలను త్యజించుమని భగవానుడిచ్చట తెలుపుటలేదు. అనగా వాటిని వారు కొనసాగించుచునే హరేకృష్ణమహామంత్ర జప,కీర్తనముల ద్వారా శ్రీకృష్ణుని స్మరించవలెను. ఈ పద్ధతి మనుజుని భౌతికకల్మషము నుండి ముక్తుని చేసి,

మనోబుద్ధులను కృష్ణుని యందు నియుక్తమగునట్లు చేయగలదు. దివ్యమైన శ్రీకృష్ణుని నామమును కీర్తించుట ద్వారా మనుజుడు అసంశయముగా దివ్యలోకమగు కృష్ణధామమును చేరగలడు.

8

अभ्यासयोगयुक्तेन चेतसा नान्यगामिना ।
परमं पुरुषं दिव्यं याति पार्थानुचिन्तयन् ॥८॥

అభ్యాసయోగయుక్తేన చేతసా నాన్యగామినా ।
పరమం పురుషం దివ్యం యాతి పార్థానుచిన్తయన్ ॥

అభ్యాసయోగ—అభ్యాసము ద్వారా; యుక్తేన—ధ్యానమందు నిమగ్నమైన; చేతసా—మనస్సుచేతను, బుద్ధిచేతను; న అన్యగామినా—మార్గమును తప్పకుండా; పరమం—పరమమైన; పురుషం—దేవదేవుని; దివ్యం—దివ్యుడైన; యాతి—పొందును; పార్థ—ఓ పృథాకుమారా; అనుచిన్తయన్—ఎల్లప్పుడును తలచుచు.

ఓ పార్థా! మనస్సును ఎల్లవేళలా నా స్మరణమునందే నియుక్తముజేసి ఏమాత్రము మార్గము తప్పక నన్నే దేవదేవునిగా ధ్యానము చేసెడివాడు నన్ను తప్పక చేరగలడు.

భాష్యము : శ్రీకృష్ణభగవానుడు తన స్మరణ ప్రాముఖ్యమును ఈ శ్లోకమున నొక్కి చెప్పుచున్నాడు. అట్టి శ్రీకృష్ణుని స్మరణము హరేకృష్ణమహామంత్ర జపకీర్తనముల ద్వారా మనుజుని హృదయమునందు జాగృతము చేయబడును. అట్టి శ్రీకృష్ణనామము యొక్క శ్రవణ, కీర్తనములందు కర్ణములు, జిహ్వ, మనస్సు సంపూర్ణముగా నియుక్తమగుచున్నందున ఈ ధ్యానము ఆచరణకు అత్యంత సులభమై యున్నది. ఇట్టి ధ్యానము భగవానుని పొందుటకు తోడ్పడగలదు. "పురుషం" అనగా భోక్త యని భావము. జీవులు శ్రీకృష్ణభగవానుని తటస్థశక్తి స్వరూపులైనను భౌతికకల్మషమునకు గురియై యున్నారు. వారు తమను తాము భోక్తలుగా తలచినను వాస్తవమునకు దివ్యభోక్తలు కాజాలరు. శ్రీకృష్ణ భగవానుడే తన సంపూర్ణాంశములైన నారాయణుడు, వాసుదేవుడు మొదలగు పలురూపములలో పరమ భోక్తయై యున్నాడని ఇచ్చట స్పష్టముగా తెలుపబడినది.

కనుక భక్తుడైనవాడు హరేకృష్ణమహామంత్ర జపకీర్తనములను చేయుచు తన పూజాధ్యేయమైన భగవానుని నారాయణ, కృష్ణ, రామాది ఏ రూపములలోనైనా

నిరంతరము తలచవచ్చును. ఈ విధానము అతనిని పవిత్రుని చేయగలదు. నిరంతర జపకీర్తనముల వలన అతడు అంత్యకాలమున భగవద్ధామమును చేరగలడు. యోగాభ్యాసమునందు ఆంతరమందున్న పరమాత్మపై ధ్యానము నిలిపినట్లు, హరినామ జపకీర్తనము ద్వారా మనస్సును సదా శ్రీకృష్ణుని యందు నిలుపవలెను. మనస్సు సదా చంచలమై యుండును గనుక దానిని బలవంతముగా శ్రీకృష్ణుని చింతించునట్లు చేయుట అత్యంత అవసరము. భ్రమరమునే సదా తలచుచు కీటకము ప్రస్తుత జన్మముననే భ్రమరముగా మారెడి వృత్తాంతము ఇచ్చట సాధారణముగా ఉదహరింపబడును. అదేవిధముగా మనము శ్రీకృష్ణుని నిరంతరము స్మరించినచో అంత్యమున ఆ దేవదేవుని స్వరూపమును బోలిన స్వరూపమునే పొందగలము.

9

कविं पुराणमनुशासितारम्
अणोरणीयांसमनुस्मरेद् यः ।
सर्वस्य धातारमचिन्त्यरूपम्
आदित्यवर्णं तमसः परस्तात् ॥९॥

కవిం పురాణమనుశాసితారమ్
అణోరణీయాంసమనుస్మరేద్ యః ।
సర్వస్య ధాతారమచిన్త్యరూపమ్
ఆదిత్యవర్ణం తమసః పరస్తాత్ ॥

కవిం—సర్వజ్ఞుడు; పురాణమ్—ప్రాచీనుడు; అనుశాసితారమ్—నియమించువాడు; అణోః—అణువు కన్నను; అణీయాంసమ్—సూక్ష్మమైన; అనుస్మరేత్—సర్వదా స్మరించుచు; యః—ఎవడు; సర్వస్య—సర్వము యొక్క; ధాతారం—పోషించువాడు; అచిన్త్యరూపం—ఊహింపశక్యము కాని రూపము; ఆదిత్యవర్ణం—సూర్యునివలె తేజస్సుగల; తమసః—తమస్సునకు; పరస్తాత్—అతీతుడు.

నియమించువాడును, సూక్ష్మము కన్నను సూక్ష్మమైనవాడును, సమస్తమును పోషించువాడును, భౌతికభావనలకు పరమైనవాడును, అచింత్యుడును, రూపసహితుడును అగు పరమపురుషుని సర్వజ్ఞునిగను మరియు ప్రాచీనునిగను ప్రతియొక్కరు ధ్యానము చేయవలెను. సూర్యుని వలె

తేజోసంపన్నుడును మరియు దివ్యుడును అగు ఆతడు భౌతికప్రకృతికి అతీతుడు.

భాష్యము : భగవానుని స్మరించు విధానము ఈ శ్లోకమున తెలుపబడినది. ముఖ్యమైన విషయమేమనగా ఆతడు నిరాకారుడు (శూన్యుడు) కాడు. నిరాకారము లేదా శూన్యమునందు ఎవ్వరును ధ్యానమును నిలుపలేరు. అది అతికష్టము. కాని శ్రీకృష్ణుని స్మరణము అత్యంత సులభమైనది. అట్టి స్మరణమే వాస్తవముగా ఇచ్చట పేర్కొనబడినది. మొట్టమొదట మనము ఆతడు పురుషుడని (రూపసహితుడని) తెలిసికొనవలెను. అనగా శ్రీకృష్ణునిగాని లేక శ్రీరామునిగాని సచ్చిదానందవిగ్రహునిగానే మనము ధ్యానింపవలెను. రాముని తలచినను లేదా కృష్ణుని తలచినను ఆతడు ఎట్టివాడో ఈ శ్లోకమునందు వివరింపబడినది. శ్రీకృష్ణభగవానుడు "కవి" యని ఇచ్చట వర్ణింపబడినాడు. అనగా భూత, భవిష్యత్, వర్తమానములను తెలియుట ద్వారా సమస్తము నెరిగియుండెడి సర్వజ్ఞుడని భావము. సమస్తమునకు ఆది ఆతడే కనుక ప్రాచీనునిగా పిలువ బడినాడు. సమస్తము ఆతని నుండియే ఉద్భవించినది. జగన్నియామకుడు మరియు మనుజుల పోషకుడు, శిక్షకుడు ఆతడే. ఆతడే సూక్ష్మము కన్నను సూక్ష్మమైనవాడు. వెంట్రుక కొనలో పదివేలవవంతు యుండెడి ఆత్మ యందును అచింత్యముగా ప్రవేశింపగలిగినంత సూక్ష్మమైనవాడు గనుకనే ఆతడు సూక్ష్మమైనవాటిలో సూక్ష్మమైనవాడని పిలువబడినాడు. దేవదేవునిగా ఆతడు అణువు నందును మరియు అతిసూక్ష్మమైనట్టి దాని హృదయమందును ప్రవేశించి పరమాత్మరూపమున నియమించుచుండును. అతిసూక్ష్మమైనను ఆతడు సర్వత్రా వ్యాపించి సమస్తమును పోషించుచున్నాడు. ఆతని వలననే సమస్త గ్రహ మండలము నిలిచియున్నది. ఏ విధముగా అతిపెద్ద గ్రహములు సులభముగా అంతరిక్షమున తేలుచున్నవని మనము ఆశ్చర్యపోవచ్చునుగాని, వాస్తవమునకు శ్రీకృష్ణభగవానుడే తన అచింత్యశక్తిచే పెద్దగ్రహములను మరియు నక్షత్ర మండలమును నిలిపియున్నాడని ఇచ్చట పేర్కొనబడినది. కనుకనే ఈ విషయమున "అచింత్యము" అను పదము మిక్కిలి ప్రాధాన్యమును సంతరించుకొన్నది. భగవచ్ఛక్తి మన ఆలోచనాపరిధికి, భావనకు మించినదగుట చేతనే అచింత్యమని పిలువబడినది. వాస్తవమునకు ఇది నిర్వివాదాంశము. ఆతడు ఈ భౌతికజగత్తు నంతటిని వ్యాపించియున్నను దానికి అతీతుడై

యుండును. ఆధ్యాత్మికజగత్తుతో పోల్చినచో అతిస్వల్పమైన ఈ భౌతికజగత్తును గూర్చియే మనకు తెలియదన్నచో దీనికి పరమైనదానిని మనమెట్లు ఊహింపగలము? కనుక భౌతికజగమునకు పరమైనది మరియు మన వాదము, తర్కము, తాత్త్వికకల్పనలకు అందనిదే అచింత్య మనుదాని భావము. కనుక బుద్ధిమంతులైనవారు వ్యర్థమైన వాదములను, కల్పనలను త్యజించి, భగవద్గీత, భాగవతము, వేదముల వంటి వాఙ్మయమునందు తెలుపబడిన విషయములను అంగీకరించి అనుసరింపవలెను. అదియే మనుజుని సరియైన అవగాహనకు గొనిపోగలదు.

10

प्रयाणकाले मनसाचलेन
भक्त्या युक्तो योगबलेन चैव।
भ्रुवोर्मध्ये प्राणमावेश्य सम्यक्
स तं परं पुरुषमुपैति दिव्यम् ॥१०॥

ప్రయాణకాలే మనసాచలేన
భక్త్యా యుక్తో యోగబలేన చైవ ।
భ్రువోర్మధ్యే ప్రాణమావేశ్య సమ్యక్
స తం పరం పురుషముపైతి దివ్యమ్ ॥

ప్రయాణకాలే—మరణసమయమున; మనసా—మనస్సుచే; అచలేన—అచంచలమైన (స్థిరమైన); భక్త్యా—భక్తితో; యుక్తః—కూడినవాడై; యోగబలేన—యోగశక్తిచే; చ—కూడా; ఏవ—నిశ్చయముగా; భ్రువోః—రెండు కనుబొమ్మల; మధ్యే—నడుమ; ప్రాణమ్—ప్రాణ వాయువును; ఆవేశ్య—స్థాపించి; సమ్యక్—సంపూర్ణముగా; సః—అతడు; తం—అట్టి; పరం—దివ్యుడగు; పురుషం—దేవదేవుని; ఉపైతి—పొందును; దివ్యమ్—ఆధ్యాత్మికలోకమున.

మరణసమయమున ప్రాణవాయువును భ్రూమధ్యమున నిలిపి, యోగశక్తిచే చలించని మనస్సుతో సంపూర్ణ భక్తిభావమున భగవానుని స్మరించెడివాడు తప్పక ఆ పరమపురుషుని పొందగలడు.

భాష్యము : మరణసమయమునందు దేవదేవుడైన శ్రీకృష్ణుని భక్తి యందే మనస్సును లగ్నము చేయవలెనని ఈ శ్లోకమున స్పష్టముగా తెలుపబడినది. యోగాభ్యాసము చేయువారు ప్రాణమును భ్రూమధ్యమునకు (ఆజ్ఞాచక్రమునకు) చేర్చవలెనని ఇచ్చట ఉపదేశింపబడినది. ఈ విధముగా ఆరుచక్రములపై

ధ్యానమును కూడిన షట్చక్రాభ్యాసము ఇచ్చట సూచించబడుచున్నది. కాని శుద్ధ భక్తుడు ఇట్టి షట్చక్రయోగము నభ్యసింపడు. కాని అతడు కృష్ణభక్తిభావనలో సంతతమగ్నుడై మరణసమయమందును దేవదేవుడైన శ్రీకృష్ణుని ఆతని కరుణ చేతనే స్మరింపగలుగును. ఈ విషయము పదునాలుగవ శ్లోకమున విశదముగా వివరింపబడినది.

ఈ శ్లోకమున "యోగబలేన" యను పదమునకు ప్రాధాన్యము కలదు. ఏలయన యోగాభ్యాసము లేకుండా మరణసమయమునందున ఎవ్వరును ఇట్టి దివ్యస్థితికి రాలేరు. ఆ యోగము షట్చక్రయోగమైనను లేదా భక్తియోగమైనను సరియే. అంతియేగాని ఏ యోగమును అభ్యసించకుండా హఠాత్తుగా మరణ సమయమున శ్రీకృష్ణభగవానుని స్మరించుట ఎవ్వరికినీ సాధ్యము కాదు. మనుజుడు ఏదియో ఒక యోగవిధానమును (ముఖ్యముగా భక్తియోగమును) అభ్యసించియే తీరవలెను. మరణసమయమున మనస్సు కలత చెందియుండును గనుక మనుజుడు యోగము ద్వారా జీవితకాలమునందు దివ్యత్వమును అభ్యసించవలసియున్నది.

11

यदक्षरं वेदविदो वदन्ति
विशन्ति यद् यतयो वीतरागाः ।
यदिच्छन्तो ब्रह्मचर्यं चरन्ति
तत्ते पदं संग्रहेण प्रवक्ष्ये ॥११॥

యదక్షరం వేదవిదో వదన్తి
విశన్తి యద్యతయో వీతరాగాః ।
యదిచ్ఛన్తో బ్రహ్మచర్యం చరన్తి
తత్తే పదం సంగ్రహేణ ప్రవక్ష్యే ॥

యత్—దేనిని; అక్షరం—ఓం అను అక్షరమును; వేదవిదః—వేదములను ఎరిగినవారు; వదన్తి—చెప్పుదురు; విశన్తి—ప్రవేశింతురు; యత్—దేనిలో; యతయః—గొప్పయతులు; వీతరాగాః—సన్న్యాసాశ్రమము నందున్నవారు; యత్—దేనిని; ఇచ్ఛన్తః—కోరుచున్నవారై; బ్రహ్మచర్యం—బ్రహ్మచర్యమును; చరన్తి—అభ్యసింతురు; తత్—ఆ; తే—నీకు; పదం—స్థితిని; సంగ్రహేణ—సంగ్రహముగా; ప్రవక్ష్యే—వివరింతును.

వేదవిదులైనవారును, ఓంకారమును ఉచ్చరించువారును, సన్న్యాసాశ్రమము

నందున్న మహర్షులును అగు మనుజులు బ్రహ్మమునందు ప్రవేశించుచున్నారు. అట్టి పూర్ణత్వమును కోరినవారు బ్రహ్మచర్యవ్రతము నభ్యసింతురు. మోక్షమును గూర్చి ఈ విధానమును ఇప్పుడు నీకు నేను సంగ్రహముగా వివరింతును.

భాష్యము : శ్రీకృష్ణభగవానుడు అర్జునునకు భ్రూమధ్యమున ప్రాణవాయువును నిలుపు షట్చక్ర యోగాభ్యాసమును ఉపదేశించినాడు. అర్జునునకు ఆ యోగాభ్యాసము తెలియదని భావించి భగవానుడు దానిని రాబోవు శ్లోకము లందు వివరింపనున్నాడు. పరబ్రహ్మము అద్వితీయుడైనను పలురూపములను, లక్షణములను కలిగియుండునని శ్రీకృష్ణభగవానుడు తెలియజేయనున్నాడు. నిరాకారవాదులకు ఓంకారము (అక్షరము) పరబ్రహ్మముతో సమానము. వీతరాగులైన యతులు ప్రవేశించు నిరాకారబ్రహ్మమును గూర్చి శ్రీకృష్ణ భగవానుడు ఇచ్చట వివరించుచున్నాడు.

వైదికమార్గమునందు ఓంకారమును జపించుట, పూర్ణ బ్రహ్మచర్యములో గురువు చెంత నిరాకారబ్రహ్మమును గూర్చి ఎరుంగుట శిష్యులకు ఆది నుండియే బోధింపబడును. ఆ విధముగా వారు బ్రహ్మము యొక్క రెండు లక్షణములను ఎరుగగలరు. ఈ అభ్యాసము బ్రహ్మచారుల ఆధ్యాత్మికజీవన పురోగతికి అత్యంత అవసరమైనను నేటికాలమున అట్టి బ్రహ్మచర్యజీవనము సాధ్యము కాదు. ప్రపంచ సాంఘికవ్యవస్థ సంపూర్ణముగా మార్పునొందినందున బ్రహ్మచర్యమును విద్యార్థిదశ నుండియే పాటించుట ఎవ్వరికినీ సాధ్యము కాకున్నది. ప్రపంచమంతటను వివిధజ్ఞానశాఖలకు పలు సంస్థలున్నను బ్రహ్మచర్య నియమములందు విద్యార్థులకు విద్యగరుపు ప్రామాణిక సంస్థ ఒక్కటియు లేదు. అట్టి బ్రహ్మచర్యమును పాటించనిదే ఆధ్యాత్మికజీవనపురోగతి అత్యంత కష్టతరము కాగలదు. కనుకనే కలియుగమున శాస్త్రనియమము ప్రకారము శ్రీకృష్ణభగవానుని ప్రాప్తికి హరే కృష్ణ హరే కృష్ణ కృష్ణ కృష్ణ హరే హరే/హరే రామ హరే రామ రామ రామ హరే హరే యను పవిత్ర శ్రీకృష్ణనామకీర్తనము తప్ప అన్యవిధానము లేదని శ్రీచైతన్యమహాప్రభువు ప్రకటించియుండిరి.

12

सर्वद्वाराणि संयम्य मनो हृदि निरुध्य च।
मूर्ध्न्याधायात्मनः प्राणमास्थितो योगधारणाम्॥१२॥

సర్వద్వారాణి సంయమ్య మనో హృది నిరుధ్య చ ।
మూర్ధ్న్యాధాయాత్మనః ప్రాణమాస్థితో యోగధారణామ్ ॥

సర్వద్వారాణి—శరీరమునందలి అన్ని ద్వారములను; సంయమ్య—నియమించి; మనః—మనస్సును; హృది—హృదయమందు; నిరుధ్య—నిరోధించి; చ—కూడా; మూర్ధ్ని—శిరస్సునందు; ఆధాయ—స్థాపించి; ఆత్మనః—ఆత్మయొక్క; ప్రాణమ్—ప్రాణవాయువును; ఆస్థితః—ఉన్నవాడై; యోగధారణామ్—యోగస్థితియందు.

ఇంద్రియకర్మల నుండి విడివడియుండుటయే యోగస్థితి యనబడును. సర్వేంద్రియ ద్వారములను మూసివేసి, మనస్సును హృదయమునందు స్థిరము చేసి, ప్రాణవాయువును శీర్షాగ్రమునందు నిలిపి మనుజుడు యోగమునందు స్థితుడు కాగలడు.

భాష్యము : ఇచ్చట తెలుపబడిన యోగవిధానమును అభ్యసించుటకు మనుజుడు మొట్టమొదట సర్వభోగద్వారములను మూసివేయవలెను. ఇట్టి అభ్యాసమునకే "ప్రత్యాహారము" (ఇంద్రియార్థముల నుండి ఇంద్రియములను మరలించుట) అని పేరు. జ్ఞానేంద్రియములైన కన్నులు, చెవులు, నాసికము, జిహ్వ, స్పర్శను సంపూర్ణముగా నిగ్రహించవలెను. స్వీయతృప్తి యందు వాటిని నియుక్తము చేయరాదు. ఈ విధముగా ఒనరించినపుడు మనస్సు హృదయస్థ పరమాత్మపై నెలకొని, ప్రాణవాయువు శీర్షాగ్రము నందు ప్రతిష్ఠితమగును. షష్ఠాధ్యాయమున ఈ పద్ధతి విపులముగా వివరింపబడినది. కాని ఇదివరకే తెలుపబడినట్లు ఈ యోగపద్ధతి ప్రస్తుతకాలమునకు ఆచరణీయము కానిది. కలియుగమునకు ఏకైక ఉత్తమమార్గము కృష్ణభక్తిరస భావనమే. భక్తియోగము నందు శ్రీకృష్ణుని పైననే సదా మనస్సును లగ్నము చేయగలిగినచో అచంచలమైన సమాధిస్థితి యందు నిలుచుట మనుజునకు సులభతరము కాగలదు.

13

ॐ इत्येकाक्षरं ब्रह्म व्याहरन्मामनुस्मरन् ।
यः प्रयाति त्यजन्देहं स याति परमां गतिम् ॥१३॥

ఓంఇత్యేకాక్షరం బ్రహ్మ వ్యాహరన్మామనుస్మరన్ ।
యః ప్రయాతి త్యజన్దేహం స యాతి పరమాం గతిమ్ ॥

ఓం ఇతి—అక్షరముల సమాహారమైన ఓంకారము అను; ఏకాక్షరమ్—ఏక అక్షరమును; బ్రహ్మ—బ్రహ్మమును; వ్యాహరన్—ఉచ్చరించుచు; మామ్—నన్ను(శ్రీకృష్ణుని);

అనుస్మరన్—స్మరించుచు; యః—ఎవడు; ప్రయాతి—చనునో; త్యజన్—విడుచుచు; దేహం—ఈ శరీరమును; సః—అతడు; యాతి—పొందును; పరమామ్—దివ్యమైన; గతిమ్—గమ్యమును.

ఈ యోగవిధానమునందు నెలకొని దివ్యాక్షరముల సమాహారమైన ఓంకారమును జపించిన పిదప మనుజుడు దేవదేవుడనైన నన్ను తలచుచు శరీరమును త్యజించినచో నిశ్చయముగా ఆధ్యాత్మికలోకములను పొందగలడు.

భాష్యము : ఓంకారము, బ్రహ్మము, శ్రీకృష్ణభగవానుడు అభిన్నులని ఇచ్చట స్పష్టముగా తెలుపబడినది. శ్రీకృష్ణుని నిరాకారశబ్ద రూపమే ఓంకారము. కనుకనే శ్రీకృష్ణుని నామమే అయిన హరేకృష్ణ మహామంత్రమునందును ఓంకారము కలదని చెప్పవచ్చును. ఆ మహామంత్ర జపమే కలియుగమునకు ప్రత్యేకముగా ఉపదేశింపబడినది. కనుక మనుజుడు హరే కృష్ణ హరే కృష్ణ కృష్ణ కృష్ణ హరే హరే/హరే రామ హరే రామ రామ రామ హరే హరే యని కీర్తనము, జపము చేయుచు దేహత్యాగము చేసినచో తన భక్తిలక్షణముల ననుసరించి ఏదియో ఒక ఆధ్యాత్మికలోకమును నిశ్చయముగా చేరగలడు. అనగా కృష్ణభక్తులు కృష్ణలోకమైన గోలోకబృందావనమును చేరుదురు. సాకారవాదులైన భక్తులకు ఆధ్యాత్మికజగమున ఇంకను వైకుంఠలోకనామమున తెలియబడు అసంఖ్యాక లోకములు లభ్యమై యున్నవి. కాని నిరాకారవాదులు మాత్రము అంత్యమున బ్రహ్మజ్యోతి యందు లీనమగుదురు.

14

अनन्यचेताः सततं यो मां स्मरति नित्यशः ।
तस्याहं सुलभः पार्थ नित्ययुक्तस्य योगिनः ॥१४॥

అనన్యచేతాః సతతం యో మాం స్మరతి నిత్యశః ।
తస్యాహం సులభః పార్థ నిత్యయుక్తస్య యోగినః ॥

అనన్యచేతాః—అచంచలమైన మనస్సు కలవాడై; సతతం—ఎల్లప్పుడును; యః—ఎవడు; మాం—నన్ను(శ్రీకృష్ణుని); స్మరతి—స్మరించునో; నిత్యశః—క్రమము తప్పకుండా; తస్య—అతనికి; అహం—నేను; సులభః—సులభముగా లభ్యుడను; పార్థ—ఓ పృథాకుమారా; నిత్య యుక్తస్య—క్రమము తప్పక నిమగ్నుడైన; యోగినః—భక్తునికి.

ఓ పార్థా! అనన్యచిత్తముతో నన్ను స్మరించువానికి అతని నిరంతర భక్తియుతసేవ కారణమున నేను సులభముగా లభ్యుడనై యున్నాను.

భాష్యము : దేవదేవుడైన శ్రీకృష్ణుని భక్తియోగముతో సేవించు శుద్ధభక్తుల చరమగమ్యము ఈ శ్లోకమున ముఖ్యముగా వివరింపబడినది. గడచిన అధ్యాయపు శ్లోకములందు ఆర్తులు, జిజ్ఞాసులు, అర్థార్థులు, కల్పనాపూర్ణ తత్త్వవేత్తలనెడి నాలుగురకముల భక్తులు పేర్కొనబడిరి. కర్మయోగము, జ్ఞానయోగము, హఠయోగము మొదలగు వివిధ ముక్తివిధానములు కూడ వివరింపబడినవి. ఈ యోగవిధానములు భక్తిని కొద్దిగా కలిగియున్నను, ఈ శ్లోకమునందు మాత్రము జ్ఞాన, కర్మ, హఠాది ఎట్టి యోగములతోను సంపర్కము లేనటువంటి శుద్ధభక్తియోగము పేర్కొనబడినది. "అనన్యచేతాః" అను పదముతో తెలుపబడినట్లు శుద్ధభక్తియోగమునందు భక్తుడు కృష్ణుని తప్ప అన్యమును వాంఛింపడు. అట్టి శుద్ధభక్తుడు స్వర్గలోకములకు పోవలెనని గాని, బ్రహ్మజ్యోతిలో లీనము కావలెనని గాని, భవబంధముల నుండి ముక్తిని పొందవలెనని గాని వాంఛింపడు. అట్టివాడు దేనిని కూడా వాంఛింపడు. కనుకనే చైతన్య చరితామృతమునందు అతడు "నిష్కాముడు" అని పిలువబడినాడు. అనగా స్వీయలాభమునందు ఎట్టి కోరికయు లేనివాడని భావము. పరమశాంతి అతనికే లభించును గాని స్వీయలాభమునకై ప్రాకులాడువానికి కాదు. జ్ఞానయోగి, కర్మయోగి లేదా హఠయోగి యనువారలు ఏదియో కొంత స్వార్థమును కలిగి యున్నను, పూర్ణభక్తుడు శ్రీకృష్ణభగవానుని ప్రియమునకు అన్యమైన దానిని కోరడు. కనుకనే అకుంఠితభక్తితో తనను సేవించువారికి తాను సులభముగా లభింతునని శ్రీకృష్ణభగవానుడు తెలియజేయుచున్నాడు.

శుద్ధభక్తుడు సదా శ్రీకృష్ణునకు గల అనేక రూపములలో ఏదేని ఒకదాని ద్వారా ఆ దేవదేవుని భక్తియుతసేవలో నియుక్తుడై యుండును. శ్రీకృష్ణునకు రాముడు, నృసింహుడు వంటి సంపూర్ణాంశములు, అవతారములు పలు కలవు. భగవానుని ఈ దివ్యరూపములలో ఏదియో ఒకదాని యందు భక్తుడు భక్తి యోగముతో మనస్సును సంలగ్నము చేయును. ఇతర యోగాభ్యాసులు పొందు వివిధకష్టములను అటువంటి భక్తుడు ఎన్నడును పొందడు. భక్తియోగము సరళము, పవిత్రము, సులభమగుటయే అందులకు కారణము. అట్టి భక్తిని కేవలము

హరేకృష్ణమహామంత్ర జపము చేయుచు ఎవ్వరైనను ప్రారంభింపవచ్చును. శ్రీకృష్ణభగవానుడు సర్వుల యెడ దయాపూర్ణుడై యుండును. కాని ఇదివరకే వివరింపబడినట్లు తననే అచంచల మనస్సుతో సదా సేవించెడి వారి యెడ మాత్రము ఆతడు ప్రత్యేకముగా మ్రొగ్గు చూపియుండును. అట్టి భక్తులకు ఆతడు పలురీతుల సహాయపడుచుండును. కనుకనే సంపూర్ణ శరణాగతుడై, భక్తి యోగమున నియుక్తుడైనవాడు దేవదేవుని యథార్థముగా ఎరుగగలడని కఠోపనిషత్తు (1.2.23) తెలియజేయుచున్నది (యమ్ ఏవైష వృణుతే తేన లభ్యః/ తస్యైష ఆత్మా వివృణుతే తనుం స్వామ్). భగవద్గీత(10.10) యందే తెలుపబడినట్లు తనను తన ధామమునందు పొందురీతిలో అట్టి భక్తునకు తగిన బుద్ధిని శ్రీకృష్ణభగవానుడే ఒసగుచున్నాడు (దదామి బుద్ధియోగం తమ్).

దేశ, కాలపరిస్థితులను పట్టించుకొనక అనన్యచిత్తముతో శ్రీకృష్ణునే సదా తలచుట శుద్ధభక్తుని ప్రత్యేక యోగ్యతయై యున్నది. భక్తుడైనవాని భక్తియందు ఎట్టి అవరోధములు రాకూడదు. అతడు తన సేవను ఏ కాలమందైనను, ఎచ్చోటనైనను నిర్వహింప సమర్థుడై యుండవలెను. భక్తుడైనవాడు బృందావనము లేదా శ్రీకృష్ణభగవానుడు లీలలొనర్చిన ఏదేని తీర్థస్థలమునందు వసించవలెనని కొందరు పలికినను, వాస్తవమునకు శుద్ధభక్తుడు ఎచ్చోట జీవించినను తన భక్తిచే తాను నివసించు స్థానముననే బృందావన వాతావరణమును ఏర్పాటు చేసికొన గలడు. కనుకనే "హే ప్రభూ! నీవెచ్చట ఉన్నను అది బృందావనమే" అని శ్రీఅద్వైతాచార్యులు శ్రీచైతన్యమహాప్రభువుతో పలికియుండిరి.

"సతతమ్" (ఎల్లప్పుడు) మరియు "నిత్యశః" (నిత్యము లేక ప్రతిరోజు) యను పదములతో తెలుపబడినట్లు శుద్ధభక్తుడు శ్రీకృష్ణునే సదా తలచుచు ఆతని యందు ధ్యానమగ్నుడై యుండును. శుద్ధభక్తుని లక్షణములివియే. అట్టివారికి ఆతడు సులభముగా లభ్యుడగును. కనుకనే అన్నియోగముల కన్నను భక్తి యోగమే ఉత్తమమని భగవద్గీత ఉపదేశించుచున్నది. అట్టి భక్తియోగమునందు చరించు భక్తులు ఐదువిధములుగా శ్రీకృష్ణభగవానునికి సేవను గూర్చు చుందురు. 1. శాంతభక్తుడు: శాంతరసము ద్వారా భక్తియుతసేవను గూర్చెడి వాడు 2. దాస్యభక్తుడు: దాసునిగా భక్తియోగమునందు నియుక్తుడైనవాడు 3. సఖ్యభక్తుడు: స్నేహితుని రూపమున సేవను గూర్చెడివాడు 4. వాత్సల్య భక్తుడు : పితృభావముతో సేవను గూర్చెడివాడు 5. మధురభక్తుడు:

మాధుర్యభావముతో ప్రియురాలిగా భక్తిని గూర్చెడివాడు. ఈ మార్గము లన్నింటిలోను శుద్ధభక్తుడు శ్రీకృష్ణభగవానుని సేవలో సతతము నిలిచియుండి ఆతనిని మరువకుండును. తత్కారణముగా అతనికి శ్రీకృష్ణభగవానుడు సులభముగా లభింపగలడు. అట్టి శుద్ధభక్తుడు క్షణకాలము సైతము శ్రీకృష్ణుని మరువలేడు. అదేవిధముగా భగవానుడు సైతము అతనిని క్షణకాలమును మరువబోడు. ఇదియే హరే కృష్ణ హరే కృష్ణ కృష్ణ కృష్ణ హరే హరే/హరే రామ హరే రామ రామ రామ హరే హరే - యను మహామంత్ర కీర్తనపు (కృష్ణభక్తిరసభావనా విధానము) దివ్యవరమై యున్నది.

15

मामुपेत्य पुनर्जन्म दुःखालयमशाश्वतम् ।
नाप्नुवन्ति महात्मानः संसिद्धिं परमां गताः ॥१५॥

మాముపేత్య పునర్జన్మ దుఃఖాలయమశాశ్వతమ్ ।
నాప్నువన్తి మహాత్మానః సంసిద్ధిం పరమాం గతాః ॥

మాం—నన్ను; ఉపేత్య—పొంది; పునర్జన్మ—తిరిగి పుట్టుట; దుఃఖాలయం—దుఃఖమునకు నిలయమైన; అశాశ్వతమ్—అనిత్యమైన; నాప్నువన్తి—పొందరు; మహాత్మానః—మహాత్ములు; సంసిద్ధిం—సంపూర్ణత్వమును; పరమాం—ఉత్కృష్టమైన; గతాః—పొందినవారై.

భక్తియోగులైన మహాత్ములు నన్ను పొందిన పిమ్మట సంపూర్ణత్వమును బడసినవారగుటచే దుఃఖాలయమైన ఈ అనిత్యజగమునకు ఎన్నడును తిరిగిరారు.

భాష్యము : ఈ అనిత్యజగము జన్మము, ముసలితనము, వ్యాధి, మరణములనెడి దుఃఖములచే నిండియున్నందున, పూర్ణత్వమును పొంది కృష్ణలోకమైన (దివ్యలోకము) గోలోకబృందావనమును పొందిన మహాత్ముడు తిరిగి ఈ లోకమునకు రాగోరడు. అట్టి శ్రీకృష్ణధామము "అవ్యక్తము", "అక్షరము", "పరమగతి" యని వేదవాఙ్మయము నందు వర్ణింపబడినది. అనగా అది మన భౌతికసృష్టికి అతీతమైనట్టిది మరియు అచింత్యమైనట్టిది. కాని అది పరమ గతియై యుండి మహాత్ములకు మాత్రము గమ్యమై యున్నది. మహాత్ములైనవారు పూర్ణ భక్తుల నుండి ఉపదేశములను పొందుచుందురు. ఆ విధముగా వారు కృష్ణభక్తిభావనలో భక్తియోగమునందు క్రమముగా వృద్ధినొందుచు భగవత్సేవలో నియుక్తులై స్వర్గాది ఉన్నతలోకములను గాని, చివరకు వైకుంఠలోకములను గాని

కోరకుందురు. వారు కేవలము శ్రీకృష్ణుని మరియు శ్రీకృష్ణుని సాహచర్యమును తప్ప అన్యమును వాంఛింపరు. వాస్తవమునకు అదియే జీవితపు సంపూర్ణత్వమై యున్నది. ఈ శ్లోకము ముఖ్యముగా శ్రీకృష్ణభగవానుని భక్తుల గూర్చియే ప్రస్తావించుచున్నది. అట్టి కృష్ణభక్తిరసభావితులు అత్యున్నత జీవనపూర్ణత్వమును బడయగలరు. అనగా వారే మహామహితాత్ములై యున్నారు.

16

आब्रह्मभुवनाल्लोकाः पुनरावर्तिनोऽर्जुन।
मामुपेत्य तु कौन्तेय पुनर्जन्म न विद्यते ॥१६॥

ఆబ్రహ్మభువనాల్లోకాః పునరావర్తినోऽర్జున ।
మాముపేత్య తు కౌన్తేయ పునర్జన్మ న విద్యతే ॥

ఆబ్రహ్మభువనాత్—బ్రహ్మలోకమువరకును గల; లోకాః—లోకములు; పునరావర్తినః—తిరిగివచ్చునట్టివి; అర్జున—ఓ అర్జునా; మామ్—నన్ను; ఉపేత్య—చేరి; తు—కాని; కౌన్తేయ—ఓ కుంతీపుత్రా; పునర్జన్మ—మరలపుట్టుట; నవిద్యతే—జరుగదు.

భౌతికజగమునందలి అత్యున్నతలోకము మొదలుకొని అధమలోకము వరకుగల సర్వలోకములు జన్మమృత్యుభరితమైన దుఃఖప్రదేశములే. కాని ఓ కౌంతేయా! నా లోకమును చేరినవాడు తిరిగి జన్మము నొందదు.

భాష్యము : కర్మయోగులు, జ్ఞానయోగులు, హఠయోగులు వంటివారు శ్రీకృష్ణుని దివ్యధామమును చేరి పునరావృత్తి రహితులగుటకు పూర్వము భక్తియోగమున (కృష్ణభక్తిరస భావనయందు) పూర్ణత్వమును బడయవలసియే ఉండును. దేవతాలోకములైన ఉన్నతలోకములను పొందినవారు సైతము జన్మ,మృత్యువులచే ప్రభావితులగుచుందురు. భూలోకవాసులు ఉన్నతలోకములకు ఉద్ధరింప బడునట్లుగనే బ్రహ్మలోకము, చంద్రలోకము, ఇంద్రలోకము వంటి ఉన్నత లోకములకు చెందినవారు భూలోకమునకు పతనము చెందుచుందురు. బ్రహ్మలోకమును ప్రాప్తింపజేసెడి "పంచాగ్నివిద్య"యను యజ్ఞము చాందోగ్యోపనిషత్తు నందు ఉపదేశింపబడినది. అట్టి యజ్ఞము ద్వారా బ్రహ్మ లోకమును పొందినను అచ్చట కృష్ణభక్తిరస భావనను ఆచరింపనిచో తిరిగి మనుజుడు భూలోకమునకు రావలసివచ్చును. ఉన్నతలోకములందు కృష్ణభక్తి భావనను కొనసాగించువారు మాత్రము క్రమముగా మరింత ఉన్నతమైన లోకములను చేరుచు విశ్వ ప్రళయసమయమున ఆధ్యాత్మికజగమునకు

చేరుదురు. ఈ విషయమున శ్రీధరస్వామి తమ భగవద్గీత వ్యాఖ్యానము నందు ఈ క్రింది శ్లోకమును ఉదహరించిరి.

బ్రహ్మణా సహ తే సర్వే సమ్ప్రాప్తే ప్రతిసంచరే ।
పరస్యాన్తే కృతాత్మానః ప్రవిశన్తి పరం పదమ్ ॥

"విశ్వప్రళయము సంభవించినపుడు కృష్ణభక్తిభావన యందు సంతతమగ్నులైన బ్రహ్మ మరియు అతని భక్తులు తమ తమ కోరికల ననుసరించి ఆధ్యాత్మికజగము నందలి వివిధలోకములను చేరుచుందురు."

17

सहस्रयुगपर्यन्तमहर्यद् ब्रह्मणो विदुः ।
रात्रिं युगसहस्रान्तां तेऽहोरात्रविदो जनाः ॥१७॥

సహస్రయుగపర్యన్తమహర్యద్ బ్రహ్మణో విదుః ।
రాత్రిం యుగసహస్రాన్తాం తేऽహోరాత్రవిదో జనాః ॥

సహస్రయుగపర్యన్తం—వేయియుగముల వరకును; అహః—దినము; యత్—ఏది; బ్రహ్మణః—బ్రహ్మయొక్క; విదుః—తెలిసిరి; రాత్రిం—రాత్రిని; యుగసహస్రాన్తాం—అదేవిధముగా వేయి యుగముల పిదప ముగియునదిగా; తే—వారు; అహోరాత్ర—పగలు మరియు రేయి; విదః—ఎరిగినవారు; జనాః—జనులు.

మానవపరిగణనము ననుసరించి వేయియుగముల కాలము బ్రహ్మదేవునికి ఒక పగలు కాగలదు. అతని రాత్రి సైతము అంతే పరిమాణమును కలిగి యుండును.

భాష్యము : భౌతికజగత్తు యొక్క కాలపరిమాణము పరిమితమై కల్పములుగా తెలుపబడుచుండును. అట్టి కల్పము బ్రహ్మదేవునికి ఒక పగటి సమయము. బ్రహ్మదేవుని ఆ ఒక్క పగటి సమయమున సత్య, త్రేత, ద్వాపర, కలియుగములు వేయిమార్లు మారుచుండును. అజ్ఞానము మరియు దుర్గుణములు ఏవియును లేకుండా కేవలము సద్గుణము, జ్ఞానము, ధర్మములను కూడియుండు సత్య యుగము 17,28,000 సంవత్సరముల కాలపరిమితి కలిగియుండును. త్రేతా యుగమునందు దుర్గుణము ప్రవేశించును. ఆ యుగపు కాలపరిమితి 12,96,000 సంవత్సరములు. ద్వాపరయుగమున సద్గుణము మరియు ధర్మము మరింతగా నశించి దుర్గుణము వృద్ధినొందును. దాని కాలపరిమితి 8,64,000

సంవత్సరములు. చివరిదైన కలియుగమునందు సద్గుణము దాదాపు లుప్తమై కలహము, అజ్ఞానము, అధర్మము, దుర్గుణము, వ్యసనాది లక్షణములు తీవ్రముగా విజృంభించును. ఈ యుగపు కాలపరిమితి 4,32,000 సంవత్సరములు (ఈ యుగము గత 5,000 సంవత్సరములుగా మన అనుభవము నందున్నది). దీని యందు దుర్గుణము, పాపము విపరీతముగా ప్రబలిపోవును కనుక యుగాంతమున శ్రీకృష్ణభగవానుడు కల్కిఅవతారమున దానవులను నిర్జించి, భక్తులను రక్షించి, వేరొక సత్యయుగమును ఆరంభించును. ఆ విధముగా జగత్కార్యము కొనసాగించ బడును. అదేరీతి నాలుగుయుగములు వేయిమార్లు మారినప్పుడు (చతుర్యుగ చక్రము వేయిమార్లు తిరిగినప్పుడు) అది బ్రహ్మదేవుని పగలును పూర్తిచేయును. అతని రాత్రియు అంతే పరిమాణమును కలిగియుండును. బ్రహ్మదేవుడు అట్టి "శతసంవత్సరముల" కాలము జీవించి తదుపరి తన దేహమును త్యజించును. మానవపరిగణన ప్రకారము బ్రహ్మదేవుని శతసంవత్సరముల కాలము 311 ట్రిలియన్ల 40 బిలియన్ల సంవత్సరములతో సమానము. ఈ సంఖ్యను బట్టి బ్రహ్మ దేవుని ఆయుఃపరిమితి అద్భుతముగను, అనంతముగను ఉన్నట్లు తోచినను, నిత్యత్వ దృష్టిలో అది ఒక మెరుపు మెరిసినంత కాలము మాత్రమే. కారణార్ణవ జలములలో అసంఖ్యాకములుగా బ్రహ్మలు సముద్రమునందలి బుడగల వలె ప్రత్యక్షమగుచు నశించుచుందురు. బ్రహ్మ మరియు అతని సృష్టి యనునవి భౌతికజగమునందలి భాగములు గనుక అవి నిత్యపరివర్తన శీలములై యున్నవి.

అనగా భౌతికజగమున బ్రహ్మదేవుడు కూడ జన్మము, మృత్యువు, ముసలితనము, వ్యాధుల నుండి బయటపడియుండలేదు. కాని అతడు విశ్వకలాప నిర్వహణములో శ్రీకృష్ణభగవానుని సేవ యందు నియుక్తుడైనందున శీఘ్రమే ముక్తిని పొందగలడు. ఆ బ్రహ్మదేవుని లోకమైన బ్రహ్మలోకమునే ఉన్నతులైన సన్న్యాసులు పొందుదురు. అట్టి లోకము భౌతికజగత్తు నందు అత్యున్నతమై స్వర్గాది ఊర్ధ్వలోకములను పోషించుచున్నను, బ్రహ్మ మరియు ఆ బ్రహ్మలోక వాసులు ప్రకృతినియమము ప్రకారము మరణమునకు గురికావలసియే వచ్చును.

18

अव्यक्ताद् व्यक्तय: सर्वा: प्रभवन्त्यहरागमे।
रात्र्यागमे प्रलीयन्ते तत्रैवाव्यक्तसंज्ञके ॥१८॥

అవ్యక్తాద్ వ్యక్తయః సర్వాః ప్రభవన్త్యహరాగమే ।
రాత్ర్యాగమే ప్రలీయన్తే తత్రైవావ్యక్తసంజ్ఞకే ॥

అవ్యక్తాత్—అవ్యక్తము నుండి; వ్యక్తయః సర్వాః—జీవులందరు; ప్రభవన్తి—వ్యక్తమగుదురు; అహరాగమే—పగటి సమయము ఆరంభమున; రాత్ర్యాగమే—రాత్రి ప్రారంభమైనంతనే; ప్రలీయన్తే—నశింతురు; తత్ర ఏవ—అందే; అవ్యక్తసంజ్ఞకే—అవ్యక్తమని పిలువబడుదాని యందు.

బ్రహ్మదేవుని పగటి సమయము ఆరంభమైనంతనే జీవులందరును అవ్యక్తస్థితి నుండి వ్యక్తము చెంది, పిదప అతని రాత్రి ప్రారంభమైనంతనే తిరిగి అవ్యక్తము నందు లీనమగుదురు.

19

भूतग्रामः स एवायं भूत्वा भूत्वा प्रलीयते ।
रात्र्यागमेऽवशः पार्थ प्रभवत्यहरागमे ॥१९॥

భూతగ్రామః స ఏవాయం భూత్వా భూత్వా ప్రలీయతే ।
రాత్ర్యాగమేఽవశః పార్థ ప్రభవత్యహరాగమే ॥

భూతగ్రామః—జీవుల సముదాయమంతయు; స ఏవాయం—ఈ విధముగా; భూత్వా భూత్వా—మరల మరల జన్మించుచు; ప్రలీయతే—నశించును; రాత్ర్యాగమే—రాత్రి అరుదెంచగనే; అవశః—అప్రయత్నముగా; పార్థ—ఓ పృథాకుమారా; ప్రభవతి—జన్మింతురు; అహరాగమే—పగటి సమయము ప్రారంభమైనంతనే.

బ్రహ్మదేవుని పగటి సమయము ఆరంభమైనపుడు జీవులు మరల మరల వ్యక్తమగుచు అతని రాత్రి సమయము ప్రారంభమైనంతనే అవశులై నశింతురు.

భాష్యము : భౌతికజగమునందే నిలుచుటకు యత్నించు మందమతులు ఒకవేళ ఉన్నతలోకములను చేరినను నిశ్చయముగా తిరిగి ఈ భూలోకమునకు రావలసి వచ్చును. వారు బ్రహ్మదేవుని పగటి సమయమున భౌతికజగమందలి ఊర్ధ్వ, అధోలోకములందు తమ కార్యములను చేయుచు బ్రహ్మదేవుని రాత్రిసమయము అరుదెంచగనే నశించిపోవుదురు. తమ కామ్యకర్మలకై వారు బ్రహ్మదేవుని పగటి యందు పలువిధములైన దేహములను పొందినను, అతని రాత్రిసమయమున ఎటువంటి దేహము లేకుండావిష్ణువు యొక్క దేహమందు నిలిచియుండి, తిరిగి బ్రహ్మదేవుని పగలు ఆరంభమైనంతనే మరల వ్యక్తమగుచుందురు. "భూత్వా

భూత్వా ప్రలీయతే - పగటియందు వ్యక్తమై రాత్రి యందు మరల నశింతురు.” చివరికి బ్రహ్మదేవుని ఆయుష్షు తీరినంతనే వారందరును నశించిపోయి కోట్లాది సంవత్సరములు అవ్యక్తమందు నిలిచిపోవుదురు. తిరిగి బ్రహ్మదేవుడు జన్మించగనే వారును మరల వ్యక్తమగుదురు. ఈ విధముగా వారు భౌతికజగత్తు మాయచే మోహితులగుదురు. కాని కృష్ణభక్తిరస భావనను స్వీకరించు జ్ఞానవంతులైన మనుజులు మాత్రము హరే కృష్ణ హరే కృష్ణ కృష్ణ కృష్ణ హరే హరే/హరే రామ హరే రామ రామ రామ హరే హరే - యను కృష్ణనామకీర్తనము చేయుచు శ్రీకృష్ణభగవానుని భక్తియుతసేవ యందే మానవజన్మను నియోగింతురు. ఆ విధముగా వారు ఈ జన్మమునందే దివ్యమైన కృష్ణలోకమును చేరి పునర్జన్మలు లేకుండా నిత్యానందభాగులు కాగలరు.

20

परस्तस्मात्तु भावोऽन्योऽव्यक्तोऽव्यक्तात्सनातनः ।
यः स सर्वेषु भूतेषु नश्यत्सु न विनश्यति ॥२०॥

పరస్తస్మాత్తు భావోऽన్యోऽవ్యక్తోऽవ్యక్తాత్సనాతనః ।
యః స సర్వేషు భూతేషు నశ్యత్సు న వినశ్యతి ॥

పరః—దివ్యమైనది; తస్మాత్—దానికన్నను; తు—కాని; భావః అన్యః—మరియొక ప్రకృతి; అవ్యక్తః—అవ్యక్తమైనది; అవ్యక్తాత్—ఆ అవ్యక్తమైనదాని కన్నను; సనాతనః—శాశ్వతమైనది; యః సః—ఏది కలదో అది; సర్వేషు భూతేషు—సమస్తసృష్టి; నశ్యత్సు—నశించినను; న వినశ్యతి—నశింపదు.

వ్యక్తావ్యక్తములయ్యెడి ఈ భౌతికప్రకృతి కన్నను పరమైనదియు, శాశ్వతమైనదియు నగు అవ్యక్తప్రకృతి వేరొక్కటి కలదు. అది పరమోత్కృష్టమును, నాశరహితమును అయియున్నది. ఈ జగము నందు గల సమస్తము నశించినను అది మాత్రము యథాతథముగా నిలిచి యుండును.

భాష్యము : శ్రీకృష్ణుని ఉత్కృష్టమైన ఆంతరంగికశక్తి దివ్యమును, శాశ్వతమును అయియున్నది. బ్రహ్మదేవుని పగటి సమయమున వ్యక్తమై, రాత్రికాలమున నశించు భౌతికప్రకృతి యందలి మార్పులకు అది అతీతమైనది. అనగా శ్రీకృష్ణుని ఉన్నతశక్తి భౌతికప్రకృతి గుణమునకు సంపూర్ణముగా విరుద్ధమైనది. ఉన్నత ప్రకృతి, న్యూనప్రకృతి యనునవి ఇదివరకే సప్తమాధ్యాయమున

వివరింపబడినవి.

21

अव्यक्तोऽक्षर इत्युक्तस्तमाहुः परमां गतिम् ।
यं प्राप्य न निवर्तन्ते तद्धाम परमं मम ॥२१॥

అవ్యక్తోऽక్షర ఇత్యుక్తస్తమాహుః పరమాం గతిమ్ ।
యం ప్రాప్య న నివర్తన్తే తద్ధామ పరమం మమ ॥

అవ్యక్తః—వ్యక్తముకానిది; అక్షరః—నాశములేనిది; ఇతి—ఆ విధముగా; ఉక్తః—చెప్పబడినది; తం—అది; ఆహుః—తెలియబడినది; పరమాం గతిమ్—తుది గమ్యము; యం—దేనిని; ప్రాప్య—పొంది; న నివర్తన్తే—తిరిగిరారో; తత్—అట్టి; ధామ—ధామము; పరమం—దివ్యమైనది; మమ—నాయొక్క.

వేదాంతులు దేనిని అవ్యక్తము, అక్షరమని వర్ణింతురో, ఏది పరమ గమ్యస్థానముగా తెలియబడుచున్నదో, ఏ స్థానమును పొందిన పిమ్మట మనుజుడు వెనుకకు తిరిగిరాడో అదియే నా దివ్యధామము.

భాష్యము : దేవదేవుడైన శ్రీకృష్ణుని దివ్యధామము సర్వకోరికలు ఈడేరునటువంటి "చింతామణి" ధామముగా బ్రహ్మసంహిత యందు వర్ణింపబడినది. గోలోక బృందావనముగా తెలియబడు ఆ శ్రీకృష్ణధామము చింతామణి భరితమైన సౌధములతో అలరారుచుండును. కోరిన ఎట్టి భక్ష్యమునైనను సమకూర్చు కల్పవృక్షములను మరియు అక్షయముగా పాలనొసగు సురభినామ గోవులను కలిగియుండెడి ఆ ధామమున శ్రీకృష్ణుడు లక్షలకొలది లక్ష్మలచే సేవించబడుచుండును. ఆదిదేవుడును, సర్వకారణకారణుడును అగు గోవిందునిగా అచ్చట ఆతడు పిలువబడును. మధురముగా వేణువునూదు (వేణుంక్వణన్తమ్) ఆతని దివ్యరూపము సర్వజగన్మోహనమై యుండును. ఆతని కన్నులు కలువపూల రెక్కలను బోలి, దేహఛాయ నీలమేఘవర్ణమును బోలియుండును. పరమ ఆకర్షకుడైన ఆతని సౌందర్యము వేలాది మన్మథులను అతిశయించునంత మనోహరముగా నుండును. పీతాంబరమును ధరించియుండు ఆ భగవానుడు మెడలో దివ్యమైన పూమాలలను, శిరమున పింఛమును దాల్చియుండును. ఆధ్యాత్మికజగమున అత్యంత ఉన్నతమైన తన ధామమును (గోలోక బృందావనము) గూర్చి శ్రీకృష్ణుడు భగవద్గీత యందు ఇచ్చట సూచనగా మాత్రమే తెలిపియున్నాడు. దాని విస్తృతవివరణము బ్రహ్మసంహిత యందు

ఒసగబడినది. భగవద్ధామమునకు పరమైనది వేరొకటి లేదనియు, అదియే పరమ గమ్యస్థానమనియు వేదవాఙ్మయము (కఠోపనిషత్తు 1.3.11) తెలియ జేయుచున్నది (పురుషాన్నపరం కిఞ్చిత్ సా కాష్ఠా పరమా గతిః). దానిని పొందినవాడు ఈ భౌతికజగమునకు తిరిగిరాడు. ఒకే లక్షణములను కలిగి యున్నందున ఆ ధామమునకు మరియు శ్రీకృష్ణునకు ఎట్టి భేదము లేదు. ఢిల్లీనగరమునకు ఈశాన్యముగా తొంబదిమైళ్ళ దూరములోనున్న బృందావన పుణ్యభూమి ఆధ్యాత్మికజగమునందలి ఆ గోలోకబృందావనపు ప్రతిరూపము. శ్రీకృష్ణభగవానుడు ధరిత్రిపై అవతరించినపుడు మధురామండలము నందలి ఎనుబదినాలుగు చదరపుమైళ్ళ విస్తీర్ణముగల ఆ బృందావనభూమి యందే క్రీడించియుండెను.

22

पुरुषः स परः पार्थ भक्त्या लभ्यस्त्वनन्यया।
यस्यान्तःस्थानि भूतानि येन सर्वमिदं ततम्॥२२॥

పురుషః స పరః పార్థ భక్త్యా లభ్యస్త్వనన్యయా ।
యస్యాన్తఃస్థాని భూతాని యేన సర్వమిదం తతమ్ ॥

పురుషః—పరమపురుషుడు; సః—ఆతడు; పరః—పరమైనవాడు; పార్థ—పృథాకుమారా; భక్త్యా—భక్తియుక్తసేవచే; లభ్యః—పొందబడును; తు—కాని; అనన్యయా—విశుద్ధమైన; యస్య—ఎవనియొక్క; అన్తఃస్థాని—లోపల ఉన్నది; భూతాని—ఈ భౌతికసృష్టి యంతయు; యేన—ఎవనిచే; సర్వమిదం—మనము గాంచు సర్వమును; తతమ్—వ్యాపించియున్నది.

సర్వుల కన్నను అధికుడైన దేవదేవుడు అనన్యభక్తి చేతనే పొందబడును. ఆతడు తన ధామమునందు నిలిచియున్నను సర్వవ్యాపియై యున్నాడు మరియు ఆతని యందే సమస్తము స్థితిని కలిగియున్నది.

భాష్యము : పరమ గమ్యస్థానము పరమపురుషుడైన శ్రీకృష్ణుని ధామమే యని ఇచ్చట స్పష్టముగా తెలుపబడినది. అది పునరావృత్తి రహితమగు స్థానము. అట్టి ధామమును బ్రహ్మసంహిత "ఆనందచిన్మయరసము" అని వర్ణించినది. అనగా అచ్చట ప్రతిదియు దివ్యానందపూర్ణమై యుండును. అచ్చట ప్రకటితమగు వైవిధ్యమంతయు ఆధ్యాత్మిక ఆనందపూర్ణమేగాని భౌతికము కాదు. సప్తమ అధ్యాయమున తెలుపబడినట్లు అచ్చట ప్రకటితమగు సర్వము శ్రీకృష్ణభగవానుని

ఆధ్యాత్మికశక్తికి సంబంధించినదే గావున అచ్చటి వైవిధ్యము ఆ భగవానుని విస్తారమే అయియున్నది. ఇక భౌతికజగమునకు సంబంధించినంతవరకు ఆతడు స్వధామమునందే సదా నిలిచియున్నను తన భౌతికశక్తి ద్వారా సర్వత్రా వ్యాపించియుండును. అనగా శ్రీకృష్ణభగవానుడు తన ఆధ్యాత్మికశక్తి మరియు భౌతికశక్తుల ద్వారా ఆధ్యాత్మిక, భౌతికజగముల యందంతటను నిలిచి యుండును. "యస్యాన్తఃస్థాని" యనగా సర్వము ఆతని యందే నిలిచి యున్నదని భావము. అనగా ప్రతిదియు ఆతని ఆధ్యాత్మికశక్తి యందో లేక భౌతికశక్తి యందో నిలిచియుండును. ఈ రెండుశక్తుల ద్వారానే ఆ దేవదేవుడు సర్వవ్యాపియై యున్నాడు.

"భక్త్యా" అను పదము ద్వారా ఇచట స్పష్టముగా సూచింపబడినట్లు దివ్యమైన కృష్ణలోకమునందు గాని, అసంఖ్యాకములుగా నున్న వైకుంఠలోకములందు గాని ప్రవేశించుట కేవలము భక్తి ద్వారానే సాధ్యము కాగలదు. భగవద్ధామమును పొందుటకు ఇతరమైన ఏ పద్ధతియు సహకరింపదు. అట్టి ధామమును మరియు భగవానుని గోపాలతాపన్యుపనిషత్తు (3.2) "ఏకోవశీ సర్వగః కృష్ణః" యని వర్ణించినది. అనగా ఆ దివ్యధామమున శ్రీకృష్ణనామాంకితుడైన దేవదేవుడు ఒక్కడే కలడు. ఆతడు దివ్యకరుణాపూర్ణుడు. ఒక్కనిగానే స్థితుడై యున్నప్పటికిని ఆ దేవదేవుడు కోట్లాది సంపూర్ణరూపములలో విస్తరించియుండును. నిశ్చలముగా నిలిచియున్నను ఫలములను, పుష్పములను, పత్రములను కలిగియుండెడి వృక్షముతో అట్టి దేవదేవుని వేదములు పోల్చుచున్నవి. శ్రీకృష్ణుని సంపూర్ణాంశములైన వైకుంఠాధిపతులు చతుర్బాహువులను కలిగి పురుషోత్తముడు, త్రివిక్రముడు, కేశవుడు, మాధవుడు, అనిరుద్ధుడు, హృషీకేశుడు, సంకర్షణుడు, ప్రద్యుమ్నుడు, శ్రీధరుడు, వాసుదేవుడు, దామోదరుడు, జనార్దనుడు, నారాయణుడు, వామనుడు, పద్మనాభుడు ఆది పలునామములతో పిలువబడుదురు.

శ్రీకృష్ణభగవానుడు తన దివ్యధామమైన గోలోకబృందావనమున సదా నిలిచి యున్నను సర్వత్రా వ్యాపించియుండుట చేత సమస్తము సలక్షణముగా జరుగుచుండునని బ్రహ్మసంహిత (5.37) "గోలోక ఏవ నివసత్యఖిలాత్మభూతః" యని నిర్ధారించియున్నది. వేదములలో (శ్వేతాశ్వతరోపనిషత్తు 6.8) తెలుప బడినట్లు శ్రీకృష్ణభగవానుడు అత్యంత దూరములో నున్నను ఆతని సర్వవ్యాపక

శక్తులు జగమునందలి సమస్తమును క్రమపద్ధతిలో ఎటువంటి పొరపాటు జరుగకుండా నిర్వహించుచున్నవి (పరాస్యశక్తిః వివిధైవ శ్రూయతే స్వాభావికీ జ్ఞానబలక్రియా చ).

23

यत्र काले त्वनावृत्तिमावृत्तिं चैव योगिनः ।
प्रयाता यान्ति तं कालं वक्ष्यामि भरतर्षभ ॥२३॥

యత్ర కాలే త్వనావృత్తిమావృత్తిం చైవ యోగినః ।
ప్రయాతా యాన్తి తం కాలం వక్ష్యామి భరతర్షభ ॥

యత్ర—ఏ; కాలే తు—కాలమునందు; అనావృత్తిమ్—తిరిగి రాకుండుట; ఆవృత్తిం చ ఏవ—తిరిగివచ్చుట; యోగినః—పలురకములైన యోగులు; ప్రయాతాః—వీడినవారై; యాన్తి—పొందుచున్నారో; తం—ఆ; కాలం—కాలమును; వక్ష్యామి—చెప్పుదును; భరతర్షభ—భరతవంశీయులలో శ్రేష్ఠుడా.

ఓ భరతవంశశ్రేష్ఠుడా! ఏయే కాలములందు ఈ జగమును వీడుట ద్వారా యోగి వెనుకకు తిరిగి వచ్చుట జరుగునో లేక తిరిగిరాకుండునో నీకు నేనిప్పుడు వివరించెదను.

భాష్యము : సంపూర్ణశరణాగతులైన అనన్యభక్తులు తమ దేహత్యాగము ఎప్పుడు జరుగునన్న విషయమును గాని, ఏ విధముగా జరుగనున్నదనెడి విషయమును గాని పట్టించుకొనరు. సర్వమును కేవలము శ్రీకృష్ణుని చేతులలో వదలి సులభముగా, నిశ్చింతగా, సుఖముగా వారు కృష్ణధామమును చేరుదురు. కాని అనన్యభక్తులు గాక ఆత్మానుభవమునకై కర్మయోగము, జ్ఞానయోగము, హఠయోగాది పద్ధతులపై ఆధారపడెడివారు మాత్రము తగిన సమయమునందే దేహత్యాగము చేయవలసియుండును. దానిపైననే వారు ఈ జన్మ, మృత్యువులు కలిగిన జగమునకు తిరిగి వచ్చుటయో లేక తిరిగి రాకపోవుటయో ఆధారపడి యుండును.

యోగియైనవాడు పూర్ణత్వమును సాధించినచో ఈ భౌతికజగమును వీడుటకు సరియైన స్థితిని, సమయమును నిర్ణయించుకొనగలడు. కాని పూర్ణుడుగాని వాని సఫలత యాదృచ్ఛికముగా తగిన సమయమున జరుగు అతని దేహత్యాగముపై ఆధారపడి యుండును. ఏ సమయమున మరణించినచో తిరిగి వెనుకకు రావలసిన అవసరము కలుగదో అట్టి తగిన సమయములను గూర్చి శ్రీకృష్ణభగవానుడు

రాబోవు శ్లోకములో వివరింపనున్నాడు. ఆచార్యులైన శ్రీ బలదేవవిద్యాభూషణుల వ్యాఖ్యానము ననుసరించి "కాలము" అను సంస్కృతపదము ఇచ్చట కాలము యొక్క అధిష్ఠానదేవతను సూచించుచున్నది.

24

अग्निर्ज्योतिरहः शुक्लः षण्मासा उत्तरायणम्।
तत्र प्रयाता गच्छन्ति ब्रह्म ब्रह्मविदो जनाः ॥२४॥

అగ్నిర్జ్యోతిరహః శుక్లః షణ్మాసా ఉత్తరాయణమ్ ।
తత్ర ప్రయాతా గచ్ఛన్తి బ్రహ్మ బ్రహ్మవిదో జనాః ॥

అగ్నిః—అగ్ని; జ్యోతిః—కాంతి; అహః—దినము; శుక్లః—శుక్లపక్షము; షణ్మాసాః—ఆరు మాసములు; ఉత్తరాయణమ్—సూర్యుడు ఉత్తరము వైపు తిరుగునట్టి ఉత్తరాయణ పుణ్యకాలము; తత్ర—అప్పుడు; ప్రయాతాః—మరణించువారు; గచ్ఛన్తి—పొందుదురు; బ్రహ్మ—బ్రహ్మమును; బ్రహ్మవిదః—బ్రహ్మము నెరిగిన; జనాః—జనులు.

పరబ్రహ్మము నెరిగిన బ్రహ్మవిదులు అగ్నిదేవుని ప్రభావమునందు, కాంతి యందు, పగటియందలి ఏదేని శుభఘడియ యందు, శుక్లపక్షమునందు లేక సూర్యుడు ఉత్తరముగా ప్రయాణించు ఉత్తరాయణ పుణ్యకాలమునందు ఈ జగమును వీడుట ద్వారా ఆ పరబ్రహ్మమును పొందుదురు.

భాష్యము : అగ్ని, కాంతి, పగలు, శుక్లపక్షము అనువాటిని తెలిపినప్పుడు వానికి అధిష్ఠానదేవతలు కలరనియు, వారు ఆత్మ నిష్క్రమించుటకు తగిన ఏర్పాట్లు చేయుదురనియు మనము అవగతము చేసికొనవలెను. మరణ సమయమున మనస్సు జీవుని వేరొక జన్మను పొందునట్లు చేయును. కాని పైన తెలుపబడిన సమయములందు యాదృచ్ఛికముగా గాని, ప్రయత్నపూర్వకముగా గాని దేహత్యాగము చేసేవారు నిరాకారబ్రహ్మజ్యోతిని పొందగలరు. యోగాభ్యాసము నందు నిష్ణాతులైన యోగులు తాము దేహత్యాగము చేసెడి స్థలమును మరియు సమయమును నిర్ణయించుకొనగలరుగాని ఇతరులకు అది సాధ్యము కాదు. ఒకవేళ యాదృచ్ఛికముగా వారు ఆ పుణ్యఘడియలో మరణించినచో జనన, మరణ చక్రమున తిరిగి ప్రవేశింపరు. అట్లు కానిచో వారు తిరిగి జన్మను పొందక తప్పదు. కాని కృష్ణభక్తిభావనా యుతుడైన భక్తునకు శుభాశుభ సమయము లందు దేహమును విడచినను, యాదృచ్ఛికముగా లేక పూర్వనిర్దేశ ప్రకారముగా

దేహత్యాగము చేసినను వెనుకకు మరలివచ్చుట యనెడి భయము ఏమాత్రము ఉండదు.

25

धूमो रात्रिस्तथा कृष्णः षण्मासा दक्षिणायनम्।
तत्र चान्द्रमसं ज्योतिर्योगी प्राप्य निवर्तते॥२५॥

ధూమో రాత్రిస్తథా కృష్ణః షణ్మాసా దక్షిణాయనమ్ ।
తత్ర చాన్ద్రమసం జ్యోతిర్యోగీ ప్రాప్య నివర్తతే ॥

ధూమః—పొగ; రాత్రిః—రాత్రి; తథా—అట్లే; కృష్ణః—కృష్ణపక్షము; షణ్మాసాః—ఆరుమాసములు; దక్షిణాయనమ్—సూర్యుడు దక్షిణమునకు తిరుగు దక్షిణాయనము; తత్ర—అప్పుడు; చాన్ద్రమసం—చంద్రలోకమును; జ్యోతిః—ప్రకాశమును; యోగీ—యోగి; ప్రాప్య—పొంది; నివర్తతే—తిరిగివచ్చును.

ధూమమునందు, రాత్రియందు, కృష్ణపక్షమునందు, సూర్యుడు దక్షిణముగా ప్రయాణించు దక్షిణాయన సమయమునందు మరణించు యోగి చంద్ర లోకమును పొందినను మరల వెనుకకు తిరిగివచ్చును.

భాష్యము : భూలోకమున కామ్యకర్మలు, యజ్ఞవిధానములందు నిష్ణాతులైనవారు మరణానంతరము చంద్రలోకమును పొందుదురని శ్రీమద్భాగవతము నందలి మూడవస్కంధమున కపిలముని తెలిపెను. అట్టి ఉన్నతులు చంద్రలోకమున దేవతల గణనము ప్రకారము పదివేల సంవత్సరములు జీవించి, సోమరసమును పానము చేయుచు జీవితమును అనుభవింతురు. కాని అంత్యమున వారు మరల భూలోకమునకే తిరిగి వత్తురు. దీని భావమేమనగా జడేంద్రియములచే అనుభూతము కాకున్నను ఉన్నతులైన జీవులు చంద్రలోకమున నిలిచియున్నారు.

26

शुक्लकृष्णे गती ह्येते जगतः शाश्वते मते।
एकया यात्यनावृत्तिमन्ययावर्तते पुनः॥२६॥

శుక్లకృష్ణే గతీ హ్యేతే జగతః శాశ్వతే మతే ।
ఏకయా యాత్యనావృత్తిమన్యయావర్తతే పునః ॥

శుక్ల—వెలుగు; కృష్ణే—చీకటి; గతీ హ్యేతే—మరణమార్గములు రెండును; జగతః—భౌతిక ప్రపంచపు; శాశ్వతే—వేదముల యొక్క; మతే—అభిప్రాయమునందు; ఏకయా—ఒక్కదానిచే;

యాతి—పొందును; అనావృత్తిమ్—తిరిగి రాకుండుటను; అన్యయా—ఇంకొకదానిచే; ఆవర్తతే—వెనుకకు వచ్చును; పునః—తిరిగి.

ఈ జగత్తును వీడుటకు వేదాభిప్రాయము ననుసరించి శుక్ల, కృష్ణములనెడి రెండు మార్గములు కలవు. శుక్లమార్గమునందు మరణించువాడు తిరిగి రాకుండును. కాని చీకటిమార్గమున మరణించువాడు మాత్రము వెనుకకు తిరిగి వచ్చును.

భాష్యము : మరణము మరియు పునరాగమనములను గూర్చిన ఇదే వివరణను శ్రీబలదేవవిద్యాభూషణులు ఛాందోగ్యోపనిషత్తు (5.10.3-5) నుండి ఉదహరించిరి. కామ్యకర్మరతులు, తాత్త్వికకల్పనాపరులు అనంతకాలముగా ఇట్టి మరణము మరియు పునరాగమనములందు తగుల్కొనియున్నారు. శ్రీకృష్ణుని శరణుజొచ్చని కారణముగా వారెన్నడును దివ్యమైన చరమమోక్షమును పొందలేరు.

27

नैते सृती पार्थ जानन् योगी मुह्यति कश्चन।
तस्मात्सर्वेषु कालेषु योगयुक्तो भवार्जुन॥२७॥

నైతే సృతీ పార్థ జానన్యోగీ ముహ్యతి కశ్చన ।
తస్మాత్సర్వేషు కాలేషు యోగయుక్తో భవార్జున ॥

ఏతే—ఈ రెండు; సృతీ—భిన్నమార్గములను; పార్థ—ఓ పృథాకుమారా; జానన్—తెలిసికొనినప్పటికిని; యోగీ—భగవద్భక్తుడు; న ముహ్యతి—కలతచెందడు; కశ్చన—ఎవడును; తస్మాత్—అందుచే; సర్వేషు కాలేషు—సర్వకాలముల యందును; యోగయుక్తః—భక్తిభావనా యుక్తుడవు; భవ—అగుము; అర్జున—ఓ అర్జునా.

ఓ అర్జునా! భక్తులు ఈ రెండు మార్గముల నెరిగినప్పటికిని ఎన్నడును మోహము నొందరు. కనుక నీవు భక్తియందు సదా స్థిరుడవగుము.

భాష్యము : భౌతికజగమును వీడునప్పుడు ఆత్మ అనుసరించెడి వివిధమార్గముల యెడ కలతనొందవలదని శ్రీకృష్ణుడు అర్జునునకు ఉపదేశించుచున్నాడు. భక్తుడైనవాడు తాను యాదృచ్ఛికముగా మరణింతునా యని గాని లేదా పూర్వనిర్దేశము ననుసరించి మరణింతునాయని గాని చింతింపరాదు. అతడు కేవలము కృష్ణభక్తిరసభావన యందు స్థిరముగా నిలిచి హరేకృష్ణ మహామంత్రమును సదా జపించవలెను. పైన తెలిపిన రెండుమార్గములలో దేనిని గూర్చి చింతించినను అది కేవలము కలతకు మాత్రమే కారణమని అతడు ఎరిగియుండవలెను.

శ్రీకృష్ణభగవానుని సేవలో సదా అనురక్తమగుటయే కృష్ణభక్తిభావనలో లీనమగుటకు ఉత్తమమైన మార్గము. అదియే భగవద్ధామమునకు మనుజుని పథమును సురక్షితము, నిశ్చితము, సరళము చేయగలదు. "యోగయుక్త" అను పదము ఈ శ్లోకములో ముఖ్యమైనది. యోగమునందు స్థితిని పొందినవాడు కృష్ణభక్తిభావనలో నిలిచి తన కర్మలనన్నింటిని కొనసాగించును. కనుకనే ప్రతియొక్కరు భౌతికకర్మ కలాపముల యెడ అనాసక్తులై, కృష్ణభక్తిభావనలోనే సర్వము నొనరించవలెనని శ్రీరూపగోస్వామి తెలిపిరి (అనాసక్తస్య విషయాన్ యథార్హముపయుంజతః). ఇట్టి "యుక్తవైరాగ్యము" చేతనే ప్రతియొక్కరు పూర్ణత్వమును సాధింపగలరు. కనుకనే భక్తుడెన్నడును ఈ వివిధమార్గములచే కలతనొందడు. భక్తియోగము ద్వారా తాను దివ్యధామమునకు చేరుట తథ్యమని అతడు ఎరిగియుండుటయే అందులకు కారణము.

28

वेदेषु यज्ञेषु तपःसु चैव
दानेषु यत् पुण्यफलं प्रदिष्टम्।
अत्येति तत्सर्वमिदं विदित्वा
योगी परं स्थानमुपैति चाद्यम् ॥२८॥

వేదేషు యజ్ఞేషు తపఃసు చైవ
దానేషు యత్పుణ్యఫలం ప్రదిష్టమ్ ।
అత్యేతి తత్సర్వమిదం విదిత్వా
యోగీ పరం స్థానముపైతి చాద్యమ్ ॥

వేదేషు—వేదాధ్యయనమునందు; యజ్ఞేషు—యజ్ఞాచరణములందు; తపస్సు—వివిధములైన తపస్సులను ఆచరించుట యందు; చ—కూడా; ఏవ—నిశ్చయముగా; దానేషు—దానముల యందు; యత్—ఏ; పుణ్యఫలం—పుణ్యఫలము; ప్రదిష్టం—నిర్దేశింపబడినదో; అత్యేతి—అతిశయించును; తత్సర్వం—వానినన్నింటిని; ఇదం—దీనిని; విదిత్వా—తెలిసికొని; యోగీ—భక్తుడు; పరంస్థానమ్—దివ్యధామమును; ఉపైతి—పొందును; చ—కూడా; ఆద్యమ్—మూలమైన.

వేదాధ్యయనము వలన, తీవ్ర తపస్సులతో కూడిన యజ్ఞాచరణము వలన, దానము వలన లేదా తాత్త్వికకర్మలను మరియు కామ్యకర్మలను ఒనరించుట వలన కలుగు ఫలితములు భక్తిమార్గమును చేపట్టు మనుజునికి లభింపకపోవు.

కేవలము భక్తియుతసేవ నొనరించుట ద్వారా అతడు వీటన్నింటిని పొందుటయేగాక అంత్యమున దివ్యమైన పరంధామమును కూడ చేరగలడు.

భాష్యము : ఈ శ్లోకము కృష్ణభక్తిరస భావనను మరియు భక్తియుతసేవను గూర్చి ప్రత్యేకముగా చర్చించిన సప్తమ, అష్టమాధ్యాయముల సారాంశమై యున్నది. ప్రతియొక్కరు ఆధ్యాత్మికగురువు నిర్దేశమునందు వేదాధ్యయనము కావించుచు ఆయన సన్నిధిలో పలువిధములైన తపస్సులను నిర్వహింపవలసియున్నది. బ్రహ్మచారియైనవాడు గుర్వాశ్రయమున సేవకునిగా జీవించుచు, ఇంటింట భిక్షను స్వీకరించి గురువుకు అర్పించవలెను. గురువుగారి ఆజ్ఞ పైననే ఆహారమును స్వీకరించుచు, ఒకవేళ ఆయన భోజనమునకు పిలువకున్నచో ఉపవసింపవలెను. ఇవియే బ్రహ్మచర్యము ననుసరించువానికి విధింపబడిన కొన్ని వేదనియమములు.

విద్యార్థి ఆ విధముగా గురువు చెంత ఐదు నుండి ఇరువది సంవత్సరముల కాలము వేదాధ్యయనము చేసిన పిమ్మట సమగ్రలక్షణములు కలిగిన మనుజునిగా రూపొందును. వాస్తవమునకు వేదాధ్యయనమనునది విలాసవంతులగు కల్పనాపరుల కొరకు గాక, మనుజుని ఉత్తమ శీలాభివృద్ధికై ఉద్దేశింపబడినది. ఆ శిక్షణము పొందిన పిమ్మట గృహస్థాశ్రమము నందు ప్రవేశించుటకు బ్రహ్మచారికి అవకాశమొసగబడును. గృహస్థునిగా అతడు తన మరింత ఆత్మవికాసమునకు యజ్ఞములను చేయుచు, గీత యందు తెలిపినరీతిగా దేశ, కాల పాత్రులను గూర్చియు మరియు సత్త్వరజస్తమోగుణపూర్ణమైన దానములను గూర్చియు తెలిసి దానము చేయవలసియుండును. గృహస్థధర్మము నుండి అతడు వానప్రస్థాశ్రమమును స్వీకరించిన పిమ్మట వనములందు వసించుట, వల్కములను ధరించుట, శిరోజములను తొలగించుకొనకుండుట వంటి పలుతపముల నాచరింపవలెను. ఈ విధముగా బ్రహ్మచర్యాశ్రమమును, గృహస్థాశ్రమమును, వానప్రస్థాశ్రమమును, ఆ పిదప సన్న్యాసాశ్రమమును చక్కగా నిర్వహించుట ద్వారా మనుజుడు పూర్ణత్వస్థాయికి ఉద్ధరింపబడును. అట్టివారిలో కొందరు స్వర్గాది ఉన్నతలోకములను పొందుదురు. వారు తమ అభ్యాసములో మరింత ఉన్నతిని సాధించినపుడు ఆధ్యాత్మికజగమునందు (నిరాకారబ్రహ్మజ్యోతి యందు గాని లేదా వైకుంఠలోకములు, కృష్ణలోకమునందు గాని) ముక్తిని బడయగలరు. ఈ మార్గమే వేదవాఙ్మయమునందు నిర్దేశింపబడినది.

కాని కృష్ణభక్తిరస భావనపు విశిష్టత యేమనగా కేవలము శ్రీకృష్ణభగవానుని భక్తియుతసేవ నొనర్చుట ద్వారా మనుజుడు సర్వాశ్రమముల యందలి సర్వకర్మలను ఒక్కమారుగా అతిశయించినవాడగుచున్నాడు.

ఈ అధ్యాయమున మరియు సప్తమాధ్యాయమున శ్రీకృష్ణభగవానుడు ఒసగిన ఉపదేశములను ప్రతియొక్కరు అవగాహన చేసికొనవలెనని "ఇదం విదిత్వా" యను పదము సూచించుచున్నది. ఈ అధ్యాయములను పాండిత్యము ద్వారా లేదా ఊహాకల్పనల ద్వారా కాక, భక్తుల సాంగత్యములో శ్రవణము చేయుట ద్వారా ప్రతివారును అవగాహన చేసికొనుటకు ప్రయత్నించవలెను. గీత యందలి సప్తమాధ్యాయము నుండి ద్వాదశాధ్యాయము వరకు గల ఆరు అధ్యాయములు భగవద్గీత సారమై యున్నవి. మొదటి ఆరు అధ్యాయములు మరియు చివరి ఆరు అధ్యాయములు ఆచ్ఛాదనలుగా కలిగిన ఈ నడుమ ఆరు అధ్యాయములు శ్రీకృష్ణభగవానునిచే ప్రత్యేకముగా రక్షింపబడుచున్నవి. భక్తుల సంగములో భగవద్గీతను (ముఖ్యముగా ఈ నడుమ ఆరు అధ్యాయములను) అవగాహన చేసికొనగలిగిన భాగ్యము కలిగినచో మనుజుని జీవితము తపస్సులను, యజ్ఞములను, దానములను, ఊహాకల్పనలను అతిశయించి సఫలమగును. ఏలయన వాని ద్వారా కలుగు ఫలముల నన్నింటిని మనుజుడు కేవలము కృష్ణభక్తిరస భావన యందు నిలిచి సులభముగా పొందగలడు.

భగవద్గీత యందు ఏ కొద్దిపాటి శ్రద్ధయున్నను మనుజుడు దానిని భక్తుల నుండియే నేర్వవలెను. ఏలయన భగవద్గీత భక్తులకు మాత్రమే పూర్ణముగా అవగతమగుననియు, ఇతరులెవ్వరును దాని ముఖ్యోద్దేశ్యమును తెలియజాల రనియు చతుర్థాధ్యాయపు ఆరంభములో తెలుపబడినది. కనుకనే గీతను కృష్ణభక్తుని నుండి మాత్రమే నేర్వవలెను గాని, మానసికకల్పనాపరుల నుండి కాదు. ఇదియే మనుజుని శ్రద్ధకు నిదర్శనమై యున్నది. భక్తుల సాంగత్యము కొరకై అన్వేషించి దానిని పొందినపుడే మనుజుడు గీతాధ్యయనమును వాస్తవముగా ఆరంభించి దానిని అవగతము చేసికొనగలడు. భక్తుల సాంగత్యములో పురోగతి నొందుట ద్వారా అతడు భక్తియుతసేవలో నెలకొనగలడు. ఆ సేవ కృష్ణుని గూర్చిన మరియు కృష్ణుని కర్మలు, రూపము, లీలలు, నామగుణములను గూర్చిన అతని సందేహములను సంపూర్ణముగా నశింపజేయును. సందేహములన్నియును నశించినంత అతడు అధ్యయనములో మరింత నిష్ఠను పొంది, అట్టి నిష్ఠచే

గీతాధ్యయనమున రుచి కలిగి, క్రమముగా కృష్ణుని గూర్చియే సదా చింతించు భావస్థితికి చేరును. అట్టి కృష్ణభావనాస్థితి వృద్ధియైనంత అతనికి కృష్ణుని యందు ప్రేమ ఉదయించును. మానవజన్మ యందలి అత్యంత ఉన్నతమైన ఈ పూర్ణత్వస్థితి భక్తుని ఆధ్యాత్మికాకాశము నందలి కృష్ణలోకమైన గోలోక బృందావనమునకు చేర్చును. అచ్చట భక్తుడు నిత్యసుఖియై అలరారును.

శ్రీమద్భగవద్గీత యందలి "భగవత్ప్రాప్తి" అను అష్టమాధ్యాయమునకు భక్తివేదాంతభాష్యము సమాప్తము.

నవమాధ్యాయము

పరమగుహ్య జ్ఞానము

1

श्रीभगवानुवाच

इदं तु ते गुह्यतमं प्रवक्ष्याम्यनसूयवे।
ज्ञानं विज्ञानसहितं यज्ज्ञात्वा मोक्ष्यसेऽशुभात्॥१॥

శ్రీ భగవానువాచ

ఇదం తు తే గుహ్యతమం ప్రవక్ష్యామ్యనసూయవే ।
జ్ఞానం విజ్ఞానసహితం యద్‌జ్ఞాత్వా మోక్ష్యసే ऽశుభాత్ ॥

శ్రీ భగవానువాచ—శ్రీ కృష్ణభగవానుడు పలికెను; ఇదం—ఈ; తు—కాని; తే—నీకు; గుహ్యతమం—అతిరహస్యమైన; ప్రవక్ష్యామి—తెలియజేసెదను; అనసూయవే—అసూయలేని వాడవు; జ్ఞానం—జ్ఞానమును; విజ్ఞాన—అనుభవపూర్వకజ్ఞానము; సహితం—సహితముగా; యత్—అద్దానిని; జ్ఞాత్వా—తెలిసికొని; మోక్ష్యసే—ముక్తుడవు కాగలవు; అశుభాత్—క్లేశకరమైన ఈ భౌతికస్థితి నుండి.

శ్రీ కృష్ణభగవానుడు పలికెను : ఓ అర్జునా! నీవు నా యెడ ఎన్నడును అసూయ కలవాడవు కానందున ఈ గుహ్యతమజ్ఞానమును మరియు విజ్ఞానమును నీకు తెలియజేసెదను. దీనిని తెలిసిన పిమ్మట భౌతికస్థితి వలన కలిగెడి క్లేశముల నుండి నీవు ముక్తుడవు కాగలవు.

భాష్యము : భక్తుడు శ్రీకృష్ణభగవానుని గూర్చి అధికముగా శ్రవణము చేసినకొలది అధికముగా ఆత్మవికాసము నొందుచుండును. ఇట్టి శ్రవణవిధానమే శ్రీమద్భాగవతము నందు ఈ విధముగా ఉపదేశింపబడినది. “భగవత్కథలు పరమ శక్తిపూర్ణములు. భగవత్సంబంధిత విషయములను భక్తుల సంగములో చర్చించినచో అవి అనుభవమునకు వచ్చును. అనుభవపూర్వక జ్ఞానమైనందున ఇది ఎన్నడును మానసికకల్పనాపరులు లేదా లౌకికవిద్వాంసుల సాంగత్యమున సాధింపబడదు.”

భక్తులు సదా శ్రీకృష్ణభగవానుని సేవలో నిలిచియుందురు. ఆ విధముగా కృష్ణభక్తిభావనా యుతుడైన జీవుని మనోగతమును, శ్రద్ధను గమనించిన ఆ భగవానుడు భక్తుల సాంగత్యములో తనను గూర్చి సంపూర్ణముగా అవగతము చేసికొను బుద్ధిని అతనికి ప్రసాదించును. కృష్ణపరమగు చర్చ అత్యంత శక్తివంతమైనది. అదృష్టభాగుడైన మనుజుడు అట్టి సాంగత్యమును పొంది ఈ జ్ఞానమును అవగతము చేసికొనుటకు యత్నించినచో తప్పక ఆధ్యాత్మిక అనుభవమును బడయగలడు. తన శక్తిపూర్ణమైన సేవ యందు అత్యంత ఉన్నతస్థితిని అర్జునుడు బడయునట్లుగా చేయుటకే శ్రీకృష్ణుడు తానింతవరకు తెలియజేసిన విషయములకన్నను పరమ రహస్యమైనవాటిని ఈ తొమ్మిదవ అధ్యాయమున వివరింపనున్నాడు.

భగవద్గీతకు ఆదియైనటువంటి ప్రథమాధ్యాయము దాదాపు గీతకు ఉపోద్ఘాతము వంటిది కాగా, ద్వితీయ మరియు తృతీయ అధ్యాయములలో వివరింపబడిన ఆధ్యాత్మికజ్ఞానము "గుహ్యము" అయియున్నది. సప్తమ, అష్టమాధ్యాయములలో చర్చించబడిన విషయములు ప్రత్యేకముగా భక్తియుతసేవకు సంబంధించినవై యున్నవి. కృష్ణభక్తిభావన యందు వికాసమును కూర్చునవైనందున అవి "గుహ్యతరము" అయియున్నవి. కాని ఈ నవమాధ్యాయమున వివరింపబడిన విషయములు శుద్ధభక్తికి సంబంధించినవైనందున "గుహ్యతమము" అని పిలువ బడుచున్నవి. శ్రీకృష్ణభగవానుని అట్టి గుహ్యతమ జ్ఞానమునందు స్థితిని పొందినవాడు సహజముగా దివ్యుడగును. తత్కారణముగా అతడు భౌతికజగము నందున్నను భౌతికక్లేశములను పొందడు. కనుకనే హృదయపూర్వకముగా కృష్ణసేవాభిలాషను కలిగియుండెడివాడు భౌతికబంధస్థితిలో నున్నప్పటికిని ముక్తునిగానే భావింపబడవలెనని భక్తిరసామృతసింధువు తెలుపుచున్నది. అదేవిధముగా భగవద్గీత దశమాధ్యాయమునందు కూడా భక్తి యందు నియుక్తుడైనవాడు ముక్తపురుషుడని తెలుపబడినది.

నవమాధ్యాయపు ఈ ప్రథమశ్లోకమునకు ఒక విశేష ప్రాధాన్యము కలదు. దీని యందలి "ఇదం జ్ఞానం" (ఈ జ్ఞానము) అను పదము శ్రవణము, కీర్తనము, స్మరణము, సేవనము, అర్చనము, వందనము, దాస్యము, సఖ్యము, ఆత్మ నివేదనములను నవవిధకర్మలను కూడిన భక్తియుతసేవను సూచించుచున్నది. భక్తియుతసేవ యందలి ఈ తొమ్మిది అంశములను అభ్యాసము చేయుట ద్వారా

మనుజుడు ఆధ్యాత్మికచైతన్యమును (కృష్ణభక్తిరస భావనను) బడయగలడు. ఆ విధముగా హృదయము భౌతికకల్మషము నుండి శుద్ధిపడినంతట అతడు కృష్ణపర జ్ఞానమును సంపూర్ణముగా అవగాహన చేసికొనగలడు. వాస్తవమునకు జీవుడు భౌతికము కాదన్న భావనను పొందుట ఒక్కటే సరిపోదు. అది ఆధ్యాత్మిక అనుభవమునకు నాంది మాత్రమే. పిదప ప్రతియొక్కరు దేహపరమగు కర్మలు మరియు దేహాత్మభావన తొలగినవాని ఆధ్యాత్మికకర్మల నడుమ గల భేదమును చక్కగా గుర్తించవలెను.

శ్రీకృష్ణభగవానుని విభూతిపూర్ణశక్తి, ఉన్నత, న్యూనప్రకృతులుగా తెలియబడు ఆతని వివిధశక్తులు, భౌతికజగత్తు మొదలగునవి సప్తమాధ్యాయమున ఇదివరకే మనము చర్చించియున్నాము. ఇప్పుడు ఈ నవమాధ్యాయమున ఆ భగవానుని వైభవములు విశదీకరింపబడనున్నవి.

ఈ శ్లోకమున "అనసూయవే" అను పదము కూడా మిక్కిలి ప్రధానమైనది. సాధారణముగా గీతావ్యాఖ్యాతలు గొప్ప పండితులైనను దేవదేవుడైన శ్రీకృష్ణుని యెడ అసూయను కలిగియుందురు. మహాపండితులైనవారు కూడా భగవద్గీతకు అసమంజసముగనే వ్యాఖ్యానములు వ్రాయుదురు. వారు కృష్ణుని యెడ అసూయను కలిగియున్నందున వారి వ్యాఖ్యానములు ప్రయోజనశూన్యములు. కేవలము భగవద్భక్తులు వ్రాసిన వ్యాఖ్యానములు మాత్రమే నిజమునకు ప్రామాణికములు. అసూయాగ్రస్థుడైన వాడెవ్వడును భగవద్గీతను యథాతథముగా వివరింపలేడు మరియు కృష్ణుని గూర్చిన సమగ్రమైన జ్ఞానమును అందించ లేడు. కృష్ణుని గూర్చి ఎరుగకయే విమర్శలు కావించువాడు నిక్కముగా మూర్ఖుడు. అటువంటి గీతా వ్యాఖ్యానములను జాగరూకతతో త్యజించవలెను. శ్రీకృష్ణుని పరమపవిత్రుడును, దివ్యపురుషుడును అగు దేవదేవునిగా అవగతము చేసికొనగలిగినవానికి ఈ గీతాధ్యాయములు మిక్కిలి ప్రయోజనకరములు కాగలవు.

2

राजविद्या राजगुह्यं पवित्रमिदमुत्तमम् ।
प्रत्यक्षावगमं धर्म्यं सुसुखं कर्तुमव्ययम् ॥२॥

రాజవిద్యా రాజగుహ్యం పవిత్రమిదముత్తమమ్ ।
ప్రత్యక్షావగమం ధర్మ్యం సుసుఖం కర్తుమవ్యయమ్ ॥

రాజవిద్యా—విద్యల కెల్ల రాజువంటిది; రాజగుహ్యం—రహస్యజ్ఞానములకెల్ల రాజు వంటిది; పవిత్రం—మిక్కిలి పవిత్రమైనది; ఇదం—ఇది; ఉత్తమమ్—దివ్యమైనది; ప్రత్యక్షావగమం—ప్రత్యక్షానుభవముచే తెలియబడినది; ధర్మ్యం—ధర్మనియమము; సుసుఖం—మిక్కిలి సౌఖ్యకరమైనది; కర్తుం—నిర్వహించుటకు; అవ్యయమ్—శాశ్వతమైనది.

ఈ జ్ఞానము విద్యలకెల్ల రాజు వంటిది, సర్వరహస్యములలో పరమ రహస్యమైనది. పరమపవిత్రమైన ఈ జ్ఞానము అనుభవపూర్వకముగా ఆత్మ యొక్క ప్రత్యక్షజ్ఞానమును కలుగజేయుటచే ధర్మము యొక్క పూర్ణత్వమై యున్నది. ఇది శాశ్వతమైనది మరియు ఆచరించుటకు అత్యంత సౌఖ్యకరమైనది.

భాష్యము : పూర్వము తెలుపబడిన సకల సిద్ధాంతములు మరియు తత్త్వముల సారమై యున్నందున భగవద్గీత యందలి ఈ అధ్యాయము విద్యలకెల్ల రాజుగా పిలువబడుచున్నది. భారతదేశమునందలి తత్త్వవేత్తలలో గౌతముడు, కణాదుడు, కపిలుడు, యాజ్ఞవల్క్యుడు, శాండిల్యుడు, వైశ్వానరుడు మరియు వేదాంతసూత్ర రచయితయైన వ్యాసదేవుడు అతిముఖ్యులు. కనుక ఇచ్చట ఆధ్యాత్మికజ్ఞానమునందు గాని లేదా తత్త్వమునందు గాని ఎట్టి కొరతయు లేదు. అట్టి సమస్తజ్ఞానమునకు రాజుగా ఈ నవమాధ్యాయమును శ్రీకృష్ణ భగవానుడు వర్ణించుచున్నాడు. అనగా ఈ అధ్యాయము వేదాధ్యయనము మరియు పలు తత్త్వాధ్యయనము వలన కలిగెడి జ్ఞానము యొక్క సారమై యున్నది. గుహ్యము లేదా దివ్యము నైన జ్ఞానము దేహము మరియు ఆత్మల నడుమ గల భేదమును అవగాహన చేసికొనుట యందు కేంద్రీకరింపబడును గావున ఈ నవమాధ్యాయము రాజగుహ్యముగా కూడా తెలుపబడినది. అట్టి రాజగుహ్యజ్ఞానము భక్తియుతసేవ యందే పరిసమాప్తి నొందును.

సాధారణముగా జనులు ఇట్టి గుహ్యమైన జ్ఞానమునందు గాక, భౌతికమైన జ్ఞానమునందు ప్రవీణులై యుందురు. లౌకికవిద్యకు సంబంధించినంతవరకు జనులు రాజనీతి, సామాజికశాస్త్రము, భౌతికశాస్త్రము, రసాయనశాస్త్రము, గణితశాస్త్రము, ఖగోళశాస్త్రము, యంత్రశాస్త్రముల వంటి వాటితోనే సంబంధమును కలిగియున్నారు. ప్రపంచమందంతటను పలు విజ్ఞానశాఖలు మరియు విశ్వవిద్యాలయములు ఉన్నను దురదృష్టవశాత్తు వారికి ఆత్మను గూర్చి

విద్యగరుపు విశ్వవిద్యాలయముగాని లేక విద్యాసంస్థగాని ఎచ్చోటను లేదు. కాని వాస్తవమునకు దేహమునందు ఆత్మ అత్యంత ముఖ్యాంశమై యున్నది. ఆత్మ లేని దేహము నిరుపయోగమును, విలువరహితమును కాగలదు. అయినను జనులు ముఖ్యమైన ఆత్మను గూర్చి పట్టించుకొనక దేహావసరములకే ఎక్కువ ప్రాముఖ్యము నొసగుచున్నారు.

భగవద్గీత (ముఖ్యముగా ద్వితీయాధ్యాయము నుండి) ఆత్మ యొక్క ప్రాముఖ్యమును నొక్కి చెప్పుచున్నది. దేహము నశ్వరమనియు మరియు ఆత్మ అవ్యయమనియు శ్రీకృష్ణభగవానుడు ఆదిలోనే తెలిపియుండెను (అన్తవన్త ఇమే దేహా నిత్యస్యోక్తాః శరీరిణః). ఆత్మ దేహము కన్నను అన్యమైనదనియు మరియు అది నిర్వికల్పము, నాశరహితము, శాశ్వతమనియు తెలిసికొన గలుగుటయే జ్ఞానమునందలి గుహ్యభాగము. కాని వాస్తవమునకు ఇది ఆత్మను గూర్చిన పూర్తి విషయమును తెలుపజాలదు. ఆత్మ దేహము కన్నను వేరుగా నుండి, దేహము నశించిన పిమ్మట లేదా మోక్షము ప్రాప్తించిన పిమ్మట శూన్యము నందు నిలిచి నిరాకారమగునని కొందరు భావింతురు. కాని వాస్తవమునకు అది సత్యము కాదు. దేహమునందు నిలిచియున్నప్పుడు చైతన్యపూర్ణమై యుండు ఆత్మ దేహము నుండి ముక్తిని పొందిన పిదప ఎట్లు చైతన్యరహితమగును ? అనగా ఆత్మ నిత్యము చైతన్యపూర్ణమే. ఆత్మ నిత్యమేయైనచో, అది శాశ్వతముగా చైతన్యపూర్ణమై యుండవలెను. భగవద్ధామమునందు ఆ నిత్యమైన ఆత్మ యొక్క కార్యకలాపములే ఆధ్యాత్మికజ్ఞానపు పరమగుహ్యభాగమై యున్నవి. కనుకనే ఆత్మ యొక్క కార్యకలాపములు ఇచ్చట రాజవిద్యగా (పరమగుహ్య జ్ఞానము) పేర్కొనబడినవి.

వేదవాఙ్మయమున తెలుపబడినట్లు ఈ జ్ఞానము సమస్త కర్మల పవిత్రరూపమై యున్నది. పద్మపురాణమునందు మనుజుల పాపకర్మలు విశ్లేషించబడి, వారి పాపములే వాటికి మూలమని నిరూపింపబడినది. కామ్యకర్మరతులైనవారు ఆ పాపఫలముల వివిధదశలలో మరియు వివిధరూపములలో సదా తగుల్కొని యుందురు. ఉదాహరణకు ఒక విత్తనమును నాటినప్పుడు, వృక్షము వెంటనే ప్రత్యక్షము కాదు. దానికి కొంత సమయము పట్టును. తొలుత అది చిన్న మొక్కగా నుండి, పిదప వృక్షరూపమును దాల్చి పుష్పములను, ఫలములను ఒసగును. ఆ

కార్యము పూర్తయిన పిమ్మట వాటిని ఆ చెట్టు విత్తనమును నాటినవాడు అనుభవించును. అదే విధముగా మనుజుడు పాపకార్యమొనర్చినపుడు అది విత్తనము వలె ఫలించుటకు కొంత సమయము తీసికొనును. అనగా ఆ కార్యములో పలు స్థితులుండును. కనుకనే పాపకార్యములను ఆపివేసినను మనుజుడు పూర్వము చేసిన పాపకర్మఫలములను అనుభవింపవలసివచ్చును. కొన్ని పాపములు బీజరూపములో నుండగా, మరికొన్ని ఫలించియుండును. ఫలరూపములు దాల్చిన పాపముల వలననే మనము కలతను, బాధను పొందుచుందుము.

సప్తమాధ్యాయపు ఇరువదిఎనిమిదవ శ్లోకమున వివరింపబడినట్లు సర్వ విధములైన పాపకర్మఫలములను నశింపచేసికొనినవాడును, భౌతికజగపు ద్వంద్వముల నుండి ముక్తిని పొందిన కారణముగా పుణ్యకార్యములందు నియుక్తుడైనవాడును అగు మనుజుడు దేవదేవుడైన శ్రీకృష్ణుని భక్తియందు నెలకొనగలడు. అనగా శ్రీకృష్ణభగవానుని భక్తియుతసేవ యందు నిలిచినవారు సర్వపాపఫలముల నుండి ముక్తిని పొందినట్టివారే. ఈ విషయము పద్మపురాణమునందు ఇట్లు నిర్ధారింపబడినది.

అప్రారబ్ధఫలం పాపం కూటం బీజం ఫలోన్ముఖమ్ ।
క్రమేణైవ ప్రలీయేత విష్ణుభక్తిరతాత్మనామ్ ॥

శ్రీకృష్ణుని భక్తియుతసేవలో నిలిచినవారి సర్వపాపఫలములు ఫలవంతములైనను, సంచితములైనను లేదా బీజరూపమున ఉన్నను అవి క్రమముగా నశించిపోవును. అనగా భక్తియోగపు పవిత్రీకరణశక్తి అత్యంత ఘనమైనది. కనుకనే ఇది "పవిత్ర ముత్తమమ్" అని పిలువబడినది. ఉత్తమమనగా దివ్యమని భావము. తమస్సనగా భౌతికజగము లేక అంధకారము. కనుకనే ఉత్తమమనగా భౌతికకర్మలకు పరమైనదని అర్థము. తత్కారణముగా భక్తి యుతకర్మలను ఎన్నడును భౌతికకర్మలుగా భావింపరాదు. కొన్నిమార్లు భక్తులు లౌకికుల వలె కర్మల యందు నియుక్తులైనను ఆ విధముగా భావింపరాదు. భక్తియోగము నెరిగి, దానితో సంబంధమును కలిగినవాడు మాత్రమే భక్తుని కర్మలు భౌతికములు కావని ఎరుగగలడు. ప్రకృతి త్రిగుణములచే అంటబడక అవి ఆధ్యాత్మికములును, భక్తిపూర్ణములును అయి యుండును.

భక్తియోగ నిర్వహణము సమగ్రమైనందున ఫలితములను ప్రత్యక్షముగా పొందవచ్చునని ఇచట తెలుపబడినది. ఆ ప్రత్యక్షఫలితము వాస్తవముగా

అనుభవైకవేద్యమై యున్నది. శ్రీకృష్ణనామమును (హరే కృష్ణ హరే కృష్ణ కృష్ణ కృష్ణ హరే హరే/హరే రామ హరే రామ రామ రామ హరే హరే) దోషరహితముగా జపకీర్తనములను కావించు మనుజుడు ఆధ్యాత్మికానందమును పొంది శీఘ్రమే పాపపంకిలము నుండి బయటపడును. ఇది ప్రత్యక్షముగా గాంచనగును. ఇంకను మనుజుడు శ్రవణమునే గాక భక్తిప్రచారమును కూడా చేసినచో లేదా కృష్ణసంబంధ కార్యముల నొనరించుటకు తోడ్పడినచో క్రమముగా మరింత ఆధ్యాత్మిక అభివృద్ధిని పొందగలడు. ఈ ఆధ్యాత్మికాభివృద్ధి అతని పూర్వవిద్య లేదా యోగ్యతలపై ఆధారపడియుండదు. ఈ విధానమే పరమ పవిత్రమైనందున కేవలము దీని యందు పాల్గొనుట ద్వారా మనుజుడు పవిత్రుడు కాగలడు.

వేదాంతసూత్రమందు (3.2.26) ఇదే విషయము ఇట్లు వివరింపబడినది. "ప్రకాశశ్చకర్మణ్యభ్యాసాత్ - భక్తియుతసేవ అత్యంత శక్తివంతమగుటచే తత్కార్యమునందు నియుక్తులైనవారు అసంశయముగా జ్ఞానవికాసము నొందుదురు." తన పూర్వజన్మమున దాసీపుత్రుడైన నారదుని వృత్తాంతము ఈ విషయమున చక్కని ఉపమానము కాగలదు. ఆ జన్మమున అతనికి విద్యగాని, ఉన్నతకుల జన్మముగాని లేదు. కాని తన తల్లి మహాభక్తుల సేవలో నిలిచినపుడు అతడు కూడా వారి సేవలో నిలిచెను. కొన్నిమార్లు తల్లి లేనటువంటి సమయమున స్వయముగా అతడు భక్తులకు సేవనొనర్చెను. ఈ విషయమున తన అనుభవమును నారదముని ఈ విధముగా పలికిరి.

ఉచ్ఛిష్టలేపా ననుమోదితో ద్విజైః సకృత్ స్మ భుఞ్జే తదపాస్తకిల్బిషః ।
ఏవం ప్రవృత్తస్య విశుద్ధ చేతస స్తద్ధర్మ ఏవాత్మరుచిః ప్రజాయతే ॥

శ్రీమద్భాగవతపు ఈ శ్లోకము (1.5.25) నందు నారదుడు తన పూర్వజన్మ వృత్తాంతమును శిష్యుడైన వ్యాసదేవునికి వివరించెను. శుద్ధభక్తులగు వారు నిలిచి యున్న నాలుగుమాసములు సేవకునిగా నిలిచి వారితో సన్నిహితముగా వర్తించితినని నారదుడు పలికెను. వారి ఆహారపాత్రలను శుద్ధిచేయుట యందు నియుక్తుడైన అతడు ఒకమారు వారు పాత్రలలో కొంత ప్రసాదమును వదలి వేయగా ఆ ఉచ్ఛిష్టమును స్వీకరింపదలచెను. పిమ్మట అతడు దానికై వారలను అర్థించి, వారు అనుగ్రహించినంతట దానిని భుజించి, తత్ఫలితముగా సర్వపాపఫలముల నుండి ముక్తుడయ్యెను. ప్రసాదసేవనముతో నారదుడు ఆ భక్తుల వలె శుద్ధాంతరంగుడయ్యెను. ఆ భక్తులు శ్రవణ,కీర్తనముల ద్వారా అకుంఠిత

భక్తి మధురిమను ఆస్వాదించుచుండిరి. నారదుడు సైతము క్రమముగా అదే రుచిని పెంపొందించుకొనెను. ఆ విషయమున నారదుడు ఇంకను ఇట్లు పలికెను.

తత్రాన్వహమ్ కృష్ణకథాః ప్రగాయతామ్
అనుగ్రహేణాశ్రుణవం మనోహరాః ।
తాః శ్రద్ధయా మేऽనుపదం విశృణ్వతః
ప్రియశ్రవస్యఙ్గ మమాభవద్రుచిః ॥

భక్తుల సాంగత్యమున నారదుడు శ్రీకృష్ణభగవానుని మహిమల శ్రవణ, కీర్తనములందు రుచిని పొంది, భక్తియుతసేవ యెడ గొప్ప కోరికను పెంపొందించుకొనెను. అనగా వేదాంతసూత్రములో వివరించినట్లు భక్తియుతసేవలో నిలిచినవానికి సర్వము అప్రయత్నముగా విదితమై అవగాహనమునకు వచ్చును (ప్రకాశశ్చ కర్మణ్యభ్యాసాత్). ఇదియే "ప్రత్యక్షము" (నేరుగా అనుభూతిని బడయుట) అని పిలువబడును.

"ధర్మ్యమ్" అనగా ధర్మమార్గమని భావము. నారదుడు వాస్తవమునకు దాసీపుత్రుడు. విద్యాలయమున కేగి విద్య నభ్యసించు అవకాశము అతనికి లభింపలేదు. కేవలము అతడు తన తల్లికి ఆమె పనులలో సహకరించుచుండెడి వాడు. కాని అదృష్టవశాత్తు ఆమె భక్తులకు సేవజేయు అవకాశమును పొంది నందున నారదుడు కూడ ఆ భక్తులను సేవించు అవకాశమును పొంది, వారి సాహచర్యములో సమస్త ధర్మముల చరమలక్ష్యమును పొందగలిగెను. శ్రీమద్భాగవతము నందు తెలుపబడినట్లు సమస్త ధర్మముల చరమలక్ష్యము శ్రీకృష్ణభగవానుని భక్తియుతసేవయే (స వై పుంసాం పరోధర్మో యతో భక్తిరధోక్షజే). ధార్మికజనులు సైతము ధర్మము యొక్క పూర్ణత్వము శ్రీకృష్ణ భగవానుని భక్తియుక్తసేవను పొందుటయేనన్న విషయమును ఎరుగలేరు. అష్టమాధ్యాయపు చివరి శ్లోకపు (వేదేషు యజ్ఞేషు తపస్సుచైవ) భాష్యమున చర్చింపబడినట్లు సాధారణముగా ఆత్మానుభూతి కొరకు వేదజ్ఞానము అవసరమై యున్నది. కాని ఇచ్చట నారదుడు గురుకులమునకు పోకపోయినను మరియు వేదనియమములందు విద్యను పొందకున్నను వేదాధ్యయనపు ఉన్నత ఫలితములను మాత్రము సాధింపగలిగెను. అనగా ఈ విధానము పరమశక్తి పూర్ణమగుటచే ధర్మవిధానమును సక్రమముగా పాటింపకనే మనుజుడు పూర్ణత్వమును బడయవచ్చును. కాని అది యెట్లు సంభవము? ఈ విషయము

వేదవాఙ్మయము నందును నిరూపింపబడినది (ఆచార్యవాన్ పురుషో వేద). అనగా మనుజుడు విద్యావంతుడు కాకపోయినను లేదా వేదాధ్యయనము కావింపకున్నను గొప్ప ఆచార్యుల సంగమునందు ఆత్మానుభూతికి వలసిన జ్ఞానమంతయు అతనికి విదితము కాగలదు.

భక్తియుత సేవావిధానము అత్యంత సౌఖ్యకరమైనది (సుసుఖం). దానికి కారణమేమని ఎవరైనను ప్రశ్నించవచ్చును. భక్తియుతసేవ శ్రవణకీర్తనాదులను కలిగియున్నందున దాని యందు శ్రీకృష్ణుని యశోకీర్తనను శ్రవణము చేయుటకు లేదా ఆధ్యాత్మికజ్ఞానమును గూర్చి ప్రామాణికులగు ఆచార్యులొసగు తాత్త్విక ప్రవచనములను వినుటకు అవకాశము కలుగును. అనగా దీని యందు కేవలము శ్రవణము ద్వారా మనుజుడు జ్ఞానసముపార్జన చేయగలడు. అంతియేగాక శ్రీకృష్ణభగవానునకు అర్పింపబడిన రుచికరపదార్థములను ప్రసాదరూపమున గ్రహించవచ్చును. ఈ విధముగా భక్తియుతసేవ అడుగడుగునా ఆనందపూర్ణమును, సౌఖ్యకరమును అయియుండును. అట్టిఈ భక్తిని పేదరికమునందును ఒనరింపవచ్చును. భక్తుడు ఏది ఒసగినను తాను ప్రీతితో స్వీకరింతునని శ్రీకృష్ణభగవానుడు పలికెను (పత్రం పుష్పం ఫలం తోయం). పత్రము, పుష్పము, ఫలము, జలము వంటివి సర్వత్రా లభించునట్టివి మరియు ఎట్టి సాంఘికస్థితి యందున్నను మనుజుడు వాటిని అర్పింప సమర్థుడై యుండును. కనుక ఎవరైనను ప్రేమతో వాటిని ఒసగినచో ఆ భగవానుడు తప్పక స్వీకరించును. దీనికి చరిత్రలో పలు ఉదాహరణములు కలవు. శ్రీకృష్ణభగవానుని చరణకమలములకు అర్పింప బడిన తులసీపత్రములను రుచి చూచుట ద్వారా సనకాదుల వంటి మహామునులు గొప్ప భక్తులైరి. కనుకనే భక్తియోగము బహుచక్కనైనది. దీనిని అత్యంత ఆనందముతో ఎవ్వరైనను ఆచరింపవచ్చును. తనకు ప్రేమతో ఒసగినవాటినే భగవానుడు స్వీకరించును.

ఇచ్చట భక్తియుతసేవ నిత్యమనియు తెలుపబడినది. అదియెన్నడును మాయావాద తత్త్వవేత్తలు పలికినట్లు కాబోదు. వారు కొన్నిమార్లు నామమాత్ర భక్తిని స్వీకరించినను దానిని ముక్తిని పొందునంతవరకే కొనసాగింతుమనియు, మోక్షమును బడసిన పిమ్మట భగవానునిలో ఐక్యము నొందెదమనియు భావింతురు. కాని అట్టి తాత్కాలికమైన భక్తి శుద్ధభక్తిగా అంగీకరింపబడదు. నిజమైన భక్తి మోక్షము

పిదపను కొనసాగును. భగవద్ధామమును చేరినపుడు భక్తుడు శ్రీకృష్ణభగవానుని సేవ యందే నియుక్తుడగును గాని, ఆతనితో ఏకమగుటకు ఎన్నడును యత్నింపడు.

భగవద్గీత యందు మున్ముందు మనము గాంచనున్నట్లు, నిజమైన భక్తి ముక్తి పిదపనే ఆరంభమగును. ముక్తిని పొందిన బ్రహ్మభూతస్థితిలో నిలిచినప్పుడే వాస్తవమైన భక్తి ఆరంభమగుచున్నది (సమః సర్వేషు భూతేషు మద్భక్తిం లభతే పరామ్). కర్మయోగము, జ్ఞానయోగము, అష్టాంగయోగము లేదా వేరే ఇతర యోగముల ద్వారా శ్రీకృష్ణభగవానుని సంపూర్ణముగా తెలియుట ఎవ్వరికిని సాధ్యము కాదు. ఈ యోగపద్ధతుల ద్వారా భక్తి వైపుకు మనుజుడు కొద్దిగా పురోగమించవచ్చునేమోగాని, భక్తియుతసేవాస్థాయికి రానిదే ఎవ్వరును శ్రీకృష్ణభగవానుని వాస్తవముగా అవగతము చేసికొనలేరు. కనుకనే భక్తియుతసేవ నొనర్చుచు (ముఖ్యముగా మహాత్ముల ద్వారా శ్రీమద్భాగవతమును లేదా భగవద్గీతను శ్రవణము చేయుట ద్వారా) మనుజుడు శుద్ధిపడినప్పుడే కృష్ణపరజ్ఞానమును అవగాహన చేసికొనగలడని శ్రీమద్భాగవతమునందు నిర్ధారింపబడినది. "ఏవం ప్రసన్నమనసో భగవత్ భక్తియోగతః" అనగా హృదయము కల్మషముల నుండి శుద్ధిపడినపుడు మనుజుడు భగవత్తత్త్వము నెరుగగలడు. కనుకనే కృష్ణభక్తిభావనా పూర్ణమైన భక్తియోగవిధానము విద్యలకెల్ల మరియు రహస్యజ్ఞానములకెల్ల రాజువై యున్నది. ధర్మము యొక్క పవిత్ర రూపమైన దీనిని ఎటువంటి కష్టము లేకుండా ఆనందముగా నిర్వహింపవచ్చును. కనుకనే ప్రతియొక్కరు ఈ దివ్యమైన భక్తిమార్గమును అవలంబింపవలసి యున్నది.

3

अश्रद्दधानाः पुरुषा धर्मस्यास्य परन्तप।
अप्राप्य मां निवर्तन्ते मृत्युसंसारवर्त्मनि ॥३॥

అశ్రద్దధానాః పురుషా ధర్మస్యాస్య పరన్తప ।
అప్రాప్య మాం నివర్తన్తే మృత్యుసంసారవర్త్మని ॥

అశ్రద్దధానాః—శ్రద్ధ లేనివారు; పురుషాః—జనులు; ధర్మస్య—ధర్మవిధానమునకు; అస్య—ఈ; పరన్తప—శత్రుంజయుడా; అప్రాప్య—పొందక; మామ్—నన్ను; నివర్తన్తే—తిరిగి వత్తురు; మృత్యు—మృత్యువు; సంసార—భౌతికస్థితి; వర్త్మని—మార్గమునకు.

ఓ శత్రుంజయుడా! ఈ భక్తియుతసేవ యందు శ్రద్ధ లేనివారు నన్ను పొంద లేరు. కనుక వారు ఈ భౌతికజగమునందలి జనన, మరణమార్గమునకే తిరిగివత్తురు.

భాష్యము : శ్రద్ధలేనివారు ఈ భక్తియోగవిధానమును పొందలేరన్నది ఈ శ్లోకములోని సారాంశము. శ్రద్ధ యనునది భక్తుల సాంగత్యము ద్వారా కలుగగలదు. అదృష్టహీనులైనవారు మహాత్ముల ద్వారా వేదవాఙ్మయము నందలి నిదర్శనములను శ్రవణము చేసిన పిమ్మటయు శ్రీకృష్ణభగవానుని యందు శ్రద్ధను గాని, విశ్వాసమును గాని పొందరు. సంశయాత్ములైనందున వారు ఆ భగవానుని భక్తియోగములో స్థితిని పొందలేరు. కనుకనే కృష్ణభక్తిభావన యందు పురోగతికి విశ్వాసము లేదా శ్రద్ధ యనునది అత్యంత ముఖ్యమైన అంశముగా పేర్కొనబడినది. దేవదేవుడైన శ్రీకృష్ణుని సేవామాత్రము చేతనే మనుజుడు పూర్ణత్వమును సాధింపగలడనెడి సంపూర్ణ నమ్మకమే విశ్వాసమని "చైతన్యచరితామృతము" తెలుపుచున్నది. అదియే నిజమైన శ్రద్ధ. ఈ విషయమును గూర్చి శ్రీమద్భాగవతము (4.31.14) నందు ఇట్లు తెలుప బడినది.

యథాతరోర్మూలనిషేచనేన తృప్యన్తి తత్స్కన్ధభుజోపశాఖాః ।
ప్రాణోపహారాచ్చ యథేన్ద్రియాణాం తథైవ సర్వార్హణమచ్యుతేజ్యా ॥

"వృక్షమూలమునకు నీరుపోయుట ద్వారా కొమ్మలు, రెమ్మలు, పత్రములను సంతృప్తిపరచినట్లు మరియు ఉదరమునకు ఆహారము నొసగుట ద్వారా ఇంద్రియములన్నింటిని తృప్తిపరచినట్లు, శ్రీకృష్ణభగవానుని దివ్యమగు సేవ యందు నిలుచుట ద్వారా మనుజుడు సర్వదేవతలను మరియు సర్వ ఇతర జీవులను అప్రయత్నముగా సంతృప్తిపరచినవాడగును." కనుక ప్రతియొక్కరు సర్వవిధములైన కర్మలను, ధర్మములను విడిచి శ్రీకృష్ణభగవానుని భక్తియుక్తసేవను స్వీకరింపవలసియున్నది. గీతను పఠించిన పిమ్మట ప్రతియొక్కరును ఈ గీతాసారాంశమునకే అరుదెంచవలెను. ఇట్టి తత్త్వము పట్ల నిశ్చయమును పొందుటయే శ్రద్ధ యనబడును.

అట్టి శ్రద్ధను పెంపొందించుకొనుటయే కృష్ణభక్తిరస భావన విధానము. భక్తిభావన కలిగిన మనుజులు మూడు తరగతులుగా నుందురు. మూడవతరగతి వారికి

ఏమాత్రము శ్రద్ధ ఉండదు. వారు పైకి భక్తియుక్తసేవలో నిలిచినను పూర్ణత్వమును మాత్రము సాధింపలేరు. కొంతకాలము పిదప వారు పతనము చెందు అవకాశము కలదు. భక్తిలో నిలిచినను శ్రద్ధ లేనందున వారు కృష్ణభక్తిభావనను కొనసాగింపలేరు. ఈ విషయమున నాకు స్వానుభవము కలదు. మా ప్రచారోద్యమమున కొందరు కొన్ని కోరికలతో వచ్చిచేరి, కొద్దిగా ఆర్థిక స్థిరత్వమును పొందినంతనే దీనిని వదిలివేసి తమ పూర్వపు మార్గములనే స్వీకరించియుండిరి. అనగా కేవలము శ్రద్ధ ద్వారానే ఎవరైనను కృష్ణభక్తిభావనలో పురోగతి నొందగలరు. భక్తియుక్తసేవను గూర్చిన శాస్త్రములందు నిష్ణాతుడై, సంపూర్ణ శ్రద్ధను కలిగిన మనుజుడు ఉత్తమతరగతికి చెందిన భక్తుడు. ఆధ్యాత్మికగ్రంథములను అవగాహన చేసికొనలేకున్నను కృష్ణభక్తియే ఉత్తమవిధానమని భావించి దానిని చేపట్టిన వాడు రెండవతరగతికి చెందినవాడు. ఈ ఇరువురును మూడవతరగతి భక్తుని కన్నను ఉన్నతులు. మూడవ తరగతివారు శాస్త్రజ్ఞానముగాని, శ్రద్ధగాని లేకున్నను భక్తుల సాంగత్యము ద్వారా నమ్రతతో దీనిని అనుసరింప యత్నించుచుందురు. అట్టి మూడవతరగతికి చెందినవాడు పతనము చెందు అవకాశమున్నది. కాని రెండవతరగతికి చెందిన భక్తుడు పతనము నొందడు. ఇక ఉత్తమతరగతికి చెందిన భక్తుని విషయమున పతనమునకు అవకాశమే లేదు. అట్టివాడు తన సాధనలో నిక్కముగా పురోగమించి అంత్యమున దివ్యఫలమును పొందును. కృష్ణభక్తిభావన యందలి మూడవతరగతికి చెందిన భక్తుడు కృష్ణభక్తి ఉత్తమమనెడి విషయమును కొద్దిగా తెలిసినను, భగవద్గీత మరియు శ్రీమద్భాగవతముల ద్వారా తగినంత కృష్ణపరజ్ఞానమును పొందని కారణముగా కర్మయోగము, జ్ఞాన యోగముల యెడ కొద్దిగా అభిరుచిని కలిగి కలతను పొందుచుండును. కాని కర్మయోగము లేదా జ్ఞానయోగమనెడి కల్మషముల నుండి బయటపడినంతనే అతడు రెండవ తరగతి భక్తుడుగనో లేక ఉత్తమతరగతి భక్తుడుగనో ఉన్నతిని పొంద గలడు. శ్రీకృష్ణభగవానుని యందలి శ్రద్ధ సైతము మూడుదశలుగా విభజింపబడి శ్రీమద్భాగవతమునందు వివరింపబడినది. శ్రీకృష్ణునిపై గల అనురాగము సైతము ఉత్తమము, మధ్యమము, అధమము లనెడి మూడురకములని శ్రీమద్భాగవతము నందలి ఏకాదశస్కంధమున తెలుపబడినది. శ్రీకృష్ణుని గూర్చియు మరియు భక్తియుతసేవ యొక్క వైభవమును గూర్చియు శ్రవణము చేసిన పిమ్మట కూడా అది కేవలము ప్రశంస మాత్రమే యని భావించువారు

భక్తియుక్తసేవ యందు నిలిచినను దాని యందు కొనసాగలేరు. వారికి పూర్ణత్వమును సాధించు అవకాశములు అతిస్వల్పము. కనుక భక్తియోగ నిర్వహణమునందు శ్రద్ధ యనునది అత్యంత ముఖ్యమై యున్నది.

4

मया ततमिदं सर्वं जगदव्यक्तमूर्तिना।
मत्स्थानि सर्वभूतानि न चाहं तेष्ववस्थितः ॥४॥

మయా తతమిదం సర్వం జగదవ్యక్తమూర్తినా ।
మత్‌స్థాని సర్వభూతాని న చాహం తేష్వవస్థితః ॥

మయా—నాచేత; తతం—వ్యాప్తమైనది; ఇదం—ఈ; సర్వం—సమస్త; జగత్—జగత్తు; అవ్యక్తమూర్తినా—అవ్యక్తరూపముచే; మత్‌స్థాని—నా యందున్నవి; సర్వభూతాని—సకలజీవులు; అహం—నేను; తేషు—వానియందు; న చ అవస్థితః—లేను.

సమస్తజగత్తు అవ్యక్తరూపమున నాచే ఆవరించబడియున్నది. జీవులన్నియు నా యందున్నవి, కాని నేను వాని యందు లేను.

భాష్యము : దేవదేవుడైన శ్రీకృష్ణుడు జడమైన ఇంద్రియములకు అనుభూతుడు కాడు. ఇదే విషయము ఈ క్రింది విధముగా తెలుపబడినది.

అతః శ్రీకృష్ణనామాది న భవేద్గ్రాహ్య మిన్ద్రియైః ।
సేవోన్ముఖేహి జిహ్వాదౌ స్వయమేవ స్ఫురత్యదః ॥
(భక్తిరసామృతసింధువు 1.2.234)

శ్రీకృష్ణుని నామము, మహిమము, లీలాదులు ఇంద్రియములచే అవగాహనకు రావు. తగిన నేతృత్వములో భక్తియుతసేవ యందు నిలిచిన మనుజునికే ఆతడు స్వయముగా విదితుడు కాగలడు. కనుకనే "ప్రేమాంజన చ్ఛురిత భక్తి విలోచనేన సంత సదైవ హృదయేషు విలోకయన్తి" యని బ్రహ్మసంహిత యందు తెలుపబడినది. అనగా దేవదేవుడైన గోవిందుని యెడ దివ్యమైన ప్రేమను వృద్ధికావించుకొనినవాడు ఆ భగవానుని సదా తన అంతర్బాహ్యములలో గాంచగలడు. సాధారణజనులకు ఆతడు అగోచరుడు. ఆ భగవానుడు సర్వవ్యాపియై సర్వత్రా నిలిచియున్నను ఇంద్రియములచే అనుభూతుడు కాడని ఇచ్చట తెలుపబడినది. ఇదే విషయము "అవ్యక్తమూర్తినా" అను పదము ద్వారా ఇచ్చట సూచించబడినది. మనమాతనిని గాంచలేకున్నను వాస్తవమునకు సర్వము ఆతని యందే స్థితిని కలిగియున్నది. సప్తమాధ్యాయమున ఇదివరకే చర్చించినట్లు

జగత్తంతయు ఆతని ఆధ్యాత్మికశక్తి, భౌతికశక్తుల కలయిక చేతనే ఏర్పడినది. సూర్యకాంతి విశ్వమంతటను వ్యాపించియున్నట్లు, శ్రీకృష్ణభగవానుని శక్తియు సృష్టియందంతటను వ్యాపించియుండి, సమస్తము ఆ శక్తి యందు స్థితిని కలిగి యున్నది.

శ్రీకృష్ణభగవానుడు సర్వత్రా వ్యాపించి యుండుటచే తన వ్యక్తిగత రూపమును కోల్పోవునని ఎవ్వరును భావింపరాదు. అటువంటి వాదనను ఖండించుటకే ఆ భగవానుడు "సర్వత్రా నిలిచియున్న నా యందే సర్వము నిలిచియున్నను నేను సర్వమునకు పరుడనై యున్నాను" అని పలికెను. ఉదాహరణకు రాజు నడుపు ప్రభుత్వము అతని శక్తి యొక్క వ్యక్తీకరణమే. ప్రభుత్వము నందలి వివిధశాఖలు అతని శక్తిస్వరూపములై అతని శక్తి పైననే ఆధారపడియుండును. అయినను రాజు తన ప్రభుత్వమునందలి ప్రతి శాఖలోను వ్యక్తిగతముగా మాత్రము నిలిచి యుండడు. ఈ లౌకిక ఉదాహరణములో వలెనే మనము గాంచు సమస్తసృష్టి మరియు భౌతిక, ఆధ్యాత్మికజగత్తులలోని సమస్తము దేవదేవుడైన శ్రీకృష్ణుని శక్తి పైననే ఆధారపడియున్నవి. ఆ భగవానుని వివిధశక్తుల విస్తారము వలననే జగత్తు సృజింపబడుచున్నది. భగవద్గీత యందు తెలుపబడినట్లు శ్రీకృష్ణ భగవానుడు స్వీయ ప్రాతినిధ్యమైన తన వివిధశక్తుల విస్తారముచే సర్వత్రా నిలిచియుండును (విష్ట భ్యాహమిదం కృత్స్నమ్).

5

न च मत्स्थानि भूतानि पश्य मे योगमैश्वरम्।
भूतभृन्न च भूतस्थो ममात्मा भूतभावनः ॥५॥

న చ మత్స్థాని భూతాని పశ్య మే యోగమైశ్వరమ్ ।
భూతభృన్న చ భూతస్థో మమాత్మా భూతభావనః ॥

న చ—కావు; మత్స్థాని—నా యందున్నవి; భూతాని—సృష్టియంతయు; పశ్య—చూడుము; మే—నా యొక్క; యోగమైశ్వరమ్—అచింత్యమైన యోగశక్తిని; భూతభృత్—సర్వజీవులను పోషించువాడను; న చ భూతస్థః—వ్యక్తమైన ప్రపంచమునందున్నవాడను కాను; మమ ఆత్మా—నేను; భూతభావనః—సర్వసృష్టులకు కారణము.

అయినను సృష్టించబడిన సమస్తము నా యందు స్థితిని కలిగియుండదు. అచింత్యమైన నా యోగవైభవమును గాంచుము! నేను సర్వజీవులను

పోషించు వాడను మరియు సర్వత్రా వసించువాడనైనను, సర్వసృష్టికి కారణుడనై నందున ఈ దృశ్యమానజగత్తు నందలి భాగమును కాను.

భాష్యము : సమస్తము తన యందే స్థితిని కలిగియున్నదని (మత్థాని సర్వభూతాని) శ్రీకృష్ణభగవానుడు ఇచ్చట పలుకగా దానిని వేరువిధముగా అర్థము చేసికొనరాదు. వాస్తవమునకు విశ్వము యొక్క భరణ, పోషణములతో ప్రత్యక్షముగా ఆ భగవానునకు ఎట్టి సంబంధము లేదు. కొన్నిమార్లు "అట్లాస్" తన భుజములపై భూగోళమును మోయుచు, అట్టి కార్యములో అలసినట్లుగా మనము చిత్రములలో గాంతుము. ఇదే భావనను శ్రీకృష్ణభగవానుడు విశ్వమును భరించుచున్నాడనెడి విషయమున మనము ఊహింపరాదు. ఏలయన తన యందే సర్వము స్థితిని కలిగియున్నను తాను మాత్రము వాటికి పరుడనై యున్నానని భగవానుడు ఇచ్చట పలుకుచున్నాడు. గ్రహమండలము అంతరిక్షమున నిలిచియున్నది. ఆ అంతరిక్షము భగవానుని శక్తియైనను, ఆతడు అంతరిక్షమునకు భిన్నుడు. ఆతడు భిన్నముగా స్థితుడై యున్నాడు. కనుకనే "జీవులందరును నా అచింత్యశక్తి యందు నిలిచియున్నను, దేవదేవుడైన నేను వారికి పరుడనై యున్నాను" అని శ్రీకృష్ణభగవానుడు పలికినాడు. ఇదియే శ్రీకృష్ణుని అచింత్యమైన యోగవైభవము.

"భగవానుడు తన శక్తి ప్రదర్శనము చేయుచు ఊహాతీతములైన అద్భుత లీలలను గావించుచున్నాడు" అని వేదనిఘంటువైన నిరుక్తి యందు తెలుప బడినది (యుజ్యతే ऽనేన దుర్ఘటేషు కార్యేషు). శ్రీకృష్ణభగవానుడు దివ్యములైన వివిధశక్తులను కలిగియున్నాడు మరియు ఆతని సంకల్పమే వాస్తవమైనదనెడి భావనలోనే మనమాతనిని అవగాహన చేసికొనవలెను. మనమొక కార్యమును చేయవలెనని తలచినపుడు దానికి పెక్కు అవరోధములు కలుగవచ్చును. కొన్నిమార్లు మనము కోరినరీతిగా చేయుటకు సాధ్యము గాకపోవచ్చును. కాని శ్రీకృష్ణభగవానుడు ఏదేని ఒక కార్యమును చేయగోరినపుడు, ఆతని సంకల్పమాత్రముననే అది ఊహాతీతముగా, సమగ్రముగా నిర్వహింపబడును. ఈ విషయమునే భగవానుడు వివరించుచున్నాడు. ఆతడే సృష్టిని పోషించు వాడు మరియు భరించువాడైనను వాస్తవమునకు తాను సృష్టిని తాకనైనను తాకడు. కేవలము ఆతని దివ్య సంకల్పము చేతనే సమస్తము సృష్టింపబడి,

భరించబడి, పోషించబడి అంత్యమున నశించిపోవును. పరతత్త్వమైనందున ఆతనికి మరియు ఆతని మనస్సునకు ఎట్టి భేదము లేదు (మనకు మరియు మన మనస్సుకు భేదము కలదు). ఏకకాలమున ఆ భగవానుడు సర్వము నందు వసించియున్నను ఏ విధముగా రూపసహితుడై ఉండగలడో సామాన్యుడు ఎరుగజాలడు. ఈ భౌతికసృష్టికి భిన్నముగా నున్నను సర్వము ఆతని యందే నిలిచియున్నది. ఇట్టి విషయమే ఇచ్చట దేవదేవుని యోగశక్తిగా (యోగమైశ్వరమ్) వివరింపబడినది.

6

यथाकाशस्थितो नित्यं वायुः सर्वत्रगो महान्।
तथा सर्वाणि भूतानि मत्स्थानीत्युपधारय ॥६॥

యథాకాశస్థితో నిత్యం వాయుః సర్వత్రగో మహాన్ ।
తథా సర్వాణి భూతాని మత్థ్సానీత్యుపధారయ ॥

యథా—ఎట్లు; ఆకాశస్థితః—ఆకాశమునందున్న; నిత్యం—ఎల్లప్పుడును; వాయుః—వాయువు; సర్వత్రగః—అంతటను వీచునట్టి; మహాన్—గొప్పది; తథా—అట్లే; సర్వాణి భూతాని—సృజింపబడిన జీవులన్నియు; మత్థ్సాని—నా యందున్నవి; ఇతి—అని; ఉపధారయ—అర్థము చేసికొనుము.

సర్వత్రా వీచునట్టి ప్రచండవాయువు సదా ఆకాశము నందే స్థితిని కలిగి యుండునట్లు, సృజింపబడిన సమస్తజీవులు నా యందు స్థితిని కలిగి యున్నవని గ్రహింపుము.

భాష్యము : బ్రహ్మాండమైన విశ్వము ఏ విధముగా శ్రీకృష్ణభగవానునిపై ఆధారపడి యున్నదో తెలియుట సామాన్యమానవునికి దాదాపు ఊహాతీత విషయము. కాని మన అవగాహనకు తోడ్పడు ఉపమానము నొకదానిని భగవానుడు ఒసగుచున్నాడు. మనము ఊహింపగలిగిన వానిలో అత్యంత ఘనమైనది ఆకాశము. అట్టి ఆకాశమున వాయువే అతి గొప్పదైనది. అది ప్రతిదాని చలనమును ప్రభావితము చేయగలదు. ఆ విధముగా వాయువు అతిఘనమైనను ఆకాశమునందే స్థితిని కలిగియుండును. అది ఆకాశపరిధిని దాటక దాని యందే ఒదిగియుండును. అదేవిధముగా అద్భుతమైన సృష్టులన్నియును శ్రీకృష్ణభగవానుని సంకల్పము చేతనే స్థితిని కలిగియుండి ఆతనికి లోబడి వర్తించును. సాధారణముగా చెప్పబడునట్లు భగవానుని ఆజ్ఞ లేనిదే తృణము కూడా కదలదు. అనగా ఆ భగవానుని సంకల్పము చేతనే సమస్తము నడుచుచున్నది. ఆతని సంకల్పము

చేతనే సర్వము సృష్టించబడి, పోషించబడి, అంత్యమున నశించిపోవుచున్నది. అయినను వాయువు యొక్క కార్యకలాపములకు ఆకాశము అతీతముగా నున్నట్లు, శ్రీకృష్ణభగవానుడు సమస్తము నుండి వేరుగా నున్నాడు.

"భగవానుని భయము చేతనే వాయువు వీచుచున్నది" అని తైత్తిరీయోపనిషత్తు (2.8.1) నందు తెలుపబడినది (యద్భీషా వాతః పవతే). అదే విధముగా బృహదారణ్యకోపనిషత్తు (3.8.9) నందు కూడా "దేవదేవుని నేతృత్వములో ఆతని దివ్య శాసనము చేతనే సూర్యుడు, చంద్రుడు, ఇతర గ్రహములు చలించుచున్నవి" యని తెలుపబడినది (ఏతస్య వా అక్షరస్య ప్రశాసనే గార్గి సూర్యచంద్రమసౌ విధృతౌ తిష్ఠత ఏతస్య వా అక్షరస్య ప్రశాసనే గార్గి ద్యావా పృథివ్యౌ విధృతౌ తిష్ఠతః). ఈ విషయమున బ్రహ్మసంహితలో సైతము ఈ విధముగా పేర్కొనబడినది.

యచ్చక్షు రేష సవితా సకలగ్రహాణామ్
రాజా సమస్తసురమూర్తిరశేషతేజాః ।
యస్యాజ్ఞయా భ్రమతి సంభృతకాలచక్రో
గోవిందం ఆదిపురుషం తమహం భజామి ॥

ఇది సూర్యచలన వర్ణనము. సూర్యుడు శ్రీకృష్ణభగవానుని నయనములలో ఒకటిగా పరిగణింపబడినాడనియు మరియు అతడు వేడిమి, వెలుతురులను ప్రసరింపజేయు గొప్పశక్తి కలిగినవాడనియు తెలుపబడినది. అయినను అతడు ఆ గోవిందుని ఆజ్ఞకు, సంకల్పమునకు లోబడి తనకు నిర్దేశింపబడిన కక్ష్యలో పరిభ్రమించును. అనగా భౌతికసృష్టి అద్భుతముగను మరియు గొప్పగను తోచినను, అది శ్రీకృష్ణభగవానుని సంపూర్ణ ఆధీనము నందే నిలిచియుండునని వేదవాఙ్మయము నుండి మనకు నిదర్శనము లభించుచున్నది. ఈ విషయమే ఈ అధ్యాయపు రాబోవు శ్లోకములలో మరింతగా వివరింపబడినది.

7

सर्वभूतानि कौन्तेय प्रकृतिं यान्ति मामिकाम्।
कल्पक्षये पुनस्तानि कल्पादौ विसृजाम्यहम्॥७॥

సర్వభూతాని కౌన్తేయ ప్రకృతిం యాన్తి మామికామ్ ।
కల్పక్షయే పునస్తాని కల్పాదౌ విసృజామ్యహమ్ ॥

సర్వభూతాని—సృజింపబడిన సర్వజీవరాసులు; కౌన్తేయ—కుంతీపుత్రా; ప్రకృతిం—

ప్రకృతిని; యాన్తి—ప్రవేశించును; మామికామ్—నాయొక్క; కల్పక్షయే—కల్పాంతమున; పునః—తిరిగి; తాని—వానినన్నింటిని; కల్పాదౌ—కల్పారంభమున; విసృజామి—సృజించుచున్నాను; అహం—నేను.

ఓ కౌంతేయ! కల్పాంతమున సమస్త భౌతికసృష్టులు నా ప్రకృతి యందు ప్రవేశించును. తదుపరి కల్పారంభమున నేనే నా శక్తిచే వాటిని తిరిగి సృజింతును.

భాష్యము : ఈ భౌతికసృష్టి యొక్క సృష్టి, స్థితి, లయములు సంపూర్ణముగా శ్రీకృష్ణభగవానుని దివ్యసంకల్పము పైననే ఆధారపడియుండును. ఇచ్చట కల్పాంతమనగా బ్రహ్మదేవుని నిర్యాణము పిదప యని భావము. నూరు సంవత్సరములు జీవించు ఆ బ్రహ్మదేవుని ఒక పగలు 4,300,000,000 భూలోక సంవత్సరములతో సమానము. అతని రాత్రి సమయము కూడా అంతే కాలపరిమాణమును కలిగియుండును. అనగా అతని మాసమున అట్టి పగలు మరియు రాత్రి సమయములు ముప్పదియుండగా, అతని సంవత్సరకాలము పన్నెండు అట్టి మాసములను కలిగియుండును. అటువంటి వంద సంవత్సరములు గడచిన పిమ్మట బ్రహ్మదేవుడు తనువును చాలించినపుడు ప్రళయము సంభవించును. అనగా అట్టి సమయమున అంతవరకు ప్రదర్శితమైన శ్రీకృష్ణభగవానుని శక్తి ఆతని యందే తిరిగి లయించిపోవును. మరల విశ్వసృష్టి అవసరమైనప్పుడు, ఆ భగవానుని సంకల్పముచే అది తిరిగి ప్రకటితమగును. కనుకనే "బహుస్యాం - నేనొక్కడనే అయినను బహురూపములు దాల్చుదును" అని తెలుపబడినది. ఇది చాందోగ్యోపనిషత్తు మంత్రము (6.2.3). శ్రీకృష్ణభగవానుడు ఆ రీతి భౌతికశక్తి యందు వ్యాపించినపుడు సమస్త విశ్వము తిరిగి ప్రకటితమగును.

8

प्रकृतिं स्वामवष्टभ्य विसृजामि पुनः पुनः ।
भूतग्राममिमं कृत्स्नमवशं प्रकृतेर्वशात् ॥८ ॥

ప్రకృతిం స్వామవష్టభ్య విసృజామి పునః పునః ।
భూతగ్రామమిమం కృత్స్నమవశం ప్రకృతేర్వశాత్॥

ప్రకృతిం—భౌతిక ప్రకృతి; స్వామ్—నేను; అవష్టభ్య—ప్రవేశించి; విసృజామి—నేను

సృజింతును; పునః పునః—మరల మరల; భూతగ్రామం—సర్వ సృష్టులను; ఇమం—ఈ; కృత్స్నం—మొత్తము; అవశం—అప్రయత్నముగా; ప్రకృతేః—ప్రకృతిశక్తి యొక్క; వశాత్—వశము వలన.

సమస్త విశ్వము నా ఆధీనమున కలదు. అది నా సంకల్పము చేతనే అప్రయత్నముగా మరల మరల సృష్టింపబడుచు, నా సంకల్పము చేతనే అంత్యమున లయము నొందుచుండును.

భాష్యము : ఇంతకు పూర్వమే పలుమార్లు వివరింపబడినట్లు భౌతికజగత్తు శ్రీకృష్ణభగవానుని న్యూనశక్తి యొక్క వ్యక్తీకరణమై యున్నది. సృష్టి సమయమున భౌతికశక్తి మహత్తత్త్వముగా రూపొందగా భగవానుడు తన తొలి పురుషావతారమైన మహావిష్ణువుగా దాని యందు ప్రవేశించును. ఆతడు కారణ సముద్రములో శయనించి తన శ్వాస ద్వారా అసంఖ్యాకముగా బ్రహ్మాండములను సృష్టించగా, దేవదేవుడు వాని యందు ద్వితీయ పురుషావతారమైన గర్భోదకశాయి విష్ణువు రూపమున ప్రవేశించును. ప్రతివిశ్వము ఈ విధముగనే సృజింపబడినది. పిమ్మట భగవానుడు క్షీరోదకశాయివిష్ణువు రూపమున ఆ బ్రహ్మాండముల యందలి కణకణములతో సహా సర్వమునందును ప్రవేశించును. ఈ విధముగా శ్రీకృష్ణభగవానుడు సమస్తము నందును ప్రవేశించుననెడి విషయమే ఇచ్చట వివరింపబడినది.

ఇక జీవులకు సంబంధించినంతవరకు వారందరును భౌతికప్రకృతి గర్భము నందుంచబడగా, వారివారి కర్మఫలముల ననుసరించి వివిధస్థానములను పొందుదురు. ఆ విధముగా భౌతికజగత్తు యొక్క కలాపములు ప్రారంభమగును. అనగా సృష్ట్యారంభమైన క్షణము నుండియే వివిధజీవుల కార్యకలాపములు ఆరంభమై యున్నవి. కాలక్రమమున వృద్ధినొందుట లేదా పరిణామము చెందుటన్నది జరుగక జగము యొక్క సృష్టితో పాటుగానే వివిధజీవులు సృష్టింపబడిరి. అనగా మనుష్యులు, జంతువులు, మృగములు, పక్షులు మొదలగున వన్నియును ఏకకాలమున సృష్టింపబడినవే. గడచిన కల్పాంతమున జీవులు ఏ కోరికలను కలిగియుందురో తద్రీతిగా వారు తిరిగి సృష్టింపబడుటయే అందులకు కారణము. ఈ విధానమున జీవులు చేయవలసినది ఏదియును లేదని "అవశమ్" అను పదము ద్వారా సూచింపబడినది. అనగా గడచిన కల్పమునందలి గడచిన జన్మము యొక్క స్వభావము ననుసరించి జీవుడు తిరిగి సృష్టించబడును. ఇది

యంతయు భగవత్సంకల్పము చేతనే జరుగుచుండును. ఇదియే శ్రీకృష్ణ భగవానుని దివ్యమైన అచింత్యశక్తి. ఈ విధముగా వివిధజీవులను సృష్టించిన పిమ్మట ఆతడు వారితో సంబంధమును కలిగియుండడు. వివిధజీవుల కోరికలను పూర్ణము చేయుటకే జగత్తు సృష్టింపబడుచున్నందున భగవానుడు దానితో సంబంధమును పెట్టుకొనడు.

9

न च मां तानि कर्माणि निबध्नन्ति धनञ्जय।
उदासीनवदासीनमसक्तं तेषु कर्मसु ॥९॥

న చమాం తాని కర్మాణి నిబధ్నన్తి ధనంజయ ।
ఉదాసీనవదాసీనమసక్తం తేషు కర్మసు ॥

మాం—నన్ను; తాని కర్మాణి—ఆ కర్మలన్నియు; చ—కూడా; న నిబధ్నన్తి—బంధింపవు; ధనంజయ—ధనమును జయించినవాడా; ఉదాసీనవత్—తటస్థునివలె; ఆసీనమ్—ఉన్నట్టి; అసక్తం—ఆసక్తిలేనట్టి; తేషు—ఆ; కర్మసు—కర్మల యెడ.

ఓ ధనంజయా! ఈ కర్మయంతయు నన్ను బంధింపదు. నేను తటస్థుని వలె ఉండి ఈ భౌతికకర్మలన్నింటి యెడ సదా ఆసక్తి లేనివాడనై యుందును.

భాష్యము: భగవానునకు ఎట్టి కర్మము లేదని ఈ విషయమున ఎవ్వరును భావింపరాదు. ఆధ్యాత్మికజగత్తులో ఆతడు సదా దివ్యకర్మల యందు నిమగ్నుడై యుండును. కనుకనే శ్రీకృష్ణభగవానుడు సదా సచ్చిదానందపూర్ణములైన కర్మలలో నిమగ్నుడై యుండుననియు, భౌతికకర్మలతో ఆతనికెట్టి సంబంధము లేదనియు బ్రహ్మసంహిత యందు తెలుపబడినది (ఆత్మారామస్య తస్యాస్తి ప్రకృత్యా న సమాగమః). భౌతికకర్మలన్నియును ఆతని వివిధశక్తులచే నిర్వహింపబడును. ఆతడు మాత్రము సృష్టించబడిన జగత్తు యొక్క భౌతికకర్మల యెడ సదా తటస్థుడై యుండును. ఆ తటస్థత్వమే "ఉదాసీనవత్"యను పదము ద్వారా ఇచ్చట తెలుపబడినది. అనగా భౌతికకర్మల యందలి ప్రతి సూక్ష్మాంశము పైనను అదుపు కలిగియున్నప్పటికిని ఆతడు తటస్థుని వలె వర్తించుచుండును. న్యాయస్థానమున కూర్చుండు న్యాయాధికారి ఉదాహరణను ఇచ్చట ఒసగవచ్చును. అతని ఆజ్ఞచే కొందరికి మరణశిక్ష, ఇంకొందరికి కారాగారవాసము, మరికొందరికి ధనలాభముల వంటివి జరుగుచున్నను అతడు మాత్రము అచ్చట జరుగు లాభనష్టములతో సంబంధములేక తటస్థుడై యుండును. అదేవిధముగా

జగము యొక్క ప్రతికార్యమందును తన ప్రమేయమున్నప్పటికిని భగవానుడు సదా తటస్థుడై యుండును. కనుకనే వేదాంతసూత్రము (2.1.34) "వైషమ్య నైర్ఘృణ్యేన" అని ప్రవచించినది. అనగా శ్రీకృష్ణభగవానుడు భౌతికజగత్తు ద్వంద్వములతో సంబంధములేక వాటికి పరుడై యుండును. ఆలాగుననే జగత్తు యొక్క సృష్టి, లయములతో కూడా ఆతనికి సంబంధము లేదు. అనగా జీవులు తమ పూర్వకర్మల ననుసరించి పలువిధములైన జన్మలను పొందుచుండుగా, శ్రీకృష్ణభగవానుడు వారితో ఎట్టి జోక్యమును కల్పించుకొనడు.

10

मयाध्यक्षेण प्रकृतिः सूयते सचराचरम्।
हेतुनानेन कौन्तेय जगद् विपरिवर्तते ॥१०॥

మయాధ్యక్షేణ ప్రకృతిః సూయతే సచరాచరమ్ ।
హేతునానేన కౌన్తేయ జగద్విపరివర్తతే ॥

మయా—నాయొక్క; అధ్యక్షేణ—అధ్యక్షతలో; ప్రకృతిః—భౌతిక ప్రకృతి; సూయతే—సృష్టించును; సచరాచరం—స్థావర, జంగమములు రెండింటిని; హేతునానేన—ఆ కారణము చేత; కౌన్తేయ—ఓ కుంతీపుత్రా; జగత్—జగత్తు; విపరివర్తతే—పనిచేయుచున్నది.

ఓ కౌంతేయా! నా శక్తులలో ఒకటైన భౌతికప్రకృతి నా అధ్యక్షతన వర్తించుచు స్థావరజంగమములను సృష్టించుచున్నది. దాని నియమము ననుసరించియే ఈ జగత్తు మరల మరల సృష్టించబడుచు లయము నొందుచున్నది.

భాష్యము : భౌతికజగత్తు కర్మలకు దూరముగా నున్నప్పటికిని శ్రీకృష్ణభగవానుడే సర్వమునకు పరమాధ్యక్షుడని ఇచ్చట స్పష్టముగా తెలుపబడినది. ఈ సృష్టి వెనుక నున్న దివ్యసంకల్పము మరియు పూర్వరంగము ఆ దేవదేవుడే. కాని దాని నిర్వహణము మాత్రము భౌతికప్రకృతిచే కొనసాగించబడుచుండును. వివిధ రూపములలో, జాతులలో నున్న సర్వజీవులకు తాను తండ్రినని శ్రీకృష్ణ భగవానుడు భగవద్గీత యందే తెలిపియున్నాడు. సంతానము కొరకై తండ్రి తల్లి యందు బీజప్రదానము చేయునట్లు, భగవానుడు కేవలము తన చూపు ద్వారా జీవులను ప్రకృతి గర్భములో బీజరూపమున ఉంచగా వారు తమ పూర్వకోరికలు, కర్మల ననుసరించి వివిధరూపములలో మరియు జాతులలో జన్మింతురు. జీవు లందరును శ్రీకృష్ణభగవానుని వీక్షణము చేతనే జన్మించినను, తమ

కర్మానుసారము మరియు కోరికల ననుసరించి వివిధ దేహములను పొందవలసి వచ్చును. అనగా ఆ భగవానునికి ఈ భౌతికసృష్టితో ఎట్టి ప్రత్యక్ష సంబంధము లేదు. కేవలము అతని వీక్షణము చేతనే ప్రభావితమై సమస్తము శీఘ్రమే సృష్టింపబడుచున్నది. ప్రకృతిపై భగవానుడు దృష్టి సారించుచున్నందున సృష్టి విషయమున ఆతడు కర్మనొనరించుచున్నాడన్న విషయము సందేహ రహితమైనను, భౌతికజగత్తు వ్యక్తీకరణమునందు మాత్రము ఆతనికి ప్రత్యక్ష సంబంధముండదు. ఈ విషయమున స్మృతి ఒక చక్కని ఉపమానమును ఒసగుచున్నది. సువాసన కలిగిన పుష్పము మనుజుని ముందున్నప్పుడు దాని సుగంధము అతని ఘ్రాణశక్తిని చేరినను, మనుజుని ఘ్రాణశక్తి మరియు పుష్పములు ఒకదాని నుండి వేరొకటి విడివడియే యుండును. భౌతికజగత్తు మరియు భగవానుని నడుమగల సంబంధము సైతము ఇట్టిదియే. వాస్తవమునకు భౌతికజగత్తుతో ఎట్టి సంబంధము లేకున్నను ఆతడు తన వీక్షణముచే దానిని సృష్టించి నియమించును. సారాంశమేమనగా శ్రీకృష్ణభగవానుని అధ్యక్షత లేనిదే ప్రకృతి ఏమియును చేయజాలదు. అయినను ఆ దేవదేవుడు సర్వవిధములైన భౌతికకర్మల యెడ అనాసక్తుడై యుండును.

11

अवजानन्ति मां मूढा मानुषीं तनुमाश्रितम् ।
परं भावमजानन्तो मम भूतमहेश्वरम् ॥११॥

అవజానన్తి మాం మూఢా మానుషీం తనుమాశ్రితమ్ ।
పరం భావమజానన్తో మమ భూతమహేశ్వరమ్ ॥

అవజానన్తి—అపహసింతురు; **మాం**—నన్ను; **మూఢాః**—అజ్ఞానులు; **మానుషీం**—మానవరూపమున; **తనుం**—దేహమును; **ఆశ్రితం**—గ్రహించి; **పరం**—దివ్యమైన; **భావం**—స్వభావమును; **అజానన్తః**—ఎరుగనివారై; **మమ**—నాయొక్క; **భూతమహేశ్వరమ్**—సకలజీవులకు ప్రభువునైన.

నేను మానవరూపమున అవతరించినపుడు మూఢులు నన్ను అపహాస్యము చేయుదురు. సమస్తమునకు పరమప్రభువునైన నా దివ్యత్వమును వారెరుగరు.

భాష్యము : శ్రీకృష్ణభగవానుడు మానవరూపమున అవతరించినప్పటికిని సామాన్య మానవుడు కాడని ఈ అధ్యాయమునందలి కడచిన శ్లోకముల భాష్యము వలన స్పష్టముగా విదితమైనది. వాస్తవమునకు సమస్త విశ్వపు సృష్టి, స్థితి, లయములను

గావించు శ్రీకృష్ణభగవానుడు సాధారణమానవుడు కానేకాడు. అయినప్పటికిని పెక్కురు మూఢులు శ్రీకృష్ణుడు కేవలము శక్తిమంతుడైన మానవుడే గాని అంతకు మించి ఏదియును కాడని భావింతురు. కాని బ్రహ్మసంహిత యందు నిర్ధారింపబడి నట్లు ఆతడే ఆదిదేవుడు మరియు దేవదేవుడు (ఈశ్వరః పరమః కృష్ణః).

వాస్తవమునకు నియమించెడి ఈశ్వరులు పెక్కురు గలరు. వారిలో ఒకరికన్నను వేరొకరు అధికులుగా గోచరింతురు. భౌతికజగమునందలి లౌకికకార్యములందు కూడా ఒక అధికారి, ఆతనిపై ఒక కార్యదర్శి, ఆతనిపై ఒక మంత్రి, ఆ మంత్రిపై అధ్యక్షుడు ఉన్నట్లుగా మనము గాంతుము. వీరందరును తమ పరిధిలో ఈశ్వరులేయైనను వేరొకనిచే నియమింపబడెడివారు. కాని శ్రీకృష్ణభగవానుడు మాత్రము దివ్య నియామకుడని బ్రహ్మసంహిత యందు తెలుపబడినది. భౌతిక, ఆధ్యాత్మికజగత్తులలో పలు ఈశ్వరులున్నను శ్రీకృష్ణుడు మాత్రము పరమేశ్వరుడు (ఈశ్వరః పరమః కృష్ణః) మరియు ఆతని దేహము సచ్చిదానంద మయమైనది (భౌతికము కానిది).

గత శ్లోకములలో వర్ణింపబడిన అద్భుత కార్యములను భౌతికదేహధారులు ఎన్నడును నిర్వహింపలేరు. నిత్యమును, జ్ఞానపూర్ణమును, ఆనందనిధానమును అగు దేహము కలిగిన శ్రీకృష్ణభగవానుడు సామాన్యమానవుడు కాకున్నను, మూఢులైనవారు ఆతనిని సామాన్యమానవుడని అపహాస్యము చేయుదురు. అర్జునుని స్నేహితునిగా మరియు కురుక్షేత్రరణరంగమున రాజనీతిజ్ఞునిగా సామాన్యుని రూపమున ఆతడు వర్తించుచున్నందున "మానుషీం" అని ఆతని స్వరూపము వర్ణింపబడినది. ఈ కార్యములే గాక పలు ఇతర విషయములందును ఆతడు సామాన్యమానవుని వలె వర్తించినను వాస్తవమునకు ఆతని స్వరూపము సచ్చిదానందమయము. "సచ్చిదానందరూపాయ కృష్ణాయ" అని వేదములు సైతము ఈ విషయమును నిర్ధారించియున్నవి (నిత్యానందమయ జ్ఞాన రూపుడగు శ్రీకృష్ణభగవానునకు వందనము లర్పింతును - గోపాలతాపన్యుపనిషత్తు 1.1). ఈ ఉపనిషత్తు నందే ఇందుకు సంబంధించిన వర్ణనలు ఇంకను పలుగలవు. "తమేకం గోవిందమ్ - నీవు గోవులకు, ఇంద్రియములకు ఆనందమును కలిగించు గోవిందుడవు". "సచ్చిదానందవిగ్రహమ్ - నీ రూపము దివ్యమును, జ్ఞాన పూర్ణమును, ఆనందమయమును, నిత్యమును అయియున్నది." (గోపాలతాపన్యు-పనిషత్తు 1.35)

ఈ విధముగా శ్రీకృష్ణుని దేహము దివ్యగుణభరితము, జ్ఞానానందపూర్ణమైనను నామమాత్ర విద్వాంసులు, గీతాభాష్యకారులు పలువురు ఆ భగవానుని సామాన్యమానవుడని పలుకుచు అపహాస్యము చేయుదురు. మనుజుడు తన పూర్వపుణ్యఫలముచే గొప్ప విద్వాంసునిగా జన్మించినను శ్రీకృష్ణుని గూర్చిన ఇట్టి భావనకు జ్ఞానరాహిత్యమే కారణమైనందున మూఢుడని పిలువబడును. ఏలయన మూఢులు, అజ్ఞానులైనవారే దేవదేవుడైన శ్రీకృష్ణుని సామాన్య మానవునిగా తలతురు. శ్రీకృష్ణభగవానుని గుహ్యమైన కర్మలను గూర్చియు, ఆతని వివిధశక్తులను గూర్చియు తెలియకపోవుటయే వారి అట్టి భావనకు కారణము. శ్రీకృష్ణభగవానుని దేహము సమగ్ర జ్ఞానానందముల చిహ్నమనియు, ఆతడే సర్వమునకు ప్రభువనియు, సర్వులకు ఆతడే మోక్షప్రదాతయనియు వారు ఎరుగజాలరు. అనగా దేవదేవుడైన శ్రీకృష్ణుడు పలు దివ్యగుణములను కలిగి యున్నాడని ఎరుగజాలనందునే వారు ఆతనిని అవమానింతురు.

అంతియేగాక భౌతికజగత్తులో భగవానుని అవతరణము ఆతని అంతరంగశక్తి యొక్క వ్యక్తీకరణమని మూఢులైనవారు ఎరుగజాలరు. ఆతడే భౌతికశక్తికి ప్రభువై యున్నాడు. భౌతికశక్తి అత్యంత శక్తివంతమైనను తన ఆధీనమునందే ఉండు ననియు మరియు తన శరణుజొచ్చినవారు దాని ఆధీనము నుండి సులభముగా బయటపడగలరనియు శ్రీకృష్ణభగవానుడు తెలిపియున్నాడు (మమ మాయా దురత్యయా). ఈ విషయము ఇదివరకే పలుచోట్ల ప్రస్తావించబడినది. ఆ విధముగా కృష్ణునకు శరణు పొందినవాడే భౌతికశక్తి ప్రభావము నుండి బయట పడుననచో, విశ్వము యొక్క సృష్టి, స్థితి, లయములను నిర్వహించు ఆ శ్రీకృష్ణభగవానుడు మన దేహముల వంటి దేహమును కలిగియుండుట ఎట్లు సంభవము? అనగా కృష్ణుని గూర్చిన అట్టి భావనము నిక్కముగా మూర్ఖత్వమే. సామాన్యమానవునిగా గోచరించు శ్రీకృష్ణభగవానుడే అణువు మొదలుగా సమస్త విశ్వమును నియమించువాడని ఆ మూఢజనులు ఎరుగజాలరు. అత్యంత సూక్ష్మము మరియు అత్యంత ఘనమైన విషయములు వారికి ఊహాతీతములై నందున ఏ విధముగా మానవరూపమున ఉన్నవాడు ఏకకాలమున సూక్ష్మాతి సూక్ష్మమును మరియు అనంతమును నియమింపగలడో వారు ఎరుంగలేరు. సూక్ష్మమును మరియు అనంతమును నియమించుచున్నను వాస్తవమునకు శ్రీకృష్ణభగవానుడు భౌతికవిశ్వమునకు పరమైయుండును. ఆ విధముగా

సూక్ష్మాతిసూక్ష్మమును మరియు ఘనములలోకెల్ల ఘనమును ఏకకాలమున నియమించుచునే వాటి నుండి పరముగా నుండెడి భగవానుని దివ్య అచింత్యశక్తి (యోగమైశ్వరమ్) స్పష్టముగా వివరింపబడియే యున్నది. సామాన్యమానవుని వలె అవతరించు శ్రీకృష్ణుడు ఏ విధముగా సూక్ష్మమును, అనంతమును నియమింపగలడో మూఢులు ఊహింపలేకున్నను, శుద్ధభక్తులు మాత్రము ఆతడు దేవదేవుడని ఎరిగియున్నందున అట్టి విషయమును అంగీకరింతురు. తత్కారణముగా వారు ఆతనికి సంపూర్ణముగా శరణుపొంది, కృష్ణభక్తిభావన యందు (భగవానుని భక్తియుతసేవ) నియుక్తులగుదురు.

భగవానుడు మనుష్యరూపమున అవతరించుటను గూర్చి సాకార, నిరాకార వాదుల నడుమ పెక్కు వివాదములు గలవు. కాని కృష్ణపరజ్ఞానమును అవగాహన చేసికొనుట యందు ప్రామాణికశాస్త్రములైన భగవద్గీత, శ్రీమద్భాగవతములను పరిశీలించినచో శ్రీకృష్ణుడు దేవదేవుడని మనము సులభముగా అవగాహన చేసికొనగలము. జగమునందు ఆతడు సామాన్యమానవుని వలె అవతరించినను వాస్తవమునకు ఆతడు సామాన్యుడు కాడు. శ్రీమద్భాగవతము యొక్క ప్రథమ స్కంధపు ప్రథమాధ్యాయమున శౌనకుని అధ్యక్షతన గల ఋషులు కృష్ణుని కర్మలను గూర్చి ప్రశ్నించుచు ఇట్లు పలికిరి.

కృతవాన్ కిల కర్మాణి సహరామేణ కేశవః ।
అతిమర్త్యాని భగవాన్ గూఢః కపటమానుషః ॥

(శ్రీమద్భాగవతము *1.1.20*)

"దేవదేవుడైన శ్రీకృష్ణుడు బలరాముని గూడి సామాన్యమానవుని వలె క్రీడించుచు, ఆ కపటరూపమున మానవాతీతకర్మల నొనరించెను." భగవానుడు సామాన్యమానవునిగా అవతరించుట యనునది మూఢుని నిక్కముగా మోహమునకు గురిజేయును. శ్రీకృష్ణుడు ధరిత్రిపై నున్నప్పుడు ఒనరించినటు వంటి అద్భుతకార్యములను ఏ మానవుడును నిర్వహింపలేడు. తొలుత ఆతడు తన జననీజనకులైన దేవకీవసుదేవులకు చతుర్భుజ రూపమున దర్శనమిచ్చి, పిదప వారి ప్రార్థనల ననుసరించి సామాన్యబాలునిగా మారెను. కనుకనే "బభూవ ప్రాకృత శిశుః"యని శ్రీమద్భాగవతమున (10.3.46) తెలుపబడినది. అనగా ఆతడు తల్లిదండ్రుల ప్రార్థనపై సామాన్య మానవబాలునిగా మార్పునొందెను. భగవానుడు ఆ రీతి మానవరూపమున అవతరించుట యనునది ఆతని దివ్య

దేహము యొక్క ఒకానొక లక్షణమని ఇచ్చట తెలుపబడినది. శ్రీకృష్ణుని చతుర్భుజరూపమును అర్జునుడు దర్శింపగోరినట్లు గీత యొక్క ఏకాదశాధ్యాయమున సైతము తెలుపబడినది (తేనైవ రూపేణ చతుర్భుజేన). ఆ చతుర్భుజరూపమును చూపిన పిమ్మట అర్జునుడు తిరిగి కోరగా శ్రీకృష్ణుడు తన సహజ మానవరూపమును చూపెను (మానుషం రూపం). శ్రీకృష్ణభగవానుని ఈ వివిధ లక్షణములు నిక్కముగా సాధారణమానవుని లక్షణములు కాజాలవు.

మాయావాద తత్త్వముతో ప్రభావితులై శ్రీకృష్ణుని అవమానించు కొందరు ఆ దేవదేవుని సామాన్యమానవునిగా నిరూపించుట కొరకు శ్రీమద్భాగవతము నందలి "అహం సర్వేషు భూతేషు భూతాత్మావస్థితః సదా" (3.29.21) యను శ్లోకమును ఉదహరింతురు (పరమాత్ముడు ప్రతిజీవి యందును వసించును). కాని ఆ శ్లోకవిషయమున శ్రీకృష్ణుని అవమానించు తత్త్వము కలిగిన అప్రామాణికులైన వారి వ్యాఖ్యానములను అనుసరించుటకు బదులు వైష్ణవాచార్యులైన శ్రీజీవ గోస్వామి మరియు శ్రీవిశ్వనాథచక్రవర్తులవారి వ్యాఖ్యానముల ననుసరించుట ఉత్తమము. శ్రీజీవగోస్వామి ఆ శ్లోకమునకు వ్యాఖ్యానమును గూర్చుచు శ్రీకృష్ణుడు తన ప్రధానాంశమైన పరమాత్మ రూపమున సర్వములైన స్థావర జంగమములందు నిలిచియుండునని పలికిరి. కనుక ప్రారంభదశలో నున్న భక్తుడు కేవలము అర్చామూర్తికే (మందిరమునందలి భగవానుని రూపము) ప్రాముఖ్యము నొసగి ఇతర జీవులను గౌరవించనిచో వృథాగా భగవద్రూపమును అర్చించినట్లే కాగలదు. భగవద్భక్తులు మూడు రకములుగా నుందురు. వారిలో ప్రారంభదశలో నున్నవాడు మూడవతరగతికి చెందినవాడు. అట్టివాడు భక్తుల కన్నను అర్చామూర్తికే అధికప్రాధాన్యము నొసగును. అట్టి భావనము తప్పక సరిదిద్దబడవలెనని శ్రీవిశ్వనాథచక్రవర్తి ఠాకూరులు హెచ్చరించియున్నారు. శ్రీకృష్ణుడు సకలజీవ హృదయములలో పరమాత్మ రూపమున నిలిచి యుండును గావున ప్రతిదేహమును భగవన్మందిరమే అయినట్లుగా భక్తుడు గాంచవలెను. భగవన్మందిరమునకు గౌరవమొసగిన రీతి అతడు ప్రతిదేహమునకు (పరమాత్మ నిలిచియున్నట్టి) తగిన గౌరవమొసగవలెను. అనగా ప్రతియొక్కరినీ గౌరవించవలెనే గాని ఎవ్వరినీ కించపరచరాదు.

దేవాలయపూజను తిరస్కరించు నిరాకారవాదులు పలువురు గలరు.

భగవానుడు సర్వత్రా నిండియుండగా ఎందులకు మనుజుడు తనను ఆలయ పూజకే పరిమితము చేసికొనవలెనని వారు ప్రశ్నింతురు. కాని భగవానుడు సర్వత్రా నున్నవాడైనచో ఆలయమునందు గాని, అర్చామూర్తి యందు గాని లేకుండునా యన్నది వారికి వేయవలసిన మారుప్రశ్న. ఈ విధముగా సాకార, నిరాకార వాదులు నిరంతరము ఒకరితోనొకరు కలహించుచున్నను కృష్ణభక్తిరస భావితుడైన భక్తుడు మాత్రము బ్రహ్మసంహిత యందు నిర్ధారింపబడిన రీతి, శ్రీకృష్ణుడు దేవదేవుడైనను సర్వత్రా వ్యాపించియుండునని ఎరిగియుండును. తన స్వీయధామమైన గోలోకబృందావనమున ఆతడు నిత్యవాసుడై యున్నను తన వివిధశక్తులు మరియు ప్రధానవిస్తారముల ద్వారా ఆతడు భౌతిక, ఆధ్యాత్మిక జగత్తులలో అన్నిచోట్లను నిలిచియుండును.

12

मोघाशा मोघकर्माणो मोघज्ञाना विचेतसः ।
राक्षसीमासुरीं चैव प्रकृतिं मोहिनीं श्रिताः ॥१२॥

మోఘాశా మోఘకర్మాణో మోఘజ్ఞానా విచేతసః ।
రాక్షసీమాసురీం చైవ ప్రకృతిం మోహినీం శ్రితాః ॥

మోఘాశాః—వ్యర్థమైన ఆశలు కలవారు; మోఘకర్మాణః—వ్యర్థమైన కామ్యకర్మలు కలవారు; మోఘజ్ఞానాః—వ్యర్థమైన జ్ఞానము కలవారు; విచేతసః—భ్రాంతులై; రాక్షసీం—దానవ; ఆసురీం చైవ—నాస్తికమైనదియునగు; ప్రకృతిం—స్వభావమును; మోహినీం—కలత నొందించు; శ్రితాః—ఆశ్రయించినవారై.

ఆ విధముగా మోహపరవశులైనవారు దానవ, నాస్తికభావములచే విమోహితులగుదురు. అట్టి భ్రాంతస్థితిలో వారి ముక్తికి సంబంధించిన ఆశలు, కామ్యకర్మలు, జ్ఞానసముపార్జన లన్నియును వ్యర్థములగును.

భాష్యము : తమను తాము కృష్ణభక్తిభావన యందు మరియు భక్తియుతసేవ యందు నిలిచియున్నవారిగా భావించుచునే అంతరంగమున మాత్రము దేవదేవుడైన శ్రీకృష్ణుని పరతత్త్వముగా అంగీకరింపని భక్తులు పెక్కురు కలరు. భగవద్ధామప్రాప్తి యను భక్తియోగఫలమును అట్టి వారెన్నడును రుచిచూడలేరు. అదే విధముగా కామ్యకర్మలందు, పుణ్యకర్మలందు మగ్నులైనవారు మరియు భౌతికబంధముల నుండి ముక్తిని వాంఛించువారు సైతము దేవదేవుడైన శ్రీకృష్ణుని

నిరసించు కారణముగా కృతకృత్యులు కాజాలరు. వేరుమాటలలో శ్రీకృష్ణుని యెడ అపహాస్య భావముతో వర్తించువారే దానవస్వభావులు లేదా నాస్తికస్వభావులు అయినట్టివారు. భగవద్గీత యందలి సప్తమాధ్యాయమున వివరింపబడినట్లు అట్టి దానవప్రవృత్తి కలవారు శ్రీకృష్ణుని శరణుపొందరు. కనుక పరతత్త్వమును అవగాహన చేసికొన యత్నించు వారి మానసికకల్పనలు సాధారణజీవుడు మరియు శ్రీకృష్ణుడు ఏకమే, సమానమే అనెడి మిథ్యానిర్ణయమునకు వారిని చేర్చును. అట్టి మిథ్యాభావనలో వారు ప్రస్తుతము దేహము ప్రకృతిచే కప్పబడి యున్నదనియు, భౌతికదేహము నుండి ముక్తిని బడసినంతనే భగవానుడు మరియు తమ నడుమ భేదముండదనియు భావింతురు. కాని శ్రీకృష్ణునితో ఏకము కావలెననెడి వారి ప్రయత్నము భ్రాంతి కారణముగా వ్యర్థమగును. అట్టి దానవ, నాస్తికప్రవృత్తితో కూడియున్న జ్ఞానము వ్యర్థమని ఈ శ్లోకమున సూచింపబడినది. అనగా వేదాంతసూత్రములు, ఉపనిషత్తుల వంటి వేద వాఙ్మయమునందలి జ్ఞానసముపార్జనము దానవ, నాస్తికప్రవృత్తి గలవారికి సదా వ్యర్థమే కాగలదు.

కనుకనే దేవదేవుడైన శ్రీకృష్ణుని సామాన్యమానవునిగా భావించుట గొప్ప అపరాధము. అట్లు భావించెడివారు శ్రీకృష్ణుని నిత్యస్వరూపమును ఎరుగలేనందున నిక్కము భ్రాంతులగుదురు. ఈ విషయమునే బృహద్విష్ణుస్మృతి ఇట్లు స్పష్టముగా పలుకుచున్నది.

యోవేత్తి భౌతికం దేహమ్ కృష్ణస్య పరమాత్మనః ।
స సర్వస్మా ద్బహిష్కార్యః శ్రౌతస్మార్తవిధానతః ।
ముఖం తస్యావలోక్యాపి సచేలం స్నానమాచరేత్ ॥

"శ్రీకృష్ణుని దేహమును భౌతికమని భావించువారిని శృతి మరియు స్మృతుల సర్వకర్మకలాపముల నుండి తరిమివేయవలెను. అట్టివారి ముఖమును చూచినచో, పాపపరిహారార్థము తక్షణమే గంగలో స్నానమాడవలెను." శ్రీకృష్ణుని దేవదేవత్వముపై అసూయ కలిగినవారై నందుననే జనులు ఆతనిని అవమానింతురు. వారు నిక్కముగా మరల మరల నాస్తిక, దానవజన్మలనే పొందుదురు. తత్కారణముగా వారి నిజజ్ఞానము భ్రాంతికి లోనైయుండి క్రమముగా వారు సృష్టియందలి అంధకారబంధురమైన లోకములను చేరుదురు.

13

महात्मानस्तु मां पार्थ दैवीं प्रकृतिमाश्रिताः ।
भजन्त्यनन्यमनसो ज्ञात्वा भूतादिमव्ययम् ॥१३॥

మహాత్మానస్తు మాం పార్థ దైవీం ప్రకృతిమాశ్రితాః ।
భజన్త్యనన్యమనసో జ్ఞాత్వా భూతాదిమవ్యయమ్ ॥

మహాత్మానః—మహాత్ములు; తు—కాని; మాం—నన్ను; పార్థ—ఓ పృథాకుమారా; దైవీం—దివ్యమైన; ప్రకృతిం—ప్రకృతి; ఆశ్రితాః—ఆశ్రయించినవారై; భజన్తి—సేవచేయుదురు; అనన్యమనసః—అచంచలమైన మనస్సుకలవారై; జ్ఞాత్వా—తెలిసికొని; భూతాదిం—సృష్టికి మూలమైన; అవ్యయమ్—అంతములేని.

ఓ పృథాకుమారా! భ్రాంతులు కానటువంటి మహాత్ములు మాత్రము దైవీప్రకృతిని ఆశ్రయించియుందురు. వారు నన్ను ఆదియును, అవ్యయుడును అగు దేవదేవునిగా నెరిగియుండుటచే నా భక్తియుతసేవలో సంపూర్ణముగా నిమగ్నులై యుందురు.

భాష్యము : మహాత్ములైనవారి వర్ణనము ఈ శ్లోకమున స్పష్టముగా ఒసగబడినది. దైవీప్రకృతిలో స్థితిని పొందియుండుటయే మహాత్ముల ప్రథమ లక్షణము. అతడెన్నడును భౌతికప్రకృతికి లోబడియుండడు. అది ఎట్లు సాధ్యమనెడి విషయము సప్తమాధ్యాయమున ఇదివరకే వివరింపబడియున్నది. దేవదేవుడైన శ్రీకృష్ణుని శరణము నొందినవాడు శీఘ్రమే భౌతికప్రకృతి యొక్క ఆధీనము నుండి ముక్తి నొందగలడు. అదియే మహాత్ముని నిజమైన యోగ్యత. కనుక మనుజుడు తన ఆత్మను ఆ భగవానుని ఆధీనము చేసినంతనే భౌతికప్రకృతి అదుపు నుండి ముక్తుడు కాగలడన్నది ప్రాథమికసూత్రము. తటస్థశక్తియైన జీవుడు భౌతికశక్తి నుండి విడివడినంతనే ఆధ్యాత్మికశక్తి నేతృత్వమునకు మరియు నిర్దేశమునకు వచ్చును. అట్టి ఆధ్యాత్మికప్రకృతి నిర్దేశమే "దైవీప్రకృతి" యని పిలువబడుచున్నది. అనగా శ్రీకృష్ణభగవానునికి శరణుజొచ్చి ఆ విధముగా పురోగతి నొందినపుడు మనుజుడు "మహాత్ముడు" అనెడి స్థాయిని పొందగలడు.

శ్రీకృష్ణుడే ఆదిపురుషుడు మరియు సర్వకారణములకు కారణమని సంపూర్ణముగా తెలిసియున్నందున మహాత్ముడైనవాడు తన మనస్సును కృష్ణునిపై నుండి ఇతరము వైపుకు మళ్ళింపడు. ఈ విషయమున ఎట్టి సందేహము లేదు. మహాత్ములైన శుద్ధభక్తుల సాంగత్యము వలననే అట్టి మహాత్ముడు రూపొంద

గలడు. శుద్ధభక్తులైనవారు చతుర్భుజ మహావిష్ణువు వంటి శ్రీకృష్ణుని ఇతర రూపములందును ఆకర్షితులుగాక కేవలము అతని ద్విభుజరూపమునందే అనురాగమును, ఆకర్షణను కలిగియుందురు. కృష్ణుని ఇతర రూపముల యెడ గాని, ఇతర దేవతల యెడగాని, మనుజుల యెడగాని వారెన్నడును ఆకర్షితులు కారు. సంపూర్ణ భక్తిభావనలో కృష్ణుని పైననే ధ్యానము నిలిపి, ఆ కృష్ణభక్తిరస భావనలో వారు నిశ్చితమైన కృష్ణసేవ యందు సదా నియుక్తులై యుందురు.

14

सततं कीर्तयन्तो मां यतन्तश्च दृढव्रताः ।
नमस्यन्तश्च मां भक्त्या नित्ययुक्ता उपासते ॥१४॥

సతతం కీర్తయన్తో మాం యతన్తశ్చ దృఢవ్రతాః ।
నమస్యన్తశ్చ మాం భక్త్యా నిత్యయుక్తా ఉపాసతే ॥

సతతం—ఎల్లప్పుడు; కీర్తయన్తః—సంకీర్తనము చేయుచు; మాం—నన్ను గూర్చి; యతన్తశ్చ—పూర్తిగా ప్రయత్నించుచున్నవారై; దృఢవ్రతాః—దృఢమైన నిశ్చయముతో; నమస్యన్తశ్చ —నమస్కారము చేయుచు; మాం—నన్ను; భక్త్యా—భక్తితో; నిత్యయుక్తాః—సంతత నిమగ్నులై; ఉపాసతే—పూజింతురు.

ఈ మహాత్ములు దృఢ నిశ్చయముతో యత్నించువారై సదా నా మహిమలను కీర్తించుచు, నాకు నమస్కారమొసగుచు, నిత్యయుక్తులై నన్ను భక్తితో పూజింతురు.

భాష్యము : సామాన్యమానవునికి అధికారికముగా ముద్రవేయుట ద్వారా మహాత్ముడు కాజాలడు. మహాత్ముని లక్షణములు ఇచట వర్ణింపబడినవి. మహాత్ముడైన వాడు సదా దేవదేవుడైన శ్రీకృష్ణుని మహిమలను కీర్తించుట యందే నిమగ్నుడై యుండును. దానికి అన్యమైన కర్మ ఏదియును లేకుండా ఆ భక్తుడు కీర్తనమందే సదా నియుక్తుడై యుండును. అనగా అతడెన్నడును నిరాకారవాది కాడు. కీర్తనమను విషయము చర్చకు వచ్చినప్పుడు మనుజుడు దానిని దేవదేవుని పవిత్రనామమును, దివ్యరూపమును, దివ్యగుణములను, అసాధారణలీలలను కీర్తించుటకే ఉపయోగించవలెను. అవన్నియును ప్రతి యొక్కరిచే కీర్తనీయములు కనుకనే మహాత్ముడైనవాడు దేవదేవుడైన శ్రీకృష్ణుని యెడ అనురక్తుడై యుండును.

శ్రీకృష్ణభగవానుని నిరాకారరూపమైన బ్రహ్మజ్యోతి యెడ అనురక్తుడై యుండెడివాడు భగవద్గీత యందు మహాత్మునిగా వర్ణింపబడలేదు. అట్టివాడు తదుపరి శ్లోకమున ఇందుకు భిన్నముగా వర్ణింపబడినాడు. శ్రీమద్భాగవతమున తెలుపబడినట్లు మహాత్ముడైనవాడు విష్ణువు యొక్క శ్రవణ, కీర్తనములను కూడిన భక్తియుతసేవ యందు సదా నిమగ్నుడై యుండును. అతడు శ్రీకృష్ణ భగవానుని సేవలోనే నిలుచునుగాని, దేవతలు లేదా మనుష్యుల సేవలో కాదు. ఆ రీతి దేవదేవుని సదా స్మరించుటయే భక్తి (శ్రవణం, కీర్తనం, విష్ణోః స్మరణం) యనబడును. దివ్యమైన ఐదు భక్తిరసములలో ఏదేని ఒక భక్తిరసము ద్వారా అంత్యమున ఆ భగవానునితో నిత్య సాహచర్యమును పొందవలెనని ఆ మహాత్ముడు దృఢనిశ్చయమును కలిగియుండును. దాని యందు జయమును పొందుటకు అతడు తన మనోవాక్కాయ కర్మలన్నింటిని ఆ దేవదేవుని సేవ యందే నియోగించును. అదియే సంపూర్ణ కృష్ణభక్తిరస భావనమని పిలువ బడుచున్నది.

భక్తియోగమునందు "దృఢవ్రతములు" అని పిలువబడు కొన్ని కర్మలు గలవు. ఏకాదశి రోజున మరియు కృష్ణాష్టమి రోజున ఉపవసించుట యనునది అట్టి దృఢ వ్రతములలో నొకటి. దివ్యధామమున శ్రీకృష్ణభగవానునితో సాహచర్యమును పొంద నభిలషించు వారి కొరకై ఆచార్యులు అట్టి నియమ,నిబంధనలను ఏర్పాటు చేసియుండిరి. మహాత్ములైనవారు అట్టి నియమ,నిబంధనలను నిష్ఠతో పాటింతురు కావున తప్పక కోరిన ఫలమును పొందగలరు.

ఈ అధ్యాయపు రెండవ శ్లోకమున తెలుపబడినట్లు భక్తి యనునది సులభమే గాక, ఆనందముతో కూడా ఆచరింప సాధ్యమైనటువంటిది. అట్టి భక్తి యందు కఠినమైన తపోనిష్ఠలను అవలంబించవలసిన అవసరము లేదు. కనుక మనుజుడు తాను బ్రహ్మచర్య, గృహస్థ, వానప్రస్థ, సన్న్యాసాశ్రమములలో దేని యందున్నను, ఏ స్థితి యందున్నను మరియు ప్రపంచమందెచ్చోట నివసించుచున్నను కేవలము నిష్ణాతుడైన ఆధ్యాత్మికాచార్యుని నేతృత్వమున శ్రీకృష్ణభగవానునకు భక్తియుక్తసేవ నొనర్చుచు భక్తియోగమున జీవనము గడుపవచ్చును. ఆ విధముగా అతడు నిజముగా మహాత్ముడు కాగలడు.

15

ज्ञानयज्ञेय चाप्यन्ये यजन्तो मामुपासते।
एकत्वेन पृथक्त्वेन बहुधा विश्वतोमुखम् ॥१५॥

జ్ఞానయజ్ఞేన చాప్యన్యే యజన్తో మాముపాసతే ।
ఏకత్వేన పృథక్త్వేన బహుధా విశ్వతోముఖమ్ ॥

జ్ఞానయజ్ఞేన—జ్ఞానసముపార్జనచే; చ—కూడా; అపి—నిశ్చయముగా; అన్యే—ఇతరులు; యజన్తః—యజ్ఞము చేయుచు; మాం—నన్ను; ఉపాసతే—పూజింతురు; ఏకత్వేన—ఏకభావముతో; పృథక్త్వేన—ద్వంద్వ భావముతో; బహుధా—పెక్కు విధముల; విశ్వతః ముఖమ్—మరియు విశ్వరూపము నందు.

జ్ఞానసముపార్జన యజ్ఞము నందు నియుక్తులైన ఇతరులు దేవదేవుడనైన నన్ను అద్వితీయునిగా, వివిధరూపునిగా, విశ్వరూపునిగా పూజింతురు.

భాష్యము : పూర్వపు శ్లోకముల సారాంశమే ఈ శ్లోకము. సంపూర్ణ భక్తిభావనలో నిలిచి తనను తప్ప అన్యమును తెలియనివారు మహాత్ములని శ్రీకృష్ణుడు అర్జునునకు తెలిపియున్నాడు. అట్టి మహాత్ముల స్థాయికి చెందకున్నను శ్రీకృష్ణునే పలువిధములుగా పూజించువారు కొందరు గలరు. వారిలో కొందరు ఆర్తులు, జిజ్ఞాసులు, అర్థార్థులు, జ్ఞానసముపార్జన యందు నియుక్తులైనవారుగా ఇదివరకే వర్ణింపబడినారు. వీరికన్నను తక్కువస్థాయిలో గల ఇతరులు తిరిగి మూడు రకములుగా విభజింపబడిరి. అందులో మొదటిరకమువారు ఆత్మనే భగవానునిగా తలచి తమను తాము అర్చించుకొందురు. రెండవ రకమువారు భగవానునికి ఏదో తోచిన రూపమును ఆపాదించి దానిని అర్చింతురు. ఇక మూడవ రకమువారు భగవానుని విశ్వరూపమును ఆమోదించి దానిని అర్చింతురు. ఈ మూడు రకములలో తమను అద్వైతులుగా భావించుచు తమను తామే భగవానుని రూపమున అర్చించువారు అధికముగా నుందురు. వారు అధములు. అట్టివారు తమనే భగవానునిగా భావించుచు అదే భావనలో తమను తాము పూజించు కొందురు. ఇదియును ఒక విధమైన భగవదర్చనమే. ఏలయన అట్లు చేయువారు తాము దేహాదులము కామనియు, కేవలము ఆత్మస్వరూపులమేననియు సంపూర్ణముగా ఎరిగియుందురు. కనీసము వారి యందు అట్టి భావనము ప్రబలముగా నుండును. సాధారణముగా నిరాకారవాదులు దేవదేవుని ఈ రీతిగనే అర్చింతురు. ఏ రూపమైనను భగవానుని రూపమే అనెడి భావనలో ఇతర

దేవతార్చనము చేయువారు రెండవ తరగతికి చెందినవారు. ఇక మూడవ తరగతికి చెందినవారు విశ్వమును తప్ప అన్యమును ఊహింపలేక విశ్వమునే దివ్యముగా భావించి దానిని అర్చింతురు. అట్టి విశ్వము కూడా శ్రీకృష్ణభగవానుని రూపమే అయియున్నది.

16

अहं क्रतुरहं यज्ञः स्वधाहमहमौषधम् ।
मन्त्रोऽहमहमेवाज्यमहमग्निरहं हुतम् ॥१६॥

అహం క్రతురహం యజ్ఞః స్వధాహమహమౌషధమ్ ।
మన్త్రో ౽హమహమేవాజ్యమహమగ్నిరహం హుతమ్ ॥

అహం—నేను; **క్రతుః**—వైదిక క్రతువును; **అహం**—నేను; **యజ్ఞః**—స్మృతుల యందు చెప్పబడిన యజ్ఞమును; **స్వధా**—ఆహుతిని; **అహం**—నేను; **అహం**—నేను; **ఔషధం**—ఔషధమును; **మన్త్రః**—దివ్యమంత్రమును; **అహం**—నేను; **అహమేవ**—నేనే; **ఆజ్యం**—నెయ్యిని; **అహం**—నేను; **అగ్నిః**—అగ్నిని; **అహం**—నేను; **హుతమ్**—హోమమందు అర్పింపబడినది.

నేనే క్రతువును, యజ్ఞమును, పూర్వుల కొసగబడు ఆహుతిని, ఔషధమును, దివ్యమంత్రమును అయియున్నాను. ఆజ్యమును, అగ్నిని, హుతమును కూడా నేనే.

భాష్యము : "జ్యోతిష్టోమము" అను వైదికయజ్ఞము శ్రీకృష్ణుడే. అదే విధముగా స్మృతి యందు తెలుపబడిన "మహాయజ్ఞము" కూడా అతడే. పితృలోకమునకు అర్పింపబడు ఆహుతి లేక పితృలోకప్రీత్యర్థమై ఒనరించబడు యజ్ఞము కూడా శ్రీకృష్ణుడే. అట్టి ఆహుతులు నెయ్యి రూపమున గల ఒకానొక ఔషధముగా పరిగణింపబడును. ఇట్టి కార్యమునకు సంబంధించిన మంత్రములు సైతము శ్రీకృష్ణుడే. యజ్ఞములందు అర్పింపబడు పాలకు సంబంధించిన పదార్థము లన్నియును శ్రీకృష్ణుడే. ప్రకృతి మూలకములలో ఒకటియైనందున అగ్నియు శ్రీకృష్ణుడే. కాని అది ప్రకృతికి సంబంధించినది కావున భగవానుని నుండి విడివడియున్నదిగా తెలియబడును. వేరు మాటలలో వేదములందు తెలుప బడిన కర్మకాండ విభాగమునందు ఉపదేశింపబడిన యజ్ఞములన్నియును వాస్తవమునకు శ్రీకృష్ణుడే. అనగా శ్రీకృష్ణభగవానుని భక్తియుతసేవ యందు

నియుక్తులైనవారు వేదములందు తెలుపబడిన సమస్త యజ్ఞములను నిర్వహించినట్టి వారే యగుచున్నారు.

17

पिताहमस्य जगतो माता धाता पितामहः ।
वेद्यं पवित्रम् ॐकार ऋक् साम यजुरेव च ॥१७॥

పితాహమస్య జగతో మాతా ధాతా పితామహః ।
వేద్యం పవిత్రం ఓంకార ఋక్సామ యజురేవచ ॥

పితా—తండ్రిని; అహం—నేను; అస్య జగతః—విశ్వమునకు; మాతా—తల్లిని; ధాతా—పోషకుడను; పితామహః—తాతను; వేద్యం—తెలిసికొనదగినవాడను; పవిత్రం—పవిత్రము చేయువాడను; ఓంకారః—ఓంకారమును; ఋక్—ఋగ్వేదమును; సామ—సామవేదమును; యజురేవ చ—యజుర్వేదమును కూడా.

నేను ఈ జగత్తునకు తండ్రిని, తల్లిని, పోషకుడను, పితామహుడను అయి యున్నాను. జ్ఞానలక్ష్యమును, పవిత్రము చేయువాడను, ఓంకారమును నేనే. ఋగ్వేదము, సామవేదము, యజుర్వేదములు కూడా నేనే.

భాష్యము : స్థావరజంగమాత్మకమైన సమస్తసృష్టి శ్రీకృష్ణుని శక్తి యొక్క వ్యక్తీకరణమై యున్నది. ప్రస్తుత భౌతికస్థితిలో మనము శ్రీకృష్ణుని తటస్థ శక్తులేయైన వివిధజీవులతో వివిధ సంబంధములను ఏర్పరచుకొనియున్నాము. ప్రకృతి కారణముగా అట్టి జీవులలో కొందరు మనకు తండ్రిగా, తల్లిగా, తాతగా, సృష్టికర్తగా గోచరింతురు. కాని వాస్తవమునకు అట్లు గోచరించు వారందరును శ్రీకృష్ణుని అంశలే. అనగా తల్లి, తండ్రి ఆది వివిధరూపములలో గోచరించునది శ్రీకృష్ణుడే గాని వేరెవ్వరును కాదు. ఈ శ్లోకమునందలి "ధాత"యను పదమునకు "సృష్టికర్త" యని భావము. మన తల్లిదండ్రులే గాక, సృష్టికర్త, పితామహి, పితామహాదులు సైతము శ్రీకృష్ణుడే. వాస్తవమునకు శ్రీకృష్ణుని అంశలై యున్నందున ప్రతిజీవియు కృష్ణునితో సమానమే. కనుకనే వేదములన్నియును శ్రీకృష్ణుని వైపునకే కేంద్రీకరింపబడియున్నవి. తత్కారణముగా మనము వేదముల నుండి ఏది తెలియ యత్నించినను అది శ్రీకృష్ణపరజ్ఞానమును పొందుటలో పురోగతియే యగును. మన స్థితిని పవిత్రపరచు జ్ఞానము కూడా శ్రీకృష్ణుడే. అదే విధముగా వేదనియమములను అవగతము చేసికొనుట

యందు జిజ్ఞాసువైనవాడు సైతము శ్రీకృష్ణుని అంశయే. కనుక అతడును శ్రీకృష్ణుడే. వేదమంత్రములందు ప్రణవమని పిలువబడు పవిత్ర ఓంకారము కూడా శ్రీకృష్ణుడే. సామవేదము, యజుర్వేదము, ఋగ్వేదము మరియు అథర్వవేదములందలి అన్ని శ్లోకములలో ఓంకారము మిక్కిలి ప్రధానమగుటచే దానిని శ్రీకృష్ణునిగా అవగాహనము చేసికొనవలెను.

18

गतिर्भर्ता प्रभुः साक्षी निवासः शरणं सुहृत्।
प्रभवः प्रलयः स्थानं निधानं बीजमव्ययम्॥१८॥

గతిర్భర్తా ప్రభుః సాక్షీ నివాసః శరణం సుహృత్ ।
ప్రభవః ప్రలయః స్థానం నిధానం బీజమవ్యయమ్ ॥

గతిః—గమ్యము; భర్తా—భరించువాడు; ప్రభుః—స్వామి; సాక్షీ—సాక్షి; నివాసః—నివాసస్థలము; శరణం—ఆశ్రయము; సుహృత్—సన్నిహిత స్నేహితుడు; ప్రభవః—సృష్టి; ప్రలయః—ప్రళయము; స్థానం—స్థలము; నిధానం—విశ్రాంతి స్థానము; బీజం—బీజము; అవ్యయమ్—నాశనము లేని.

గమ్యమును, భరించువాడను, ప్రభువును, సాక్షిని, నివాసమును, ఆశ్రయమును, సన్నిహిత స్నేహితుడను నేనే. నేనే సృష్టిని, ప్రళయమును, సర్వమునకు స్థానమును, నిధానమును, అవ్యయ బీజమును అయి యున్నాను.

భాష్యము : "గతి"యనగా చేరవలసిన గమ్యస్థానమని భావము. జనులు తెలియకున్నను వాస్తవమునకు వారందరికిని శ్రీకృష్ణభగవానుడే చేరవలసిన పరమ గమ్యస్థానము. శ్రీకృష్ణుని తెలిసికొనలేనివాడు తప్పుదోవ పట్టగలడు. అంతియేగాక అట్టివాని నామమాత్ర పురోగతి పాక్షికము లేదా భ్రాంతి మాత్రమే కాగలదు. కొందరు వివిధదేవతలను తమ గమ్యస్థానముగా భావించి ఆయా విధానముల తీవ్ర యత్నములచే చంద్రలోకము, సూర్యలోకము, ఇంద్రలోకము, మహర్లోకాది వివిధలోకములను చేరుచుందురు. శ్రీకృష్ణుని సృష్టియే అయి నందున ఆ లోకములన్నియు ఏకకాలమున కృష్ణునితో సమానములు మరియు కృష్ణునితో అసమానములై యున్నవి. కృష్ణశక్తి యొక్క వ్యక్తీకరణములైన ఆ లోకములు కృష్ణునితో సమానమైనను కృష్ణుని సంపూర్ణజ్ఞానమును పొందుటలో ముందడుగు వంటివి మాత్రమే. అనగా కృష్ణుని వివిధశక్తుల దరిచేరుట లేదా

వాటిని గమ్యముగా భావించుట యనునది శ్రీకృష్ణుని పరోక్షముగా చేరుట వంటిది. కాని మనుజుడు కాలము మరియు శక్తి వ్యర్థము కాకూడదని తలచినచో ప్రత్యక్షముగా శ్రీకృష్ణుని దరిచేరవలెను. ఉదాహరణమునకు అనేక అంతస్థులు కలిగిన భవంతి యొక్క చివరి అంతస్థును చేరుటకు యంత్రసౌకర్యమున్నచో మెట్ల మీద నెమ్మదిగా ఏల పోవలెను? సర్వము శ్రీకృష్ణుని శక్తి పైననే ఆధారపడి యున్నందున ఆతని ఆశ్రయము లేనిదే ఏదియును స్థితిని కలిగియుండలేదు. సమస్తము శ్రీకృష్ణునకే చెంది ఆతని శక్తి పైననే ఆధారపడియుండుటచే వాస్తవమునకు సర్వమునకు ఆ భగవానుడే పరమ నియామకుడు. సర్వుల హృదయములందు పరమాత్మ రూపున వసించియుండుటచే ఆతడే దివ్య సాక్షి. మన నివాసములు, దేశములు లేక లోకములన్నియు వాస్తవమునకు శ్రీకృష్ణునితో సమానమే. ఆతడే పరమ ఆశ్రయమైనందున రక్షణమునకు లేదా దుఃఖనాశముకు ప్రతియొక్కరు ఆతనినే శరణు పొందవలెను. మనకు ఏదేని రక్షణము అవసరమైనపుడు దానిని సమకూర్చునది ఒక సజీవశక్తియై యుండవలెనని మనము గుర్తెరుగవలెను. శ్రీకృష్ణుడే పరమజీవశక్తియై యున్నాడు. మన సృష్టికి ఆతడే కారణుడైనందున లేదా దివ్యజనకుడైనందున ఆతనికి మించిన సన్నిహిత స్నేహితుడుగాని, బంధువుగాని వేరొకరుండరు. ఆ శ్రీకృష్ణుడే సృష్టికి ఆది కారణుడు మరియు ప్రళయము పిమ్మట సర్వమునకు నిధానమునై యున్నాడు. కనుకనే శ్రీకృష్ణభగవానుడు సర్వకారణములకు నిత్యకారణమని తెలియబడినాడు.

19

तपाम्यहमहं वर्षं निगृह्णाम्युत्सृजामि च।
अमृतं चैव मृत्युश्च सदसच्चाहमर्जुन ॥१९॥

తపామ్యహమహం వర్షం నిగృహ్ణామ్యుత్సృజామి చ ।
అమృతం చైవ మృత్యుశ్చ సదసచ్చాహమర్జున ॥

తపామి—వేడి నొసంగుదును; **అహం**—నేను; **అహం**—నేను; **వర్షం**—వర్షమును; **నిగృహ్ణామి**—నిరోధింతును; **ఉత్సృజామి**—కురిపింతును; **చ**—మరియు; **అమృతం**—అమృతత్వమును; **చ**—మరియు; **ఏవ**—నిశ్చయముగా; **మృత్యుః**—మరణమును; **చ**—మరియు; **సత్**—ఆధ్యాత్మికత్వమును; **అసత్**—భౌతికత్వమును; **చ**—మరియు; **అహం**—నేను; **అర్జున**—ఓ అర్జునా.

ఓ అర్జునా! వేడినొసగువాడను, వర్షమును నిరోధించుట మరియు కురిపించుట చేయువాడను నేనే. అమృతత్వమును మరియు మృత్యువును నేనే. సత్, అసత్తులు రెండును నా యందే యున్నవి.

భాష్యము : శ్రీకృష్ణభగవానుడు తన వివిధశక్తులచే విద్యుత్ , సూర్యుల ద్వారా వేడిని, వెలుతురును ప్రసరించుచుండును. వేసవికాలమున వర్షము పడకుండా ఆపునది మరియు వర్షాకాలమున కుండపోత వర్షములు కురిపించునది ఆ శ్రీకృష్ణుడే. జీవితకాలమును పొడిగించుచు మనలను పోషించు ప్రాణశక్తి అయిన ఆతడు అంత్యమున మృత్యువుగా మనకు దర్శనమిచ్చును. ఈ శక్తులన్నింటిని విశ్లేషించి చూచినచో శ్రీకృష్ణునకు భౌతికము, ఆధ్యాత్మికముల నడుమ ఎట్టి భేదము లేదని మనము నిశ్చయించుకొనగలము. అనగా సత్ , అసత్తులు రెండును ఆతడే. కనుకనే కృష్ణభక్తిరస భావన యందు పురోగమించిన స్థితి యందు మనుజుడు సత్ , అసత్తుల భేదమును గాంచక సర్వమునందు కృష్ణునే గాంచును.

సత్ , అసత్ లు రెండును శ్రీకృష్ణుడే అయినందున సర్వ భౌతికసృష్టులను కలిగియున్న విశ్వరూపము కూడా శ్రీకృష్ణుడే. అంతియేగాక ద్విభుజ మురళీధర శ్యామసుందరుని రూపమున ఆతడు ఒనరించిన బృందావనలీలలు ఆ దేవదేవునివే.

20

त्रैविद्या मां सोमपाः पूतपापा
यज्ञैरिष्ट्वा स्वर्गतिं प्रार्थयन्ते ।
ते पुण्यमासाद्य सुरेन्द्रलोकम्
अश्नन्ति दिव्यान् दिवि देवभोगान् ॥२०॥

త్రైవిద్యా మాం సోమపాః పూతపాపా
యజ్ఞైరిష్ట్వా స్వర్గతిం ప్రార్థయన్తే ।
తే పుణ్యమాసాద్య సురేన్ద్రలోకమ్
అశ్నన్తి దివ్యాన్దివి దేవభోగాన్ ॥

త్రైవిద్యాః—మూడు వేదముల నెరింగినవారు; మాం—నన్ను; సోమపాః—సోమరసమును త్రాగువారు; పూతపాపాః—పాపములు నశించినవారు; యజ్ఞైః—యజ్ఞములతో; ఇష్ట్వా—పూజించి; స్వర్గతిం—స్వర్గమార్గమును; ప్రార్థయన్తే—ప్రార్థింతురు; తే—వారు; పుణ్యం

—పుణ్యమును; ఆసాద్య—పొంది; సురేంద్రలోకమ్—ఇంద్రుని లోకమును; అశ్నన్తి—అనుభవింతురు; దివ్యాన్—దేవతలకు సంబంధించిన; దివి—స్వర్గమునందు; దేవభోగాన్—దేవతలు అనుభవించు భోగములను.

స్వర్గలోకములను గోరుచు వేదాధ్యయనము చేయువారు, సోమరసమును పానము చేయువారు పరోక్షముగా నన్నే అర్చింతురు. పాపఫలముల నుండి పవిత్రులై అట్టివారు పుణ్య ఇంద్రలోకమున జన్మించి దేవభోగముల ననుభవింతురు.

భాష్యము : ఈ శ్లోకము నందలి "త్రైవిద్యాః" అను పదము సామవేదము, యజుర్వేదము, ఋగ్వేదములను సూచించుచున్నది. ఇట్టి మూడు వేదములను అధ్యయనము చేసిన బ్రాహ్మణుడే "త్రివేది" యని పిలువబడును. ఈ వేదము లందు తెలుపబడిన జ్ఞానము పట్ల ఆకర్షణను కలిగియుండువాడు నిక్కముగా సంఘములో అత్యంత గౌరవనీయుడు కాగలడు. కాని దురదృష్టవశాత్తు వేదాధ్యయనపు అంతిమ ప్రయోజనమును తెలియని వేదపండితులే అధికముగా నున్నారు. కనుకనే ఆ త్రివేదులకు అంతిమలక్ష్యము తానే యని శ్రీకృష్ణ భగవానుడు ఇచ్చట ప్రకటించుచున్నాడు. నిజమైన త్రివేదులు శ్రీకృష్ణభగవానుని చరణకమలములకు శరణుజొచ్చి ఆతని ప్రీత్యర్థమై భక్తియుక్తసేవలో నియుక్తులగుదురు. అట్టి భక్తియోగము హరేకృష్ణ మహామంత్రమును జపించుటతోను మరియు అదేసమయమున కృష్ణుని గూర్చి నిజముగా అవగతము చేసికొనుటకు యత్నించుటతోను ఆరంభమగును. కాని దురదృష్టవశాత్తు వేదాధ్యయనపరులు సాధారణముగా ఇంద్రుడు, చంద్రుడు వంటి దేవతల కొరకు యజ్ఞములు చేయుట యందే మగ్నులగుదురు. అట్టి యత్నముచే వివిధ దేవతార్చకులు నిక్కముగా రజస్తమోగుణ సంపర్కము నుండి శుద్ధిపడినవారై మహర్లోకము, జనలోకము, తపోలోకాది పలు ఊర్ధ్వలోకములను (స్వర్గలోకములను) చేరుదురు.

అట్టి ఉన్నతలోకములను చేరిన పిమ్మట వారు భూలోకము కన్నను అనేక లక్షలరెట్లు అధికముగా సుఖముల ననుభవింతురు.

21

ते तं भुक्त्वा स्वर्गलोकं विशालं
क्षीणे पुण्ये मर्त्यलोकं विशन्ति।

एवं त्रयीधर्ममनुप्रपन्ना
गतागतं कामकामा लभन्ते ॥२१ ॥

తే తం భుక్త్వా స్వర్గలోకం విశాలం
క్షీణే పుణ్యే మర్త్యలోకం విశన్తి ।
ఏవం త్రయీధర్మమనుప్రపన్నా
గతాగతం కామకామా లభన్తే ॥

తే—వారు; **తం**—దానిని; **భుక్త్వా**—అనుభవించి; **స్వర్గలోకం**—స్వర్గలోకమును; **విశాలం**—విస్తృతమైన దానిని; **క్షీణే**—క్షయము పొందగనే; **పుణ్యే**—పుణ్యఫలము; **మర్త్యలోకం**—మానవలోకమునకు; **విశన్తి**—పతనము చెందుదురు; **ఏవం**—ఈ విధముగా; **త్రయీ ధర్మం**—మూడువేదముల సిద్ధాంతములను; **అనుప్రపన్నాః**—ఆచరించుచు; **గతాగతం**—మృత్యువు మరియు జన్మము; **కామకామాః**—ఇంద్రియభోగములు కోరుచు; **లభన్తే**—పొందుదురు.

విస్తృతమైన స్వర్గలోకభోగముల ననుభవించి పుణ్యము క్షీణించినంతనే వారు భూలోకమునకు తిరిగివత్తురు. ఈ విధముగా త్రివేదముల నియమానుసరణము ద్వారా ఇంద్రియభోగమును వాంఛించువారు కేవలము జననమరణములనే మరల, మరల పొందుదురు.

భాష్యము : ఊర్ధ్వలోకములను పొందినవాడు అధిక ఆయుష్షును మరియు ఇంద్రియభోగమునకు అధికమైన వసతులను పొందగలిగినను శాశ్వతముగా అచ్చటనే ఉండుటకు అనుమతింపబడడు. పుణ్యకర్మల ఫలము నశించినంతనే అతడు తిరిగి భూలోకమునకు పంపబడును. వేదాంతసూత్రములందు (జన్మాద్యస్య యతః) తెలుపబడిన రీతిగా సంపూర్ణజ్ఞానమును సాధించనట్టి వాడు, అనగా సర్వకారణకారణుడైన శ్రీకృష్ణుని అవగతము చేసికొనుటలో విఫలుడైనవాడు జీవితపు పరమలక్ష్యమును సాధించుటలో విఫలత్వము నొందినవాడగును. తత్కారణముగా అతడు క్రిందికి, పైకి సదా తిరుగుచుండు రంగులరాట్నముపైన కూర్చున్నవాని వలె ఊర్ధ్వలోకమునకు ఉద్ధరింపబడుచు, తిరిగి క్రిందకు చేరుచుండును. అనగా మనుజుడు మరల క్రిందికి తిరిగి వచ్చే అవకాశమే లేనటువంటి ఆధ్యాత్మికలోకమును పొందక కేవలము ఊర్ధ్వ, అధోలోకముల నడుమ జనన, మరణచక్రమందే తిరుగుచుండును. కావున మనుజుడు జ్ఞానానందపూర్ణమగు నిత్యజీవనమును అనుభవించుటకు ఆధ్యాత్మిక

లోకమును పొంది, తిరిగి ఈ దుఃఖకరమైన భౌతికస్థితికి రాకుండుట ఉత్తమము.

22

अनन्याश्चिन्तयन्तो मां ये जनाः पर्युपासते।
तेषां नित्याभियुक्तानां योगक्षेमं वहाम्यहम् ॥२२॥

అనన్యాశ్చిన్తయన్తో మాం యే జనాః పర్యుపాసతే ।
తేషాం నిత్యాభియుక్తానాం యోగక్షేమం వహామ్యహమ్ ॥

అనన్యాః—ఇతర లక్ష్యమేమియును లేనివారై; చిన్తయన్తః—ధ్యానించుచు; మామ్—నన్ను; యే—ఏ; జనాః—జనులు; పర్యుపాసతే—శ్రద్ధతో అర్చింతురో; తేషామ్—వారి యొక్క; నిత్యాభి యుక్తానామ్—ఎల్లప్పుడును భక్తి యందు స్థిరులైన; యోగ—అవసరములను; క్షేమమ్—రక్షణమును; వహామి—వహింతును; అహమ్—నేను.

నా దివ్యరూపమును ధ్యానించుచు అనన్యభక్తిచే నన్ను సదా అర్చించువారి యోగక్షేమములను నేనే వహింతును (వారికి లేనివి సమకూర్చి, ఉన్నవి సంరక్షింతును).

భాష్యము : కృష్ణభక్తిరస భావనము లేకుండా క్షణకాలమును జీవింపలేనివాడు శ్రవణము, కీర్తనము, స్మరణము, వందనము, అర్చనము, పాదపద్మ సేవనము, ఇతర సేవలను గూర్చుట, సఖ్యము, ఆత్మనివేదనముల ద్వారా భక్తియుక్తసేవ యందు నియుక్తుడై ఇరువదినాలుగు గంటలు శ్రీకృష్ణుని చింతించుట కన్నను అన్యమును కావింపడు. అట్టి కర్మలు సర్వమంగళదాయకములు మరియు ఆధ్యాత్మికశక్తిపూర్ణములు. అవి ఆత్మానుభవమునందు భక్తుని పూర్ణుని కావింపగలవు. తద్ద్వారా శ్రీకృష్ణభగవానుని సాహచర్యమును పొందుటయే అతని ఏకైక కోరిక కాగలదు. అట్టివాడు నిస్సందేహముగా ఆ భగవానుని ఎట్టి కష్టము లేకుండా చేరగలడు. వాస్తవమునకు ఇదియే యోగమనబడును. భగవానుని కరుణచే అట్టి భక్తుడు ఎన్నడును ఈ భౌతికజీవనమునకు తిరిగిరాడు. ఈ శ్లోకమునందలి "క్షేమము" అను పదము శ్రీకృష్ణభగవానుని కృపాపూర్ణరక్షణమును సూచించుచున్నది. అనగా యోగము ద్వారా కృష్ణభక్తిరస భావనను పొందుటకు భక్తునకు తోడ్పడు శ్రీకృష్ణభగవానుడు, అతడు సంపూర్ణ కృష్ణభక్తిరస భావితుడైన పిమ్మట దుఃఖభూయిష్ఠమైన బద్ధజీవనమునకు తిరిగి పతనము చెందకుండా రక్షణము నొసగును.

23

येऽप्यन्यदेवताभक्ता यजन्ते श्रद्धयान्विताः ।
तेऽपि मामेव कौन्तेय यजन्त्यविधिपूर्वकम् ॥२३॥

యే ఽప్యన్యదేవతాభక్తా యజన్తే శ్రద్ధయాన్వితాః ।
తే ఽపి మామేవ కౌన్తేయ యజన్త్యవిధిపూర్వకమ్ ॥

యే అపి—ఎవరు; **అన్యదేవతాభక్తాః**—ఇతర దేవతల భక్తులు; **యజన్తే**—పూజచేయుదురో; **శ్రద్ధయాన్వితాః**—శ్రద్ధతో; **తే అపి**—వారుకూడా; **మామేవ**—నన్నే; **కౌన్తేయ**—కుంతీపుత్రా; **యజన్తి**—పూజింతురు; **అవిధిపూర్వకమ్**—అవిధి మార్గమున.

ఓ కౌంతేయా! అన్యదేవతలకు భక్తులై వారిని శ్రద్ధతో పూజించువారు వాస్తవమునకు అవిధిపూర్వకముగా నన్నే పూజించుచున్నారు.

భాష్యము : "దేవతార్చనమునందు నియుక్తులైనవారు చేసెడి అర్చనము నాకే పరోక్షముగా అర్పింపబడినను వారు నిజమునకు మందబుద్ధులై యున్నారు" అని శ్రీకృష్ణభగవానుడు పలికియున్నాడు. ఉదాహరణకు ఒకడు కొమ్మలకు, ఆకులకు నీరుపోసి చెట్టు మొదలుకు నీరుపోయనిచో తగినంత జ్ఞానము లేనివాడుగా (నియమపాలనము లేనివాడు) పరిగణింపబడును. అదేవిధముగా ఉదరమునకు ఆహారము నందించుటయే దేహేంద్రియములన్నింటిని సేవించుట లేదా పోషించుట కాగలదు. వాస్తవమునకు దేవతలు భగవానుని ప్రభుత్వమున వివిధ అధికారులు మరియు నిర్దేశకుల వంటివారు. జనులు ప్రభుత్వముచే ఏర్పరచబడిన శాసనములనే అనుసరించవలెను గాని, దాని యందలి అధికారులు లేదా నిర్దేశకుల వ్యక్తిగత శాసనములను కాదు. అదేవిధముగా ప్రతియొక్కరు భగవానునే అర్చించవలెను. తద్ద్వారా ఆతని వివిధ అధికారులు మరియు నిర్దేశకులందరును అప్రయత్నముగా సంతృప్తినొందెదరు. అధికారులు, నిర్దేశకులు ప్రభుత్వ ప్రతినిధులుగా తమ కార్యములందు నియుక్తులై యున్నందున వారికి లంచమివ్వజూచుట వాస్తవమునకు చట్టవిరుద్ధము. ఈ విషయమే ఇచ్చట "అవిధిపూర్వకమ్" అని తెలుపబడినది. అనగా అనవసరమైన అన్యదేవతార్చనమును శ్రీకృష్ణ భగవానుడు ఇచ్చట ఆమోదించుట లేదు.

24

अहं हि सर्वयज्ञानां भोक्ता च प्रभुरेव च ।
न तु मामभिजानन्ति तत्त्वेनातश्च्यवन्ति ते ॥२४॥

అహం హి సర్వయజ్ఞానాం భోక్తా చ ప్రభురేవ చ ।
న తు మామభిజానన్తి తత్త్వేనాతశ్చ్యవన్తి తే ॥

అహం—నేనే; హి—నిశ్చయముగా; సర్వయజ్ఞానాం—సర్వయజ్ఞములకు; భోక్తా—అనుభవించువాడను; చ—మరియు; ప్రభుః ఏవ—ప్రభువును; చ—కూడా; తు—కాని; మాం—నన్ను; న అభిజానన్తి—ఎరుగరు; తత్త్వేన—వాస్తవముగా; అతః—అందుచే; చ్యవన్తి—పతితులగుదురు; తే—వారు.

నేనే సర్వయజ్ఞములకు భోక్తను మరియు ప్రభువును అయియున్నాను. కావున నా వాస్తవమైన దివ్యస్వభావమును గుర్తింపలేనివారు పతనము చెందుదురు.

భాష్యము : వేదవాఙ్మయమునందు పలువిధములైన యజ్ఞములు నిర్దేశింపబడియున్నను, వాస్తవమునకు అవియన్నియును దేవదేవుడైన శ్రీకృష్ణుని సంతృప్తిపరచుట కొరకే నిర్దేశింపబడినవని ఇచ్చట స్పష్టముగా తెలుపబడినది. యజ్ఞమనగా విష్ణువు. యజ్ఞుడు లేదా విష్ణువు ప్రీత్యర్థమే ప్రతియొక్కరు కర్మ నొనరించవలెనని భగవద్గీత యందలి తృతీయాధ్యాయమున స్పష్టముగా తెలుపబడినది. మానవనాగరికతకు పరిపక్వరూపమైన వర్ణాశ్రమధర్మము విష్ణుప్రీతికే ప్రత్యేకముగా ఉద్దేశింపబడినది. కనుకనే శ్రీకృష్ణభగవానుడు ఇచ్చట "నేనే దివ్యప్రభువును గావున సర్వయజ్ఞములకు నేనే భోక్తను" అని పలికియున్నాడు. కాని మందమతులైనవారు ఈ సత్యమును తెలియక తాత్కాలిక లాభముల కొరకు ఇతర దేవతలను పూజింతురు. తత్కారణముగా వారు భౌతికస్థితికి పతనము నొంది ఎన్నడును మానవజన్మ యొక్క వాంఛితలక్ష్యమును సాధింపలేరు. అయినను ఎవరేని ఒక భౌతికకోరికను కలిగియున్నచో దాని కొరకై శ్రీకృష్ణ భగవానుని ప్రార్థించుట ఉత్తమము (అది శుద్ధభక్తి కానేరదు). తద్ద్వారా అతడు వాంఛితఫలమును పొందగలడు.

25

यान्ति देवव्रता देवान् पितॄन्यान्ति पितृव्रताः ।
भूतानि यान्ति भूतेज्या यान्ति मद्याजिनोऽपि माम् ॥२५॥

యాన్తి దేవవ్రతా దేవాన్పితౄన్యాన్తి పితృవ్రతాః ।
భూతాని యాన్తి భూతేజ్యా యాన్తి మద్యాజినోఽపి మాం ॥

యాన్తి—పొందుదురు; దేవవ్రతాః—దేవతలను పూజించువారు; దేవాన్—దేవతలను; పితౄన్—పితృదేవతలను; యాన్తి—పొందుదురు; పితృవ్రతాః—పితృదేవతలను పూజించువారు; భూతాని—భూతప్రేతములను; యాన్తి—పొందుదురు; భూతేజ్యాః—భూతపిశాచములను పూజించువారు; యాన్తి—పొందుదురు; మద్యాజినః—నా భక్తులు; అపి—కాని; మాం—నన్ను.

దేవతలను పూజించువారు దేవతలలో జన్మింతురు. పితృదేవతలను పూజించువారు పితృదేవతలను చేరగా, భూత, ప్రేతములను పూజించువారు వాని యందే జన్మింతురు. కాని నన్ను పూజించువారు నాతోనే నివసింతురు.

భాష్యము : చంద్రలోకమును గాని, సూర్యలోకమునుగాని లేదా వేరే ఇతర లోకమును గాని చేరగోరినచో తత్ప్రయోజనార్థమై వేదములందు నిర్దేశింపబడిన "దర్శపౌర్ణమాసి"వంటి విధానములను పాటించుట ద్వారా మనుజుడు తన కోరిన గమ్యమును సాధించగలడు. వేదముల యందలి కర్మకాండభాగములో విశదముగా వివరింపబడిన ఈ పద్ధతులు వివిధ ఉన్నతలోకములందలి దేవతల కొరకు ప్రత్యేకములైన పూజలను నిర్దేశించుచున్నవి. అదే విధముగా ప్రత్యేక యజ్ఞముల ద్వారా మనుజుడు పితృలోకమును చేరవచ్చును లేదా భూత, ప్రేతలోకములను చేరి యక్షునిగా, రాక్షసునిగా లేక పిశాచముగా మారవచ్చును. పిశాచములకు ఒనర్చుపూజ వాస్తవమునకు "క్షుద్రదేవతార్చనము" అని పిలువబడును. అట్టి క్షుద్రదేవతార్చనము కావించువారు పెక్కురు కలరు. వారు దానిని ఆధ్యాత్మికమని భావించినను ఆ సమస్త కర్మలు నిజమునకు భౌతికములే. అదేవిధముగా దేవదేవునే అర్చించు శుద్ధభక్తుడు వైకుంఠలోకములందు గాని, కృష్ణలోకమును గాని అసంశయముగా పొందును. దేవతలను పూజించుట ద్వారా దేవతాలోకములను, పితృదేవతలను పూజించుట ద్వారా పితృలోకములను, క్షుద్రదేవతార్చనము ద్వారా పిశాచలోకములను మనుజుడు పొందుచుండ శుద్ధ భక్తుడు ఎందులకు వైకుంఠలోకములను లేదా కృష్ణలోకమును పొందకుండునని ఈ అతిముఖ్యమైన శ్లోకము ద్వారా సులభముగా గ్రహింపవచ్చును. కాని శ్రీకృష్ణుడు మరియు విష్ణువు వసించు ఈ దివ్యలోకములను గూర్చిన సమాచారము పెక్కుమందికి తెలియదు. వాని నెరుగని కారణమున వారు పతితులగుదురు. నిరాకారవాదులు సైతము బ్రహ్మజ్యోతి నుండి పతనము చెందగలరు. కనుకనే కేవలము హరేకృష్ణమహామంత్రమును జపించుట ద్వారా

మనుజుడు ఈ జన్మమందే పూర్ణుడై భగవద్ధామమును చేరగలడనెడి మహత్తరమైన సందేశమును సమస్త మానవాళికి కృష్ణచైతన్యోద్యమము తెలియపరచు చున్నది.

26

पत्रं पुष्पं फलं तोयं यो मे भक्त्या प्रयच्छति।
तदहं भक्त्युपहृतमश्नामि प्रयतात्मनः ॥२६॥

పత్రం పుష్పం ఫలం తోయం యో మే భక్త్యా ప్రయచ్ఛతి ।
తదహం భక్త్యుపహృతమశ్నామి ప్రయతాత్మనః ॥

పత్రం—పత్రమును; పుష్పం—పుష్పమును; ఫలం—ఫలమును; తోయం—జలమును; యః—ఎవడు; మే—నాకు; భక్త్యా—భక్తితో; ప్రయచ్ఛతి—సమర్పించునో; తత్—దానిని; అహం—నేను; భక్తి ఉపహృతమ్—భక్తితో ఒసగబడిన; అశ్నామి—స్వీకరింతును; ప్రయతాత్మనః—శుద్ధాంతరంగుని నుండి.

పత్రమునైనను, పుష్పమునైనను, ఫలమునైనను లేదా జలమునైనను ప్రేమతోను, భక్తితోను ఎవరేని అర్పించినచో నేను స్వీకరింతును.

భాష్యము : నిత్యానందము కొరకై శాశ్వతమును మరియు ఆనందనిధానమును అగు భగవద్ధామమును పొందుటకు బుద్ధిమంతుడైనవాడు కృష్ణభక్తిభావనా యుతుడై శ్రీకృష్ణభగవానుని దివ్యమగు ప్రేమయుతసేవలో నియుక్తుడు కావలెను. అట్టి అద్భుతఫలమును కలుగజేయు పద్ధతి వాస్తవమునకు అత్యంత సులభము. ఎటువంటి యోగ్యతలేని అతిదరిద్రునికి సైతము అది ఆచరణసాధ్యము. కేవలము శ్రీకృష్ణభగవానునికి శుద్ధభక్తుడగుటయే ఈ విషయమున వాంఛనీయమగు ఏకైక యోగ్యత. మనుజుని దేశ,కాల పరిస్థితులతో దానికెట్టి సంబంధము లేదు. అతిసులభమైన ఈ పద్ధతిలో మనుజుడు భక్తితో పత్రమునుగాని, జలమునుగాని, ఫలమునుగాని ఆ భగవానునకు ప్రేమతో అర్పింపవచ్చును. భగవానుడు అట్టి అర్పణమును ప్రియముతో స్వీకరింపగలడు. కృష్ణభక్తిభావన విధానము అత్యంత సులభము మరియు విశ్వజనీనమైనందున ఎవ్వరికినీ దీని యందు నిషేధము లేదు. అట్టియెడ ఈ సులభమార్గము ద్వారా కృష్ణభక్తిభావితుడై అత్యున్నతమైన నిత్యానంద జ్ఞానపూర్ణమగు జీవనమును పొంద వాంఛింపని అజ్ఞాని ఎవడుండును? శ్రీకృష్ణుడు ప్రేమపూర్వక సేవనే వాంఛించును గాని అన్యమును కాదు. తన శుద్ధభక్తుల నుండి చిన్న పుష్పమునైనను స్వీకరించు ఆతడు అభక్తుల

నుండి ఎటువంటి దానిని కూడా అంగీకరింపడు. ఆత్మారాముడైన ఆతడు ఇతరుల నుండి కోరునదేదియును లేదు. అయినను ఆతడు భక్తులు ప్రేమానురాగభావముతో ఒసగుదానిని ప్రియముతో స్వీకరించును. అట్టి భక్తిభావనను వృద్ధిపరచు కొనుటయే జీవితపు పూర్ణత్వమై యున్నది. భక్తి యొక్కటే శ్రీకృష్ణుని చేరుటకు ఏకైకమార్గమని కచ్చితముగా తెలుపుట కొరకే ఈ శ్లోకమున భక్తి యను పదము రెండుమార్లు వాడబడినది. అనగా బ్రాహ్మణుడగుట, పండితుడగుట, ధనవంతుడగుట లేదా గొప్ప తత్త్వవేత్త యగుట వంటి ఇతర ఏ విధానము చేతను మనుజుడు తానొసగునది శ్రీకృష్ణుడు అంగీకరించునట్లుగా చేయజాలడు. మూల నియమమైన భక్తి లేనప్పుడు ఏదియును ఆతనిని అంగీకరింపజేయలేదు. కనుకనే భక్తి ఎన్నడును సామాన్యమైనది కాదు. ఆ విధానము నిత్యమైనది. అది పరతత్త్వమునకు ఒనర్చబడు ప్రత్యక్షసేవ.

తానే భోక్తననియు, ప్రభువుననియు, సమస్తయజ్ఞముల ధ్యేయమనియు నిర్ధారించిన శ్రీకృష్ణుడు ఇచ్చట తనకు ఎటువంటివి సమర్పింపవలెనో తెలియజేయుచున్నాడు. పవిత్రులై జీవితలక్ష్యమైన శ్రీకృష్ణభగవానుని ప్రేమ యుతసేవను పొందగోరుచు ఆతని భక్తియుతసేవ యందు నిలువగోరువారు తొలుత ఆతడు తమ నుండి ఏది కోరునో తెలిసికొనుట అత్యంత అవసరము. శ్రీకృష్ణుని యందు ప్రేమ కలిగినవాడు ఆతడు కోరినవే ఒసగుచు, కోరనివి మరియు అడగనివి సమర్పింపకుండును. కనుక మత్స్యమాంసాదులు ఆతనికి సమర్పింపరాదు. అటువంటివాటిని ఆతడు వాంఛించినచో వాటినే తనకు అర్పింపుమని పలికియుండెడివాడు. కాని అందుకు భిన్నముగా ఆతడు పత్రము, పుష్పము, ఫలము, జలములనే తనకొసగుమని స్పష్టముగా పలికి వాటిని తాను గ్రహింతుననెను. అనగా మత్స్యమాంసాదులను శ్రీకృష్ణుడు స్వీకరింపడని మనము అవగతము చేసికొనవలెను. కాయగూరలు, ధాన్యము, ఫలములు, పాలు, జలము మొదలగునవి మానవులకు తగిన ఆహారమని ఆతడు నిర్దేశించుచున్నాడు. వీటికి అన్యమైన వాటిని అర్పించినచో ఆతడు స్వీకరింపడు. కనుక ఒకవేళ మనము అటువంటి అన్యమగు ఆహారపదార్థములను అర్పింప యత్నించినచో ప్రేమస్థాయిలో భక్తినొనరించినవారము కాజాలము.

కేవలము యజ్ఞశేషమే పరమపవిత్రమనియు, జీవితమందు పురోగతిని

మరియు భవబంధముల నుండి ముక్తిని వాంఛించువారికి అదియే భుజింప యోగ్యమనియు శ్రీకృష్ణభగవానుడు తృతీయాధ్యాయము నందలి పదు మూడవశ్లోకమున వివరించెను. నైవేద్యమును పెట్టకయే ఆహారమును భుజించువారు పాపమునే తినుచున్నారనియు ఆతడు ఆ శ్లోకమున తెలిపెను. అనగా అట్టివారు తిను ప్రతిముద్ద కేవలము భౌతికక్లేశములనే మరింత దృఢతరము చేయుచున్నది. చక్కని సాత్త్వికాహారమును తయారుచేసి, శ్రీకృష్ణునికి అర్పించి (పటమునకు గాని లేదా శ్రీమూర్తికి గాని) నమస్కరించుచు తాను అర్పించినది స్వీకరించుమని ప్రార్థించినచో మనుజుడు క్రమముగా జీవితాభ్యుదయమును గాంచగలడు. తద్ద్వారా దేహము పవిత్రమై, బుద్ధి వికసితమై స్పష్టమైన అవగాహన వృద్ధియగును. అన్నింటికి మించి ఈ అర్పణము ప్రేమభావముతోనే జరుగవలెను. ఏలయన సర్వము తనదేయైన శ్రీకృష్ణునకు ఆహార మవసరము లేదు. తనకు ముదము గూర్చ యత్నించు భక్తుని నిమిత్తమే ఆతడు దానిని స్వీకరించును. కనుక ఆహారమును తయారుచేయుట, సేవించుట, అర్పించుట యనెడి కార్యములందు కృష్ణుని యెడ ప్రేమభావముతో వర్తించుట అత్యంత ముఖ్యాంశము.

పరతత్త్వము ఇంద్రియరహితమని భావించు నిరాకారతత్త్వవేత్తలు భగవద్గీత యందలి ఈ శ్లోకమును ఏమాత్రము అవగాహన చేసికొనలేరు. గీతను బోధించు శ్రీకృష్ణుని భౌతికప్రవృత్తికి ఈ శ్లోకము నిదర్శనమని లేదా ఇది ఒక ఉపమానమని వారు భావింతురు. కాని వాస్తవమునకు శ్రీకృష్ణభగవానుడు ఇంద్రియ సహితుడు. ఆతని అన్ని ఇంద్రియములు సర్వేంద్రియకార్యముల నొనర్చగల సామర్థ్యసహితములు. అనగా ఆ భగవానుని ఒక ఇంద్రియము వేరొక ఇంద్రియ కార్యమును నిర్వహింపగల సామర్థ్యమును కలిగియుండును. శ్రీకృష్ణ భగవానుడు పూర్ణుడనుదాని భావమిదియే. ఇంద్రియములు లేకుండా ఆతనిని విభూతిపూర్ణుడని భావింపజాలము. జీవులను ప్రకృతిగర్భమున సృజించు చున్నానని శ్రీకృష్ణుడు సప్తమాధ్యాయమున వివరించియున్నాడు. ఆతడు ఆ కార్యమును కేవలము ప్రకృతిని వీక్షించుట ద్వారా కావించును. అదేవిధముగా ఈ సందర్భమునందు ఆహారము నర్పించుటలో భక్తుల ప్రేమపూర్వక వచనములను ఆతడు ఆలకించుట ఆరగించుటతోను, ఆస్వాదించుటతోను అన్ని విధముల సమానము కాగలదు. ఆతని పూర్ణత్వస్థితి కారణమున శ్రవణమే

ఆతడు ఆరగించుట మరియు ఆస్వాదించుట యను కార్యముతో సర్వసమానమై యున్నదని నొక్కి చెప్పవలెను. శ్రీకృష్ణుడు తనను గూర్చి తాను వర్ణించిన విధముగను, ఎటువంటి స్వకల్పనలు లేకుండగను ఆ దేవదేవుని అంగీకరించు భక్తుడే పరతత్త్వము నైవేద్యమును భుజించి ఆస్వాదించగలడని అవగాహన చేసికొనగలడు.

27

यत्करोषि यदश्नासि यज्जुहोषि ददासि यत्।
यत्तपस्यसि कौन्तेय तत्कुरुष्व मदर्पणम्॥२७॥

యత్కరోషి యదశ్నాసి యజ్జుహోషి దదాసి యత్ ।
యత్తపస్యసి కౌన్తేయ తత్కురుష్వ మదర్పణమ్ ॥

యత్కరోషి—ఏది ఒనరించినను; యదశ్నాసి—ఏది భుజించినను; యజ్జుహోషి—ఏది హోమముచేసినను; దదాసి యత్—ఏది దానమిచ్చినను; యత్తపస్యసి—ఏ తపస్సులు ఆచరించినను; కౌన్తేయ—ఓ కుంతీపుత్రా; తత్—దానిని; కురుష్వ—ఒనరింపుము; మత్ అర్పణమ్—నాకు అర్పణముగా.

ఓ కౌంతేయా! నీవు ఏది ఒనరించినను, ఏది భుజించినను, ఏది హోమము చేసినను, ఏది దానమొసగినను, ఏ తపస్సు నాచరించినను వాటన్నింటిని నాకు అర్పణముగా ఒనరింపుము.

భాష్యము : ఎట్టి పరిస్థితి యందును శ్రీకృష్ణభగవానుని మరువకుండునట్లుగా జీవితమును మలచుకొనుట ప్రతియొక్కరి ధర్మము. దేహపోషణ కొరకు ప్రతియొక్కరు కర్మ చేయవలసియే ఉన్నందున తనకొరకు కర్మ చేయుమని శ్రీకృష్ణుడు ఇచ్చట ఉపదేశించుచున్నాడు. జీవనమునకై ఆహారమును భుజించుట అవసరము గనుక కృష్ణునకు అర్పింపబడిన ఆహారమునే ప్రసాదరూపమున మనుజుడు గ్రహింపవలెను. అదే విధముగా నాగరికుడైన మనుజుడు ధర్మ కార్యములను ఒనరింపవలసియున్నందున వానిని తన కొరకే చేయుమని శ్రీకృష్ణుడు పలుకుచున్నాడు. అదియే అర్చనము. ప్రతియొక్కరు ఏదియో ఒకదానిని దానమిచ్చు స్వభావమును కలిగియుందురు కావున దానిని తనకే ఒసగుమని శ్రీకృష్ణుడు ఉపదేశించుచున్నాడు. అనగా అధికముగా ప్రోగుపడిన ధనమును మనుజుడు కృష్ణచైతన్యోద్యమపు ప్రచారము కొరకై వినియోగించవలెను. ధ్యానము ఈ యుగమునకు ఆచరణయోగ్యము కానిదైనను మనుజులు దాని

యందే నేడు ఎక్కువ మక్కువను కలిగియున్నారు. కనుక ఎవరైనను హరేకృష్ణ మహామంత్రమును జపమాలపై జపించుచు శ్రీకృష్ణుని ఇరువదినాలుగుగంటలు ధ్యానింపగలిగినచో భగవద్గీత యందలి షష్ఠాధ్యాయమున వివరింపబడినట్లు గొప్ప ధ్యానతత్పరుడు మరియు గొప్పయోగి కాగలడు.

28

शुभाशुभफलैरेवं मोक्ष्यसे कर्मबन्धनैः ।
संन्यासयोगयुक्तात्मा विमुक्तो मामुपैष्यसि ॥२८॥

శుభాశుభఫలైరేవం మోక్ష్యసే కర్మబన్ధనైః ।
సన్న్యాసయోగయుక్తాత్మా విముక్తో మాముపైష్యసి ॥

శుభ—శుభము; అశుభ—అశుభము నుండి; ఫలైః—ఫలములు; ఏవం—ఆ విధముగా; మోక్ష్యసే—ముక్తుడవగుదువు; కర్మబన్ధనైః—కర్మబంధముల నుండి; సన్న్యాసయోగ—సన్న్యాసయోగము నందు; యుక్తాత్మా—మనస్సును స్థిరముగా నిలిపి; విముక్తః—ముక్తి నొంది; మామ్—నన్ను; ఉపైష్యసి—పొందుదువు.

ఈ విధముగా నీవు కర్మబంధముల నుండి మరియు వాని శుభ అశుభ ఫలముల నుండి ముక్తుడవు కాగలవు. ఇట్టి సన్న్యాసయోగముతో నా యందు మనస్సును స్థిరపరచుట ద్వారా నీవు విముక్తుడవై నన్ను పొందగలవు.

భాష్యము : ఉన్నతమైన మార్గదర్శకత్వమున కృష్ణభక్తిభావనలో వర్తించువాడు యుక్తుడని పిలువబడును. దీనికి సరియైన పదము "యుక్తవైరాగ్యము". ఈ విషయమును గూర్చి శ్రీరూపగోస్వామి మరింతగా ఇట్లు వర్ణించిరి.

అనాసక్తస్య విషయాన్ యథార్హముపయుంజతః ।
నిర్బంధః కృష్ణసంబంధే యుక్తం వైరాగ్యముచ్యతే ॥
(భక్తిరసామృతసింధువు 2.255)

భౌతికజగమున ఉన్నంతవరకు మనము కర్మ చేయవలసియే ఉండును. కర్మను విరమించుట సాధ్యము కాదు. కనుకనే కర్మలను ఒనరించి ఆ ఫలములను శ్రీకృష్ణునకు సమర్పించినచో అది "యుక్తవైరాగ్యము" అనబడునని శ్రీరూప గోస్వామి పలికిరి. వైరాగ్యమునందు వాస్తవముగా నెలకొనినపుడు అట్టి కర్మలు చిత్తదర్పణమును పరిశుభ్రము చేయగలవు. ఇక కర్త ఆధ్యాత్మికానుభవము నందు క్రమపురోగతి సాధించిన కొలది శ్రీకృష్ణభగవానునికి సంపూర్ణ శరణాగతుడై

అంత్యమున మోక్షమును బడయును. అతడు పొందు ముక్తియు స్పష్టముగా వివరింపబడినది. ఈ ముక్తి ద్వారా అతడు బ్రహ్మజ్యోతిలో లీనముగాక భగవద్ధామమున ప్రవేశించునని "మాముపైష్యసి" (నన్ను పొందును) యను పదము ద్వారా స్పష్టముగా తెలుపబడినది. వాస్తవమునకు ముక్తి ఐదు రకములైనను జీవితమంతయు శ్రీకృష్ణభగవానుని నేతృత్వమున భక్తియోగమును సాగించిన భక్తుడు మాత్రము ఆధ్యాత్మికముగా అత్యున్నతస్థితికి చేరి, దేహత్యాగానంతరము ఆ దేవదేవుని ధామమున కేగి ఆతని ప్రత్యక్ష సాహచర్యమున నియుక్తుడగును.

జీవితమును శ్రీకృష్ణభగవానుని సేవకు అంకితము చేయుట తప్ప వేరే ఇతరాసక్తి లేనివాడే నిజమైన సన్న్యాసి. అట్టివాడు తనను నిత్యసేవకునిగాను మరియు భగవత్సంకల్పముపై ఆధారపడినవానిగను భావించును. అతడు ఏది ఒనరించినను భగవానుని కొరకే కావించును. చేసెడి ప్రతికార్యమును అతడు భగవానుని సేవారూపమున ఒనరించును. వేదములందు తెలుపబడిన కర్మకాండ యెడ గాని లేదా విధ్యుక్తధర్మముల యెడ గాని అతడు ఆసక్తిని ప్రదర్శింపడు. అట్టి వేదచోదిత ధర్మములను నిర్వహించుట సామాన్యులకు కర్తవ్యమైనను భక్తులకు కాదు. కనుక శ్రీకృష్ణభగవానుని సేవలో సంపూర్ణముగా నియుక్తులైన శుద్ధభక్తులు కొన్నిమార్లు వైదికకర్మలకు విరుద్ధముగా వర్తించుచున్నట్లు తోచినను వాస్తవమునకు అది సత్యము కాదు.

కనుకనే మహాభక్తుల ఆలోచనలు, కర్మలు పరమ బుద్ధిశాలురైనవారికిని అవగతము కావని వైష్ణవాచార్యులు పలికిరి (తాఁర వాక్య, క్రియా, ముద్రా విజ్ఞేహ, నా భురుఝయ - చైతన్యచరితామృతము, మధ్యలీల 23.39). కావున శ్రీకృష్ణభగవానుని సేవలో నిత్యయుక్తుడై యున్నవాడు లేదా ఆ భగవానుని ఏ విధముగా సేవించవలెనని ఆలోచనలు చేయుచు ప్రణాళికలు రూపొందించెడి వాడు ప్రస్తుతమందును పరిపూర్ణముగా ముక్తుడైన వానిగా పరిగణింపబడును. అట్టి భక్తుడు భవిష్యత్తునందు భగవద్ధామమును తప్పక చేరగలడు. భౌతికవిమర్శలకు శ్రీకృష్ణుడు పరమై యుండునట్లు, అట్టి మహాభక్తుడును సర్వవిధములైన విమర్శలకు అతీతుడై యుండును.

29

समोऽहं सर्वभूतेषु न मे द्वेष्योऽस्ति न प्रियः ।
ये भजन्ति तु मां भक्त्या मयि ते तेषु चाप्यहम् ॥२९॥

సమో ఽహం సర్వభూతేషు న మే ద్వేష్యో ఽస్తి న ప్రియః ।
యే భజన్తి తు మాం భక్త్యా మయి తే తేషు చాప్యహమ్ ॥

సమః—సమభావము కలవాడను; అహం—నేను; సర్వభూతేషు—జీవులందరి యందును; మే—నాకు; ద్వేష్యః—ద్వేషింపదగినవాడు; న అస్తి—లేడు; ప్రియః—ప్రియుడు; న—లేడు; యే తు—కాని ఎవరు; భజన్తి—దివ్యమైన సేవ చేయుదురో; మాం—నాకు; భక్త్యా—భక్తితో; మయి—నాయందు; తే—వారు; తేషు—వారియందు; చ—కూడా; అపి—నిశ్చయముగా; అహం—నేను.

నేనెవరిని ద్వేషింపను, ఎవరి యెడను పక్షపాతమును కలిగియుండను. నేను సర్వుల యెడ సమముగా వర్తింతును. కాని భక్తితో నాకు సేవ నొసగెడి వాడు నాకు మిత్రుడై నా యందుండును మరియు నేనును అతనికి మిత్రుడనై యుందును.

భాష్యము : శ్రీకృష్ణుడు సర్వుల యెడ సమముగా వర్తించువాడైనచో మరియు అతనికి ఎవ్వరును ప్రత్యేక స్నేహితులు కానిచో తన దివ్యసేవలో సదా నిమగ్నులై యుండెడి భక్తుల యెడ ఎందులకై ప్రత్యేక శ్రద్ధ వహించుననెడి ప్రశ్న ఇచ్చట ఉదయించును. కాని వాస్తవమునకు ఇది సహజమేగాని భేదభావము కాదు. ఉదాహరణకు జగమునందు ఎవరేని మనుజుడు గొప్పదాత యని పేరుగాంచినను, తన సంతానము యెడల అతడు ప్రత్యేకశ్రద్ధను కలిగియుండును. అదే విధముగా భగవానుడు వివిధరూపములలో నున్న సర్వజీవులను సంతానముగా భావించి వారి జీవితావసరమునకు కావలసిన సర్వమును ఉదారముగా సమకూర్చును. భూమియని గాని, కొండయని గాని, జలమని గాని ఎట్టి భేదభావము లేకుండా వర్షమును కురిపించెడి మేఘము వంటివాడు ఆ దేవదేవుడు. కాని తన భక్తుల యెడ మాత్రము అతడు ప్రత్యేకశ్రద్ధను కలిగియుండును. అట్టి భక్తి పరాయణులైనవారే ఈ శ్లోకమునందు పేర్కొనబడినారు. కృష్ణభక్తిభావనలో సదా నిలిచియుండుటచే ఆ భక్తులు నిత్యము కృష్ణుని యందే స్థితిని కలిగియుందురు. కనుకనే కృష్ణభక్తిభావనము నందున్న మహాత్ములు దివ్యాత్ములై ఆ శ్రీకృష్ణ భగవానుని యందు నిలిచియున్నట్టివారని "కృష్ణభక్తిరసభావనము" అనెడి పదము సూచించుచున్నది. తత్కారణముగనే శ్రీకృష్ణుడు "మయితే" (వారు నాయందున్నారు) అని స్పష్టముగా పలికియున్నాడు. అనగా భగవానుడును వారి యందున్నాడు. ఇట్టి పరస్పరానుభవమే "యే యథా మాం ప్రపద్యన్తే తాం

స్తథైవ భజామ్యహమ్” అనెడి భగవానుని వాక్యములను సైతము వివరించును. అనగా “ఎవరు ఏ విధముగా నన్ను శరణువేడుచున్నారో, వారి యెడ తదనుగుణముగా నేను వారి రక్షణాభారమును వహింతును” అని దాని భావము. భగవానుడు మరియు భక్తుడు ఇరువురును చైతన్యవంతులే గనుక వారి నడుమ ఇట్టి దివ్య పరస్పరానుభూతి, ఆశ్రయత్వము సమంజసమే. ఉదాహరణకు ఒక వజ్రము బంగారపు ఉంగరములో పొదగబడినప్పుడు ఆకర్షణీయముగా నుండును. బంగారము శ్లాఘింపబడినపుడు వజ్రము సైతము శ్లాఘింపబడును. వాస్తవమునకు భగవానుడు మరియు జీవుడు ఇరువురును నిత్యకాంతి శోభితులు. అట్టి జీవుడు భగవానుని సేవించుటకు ఆసక్తుడైనచో బంగారమువలె శోభించును. అట్టి యెడ వజ్రమువంటి భగవానునితో ఆతని కలయిక అత్యంత సుందరమై అలరారును. అట్టి శుద్ధస్థితిలో గల జీవులే భక్తులనబడుదురు మరియు భగవానుడు అటువంటి భక్తునికి స్వయముగా తాను భక్తుడగును. భగవానుడు మరియు భక్తుల నడుమ ఇట్టి సంబంధము లేనిచో సాకారతత్త్వమునకు మనుగడయే లేదు. నిరాకారతత్త్వమున భగవానుడు మరియు భక్తుల నడుమ అట్టి పరస్పర వినిమయ సంబంధము లేకున్నను సాకారతత్త్వమున మాత్రము అట్టి దివ్యసంబంధము నిశ్చయముగా నుండును.

భగవానుడు కల్పవృక్షము వంటివాడనియు, ఎవ్వరేది కోరినను ఆతడు ఒసగుననియు సాధారణముగా చెప్పబడును. అట్టి అభిప్రాయమునకు ఈ శ్లోకమున పూర్ణవివరణ లభించుచున్నది. ఇచ్చట శ్రీకృష్ణభగవానుడు భక్తపక్షపాతిగా పేర్కొనబడినాడు. భక్తుల యెడ గల ప్రత్యేక కరుణకు అది నిదర్శనమై యున్నది. భక్తుల యెడ భగవానుడు చూపెడి ఆ భావము (ప్రేమ వినిమయము) కర్మసిద్ధాంతమునకు లోబడియుండునని ఎన్నడును భావింపరాదు. అది భగవానుడు మరియు భక్తులు నిలిచియుండెడి దివ్యస్థితికి చెందినట్టిది. కనుకనే శ్రీకృష్ణభగవానునికి ఒనర్చబడు భక్తియుతసేవ ఈ భౌతికజగత్తు యొక్క కర్మ కాక నిత్యత్వము, జ్ఞానము, ఆనందములు అతిశయించి యుండు ఆధ్యాత్మిక జగత్తుకు సంబంధించినదై యున్నది.

30

अपि चेत्सुदुराचारो भजते मामनन्यभाक् ।
साधुरेव स मन्तव्यः सम्यग् व्यवसितो हि सः ॥३०॥

అపి చేత్సుదురాచారో భజతే మామనన్యభాక్ ।
సాధురేవ స మన్తవ్యః సమ్యగ్వ్యవసితో హి సః ॥

అపిచేత్—అయినను; సు దురాచారః—మిక్కిలి హేయమైన కార్యములు చేయువాడు; భజతే—భక్తియోగమున నియుక్తుడు; మామ్—నన్ను; అనన్యభాక్—అనన్యచిత్తముతో; సాధుః ఏవ—సాధువుగనే; సః—అతడు; మన్తవ్యః—పరిగణింపదగినవాడు; సమ్యక్—పరిపూర్ణముగా; వ్యవసితః హి—నిశ్చయమునందున్నవాడు; సః—అతడు.

మిక్కిలి హేయమైన కార్యము నొనరించినప్పటికిని మనుజుడు భక్తియుతసేవలో నియుక్తుడై యున్నచో, తన సంకల్పమున స్థిర నిశ్చయుడై యున్నందున అతనిని సాధువుగనే పరిగణింపవలెను.

భాష్యము : ఈ శ్లోకమునందలి భావగర్భితమైన "సుదురాచార" అను పదమును మనము సరిగా అర్థము చేసికొనవలెను. జీవుడు బద్ధస్థితిలో నున్నప్పుడు బద్ధకర్మలు మరియు సహజస్థితికి అనుగుణమైన కర్మలనెడి రెండు విధములైన కర్మలను కలిగియుండును. దేహమును రక్షించుకొనుటకు లేదా సంఘము మరియు దేశమునకు సంబంధించిన నియమనిబంధనలను పాటించుటకు బద్ధ జీవనస్థితి యందు నిక్కముగా వివిధ కర్మములు కలవు. అవియే బద్ధజీవన కర్మలనబడును. అవి భక్తులకు సైతము తప్పవు. కాని తన ఆధ్యాత్మిక స్వభావమును సంపూర్ణముగా నెరిగి కృష్ణభక్తిభావన (భక్తియోగము) యందు నియుక్తుడైన జీవుడు ఆ బద్ధకర్మలతో పాటు ఆధ్యాత్మికములనబడు కర్మలను సైతము కలిగియుండును. అట్టి కర్మలు అతని సహజస్థితి యందు ఒనరింప బడుచు భక్తియోగకర్మలుగా పిలువబడును. కనుక బద్ధస్థితిలో నున్నప్పుడు భక్తికర్మలు మరియు దేహపరమైన బద్ధకర్మలు రెండును సమానాంతరములుగా సాగుచున్నను, కొన్నిమార్లు అవి ఒకదానికొకటి విరుద్ధములుగా తయారగును. ఈ విషయమున భక్తుడు సాధ్యమైనంతవరకు అత్యంత జాగరూకుడై తన భక్తికి మరియు సహజస్థితికి ఆటంకము కలిగించు దేనిని చేయకుండును. కృష్ణభక్తిభావనా అనుభవపు పురోగతి పైననే తన కర్మల పూర్ణత్వము ఆధారపడియుండునని అతడు ఎరిగియుండును. అయినను కొన్నిమార్లు అట్టివాడు సంఘదృష్ట్యా లేదా చట్టము దృష్ట్యా అత్యంత హేయముగా భావింపబడు కార్యమును ఒనరించినట్లుగా కనిపించవచ్చును. కాని అట్టి తాత్కాలికపతనము అతనిని ఏ విధముగను అనర్హుని చేయజాలదు. అత్యంత శ్రద్ధతో భక్తియుక్తసేవ యందు నిలిచియున్నవాడు ఒకవేళ

పతనము నొందినను హృదయస్థుడైన పరమాత్ముడు అతనిని పవిత్రుని చేసి ఆ పాపమును క్షమించునని శ్రీమద్భాగవతము తెలియజేయుచున్నది. అనగా భౌతికసంపర్కము అత్యంత బలమైనదగుటచే భగవత్సేవ యందు పూర్ణముగా నియుక్తుడైన యోగి సైతము కొన్నిమార్లు మాయకు గురియగును. కాని కృష్ణభక్తి యనునది మరింత బలమైనదగుటచే భక్తుని అట్టి తాత్కాలిక పతనమును వెంటనే సరిదిద్దగలదు. కనుక భక్తియోగము సదా జయమునే కలిగించును. రాబోవు శ్లోకమునందు వివరింపబడినట్లు భక్తుడు కృష్ణభక్తిభావన యందు పూర్ణముగా నెలకొనినంతనే కాలక్రమమున అట్టి యాదృచ్ఛిక పతనములు నిలిచిపోవు నందున అతడు నిజమార్గము నుండి యాదృచ్ఛికముగా వైదొలగినపుడు ఎవ్వరును అతనిని అవమానించరాదు.

కనుక కృష్ణభక్తిభావన యందు నిలిచి, శ్రద్ధతో హరే కృష్ణ హరే కృష్ణ కృష్ణ కృష్ణ హరే హరే / హరే రామ హరే రామ రామ రామ హరే హరే యను మంత్రమును జపించువాడు పొరపాటున గాని లేదా యాదృచ్ఛికముగా కాని ఒకవేళ పతనము నొందినట్లు కనుపించినను దివ్యమైన తన స్థితియందే నిలిచియున్నవానిగా పరిగణింపబడవలెను. కనుకనే "సాధురేవ"(సాధువుగనే) యని నొక్కి చెప్ప బడినది. యాదృచ్ఛిక పతన కారణమున భక్తుని అవమానింపరాదు కావున ఈ పదము అభక్తులైనవారికి హెచ్చరిక వంటిది. అనగా భక్తుడు యాదృచ్ఛికముగా పతనము నొందినను సాధువుగనే పరిగణింపబడవలెను. ఈ విషయమున "మన్తవ్యః"యను పదము మరింత ముఖ్యమైనది. ఏలయన ఈ ఉపదేశమును పాటించక భక్తుడు పతనము నొందినప్పుడు అతనిని అవమానించెడివాడు భగవానుని ఆజ్ఞనే ఉల్లంఘించినవాడగుచున్నాడు. కనుకనే అకుంఠితముగా మరియు అనన్యముగా శ్రీకృష్ణభగవానుని భక్తి యందు నిలుచుటయే భక్తుని ఏకైక యోగ్యత కావలసియున్నది.

నరసింహపురాణము నందు ఈ క్రింది శ్లోకము ఒసగబడినది.

"భగవతి చ హరావనన్యచేతా
భృశమలినోఽపి విరాజతే మనుష్యః ।
న హి శశకలుషచ్ఛవిః కదాచిత్
తిమిరపరాభవతామ్ ఉపైతి చన్ద్రః" ॥

అనగా భగవానుని భక్తియుతసేవ యందు సంపూర్ణముగా నియుక్తుడైన వాడు కొన్నిమార్లు హేయకార్యములను ఒనరించినట్లు గోచరించినను వానిని చంద్రునిపైన మచ్చలుగా మాత్రమే పరిగణింపవలెను. చంద్రుని పైనగల మచ్చలు దాని కాంతిని ప్రసరించుటలో ఎట్టి అవరోధమును కలుగజేయవు. అదే విధముగా భక్తుడు తన సాధువర్తనము నుండి యాదృచ్ఛికముగా పతనము నొందుట అతనిని పాపునిగా చేయలేదు.

దీనిని బట్టి దివ్యమగు భక్తియోగమున నిలిచియుండువాడు ఎటువంటి హేయకార్యములైనను చేయవచ్చునని ఎవ్వరును తప్పుగా అర్థము చేసికొనరాదు. భౌతికకల్మషపు తీవ్రశక్తి కారణముగా కలుగు యాదృచ్ఛిక పతనమును మాత్రమే ఈ శ్లోకము సూచించుచున్నది. వాస్తవమునకు భక్తియోగమనునది దాదాపు మాయపై యుద్ధమును ప్రకటించుట వంటిది. మాయాశక్తితో యుద్ధము చేయగలిగినంత శక్తిమంతుడు కానంతవరకు భక్తుడు పతనమునకు గురికావలసివచ్చును. కాని అతడు శక్తిమంతుడైనప్పుడు పూర్వము తెలిపినట్లు అట్టి పతనమునకు లోనుకాడు. ఈ శ్లోకము నాధారము చేసికొని పాపమును చేయుచునే తనను తాను భక్తునిగా భావించుట ఎవ్వరికిని తగదు. భక్తి ద్వారా తన నైజమును మరియు శీలమును వృద్ధిపరచుకొననిచో అతడు ఉత్తమభక్తుడు కాడని అవగాహన చేసికొనవలెను.

31

क्षिप्रं भवति धर्मात्मा शश्वच्छान्तिं निगच्छति।
कौन्तेय प्रतिजानीहि न मे भक्त: प्रणश्यति ॥३१॥

క్షిప్రం భవతి ధర్మాత్మా శశ్వచ్ఛాన్తిం నిగచ్ఛతి ।
కౌన్తేయ ప్రతిజానీహి న మే భక్తః ప్రణశ్యతి ॥

క్షిప్రం—శీఘ్రముగా; భవతి—అగును; ధర్మాత్మా—ధర్మాత్ముడు; శశ్వచ్ఛాన్తిం—శాశ్వతమైన శాంతిని; నిగచ్ఛతి—పొందును; కౌన్తేయ—ఓ కుంతీపుత్రా; ప్రతిజానీహి—ప్రకటింపుము; మే—నా యొక్క; భక్తః—భక్తుడు; న ప్రణశ్యతి—ఎప్పుడును నశింపడు.

అతడు శీఘ్రమే ధర్మాత్ముడై శాశ్వతమైన శాంతిని పొందును. ఓ కౌంతేయా! నా భక్తుడెన్నడును నశింపడని ధైర్యముగా ప్రకటింపుము.

భాష్యము : ఈ శ్లోకమును తప్పుగా అర్థము చేసికొనరాదు. దురాచారుడైన

వాడు తన భక్తుడు కాలేడని భగవానుడు సప్తమాధ్యాయమున తెలిపియున్నాడు. ఆలాగుననే భగవద్భక్తుడు కానివానికి ఎట్టి శుభలక్షణములు ఉండవనియు మనమెరిగి యున్నాము. అట్టి యెడ యాదృచ్ఛికముగా లేక ప్రయత్నపూర్వకముగా పాపమును ఒనరించినవాడు ఎట్లు భక్తుడగును? ఇటువంటి ప్రశ్న ఇచ్చట ఉదయించుట సహజమే. గీత యందలి సప్తమాధ్యాయమున పేర్కొనబడిన దుష్కృతులు (వారెన్నడును శ్రీకృష్ణుని భక్తియోగమునకు రారు) ఎటువంటి శుభలక్షణములను కలిగియుండరని శ్రీమద్భాగవతము నందు తెలుపబడినది. కాని భక్తుడైనవాడు అట్లుగాక నవవిధములైన భక్తిమార్గముల ద్వారా తన హృదయమాలిన్యమును తొలగించుకొన యత్నమున ఉన్నట్టివాడు. అతడు శ్రీకృష్ణభగవానుని సదా తన హృదయమునందే నిలిపియుండుటచే, అతని పాపములన్నియును సహజముగనే నశించిపోయియుండును. భగవానుని నిరంతర చింతన అతనిని పరమపవిత్రునిగా చేయును. ఉన్నతస్థితి నుండి పతనము చెందినవాడు పవిత్రతకై కొన్ని ప్రాయశ్చిత్తకర్మలను చేయవలెనని వేదానుసారము కొన్ని నియమములు కలవు. పవిత్రీకరణవిధానము భక్తుని హృదయమునందు ఇదివరకే నెలకొనియున్నందున అటువంటి పరిస్థితి భక్తియోగమునకు అన్వయింపదు. హృదయమునందు అతడు శ్రీకృష్ణభగవానుని సదా స్మరించుటయే అందులకు కారణము. కనుకనే హరే కృష్ణ హరే కృష్ణ కృష్ణ కృష్ణ హరే హరే/హరే రామ హరే రామ రామ రామ హరే హరే యను దివ్యమహామంత్ర జపకీర్తనలు నిలుపుదల లేకుండా సదా జరుగవలెను. అట్టి కార్యము భక్తుని సర్వ విధములైన యాదృచ్ఛిక పతనముల నుండి రక్షించును. ఆ విధముగా అతడు భౌతికసంపర్కము నుండి సదా ముక్తుడై యుండగలడు.

32

मां हि पार्थ व्यपाश्रित्य येऽपि स्युः पापयोनयः ।
स्त्रियो वैश्यास्तथा शूद्रास्तेऽपि यान्ति परां गतिम् ॥३२॥

మాం హి పార్థ వ్యపాశ్రిత్య యేऽపి స్యుః పాపయోనయః ।
స్త్రియో వైశ్యస్తథా శూద్రాస్తేऽపి యాన్తి పరాం గతిమ్ ॥

మాం—నన్ను;హి—నిశ్చయముగా; పార్థ—ఓ పృథాకుమారా; వ్యపాశ్రిత్య—ఆశ్రయించి; యే పి స్యుః—అట్టివారు కూడా; పాపయోనయః—అధమజన్ములు; స్త్రియః—స్త్రీలు;

వైశ్యాః—వైశ్యులు; తథా—అట్లే; శూద్రాః—శూద్రులు; తేపి—వారుకూడా; యాన్తి—పొందుదురు; పరాం—దివ్యమైన;గతిమ్—గమ్యమును.

ఓ పార్థా! నా శరణుజొచ్చువారు అధమజన్ములైన స్త్రీలు, వైశ్యులు, శూద్రులు అయినప్పటికిని పరమగతిని పొందగలరు.

భాష్యము : భక్తిలో ఉచ్చ, నీచ జనుల నడుమ భేదభావము ఉండదని శ్రీకృష్ణ భగవానుడు ఇచ్చట స్పష్టముగా ప్రకటించుచున్నాడు. భౌతికభావనము నందున్నప్పుడు అట్టి విభాగములు ఉండవచ్చును గాని భగవానుని భక్తియుతసేవ యందు నియుక్తుడైనవానికి అట్టివి ఉండవు. ప్రతియొక్కరు పరమగతిని పొందుటకు అర్హులై యున్నారు. చండాలురు (శునకమాంసము భుజించువారు) యని పిలువబడు అతినీచతరగతికి చెందినవారు సైతము శుద్ధభక్తుని సంగములో పవిత్రులు కాగలరని శ్రీమద్భాగవతము (2.4.18) తెలుపుచున్నది. భక్తియోగము మరియు భక్తుల మార్గదర్శనము అనునవి అత్యంత శక్తివంతమగుటచే ఉచ్చ, నీచ తరగతి జనుల నడుమ భేదభావమును కలిగియుండవు. ఎవ్వరైనను అట్టి భక్తిని స్వీకరింపవచ్చును. అతిసామాన్యుడు సైతము భక్తుని శరణు పొందినచో చక్కని మార్గదర్శనముచే పవిత్రుడు కాగలడు. వాస్తవమునకు గుణముల ననుసరించి మనుజులు సత్త్వగుణప్రధానులని (బ్రాహ్మణులు), రజోగుణప్రధానులని (క్షత్రియులు), రజస్తమోగుణ ప్రధానులని (వైశ్యులు), తమోగుణప్రధానులని (శూద్రులు) నాలుగు తరగతులుగా విభజింపబడిరి. ఈ నాలుగు తరగతుల కన్నను నీచమైనవారు పాపయోనులైన చండాలురు. సాధారణముగా అట్టి పాపజన్ముల సాంగత్యమును ఉన్నత తరగతికి చెందినవారు అంగీకరింపరు. కాని భక్తియోగము అత్యంత శక్తివంతమైనదగుటచే శుద్ధభక్తుడు సమస్త నీచజనులు సైతము అత్యున్నత జీవనపూర్ణత్వమును బడయునట్లుగా చేయగలడు. శ్రీకృష్ణభగవానుని శరణుజొచ్చుట ద్వారానే అది సాధ్యము కాగలదు. కనుకనే "వ్యపాశ్రిత్య" యను పదముచే సూచింపబడినట్లు ప్రతియొక్కరు శ్రీకృష్ణుని సంపూర్ణ శరణాగతిని పొందవలెను. అంతట మనుజుడు ఘనులైన జ్ఞానులు, యోగుల కన్నను అత్యంత ఘనుడు కాగలడు.

33

किं पुनर्ब्राह्मणाः पुण्या भक्ता राजर्षयस्तथा।
अनित्यमसुखं लोकमिमं प्राप्य भजस्व माम् ॥३३॥

కిం పునర్బ్రాహ్మణాః పుణ్యా భక్తా రాజర్షయస్తథా ।
అనిత్యమసుఖం లోకమిమం ప్రాప్య భజస్వమామ్ ॥

కిం పునః—వేరుగానేమి చెప్పవలయును; బ్రాహ్మణాః—బ్రాహ్మణులు; పుణ్యాః—ధర్మాత్ములైన; భక్తాః—భక్తులు; రాజర్షయః—రాజర్షులు; తథా—కూడా; అనిత్యం—అశాశ్వతమైన; అసుఖం—దుఃఖకరమైన; లోకమిమం—ఈ లోకమును; ప్రాప్య—పొంది; భజస్వ—ప్రేమయుక్తసేవలో నియుక్తుడవగుము; మామ్—నా యొక్క.

ఇక ధర్మాత్ములైన బ్రాహ్మణుల గూర్చియు, భక్తుల గూర్చియు, రాజర్షుల గూర్చియు వేరుగా చెప్పవలెనా! అందుచే అనిత్యమును, అసుఖమును అగు ఈ లోకమునకు వచ్చియున్నందున నా ప్రేమయుక్తసేవలో నియుక్తుడవగుము.

భాష్యము : భౌతికజగమున జనులలో పలువర్గములున్నను వాస్తవమునకు వారెవ్వరికినీ ఈ జగము సుఖకరమైన ప్రదేశము కాదు. కనుకనే "అనిత్యమ్ అసుఖం లోకమ్" అని స్పష్టముగా తెలుపబడినది. అనగా ఈ జగత్తు అశాశ్వతము, దుఃఖపూర్ణమునై సజ్జనుడైనవాడు నివసించుటకు యోగ్యము కాకున్నది. ఈ జగము శ్రీకృష్ణభగవానునిచే అశాశ్వతమైనదిగను మరియు దుఃఖపూర్ణముగను ప్రకటింపబడగా, కొందరు తత్త్వవేత్తలు (ముఖ్యముగా మాయావాదులు) దీనిని మిథ్యగా వర్ణింతురు. కాని గీత ప్రకారము జగత్తు అశాశ్వతమే గాని మిథ్య కాదు. మిథ్యత్వము మరియు అనిత్యత్వముల నడుమ భేదము కలదు. భౌతికజగము అశాశ్వతము. కాని దీనికి పరమైన వేరొకజగము నిత్యమైనది. అలాగుననే ఈ జగము దుఃఖపూర్ణము. కాని దీనికి పరమైన జగము నిత్యమైనది మరియు ఆనందపూర్ణమైనది.

అర్జునుడు రాజర్షుల వంశములో జన్మించినట్టివాడు. అతనికి సైతము "నా భక్తియోగమును చేపట్టి శీఘ్రమే నా ధామమును చేరుము" అని శ్రీకృష్ణుడు ఉపదేశమొసగియుండెను. అనగా దుఃఖపూర్ణము మరియు అశాశ్వతమైన ఈ లోకముననే ఎవ్వరును నిలిచిపోరాదు. ప్రతియొక్కరు శ్రీకృష్ణభగవానుని ఆశ్రయించి నిత్యానందమును పొందవలెను. అన్ని తరగతుల జనుల సమస్యలు పరిష్కరింపబడుటకు ఆ దేవదేవుని భక్తియోగమే ఏకైక విధానము. కనుక ప్రతియొక్కరు కృష్ణభక్తిరస భావనను అలవరచుకొని తమ జీవితమును పూర్ణము కావించుకొనవలెను.

34

मन्मना भव मद्भक्तो मद्याजी मां नमस्कुरु।
मामेवैष्यसि युक्त्वैवमात्मानं मत्परायण: ॥३४॥

మన్మనా భవ మద్భక్తో మద్యాజీ మాం నమస్కురు ।
మామేవైష్యసి యుక్త్వైవమాత్మానం మత్పరాయణః ॥

మత్ మనాః—నన్ను గూర్చియే చింతింపుము; భవ—అగుము; మద్భక్తః—నా భక్తుడవు; మద్యాజీ—నన్ను పూజించువాడవు; మామ్—నాకు; నమస్కురు—నమస్కారము చేయుము; మామ్ ఏవ—నన్నే; ఏష్యసి—పొందుదువు; యుక్త్వా—నిమగ్నుడవై; ఏవం—ఈ విధముగా; ఆత్మానం—నీ ఆత్మను; మత్పరాయణః—నా యందు భక్తిని కలిగి.

నీ మనస్సును సదా నా చింతన యందే నిమగ్నము చేయుము. నా భక్తుడవగుము. నాకు నమస్కారము చేయుము, నన్ను అర్చింపుము. ఈ విధముగా నా యందు సంపూర్ణమగ్నుడవై నీవు నన్ను తప్పక చేరగలవు.

భాష్యము : కృష్ణభక్తిరస భావన యొక్కటే కలుషితమైన భౌతికప్రపంచ బంధముల నుండి ముక్తిని పొందుటకు ఏకైక మార్గమని ఈ శ్లోకమునందు స్పష్టముగా తెలుపబడినది. భక్తియుతసేవను శ్రీకృష్ణభగవానునకే అర్పించవలెనని స్పష్టముగా ఇచ్చట తెలుపబడిన విషయమునకు అప్రమాణికులైన గీతా వ్యాఖ్యాతలు కొన్నిమార్లు అర్థమును చెరచుదురు. దురదృష్టవశాత్తు వారు సాధ్యము కానటువంటి విషయముపైకి పాఠకుని మనస్సును మళ్ళింతురు. పరతత్త్వమేగాని సామాన్యుడు కానటువంటి శ్రీకృష్ణునికి మరియు ఆతని మనస్సుకు భేదము లేదని అట్టివారు ఎరుగజాలరు. శ్రీకృష్ణుడు, ఆతని దేహము, ఆతని మనస్సు అన్నియును ఏకమే. పరిపూర్ణమే. ఈ విషయమునే "దేహదేహి విభేదోఽయం నేశ్వరే విద్యతే క్వచిత్" యని చైతన్యచరితామృతము (ఆదిలీల పంచమాధ్యాయము 41-48) యొక్క అనుభాష్యమునందు శ్రీభక్తిసిద్ధాంతసరస్వతీ గోస్వామివారు కూర్మపురాణము నందు తెలుపబడినదానిని ఉదహరించియుండిరి. అనగా దేవదేవుడైన శ్రీకృష్ణుని యందు భేదభావ మనునదియే లేదు. ఆతడు మరియు ఆతని శరీరము అభేదములు. కాని కృష్ణసంబంధ విజ్ఞానము లేని కారణముగా అట్టి వ్యాఖ్యాతలు కృష్ణుని దేవదేవత్వమును మరుగుపరచి ఆ భగవానుడు ఆతని దేహము లేదా మనస్సు కన్నను అన్యుడని వక్రముగా వ్యాఖ్యానింతురు. ఇది వాస్తవమునకు కృష్ణసంబంధ

విజ్ఞాన రాహిత్యమేయైనను అట్టివారు సామాన్యులను మోసపుచ్చి లాభమును గడించుచుందురు.

శ్రీకృష్ణుని ధ్యానించు దానవులు సైతము కొందరు కలరు. కానివారు ఆ భగవానుని అసూయతో ధ్యానించుచుందురు. అట్టివారికి ఉదాహరణము శ్రీకృష్ణుని మేనమామయైన కంసుడు. శ్రీకృష్ణుని అతడు సదా తన శత్రువుగా తలచుచుండెను. కృష్ణుడు వచ్చి ఎన్నడు తనను సంహరించునో యని అతడు సదా భీతితో ఉండెడివాడు. వాస్తవమునకు అట్టి చింతనము మనకు ఏమాత్రము సహాయభూతము కాదు. శ్రీకృష్ణుని ప్రతియొక్కరు భక్తిభావముతోనే చింతించవలెను. అదియే నిజమైన భక్తి. దాని కొరకై ప్రతియొక్కరు కృష్ణసంబంధ విజ్ఞానమును నిరంతరము అభ్యసించవలెను. కాని అనుకూలమైన అభ్యాసము ఎట్టిది? ప్రామాణికుడైన గురువు నుండి గ్రహించునదే అట్టి అనుకూల అభ్యాసము కాగలదు. శ్రీకృష్ణుడు పూర్ణపురుషోత్తముడైన దేవదేవుడు. ఇదివరకే పలుమార్లు వివరించినట్లు ఆతని దేహము భౌతికమైనది కాక సచ్చిదానందమయమైనట్టిది. ఈ విధమైన కృష్ణపరచర్చ మనుజుడు భక్తుడగుటకు తోడ్పడగలదు. అప్రమాణికుల వలన శ్రీకృష్ణుని అన్యవిధముగా అవగాహన చేసికొనుట నిరుపయోగమే కాగలదు.

కనుక ప్రతియొక్కరు శ్రీకృష్ణుడే పరమపురుషుడనెడి పూర్ణవిశ్వాసముతో మనస్సును ఆ భగవానుని నిత్యమును, ఆద్యమును అయిన రూపమునందే లగ్నముచేసి ఆతని భక్తియుతసేవలో నిమగ్నులు కావలెను. శ్రీకృష్ణభగవానునికి భారతదేశమునందు అనేక వేల మందిరములు కలవు. వాని యందు ఆ భగవానుని భక్తియుతసేవ నిరంతరము ఒనరించబడుచుండును. అటువంటి భక్తియుతసేవ యందు మనుజుడు కృష్ణునకు వందనముల నర్పించవలెను. శిరము వంచి తన మనోవాక్కాయ కర్మలనన్నింటిని భక్తి యందే నియుక్తము కావింపవలెను. తద్ద్వారా అతడు కృష్ణభావన యందే అనన్యముగా నిమగ్నుడు కాగలడు. అట్టి స్థితి అతడు కృష్ణలోకమును చేరుటకు తోడ్పడగలదు. కనుక ప్రతియొక్కరు కపటులు, అప్రమాణికులైన వ్యాఖ్యాతలచే సరియైన మార్గము నుండి వైదొలగక, శ్రీకృష్ణుని గూర్చిన శ్రవణ,కీర్తనములతో ఆరంభమగు నవవిధపూర్ణ భక్తియోగవిధానమున నియుక్తులు కావలెను. అట్టి శుద్ధభక్తియే మానవసమాజమునకు అత్యున్నత వరప్రసాదమై యున్నది.

భగవద్గీత యందలి సప్తమ, అష్టమాధ్యాయములలో ఊహాత్మకమైన జ్ఞానము, యోగము, కామ్యకర్మములకు పరమైన శుద్ధభక్తి విశదముగా వివరింపబడినది. సంపూర్ణముగా పవిత్రులు కానివారు శ్రీకృష్ణభగవానుని ఇతర తత్త్వములైన నిరాకారబ్రహ్మజ్యోతి మరియు పరమాత్మ వైపుకు ఆకర్షితులైనను, శుద్ధభక్తుడు మాత్రము శ్రీకృష్ణభగవానుని ప్రత్యక్షసేవనే స్వీకరించును.

ఇతర దేవతార్చనమున నియుక్తుడైనవాడు గొప్ప మందమతియనియు, అతడు శ్రీకృష్ణభగవానుని దివ్యవరదానము నెన్నడును పొందజాలడనియు తెలుపు కృష్ణపరమగు శ్లోకమొకటి కలదు. కనుకనే కృష్ణభక్తుడైనవాడు తొలి దశలో కొన్నిమార్లు తన నిజస్థితి నుండి పతనము చెందినను ఇతర తత్త్వవేత్తలు మరియు యోగుల కన్నను అధికుడనియే భావింపవలెను. కృష్ణభక్తిరస భావనము నందు సదా నియుక్తుడై యుండెడివాడు పరిపూర్ణుడైన సాధుపురుషుడు. యాదృచ్ఛికముగా జరుగు అతని పతనములు క్రమముగా నశించి, నిస్సంశయముగా అతడు పూర్ణస్థితి యందు శీఘ్రమే నెలకొనగలడు. శ్రీకృష్ణుడే స్వయముగా శుద్ధభక్తుల రక్షణాభారమును స్వీకరించును కనుక వారు పతనముచెందు అవకాశమే లేదు. కనుక బుద్ధిమంతుడైనవాడు నేరుగా కృష్ణభక్తిరస భావన విధానమును అవలంబించి ఈ జగమునందు సుఖముగా జీవించవలెను. అట్టి భక్తుడు అంత్యమున శ్రీకృష్ణభగవానుని పరమానుగ్రహమును పొందగలడు.

శ్రీమద్భగవద్గీత యందలి "పరమగుహ్యజ్ఞానము" అను నవమాధ్యాయమునకు భక్తివేదాంతభాష్యము సమాప్తము.

దశమాధ్యాయము

భగవద్విభూతి

1

श्रीभगवानुवाच

भूय एव महाबाहो शृणु मे परमं वचः ।
यत्तेऽहं प्रीयमाणाय वक्ष्यामि हितकाम्यया ॥१॥

శ్రీభగవానువాచ

భూయ ఏవ మహాబాహో శ్రుణు మే పరమం వచః ।
యత్తే ఽహం ప్రీయమాణాయ వక్ష్యామి హితకామ్యయా ॥

శ్రీభగవానువాచ–శ్రీకృష్ణభగవానుడు పలికెను; భూయః–మరల; ఏవ–నిశ్చయముగా; మహాబాహో–మహాబాహువులు కలవాడా; శ్రుణు–వినుము; మే–నాయొక్క; పరమం–దివ్యమైన; వచః–ఉపదేశమును; యత్–ఏది; తే–నీకు; అహం–నేను; ప్రీయమాణాయ–నాకు ప్రియుడవని తలంచుచు; వక్ష్యామి–వచింతును; హితకామ్యయా–నీ హితము కొరకు.

శ్రీకృష్ణభగవానుడు పలికెను : మహాబాహువులుగల ఓ అర్జునా! మరల ఆలకింపుము. నీవు నాకు ప్రియమిత్రుడవగుటచే ఇంతవరకు వివరించిన జ్ఞానము కన్నను ఉత్తమమైన జ్ఞానమును నీ హితము కొరకై నేను వచించెదను.

భాష్యము : "భగవానుడు" అను పదమునకు శక్తి, యశస్సు, ఐశ్వర్యము, జ్ఞానము, సౌందర్యము, వైరాగ్యము అనెడి ఆరు విభూతులను సమగ్రముగా కలిగి యున్నవాడని భావమైనట్లుగా పరాశరముని వివరించియున్నారు. ధరిత్రిపై అవతరించినపుడు శ్రీకృష్ణుడు అట్టి ఆరువిభూతులను సమగ్రముగా ప్రదర్శించి యున్నందున పరాశరుడు వంటి మహామునులు ఆతనిని దేవదేవునిగా అంగీకరించియున్నారు. ఇప్పుడు ఆ భగవానుడే స్వయముగా తన విభూతులు మరియు కర్మలను గూర్చిన రహస్యజ్ఞానమును అర్జునునకు ఉపదేశించ

నున్నాడు. సప్తమాధ్యాయపు ఆరంభము నుండియే తన వివిధశక్తుల గూర్చియు మరియు అవి వర్తించు విధమును గూర్చియు తెలియజేసిన భగవానుడు ఈ అధ్యాయమున తన ప్రత్యేక విభూతులను అర్జునునకు వివరింపనున్నాడు. నిశ్చయముతో కూడిన భక్తిని స్థాపించుట కొరకై తన వివిధశక్తులను విపులముగా గడచిన అధ్యాయమున వర్ణించిన శ్రీకృష్ణభగవానుడు తిరిగి ఈ అధ్యాయమున తన వివిధవిభూతులను మరియు సృష్టివిస్తారములను అర్జునునకు తెలియ జేయనున్నాడు.

శ్రీకృష్ణభగవానుని గూర్చి అధికముగా శ్రవణము చేసిన కొలది భక్తి యందు మనుజుడు అధికముగా స్థిరత్వమును పొందును. ప్రతియొక్కరు ఆ దేవదేవుని గూర్చి భక్తుల సాంగత్యమున శ్రవణము చేయవలెను. అది వారి భక్తిని వృద్ధి చేయగలదు. వాస్తవమునకు కృష్ణపరచర్చలు మరియు ప్రసంగములనునవి కృష్ణభక్తిభావన యందు నిజముగా లగ్నమైనవారి నడుమనే జరుగును. ఇతరులు అట్టివాటి యందు పాల్గొనజాలరు. అర్జునుడు తనకు అత్యంత ప్రియుడైనందునే అతని హితము కొరకు అటువంటి ఉపదేశము చేయబడుచున్నదని శ్రీకృష్ణ భగవానుడు ఇచ్చట స్పష్టముగా తెలియజేయుచున్నాడు.

2

न मे विदुः सुरगणाः प्रभवं न महर्षयः ।
अहमादिर्हि देवानां महर्षीणां च सर्वशः ॥२॥

న మే విదుః సురగణాః ప్రభవం న మహర్షయః ।
అహమాదిర్హి దేవానాం మహర్షీణాం చ సర్వశః ॥

మే—నా యొక్క; న విదుః—తెలిసికొనజాలరు; సురగణాః—దేవతలు; ప్రభవం—ఉత్పత్తి, విభూతులను; మహర్షయః—మహామునులు; న—తెలిసికొనజాలరు; అహం—నేను; ఆదిః—మూలమును; హి—నిశ్చయముగా; దేవానామ్—దేవతలకును; మహర్షీణాం—మహర్షులకును; చ—కూడా; సర్వశః—అన్ని విధముల .

సర్వవిధముల నేనే దేవతలకు, మహర్షులకు మూలమై యున్నందున దేవతా సమూహముగాని, మహర్షులుగాని నా ఉత్పత్తిని లేదా విభూతులను తెలిసికొనజాలరు.

భాష్యము : బ్రహ్మసంహిత యందు తెలుపబడినట్లు శ్రీకృష్ణుడే దేవదేవుడు.

ఆతని కన్నను అధికుడు వేరొక్కడు లేడు. ఆతడే సర్వకారణకారణుడు. తానే దేవతలకు, ఋషులకు కారణుడనని ఆతడే స్వయముగా ఇచ్చట పలుకుచున్నాడు. అనగా దేవతలు, మహర్షులు కూడా శ్రీకృష్ణుని సంపూర్ణముగా ఎరుగలేరు. వారే ఆ భగవానుని నామమును గాని, స్వరూపమును గాని ఎరుగలేరన్నచో అల్పమైన ఈ లోకమునకు చెందిన నామమాత్ర పండితుల విషయము వేరుగా తెలుపపనిలేదు. భగవానుడు ఏ కారణము నిమిత్తము ధరిత్రి యందు సామాన్యమానవునిగా అవతరించి అద్భుతములు, అసాధారణములైన కార్యముల నొనర్చునో ఎవ్వరును ఎరుగజాలరు. అనగా పాండిత్యమనునది శ్రీకృష్ణుని అవగాహన చేసికొనుటకు ఒక యోగ్యత కాదని మనము గ్రహింపవలెను. దేవతలు, ఋషులు సైతము తమ మానసికకల్పనలచే శ్రీకృష్ణుని అవగతము చేసికొన యత్నించినను విఫలురైరి. కనుకనే గొప్ప గొప్ప దేవతలు కూడ శ్రీకృష్ణభగవానుని ఎరుగజాలరని శ్రీమద్భాగవతమునందు స్పష్టముగా తెలుప బడినది. వారు తమ పరిమిత ఇంద్రియముల పరిధి మేరకు ఊహాగానము చేయ యత్నించినను త్రిగుణములచే వ్యక్తము కానట్టి నిజతత్త్వమునకు విరుద్ధభావమైన నిరాకారతత్త్వమునే చేరగలరు. అనగా వారు మానసికకల్పనలను కావించినను దాని ద్వారా శ్రీకృష్ణుని మాత్రము ఎరుగజాలరు.

పరతత్త్వమును తెలిసికొనగోరువారి కొరకై శ్రీకృష్ణభగవానుడు ఇచ్చట తాను దేవదేవుడననియు, పరమపురుషుడననియు పరోక్షముగా తెలియజేయు చున్నాడు. ఈ విషయమును ప్రతియొక్కరు గమనింపవలెను. స్వయముగా ఉపస్థితుడై యున్న ఆ అచింత్య భగవానుని ఎరుగుట ఎవ్వరికిని సాధ్యము కాకున్నను ఆతడు మాత్రము నిలిచియే యుండును. అట్టి సచ్చిదానందవిగ్రహ శ్రీకృష్ణభగవానుని మనము గీతావాక్యములను మరియు శ్రీమద్భాగవతమును అధ్యయనము చేయుట ద్వారా వాస్తవముగా అవగాహన చేసికొనగలము. భగవానుని ఒక నియమించుశక్తిగా లేదా నిరాకారబ్రహ్మముగా భావించుట ఆతని న్యూనశక్తి యందున్న వారిచే చేయబడుచుండును. కాని దేవదేవునిగా నిజతత్త్వమును అవగతము చేసికొనుట యనునది మనుజుడు దివ్యస్థితిని పొందనిదే సాధ్యము కాదు.

జనులలో అధికశాతము శ్రీకృష్ణుని నిజస్థితిని అవగతము చేసికొనలేరు కనుక అట్టి కల్పనాపరులపై అనుగ్రహమును చూపుట కొరకే నిర్హేతుక కరుణతో ఆ

భగవానుడు అవతరించును. ఆ విధముగా ఆతడు అసాధారణ కార్యముల నొనరించినను ఈ కల్పనాపరులు మాత్రము భౌతికశక్తి కల్మషము వలన నిరాకారబ్రహ్మమే సర్వోత్కృష్టమని భావింతురు. కృష్ణునికి సంపూర్ణ శరణాగతులైన భక్తులు మాత్రమే (ఆతని కరుణచే) ఆతడు దేవదేవుడని తెలిసికొనగలుగుదురు. కనుక వారు శ్రీకృష్ణభగవానుని నిరాకారబ్రహ్మ తత్త్వమును గూర్చి తలపక శ్రద్ధాభక్తులతో శీఘ్రమే ఆ దేవదేవుని శరణుజొత్తురు. అంతట ఆ దేవదేవుని నిర్హేతుక కరుణచే వారు ఆతనిని అవగతము చేసికొనగలుగుదురు. వేరెవ్వరును ఆతనిని ఎరుగజాలరు. కనుక ఆత్మయననేమి, పరబ్రహ్మమననేమి యని తెలిసికొని ఆ దేవదేవునే మనము అర్చింపవలెనని మహర్షులు సైతము అంగీకరించిరి.

3

यो मामजमनादिं च वेत्ति लोकमहेश्वरम्।
असम्मूढः स मर्त्येषु सर्वपापैः प्रमुच्यते ॥३॥

యో మామజమనాదిం చ వేత్తి లోకమహేశ్వరమ్ ।
అసమ్మూఢః స మర్త్యేషు సర్వపాపైః ప్రముచ్యతే ॥

యః—ఎవడు; **మామ్**—నన్ను; **అజం**—పుట్టుక లేనివానిగను; **అనాదిం చ**—అనాదిగను; **వేత్తి**—ఎరుంగునో; **లోకమహేశ్వరమ్**—సర్వలోకములకు దివ్యప్రభువుగను; **అసమ్మూఢః**—భ్రాంతిలేనివాడై; **సః**—అతడు; **మర్త్యేషు**—మర్త్యులలో; **సర్వపాపైః**—సర్వపాపఫలముల నుండియు; **ప్రముచ్యతే**—విముక్తుడగును.

నన్ను పుట్టుకలేనివానిగను, అనాదిగను, సర్వలోకములకు దివ్యప్రభువుగను తెలిసికొనినవాడు మాత్రమే మనుజులందరిలోను భ్రాంతిరహితుడై, సర్వ పాపముల నుండి ముక్తుడగును.

భాష్యము : "మనుష్యాణాం సహస్రేషు కశ్చిద్యతతిసిద్ధయే"యని సప్తమ అధ్యాయమున(7.3) తెలుపబడినట్లు ఆధ్యాత్మికానుభవస్థాయిని పొందుటకై యత్నించువారు సామాన్యజనులు కానేరరు. ఆధ్యాత్మికానుభవమునకు సంబంధించిన జ్ఞానము ఏ మాత్రములేని కోట్లాది సామాన్యమానవుల కన్నను వారు నిక్కము ఉత్తములు. కాని ఆ విధముగా తమ ఆధ్యాత్మికస్థితిని అవగాహన చేసికొన యత్నించువారిలో శ్రీకృష్ణుడు దేవదేవుడు, సర్వమునకు ప్రభువు, పుట్టుకలేని వాడనెడి అవగాహనకు వచ్చినవాడు ఆత్మానుభవప్రాప్తిలో కృతకృత్యుడై

నట్టివాడు. శ్రీకృష్ణుని దివ్యస్థితిని సంపూర్ణముగా నెరుగగలిగిన స్థితి యందే మనుజుడు సర్వవిధములైన పాపఫలముల నుండి ముక్తుడు కాగలడు.

ఇచ్చట శ్రీకృష్ణభగవానుడు అజునిగా(పుట్టుకలేనివానిగా) వర్ణింపబడినాడు. ద్వితీయాధ్యాయమున జీవులు సైతము అజులుగా తెలుపబడినను భగవానుడు వారికి భిన్న మైనవాడు. భౌతికబంధకారణముగా జన్మించుచు మరణించు జీవులకు ఆతడు భిన్నుడు. ఆ బద్ధజీవులు తమ దేహములను మార్చుచుండ, భగవానుని దేహము మార్పురహితమై యున్నది. ఆతడు భౌతికప్రపంచమునకు అరుదెంచినను అజునిగనే అరుదెంచును. కనుకనే శ్రీకృష్ణభగవానుడు తన అంతరంగశక్తి ద్వారా న్యూనమైన భౌతికశక్తికి అధీనుడుగాక సదా దివ్యశక్తి యందే స్థితుడై యుండునని చతుర్థాధ్యాయమున తెలుపబడినది.

శ్రీకృష్ణభగవానుడు సమస్త లోకములకు దివ్యప్రభువనెడి విషయమును ప్రతియొక్కరు ఎరుగవలెనని "వేత్తి లోకమహేశ్వరమ్" అనెడి ఈ శ్లోకము నందలి పదములు సూచించుచున్నవి. ఆతడు విశ్వము యొక్క సృష్టికి పూర్వమే స్థితిని కలిగియున్నాడు. ఆలాగుననే తన సృష్టికి అతీతుడును అయియున్నాడు. దేవతలందరును ఈ భౌతికజగమున సృష్టింపబడినట్టివారు; కాని కృష్ణుడు మాత్రము ఆ విధముగా సృష్టింపబడలేదు. కనుకనే దేవతల యందు శ్రేష్ఠులైన బ్రహ్మరుద్రాదుల కన్నను శ్రీకృష్ణుడు భిన్న మైనవాడు. సృష్టికర్తయైన బ్రహ్మను, శివుని మరియు ఇతర దేవతలను సృష్టించియున్నందునే ఆతడు సర్వలోక మహేశ్వరుడై యున్నాడు.

కనుకనే సృష్టింపబడిన సర్వము కన్నను శ్రీకృష్ణుడు భిన్నుడై యున్నాడు. అట్టి దేవదేవుని యథాతథముగా తెలిసికొనగలిగినవాడు శీఘ్రమే సర్వపాపముల నుండి ముక్తిని బడయగలడు. వాస్తవమునకు భగవద్విజ్ఞానమున నిలుచుటకు మనుజుడు సర్వపాపకర్మల నుండి ముక్తుడై యుండవలెను. కనుకనే భగవద్గీత యందు తెలుపబడినట్లు భక్తియుక్తసేవ ద్వారానే శ్రీకృష్ణభగవానుడు అవగతమగును గాని అన్యథాకాదు.

శ్రీకృష్ణుని సాధారణమానవునిగా అవగాహన చేసికొనుటకు ఎవ్వరును యత్నించరాదు. మూఢులైనవారు మాత్రమే ఆతనిని సామాన్యమానవునిగా తలతురని పూర్వము తెలుపబడిన విషయమే ఇచ్చట మరల ఇంకొక రూపములో వ్యక్తము చేయబడినది. మూఢత్వము లేకుండా ఆ భగవానుని దివ్యస్థితిని

ఎరుగగలిగినంతటి బుద్ధి కలిగినవాడు సదా పాపముల నుండి ముక్తుడై యుండును.

శ్రీకృష్ణుడు దేవకీసుతునిగా తెలియబడుచున్నచో ఆతడెట్లు పుట్టుకలేని వాడగుననెడి ప్రశ్న ఉదయించును. కాని శ్రీమద్భాగవతమునందు విశదముగా వివరింపబడినట్లు శ్రీకృష్ణుడు దేవకీవసుదేవులకు సామాన్యశిశువు వలె జన్మింప లేదు. తొలుత ఆతడు తన ఆది రూపమున దర్శనమొసగి, పిదప సామాన్య బాలునిగా మారెను.

శ్రీకృష్ణుని నిర్దేశమునందు ఒనరింపబడునది ఏదైనను దివ్యమే కాగలదు. శుభ అశుభములనెడి భౌతికకర్మలచే అది ప్రభావితము కాబోదు. వాస్తవమునకు భౌతికజగమునందు శుభమన్నది లేనేలేనందున జగమునందలి శుభాశుభ భావనము దాదాపు మానసిక కల్పనయే. భౌతికప్రకృతియే అశుభమై నందున సర్వము అశుభమై యున్నను, మనము దానిని శుభముగా భావింతుము. వాస్తవమునకు భక్తిప్రపత్తులతో కృష్ణభక్తిభావన యందు ఒనర్చబడు కర్మల పైననే నిజమైన శుభము ఆధారపడియుండును. కనుకనే కార్యములు శుభకరములు కావలెనని వాంఛించినచో మనము తప్పక దేవదేవుని నిర్దేశమునందు కర్మనొనర్చవలసి యుండును. అట్టి నిర్దేశములు భగవద్గీత మరియు భాగ వతముల వంటి ప్రామాణికశాస్త్రముల నుండి గాని, ఆధ్యాత్మికగురువు నుండి గాని లభింపగలవు. ఆధ్యాత్మికగురువు భగవానుని ప్రతినిధియై యున్నందున ఆతని నిర్దేశము ప్రత్యక్షముగా భగవానుని నిర్దేశమే కాగలదు. గురువు, శాస్త్రము మరియు సాధువులు సదా ఏకరీతినే నిర్దేశింతురు. ఈ మూడుమూలముల నిర్దేశములందు ఎట్టి భేదముండదు. అట్టి నిర్దేశములో ఒనరింపబడు కర్మలు భౌతికజగత్తు యొక్క పుణ్యపాపకర్మల ఫలములకు అతీతములై యుండును. కార్యములొనర్చుట యందు భక్తుల యొక్క అట్టి దివ్యప్రవృత్తి వైరాగ్యపూర్ణమై యుండి సన్న్యాసమని పిలువబడును. భగవద్గీత యొక్క షష్ఠాధ్యాయపు మొదటి శ్లోకమున తెలుప బడినట్లు కేవలము భగవానుడు ఆదేశించియున్నందున తన ధర్మమని భావించి కర్మయందు నిలుచువాడు మరియు తాను చేయు కర్మఫలములను ఆశ్రయింపనివాడు మాత్రమే (అనాశ్రితకర్మఫలం) నిజమైన సన్న్యాసి. కనుకనే శ్రీకృష్ణభగవానుని నిర్దేశమునందు వర్తించువాడే నిజమైన సన్న్యాసి మరియు యోగి కాగలడు. అంతియేగాని కేవలము సన్న్యాస వేషధారణము కావించిన

వాడు లేదా బూటకపు యోగి సన్న్యాసి కాజాలడు.

4-5

बुद्धिर्ज्ञानमसम्मोहः क्षमा सत्यं दमः शमः।
सुखं दुःखं भवोऽभावो भयं चाभयमेव च ॥४॥
अहिंसा समता तुष्टिस्तपो दानं यशोऽयशः।
भवन्ति भावा भूतानां मत्त एव पृथग्विधाः ॥५॥

బుద్ధిర్జ్ఞానమసమ్మోహః క్షమా సత్యం దమః శమః ।
సుఖం దుఃఖం భవోఽభావో భయం చాభయమేవ చ ॥
అహింసా సమతా తుష్టిస్తపో దానం యశోఽయశః ।
భవన్తి భావా భూతానాం మత్త ఏవ పృథగ్విధాః ॥

బుద్ధిః—తెలివి; జ్ఞానం—జ్ఞానము; అసమ్మోహః—సంశయరాహిత్యము; క్షమా—క్షమాగుణము; సత్యం—సత్యము; దమః—ఇంద్రియనిగ్రహము; శమః—మనోనిగ్రహము; సుఖం—సుఖము; దుఃఖం—దుఃఖము; భవః—పుట్టుక; అభావః—మరణము; భయం—భయము; చ—కూడా; అభయం—భయరాహిత్యము; ఏవ—కూడ; చ—మరియు; అహింసా—హింసా రాహిత్యము; సమతా—సమభావము; తుష్టిః—తృప్తి; తపః—తపస్సు; దానం—దానము; యశః—కీర్తి; అయశః—అపకీర్తి; భవన్తి—కలుగుచున్నవి; భావాః—గుణములు; భూతానాం—జీవులకు; మత్తః ఏవ—నా నుండియే; పృథక్ విధాః—వేరువేరు విధములైనట్టివి.

బుద్ధి, జ్ఞానము, సంశయముగాని భ్రాంతిగాని లేకుండుట, క్షమాగుణము, సత్యము, ఇంద్రియనిగ్రహము, మనోనిగ్రహము, సుఖదుఃఖములు, జన్మము, మృత్యువు, భయము, భయరాహిత్యము, అహింస, సమత్వము, సంతుష్టి, తపస్సు, దానము, యశస్సు, అపకీర్తి మున్నగు జీవుల వివిధగుణములు నా చేతనే సృష్టించబడినవి.

భాష్యము : జీవుల శుభ, అశుభములైన వివిధ గుణములన్నియును శ్రీకృష్ణుని చేతనే సృష్టింపబడినవి. ఆ గుణములే ఇచ్చట వివరింపబడినవి.

విషయములను సరియైన దృక్పథముతో విశ్లేషించు శక్తియే బుద్ధి యనబడును. ఏది భౌతికము, ఏది ఆధ్యాత్మికమనెడి అవగాహనయే జ్ఞానము. విశ్వవిద్యాలయ చదువుతో లభ్యమైన జ్ఞానము భౌతికమునకు సంబంధించిన జ్ఞానమైనందున, వాస్తవజ్ఞానముగా అంగీకరింపబడదు. ఆధ్యాత్మికము మరియు

భౌతికముల నడుమ భేదము నెరుగగలుగుటయే వాస్తవజ్ఞానము. కాని నేటి ఆధునిక విద్యావిధానమున ఆధ్యాత్మికతత్త్వమును గూర్చిన ఎట్టి జ్ఞానము లేదు. జనులు కేవలము భౌతికమూలకములు మరియు దేహావసరముల యెడ మాత్రమే శ్రద్ధ వహించుచున్నందున విద్యాలయ జ్ఞానము అసంపూర్ణమై యున్నది.

మనుజుడు శంకను వదిలి దివ్యతత్త్వము నవగాహన చేసికొనినప్పుడు సంశయము మరియు భ్రాంతిరాహిత్యమనెడి (అసమ్మోహము) స్థితిని సాధించగలడు. అట్టివాడు నెమ్మదిగా అయినప్పటికిని నిక్కముగా భ్రాంతి నుండి ముక్తుడు కాగలడు. కనుక దేనిని కూడా గ్రుడ్డిగా అంగీకరింపక శ్రద్ధ మరియు జాగరూకతతో అంగీకరింపవలసియున్నది. ఓర్పు, క్షమాగుణములను (క్షమ) అలవరచుకొని ఇతరుల సాధారణ అపరాధముల యెడ ఓర్పును కలిగి వారిని క్షమించవలెను. ఇతరుల లాభము కొరకు వాస్తవములను ఉన్నవియున్నట్లుగా తెలియజేయుటయే సత్యమను దాని భావము. వాస్తవములనెన్నడును తప్పుగా ప్రదర్శింపరాదు. ఇతరులకు నచ్చునదైనప్పుడే సత్యమును పలుకుట సాంఘిక మర్యాదయైనను వాస్తవమునకు అది సత్యసంధత కానేరదు. కావున వాస్తవములను సర్వులు అవగాహన చేసికొను రీతిలో సత్యమును నిక్కచ్చిగా పలుకవలెను. దొంగను దొంగయని పలికి జనులను సావధానపరచుటయే సత్యము కాగలదు. సత్యము కొన్నిమార్లు రుచింపకపోయినను ఎవ్వరును దానిని పలుకుట యందు జంకును కలిగియుండరాదు. ఇతరుల లాభము కొరకు వాస్తవములను ఉన్నవి యున్నట్లుగా ప్రదర్శించవలెనని సత్యసంధత కోరును. సత్యమునకు ఒసగబడు నిర్వచనమిదియే.

ఇంద్రియనిగ్రహమనగా అనవసరమగు ఇంద్రియభోగములందు ఇంద్రియములను నియోగింపకుండుట యని భావము. వాస్తవమునకు ఇంద్రియావసరములను తీర్చుకొనుట యందు ఎట్టి నిబంధనయు లేదు. కాని అనవసరమైన ఇంద్రియభోగము ఆధ్యాత్మికపురోగతికి ఆటంకమును కలిగించును. కనుకనే ఇంద్రియములను అనవసర ఉపయోగము నుండి నిరోధింపవలెనని ఇచ్చట తెలుపబడినది. అదేవిధముగా మనస్సును సైతము అనవసరపు ఆలోచనల నుండి నిరోధింపవలెను. అదియే శమమనబడును. ధనార్జనమును గూర్చిన ఆలోచన యందే మనుజుడు కాలమును గడుపరాదు. అట్టి కార్యము ఆలోచనాశక్తిని వృథాపరచుటయే కాగలదు. అట్టి ఆలోచనాశక్తిని మానవజన్మ ముఖ్యలక్ష్యమును

అవగతము చేసికొనుట యందు మరియు దానిని ప్రామాణికముగా ప్రచారము చేయుట యందు వినియోగింపవలెను. శాస్త్రప్రవీణులు, సాధువులు, గురువులు, ఆలోచనాశక్తి పరిణితి చెందినవారి సాంగత్యమున అట్టి ఆలోచనాశక్తిని మనుజుడు వృద్ధిగావించుకొనవలెను. కృష్ణపరజ్ఞానమును పెంపొందించుటకు అనుకూలమైనవాని యందే నిజమైన సుఖము మరియు ఆనందము కలదు. అదే విధముగా కృష్ణభక్తిభావనను పొందుటకు ప్రతికూలమైనదియే బాధాకరము లేదా దుఃఖదాయకము అయియున్నది. కనుక కృష్ణభక్తి యొక్క అభివృద్ధికి అనుకూలమైనదానిని గ్రహించి, ప్రతికూలమైనదానిని వర్జింపవలెను.

భవ(జన్మము) యనునది దేహమునకు సంబంధించినదని అవగతము చేసికొనవలెను. ఆత్మకు అట్టి జన్మముగాని, మృత్యువుగాని లేవని భగవద్గీత ఆదిలోనే చర్చించియున్నాము. అట్టి జన్మమృత్యువులు భౌతికజగమునందు దేహధారణనకు సంబంధించినవి. భవిష్యత్తును గూర్చి ఆలోచించు కారణముననే భయమన్నది కలుగును. కృష్ణభక్తిభావన యందున్నవాడు తన కర్మలచే భగవద్ధామముననకే చేరనున్నందున ఎన్నడును భయమును కలిగియుండడు. అనగా అతని భవిష్యత్తు సదా ఉజ్జ్వలమై యుండును. కాని ఇతరులకు వారి భవిష్యత్తును గూర్చి గాని, రాబోవు జన్మను గూర్చి గాని తెలియనందున సదా చింతాక్రాంతులై యుందురు. కనుక మనము చింతాదూరులము కావలెనని వాంఛించినచో శ్రీకృష్ణుని అవగాహన చేసికొని, సదా కృష్ణభక్తిభావన యందు నియుక్తమగుట ఉత్తమమార్గము. తద్ద్వారా మనము సర్వభయముల నుండి విడివడగలము. మనము భౌతికశక్తితో తాదాత్మ్యము చెందుట చేతనే భయము కలుగుచున్నదని శ్రీమద్భాగవతమున తెలుపబడినది (భయమ్ ద్వితీయాభినివేశతః స్యాత్ - 11.2.37). కాని భౌతికశక్తి నుండి విడివడి తాము దేహాదులము కామనియు మరియు శ్రీకృష్ణభగవానుని అంశలమనియు నిశ్చయముగా భావించుచు, ఆ దేవదేవుని దివ్యమైన భక్తియుతసేవలో నిలిచెడివారు ఎట్టి భయమును కలిగియుండ నవసరము లేదు. వారి భవిష్యత్తు నిక్కముగా తేజోమయమై యుండును. అనగా ఈ భయమనునది కృష్ణభక్తిరస భావితులు కానివారికే చెందినటువంటిది. కనుకనే "అభయమ్" (నిర్భయత్వము) అనెడి గుణము కృష్ణభక్తిరస భావితునికి మాత్రమే సాధ్యము కాగలదు.

"అహింస" యనగా ఇతరులకు కలతను లేదా దుఃఖమును కలుగజేయు కార్యమును చేయకుండుట యని భావము. ఆధ్యాత్మికదృష్టి లోపించియున్న కారణముగా రాజకీయవేత్తలు, సామాజికశాస్త్రవేత్తలు, లోకోపకారుల వంటివారి కర్మలకు సత్ఫలితములు లభింపవు. మానవులకు వాస్తవముగా ఏది ప్రయోజనకరమో ఎన్నడును వారు తెలియజాలకపోవుటయే అందులకు కారణము. మానవజన్మ యొక్క పూర్ణప్రయోజనము సిద్ధించురీతిలో ప్రజలందరికి శిక్షణ మొసగుటయే అహింస యను పదమునకు అర్థము. మానవదేహము ఆత్మానుభవమును పొందుట కొరకే నిర్దేశింపబడియున్నందున అట్టి ప్రయోజనమును సాధింపలేని ఉద్యమము లేదా ప్రణాళిక ఏదైనను మానవ దేహము పట్ల చేయబడు హింసయే కాగలదు. జనులకు భావి ఆధ్యాత్మిక ఆనందమును కలుగజేయు కార్యమే అహింసగా పిలువబడును.

రాగము మరియు ద్వేషముల నుండి ముక్తియే "సమత"ను సూచించును. అధికానురాగమును కలిగియుండుట లేదా అధిక విరాగమును కలిగియుండుట యుక్తము కాదు. కనుకనే ఈ భౌతికజగమును రాగద్వేషరహితముగా అంగీకరింపవలెను. అనగా కృష్ణభక్తిభావనను కొనసాగించుటకు అనుకూలమైనవానిని అంగీకరించి ప్రతికూలమైనవానిని త్యజింపవలెను. అదియే "సమత" యనబడును. అనగా కృష్ణభక్తి నొనర్చుట యందలి ప్రయోజనము దృష్ట్యా కాక మరి ఏ విధముగను కృష్ణభక్తిరస భావితుడు అంగీకరింపవలసినది గాని లేదా త్యాగము చేయవలసినది గాని ఉండదు.

"తుష్టి" (సంతుష్టి) యనగా మనుజుడు అనవసర శ్రమతో అధికాధికముగా విషయవస్తు సేకరణ చేయరాదని భావము. భగవత్కారుణతో లభించినదానితోనే ప్రతియొక్కరు సంతృప్తినొందవలెను. అట్లు సంతృప్తి చెందుటయే "తుష్టి" యనబడును. "తపస్" అనగా తపస్సని భావము. ప్రాతఃకాలముననే నిద్ర నుండి లేచుట, స్నానమాచరించుట వంటి పలువిధములైన వేదములందలి నియమ నిబంధనలు ఇచ్చట అన్వయించును. ప్రాతఃకాలముననే నిద్రలేచుట అతికష్టమైనను మనుజుడు దానిని స్వచ్ఛందముగా స్వీకరించుట తపస్సనబడును. అదేవిధముగా మాసమందలి కొన్ని దినములలో ఉవాస నియమములుండును. అట్టి ఉపవాసము నెడ ఎవ్వరును సుముఖులు కాకపోవచ్చును. కాని మనుజుడు కృష్ణపరజ్ఞానము నందు పురోగతి చెందవలెననెడి తన స్థిరనిశ్చయము కారణముగా అట్టి

దేహతాపకర కార్యములను స్వీకరింపవలెను. అయినను అట్టి ఉపవాసము నెన్నడును అనవసరముగా లేక వేదనియమమునకు విరుద్ధముగా ఒనరింప రాదు. ఏదేని రాజకీయప్రయోజనమునకై ఎన్నడును ఉపవాసము చేయరాదు. భగవద్గీత యందు అది తమోగుణప్రధానమగు ఉపవాసముగా వర్ణింపబడినది. రజస్తమోగుణములందు చేయబడు ఏ కార్యమైనను ఆధ్యాత్మికపురోగతిని కలిగింపదు. సత్త్వగుణమునందు ఒనరించినవే మనుజుని పురోగమింపజేయగలవు. అనగా వేదనియమముల ప్రకారము ఒనరింపబడు ఉపవాసము మనుజుని ఆధ్యాత్మికజ్ఞానమును నిక్కముగా వృద్ధిచేయును.

ఇక దానము విషయమున ప్రతియొక్కరు తాము సంపాదించినదానిలో సగభాగమును ఒక మంచి ప్రయోజనమునకై దానమొసగవలెను. మంచి ప్రయోజనమేదని ప్రశ్నించినచో కృష్ణభక్తిభావనలో ఒనరించు కార్యమే మంచి ప్రయోజనమని సమాధానము. వాస్తవమునకు అట్టిది మంచిదేగాక సర్వోత్తమమైనది కూడా. శ్రీకృష్ణభగవానుడు శుభకరుడు కావున ఆతని ప్రయోజనమునకై ఒనరింపబడు కర్మయు శుభకరము మరియు ప్రయోజనకరము కాగలదు. కనుకనే కృష్ణభక్తిభావన యందు నిమగ్నుడైనవానికే దానమొసగవలెను. వేదప్రకారము దానమును బ్రాహ్మణులకే ఒసగవలెను. పూర్తిగా వేదప్రకారము కాకున్నను ఇట్టి ఆచారము ఇంకను పాటింపబడుచున్నది. కాని బ్రాహ్మణులకే ఎందుకు దానమొసగవలెనని ప్రశ్నించినచో వారు ఆధ్యాత్మికజ్ఞాన సముపార్జనమునందు నియుక్తులై యుండుటయే అని సమాధానము చెప్పవలసివచ్చును. వాస్తవమునకు బ్రాహ్మణుడైనవాడు తన జీవితమునంతయు బ్రహ్మమును గూర్చి అవగాహన చేసికొనుట యందు వినియోగింపవలెను. "బ్రహ్మజానాతీతిః బ్రాహ్మణః" అనగా బ్రహ్మము నెరిగినవాడే బ్రాహ్మణుడు. అట్టి బ్రాహ్మణుడు సదా ఆధ్యాత్మికసేవలో నియుక్తుడై జీవనాధారమును సంపాదించుకొనుటకు సమయము లేకుండును గావున అతనికే దానమొసగవలెనని తెలుపబడినది. దానము సన్న్యాసాశ్రమము నందున్నవానికి కూడా ఒసగవలెనని వేదములు తెలుపుచున్నవి. సన్న్యాసులైనవారు ధనము కొరకు కాక ధర్మప్రచారముకై ఇంటింటికి తిరుగుచు అజ్ఞానమనెడి నిద్రలో నుండెడి గృహస్థులను మేలుకొలుపుచుందురు. గృహస్థులు సంసారవిషయములలో మునిగి జీవితపు వాస్తవప్రయోజనమును మరతురు గనుక వారి యందలి కృష్ణభక్తిభావనను మేలుకొల్పుటకై సన్న్యాసులు భిక్ష నెపమున

వారికడకేగి కృష్ణభక్తి యెడ వారికి అభిరుచిని కలిగించుచుందురు. వేదములందు తెలియజేయబడినట్లు ప్రతియొక్కరు మేల్కొని మానవజన్మ లక్ష్యమును సిద్ధింప చేసికొనవలసియున్నందున అట్టి జ్ఞానము మరియు పద్ధతి సన్న్యాసులచే ప్రచారము చేయబడుచుండును. కనుకనే దానమును సన్న్యాసులకు, బ్రాహ్మణులకు మరియు ఇతర కృష్ణపరకార్యములకే ఒసగవలసి యున్నది గాని వ్యర్థప్రయోజనములకు కాదు.

శ్రీచైతన్యమహాప్రభువు తెలిపియున్నట్లుగా ఎవరైనను గొప్ప భక్తుడని తెలియబడినప్పుడు నిజముగా యశస్సును పొందినవాడని భావము. అదియే నిజమైన యశస్సు. ఎవరేని మనుజుడు కృష్ణభక్తి యందు ఘనుడై సర్వత్రా తెలియబడినచో వాస్తవముగా యశోవంతుడగును. కృష్ణభక్తుడనెడి యశము లేనివాడే యశోరహితుడు.

ఈ గుణములన్నియు విశ్వమందలి మానవులందును, దేవతలందును గోచరించును. వాస్తవమునకు ఇతర గ్రహములందును జీవులు కలరు. ఈ గుణములును అచ్చట కలవు. కృష్ణభక్తిభావన యందు పురోగమించగోరువాని కొరకై శ్రీకృష్ణుడు ఈ గుణములను సృజించియున్నాడు. ఆ విధముగా యత్నించువాడు వీటిని తన యందే వృద్ధిపరచుకొనును. అనగా శ్రీకృష్ణభగవానుని భక్తియుతసేవ యందు నిలిచినవాడు ఆ భగవానుని కరుణచే ఈ సద్గుణములన్నింటిని తన యందు వృద్ధిపరచుకొనును.

మనము గాంచు శుభాశుభములనెడి రెండింటికిని శ్రీకృష్ణుడే మూలము. కృష్ణుని యందు లేనటువంటిది ఏదియును ఈ భౌతికజగమునందు ప్రకటము కాజాలదు. అనగా విషయములు భిన్నముగా గోచరించినను సమస్తము శ్రీకృష్ణుని నుండియే కలుగుచున్నవని మనము గ్రహింపగలుగుటయే నిజమైన జ్ఞానము.

6

महर्षय: सप्त पूर्वे चत्वारो मनवस्तथा।
मद्भावा मानसा जाता येषां लोक इमा: प्रजा: ॥६॥

మహర్షయః సప్త పూర్వే చత్వారో మనవస్తథా ।
మద్భావా మానసా జాతా యేషాం లోక ఇమాః ప్రజాః ॥

మహర్షయః—మహర్షులు; సప్త—ఏడుగురు; పూర్వే—పూర్వము; చత్వారః—నల్గురు;

మనవః—మనువులు; తథా—అట్లే; మద్భావాః—నా నుండి ఉద్భవించిరి; మానసాః జాతాః—మనస్సు నుండి పుట్టిన; యేషాం—వారి యొక్క; లోకే—లోకమునందు; ఇమాః—ఈ; ప్రజాః— జనులందరు.

సప్తమహాఋషులు, వారికి పూర్వము సనకసనందనాదులు, మనువులు నా మానసము నుండియే ఉద్భవించిరి. వివిధలోకములందలి సర్వజీవులు వారి నుండి జన్మించిరి.

భాష్యము : ఇచ్చట శ్రీకృష్ణభగవానుడు విశ్వజనము యొక్క వంశక్రమానుగత సారాంశమును వివరించుచున్నాడు. తొలుత ఆదిజీవుడైన బ్రహ్మదేవుడు హిరణ్యగర్భుడని తెలియబడు భగవానుని శక్తి నుండి ఉద్భవించెను. ఆ బ్రహ్మదేవుని నుండి తొలుత సనక, సనందన, సనాతన, సనత్కుమారులును, మనువులును, ఆ తరువాత సప్తఋషులును ఉద్భవించిరి. ఈ ఇరువది యైదుమంది ఋషులు విశ్వమునందలి జీవులందరికి ప్రజాపతులుగా ప్రసిద్ధి నొందిరి. అసంఖ్యాకములుగా నున్నటువంటి విశ్వములలో అసంఖ్యాక లోకములు కలవు. ఆ లోకములన్నియును వివిధజనులతో నిండియున్నవి. వారందరును ఆ ఇరువదియైదుగురు ప్రజాపతుల నుండియే జన్మించిరి. శ్రీకృష్ణుని కరుణచే విశ్వమును సృష్టించు జ్ఞానమును పొందుటకు పూర్వము బ్రహ్మదేవుడు వేయి దేవతా సంవత్సరములు తపమాచరించియుండెను. తదుపరి బ్రహ్మ నుండి సనక, సనందన, సనాత్కుమారులును, ఆపై రుద్రుడును మరియు సప్తఋషులును ఉదయించిరి. ఈ విధముగా బ్రాహ్మణులు మరియు క్షత్రియులు మొదలైన వారందరు భగవానుని శక్తి నుండి ఉద్భవించినట్టివారు. కనుకనే బ్రహ్మదేవుడు పితామహునిగను మరియు అతనికి తండ్రియైన శ్రీకృష్ణుడు ప్రపితామహునిగను తెలియబడినారు. ఈ విషయము భగవద్గీత (11.39) యందలి ఏకాదశాధ్యాయమున తెలుపబడినది.

7

एतां विभूतिं योगं च मम यो वेत्ति तत्त्वतः ।
सोऽविकल्पेन योगेन युज्यते नात्र संशयः ॥७॥

ఏతాం విభూతిం యోగం చ మమ యో వేత్తి తత్త్వతః ।
సోఽవికల్పేన యోగేన యుజ్యతే నాత్ర సంశయః ॥

ఏతాం విభూతిం—ఈ వైభవమును; యోగం చ—యోగశక్తిని; మమ—నా యొక్క; యః—ఎవడు; వేత్తి—తెలిసికొనునో; తత్త్వతః—యథార్థముగా; సః—అతడు; అవికల్పేన—నిశ్చితముగా; యోగేన—భక్తియుత సేవలో; యుజ్యతే—నియుక్తుడగును; అత్ర—ఈ విషయమున; న సంశయః—సందేహము లేదు.

నా ఈ దివ్యవిభూతిని, యోగశక్తిని యథార్థముగా నెరిగినవాడు నా విశుద్ధ భక్తియుత సేవలో నియుక్తుడు కాగలడు. ఈ విషయమున ఎట్టి సందేహము లేదు.

భాష్యము : దేవదేవుడైన శ్రీకృష్ణునికి సంబంధించిన జ్ఞానము ఆధ్యాత్మిక పూర్ణత్వము యొక్క అత్యున్నతదశ వంటిది. ఆ భగవానుని వివిధములైన దివ్యవిభూతుల యెడ స్థిరనిశ్చయము కలుగనిదే ఎవ్వరును సంపూర్ణముగా భక్తియోగమున నెలకొనలేరు. సాధారణముగా జనులు భగవానుడు గొప్పవాడని తెలిసియుందురుగాని ఆతడెంతటి గొప్పవాడనెడి విషయమును పూర్తిగా ఎరిగి యుండరు. ఇచ్చట ఆ విషయములన్నియును సమగ్రముగా తెలుపబడినవి. శ్రీకృష్ణభగవానుడు ఎంతటి ఘనుడనెడి విషయము సమగ్రముగా తెలిసి నప్పుడు సహజముగా మనుజుడు ఆతనికి శరణుపొంది భక్తియుక్తసేవలో నిమగ్నుడగును. భగవానుని దివ్యవిభూతులు యథార్థముగా అవగతమై నప్పుడు ఆతని శరణుజొచ్చుట కన్నను మనుజునకు వేరొక్క మార్గముండదు. ఇటువంటి వాస్తవమైన జ్ఞానమును భగవద్గీత, భాగవతము మరియు అటువంటి ఇతర వాఙ్మయము ద్వారా తెలిసికొనవచ్చును.

ఈ విశ్వపాలనము కొరకు విశ్వమందంతటను పలుదేవతలు కలరు. వారిలో బ్రహ్మ, శివుడు, సనకసనందనాదులు, ఇతర ప్రజాపతులు ముఖ్యమైనవారు. విశ్వజనులకు గల పలువురు పితృదేవతలు శ్రీకృష్ణుని నుండియే జన్మించిరి. కనుకనే దేవదేవుడైన శ్రీకృష్ణుడు సర్వపితృదేవతలకు ఆది పితృదేవుడై యున్నాడు.

ఇవన్నియును వాస్తవమునకు శ్రీకృష్ణభగవానుని కొన్ని విభూతులు మాత్రమే. ఈ విభూతుల యెడ విశ్వాసము కలిగినవాడు శ్రీకృష్ణుని శ్రద్ధతో శంకారహితముగా గ్రహించి, ఆతని భక్తియుతసేవలో నియుక్తుడు కాగలడు. భగవత్సేవలో ఆసక్తిని మరియు శ్రద్ధను వృద్ధిపరచుకొనుటకు ఈ ప్రత్యేక జ్ఞానము అత్యంత అవసరమై యున్నది. శ్రీకృష్ణభగవానుని దివ్యఘనతను సంపూర్ణముగా నెరుగుటచే

మనుజుడు శ్రద్ధాపూరితమైన భక్తియోగమున స్థిరుడు కాగలనందున ఆ దేవదేవుడు ఎంతటి ఘనుడో తెలిసికొనుట యందు ఎవ్వరును ఉపేక్ష వహింపరాదు.

8

अहं सर्वस्य प्रभवो मत्तः सर्वं प्रवर्तते।
इति मत्वा भजन्ते मां बुधा भावसमन्विताः ॥८॥

అహం సర్వస్య ప్రభవో మత్తః సర్వం ప్రవర్తతే ।
ఇతి మత్వా భజన్తే మాం బుధా భావసమన్వితాః ॥

అహం—నేను; సర్వస్య—అన్నిటికిని; ప్రభవః—జన్మకారణమును; మత్తః—నా నుండి; సర్వం—సమస్తమును; ప్రవర్తతే—ప్రభవించును; ఇతి—అని; మత్వా—తెలిసికొని; భజన్తే—భజింతురు; మాం—నన్ను; బుధాః—బుధజనులు; భావసమన్వితాః—అధికశ్రద్ధను కూడి.

నేనే సర్వములైన ఆధ్యాత్మిక, భౌతికజగములకు కారణభూతుడను. సర్వము నా నుండియే ఉద్భవించుచున్నది. ఈ విషయమును సంపూర్ణముగా నెఱిగిన బుధజనులు నా భక్తి యందు నిమగ్నులై నన్ను హృదయపూర్వకముగా అర్చింతురు.

భాష్యము : వేదములను సంపూర్ణముగా అధ్యయనము చేసినవాడును మరియు శ్రీచైతన్యమహాప్రభువు వంటి ప్రామాణికుల ద్వారా జ్ఞానమును పొంది, ఆ ఉపదేశములను ఏ విధముగా ఆచరణలో పెట్టవలెనో ఎరిగినవాడును అగు పండితుడు శ్రీకృష్ణుడే భౌతిక, ఆధ్యాత్మికజగత్తుల యందలి సర్వమునకు మూలమని అవగాహన చేసికొనగలడు. ఈ విషయమును పూర్ణముగా నెరిగి యుండుటచే అతడు ఆ భగవానుని భక్తియుతసేవలో స్థిరముగా నిమగ్నుడగును. అర్థరహిత వ్యాఖ్యానములచే గాని, మూర్ఖులచేగాని ప్రభావితుడు గాక ఆ భక్తుడు తన భక్తిమార్గము నుండి వైదొలగకుండును. శ్రీకృష్ణుడే బ్రహ్మ, శివుడు మరియు ఇతర దేవతలందరికీ మూలమని వేదవాఙ్మయము అంగీకరించు చున్నది. "యో బ్రహ్మాణం విదధాతి పూర్వం యో వై వేదాంశ్చ గాపయతి స్మ కృష్ణః"యని అథర్వణవేదము నందలి గోపాలతాపన్యుపనిషత్తు (1.24) నందు తెలుపబడినది. అనగా ఆదిలో బ్రహ్మదేవునకు వేదజ్ఞానమొసగినవాడును మరియు పూర్వము వేదజ్ఞానమును విస్తరింపజేసినవాడును శ్రీకృష్ణుడే. అదే

విధముగా నారాయణోపనిషత్తు(1)నందు కూడా "అప్పుడు దేవదేవుడైన నారాయణుడు జీవులను సృజింపదలచెను" అని తెలుపబడినది (అథ పురుషో హ వై నారాయణోఽకామయత ప్రజాః సృజేయేతి). అదే ఉపనిషత్తు ఇంకను కొనసాగి "నారాయణాద్ బ్రహ్మ జాయతే, నారాయణాద్ ప్రజాపతిః ప్రజాయతే, నారాయణాద్ ఇంద్రోజాయతే, నారాయణాదష్టావసవో జాయన్తే, నారాయణాద్ ఏకాదశ రుద్రా జాయన్తే, నారాయణాద్ ద్వాదశాదిత్యాః" యనియు తెలిపినది. అనగా నారాయణుని నుండియే బ్రహ్మదేవుడు మరియు ప్రజాపతులు ఉద్భవించిరి. నారాయణుని నుండియే ఇంద్రుడు జన్మించెను. నారాయణుని నుండియే అష్టవసువులు జన్మించిరి. నారాయణుని నుండియే ఏకాదశ రుద్రులు ఉద్భవించిరి, నారాయణుని నుండియే ద్వాదశాదిత్యులును జన్మించిరి. అట్టి నారాయణుడు శ్రీకృష్ణభగవానుని ఒక ప్రధాన విస్తృతాంశము.

నారాయణోపనిషత్తు(4) నందే "బ్రహ్మణ్యో దేవకీపుత్రః" అని తెలుపబడినది. అనగా దేవకీపుత్రుడైన శ్రీకృష్ణుడే ఆదిదేవుడు. దాని యందే మరల "ఏకో వై నారాయణ ఆసీన్నబ్రహ్మ న ఈశానో నాపో నాగ్ని -సోమౌ నేమే ద్యావాపృథ్వీ న నక్షత్రాణి న సూర్యః"అని తెలుపబడినది. అనగా సృష్ట్యారంభమున దేవదేవుడైన నారాయణుడొక్కడే యుండెను. బ్రహ్మదేవుడుగాని, శివుడుగాని, అగ్నిగాని, చంద్రుడుగాని, ఆకాశమున నక్షత్రములు గాని, సూర్యుడు గాని అప్పుడు లేరు. అదే విధముగా మహోపనిషత్తు(1)నందు కూడా శివుడు దేవదేవుని ఫాలభాగము నుండి జన్మించెనని తెలుపబడినది. కనుకనే బ్రహ్మ రుద్రాదులను సృష్టించిన దేవదేవుడే పూజనీయుడని వేదములు పలుకుచున్నవి.

మోక్షధర్మమునందు శ్రీకృష్ణుడు ఇట్లు పలికెను:

ప్రజాపతిం చ రుద్రం చాప్యహం ఏవ సృజామి వై ।
తౌ హి మాం న విజానీతో మమ మాయావిమోహితౌ ॥

"ప్రజాపతులు, శివుడు మరియు ఇతరులు మాయాశక్తిచే భ్రమితులైన కారణమున నాచే తాము సృజింపబడితిమని ఎరుగకున్నను వాస్తవముగా నా చేతనే సృష్టించబడిరి."

వరాహపురాణమునందు కూడా ఇదే విషయము ఇట్లు తెలుపబడినది.

నారాయణః పరో దేవస్తస్మా జ్జాతశ్చతుర్ముఖః ।
తస్మాద్ రుద్రోఽభవద్దేవ స చ సర్వజ్ఞతాం గతః ॥

"నారాయణుడు దేవదేవుడు. అతని నుండియే బ్రహ్మ జన్మించగా, ఆ బ్రహ్మ నుండి శివుడు ఉద్భవించెను."

కనుకనే శ్రీకృష్ణుడు సమస్త సృష్టికి కారణమైయుండి సర్వమునకు కారణునిగా పిలువబడుచున్నాడు. కనుకనే ఆ భగవానుడు "సర్వము నా నుండియే ఉద్భవించుట వలన సర్వమునకు నేనే ఆదికారణుడనై యున్నాను. సమస్తము నా ఆధీనమునందే కలదు. నా కన్నను అధికులెవ్వరును లేరు" అని పలికెను. అనగా శ్రీకృష్ణుడు తప్ప అన్యమైన దివ్యనియామకుడు వేరొక్కడు లేడు. ప్రామాణికుడైన గురువు నుండి శాస్త్రాన్వయముతో శ్రీకృష్ణుని గూర్చి ఈ విధముగా అవగతము చేసికొనినవాడు తన శక్తినంతటిని కృష్ణభక్తిభావనలో నిమగ్నము చేసి నిజమైన పండితుడు కాగలడు. అట్టివానితో పోల్చినచో కృష్ణుని గూర్చి సరిగా ఎరుగనట్టి ఇతరులందరును మూర్ఖులే. కేవలము మూర్ఖుడైనవాడే శ్రీకృష్ణుని సాధారణమానవునిగా భావించును. కనుక కృష్ణభక్తిభావన యందున్నవాడు అట్టి మూర్ఖులచే ఎన్నడును కలతనొందరాదు. భగవద్గీతకు గల అప్రామాణిక వ్యాఖ్యానములకు, వివరణములకు అతడు దూరుడై కృష్ణభక్తిరస భావనమందే నిశ్చయము మరియు స్థిరత్వముతో కొనసాగవలెను.

9

मच्चित्ता मद्गतप्राणा बोधयन्तः परस्परम्।
कथयन्तश्च मां नित्यं तुष्यन्ति च रमन्ति च ॥९॥

మచ్చిత్తా మద్గతప్రాణా బోధయన్తః పరస్పరమ్ ।
కథయన్తశ్చ మాం నిత్యం తుష్యన్తి చ రమన్తి చ ॥

మచ్చిత్తాః—నా యందే మనస్సును పూర్ణముగా లగ్నముచేసి; మద్గతప్రాణాః—నాకే జీవితమును అర్పించి; బోధయన్తః—బోధించుకొనుచు; పరస్పరమ్—ఒకరికొకరు; కథయన్తః చ—చర్చించుచు; మామ్—నన్ను గూర్చి; నిత్యం—నిరంతరము; తుష్యన్తి—తృప్తినొందుచుందురు; చ—కూడా; రమన్తి—దివ్యానందమును అనుభవింతురు; చ—కూడా.

నా శుద్ధభక్తుల ఆలోచనలు నా యందే నిమగ్నమై, వారి జీవితములు సంపూర్ణముగా నా సేవ కొరకే అర్పణమై యుండును. నా గూర్చి ఒకరికొకరు బోధించుకొనుచు మరియు చర్చించుచు వారు గొప్ప సంతృప్తిని, ఆనందమును అనుభవింతురు.

భాష్యము : శుద్ధభక్తులు (వారి లక్షణములు ఇచ్చట పేర్కొనబడినవి)

శ్రీకృష్ణభగవానుని దివ్యమగు ప్రేమయుతసేవలో సంపూర్ణముగా నిమగ్నులై యుందురు. వారి మనస్సు లెన్నడును శ్రీకృష్ణచరణారవిందముల నుండి మరలవు. వారి చర్చలు ఆధ్యాత్మిక విషయముల పైననే పూర్ణముగా కేంద్రీకృతమై యుండును. కనుకనే వారి దివ్యలక్షణములు ఈ శ్లోకమున ప్రత్యేకముగా వర్ణింపబడినవి. అట్టి శుద్ధభక్తులు ఇరువదినాలుగుగంటలు శ్రీకృష్ణభగవానుని గుణములను మరియు లీలలను కీర్తించుట యందే లగ్నమై యుందురు. హృదయము మరియు ఆత్మ సదా శ్రీకృష్ణతత్పరములై యుండి వారు ఇతర భక్తులతో ఆ దేవదేవుని గూర్చి చర్చించుట యందు ఆనందము ననుభవింతురు.

భక్తియోగపు ప్రాథమికదశ యందు సేవ ద్వారా దివ్యానందము ననుభవించెడి భక్తులు పరిపక్వస్థితిలో భగవత్ప్రేమ యందే వాస్తవముగా స్థితులగుదురు. అటువంటి దివ్యస్థితి యందు నెలకొనిన పిమ్మట శ్రీకృష్ణభగవానుడు తన ధామము నందు ప్రదర్శించు సంపూర్ణత్వమును వారు అనుభవింపగలరు. భక్తియుతసేవను జీవుని హృదయమునందు బీజమును నాటుటగా శ్రీచైతన్యమహాప్రభువు పోల్చి యున్నారు. విశ్వమునందలి అసంఖ్యాకలోకములలో సదా పరిభ్రమించు అనంతకోటి జీవరాసులలో భాగ్యవంతులైన కొందరే శుద్ధభక్తుని సాంగత్యమును పొంది భక్తిని గూర్చి తెలియుటకు అవకాశమును పొందుదురు. ఈ భక్తియుతసేవ యనునది బీజము వంటిది. అట్టి భక్తిబీజము హృదయములో నాటబడిన పిమ్మట మనుజుడు హరే కృష్ణ హరే కృష్ణ కృష్ణ కృష్ణ హరే హరే/హరే రామ హరే రామ రామ రామ హరే హరే యను కృష్ణనామమును కీర్తించుటను, శ్రవణము చేయుటను నిరంతరము కొనసాగించినచో నిత్యము జలమొసగుటచే వృక్షబీజము మొలకెత్తు రీతి, ఆ భక్తిబీజము మొలకెత్తగలదు. పిమ్మట భక్తిలత క్రమముగా పెరిగి పెరిగి బ్రహ్మాండమును ఛేదించుకొని ఆధ్యాత్మికాకాశమునందలి బ్రహ్మజ్యోతిని చేరును. ఆధ్యాత్మికాకాశము నందును అది గోలోకబృందావనముగా పిలువబడు అత్యున్నతమైన దివ్యకృష్ణలోకమును చేరునంతవరకు పెరిగి పెరిగి అంత్యమున కృష్ణపాదారవిందమును చేరి అచ్చట విశ్రమించును. అటుపిమ్మట లతలు పుష్పములను, ఫలములను ఒసగురీతి భక్తిలత సైతము ఫల,పుష్పములను ఒసగును. అట్టి సమయమున కూడా శ్రవణ, కీర్తనల రూపమున జలసేవ భక్తిలతకు జరుగుచునే యుండును. ఇట్టి భక్తిలత చైతన్యచరితామృతమునందు (మధ్యలీల 19వ అధ్యాయము) విపులముగా వర్ణింపబడినది. భక్తిలత శ్రీకృష్ణభగవానుని

చరణాశ్రయమును సంపూర్ణముగా పొందిన పిమ్మట మనుజుడు భగవత్ప్రేమ యందు పూర్ణముగా లీనమగునని దాని యందు వివరింపబడినది. అంతట జలమును వీడి మత్స్యము బ్రతుకలేనట్లు, భక్తుడు భగవానునితో సంబంధము లేకుండా క్షణకాలమును జీవింపలేడు. అటువంటి దివ్యస్థితిలో భక్తుడు శ్రీకృష్ణభగవానుని సంబంధమున దివ్యమైన లక్షణములను వాస్తవముగా పొందును.

భగవానుడు మరియు ఆతని భక్తుల నడుమగల సంబంధపు వర్ణనలతోనే శ్రీమద్భాగవతము నిండియున్నది. కావున భాగవతముననే (12.13.18) తెలుపబడినట్లు అది భక్తులకు అత్యంత ప్రియమైనదై యున్నది (శ్రీమద్భాగవతం పురాణమమలం యద్వైష్ణవానాం ప్రియం). శ్రీమద్భాగవతమునందు ధర్మము, అర్థము, కామము, మోక్షములను గూర్చిన చర్చలేదు. భగవానుడు మరియు భక్తుల దివ్యస్వభావము పూర్ణముగా వర్ణింపబడిన ఏకైక చరితము శ్రీమద్భాగవతమే. కనుకనే యువతీయువకులు ఒండొరుల సాహచర్యమున ఆనందమును పొందురీతి, కృష్ణభక్తిభావన యందు పూర్ణతనొందిన మహాత్ములు అట్టి దివ్యశాస్త్రములను శ్రవణము చేయుట యందు నిత్యానందమును పొందుదురు.

10

तेषां सततयुक्तानां भजतां प्रीतिपूर्वकम्।
ददामि बुद्धियोगं तं येन मामुपयान्ति ते ॥१०॥

తేషాం సతతయుక్తానాం భజతాం ప్రీతిపూర్వకమ్ ।
దదామి బుద్ధియోగం తం యేన మాముపయాన్తి తే ॥

తేషాం—వారికి; సతతయుక్తానాం—నిరంతర మగ్నులైన; భజతాం—భక్తియుక్తసేవను కూర్చుట యందు; ప్రీతిపూర్వకమ్—ప్రీతిపూర్వకముగా; దదామి—నేనొసగుదును; బుద్ధియోగం—వాస్తవజ్ఞానమును; తం—ఆ; యేన—దేనిచే; మాం—నన్ను; ఉపయాన్తి—పొందుదురో; తే—వారు.

ప్రేమతో నా సేవయందు నిరంతరాసక్తులైనవారికి నన్ను చేరగల బుద్ధియోగమును నేనొసగుదును.

భాష్యము : "బుద్ధియోగమ్" అను పదము ఈ శ్లోకమునందు ముఖ్యమైనది. ద్వితీయాధ్యాయమున శ్రీకృష్ణభగవానుడు అర్జునునకు ఉపదేశమొసగుచు తాను

అనేక విషయములను చర్చించితిననియు, ఇకపై బుద్ధియోగము ద్వారా కొన్ని విషయములు తెలుపనున్నట్లుయు పలికియున్న విషయమును మనమిచ్చట జ్ఞాపకము చేసికొనవలెను. అట్టి బుద్ధియోగమే ఇచ్చట పేర్కొనబడినది. బుద్ధియోగమనగా కృష్ణభక్తిరస భావనలో కర్మనొనర్చుట యనియే భావము. అదియే అత్యుత్తమబుద్ధి మరియు జ్ఞానము అనబడును. బుద్ధి యనగా తెలివి మరియు యోగమనగా యోగకర్మలు. భగవద్ధామమునకు చేరగోరి మనుజుడు కృష్ణభక్తిభావనలో భక్తియుక్తసేవయందు నిలిచినచో అతని కర్మలు బుద్ధియోగ మనబడును. అనగా బుద్ధియోగము ద్వారా మనుజుడు భౌతికజగత్తు బంధముల నుండి సులభముగా విడివడగలడు. పురోగతి యనుదాని చరమప్రయోజనము శ్రీకృష్ణుడే. కాని జనసామాన్యము ఈ విషయము నెరుగరు. కనుకనే గురువు మరియు భక్తుల సాంగత్యము అత్యంత ముఖ్యమై యున్నది. కనుక ప్రతియొక్కరు శ్రీకృష్ణుడే పరమగమ్యమని తెలిసికొనవలసియున్నది. ఆ విధముగా గమ్యమును నిర్ణయించి, నెమ్మదిగా అయినప్పటికిని క్రమముగా ప్రయాణించినచో అంతిమలక్ష్యము ప్రాప్తించగలదు.

మానవుడు జీవితలక్ష్యము నెరిగియు తన కర్మఫలముల యెడ అనురక్తిని కలిగియున్నచో అతడు కర్మయోగమునందు వర్తించినవాడగును. అదే విధముగా మానవుడు కృష్ణుడే గమ్యమని తెలిసియు, కృష్ణుని అవగతము చేసికొనుటకు మానసికకల్పనలను ఆశ్రయించినచో జ్ఞానయోగమునందు వర్తించినవాడగును. ఇక మానవుడు తన గమ్యమును సంపూర్ణముగా నెరిగి కృష్ణభక్తిభావన యందు భక్తియోగము ద్వారా శ్రీకృష్ణుని పొందగోరినపుడు భక్తియోగమునందు లేదా బుద్ధియోగమునందు వర్తించినవాడగును. వాస్తవమునకు ఈ బుద్ధియోగమే సంపూర్ణము మరియు సమగ్రమైన యోగమై యున్నది. ఇదియే మానవజన్మ యొక్క అత్యున్నత పరిపూర్ణస్థితి.

మనుజుడు ఆధ్యాత్మికగురువును పొందినను మరియు ఏదేని ఒక ఆధ్యాత్మికసంఘముతో సంబంధమును కలిగియున్నను ఒకవేళ ఆధ్యాత్మికముగా పురోభివృద్ధిని పొందలేకపోయినచో ఎటువంటి కష్టము లేకుండా అతడు అంత్యమున తనను చేరురీతిలో శ్రీకృష్ణుడే అతనికి ఆంతర్యమున ఉపదేశములొసగును. కృష్ణభక్తిభావనలో నియుక్తుడై ప్రేమ మరియు భక్తిని కూడియుండి సర్వ విధములైన సేవలను గూర్చుటయే అందులకు మనుజుడు కలిగియుండవలసిన

యోగ్యత. అనగా కృష్ణుని కొరకై అతడు ఏదేని ఒక కార్యమును (ప్రేమ యుతముగా) చేయవలసియుండును. ఆత్మానుభవమార్గమున పురోగతిని పొందుటకు కావలసినంత బుద్ధిని భక్తుడు కలిగిలేకున్నను భక్తియోగకర్మల యెడ శ్రద్ధతో అనురక్తుడైనచో ఆ భగవానుడే అతడు పురోగతి నొందుటకు మరియు అంత్యమున తనను చేరుటకు అవకాశము నొసగును.

11

तेषामेवानुकम्पार्थमहमज्ञानजं तमः ।
नाशयाम्यात्मभावस्थो ज्ञानदीपेन भास्वता ॥११॥

తేషామేవానుకమ్పార్థమహమజ్ఞానజం తమః ।
నాశయామ్యాత్మభావస్థో జ్ఞానదీపేన భాస్వతా ॥

తేషాం—వారికి; ఏవ—నిశ్చయముగా; అనుకమ్పార్థం—ప్రత్యేకానుగ్రహము చూపుటకొరకు; అహం—నేను; అజ్ఞానజం—అజ్ఞానజనితమగు; తమః—చీకటిని; నాశయామి—నశింప జేయుదును; ఆత్మభావస్థః—వారి హృదయములలో నున్నవాడనై; జ్ఞానదీపేన—జ్ఞానమనెడి దీపముచే; భాస్వతా—తేజోమయమైన.

నేను వారి యెడ ప్రత్యేకకరుణను చూపుట కొరకు వారి హృదయము నందు వసించుచు, తేజోమయమైన జ్ఞానదీపముచే అజ్ఞానజనితమగు అంధకారమును నశింపజేయుదును.

భాష్యము : శ్రీచైతన్యమహాప్రభువు హరే కృష్ణ హరే కృష్ణ కృష్ణ కృష్ణ హరే హరే/హరే రామ హరే రామ రామ రామ హరే హరే యను మహామంత్రకీర్తనమును వారణాసి యందు ప్రచారము చేసినపుడు వేలాదిమంది ఆయనను అనుసరించిరి. కాని ప్రకాశానందసరస్వతి యను నతడు (ఆ కాలమున వారణాసి యందు గొప్పపేరు మోసిన పండితుడు) మాత్రము మహాప్రభువు భావావేశపరుడై నందుకు ఆయనను హేళనచేసెను. అదేవిధముగా కొన్నిమార్లు కొందరు తత్త్వవేత్తలు భక్తులైనవారు అజ్ఞానాంధకారములో నుండి, తత్త్వరీత్యా భావావేశపరులై యుందురన్న భావనలో వారిని విమర్శింతురు. కాని వాస్తవమునకు అది సత్యముకాదు. ఘనులైన పండితులెందరో భక్తితత్త్వమును సమగ్రముగా విశదపరచిరి. కాని భక్తుడు వారి రచనల నుండి కాని, గురూపదేశముల నుండి కాని లాభము పొందలేకున్నను, భక్తియోగమునందు శ్రద్ధాళువైనచో

శ్రీకృష్ణుడు స్వయముగా అతని అంతర్యము నుండి సహాయమును కూర్చగలడు. అనగా శ్రద్ధతో కృష్ణభక్తిభావన యందు నిలిచిన భక్తుడు ఎన్నడును జ్ఞానరహితుడు కాబోడు. సంపూర్ణ కృష్ణభక్తిభావనలో సేవ నొనర్చుట ఒక్కటే దానికి కావలసిన యోగ్యత.

ఆత్మానాత్మవిచక్షణ లేకుండా ఎవ్వరును శుద్ధజ్ఞానమును పొందలేరని ఆధునిక తత్త్వవేత్తలు భావింతురు. అట్టివారికి శ్రీకృష్ణభగవానుడు ఈ శ్లోకమున చక్కని సమాధానమొసగినాడు. అనగా శుద్ధభక్తియోగమున నియుక్తులైనవారు తగినంత విద్య లేనప్పటికిని మరియు వేదనియమములను గూర్చిన తగిన జ్ఞానమును కలిగియుండనప్పటికిని ఈ శ్లోకమున తెలుపబడినట్లు తప్పక భగవానునిచే సహాయమును పొందగలరు.

పరతత్త్వమైన తనను కేవలము మానసికకల్పనల ద్వారా అవగాహన చేసికొనుట సాధ్యముకాని విషయమని శ్రీకృష్ణభగవానుడు అర్జునునకు బోధించెను. పరతత్త్వమైన భగవానుడు అత్యంత ఘనుడైనవాడగుచో మనోకల్పనల ద్వారా ఆతనిని అవగాహనము చేసికొనుట లేదా పొందగలుగుట సాధ్యము కాదు. మనుజుడు భక్తి లేకుండ మరియు పరతత్త్వమునందు అనురాగము లేకుండ కోట్లాది సంవత్సరములు మానసికకల్పనలు గావించినను పరతత్త్వమును (శ్రీకృష్ణుని) ఎరుగజాలడు. కేవలము భక్తియుతసేవ ద్వారానే పరతత్త్వమైన శ్రీకృష్ణుడు ముదమొంది తన అంతరంగికశక్తి ద్వారా శుద్ధభక్తుని హృదయమున తనను తాను విశదపరచుకొనును. శుద్ధభక్తుడు శ్రీకృష్ణుని సదా తన హృదయమునందు నిలుపుకొనియుండును. సూర్యసముడైన శ్రీకృష్ణుని అట్టి ఉనికిచే భక్తుని హృదయమునందలి అజ్ఞానాంధకారము పటాపంచలైపోవును. ఇదియే శ్రీకృష్ణుడు తన శుద్ధభక్తుల యెడ చూపు ప్రత్యేక కరుణయై యున్నది.

కోటానుకోట్ల జన్మల యందలి విషయసంపర్క మాలిన్యముచే మనుజుని హృదయము సదా భౌతికత్వమనెడి ధూళిచే కప్పబడియుండును. కాని అతడు భక్తియుతసేవలో నియుక్తుడై హరేకృష్ణమహామంత్రమును నిరంతరము జపించినచో శీఘ్రమే ఆ హృదయమాలిన్యము తొలగిపోయి, శుద్ధజ్ఞానస్థితికి ఉద్ధరింపబడును. అనగా చరమలక్ష్య మైన విష్ణువు కేవలము హరినామసంకీర్తనము మరియు

భక్తియుతసేవ తోడనే లభించునుగాని మనోకల్పన లేదా వాదములతో కాదు. శుద్ధభక్తుడు ఏనాడును భౌతిక జీవితావసరములను గూర్చిన చింత మరియు ఆందోళనలను కలిగియుండ నవసరము లేదు. ఏలయన అతడు తన హృదయమునుండి అజ్ఞానాంధకారమును తొలగించుకొనినంతనే ప్రేమయుత సేవచే తృప్తుడైన శ్రీకృష్ణభగవానుడు అతనికి అప్రయత్నముగా సర్వమును సమకూర్చును. ఇదియే గీతోపదేశముల సారాంశము. కనుకనే గీతాధ్యయనము ద్వారా మనుజుడు శ్రీకృష్ణభగవానునకు సంపూర్ణశరణాగతుడై ఆతని శుద్ధ భక్తియుతసేవలో నియుక్తుడు కాగలడు. పిదప భగవానుడే రక్షణభారమును స్వీకరించినపుడు అతడు సర్వవిధములైన భౌతికయత్నముల నుండి సంపూర్ణముగా ముక్తుడు కాగలడు.

12-13

परं ब्रह्म परं धाम पवित्रं परमं भवान्।
पुरुषं शाश्वतं दिव्यमादिदेवमजं विभुम्॥१२॥
आहुस्त्वामृषयः सर्वे देवर्षिर्नारदस्तथा।
असितो देवलो व्यासः स्वयं चैव ब्रवीषि मे॥१३॥

అర్జున ఉవాచ

పరం బ్రహ్మ పరం ధామ పవిత్రం పరమం భవాన్ ।
పురుషం శాశ్వతం దివ్యమాదిదేవమజం విభుమ్ ॥
ఆహుస్త్వామృషయః సర్వే దేవర్షిర్నారదస్తథా ।
అసితో దేవలో వ్యాసః స్వయం చైవ బ్రవీషి మే ॥

అర్జునః ఉవాచ—అర్జునుడు పలికెను; పరం—దివ్యమైన; బ్రహ్మ—సత్యము; పరం—దివ్యమైన; ధామ—ఆశ్రయము; పవిత్రం—పవిత్రుడవు; పరమం—దివ్యుడవు; భవాన్—నీవు; పురుషం—పురుషుడవు; శాశ్వతం—శాశ్వతుడవు; దివ్యం—దివ్యుడవు; ఆదిదేవం—ఆదిదేవుడవు; అజం—పుట్టుకలేనివాడవు; విభుం—ఘనుడవు; ఆహుః—చెప్పుదురు; త్వాం—నిన్నుగూర్చి; ఋషయః—ఋషులు; సర్వే—అందరును; దేవర్షిః—దేవర్షియైన; నారదః—నారదుడును; తథా—అట్లే; అసితః—అసితుడు; దేవలః—దేవలుడును; వ్యాసః—వ్యాసుడును; స్వయం—స్వయముగా నీవు; చ—కూడా; ఏవ—నిశ్చయముగా; బ్రవీషి—చెప్పుచున్నావు; మే—నాకు.

అర్జునుడు ఇట్లు పలికెను: నీవు దేవదేవుడవు, పరంధాముడవు, పవిత్రుడవు,

పరతత్త్వమువు, శాశ్వతుడవు, దివ్యుడవు, ఆదిపురుషుడవు, పుట్టుకలేని వాడవు, ఘనమైనవాడవు అయియున్నావు. నారదుడు, అసితుడు, దేవలుడు, వ్యాసుడు వంటి మహాఋషులందరును నిన్ను గూర్చిన ఈ సత్యమునే ధ్రువపరచియున్నారు. ఇప్పుడు స్వయముగా నీవు అదే విషయమును నాకు తెలియజేయుచున్నావు.

భాష్యము : శ్రీకృష్ణభగవానుడు ఈ రెండు శ్లోకములలో ఆధునిక తత్త్వవేత్తలకు ఒక అవకాశమొసగుచున్నాడు. భగవానుడు జీవాత్మకు భిన్నుడని ఇచ్చట స్పష్టముగా విశదమగుటయే అందులకు కారణము. ఈ అధ్యాయపు ముఖ్యమైన నాలుగు శ్లోకములను శ్రవణము చేసినంతనే అర్జునుడు సర్వసందేహముల నుండి ముక్తుడై శ్రీకృష్ణుని పూర్ణపురుషోత్తముడైన ఆదిదేవునిగా అంగీకరించెను. కనుకనే అతడు "నీవే పరబ్రహ్మమువు మరియు ఆదిదేవుడవు" అని ప్రకటించెను. సమస్తము తన నుండియే ఉద్భవించినదనియు మరియు దేవ,మనుష్యాది జీవులందరును తన పైననే ఆధారపడినవారనియు శ్రీకృష్ణుడు పూర్వమే ప్రకటించి యున్నాడు. కాని వారు అజ్ఞానకారణముగా తమనే పరతత్త్వముగా భావించుచు తాము దేవదేవునికి అధీనులము కామని భావింతురు. అట్టి అజ్ఞానము భక్తియుతసేవ ద్వారా సంపూర్ణముగా తొలగునని శ్రీకృష్ణభగవానుడు గడచిన శ్లోకములో వివరించియున్నాడు. ఇప్పుడు ఆ భగవానుని కరుణచే అర్జునుడు వేదానుసారముననే ఆతనిని పరతత్త్వముగా అంగీకరించుచున్నాడు. అనగా శ్రీకృష్ణుడు తన స్నేహితుడు కనుక ఆతనిని పరతత్త్వమనియు, దేవదేవుడనియు అర్జునుడు ముఖస్తుతి చేయుటలేదు. కేవలము వేదానుసారముననే అతడట్లు కీర్తించెను. అర్జునుడు ఈ రెండు శ్లోకములలో పలికినదంతయు వేదములచే నిర్ధారింపబడినది. భక్తియుతసేవను చేపట్టినవాడే శ్రీకృష్ణభగవానుని అవగతము చేసికొనగలడు గాని ఇతరులు అందుకు సమర్థులు కారని వేదములు ధ్రువీకరించుచున్నవి. అనగా అర్జునుడు పలికిన ప్రతిపదము కూడా వేదనిర్దేశముచే సమర్థించబడుచున్నది.

పరబ్రహ్మము సర్వమునకు ఆశ్రయస్థానమని కేనోపనిషత్తు నందు తెలుప బడినది. అందుకు తగినట్లుగా శ్రీకృష్ణుడు సమస్తము తననే ఆశ్రయించి యున్నదని పూర్వమే పలికియున్నాడు. సర్వమునకు ఆధారభూతుడైన భగవానుడు తననే సదా చింతించువానికి మాత్రమే అనుభూతుడగునని

ముండకోపనిషత్తు ధ్రువపరచుచున్నది. అట్లు కృష్ణుని గూర్చి సదా చింతించుటయే నవవిధభక్తిమార్గములలో ఒకటైన స్మరణము. శ్రీకృష్ణభగవానుని భక్తియుతసేవ ద్వారానే మనుజుడు తన నిజస్థితి నెరిగి భౌతికదేహము నుండి విడివడగలడు.

శ్రీకృష్ణభగవానుడు పవిత్రులలో పరమపవిత్రునిగా వేదములందు అంగీకరింపబడినాడు. ఆ భగవానుడు పరమపవిత్రుడని అవగాహన చేసికొనిన వాడు సర్వపాపముల నుండి ముక్తుడై పవిత్రుడు కాగలడు. శ్రీకృష్ణభగవానునికి శరణము నొందనిదే ఎవ్వరును పాపకర్మల నుండి విడివడలేరు. శ్రీకృష్ణుని పరమపవిత్రునిగా అర్జునుడు అంగీకరించుట వేదనిర్దేశములకు చక్కగా సమన్వయమగుచున్నది. ఈ విషయము నారదాది మహర్షులచే నిర్దేశింప బడియే యున్నది.

శ్రీకృష్ణుడు ఆదిదేవుడైన భగవానుడు. మనుజుడు సదా ఆతనినే ధ్యానించుచు ఆతనితో దివ్యమైన నిత్యసంబంధము ననుభవింపవలెను. దివ్యుడైన ఆ భగవానుడు జననమరణములకు అతీతుడు. ఈ విషయమును అర్జునుడే గాక పురాణములు, ఇతిహాసాది వేదవాఙ్మయము కూడా నిర్ధారించినవి. సమస్త వేదవాఙ్మయమున శ్రీకృష్ణుడు ఈ విధముగా వర్ణింపబడ, ఆ భగవానుడు సైతము స్వయముగా చతుర్థాధ్యాయమున "నేను పుట్టుకలేనివాడనైనప్పటికిని ధర్మసంస్థాపనార్థము ధరిత్రిపై అవతరింతును" అని పలికెను. ఆతడే పరమపురుషుడు. సర్వకారణములకు కారణమై యున్నందున ఆతనికి ఏ కారణము లేదు. సర్వము ఆతని నుండియే ఉద్భవించును. ఇట్టి దివ్యజ్ఞానము ఆ శ్రీకృష్ణభగవానుని కరుణ చేతనే ప్రాప్తించగలదు.

ఇచ్చట అర్జునుడు శ్రీకృష్ణుని కరుణ చేతనే తన భావమును ప్రకటింపగలిగెను. భగవద్గీతను మనము అవగాహన చేసికొనదలచినచో ఈ రెండు శ్లోకములను యథాతథముగా స్వీకరింపవలెను. ఆ విధముగా అంగీకరించుట పరంపరావిధానము అనబడును. పరంపరలో నిలువనిదే ఎవ్వరును భగవద్గీతను అవగాహన చేసికొనలేరు. నామమాత్ర లౌకికవిద్యచే అది సాధ్యము కాదు. వేదవాఙ్మయమునందు ఇంత నిదర్శనమున్నను లౌకికవిద్యచే గర్వితులైన కొందరు శ్రీకృష్ణుడు సామాన్య మానవుడే యనెడి తమ మూర్ఖపు అభిప్రాయమును దురదృష్టవశాత్తు ఎన్నడును వీడకుందురు.

14

सर्वमेतद् ऋतं मन्ये यन्मां वदसि केशव।
न हि ते भगवन् व्यक्तिं विदुर्देवा न दानवा: ॥१४॥

సర్వమేతదృతం మన్యే యన్మాం వదసి కేశవ ।
న హి తే భగవన్ వ్యక్తిం విదుర్దేవాన దానవాః ॥

సర్వమేతత్—ఇది అంతయు; ఋతమ్—సత్యమని; మన్యే—నేను అంగీకరింతును; యత్—ఏది; మామ్—నాకు; వదసి—చెప్పినది; కేశవ—కృష్ణా; తే—నీ యొక్క; భగవన్—ఓ దేవదేవ; వ్యక్తిం—స్వరూపమును; న హి విదుః—తెలిసికొనజాలరు; దేవాః—దేవతలు; దానవాః—దానవులును.

ఓ కృష్ణా! నీవు నాకు తెలిపినదంతయు సత్యమని సంపూర్ణముగా నేను అంగీకరించుచున్నాను. ఓ దేవదేవా! దేవతలుగాని, దానవులుగాని నీ స్వరూపమును ఎరుగజాలరు.

భాష్యము : శ్రద్ధలేనివారు, దానవప్రవృత్తిగలవారు శ్రీకృష్ణభగవానుని ఎరుగజాలరని అర్జునుడు ఇచ్చట ధ్రువపరచుచున్నాడు. ఆతడు దేవతలకే తెలియబడుటలేదన్నచో ఆధునికజగత్తుకు చెందిన నామమాత్ర పండితులను గూర్చి వేరుగా తెలుపనవసరము లేదు. కాని అర్జునుడు ఇచ్చట కృష్ణుని కరుణ వలన ఆతనిని పరతత్త్వముగను, పరిపూర్ణునిగను తెలిసికొనగలిగెను. భగవద్గీతకు ప్రామాణికుడైన అట్టి అర్జునుని మార్గమునే ప్రతియొక్కరు అనుసరింపవలెను. చతుర్థాధ్యాయమున తెలుపబడినట్లు గీతాధ్యయనము కొరకు వలసిన పరంపర నశించియుండుటచే ఆ పరంపరను శ్రీకృష్ణభగవానుడు తిరిగి అర్జునునితో ప్రారంభించెను. అర్జునుని సన్నిహిత స్నేహితుడనియు మరియు భక్తుడనియు ఆ దేవదేవుడు భావించుటయే అందులకు కారణము. కనుక ఈ గీతోపనిషత్తు యొక్క ఉపోద్ఘాతమున తెలుపబడినట్లు భగవద్గీతను పరంపరారూపముననే అవగతము చేసికొనవలెను. అట్టి పరంపర నశించియుండుట చేతనే దానిని పునరుద్ధరించుటకు అర్జునుడు ఎన్నుకోబడెను. శ్రీకృష్ణుడు పలికిన సర్వమును అర్జునుడు అంగీకరించిన విధమును తప్పక అనుసరింపవలెను. అప్పుడే భగవద్గీత సారము మనకు అవగతము కాగలదు. ఆ పిదపనే శ్రీకృష్ణుడు దేవదేవుడని మనము సంపూర్ణముగా అవగాహనము చేసికొనగలము.

15

स्वयमेवात्मनात्मानं वेत्थ त्वं पुरुषोत्तम।
भूतभावन भूतेश देवदेव जगत्पते ॥१५॥

స్వయమేవాత్మనాత్మానం వేత్థ త్వం పురుషోత్తమ ।
భూతభావన భూతేశ దేవదేవ జగత్పతే ॥

స్వయమేవ—స్వయముగా; ఆత్మనా—నీచేత; ఆత్మానం—నిన్ను; వేత్థ—ఎరుంగుదువు; త్వం—నీవు; పురుషోత్తమ—ఓ పురుషోత్తమా; భూతభావన—సర్వకారణుడా; భూతేశ—ఓ సర్వేశ్వరుడా; దేవదేవ—ఓ దేవదేవా; జగత్పతే—ఓ జగన్నాథా.

ఓ పురుషోత్తమా! సర్వకారణుడా! సర్వేశ్వరుడా! దేవదేవా! జగన్నాథా! నీవొక్కడవే నీ అంతరంగశక్తి ద్వారా నిజముగా నిన్నెరుగుదువు.

భాష్యము : అర్జునుడు మరియు అతని మార్గమును అనుసరించువారివలె భక్తియుతసేవ ద్వారా శ్రీకృష్ణునితో సంబంధమును కలిగియున్నవారికే ఆ దేవదేవుడు విదితుడు కాగలడు. దానవ, నాస్తికప్రవృత్తి గలవారు శ్రీకృష్ణుని ఎన్నడును ఎరుగలేరు. శ్రీకృష్ణభగవానుని నిజతత్త్వము నుండి దూరముగా గొనిపోవు మానసికకల్పనము వాస్తవమునకు గొప్ప పాపము. ఆ విధముగా శ్రీకృష్ణుని ఎరుగజాలనివారు గీతకు వ్యాఖ్యానమును చేయరాదు. భగవద్గీత శ్రీకృష్ణుని ఉపదేశము. అది కృష్ణసంబంధవిజ్ఞానమై యున్నందున కృష్ణుని నుండి దానిని అర్జునుడు అవగతము చేసికొనిన రీతిలోనే మనము అవగతము చేసికొనవలెను. దానినెన్నడును నాస్తికులైనవారి నుండి గ్రహింపరాదు.

శ్రీమద్భాగవతమున పరతత్త్వమును గూర్చి ఇట్లు తెలుపబడినది(1.2.11)

వదన్తి తత్ తత్త్వవిదస్తత్త్వమ్ యద్ జ్ఞానమద్వయం ।
బ్రహ్మేతి పరమాత్మేతి భగవానితి శబ్ద్యతే ॥

పరతత్త్వమనునది నిరాకారబ్రహ్మము, పరమాత్మ, అంత్యమున భగవానునిగా వివిధదశలలో అనుభవమునకు వచ్చును. అనగా పరతత్త్వావగాహనలో మనుజుడు అంత్యమున శ్రీకృష్ణభగవానుని అనుభూతికి చేరును. ఆ దేవదేవుని స్వరూపమును సామాన్యమానవుడు గాని, బ్రహ్మానుభవము లేదా పరమాత్మానుభూతి కలిగిన ముక్తపురుషుడు గాని అవగతము చేసికొనలేడు. కనుక అట్టివారు శ్రీకృష్ణుడు స్వయముగా పలికిన భగవద్గీత శ్లోకముల ద్వారా ఆ భగవానుని నిజతత్త్వమును అవగతము చేసికొనుటకు యత్నింపవచ్చును.

నిరాకారవాదులు కొన్నిమార్లు కృష్ణుని భగవానుడని గాని లేదా ఆతని అధికారమును గాని అంగీకరింతురు. అయినప్పటికిని ఆ ముక్తపురుషులలో పెక్కురు ఆతనిని పురుషోత్తమునిగా ఎరుగజాలరు. కనుకనే అర్జునుడిచ్చట శ్రీకృష్ణుని "పురుషోత్తముడు" అనుచు సంబోధించినాడు. పురుషోత్తముడైనను జీవులందరికీ ఆతడే తండ్రి యని జనులు తెలియకపోవచ్చునని అర్జునుడు ఆతనిని "భూతభావన" అనియు సంబోధించినాడు. ఆ దేవదేవుని సకలజీవులకు తండ్రిగా తెలిసినను ఆతడే దివ్యనియామకుడని మనుజుడు తెలియకపోవచ్చును గావున అతడు ఇచ్చట "భూతేశ" (పరమనియామకుడు) అనియు సంబోధించి నాడు. ఆతనిని జీవులను నియమించువానిగా అవగతము చేసికొనినను దేవత లందరికీ ఆతడే మూలమని మనుజుడు తెలియకపోవచ్చును కావున అర్జునుడు శ్రీకృష్ణుని దేవతాపూజ్యుడైన దేవదేవుడనియు కీర్తించినాడు. సర్వదేవతా పూజ్యుడైన భగవానునిగా అవగతము చేసికొనినను ఆతడే సర్వమునకు అధిపతి యని మనుజుడు తెలిసికొనలేకపోవచ్చును కావున ఆతడు తిరిగి "జగత్పతి" యని సంబోధింపబడినాడు. ఈ విధముగా కృష్ణునికి సంబంధించిన నిజతత్త్వము అర్జునుని అనుభవముచే ఈ శ్లోకము నందు నిర్ధారితమైనది. కనుక కృష్ణుని యథార్థముగా తెలిసికొనుట కొరకు మనము అర్జునుని అడుగుజాడలను అనుసరింపవలసియున్నది.

16

वक्तु मर्हस्यशेषेण दिव्या ह्यात्मविभूतयः ।
याभिर्विभूतिभिर्लोकानिमांस्त्वं व्याप्य तिष्ठसि ॥१६ ॥

వక్తుమర్హస్యశేషేణ దివ్యా హ్యాత్మవిభూతయః ।
యాభిర్విభూతిభిర్లోకానిమాంస్త్వం వ్యాప్య తిష్ఠసి ॥

వక్తుం—చెప్పుటకు; అర్హసి—తగుదువు; అశేషేణ—వివరముగా; దివ్యాః హి—దివ్యములైన; ఆత్మవిభూతయః—స్వీయవైభవములు; యాభిః విభూతిభిః—ఏ వైభవములచే; లోకాన్ ఇమాన్—ఈ లోకములను; త్వం—నీవు; వ్యాప్య—వ్యాపించి; తిష్ఠసి—ఉందువో.

నీవు ఏ దివ్యవిభూతుల ద్వారా ఈ లోకములన్నింటి యందును వ్యాపించి యుందువో వాటన్నింటిని దయతో నాకు విశదముగా తెలియజేయుము.

భాష్యము : దేవదేవుడైన శ్రీకృష్ణుని గూర్చిన తన అవగాహనచే అర్జునుడు సంతుష్టి చెందియే ఉన్నట్లుగా ఈ శ్లోకమున గోచరించుచున్నది. కృష్ణుని కరుణ

వలన అతడు స్వానుభవమును, బుద్ధిని, జ్ఞానమును మరియు వాని ద్వారా తెలిసికొనదగిన సర్వవిషయములను ఎరుగజాలి శ్రీకృష్ణుని దేవదేవునిగా అవగతము చేసికొనగలిగెను. తనకెటువంటి సందేహము లేకున్నను ఇచ్చట అర్జునుడు శ్రీకృష్ణుని సర్వవ్యాపక లక్షణమును వివరింపుమని అడుగుచున్నాడు. శ్రీకృష్ణభగవానుని ఈ సర్వవ్యాపక లక్షణమునకే సామాన్యజనులు, ముఖ్యముగా నిరాకారవాదులు ఎక్కువ ప్రాముఖ్యము నొసగుటయే అందులకు కారణము. కనుకనే వివిధశక్తుల ద్వారా శ్రీకృష్ణుడు ఏ విధముగా సర్వవ్యాపియై యుండునో అర్జునుడు ప్రశ్నించుచున్నాడు. ఈ ప్రశ్నను అర్జునుడు సామాన్యజనుల పక్షమున అడిగినట్లుగా ప్రతియొక్కరు గుర్తింపవలెను.

17

कथं विद्यामहं योगिंस्त्वां सदा परिचिन्तयन्।
केषु केषु च भावेषु चिन्त्योऽसि भगवन्मया ॥१७॥

కథం విద్యామహం యోగింస్త్వాం సదా పరిచిన్తయన్ ।
కేషు కేషు చ భావేషు చిన్త్యోऽసి భగవన్మయా ॥

కథం—ఎట్లు; విద్యామహం—నేను తెలిసికొందును; యోగిన్—ఓ యోగీశ్వరా; త్వాం—నిన్ను; సదా—ఎల్లప్పుడును; పరిచిన్తయన్—ఆలోచించుచు; కేషు కేషు చ—ఏ యే; భావేషు—భౌతికరూపములందు; చిన్త్యః అసి—స్మరింపవలెను; భగవన్—ఓ దివ్యప్రభూ; మయా—నేను.

ఓ కృష్ణా! యోగీశ్వరా! నిన్ను సర్వదా నేనెట్లు చింతించగలను మరియు నిన్నెట్లు తెలిసికొనగలను? ఓ దేవదేవా! ఏ యే రూపములందు నిన్ను స్మరింపవలెను?

భాష్యము : గడచిన అధ్యాయమునందు తెలుపబడినట్లు దేవదేవుడైన శ్రీకృష్ణుడు తన యోగమాయచే కప్పబడియుండును. కేవలము శరణాగతులైన మహాత్ములు మరియు భక్తులే ఆతనిని గాంచగలరు. ఇప్పుడు అర్జునుడు తన స్నేహితుడైన శ్రీకృష్ణుడు దేవదేవుడని సంపూర్ణముగా విశ్వసించినను, సామాన్యుడు సైతము ఏ విధముగా ఆ సర్వవ్యాపియైన భగవానుని అవగతము చేసికొనగలడో అట్టి సర్వసాధారణ పద్ధతిని తెలిసికొనగోరుచున్నాడు. యోగమాయచే కప్పబడినందున శ్రీకృష్ణుని సామాన్యజనులు (దానవులు మరియు నాస్తికులతో సహా) ఎరుగలేరు. కనుక వారి లాభము కొరకే అర్జునుడు ఈ ప్రశ్నలను

అడుగుచున్నాడు. ఉన్నతుడైన భక్తుడు తన స్వీయావగాహన కొరకే గాక సమస్త మానవాళి అవగాహన కొరకై యత్నించును. కనుకనే భక్తుడును మరియు ఘనవైష్ణవుడును అగు అర్జునుడు కరుణాపూర్ణుడై తన ప్రశ్నచే భగవానుని సర్వవ్యాపకత్వమును సామాన్యుడు తెలియుటకు అవకాశమొసగుచున్నాడు. శ్రీకృష్ణుడు తనను ఆచ్ఛాదించియున్న యోగమాయకు ప్రభువైనందునే అర్జునుడు ఇచ్చట ఆతనిని "యోగిన్" అని ప్రత్యేకముగా సంబోధించినాడు. అట్టి యోగమాయ కారణముననే ఆ భగవానుడు సామాన్యునకు గోచరింపకుండుట లేక గోచరించుట జరుగుచుండును. కృష్ణుని యెడ ప్రేమలేని సామాన్య మానవుడు ఆతనిని గూర్చి సదా చింతనము గావింపలేడు. కనుక అతడు భౌతికభావనముననే చింతింపవలసియుండును. అర్జునుడు భౌతికప్రవృత్తి కలిగిన జనుల ఆలోచనా ధోరణిని పరిగణనకు తీసికొనుచున్నాడు. ఇచ్చట "కేషు కేషు చ భావేషు" అను పదములు భౌతికప్రకృతిని (భావ మనగా భౌతికవిషయములు) సూచించును. భౌతికప్రవృత్తి గలవారు శ్రీకృష్ణుని ఆధ్యాత్మికముగా అవగాహన చేసికొనలేనందున భౌతికములైనవానిపై మనస్సును కేంద్రీకరించి, భౌతిక ప్రాతినిధ్యముల ద్వారా ఏ విధముగా శ్రీకృష్ణుడు వ్యక్తమగుచున్నాడో గాంచవలసినదిగా ఉపదేశింపబడుదురు.

18

विस्तरेणात्मनो योगं विभूतिं च जनार्दन ।
भूयः कथय तृप्तिर्हि शृण्वतो नास्ति मेऽमृतम् ॥१८॥

విస్తరేణాత్మనో యోగం విభూతిం చ జనార్దన ।
భూయః కథయ తృప్తిర్హి శృణ్వతో నాస్తి మేఽమృతమ్ ॥

విస్తరేణ—వివరముగా; ఆత్మనః—నీ యొక్క; యోగం—యోగశక్తి; విభూతిం—వైభవములను; చ—కూడా; జనార్దన—నాస్తికులను సంహరించువాడా; భూయః—తిరిగి; కథయ—వివరింపుము; తృప్తిః—తనివి; హి—నిశ్చయముగా; శృణ్వతః—వినుచున్న; న అస్తి—తీరుటలేదు; మే—నాకు; అమృతమ్—అమృతమును.

ఓ జనార్దన! నీ యోగవిభూతిని దయతో తిరిగి సమగ్రముగా వివరింపుము. ఎంత అధికముగా శ్రవణము చేసినచో అంత అధికముగా నీ వచనామృతమును నేను ఆస్వాదింపగోరినందున నిన్ను గూర్చి ఎంత శ్రవణము చేసినను తనివితీరుట లేదు.

భాష్యము : శౌనకుని అధ్యక్షతనగల నైమిశారణ్యాబుషులు సైతము సూతగోస్వామితో ఈ విధముగనే పలికియుండిరి.

వయం తు న వితృప్యామ ఉత్తమశ్లోకవిక్రమే ।
యచ్ఛృణ్వతామ్ రసజ్ఞానామ్ స్వాదు స్వాదు పదేపదే ॥

"ఉత్తమశ్లోకుడైన శ్రీకృష్ణుని దివ్యలీలలను నిరంతరము శ్రవణము చేసినను ఎవ్వరును తనివినొందలేరు. శ్రీకృష్ణునితో దివ్యసంబంధమును కలిగినవారు ఆతని లీలావర్ణనములను అడుగడుగున ఆస్వాదింతురు" (శ్రీమద్భాగవతము 1.1.19). అనగా అర్జునుడు శ్రీకృష్ణుని గూర్చియు, ముఖ్యముగా ఆతడు ఏ విధముగా సర్వవ్యాపియై యున్నాడన్న విషయమును గూర్చియు శ్రవణమును చేయుటలో అనురక్తుడై యున్నాడు.

కృష్ణునకు సంబంధించిన ఏ వర్ణనమైనను లేదా విషయమైనను వాస్తవమునకు అమృతముతో సమానము. అటువంటి అమృతమును ఎవ్వరైనను అనుభవ పూర్వకముగా ఆస్వాదించవచ్చును. ఆధునిక కథలు, నవలలు, చరిత్రల వంటి గ్రామ్యకథలు శ్రీకృష్ణుని దివ్యలీలలకు భిన్నములై యుండును. మనుజుడు వాటి యెడ కొంతకాలమునకు విసుగు చెందవచ్చునేమో గాని కృష్ణుని గూర్చి వినుట యందు విసుగు చెందడు. కనుకనే విశ్వచరిత్ర దేవదేవుని వివిధావతార లీలలతో నిండియున్నది. భగవానుని అట్టి వివిధ అవతారముల యందలి లీలలను వర్ణించు చరిత్రలే పురాణములు. ఈ కారణముననే ఎన్నిమార్లు పఠించినను వాని యందలి పఠనాంశములు నిత్యనూతనముగా నుండును.

19

श्रीभगवानुवाच

हन्त ते कथयिष्यामि दिव्या ह्यात्मविभूतयः ।
प्राधान्यतः कुरुश्रेष्ठ नास्त्यन्तो विस्तरस्य मे ॥१९॥

శ్రీభగవానువాచ

హన్త తే కథయిష్యామి దివ్యా హ్యాత్మవిభూతయః ।
ప్రాధాన్యతః కురుశ్రేష్ఠ నాస్త్యన్తో విస్తరస్య మే ॥

శ్రీభగవానువాచ—శ్రీకృష్ణభగవానుడు పలికెను; హన్త—సరియే; తే—నీకు; కథయిష్యామి—తెలుపుదును; దివ్యాః—దివ్యములైన; హి—నిశ్చయముగా; ఆత్మవిభూతయః—స్వీయ విభూతులను; ప్రాధాన్యతః—ప్రముఖములైన; కురుశ్రేష్ఠ—కురుశ్రేష్ఠుడా; న అస్తి—లేదు;

అన్తః—పరిమితి; విస్తరస్య—విస్తరణమునకు; మే—నా యొక్క.

శ్రీకృష్ణభగవానుడు ఇట్లు పలికెను : సరియే! నా వైభవోపేతమైన సృష్టి విస్తారములను గూర్చి నీకు తెలియజేసెదను. కాని ఓ అర్జునా! నా విభూతి అనంతమైనందున కేవలము వానిలో ప్రధానమైనవానినే నేను నీకు తెలుపుదును.

భాష్యము : శ్రీకృష్ణుని ఘనతను మరియు అతని విభూతుల ఘనతను సంపూర్ణముగా గ్రహించుట సాధ్యముగాని విషయము. జీవుని ఇంద్రియములు పరిమితములుగా నుండి శ్రీకృష్ణుని గూర్చి సంపూర్ణముగా నెరుగుటకు అతనిని అనుమతింపవు. అయినను భక్తులైనవారు శ్రీకృష్ణుని అవగాహన చేసికొనుటకు సదా యత్నింతురు. కాని ఏదేని ఒక ప్రత్యేక సమయమున లేదా ప్రత్యేక జీవనస్థితిలో ఆతనిని పూర్తిగా అవగతము చేసికొనియే తీరుదుమనెడి భావనలో కాదు. పైగా కృష్ణపరములగు విషయములు అత్యంత మధురములై వారికి అమృతప్రాయములుగా దోచును కనుకనే వారు కృష్ణకథల యందు దివ్యానందమును పొందుదురు. శ్రీకృష్ణుని దివ్యవిభూతులను, వివిధశక్తులను చర్చించుట యందు అట్టి శుద్ధభక్తులు ఆధ్యాత్మికానందమును అనుభవింతురు. కనుకనే వాటి శ్రవణమును మరియు చర్చను వారు చేయగోరుదురు. తన విభూతుల పరిధిని జీవులు అవగతము చేసికొనలేరని శ్రీకృష్ణుడు తెలిసియున్నందునే వివిధ శక్తులలో ప్రధానమైన వానిని మాత్రమే తెలుపుటకు ఆతడు అంగీకరించినాడు. ఇచ్చట "ప్రాధాన్యతః" అను పదము ముఖ్యమైనది. శ్రీకృష్ణభగవానుని విభూతులు అనంతములైనందున వానిలో ప్రధానములైన కొన్నింటినే మనము తెలిసికొనగలము. వానినన్నింటిని అవగతము చేసికొనుట సాధ్యముకాని విషయము. భగవానుడు ఏ విభూతుల ద్వారా సమస్త జగత్తును నియమించునో వాటినే ఈ శ్లోకమునందు ప్రయోగింపబడిన "విభూతి" యను పదము సూచించుచున్నది. విభూతి యనునది అసాధారణ వైభవమును సూచించునని అమరకోశనిఘంటువు నందు తెలుపబడినది.

శ్రీకృష్ణభగవానుని అసాధారణ విభూతులనుగాని, ఆతని దివ్యశక్తులనుగాని నిరాకారవాది లేక బహుదేవతార్చనాపరుడు ఎరుగలేడు. భౌతిక, ఆధ్యాత్మికజగత్తు లందంతటను ఆతని దివ్యశక్తులు సర్వరూపములలో విస్తరించియున్నవి. కాని సామాన్యుడు ప్రత్యక్షముగా గాంచగలిగిన దానినే శ్రీకృష్ణుడు ఇచ్చట

వివరింపనున్నాడు. అనగా వైవిధ్యముతో కూడిన ఆతని శక్తిలో కొంతభాగమే ఇచ్చట వర్ణింపబడినది.

20

अहमात्मा गुडाकेश सर्वभूताशयस्थितः ।
अहमादिश्च मध्यं च भूतानामन्त एव च ॥२०॥

అహమాత్మా గుడాకేశ సర్వభూతాశయస్థితః ।
అహమాదిశ్చ మధ్యం చ భూతానామన్త ఏవ చ ॥

అహం—నేను; **ఆత్మా**—ఆత్మను; గుడాకేశ—ఓ అర్జునా!; సర్వభూత—సర్వజీవుల; **ఆశయ** స్థితః—హృదయమునందున్న వాడను; **అహం**—నేను; **ఆదిః** చ—ఆదిని; మధ్యం చ—మధ్యమును కూడా; భూతానాం—సర్వజీవులయొక్క; **అంతః**—అంతమును; ఏవ—నిశ్చయముగా; చ—మరియు.

ఓ అర్జునా! నేను సర్వజీవహృదయములందు వసించియున్నట్టి పరమాత్మను. సర్వజీవులకు ఆదిమధ్యాంతములు నేనే అయియున్నాను.

భాష్యము : ఈ శ్లోకమున అర్జునుడు గుడాకేశునిగా సంబోధింపబడినాడు. అనగా నిద్ర యనెడి అంధకారమును జయించినవాడని భావము. అజ్ఞానాంధకారమున నిద్రించువారికి ఏ విధముగా భగవానుడు భౌతిక, ఆధ్యాత్మికజగత్తులందు వివిధ రీతుల ప్రకటితమగునో అవగతము చేసికొనుట సాధ్యము కాదు. కనుకనే శ్రీకృష్ణుడు అర్జునుని ఆ విధముగా సంబోధించుట ప్రాముఖ్యమును సంతరించుకొన్నది. అర్జునుడు అంధకారమునకు ఆవలయుండుట వలననే శ్రీకృష్ణభగవానుడు అతనికి వివిధవిభూతులను వివరించుటకు అంగీకరించెను.

తాను తన ప్రధానవిస్తారము ద్వారా సమస్త విశ్వమునకు ఆత్మనై యున్నానని శ్రీకృష్ణుడు తొలుత అర్జునునకు తెలుపుచున్నాడు. సృష్టికి పూర్వము శ్రీకృష్ణభగవానుడు తన ప్రధానాంశము ద్వారా పురుషావతారములను దాల్చగా ఆతనిని నుండియే సర్వము ఆరంభమయ్యెను. కనుక ఆతడే ఆత్మయై (విశ్వపు మూలతత్త్వమైన మహత్తత్త్వమునకు ఆత్మ) యున్నాడు. అనగా భౌతికశక్తి యనునది సృష్టికి కారణము కాదు. వాస్తవమునకు మహావిష్ణువు మహత్తత్త్వమనెడి సంపూర్ణ భౌతికశక్తి యందు ప్రవేశించును. ఆతడే దానికి ఆత్మయై యున్నాడు. సృష్టింపబడిన విశ్వములలో ప్రవేశించు మహావిష్ణువు తిరిగి పరమాత్మగా ప్రతిజీవి యందును ప్రకటమగును. ఆత్మ ఉనికి కారణముగా దేహము నిలిచియుండు

ననియు, ఆత్మ ఉనికి లేనిచో దేహము వృద్ధినొందదనియు మనము అనుభవ పూర్వకముగా నెరిగియున్నాము. అదే విధముగా పరమాత్ముడైన శ్రీకృష్ణుడు ప్రవేశించనిదే భౌతికసృష్టియు వృద్ధినొందదు. కనుకనే "సర్వవిశ్వములందు భగవానుడు పరమాత్మ రూపమున వసించియున్నాడు" అని సుబలోపనిషత్తు నందు తెలుపబడినది (ప్రకృత్యాదిసర్వభూతాంతర్యామీ సర్వశేషీ చ నారాయణః).

శ్రీకృష్ణభగవానుని మూడు పురుషావతారములు శ్రీమద్భాగవతమునందు వర్ణింపబడినవి. "విష్ణోస్తు త్రీణి రూపాణి పురుషాఖ్యాన్యథో విదుః" అని సాత్వతతంత్రము నందు కూడా ఆ అవతారములు వర్ణింపబడినవి. అనగా శ్రీకృష్ణభగవానుడు కారణోదకశాయి విష్ణువు, గర్భోదకశాయివిష్ణువు మరియు క్షీరోదకశాయివిష్ణువు అనెడి మూడురూపములలో భౌతికసృష్టి యందు ప్రకటమగును. "యః కారణార్ణవజలే భజతి స్మ యోగనిద్రాం"అని కారణోదకశాయి విష్ణువు (మహావిష్ణువు) బ్రహ్మసంహిత (5.49) యందు వర్ణింపబడినాడు. అనగా దేవదేవుడును, సర్వకారణకారణుడును అయిన శ్రీకృష్ణుడు విశ్వజలములందు మహావిష్ణువు రూపమున శయనించును. అనగా ఆతడే విశ్వమునకు ఆదియును, సృష్టులకు పోషకుడును, సమస్త శక్తికి అంతమును అయి యున్నాడు.

21

आदित्यानामहं विष्णुर्ज्योतिषां रविरंशुमान्।
मरीचिर्मरुतामस्मि नक्षत्राणामहं शशी ॥२१॥

ఆదిత్యానామహం విష్ణుర్జ్యోతిషాం రవిరంశుమాన్ ।
మరీచిర్మరుతామస్మి నక్షత్రాణామహం శశీ ॥

ఆదిత్యానాం—ఆదిత్యులలో; అహం—నేను; విష్ణుః—విష్ణువును; జ్యోతిషాం—తేజస్సులలో; రవిః—సూర్యుడను; అంశుమాన్—ప్రకాశమానమైన; మరీచిః—మరీచిని; మరుతాం—మరుత్తులలో; అస్మి—నేను; నక్షత్రాణాం—నక్షత్రములలో; అహం—నేను; శశీ—చంద్రుడను.

నేను ఆదిత్యులలో విష్ణువును, తేజస్సులలో ప్రకాశమానమైన సూర్యుడను, మరుత్తులలో మరీచిని, నక్షత్రములలో చంద్రుడనై యున్నాను.

భాష్యము : ఆదిత్యులు పన్నెండుగురు కలరు. వారిలో శ్రీకృష్ణుడు

ప్రధానుడు. ఆకాశమునందు ప్రకాశించువానిలో సూర్యుడు ముఖ్యమైనవాడు. అతడు దేవదేవుని సముజ్జ్వలనేత్రముగా బ్రహ్మసంహిత యందు అంగీకరింపబడినాడు. ఆకాశమున ఏబదిరకముల వాయువులు వీచుచుండును. వాటికి అధిష్ఠాన దేవతయైన మరీచి శ్రీకృష్ణుని ప్రతినిధి.

రాత్రిసమయమున నక్షత్రములందు ప్రధానుడైన చంద్రుడు శ్రీకృష్ణునికి ప్రతినిధి. చంద్రుడు ఒకానొక నక్షత్రమని ఈ శ్లోకము ద్వారా గోచరించుచున్నది. అనగా ఆకాశమునందు మెరయు నక్షత్రములు కూడా సూర్యుని కాంతినే ప్రతిబింబించుచున్నవి. విశ్వమునందు అనేక సూర్యులు కలరనెడి సిద్ధాంతమును వేదవాఙ్మయము అంగీకరింపదు. సూర్యుడొక్కడే. సూర్యుని కాంతిని ప్రతిబింబించుట ద్వారా చంద్రుడు వెలుగునట్లు, నక్షత్రములు కూడా వెలుతురును ప్రసరించుచున్నవి. చంద్రుడు నక్షత్రములలో ఒకడని భగవద్గీత ఇచ్చట తెలుపుచున్నందున ఆకాశమున మెరయు నక్షత్రములు చంద్రుని పోలినవే గాని సూర్యులు కానేరవు.

22

वेदानां सामवेदोऽस्मि देवानामस्मि वासवः ।
इन्द्रियाणां मनश्चास्मि भूतानामस्मि चेतना ॥२२॥

వేదానాం సామవేదో஽స్మి దేవానామస్మి వాసవః ।
ఇన్ద్రియాణాం మనశ్చాస్మి భూతానామస్మి చేతనా ॥

వేదానాం—వేదములలో; సామవేదః—సామవేదమును; అస్మి—నేను; దేవానాం—దేవతలలో; అస్మి—నేను; వాసవః—స్వర్గాధిపతిని; ఇంద్రియాణాం—ఇంద్రియములలో; మనః చ అస్మి—నేను మనస్సును; భూతానాం—సర్వజీవులలో; అస్మి—నేను; చేతనా—జీవశక్తిని.

నేను వేదములలో సామవేదమును, దేవతలలో స్వర్గాధిపతియైన ఇంద్రుడను, ఇంద్రియములలో మనస్సును, జీవుల యందలి ప్రాణమును (చైతన్యమును) అయియున్నాను.

భాష్యము : భౌతికపదార్థము, ఆత్మ నడుమ భేదమేమనగా భౌతికపదార్థము జీవుని వలె చైతన్యమును కలిగియుండదు. అనగా ఈ చైతన్యము దివ్యమును మరియు నిత్యమును అయియున్నది. అట్టి చైతన్యమెన్నడును భౌతికపదార్థ సమ్మేళనముచే ఉద్భవించదు.

23

रुद्राणां शंकरश्चास्मि वित्तेशो यक्षरक्षसाम्।
वसूनां पावकश्चास्मि मेरुः शिखरिणामहम्॥२३॥

రుద్రాణాం శంకరశ్చాస్మి విత్తేశో యక్షరక్షసామ్ ।
వసూనాం పావకశ్చాస్మి మేరుః శిఖరిణామహమ్ ॥

రుద్రాణాం—రుద్రులలో; శంకరః చ అస్మి—నేను శివుడను; విత్తేశః—దేవతల కోశాధికారిని (కుబేరుడను); యక్షరక్షసాం—యక్షుల యందును, రాక్షసుల యందును; వసూనాం—వసువులలో; పావకః చ అస్మి—నేను అగ్నిని; మేరుః—మేరువును; శిఖరిణాం—పర్వతములలో; అహం—నేను.

నేను రుద్రులలో శివుడను, యక్ష,రాక్షసులలో కుబేరుడను, వసువులలో అగ్నిని, పర్వతములలో మేరువును అయి యున్నాను.

భాష్యము : రుద్రులు పదునొకండుగురు కలరు. వారిలో శివుడు (శంకరుడు) ముఖ్యమైనవాడు. అతడు ఈ విశ్వమునందు భగవానుని తమోగుణావతారము. యక్ష, రాక్షసుల నాయకుడైన కుబేరుడు దేవతల కోశాధిపతి. అతడు దేవదేవునికి ప్రతినిధి. సమృద్ధియైన ప్రకృతి సంపదలకు మేరుపర్వతము మిక్కిలి ప్రసిద్ధము.

24

पुरोधसां च मुख्यं मां विद्धि पार्थ बृहस्पति म्।
सेनानीनामहं स्कन्दः सरसामस्मि सागरः॥२४॥

పురోధసాం చ ముఖ్యం మాం విద్ధి పార్థ బృహస్పతిమ్ ।
సేనానీనామహం స్కన్దః సరసామస్మి సాగరః ॥

పురోధసాం చ—పురోహితులలో; ముఖ్యం—ముఖ్యుడైన; మామ్—నన్ను; విద్ధి—తెలిసికొనుము; పార్థ—ఓ పృథాకుమారా; బృహస్పతిమ్—బృహస్పతిగా; సేనానీనాం—సేనానాయకులలో; అహం—నేను; స్కన్దః—కార్తికేయుడను; సరసాం—జలనిధులలో; అస్మి సాగరః—నేను సముద్రుడను.

ఓ అర్జునా! పురోహితులలో ముఖ్యుడైన బృహస్పతిగా నన్నెరుగుము. నేను సేనానాయకులలో కార్తికేయుడను, జలనిధులలో సముద్రమునై యున్నాను.

భాష్యము : స్వర్గలోకదేవతలలో ఇంద్రుడు ముఖ్యదేవత. అతడే స్వర్గాధిపతి యనియు తెలియబడును. అతడు పాలించు లోకము ఇంద్రలోకము మరియు

బృహస్పతి అతని పురోహితుడు. ఇంద్రుడు రాజులందరిలో ముఖ్యుడగుట వలన బృహస్పతి పురోహితులందరిలో ముఖ్యుడయ్యెను. రాజులందరిలో ఇంద్రుడు ప్రధానుడైనట్లుగా పార్వతీపరమేశ్వరుల పుత్రుడైన కార్తికేయుడు సేనానాయకులలో ప్రధానుడు. అదేవిధముగా జలనిధులలో సముద్రము ఘనమైనది. ఈ ప్రాతినిధ్యములన్నియును శ్రీకృష్ణుని ఘనతకు సూచనలు మాత్రమే ఒసగును.

25

महर्षीणां भृगुरहं गिरामस्म्येकमक्षरम् ।
यज्ञानां जपयज्ञोऽस्मि स्थावराणां हिमालयः ॥२५॥

మహర్షీణాం భృగురహం గిరామస్మ్యేకమక్షరమ్ ।
యజ్ఞానాం జపయజ్ఞోఽస్మి స్థావరాణాం హిమాలయః ॥

మహర్షీణాం—మహర్షులలో; భృగుః అహం—నేను భృగువును; గిరామ్—ధ్వనులలో; అస్మి—నేను; ఏకమక్షరమ్—ప్రణవమును; యజ్ఞానాం—యజ్ఞములలో; జపయజ్ఞః అస్మి—నేను జపయజ్ఞమును; స్థావరాణాం—స్థావరములలో; హిమాలయః—హిమవత్పర్వతమును.

నేను మహర్షులలో భృగువును, ధ్వనులలో దివ్యమైన ఓంకారమును, యజ్ఞములలో జపయజ్ఞమును, స్థావరములైనవానిలో హిమాలయమును అయి యున్నాను.

భాష్యము : విశ్వమునందలి తొలిజీవియైన బ్రహ్మదేవుడు వివిధజీవజాతుల సృష్టికై పెక్కురు పుత్రులను సృజించెను. అట్టి పుత్రులలో భృగుమహర్షి శక్తిమంతుడైన ఋషి. దివ్యధ్వనులలో ఓంకారము శ్రీకృష్ణునికి ప్రాతినిధ్యము వహించును. అదేవిధముగా సమస్తయజ్ఞములలో హరే కృష్ణ హరే కృష్ణ కృష్ణ కృష్ణ హరే హరే/హరే రామ హరే రామ రామ రామ హరే హరేయను జపయజ్ఞము శ్రీకృష్ణునికి విశుద్ధ ప్రాతినిధ్యమే. కొన్నిమార్లు పశుహింసను కూడిన యజ్ఞములు ఉపదేశింపబడినను ఈ హరినామ జపయజ్ఞము నందు హింస యనెడి ప్రశ్నయే ఉదయింపదు. కనుకనే ఇది అత్యంత సులభము మరియు పరమ పవిత్రమైయున్నది. సృష్టియందు ఉదాత్తమైనది శ్రీకృష్ణునికి ప్రాతినిధ్యము వహించును గావున ప్రపంచమునందలి ఘనపర్వతములైన హిమాలయములు సైతము శ్రీకృష్ణునికి ప్రాతినిధ్యములు. గడచిన శ్లోకములో మేరుపర్వతమును గూర్చి చెప్పబడినను, అది హిమాలయములవలె స్థావరముగాక, కొన్నిమార్లు

చలనశీలమై యుండును. కనుకనే హిమాలయములు మేరువుకన్నను ఘనమైనవి.

26

अश्वत्थः सर्ववृक्षाणां देवर्षीणां च नारदः ।
गन्धर्वाणां चित्ररथः सिद्धानां कपिलो मुनिः ॥२६॥

అశ్వత్థః సర్వవృక్షాణాం దేవర్షీణాం చ నారదః ।
గంధర్వాణాం చిత్రరథః సిద్ధానాం కపిలో మునిః ॥

అశ్వత్థః—రావిచెట్టు; సర్వవృక్షాణాం—అన్ని వృక్షములలో; దేవర్షీణాం—దేవర్షులలో; చ—మరియు; నారదః—నారదుడను; గంధర్వాణాం—గంధర్వులలో; చిత్రరథః—చిత్రరథుడను; సిద్ధానాం—పరిపూర్ణత పొందినవారిలో; కపిలఃమునిః—కపిలమునిని.

నేను వృక్షములలో రావిచెట్టును, దేవర్షులలో నారదుడను, గంధర్వులలో చిత్రరథుడను, సిద్ధులలో కపిలుడను అయియున్నాను.

భాష్యము : అత్యంత ఉన్నతమును, సుందరమును అగు వృక్షములలో రావిచెట్టు ఒకటి. భారతదేశజనులు తమ ప్రాతఃకాల కర్మలలో ఒకటిగా దానిని అర్చింతురు. విశ్వములో గొప్ప భక్తునిగా పరిగణింపబడెడి నారదుడు దేవతలతో సైతము పూజలనందును. కనుకనే భక్తుని రూపమున అతడు శ్రీకృష్ణునికి ప్రాతినిధ్యము వహించును. గంధర్వలోకము మనోహరముగా గానము చేయువారితో నిండి యుండును. వారిలో ఉత్తమగాయకుడు చిత్రరథుడు. సిద్ధులలో దేవహూతి తనయుడైన కపిలుడు శ్రీకృష్ణునికి ప్రతినిధి. శ్రీకృష్ణుని అవతారమైన ఆతడు తెలిపిన తత్త్వము శ్రీమద్భాగవతమున వివరింపబడినది. తదనంతర కాలమున వేరొక కపిలుడు ప్రసిద్ధి పొందినను అతని తత్త్వము నాస్తికమైనట్టిది. కావుననే వారి నడుమ గొప్ప అంతరము కలదు.

27

उच्चैःश्रवसमश्वानां विद्धि माममृतोद्भवम् ।
ऐरावतं गजेन्द्राणां नराणां च नराधिपम् ॥२७॥

ఉచ్చైఃశ్రవసమశ్వానాం విద్ధి మామమృతోద్భవమ్ ।
ఐరావతం గజేన్ద్రాణాం నరాణాం చ నరాధిపమ్ ॥

ఉచ్చైఃశ్రవసం—ఉచ్చైశ్శ్రవమను గుఱ్ఱమును; అశ్వానాం—గుఱ్ఱములలో; విద్ధి—ఎఱుంగుము; మాం—నన్ను; అమృత ఉద్భవమ్—సముద్రమంథన కాలమున పుట్టిన;

ఐరావతం—ఐరావతము; గజేంద్రాణాం—గజరాజులలో; నరాణాం చ—నరులలో; నరాధిపమ్—రాజును.

అశ్వములలో అమృతము కొరకై సాగరమంథనము కావించిన సమయమున ఉద్భవించిన ఉచ్చైశ్రవముగా నన్నెరుగుము. అలాగుననే నేను గజరాజులలో ఐరావతమును మరియు నరులలో రాజును అయి యున్నాను.

భాష్యము : ఒకమారు దేవదానవులు సముద్రమంథనము నందు పాల్గొనగా ఆ కార్యము వలన అమృతము మరియు హాలాహలము రెండును ఉద్భవించినవి. అట్లు ఉద్భవించిన హాలాహలమును పరమశివుడు త్రాగెను. అమృతము నుండి ఉద్భవించిన అనేకములలో ఉచ్చైశ్రవనామము గల అశ్వమొకటి. అమృతము నుండి ఉద్భవించిన వేరొక జంతువు ఐరావతమను గజము. అమృతము నుండి ఉద్భవించినందున ఈ రెండు జంతువులు ప్రత్యేకతను సంతరించుకొని, శ్రీకృష్ణునకు ప్రాతినిధ్యము వహించుచున్నవి.

నరులలో నరాధిపుడైన రాజు శ్రీకృష్ణునికి ప్రతినిధి. ఏలయన శ్రీకృష్ణుడు విశ్వపోషకుడు కాగా, రాజులు (దైవగుణములు కలిగియున్నందున రాజులుగా నియమింపబడినవారు) తమ రాజ్యమును పాలించువారై యున్నారు. ధర్మరాజు, పరీక్షిత్తు, శ్రీరాముడు వంటి ధర్మాత్ములైన రాజులు సదా తమ ప్రజల క్షేమమును గూర్చియే తలచియుండిరి. కనుకనే వేదములందు రాజు భగవానుని ప్రతినిధిగా పరిగణింపబడినాడు. కాని నేటికాలమున ధర్మము నశించిన కారణముగా రాజవంశములు క్షీణించి చివరకు పూర్తిగా నశించిపోయినవి. అయినను పూర్వకాలమున ధర్మాత్ములైన రాజుల సంరక్షణలో జనులు ఆనందముతో జీవించిరని మనము అవగాహన చేసికొనవలెను.

28

आयुधानामहं वज्रं धेनूनामस्मि कामधुक्।
प्रजनश्चास्मि कन्दर्पः सर्पाणामस्मि वासुकिः ॥२८॥

ఆయుధానామహం వజ్రం ధేనూనామస్మి కామధుక్ ।
ప్రజనశ్చాస్మి కందర్పః సర్పాణామస్మి వాసుకిః ॥

ఆయుధానాం—ఆయుధములలో; అహం—నేను; వజ్రం—వజ్రాయుధమును; ధేనూనాం—గోవులలో; అస్మి—నేను; కామధుక్—కామధేనువును; ప్రజనఃచ—సంతానమునకు కారణమైన; అస్మి—నేను; కందర్పః—మన్మథుడను; సర్పాణాం—సర్పములలో; అస్మివాసుకిః—

నేను వాసుకిని.

నేను ఆయుధములలో వజ్రాయుధమును, గోవులలో కామధేనువును, ప్రజోత్పత్తి కారణములలో మన్మథుడను మరియు సర్పములలో వాసుకిని అయి యున్నాను.

భాష్యము : నిక్కముగా మహత్తరమగు ఆయుధమైన వజ్రాయుధము శ్రీకృష్ణుని శక్తికి ప్రాతినిధ్యము వహించును. ఆధ్యాత్మికజగమునందలి కృష్ణలోకమున ఎప్పుడు కోరినను, ఎంతకోరినను క్షీరము నొసగగల గోవులు అసంఖ్యాకములుగా కలవు. అటువంటి గోవులు ఈ భౌతికజగమున లేవు. అవి కృష్ణలోకమున ఉన్నట్లుగా మాత్రము పేర్కొనబడినది. "సురభి" నామము గల ఆ గోవులను శ్రీకృష్ణభగవానుడు పెక్కింటిని కలిగియుండి వానిని గాచుట యందు నిమగ్నుడై యుండుననియు తెలుపబడినది. సత్సంతానము కొరకై కలిగెడి కామవాంఛ కందర్పుడు కనుక అతడు శ్రీకృష్ణునికి ప్రతినిధి. కొన్నిమార్లు మైథునక్రియ కేవలము ఇంద్రియభోగము కొరకే ఒనరింపబడుచుండును. అదియెన్నడును కృష్ణునికి ప్రాతినిధ్యము వహింపదు. కేవలము సత్సంతానప్రాప్తికై ఒనరింప బడెడిదే కందర్పునిగా పిలువబడి శ్రీకృష్ణునికి ప్రాతినిధ్యము వహించును.

29

अनन्तश्चास्मि नागानां वरुणो यादसामहम् ।
पितॄणामर्यमा चास्मि यमः संयमतामहम् ॥२९॥

అనన్తశ్చాస్మి నాగానాం వరుణో యాదసామహమ్ ।
పితౄణామర్యమా చాస్మి యమః సంయమతామహమ్ ॥

అనన్తః—అనంతుడను; చ—కూడా; అస్మి—నేను; నాగానాం—పెక్కుపడగలు గల సర్పములలో; వరుణః—జలాధిదేవతనైన వరుణుడను; యాదసాం—జలవాసులలో; అహం—నేను; పితౄణాం—పితృదేవతలలో; అర్యమా—అర్యముడను; చ—కూడా; అస్మి—నేను; యమః—మృత్యుదేవతను; సంయమతాం—నియమించువారిలో; అహం—నేను.

నేను పెక్కుపడగలు గల నాగులలో అనంతుడను, జలవాసులలో వరుణ దేవుడను, పితృదేవతలలో అర్యముడను, ధర్మనిర్వాహకులలో మృత్యు దేవతయైన యముడను అయియున్నాను.

భాష్యము : జలవాసులలో వరుణదేవుడు ఘనుడైనట్లుగా పెక్కుపడగలు గల

నాగులలో అనంతుడు ఘనుడైనట్టివాడు. వారిరువురును శ్రీకృష్ణుని ప్రతినిధులు. ఆర్యముడు అధిపతిగా గల పితృలోకమొకటి కలదు. అతడు శ్రీకృష్ణునికి ప్రాతినిధ్యము వహించును. దుష్కృతులైనవారిని దండించుటకు గల పెక్కుమందిలో యమధర్మరాజు ముఖ్యుడు. ఈ భూలోకమునకు చేరువలోగల లోకమునందే అతడు నిలిచియుండును. మరణానంతరము పాపులు అచ్చటకు గొనిపోబడగా అతడు వారికి వివిధరకములైన శిక్షలు విధించుచుండును.

30

प्रह्लादश्चास्मि दैत्यानां कालः कलयतामहम् ।
मृगाणां च मृगेन्द्रोऽहं वैनतेयश्च पक्षिणाम् ॥३०॥

ప్రహ్లాదశ్చాస్మి దైత్యానాం కాలః కలయతామహమ్ ।
మృగాణాం చ మృగేన్ద్రోఽహం వైనతేయశ్చ పక్షిణామ్ ॥

ప్రహ్లాదః—ప్రహ్లాదుడను; చ—కూడా; అస్మి—నేను; దైత్యానాం—రాక్షసులలో; కాలః—కాలమును; కలయతాం—అణచువారిలో; అహం—నేను; మృగాణాం చ—మృగములలో; మృగేంద్రః—సింహమును; అహం—నేను; వైనతేయః—గరుత్మంతుడను; చ—కూడా; పక్షిణాం—పక్షులలో.

నేను దైత్యులలో భక్త ప్రహ్లాదుడను, అణచువారిలో కాలమును, మృగములలో సింహమును, పక్షులలో గరుత్మంతుడను అయి యున్నాను.

భాష్యము : అక్కాచెల్లెండ్రయిన దితి మరియు అదితులలో అదితి తనయులు ఆదిత్యులుగా, దితి తనయులు దైత్యులుగా పిలువబడిరి. వారిలో ఆదిత్యులు భగవానుని భక్తులు కాగా, దైత్యులు నాస్తికులైరి. ప్రహ్లాదుడు అట్టి దైత్యవంశమున జన్మించినప్పటికిని చిన్ననాటి నుండియు గొప్పభక్తుడై యుండెను. తన భక్తితత్పరత మరియు దైవీస్వభావము కారణముగా అతడు శ్రీకృష్ణుని ప్రతినిధిగా గుర్తింపబడినాడు.

దమనమొనర్చునవి లేక అణచునవి మొదలగు అంశములు పలు ఉన్నప్పటికిని కాలము మాత్రము భౌతికవిశ్వమునందలి సమస్తమును అణచునదై యున్నది. కనుక అది శ్రీకృష్ణునికి ప్రాతినిధ్యము వహించును. మృగములలో సింహము అతి భయంకరము మరియు శక్తివంతమైనది. అదే విధముగా లక్షలాది పక్షిజాతులలో విష్ణువాహనమైన గరుడుడు అత్యంత ఘనుడు.

31

पवनः पवतामस्मि रामः शस्त्रभृतामहम् ।
झषाणां मकरश्चास्मि स्रोतसामस्मि जाह्नवी ॥३१॥

పవనః పవతామస్మి రామః శస్త్రభృతామహమ్ ।
ఝషాణాం మకరశ్చాస్మి స్రోతసామస్మి జాహ్నవీ ॥

పవనః—వాయువు; పవతాం—పవిత్రము చేయువానిలో; అస్మి—నేను; రామః—రాముడను; శస్త్రభృతాం—శస్త్రధారులలో; అహం—నేను; ఝషాణాం—జలజంతువులలో; మకరః చ అస్మి—నేను మకరమును; స్రోతసాం—నదులలో; అస్మి—నేను; జాహ్నవీ—గంగానదిని.

నేను పవిత్రమొనర్చువానిలో వాయువును, శస్త్రధారులలో శ్రీరాముడను, జలజంతువులలో మకరమును, నదులలో గంగానదిని అయియున్నాను.

భాష్యము : అతిపెద్దవైన జలజంతువులలో మకరము ఒకటి. అది నిక్కముగా మానవునకు ప్రమాదకరమైనట్టిది. అట్టి మకరము శ్రీకృష్ణునకు ప్రాతినిధ్యము వహించును.

32

सर्गाणामादिरन्तश्च मध्यं चैवाहमर्जुन ।
अध्यात्मविद्या विद्यानां वादः प्रवदतामहम् ॥३२॥

సర్గాణామాదిరన్తశ్చ మధ్యం చైవాహమర్జున ।
అధ్యాత్మవిద్యా విద్యానాం వాదః ప్రవదతామహమ్ ॥

సర్గాణాం—సర్వసృష్టులకు; ఆదిః—మొదలును; అన్తః చ—అంతమును; మధ్యం—మధ్యమును; చ ఏవ—కూడా; అహం—నేను; అర్జున—ఓ అర్జునా!; అధ్యాత్మవిద్యా—ఆధ్యాత్మికజ్ఞానమును; విద్యానాం—అన్ని విద్యలలో; వాదః—సహజనిర్ణయమును; ప్రవదతాం—వాదములలో; అహం—నేను.

ఓ అర్జునా! సమస్తసృష్టికి ఆది, అంతము, మధ్యమము కూడా నేనే. అదే విధముగా నేను శాస్త్రములలో ఆత్మకు సంబంధించిన ఆధ్యాత్మికశాస్త్రమును, తార్కికులలో కడపటి సత్యమును అయియున్నాను.

భాష్యము : భౌతికతత్త్వముల సృష్టి యనునది సృష్టులలో ఆదియైనది. పూర్వము వివరింపబడినట్లు విశ్వము మహావిష్ణువుచే (గర్భోదకశాయివిష్ణువు మరియు క్షీరోదకశాయివిష్ణువు) సృష్టినొంది, పోషింపబడి, పిదప శివునిచే లయ

మొందింపబడును. బ్రహ్మదేవుడు వాస్తవమునకు గౌణసృష్టికర్త. విశ్వపు ఈ సృష్టి, స్థితి, లయకారకులందరును కృష్ణుని భౌతిక గుణావతారములు. కనుకనే శ్రీకృష్ణ భగవానుడు సర్వసృష్టులకు ఆది, మధ్యము, అంతమునై యున్నాడు.

ఉన్నతవిజ్ఞానము కొరకు నాలుగువేదములు, షడంగములు, వేదాంత సూత్రములు, తర్కశాస్త్రములు, ధర్మశాస్త్రములు, పురాణములు ఆది పలు గ్రంథములు గలవు. మొత్తము మీద ఉన్నతవిజ్ఞానము కొరకు పదునాలుగు విభాగముల గ్రంథములు కలవు. వీటిలో ఆధ్యాత్మికవిద్యను ఒసగునట్టి గ్రంథము (ముఖ్యముగా వేదాంతసూత్రము) శ్రీకృష్ణునికి ప్రాతినిధ్యము వహించును.

తార్కికుల నడుమ వివిధములైన వాదములు జరుగుచుండును. నిదర్శనముతో తన వాదమునే బలపరచువాదము జల్పమనబడును. ప్రతిపక్షమును ఓడించుటయే ప్రధానముగా భావించి చేయబడు వాదము వితండము. కాని వాస్తవతత్త్వ నిర్ణయమే నిజమైన వాదము. అట్టి కడపటి సత్యము శ్రీకృష్ణునికి ప్రాతినిధ్యము వహించును.

33

अक्षराणामकारोऽस्मि द्वन्द्वः सामासिकस्य च।
अहमेवाक्षयः कालो धाताहं विश्वतोमुखः ॥३३॥

అక్షరాణామకారోఽస్మి ద్వన్ద్వః సామాసికస్య చ ।
అహమేవాక్షయః కాలో ధాతాహం విశ్వతోముఖః ॥

అక్షరాణాం—అక్షరములలో; అకారః అస్మి—నేను 'అ' కారమును; ద్వన్ద్వః—ద్వంద్వ సమాసమును; సామాసికస్య చ—సమాసములలో; అహం ఏవ—నేనే; అక్షయః—శాశ్వతమైన; కాలః—కాలమును; ధాతా—సృష్టికర్తను; అహం—నేను; విశ్వతోముఖః—బ్రహ్మను.

నేను అక్షరములలో అకారమును, సమాసములలో ద్వంద్వసమాసమును, శాశ్వతమైన కాలమును, సృష్టికర్తలలో బ్రహ్మను అయి యున్నాను.

భాష్యము : సంస్కృత అక్షరములలో తొలి అక్షరమైన 'అ'కారము వేద వాఙ్మయమునకు ఆదియై యున్నది. 'అ'కారము లేకుండా ఏదియును ధ్వనింపదు గనుక, అది ధ్వనికి ఆదియై యున్నది. సంస్కృతమున అనేక సమాసపదములు గలవు. అందు "రామకృష్ణులు" వంటి ద్వంద్వపదము ద్వంద్వ సమాసమనబడును. ఈ సమాసమున రాముడు మరియు కృష్ణుడు అను పదములు రెండును ఒకే రూపమును కలిగియున్నందున అది ద్వంద్వసమాసముగా

పిలువబడినది.

కాలము సమస్తమును నశింపజేయును కావున సంహరించువారిలో అది చరమమైనది. రాబోవు కాలములో సృష్ట్యాంతమున గొప్ప అగ్ని ఉద్భవించి, సర్వమును నశింపజేయును కనుక కాలము శ్రీకృష్ణునికి ప్రాతినిధ్యము వహించును.

సృష్టికార్యము కావించు జీవులలో చతుర్ముఖుడైన బ్రహ్మదేవుడు ముఖ్యుడు. కనుక అతడు దేవదేవుడైన శ్రీకృష్ణునికి ప్రాతినిధ్యము వహించును.

34

मृत्युः सर्वहरश्चाहमुद्भवश्च भविष्यताम् ।
कीर्तिः श्रीर्वाक् च नारीणां स्मृतिर्मेधा धृतिः क्षमा ॥३४॥

మృత్యుః సర్వహరశ్చాహముద్భవశ్చ భవిష్యతామ్ ।
కీర్తిః శ్రీర్వాక్చ నారీణాం స్మృతిర్మేధా ధృతిః క్షమా ॥

మృత్యుః—మరణమును; సర్వహరః చ—అన్నిటిని మ్రింగివేయు; అహం—నేను; ఉద్భవశ్చ—పుట్టించువాడను; భవిష్యతాం—ముందురాబోవు సృష్టులకు; కీర్తిః—యశస్సును; శ్రీః—వైభవము లేదా సౌందర్యమును; వాక్—మనోహరమగు వాక్కు; చ—కూడా; నారీణాం—స్త్రీలలో; స్మృతిః—జ్ఞాపకశక్తి; మేధా—బుద్ధి; ధృతిః—దృఢత్వము; క్షమా—ఓర్పు.

సమస్తమును మ్రింగివేయునటువంటి మృత్యువును మరియు సృష్టింపబడనున్న జీవులకు ఉద్భవమును నేనే అయి యున్నాను. స్త్రీల యందలి యశస్సు, వైభవము, మనోహరమగు వాక్కు, జ్ఞాపకశక్తి, బుద్ధి, ధృతి, ఓర్పును నేనే.

భాష్యము : జన్మతోడనే మనుజుడు ప్రతిక్షణము మరణించుట ఆరంభించును. అనగా మృత్యువు జీవుని ప్రతిక్షణము కబళించుచున్నను దాని చివరి ఘాతమే మృత్యువుగా పిలువబడును. ఆ మృత్యువే శ్రీకృష్ణుడు. భవిష్యత్ పురోగతికి సంబంధించినంతవరకు జీవులు పుట్టుట, పెరుగుట, కొంతకాలము స్థితిని కలిగి యుండుట, ఇతరములను సృష్టించుట, క్షీణించుట, అంత్యమున నశించుట యనెడి ఆరువిధములైన మార్పులను పొందుచుందురు. ఇట్టి మార్పులలో మొదటిదైన గర్భము నుండి జననము శ్రీకృష్ణుడే. ఆ జన్మమే తదుపరి కర్మలకు నాందియై యున్నది.

కీర్తి, శ్రీః, వాక్కు, స్మృతి, బుద్ధి, దృఢత్వము, క్షమా అను ఏడు వైభవములు

స్త్రీవాచకములుగా భావింపబడును. వానినన్నింటిని గాని లేక కొన్నింటిని గాని మనుజుడు కలిగియున్నచో కీర్తనీయుడగును. ఎవరైనా ధర్మాత్ముడని ప్రసిద్ధి నొందినచో అతడు కీర్తివంతుడు, వైభవోపేతుడు కాగలడు. ఉదాహరణకు సంస్కృతము పూర్ణమైన భాషయైనందున వైభవోపేతమై యున్నది. ఏదేని విషయమును అధ్యయనము చేసిన పిమ్మట మనుజుడు దానిని జ్ఞప్తి యందు ఉంచుకొనగలిగినచో అతడు చక్కని "స్మృతి"ని కలిగియున్నాడని భావము. పలువిషయములపై పెక్కు గ్రంథములను పఠించుటయే గాక, వాటిని అవగాహన చేసికొని అవసరమైనపుడు ఉపయోగించుట "మేధ" యనబడును. అది మరియొక విభూతి. చంచలత్వమును జయించుటయే దృఢత్వము (ధృతి) అని పిలువబడును. పరిపూర్ణయోగ్యత కలిగియుండియు నమ్రతను, మృదు స్వభావమును కలిగి సుఖదుఃఖములందు సమత్వమును కలిగియున్నచో మనుజుని ఆ లక్షణము (వైభవము) 'క్షమా' అనబడును.

35

बृहत्साम तथा साम्नां गायत्री छन्दसामहम्।
मासानां मार्गशीर्षोऽहमृतूनां कुसुमाकरः ॥३५॥

బృహత్సామ తథా సామ్నాం గాయత్రీ ఛన్దసామహం ।
మాసానాం మార్గశీర్షోఽహమృతూనాం కుసుమాకరః ॥

బృహత్సామ—బృహత్ సామవేదము; తథా—కూడా; సామ్నాం—సామవేద మంత్రములలో; గాయత్రీం—గాయత్రిని; ఛందసాం—ఛందస్సులలో; అహం—నేను; మాసానాం—మాసములలో; అహం—నేను; మార్గశీర్షః—మార్గశీర్షమాసమును(నవంబర్, డిసెంబర్); అహం—నేను; ఋతూనాం—అన్ని ఋతువులలో; కుసుమాకరః—వసంత ఋతువును.

నేను సామవేద మంత్రములలో బృహత్సామమును, ఛందస్సులలో గాయత్రిని, మాసములలో మార్గశీర్షమును, ఋతువులలో వసంతఋతువును అయి యున్నాను.

భాష్యము : వేదములలో తాను సామవేదమునని శ్రీకృష్ణభగవానుడు ఇదివరకే వివరించియున్నాడు. వివిధ దేవతలచే గానము చేయబడు శ్రావ్యగేయభరితమైన ఆ సామవేదమునందు "బృహత్సామము" అనునది ఒకటి. అసాధారణ మధురిమను కలిగియుండెడిఆ బృహత్సామము నడిరేయి యందు గానము చేయబడుచుండును.

సంస్కృతమున కవిత్వమునకు అనేక నియమములుండును. ఆధునిక కవిత్వములో జరుగురీతి దానియందు ప్రాస మరియు ఛందములు తోచినరీతిని వ్రాయబడవు. అట్లు నియమబద్ధముగా వ్రాయబడిన కవిత్వములలో గాయత్రీ మంత్రము ప్రసిద్ధము. యోగ్యులైన బ్రాహ్మణులచే జపించబడు ఈ గాయత్రీ మంత్రము శ్రీమద్భాగవతమునందు పేర్కొనబడినది. ఈ మంత్రము భగవదనుభూతికై ప్రత్యేకముగా నిర్ణయింపబడియున్నందున దేవదేవుడైన శ్రీకృష్ణునికి ప్రాతినిధ్యము వహించును. ఆధ్యాత్మిక పురోగతినొందిన మహాత్ముల కొరకై నిర్దేశింపబడియున్న దీనిని జపించుచు ఆధ్యాత్మికజయము నొందెడివారు భగవానుని దివ్యస్థానమున ప్రవేశింపగలరు. కాని ఈ మంత్రమును జపించుటకు పూర్వము మనుజుడు పూర్ణత్వమునొందిన మనుజుని లక్షణములను (సత్త్వ గుణమును) అలవరచుకొనవలెను. పరబ్రహ్మము యొక్క ధ్వని అవతారముగా భావింపబడు ఈ గాయత్రీమంత్రము వైదికజీవనవిధానమున అత్యంత ముఖ్యమైనది. బ్రహ్మదేవునిచే ప్రారంభింపబడిన ఈ మంత్రము పరంపర రూపముగా వ్యాప్తినొందినది.

మార్గశీర్షమాసము(నవంబర్-డిసంబర్) అన్ని మాసముల యందును ఉత్తమమైనదిగా పరిగణింపబడును. ఏలయన ఆ సమయమున జనులు పొలముల నుండి ధాన్యమును సేకరించి ఆనందముతో నుందురు. ఆలాగుననే ఋతువుల యందు వసంతఋతువు ప్రపంచమంతటికిని అత్యంత ప్రియమైనది. వాతావరణము అతివేడి, అతిశీతలముగా లేకుండ వృక్షములు ఫల,పుష్పభరితమై యుండుటయే అందులకు కారణము. ఈ వసంతఋతువునందే శ్రీకృష్ణుని పలులీలలను గుర్తుచేసికొను పలు ఉత్సవములు జరుపబడుచుండును. కనుకనే ఋతువులన్నింటి యందును వసంతఋతువు అత్యంత ఆనందదాయక మైనదిగా పరిగణింపబడును. అది దేవదేవుడైన శ్రీకృష్ణునికి ప్రాతినిధ్యము వహించుచున్నది.

36

द्यूतं छलयतामस्मि तेजस्तेजस्विनामहम्।
जयोऽस्मि व्यवसायोऽस्मि सत्त्वं सत्त्ववतामहम्॥३६॥

ద్యూతం ఛలయతామస్మి తేజస్తేజస్వినామహమ్ ।
జయో ऽస్మి వ్యవసాయో ऽస్మి సత్త్వం సత్త్వవతామహమ్ ॥

ద్యూతమ్—జూదమును; ఛలయతామ్—మోసములలో; అస్మి—నేను; తేజః—తేజస్సును; తేజస్వినామ్—తేజస్వులలో; అహం—నేను; జయః అస్మి—నేను జయమును; వ్యవసాయః అస్మి—నేను సాహసమును; సత్త్వమ్—బలమును; సత్త్వవతామ్—బలము కలవారిలో; అహం—నేను.

నేను మోసములలో జూదమును, తేజస్వులలో తేజస్సునై యున్నాను. ఆలాగుననే జయమును, సాహసమును, బలవంతులలో బలమును నేనే.

భాష్యము : విశ్వమందంతటను పలువిధములైన మోసకారులు కలరు. వారి పలువిధములైన మోసములలో జూదము అగ్రగణ్యమై యున్నందున అది శ్రీకృష్ణునికి ప్రాతినిధ్యము వహించును. అనగా పరమపురుషునిగా శ్రీకృష్ణుడు సామాన్యపురుషుని కన్నను గొప్ప వంచన చేయగలడు. ఒకవేళ ఆతడు ఎవ్వరినైనను వంచింప దలచినచో ఎవ్వరును వంచన యందు ఆతనిని అధిగమింపలేరు. అనగా శ్రీకృష్ణుని ఘనత ఒక రంగమందునే గాక, అన్ని రంగములందును గొప్పదై యున్నది.

జయించువారిలో జయమును, తేజస్సులలో తేజస్సును ఆతడే. యత్నశీలురలో ఘన యత్నశీలుడు, సాహసులలో అతిసాహసుడు మరియు బలము గలవారిలో అతిబలశాలి ఆతడే. శ్రీకృష్ణుడు ధరిత్రిపై అవతరించి నప్పుడు ఎవ్వరును ఆతని శక్తిని అధిగమింపలేకపోయిరి. ఆతడు చిన్ననాటనే గోవర్ధన పర్వతము నెత్తెను. అట్టి శ్రీకృష్ణుని మోసమునందు గాని, తేజస్సు నందు గాని, జయమునందు గాని, యత్నమునందు గాని మరియు బలము నందు గాని ఎవ్వరును అధిగమింపలేరు.

37

वृष्णीनां वासुदेवोऽस्मि पाण्डवानां धनञ्जयः ।
मुनीनामप्यहं व्यासः कवीनामुशना कविः ॥३७॥

వృష్ణీనాం వాసుదేవోఽస్మి పాణ్డవానాం ధనంజయః ।
మునీనామప్యహం వ్యాసః కవీనాముశనా కవిః ॥

వృష్ణీనాం—వృష్ణివంశమునకు చెందినవారిలో; వాసుదేవః—ద్వారకయందలి కృష్ణుడను; అస్మి—నేను; పాణ్డవానాం—పాండవులలో; ధనంజయః—అర్జునుడను; మునీనాం—మునులందు; అపి—కూడా; అహం—నేను; వ్యాసః—వేదవాఙ్మయ రచయితయైన వ్యాసుడను; కవీనాం—ఆలోచనాపరులలో; ఉశనా—శుక్రాచార్యుడను; కవిః—ఆలోచనా పరుడగు.

నేను వృష్ణివంశీయులలో వాసుదేవుడను, పాండవులలో అర్జునుడను, మునులలో వ్యాసుడను, ఆలోచనాపరులలో శుక్రాచార్యుడను అయియున్నాను.

భాష్యము : శ్రీకృష్ణుడు ఆద్యదేవదేవుడు కాగా, బలదేవుడు ఆతని అవ్యవహిత విస్తృతాంశమై యున్నాడు. శ్రీకృష్ణుడు మరియు బలరాముడు వసుదేవుని తనయులుగా అవతరించియున్నందున వారిరువురిని వాసుదేవులుగా పిలువవచ్చును. వేరొక దృష్టితో చూచినచో శ్రీకృష్ణుడు ఎన్నడును బృందావనమును వీడడు కనుక, బృందావనమునకు అన్యమైన స్థలములలో దర్శితమైన కృష్ణుని రూపములు ఆతని విస్తృతాంశములై యున్నవి. అనగా శ్రీకృష్ణుని విస్తృతాంశమైన వాసుదేవుడు శ్రీకృష్ణుని కన్నను అన్యుడు కాడు. భగవద్గీత యందలి ఈ శ్లోకమున గల వాసుదేవ పదము బలరామునే సూచించుచున్నదని అవగతము చేసికొనవలెను. ఏలయన బలరాముడే సర్వావతారములకు మూలమై యున్నందున వాసుదేవ అంశమునకు సైతము ఆతడే మూలమై యున్నాడు. ఈ విధమైన శ్రీకృష్ణ భగవానుని అవ్యవహిత విస్తారరూపములు "స్వాంశములు" (వ్యక్తిగత రూపములు) అని పిలువబడును. ఇవియేగాక "విభిన్నాంశములు" అని పిలువబడు విస్తృత రూపములును కలవు.

పాండురాజు తనయులలో ధనంజయునిగా పేరునొందిన అర్జునుడు నరులలో శ్రేష్ఠుడు గనుక శ్రీకృష్ణునికి ప్రాతినిధ్యము వహించును. మునులు లేక వేదజ్ఞాన పారంగతులైన మనుజులలో వ్యాసుడు శ్రేష్ఠుడు. ఏలయన ఆయన ఈ కలియుగ జనులకు అవగతమగునట్లు భిన్నపద్ధతులలో వేదజ్ఞానమును వివరించెను. అంతియేగాక వ్యాసుడు శ్రీకృష్ణుని అవతారమై యున్నాడు. కనుక అతడు శ్రీకృష్ణునికి ప్రాతినిధ్యము వహించును. ఎట్టి విషయమును గూర్చియైనను సమగ్రముగా ఆలోచింప సమర్థులైనవారిని కవులందురు. అట్టి కవులలో దానవుల గురువైన ఉశనుడు(శుక్రాచార్యుడు) అసాధారణ మేధాసంపన్నుడు మరియు దూరదృష్టి కలిగిన రాజనీతినిపుణుడు కనుక శ్రీకృష్ణుని విభూతికి ప్రతినిధియై యున్నాడు.

38

दण्डो दमयतामस्मि नीतिरस्मि जिगीषताम् ।
मौनं चैवास्मि गुह्यानां ज्ञानं ज्ञानवतामहम् ॥३८ ॥

దణ్డో దమయతామస్మి నీతిరస్మి జిగీషతామ్ ।
మౌనం చైవాస్మి గుహ్యానాం జ్ఞానం జ్ఞానవతామహమ్ ॥

దండః—శిక్ష; దమయతామ్—సర్వదండ సాధనములలో; అస్మి—నేను; నీతిః అస్మి—నేను నీతిని; జిగీషతాం—జయింపగోరువారిలో; మౌనం చైవ అస్మి—నేను మౌనమును; గుహ్యానాం—రహస్యములలో; జ్ఞానం—జ్ఞానమును; జ్ఞానవతాం—జ్ఞానము కలవారిలో; అహం—నేను.

నేను చట్టవిరుద్ధతను అణచువానిలో శిక్షను, జయమును కోరువారిలో నీతిని, రహస్యములలో మౌనమును, జ్ఞానవంతులలో జ్ఞానమును అయియున్నాను.

భాష్యము : దుష్కృతులైనవారిని శిక్షించు విధానములు దండన సాధనములలో ముఖ్యమైనవి. కనుక దుష్కృతులు శిక్షింపబడినప్పుడు ఆ శిక్షను గూర్చువాడు శ్రీకృష్ణునికి ప్రాతినిధ్యము వహించును. ఏదేని ఒక రంగమునందు జయమును పొంద యత్నించువారిలో మిక్కిలి విజయవంతమైన అంశము నీతి. శ్రవణము, చింతనము, ధ్యానాది గుహ్యమగు కర్మలలో మౌనమనునది ముఖ్యమైనది. ఏలయన మౌనము ద్వారా మనుజుడు త్వరితముగా పురోగతిని సాధింపగలడు. జ్ఞానవంతుడైనవాడు భగవానుని ఉన్నత, గౌణప్రకృతులైన ఆత్మ మరియు భౌతికపదార్థముల నడుమ అంతరమును విశ్లేషించగలిగియుండును. అట్టి జ్ఞానము స్వయముగా శ్రీకృష్ణుడే.

39

यच्चापि सर्वभूतानां बीजं तदहमर्जुन।
न तदस्ति विना यत्स्यान्मया भूतं चराचरम् ॥३९॥

యచ్చాపి సర్వభూతానాం బీజం తదహమర్జున ।
న తదస్తి వినా యత్స్యాన్మయా భూతం చరాచరమ్ ॥

యత్ చ అపి—ఏది; సర్వభూతానాం—సర్వజీవులకు; బీజం—బీజము; తత్—అది; అహం—నేను; అర్జున—ఓ అర్జునా!; తత్—అది; న అస్తి—లేదు; యత్—ఏది; స్యాత్—ఉండునో; మయా వినా—నేను లేకుండా; భూతం—సృజింపబడినట్టి; చరాచరమ్—జంగమ, స్థావరములు.

ఇంకను ఓ అర్జునా! సర్వజీవులకు జన్మకారక బీజమును నేనే. స్థావర జంగమములలో నేను లేకుండ ఏదియును స్థితిని కలిగియుండలేదు.

భాష్యము : ప్రతిదానికిని ఒక కారణముండును. అట్టి కారణము లేదా బీజమే

శ్రీకృష్ణుడు. శ్రీకృష్ణుని శక్తి లేకుండా ఏదియును స్థితిని కలిగియుండలేదు కనుక ఆతడు సర్వశక్తిమంతుడని పిలువబడినాడు. ఆతని శక్తి లేకుండ స్థావరము గాని, జంగమము గాని ఏదియును మనుగడను కలిగియుండలేదు. కనుకనే కృష్ణుని శక్తిపై ఆధారపడనిదిగా గోచరించునది మాయగా (లేనటువంటిది) పిలువబడును.

40

नान्तोऽस्ति मम दिव्यानां विभूतीनां परन्तप।
एष तूद्देशतः प्रोक्तो विभूतेर्विस्तरो मया ॥४०॥

నాన్తోऽస్తి మమ దివ్యానాం విభూతీనాం పరన్తప ।
ఏష తూద్దేశతః ప్రోక్తో విభూతేర్విస్తరో మయా ॥

అంతః—పరిమితి; న అస్తి—లేదు; మమ—నా యొక్క; దివ్యానాం—దివ్యములైన; విభూతీనాం —విభూతులకు; పరంతప—ఓ శత్రుంజయుడా; ఏషః తు—ఇది యంతయు; ఉద్దేశతః—ఉదాహరణములుగా; ప్రోక్తః—చెప్పబడినది; విభూతేః—విభూతుల యొక్క; విస్తరః—విస్తృతి; మయా—నాచేత.

ఓ శత్రుంజయుడా! నా దివ్య విభూతులకు అంతమనునది లేదు. నేను నీకు తెలిపినదంతయు నా అనంత విభూతుల యొక్క సూచన మాత్రమే.

భాష్యము : వేదవాఙ్మయమున తెలుపబడినట్లు శ్రీకృష్ణభగవానుని విభూతులు మరియు శక్తులు వివిధరీతుల అవగతమైనను వాస్తవమునకు అట్టి విభూతులకు పరిమితిలేదు. కనుకనే సమస్త విభూతులు మరియు శక్తులు ఎన్నడును వివరింపబడ లేవు. అనగా అర్జునుని జిజ్ఞాసను సంతృప్తిపరచుట కొరకు శ్రీకృష్ణభగవానుడు కేవలము కొన్ని ఉదాహరణములను మాత్రమే వివరించియున్నాడు.

41

यद्यद्विभूतिमत् सत्त्वं श्रीमदूर्जितमेव वा।
तत्तदेवावगच्छ त्वं मम तेजोंऽशसम्भवम् ॥४१॥

యద్యద్విభూతిమత్ సత్త్వం శ్రీమదూర్జితమేవ వా ।
తత్తదేవావగచ్ఛ త్వం మమ తేజోంऽశసంభవమ్ ॥

యత్యత్—ఏ ఏ; విభూతిమత్—వైభవములుగల; సత్త్వం—సృష్టి; శ్రీమత్—సుందరమైనదియు; ఊర్జితం ఏవవా—వైభవోపేతమైనదియు; తత్ తత్—అవియన్నియు; ఏవ—నిశ్చయముగా; అవగచ్ఛ—తెలిసికొనుము; త్వం—నీవు; మమ—నా యొక్క; తేజః అంశసంభవమ్—తేజము యొక్క అంశమునుండి పుట్టినవిగా.

సంపన్నములును, సుందరములును, వైభవోపేతములును అగు సమస్తసృష్టి విస్తారములు నా తేజోంశము నుండి ఉద్భవించినవిగా తెలిసికొనుము.

భాష్యము : భౌతిక, ఆధ్యాత్మికజగముల యందలి ఎట్టి వైభవోపేతము లేదా సుందరసృష్టియైనను శ్రీకృష్ణుని విభూతి యొక్క అంశమాత్ర వ్యక్తీకరణమే యని సర్వులు ఎరుగవలెను. కనుక విశేషవైభవముతో కూడినదేదైనను శ్రీకృష్ణుని విభూతికి ప్రాతినిధ్యముగా భావింపవలెను.

42

अथवा बहुनैतेन किं ज्ञातेन तवार्जुन।
विष्टभ्याहमिदं कृत्स्नमेकांशेन स्थितो जगत्॥४२॥

అథవా బహునైతేన కిం జ్ఞాతేన తవార్జున ।
విష్టభ్యాహమిదం కృత్స్నమేకాంశేన స్థితో జగత్ ॥

అథ వా—లేక; బహునా ఏతేన—పలురకములైన; కిం—ఏమి; జ్ఞాతేన—తెలిసికొనుటచే; తవ—నీకు; అర్జున—ఓ అర్జునా; విష్టభ్య—వ్యాపించి; అహం—నేను; ఇదం కృత్స్నం—ఈ సమస్తమును; ఏకాంశేన—ఒకే అంశముతో; స్థితః—ఉన్నాను; జగత్—విశ్వమును.

కాని ఓ అర్జునా! ఈ సవిస్తరమైన జ్ఞానము యొక్క అవసరమేమున్నది? కేవలము ఒక అంశమాత్రము చేతనే నేను ఈ సమస్త విశ్వమును వ్యాపించి పోషించుచుందును.

భాష్యము : పరమాత్మ రూపమున సమస్తము నందును ప్రవేశించుట ద్వారా శ్రీకృష్ణభగవానుడు సర్వవిశ్వములందును నిలిచియుండును. సమస్త విషయములు ఏ విధముగా విభూతిసంపన్నములు మరియు వైభవోపేతములుగా నిలిచియున్నవో అవగతము చేసికొనుటలో అర్థము లేదని శ్రీకృష్ణుడు అర్జునునకు తెలియజేయుచున్నాడు. శ్రీకృష్ణుడు పరమాత్మ రూపమున చేరియుండుట చేతనే ప్రతిదియు స్థితిని కలిగియున్నదని అతడు అవగతము చేసికొనవలసి యున్నది. అనగా మహత్తర జీవియైన బ్రహ్మదేవుని మొదలుగా అతిసూక్ష్మ మైన చీమ వరకు గల సమస్తజీవుల యందును శ్రీకృష్ణభగవానుడు పరమాత్మ రూపమున వాటి యందు నిలిచి పోషించుట చేతనే అవి స్థితిని కలిగియున్నవి.

ఏ దేవతార్చనమైనను చివరకు దేవదేవుడైన శ్రీకృష్ణుని చెంతకే లేదా పరమ గమ్యమునకే మనుజుని చేర్చునని పలుకు సిద్ధాంతమొకటి కలదు. కాని బ్రహ్మరుద్రాదుల వంటి గొప్ప దేవతలే శ్రీకృష్ణభగవానుని విభూతిలో

అంశమాత్రమునకు ప్రాతినిధ్యము వహించుచున్నందున దేవతార్చనము ఇచ్చట పూర్తిగా నిరసింపబడుచున్నది. జన్మగల ప్రతియొక్కరికి ఆతడే మూలము మరియు ఆతని కన్నను ఘనుడెవ్వడును లేడు. ఆతని కన్నను ఘనుడు గాని, సమానుడు గాని లేనందునే ఆతడు "అసమౌర్ధ్వ" యని పిలువబడినాడు. దేవతలను (బ్రహ్మరుద్రాదులైనను సరియే) శ్రీకృష్ణునితో సమానమని భావించువాడు తక్షణమే పాషండుడగునని పద్మపురాణము వివరించినది. కాని శ్రీకృష్ణుని దివ్యవిభూతులను, శక్తుల విస్తారమును సమగ్రముగా అధ్యయనము చేసినవాడు అసంశయముగా ఆ దేవదేవుని దివ్యస్థితిని ఎఱిగి ఆతని అర్చనమున అనన్యముగా మనస్సును లగ్నము చేయగలడు. అట్టి శ్రీకృష్ణభగవానుడు తన సాక్షికరూప ప్రదర్శనమైన పరమాత్మ (సమస్తమునందు ప్రవేశించునటువంటిది) రూపమున సర్వత్ర వ్యాపించియుండును. కనుకనే శుద్ధభక్తులు కృష్ణభక్తిభావనలో పూర్ణ భక్తియోగమున మనస్సులను కేంద్రీకరించి యుందురు. అందుచే వారు సదా దివ్యస్థితి యందు నెలకొనియుందురు. శ్రీకృష్ణభగవానుని యొక్క భక్తి యోగము మరియు అర్చనము అనునది ఎనిమిది నుండి పదునొకండవశ్లోకము వరకు ఈ అధ్యాయమున స్పష్టముగా సూచింపబడినది. వాస్తవమునకు అదియే శుద్ధమగు భక్తియుతసేవా మార్గము. ఏ విధముగా మనుజుడు భగవానుని సాహచర్యముతో అత్యున్నత పూర్ణత్వమును బడయుగలడో ఈ అధ్యాయమున వివరముగా తెలుపబడినది. కనుకనే శ్రీకృష్ణుని నుండి వచ్చుచున్న గురుశిష్యపరంపరలో నున్న శ్రీల బలదేవవిద్యాభూషణులు ఈ అధ్యాయమునకు భాష్యమును ముగించుచు ఈ క్రింది విధముగా పలికియుండిరి.

యచ్ఛక్తిలేశాత్ సూర్యాద్యా భవంత్యత్యుగ్రతేజసః ।
యదంశేన ధృతం విశ్వం స కృష్ణోదశమే ऽర్చ్యతే ॥

"శ్రీకృష్ణభగవానుని ఉత్కృష్టమైన శక్తి నుండియే తేజోవంతుడైన సూర్యుడు సైతము శక్తిని పొందుచున్నాడు. ఆ కృష్ణుని అంశ చేతనే ప్రపంచ మంతయు పోషించబడుచున్నది. కనుకనే శ్రీకృష్ణభగవానుడు పూజనీయుడై యున్నాడు."

శ్రీమద్భగవద్గీత యందలి "భగవద్విభూతి" అను దశమాధ్యాయమునకు భక్తివేదాంతభాష్యము సమాప్తము.

ఏకాదశాధ్యాయము

విశ్వరూపము

1

अर्जुन उवाच

मदनुग्रहाय परमं गुह्यमध्यात्मसंज्ञितम्।
यत्त्वयोक्तं वचस्तेन मोहोऽयं विगतो मम ॥१॥

అర్జున ఉవాచ

మదనుగ్రహాయ పరమం గుహ్యమధ్యాత్మసంజ్ఞితమ్ ।
యత్త్వయోక్తం వచస్తేన మోహోఽయం విగతో మమ ॥

అర్జునః ఉవాచ—అర్జునుడు పలికెను; **మత్ అనుగ్రహాయ**—నన్ను అనుగ్రహించుట కొరకు; **పరమం**—దివ్యమైన; **గుహ్యం**—రహస్యమైన; **అధ్యాత్మ**—ఆధ్యాత్మికము; **సంజ్ఞితమ్**—సంబంధించిన; **యత్**—ఏది; **త్వయా**—నీ చేత; **ఉక్తం**—చెప్పబడిన; **వచః**—వచనములు; **తేన**—వానిచే; **మోహః**—మోహము; **అయం**—ఈ; **విగతః**—తొలగినది; **మమ**—నా యొక్క.

అర్జునుడు పలికెను: ఈ పరమరహస్యములైన ఆధ్యాత్మిక విషయములను గూర్చి నీవు కరుణచే నాకు చేసిన ఉపదేశముల శ్రవణము ద్వారా ఇప్పుడు నా మోహము తొలగిపోయినది.

భాష్యము : శ్రీకృష్ణుడు సర్వకారణకారణుడని ఈ అధ్యాయము తెలియజేయును. ఎవని నుండి భౌతికవిశ్వములు ఉద్భవించునో అట్టి మహావిష్ణువునకు సైతము ఆతడే కారణము. అట్టి శ్రీకృష్ణుడు అవతారము కాదు. సర్వ అవతారములకు కారణుడైన అవతారి. ఈ విషయము గడచిన అధ్యాయమున విశదముగా వివరింపబడినది.

ఇచ్చట అర్జునుడు తన మోహము తొలగిపోయినట్లుగా పలికినాడు. అనగా అర్జునుడు శ్రీకృష్ణుని సామాన్యమానవునిగా లేక తన స్నేహితునిగా భావించక, సర్వమునకు కారణమైనవానిగా తెలిసికొనగలిగినాడు. అతడు పరమ ఉత్తేజితుడై తనకు కృష్ణుని వంటి గొప్ప స్నేహితుడు లభించినందులకు పరమానంద

భరితుడైనాడు. కాని తాను శ్రీకృష్ణుని సర్వకారణకారణునిగా అంగీకరించినను ఇతరులు ఆ విధముగా అంగీకరింపరేమోనని అతడు యోచింప నారంభించెను. కనుకనే శ్రీకృష్ణుని దివ్యత్వమును సర్వులకు విశదపరచుటకు అతడు తన విశ్వరూపమును చూపుమని ఈ అధ్యాయమున శ్రీకృష్ణుని ప్రార్థించెను. వాస్తవమునకు శ్రీకృష్ణుని విశ్వరూపమును గాంచినపుడు ఎవరైనను అర్జునుని వలె భీతి నొందెదరు. కాని కరుణాంతరంగుడైన ఆ భగవానుడు విశ్వరూపమును చూపిన పిమ్మట తన మూలరూపమును పొందియుండెను. "నీ హితము కొరకు నేనిది ఉపదేశించుచున్నాను" అని పలుమార్లు శ్రీకృష్ణుడు పలికిన విషయమును సంపూర్ణముగా అంగీకరించిన అర్జునుడు అంతయు శ్రీకృష్ణుని కరుణ చేతనే జరుగుచున్నదని కృతజ్ఞతాపూర్వకముగా ఇచ్చట పలుకుచున్నాడు. అనగా శ్రీకృష్ణుడు సర్వకారణకారణుడనియు మరియు సర్వుల హృదయమునందు పరమాత్మరూపమున వసించియున్నాడనియు అర్జునుడు ఇప్పుడు సంపూర్ణ నిశ్చయమునకు వచ్చెను.

2

भवाप्ययौ हि भूतानां श्रुतौ विस्तरशो मया।
त्वत्तः कमलपत्राक्ष माहात्म्यमपि चाव्ययम्॥२॥

భవాప్యయౌ హి భూతానాం శ్రుతౌ విస్తరశో మయా ।
త్వత్తః కమలపత్రాక్ష మాహాత్మ్యమపి చావ్యయమ్ ॥

భవ—జననము; అప్యయౌ—మరణము; హి—నిశ్చయముగా; భూతానాం—సర్వజీవుల యొక్క; శ్రుతౌ—శ్రవణము చేసితిని; విస్తరశః—వివరముగా; మయా—నేను; త్వత్తః—నీ నుండి; కమలపత్రాక్ష—పద్మదళముల వంటి నేత్రములు కలవాడా; మాహాత్మ్యమ్—మహిమలను; అపి—కూడా; చ—మరియు; అవ్యయమ్—అక్షయమైనట్టి.

ఓ కమలపత్రాక్ష! సర్వజీవుల జననమరణములను గూర్చి వివరముగా నీ నుండి నేను శ్రవణము చేసితిని మరియు అవ్యయములైన నీ మాహాత్మ్యములను కూడ గుర్తించితిని.

భాష్యము : గడచిన సప్తమాధ్యాయమున శ్రీకృష్ణుడు తానే సమస్త భౌతికజగత్తు యొక్క సృష్టి,నాశములకు కారణమని (అహం కృత్స్నస్య జగతః ప్రభవః ప్రలయస్తథాః) తనతో నిశ్చయముగా పలికియున్నందున అర్జునుడు ఇచ్చట ఆనందోత్సాహములతో ఆతనిని "కమలపత్రాక్ష" యని (కృష్ణుని కన్నులు కమల

దళములను పోలియుండును) సంబోధించుచున్నాడు. ఈ విషయమును గూర్చి అర్జునుడు శ్రీకృష్ణుని నుండి సవిస్తరముగా శ్రవణము చేసెను. ఆ భగవానుడు సమస్త సృష్టి,లయములకు కారణమైనను వాటికి అతీతుడై యుండుననియు అర్జునుడు ఎరిగియుండెను. శ్రీకృష్ణభగవానుడు స్వయముగా తొమ్మిదవ అధ్యాయమున తెలిపినట్లు తాను సర్వవ్యాపకుడైనను సర్వత్రా వ్యక్తిగతముగా నిలిచియుండడు. అచింత్యమైన ఆ దివ్యవిభూతినే తాను పూర్తిగా అవగాహన చేసికొనినట్లు అర్జునుడు అంగీకరించుచున్నాడు.

3

एवमेतद् यथात्थ त्वमात्मानं परमेश्वर।
द्रष्टुमिच्छामि ते रूपमैश्वरं पुरुषोत्तम ॥३॥

ఏవమేతద్ యథాత్థ త్వమాత్మానం పరమేశ్వర ।
ద్రష్టుమిచ్ఛామి తే రూపమైశ్వరం పురుషోత్తమ ॥

ఏవం—ఏ విధముగా; ఏతత్—ఈ; యథా—యథాతథము; ఆత్థ—చెప్పితివో; త్వం—నీవు; ఆత్మానం—నిన్ను గూర్చి; పరమేశ్వర—ఓ దేవదేవ; ద్రష్టుం—చూచుటకు; ఇచ్ఛామి—కోరుచున్నాను; తే—నీయొక్క; రూపం—రూపమును; ఐశ్వరం—దివ్యమైన; పురుషోత్తమ—పురుషులలో ఉత్తముడా!

ఓ పురుషోత్తమా! ఓ పరమేశ్వరా! నీవు వర్ణించిన రీతిగా నీ యథార్థరూపమును నేను నా యెదుట చూడగలిగినను, నీవు ఏ విధముగా ఈ విశ్వమునందు ప్రవేశించితివో నేను గాంచ నభిలషించుచున్నాను. నీ యొక్క ఆ రూపమును నేను దర్శించగోరుదును.

భాష్యము : భౌతికవిశ్వమునందు తాను తన స్వీయప్రాతినిధ్యముచే ప్రవేశించి యున్న కారణముగా అది సృష్టినొంది, నడుచుచున్నదని శ్రీకృష్ణభగవానుడు పలికెను. తనకు సంబంధించినంతవరకు అర్జునుడు శ్రీకృష్ణుని వచనములచే జ్ఞానవంతుడయ్యెను. కాని శ్రీకృష్ణుడు సామాన్యమానవుడే యని భావించు నవకాశము కలిగిన భావిజనులకు విశ్వాసము కలిగించుట కొరకు అతడు ఆ దేవదేవుని విశ్వరూపమునందు గాంచగోరెను. తద్ద్వారా ఏ విధముగా ఆ భగవానుడు విశ్వమునకు పరుడై యున్నను విశ్వకార్యము నొనరించునో అతడు ఎరుగనెంచెను. అర్జునుడు శ్రీకృష్ణుని "పురుషోత్తమ" అని సంబోధించుట

యందును ప్రాముఖ్యము కలదు. ఏలయన దేవదేవుడైన శ్రీకృష్ణుడు అర్జునుని అంతరమందును నిలిచి అతని కోరికను ఎరిగియుండెను. స్వీయరూపమునందు గాంచుటచే సంపూర్ణముగా తృప్తిని బడసియున్నందున తనను విశ్వరూపము నందు గాంచవలెనను ప్రత్యేక కోరిక అర్జుననకు ఎట్టిది లేదనియు, కేవలము ఇతరులకు నమ్మకమును కలిగించుటకే అతడు విశ్వరూపమును గాంచ గోరుచున్నాడనియు శ్రీకృష్ణుడు ఎఱిగియుండెను. అనగా నిర్ధారణమును గూర్చి అర్జునుడు ఎట్టి స్వీయకోరికను కలిగియుండలేదు. భవిష్యత్తులో పలువురు తాము భగవానుని అవతారములని పలుకు అవకాశమున్నందున ఆ విషయమున ఒక ప్రమాణమును లేదా గుఱుతును ఏర్పరచుటకు అర్జునుడు విశ్వరూపమును గాంచగోరెనని శ్రీకృష్ణుడు అవగతము చేసికొనెను. కనుక తాము అవతారములమని ప్రకటించుకొనువారి విషయమున జనులు జాగరూకులై యుండవలెను. తాను కృష్ణుడనని పలుకువాడు విశ్వరూపమును చూపి తన పలుకు సత్యమని జనులకు నిరూపణ చేయ సంసిద్ధుడై యుండవలెను.

4

मन्यसे यदि तच्छक्यं मया द्रष्टुमिति प्रभो।
योगेश्वर ततो मे त्वं दर्शयात्मानमव्ययम् ॥४॥

మన్యసే యది తచ్ఛక్యం మయా ద్రష్టుమితి ప్రభో ।
యోగేశ్వర తతో మే త్వం దర్శయాత్మానమవ్యయమ్ ॥

మన్యసే యది—నీవు తలంచినచో; తత్—అది; శక్యం—సాధ్యమని; మయా—నాచే; ద్రష్టుం—చూచుటకు; ఇతి—అని; ప్రభో—ఓ ప్రభూ; యోగేశ్వర—యోగేశ్వరా; తతః—అపుడు; మే—నాకు; త్వం—నీవు; దర్శయ—చూపుము; ఆత్మానం—నిన్ను; అవ్యయం—నిత్యమైన.

హే ప్రభూ! యోగేశ్వరా! నీ విశ్వరూపమును గాంచుటకు నేను సమర్థుడనని నీవు తలచినచో దయతో ఆ అపరిమితమైన విశ్వరూపమును నాకు చూపుము.

భాష్యము : భౌతికేంద్రియముల ద్వారా దేవదేవుడైన శ్రీకృష్ణుని దర్శించుట, శ్రవణము చేయుట, అవగాహన చేసికొనుట లేదా గ్రహించుట సాధ్యముకాదని తెలుపబడినది. కాని తొలి నుండియే మనుజుడు ప్రేమయుతసేవలో నిమగ్నుడైనచో ఆ భగవానుని గాంచగలుగును. వాస్తవమునకు ఆధ్యాత్మిక

స్ఫులింగము మాత్రమేయైన జీవునకు భగవానుని దర్శనముగాని, అవగాహనము గాని సాధ్యముగాని విషయము. కనుకనే భక్తుడైన అర్జునుడు తన ఊహాశక్తి లేదా కల్పనాశక్తిపై ఆధారపడక సామాన్యజీవిగా తన పరిమితిని అంగీకరించి, శ్రీకృష్ణ భగవానుని అపరిమేయ స్థితిని కీర్తించుచున్నాడు. పరిమితుడైన జీవునికి అపరిమితుడును మరియు అనంతుడును అయిన భగవంతుని గూర్చి తెలియుట సాధ్యము కాదని అర్జునుడు ఎరుగగలిగెను. అపరిమితుడైనవాడు తనను తాను వ్యక్తపరచుకొనినపుడే ఆతని కరుణచే ఆతని అపరిమిత స్వభావమును ఎరుగుట సాధ్యపడగలదు. శ్రీకృష్ణభగవానుడు అచింత్యశక్తి సంపన్నుడు కనుకనే "యోగేశ్వరా" యను పదము సైతము ప్రాధాన్యమును సంతరించుకొన్నది. అనగా ఆతడు అపరిమితుడైనను తాను కోరినచో తనంతట తాను వ్యక్తము కాగలడు. కనుకనే అర్జునుడు ఇచ్చట ఆజ్ఞలను ఒసగక ఆతని నిర్హేతుక, అచింత్య కరుణకై ప్రార్థించుచున్నాడు. భక్తిభావనలో తనకు సంపూర్ణ శరణాగతుడై భక్తియుతసేవలో నిలువనిదే ఎవ్వరికినీ తనను వ్యక్తపరచుకొనవలసిన అవసరము శ్రీకృష్ణునకు లేదు. కనుక మానసికకల్పనాబలముపై ఆధారపడువారికి శ్రీకృష్ణ భగవానుని దర్శించుట సాధ్యము కాదు.

5

श्रीभगवानुवाच

पश्य मे पार्थ रूपाणि शतशोऽथ सहस्रशः ।
नानाविधानि दिव्यानि नानावर्णाकृतीनि च ।।५ ।।

శ్రీభగవానువాచ

పశ్య మే పార్థ రూపాణి శతశోऽథ సహస్రశః ।
నానావిధాని దివ్యాని నానావర్ణాకృతీని చ ॥

శ్రీభగవానువాచ—శ్రీకృష్ణభగవానుడు పలికెను; పశ్య—చూడుము; మే—నా యొక్క; పార్థ—ఓ పృథాకుమారా; రూపాణి—రూపములను; శతశః—వందలకొలది; అథ—మరియును; సహస్రశః—వేలకొలది; నానావిధాని—పలురకములైన; దివ్యాని—దివ్యములైన; నానావర్ణ—పలురకములైన వర్ణములు కలిగినట్టి; ఆకృతీని—రూపములను; చ—కూడా.

దేవదేవుడైన శ్రీకృష్ణుడు పలికెను: ఓ అర్జునా! పృథాకుమారా! లక్షలాదిగాగల నానావిధములును, దివ్యములును, పలు వర్ణమయములును అగు రూపములను (నా విభూతులను) ఇప్పుడు గాంచుము.

భాష్యము : అర్జునుడు శ్రీకృష్ణుని అతని విశ్వరూపమునందు గాంచగోరెను. అది ఆధ్యాత్మికరూపమే అయినప్పటికిని విశ్వసృష్టి కొరకే వ్యక్తమైనందున భౌతిక ప్రకృతి యొక్క తాత్కాలిక కాలమునకు ప్రభావితమై యుండును. భౌతికప్రకృతి వ్యక్తమగుట మరియు అవ్యక్తమగుట జరుగునట్లే, శ్రీకృష్ణుని విశ్వరూపము సైతము వ్యక్తమై, అవ్యక్తమగుచుండును. అనగా ఆధ్యాత్మికాకాశమునందు అది శ్రీకృష్ణుని ఇతర రూపముల వలె నిత్యముగా నెలకొనియుండదు. భక్తుడు ఎన్నడును అట్టి విశ్వరూపమును చూడ కుతూహలపడడు. కాని అర్జునుడు శ్రీకృష్ణుని ఆ విధముగా చూడగోరినందున ఆ దేవదేవుడు దానిని చూపుచున్నాడు. అట్టి విశ్వరూపమును దర్శించుట సామాన్యమానవునకు సాధ్యముకాని విషయము. దానిని గాంచుటకు శ్రీకృష్ణుడే మనుజునకు శక్తినొసగవలెను.

6

पश्यादित्यान् वसून् रुद्रानश्विनौ मरूतस्तथा ।
बहून्यदृष्टपूर्वाणि पश्याश्चर्याणि भारत ॥६ ॥

పశ్యాదిత్యాన్ వసూన్ రుద్రానశ్వినౌ మరుతస్తథా ।
బహూన్యదృష్టపూర్వాణి పశ్యాశ్చర్యాణి భారత ॥

పశ్య—చూడుము; ఆదిత్యాన్—అదితి కుమారులైన పన్నెండుగురు ఆదిత్యులను; వసూన్—ఎనమండుగురు వసువులను; రుద్రాన్—పదునొకండు రుద్రులను; అశ్వినౌ—ఇరువురు అశ్వినీకుమారులను; మరుతః—నలుబదితొమ్మిదిమంది మరుత్తులను (వాయుదేవతలను); తథా—అట్లే; బహూని—పెక్కు; అదృష్టపూర్వాణి—నీవు గతమునందు గాంచనటువంటి; పశ్య—చూడుము; ఆశ్చర్యాణి—అన్ని అద్భుతములను; భారత—ఓ భరతవంశశ్రేష్ఠుడా.

ఓ భారతా! ఇచ్చట ఆదిత్యులను, వసువులను, రుద్రులను, అశ్వినీ కుమారులను, సమస్త ఇతరదేవతలను గాంచుము. అలాగుననే ఇదివరకు ఎన్నడును ఎవ్వరును కనని, వినని పలు అద్భుతవిషయములను గాంచుము.

భాష్యము : అర్జునుడు శ్రీకృష్ణుని సన్నిహిత స్నేహితుడైనను మరియు విజ్ఞులలో అగ్రగణ్యుడైనను ఆ దేవదేవుని గూర్చి ప్రతిదియు నెరుగుట అతనికి సాధ్యము కాదు. ఆ రూపములను, వ్యక్తీకరణలను మానవులు కని, వినియుండలేదని ఇచ్చట తెలుపబడినది. అట్టి అద్భుతరూపములను శ్రీకృష్ణభగవానుడు ఇప్పుడు వ్యక్తపరచుచున్నాడు.

7

इहैकस्थं जगत् कृत्स्नं पश्याद्य सचराचरम्।
मम देहे गुडाकेश यच्चान्यद् द्रष्टुमिच्छसि ॥७॥

ఇహైకస్థం జగత్కృత్స్నం పశ్యాద్య సచరాచరమ్ ।
మమ దేహే గుడాకేశ యచ్చాన్య ద్ద్రష్టుమిచ్ఛసి ॥

ఇహ—ఇందు; ఏకస్థం—ఒకేచోట; జగత్—విశ్వమును; కృత్స్నం—సర్వమును; పశ్య—చూడుము; అద్య—ఒక్కమారుగా; సచరాచరం—జంగమ స్థావరములను; మమ—నా యొక్క; దేహే—శరీరమునందు; గుడాకేశ—ఓ అర్జునా; యచ్చాన్యత్—మరియేది ఇతరము; ద్రష్టుం—చూచుటకు; ఇచ్ఛసి—కోరినది.

ఓ అర్జునా! నీవు చూడగోరు సమస్తమును నా దేహమున ఒక్కమారుగా గాంచుము. నీవు ప్రస్తుతము ఏది చూడగోరినను మరియు భవిష్యత్తున ఏది వీక్షింపదలచినను ఈ విశ్వరూపము నీకు చూపగలదు. స్థావర, జంగమాది సర్వము ఏకస్థానమున దీని యందే సంపూర్ణముగా కలవు.

భాష్యము : ఒక్కచోటనే నిలిచి ఎవ్వరును సమస్తవిశ్వమును గాంచలేరు. ఎంతటి గొప్ప శాస్త్రిజ్ఞుడైనను విశ్వము నందలి ఇతర భాగములలో ఏమి జరుగుచున్నదో గాంచలేడు. కాని అర్జునుని వంటి భక్తుడు మాత్రము విశ్వములోగల సర్వమును గాంచగలుగును. అతడు భూత, భవిష్యత్, వర్తమానములందు దేనినైనను గాంచుటకు వలసిన శక్తిని శ్రీకృష్ణుడు ఒసగును. ఆ విధముగా కృష్ణుని కరుణ వలననే అర్జునుడు సమస్తమును వీక్షింప సమర్థుడయ్యెను.

8

न तु मां शक्यसे द्रष्टुमनेनैव स्वचक्षुषा।
दिव्यं ददामि ते चक्षुः पश्य मे योगमैश्वरम् ॥८॥

న తు మాం శక్యసే ద్రష్టుమనేనైవ స్వచక్షుషా ।
దివ్యం దదామి తే చక్షుః పశ్య మే యోగమైశ్వరమ్ ॥

తు—కాని; మాం—నన్ను; న శక్యసే—సమర్థుడవు కావు; ద్రష్టుం—చూచుటకు; అనేనైవ స్వచక్షుషా—నీ యొక్క ఈ నేత్రముల చేత; దివ్యం—దివ్యమైన; దదామి—ఒసగుదును; తే—నీకు; చక్షుః—నేత్రములను; పశ్య—చూడుము; మే—నాయొక్క; యోగమైశ్వరమ్ — అచింత్యమైన యోగశక్తిని.

కాని ప్రస్తుత నేత్రములచే నన్ను గాంచలేవు గనుక నేను నీకు

దివ్యనేత్రములను ఒసగుచున్నాను. నా యోగవైభవమును వీక్షింపుము!

భాష్యము : శుద్ధభక్తుడైనవాడు శ్రీకృష్ణుని ఆతని ద్విభుజరూపమున కన్నను అన్యమైన ఏ రూపమునందున గాంచగోరడు. విశ్వరూపమును అతడు మనస్సుతోగాక, ఆధ్యాత్మిక చక్షువులతో ఆ దేవదేవుని కరుణ ద్వారా గాంచవలెను. కనుకనే విశ్వరూప దర్శనమునకు మనస్సునుగాక, దృష్టిని మార్చుకొనమని అర్జునుడు ఉపదేశింపబడినాడు. రాబోవు శ్లోకములందు స్పష్టపరుపబడినట్లు శ్రీకృష్ణుని విశ్వరూపము ప్రాధాన్యమైనది కాదు. అయినను అర్జునుడు కోరి యున్నందున దాని దర్శనము కొరకై భగవానుడు అతనికి దివ్యదృష్టి నొసగినాడు.

శ్రీకృష్ణునితో దివ్యమైన ప్రేమపూర్వక సంబంధమున చక్కగా నెలకొనిన భక్తులు ఆతని ప్రేమలక్షణములతోనే ఆకర్షితులగుదురు కాని విభూతిప్రదర్శనచే కాదు. శ్రీకృష్ణునితో ఆటలాడుకొనువారు, మిత్రులు, ఆతని తల్లిదండ్రులు ఎన్నడును ఆతడు విభూతులను మరియు వైభవములను ప్రదర్శించవలెనని కోరియుండలేదు. శుద్ధప్రేమలో వారెంత మునిగియుండిరనగా ఆతడు దేవదేవుడనియు వారెరుగకుండిరి. తమ ప్రేమపూర్వక వ్యవహారములందు వారు శ్రీకృష్ణుడు దేవదేవుడనెడి విషయమును సైతము మరచిపోయిరి. శ్రీకృష్ణునితో ఆటలాడిన బాలురు కృతపుణ్యపుంజులనియు (ఘనపుణ్యాత్ములని) మరియు బహుజన్మల పిదపనే వారు ఆ విధముగా కృష్ణునితో క్రీడింపగలిగిరనియు శ్రీమద్భాగవతమున తెలుపబడినది. ఆ బాలురు శ్రీకృష్ణుని దేవదేవునిగా నెరుగక, తమ సన్నిహిత మిత్రునిగా భావించిరి. కనుకనే శ్రీశుకదేవగోస్వామి ఈ క్రింది శ్లోకమును పలికియున్నారు.

ఇత్థం సతాం బ్రహ్మసుఖానుభూత్యా
దాస్యం గతానాం పరదైవతేన ।
మాయాశ్రితానాం నరదారకేణ
సాకం విజహ్రుః కృతపుణ్యపుంజాః ॥

"మహర్షులచే నిరాకారబ్రహ్మముగాను, భక్తులచే దేవదేవునిగాను, సాధారణ మానవులచే సామాన్యబాలునిగాను భావింపబడు పరమపురుషుడు ఈతడే. తమ పూర్వజన్మములందు బహుపుణ్యకార్యములను ఒనరించిన ఈ బాలురు ఇపుడు

ఆ దేవదేవునితో క్రీడించుచున్నారు" (శ్రీమద్భాగవతము 10.12.11).

అనగా భక్తులైనవారు భగవానుని విశ్వరూపమును గాంచుట యందు ఇచ్ఛను కలిగియుండరు. కాని శ్రీకృష్ణుడు పలికిన విషయములను ధ్రువపరచుట కొరకు అర్జునుడు ఆ విశ్వరూపమును గాంచగోరెను. తద్ద్వారా శ్రీకృష్ణుడు సిద్ధాంతరీతిగా లేదా తత్త్వరీతిగా మాత్రమే గాక వాస్తవముగనే తనను తాను దేవదేవునిగా అర్జునునకు నిరూపించుకొనెనని భవిష్యత్కాలమున జనులు అవగతము చేసికొనగలరు. పరంపరావిధానమునకు ఆద్యుడైనందున అర్జునునకు దీనిని ధ్రువపరచుట అత్యంత అవసరము. దేవదేవుడైన శ్రీకృష్ణుని అవగతము చేసికొనుట యందు అభిరుచిని కలిగినవారు మరియు అర్జునుని అడుగుజాడల ననుసరించు వారు శ్రీకృష్ణుడు సిద్ధాంతరీతిగానే గాక వాస్తవముగానే తనను దేవదేవునిగా వ్యక్తపరచుకొనెనని అవగతము చేసికొనవలెను.

విశ్వరూపమును గాంచుటకు అర్జునునకు భగవానుడు అవసరమైన శక్తిని ఒసంగెను. ఇదివరకే వివరింపబడినట్లు అర్జునుడు దానిని ప్రత్యేకముగా చూడ గోరియుండలేదని ఆతడు ఎరిగియుండుటయే అందులకు కారణము.

9

सञ्जय उवाच

एवमुक्त्वा ततो राजन् महायोगेश्वरो हरिः ।
दर्शयामास पार्थाय परमं रूपमैश्वरम् ॥९॥

సంజయ ఉవాచ

ఏవముక్త్వా తతో రాజన్ మహాయోగేశ్వరో హరిః ।
దర్శయామాస పార్థాయ పరమం రూపమైశ్వరమ్ ॥

సంజయః ఉవాచ—సంజయుడు పలికెను; ఏవం—ఆ విధముగా; ఉక్త్వా—పలికి; తతః—తదుపరి; రాజన్—ఓ రాజా; మహాయోగేశ్వరః—మహాయోగేశ్వరుడైన; హరిః—శ్రీకృష్ణుడు; దర్శయామాస—చూపెను; పార్థాయ—అర్జునునకు; పరమం—దివ్యమైన; రూపమైశ్వరమ్—విశ్వరూపమును.

సంజయుడు పలికెను : ఓ రాజా! యోగేశ్వరుడైన శ్రీకృష్ణభగవానుడు ఆ విధముగా పలికిన తదుపరి తన విశ్వరూపమును అర్జునునకు చూపెను.

10-11

अनेकवक्त्रनयनमनेकाद्भुतदर्शनम् ।
अनेकदिव्याभरणं दिव्यानेकोद्यतायुधम् ॥१०॥
दिव्यमाल्याम्बरधरं दिव्यगन्धानुलेपनम् ।
सर्वाश्चर्यमयं देवमनन्तं विश्वतोमुखम् ॥११॥

అనేకవక్త్రనయనమనేకాద్భుతదర్శనమ్ ।
అనేకదివ్యాభరణం దివ్యానేకోద్యతాయుధమ్ ॥
దివ్యమాల్యామ్బరధరం దివ్యగంధానులేపనమ్ ।
సర్వాశ్చర్యమయం దేవమనన్తం విశ్వతోముఖమ్ ॥

అనేకవక్త్ర**నయనం**—పెక్కు ముఖములను, నేత్రములను; **అనేక అద్భుతదర్శనం**—పెక్కు అద్భుతదృశ్యములను; **అనేక దివ్యాభరణం**—పెక్కు దివ్యమైన ఆభరణములను; **దివ్య అనేక ఉద్యతాయుధమ్**—ఎత్తబడిన పెక్కు దివ్యమైన ఆయుధములను; **దివ్యమాల్యాంబర ధరమ్**—దివ్యములైన మాలలను, వస్త్రములను ధరించిన; **దివ్యగంధ అనులేపనం**— దివ్యమైన సుగంధములచే పూయబడిన; **సర్వాశ్చర్యమయం**—సమస్తము అద్భుతముగను; **దేవం**—ప్రకాశమానముగను; **అనన్తం**—పరిమితిలేనిదిగను; **విశ్వతోముఖమ్**—సర్వ వ్యాపకమైనదిగను.

అర్జునుడు ఆ విశ్వరూపమున అనంతసంఖ్యలో ముఖములను, నేత్రములను, అద్భుత దృశ్యములను గాంచెను. ఆ రూపము పలు దివ్యాభరణములచే అలంకృతమై, ఎత్తబడియున్న పలు దివ్యాయుధములను కలిగియుండెను. ఆతడు దివ్యమైన పూమాలలను, వస్త్రములను దాల్చియుండెను. పలు దివ్యసుగంధములు ఆతని దేహమునకు అలదబడియుండెను. అంతయు ఆశ్చర్యమయముగను, ప్రకాశమానముగను, అనంతముగను, సర్వ వ్యాపకముగను ఉండెను.

భాష్యము : అర్జునుడు గాంచుచున్న హస్తములు, ముఖములు, పాదములు, ఇతర రూపముల సంఖ్యకు పరిమితి లేదనెడి విషయమును ఈ రెండు శ్లోకములలో పలుమార్లు వాడబడిన "అనేక" యను పదము సూచించుచున్నది. విశ్వమంతటిని వ్యాపించియున్న ఆ రూపములను అర్జునుడు శ్రీకృష్ణభగవానుని కరుణచే ఒకే స్థలమున నిలిచి గాంచగలిగెను. శ్రీకృష్ణభగవానుని అచింత్యశక్తియే దానికి కారణము.

12

दिवि सूर्यसहस्रस्य भवेद्युगपदुत्थिता।
यदि भाः सदृशी सा स्याद् भासस्तस्य महात्मनः ॥१२॥

దివి సూర్యసహస్రస్య భవేద్యుగపదుత్థితా ।
యది భాః సదృశీ సా స్యాద్భాసస్తస్య మహాత్మనః ॥

దివి—ఆకాశమునందు; సూర్య సహస్రస్య—పలు వేలాది సూర్యులు; భవేత్—ఉన్నచో; యుగపత్—ఒకే సమయమున; ఉత్థితా యది—ఒకవేళ ఉదయించినచో; భాః—కాంతి; సదృశీ—సమమైనది; సా—అది; స్యాత్—కావచ్చును; భాసః—తేజస్సునకు; తస్య—ఆతని యొక్క; మహాత్మనః—పరమపురుషుని.

లక్షలాది సూర్యులు ఒక్కమారు ఆకాశమున ఉదయించినచో వాటి కాంతి విశ్వరూపమునందలి పరమపురుషుని తేజస్సును పోలగలదు.

భాష్యము : అర్జునుడు గాంచిన విషయము వర్ణణాతీతమైనది. అయినను సంజయుడు ఆ అద్భుతము యొక్క మనోచిత్రణను ధృతరాష్ట్రునకు తెలుప యత్నించుచున్నాడు. సంజయుడుగాని, ధృతరాష్ట్రుడుగాని యుద్ధరంగమున లేకున్నను వ్యాసుని అనుగ్రహముచే సంజయుడు జరిగినదంతయు యథాతథముగా గాంచగలిగెను. కనుకనే అతడు అచ్చటి పరిస్థితిని సాధ్యమైనంతవరకు అవగతమగునట్లు వేలాదిసూర్యులు ఉదయించుట వంటి ఊహాత్మక భావములతో పోల్చుచున్నాడు.

13

तत्रैकस्थं जगत् कृत्स्नं प्रविभक्तमनेकधा।
अपश्यद्देवदेवस्य शरीरे पाण्डवस्तदा ॥१३॥

తత్రైకస్థం జగత్ కృత్స్నం ప్రవిభక్తమనేకధా ।
అపశ్యద్దేవదేవస్య శరీరే పాండవస్తదా ॥

తత్ర—అచట; ఏకస్థం—ఒకేచోట; జగత్—విశ్వము; కృత్స్నం—సర్వమును; ప్రవిభక్తం—విభజింపబడినది; అనేకధా—పలువిధములుగా; అపశ్యత్—గాంచెను; దేవదేవస్య—దేవదేవుని యొక్క; శరీరే—విశ్వరూపమునందు; పాండవః—అర్జునుడు; తదా—అప్పుడు.

ఆ సమయమున అర్జునుడు బహు వేలసంఖ్యలో విభజింపబడియున్నను ఒకేచోట నిలిచియున్న విశ్వము యొక్క అనంతరూపములను శ్రీకృష్ణభగవానుని విశ్వరూపమున గాంచెను.

భాష్యము : ఈ శ్లోకమున "తత్ర" యను పదము మిక్కిలి ప్రధానమైనది. అర్జునుడు విశ్వరూపమును గాంచినపుడు అతడు మరియు శ్రీకృష్ణుడు ఇరువురును రథము పైననే ఆసీనులై యుండిరని ఆ పదము సూచించుచున్నది. శ్రీకృష్ణ భగవానుడు అర్జునున కొక్కనికే దివ్యదృష్టిని ఒసగియున్నందున అతడు తప్ప యుద్ధరంగమున వేరెవ్వరును ఆ విశ్వరూపమును గాంచలేకుండిరి. శ్రీకృష్ణుని దేహమునందు అర్జునుడు వేలాది లోకములను గాంచెను. లోకములు మరియు విశ్వములు పలుగలవనియు, వానిలో కొన్ని మట్టిచే, కొన్ని బంగారముచే, కొన్ని రత్నములచే చేయబడినవనియు, వానిలో కొన్ని అతిపెద్దవనియు, మరికొన్ని చిన్నవనియు వేదవాఙ్మయము ద్వారా మనకు విశదమగుచున్నది. కేవలము రథముపై కూర్చుండి అర్జునుడు వీనినన్నింటిని గాంచగలిగెను. కాని శ్రీకృష్ణార్జునుల నడుమ ఏమి జరుగుచున్నదో వేరెవ్వరును ఎరుగజాలకుండిరి.

14

ततः स विस्मयाविष्टो हृष्टरोमा धनञ्जयः ।
प्रणम्य शिरसा देवं कृताञ्जलिरभाषत ॥१४॥

తతః స విస్మయావిష్టో హృష్టరోమా ధనంజయః ।
ప్రణమ్య శిరసా దేవం కృతాంజలిరభాషత ॥

తతః—అంతట; **సః**—అతడు; **విస్మయావిష్టః**—ఆశ్చర్యములో మునిగి; **హృష్టరోమా**—అధికానందముచే రోమాంచితుడై; **ధనంజయః**—అర్జునుడు; **ప్రణమ్య**—నమస్కరించి; **శిరసా**—శిరమువంచి; **దేవం**—పరమపురుషునికి; **కృతాంజలిః**—రెండుచేతులును జోడించినవాడై; **అభాషత**—పలుక మొదలిడెను.

అంతట సంభ్రమమునకు గురియైనవాడును, ఆశ్చర్యచకితుడైనవాడును, రోమాంచితుడైనవాడును అగు అర్జునుడు శిరము వంచి నమస్కరించుచు అంజలిబద్ధుడై దేవదేవుని ప్రార్థింపదొడగెను.

భాష్యము : దివ్యదర్శనమైనంతట శ్రీకృష్ణార్జునుల నడుమగల సంబంధము శీఘ్రమే మారిపోయెను. పూర్వము వారు స్నేహముపై ఆధారపడిన సంబంధమును కలిగియుండిరి. కాని విశ్వరూప దర్శనమైనంతనే అర్జునుడు అత్యంత గౌరవముతో వందనమొసగుచు, దోసిలి యొగ్గి శ్రీకృష్ణుని ప్రార్థించుచున్నాడు. అనగా ఇప్పుడు అర్జునుని సంబంధము స్నేహరసపూర్ణము

కాక అద్భుతరసముగా మార్పునొందెను. పరమభక్తులు శ్రీకృష్ణుని సమస్త సంబంధములకు (రసములకు) నిధిగా నెరిగియుందురు. శాస్త్రములందు పంద్రెండు రకములైన మూల రసములు పేర్కొనబడినవి. అవియన్నియు శ్రీకృష్ణుని యందే కలవు. ఇరువురు జీవుల నడుమ, దేవతల నడుమ లేదా భగవానుడు మరియు భక్తుల నడుమ పరస్పరము వినిమయము జరుగు సర్వసంబంధములకు ఆతడే నిధి వంటివాడని చెప్పబడినది.

ఇచ్చట అర్జునుడు అద్భుతరస సంబంధముచే ఉత్తేజితుడయ్యెను. స్వభావికముగా సమచిత్తుడును, శాంతుడును అయినప్పటికిని ఆ అద్భుతరస భావమునందు అతడు పరవశుడై, రోమాంచితము కాగా దోసిలియొగ్గి పరమ పురుషునికి వందనముల నొసగ నారంభించెను. అతడు దేవదేవుని అద్భుతములచే ప్రభావితుడయ్యెనే గాని భయమునకు గురి కాలేదు. అనగా అచట వ్యక్తమైన భావము అద్భుతరసము. దానిచే అతని సహజ సఖ్యసంబంధము ప్రభావితము కాగా అతడు ఆ విధముగా ప్రవర్తించెను.

15

अर्जुन उवाच

पश्यामि देवांस्तव देव देहे
सर्वांस्तथा भूतविशेषसङ्घान्।
ब्रह्माणमीशं कमलासनस्थम्
ऋषींश्च सर्वानुरगांश्च दिव्यान्॥१५॥

అర్జున ఉవాచ

పశ్యామి దేవాంస్తవ దేవ దేహే
సర్వాంస్తథా భూతవిశేషసఙ్ఘాన్ ।
బ్రహ్మాణమీశం కమలాసనస్థం
ఋషీంశ్చ సర్వానురగాంశ్చ దివ్యాన్ ॥

అర్జునః ఉవాచ—అర్జునుడు పలికెను; పశ్యామి—నేను చూచుచున్నాను; దేవాన్—దేవతలందరిని; తవ—నీ యొక్క; దేవ—ఓ ప్రభూ; దేహే—శరీరమునందు; సర్వాన్—అందరిని; తథా—కూడా; భూతవిశేషసఙ్ఘాన్—విశేషముగా సమకూడిన జీవులను; బ్రహ్మాణం—బ్రహ్మను; ఈశం—శివుని; కమలాసనస్థం—పద్మాసనమున ఆసీనుడైనట్టి; ఋషీంశ్చ—మహర్షులను; సర్వాన్—ఎల్లరిని; ఉరగాంశ్చ—సర్పములను; దివ్యాన్—

దివ్యమైనటువంటి.

అర్జునుడు పలికెను : హే కృష్ణా! సమస్తదేవతలు, ఇతర సమస్తజీవులు నీ దేహమునందు సమావిష్టులై యుండుటను నేను గాంచుచున్నాను. పద్మాసనుడైన బ్రహ్మను, శివుని, ఋషులను, దివ్యసర్పములను కూడా నీ యందు నేను దర్శించుచున్నాను.

భాష్యము : అర్జునుడు విశ్వములోనున్న సమస్తమును విశ్వరూపమున గాంచెను. అనగా విశ్వము నందలి తొలిజీవియైన బ్రహ్మను, విశ్వపు అధోభాగములందు గర్భోదకశాయి విష్ణువు శయనించు దేవతాసర్పమును అతడు గాంచగలిగెను. ఆ సర్పతల్పము వాసుకి యని పిలువబడును. ఈ వాసుకి నామము కలిగిన సర్పములు ఇంకను కొన్ని గలవు. అనగా ఇచ్చట అర్జునుడు గర్భోదకశాయివిష్ణువు మొదలుగా విశ్వము నందలి తొలిజీవియైన బ్రహ్మదేవుడు వసించు పద్మలోకము యొక్క అత్యంత ఉన్నతభాగము వరకు గాంచెను. దీని భావమేమనగా కేవలము రథముపై ఒకేచోట ఆసీనుడైయున్న అతడు ఆద్యంతములలో సమస్తమును గాంచగలిగెను. దేవదేవుడైన శ్రీకృష్ణుని కరుణ చేతనే అది సాధ్యమయ్యెను.

16

अनेकबाहूदरवक्त्रनेत्रं
पश्यामि त्वां सर्वतोऽनन्तरूपम् ।
नान्तं न मध्यं न पुनस्तवादिं
पश्यामि विश्वेश्वर विश्वरूप ॥१६ ॥

అనేకబాహూదరవక్త్రనేత్రం
పశ్యామి త్వాం సర్వతోఽనన్తరూపం ।
నాన్తం న మధ్యం న పునస్తవాదిం
పశ్యామి విశ్వేశ్వర విశ్వరూప ॥

అనేకబాహు—పెక్కు భుజములను; ఉదర—ఉదరములను; వక్త్ర—ముఖములను; నేత్రం—కన్నులను; పశ్యామి—నేను చూచుచున్నాను; త్వాం—నిన్ను; సర్వతః—అన్ని వైపులను; అనంతరూపం—అపరిమితమైన రూపము; న అన్తం—అంతమును గాని; న మధ్యం—మధ్యభాగమును గాని; పునః తవ ఆదిం—మొదలును;న పశ్యామి—గాంచలేకున్నాను; విశ్వేశ్వర—విశ్వప్రభూ; విశ్వరూప—విశ్వరూపుడా.

హే విశ్వప్రభూ! విశ్వరూపా! నీ దేహమునందు అపరిమితముగా సర్వత్ర వ్యాపించియున్న అనేక బాహువులను, ఉదరములను, ముఖములను, నయనములను నేను గాంచుచున్నాను. నీ యందు ఆదిమధ్యాంతములను నేను గాంచలేకున్నాను.

భాష్యము : శ్రీకృష్ణుడు పూర్ణపురుషోత్తముడగు భగవానుడు మరియు అపరిమితుడు కనుక ఆతని ద్వారా సమస్తమును గాంచవచ్చును.

17

किरीटिनं गदिनं चक्रिणं च
तेजोराशिं सर्वतो दीप्तिमन्तम्।
पश्यामि त्वां दुर्निरीक्ष्यं समन्ताद्
दीप्तानलार्कद्युतिमप्रमेयम् ॥१७॥

కిరీటినం గదినం చక్రిణం చ
తేజోరాశిం సర్వతో దీప్తిమన్తమ్ ।
పశ్యామి త్వాం దుర్నిరీక్ష్యం సమన్తాద్
దీప్తానలార్కద్యుతిమప్రమేయమ్ ॥

కిరీటినం—కిరీటములతో; గదినం—గదలతో; చక్రిణం—చక్రములతో; చ—మరియు; తేజోరాశిం—కాంతి నిధానమును; సర్వతః—అన్ని వైపుల; దీప్తిమన్తం—ప్రకాశించునటువంటి; పశ్యామి—చూచుచున్నాను; త్వాం—నిన్ను; దుర్నిరీక్ష్యం—గాంచ కష్టమగుచున్నది; సమన్తాత్—అంతటను; దీప్తానల—మండుచున్న అగ్ని యొక్కయు; అర్క ద్యుతిం—సూర్యునికాంతి వంటి కాంతి; అప్రమేయం—అపరిమితము.

జ్వలించు అగ్ని లేక అప్రమేయమైన సూర్యకాంతి వలె సర్వదిక్కుల యందు ప్రసరించు తేజోమయమైన కాంతి వలన నీ రూపమును గాంచుట కష్టమగుచున్నది. అయినను పెక్కు కిరీటములు, గదలు, చక్రములచే అలంకరింపబడిన నీ ఉజ్జ్వల రూపమును సర్వత్ర నేను గాంచుచున్నాను.

18

त्वमक्षरं परमं वेदितव्यं
त्वमस्य विश्वस्य परं निधानम्।
त्वमव्ययः शाश्वतधर्मगोप्ता
सनातनस्त्वं पुरुषो मतो मे ॥१८॥

త్వమక్షరం పరమం వేదితవ్యం
త్వమస్య విశ్వస్య పరం నిధానమ్ ।
త్వమవ్యయః శాశ్వతధర్మగోప్తా
సనాతనస్త్వం పురుషో మతో మే ॥

త్వమ్—నీవు; అక్షరం—అవ్యయమైన; పరమం—దివ్యుడవు; వేదితవ్యం—తెలియదగిన వాడవు; త్వమ్—నీవు; అస్య—ఈ; విశ్వస్య—విశ్వమునకు; పరం—దివ్యమైన; నిధానం—ఆధారమువు; త్వమ్—నీవు; అవ్యయః—అక్షయుడవు; శాశ్వతధర్మగోప్తా—శాశ్వత ధర్మరక్షకుడవు; సనాతనః—నిత్యుడవు; త్వమ్—నీవు; పురుషః—పరమపురుషుడవు; మతః మే—ఇది నా అభిప్రాయము.

దివ్యమైన ఆదిధ్యేయము నీవే. విశ్వమంతటికిని పరమాధారము నీవే. అవ్యయుడవు మరియు సనాతనుడవు నీవే. నీవే శాశ్వతధర్మమును రక్షించు దేవదేవుడవు. ఇదియే నా అభిప్రాయము.

19

अनादिमध्यान्तमनन्तवीर्यम्
अनन्तबाहुं शशिसूर्यनेत्रम् ।
पश्यामि त्वां दीप्तहुताशवक्त्रं
स्वतेजसा विश्वमिदं तपन्तम् ॥१९॥

అనాదిమధ్యాన్తమనన్తవీర్యమ్
అనన్తబాహుం శశిసూర్యనేత్రమ్ ।
పశ్యామి త్వాం దీప్తహుతాశవక్త్రమ్
స్వతేజసా విశ్వమిదం తపన్తమ్ ॥

అనాది మధ్య అన్తం—మొదలుగాని, మధ్యముగాని, చివరగాని లేక; అనన్తవీర్యం—అపారమైన వైభవము కలిగి; అనన్తబాహుం—అపరిమితసంఖ్యలో భుజములు కలిగిన; శశిసూర్యనేత్రం—చంద్రసూర్యులను కన్నులుగా కలిగిన; పశ్యామి—చూచుచున్నాను; త్వామ్—నిన్ను; దీప్త హుతాశవక్త్రం—నోటి నుండి వెలువడెడి అగ్నిచే దహించుచు; స్వతేజసా—నీ కాంతిచే; విశ్వమిదం—ఈ విశ్వమును; తపన్తమ్—తపింపచేయుచున్నావు.

నీవు ఆదిమధ్యాంత రహితుడవై యున్నావు. నీ వైభవము అపరిమితమై యున్నది. అసంఖ్యాకములుగా భుజములను కలిగిన నీవు సూర్యచంద్రులను నేత్రములుగా కలిగియున్నావు. ముఖము నుండి తేజోమయమైన అగ్ని

బయలువెడలుచుండ స్వతేజముతో ఈ సమస్త విశ్వమును తపింప జేయుచున్నట్లుగా నిన్ను గాంచుచున్నాను.

భాష్యము : శ్రీకృష్ణభగవానుని షడ్గుణైశ్వర్యములకు పరిమితి లేదు. ఈ సందర్భమున మరియు పెక్కు ఇతరచోట్ల పునరుక్తి జరిగియున్నది. కాని శాస్త్రరీత్యా శ్రీకృష్ణుని వైభవముల పునరుక్తి సారస్వతలోపము కాదు. సంభ్రమము, ఆశ్చర్యము లేదా పారవశ్యము కలిగినపుడు పదముల పునరుక్తి కలుగుచుండుననియు, అది దోషమేమియును కాదనియు తెలుపబడినది.

20

द्यावापृथिव्योरिदमन्तरं हि
व्याप्तं त्वयैकेन दिशश्च सर्वाः ।
दृष्ट्वाद्भुतं रूपमुग्रं तवेदं
लोकत्रयं प्रव्यथितं महात्मन् ॥२०॥

ద్యావాపృథివ్యోరిదమన్తరం హి
వ్యాప్తం త్వయైకేన దిశశ్చ సర్వాః ।
దృష్ట్వాద్భుతం రూపముగ్రం తవేదమ్
లోకత్రయం ప్రవ్యథితం మహాత్మన్ ॥

ద్యావాపృథివ్యాః—అంతరిక్షమునకు మరియు భూమికిని; ఇదమ్ అన్తరమ్—మధ్యనున్న ప్రదేశము; హి—నిశ్చయముగా; వ్యాప్తమ్—ఆవరింపబడినది; త్వయా—నీచే; ఏకేన—ఒక్కనిచే; దిశశ్చ—దిక్కులు; సర్వాః—అన్నియును; దృష్ట్వా—చూచి; అద్భుతం—ఆశ్చర్యకరమైన; రూపమ్—రూపమును; ఉగ్రమ్—భయంకరమైన; తవ—నీ యొక్క; ఇదం—ఈ; లోకత్రయం—ముల్లోకములును; ప్రవ్యథితం—కలతనొందినవి; మహాత్మన్—ఓ మహానుభావా!

నీవు ఒక్కడవేయైనను సమస్త ఆకాశమును, సర్వలోకములను, వాని నడుమగల ప్రదేశమునంతటిని వ్యాపించియున్నావు. ఓ మహానుభావా! అద్భుతమును, భయంకరమును అగు ఈ రూపమును గాంచి లోకము లన్నియును కలత నొందుచున్నవి.

భాష్యము : "ద్యావాపృథివ్యో" (స్వర్గమునకు, భూమికి నడుమగల ప్రదేశము) మరియు "లోకత్రయం" (ముల్లోకములు) అను పదములు ఈ శ్లోకమున

ప్రాముఖ్యమును కలిగియున్నవి. అర్జునుడే గాక ఇతర లోకములందలి వారు కూడా శ్రీకృష్ణభగవానుని ఈ విశ్వరూపమును గాంచినట్లు గోచరించుటయే అందులకు కారణము. అర్జునుని విశ్వరూపదర్శనము స్వప్నము కాదు. దివ్య దృష్టి ఒసగబడిన వారందరును రణరంగమున విశ్వరూపమును గాంచగలిగిరి.

21

अमी हि त्वां सुरसङ्घा विशन्ति
केचिद् भीताः प्राञ्जलयो गृणन्ति।
स्वस्तीत्युक्त्वा महर्षिसिद्धसङ्घाः
स्तुवन्ति त्वां स्तुतिभिः पुष्कलाभिः ॥२१॥

అమీ హి త్వాం సురసఙ్ఘా విశన్తి
కేచిద్భీతాః ప్రాంజలయో గృణన్తి ।
స్వస్తీత్యుక్త్వా మహర్షిసిద్ధసఙ్ఘాః
స్తువన్తి త్వాం స్తుతిభిః పుష్కలాభిః ॥

అమీ—ఆ; హి—నిశ్చయముగా; త్వాం—నిన్ను; సురసఙ్ఘాః—దేవతల సమూహములు; విశన్తి—ప్రవేశించుచున్నవి; కేచిత్—వారిలో కొందరు; భీతాః—భయపడినవారై; ప్రాంజలయః—దోసిలియొగ్గి; గృణన్తి—ప్రార్థనలు చేయుచున్నారు; స్వస్తి ఇతి—శాంతియని; ఉక్త్వా—పలికి; మహర్షి—మహర్షులు; సిద్ధసఙ్ఘాః—సిద్ధుల సంఘములు; స్తువన్తి—స్తోత్రము చేయుచున్నవి; త్వామ్—నిన్ను; స్తుతిభిః—స్తుతులతో; పుష్కలాభిః—వేదమంత్రములతో.

దేవతా సమూహములన్నియును నిన్ను శరణువేడి నీ యందు ప్రవేశించుచున్నవి. వారిలో కొందరు మిగుల భయవిహ్వలురై దోసిలియొగ్గి ప్రార్థనలను గావించుచున్నారు. మహర్షులు, సిద్ధసమూహములు "శాంతి,శాంతి" యని పలుకుచు వేదమంత్రములచే నిన్ను స్తుతించుచున్నారు.

భాష్యము : సర్వలోకముల యందలి దేవతలు అద్భుతమైన విశ్వరూపముచే మరియు దాని దేదీప్యమాన తేజముచే భయమునొంది తమ రక్షణ నిమిత్తమై ప్రార్థనలను కావించిరి.

22

रुद्रादित्या वसवो ये च साध्या
विश्वेऽश्विनौ मरुतश्चोष्मपाश्च।

गन्धर्वयक्षासुरसिद्धसङ्घा
वीक्षन्ते त्वां विस्मिताश्चैव सर्वे ॥२२॥

రుద్రాదిత్యా వసవో యే చ సాధ్యా
విశ్వేఽశ్వినౌ మరుతశ్చోష్మపాశ్చ ।
గన్ధర్వయక్షాసురసిద్ధసఙ్ఘా
వీక్షన్తే త్వాం విస్మితాశ్చైవ సర్వే ॥

రుద్రాదిత్యాః—శివుని పలురూపములు మరియు ఆదిత్యులు; వసవః—వసువులును; యే—వారందరును; చ—మరియు; సాధ్యాః—సాధ్యులు; విశ్వే—విశ్వేదేవతలు; అశ్వినౌ—అశ్వినీకుమారులు; మరుతః—మరుత్తులు; చ—మరియు; ఊష్మపాః—పితృదేవతలు; చ—మరియు; గన్ధర్వ—గంధర్వులు; యక్ష—యక్షులు; అసుర—రాక్షసులు; సిద్ధసఙ్ఘాః—సిద్ధుల సముదాయములును; వీక్షన్తే—చూచుచున్నారు; త్వాం—నిన్ను; విస్మితాః—ఆశ్చర్యము నొందినవారై; చ—కూడా; ఏవ—నిశ్చయముగా; సర్వే—అందరు.

పరమశివుని పలురూపములు, ఆదిత్యులు, వసువులు, సాధ్యులు, విశ్వేదేవతలు, అశ్వినీకుమారులు, మరుత్తులు, పితృదేవతలు, గంధర్వులు, యక్షులు, రాక్షసులు, సిద్ధులు నిన్ను విస్మితులై గాంచుచున్నారు.

23

रूपं महत्ते बहुवक्त्रनेत्रं
महाबाहो बहुबाहूरुपादम् ।
बहूदरं बहुदंष्ट्राकरालं
दृष्ट्वा लोकाः प्रव्यथितास्तथाहम् ॥२३॥

రూపం మహత్తే బహువక్త్రనేత్రం
మహాబాహో బహుబాహూరుపాదమ్ ।
బహూదరం బహుదంష్ట్రాకరాలం
దృష్ట్వా లోకాః ప్రవ్యథితాస్తథాహమ్ ॥

రూపం—రూపమును; మహత్—గొప్పదైన; తే—నీయొక్క; బహువక్త్రనేత్రం—పెక్కు ముఖములును, కన్నులును గలదానిని; మహాబాహో—బలమైన భుజములు కలవాడా; బహుబాహూరుపాదం—పెక్కు భుజములు, ఊరువులు, పాదములు గలదానిని; బహూదరం—పెక్కు ఉదరములు కలదానిని; బహుదంష్ట్రాకరాలం—పెక్కు దంతములతో భయంకరమైనదానిని; దృష్ట్వా—చూచి; లోకాః—అన్నిలోకములు; ప్రవ్యథితాః—వ్యథ చెందినవి; తథా—అట్లే; అహం—నేను.

ఓ మహాబాహో! బహుముఖములను, నేత్రములను, భుజములను, ఊరువులను, పాదములను, ఉదరములను కలిగిన నీ గొప్ప రూపమును, భయంకరమైన నీ బహుదంతములను గాంచి దేవతలతో కూడిన లోకములన్నియు వ్యథ చెందుచున్నవి. వానివలెనే నేనును కలత చెందుచున్నాను.

24

नभःस्पृशं दीप्तमनेकवर्णं
व्यात्ताननं दीप्तविशालनेत्रम् ।
दृष्ट्वा हि त्वां प्रव्यथितान्तरात्मा
धृतिं न विन्दामि शमं च विष्णो ॥२४॥

నభఃస్పృశం దీప్తమనేకవర్ణం
వ్యాత్తాననం దీప్తవిశాలనేత్రమ్ ।
దృష్ట్వా హి త్వాం ప్రవ్యథితాన్తరాత్మా
ధృతిం న విన్దామి శమం చ విష్ణో ॥

నభఃస్పృశం—ఆకాశమును తాకునట్టి; దీప్తం—ప్రకాశమాన; అనేకవర్ణం—పెక్కువర్ణములు కలిగినట్టి; వ్యాత్తాననం—విప్పారిన వక్త్రములు కలిగినట్టి; దీప్తవిశాలనేత్రం—తేజోమయమగు విశాలనేత్రములు కలిగినట్టి; దృష్ట్వా—చూచి; హి—నిశ్చయముగా; త్వాం—నిన్ను; ప్రవ్యథితాన్తరాత్మా—వ్యథచెందిన మనస్సు కలవాడనై; ధృతిం—స్థిరత్వమును; న విన్దామి—పొందుటలేదు; శమం చ—శాంతిని కూడా; విష్ణో—ఓ విష్ణూ.

ఓ సర్వవ్యాపక విష్ణూ! పలు ప్రకాశమాన వర్ణములతో ఆకాశమును తాకుచు, విప్పారిన వక్త్రములు, తేజోమయమైన నేత్రములు కలిగిన నిన్ను గాంచి నా మనస్సు భీతిచే కలతనొందినది. మనోస్థిరత్వమును గాని, సమత్వమును గాని నేను ఏ మాత్రము నిలుపుకొనలేకున్నాను.

25

दंष्ट्राकरालानि च ते मुखानि
दृष्ट्वैव कालानलसन्निभानि ।
दिशो न जाने न लभे च शर्म
प्रसीद देवेश जगन्निवास ॥२५॥

దంష్ట్రాకరాలాని చ తే ముఖాని
దృష్ట్వైవ కాలానలసన్నిభాని ।
దిశో న జానే న లభే చ శర్మ
ప్రసీద దేవేశ జగన్నివాస ॥

దంష్ట్రా—దంతములు; కరాలాని—భయంకరమైన; చ—కూడా; తే—నీ యొక్క; ముఖాని—ముఖములు; దృష్ట్వా—చూచి; ఏవం—ఆ విధముగా; కాలానల—ప్రళయకాలము నందలి అగ్ని; సన్నిభాని—వలె; దిశః—దిక్కులను; న జానే—తెలియకున్నాను; న లభే—పొందకున్నాను; చ—మరియు; శర్మ—శాంతిని; ప్రసీద—అనుగ్రహింపుము; దేవేశ—దేవదేవ; జగన్నివాస—ప్రపంచశరణ్య.

ఓ దేవదేవా! ప్రపంచశరణ్యా! దయచే నా యెడ ప్రసన్నుడవగుము. నీ మండుచున్న మృత్యువును బోలిన ముఖములను మరియు భయంకరములైన దంతములను గాంచి సమత్వమును నిలుపుకొనలేక సర్వవిధముల నేను భ్రాంతుడనైతిని.

26-27

अमी च त्वां धृतराष्ट्रस्य पुत्राः
सर्वे सहैवावनिपालसङ्घैः ।
भीष्मो द्रोणः सूतपुत्रस्तथासौ
सहास्मदीयैरपि योधमुख्यैः ॥२६॥
वक्त्राणि ते त्वरमाणा विशन्ति
दंष्ट्राकरालानि भयानकानि ।
केचिद् विलग्ना दशनान्तरेषु
सन्दृश्यन्ते चूर्णितैरुत्तमाङ्गैः ॥२७॥

అమీ చ త్వాం ధృతరాష్ట్రస్య పుత్రాః
సర్వే సహైవావనిపాలసఙ్ఘైః ।
భీష్మో ద్రోణః సూతపుత్రస్తథాసౌ
సహాస్మదీయైరపి యోధముఖ్యైః ॥
వక్త్రాణి తే త్వరమాణా విశన్తి
దంష్ట్రాకరాలాని భయానకాని ।

కేచిద్విలగ్నా దశనాన్తరేషు
సన్దృశ్యన్తే చూర్ణితైరుత్తమాఙ్గైః ॥

అమీ—వీరందరు; చ—కూడా; త్వాం—నీ యందు; ధృతరాష్ట్రస్య—ధృతరాష్ట్రుని యొక్క; పుత్రాః—కుమారులు; సర్వే—అందరు; సహైవ—కూడిన; అవనిపాలసఙ్ఘైః—రాజ సముదాయము; భీష్మః—భీష్ముడును; ద్రోణః—ద్రోణుడును; సూతపుత్రః—కర్ణుడు; తథాసౌ—అట్లే; అస్మదీయైః—నాకు చెందిన; యోధముఖ్యైః—యోధాగ్రగణ్యులతో; సహ అపి—కూడిన; వక్త్రాణి—నోళ్ళయందు; తే—నీయొక్క; త్వరమాణాః—వేగముగా; విశన్తి—ప్రవేశించుచున్నారు; దంష్ట్రాకరాలాని—ఘోరమగు దంతములచే; భయానకాని—మిక్కిలి భయంకరములైన; కేచిత్—కొందరు; విలగ్నాః—తగుల్కొనినవారై; దశనాన్తరేషు—దంతముల నడుమ; సందృశ్యన్తే—కనబడుచున్నారు; చూర్ణితైః—పొడిగా చేయబడిన; ఉత్తమాఙ్గైః—తలలతో.

తమ పక్షపు రాజులందరితో సహా ధృతరాష్ట్రతనయులు, భీష్ముడు, ద్రోణుడు, కర్ణుడు మరియు మా పక్షపు యోధముఖ్యులు కూడా వేగముగా నీ భయంకరమైన నోళ్ళ యందు ప్రవేశించుచున్నారు. వారిలో కొందరు నీ దంతముల నడుమ చూర్ణిత శిరులై తగుల్కొనుటయు నేను గాంచుచున్నాను.

భాష్యము : అర్జునుడు చూడగోరు విషయములను తాను చూపెదనని శ్రీకృష్ణభగవానుడు పూర్వమొక శ్లోకమున వాగ్దానము చేసియున్నాడు. ఇప్పుడు అర్జునుడు తన విరోధి సేనానాయకులను (భీష్ముడు, ద్రోణుడు, కర్ణుడు, ధృతరాష్ట్రుని తనయులు), వారి సేనలను మరియు తన స్వంతసేనలను నశించుచున్నవానిగా గాంచెను. అనగా కురుక్షేత్రరణరంగమునందు సమకూడినవారిలో దాదాపు సర్వులు మరణించిన పిమ్మట అర్జునుడు విజయమును సాధించుననుటకు ఇదియొక సూచనయై యున్నది. అజేయుడైన భీష్ముడు సైతము నశించిపోవునని ఇచ్చట తెలుపబడినది. అట్లే కర్ణుడును మరణింపగలడు. విరోధిసైన్యము నందలి భీష్ముని వంటి గొప్ప యోధులే గాక అర్జునుని వైపున గల మహాయోధులు సైతము కొందరు నశింపగలరని తెలుపబడినది.

28

यथा नदीनां बहवोऽम्बुवेगाः
समुद्रमेवाभिमुखा द्रवन्ति।

तथा तवामी नरलोकवीरा
विशन्ति वक्त्राण्यभिविज्वलन्ति ॥२८॥

యథా నదీనాం బహవో ऽమ్బువేగాః
సముద్రమేవాభిముఖా ద్రవన్తి ।
తథా తవామీ నరలోకవీరా
విశన్తి వక్త్రాణ్యభివిజ్వలన్తి ॥

యథా—ఏ విధముగా; నదీనాం బహవో—పెక్కునదుల; అమ్బు వేగాః—ప్రవాహములు; సముద్రమేవ అభిముఖాః—సముద్రము వైపుకే; ద్రవన్తి—ప్రవహించునో; తథా—అట్లే; తవ—నీ యొక్క; అమీ—ఈ; నరలోకవీరాః—నరలోకవీరులు; విశన్తి—ప్రవేశించుచున్నారు; వక్త్రాణి—నోళ్ళయందు; అభివిజ్వలన్తి—మరియు మండిపోవుచున్నారు.

నదీప్రవాహములు సముద్రమునందు ప్రవేశించు రీతి, ఈ మహాయోధు లందరును నీ నోళ్ళ యందు ప్రవేశించి మండిపోవుచున్నారు.

29

यथा प्रदिप्तं ज्वलनं पतङ्गा
विशन्ति नाशाय समृद्धवेगाः ।
तथैव नाशय विशन्ति लोकास्
तवापि वक्त्राणि समृद्धवेगाः ॥२९॥

యథా ప్రదీప్తం జ్వలనం పతఙ్గా
విశన్తి నాశాయ సమృద్ధవేగాః ।
తథైవ నాశాయ విశన్తి లోకాస్
తవాపి వక్త్రాణి సమృద్ధవేగాః ॥

యథా—ఏ విధముగా; ప్రదీప్తం—మండుచున్న; జ్వలనం—అగ్నిని; పతఙ్గాః—శలభములు; విశన్తి—ప్రవేశించునో; నాశాయ—నాశముకొరకు; సమృద్ధవేగాః—వేగముతో; తథైవ—అట్లే; నాశాయ—వినాశము కొరకు; విశన్తి—ప్రవేశించుచున్నారు; లోకాః—జనులందరు; తవాపి వక్త్రాణి—నీ నోళ్ళయందు; సమృద్ధవేగాః—అత్యంతవేగముతో.

జ్వలించు అగ్ని యందు నాశము కొరకై శలభములు ప్రవేశించురీతి, జనులందరును అత్యంతవేగముగా నీ వక్త్రములందు ప్రవేశించుచున్నట్లు నేను గాంచుచున్నాను.

30

लेलिह्यसे ग्रसमानः समन्तल्
लोकान् समग्रान् वदनैर्ज्वलद्भिः ।
तेजोभिरापूर्य जगत्समग्रं
भासस्तवोग्राः प्रतपन्ति विष्णो ॥३०॥

లేలిహ్యసే గ్రసమానః సమన్తాల్
లోకాన్ సమగ్రాన్ వదనైర్జ్వలద్భిః ।
తేజోభిరాపూర్య జగత్సమగ్రమ్
భాసస్తవోగ్రాః ప్రతపన్తి విష్ణో ॥

లేలిహ్యసే—నాకుచు; గ్రసమానః—మ్రింగుచు; సమన్తాత్—అన్ని వైపులనుండియు; లోకాన్ సమగ్రాన్—జనులందరినీ; వదనైః—వక్త్రములతో; జ్వలద్భిః—మండుచున్న; తేజోభిః—తేజముతో; ఆపూర్య—ఆవరించి; జగత్సమగ్రం—విశ్వమునంతను; భాసః—కాంతులు; తవ—నీ యొక్క; ఉగ్రాః—భయంకరములైన; ప్రతపన్తి—తపింపజేయుచున్నవి; విష్ణో—సర్వవ్యాపకుడవైన ఓ విష్ణూ.

ఓ విష్ణూ! నీవు సమస్తజనులను నీ మండుచున్న నోళ్ళ ద్వారా అన్ని వైపుల నుండియు మ్రింగివేయుచున్నట్లు నేను గాంచుచున్నాను. విశ్వమంతటిని నీ తేజస్సుతో ఆవరించి, భయంకరములును మరియు తాపకారములును అగు కిరణములచే నీవు వ్యక్తమగుచున్నావు.

31

आख्याहि मे को भवानुग्ररूपो
नमोऽस्तु ते देववर प्रसीद ।
विज्ञातुमिच्छामि भवन्तमाद्यं
न हि प्रजानामि तव प्रवृत्तिम् ॥३१॥

ఆఖ్యాహి మే కో భవానుగ్రరూపో
నమోఽస్తు తే దేవవర ప్రసీద ।
విజ్ఞాతుమిచ్ఛామి భవన్తమాద్యమ్
న హి ప్రజానామి తవ ప్రవృత్తిమ్ ॥

ఆఖ్యాహి—దయతో వివరింపుము; మే—నాకు; కః భవాన్—నీవెవరివో; ఉగ్రరూపః—

భయంకర రూపము గలవాడవు; నమోస్తు—వందనములు; తే—నీకు; దేవవర—దేవతలలో ఘనుడా; ప్రసీద—నాయెడ ప్రసన్నుడవు కమ్ము; విజ్ఞాతుం—తెలియుటకు; ఇచ్ఛామి—కోరుచున్నాను; భవన్తం—నిన్ను; ఆద్యం—ఆదియైనవానిని; న హి ప్రజానామి—నేను ఎఱుంగను; తవ—నీ యొక్క; ప్రవృత్తిం—కార్యమును.

ఓ దేవవర! భయంకర రూపముతోనున్న నీవెవరవో నాకు దయతో తెలియ జేయుము. నీకు వందనముల నర్పించెదను; నా యెడ ప్రసన్నుడవగుము. నీవు ఆదిదేవుడవు. నీ కార్యమును ఎరుగలేకున్నందున నిన్ను గూర్చి నేను తెలిసికొనగోరుచున్నాను.

32

श्रीभगवानुवाच

कालोऽस्मि लोकक्षयकृत्प्रवृद्धो
लोकान् समाहर्तुमिह प्रवृत्तः ।
ऋतेऽपि त्वां न भविष्यन्ति सर्वे
येऽवस्थिताः प्रत्यनीकेषु योधाः ॥३२॥

శ్రీభగవానువాచ

కాలోఽస్మి లోకక్షయకృత్ ప్రవృద్ధో
లోకాన్ సమాహర్తుమిహ ప్రవృత్తః ।
ఋతేఽపి త్వాం న భవిష్యన్తి సర్వే
యేఽవస్థితాః ప్రత్యనీకేషు యోధాః ॥

శ్రీభగవానువాచ—దేవదేవుడైన శ్రీకృష్ణుడు పలికెను; కాలః అస్మి—నేను కాలమును; లోకక్షయకృత్—లోకములను నాశనముచేయు; ప్రవృద్ధః—ఘనమైన; లోకాన్—జనులందరిని; సమాహర్తుం—నాశనము చేయుటకు; ఇహ—ఈ ప్రపంచమునందు; ప్రవృత్తః—నిమగ్నుడనైన; ఋతేపి త్వాం—నీవు తప్ప; న భవిష్యన్తి—ఉండరు; సర్వే—అందరు; యే—ఎవరు; అవస్థితాః—ఉన్నారో; ప్రత్యనీకేషు—ఇరుపక్షములందలి; యోధాః—యోధులు.

దేవదేవుడైన శ్రీకృష్ణభగవానుడు పలికెను : నేను ఘనమైన లోకవినాశకర కాలమును. జనులందరినీ నశింపజేయుటకే నేను ఇచ్చటకు అరుదెంచితిని. నీవు(పాండవులు) తప్ప ఇచ్చటనున్న ఇరుపక్ష యోధులందరును చంపబడ నున్నారు.

భాష్యము : శ్రీకృష్ణుడు దేవదేవుడని, తనకు స్నేహితుడని తెలిసినను ఆతని వివిధరూప ప్రదర్శనచే అర్జునుడు విభ్రాంతుడయ్యెను. కనుకనే అతడు ఆ వినాశకర శక్తి యొక్క వాస్తవ ప్రయోజనమును గూర్చి మరల అడిగెను. పరమసత్యము సమస్తమును (చివరికి బ్రాహ్మణులను కూడా) నశింపజేయునని వేదములందు తెలుపబడినది. కఠోపనిషత్తు (1.2.25) నందు ఈ క్రింది విధముగా తెలుపబడినది :

యస్య బ్రహ్మ చ క్షత్రం చ ఉభే భవత ఓదనః ।
మృత్యుర్యస్యోప సేచనం క ఇత్థా వేద యత్ర సః ॥

అనగా అంత్యమున బ్రాహ్మణులు, క్షత్రియులు మరియు ప్రతియొక్కరు దేవదేవునిచే ఆహారము వలె మ్రింగివేయబడుదురు. దేవదేవుని ఈ ప్రస్తుత రూపము సర్వమును హరించునటువంటిది. ఈ విధముగా శ్రీకృష్ణుడు తనను సర్వమును హరించు కాలముగా ప్రదర్శించుచున్నాడు. పాండవులు తప్ప అచ్చట యుద్ధ రంగము నందు నిలిచిన సర్వులను ఆతనిచే మ్రింగివేయబడనున్నారు.

అర్జునుడు యుద్ధము పట్ల సుముఖుడుగా లేకుండెను. యుద్ధము చేయకుండుటే ఉత్తమమనియు, తద్ద్వారా ఎట్టి నిరాశ లేదా వినాశము సంభవింపదనియు అతడు భావించెను. దానికి సమాధానముగా భగవానుడు అతడు యుద్ధము చేయకున్నను ప్రతియొక్కరు నశించియే తీరుదురని పలికెను. తన సంకల్పమే దానికి కారణమై యున్నది. అనగా అర్జునుడు యుద్ధమును ఆపివేసినచో వారు వేరు విధముగా మరణింపగలరు. అర్జునుడు యుద్ధము చేయకున్నను వారి మరణము ఏ విధముగను నిరోధింపబడబోదు. నిజమునకు వారు ఇదివరకే మరణించియున్నారు. కాలము వినాశరూపము. భగవానుని సంకల్పముచే అట్టి కాలమున సమస్తసృష్టి నశించిపోగలదు. అదియే ప్రకృతి నియమము.

33

तस्मात्त्वमुत्तिष्ठ यशो लभस्व
जित्वा शत्रून् भुङ्क्ष्व राज्यं समृद्धम्।
मयैवैते निहताः पूर्वमेव
निमित्तमात्रं भव सव्यसाचिन् ॥३३॥

తస్మాత్త్వముత్తిష్ఠ యశో లభస్వ
జిత్వా శత్రూన్ భుంక్ష్వ రాజ్యం సమృద్ధమ్ ।
మయైవైతే నిహతాః పూర్వమేవ
నిమిత్తమాత్రం భవ సవ్యసాచిన్ ॥

తస్మాత్—అందుచే; త్వం—నీవు; ఉత్తిష్ఠ—లెమ్ము; యశః—కీర్తిని; లభస్వ—గడింపుము; జిత్వా—జయించి; శత్రూన్—శత్రువులను; భుంక్ష్వ—అనుభవింపుము; రాజ్యం—రాజ్యమును; సమృద్ధం—సమృద్ధమైన; మయైవ—నా చేతనే; ఏతే—వీరందరు; నిహతాః—చంపబడిరి; పూర్వమేవ—ఏర్పాటు చేత; నిమిత్తమాత్రమ్—నిమిత్తమాత్రుడవు; భవ—అగుము; సవ్యసాచిన్—ఓ అర్జునుడా.

అందుచే లెమ్ము. యుద్ధసన్నద్ధుడవై కీర్తిని గడింపుము. శత్రువులను జయించి సమృద్ధమైన రాజ్యము ననుభవింపుము. ఓ సవ్యసాచీ! నా ఏర్పాటుచే వారందరును ఇదివరకే మరణించియున్నందున ఈ యుద్ధమున నీవు కేవలము నిమిత్తమాత్రుడవగుము.

భాష్యము : "సవ్యసాచి" యను పదము యుద్ధరంగమున అతినిపుణతతో బాణప్రయోగము చేయగలవానిని సూచించును. ఆ విధముగా అర్జునుడు శత్రుసంహారము కొరకు బాణప్రయోగమును చేయగల సమర్థుడైన యోధుడని సంబోధింపబడినాడు. ఈ శ్లోకమున "నిమిత్తమాత్రమ్" అను పదము మిక్కిలి ప్రధానమైనది. జగత్తంతయు శ్రీకృష్ణభగవానుని సంకల్పము, ప్రణాళికలచే నడుచుచుండ తగినంత జ్ఞానములేని మూఢులు ప్రకృతి ఎట్టి ప్రణాళిక లేకనే నడుచుచున్నదనియు మరియు సృష్టులన్నియును యాదృచ్ఛికముగా సంభవించినవనియు భావింతురు. "బహుశః ఇది ఇట్లుండవచ్చును" లేదా "బహుశః దానిని పోలవచ్చును" అని పలుకు నామమాత్ర శాస్త్రిజ్ఞులు పలువురు కలరు. కాని ఈ విషయమున "బహుశః" లేదా "ఇది కావచ్చును" అను ప్రశ్నకు తావే లేదు. అనగా ఈ భౌతికజగత్తు సృష్టి వెనుక ప్రత్యేకమైన ప్రణాళిక ఒకటి కలదు. ఆ ప్రణాళిక యేమిటి? ఈ భౌతికసృష్టి బద్ధజీవులు భగవద్ధామమును తిరిగి చేరుటకు ఒక అవకాశమై యున్నది. భౌతికప్రకృతిపై ఆధిపత్యము చెలాయించు భావమున్నంతవరకు జీవులు బద్ధులై యుందురు. కాని ఎవరైనను శ్రీకృష్ణ భగవానుని సంకల్పము నెరిగి కృష్ణభక్తిని అలవరచుకొనినచో అత్యంత బుద్ధి కుశలురు కాగలరు. విశ్వము యొక్క సృష్టి,లయములు ఆ భగవానుని

పరమనిర్దేశమునందు జరుగుచుండును గనుక కురుక్షేత్రమందలి యుద్ధము కూడా ఆతని సంకల్పము పైననే ఏర్పాటు చేయబడినది. కనుకనే అర్జునుడు యుద్ధము చేయ నిరాకరించినపుడు దేవదేవుని కోరిక ననుసరించి యుద్ధము చేయుమని బోధింపబడినాడు. అప్పుడే అతడు ఆనందభాగుడు కాగలడు. అనగా కృష్ణభక్తిరస భావనలో సంపూర్ణముగా నిమగ్నుడై జీవితమును ఆ భగవానుని దివ్యసేవకే అంకితము చేసినవాడు పరిపూర్ణుడు కాగలడు.

34

द्रोणं च भीष्मं च जयद्रथं च
कर्णं तथान्यानपि योधवीरान् ।
मया हतांस्त्वं जहि मा व्यथिष्ठा
युध्यस्व जेतासि रणे सपत्नान् ॥३४॥

ద్రోణం చ భీష్మం చ జయద్రథం చ
కర్ణం తథాన్యానపి యోధవీరాన్ ।
మయా హతాంస్త్వం జహి మా వ్యథిష్ఠా
యుధ్యస్వ జేతాసి రణే సపత్నాన్ ॥

ద్రోణం చ—ద్రోణుడును; భీష్మం చ—భీష్ముడును; జయద్రథం చ—జయద్రథుడును; కర్ణం—కర్ణుడును; తథా—అట్లే; అన్యానపి—ఇతరులు కూడా; యోధవీరాన్—మహా యోధులు; మయా—నాచే; హతాన్—ఇదివరకే చంపబడిరి; త్వం—నీవు; జహి—నశింపజేయుము; మావ్యథిష్ఠాః—వ్యథచెందకుము; యుధ్యస్వ—కేవలము యుద్ధము చేయుము; జేతాసి—జయింతువు; రణే—యుద్ధమునందు; సపత్నాన్—శత్రువులను.

ద్రోణుడు, భీష్ముడు, జయద్రథుడు, కర్ణుడు, ఇతర మహా యోధులందరును నాచే ఇదివరకే చంపబడిరి. కావున నీవు వారిని సంహరింపుము. ఏ మాత్రము వ్యథనొందక కేవలము యుద్ధము నొనరింపుము. నీవు తప్పక నీ శత్రువులను రణమున నశింపజేయగలవు.

భాష్యము : ప్రతిప్రణాళికయు దేవదేవుని చేతనే నిర్వహింపబడుచుండును. కాని భక్తుల యెడ పరమ కరుణామయుడైన ఆతడు తన కోరిక ననుసరించి స్వీయ ప్రణాళికలను అమలుపరచు భక్తులకు కార్యసాఫల్య ప్రతిష్ఠను ఒసగగోరును. కనుక గురుముఖముగా కృష్ణభక్తిరస భావన యందు వర్తించుచు ఆ దేవదేవుని అవగతము

చేసికొనునట్లుగా ప్రతియొక్కరు జీవితమును మలచుకొనవలెను. శ్రీకృష్ణ భగవానుని సంకల్పము ఆతని కరుణ తోడనే తెలియుటకు సాధ్యమగును. భక్తుల సంకల్పములు సైతము ఆ దేవదేవుని సంకల్పములతో సమానముగా ఉత్తమములై యుండును. కనుక మనుజుడు వాటిని అనుసరించి జీవనసమరమున జయమును పొందవలెను.

35

सञ्जय उवाच

एतच्छ्रुत्वा वचनं केशवस्य
कृताञ्जलिर्वेपमानः किरीटी।
नमस्कृत्वा भूय एवाह कृष्णं
सगद्गदं भीतभीतः प्रणम्य ॥३५॥

సంజయ ఉవాచ

ఏతచ్ఛ్రుత్వా వచనం కేశవస్య
కృతాంజలిర్వేపమానః కిరీటీ ।
నమస్కృత్వా భూయ ఏవాహ కృష్ణం
సగద్గదం భీతభీతః ప్రణమ్య ॥

సంజయః ఉవాచ—సంజయుడు పలికెను; ఏతత్—ఆ విధముగా; శ్రుత్వా—విని; వచనం—వాక్కును; కేశవస్య—కృష్ణుని; కృతాంజలిః—దోసిలియొగ్గినవాడై; వేపమానః—కంపించుచు; కిరీటి—అర్జునుడు; నమస్కృత్వా—నమస్కరించి; భూయఃఏవ—తిరిగి; అహ—పలికెను; కృష్ణం—కృష్ణునితో; సగద్గదం—డగ్గుత్తికతో; భీతభీతః—మిక్కిలి భయమును గూడి; ప్రణమ్య—నమస్కరించుచు.

ధృతరాష్ట్రునితో సంజయుడు పలికెను : ఓ రాజా! దేవదేవుని ఈ పలుకులను వినిన పిమ్మట కంపించుచున్న అర్జునుడు ముకుళిత హస్తుడై మరల మరల వందనముల నొసగెను. భీతిని కూడినవాడై అతడు డగ్గుత్తికతో శ్రీకృష్ణునితో ఇట్లు పలికెను.

భాష్యము : పూర్వమే తెలుపబడినట్లు శ్రీకృష్ణభగవానుని విశ్వరూపముచే సృష్టింపబడిన పరిస్థితి కారణముగా అర్జునుడు సంభ్రమమునకు గురియయ్యెను. తత్కారణముగా అతడు కృష్ణునకు గౌరవపూర్వక వందనములను మరల మరల

అర్చించుట మొదలిడెను. అతడు స్నేహితునివలె గాక, అద్భుతరసభావితుడైన భక్తునిగా గద్గదస్వరముతో ప్రార్థింపదొడగెను.

36

अर्जुन उवाच

स्थाने हृषीकेश तव प्रकीर्त्या
जगत् प्रहृष्यत्यनुरज्यते च।
रक्षांसि भीतानि दिशो द्रवन्ति
सर्वे नमस्यन्ति च सिद्धसङ्घाः ॥३६॥

అర్జున ఉవాచ

స్థానే హృషీకేశ తవ ప్రకీర్త్యా
జగత్ప్రహృష్యత్యనురజ్యతే చ ।
రక్షాంసి భీతాని దిశో ద్రవన్తి
సర్వే నమస్యన్తి చ సిద్ధసఙ్ఘాః ॥

అర్జునః ఉవాచ—అర్జునుడు పలికెను; స్థానే—తగినట్లుగా; హృషీకేశ—ఇంద్రియములకు అధిపతి; తవ—నీ యొక్క; ప్రకీర్త్యా—వైభవముచే; జగత్—ప్రపంచమంతయును; ప్రహృష్యతి—సంతోషించుచున్నది; అనురజ్యతే చ—అనురక్తమగుచున్నది; రక్షాంసి—రాక్షసులు; భీతాని—భయపడినవారై; దిశః—అన్నిదిక్కులకు; ద్రవన్తి—పలాయనమగుచున్నారు; సర్వే—అందరు; నమస్యన్తి చ—నమస్కరించుచున్నారు; సిద్ధసఙ్ఘాః—సిద్ధసమూహములు.

అర్జునుడు పలికెను : ఓ హృషీకేశా! నీ నామమును వినినంతనే లోకమంతయు సంతోషించి, ప్రతియొక్కరు నీ యెడ అనురక్తులగుచున్నారు. సిద్ధసమూహములు నీకు గౌరవపూర్వకముగా అంజలి ఘటించుచున్నను రాక్షసులు భీతిచెందినవారై పలుదిక్కుల పలాయనమగుచున్నారు. ఇది యంతయు యుక్తముగనే ఉన్నది.

భాష్యము : కురుక్షేత్ర సంగ్రామ ఫలితమును కృష్ణుని ద్వారా వినినంత అర్జునుడు ఉత్తేజితుడయ్యెను. కనుకనే పరమభక్తునిగా, స్నేహితునిగా అతడు శ్రీకృష్ణుడు చేసినది సర్వము యుక్తముగా నున్నదని పలుకుచున్నాడు. శ్రీకృష్ణుడే భక్తులకు పోషకుడు మరియు పూజా ధ్యేయమనియు, అతడే సర్వానర్థములను నశింపజేయువాడనియు అర్జునుడు నిర్ధారించుచున్నాడు. ఆ

భగవానుని కార్యములు సర్వులకు సమముగా హితమునే గూర్చును. కురుక్షేత్రరణము జరుగు సమయమున అచ్చట శ్రీకృష్ణుడు నిలిచియున్న కారణముగా అంతరిక్షము నుండి దేవతలు, సిద్ధులు, ఊర్ధ్వలోకవాసులు దానిని వీక్షించుచున్నారని అర్జునుడు ఎరుగగలిగెను. అర్జునుడు శ్రీకృష్ణభగవానుని విశ్వరూపమును దర్శించినపుడు దేవతలు ఆ రూపమును గాంచి ముదము నొందగా, దానవులు మరియు నాస్తికులైనవారు ఆ భగవానుని కీర్తనమును సహింపలేకపోయిరి. భగవానుని వినాశకర రూపము యెడల గల తమ సహజభీతితో వారు అచ్చట నుండి పలాయనమైరి. తన భక్తుల యెడ మరియు నాస్తికుల యెడ శ్రీకృష్ణభగవానుడు వ్యవహరించు విధానమును అర్జునుడు కీర్తించు చున్నాడు. శ్రీకృష్ణుడేది చేసినను అది సర్వులకు హితమునే గూర్చునని యెరిగియున్నందున భక్తుడైనవాడు అన్నివేళలా ఆ భగవానుని కీర్తించును.

37

कस्माच्च ते न नमेरन्महात्मन्
गरीयसे ब्रह्मणोऽप्यादिकर्त्रे ।
अनन्त देवेश जगन्निवास
त्वमक्षरं सदसत्तत्परं यत् ॥३७॥

కస్మాచ్చ తే న నమేరన్మహాత్మన్
గరీయసే బ్రహ్మణోऽప్యాదికర్త్రే ।
అనన్త దేవేశ జగన్నివాస
త్వమక్షరం సదసత్తత్పరం యత్॥

కస్మాత్—ఎందువలన; చ—కూడా; తే—నీకు; న నమేరన్—నమస్కరింపరు; మహాత్మన్—ఓ మహాత్మా; గరీయసే—గొప్పవాడవయిన; బ్రహ్మణః—బ్రహ్మకన్నను; అపి—అయినను; ఆదికర్త్రే—దివ్యసృష్టికర్తవు; అనన్త—అంతము లేనివాడా; దేవేశ—దేవదేవా; జగన్నివాస—జగత్తుకు ఆధారభూతుడా; త్వం—నీవు; అక్షరం—నాశములేనివాడవు; సత్ అసత్—కార్యకారణములకు; తత్పరం—అతీతుడవు; యత్—కారణమున.

ఓ మహాత్మా! బ్రహ్మదేవుని కంటెను ఘనమైనవాడా! నీవే ఆది సృష్టికర్తవు. అట్టి నీకు వారెందులకు నమస్సులు అర్పింపరు? ఓ అనంతా! దేవదేవా! జగన్నివాసా! నీవు అక్షయమగు మూలమువు, సర్వకారణకారణుడవు, ఈ భౌతికసృష్టికి అతీతుడవు.

భాష్యము : శ్రీకృష్ణుడు సర్వులచే ఆరాధనీయుడని ఈ ప్రణామములను అర్పించుట ద్వారా అర్జునుడు సూచించుచున్నాడు. ఆతడే సర్వవ్యాపి మరియు సర్వాత్మలకు ఆత్మయై యున్నాడు. అర్జునుడు శ్రీకృష్ణుని "మహాత్మా" అని సంబోధించినాడు. అనగా ఆ భగవానుడు మహోదాత్తుడు మరియు అప్రమేయుడని భావము. అలాగుననే ఆతని శక్తి మరియు ప్రభావముచే ఆవరింపబడనిది ఏదియును జగత్తు నందు లేదని "అనంత" అను పదము సూచించుచున్నది. దేవతల నందరిని నియమించుచు ఆతడు వారికన్నను అధికుడై యున్నాడనుటయే "దేవేశ" అను పదమునకు భావము. సమస్త విశ్వమునకు ఆధారమతడే. ఆతని కన్నను అధికులెవ్వరును లేనందున సిద్ధులు మరియు శక్తిమంతులైన దేవతలందరు శ్రీకృష్ణభగవానునికి నమస్సులు గూర్చుట యుక్తముగా నున్నదని అర్జునుడు భావించెను. శ్రీకృష్ణుడు బ్రహ్మదేవుని సృష్టించినందున, ఆతడు బ్రహ్మ కన్నను ఘనుడని అర్జునుడు ప్రత్యేకముగా పేర్కొనినాడు. శ్రీకృష్ణుని ప్రధాన విస్తృతియైన గర్భోదకశాయి విష్ణువు నాభికమలమున బ్రహ్మదేవుని జన్మము కలిగెను. కనుక బ్రహ్మ, బ్రహ్మ నుండి ఉద్భవించిన శివుడు, ఇతర సర్వదేవతలు శ్రీకృష్ణభగవానునకు గౌరవపూర్వక వందనములను అర్పించవలసియున్నది. ఆ రీతిగనే బ్రహ్మరుద్రాది దేవతలు శ్రీకృష్ణభగవానునకు నమస్సులు గూర్తురని శ్రీమద్భాగవతమున తెలుప బడినది. ఈ భౌతికసృష్టి నశ్వరమైనను శ్రీకృష్ణభగవానుడు దానికి అతీతుడై యున్నందున "అక్షరం" అను పదము మిగుల ప్రాధాన్యమును సంతరించు కొన్నది. ఆతడు సర్వకారణకారణుడు. తత్కారణమున ఆతడు భౌతికప్రకృతి యందలి బద్ధజీవులందరి కన్నను, స్వయము భౌతికసృష్టి కన్నను అత్యంత ఉన్నతుడై యున్నాడు. కనుకనే శ్రీకృష్ణభగవానుడు పరమపురుషుడై యున్నాడు.

38

त्वमादिदेवः पुरुषः पुराणस्
त्वमस्य विश्वस्य परं निधानम् ।
वेत्तासि वेद्यं च परं च धाम
त्वया ततं विश्वमनन्तरूप ॥३८ ॥

త్వమాదిదేవః పురుషః పురాణ
స్త్వమస్య విశ్వస్య పరం నిధానమ్ ।
వేత్తాసి వేద్యం చ పరం చ ధామ
త్వయా తతం విశ్వమనన్తరూప ॥

త్వం—నీవు; ఆదిదేవః—ఆదిదేవుడవు; పురుషః పురాణః—సనాతన పురుషుడవు; త్వం—నీవు; అస్య—ఈ; విశ్వస్య—ప్రపంచమునకు; పరం—ఉత్కృష్టమైన; నిధానం—ఆశ్రయము; వేత్తాసి—తెలిసినవాడవు; వేద్యం చ—తెలియదగినవాడవు; పరం చ—ఉత్కృష్టమైన; ధామ—శరణ్యము; త్వయా—నీచే; తతం—వ్యాప్తమైనది; విశ్వం—విశ్వము; అనన్తరూప—ఓ అనంతరూపా.

నీవు ఆదిదేవుడవు, సనాతన పురుషుడవు, విశ్వమునకు ఉత్కృష్టమైన ఆశ్రయమువు. నీవే సర్వమును ఎఱిగినవాడవు, తెలియదగిన సర్వము నీవే. ప్రకృతి గుణములకు అతీతుడవైన నీవే దివ్యశరణ్యుడవు. ఓ అనంతరూపా! ఈ సమస్త విశ్వము నీచే ఆవరింపబడియున్నది.

భాష్యము : సమస్తము శ్రీకృష్ణభగవానునిపై ఆధారపడియుండుటచే ఆతడు పరమాధారమై యున్నాడు. "నిధానం" అనగా సమస్తము (చివరకు బ్రహ్మతేజస్సు సైతము) ఆ దేవదేవుడైన కృష్ణుని పైననే ఆధారపడియున్నదని భావము. ఈ జగమందు జరుగుచున్నదంతయు ఆతడు సంపూర్ణముగా నెరుగును. ఇక జ్ఞానమునకు అవధియన్నది ఉన్నచో ఆతడే సర్వజ్ఞానమునకు పరమావధి. కనుకనే తెలిసినవాడు మరియు తెలియదగినవాడు ఆతడే. సర్వవ్యాపియైనందున జ్ఞాన ధ్యేయమతడే. ఆధ్యాత్మికజగత్తులో ఆతడే కారణము కనుక దివ్యుడైనవాడు ఆతడే. ఆలాగుననే ఆధ్యాత్మికజగమునందు ప్రధానపురుషుడు ఆ శ్రీకృష్ణ భగవానుడే.

39

**वायुर्यमोऽग्निर्वरुणः शशाङ्कः
प्रजापतिस्त्वं प्रपितामहश्च ।
नमो नमस्तेऽस्तु सहस्रकृत्वः
पुनश्च भूयोऽपि नमो नमस्ते ॥३९ ॥**

వాయుర్యమోऽగ్నిర్వరుణః శశాఙ్కః
ప్రజాపతిస్త్వం ప్రపితామహశ్చ ।

నమో నమస్తేऽస్తు సహస్రకృత్వః
పునశ్చ భూయోऽపి నమో నమస్తే ॥

వాయుః—వాయువు; యమః—నియమించువాడు; అగ్నిః—అగ్ని; వరుణః—జలము; శశాఙ్కః—చంద్రుడు; ప్రజాపతిః—బ్రహ్మయు; త్వం—నీవే; ప్రపితామహః చ—ప్రపితామహుడివి కూడా; నమః నమః—పునర్నమస్కారములు; తే—నీకు; అస్తు—అగుగాక; సహస్రకృత్వః—వేయిమార్లు; పునః చ—మరల; భూయః—మరల; అపి—కూడా; నమః—నమస్కారములు; నమస్తే—నీకు నమస్కరించుచున్నాను.

వాయువును మరియు పరమ నియామకుడును నీవే! అగ్ని, జలము, చంద్రుడవు నీవే! ఆదిజీవియైన బ్రహ్మదేవుడవు మరియు ప్రపితామహుడవు నీవే. కనుకనే నీకు వేయినమస్కారములు జేయుచు, మరల మరల వందనముల నర్పించుచున్నాను.

భాష్యము : సర్వవ్యాపకమైనందున వాయువు దేవతలకు ముఖ్య ప్రాతినిధ్యము కనుక భగవానుడిచ్చట వాయువుగా సంబోధింపబడినాడు. విశ్వమునందలి ఆది జీవియైన బ్రహ్మదేవునకు కూడ తండ్రియైనందున శ్రీకృష్ణుని అర్జునుడు ప్రపితామహునిగా సైతము సంబోధించుచున్నాడు.

40

नमः पुरस्तादथ पृष्ठतस्ते
नमोऽस्तु ते सर्वत एव सर्व ।
अनन्तवीर्यामितविक्रमस्त्वं
सर्वं समाप्नोषि ततोऽसि सर्वः ॥४०॥

నమః పురస్తాదథ పృష్ఠతస్తే
నమోऽస్తు తే సర్వత ఏవ సర్వ ।
అనన్తవీర్యామితవిక్రమస్త్వం
సర్వం సమాప్నోషి తతోऽసి సర్వః ॥

నమః—నమస్కారములు; పురస్తాత్—ముందు నుండి; అథ—అట్లే; పృష్ఠతః—వెనుక నుండి; తే—నీకు; నమోస్తు—నమస్కారములు అర్పించుచున్నాను; తే—నీకు; సర్వతః ఏవ—అన్ని వైపుల నుండి; సర్వ—సమస్తము నీవే గనుక; అనన్తవీర్య—అపరిమితశక్తి గలవాడా; అమితవిక్రమః—అమితవిక్రమ సంపన్నుడవు; త్వం—నీవు; సర్వం—సమస్తమును; సమాప్నోషి—ఆచ్ఛాదించుచున్నావు; తతః అసి—అందువలన నీవు; సర్వః—సర్వమువు.

నీకు ముందు నుండి, వెనుక నుండి, సర్వదిక్కుల నుండి నమస్కారముల నర్పించుచున్నాను. ఓ అనంతవీర్యా! నీవు అమిత విక్రమసంపన్నుడవు మరియు సర్వవ్యాపివి. కనుకనే సర్వమును నీవే అయి యున్నావు.

భాష్యము : అర్జునుడు తన స్నేహితుడైన శ్రీకృష్ణుని యెడ ప్రేమపారవశ్యముచే అన్ని వైపుల నుండి నమస్సుల నర్పించుచున్నాడు. శ్రీకృష్ణుడు సకల పరాక్రమములకు, శక్తులకు ప్రభువనియు, యుద్ధరంగమునందు కూడియున్న మహాయోధులందరి కన్నను అత్యంత ఘనుడనియు అర్జునుడు అంగీకరించుచున్నాడు. ఈ విషయమునకు సంబంధించినదే విష్ణుపురాణమున(1.9.69) ఇట్లు చెప్పబడినది :

యో ऽయం తవాగతో దేవ సమీపం దేవతాగణః ।
స త్వమేవ జగత్స్రష్టా యతః సర్వగతో భవాన్ ॥

"ఓ దేవదేవా! నిన్ను సమీపించు ఎవ్వరైనను (దేవతలైనను సరియే) నీ చేత సృష్టింపబడినవారే."

41-42

सखेति मत्वा प्रसभं यदुक्तं
हे कृष्ण हे यादव हे सखेति।
अजानता महिमानं तवेदं
मया प्रमादात् प्रणयेन वापि ।।४१ ।।
यच्चावहासार्थमसत्कृतोऽसि
विहारशय्यासनभोजनेषु ।
एकोऽथवाप्यच्युत तत्समक्षं
तत्क्षामये त्वामहमप्रमेयम् ।।४२ ।।

సఖేతి మత్వా ప్రసభం యదుక్తమ్
హే కృష్ణ హే యాదవ హే సఖేతి ।
అజానతా మహిమానం తవేదం
మయా ప్రమాదాత్ ప్రణయేన వాపి ॥
యచ్చావహాసార్థమసత్కృతో ऽసి
విహారశయ్యాసనభోజనేషు ।

ఏకోऽథవాప్యచ్యుత తత్సమక్షం
తత్ క్షామయే త్వామహమప్రమేయమ్ ॥

సఖా ఇతి—మిత్రుడని; మత్వా—తలచుచు; ప్రసభం—అహంకారముచే; యత్—ఏది; ఉక్తం—చెప్పబడినదో; హే కృష్ణ—ఓ కృష్ణా; హే యాదవ—ఓ యాదవా; హే సఖేతి—ఓ మిత్రమా; అజానతా—తెలియలేక; మహిమానం—మహిమమును; తవ—నీయొక్క; ఇదం—ఈ; మయా—నాచేత; ప్రమాదాత్—మూర్ఖత్వము వలన; ప్రణయేన వాపి—ప్రేమచేతగాని; యత్ చ—ఏది; అపహాసార్థం—వేళాకోళము కొరకు; అసత్కృతః అసి—అగౌరవింప బడితివో; విహార—విహారములందును; శయ్యా—పడకయందును; ఆసన—కూర్చుండుట యందు; భోజనేషు—లేదా కలిసి భోజనము చేయు సమయములందు; ఏకః—ఒంటరిగా; అథవా—లేక; అపి—కూడా; అచ్యుత—చ్యుతిలేనివాడా; తత్సమక్షం—మిత్రుల సమక్షమున; తత్—అది యంతయు; క్షామయే—క్షమింపగోరుచున్నాను; త్వాం—నిన్ను; అహం—నేను; అప్రమేయం—హద్దులేనట్టి.

నీ మహిమమును తెలియక నిన్ను మిత్రునిగా భావించి "ఓ కృష్ణా", "ఓ యాదవా", "ఓ మిత్రమా" అని తొందరపాటుగా సంబోధించితిని. ప్రేమతోగాని లేదా మూర్ఖత్వముతోగాని నేనొనరించిన దానినంతటిని కరుణతో క్షమింపుము. మనము విశ్రాంతి గొనునప్పుడు, ఒకే శయ్యపై శయనించినప్పుడు, కూర్చుండినప్పుడు, కలిసి భుజించినప్పుడు ఒంటరిగా కొన్నివార్లు మరియు పలుమిత్రుల సమక్షమున మరికొన్నివార్లు నిన్ను నేను వేళాకోళముగా అగౌరవపరచితిని. ఓ అచ్యుతా! ఆ అపరాధములన్నింటికిని నన్ను క్షమింపుము.

భాష్యము : శ్రీకృష్ణుడు విశ్వరూపముతో తన యెదుట వ్యక్తమైనప్పటికిని ఆతనితో గల స్నేహసంబంధమును అర్జునుడు స్మృతి యందుంచుకొనెను. తత్కారణముగా అతడు క్షమార్పణ వేడుచు, స్నేహభావము వలన ఉత్పన్నమైనట్టి పలు సామాన్య వ్యవహారములకు తనను మన్నింపుమని శ్రీకృష్ణుని అర్థించుచున్నాడు. ప్రియమిత్రునిగా భావించి శ్రీకృష్ణుడు తనకు తెలియ పరచినను, శ్రీకృష్ణుడు ఆ విధమైన విశ్వరూపధారణము చేయగలడని తాను పూర్వము ఎరుగనట్లుగా అర్జునుడు అంగీకరించుచున్నాడు. ఆ భగవానుని విభూతులను గుర్తెరుగక "ఓ మిత్రమా", "ఓ కృష్ణా", "ఓ యాదవా" అనెడి సంబోధనములచే తానెన్నిమార్లు ఆతనిని అగౌరవపరచెనో అర్జునుడు ఎరుగడు. అయినను కరుణాంతరంగుడైన శ్రీకృష్ణుడు అట్టి దివ్యవిభూతి సంపన్నుడైనను

అర్జునునితో మిత్రుని రూపమున వ్యవహరించెను. భక్తుడు, భగవానుని నడుమగల దివ్యప్రేమయుత సంబంధమదియే. శ్రీకృష్ణుడు మరియు జీవుల నడుమగల సంబంధము నిత్యమైనది, మరుపునకు రానిదని అర్జునుని ప్రవృత్తి ద్వారా మనము గాంచవచ్చును. విశ్వరూప వైభవమును గాంచినప్పటికిని అర్జునుడు తనకు శ్రీకృష్ణునితో గల సన్నిహిత స్నేహసంబంధమును మరువజాలడు.

43

पितासि लोकस्य चराचरस्य
त्वमस्य पूज्यश्च गुरुर्गरीयान्।
न त्वत्समोऽस्त्यभ्यधिकः कुतोऽन्यो
लोकत्रयेऽप्यप्रतिमप्रभाव ॥४३॥

పితాసి లోకస్య చరాచరస్య
త్వమస్య పూజ్యశ్చ గురుర్గరీయాన్ ।
న త్వత్సమోऽస్త్యభ్యధికః కుతోऽన్యో
లోకత్రయేऽప్యప్రతిమప్రభావ ॥

పితాసి—నీవు తండ్రివి; లోకస్య—సర్వప్రపంచమునకును; చరాచరస్య—స్థావరజంగమమైన; త్వం—నీవు; అస్య—దీనికి; పూజ్యః చ—పూజనీయుడవగు; గురుః—గురుడవు; గరీయాన్—మహనీయుడైన; త్వత్సమః—నీతో సమానుడు; న అస్తి—ఉండడు; అభ్యధికః—ఆ నీకంటే అధికతరుడు; కుతః—ఎట్లు సాధ్యము; అన్యః—వేరొకడు; లోకత్రయేపి—మూడులోకము లందు కూడా; అప్రతిమప్రభావ—అగణిత శక్తిసంపన్నుడా.

స్థావర,జంగమ పూర్ణమైన ఈ సమస్త విశ్వమునకు నీవే తండ్రివి. దానికి ముఖ్యపూజనీయుడగు పరమ ఆధ్యాత్మికగురుడవు నీవే. నీతో సమానమైన వాడు గాని, ఏకమైనవాడుగాని మరొకడుండడు. ఓ అపరిమితశక్తి సంపన్నుడా! అట్టి యెడ నీ కన్నను అధికుడు ముల్లోకములలో ఎవడుండును?

భాష్యము : తనయునికి తండ్రి పూజనీయుడైనట్లు పూర్ణపురుషోత్తముడగు శ్రీకృష్ణుడు పూజనీయుడై యున్నాడు. ఆది యందు వేదోపదేశములను బ్రహ్మదేవునకు మరియు ప్రస్తుతము గీతాజ్ఞానమును అర్జునునకు ఒసగి యున్నందున ఆతడే ఆధ్యాత్మికగురువు. కనుకనే ఆతడు ఆది ఆధ్యాత్మికగురువుగా తెలియబడినాడు. ప్రామాణికుడైన ఆధ్యాత్మికగురువుగా తెలియబడు ఎవ్వరైనను శ్రీకృష్ణుని నుండి వచ్చు గురు,శిష్య పరంపరలోనివాడై యుండవలెను. ఆ

విధముగా కృష్ణునికి ప్రాతినిధ్యము వహింపనివాడు ఆధ్యాత్మిక విషయములకు బోధకుడు లేదా ఆధ్యాత్మికగురువు కాజాలడు.

ఇచ్చట శ్రీకృష్ణభగవానుడు అన్ని విధములుగా స్తుతి చేయబడుచున్నాడు. ఆతడు అప్రమేయుడు. భౌతిక, ఆధ్యాత్మిక జగత్తులలో ఆతనితో సముడుగాని, అధికుడుగాని లేనందున దేవదేవుడైన ఆ కృష్ణుని కన్నను ఘనుడైనవాడు వేరొకడు ఉండడు. సర్వులు ఆతని కన్నను తక్కువవారే. ఎవ్వరును ఆతనిని అతిశయింపలేరు. ఈ విషయమే శ్వేతాశ్వతరోపనిషత్తు(6.8) నందు ఇట్లు తెలుపబడినది.

న తస్య కార్యం కరణం చ విద్యతే ।
న తత్సమ శ్చాభ్యధికశ్చ దృశ్యతే ॥

సాధారణ మనుజుని వలెనే దేవదేవుడైన శ్రీకృష్ణుడు సైతము ఇంద్రియములను మరియు దేహమును కలిగియున్నను, ఆ భగవానుని విషయమున ఆతని ఇంద్రియములు, దేహము, మనస్సు, ఆత్మ నడుమ ఎట్టి భేదము లేదు. కాని ఆతనిని పూర్ణముగా నెరుగని మూఢులే ఆతని ఇంద్రియములు, మనస్సు, దేహాదులు ఆతని కన్నను అన్యమని పలుకుదురు. కాని వాస్తవమునకు శ్రీకృష్ణుడు దివ్య పరతత్త్వము. కనుకనే ఆతని కర్మలు, శక్తులు దివ్యములై యున్నవి. మనకున్నటువంటి ఇంద్రియములు లేకున్నను, ఇంద్రియకార్యము లన్నింటిని ఆతడు చేయగలిగినందునే ఆతని ఇంద్రియములు పరిమితములు లేక అసమగ్రములు కావని తెలుపబడినది. ఆతని కన్నను ఘనుడైనవాడు లేడు. ఆలాగుననే ఆతనికి సముడును లేడు. సర్వులును ఆ శ్రీకృష్ణభగవానుని కన్నను తక్కువైనవారే.

దేవదేవుని జ్ఞానము, శక్తి, కర్మలు అన్నియును దివ్యములు. ఈ విషయమే భగవద్గీత యందు ఇట్లు తెలుపబడినది(4.9) :

జన్మ కర్మ చ మే దివ్యం ఏవం యో వేత్తి తత్త్వతః ।
త్యక్త్వా దేహం పునర్జన్మ నైతి మా మేతి సో ऽర్జున ॥

శ్రీకృష్ణుని దివ్యమైన జన్మను, కర్మలను, పూర్ణత్వమును సంపూర్ణముగా నెరిగినవాడు దేహమును విడిచిన పిమ్మట ఆ కృష్ణునే చేరి ఈ దుఃఖపూర్ణ జగమునకు తిరిగిరాకుండును. కనుక శ్రీకృష్ణుని కర్మలు ఇతరుల కర్మల కన్నను భిన్నమైనవని ప్రతియొక్కరు ఎరుగవలెను. అందులకు శ్రీకృష్ణుడు తెలిపిన

నియమములను పాటించుట అత్యుత్తమ పద్ధతి. అది ఎల్లరను పూర్ణులను చేయగలదు. ఆ భగవానునకు ఎవ్వరును యజమానులు కారనియు, ప్రతి యొక్కరు ఆతని భృత్యులనియు తెలుపబడినది. "కృష్ణుడొక్కడే భగవానుడు. ఇతరులందరును ఆతని సేవకులు" అని చైతన్యచరితామృతము (ఆదిలీల 5.142) ఈ విషయమునే నిర్ధారించుచున్నది (ఏకలే ఈశ్వర కృష్ణ, ఆర సబ భృత్య). అనగా ప్రతియొక్కరు ఆతని ఆజ్ఞానుసారమే వర్తింపవలసియున్నది. ఎవ్వరును ఆతని ఆజ్ఞను త్రోసిపుచ్చజాలరు. ఆ రీతిగా ప్రతియొక్కరు ఆతని పర్యవేక్షణలో ఆతని నిర్దేశము ననుసరించియే వర్తించుచున్నారు. బ్రహ్మసంహిత యందు తెలుపబడినట్లు ఆ దేవదేవుడే సర్వకారణములకు కారణుడై యున్నాడు.

44

तस्मात् प्रणम्य प्रणिधाय कायं
प्रसादये त्वामहमीशमीड्यम्।
पितेव पुत्रस्य सखेव सख्युः
प्रियः प्रियायार्हसि देव सोढुम्॥४४॥

తస్మాత్ ప్రణమ్య ప్రణిధాయ కాయమ్
ప్రసాదయే త్వామహమీశమీడ్యమ్ ।
పితేవ పుత్రస్య సఖేవ సఖ్యుః
ప్రియః ప్రియాయార్హసి దేవ సోఢుమ్ ॥

తస్మాత్—అందుచే; ప్రణమ్య—నమస్కరించుచున్నాను; ప్రణిధాయ—సాష్టాంగపడి; కాయమ్—శరీరమును; ప్రసాదయే—కరుణను వేడి; త్వాం—నిన్ను; అహం—నేను; ఈశం—దేవదేవుని; ఈఢ్యమ్—పూజనీయుని; పితేవ—తండ్రివలె; పుత్రస్య—కుమారుని యెడ; సఖేవ—మిత్రుని వలె; సఖ్యుః—మిత్రుని యెడ; ప్రియః—ప్రియుడు; ప్రియాయాః—ప్రియురాలి యెడ; అర్హసి—తగుదువు; దేవ—ప్రభూ; సోఢుమ్—సహించుటకు.

నీవు ప్రతిజీవికిని పూజనీయుడవైన దేవదేవుడవు. కనుకనే సాష్టాంగపడి గౌరవపూర్వక వందనములను అర్పించుచు నీ కరుణకై వేడుచున్నాను. కుమారుని మొండితనమును తండ్రి, మిత్రుని అమర్యాదను మిత్రుడు, ప్రియురాలిని ప్రియుడు సహించునట్లు, నీ యెడ నొనరించిన నా తప్పులను దయతో సహింపుము.

భాష్యము : కృష్ణభక్తులు శ్రీకృష్ణునితో పలువిధములైన సంబంధములను కలిగి

యుందురు. ఒకరు కృష్ణుని పుత్రునిగా భావించవచ్చును, ఇంకొకరు కృష్ణుని భర్తగా భావించవచ్చును, మరియొకరు ఆతనిని మిత్రునిగా లేదా ప్రభువుగా తలచవచ్చును. ఇచ్చట అర్జునుడు శ్రీకృష్ణునితో మిత్రత్వ సంబంధమును కలిగియున్నాడు. తండ్రి, భర్త లేదా యజమాని సహనగుణమును కలిగి యుండునట్లుగా శ్రీకృష్ణుడు కూడ సహనగుణమును కలిగియుండును.

45

अदृष्टपूर्वं हृषितोऽस्मि दृष्ट्वा
भयेन च प्रव्यथितं मनो मे।
तदेव मे दर्शय देव रूपं
प्रसीद देवेश जगन्निवास ॥४५॥

అదృష్టపూర్వం హృషితోఽస్మి దృష్ట్వా
భయేన చ ప్రవ్యథితమ్ మనో మే ।
తదేవమే దర్శయ దేవ రూపమ్
ప్రసీద దేవేశ జగన్నివాస ॥

అదృష్టపూర్వమ్—ఇదివరకెన్నడును చూడనట్టిదానిని; హృషితః అస్మి—సంతోషించినవాడనైతిని; దృష్ట్వా—చూచి; భయేన చ—భయముచే; ప్రవ్యథితం—కలతనొందినది; మనః—మనస్సు; మే—నా యొక్క; తత్ ఏవ—దానినే; మే—నాకు; దర్శయ—చూపుము; దేవ—ఓ ప్రభూ; రూపం—రూపమును; ప్రసీద—ప్రసన్నుడవు కమ్ము; దేవేశ—దేవదేవ; జగన్నివాస—విశ్వాధారా.

ఇదివరకెన్నడును చూడనటువంటి ఈ విశ్వరూపమును గాంచి నేను మిగుల సంతోషించితిని. కాని అదే సమయమున మనస్సు భయముతో కలత చెందినది. కనుక ఓ దేవదేవా! జగన్నివాసా! నా యెడ కరుణను జూపి నీ దేవదేవుని రూపమును తిరిగి నాకు చూపుము.

భాష్యము : శ్రీకృష్ణునకు ప్రియమిత్రుడైనందున అర్జునుడు ఆతని యెడ పూర్ణవిశ్వాసమును కలిగియుండెను. తన మిత్రుని సంపదను గాంచి ప్రియ మిత్రుడైనవాడు సంతసించు రీతి, అర్జునుడు తన మిత్రుడైన శ్రీకృష్ణుడు దేవదేవుడనియు, అద్భుతమైన విశ్వరూపమును చూపగలడనియు ఎరిగి మిగుల సంతసించెను. కాని అదే సమయమున (ఆ విశ్వరూపమును గాంచిన పిమ్మట) తన విశుద్ధ ప్రేమధోరణిలో ఆ దేవదేవుని యెడ తాను పెక్కు అపరాధముల

నొనర్చితినని అతడు భీతియును పొందెను. ఆ విధముగా భయమునొంద నవసరము లేకున్నను అతని మనస్సు భయముతో కలత నొందెను. తత్కారణముగా అర్జునుడు శ్రీకృష్ణుని ఆతని నారాయణ రూపమును చూపుమని అర్థించుచున్నాడు. శ్రీకృష్ణుడు ఎట్టి రూపమునైనను ధరించగలుగుటయే అందులకు కారణము. భౌతికజగము తాత్కాలికమైనట్లే ప్రస్తుత విశ్వరూపము సైతము భౌతికమును, తాత్కాలికమును అయి యున్నది. కాని వైకుంఠలోకములందు మాత్రము ఆతడు దివ్యమగు చతుర్భుజనారాయణ రూపమును కలిగి యుండును. ఆధ్యాత్మికజగమునందలి అనంతసంఖ్యలో గల లోకములలో శ్రీకృష్ణుడు తన ముఖ్యాంశములచే వివిధనామములతో వసించియుండును. అట్టి వైకుంఠలోకము లందలి వివిధరూపములలోని ఒక్క రూపమును అర్జునుడు గాంచగోరెను. అన్ని వైకుంఠలోకములందు నారాయణరూపము చతుర్భుజ సహితమే అయినను, వాని చతుర్భుజములలో శంఖ, చక్ర, గద, పద్మముల అమరిక వివిధముగా నుండును. చతుర్భుజముల యందలి శంఖ, చక్ర, గద, పద్మముల అమరికను బట్టి నారాయణ రూపములకు వివిధనామములు కలుగును. ఆ నారాయణ రూపములన్నియును శ్రీకృష్ణునితో ఏకములే కనుక అర్జునుడు ఆతని చతుర్భుజ రూపమును గాంచ అర్థించుచున్నాడు.

46

किरीटिनं गदिनं चक्रहस्तम्
इच्छामि त्वां द्रष्टुमहं तथैव।
तेनैव रूपेण चतुर्भुजेन
सहस्रबाहो भव विश्वमूर्ते ॥४६॥

కిరీటినం గదినం చక్రహస్తం
ఇచ్ఛామి త్వాం ద్రష్టుమహం తథైవ ।
తేనైవ రూపేణ చతుర్భుజేన
సహస్రబాహో భవ విశ్వమూర్తే ॥

కిరీటినం—కిరీటముతో; గదినం—గదతో; చక్రహస్తం—హస్తమునందు చక్రము; ఇచ్ఛామి—కోరుచున్నాను; త్వాం—నిన్ను; ద్రష్టుం—చూచుటకు; అహం—నేను; తథైవ—ఆ స్థితిలోనే; తేనైవరూపేణ—ఆ రూపముతోడనే; చతుర్భుజేన—నాలుగుబాహువులు కల; సహస్రబాహో—వేయిచేతులు కలవాడా; భవ—అగుము; విశ్వమూర్తే—ఓ విశ్వరూపా.

ఓ విశ్వరూపా! సహస్రబాహో! కిరీటమును ధరించి శంఖ, చక్ర, గద, పద్మములను హస్తములందు కలిగియుండెడి నీ చతుర్భుజ రూపమును గాంచగోరుదును. నిన్ను ఆ రూపమునందు గాంచ నేను అభిలషించుచున్నాను.

భాష్యము : బ్రహ్మసంహిత యందు(5.39) "రామాదిమూర్తిషు కలానియమేన తిష్ఠన్"అని చెప్పబడినది. అనగా శ్రీకృష్ణభగవానుడు వేలాది రూపములలో నిత్యస్థితుడై యుండుననియు మరియు రాముడు, నృసింహుడు, నారాయణాది రూపములు వానిలో ముఖ్యమైనవనియు తెలుపబడినది. వాస్తవమునకు అట్టి రూపములు అసంఖ్యాకములు. కాని శ్రీకృష్ణుడు ఆదిదేవుడనియు, ప్రస్తుతము తన తాత్కాలిక విశ్వరూపమును ధరించియున్నాడనియు అర్జునుడు ఎరిగి యున్నాడు. కనుకనే ఆతని దివ్యమగు నారాయణరూపమును చూపుమని అర్జునుడు ప్రార్థించుచున్నాడు. శ్రీకృష్ణుడు స్వయం భగవానుడనియు, ఇతర రూపములు ఆతని నుండియే ఉద్భవించుననియు తెలిపిన శ్రీమద్భాగవత వచనమును ఈ శ్లోకము నిస్సందేహముగా నిర్ధారించుచున్నది. ప్రధాన విస్తృతాంశములైన వివిధ రూపములు ఆతనికి అభిన్నములు. అట్టి అసంఖ్యాక రూపములన్నింటి యందును ఆతడు భగవానుడే. వాటన్నింటి యందును నిత్య యౌవనునిగా అలరారుట యనునది ఆ దేవదేవుని ముఖ్యలక్షణమై యున్నది. దేవదేవుడైన శ్రీకృష్ణుని గూర్చి తెలిసికొనగలిగినవాడు భౌతికజగత్తు యొక్క సమస్త కల్మషము నుండి శీఘ్రమే ముక్తుడు కాగలడు.

47

श्रीभगवानुवाच

मया प्रसन्नेन तवार्जुनेदं
रुपं परं दर्शितमात्मयोगात्।
तेजोमयं विश्वमनन्तमाद्यं
यन्मे त्वदन्येन न दृष्टपूर्वम् ॥४७॥

శ్రీభగవానువాచ

మయా ప్రసన్నేన తవార్జునేదం
రూపం పరం దర్శితమాత్మయోగాత్ ।

తేజోమయం విశ్వమనన్తమాద్యం
యన్మే త్వదన్యేన న దృష్టపూర్వమ్ ॥

శ్రీభగవానువాచ–శ్రీకృష్ణభగవానుడు పలికెను; మయా–నాచే; ప్రసన్నేన–ప్రసన్నుడనైన; తవ–నీకు; అర్జున–ఓ అర్జునా; ఇదం–ఈ; రూపం–రూపము; పరం–దివ్యమైనది; దర్శితం–చూపబడినది; ఆత్మయోగాత్–నా ఆంతరంగికశక్తిచే; తేజోమయం–కాంతితో కూడినది; విశ్వం–సమస్తవిశ్వము; అనన్తం–హద్దులేనిది; ఆద్యం–ఆదియైనది; యత్–ఏది; మే–నా యొక్క; త్వదన్యేన–నీకు అన్యముగా; న దృష్టపూర్వం–పూర్వమెవ్వరును చూడలేదు.

శ్రీకృష్ణభగవానుడు పలికెను : ఓ అర్జునా! ప్రసన్నుడనైన నేను నా ఆంతరంగిక శక్తిచే భౌతికజగమునందలి ఈ దివ్యమగు విశ్వరూపమును నీకు చూపితిని. తేజోమయమును, అనంతమును, ఆద్యమును అగు ఈ రూపమును నీకు ముందెవ్వరును గాంచియుండలేదు.

భాష్యము : అర్జునుడు శ్రీకృష్ణుని విశ్వరూపమును గాంచగోరెను. తన భక్తుడైన అర్జునుని యెడ కరుణను కలిగిన ఆ భగవానుడు అంతట తేజోమయమును, విభూతిపూర్ణమును అగు తన విశ్వరూపమును అతనికి చూపెను. సూర్యునివలె ప్రకాశించుచున్న ఆ రూపము యొక్క పలుముఖములు త్వరితముగా మార్పుచెందుచుండెను. మిత్రుడైన అర్జునుని కోరికను పూర్ణము చేయుట కొరకే శ్రీకృష్ణుడు ఆ రూపమును చూపెను. తన ఆంతరంగికశక్తి ద్వారా శ్రీకృష్ణుడు ప్రదర్శించిన ఆ విశ్వరూపము మానవఊహకు అతీతమైనది. అర్జునునికి పూర్వమెవ్వరును భగవానుని ఆ రూపమును గాంచియుండలేదు. కాని భక్తుడైన అర్జునునకు అది శ్రీకృష్ణునిచే చూపబడినందున ఊర్ధ్వలోకులు మరియు ఆధ్యాత్మికలోకములందు గల ఇతర భక్తులు సైతము దానిని దర్శించగలిగిరి. వారు దానిని పూర్వమెన్నడును గాంచకున్నను అర్జునుని కారణమున ఇప్పుడు గాంచగలిగిరి. అనగా పరంపరానుగత భక్తులందరును కృష్ణుని కరుణచే అర్జునుడు గాంచిన విశ్వరూపమును తామును గాంచగలిగిరి. దుర్యోధనునితో సంధి రాయబారము జరుపుటకు వెడలినప్పుడును శ్రీకృష్ణుడు ఈ విశ్వరూపమును అతనికి సైతము చూపెనని కొందరు వ్యాఖ్యానించిరి. దురదృష్టవశాత్తు దుర్యోధనుడు ఆ సంధి రాయబారమును అంగీకరించలేదు. ఆ సమయమున శ్రీకృష్ణుడు విశ్వరూపములో కొన్ని రూపములనే ప్రదర్శించెను. కాని ఆ

రూపములు అర్జునునకు చూపిన ఈ రూపము కన్నను భిన్నమైనవి. కనుకనే ఈ రూపమును పూర్వమెవ్వరును చూడలేదని స్పష్టముగా తెలుపబడినది.

48

न वेदयज्ञाध्ययनैर्न दानैर्
न च क्रियाभिर्न तपोभिरुग्रैः ।
एवंरूपः शक्य अहं नृलोके
द्रष्टुं त्वदन्येन कुरुप्रवीर ॥४८॥

న వేదయజ్ఞాధ్యయనైర్న దానైర్
న చ క్రియాభిర్న తపోభిరుగ్రైః ।
ఏవంరూపః శక్య అహం నృలోకే
ద్రష్టుం త్వదన్యేన కురుప్రవీర ॥

న—కాదు; వేదయజ్ఞ—యజ్ఞముచేతను; అధ్యయనైః—వేదాధ్యయనము చేతను; న—కాదు; దానైః—దానముల చేతను; న చ—కాదు; క్రియాభిః—పవిత్రములైన కార్యములచే; న—కాదు; తపోభిః—నిష్ఠతో కూడిన తపస్సులచే; ఉగ్రైః—తీవ్రములైన; ఏవంరూపః—ఇట్టి రూపమున; శక్యః—శక్యమైనవాడను; అహం—నేను; నృలోకే—భౌతికప్రపంచమునందు; ద్రష్టుం—చూచుటకు; త్వదన్యేన—నీ కంటె ఇతరునిచే; కురుప్రవీర—కురువీరులలో శ్రేష్ఠుడా.

ఓ కురుప్రవీరా! వేదాధ్యయనముచేత గాని, యజ్ఞములచేత గాని, దానముల చేత గాని, పుణ్యకర్మలచేత గాని, ఉగ్రమగు తపస్సులచేత గాని భౌతికజగమున ఈ రూపములో నేను దర్శింపబడనందున నా ఈ విశ్వరూపమును నీకు పూర్వము ఎవ్వరును గాంచి యుండలేదు.

భాష్యము : ఈ సందర్భమున దివ్యదృష్టి యననేమో చక్కగా అవగతము చేసికొనవలసియున్నది. దివ్యదృష్టిని ఎవరు కలిగియుందురు? దివ్యము అనగా దేవత్వమని భావము. దేవతల వలె దివ్యత్వమును సాధించనిదే ఎవ్వరును దివ్యదృష్టిని పొందలేరు. ఇక దేవతలనగా ఎవరు? విష్ణుభక్తులే దేవతలని వేద వాఙ్మయమునందు తెలుపబడినది (విష్ణుభక్తాః స్మృతాదేవాః). అనగా విష్ణువు నందు విశ్వాసములేని నాస్తికులు, శ్రీకృష్ణుని నిరాకారరూపమునే శ్రేష్ఠమని భావించువారు దివ్యదృష్టిని పొందలేరు. ఒక వంక శ్రీకృష్ణుని నిరసించుచునే దివ్యదృష్టిని పొందుట ఎవ్వరికినీ సాధ్యము కాదు. దివ్యులు కానిదే ఎవ్వరును దివ్యదృష్టిని పొందలేరు. అనగా దివ్యదృష్టిని కలిగినవారు అర్జునుని వలెనే

విశ్వరూపమును గాంచగలరు.

భగవద్గీత విశ్వరూపవర్ణనను తెలుపుచున్నది. అర్జునుడు దర్శించుటకు పూర్వము ఈ వర్ణనము ఎవ్వరకు తెలియకున్నను, ఈ సంఘటన పిదప విశ్వరూపమును గూర్చి ఎవరైనను కొద్దిపాటి అంచనాను పొందవచ్చును. వాస్తవముగా దేవత్వమును కలిగినవారు అట్టి విశ్వరూపమును గాంచగలరు. శ్రీకృష్ణునికి శుద్ధభక్తుడు కానిదే ఎవ్వరును అట్టి దేవత్వమును బడయలేరు. అయినను భక్తులు (వాస్తవముగా దివ్యస్వభావమును మరియు దివ్యదృష్టిని కలిగి యున్నను) శ్రీకృష్ణభగవానుని విశ్వరూపమును దర్శింప నభిలషింపరు. పూర్వపు శ్లోకమునందు తెలుపబడినట్లు అర్జునుడు శ్రీకృష్ణుని చతుర్భుజ నారాయణ రూపమును గాంచగోరెను. అతడు విశ్వరూపముచే నిజముగా భీతి నొందెను.

ఈ శ్లోకమున "వేదయజ్ఞాధ్యయనైః" వంటి కొన్ని ముఖ్యమైన పదములు గలవు. అవి వేదాధ్యయనమును, యజ్ఞనిర్వహణ విషయములను సూచించును. నాలుగువేదములు (ఋగ్, యజుర్, సామ, అథర్వములు), అష్టాదశపురాణములు, ఉపనిషత్తులు మరియు వేదాంతసూత్రము లనునవన్నియును వేదవాఙ్మయము అనబడును. వాటిని గృహమునందు కాని, అన్యప్రదేశమున కాని మనుజుడు అధ్యయనము చేయవచ్చును. అదేవిధముగా యజ్ఞవిధానమును అధ్యయనము చేయుట కొరకు కల్పసూత్రములు మరియు మీమాంససూత్రములు గలవు. పాత్రుడైనవానికే ఏదైనను ఒసగుట దానమనబడును. వాస్తవమునకు శ్రీకృష్ణ భగవానుని దివ్యమగు ప్రేమయుత సేవ యందు నిలిచిన బ్రాహ్మణులు, వైష్ణవులే దానమొసగుటకు పాత్రులైనవారు. అదేవిధముగా పుణ్యకార్యములు అగ్నిహోత్ర కర్మలను మరియు వివిధవర్ణముల విధ్యుక్తధర్మములను సూచించును. స్వచ్ఛందముగా దేహబాధలను స్వీకరించుట తపస్సనబడును. అనగా మనుజుడు ఇట్టి తపస్సులు చేసినను, దానమొసగినను, వేదాధ్యయనము కావించినను అర్జునుని వలె భక్తుడు గానిచో విశ్వరూపమును గాంచలేడు. నిరాకార వాదులైనవారు కూడా తాము విశ్వరూపమును దర్శించుచున్నామని ఊహించు చుందురు. కాని నిరాకారవాదులు భక్తులు కారని భగవద్గీత ద్వారా మనకు అవగతమైనది. కనుక భగవానుని విశ్వరూపమును గాంచ వారు అశక్తులై యుందురు.

అవతారములను సృష్టించువారు పెక్కురు కలరు. సాధారణమానవునే వారు

అసత్యముగా అవతారమనుచు పలుకుచుందురు. కాని అదియంతయు వాస్తవమునకు మూర్ఖత్వమే. కావున ఈ విషయమున భగవద్గీత సూత్రములను మనము తప్పక అనుసరింపవలెను, లేనిచో సమగ్రమైన ఆధ్యాత్మిక జ్ఞానమును పొందు అవకాశమే లేదు. భగవద్విజ్ఞాన అధ్యయనమున భగవద్గీత ప్రాథమిక గ్రంథముగా పరిగణింపబడినను, సమగ్రమైన ఈ శాస్త్రము ఏది ఎట్టిదో విచక్షణ చేయగలిగిన జ్ఞానమును మనుజునకు కలుగజేయగలదు. మిథ్యావతారముల ననుసరించువారు తాము కూడ భగవానుని విశ్వరూపమును చూచితిమని ప్రకటించినను అది యెన్నడును ఆమోదయోగ్యము కాదు. శ్రీకృష్ణభగవానునికి భక్తుడు కానిదే ఎవ్వరును ఆ దేవదేవుని విశ్వరూపమును గాంచలేరని స్పష్టముగా తెలుపబడుటయే అందులకు కారణము. అనగా మనుజుడు మొట్టమొదట విశుద్ధ కృష్ణభక్తుడు కావలెను. ఆ పిదపయే అతడు తాను దర్శించిన విశ్వరూపమును చూపగలుగుదునని పలుకుటకు సమర్థుడు కాగలడు. కృష్ణభక్తుడు ఎన్నడును అసత్య అవతారములను గాని, అసత్య అవతార అనుయాయులను గాని ఆమోదింపడు.

49

मा ते व्यथा मा च विमूढभावो
दृष्ट्वा रूपं घोरमीदृङ्ममेदम् ।
व्यपेतभीः प्रीतमनाः पुनस्त्वं
तदेव मे रूपमिदं प्रपश्य ॥४९ ॥

మా తే వ్యథా మా చ విమూఢభావో
దృష్ట్వా రూపం ఘోరమీదృఙ్మమేదమ్ ।
వ్యపేతభీః ప్రీతమనాః పునస్త్వం
తదేవ మే రూపమిదం ప్రపశ్య ॥

మా—కలుగకుండుగాక; తే—నీకు; వ్యథా—బాధ; చ—కూడా; మా—కలుగకుండుగాక; విమూఢభావః—భ్రాంతి; దృష్ట్వా—చూచి; రూపం—రూపమును; ఘోరం—భయంకరమైన; ఈదృక్—ఇట్టి; మమ—నా యొక్క; ఇదం—ఈ; వ్యపేతభీః—భయమును వీడి; ప్రీతమనాః—ప్రీతితో గూడిన మనస్సుగలవాడవై; పునః—తిరిగి; త్వం—నీవు; తత్—ఆ; ఏవ—ఆ విధముగా; మే—నా యొక్క; రూపం—రూపమును; ఇదం—ఈ; ప్రపశ్య—చూడుము.

నా ఈ ఘోరమైన రూపమును చూచి నీవు కలతనొందినవాడవు,

భ్రాంతుడవు అయితివి. అదియంతయు నిపుడు అంతరించును గాక! ఓ భక్తుడా! అన్ని కలతల నుండియు విముక్తుడవై నీవు కోరిన రూపమును ప్రశాంతమనస్సుతో ఇప్పుడు గాంచుము.

భాష్యము : పూజనీయ పితామహుడైన భీష్ముని మరియు గురువైన ద్రోణుని వధించుటపట్ల అర్జునుడు ఆది యందు వ్యథనొందెను. కాని పితామహుని వధించుట యందు అట్టి వెరుగు అవసరము లేదని శ్రీకృష్ణుడు అతనికి ఉపదేశించెను. ధృతరాష్ట్రతనయులు ద్రౌపదిని కౌరవసభలో వివస్త్రను చేయ యత్నించినపుడు ఆ భీష్మ, ద్రోణులు మౌనము వహించిరి. ధర్మనిర్వాహణలో అట్టి నిర్లక్ష్యకారణముగా వారు వధార్హులు. వారి అధర్మయుతకర్మ వలన వారు ఇదివరకే సంహరింపబడిరని తెలియజేయుటకే అర్జునునకు శ్రీకృష్ణుడు విశ్వరూపమును చూపెను. సాధారణముగా భక్తులు శాంతులును, అట్టి ఘోరకార్యముల నొనరింపలేనివారును అయియుందురు కావున అర్జునునకు విశ్వరూపము చూపబడినది. విశ్వరూపప్రదర్శన ప్రయోజనము సిద్ధించి యున్నందున అర్జునుడు చతుర్భుజ రూపమును గాంచగోరగా, శ్రీకృష్ణుడు దానిని అర్జునునకు చూపెను. ప్రేమభావముల పరస్పర వినిమయమునకు అవకాశమొసగనందున భగవానుని విశ్వరూపము పట్ల భక్తుడు ఎక్కువగా ఆసక్తిని కలిగియుండడు. అతడు కేవలము దేవదేవునికి భక్తిపూర్వక నమస్సులు అర్పించవలెనని గాని లేదా ద్విభుజ కృష్ణరూపమును గాంచవలెనని గాని కోరును. తద్ద్వారా అతడు ఆ దేవదేవునితో ప్రేమయుక్తసేవలో భావవినిమయము కావింపగలడు.

50

सञ्जय उवाच

इत्यर्जुनं वासुदेवस्तथोक्त्वा
स्वकं रूपं दर्शयामास भूयः ।
आश्वासयामास च भीतमेनं
भूत्वा पुनः सौम्यवपुर्महात्मा ॥५०॥

సంజయ ఉవాచ

ఇత్యర్జునం వాసుదేవస్తథోక్త్వా
స్వకం రూపం దర్శయామాస భూయః ।

ఆశ్వాసయామాస చ భీతమేనం
భూత్వా పునః సౌమ్యవపుర్మహాత్మా ॥

సంజయః ఉవాచ—సంజయుడు పలికెను; ఇతి—ఇట్లు; అర్జునం—అర్జునునితో; వాసుదేవ—కృష్ణుడు; తథా—ఆ విధముగా; ఉక్త్వా—చెప్పి; స్వకం—స్వీయమైన; రూపం—రూపమును; దర్శయామాస—చూపెను; భూయః—మరల; ఆశ్వాసయామాస చ—ఓదార్చెను; భీతం—భయపడిన; ఏనం—అతనిని; భూత్వా—అయి; పునః—తిరిగి; సౌమ్యవపుః—సుందరరూపము గలవాడు; మహాత్మా—మహాత్ముడు.

ధృతరాష్ట్రునితో సంజయుడు పలికెను: దేవదేవుడైన శ్రీకృష్ణుడు ఆ విధముగా అర్జునునితో పలికి తన చతుర్భుజరూపమును ప్రదర్శించెను. భీతుడైన అర్జునునకు ఆ విధముగా ఆశ్వాసమును గూర్చుచు అంత్యమున తన ద్విభుజ రూపమును చూపెను.

భాష్యము : శ్రీకృష్ణుడు దేవకీ,వసుదేవులకు పుత్రునిగా లభించినప్పుడు తొలుత చతుర్భుజ నారాయణుని రూపమున దర్శనమొసగెను. కాని తల్లిదండ్రుల కోరికపై అతడు తిరిగి సామాన్యబాలునిగా మారెను. అదేవిధముగా అర్జునుడు సైతము చతుర్భుజరూపమును గాంచుట యందు ఎక్కువ ఆసక్తిని కలిగియుండడని శ్రీకృష్ణుడు ఎరిగియుండెను. కాని అతడు కోరియున్నందున తన చతుర్భుజ రూపమును చూపి పిదప తన సహజ ద్విభుజ రూపమును పొందెను. ఈ శ్లోకమున "సౌమ్యవపుః" అను పదము ప్రధానమైనది. "సౌమ్యవపుః" అనగా అత్యంత సుందరమైన రూపమని భావము. శ్రీకృష్ణుడు ధరిత్రిపై నిలిచినపుడు ప్రతి యొక్కరు అతని అత్యంత సుందరరూపముచే ఆకర్షితులైరి. జగన్నిర్దేశకుడై నందునే ఆ భగవానుడు తన భక్తుడైన అర్జునుని భయమును తొలగించి తన సుందర రూపమును అతనికి చూపెను. ప్రేమాంజనమును కనులకు పూసుకొనిన మనుజుడే శ్రీకృష్ణభగవానుని దివ్యసుందరరూపమును గాంచగలడని బ్రహ్మసంహిత (5.38) యందు తెలుపబడినది (ప్రేమాంజనచ్ఛురిత భక్తివిలోచనేన).

51

अर्जुन उवाच

दृष्ट्वेदं मानुषं रूपं तव सौम्यं जनार्दन।
इदानीमस्मि संवृत्तः सचेताः प्रकृतिं गतः ॥५१॥

అర్జున ఉవాచ

దృష్ట్వేదం మానుషం రూపం తవ సౌమ్యం జనార్దన ।
ఇదానీమస్మి సంవృత్తః సచేతాః ప్రకృతిం గతః ॥

అర్జునః ఉవాచ—అర్జునుడు పలికెను; దృష్ట్వా—చూచి; ఇదం—ఈ; మానుషం రూపం—మానవరూపమును; తవ—నీయొక్క; సౌమ్యం—మిక్కిలి సుందరమైన; జనార్దన—శత్రువులను దండించువాడా; ఇదానీం—ఇప్పుడు; అస్మి—అగుచున్నాను; సంవృత్తః—శాంతుడను; సచేతాః—స్థిరమైన చిత్తముగలవాడను; ప్రకృతిం—నా సహజ స్వభావమును; గతః—పొందితిని.

ఆ విధముగా అర్జునుడు శ్రీకృష్ణుని ఆద్యరూపమును గాంచినంత ఇట్లు పలికెను : ఓ జనార్దనా! అత్యంత సుందరమైన ఈ నీ మానవరూపమును గాంచి శాంతచిత్తుడనై నా సహజస్వభావమును పొందితిని.

భాష్యము : దేవదేవుడైన శ్రీకృష్ణుడు సహజముగా ద్విభుజుడని ఈ శ్లోకము నందలి "మానుషం రూపం" అను పదము స్పష్టముగా తెలుపుచున్నది. శ్రీకృష్ణుడు సామాన్యమానవుడే యనెడి భావనలో ఆ దేవదేవుని అపహాస్యము చేయువారు ఆతని దివ్యస్వభావమును ఎరుగనివారని ఇచ్చట నిరూపింపబడినది. శ్రీకృష్ణుడు సాధారణ మానవుడే యైనచో తొలుత విశ్వరూపమును, ఆ పిదప చతుర్భుజనారాయణ రూపమును చూపుట ఆతనికెట్లు సాధ్యమగును? కనుక శ్రీకృష్ణుని సామాన్యమానవునిగా భావించుచు, నిరాకారబ్రహ్మమే శ్రీకృష్ణునిలో నుండి పలుకుచున్నదని వ్యాఖ్యానించుచు పాఠకుని తప్పుద్రోవ పట్టించువారు నిక్కముగా జనులకు గొప్ప అన్యాయము చేసినవారగుదురు. ఈ విషయమే భగవద్గీత యందు ఇచ్చట స్పష్టముగా తెలుపబడినది. శ్రీకృష్ణుడు వాస్తవముగా విశ్వరూపమును మరియు చతుర్భుజనారాయణ రూపమును ప్రదర్శించినపుడు సామాన్యమానవుడెట్లు కాగలడు? శుద్ధభక్తుడైనవాడు సత్యదర్శియైనందున అట్టి తప్పుద్రోవ పట్టించు గీతావ్యాఖ్యానములచే కలతను పొందడు. భగవద్గీత యందలి మూలశ్లోకములు సూర్యుని భాతి సుస్పష్టములు. మూర్ఖ వ్యాఖ్యాతల దీపపు వెలుగు వాటికి ఏమాత్రము అవసరము లేదు.

52

श्रीभगवानुवाच

सुदुर्दर्शमिदं रूपं दृष्टवानसि यन्मम।
देवा अप्यस्य रूपस्य नित्यं दर्शनकाङ्क्षिणः ॥५२॥

శ్రీభగవానువాచ

సుదుర్దర్శమిదం రూపం దృష్టవానసి యన్మమ ।
దేవా అప్యస్య రూపస్య నిత్యం దర్శనకాంక్షిణః ॥

శ్రీభగవానువాచ—దేవదేవుడైన శ్రీకృష్ణభగవానుడు పలికెను; సుదుర్దర్శం—చూచుటకు అత్యంత దుర్లభమైనది; ఇదం—ఈ; రూపం—రూపము; దృష్టవానసి—నీవు చూచుచున్న; యత్—ఏది; మమ—నా యొక్క; దేవాః అపి—దేవతలు కూడా; అస్య—ఈ; రూపస్య—రూపమును; నిత్యం—ఎల్లప్పుడును; దర్శనకాంక్షిణః—చూడగోరుదురు.

శ్రీకృష్ణభగవానుడు పలికెను : ఓ అర్జునా! నీవిపుడు దర్శించుచున్న నా ఈ రూపము గాంచుటకు మిగుల దుర్లభమైనది. అత్యంత ప్రియమైన ఈ రూపమును దర్శించు నవకాశమునకై దేవతలు సైతము నిత్యము వేచియుందురు.

భాష్యము : ఈ అధ్యాయపు నలుబదియెనిమిదవ శ్లోకమున విశ్వరూప ప్రదర్శనమును ముగించి, అట్టి తన విశ్వరూపము పలు పుణ్యాకార్యములు, యజ్ఞాదులచే దర్శింపసాధ్యము కానిదని శ్రీకృష్ణభగవానుడు అర్జునునితో పలికెను. కాని శ్రీకృష్ణుని ద్విభుజరూపము మరింత గుహ్యమైనదని తెలియజేయుచు ఇచ్చట "సుదుర్దర్శమ్" అను పదము వాడబడినది. తపస్సు, వేదాధ్యయనము, తాత్త్విక చింతనము లేదా కల్పనములనెడి వివిధ కర్మలకు కొద్దిగా భక్తిని మిళితము చేయుట ద్వారా ఎవ్వరైనను శ్రీకృష్ణుని విశ్వరూపమును గాంచగలుగుదురు. అనగా అది సాధ్యమయ్యెడి కార్యమే. కాని పూర్వమే తెలుపబడినట్లు భక్తి లేకుండా మాత్రము అది సాధ్యము కాదు. శ్రీకృష్ణుని అట్టి విశ్వరూపదర్శనము కన్నను ఆతని ద్విభుజరూపదర్శనము అత్యంత దుర్లభమైనది. బ్రహ్మ, రుద్రాది దేవతలకు సైతము అది సాధ్యము కాదు. సదా వారు ఆతనిని గాంచగోరుదురు. దీనికి శ్రీమద్భాగవతమున మనకు ఆధారము లభించగలదు. శ్రీకృష్ణుడు తన తల్లియైన దేవకి గర్భమున ఉన్నప్పుడు ఆతనిని గాంచుటకు తమ లోకముల నుండి విచ్చేసిన దేవతలు భగవానుడు ఆ సమయమున దర్శనీయుడు కాకున్నను ప్రార్థనలను చేసి ఆతని దర్శనమునకై వేచిరి. కాని అజ్ఞానుడైనవాడు శ్రీకృష్ణుడు సామాన్యమానవుడేయని తలచి ఆతనిని నిరసించుచు, ఆ దేవదేవునికి గాక ఆతని అంతరమందున్న ఏదియో నిరాకారమునకు వందనముల నర్పించగోరును. కాని ఇవన్నియును అర్థరహితతీరులే. శ్రీకృష్ణుని ద్విభుజ

రూపమును గాంచుటకు బ్రహ్మ రుద్రాదుల వంటి దేవతలు సైతము నిత్యకాంక్షులై యుందురు.

తనను అపహాస్యము చేయు మూర్ఖులకు శ్రీకృష్ణుడు దర్శనీయుడు కాడని భగవద్గీత (9.11) యందు నిర్ధారింపబడియే యున్నది (అవజానన్తి మాం మూఢాః మానుషీం తనుమాశ్రితం). బ్రహ్మసంహిత ద్వారా నిర్ధారింపబడినట్లు మరియు గీత యందు శ్రీకృష్ణుడే స్వయముగా తెలిపినట్లు ఆతని దేహము సంపూర్ణముగా ఆధ్యాత్మికము మరియు ఆనంద, నిత్యత్వపూర్ణము. అది ఎన్నడును భౌతిక దేహమును పోలదు. కాని భగవద్గీతను లేదా ఇతర వేదవాఙ్మయమును పఠించి శ్రీకృష్ణుని గూర్చి అధ్యయనము చేయగోరువానికి ఆతడెల్లప్పుడు అర్థముగాని సమస్యగానే మిగులును. ఈ విధమైన భౌతికవిధానము నవలంబించువారి దృష్టిలో శ్రీకృష్ణుడు గొప్ప చారిత్రాత్మకవ్యక్తి మరియు గొప్ప తత్త్వవేత్త మాత్రమే. శ్రీకృష్ణుని సామాన్యమానవుడే యని వారు భావింతురు. అత్యంత శక్తి గలవాడైనను ఆతడు భౌతికదేహమును గ్రహింపవలసివచ్చెనని వారు తలతురు. వారి భావనలో పరతత్త్వము నిరాకారము. ఆ నిరాకారతత్త్వము నుండియే ఆతడు భౌతికప్రకృతికి సంబంధించిన సాకారరూపమును దాల్చెనని వారు భావింతురు. దేవదేవుని గూర్చిన భౌతిక పరిగణనలో ఇదియొకటి. ఆతనికి సంబంధించిన మరియొక పరిగణన లేదా భావన మనోకల్పనలకు సంబంధించినది. జ్ఞానాన్వేషణము నందున్నవారు సైతము శ్రీకృష్ణుని గూర్చి తాత్త్విక కల్పనలు చేయుచు ఆతడు విశ్వరూపము కన్నను మహత్తరుడు కాడని భావింతురు. కనుకనే అర్జునునకు చూపబడిన శ్రీకృష్ణుని విశ్వరూపము ఆతని స్వీయరూపము కన్నను మరింత ప్రధానమైనదని కొందరు తలతురు. వారి ఉద్దేశ్యము ప్రకారము పరమపురుషుని మానుషరూపము ఊహాత్మకమైనది. అంత్యమున పరతత్త్వము నిరాకారమనియే వారు విశ్వసింతురు. కాని శ్రీకృష్ణుని గూర్చి ప్రామాణికుల నుండి శ్రవణము చేయుట యనెడి ఆధ్యాత్మికపద్ధతి భగవద్గీత యందలి చతుర్థాధ్యాయమున వివరింపబడినది. అదియే నిజమైన వైదికవిధానము. అట్టి వేదమార్గములో నున్నవారు ప్రామాణికుల నుండియే కృష్ణుని గూర్చి శ్రవణమును చేయుదురు. శ్రీకృష్ణుని గూర్చి మరల, మరల శ్రవణము చేయుట ద్వారా వారికి శ్రీకృష్ణుడు ప్రియుడు కాగలడు. పలుమార్లు ఇదివరకే తెలుపబడినట్లు శ్రీకృష్ణుడు యోగమాయచే కప్పబడియున్నందున సర్వులకు

దర్శనీయుడు కాని, విదితుడు గాని కాడు. ఎవరికైతే అతడు తనను విశదపరచుకొనునో ఆ మనుజుడే ఆ దేవదేవుని గాంచగలడు. వేదవాఙ్మయమున ఇది నిర్ధారింపబడినది. శరణాగతి నొందినవానికే పరతత్త్వము వాస్తవముగా అవగతమగును. కృష్ణభక్తిభావనాయుతుడై శ్రీకృష్ణభగవానునికి భక్తియుతసేవ నొనరుచు భక్తుడు ఆధ్యాత్మికదృష్టిని కలిగి, శ్రీకృష్ణుడే స్వయముగా ప్రకటమగుట వలన ఆతనిని గాంచగలడు. అట్టిది దేవతలకు సైతము సాధ్యముకాదు గనుక శ్రీకృష్ణుని తెలియుట వారికి కూడా దుర్లభము. కనుకనే ఉన్నతులగు దేవతలు శ్రీకృష్ణుని ద్విభుజరూపమును గాంచ నిత్యము కాంక్షింతురు. సారాంశమేమనగా, శ్రీకృష్ణుని విశ్వరూపమును గాంచుట దుర్లభము మరియు ఎల్లరకు సాధ్యము కానిదైనను, ఆతని స్వీయ శ్యామసుందరరూపము ఇంకను అవగాహనకు అత్యంత దుర్లభమై యున్నది.

53

नाहं वेदैर्न तपसा न दानेन न चेज्यया ।
शक्य एवंविधो द्रष्टुं दृष्टवानसि मां यथा ।।५३ ।।

నాహం వేదైర్న తపసా న దానేన న చేజ్యయా ।
శక్య ఏవంవిధో ద్రష్టుం దృష్టవానసి మాం యథా ॥

న—కాదు; అహం—నేను; వేదైః—వేదాధ్యయనము చేతను; న—కాదు; తపసా—తీవ్రమైన తపస్సుచేతను; న—కాదు; దానేన—దానము చేతను; న చ—కాదు; ఇజ్యయా—పూజచేతను; శక్యః—శక్యమైనవాడను; ఏవంవిధః—ఇట్టి విధముగా; ద్రష్టుం—చూచుటకు; దృష్టవానసి—చూచుచున్నావో; మాం—నన్ను; యథా—అట్లు.

దివ్యచక్షువులతో నీవు గాంచుచున్న ఈ రూపము వేదాధ్యయనముచే గాని, తీవ్రతపస్సులచే గాని, దానముచే గాని, పూజలచే గాని అవగతము కాదు. మనుజుడు నన్ను యథార్థముగా గాంచుటకు ఇవియన్నియును సాధనములు కాజాలవు.

భాష్యము : శ్రీకృష్ణుడు తన జననీజనకులైన దేవకీవసుదేవులకు తొలుత చతుర్భుజ రూపమున దర్శనమిచ్చి పిదప ద్విభుజరూపమునకు మార్పు చెందెను. ఈ విషయమును అవగాహనము చేసికొనుట నాస్తికులైనవారికి లేదా భక్తిరహితులకు అత్యంత కఠినము. వేదవాఙ్మయమును కేవలము వ్యాకరణజ్ఞాన రూపములో లేదా విద్యాయోగ్యతల రూపములో అధ్యయనము చేసిన

పండితులకు శ్రీకృష్ణుని అవగతము చేసికొనుట అసాధ్యము. ఆలాగుననే ఆంతరంగమున భక్తిభావము లేకుండా బాహ్యముగా పూజలొనర్చుటకు మందిరమునకేగు మనుజులకు సైతము ఆతడు అవగతము కాడు. వారు మందిర దర్శనము కావించుకొనినను శ్రీకృష్ణుని యథార్థరూపము నెరుగలేరు. కేవలము భక్తియోగమార్గము ద్వారానే శ్రీకృష్ణుడు యథార్థముగా అవగతము కాగలడు. ఈ విషయము ఆతని చేతనే స్వయముగా రాబోవు శ్లోకమున వివరింపబడినది.

54

भक्त्या त्वनन्यया शक्य अहमेवंविधोऽर्जुन।
ज्ञातुं द्रष्टुं च तत्त्वेन प्रवेष्टुं च परन्तप॥५४॥

భక్త్యా త్వనన్యయా శక్య అహమేవంవిధోఽర్జున ।
జ్ఞాతుం ద్రష్టుం చ తత్త్వేన ప్రవేష్టుం చ పరన్తప ॥

భక్త్యా—భక్తియుక్తసేవచే; తు—కాని; అనన్యయా—కామ్యకర్మలచేగాని, కాల్పనిక జ్ఞానముచే గాని కూడియుండని; శక్యః—సాధ్యమైనవాడను; అహం—నేను; ఏవంవిధః—ఈ విధముగా; అర్జున—ఓ అర్జునా; జ్ఞాతుం—తెలియుటకు; ద్రష్టుం చ—చూచుటకు; తత్త్వేన—యథార్థముగా; ప్రవేష్టుం చ—ప్రవేశించుటకును; పరన్తప—శత్రువులను తపింపజేయువాడా.

ఓ ప్రియమైన అర్జునా! కేవలము అనన్యభక్తి చేతనే నేను యథార్థముగా నీ ఎదుట నిలబడినరీతి తెలియబడగలను మరియు ప్రత్యక్షముగా దర్శింప నగుదును. ఈ విధముగానే నీవు నా అవగాహనా రహస్యములందు ప్రవేశింపగలుగుదువు.

భాష్యము : అనన్యభక్తియుతసేవా విధానముననే శ్రీకృష్ణభగవానుడు అవగతము కాగలడు. మానసికకల్పనాపద్ధతుల ద్వారా భగవద్గీతను అవగతము చేసికొన యత్నించు అప్రమాణిక వ్యాఖ్యాతలు తాము కేవలము కాలమును వృథాపరచు చున్నామని అవగతము చేసికొనునట్లుగా ఈ విషయమును శ్రీకృష్ణ భగవానుడు ఈ శ్లోకమున స్పష్టముగా తెలియజేసినాడు. కృష్ణునిగాని లేదా కృష్ణుడు ఏ విధముగా తల్లిదండ్రుల ఎదుట చతుర్భుజరూపమున ప్రకటమై, పిదప ద్విభుజరూపమునకు మారెనను విషయమును గాని ఎవ్వరును ఎరుగలేరు. వేదాధ్యయనముచే గాని, తత్త్వవిచారములచే గాని ఈ విషయములను

తెలియుట అత్యంత కష్టతరము. కనుకనే ఎవ్వరును ఆతనిని గాంచలేరనియు లేదా ఈ విషయముల రహస్యములందు ప్రవేశింపజాలరనియు ఇచ్చట స్పష్టముగా తెలుపబడినది. అయినను వేదవాఙ్మయమునందు పరమప్రవీణులైనవారు మాత్రము అట్టి వాఙ్మయము ద్వారా ఆతనిని గూర్చి తెలిసికొనగలరు. భక్తియుతసేవ నొనర్చుటకు ప్రామాణిక శాస్త్రములందు పెక్కు నియమనిబంధనలు గలవు. శ్రీకృష్ణభగవానుని అవగతము చేసికొనగోరినచో మనుజుడు ప్రామాణిక గ్రంథములందు వర్ణింపబడిన విధియుక్త నియమములను తప్పక అనుసరింపవలెను. ఆ నియమానుసారముగా అతడు తపస్సును కావించవలెను. ఉదాహరణకు తీవ్రతపస్సు నాచరించుటకు అతడు కృష్ణాష్టమిరోజున (కృష్ణుని జన్మదినము) మరియు మాసమందలి శుక్లపక్ష, కృష్ణపక్ష ఏకాదశి పుణ్యదినములందు ఉపవసింపవలెను. అదేవిధముగా కృష్ణభక్తిని ప్రపంచమంతటను ప్రచారము చేయుటను భక్తియుతసేవ యందు నియుక్తులైన కృష్ణభక్తులకు దానమివ్వవలెను. కృష్ణభక్తిని సర్వత్రా ప్రచారము చేయుచున్న కృష్ణచైతన్యసంఘము మానవాళికి ఒక అద్వితీయవరము. అట్టి అత్యంత దుర్లభమైన కృష్ణప్రేమను శ్రీచైతన్య మహాప్రభువు విరివిగా సర్వులకు పంచిరి. కనుకనే ఆయనను మిక్కిలి ఔదార్యుడైన దాతయని శ్రీరూపగోస్వామి శ్లాఘించిరి. కనుక కృష్ణభక్తిని ప్రచారము చేయు భక్తునకు ప్రచారము నిమిత్తము దానమిచ్చినచో, అట్టి దానము ప్రపంచమునందలి అత్యుత్తమ దానము కాగలదు. ఒకవేళ ఎవరేని నిర్దేశానుసారము మందిరమునందు (విష్ణువు లేదా కృష్ణుని శ్రీమూర్తులు కలిగిన దేవాలయములు పలుకలవు) అర్చనము కావించినచో దేవదేవునికి ఒసగిన సేవ మరియు వందనముల ద్వారా పురోగతిని బడయగలరు. భక్తి యందు ఆరంభదశలో నున్నవారికి మందిరార్చనము అత్యంత అవసరము. ఈ విషయమే శ్వేతాశ్వతర ఉపనిషత్తు(6.23) నందు ఇట్లు నిర్ధారింపబడినది :

యస్య దేవే పరా భక్తిర్యథా దేవే తథా గురౌ ।
తస్యైతే కథితా హ్యర్థాః ప్రకాశన్తే మహాత్మనః ॥

భగవానుని యందు అచంచలమైన భక్తిని, తనను నిర్దేశించు గురువు నందు అచంచలమైన శ్రద్ధను కలిగినవాడు ఆత్మజ్ఞానముచే దేవదేవుని దర్శింపగలడు. అంతియేగాని మనోకల్పనలచే ఎవ్వరును శ్రీకృష్ణభగవానుని ఎరుగజాలరు. ఆధ్యాత్మికగురువు నేతృత్వములో శిక్షణను పొందనివానికి కృష్ణుని అవగాహన

చేసికొనుట సాధ్యపడదు. శ్రీకృష్ణుని అవగాహనను ఆరంభించుటయు అతనికి సాధ్యము కాదు. శ్రీకృష్ణుని అవగాహన చేసికొనుటకు వేరే ఏ ఇతర మార్గములు అవలంబనీయములు కావనియు లేదా ఉపదేశింపబడరాదనియు లేదా విజయవంతములు కాజాలవనియు తెలియజేయుటకే "తు" అను పదము ఇచ్చట ప్రత్యేకముగా వాడబడినది.

శ్రీకృష్ణుని స్వీయరూపములైన ద్విభుజ, చతుర్భుజ రూపములు అర్జునునకు చూపిన తాత్కాలిక విశ్వరూపమునకు పూర్తిగా భిన్నమైనవి. చతుర్భుజ నారాయణుని రూపము, ద్విభుజ శ్రీకృష్ణుని రూపము నిత్యములు ఆధ్యాత్మికములు కాగా, అర్జునునకు దర్శింపజేసిన విశ్వరూపము తాత్కాలికమైనది. "సుదుర్దర్శమ్" (చూచుటకు కష్టతరమైనది) అను పదము ఆ విశ్వ రూపమును వేరెవ్వరును చూడలేదని సూచించుచున్నది. భక్తులకు దానిని చూపవలసిన అవసరము లేదనియు అది తెలుపుచున్నది. కాని అర్జునుని అభ్యర్థనపై శ్రీకృష్ణుడు దానిని చూపెను. తద్ద్వారా భవిష్యత్తులో ఎవ్వరైనను తాను భగవానుని అవతారమని ప్రకటించినపుడు జనులు అతనిని విశ్వరూపమును చూపుమని అడుగుటకు అవకాశము లభించినది.

గత శ్లోకమునందు పునః పునః వాడబడిన "న" అను పదము వేద వాఙ్మయము నందలి విద్య వలన కలిగిన అట్టి యోగ్యతలచే ఎవ్వరును గర్వించ రాదని సూచించుచున్నది. ప్రతియొక్కరు కృష్ణభక్తిని చేపట్టవలసియున్నది. అటుపిమ్మటనే వారు భగవద్గీతకు వ్యాఖ్యానములను వ్రాయుటకు యత్నింపవలెను.

శ్రీకృష్ణుడు విశ్వరూపము నుండి చతుర్భుజ నారాయణుని రూపమునకు, అటుపిమ్మట తన సహజ ద్విభుజ రూపమునకు మారెను. అనగా వేద వాఙ్మయము నందు తెలుపబడిన చతుర్భుజ రూపములు, ఇతర రూపము లన్నియును మూలమైన ద్విభుజ శ్రీకృష్ణుని రూపము నుండియే ఉద్భవించుచున్నవని ఈ విషయము తెలియజేయుచున్నది. ఆతడే సర్వ ఉద్భవములకు మూలము. శ్రీకృష్ణుడు ఈ రూపములకే అన్యుడని తెలియుచుండ నిరాకారభావమును గూర్చి వేరుగా తెలుప నవసరమేమున్నది. చతుర్బాహు రూపములలోని మహావిష్ణువు రూపము (మహావిష్ణువుగా తెలియబడు ఆతడు కారణసముద్రమునందు శయనించియుండగా శ్వాస ద్వారా అసంఖ్యాక లోకములు బయల్వెడలుచు, తిరిగి లోనికి ప్రవేశించుచుండును) కూడా ఆ దేవదేవుడైన శ్రీకృష్ణుని విస్తృతాంశమే యని స్పష్టముగా తెలుపబడినది. బ్రహ్మసంహిత

(5.48) యందు ఈ క్రింది విధముగా తెలుపబడినది.

యస్యైక నిఃశ్వసితకాల మథావలంబ్య
జీవన్తి లోమవిలజా జగదండనాథాః ।
విష్ణుర్మహాన్ స ఇహ యస్య కళావిశేషో
గోవిందం ఆదిపురుషం తమహం భజామి ॥

"కేవలము శ్వాసచే ఎవ్వని యందు అసంఖ్యాక విశ్వములు ప్రవేశించి, తిరిగి ఆతని నుండియే బయల్వెడలుచున్నవో ఆ మహావిష్ణువు శ్రీకృష్ణుని ప్రధాన విస్తృతాంశము. కనుకనే సర్వకారణకారణుడైన ఆ గోవిందుని (శ్రీకృష్ణుని) నేను భజింతును." కనుక ప్రతియొక్కరు శ్రీకృష్ణుని నిత్యజ్ఞానానంద పూర్ణుడైన ఆదిదేవునిగా తప్పక అర్చింపవలెను. శ్రీకృష్ణభగవానుడే సర్వవిష్ణురూపములకు మరియు సర్వావతారములకు మూలమై యున్నాడు. భగవద్గీత యందు నిర్ధారింపబడినట్లు ఆతడే ఆద్యుడైన ఆదిదేవుడు.

గోపాలతాపన్యుపనిషత్తు(1.1) నందు ఈ క్రింది విధముగా తెలుపబడినది.

సచ్చిదానందరూపాయ కృష్ణాయాక్లిష్టకారిణే ।
నమో వేదాన్తవేద్యాయ గురవే బుద్ధి సాక్షిణే ॥

"సచ్చిదానందరూపుడైన శ్రీకృష్ణునకు వందనముల నర్పింతును. ఆతనిని అవగతము చేసికొనుట యనగా వేదముల నవగతము చేసికొనుట యనియే భావము కనుక నేను ఆ దేవదేవునకు నమస్సులర్పింతును. కనుకనే ఆతడు పరమ ఆధ్యాత్మికాచార్యుడై యున్నాడు." దాని యందే "కృష్ణోవై పరమం దైవతమ్" అనియు తెలుపబడినది. అనగా శ్రీకృష్ణుడే దేవదేవుడు (గోపాలతాపన్యుపనిషత్తు 1.3). ఇంకను ఆ ఉపనిషత్తు నందే "ఏకో వశీ సర్వగః కృష్ణ ఈడ్యః"అని పేర్కొనబడినది. అనగా ఆ కృష్ణుడొక్కడే దేవదేవుడు మరియు పూజనీయుడని భావము. "ఏకో ऽపి సన్ బహుధా యో ऽవభాతి"- అనగా కృష్ణుడొక్కడైనను అసంఖ్యాక రూపములు, అవతారములతో వ్యక్తమగుచుండును. (గోపాలతాపని ఉపనిషత్తు 1.21).

బ్రహ్మసంహిత (5.1) ఈ విధముగా పలుకుచున్నది :

ఈశ్వరః పరమః కృష్ణః సచ్చిదానందవిగ్రహః ।
అనాదిరాదిర్గోవిందః సర్వకారణకారణమ్ ॥

"సచ్చిదానందవిగ్రహుడైన శ్రీకృష్ణుడు పూర్ణపురుషోత్తముడైన భగవానుడు. సర్వమునకు ఆదియైనందున ఆతనికి ఆది యన్నది లేదు. ఆతడే సర్వకారణములకు కారణమై యున్నాడు."

శాస్త్రమునందు ఒకచోట "యత్రావతీర్ణం కృష్ణాఖ్యం పరం బ్రహ్మ నరాకృతి" యని తెలుపబడినది. అనగా పరతత్త్వము రూపసహితము. ఆ పరతత్త్వమే శ్రీకృష్ణుడు. ఆతడే కొన్నిమార్లు భూమిపై అవతరించుచుండును. అదే విధముగా భగవానుని పలు అవతారములను గూర్చిన వర్ణనను శ్రీమద్భాగవతమున మనము గాంతుము. ఆ అవతార నామములలో శ్రీకృష్ణుని నామము సైతము కలదు. కాని శ్రీకృష్ణుడు అవతారము కాదనియు, ఆద్యుడైన దేవదేవుడనియు దాని యందు పిదప పేర్కొనబడినది (ఏతేచాంశకలాః పుంసః కృష్ణస్తు భగవాన్ స్వయం).

అదేవిధముగా భగవద్గీత యందు శ్రీకృష్ణుడు "దేవదేవునిగా నా రూపము కన్నను పరమైనది వేరొక్కటి లేదు" (మత్తః పరతరం నాన్యత్) అని పలికి యుండెను. ఆతడే మరియొకచోట "నేనే సర్వదేవతలకు మూలమును" (అహమాదిర్హి దేవానామ్) అనియు పలికెను. శ్రీకృష్ణుని నుండి గీతను అవగాహన చేసికొనిన పిమ్మట అర్జునుడు కూడ ఆ విషయమునే "పరం బ్రహ్మ పరం ధామ పవిత్రం పరమం భవాన్ - నీవే దేవదేవుడవు, పరతత్త్వమువు మరియు సర్వమునకు ఆశ్రయుడవు అని నేను సంపూర్ణముగా అర్థము చేసికొంటిని" యనుచు నిర్ధారించెను. కనుకనే శ్రీకృష్ణుడు అర్జునునకు చూపిన విశ్వరూపము ఆ దేవదేవుని మూలరూపము కాదు. మూలమైనది కృష్ణరూపమే. వేలాది శిరములను, హస్తములను కలిగిన విశ్వరూపము కేవలము భగవానుని యెడ ప్రేమలేనివారికి శ్రద్ధను కలిగించు నిమిత్తమే ప్రకటింపబడినట్టిది. అది భగవానుని మూలరూపము కాదు.

వివిధములైన దివ్యసంబంధముల ద్వారా శ్రీకృష్ణుని యెడ ప్రేమభావమును కలిగియున్న శుద్ధభక్తులకు విశ్వరూపమెన్నడును ఆకర్షణీయము కాదు. ఆ దేవదేవుడు తన మూలరూపమునందే దివ్యప్రేమ వినిమయము కావించును. కనుకనే సఖ్యరసమున శ్రీకృష్ణునితో సన్నిహిత సంబంధమును కలిగియున్న అర్జునునకు ఆ విశ్వరూపము ఏమాత్రము ప్రీతిని కలిగింపలేదు. పైగా అది భీతిని కలిగించెను. శ్రీకృష్ణుని సన్నిహిత సహచరుడైన అర్జునుడు సామాన్య

మానవుడు కాడు. అతడు నిక్కము దివ్యచక్షువులను కలిగియుండెను. కనుకనే అతడు విశ్వరూపముచే ఆకర్షితుడు కాలేదు. కామ్యకర్మలచే తమను తాము ఉద్ధరించుకొనదలచువారికి ఆ రూపము అద్భుతముగా తోచవచ్చునేమో కాని, భక్తియుతసేవలో నియుక్తులైన భక్తులకు మాత్రము ద్విభుజ శ్రీకృష్ణుని రూపమే అత్యంత ప్రియమైనది.

55

मत्कर्मकृन्मत्परमो मद्भक्तः सङ्गवर्जितः ।
निर्वैरः सर्वभूतेषु यः स मामेति पाण्डव ॥५५ ॥

మత్కర్మకృన్మత్పరమో మద్భక్తః సఙ్గవర్జితః ।
నిర్వైరః సర్వభూతేషు యః స మామేతి పాణ్డవ ॥

మత్కర్మకృత్—నా కర్మచేయుట యందు నిమగ్నుడైనవాడు; మత్పరమః—నన్నే పరమగతిగా భావించుచు; మద్భక్తః—నా భక్తి యందు నియుక్తుడైనవాడు; సంగవర్జితః—కామ్యకర్మలు మరియు మానసికకల్పనల కల్మషము నుండి విడివడినవాడు; నిర్వైరః—శత్రువులు లేనివాడు; సర్వభూతేషు—సర్వజీవుల యందు; యః—ఎవడు; సః—వాడు; మాం—నన్ను; ఏతి—చేరును; పాణ్డవ—పాండుకుమారా.

ఓ ప్రియమైన అర్జునా! కామ్యకర్మలు, మనోకల్పనలనెడి కల్మషముల నుండి విడివడి నా శుద్ధభక్తి యందు నియుక్తుడయ్యెడివాడును, నన్నే తన జీవిత పరమగమ్యముగా భావించి నా కొరకై కర్మనొనరించువాడును, సర్వజీవుల యెడ మిత్రత్వమును కలిగినవాడును అగు మనుజుడు తప్పక నన్నే చేరగలడు.

భాష్యము : ఆధ్యాత్మికాకాశము నందలి కృష్ణలోకములో దివ్యపురుషుడగు శ్రీకృష్ణుని చేరి ఆతనితో సన్నిహిత సంబంధమును పొందవలెనని అభిలషించు వాడు ఆ భగవానుడే స్వయముగా తెలిపినటువంటి ఈ సూత్రమును తప్పక అంగీకరింపవలెను. కనుకనే ఈ శ్లోకము గీతాసారముగా పరిగణింపబడు చున్నది. ప్రకృతిపై ఆధిపత్యమును వహింపవలెనను ప్రయోజనముచే భౌతికజగత్తు నందు మగ్నులైనవారును, నిజమైన ఆధ్యాత్మికజీవనమును గూర్చి తెలియని వారును అగు బద్ధజీవుల కొరకే భగవద్గీత ఉద్దేశింపబడియున్నది. మనుజుడు ఏ విధముగా తన ఆధ్యాత్మికస్థితిని, భగవానునితో తనకు గల నిత్య సంబంధమును అవగతము చేసికొనగలడో చూపి, ఏ విధముగా భగవద్ధామమునకు అతడు తిరిగి

చేరగలడో ఉపదేశించుటకే భగవద్గీత ఉద్దేశింపబడినది. మనుజుడు తన ఆధ్యాత్మిక కర్మమున (భక్తియుతసేవ) విజయమును సాధించు విధానమును ఈ శ్లోకము స్పష్టముగా వివరించుచున్నది.

కర్మకు సంబంధించినంతవరకు మనుజుడు తన శక్తినంతటిని కృష్ణభక్తిభావన కర్మలకే మరల్చవలెను. ఈ విషయమున భక్తిరసామృతసింధువు (2.255) నందు ఇట్లు తెలుపబడినది.

అనాసక్తస్య విషయాన్ యథార్హ ముపయుంజతః ।
నిర్బన్ధః కృష్ణసమ్బన్ధే యుక్తం వైరాగ్యముచ్యతే ॥

ఏ కర్మ మైననను కృష్ణుని సంబంధములోనే మనుజుడు ఒనరింపవలెను. అదియే కృష్ణకర్మ యని పిలువబడును. మనుజుడు పలుకర్మల యందు నియుక్తుడై యున్నను తన కర్మఫలముల యెడ ఆసక్తుడు కాక వాటిని కృష్ణునకే అర్పింపవలెను. ఉదాహరణకు ఎవ్వరైనను వ్యాపారమును చేయుచున్నచో దానిని కృష్ణభక్తిరసభావిత కర్మగా మార్చవలెనన్న అద్దానిని అతడు కృష్ణుని కొరకై ఒనరింపవలెను. కృష్ణుడే వ్యాపారమునకు యజమానియైనచో అతడే ఆ వ్యాపారలాభమునకు భోక్తయు కావలెను. అనగా ఎవరేని వ్యాపారస్థుడు తన వద్ద కోట్లాది రూపాయలను కలిగియుండి, దానినంతటిని శ్రీకృష్ణునకు అర్పింప దలచినచో ఆ విధముగా ఒనరించగలడు. అది కృష్ణపరమగు కర్మయే. అందులకు అతడు తన ప్రీత్యర్థమై భవంతిని నిర్మించుకొనుటకు బదులు శ్రీకృష్ణునకు దివ్యమైన మందిరమును నిర్మించి, శ్రీకృష్ణుని శ్రీవిగ్రహమును ప్రతిష్ఠించి ప్రామాణిక భక్తిశాస్త్రముల ననుసరించి పూజాది కార్యక్రమములను ఏర్పాటు చేయవచ్చును. ఇదియంతయు కృష్ణకర్మయే. తాను చేయు కర్మఫలముల యెడ అనురక్తుడు గాక వానినన్నింటిని కృష్ణునకే అర్పింపవలెను. ఆ దేవదేవునికి అర్పించిన పదార్థములను ప్రసాదరూపములో గ్రహింపవలెను. కృష్ణుని కొరకై దివ్యభవంతిని నిర్మించి, దాని యందు శ్రీకృష్ణుని శ్రీమూర్తిని ప్రతిష్ఠించినను అచ్చట నివసించుటలో మనుజునకెట్టి అవరోధము కాని, నిషేధము కాని ఉండదు. కాని ఆ భవంతికి యజమాని శ్రీకృష్ణుడనెడి అవగాహన మాత్రము కలిగియుండవలెను. అట్టి భావనయే కృష్ణభక్తిరస భావనము. ఒకవేళ ఎవరైనా శ్రీకృష్ణునికి మందిరమును నిర్మింప సామర్థ్యము లేనివారైనచో కృష్ణ మందిరమును శుభ్రపరచుట యందైనను నియుక్తులు కావచ్చును. అదియును

కృష్ణకర్మయే. అంతియేగాక మనుజుడు కృష్ణుని కొరకై ఉద్యానవనమును పెంచవచ్చును. స్థలమును కలిగియున్న ఎవ్వరైనను (భారతదేశమున అతిబీద వాడైనను ఎంతనోకొంత స్థలమును కలిగియుండును) కృష్ణుని కొరకై పుష్పములను ఆ స్థలమునందు పూయింపవచ్చును. దానియందు తులసీవనమును పెంచి తులసీదళములను కృష్ణునకు అర్పింపవచ్చును. తులసీదళములు అత్యంత ముఖ్యములు మరియు శ్రీకృష్ణుడు భగవద్గీత యందు దానిని నిర్దేశించుటయే దీనికి కారణము (పత్రం పుష్పం ఫలం తోయం). తనకు మనుజుడు పత్రమును గాని, పుష్పమును గాని, ఫలమును గాని లేదా జలమును గాని అర్పించవలెనని శ్రీకృష్ణుడు వాంఛించును. అట్టి అర్పణముచే ఆతడు సంతృప్తి చెందగలడు. పత్రమనగా ముఖ్యముగా తులసీపత్రమును సూచించును గావున మనుజుడు తులసీవనమును పెంచవలెను. ఈ విధముగా అతిబీదవాడైనను కృష్ణుని సేవలో నియుక్తుడు కావచ్చును. ఏ విధముగా మనుజుడు కృష్ణకర్మ యందు నియుక్తుడు కాగలడనుటకు ఇవి కొన్ని ఉదాహరణములు.

దివ్యధామమున శ్రీకృష్ణుని సాహచర్యమే జీవితము యొక్క అత్యున్నత పరిపూర్ణత్వమని భావించువానిని "మత్పరమః" అను పదము సూచించు చున్నది. అట్టి భక్తుడు చంద్రలోకమును గాని, సూర్యలోకమును గాని లేదా స్వర్గలోకములను గాని చేరవలెనని అభిలషింపడు. ఈ విశ్వపు అత్యంత ఉన్నతలోకమైన బ్రహ్మలోకమును చేరుటకును అతడు కోరడు. దాని యెడ అతడు ఎట్టి ఆకర్షణను కలిగియుండడు. కేవలము ఆధ్యాత్మికలోకమును చేరుట యందే అతడు అనురక్తుడై యుండును. అత్యంత ఉన్నత ఆధ్యాత్మికలోకమైన గోలోకబృందావనమును (కృష్ణలోకమును) చేరగోరినందున ఆధ్యాత్మికజగత్తు నందు దేదీప్యమాన బ్రహ్మతేజస్సులో లీనమగుట యందును అతడు తృప్తి నొందడు. ఆ లోకమును గూర్చిన సంపూర్ణజ్ఞానమును కలిగియున్నందున ఆ భక్తుడు ఇతరలోకములందు అభిరుచిని కలిగియుండడు. "మద్భక్తః" అను పదము ద్వారా సూచింపబడినట్లు అతడు శ్రవణము, కీర్తనము, స్మరణము, పాద సేవనము, అర్చనము, వందనము, భగవదాజ్ఞలను నిర్వహించుట, సఖ్యము, ఆత్మనివేదనములనెడి నవవిధభక్తిమార్గముల ద్వారా భక్తియుతసేవ యందు పూర్ణముగా నియుక్తుడై యుండును. మనుజుడు ఈ నవవిధభక్తిమార్గములలో అన్నింటిని గాని, ఎనిమిదింటిని గాని, ఏడింటిని గాని లేదా కనీసము ఒక్కదానిని

గాని పాటింపవచ్చును. అది అతనిని నిక్కముగా పూర్ణుని చేయగలదు.

ఈ శ్లోకమున "సఙ్గవర్జితః" అను పదము ముఖ్యమైనది. కృష్ణునికి వ్యతిరేకులైనవారి నుండి మనుజుడు దూరుడు కావలెను. నాస్తికులైనవారే గాక కామ్యకర్మరతులు, మనోకల్పనాపరులు సైతము కృష్ణునికి వ్యతిరేకులై యుందురు. కనుకనే భక్తియోగపు విశుద్ధరూపము భక్తిరసామృతసింధువు (1.1.11) నందు ఇట్లు వివరింపబడినది.

అన్యాభిలాషితాశూన్యం జ్ఞానకర్మాద్యనావృతమ్ ।
అనుకూల్యేన కృష్ణానుశీలనం భక్తిరుత్తమా ॥

ఎవరేని విశుద్ధమగు భక్తియుతసేవ నొనరింపగోరినచో అతడు తప్పక సర్వ విధములైన భౌతికకల్మషముల నుండి విడివడియుండవలెనని శ్రీల రూపగోస్వామి ఈ శ్లోకమునందు స్పష్టముగా వివరించిరి. అట్టివాడు కామ్యకర్మరతులు, మనోకల్పనాపరుల సంగత్వమునకు దూరుడై యుండవలెను. అటువంటి అవాంఛిత సంగత్వము నుండి మరియు విషయకోరికల కల్మషము నుండి మనుజుడు దూరుడైనప్పుడు కృష్ణపరజ్ఞానమును అనుకూలముగా సంపాదింపగలడు. అదియే శుద్ధభక్తి యనబడును. ఆనుకూల్యస్య సంకల్పః ప్రాతికూల్యస్య వర్జనమ్ (హరిభక్తివిలాసము 11.676) - ప్రతియొక్కరు కృష్ణుని గూర్చియే చింతించుచు, ఆతనికి అనుకూలముగానే వర్తించవలెను. ప్రతికూలముగా ఎన్నడును వర్తించ రాదు. కంసుడు శ్రీకృష్ణుని విరోధి. శ్రీకృష్ణుడు అవతరించిననాటి నుండియు ఆతనిని సంహరించవలెనని కంసుడు పలువిధముల యత్నించెను. కాని అతడు సదా విఫలుడేయైన కారణముగా ఎల్లప్పుడు శ్రీకృష్ణునే చింతించెడివాడు. ఆ విధముగా అతడు పనిచేయుచున్నను, భుజించుచున్నను, నిద్రించుచున్నను అన్ని విధముల కృష్ణభావన యందే నిలిచెను. కాని అట్టి కృష్ణభావనము అనుకూలమైనది కాదు. కనుకనే అతడట్లు ఇరువదినాలుగు గంటలు శ్రీకృష్ణుని గూర్చి చింతించినను దానవునిగానే పరిగణింపబడినాడు. అంతియేగాక చివరకు కృష్ణుడు అతనిని సంహరించినాడు. కృష్ణునిచే సంహరింపబడినవారు సాయుజ్యముక్తిని శీఘ్రమే పొందుటన్నది వాస్తవమైనను అదియెన్నడును శుద్ధ భక్తుల లక్ష్యము కాదు. శుద్ధభక్తుడైనవాడు ముక్తిని సైతము వాంఛింపడు. అత్యంత ఉన్నత లోకమైన గోలోకబృందావనమును కూడా అతడు చేరగోరడు. తానెచ్చటున్నను కృష్ణునికి సేవనొనర్చుటయే అతని ఏకైక లక్ష్యము.

కృష్ణభక్తుడు సర్వుల యెడ మిత్రత్వమును కలిగియుండును. కనుకనే అతనికి శత్రువు లేడని (నిర్వైరః) ఇచ్చట తెలుపబడినది. కాని అది ఎట్లు సాధ్యము? కృష్ణభక్తిరస భావితుడైన భక్తుడు కృష్ణభక్తి యొక్కటే సమస్త జీవిత క్లేశముల నుండి మనుజునికి విమోచన కలిగించునని ఎరిగియుండును. ఇది తన స్వానుభవమై నందున అతడు ఈ కృష్ణభక్తిరస భావన విధానమును మానవసమాజమున ప్రవేశపెట్టవలెనని వాంఛించును. భక్తిని ప్రచారము చేయుటకు భక్తులు తమ జీవితములను సైతము పణముగా పెట్టిన ఉదంతములు చరిత్రలో పెక్కులు గలవు. వాటిలో ఏసుక్రీస్తు ఉదాహరణము అతి ముఖ్యమైనది. అభక్తులచే అతడు శిలువ వేయబడెను. అతడు భగవచ్చైతన్యమును విస్తరింపజేయుటకే అట్లు తన జీవితమును త్యాగము చేసెను. కాని చంపబడినాడనుట కేవలము స్థూలదృష్టికి మాత్రమే. అదేవిధముగా ప్రహ్లాదుడు, హరిదాసఠాకూరుల వంటివారి ఉదాహరణములు భారతదేశమునందును కలవు. ఎందులకు అంత కష్టమును కొనిదెచ్చుకొనుట? వారు కృష్ణభక్తిని ప్రచారము చేయగోరిరనియు మరియు అది మిగుల కఠినమైనదనియు తెలుపుటయే దానికి సమాధానము. ఎవరేని మనుజుడు దుఃఖభాగుడైనచో తనకు శ్రీకృష్ణునితో గల నిత్యసంబంధమును అతడు మరచుటయే అందులకు కారణమని కృష్ణభక్తిరసభావితుడు ఎరిగి యుండును. కనుక పొరుగువారిని సమస్త భౌతికక్లేశముల నుండి విమోచనులను చేయుటయే మానవసమాజమునకు మనుజుడు చేయగల అత్యున్నత లాభము కాగలదు. భక్తుడైనవాడు ఆ విధముగా శ్రీకృష్ణభగవానుని భక్తియుతసేవ యందు నెలకొనియుండును. ఈ విధముగా ప్రతిదానిని తనకొరకు పణముగా పెట్టి సేవ యందు నియుక్తులైయుండు భక్తుల యెడ శ్రీకృష్ణుడు ఎంత దయాళువై యుండునో మనము సులభముగా ఊహింపవచ్చును. కనుకనే అట్టివారు దేహత్యాగానంతరము దివ్యలోకమును నిక్కముగా చేరుదురు.

సారాంశమేమనగా తాత్కాలిక ప్రదర్శనమైన విశ్వరూపము, సర్వమును హరించు కాలరూపము, చతుర్భుజ విష్ణురూపములన్నియును శ్రీకృష్ణుని చేతనే ప్రదర్శింపబడినవి. అనగా ఈ వ్యక్తీకరణలన్నింటికినీ శ్రీకృష్ణుడే మూలము. అంతియేకాని ఆదియైన విశ్వరూపము లేదా విష్ణువు నుండి కృష్ణుడు ప్రకటము కాలేదు. శ్రీకృష్ణుడే సర్వరూపములకు మూలమై యున్నాడు. కనుకనే విష్ణుతత్త్వములు వేలాదిగా నున్నను భక్తునకు ఆదిరూపమగు ద్విభుజ శ్యామ

సుందరరూపము తప్ప ఆతని ఏ రూపము కూడా ముఖ్యమైనది కాదు. భక్తి మరియు ప్రేమతో శ్రీకృష్ణుని శ్యామసుందర రూపమునకు ఆకర్షితులైనవారు ఆతనిని హృదయమునందు నిత్యము గాంచుచు అన్యమును గాంచకుందురని బ్రహ్మసంహిత యందు తెలుపబడినది. కనుక శ్రీకృష్ణుని రూపమే ప్రధానమైనది మరియు దివ్యమైనదను ఈ ఏకాదశాధ్యాయపు సారాంశమును ప్రతియొక్కరు అవగాహనము చేసికొనవలసియున్నది.

శ్రీమద్భగవద్గీత యందలి "విశ్వరూపము" అను ఏకాదశాధ్యాయమునకు భక్తివేదాంతభాష్యము సమాప్తము.

ద్వాదశాధ్యాయము

భక్తియోగము

1

अर्जुन उवाच

एवं सततयुक्ता ये भक्तास्त्वां पर्युपासते।
ये चाप्यक्षरमव्यक्तं तेषां के योगवित्तमाः ॥१ ॥

అర్జున ఉవాచ

ఏవం సతతయుక్తా యే భక్తాస్త్వాం పర్యుపాసతే ।
యే చాప్యక్షరమవ్యక్తం తేషాం కే యోగవిత్తమాః ॥

అర్జునః ఉవాచ—అర్జునుడు పలికెను; ఏవం—ఈ విధముగా; సతత—నిత్యము; యుక్తాః—నిమగ్నులైన; యే—ఎవరైతే; భక్తాః—భక్తులు; త్వాం—నిన్ను; పర్యుపాసతే—తగిన రీతి పూజింతురో; యే—ఎవరు; చ—కూడా; అపి—మరల; అక్షరం—ఇంద్రియాతీతమైన; అవ్యక్తం—నిరాకారమైన; తేషాం—వారిలో; కే—ఎవరు; యోగవిత్తమాః—యోగజ్ఞానము నందు మిక్కిలి పరిపూర్ణులు.

అర్జునుడు ప్రశ్నించెను : నీ భక్తియుతసేవలో సదా యుక్తముగా నియుక్తులైనవారు మరియు అవ్యక్త నిరాకారబ్రహ్మమును ధ్యానించువారు అను ఇరువురిలో ఎవరు మిగుల పరిపూర్ణులని భావింపబడుదురు?

భాష్యము : సాకార, నిరాకార, విశ్వరూపముల గూర్చియు, పలురకములైన భక్తులు మరియు యోగుల గూర్చియు శ్రీకృష్ణభగవానుడు ఇంతవరకు వివరించెను. సాధారణముగా ఆధ్యాత్మికులు సాకారవాదులు, నిరాకారవాదులను రెండు తరగతులుగా విభజింపబడియుందురు. రూపము నందు అనురక్తుడైన భక్తుడు తన సంపూర్ణశక్తిని వినియోగించి శ్రీకృష్ణభగవానుని భక్తియుతసేవలో నియుక్తుడై యుండును. కాని నిరాకారవాదియైనవాడు శ్రీకృష్ణుని ప్రత్యక్షసేవలో నిలువక అవ్యక్త నిరాకారబ్రహ్మ ధ్యానమునందు నిమగ్నుడై యుండును.

పరతత్త్వానుభూతికి గల పలువిధములైన పద్ధతులలో భక్తియోగము అత్యంత ఉత్కృష్టమైనదని ఈ అధ్యాయమున మనకు అవగతము కాగలదు.

శ్రీకృష్ణభగవానుని సన్నిహిత సాహచర్యమును వాంఛించినచో మనుజుడు ఆ దేవదేవుని భక్తియుతసేవను తప్పక స్వీకరింపవలసియున్నది.

భక్తియోగము ద్వారా దేవదేవుని ప్రత్యక్షముగా సేవించువారు సాకార వాదులు. నిరాకారబ్రహ్మ ధ్యానమునందు నియుక్తులైనవారు నిరాకారవాదులు. ఈ ఇరువురిలో ఎవరిది ఉత్తమస్థితి యని అర్జునుడు ప్రశ్నించుచున్నాడు. పరతత్త్వానుభూతికి పలుమార్గములున్నను తన భక్తియుక్తసేవయే ఆ మార్గము లన్నింటి యందును అత్యంత ఘనమైనదని శ్రీకృష్ణభగవానుడు ఈ అధ్యాయమున వివరింపనున్నాడు. ఈ భక్తియోగము అత్యంత ప్రత్యక్షమార్గమే గాక దేవదేవుని సాహచర్యమును పొందుటకు సులభతమమైన విధానమై యున్నది.

జీవుడు ఆధ్యాత్మిక స్ఫులింగమే గాని దేహము కాదనియు మరియు పరతత్త్వము ఆధ్యాత్మిక సంపూర్ణతత్త్వమనియు శ్రీకృష్ణభగవానుడు భగవద్గీత యొక్క ద్వితీయాధ్యాయమున వివరించియున్నాడు. అట్టి జీవుడు సంపూర్ణతత్త్వపు అంశమైన కారణముగా తన శ్రద్ధనంతను సంపూర్ణతత్త్వము వైపునకే మరలింప వలెనని సప్తమాధ్యాయమున భగవానుడు పలికెను. మరణసమయమున శ్రీకృష్ణ భగవానుని స్మరించు మనుజుడు శీఘ్రమే ఆధ్యాత్మికలోకమునకు (కృష్ణలోకము) చేరగలడని అష్టమాధ్యాయమున తెలుపబడినది. తనను గూర్చియే సదా ఆంతరమున తలచెడి మనుజుడు యోగులందరిలోను పూర్ణతముడని షష్ఠా ధ్యాయపు అంతమున శ్రీకృష్ణుడు స్పష్టముగా పలికియున్నాడు. అనగా శ్రీకృష్ణుని రూపము నందే సర్వులు అనురక్తిని కలిగియుండవలెననుట అన్ని అధ్యాయముల సారాంశమై యున్నది. అదియే అత్యున్నత ఆధ్యాత్మికానుభవమై యున్నది.

అయినను శ్రీకృష్ణుని రూపమునందు అనురక్తులు కానివారు కొందరుందురు. ఆ రీతి రూపమునందు దృఢముగా అనాసక్తులైనవారు తమ గీతాభాష్యము లందును వారు జనులను కృష్ణుని నుండి మరలించి, వారి భక్తిని నిరాకార బ్రహ్మజ్యోతిలో నిలుచునట్లు చేయగోరుదురు. పరతత్త్వము యొక్క అవ్యక్తమును, ఇంద్రియాతీతమును అగు నిరాకారరూపమును ధ్యానించుటకే వారు ప్రాధాన్యము నొసగుదురు.

అనగా వాస్తవమునకు ఆధ్యాత్మికులలో రెండు తరగతులవారు కలరు. ఏ విధానము సులభతరము మరియు ఏ తరగతివారు అత్యంత పరిపూర్ణులనెడి ప్రశ్నను అర్జునుడు ఇప్పుడు పరిష్కరింప యత్నించుచున్నాడు. అనగా తాను శ్రీకృష్ణుని రూపమునందు అనురక్తుడై యున్నందున తన పరిస్థితిని అర్జునుడు తెలిసికొనగోరుచున్నాడు. అతడెన్నడును నిరాకారబ్రహ్మమునందు అనురక్తుడు కాలేదు. కనుక తన స్థితి సురక్షితమైనదో కాదో అతడు తెలిసికొనగోరు చున్నాడు. వాస్తవమునకు భౌతికజగమునందు కాని, ఆధ్యాత్మికజగమునందు కాని నిరాకారరూపము ధ్యానమునకు ఒక సమస్య వంటిది. పరతత్త్వపు నిరాకార భావనము ఎవ్వరికీ పూర్ణముగా సాధ్యము కాదు. కనుకనే "అట్టి కాలవ్యయముచే ఏమి ప్రయోజనము" అని అర్జునుడు పలుకగోరుచున్నాడు. ఇతర రూపముల నన్నింటిని అవగతము చేసికొనగలుగుటయే గాక తన కృష్ణప్రేమ యందు కలతయు సంభవింపనందున శ్రీకృష్ణుని రూపమునందే అనురక్తమగుట పరమోత్తమమని అర్జునుడు ఏకాదశాధ్యాయమున అనుభవమును గడించి యున్నాడు. అర్జునుడు శ్రీకృష్ణభగవానునికి వేసిన ఈ ముఖ్యమైన ప్రశ్న పరతత్త్వము యొక్క సాకార, నిరాకారభావములందలి భేదమును విశదీకరింప గలదు.

2

श्रीभगवानुवाच

मय्यावेश्य मनो ये मां नित्ययुक्ता उपासते।
श्रद्धया परयोपेतास्ते मे युक्ततमा मताः ॥२॥

శ్రీభగవానువాచ

మయ్యావేశ్య మనో యే మాం నిత్యయుక్తా ఉపాసతే ।
శ్రద్ధయా పరయోపేతాస్తే మే యుక్తతమా మతాః ॥

శ్రీభగవానువాచ—దేవదేవుడైన శ్రీకృష్ణుడు పలికెను; మయి—నా యందు; ఆవేశ్య—స్థిరముగా నిలిపి; మనః—మనస్సును; యే—ఎవరు; మాం—నన్ను; నిత్యయుక్తాః—నిరంతర నిమగ్నులై; ఉపాసతే—అర్చింతురో; శ్రద్ధయా—శ్రద్ధతో; పరయా—దివ్యమైన; ఉపేతాః—కూడినవారై; తే—వారు; మే—నాచే; యుక్తతమాః—యోగమునందు మిక్కిలి పరిపూర్ణులైన వారుగా; మతాః—భావింపబడుదురు.

శ్రీకృష్ణభగవానుడు పలికెను : నా స్వీయరూపము నందు మనస్సును

లగ్నము చేసి దివ్యమును, ఘనమును అగు శ్రద్ధతో సదా నా అర్చనమునంద నియుక్తులైనవారు అత్యంత పరిపూర్ణులని నేను భావింతును.

భాష్యము : అర్జునుని ప్రశ్నకు సమాధానముగా శ్రీకృష్ణభగవానుడు తన స్వీయరూపమును ధ్యానించుచు శ్రద్ధాభక్తులను గూడి తనను పూజించువాడు యోగమునందు పరిపూర్ణుడని స్పష్టముగా పలుకుచున్నాడు. సర్వము కృష్ణుని కొరకే ఒనరింపబడుచున్నందున అట్టి కృష్ణభక్తిభావనలో నున్నవానికి ఎట్టి భౌతికకర్మలును ఉండవు. అటువంటి కృష్ణభక్తిరస భావనలో భక్తుడు సంతతమగ్నుడై యుండును. కొన్నిమార్లు అతడు జపమును గావించును. కొన్నిమార్లు కృష్ణుని గూర్చిన శ్రవణమును లేదా పఠనమును కొనసాగించును. మరికొన్నిమార్లు కృష్ణునికై ప్రసాదమును తయారు చేయును. ఇంకొన్నిమార్లు కృష్ణుని నిమిత్తమై అవసరమైనదేదియో ఖరీదు చేయుటకు అంగడికేగును. ఇంకను మందిరమును శుభ్రము చేయుట, భగవానుని భోజనపాత్రలను కడుగుట వంటి కార్యముల నొనరించును. ఈ విధముగా అతడు కృష్ణపరకర్మలకు అంకితము కాకుండా క్షణకాలమును వృథాచేయడు. అటువంటి కర్మ సంపూర్ణముగా సమాధిగతమై యుండును.

3-4

ये त्वक्षरमनिर्देश्यमव्यक्तं पर्युपासते ।
सर्वत्रगमचिन्त्यं च कूटस्थमचलं ध्रुवम् ॥३॥
सन्नियम्येन्द्रियग्रामं सर्वत्र समबुद्धयः ।
ते प्राप्नुवन्ति मामेव सर्वभूतहिते रताः ॥४॥

యే త్వక్షరమనిర్దేశ్యమవ్యక్తం పర్యుపాసతే ।
సర్వత్రగమచిన్త్యం చ కూటస్థమచలం ధ్రువమ్ ॥
సన్నియమ్యేన్ద్రియగ్రామం సర్వత్ర సమబుద్ధయః ।
తే ప్రాప్నువన్తి మామేవ సర్వభూతహితే రతాః ॥

యే—ఎవరైతే; తు—కాని; అక్షరం—ఇంద్రియాతీతమును; అనిర్దేశ్యం—అనిర్వచనీయమును; అవ్యక్తం—అవ్యక్తస్వరూపమును; పర్యుపాసతే—ఉపాసింతురో; సర్వత్ర గం—సర్వ వ్యాపకమును; అచింత్యం చ—ఊహాతీతమును; కూటస్థం—మార్పులేనిదియు; అచలం—నిశ్చలమైనదియు; ధ్రువం—స్థిరమైనదియు; సన్నియమ్య—నిగ్రహించి; ఇంద్రియ గ్రామం—సర్వేంద్రియములను; సర్వత్ర—అన్నిచోట్లను; సమబుద్ధయః—సమానబుద్ధి

గలవారై; తే—వారు; ప్రాప్నువన్తి—పొందుదురు; మామ్—నన్ను; ఏవ—తప్పక; సర్వభూతహితే—సర్వజీవుల యొక్క క్షేమమునందు; రతాః—నియుక్తులై.

ఇంద్రియాతీతమును, సర్వవ్యాపకమును, అచింత్యమును, మార్పు రహితమును, స్థిరమును, అచలమును అగు అవ్యక్త తత్త్వమును (పరతత్త్వపు నిరాకార భావనను) సర్వేంద్రియ నిగ్రహము మరియు సర్వుల యెడ సమభావము కలిగి పూర్ణముగా ఉపాసించు సర్వభూతహితులైనవారు సైతము అంత్యమున నన్ను పొందుదురు.

భాష్యము : దేవదేవుడైన శ్రీకృష్ణుని ప్రత్యక్షముగా పూజింపక అదే గమ్యమును పరోక్షమార్గమున సాధింప యత్నించువారు సైతము అంత్యమున ఆ పరమ గమ్యమైన శ్రీకృష్ణుని చేరగలరు. "బహుజన్మల పిదప జ్ఞానియైనవాడు వాసుదేవుడే సర్వస్వమని తెలిసి నన్ను శరణువేడుచున్నాడు." అనగా బహుజన్మల పిదప సంపూర్ణజ్ఞానము ప్రాప్తించినంతనే మనుజుడు శ్రీకృష్ణుని శరణుజొచ్చును. ఈ శ్లోకమునందు తెలుపబడిన విధానము ద్వారా మనుజుడు దేవదేవుని చేరగోరినచో ఇంద్రియనిగ్రహమును కలిగి, సర్వులకు సేవను గూర్చుచు, సర్వజీవుల హితకార్యములందు నియుక్తుడు కావలసియుండును. అనగా ప్రతి యొక్కరు శ్రీకృష్ణుని దరిచేరవలసియున్నదనియు, లేని యెడల పూర్ణానుభవమునకు ఆస్కారమే లేదనియు గ్రహింపవచ్చును. అట్టి భగవానునికి సంపూర్ణ శరణాగతిని పొందుటకు పూర్వము మనుజుడు తీవ్రతపస్సు నొనరించవలసియుండును.

జీవహృదయస్థుడైన పరమాత్మను గాంచుటకై దర్శనము, శ్రవణము, ఆస్వాదనము, కర్మముల వంటి ఇంద్రియపరకర్మల నుండి మనుజుడు విరమింపవలెను. ఆ సమయముననే పరమాత్ముడు సర్వత్రా కలడనెడు అవగాహనకు అతడు రాగలడు. ఈ సత్యదర్శనము పిమ్మట అతడు ఏ జీవిని ద్వేషింపడు. అట్టి భావనలో అతడు బాహ్యతొడుగును గాక ఆత్మను వీక్షించు చుండుటచే మానవునికి, జంతువునకు నడుమ భేదమును గాంచడు. కాని ఇట్టి నిరాకారానుభవ విధానము సామాన్యునకు అత్యంత కఠినమైనది.

5

क्लेशोऽधिकतरस्तेषामव्यक्तासक्तचेतसाम् ।
अव्यक्ता हि गतिर्दुःखं देहवद्भिरवाप्यते ॥५ ॥

క్లేశో ఽధికతరస్తేషామవ్యక్తాసక్తచేతసామ్ ।
అవ్యక్తా హి గతిర్దుఃఖం దేహవద్భిరవాప్యతే ॥

క్లేశః—కష్టము; **అధికతరః**—మిక్కిలి ఎక్కువ; **తేషాం**—ఆ; **అవ్యక్త**—అవ్యక్తమునందు; ఆసక్త—ఆసక్తి కలిగిన; **చేతసాం**—మనస్సు గలవారికి; **అవ్యక్తా హి**—అగోచరమగు బ్రహ్మమును గూర్చిచేయు; **గతిః**—ప్రగతి; దుఃఖం—క్లేశకరముగా; **దేహవద్భిః**—దేహధారులచే; **అవాప్యతే**—పొందబడును.

పరమపురుషుని అవ్యక్త నిరాకార తత్త్వము నందు ఆసక్తమైన చిత్తము గలవారికి పురోగతి యనునది మిగుల క్లేశకరము. ఆ విధానమున ప్రగతి సాధించుట దేహధారులకు ఎల్లప్పుడును కష్టతరమే.

భాష్యము : పరమపురుషుని అచింత్య, అవ్యక్త, నిరాకారతత్త్వమార్గము ననుసరించు ఆధ్యాత్మికవాదుల సమూహము జ్ఞానయోగులని పిలువబడుచుండగా, పూర్ణ కృష్ణభక్తిభావనలో ఆ దేవదేవుని భక్తియుతసేవ యందు నియుక్తులైన ఆధ్యాత్మికులు భక్తియోగులని పిలువబడుదురు. ఈ జ్ఞానయోగము, భక్తియోగము నడుమ గల భేదము ఇచ్చట చక్కగా విశదీకరింపబడినది. అంత్యమున మనుజుని ఒకే లక్ష్యమునకు గొనివచ్చునదైనను జ్ఞానయోగవిధానము మిక్కిలి క్లేశకరము. కాని శ్రీకృష్ణభగవానుని ప్రత్యక్షసేవా మార్గమైనందున భక్తియోగము అత్యంత సులభమైనదే గాక జీవాత్మకు సహజధర్మమై యున్నది. జీవుడు అనంతకాలముగా బద్ధుడై యున్నాడు. తాను దేహమును కానని సిద్ధాంత పూర్వకముగా అవగాహన చేసికొనుట అతనికి అత్యంత కఠినమైన విషయము. కనుక భక్తియోగియైనవాడు శ్రీకృష్ణుని శ్రీవిగ్రహమును పూజనీయమైనదిగా స్వీకరించును. మనస్సులో కొద్దిపాటి దేహభావన స్థిరమై యుండుటయే అందులకు కారణము. దానిని ఆ విధముగా అతడు అర్చనమునందు నియోగించును. అయినను దేవదేవుని రూపమునకు మందిరము నందు చేయబడు పూజ విగ్రహారాధనము కాదు. అర్చనము సగుణము (గుణసహితము) మరియు నిర్గుణము (గుణరహితము) అను రెండు విధములుగా నుండునని వేద వాఙ్మయము నుండి నిదర్శనము లభించుచున్నది. భగవానుని రూపము భౌతికగుణములతో రూపొందియుండుటచే మందిరమునందలి శ్రీవిగ్రహ ఆరాధనము సగుణమని తెలియబడును. భగవానుని రూపము ఆ విధముగా భౌతికములైన రాయి, దారువు లేదా తైలవర్ణపటములతో సూచింపబడినను

అదెన్నడును నిజమునకు భౌతికము కాదు. అదియే దేవదేవుని పూర్ణస్వభావమై యున్నది.

ఒక సాధారణ ఉదాహరణను ఇచ్చట ఒసగవచ్చును. మార్గమధ్యమున మనమెన్నియో తపాలాపెట్టెలను గాంచుచుందుము. మన ఉత్తరములను వాటిలో వేసినచో ఎటువంటి కష్టము లేకుండా అవి గమ్యస్థానమును చేరగలవు. కాని ఏదేని పాతపెట్టె లేదా తపాలాకార్యాలయము వారిచే అధీకృతము చేయబడనట్టి నకిలీపెట్టె అట్టి కార్యమును చేయజాలదు. అదేవిధముగా అర్చావిగ్రహమని పిలువబడు శ్రీవిగ్రహమునందు భగవానుడు అధీకృతమైన ప్రాతినిధ్యమును కలిగియున్నాడు. వాస్తవమునకు అర్చావిగ్రహము ఆ దేవదేవుని అవతారము. దాని ద్వారా ఆతడు సేవను గ్రహించును. శ్రీకృష్ణభగవానుడు సర్వ శక్తిమంతుడు మరియు సర్వసమర్థుడు కనుకనే భక్తుని సేవను అర్చావిగ్రహ అవతారము ద్వారా స్వీకరించును. బద్ధజీవితమున నిలిచిన మనుజునికి సౌకర్యము కలిగించు నిమిత్తమే ఆతడట్లు అర్చావిగ్రహ అవతారము ద్వారా సేవలను గొనును.

కావుననే శ్రీకృష్ణభగవానుని శీఘ్రముగను, ప్రత్యక్షముగను దరిచేరుట యందు భక్తులకు ఎట్టి కష్టము లేదు. కాని ఆధ్యాత్మికానుభవమునకు నిరాకార మార్గమును అనుసరించువారలకు మార్గము కష్టతరమై యున్నది. వారు భగవానుని అవ్యక్త ప్రాతినిధ్యమును ఉపనిషత్తుల వంటి వేదవాఙ్మయము ద్వారా అవగతము చేసికొనుట, భాషను నేర్చుట, వాని యందలి అగోచరభావములను అవగాహనము చేసికొనుట చేయవలసియుండును. ఈ విధానముల నన్నింటిని వారు అనుభూతమొనర్చుకొనవలసి యుండును. సామాన్యమానవునకు ఇది సులభమైనది కాదు. కాని భక్తియోగమున నియుక్తుడైన కృష్ణభక్తిరసభావితుడు కేవలము ఆధ్యాత్మికగురువు నిర్దేశమునందు వర్తించుచు, శ్రీవిగ్రహమునకు నమస్కరించుచు, శ్రీకృష్ణుని మహిమలను శ్రవణము చేయుచు, భగవానునకు అర్పింపబడిన ఆహారశేషమును భుజించుచు శ్రీకృష్ణభగవానుని సులభముగా అనుభూత మొనర్చుకొనును. కావున నిరాకారవాదులు అంత్యమున పరతత్త్వానుభవము కలుగకపోవుట యనెడి ప్రమాదమును కలిగిన అతికష్టమైన మార్గమును అనవసరముగా ఎన్నుకొనిరనుటలో ఎట్టి సందేహము లేదు. కాని సాకారవాది యైనవాడు ఎట్టి కష్టము గాని, ప్రమాదము గాని, క్లేశముగాని లేకుండా దేవదేవుని ప్రత్యక్షముగా దరిచేరగలడు. ఇందుకు సంబంధించిన ఒక విషయము

శ్రీమద్భాగవతమునందు కలదు. శ్రీకృష్ణభగవానునికే అంత్యమున మనుజుడు శరణు పొందవలసియున్నప్పుడు (అట్టి శరణాగతభావము భక్తి యనబడును) బ్రహ్మమననేదో, బ్రహ్మము కానిదేదో తెలిసికొనగోరుచు ఆ విధముగనే జీవితమునంతయు గడిపివేసినచో ఫలితము కేవలము క్లేశకరమే కాగలదని అందు పేర్కొనబడినది. కనుక అంతిమఫలితము అనిశ్చితమై యున్నందున ఈ క్లేశకర ఆత్మానుభవమార్గమును ఎవ్వరును చేపట్టరాదని ఇచ్చట ఉపదేశింపబడుచున్నది.

జీవుడు నిత్యముగా వ్యక్తిగతుడు. అట్టి నిత్యుడైన జీవుడు సంపూర్ణతత్త్వములో లీనమవగోరినచో తన సహజతత్త్వపు నిత్యత్వ, జ్ఞానవిషయముల అనుభవమునే పొందగలడు. కాని ఆనందతత్త్వము అనుభవమునకు రాదు. జ్ఞానయోగవిధానమున నిష్ణాతుడైన అట్టి ఆధ్యాత్మికవాది ఎవరేని భక్తుని కరుణచే భక్తియోగమునకు రాగలడు. అట్టి సమయమున అతని బహుకాల నిరాకారాభ్యాసము క్లేశకారకము కాగలదు. అతడు ఆ నిరాకారభావనను త్యజింపలేకపోవుటయే అందులకు కారణము. కనుకనే సాధనకాలమందును మరియు అనుభవకాలమందును బద్ధ జీవుడు అవ్యక్తముతో సదా క్లేశముననే ఉండును. వాస్తవమునకు ప్రతిజీవియు పాక్షికముగా స్వతంత్రుడు. ఈ అవ్యక్తానుభవము తన ఆనందమయ తత్త్వమునకు సంపూర్ణముగా వ్యతిరేకమైనదని అతడు తప్పక ఎరుగవలెను. కనుకనే ఈ పద్ధతిని ఎవ్వరును స్వీకరింపరాదు. ప్రతిజీవునికి భక్తియుత సేవలో పూర్ణ వ్యాపకమును కలిగించు కృష్ణభక్తిరసభావనవిధానమే ఉత్తమమైనది. అట్టి భక్తిమార్గమును విస్మరించినచో మనుజుడు నాస్తికుడగు ప్రమాదము కలదు. కనుక ఇంద్రియాతీతుడైనట్టి అవ్యక్త, అచింత్య తత్త్వముపై ధ్యానమును సాగించు విధానము ఈ శ్లోకమున తెలుపబడినట్లు ఎన్నడును (ముఖ్యముగా ఈ కాలమున) ప్రోత్సహింపబడరాదు. అది శ్రీకృష్ణభగవానునిచే ఉపదేశింపబడలేదు.

6-7

ये तु सर्वाणि कर्माणि मयि संन्यस्य मत्पराः ।
अनन्येनैव योगेन मां ध्यायन्त उपासते ॥६॥
तेषामहं समुद्धर्ता मृत्युसंसारसागरात् ।
भवामि न चिरात् पार्थ मय्यावेशितचेतसाम् ॥७॥

యే తు సర్వాణి కర్మాణి మయి సన్న్యస్య మత్పరాః ।
అనన్యేనైవ యోగేన మాం ధ్యాయన్త ఉపాసతే ॥
తేషామహం సముద్ధర్తా మృత్యుసంసారసాగరాత్ ।
భవామి న చిరాత్పార్థ మయ్యావేశితచేతసామ్ ॥

యే—ఎవరైతే; తు—కాని; సర్వాణి కర్మాణి—అన్ని కర్మములను; మయి—నా యందు; సన్న్యస్య—అర్పించి; మత్పరాః—నా యందు ఆసక్తిగలవారై; అనన్యేనైవ—అనన్యమైన; యోగేన—భక్తియోగాభ్యాసముచే; మాం—నన్ను; ధ్యాయన్తః—ధ్యానముచేయుచు; ఉపాసతే—పూజించు; తేషాం—వారికి; అహం—నేను; సముద్ధ ర్తా—ఉద్ధరించువాడను; మృత్యుసంసార సాగరాత్—మరణరూపమైన సంసారసాగరము నుండి; భవామి—అగుదును; న చిరాత్—త్వరగానే; పార్థ—ఓ పృథాకుమారా; మయి—నా యందు; ఆవేశిత చేతసామ్—స్థిరమైన మనస్సు గలవారికి.

కాని ఓ పార్థా! సర్వకర్మలను నాకు అర్పించి అన్యచింతలేక నాకు భక్తులై, మనస్సును నా యందే లగ్నము చేసి సదా నన్ను ధ్యానించుచు, నా భక్తియుతసేవలో నన్ను అర్చించెడివారిని శీఘ్రమే జనన,మరణమను సంసారసాగరము నుండి ఉద్ధరింతును.

భాష్యము : పరమభాగ్యశాలురైన భక్తులు శ్రీకృష్ణభగవానునిచే అతిశీఘ్రముగా భవసాగరము నుండి తరింపజేయబడుదురని ఇచ్చట స్పష్టముగా తెలుపబడినది. భగవానుడు అత్యంత ఘనుడనియు, జీవుడు ఆతనికి సేవకుడనియు తెలిసికొనగలిగే జ్ఞానమునకు శుద్ధభక్తియోగమున మనుజుడు అరుదెంచును. శ్రీకృష్ణభగవానునికి సేవను గూర్చుటయే జీవుని నిజధర్మము. అతడట్లు చేయనిచో మాయను సేవింపవలసివచ్చును.

పూర్వము తెలుపబడినట్లు భక్తియోగము చేతనే శ్రీకృష్ణభగవానుని సంపూర్ణతత్త్వము అవగతము కాగలదు. కనుక ప్రతియొక్కరు పూర్ణముగా భక్తియుతులు కావలెను. కృష్ణుని పొందు నిమిత్తమై ఆతని యందే మనస్సును పూర్ణముగా లగ్నము చేయవలెను. కృష్ణుని కొరకే కర్మనొనరింపవలెను. కర్మ యేదైనను సరియే దానిని కేవలము కృష్ణుని కొరకే ఒనరింపవలెను. భక్తియోగపు ప్రమాణమదియే. దేవదేవుని సంతృప్తిపరచుట కన్నను అన్యమైనదేదియును భక్తుడు సాధింపగోరడు. శ్రీకృష్ణునికి ప్రియమును గూర్చుటయే తన జీవిత కార్యముగా భావించెడి అతడు ఆ భగవానుని సంతృప్తికొరకు కురుక్షేత్ర

రణరంగమునందలి అర్జునుని వలె దేనినైనను త్యాగము చేయగలడు. అట్టి ఈ భక్తియోగము యొక్క పద్ధతి అత్యంత సులభమైనది. మనుజుడు తన కార్యములను ఒనరించుచు, అదే సమయమున హరే కృష్ణ హరే కృష్ణ కృష్ణ కృష్ణ హరే హరే/హరే రామ హరే రామ రామ రామ హరే హరే యను మంత్రమును జపించవలెను. అట్టి మహామంత్రోచ్చారణము అతనిని దేవదేవుడైన శ్రీకృష్ణుని వైపునకు ఆకర్షితుని చేయును.

ఆ విధముగా నియుక్తుడైన శుద్ధభక్తుని శీఘ్రమే భవసాగరము నుండి ఉద్ధరింతునని శ్రీకృష్ణుడు ఇచ్చట ప్రతిజ్ఞ చేయుచున్నాడు. యోగమునందు సిద్ధులైనవారు యోగవిధానము ద్వారా తమ ఆత్మను తాము కోరిన లోకమునకు పంప సమర్థులై యుందురు. ఆలాగుననే ఇతరులు పలుమార్గములను ఆసరాగా స్వీకరింతురు. కాని భక్తుల విషయమున మాత్రము భగవానుడే స్వయముగా వారిని తన వెంట గొనిపోవును. భక్తుడు ఆధ్యాత్మికజగత్తును చేరుటకు గొప్ప అనుభవజ్ఞుడు కావలసిన అవసరము లేదు.

ఈ విషయమున వరాహపురాణమునందు ఈ క్రింది శ్లోకము కలదు :

నయామి పరమం స్థానం అర్చిరాదిగతిం వినా ।
గరుడస్కంధ మారోప్య యథేచ్ఛ మనివారితః ॥

ఈ శ్లోకపు సారాంశమేమనగా భక్తుడైనవాడు తన ఆత్మను ఆధ్యాత్మిక లోకములను చేర్చుటకు అష్టాంగయోగపద్ధతిని అభ్యసింపవలసిన అవసరము లేదు. ఏలయన భగవానుడే స్వయముగా ఆ భారమును స్వీకరించును. తానే స్వయముగా తరింపజేయుచున్నానని శ్రీకృష్ణభగవానుడు ఇచ్చట స్పష్టముగా పలికియున్నాడు. బాలుని రక్షణమును తల్లిదండ్రులు సంపూర్ణముగా వహించి యున్నందున అతని స్థితి మిక్కిలి సురక్షితమైనట్లు, యోగాభ్యాసము ద్వారా ఇతర లోకములకు చేర యత్నించుట భక్తునకు అవసరము లేదు. శ్రీకృష్ణ భగవానుడే అపారకరుణతో శీఘ్రమే గరుడవాహనారూఢుడై అరుదెంచి అతనిని వెంటనే సంసారసాగరము నుండి తరింపజేయును. సముద్రములో పడినవాడు గొప్ప ఈతగాడైనను, తీవ్రముగా యత్నించినను తనను తాను రక్షించుకొనలేడు. కాని ఎవరైనను చేయూత నందించి అతనిని నీటి నుండి బయటకు లేవదీసినచో అతడు రక్షింపబడగలడు. అదేవిధముగా శ్రీకృష్ణుడు ఈ భవసాగరము నుండి భక్తుని తరింపజేయును. అందులకై భక్తుడు సులభవిధానమైన కృష్ణభక్తి

భావనను అభ్యసించుచు పూర్ణముగా భక్తియుతసేవ యందు నియుక్తుడై యుండిన చాలును. కనుకనే బుద్ధిమంతుడైనవాడు అన్నిమార్గముల కన్నను భక్తియోగవిధానమునకే సదా ప్రాధాన్యము నొసగవలెను. ఈ విషయము నారాయణీయము నందు ఇట్లు నిర్ధారింపబడినది :

యా వై సాధనసంపత్తిః పురుషార్థచతుష్టయే ।
తయా వినా తదాప్నోతి నరో నారాయణాశ్రయః ॥

ఈ శ్లోకపు సారాంశమేమనగా మనుజుడు కామ్యకర్మలు లేదా మనోకల్పనలను గూడిన జ్ఞానసముపార్జనము వంటి వివిధ విధానములందు నిమగ్నుడు కారాదు. దేవదేవుని యెడ భక్తి కలిగినవాడు యోగవిధానము, తాత్త్విక కల్పనము, కర్మము, యజ్ఞము, దానమువంటి వాటి ద్వారా కలుగు ప్రయోజనములన్నింటిని పొందగలడు. భక్తియుతసేవ యొక్క ప్రత్యేక వరదానమిదియే.

కేవలము హరే కృష్ణ హరే కృష్ణ కృష్ణ కృష్ణ హరే హరే/హరే రామ హరే రామ రామ రామ హరే హరే యను కృష్ణనామ కీర్తనమును చేయుట ద్వారా భక్తుడు పరమగమ్యమును సులభముగను, ఆనందముగను చేరగలడు. అట్టి గమ్యము వేరే ఏ ఇతర ధర్మవిధానము చేతను పొందుటకు సాధ్యము కాదు.

భగవద్గీత సారాంశము అష్టాదశాధ్యాయమునందు ఇట్లు వివరింపబడినది.

సర్వధర్మాన్ పరిత్యజ్య మామేకం శరణం వ్రజ ।
అహం త్వాం సర్వపాపేభ్యో మోక్షయిష్యామి మాశుచః ॥

ఆత్మానుభూతిని పొందుటకు గల ఇతర విధానములనన్నింటిని త్యజించి మనుజుడు కృష్ణభక్తిభావనలో భక్తియుతసేవ నొనరింపవలెను. అది మనుజుడు అత్యున్నత జీవనపూర్ణత్వమును పొందునట్లుగా చేయగలదు. శ్రీకృష్ణ భగవానుడే సంపూర్ణబాధ్యతను వహించును గావున మనుజుడు పూర్వపాపములను పరిగణింప నవసరము లేదు. కావున మనుజుడు ఆధ్యాత్మికానుభవమునందు తనను తాను స్వయముగా ఉద్ధరించుకొనుటయను వ్యర్థప్రయత్నములు చేయరాదు. ప్రతియొక్కరు సర్వశక్తిమయుడును, దేవదేవుడును అగు శ్రీకృష్ణుని శరణు పొందుదురు గాక! అదియే జీవితపు అత్యుత్తమ పూర్ణత్వము కాగలదు.

8

मय्येव मन आधत्स्व मयि बुद्धिं निवेशय।
निवसिष्यसि मय्येव अत ऊर्ध्वं न संशयः ॥८॥

మయ్యేవ మన ఆధత్స్వ మయి బుద్ధిం నివేశయ ।
నివసిష్యసి మయ్యేవ అత ఊర్ధ్వం న సంశయః ॥

మయి ఏవ—నా యందే; మనః—మనస్సును; ఆధత్స్వ—స్థిరముగా నిల్పుము; మయి—నాయందు; బుద్ధిం—బుద్ధిని; నివేశయ—నియుక్తము చేయుము; నివసిష్యసి—నివసింతువు; మయ్యేవ—నా యందే; అతఃఊర్ధ్వం—తరువాత; న సంశయః—సందేహము లేదు.

దేవదేవుడనైన నా యందే నీ మనస్సును స్థిరముగా నిలుపుము మరియు నీ బుద్ధినంతయు నా యందే నియుక్తము గావింపుము. ఈ విధముగా సదా నా యందే నీవు నిస్సంశయముగా నివసింతువు.

భాష్యము : శ్రీకృష్ణభగవానుని భక్తియుతసేవలో నియుక్తుడైనవాడు ఆ భగవానునితో ప్రత్యక్ష సంబంధమున జీవించును. తత్కారణముగా తొలి నుండియే అతని స్థితి ఆధ్యాత్మికమై యుండుననుటలో ఎట్టి సందేహము లేదు. వాస్తవమునకు భక్తుడెన్నడును భౌతికపరిధిలో జీవింపడు. అతడు సదా కృష్ణుని యందే నిలిచియుండును. కృష్ణనామమునకు, కృష్ణునకు భేదములేదు కనుక భక్తుడు కృష్ణుని నామమును ఉచ్చరించినంతనే కృష్ణుడు మరియు ఆతని అంతరంగశక్తి భక్తుని నాలుకపై నాట్యము చేయుదురు. భక్తుడు వివిధ పదార్థములను నైవేద్యముగా అర్పించినపుడు శ్రీకృష్ణుడు ప్రత్యక్షముగా వాటిని స్వీకరించును. పిదప భక్తుడు ఆ ప్రసాదమును గొని కృష్ణభావనలో తన్మయుడగును. భగవద్గీత యందు, ఇతర వేదవాఙ్మయమునందు ఈ పద్ధతి వివరింపబడియున్నను ఇట్టి భక్తియుత సేవాకార్యమున నియుక్తుడు కానివాడు అదియెట్లు సంభవమనెడి విషయమును అవగతము చేసికొనజాలడు.

9

अथ चित्तं समाधातुं न शक्नोषि मयि स्थिरम्।
अभ्यासयोगेन ततो मामिच्छाप्तुं धनञ्जय ॥९॥

అథ చిత్తం సమాధాతుం న శక్నోషి మయి స్థిరమ్ ।
అభ్యాసయోగేన తతో మామిచ్ఛాప్తుం ధనంజయ ॥

అథ—ఒకవేళ; చిత్తం—మనస్సును; సమాధాతుం—స్థిరము చేయుటకు; న శక్నోషి—సమర్థుడవు కానిచో; మయి—నాయందు; స్థిరం—స్థిరముగా; అభ్యాసయోగేన—భక్తియుక్తసేవాభ్యాసముచే; తతః—అప్పుడు; మాం—నన్ను; ఇచ్ఛ—కోరుము; ఆప్తుం—పొందుటకు; ధనంజయ—సంపదను జయించిన ఓ అర్జునా!

ఓ అర్జునా! ధనంజయా! స్థిరముగా నా యందు మనస్సును లగ్నము చేయ నీవు సమర్థుడవు కానిచో, భక్తియోగమునందలి విధివిధానములను అనుసరింపుము. ఆ రీతిని నన్ను పొందు కోరికను వృద్ధి చేసికొనుము.

భాష్యము : ఈ శ్లోకమున రెండు విధములైన భక్తియోగవిధానములు తెలుపబడినవి. అందు మొదటిది దివ్యప్రేమ ద్వారా దేవదేవుడైన శ్రీకృష్ణుని యెడ అనురాగమును వాస్తవముగా వృద్ధిచేసికొనినవారికి సంబంధించినది. దివ్యప్రేమ ద్వారా పరమపురుషుని యెడ అనురాగమును పెంపొందించుకొననివారికి రెండవ పద్ధతి పేర్కొనబడినది. ఈ రెండవ తరగతికి పలు విధివిధానములు నిర్దేశింపబడియున్నవి. శ్రీకృష్ణుని యెడ అనురాగము కలిగిన స్థితికి మనుజుడు అంత్యమున ఉద్ధరింపబడుటకు వాటిని అనుసరింపవచ్చును.

భక్తియోగమనగా ఇంద్రియముల పవిత్రీకరణమని భావము. ప్రస్తుతము భౌతికస్థితిలో ఇంద్రియములు భోగరతములై యున్నందున అపవిత్రములై యుండును. కాని భక్తియోగాభ్యాసముచే ఇంద్రియములు పవిత్రములు కాగలవు. పవిత్రస్థితిలో అవి శ్రీకృష్ణభగవానునితో ప్రత్యక్ష సంబంధమునకు రాగలవు. ఈ జగమున నేను ఒక యజమాని సేవలో నిలిచినప్పుడు, నిజముగా ప్రేమతో అతనిని సేవింపను. కేవలము కొంత ధనమును పొందుటకే సేవను గూర్తును. అదేవిధముగా యజమాని సైతము ప్రేమను కలిగియుండడు. నా నుండి సేవను గ్రహించి, నాకు ధనమొసగుచుండును. కనుక ఇచ్చట ప్రేమ అనెడి ప్రశ్నయే ఉదయింపదు. కాని ఆధ్యాత్మికజీవితమున శుద్ధమగు ప్రేమస్థాయికి ప్రతియొక్కరు ఎదగవలసినదే. ప్రస్తుత ఇంద్రియములచే నిర్వహింపబడెడి భక్తియోగాభ్యాసము చేతనే అట్టి ప్రేమస్థాయి ప్రాప్తించగలదు.

ఈ భగవత్ప్రేమ ప్రతివారి హృదయమునందు ప్రస్తుతము నిద్రాణమై యున్నది. అది హృదయమందు పలువిధములుగా వ్యక్తమగుచున్నను భౌతికసంపర్కముచే కలుషితమై యున్నది. కనుక హృదయమును తొలుత భౌతికసంపర్కము నుండి శుద్ధికావింపవలెను. తద్ద్వారా నిద్రాణమైయున్న సహజ కృష్ణప్రేమ శీఘ్రమే జాగృతము కాగలదు. చేయవలసిన విధానమంతయు ఇదియే.

భక్తియోగమునందలి నియమిత సూత్రములను అభ్యసించుటకు మనుజుడు

నిష్ణాతుడైన గురువు నిర్దేశమునందు కొన్ని నియమములను పాటింపవలెను. తెల్లవారుఝామునే స్నానమాచరించుట, మందిరమునకేగి వందనముల నర్పించుట, హరేకృష్ణమహామంత్రమును జపించుట, శ్రీమూర్తికై పూలను సేకరించుట, శ్రీమూర్తి నైవేద్యము కొరకు ఆహారమును తయారుజేయుట, ప్రసాదమును గ్రహించుట వంటివి అందులోని కొన్ని నియమములు. ప్రతి యొక్కరు విధిగా ఆచరింపవలసిన నియమములు ఇట్టివి పలుగలవు. భగవద్గీత మరియు శ్రీమద్భాగవతమును శుద్ధభక్తుల నుండి శ్రవణము చేయవలెను. ఈ విధమైన అభ్యాసము ఎవ్వరినైనను భగవత్ప్రేమ స్థాయికి చేర్చగలదు. అంతట ఆ భక్తుడు నిశ్చయముగా భగవద్ధామమును చేరగలడు. ఆధ్యాత్మికగురువు నిర్దేశములో విధివిధానములను గూడిన ఈ భక్తియోగాభ్యాసము మనుజుని నిశ్చయముగా భగవత్ప్రేమ స్థాయికి గొనిపోగలదు.

10

अभ्यासेऽप्यसमर्थोऽसि मत्कर्मपरमो भव।
मदर्थमपि कर्माणि कुर्वन् सिद्धिमवाप्स्यसि ॥१०॥

అభ్యాసేऽప్యసమర్థోऽసి మత్కర్మపరమో భవ ।
మదర్థమపి కర్మాణి కుర్వన్ సిద్ధిమవాప్స్యసి ॥

అభ్యాసే అపి—అభ్యాసమునందు కూడ; **అసమర్థః**—అశక్తుడవు; **అసి**—అయినచో; **మత్కర్మ**—నా కర్మయందు; **పరమః**—అంకితుడవు; **భవ**—అగుము; **మదర్థం**—నాకొరకు; **అపి**—కూడా; **కర్మాణి**—కర్మలను; **కుర్వన్**—చేయుచు; **సిద్ధిం**—పరిపూర్ణత్వమును; **అవాప్స్యసి**—పొందగలవు.

భక్తియోగ నియమములను కూడా నీవు అభ్యసింపజాలనిచో నా కొరకు కర్మ నొనరించుటకు యత్నింపుము. ఏలయన నా కొరకు కర్మచేయుట ద్వారా నీవు పూర్ణస్థితిని పొందగలవు.

భాష్యము : భక్తియోగమునందలి నియమములను సైతము విధిగా గురువు నిర్దేశమునందు పాటింపలేనివాడు భగవానుని కొరకు కర్మ చేయుట ద్వారా ఈ పూర్ణత్వస్థితిని చేరగలడు. ఆ కర్మను ఏ విధముగా నొనరింపవలెనో ఏకాదశ అధ్యాయపు ఏబదిఐదవ శ్లోకమున ఇదివరకే వివరింపబడినది. అనగా మనుజుడు కృష్ణచైతన్య ప్రచారోద్యమము పట్ల సహానుభూతిని మరియు ఏకస్వభావమును కలిగి అట్టి ప్రచారోద్యమము సాగించు భక్తులకు సహాయము

చేయవచ్చును. భక్తియోగనియమములను ప్రత్యక్షముగా అభ్యసింపలేకపోయినను మనుజుడు ఇట్టి ప్రచారకార్యక్రమమునకు సహాయము నందింపవచ్చును. లోకములో ప్రతికార్యక్రమమునకు కొంత స్థలము, పెట్టుబడి, వ్యవస్థ, పరిశ్రమ లనునవి అవసరములు. ఏదేని వ్యాపారమునకు స్థలము, పెట్టుబడి, పరిశ్రమ మరియు దానిని నడుపుటకు వ్యవస్థ అవసరమైనట్లే, కృష్ణుని సేవకొరకు కూడా ఇవన్నియును అవసరములై యున్నవి. కాని ఆ రెండు కర్మలలో భేదమేమనగా భౌతికస్థితిలో కర్మ స్వీయప్రీతికై ఒనరింపబడగా, రెండవదానిలో అది కృష్ణుని ప్రీత్యర్థమై ఒనరింపబడును. అట్లు కృష్ణప్రీత్యర్థమై ఒనరింపబడునదే ఆధ్యాత్మిక కర్మము. ఎవరైనను ధనమును అధికముగా కలిగియున్నచో కృష్ణభక్తిని ప్రచారము చేయుటకు కార్యాలయమునుగాని, మందిరమునుగాని నిర్మింపవచ్చును లేదా కృష్ణసంబంధ విజ్ఞానమును ముద్రించుటలో తోడ్పడవచ్చును. ఈ విధమైన కృష్ణపర కర్మలు పలుగలవు. మనుజుడు అట్టి కర్మల యందు అనురక్తుడు కావలెను. ఒకవేళ మనుజుడు తన కర్మల ఫలముగా లభించినదానిని సంపూర్ణముగా త్యాగము చేయలేకున్నచో దాని యందు కొంతశాతమునైనను కృష్ణభక్తి ప్రచారమునకై దానము చేయవచ్చును. ఈ విధముగా కృష్ణచైతన్యోద్యమ ప్రచారమునకు స్వచ్ఛందముగా చేయబడు సేవ మనుజుని క్రమముగా అత్యున్నతమైన భగవత్ప్రేమస్థాయికి గొనిపోవును. అంతట అతడు పరిపూర్ణుడు కాగలడు.

11

अथैतदप्यशक्तोऽसि कर्तुं मद्योगमाश्रितः ।
सर्वकर्मफलत्यागं ततः कुरु यतात्मवान् ॥११॥

అథైతదప్యశక్తోऽసి కర్తుం మద్యోగమాశ్రితః ।
సర్వకర్మఫలత్యాగం తతః కురు యతాత్మవాన్ ॥

అథ—అయినప్పటికిని; ఏతత్—ఇది; అపి—కూడా; అశక్తః—అసమర్థుడవు; అసి—అయినచో; కర్తుం—చేయుటకు; మత్ యోగమ్—నా భక్తియుక్తసేవను; ఆశ్రితః—ఆశ్రయించి; సర్వకర్మఫల త్యాగం—సర్వకర్మల ఫలమును విడుచుట; తతః—పిమ్మట; కురు—చేయుము; యతాత్మవాన్—ఆత్మయందు స్థితుడవై.

అయినను ఒకవేళ నా భావనలో కర్మను చేయుట యందును నీవు అసమర్థుడవైనచో సర్వకర్మఫలములను త్యాగము చేసి ఆత్మస్థితుడవగుటకు యత్నింపుము.

భాష్యము : సాంఘిక, కుటుంబ, ధర్మపరిస్థితుల రీత్యా లేదా ఇతర ఆటంకముల కారణముగా మనుజుడు కృష్ణచైతన్య ప్రచారోద్యమ కార్యములందు సహానుభూతిని చూప సమర్థుడు కాకపోవచ్చును. అట్టి కార్యములలో ప్రత్యక్షముగా పాల్గొనినచో కుటుంబసభ్యుల నుండి నిషేధములు లేదా ఇతర కష్టములు సంప్రాప్తించవచ్చును. అటువంటి కష్టము కలిగినవాడు తన కర్మల ద్వారా ప్రోగైన ధనమును ఏదేని ఒక మంచికార్యమునకై ఉపయోగించవచ్చునని ఉపదేశింపబడినది. అట్టి విధానములు వేదములందు వివరింపబడినవి. వివిధములైన యజ్ఞములు మరియు విశేష పుణ్యకార్యములు (పూర్వకర్మఫలములను వినియోగించుటకు వీలు కలిగించెడి కొన్ని ముఖ్యకర్మలు) వాని యందు పెక్కుగలవు. ఆ విధముగా మనుజుడు క్రమముగా జ్ఞానస్థాయికి ఉద్ధరింపబడగలడు. కృష్ణపరకర్మల యందు అభిరుచి లేనివాడు సైతము కొన్నిమార్లు ఏ వైద్యశాలకో లేదా సాంఘికసంస్థకో తన కష్టార్జితమును దానము చేయుటను మనము గాంచుచుందుము. ఇట్టి దానము కూడ ఇచ్చుట సమర్థించబడినది. ఏలయన తన కర్మఫలములను త్యాగము చేయుటను అభ్యసించుట ద్వారా మనుజుడు క్రమముగా మనస్సును పవిత్రమొనర్చుకొనగలడు. అట్టి మనోపవిత్రత కలిగిన స్థితిలో అతడు కృష్ణభక్తిరస భావనను అవగాహన చేసికొనుటకు సమర్థుడు కాగలడు. వాస్తవమునకు కృష్ణభక్తిరస భావనయే స్వయముగా మనస్సును పవిత్రము చేయగల సామర్థ్యము కలిగి యున్నందున అది వేరే ఇతర అనుభవమునకు స్వతంత్రమై యున్నది. కాని కృష్ణభక్తిభావనను ప్రత్యక్షముగా స్వీకరించుటకు అవరోధములున్నచో మనుజుడు ఆ విధముగా తన కర్మఫలములను త్యాగము చేయుటకు యత్నించ వచ్చును. కావున ఈ విషయమున సంఘసేవ, సమాజసేవ, దేశసేవ, దేశము కొరకు త్యాగము లనునవి ఆమోదయోగ్యములే. ఏలయన వాని ద్వారా మనుజుడు ఏదియో ఒకరోజున శ్రీకృష్ణభగవానుని శుద్ధభక్తియోగస్థాయికి రాగలడు. కనుకనే భగవద్గీత(18.46) యందు "యతః ప్రవృత్తిః భూతానాం" అని తెలుపబడినది. అనగా కృష్ణుడే దివ్యకారణమని తెలియకున్నను, దివ్య కారణము కొరకు ఎవరైనా త్యాగముచేయ నిశ్చయించినచో అట్టి యజ్ఞవిధానము వలన అతడు కృష్ణుడే దివ్యకారణమనెడి అవగాహనకు క్రమముగా అరుదెంచ గలడు.

12

श्रेयो हि ज्ञानमभ्यासाज्ज्ञानाद्ध्यानं विशिष्यते।
ध्यानात्कर्मफलत्यागस्त्यागाच्छान्तिरनन्तरम् ॥१२॥

శ్రేయో హి జ్ఞానమభ్యాసాత్‌జ్ఞానాద్ధ్యానం విశిష్యతే ।
ధ్యానాత్కర్మఫలత్యాగస్త్యాగాచ్ఛాన్తిరనన్తరమ్ ॥

శ్రేయః హి—మేలైనది; జ్ఞానం—జ్ఞానము; అభ్యాసాత్—అభ్యాసము కంటె; జ్ఞానాత్—జ్ఞానముకంటె; ధ్యానం—ధ్యానము; విశిష్యతే—శ్రేష్ఠముగా భావింపబడును; ధ్యానాత్—ధ్యానముకంటె; కర్మఫలత్యాగః—కామ్యకర్మల ఫలమును విడుచుట; త్యాగాత్—అట్టి త్యాగమువలన; శాన్తిః—శాంతి; అనన్తరం—తరువాత.

ఈ అభ్యాసమును నీవు చేయలేకపోయినచో జ్ఞానసముపార్జనమునందు నియుక్తుడవగుము. అయినప్పటికిని జ్ఞానముకన్నను ధ్యానము మేలైనది. కాని త్యాగము వలన మనుజుడు మనశ్శాంతిని పొందగలుగుటచే సర్వకర్మఫల త్యాగము ఆ ధ్యానము కన్నను మేలితరమైనట్టిది.

భాష్యము : కడచిన శ్లోకములందు తెలుపబడినట్లు భక్తియుతసేవ రెండు విధములు. విధిపూర్వక నియమములు కలిగిన మార్గము ఒకటి కాగా, దేవదేవుని యెడ పూర్ణానురాగము కలిగిన మార్గము వేరొకటి. కృష్ణభక్తిభావన యందలి విధి నియమములను వాస్తవముగా పాటింపజాలనివారు జ్ఞానసముపార్జన చేయుట ఉత్తమము. ఏలయన అట్టి జ్ఞానసముపార్జన ద్వారా మనుజుడు తన నిజస్థితిని అవగాహన చేసికొనగలడు. అట్టి జ్ఞానము క్రమముగా ధ్యానముగా వృద్ధినొంద గలదు. ధ్యానము ద్వారా మనుజుడు క్రమానుగతిని భగవానుని అవగతము చేసికొనగలుగును. ఆత్మయే బ్రహ్మమను ఎరుకను కలిగించు కొన్ని విధానములు కలవు. భక్తియుక్తసేవలో నియుక్తుడగుటకు సమర్థుడు కానివానికి అటువంటి ధ్యానము ఉత్తమమైనది. ఒకవేళ మనుజుడు ఆ విధముగా ధ్యానము చేయలేనిచో వేదములందు బ్రాహ్మణులు, క్షత్రియులు, వైశ్యులు, శూద్రులకు విధింపబడిన విధ్యుక్తధర్మములను పాటింపవచ్చును. అట్టి వివిధవర్ణముల ధర్మములు భగవద్గీత యందలి అష్టాదశాధ్యాయమున వివరింపబడినవి. కాని ఈ అన్ని మార్గములందును మనుజుడు తన కర్మఫలమును త్యాగము చేయవలసి యున్నది. అనగా కర్మఫలమును ఏదియోనొక మంచి ప్రయోజనమునకై వినియోగింపవలసియుండును.

సారాంశమేమనగా అతిశ్రేష్ఠమగు గమ్యమైన శ్రీకృష్ణభగవానుని చేరుటకు రెండు విధానములు కలవు. ఒక విధానము క్రమానుగతి వృద్ధి ద్వారా కాగా, రెండవది ప్రత్యక్ష విధానము. కృష్ణభక్తిరసభావనలో భక్తియోగము నొనర్చుట ఆ ప్రత్యక్షవిధానము. ఇతర విధానము మనుజుని కర్మఫలత్యాగమును కూడి యుండును. తద్ద్వారా మనుజుడు జ్ఞానస్థితికి అరుదెంచును. తదుపరి జ్ఞానము నుండి ధ్యానస్థితికి, ధ్యానము నుండి పరమాత్మావగాహన స్థితికి, ఆ పిదప దేవదేవుడైన శ్రీకృష్ణుని అవగాహనకు అతడు రాగలడు. కావున ఈ క్రమపద్ధతిని గాని, ప్రత్యక్ష పద్ధతిని గాని మనుజుడు ఎన్నుకోవచ్చును. ప్రత్యక్షవిధానము సర్వులకు సాధ్యముకాదు గనుక పరోక్షవిధానము సైతము మంచిదే. కాని అర్జునుడు శ్రీకృష్ణుని ప్రేమయుక్త భక్తిస్థాయిలో ఇంతకు పూర్వమే నిలిచి యున్నందున అతనికి ఈ పరోక్షవిధానము నిర్దేశింపబడలేదని మనము గ్రహించవలెను. అట్టి స్థితిలో లేనటువంటి ఇతరుల కొరకే ఆ పరోక్షవిధానము నిర్దేశింపబడినది. త్యాగము, జ్ఞానము, ధ్యానము, పరమాత్మానుభవము, బ్రహ్మానుభవములను గూడిన క్రమపద్ధతిని వారు తప్పక పాటింపవలెను. కాని భగవద్గీత యందు మాత్రము ప్రత్యక్ష విధానమే నొక్కి చెప్పబడినది. కనుక ప్రత్యక్ష విధానమును స్వీకరించి దేవదేవుడైన శ్రీకృష్ణునికి శరణుపొంద వలసినదిగా ప్రతియొక్కరు ఉపదేశింపబడుచున్నారు.

13-14

अद्वेष्टा सर्वभूतानां मैत्रः करुण एव च।
निर्ममो निरहंकारः समदुःखसुखः क्षमी ॥१३॥
सन्तुष्टः सततं योगी यतात्मा दृढनिश्चयः।
मय्यर्पितमनोबुद्धिर्यो मद्भक्तः स मे प्रियः ॥१४॥

అద్వేష్టా సర్వభూతానాం మైత్రః కరుణ ఏవ చ ।
నిర్మమో నిరహంకారః సమదుఃఖసుఖః క్షమీ ॥
సంతుష్టః సతతం యోగీ యతాత్మా దృఢనిశ్చయః ।
మయ్యర్పితమనోబుద్ధిర్యో మద్భక్తః స మే ప్రియః ॥

అద్వేష్టా—ద్వేషములేనివాడు; **సర్వభూతానాం**—సర్వజీవుల యెడ; **మైత్రః**—మైత్రి కలవాడు; **కరుణః ఏవ చ**—కరుణగలవాడు; **నిర్మమః**—యజమానిత్వ భావము

లేనివాడు; నిరహంకారః—మిథ్యాహంకారము లేనివాడు; సమదుఃఖసుఖః—సుఖదుఃఖములందు సమముగా నుండువాడు; క్షమీ—క్షమాగుణము కలవాడు; సంతుష్టః—సంతృప్తిచెందిన వాడు; సతతం—ఎల్లప్పుడును; యోగీ—భక్తి యందు నిమగ్నుడు; యతాత్మా—ఆత్మ నిగ్రహము గలవాడు; దృఢనిశ్చయః—స్థిరమైన నిశ్చయము గలవాడు; మయి—నా యందు; అర్పితమనోబుద్ధిః—అర్పింపబడిన మనస్సు మరియు బుద్ధి గలవాడు; యః—ఎవడు; మద్భక్తః—నా భక్తుడో; సః—అతడు; మే—నాకు; ప్రియః—ఇష్టుడు.

ద్వేషమనునది లేకుండ సర్వజీవుల యెడ మైత్రిని కలిగినవాడును, మమత్వము లేనివాడును, మిథ్యాహంకార రహితుడును, సుఖదుఃఖములు రెండింటియందును సమభావము కలవాడును, క్షమాగుణము కలవాడును, సదా సంతుష్టుడైనవాడును, ఆత్మనిగ్రహము కలవాడును, తన మనోబుద్ధులను నా యందు లగ్నము చేసి దృఢనిశ్చయముతో నా భక్తి యందు నియుక్తుడైనట్టి వాడును అగు నా భక్తుడు నాకు అత్యంత ప్రియుడు.

భాష్యము : విశుద్ధ భక్తియుత విషయముసకే మరల అరుదెంచి శ్రీకృష్ణ భగవానుడు శుద్ధభక్తుని దివ్యలక్షణములను ఈ రెండు శ్లోకములందు వివరించుచున్నాడు. శుద్ధభక్తుడు ఎటువంటి పరిస్థితి యందును ఎన్నడు కలత నొందడు. అతడు ఎవ్వరిని ద్వేషింపడు. ఆలాగుననే శత్రువుకు శత్రువు కావలెననియు అతడు తలపడు. పైగా అతడు "నా పూర్వపాపకర్మల కారణముగా ఇతడు నా యెడ శత్రువుగా వర్తించుచున్నాడు. కావున ఎదిరించుట కన్నను అనుభవించుటయే మేలు" అని తలపోయును. ఈ విషయమే "తత్తే ऽనుకంపాం సుసమీక్షమాణో భుంజాన ఏవాత్మకృతం విపాకం" అను శ్లోకము ద్వారా శ్రీమద్భాగవతమున (10.14.8) తెలుపబడినది. అనగా భక్తుడు కలతకు గురియైనప్పుడు లేదా కష్టము సంప్రాప్తించినప్పుడు దానిని తనపై భగవానుడు చూపు కరుణగా భావించును. "నా పూర్వపాపము వలన ఇప్పుడు అనుభవించు కష్టము కన్నను అత్యంత దుర్భరమైన కష్టమును నేను అనుభవింపవలసి యున్నది. కాని ఆ భగవానుని కరుణ చేతనే నేను పొందవలసిన శిక్షనంతటిని పొందక, ఆ శిక్షలో కొద్దిభాగమును మాత్రమే నేను పొందుచున్నాను" అని ఆ భక్తుడు తలపోయును. కనుకనే పలు కష్టపరిస్థితుల యందైనను భక్తుడు సదా శాంతుడును, కలతనొందనివాడును, ఓర్పు కలిగినవాడును అయి యుండును.

అట్టి భక్తుడు తన శత్రువుతో సహా ప్రతివారి యెడను సదా కరుణను కలిగి యుండును. "నిర్మమ" అనగా భక్తుడు దేహమునకు సంబంధించిన బాధలకు, కష్టములకు ఎక్కువ ప్రాధాన్యము నొసగడని భావము. తాను భౌతికశరీరమును కానవెడి విషయమును అతడు సంపూర్ణముగా ఎరిగియుండుటయే అందులకు కారణము. దేహాత్మభావనము లేని కారణమున అతడు మిథ్యాహంకారమునకు దూరుడై సుఖదుఃఖములందు సదా సమభావమును కలిగియుండును. అతడు క్షమాగుణమును కలిగి, భగవత్కరుణచే ఏది ప్రాప్తించినచో దానితో సంతుష్టుడై యుండును. కష్టసాధ్యమైనదానిని పొందవలెనని తీవ్రముగా యత్నింప కుండుటచే సదా అతడు ఆనందమయుడై యుండును. గురూపదేశములందు లగ్నమై యున్నందున అతడు సంపూర్ణయోగి యనబడును. ఇంద్రియము లన్నియును నిగ్రహింపబడియున్నందున అతడు ధీరుడును, స్థిరనిశ్చయుడును అయియుండును. భక్తియుతసేవ యను స్థిరనిశ్చయము నుండి అతనినెవ్వరును కదల్చలేనందున ఆ భక్తుడు మిథ్యావాదములచే ప్రభావితుడు కాడు. శ్రీకృష్ణుడు నిత్యుడైన భగవానుడనెడి సంపూర్ణజ్ఞానమును కలిగియున్న అతనిని ఎవ్వరును కలతపరచలేరు. ఈ శుభలక్షణములన్నియును అతడు తన మనో బుద్ధులను శ్రీకృష్ణభగవానుని యందు సంపూర్ణముగా స్థిరపరచుటకు సమర్థుని చేయగలవు. వాస్తవమునకు అటువంటి ప్రామాణికమైన భక్తి నిస్సంశయముగా అరుదుగా నుండును. కాని భక్తియోగము నందలి నియమములను నిష్ఠగా పాటించుట ద్వారా భక్తుడు అట్టి దివ్యస్థితి యందు నెలకొనగలడు. తనకు అటువంటి భక్తుడు అత్యంత ప్రియుడని శ్రీకృష్ణభగవానుడు పలుకుచున్నాడు. సంపూర్ణ కృష్ణభక్తిరస భావనలో ఒనర్చబడు అతని కర్మలచే ఆ భగవానుడు సదా ప్రియము నొందుటయే అందులకు కారణము.

15

यस्मान्नोद्विजते लोको लोकान्नोद्विजते च यः ।
हर्षामर्षभयोद्वेगैर्मुक्तो यः स च मे प्रियः ॥१५॥

యస్మాన్నోద్విజతే లోకో లోకాన్నోద్విజతే చ యః ।
హర్షామర్షభయోద్వేగైర్ముక్తో యః స చ మే ప్రియః ॥

యస్మాత్—ఎవని నుండి; న ఉద్విజతే—కలతనొందరో; లోకః—జనులు; లోకాత్—జనుల నుండి; న ఉద్విజతే—కలతనొందడో; చ—కూడా; యః—ఎవడు; హర్ష—సంతోషము వలన;

అమర్ష—దుఃఖము; భయ—భయము; ఉద్వేగైః—మరియు వేదనము; ముక్తః—విడువ బడినవాడు; యః—ఎవడో; సః చ—వాడు; మే—నాకు; ప్రియః—మిక్కిలి ప్రియుడు.

ఎవ్వరికినీ కష్టమును కలిగించనివాడును, ఎవరిచేతను కలతకు గురికాని వాడును, సుఖదుఃఖములందును మరియు భయోద్వేగములందును సమచిత్తునిగా నుండువాడును అగు మనుజుడు నాకు మిక్కిలి ప్రియుడు.

భాష్యము : భక్తుని కొన్ని లక్షణములు ఇంకను ఇచ్చట వర్ణింపబడినవి. అట్టి భక్తునిచే ఎవ్వరును కష్టమునకు గాని, వేదనకు గాని, భయమునకు గాని, అసంతుష్టికి గాని గురికారు. భక్తుడు సర్వుల యెడ కరుణను కలిగియుండుటచే ఇతరులకు వేదన, కలత కలుగురీతిలో ఎన్నడును వర్తించడు. అదే సమయమున ఇతరులు తనకు వేదనను కలిగింప యత్నించినను అతడు కలతకు గురి కాకుండును. భగవానుని కరుణచే అతడు ఎట్టి బాహ్యక్షోభలచే కలత నొందకుండునట్లుగా అభ్యాసము కావించియుండును. వాస్తవమునకు భక్తుడు కృష్ణభక్తిరసభావనలో రమించుచు భక్తియుతసేవ యందు నియుక్తుడై యున్నందున భౌతికపరిస్థితులు అతనికి కలతను కలిగింపలేవు. సాధారణముగా భౌతికభావన కలిగిన మనుజుడు తన ఇంద్రియప్రీతికి ఏదేని లభించినచో అత్యంత ఆనందమును పొందును. కాని తన వద్ద లేనివి ఇతరులు తమ ఇంద్రియప్రీత్యర్థము కలిగియున్నచో అతడు దుఃఖమును, అసూయను పొందును. శత్రువు నుండి ఏదేని ఎదురుదాడికి అవకాశమున్నచో భయస్థుడగును మరియు ఏదేని ఒక కార్యమును విజయవంతముగా నిర్వహింపలేకపోయినచో విషణ్ణుడగును. ఇటువంటి కలతలకు మరియు సంక్షోభములకు సదా అతీతుడై యుండెడి భక్తుడు శ్రీకృష్ణునకు మిగుల ప్రియతముడు.

16

अनपेक्षः शुचिर्दक्ष उदासीनो गतव्यथः ।
सर्वारम्भपरित्यागी यो मद्भक्तः स मे प्रियः ॥१६॥

అనపేక్షః శుచిర్దక్ష ఉదాసీనో గతవ్యథః ।
సర్వారమ్భపరిత్యాగీ యో మద్భక్తః స మే ప్రియః ॥

అనపేక్షః—తటస్థుడు; శుచిః—పవిత్రుడు; దక్షః—సమర్థుడు; ఉదాసీనః—ఉదాసీనుడు; గత వ్యథః—దుఃఖములు తొలగినవాడు; సర్వ ఆరమ్భ పరిత్యాగీ—అన్ని ప్రయత్నములను విడుచువాడు; యః—ఎవడు; మద్భక్తః—నా భక్తుడు; సః—అతడు; మే—నాకు; ప్రియః—

మిక్కిలి ఇష్టుడు.

సాధారణ కార్యకలాపముల నాశ్రయింపనివాడును, పవిత్రుడును, సమర్థుడును, ఉదాసీనుడును, సర్వవ్యథల నుండి ముక్తుడైనవాడును, ఏదేని ఫలము కొరకై తీవ్రకృషి చేయనివాడును అగు నా భక్తుడు నాకు మిగుల ప్రియుడు.

భాష్యము : భక్తునకు ఎవరైనా ధనమును అర్పించిన అర్పించవచ్చును. కాని అతడు మాత్రము దానిని పొందుటకై ఆరాటపడరాదు. భగవానుని కరుణచే ఒకవేళ అప్రయత్నముగా ధనము లభించినచో అతడు పొంగిపోడు. సహజముగా భక్తుడు దినమునకు కనీసము రెండుసార్లు స్నానము చేయుచు, భక్తియుతసేవ నొనర్చుటకై తెల్లవారుఝామునే నిద్రలేచును. తత్కారణమున అతడు సహజముగా అంతర్బాహ్యములందు శుచియై యుండును. జీవితపు సమస్తకర్మల మర్మమును తెలిసియుండుట చేతను మరియు ప్రామాణిక శాస్త్రముల యందు విశ్వాసమును కలిగియుండుట చేతను ఆ భక్తుడు సర్వవిధముల సమర్థవంతుడై యుండును. భక్తుడు సాధారణముగా ప్రత్యేకించి ఒకరి పక్షమును వహింపకుండును గావున ఉదాసీనుడై యుండును. సర్వోపాధుల నుండి దూరుడై యుండును గనుక అతడు ఎన్నడును వ్యథనొందడు. తన దేహమొక ఉపాధి యని తెలిసి యున్నందున ఏదేని దేహబాధలు కలిగినచో అతడు వాటి నుండి ముక్తుడై యుండును. అదేవిధముగా భక్తియోగనియమములకు విరుద్ధమైనటువంటి దేనికొరకును అతడు ప్రయత్నములు సలుపకుండును. ఉదాహరణమునకు ఒక పెద్ద భవంతిని నిర్మించుటకు గొప్ప శక్తిసామర్థ్యములు అవసరము. అట్టి కార్యక్రమము తన భక్తిని వృద్ధిచేసికొనుటకు లాభకరము కానిచో భక్తుడైనవాడు దానిని స్వీకరింపడు. కాని భగవానునికి మందిరమును నిర్మించుటకు అతడు సిద్ధపడును. దాని కొరకు అతడు అన్నివిధములైన కలతలను అంగీకరించును గాని తనవారి కొరకు భవంతి నిర్మాణమును చేపట్టడు.

17

यो न हृष्यति न द्वेष्टि न शोचति न काङ्क्षति।
शुभाशुभपरित्यागी भक्तिमान्‌ यः स मे प्रियः ॥१७॥

యో న హృష్యతి న ద్వేష్టి న శోచతి న కాంక్షతి ।
శుభాశుభపరిత్యాగీ భక్తిమాన్ యః స మే ప్రియః ॥

యః—ఎవడు; న హృష్యతి—ఆనందింపడో; న ద్వేష్టి—ద్వేషింపడో; న శోచతి—దుఃఖింపడో; న కాంక్షతి—కోరడో; శుభ అశుభ పరిత్యాగీ—శుభమును, అశుభమును విడిచినవాడు; భక్తిమాన్—భక్తుడు; యః—ఎవడో; సః—వాడు; మే—నాకు; ప్రియః—ఇష్టుడు.

ఉప్పొంగుటగాని దుఃఖించుటగాని తెలియనివాడు, శోకించుటగాని వాంఛించుట గాని ఎరుగనివాడు, శుభ అశుభములు రెండింటిని త్యాగము చేసిన వాడును అగు భక్తుడు నాకు మిక్కిలి ప్రియుడు.

భాష్యము : శుద్ధభక్తుడు విషయపరములైన లాభనష్టములందు హర్షశోకములను ప్రకటింపడు. పుత్రుని గాని, శిష్యుని గాని పొందవలెననెడి ఆతురతను అతడు కలిగియుండడు. ఆలాగుననే వారిని పొందనందుకు చింతను సైతము కలిగి యుండడు. తనకు మిగుల ప్రియమైనది కోల్పోయినప్పుడు అతడు శోకింపడు. అదేవిధముగా కోరినది పొందనపుడు అతడు కలతనొందడు. అట్టి భక్తుడు సర్వశుభములకు, అశుభములకు మరియు పాపకార్యములనెడి విషయములకు అతీతుడై యుండును. శ్రీకృష్ణభగవానుని ప్రీత్యర్థము అన్నిరకముల కష్టములకును అతడు వెనుదీయడు. అతని భక్తినిర్వాహణలో ఏదియును అవరోధము కాజాలదు. అట్టి భక్తుడు శ్రీకృష్ణునకు అత్యంత ప్రియతముడు.

18-19

समः शत्रौ च मित्रे च तथा मानापमानयोः ।
शीतोष्णसुखदुःखेषु समः संगविवर्जितः ॥१८॥
तुल्यनिन्दास्तुतिर्मौनी सन्तुष्टो येन केनचित् ।
अनिकेतः स्थिरमतिर्भक्तिमान्मे प्रियो नरः ॥१९॥

సమః శత్రౌ చ మిత్రే చ తథా మానాపమానయోః ।
శీతోష్ణసుఖదుఃఖేషు సమః సఙ్గవివర్జితః ॥
తుల్యనిన్దాస్తుతిర్మౌనీ సన్తుష్టో యేన కేనచిత్ ।
అనికేతః స్థిరమతిర్భక్తిమాన్మే ప్రియో నరః ॥

సమః—సమబుద్ధి కలవాడు; శత్రౌ చ—శత్రువునందును; మిత్రే చ—మిత్రుని యందును; తథా—అట్లే; మాన అపమానయోః—గౌరవము, అవమానములందును; శీత—చలి యందును; ఉష్ణ—వేడియందును; సుఖదుఃఖేషు—సుఖదుఃఖములందును; సమః—సమబుద్ధి కలవాడు; సఙ్గవివర్జితః—సర్వసాహచర్య దూరుడు; తుల్య—సమానముగా; నిన్దాస్తుతిః—నింద మరియు స్తుతులను; మౌనీ—మౌనముకలవాడు; సంతుష్టః—తృప్తిపొందినవాడు;

యేన కేనచిత్—దీనిచేనైనను; అనికేతః—నివాసము లేనివాడు; స్థిరమతిః—స్థిరమైన బుద్ధి కలవాడు; భక్తిమాన్—భక్తి యందు నియుక్తుడైనట్టి; మే—నాకు; ప్రియః—ఇష్టుడు; నరః—నరుడు.

శత్రుమిత్రుల యెడ సమభావము కలిగినవాడును, మానావమానము లందు, శీతోష్ణములందు, సుఖదుఃఖములందు, నిందాస్తుతులందు సమబుద్ధి కలిగిన వాడును, అసత్సంగము నుండి సదా విడివడియుండువాడును, సదా మౌని యైనవాడును, దేనిచేతనైనను సంతుష్టి నొందెడివాడును, నివాసమేదైనను లెక్కచేయనివాడును, జ్ఞానమునందు స్థితుడైనవాడును, నా భక్తియుతసేవ యందు నియుక్తుడైనట్టివాడును అగు మనుజుడు నాకు అత్యంత ప్రియుడు.

భాష్యము : భక్తుడు సమస్త దుష్టసంగము నుండి సదా దూరుడై యుండును. ఒకప్పుడు పొగడుట, మరియొకప్పుడు నిందించుట యనునది మానవసంఘపు నైజము. కాని భక్తుడు అట్టి కృత్రిమములైన మానావమానములకు, సుఖ దుఃఖములకు సదా అతీతుడై యుండును. అతడు గొప్ప సహనవంతుడై యుండును. కృష్ణపరములగు విషయములను తప్ప అన్యమైనదేదియును పలుకకుండును గావున అతడు మౌని యనబడును. మౌనమనగా భాషింపకుండుట యని భావము కాదు. అసంబద్ధములైన విషయములను మాటలాడ కుండుటయే మౌనము. వాస్తవమునకు ప్రతియొక్కరు అవసరమైన విషయములనే మాటలాడవలెను. శ్రీకృష్ణభగవానుని గూర్చి మాట్లాడుటయే భక్తునకు అత్యంత అవసరమైన పలుకు కాగలదు. అటువంటి భక్తుడు సర్వవేళలా ఆనందమయుడై యుండును. భుజించుటకు కొన్నిమార్లు అతడు రుచిగల పదార్థములను పొంద వచ్చును, మరికొన్నిమార్లు పొందకపోవచ్చును. కాని అతడు మాత్రము సదా సంతుష్టి నొందియుండును. అతడు నివాసమెట్టిదైనను లెక్కచేయడు. కొన్నిమార్లు అతడు చెట్టుక్రింద వసించవచ్చును, మరికొన్నిమార్లు విలాసవంతమగు భవంతిలో నివసింపవచ్చును. కాని అతడు ఆ రెండింటి యెడను ఆకర్షితుడు కాడు. తన నిశ్చయమున మరియు జ్ఞానమున స్థిరుడై యుండుటచే అతడు స్థిరుడనియు పిలువబడును. భక్తుల ఈ గుణవర్ణనలో కొన్ని పునరుక్తులు కనబడినను ఈ గుణముల నన్నింటినీ భక్తుడైనవాడు తప్పక సంపాదించవలెనని నొక్కి చెప్పుటయే దాని ప్రయోజనమై యున్నది. శుభలక్షణములు లేనిదే ఎవ్వరును

శుద్ధభక్తులు కాజాలరు. "హరావభక్తస్య కుతో మహద్గుణాః - అనగా భక్తుడు కానివానికి శుభలక్షణములుండజాలవు." కనుక భక్తునిగా గుర్తింపబడగోరువాడు శుభ లక్షణములను వృద్ధిపరచుకొనవలెను. కాని వాస్తవమునకు ఈ గుణములను పొందుటకు భక్తుడు బాహ్యముగా యత్నింప నవసరము లేదు. కృష్ణభక్తిభావన యందు, భక్తియుతసేవ యందు నిమగ్నత ఆ గుణములను వృద్ధిచేసికొనుటకు అప్రయత్నముగా అతనికి సహాయభూతమగును.

20

ये तु धर्मामृतमिदं यथोक्तं पर्युपासते ।
श्रद्दधाना मत्परमा भक्तास्तेऽतीव मे प्रियाः ॥२०॥

యే తు ధర్మామృతమిదం యథోక్తం పర్యుపాసతే ।
శ్రద్దధానా మత్పరమా భక్తాస్తేఽతీవ మే ప్రియాః ॥

యే—ఎవరైతే; తు—కాని; ధర్మామృతం—ధర్మమనెడి అమృతమును; ఇదం—ఈ; యథోక్తం—చెప్పబడినట్లు; పర్యుపాసతే—పూర్ణముగా నియుక్తులగుదురో; శ్రద్దధానాః—శ్రద్ధతో; మత్పరమాః—దేవదేవుడనైన నన్నే సర్వస్వముగా భావించి; భక్తాః—భక్తులు; తే—వారు; అతీవ—మిక్కిలి; మే—నాకు; ప్రియాః—ఇష్టులు.

నన్నే పరమగమ్యముగా చేసికొని భక్తియోగమను ఈ అమృతపథమును అనుసరించుచు శ్రద్ధతో దీని యందు సంపూర్ణముగా నియుక్తులైనవారు నాకు అత్యంత ప్రియులు.

భాష్యము : ఈ అధ్యాయపు రెండవ శ్లోకము "మయ్యావేశ్య మనో యే మాం" (మనస్సును నా యందే సంలగ్నము చేసి) నుండి చివరి ఈ శ్లోకమైన "యే తు ధర్మామృతమిదం" (ఈ నిత్యసేవాధర్మము) వరకు శ్రీకృష్ణభగవానుడు తనను చేరుటకు గల దివ్యసేవాపద్ధతులను వివరించెను. ఈ భక్తియుక్తసేవాకార్యములు శ్రీకృష్ణునకు అత్యంత ప్రియములై యున్నవి. వాని యందు నియుక్తుడైన మనుజుని ఆతడు ప్రేమతో అనుగ్రహించును. నిరాకారబ్రహ్మమార్గము నందు నిమగ్నుడైనవాడు ఉత్తముడా లేక పూర్ణపురుషోత్తముడగు భగవానుని ప్రత్యక్షసేవలో నియుక్తుడైనవాడు ఉత్తముడా అను ప్రశ్నను అర్జునుడు లేవదీసి యుండెను. అర్జునుని అట్టి ప్రశ్నకు శ్రీకృష్ణుడు తన భక్తియుతసేవయే ఆత్మానుభవమునకు గల వివిధ పద్ధతులలో అత్యంత శ్రేష్ఠమైనదనుటలో ఎట్టి సందేహము లేదని స్పష్టముగా సమాధానమొసగినాడు. అనగా సత్సంగము

ద్వారా మనుజుడు శుద్ధ భక్తియోగము పట్ల అభిరుచిని వృద్ధిచేసికొనుననియు, తద్ద్వారా అతడు ఆధ్యాత్మికగురువును స్వీకరించి ఆయన నుండి శ్రవణ, కీర్తనములను చేయుటను ఆరంభించి శ్రద్ధ, అనురాగము, భక్తిభావములతో భక్తియోగమందలి నియమనిబంధనలను పాటించుచు శ్రీకృష్ణభగవానుని దివ్యసేవలో నియుక్తుడు కాగలడనియు ఈ అధ్యాయమున నిర్ణయింపబడినది. ఈ భక్తిమార్గమే ఈ అధ్యాయమున ఉపదేశింపబడినది. కనుక భక్తియోగ మొకటియే ఆత్మానుభవమునకు (శ్రీకృష్ణభగవానుని పొందుటకు) ఏకైక మార్గమనుటలో ఎట్టి సందేహము లేదు. ఈ అధ్యాయమున తెలుపబడినట్లు పరతత్త్వపు నిరాకారభావన మనునది మనుజుడు ఆత్మానుభూతి కొరకు శరణము నొందుట వరకు మాత్రమే ఉచితమైనది. అనగా భక్తులతో సాహచర్యమును పొందుటకు అవకాశము కలుగనంతవరకు మాత్రమే నిరాకారభావనము లాభదాయకము కాగలదు. పరతత్త్వపు నిరాకారభావనలో మనుజుడు ఆత్మానాత్మ విచక్షణ కొరకు ఫలాసక్తి రహితముగా కర్మచేయుచు, ధ్యానించుచు, జ్ఞాన సముపార్జనము చేయును. శుద్ధభక్తుని సాంగత్యము పొందనంతవరకు మనుజునికి ఇది అవసరము. కాని అదృష్టవశాత్తు ఎవ్వరైనా కృష్ణభక్తిభావనలో భక్తియుతసేవ యందు ప్రత్యక్షముగా నియుక్తమగు కోరికను వృద్ధిచేసికొనినచో, ఆత్మానుభవము నందు క్రమముగా ఒక మెట్టు నుండి వేరొక మెట్టుకు పురోగమించ నవసరము లేకుండును. భగవద్గీత యందలి ఈ నడుమ ఆరు అధ్యాయములలో వర్ణింపబడినరీతి భక్తియుతసేవ మిక్కిలి అనుకూలమైనది. శ్రీకృష్ణభగవానుని కరుణచే సర్వమును అప్రయత్నముగా ఒనగూడును గనుక అట్టి భక్తియుతసేవ యందు నియుక్తుడైనవాడు దేహపోషణ నిమిత్తమై చింతనొంద నవసరములేదు.

శ్రీమద్భగవద్గీత యందలి "భక్తియోగము" అను ద్వాదశాధ్యాయమునకు భక్తివేదాంతభాష్యము సమాప్తము.

త్రయోదశాధ్యాయము

ప్రకృతి, పురుషుడు, చైతన్యము

1-2

अर्जुन उवाच

प्रकृतिं पुरुषं चैव क्षेत्रं क्षेत्रज्ञमेव च।
एतद् वेदितुमिच्छामि ज्ञानं ज्ञेयं च केशव ॥१॥

श्रीभगवानुवाच

इदं शरीरं कौन्तेय क्षेत्रमित्यभिधीयते।
एतद् यो वेत्ति तं प्राहुः क्षेत्रज्ञ इति तद्विदः ॥२॥

అర్జున ఉవాచ

ప్రకృతిం పురుషం చైవ క్షేత్రం క్షేత్రజ్ఞమేవ చ ।
ఏతద్ వేదితుమిచ్ఛామి జ్ఞానం జ్ఞేయం చ కేశవ ॥

శ్రీభగవానువాచ

ఇదం శరీరం కౌన్తేయ క్షేత్రమిత్యభిధీయతే ।
ఏతద్ యో వేత్తి తం ప్రాహుః క్షేత్రజ్ఞ ఇతి తద్విదః ॥

అర్జునః ఉవాచ—అర్జునుడు పలికెను; ప్రకృతిం—ప్రకృతిని; పురుషం—పురుషుని; చ—కూడా; ఏవ—నిశ్చయముగా; క్షేత్రం—క్షేత్రమును; క్షేత్రజ్ఞం—క్షేత్రము నెరిగినవాడు; ఏవ—నిశ్చయముగా; చ—కూడా; ఏతత్—ఇదియంతయు; వేదితుం—తెలిసికొనుటకు; ఇచ్ఛామి—కోరుచున్నాను; జ్ఞానం—జ్ఞానమును; జ్ఞేయం చ—జ్ఞానలక్ష్యమును కూడా; కేశవ—ఓ కృష్ణా.

శ్రీభగవానువాచ—దేవదేవుడైన శ్రీకృష్ణుడు పలికెను; ఇదం—ఈ; శరీరం—దేహము; కౌన్తేయ—ఓ కుంతీపుత్రా; క్షేత్రమితి—క్షేత్రమని; అభిధీయతే—పిలువబడుచున్నది; ఏతత్—దీనిని; యః—ఎవడు; వేత్తి—ఎరుంగునో; తం—అతనిని; ప్రాహుః—పిలువబడును; క్షేత్రజ్ఞః ఇతి—క్షేత్రజ్ఞుడని; తద్విదః—దీనినెరిగినవారిచే.

అర్జునుడు పలికెను : ఓ కృష్ణా! ప్రకృతి మరియు పురుషుని(భోక్త)

గూర్చియు, క్షేత్రము మరియు క్షేత్రము నెరిగినవానిని గూర్చియు, జ్ఞానము మరియు జ్ఞానలక్ష్యమును గూర్చియు నేను తెలిసికొనగోరుచున్నాను.

శ్రీకృష్ణభగవానుడు పలికెను: ఓ కౌంతేయా! ఈ దేహము క్షేత్రమనియు మరియు ఈ దేహము నెరిగినవాడు క్షేత్రజ్ఞుడనియు పిలువబడును.

భాష్యము : ప్రకృతి, పురుషుడు(భోక్త), క్షేత్రము, క్షేత్రజ్ఞుడు (క్షేత్రము నెరిగినవాడు), జ్ఞానము, జ్ఞానలక్ష్యముల యెడ అర్జునుడు మిగుల జిజ్ఞాసువై యున్నాడు. అర్జునుడు ఈ విషయములను గూర్చి విచారణ కావింపగా ఈ దేహము క్షేత్రముగా పిలువబడుననియు, దేహము నెరిగినవాడు క్షేత్రజ్ఞునిగా పిలువబడుననియు శ్రీకృష్ణభగవానుడు పలికెను. ఈ దేహము బద్ధజీవునకు కర్మ క్షేత్రము. అతడు భౌతికస్థితిలో చిక్కుకొని ప్రకృతిపై ఆధిపత్యమును చెలాయించవలెనని యత్నించును. ఆ విధముగా ప్రకృతిపై ఆధిపత్యము వహింపగలిగిన తన సామర్థ్యము ననుసరించి అతడు కర్మ క్షేత్రమును పొందును. ఆ కర్మ క్షేత్రమే దేహము. ఇక దేహమనగా ఇంద్రియములను కూడినట్టిది. బద్ధ జీవుడు ఇంద్రియసుఖమును అనుభవింపగోరును. ఆ ఇంద్రియసుఖమును అనుభవించుటకు గల సామర్థ్యము ననుసరించి అతనికి ఒక దేహము (కర్మ క్షేత్రము) ఒసగబడును. కనుకనే దేహము బద్ధజీవుని కర్మ క్షేత్రమని పిలువ బడును. అట్టి దేహము నెరిగినవాడు క్షేత్రజ్ఞుడని పిలువబడును. క్షేత్రమునకు మరియు క్షేత్రజ్ఞునకు నడుమగల భేదమును, అనగా దేహమునకు మరియు దేహము నెరిగినవానికి నడుమ భేదమును అవగాహన చేసికొనుట కష్టమైన విషయము కాదు. ఉదాహరణకు బాల్యము నుండి వృద్ధాప్యము వరకు దేహమునందు అనేక మార్పులు జరుగుచున్నను దేహధారి మాత్రము మార్పులేక యుండును. అనగా క్షేత్రమునకు మరియు క్షేత్రము నెరిగినవానికి భేదము కలదు. ఈ విధముగా బద్ధజీవుడు తాను దేహము కన్నను అన్యమైనవాడినని తెలియగలడు. జీవుడు దేహమునందు స్థితిని కలిగియుండుననియు, ఆ దేహము శైశవము నుండి బాల్యమునకు, బాల్యము నుండి యౌవనమునకు, యౌవనము నుండి వృద్ధాప్యమునకు మార్పుచెందుననియు మరియు దేహధారి (దేహ యజమాని) తన దేహము అట్లు మార్పుచెందునని తెలియుననియు ఆదిలో "దేహినోఽస్మిన్" అను శ్లోకము ద్వారా తెలుపబడినది. అనగా దేహమునకు యజమాని "క్షేత్రజ్ఞుడు". నేను సుఖిని, నేను పురుషుడను, నేను స్త్రీని, నేను

శునకమును, నేను మార్జాలమును అను భావనలు ఆ క్షేత్రజ్ఞుని ఉపాధులు మాత్రమే. కాని వాస్తవమునకు క్షేత్రజ్ఞుడు దేహమునకు అన్యుడు. దేహమునకు వస్త్రములవంటి పెక్కింటిని మనము ఉపయోగించినను వాటికన్నను మనము అన్యులమని మనకు తెలియును. అదే విధముగా కొద్దిపాటి ఆలోచనచే మనము దేహము కన్నను అన్యులమని స్పష్టముగా నెరుగగలము. అనగా దేహమునకు యజమాని (నేను లేదా నీవు లేదా ఎవరైనను) క్షేత్రజ్ఞుడనియు (కర్మ క్షేత్రము నెరిగినవాడని) మరియు దేహము క్షేత్రమనియు(కర్మ క్షేత్రమని) పిలువబడును.

భగవద్గీత యందలి మొదటి ఆరు అధ్యాయములందు దేహము నెరిగినవానిని (జీవుడు) గూర్చియు మరియు ఎట్టి స్థితిలో అతడు దేవదేవుని ఎరుగగలడనెడి విషయమును గూర్చియు విశదముగా వర్ణింపబడినది. నడుమ ఆరు అధ్యాయములలో భగవానుని గూర్చియు, భక్తియుక్తసేవా విషయమున ఆత్మ, పరమాత్మ నడుమగల సంబంధమును గూర్చియు వివరింపబడినది. దేవదేవుడైన శ్రీకృష్ణుని పరమోత్తమస్థితి, పరతంత్రుడైన జీవుని స్థితి ఆ అధ్యాయములందు నిశ్చయముగా తెలుపబడినది. అన్ని పరిస్థితుల యందును జీవులు పరతంత్రులేయైనను మరుపు కారణముగా వారు బాధల నొందుచున్నారు. కాని పుణ్యకర్మలచే వారు జ్ఞానవంతులైనచో ఆర్తులు, జిజ్ఞాసువులు, అర్థార్థులు, జ్ఞానులు అనెడి వివిధస్థాయిలలో దేవదేవుని దరిచేరగలరనియు తెలుపబడినది. ఇప్పుడు ఈ త్రయోదశాధ్యాయము నుండి ఏ విధముగా జీవుడు ప్రకృతి సంపర్కమునకు వచ్చునో మరియు ఏ విధముగా అతడు ప్రకృతి బంధము నుండి శ్రీకృష్ణభగవానుని కరుణచే కామ్యకర్మలు, జ్ఞానసముపార్జనము, భక్తియుతసేవ అనెడి వివిధ విధానముల ద్వారా ముక్తుడగునో వివరింపబడినది. జీవుడు వాస్తవమునకు సంపూర్ణముగా దేహము కన్నను అన్యుడైనను ఏదియో ఒక కారణము చేత అతడు దానితో సంబంధము కలవాడగుననెడి విషయము సైతము వివరింపబడినది.

3

क्षेत्रज्ञं चापि मां विद्धि सर्वक्षेत्रेषु भारत।
क्षेत्रक्षेत्रज्ञयोर्ज्ञानं यत्तज्ज्ञानं मतं मम ॥३॥

క్షేత్రజ్ఞం చాపి మాం విద్ధి సర్వక్షేత్రేషు భారత ।
క్షేత్రక్షేత్రజ్ఞయోర్జ్ఞానం యత్తద్ జ్ఞానం మతం మమ ॥

క్షేత్రజ్ఞం—క్షేత్రము నెరిగినవానిగా; చ—కూడా; అపి—నిశ్చయముగా; మాం—నన్ను; విద్ధి —తెలిసికొనుము; సర్వ క్షేత్రేషు—అన్ని క్షేత్రములయందును; భారత—ఓ భరత వంశీయుడా; క్షేత్ర—కర్మ క్షేత్రమునకును; క్షేత్రజ్ఞయోః—మరియు క్షేత్రము నెరిగినవానికిని; జ్ఞానం—సంబంధించిన జ్ఞానము; యత్—ఏదో; తత్—అది; జ్ఞానం—జ్ఞానమని; మతం—అభిప్రాయము; మమ—నా యొక్క.

ఓ భరతవంశీయుడా! సర్వదేహములందును నేను కూడా క్షేత్రజ్ఞుడనని నీవు తెలిసికొనుము. దేహమును, దాని నెరిగిన క్షేత్రజ్ఞుని అవగాహన చేసికొనుటయే జ్ఞానమని నా అభిప్రాయము.

భాష్యము : దేహము మరియు దేహము నెరిగినవాని గూర్చియు, ఆత్మ మరియు పరమాత్ముని గూర్చియు చర్చించునపుడు భగవానుడు, జీవుడు, భౌతిక పదార్థమనెడి మూడు అంశములు మనకు గోచరించును. ప్రతి కర్మ క్షేత్రము నందును (ప్రతిదేహమునందును) జీవాత్మ, పరమాత్మలను రెండు ఆత్మలు గలవు. అట్టి పరమాత్మ రూపము తన ప్రధాన విస్తృతాంశమైనందున శ్రీకృష్ణ భగవానుడు "నేను కూడా క్షేత్రజ్ఞుడను. కాని దేహము నందలి వ్యక్తిగత క్షేత్రజ్ఞుడను కాను. పరమజ్ఞాతయైన నేను పరమాత్మరూపమున ప్రతిదేహము నందును వసించియున్నాను" అని పలికెను.

భగవద్గీత దృష్ట్యా ఈ కర్మ క్షేత్రమును మరియు కర్మ క్షేత్రము నెరిగినవానిని గూర్చిన విషయమును సూక్ష్మముగా అధ్యయనము చేయువాడు సంపూర్ణ జ్ఞానమును పొందగలడు.

"ప్రతిదేహమునందును నేను కూడా క్షేత్రజ్ఞుడనై యుందును" అని శ్రీకృష్ణభగవానుడు పలికియున్నాడు. అనగా జీవుడు తన దేహమును గూర్చి మాత్రమే ఎరిగియుండును. ఇతర దేహముల జ్ఞానమతనికి ఉండదు. కాని సర్వ దేహముల యందు పరమాత్మ రూపమున వసించు శ్రీకృష్ణభగవానుడు మాత్రము సర్వదేహములను గూర్చిన సమస్త విషయములను మరియు వివిధ జీవజాతుల వివిధ దేహములను సంపూర్ణముగా ఎరిగియుండును. దేశపౌరుడు తనకున్న కొద్ది పాటి స్థలమును గూర్చిన జ్ఞానమునే కలిగియుండవచ్చును గాని దేశమునేలెడి రాజు తన రాజప్రాసాదమునే గాక పౌరులు కలిగియున్న ధనసంపత్తులనన్నింటిని తెలిసియుండును. అదే విధముగా జీవుడు వ్యక్తిగతముగా ఒక దేహమునకు యజమాని కావచ్చును. కాని భగవానుడు సర్వదేహములకు యజమాని.

రాజ్యమునకు దేశమునేలెడి రాజు పౌరుని వలె అప్రధాన యజమానుడు గాక ప్రధాన యజమానుడైనట్లు, దేవదేవుడు సర్వదేహములకు దివ్యయజమానిగాయై యున్నాడు.

దేహము ఇంద్రియములను కూడియుండును. అట్టి ఇంద్రియములను నియమించెడివాడు కనుకనే దేవదేవుడు హృషీకేశుడని పిలువబడును. దేశకార్యములను నియమించుటలో రాజు ప్రధాన నియామకుడు మరియు పౌరులు అప్రధానులైనట్లు, దేవదేవుడు ఇంద్రియములకు ఆదినియామకుడు. "నేను కూడా క్షేత్రజ్ఞుడను" అని శ్రీకృష్ణభగవానుడు పలుకుచున్నాడు. అనగా ఆతడు పరమజ్ఞాతయనియు, జీవాత్మ కేవలము తన దేహమును మాత్రమే ఎరుగునవియు భావము. కనుకనే వేదవాఙ్మయమున ఇట్లు తెలుపబడినది.

క్షేత్రాణి హి శరీరాణి బీజం చాపి శుభాశుభే ।
తాని వేత్తి స యోగాత్మా తతః క్షేత్రజ్ఞ ఉచ్యతే ॥

ఈ దేహము క్షేత్రమని పిలువబడును. దీనియందు క్షేత్రజ్ఞుడు(దేహము యొక్క యజమాని) మరియు క్షేత్రక్షేత్రజ్ఞులను తెలిసిన భగవానుడును వసింతురు. కనుకనే భగవానుడు సర్వక్షేత్రజ్ఞుడని పిలువబడినాడు. కర్మ క్షేత్రమైన దేహము, కర్మల నెరిగిన జ్ఞాత, కర్మల పరమజ్ఞాతయైన భగవానుని నడుమ గల భేదము ఈ విధముగా వివరింపబడినది. దేహము, ఆత్మ, పరమాత్మల వాస్తవస్థితి యొక్క జ్ఞానమే వేదవాఙ్మయమునందు జ్ఞానముగా తెలియబడుచున్నది. అదియే శ్రీకృష్ణుని అభిప్రాయము. ఆత్మ పరమాత్మలు ఏకమేయైనను భిన్నమనెడి అవగాహనయే జ్ఞానము. కర్మక్షేత్రమైన దేహమును మరియు దేహము నెరిగిన క్షేత్రజ్ఞుని తెలిసికొనలేనివాడు సంపూర్ణ జ్ఞానవంతుడు కాజాలడు. ప్రతియొక్కరు ప్రకృతి, పురుషుడు (ప్రకృతి యొక్క భోక్త), ఈశ్వరుని (ప్రకృతి మరియు ఆత్మలను నియమించు క్షేత్రజ్ఞుడు) స్థితిని సంపూర్ణముగా అవగాహనము చేసికొనవలెను. వారి వివిధస్థితుల విషయమున ఎట్టి భ్రమకు గురి కారాదు. చిత్రకారుడు, చిత్రము, చిత్రఫలకము విషయమున ఎవ్వరును భ్రమకు గురి కారాదు. కర్మక్షేత్రమైన భౌతికజగత్తు ప్రకృతి. అట్టి ప్రకృతిని అనుభవించువాడు జీవుడు. వారిరువురిపై నున్నవాడే దివ్యనియామకుడగు శ్రీకృష్ణభగవానుడు. ఈ విషయమున శ్వేతాశ్వతరోపనిషత్తు(1.12) నందు ఇట్లు చెప్పబడినది.

భోక్తా భోగ్యం ప్రేరితారం చ మత్వా ।
సర్వం ప్రోక్తం త్రివిధం బ్రహ్మ మేతత్ ॥

బ్రహ్మభావములు మూడు విధములుగా గలవు. ప్రకృతియే కర్మక్షేత్ర రూపమున బ్రహ్మము, జీవుడు సైతము బ్రహ్మము. అతడు ప్రకృతిని నియమించ యత్నించును. ప్రకృతి, జీవుడు ఇరువురిని నియమించువాడు కూడా బ్రహ్మమే. కాని ఆతడే నిజమైన నియామకుడై యున్నాడు.

క్షేత్రము నెరిగిన ఇరువురు క్షేత్రజ్ఞులలో ఒకడు చ్యుతుడనియు, ఇంకొకడు అచ్యుతుడనియు (పతనము చెందనివాడు) ఈ అధ్యాయమున వివరింపబడును. ఒకడు దివ్యుడు కాగా, వేరొకడు పరాధీనుడై యున్నాడు. ఈ ఇరువురు క్షేత్రజ్ఞులు ఏకమేనని భావించెడివారు "నేను కూడా క్షేత్రజ్ఞుడను" అని అతి స్పష్టముగా పలుకు భగవానుని వచనములను నిరాకరించినవారగుదురు. త్రాడును చూసి పామని భ్రమించువారు జ్ఞానహీనులు. వాస్తవమునకు పలువిధములైన దేహములు మరియు పలువిధములైన దేహయజమానులును గలరు. భౌతికప్రకృతిపై ఆధిపత్యము చలాయించుటకు ప్రతిజీవియు తన వ్యక్తిగత సామర్థ్యమును కలిగి యున్నందునే ఈ వివిధ దేహములు ఏర్పడుచున్నవి. కాని వాటన్నింటి యందును భగవానుడు దివ్యనియామకుని రూపమున నిలిచియున్నాడు. కనుకనే ఈ శ్లోకమునందలి "చ" యను పదము మహత్త్వపూర్ణమై సర్వదేహములను సూచించుచున్నదని శ్రీల బలదేవవిద్యాభూషణులు అభిప్రాయపడిరి. అనగా ప్రతిదేహము నందును జీవాత్మతో పాటుగా శ్రీకృష్ణుడు పరమాత్మరూపమున వసించియున్నాడు. అట్టి పరమాత్ముడు క్షేత్రమునకు మరియు దాని భోక్తకు నియామకుడని శ్రీకృష్ణభగవానుడు స్పష్టముగా తెలుపుచున్నాడు.

4

तत्क्षेत्रं यच्च यादृक्च यद्विकारि यतश्च यत् ।
स च यो यत्प्रभावश्च तत् समासेन मे शृणु ॥४॥

తత్ క్షేత్రం యచ్చ యాదృక్చ యద్వికారి యతశ్చ యత్ ।
స చ యో యత్ప్రభావశ్చ తత్ సమాసేన మే శృణు ॥

తత్—ఆ; క్షేత్రం—క్షేత్రము; యచ్చ—ఏది; యాదృక్చ—ఎట్టిది; యత్—ఎట్టి; వికారి—మార్పులు గలది; యతః—దేనినుండి; చ—కూడా; యత్—ఎట్లు; సః—అతడు; చ—కూడా; యః—ఎవడు; యత్ప్రభావశ్చ—ఎట్టి ప్రభావము గలవాడు; తత్—అదియు; సమాసేన—

సంక్షేపముగా; మే—నా నుండి; శృణు—వినుము.

ఇప్పుడు క్షేత్రమునను, అది నిర్మింపబడిన విధానమునను, దాని యందలి మార్పులను, దేని నుండి అది ఉద్భవించినదనెడి విషయమును, క్షేత్రజ్ఞుడు మరియు అతని ప్రభావములను గూర్చిన నా సంక్షేపవర్ణనను ఆలకింపుము.

భాష్యము : కర్మ క్షేత్రము మరియు కర్మ క్షేత్రపు జ్ఞాతయైన క్షేత్రజ్ఞుని సహజస్థితిని శ్రీకృష్ణభగవానుడు ఇచ్చట వర్ణించుచున్నాడు. ఏ విధముగా ఈ దేహము నిర్మింపబడుచున్నది, ఏ మూలకములచే ఇది ఏర్పడుచున్నది, ఎవని నియామకమున ఇది పనిచేయుచున్నది, దీనియందలి మార్పులు ఎట్లు కలుగుచున్నవి, ఆ మార్పులు ఎచ్చట నుండి కలుగుచున్నవి, అట్టి మార్పులకు కారణము మరియు హేతువులేవి, ఆత్మ యొక్క చరమగమ్యమేది, ఆత్మ యొక్క నిజరూపమేది యనెడి విషయములను ప్రతియొక్కరు తెలిసికొనవలసి యున్నది. అంతియేగాక జీవాత్మకును పరమాత్మకును నడుమగల భేదము, వారి ప్రభావములు, సామర్థ్యములు కూడ మనుజుడు ఎరిగియుండవలెను. అందులకు శ్రీకృష్ణభగవానుడు ప్రత్యక్షముగా ఉపదేశించిన ఈ భగవద్గీతను అవగతము చేసికొనిన చాలును. అంతట సర్వము సుస్పష్టము కాగలదు. కాని ఎల్లదేహముల యందున్న భగవానుడు జీవాత్మతో సమానుడని ఎవ్వరును భావింపరాదు. అట్టి భావనము శక్తిమంతుడైనవానిని శక్తిహీనునితో సమానము చేయుటయే కాగలదు.

5

ऋषिभिर्बहुधा गीतं छन्दोभिर्विविधैः पृथक् ।
ब्रह्मसूत्रपदैश्चैव हेतुमद्भिर्विनिश्चितैः ॥५॥

ఋషిభిర్బహుధా గీతం ఛన్దోభిర్వివిధైః పృథక్ ।
బ్రహ్మసూత్రపదైశ్చైవ హేతుమద్భిర్వినిశ్చితైః ॥

ఋషిభిః—ఋషులచేత; బహుధా—పలువిధములు; గీతం—వర్ణింపబడినది; ఛన్దోభిః—వేదమంత్రముల చేత; వివిధైః—వివిధములైన; పృథక్—పలువిధములు; బ్రహ్మసూత్రపదైః—వేదాంతసూత్రముల చేత; చ—కూడా; ఏవ—నిశ్చయముగా; హేతుమద్భిః—కార్యకారణ సంబంధముతో కూడిన; వినిశ్చితైః—నిశ్చితములైన.

క్షేత్రము, క్షేత్రజ్ఞులను గూర్చిన ఆ జ్ఞానము పలువురు ఋషులచే వివిధ

వేదగ్రంథములందు వర్ణింపబడినది. అట్టి జ్ఞానము విశేషముగా వేదాంత సూత్రములందు కార్యకారణములతో హేతుబద్ధముగా ప్రకటింపబడినది.

భాష్యము : ఈ క్షేత్రక్షేత్రజ్ఞ జ్ఞానమును విశదీకరించుటలో దేవదేవుడైన శ్రీకృష్ణుడే వాస్తవమునకు అత్యున్నత ప్రామాణికుడై యున్నాడు. అయినను సామాన్య ఆచారము ప్రకారము విద్వాంసులు మరియు ప్రామాణికులైనవారు సర్వదా ఏ విషయమును గూర్చియైనను పూర్వపు ఆచార్యుల వచనములను నిదర్శనములుగా చూపుదురు గనుక ఇచ్చట శ్రీకృష్ణుడు ఆత్మ, పరమాత్మల అతి వివాదాస్పదమైన ద్వైతాద్వైత విషయములను ప్రామాణికమైనవిగా అంగీకరింపబడిన వేదాంతసూత్రములకు అన్వయించుచు వివరించుచున్నాడు. కనుకనే తొలుత ఆతడు "ఇది పలువురు ఋషుల అభిప్రాయము ననుసరించి యున్నది" యని పలికియుండెను. అట్టి ఋషులలో వేదాంతసూత్ర కర్తయైన వ్యాసదేవుడు గొప్ప ఋషి. ఆ వ్యాసదేవుని వేదాంతసూత్రములలో ద్వైతత్వము పూర్ణముగా విశదీకరింపబడినది. వ్యాసదేవుని జనకుడైన పరాశరముని సైతము గొప్ప ఋషి. ఆయన తన ధర్మగ్రంథములలో "అహం త్వం చ తథాన్యే...." యని రచించియుండెను. "అనగా నేను, నీవు, ఇతర జీవులనెడి మనమందరము భౌతికదేహముల యందున్నను వాస్తవమునకు దివ్యులమే. కాని ప్రస్తుతము మన వివిధకర్మల కారణముగా మనము వివిధ ప్రకృతిజన్యగుణములచే బంధితులమైనాము. తత్కారణముగా కొందరు ఉన్నతగుణ స్థితిలో, మరి కొందరు అధమనైజములో నిలిచియున్నారు. కాని ఈ ఉన్నత,అధమ స్వభావము లనునవి అజ్ఞానజనితములు. అవియే అసంఖ్యాక జీవరాసులుగా ప్రకటమగు చుండును. కాని చ్యుతి లేనటువంటి పరమాత్ముడు మాత్రము ప్రకృతిజన్య త్రిగుణములచే అపవిత్రుడు గాక దివ్యుడై యున్నాడు." అదే విధముగా వేదములందు (ముఖ్యముగా కఠోపనిషత్తు నందు) జీవాత్మకు, పరమాత్మకు, దేహమునకు నడుమ గల భేదము విశదముగా వివరింపబడినది. ఈ విషయములను ఇంకను పలువురు మహర్షులు వివరించియుండిరి. వారందరిలో పరాశరముని ప్రముఖునిగా పరిగణింపబడినాడు.

ఈ శ్లోకమునందలి "ఛందోభిః"యను పదము వేదవాఙ్మయమును సూచించును. ఉదాహరణమునకు యజుర్వేదశాఖయైన తైత్తిరీయోపనిషత్తు ప్రకృతిని, జీవుని, భగవానుని గూర్చి వివరించుచున్నది.

ఇదివరకే తెలుపబడినట్లు దేహము కర్మ క్షేత్రము. ఆత్మ మరియు పరమాత్మ అను ఇరువురు క్షేత్రజ్ఞులు దాని యందు గలరు. ఈ విషయమునవే తైత్తిరీయోపనిషత్తు(2.9) "బ్రహ్మపుచ్ఛం ప్రతిష్ఠా"యని పలికినది. "అన్నమయము" అని పిలువబడు భగవానుని ఒక శక్తిప్రకటము కలదు. అనగా జీవనము కొరకు ఆహారముపై ఆధారపడుట యని భావము. వాస్తవమునకు ఇది పరమపురుషుని గూర్చిన భౌతికానుభవము. పరతత్త్వమును ఆహారమునందు అనుభూతమొనర్చుకొనిన పిమ్మట "ప్రాణమయము" నందు దానిని జీవలక్షణములతో అనుభూతమొనర్చుకొనవచ్చును. ఇక "జ్ఞానమయము" నందు అనుభూతి యనునది జీవలక్షణములను దాటి ఆలోచన, అనుభవము, కోరిక యనువానిని చేరును. ఆ పిదప "విజ్ఞానమయము" అని పిలువబడు బ్రహ్మభావనలో జీవుని నిజతత్త్వము అతని మనస్సు మరియు జీవలక్షణముల నుండి వేరు పరుపబడును. ఆ తరువాతిదే దివ్యానంద స్వభావపు అనుభూతియైన "ఆనందమయము" అనెడి దివ్యస్థితి. బ్రహ్మానుభూతిలో గల ఈ ఐదుస్థితులే "బ్రహ్మపుచ్ఛము" అని తెలియబడును. ఈ ఐదింటిలో మొదటి మూడైన అన్నమయ, ప్రాణమయ, జ్ఞానమయమను స్థితులు జీవుల కర్మ క్షేత్రములకు సంబంధించినవై యున్నవి. "ఆనందమయుడు" అని పిలువబడు భగవానుడు ఈ జీవుల కర్మ క్షేత్రములకు అతీతుడై యుండును. వేదాంతసూత్రము కూడా పరమపురుషుని వర్ణించుచు "ఆనందమయోఽభ్యాసాత్" అని పలికి యున్నది. అనగా దేవదేవుడు సహజముగా ఆనందపూర్ణుడు. దివ్యానందమును అనుభవించుటకే ఆతడు విజ్ఞానమయ, ప్రాణమయ, జ్ఞానమయ మరియు అన్నమయములందు విస్తరించును. కర్మ క్షేత్రమునకు జీవుడు భోక్తగా పరిగణింపబడును. "ఆనందమయుడు" అయిన భగవానుడు అతనికి భిన్నుడు. అనగా జీవుడు ఒంటరిగా గాక ఆనందమయుడైన భగవానునితో కలిసి భోక్త యగుటకు నిశ్చయించుకొనినచో పరిపూర్ణుడు కాగలడు. దివ్య క్షేత్రజ్ఞునిగా భగవానుని తత్త్వము, పరతంత్ర క్షేత్రజ్ఞునిగా జీవుని తత్త్వము, కర్మ క్షేత్రము యొక్క స్వభావముల నిజచిత్తరువు ఇదియే. ఈ సత్యమునే మనుజుడు బ్రహ్మసూత్రములందు (వేదాంతసూత్రములు) అన్వేషింపవలయును.

కార్యకారణములకు అనుగుణముగా బ్రహ్మసూత్రములు చక్కగా పొందుపరుపబడినవని ఈ శ్లోకమున తెలుపబడినది. "న వియ దశ్రుతేః"(2.3.2),

"నాత్మా(శుతేః" (2.3.18), "పరాత్తు తచ్ఛ్రుతేః"(2.3.40) అనునవి వానిలోని కొన్ని సూత్రములు. వీనిలో మొదటిసూత్రము కర్మ క్షేత్రమును, రెండవది జీవుని, మూడవది వివిధ జీవరూపములలో పరమార్థమైన పరమపురుషుని సూచించును.

6-7

महाभुतान्यहङ्कारो बुद्धिरव्यक्तमेव च।
इन्द्रियाणि दशैकं च पञ्च चेन्द्रियगोचराः ॥६॥
इच्छा द्वेषः सुखं दुःखं सङ्घातश्चेतना धृतिः।
एतत्क्षेत्रं समासेन सविकारमुदाहृतम् ॥७॥

మహాభూతాన్యహంకారో బుద్ధిరవ్యక్తమేవ చ ।
ఇన్ద్రియాణి దశైకం చ పంచ చేన్ద్రియగోచరాః ॥
ఇచ్ఛా ద్వేషః సుఖం దుఃఖం సఙ్ఘాతశ్చేతనా ధృతిః ।
ఏతత్ క్షేత్రం సమాసేన సవికారముదాహృతమ్ ॥

మహాభూతాని—పంచమహాభూతములు; అహంకారః—మిథ్యాహంకారము; బుద్ధిః—బుద్ధి; అవ్యక్తమ్—వ్యక్తము కానిది; ఏవ—నిశ్చయముగా; చ—కూడా; ఇన్ద్రియాణి—ఇంద్రియములు; దశైకం—పదునొకండును; చ—కూడా; పంచ—ఐదు; చ—కూడా; ఇంద్రియ గోచరాః—ఇంద్రియార్థములు; ఇచ్ఛా—కోరిక; ద్వేషః—ద్వేషము; సుఖం—సుఖము; దుఃఖం—దుఃఖము; సఙ్ఘాతః—సముదాయము; చేతనా—జీవలక్షణములు; ధృతిః—విశ్వాసము; ఏతత్—ఇదియంతయు; క్షేత్రం—కర్మ క్షేత్రము; సమాసేన—సంగ్రహముగా; సవికారం—అంతఃప్రక్రియలతో కూడిన; ఉదాహృతం—ఉదహరింపబడినది.

పంచమహాభూతములు, మిథ్యాహంకారము, బుద్ధి, అవ్యక్తము, దశేంద్రియములు, మనస్సు, ఐదు ఇంద్రియార్థములు, కోరిక, ద్వేషము, సుఖము, దుఃఖము, సముదాయము, జీవలక్షణములు, విశ్వాసము అనునవి సంగ్రహముగా కర్మ క్షేత్రముగను, దాని అంతఃప్రక్రియలుగను భావింపబడుచున్నవి.

భాష్యము : మహాఋషుల ప్రామాణిక వచనములైనట్టి వేదమంత్రములు మరియు వేదాంతసూత్రముల ననుసరించి విశ్వము యొక్క మూలాంశములను ఈ క్రింది విధముగా అవగాహనము చేసికొనవచ్చును. తొలుత పృథివి, జలము,

అగ్ని, వాయువు, ఆకాశమను పంచమహాభూతములు, తరువాత మిథ్యాహంకారము, బుద్ధి, ప్రకృతిజన్య త్రిగుణముల అవ్యక్తస్థితి, ఆ తరువాత త్వక్, చక్షు, శ్రోత్ర, జిహ్వా, ఘ్రాణములనెడి పంచ జ్ఞానేంద్రియములు, ఆ పిదప వాక్కు, పాదములు, హస్తములు, గుదము, జననేంద్రియములనెడి పంచ కర్మేంద్రియములు, ఆ ఇంద్రియములపై మనస్సు గలవు. ఈ మనస్సు అంతరమందుండుటచే అంతరేంద్రియముగా పిలువబడును. కావున ఈ మనస్సుతో కలిపి మొత్తము పదునొకండు ఇంద్రియములు గలవు. ఇక శబ్ద, స్పర్శ, రూప, రస, గంధములనెడి ఇంద్రియార్థములు ఐదు. ఈ ఇరువదినాలుగు అంశముల సముదాయమే కర్మక్షేత్రమని పిలువబడుచున్నది. మనుజుడు ఈ ఇరువదినాలుగు అంశముల విశ్లేషణాత్మక అధ్యయనము కావించినచో కర్మక్షేత్రము అతనికి సంపూర్ణముగా అవగతము కాగలదు. ఇక అంతఃప్రక్రియలైన కోరిక, ద్వేషము, సుఖము, దుఃఖము అనునవి దేహమునందు పంచభూతముల యొక్క ప్రాతినిధ్యములు. అదే విధముగా చైతన్యముచే సూచింపబడు జీవలక్షణములు మరియు విశ్వాసమనునవి మనస్సు, బుద్ధి, అహంకారమను సూక్ష్మశరీరము యొక్క వ్యక్తరూపములు. ఈ సూక్ష్మాంశములు కర్మక్షేత్రమునందే చేర్చబడి యున్నవి.

పంచమహాభూతములు మిథ్యాహంకారము యొక్క స్థూలప్రాతినిధ్యము కాగా, మిథ్యాహంకారము తన మూలస్థితియైన "తామసబుద్ధి"కి ప్రాతినిధ్యము వహించును. ఇట్టి భౌతికభావనయైన తామసబుద్ధి భౌతిక ప్రకృతిగుణముల అవ్యక్తస్థితిని సూచించును. అట్టి భౌతిక ప్రకృతిత్రిగుణముల అవ్యక్తస్థితియే "ప్రధానము" అని పిలువబడును.

ఈ ఇరువదినాలుగు అంశములను వాని అంతఃప్రక్రియలతో సహా సమగ్రముగా తెలిసికొనగోరువాడు తత్త్వమును మరింత వివరముగా అధ్యయనము కావించవలెను. ఈ భగవద్గీత యందు కేవలము సారాంశమే ఒసగబడియున్నది.

ఈ అన్ని అంశముల యొక్క ప్రాతినిధ్యమే శరీరము. అట్టి శరీరము జన్మించుట, పెరుగుట, స్థితిని కలిగియుండుట, ఇతర దేహములను సృజించుట, క్షీణించుట, అంత్యమున నశించుట యను ఆరు విధములైన మార్పులకు లోనగును. కనుక కర్మక్షేత్రము అశాశ్వతమైన భౌతికపదార్థము. అయినను క్షేత్రము నెరిగినట్టి దాని యజమానియైన క్షేత్రజ్ఞుడు మాత్రము దానికి భిన్నుడై యుండును.

8-12

अमानित्वमदम्भित्वमहिंसा क्षान्तिरार्जवम् ।
आचार्योपासनं शौचं स्थैर्यमात्मविनिग्रहः ॥८॥
इन्द्रियार्थेषु वैराग्यमनहङ्कार एव च ।
जन्ममृत्युजराव्याधिदुःखदोषानुदर्शनम् ॥९॥
असक्तिरनभिष्वङ्गः पुत्रदारगृहादिषु ।
नित्यं च समचित्तत्वमिष्टानिष्टोपपत्तिषु ॥१०॥
मयि चानन्ययोगेन भक्तिरव्यभिचारिणी ।
विविक्तदेशसेवित्वमरतिर्जनसंसदि ॥११॥
अध्यात्मज्ञाननित्यत्वं तत्त्वज्ञानार्थदर्शनम् ।
एतज्ज्ञानमिति प्रोक्तमज्ञानं यदतोऽन्यथा ॥१२॥

అమానిత్వమదమ్భిత్వమహింసా క్షాన్తిరార్జవమ్ ।
ఆచార్యోపాసనం శౌచం స్థైర్యమాత్మవినిగ్రహః ॥
ఇన్ద్రియార్థేషు వైరాగ్యమనహంకార ఏవ చ ।
జన్మమృత్యుజరావ్యాధిదుఃఖదోషానుదర్శనమ్ ॥
అసక్తిరనభిష్వఙ్గః పుత్రదారగృహాదిషు ।
నిత్యం చ సమచిత్తత్వమిష్టానిష్టోపపత్తిషు ॥
మయి చానన్యయోగేన భక్తిరవ్యభిచారిణీ ।
వివిక్తదేశసేవిత్వమరతిర్జనసంసది ॥
అధ్యాత్మజ్ఞాననిత్యత్వం తత్త్వజ్ఞానార్థదర్శనమ్ ।
ఏతజ్ జ్ఞానమితి ప్రోక్తమజ్ఞానం యదతో ऽన్యథా ॥

అమానిత్వం—వినమ్రత; అదమ్భిత్వం—గర్వరాహిత్యము; అహింసా—అహింస; క్షాన్తిః—సహనము; ఆర్జవం—ఋజుత్వము; ఆచార్యోపాసనం—ప్రామాణికుడైన ఆధ్యాత్మికాచార్యుని ఆశ్రయించుట; శౌచం—శుచిత్వము; స్థైరం—స్థిరత్వము; ఆత్మవినిగ్రహః—ఆత్మనిగ్రహము; ఇన్ద్రియార్థేషు—ఇంద్రియవిషయములందు; వైరాగ్యం—విరక్తి; అనహంకారః—మిథ్యాహంకారము లేకుండుట; ఏవ—నిశ్చయముగా; చ—కూడా; జన్మ—పుట్టుక; మృత్యు—మరణము; జరా—ముసలితనము; వ్యాధి—రోగము; దుఃఖ—దుఃఖము; దోషానుదర్శనం—దోషమును గుర్తించుట; అసక్తిః—ఆసక్తి లేకుండుట; అనభిష్వఙ్గః—సంగత్వము లేకుండుట; పుత్ర—కుమారుడు; దార—భార్య; గృహాదిషు—గృహము మున్నగువాని యందు; నిత్యం—ఎల్లప్పుడును; చ—కూడా; సమచిత్తత్వం—సమభావమును కలిగి

యుండుట; ఇష్టానిష్టోపపత్తిషు—ఇష్టము, అయిష్టముల ప్రాప్తియందు; మయి—నా యందు; చ—కూడా; అనన్యయోగేన—విశుద్ధమైన భక్తియుక్తసేవచే; భక్తిః—భక్తి; అవ్యభిచారిణీ—త్రెంపులేకుండా; వివిక్తదేశసేవిత్వం—ఏకాంతవాసమును కోరుట; అరతిః—అనాసక్తి; జనసంసది—సామాన్యజనుల సాంగత్యమునందు; అధ్యాత్మజ్ఞాననిత్యత్వం—ఆత్మజ్ఞానము నందు స్థిరత్వమును; తత్త్వజ్ఞానార్థ—సత్యజ్ఞానము కొరకు; దర్శనం—తత్త్వము; ఏతత్—ఇదియంతయు; జ్ఞానమితి—జ్ఞానమని; ప్రోక్తం—చెప్పబడినది; అజ్ఞానం—అజ్ఞానము; యత్—ఏది; అతః—దీనికంటె; అన్యథా—భిన్నము.

వినమ్రత, గర్వరాహిత్యము, అహింస, సహనము, సరళత్వము, ప్రామాణికగురువు నాశ్రయించుట, శుచిత్వము, స్థిరత్వము, ఆత్మనిగ్రహము, ఇన్ద్రియార్థముల పరిత్యాగము, మిథ్యాహంకార రాహిత్యము, జన్మమృత్యు జరా వ్యాధుల దోషమును గుర్తించుట, అనాసక్తి, పుత్రకళత్రగృహాదుల బంధము నుండి విముక్తి, సుఖదుఃఖ సమయములందు సమభావము, నా యందు నిత్యమగు అనన్యమైన భక్తి, ఏకాంతవాస కోరిక, సామాన్యజనుల సహవాసమునందు అనాసక్తి, ఆధ్యాత్మజ్ఞానపు ప్రాముఖ్యమును అంగీకరించుట, పరతత్త్వము యొక్క తాత్త్వికాన్వేషణము అనునవన్నియును జ్ఞానమని నేను ప్రకటించుచున్నాను. వీటికి అన్యమైనది ఏదైనను అజ్ఞానమే.

భాష్యము : ఈ జ్ఞానవిధానము అల్పజ్ఞులైన మనుజులచే కొన్నిమార్లు కర్మ క్షేత్రపు అంతఃప్రక్రియ యనుచు తప్పుగా భావింపబడును. కాని వాస్తవమునకు ఇదియే నిజమైన జ్ఞానవిధానము. ఇట్టి విధానమును మనుజుడు స్వీకరించినచో పరతత్త్వమును చేరగల అవకాశము కలుగగలదు. పూర్వము వివరించినట్లు ఈ జ్ఞానము కర్మ క్షేత్రమునందలి ఇరువదినాలుగు అంశముల యొక్క అంతః ప్రక్రియ గాక వాటి బంధము నుండి ముక్తినొందుటకు నిజమైన మార్గమై యున్నది. అనగా చతుర్వింశతి తత్త్వములచే (అంశములచే) తయారైన ఆచ్ఛాదనము వంటి దేహమునందు జీవుడు చిక్కుబడి యున్నాడు. ఇచ్చట తెలుపబడిన జ్ఞానము అనునది అతడు దాని నుండి బయటపడుటకు మార్గమై యున్నది. ఈ జ్ఞానవిధాన వర్ణనలలో అత్యంత ముఖ్యమైనది పదునొకండవ శ్లోకపు మొదటి పాదమునందు వివరింపబడినది. అదియే "మయి చానన్యయోగేన భక్తిరవ్యభిచారిణీ" యనునది. అనగా జ్ఞానమనునది శ్రీకృష్ణభగవానుని విశుద్ధ

భక్తియుక్తసేవ యందే పరిసమాప్తి నొందును. కనుక శ్రీకృష్ణుని భక్తియుక్తసేవను స్వీకరింపనిచో లేక అంగీకరింపలేకపోయినచో ఇతర పంతొమ్మిది జ్ఞానప్రక్రియలు విలువరహితములు కాగలవు. కాని సంపూర్ణకృష్ణభావనలో శ్రీకృష్ణుని భక్తి యుతసేవను స్వీకరించినచో మనుజుని యందు మిగిలిన పంతొమ్మిది అంశములు అప్రయత్నముగా వృద్ధినొందగలవు. శ్రీమద్భాగవతమున (5.18.12) తెలుప బడినట్లు భక్తియుక్తసేవాస్థితిని పొందినటువంటి మనుజుని యందు జ్ఞానమునకు సంబంధించిన అన్ని శుభలక్షణములు వృద్ధినొందగలవు (యస్యాస్తి భక్తిర్భగవత్యకించనా సర్వైర్గుణైస్తత్ర సమాసతే సురాః). అదే విధముగా ఎనిమిదవ శ్లోకమున తెలుపబడినట్లు ఆధ్యాత్మికగురువును పొందుటయు ముఖ్యమైనది. వాస్తవమైన ఆధ్యాత్మికజీవనము ఆధ్యాత్మికగురువును పొందిన పిమ్మటయే ఆరంభమగును గనుక భక్తియోగము నందున్నవారికి కూడా గురువును స్వీకరించుట అత్యంత ముఖ్యమైనది. ఈ జ్ఞానవిధానమే నిజమైన మార్గమని పూర్ణపురుషోత్తముడగు శ్రీకృష్ణభగవానుడు ఇచ్చట స్పష్టముగా పలుకుచున్నాడు. దీనికి అన్యముగా ఊహింపబడునదంతయు అర్థరహితమే.

ఈ జ్ఞానమునందు తెలుపబడిన అంశములను ఈ విధముగా వివరింపవచ్చును. మొదటిదైన వినమ్రత అనగా ఇతరులచే గౌరవమును పొందవలెనని ఆరాటపడ కుండుట యని భావము. భౌతికభావన యనునది ఇతరుల నుండి గౌరవము పొందుటకు ఆరాటపడునట్లుగా చేయును. కాని తాను దేహమును కాననెడి జ్ఞానమును పరిపూర్ణముగా కలిగిన వ్యక్తి దృష్ట్యా దేహమునకు సంబంధించిన మానావమానములు రెండును వ్యర్థములే. కనుక మనుజుడు ఇట్టి భ్రాంతియైన గౌరవము కొరకై తాపత్రయపడరాదు. తమ ధర్మపాలనకు ప్రసిద్ధి బడయవలెనని జనులు ఆరాటపడుచుందురు. తత్ఫలితముగా వారు కొన్నిమార్లు ధర్మ నియమములననేమో అవగతము గాకనే వాస్తవముగా ధర్మమును పాటించనటువంటి ఆధ్యాత్మిక సంఘములలో చేరి తమను తాము ధర్మోపదేశకులుగా ప్రచారము చేసికొన తలతురు. కాని వాస్తవమైన ఆధ్యాత్మిక పురోగతి కొరకు మనుజుడు తాను ఎంతవరకు పురోగతిని చెందితిననెడి విషయమును గాంచుటకై ఒక చక్కని పరీక్ష అవసరము. జ్ఞానమునందలి ఈ వివిధాంశముల ద్వారా అతడు దానిని తీర్మానించుకొనగలడు.

అహింస యనునది చంపకుండుట లేదా దేహమును నశింపజేయకుండుటనెడి

భావనలో స్వీకరించబడుచుండును. కాని వాస్తవమునకు ఇతరులను కష్టపెట్టకుండుటయే అహింస యనుదాని భావము. జనులు సాధారణముగా భౌతికభావనలో అజ్ఞానముచే బంధితులై నిరంతరము వివిధములైన భౌతికక్లేశముల ననుభవించుచుందురు. కనుక వారిని ఆధ్యాత్మిక జ్ఞానస్థాయికి గొనిరాకున్నచో మనుజుడు వారి యెడ హింసను గూర్చినవాడే యగును. కనుక జనులు ఆత్మవికాసమునొంది భౌతికబంధమును విడుచు రీతిలో వారికి యథార్థజ్ఞానమును శక్త్యనుసారము తప్పక ఉపదేశించవలసియున్నది. అదియే వాస్తవమైన అహింస.

సహనమనగా ఇతరుల నుండి కలుగు మానావమానములను సహించు అభ్యాసమును కలిగియుండుట యని భావము. సాధారణముగా ఎవరేని ఆధ్యాత్మిక పురోగతికై యత్నించుచున్నచో ఇతరుల నుండి పలు అవమానములు మరియు అగౌరవములు కలుగుచుండును. ప్రకృతి స్వభావమే యట్లుండును గనుక అట్టిది సర్వసాధారణ విషయము. ఉదాహరణకు ఐదేండ్ల ప్రాయుడైన ప్రహ్లాదుడు ఆధ్యాత్మికజ్ఞాన సముపార్జనమునందు నియుక్తుడైనప్పుడు దానికి అతని తండ్రి వ్యతిరేకుడగుటచే కష్టముల పాలయ్యెను. తండ్రి ఎన్ని విధముల తనను చంప యత్నించినను ప్రహ్లాదుడు సహనమును వహించెను. అనగా ఆధ్యాత్మిక జ్ఞానసముపార్జన యందు పలువిధములైన అవరోధములున్నను మనము సహనమును కలిగియుండి దృఢనిశ్చయముతో పురోగతిని సాధించవలెను.

ఆర్జవమనగా ఎట్టి తంత్రము లేకుండా శత్రువుకు సైతము సత్యమును తెలుపగలిగినంత ఋజుత్వమును కలిగియుండుట యని భావము. గురూపదేశము లేనిదే ఆధ్యాత్మికజ్ఞానమునందు ఎవ్వరును పురోగతిని సాధింపలేరు గనుక ఆధ్యాత్మిక గురువును స్వీకరించుట అత్యంత అవసరము. మనుజుడు ఆధ్యాత్మిక గురువును వినమ్రుడై సమీపించి ఆయన తన యెడ ప్రియుడగు రీతిలో సర్వవిధములైన సేవలను గూర్చవలెను. అంతట ఆ గురువు శిష్యునకు ఉపదేశములను గావించగలడు. ఆధ్యాత్మికగురువు శ్రీకృష్ణుని ప్రతినిధి గనుక ఆయన శిష్యుని ఆశీర్వదించినచో అతడు విధినియమములను పాటింపకనే శీఘ్రముగా ఆధ్యాత్మిక పురోగతిని పొందగలడు. వేరే విధముగా చూచినచో గురువును ఎట్టి సంకోచము లేకుండా సేవించువానికి విధినియమములు సులభతరములు కాగలవు.

ఆధ్యాత్మికజీవన పురోగతికి శుచిత్వము అత్యంత అవసరము. అట్టి శుచిత్వము ఆంతరము మరియు బాహ్యము అనుచు రెండురకములు. బాహ్యశుచిత్వము స్నానము చేయుటచే సాధ్యపడగా, ఆంతర శుచిత్వము కొరకు మనుజుడు శ్రీకృష్ణునే తలచుచు హరే కృష్ణ హరే కృష్ణ కృష్ణ కృష్ణ హరే హరే/హరే రామ హరే రామ రామ రామ హరే హరే యను మహామంత్రమును సదా జపించవలెను. ఇట్టి ఆంతర శుచిత్వ విధానము సంచిత కర్మ ధూళిని మనస్సు నుండి తొలగించివేయగలదు.

ఆధ్యాత్మిక జీవనమున పురోగతిని సాధించవలెనను దృఢనిశ్చయమును మనుజుడు కలిగియుండుటయే స్థిరత్వమనుదాని భావము. అట్టి దృఢ నిశ్చయము లేనిదే ఎవ్వరును వాస్తవమైన ప్రగతిని సాధింపలేరు. ఇక ఆత్మ నిగ్రహమనగా ఆధ్యాత్మిక పురోగతికి హానికరమైన దేనిని కూడా అంగీకరింప కుండుట యని భావము. మనుజుడు ఇట్టి అభ్యాసమును అలవరచుకొని ఆధ్యాత్మిక మార్గమునకు ప్రతికూలమైన సర్వమును త్యజింపవలెను. అదియే వాస్తవమైన త్యాగము. బలవంతములైన ఇంద్రియములు సదా భోగమునకే ఆతురతను కలిగి యుండును. కాని అనవసరములైన ఇంద్రియకోరికలను ఎన్నడును పూర్ణము చేయరాదు. కేవలము ఆధ్యాత్మికజీవన పురోగతికై భక్తియుతసేవ యందు నిలువగలిగినంత శక్తిని కూర్చుటవరకే దేహేంద్రియములను తృప్తిపరుపవలెను. ఇంద్రియములలో ముఖ్యమైనది మరియు అదుపు చేయబడనిది నాలుక. నాలుకను మనుజుడు అదుపు చేయగలిగినచో ఇతర ఇంద్రియములన్నియును అదుపు చేయబడగలవు. పలుకుట, రుచిచూచుట యనునవి అట్టి జిహ్వ యొక్క కార్యములు. కనుక ఒక పద్ధతి ద్వారా అట్టి నాలుకను శ్రీకృష్ణునకు అర్పింప బడిన ఆహారపు శేషమును ప్రసాదముగా రుచిచూచుట యందు మరియు హరేకృష్ణ మహామంత్రమును పలుకుట యందు నియుక్తము చేయవలెను. కనులను సుందరమైన శ్రీకృష్ణుని రూపమును తప్ప అన్యమును దర్శించుట యందు నిలుపరాదు. ఆ విధముగా నయనములు నియమింపబడగలవు. అదేవిధముగా కర్ణములు శ్రీకృష్ణుని గూర్చి శ్రవణము చేయుట యందు మరియు నాసిక కృష్ణునకు అర్పింపబడిన పుష్పములను వాసనచూచుట యందు నియుక్తము కావలెను. ఇదియే భక్తియుక్తసేవా విధానము. కేవలము అట్టి భక్తియుక్త సేవా విధానమునే భగవద్గీత ప్రతిపాదించుచున్నదని మనము ఇచ్చట అవగతము

చేసికొనగలము. వాస్తవమునకు భక్తియుతసేవయే ఏకైక ముఖ్యలక్ష్యము. అల్పజ్ఞులైన కొందరు గీతావ్యాఖ్యాతలు పాఠకుని మనస్సును ఇతర విషయముల వైపునకు మళ్ళింప యత్నింతురు. కాని భగవద్గీత యందు భక్తియోగమునకు అన్యమైన విషయమే లేదు.

మిథ్యాహంకారమనగా దేహమునే ఆత్మయని భావించుట. మనుజుడు తాను దేహమును కానని, ఆత్మనని తెలిసినప్పుడు వాస్తవ అహంకారమునకు వచ్చును. అహంకారమనునది సత్యమైనది. అనగా మిథ్యాహంకారమే నిరసించబడుచున్నది గాని అహంకారము కాదు. బృహదారణ్యకోపనిషత్తు(1.4.10) నందు "అహం బ్రహ్మాస్మి" యని తెలుపబడినది. అనగా "నేను బ్రహ్మమును, ఆత్మను" అని భావము (ఈ భావన ఆత్మానుభవము బడసిన ముక్తస్థితి యందును నిలిచి యుండును). ఇట్టి "నేను" అను భావనను దేహమునకు అన్వయించినచో అట్టి భావనము మిథ్యాహంకారము కాగలదు. కాని సత్యత్వమునకు అన్వయించి నపుడు అది నిజమైన అహంకారమగును. అహంకారమును త్యజింపవలెనని కొందరు తత్త్వవేత్తలు పలికినను అట్టి అహంకారము ఆత్మ యొక్క చిహ్నమై యున్నందున దానిని త్యజించుట సాధ్యముకాని విషయము. కాని ఆత్మను దేహముతో గుర్తించుట యను దేహాత్మభావనను మాత్రము మనము తప్పక త్యజింపవలెను.

జన్మము, మృత్యువు, ముసలితనము, వ్యాధుల యందు గల దుఃఖమును ప్రతియొక్కరు అవగతము చేసికొనవలెను. వీనియందలి జన్మమును గూర్చిన వివరములు వేదవాఙ్మయమునందు పెక్కు గలవు. ముఖ్యముగా శ్రీమద్భాగవతము నందు జీవుని జన్మకు పూర్వస్థితి, తల్లిగర్భములో వాసము, గర్భమునందలి దుఃఖము విశదముగా వివరింపబడినవి. అనగా జన్మమనునది నిశ్చయముగా దుఃఖపూర్ణమేనని అవగతము కావలెను. కాని తల్లిగర్భమున ఎంతటి దుఃఖము ననుభవించితిమో మరతుము గనుక మనము నిరంతర జనన, మరణ చక్రమునకు పరిష్కారమును చూప యత్నింపము. అదేవిధముగా మృత్యువు సమయమున కలుగు పలువిధములైన దుఃఖములు సైతము ప్రామాణిక శాస్త్రములందు పేర్కొనబడినవి. అట్టి విషయములు నిక్కముగా చర్చనీయాంశములు. ఇక ముసలితనము మరియు వ్యాధుల విషయములలో ప్రతియొక్కరు అనుభవమును కలిగియుందురు. వ్యాధిగ్రస్థులు కావలెననియు

లేదా ముసలితనము రావలెననియు ఎవ్వరును వాంఛింపకున్నను అవి అపరిహార్యములు. కనుక ఈ జన్మము, మృత్యువు, ముసలితనము, వ్యాధుల యందలి దుఃఖమును తలచుచు భౌతికజీవితమునందు నిరాశ మరియు వైరాగ్య దృష్టిని కలిగియుండనిదే మన ఆధ్యాత్మికజీవనము నందు పురోగతికి ప్రేరణము లభింపదు.

పుత్ర, కళత్ర, గృహములందు అసంగత్వమనగా వారియెడ ఎట్టి ప్రేమను కలిగియుండరాదని భావముకాదు. వాస్తవమునకు ప్రేమకు అవియన్నియును సహజ లక్ష్యములు. కాని ఆధ్యాత్మికపురోగతికి వారు అనుకూలము గాకున్నచో మనుజుడు వారియెడ ఆసక్తిని కలిగియుండరాదు. గృహము ఆనంద నిలయమగుటకు కృష్ణభక్తిరసభావన మొక్కటే ఉత్తమమార్గము. కృష్ణభక్తిరసభావన యనునది అత్యంత సులభమైనందున కృష్ణభక్తిరస భావితుడు తన గృహమును నిక్కముగా ఆనందనిలయము కావించుకొనగలడు. హరే కృష్ణ హరే కృష్ణ కృష్ణ కృష్ణ హరే హరే/హరే రామ హరే రామ రామ రామ హరే హరే యను మహామంత్రమును జపించుట, కృష్ణునకు అర్పింపబడిన ఆహారమును స్వీకరించుట, భగవద్గీత మరియు శ్రీమద్భాగవతములను చర్చించుట, శ్రీవిగ్రహమును అర్చించుట యనెడి నాలుగు విషయములు దివ్యానందమును గూర్చును గనుక ఇంటి యజమాని గృహమునందలి వారికి వీనియందు శిక్షణ నొసంగవలయును. గృహములోని వారందరును కలిసి ఉదయ,సంధ్యల యందు హరే కృష్ణ హరే కృష్ణ కృష్ణ కృష్ణ హరే హరే/హరే రామ హరే రామ రామ రామ హరే హరే యను మహామంత్రమును జపించవచ్చును. ఈ విధముగా పైన తెలుపబడిన నాలుగువిధములైన భక్తినియమములను అనుసరించుచు గృహస్థజీవితమును సంపూర్ణముగా కృష్ణభక్తిభావనలో మలచుకొన్నచో గృహస్థుడు సన్న్యాసి కావలసిన అవసరములేదు. కాని గృహవాతావరణము ఆధ్యాత్మికపురోగతికి అనుకూలముగా లేనిచో అట్టి గృహస్థజీవితమును త్యజింపవలెను. శ్రీకృష్ణుని అవగతము చేసికొనుటకు లేదా సేవించుటకు ప్రతియొక్కరు అర్జునుని వలె త్యాగమొనర్చవలసి యున్నది. అర్జునుడు తొలుత తన బంధువులను చంప నిచ్చగించకున్నను, వారు తన కృష్ణభక్తిభావనా పురోగతికి అవరోధములని గుర్తించినంతనే కృష్ణుని ఉపదేశములను స్వీకరించి వారిని యుద్ధములో సంహరించెను. అనగా ఈ జగమునందు సంపూర్ణ సుఖవంతుడు లేదా సంపూర్ణ దుఃఖభాగుడు ఎవ్వరును

కానందున గృహస్థజీవనమందలి సుఖ,దుఃఖముల నుండి మనుజుడు విరాగుడై యుండవలెను.

వాస్తవమునకు సుఖదుఃఖములనునవి భౌతికజీవనమునకు అనుబంధమైన విషయములు. కనుక గీతయందు ఉపదేశింపబడినట్లు వాటిని సహించుటను అలవరచుకొనవలెను. సుఖదుఃఖముల రాకపోకలను నిరోధించుట అసాధ్యము గనుక మనుజుడు భౌతికజీవన విధానమునందు ఆసక్తిని విడనాడవలెను. అంతట సుఖదుఃఖములనెడి రెండుపరిస్థితుల యందును సమభావము అప్రయత్నముగా కలుగగలదు. సాధారణముగా మనము కోరినది లభించినప్పుడు సంతోషించి, వాంఛింపనిది లభించినప్పుడు దుఃఖింతుము. కాని ఆధ్యాత్మికస్థితిలో ప్రతిష్ఠితులమైనచో అటువంటి విషయములు మనకు ఏ మాత్రము కలతను కలిగించవు. అట్టి స్థితిని చేరుటకు మనము అవిచ్ఛిన్న భక్తిని ఒనరింపవలసి యుండును. నవమాధ్యాయపు చివరి శ్లోకమున తెలుపబడినట్లు అట్టి శ్రీకృష్ణ భగవానుని అవిచ్ఛిన్న మరియు అనన్యభక్తి యనగా కీర్తనము, శ్రవణము, అర్చనము, వందనము మొదలగు నవవిధపద్ధతులు కలిగిన భక్తియోగమును ఒనరించుటయే. అట్టి విధానమును మనుజుడు నిక్కము అనుసరింపవలెను.

ఆ విధముగా ఆధ్యాత్మికజీవనమును అలవరచుకొనినవాడు భౌతికభావన యందున్న మనుజులతో కలువగోరడు. అది అతని నైజమునకు విరుద్ధమైనది. అవాంఛితసాంగత్యము లేకుండా ఒంటరిగా ఏకాంతస్థలమునందు వసించుట తనకెంత ఇష్టమో మనుజుడు తనను తాను పరీక్షించుకొనవచ్చును. భక్తులైనవారు వ్యర్థక్రీడలు, చలనచిత్రములు, సాంఘిక కార్యక్రమములు అనునవి కాలమును వృథాపరచునటువంటివని తెలిసియుండుటచే సహజముగా వానియందు రుచిని కలిగియుండరు. మైథునజీవనము లేదా పలు ఇతరవిషయములపై పరిశోధన జరుపు పరిశోధకులు మరియు తత్త్వవేత్తలు పలువురు గలరు. కాని భగవద్గీత ప్రకారము అట్టి పరిశోధన, తాత్త్వికకల్పనలు అనునవి ప్రయోజన శూన్యములు మరియు అసందర్భములు. ఏలయనగా పరిశోధనను ఆత్మ యొక్క తత్త్వమును అవగాహన చేసికొనుట వరకే తత్త్వరీత్యా ఒనరింపవలసియున్నది. అనగా ఆత్మను అవగతము చేసికొనుటకే పరిశోధన చేయవలసియున్నదని ఇచ్చట ఉపదేశింప బడుచున్నది.

కనుక ఆత్మానుభవమునకు భక్తియోగమే ప్రత్యేకముగా ఆచరణయోగ్యమని ఇచ్చట పేర్కొనబడుచున్నది. అట్టి భక్తిలో ఆత్మ, పరమాత్మల నడుమ గల సంబంధమును మనుజుడు తప్పక గుర్తించవలెను. ఆత్మ మరియు పరమాత్మ (కనీసము భక్తిభావన యందు) ఎన్నడును ఏకము గావు. ఇచ్చట స్పష్టముగా వివరింపబడినట్లు అట్టి ఆత్మచే పరమాత్మునకు ఒనర్చబడు సేవనము "నిత్యమైనది". అనగా భక్తియే (భక్తియుతసేవ) నిత్యమై యున్నది. అట్టి తాత్త్విక నిశ్చయమునందు మనుజుడు నెలకొనవలసియున్నది.

"పరతత్త్వము నెరిగినవారు ఆ పరతత్త్వము బ్రహ్మము, పరమాత్ముడు, భగవానుడుగా మూడుదశలలో అనుభవమునకు వచ్చునని తెలిసియుందురు" అని శ్రీమద్భాగవతము (1.2.11) (వదన్తి తత్తత్త్వవిదస్తత్త్వం యత్ జ్ఞాన మద్వయం) నందు వివరింపబడినది. అనగా భగవానుని అనుభవము పరతత్త్వము యొక్క చరమానుభవము. కనుక ప్రతియొక్కరు శ్రీకృష్ణభగవానుని అవగతము చేసికొనుస్థాయి వరకు ఎదిగి ఆతని భక్తియుతసేవ యందు నియుక్తులు కావలెను. అదియే జ్ఞానము యొక్క పరిపూర్ణత్వము.

తొలిదైన వినమ్రత నుండి ఈ చివరి పరతత్త్వానుభవము వరకు గల ఈ విధానము భవంతి యొక్క క్రింది అంతస్థు నుండి అత్యున్నత అంతస్థుకు చేర్చునటువంటి సోపాన పరంపర వంటిది. ఈ సోపాన పరంపర ద్వారా మనుజులు ప్రథమ, ద్వితీయ, తృతీయాది పలు అంతస్థులు చేరినను శ్రీకృష్ణుని అవగాహనమనెడి చివరి అంతస్థును చేరని యెడల జ్ఞానము యొక్క నిమ్నస్థితి యందు ఉన్నట్లే యగును. భగవానునితో పోటీపడుచునే ఆధ్యాత్మిక జ్ఞానము నందు ఉన్నతిని గోరువాడు నిక్కముగా నిరాశను పొందును. ఈ శ్లోకమున స్పష్టముగా తెలుపబడినట్లు వినమ్రత లేనిదే అవగాహనమనునది అసాధ్యమైనది. నేనే భగవానుడనని తలచుట దురహంకారమునకు సూచన. ప్రకృతి నియమములచే దుఃఖమునకు మరల,మరల గురిచేయబడినప్పటికిని మనుజుడు అజ్ఞానకారణముననే తనను తాను భగవానుడనని తలచును. కనుకనే "అమానిత్వము"(వినమ్రత) అనునది జ్ఞానము యొక్క ఆదియై యున్నది. అనగా వినమ్రుడై తాను శ్రీకృష్ణభగవానునికి సేవకుడనని తెలియుట ప్రతివారికి అవసరము. శ్రీకృష్ణభగవానుని యెడ చూపెడి తిరుగుబాటు స్వభావముచే మనుజుడు భౌతికప్రకృతికి అధీనుడగును. ప్రతియొక్కరు ఈ విషయమునెరిగి

ఈ అక్షరసత్యము పట్ల విశ్వాసమును పొందవలెను.

13

ज्ञेयं यत्तत्प्रवक्ष्यामि यज्ज्ञात्वामृतमश्नुते।
अनादि मत्परं ब्रह्म न सत्तन्नासदुच्यते ॥१३॥

జ్ఞేయం యత్తత్ప్రవక్ష్యామి యజ్జ్ఞాత్వామృతమశ్నుతే ।
అనాది మత్పరం బ్రహ్మ న సత్తన్నాసదుచ్యతే ॥

జ్ఞేయం—తెలిసికొనదగినది; యత్—ఏదో; తత్—దానిని; ప్రవక్ష్యామి—నేను వివరింతును; యత్—దేనిని; జ్ఞాత్వా—తెలిసికొని; అమృతం—అమృతత్వమును; అశ్నుతే—ఆస్వాదించునో; అనాది—ఆదిలేనిదియు; మత్పరం—నాకు అధీనమైనదియు; బ్రహ్మ—ఆత్మ; న—కాదు; సత్—కారణము; తత్—అది; న—కాదు; అసత్—కార్యము; ఉచ్యతే—చెప్పబడుచున్నది.

దేనిని తెలిసికొనుట ద్వారా నీవు అమృతత్వమును ఆస్వాదింపగలవో అట్టి తెలియదగినదానిని నేను వివరింతును. అనాదియును, నాకు అధీనమును అగు బ్రహ్మము(ఆత్మ) ఈ భౌతికజగపు కార్యకారణములకు అతీతమై యుండును.

భాష్యము : శ్రీకృష్ణభగవానుడు ఇంతవరకు కర్మ క్షేత్రమును గూర్చి మరియు కర్మ క్షేత్రము నెరిగిన క్షేత్రజ్ఞుని గూర్చి వివరించియున్నాడు. ఆలాగుననే క్షేత్రజ్ఞుని యెరుంగు విధానమును సైతము ఆతడు విశదీకరించియున్నాడు. ఇక తెలియదగినదానిని గూర్చి వివరింపనెంచి తొలుత ఆత్మను గూర్చియు, పిమ్మట పరమాత్మను గూర్చియు వివరించుట నారంభించుచున్నాడు. అట్టి ఆత్మ,పరమాత్మల జ్ఞానముచే మనుజుడు అమృతత్వమును ఆస్వాదింపగలడు. ఆత్మ నిత్యమని ద్వితీయాధ్యాయమున తెలుపబడిన విషయమే ఇచ్చటను నిర్ధారింపబడుచున్నది. వాస్తవమునకు జీవుడు ఎన్నడు జన్మించెనో ఎవ్వరును తెలుపలేరు. అదే విధముగా అతడు భగవానుని నుండి ఉద్భవించిన వైనమునకు సంబంధించిన చరిత్రను సైతము ఎవ్వరును ఎరుంగరు. కనుకనే అతడు అనాది యని పిలువబడినాడు. ఈ విషయమే "న జాయతే మ్రియతే వా విపశ్చిత్" అని కఠోపనిషత్తు (1.2.18) నిర్ధారించుచున్నది. అనగా దేహము నెరిగిన క్షేత్రజ్ఞుడు అజుడును, అమృతుడును, జ్ఞానపూర్ణుడును అయియున్నాడు.

భగవానుడు పరమాత్మని రూపమున ప్రధాన క్షేత్రజ్ఞునిగాను (దేహము

నెరిగిన ప్రధాన జ్ఞాత) మరియు త్రిగుణములకు ప్రభువుగాను ఉన్నాడని శ్వేతాశ్వతరోపనిషత్తు (6.16) నందును తెలుపబడినది (ప్రధాన క్షేత్రజ్ఞపతిః గుణేశః). అట్టి శ్రీకృష్ణభగవానుని సేవలో జీవులు సర్వదా నిలిచియుందురని "స్మృతి" యందు తెలుపబడినది (దాసభూతో హరేరేవ నాన్యస్యైవ కదాచన). ఈ విషయమునే శ్రీచైతన్యమహాప్రభువు తన బోధల యందును నిర్ధారించి యున్నారు. కావుననే ఈ శ్లోకమునందు తెలుపబడిన బ్రహ్మము యొక్క వర్ణనము ఆత్మకు సంబంధించినది. బ్రహ్మమను పదమును జీవునికి అన్వయించినపుడు అది జీవుడు విజ్ఞానబ్రహ్మమనియే సూచించును గాని ఆనందబ్రహ్మమని కాదు. పరబ్రహ్మమైన శ్రీకృష్ణభగవానుడే ఆనందబ్రహ్మము.

14

सर्वत: पाणिपादं तत् सर्वतोऽक्षिशिरोमुखम् ।
सर्वत: श्रुतिमल्लोके सर्वमावृत्य तिष्ठति ॥१४॥

సర్వతః పాణిపాదం తత్ సర్వతోऽక్షిశిరోముఖమ్ ।
సర్వతః శ్రుతిమల్లోకే సర్వమావృత్య తిష్ఠతి ॥

సర్వతః—అంతటను; **పాణి**—హస్తములు; **పాదం**—పాదములు; **తత్**—అది; **సర్వతః**—అంతటను; **అక్షి**—కన్నులు; **శిరః**—శిరములు; **ముఖం**—ముఖములు; **సర్వతః**—అంతటను; **శ్రుతిమత్**—కర్ణములు కలిగిన; **లోకే**—ప్రపంచమునందు; **సర్వం**—అంతటిని; **ఆవృత్య**—ఆచ్ఛాదించి; **తిష్ఠతి**—నిలిచియుండును.

సర్వత్ర ఆతని హస్తములు, పాదములు, నయనములు, శిరములు, ముఖములు, కర్ణములు వ్యాపించియున్నవి. ఈ విధముగా పరమాత్మ సర్వమును ఆవరించి నిలిచియుండును.

భాష్యము : సూర్యుడు తన అపరిమిత కిరణములను ప్రసరించుచు స్థితిని కలిగి యున్నట్లు, పరమాత్ముడు తన శక్తిని సర్వత్ర వ్యాపింపజేయుచు నిలిచి యుండును. ఆతడు సర్వవ్యాపి రూపమున స్థితిని కలిగియుండగా ఆదిగురువైన బ్రహ్మ మొదలుగా చీమ వరకు గల సర్వజీవులు ఆతని యందు స్థితిని కలిగి యుందురు. అనగా అసంఖ్యాకములుగా గల శిరములు, పాదములు, హస్తములు, నయనములు, అసంఖ్యాక జీవులన్నియును పరమాత్మ యందే స్థితిని కలిగి యున్నవి. జీవులందరును పరమాత్ముని అంతర్బాహ్యములందు స్థితులై యున్నారు. కనుకనే ఆతడు సర్వవ్యాపిగా తెలియబడినాడు. పరమాత్మ వలెనే

తాను సైతము సర్వత్ర పాదములు మరియు హస్తములు కలిగియున్నానని జీవుడెన్నడును పలుకలేడు. అది ఎన్నటికి అతనికి సాధ్యము కాదు. వాస్తవమునకు తన హస్తములు మరియు పాదములు సర్వత్ర వ్యాపించియున్నను అజ్ఞాన కారణముగా తాను అది ఎరుగలేకున్నాననియు, కాని సరియైన జ్ఞానసముపార్జన పిమ్మట నిజముగా తాను అట్టి స్థితిని పొందగలననియు జీవుడు తలచినచో అది సత్యవిరుద్ధమే కాగలదు. అనగా ప్రకృతిచే బద్ధుడైన జీవుడు ఎన్నడును పరమాత్ముడు కాజాలడు. పరమాత్ముడు సర్వదా జీవునికి భిన్నమైనవాడు. ఉదాహరణకు భగవానుడు హద్దు అనునది లేకుండా తన హస్తములను చాచ గలడు. కాని జీవునకు అది సాధ్యము కాదు. కనుకనే తనకు ఎవరైనా పత్రమునుగాని, పుష్పమునుగాని, ఫలమునుగాని లేదా జలమునుగాని అర్పించినచో తాను స్వీకరింతునని ఆ శ్రీకృష్ణభగవానుడు పలికియున్నాడు. భూలోకము నుండి అత్యంత దూరములో స్థితుడైయున్నచో భగవానుడు ఏ విధముగా మనము అర్పించినది స్వీకరించుననన్న ప్రశ్నకు ఆతని సర్వశక్తిమత్వమే సమాధానము. అనగా ఆతడు తన ధామమునందు నిలిచియున్నను చేతినిచాచి అర్పించిన దానిని స్వీకరింపగలడు. అదియే ఆ పరమపురుషుని దివ్యశక్తి. కనుకనే "గోలోక ఏవ నివసత్యఖిలాత్మ భూతః" అని బ్రహ్మసంహిత(5.37) యందు తెలుపబడినది. అనగా ఆతడు తన ధామమునందు దివ్యలీలలలో నిమగ్నుడై యున్నను సర్వవ్యాపకుడై యుండునని భావము. భగవానుని వలె తానును సర్వవ్యాపినని జీవుడెన్నడును పలుకజాలడు. కనుకనే ఈ శ్లోకము పరమాత్మునే (దేవదేవుని) వర్ణించుచున్నది గాని జీవాత్ముని కాదు.

15

सर्वेन्द्रियगुणाभासं सर्वेन्द्रियविवर्जितम् ।
असक्तं सर्वभृच्चैव निर्गुणं गुणभोक्तृ च ॥१५॥

సర్వేన్ద్రియగుణాభాసం సర్వేంద్రియవివర్జితమ్ ।
అసక్తం సర్వభృచ్చైవ నిర్గుణం గుణభోక్తృ చ॥

సర్వ–అన్ని; ఇంద్రియ–ఇంద్రియములు; గుణ–గుణముల యొక్క; ఆభాసం–మూలాధారము; సర్వ–అన్ని; ఇంద్రియ–ఇంద్రియములు; వివర్జితం–లేనివాడు; అసక్తం–ఆసక్తిలేనివాడు; సర్వభృచ్చైవ–నిక్కముగా అందరిని పోషించువాడును; నిర్గుణం–భౌతికగుణములు లేకుండ; గుణభోక్తృ–గుణములకు ప్రభువు; చ–కూడా.

పరమాత్ముడు సర్వేంద్రియములకు మూలాధారుడైనను ఇంద్రియ రహితుడు. ఆతడు సర్వజీవులను పోషించువాడైనను ఆసక్తిలేనట్టివాడు. ఆతడు ప్రకృతి గుణములకు అతీతుడేగాక వానికి ప్రభువును అయియున్నాడు.

భాష్యము : జీవుల సర్వేంద్రియములకు కారణభూతుడైనను భగవానుడు అట్టి జీవుల భౌతికేంద్రియముల వంటివాటిని కలిగియుండడు. వాస్తవమునకు జీవులు సైతము ఆధ్యాత్మికమైన ఇంద్రియములనే కలిగియున్నను, బద్ధస్థితిలో అవి భౌతికాంశములచే ఆవరింపబడియుండుట వలన వాటి ద్వారా భౌతికకర్మలే ప్రకటితమగుచుండును. కాని భగవానుని ఇంద్రియములు ఆ విధముగా ఆచ్ఛాదితము కాకపోవుట వలన దివ్యములై నిర్గుణములని పిలువబడుచున్నవి. గుణమనగా ప్రకృతి త్రిగుణములని భావము. అనగా ఆతని ఇంద్రియములు భౌతిక ఆచ్ఛాదనా రహితములు. అవి మన ఇంద్రియముల వంటివి కావని అవగతము చేసికొనవలెను. మన ఇంద్రియ కార్యకలాపములన్నింటికి ఆతడే కారణుడైనను ఆతడు మాత్రము గుణరహితమైన దివ్యేంద్రియములను కలిగియున్నాడు. ఈ విషయమే "అపాణిపాదో జవనో గ్రహీతా" యను శ్వేతాశ్వతరోపనిషత్తు (3.19) నందలి శ్లోకములో చక్కగా వివరింపబడినది. అనగా భగవానుడు భౌతికగుణ సంపర్కము కలిగిన హస్తములను కాక దివ్యహస్తములను కలిగియుండి, తనకు అర్పించినదానిని వాని ద్వారా స్వీకరించును. ఇదియే బద్ధజీవునకు మరియు పరమాత్మునకు నడుమ గల భేదము. ఆతనికి భౌతికచక్షువులు లేవు. అనగా ఆతడు దివ్యచక్షువులను కలిగియున్నాడు. లేనిచో ఆతడెట్లు గాంచగలడు? వాస్తవమునకు ఆతడు భూత, భవిష్యత్, వర్తమానముల నన్నింటిని గాంచగలడు. జీవహృదయస్థుడగు ఆ పరమాత్ముడు మన పూర్వకర్మను, ప్రస్తుతకర్మను, రాబోవు భవిష్యత్తును ఎరిగియుండును. ఆ భగవానుడు సర్వమును ఎరిగియున్నను ఆతనిని ఎవ్వరును తెలిసికొనలేరని భగవద్గీత యందే నిర్ధారితమైనది. మనకున్నటువంటి పాదములను ఆతడు కలిగియుండడు. ఆతని పాదములు దివ్యములు. వాటితో ఆతడు సర్వత్రా చరించును. అనగా భగవానుడు నిరాకారుడు కాడు. ఆతడు పాదములు, హస్తములు, నయనములు మొదలగు వానినన్నింటిని కలిగియే యున్నాడు. ఆ పరమపురుషుని అంశలమైనందునే మనము కూడా వాటన్నింటిని కలిగియున్నాము. కాని ఆతని ఇంద్రియములు ప్రకృతిగుణ సంపర్కముచే ప్రభావితములైనవి కావు.

శ్రీకృష్ణభగవానుడు అవతరించినప్పుడు తన యథార్థరూపముతో అంతరంగశక్తిచే అవతరించునని భగవద్గీత యందు నిర్ధారింపబడినది. ప్రకృతికి ప్రభువై యుండుటచే దానివలన ఆతడెన్నడును ప్రభావితుడు కాడు. కనుకనే ఆతని స్వరూపము ఆధ్యాత్మికమని వేదవాఙ్మయము పలుకుచున్నది. ఆతడు "సచ్చిదానందవిగ్రహము" అని పిలువబడు నిత్యరూపమును కలిగియుండును. ఆతడు విభూతిపూర్ణుడు. సర్వైశ్వర్యములకు, శక్తులకు ఆతడే యజమానుడు. అత్యంత బుద్ధిశాలి మరియు జ్ఞానపూర్ణుడు ఆతడే. వాస్తవమునకు ఇవి యన్నియును శ్రీకృష్ణభగవానుని కొన్నిలక్షణములు మాత్రమే. ఆతడే జీవులందరికీ పోషకుడు మరియు సర్వకర్మలకు సాక్షి. అనగా అట్టి భగవానుడు సర్వదా దివ్యుడని మనము వేదవాఙ్మయము ద్వారా తెలిసికొనగలము. మనమాతని శిరమును, ముఖమును, హస్తములను, పాదములను గాంచలేకున్నను వాటి నతడు కలిగియే యున్నాడు. కేవలము దివ్య ఆధ్యాత్మికస్థితికి ఎదిగినప్పుడే మనమాతని దివ్యరూపమును గాంచగలము. అనగా ప్రస్తుత పరిస్థితులలో మన ఇంద్రియములు భౌతికత్వముచే ప్రభావితములై యుండుట వలన మనమాతని దివ్యరూపమును గాంచలేకున్నాము. కనుకనే భౌతికత్వముచే ప్రభావితులై యుండెడి నిరాకారవాదులు దేవదేవుడైన శ్రీకృష్ణుని అవగతము చేసికొనజాలరు.

16

बहिरन्तश्च भूतानामचरं चरमेव च।
सूक्ष्मत्वात्तदविज्ञेयं दूरस्थं चान्तिके च तत् ॥१६॥

బహిరన్తశ్చ భూతానామచరం చరమేవ చ।
సూక్ష్మత్వాత్తదవిజ్ఞేయం దూరస్థం చాన్తికే చ తత్ ॥

బహిః–వెలుపలను; అన్తః–లోపలను; చ–కూడా; భూతానాం–సర్వజీవుల; అచరం–స్థావరమును; చరం–జంగమమును; ఏవ–కూడా; చ–మరియు; సూక్ష్మత్వాత్–సూక్ష్మత్వమును కలిగియుండుటచే; తత్–అది; అవిజ్ఞేయం–తెలియబడనిది; దూరస్థం–దూరముగా నున్నది; చ–కూడా; అన్తికే–సమీపమునందును; చ–మరియు; తత్–అది.

పరమాత్ముడు స్థావర,జంగమములైన సర్వజీవుల అంతర్బాహ్యములలో నిలిచి యుండును. సూక్ష్మత్వకారణముగా ఆతడు భౌతికేంద్రియములకు అగోచరుడును, అగ్రాహ్యుడును అయియున్నాడు. అతిదూరమున ఉన్నను ఆతడు సర్వులకు సమీపముననే ఉండును.

భాష్యము : పరమపురుషుడైన నారాయణుడు ప్రతిజీవి యొక్క అంతర్బాహ్యములలో నిలిచియుండునని వేదవాఙ్మయము ద్వారా మనము తెలిసికొనగలము. ఆతడు భౌతిక, ఆధ్యాత్మిక జగత్తులు రెండింటి యందును నిలిచియున్నాడు. ఆతడు అత్యంత దూరమున ఉన్నను మనకు సమీపముననే యుండును. ఇవియన్నియును వేదవచనములు. ఈ విషయమున కఠోపనిషత్తు (1.2.21) "ఆసీనో దూరం వ్రజతి శయానో యాతి సర్వతః" అని పలికినది. దివ్యానందమగ్నుడైన ఆ పరమపురుషుడు ఎట్లు తన ఐశ్వర్యముల ననుభవించునో మనము అవగతము చేసికొనజాలము. ఈ భౌతికేంద్రియములతో ఈ విషయమును గాంచుట గాని, అవగతము చేసికొనుట గాని చేయజాలము. కనుకనే ఆతనిని తెలియుట యందు మన భౌతిక మనో,ఇంద్రియములు పనిచేయజాలవని వేదములు పలుకుచున్నవి. కాని కృష్ణభక్తిరస భావనలో భక్తియోగమును అవలంబించుచు మనస్సును, ఇంద్రియములను పవిత్రమొనర్చుకొనినవాడు ఆతనిని నిత్యము గాంచగలడు. శ్రీకృష్ణభగవానుని యెడ ప్రేమను వృద్ధి గావించుకొనినవాడు ఆతనిని నిర్విరామముగా నిత్యము గాంచగలడని బ్రహ్మసంహిత యందు నిర్ధారింపబడినది. భక్తియుక్తసేవ ద్వారానే ఆతడు దర్శింపబడి అవగతమగునని భగవద్గీత (11.54) యందును ఈ విషయము నిర్ధారింపబడినది (భక్త్యా త్వనన్యయా శక్యః).

17

अविभक्तं च भूतेषु विभक्तमिव च स्थितम्।
भूतभर्तृ च तज्ज्ञेयं ग्रसिष्णु प्रभविष्णु च ॥१७॥

అవిభక్తం చ భూతేషు విభక్తమివ చ స్థితమ్ ।
భూతభర్తృ చ తత్ జ్ఞేయం గ్రసిష్ణు ప్రభవిష్ణు చ ॥

అవిభక్తం—విభజింపబడక; చ—కూడా; భూతేషు—సర్వజీవులయందు; విభక్తమివ—విభజింపబడినట్లును; చ—కూడా; స్థితమ్—నిలిచియుండును; భూతభర్తృ—సర్వజీవులను పోషించునది; చ—కూడా; తత్—అది; జ్ఞేయం—తెలియదగినది; గ్రసిష్ణు—కబళించునదియు; ప్రభవిష్ణు—వృద్ధినొందించునదియు; చ—కూడా.

పరమాత్ముడు జీవుల యందు విభజింపబడినట్లు కనిపించినను ఆతడెన్నడును విభజింపబడక ఏకమై నిలిచియుండును. సర్వజీవులను పోషించువాడైనను,

సర్వులను కబళించునది మరియు వృద్ధినొందించునది ఆతడే యని అవగాహనము చేసికొనవలెను.

భాష్యము : శ్రీకృష్ణభగవానుడు ప్రతివారి హృదయమునందు పరమాత్మ రూపమున వసించియున్నాడు. దీని భావము ఆతడు విభజింపబడినాడనియా? అట్లెన్నడును కాబోదు. వాస్తవమునకు ఆతడు సదా ఏకమై యుండును. దీనికి సూర్యుని ఉపమానమును ఒసగవచ్చును. మధ్యాహ్న సమయమున సూర్యుడు తన స్థానమున నిలిచి నడినెత్తిమీద నిలిచియున్నట్లు తోచును. మనుజుడు ఒక ఐదువేల మైళ్ళు ఏ దిక్కునందైనను ప్రయాణించి పిదప సూర్యుడెక్కడ ఉన్నాడని ప్రశ్నించినచో తిరిగి ఆ సమయమున తన శిరముపైననే ఉన్నాడనెడి సమాధానమును పొందగలడు. శ్రీకృష్ణభగవానుడు అవిభక్తుడైనను విభక్తుడై నట్లుగా కన్పించుచున్న ఈ విషయమును తెలుపుటకై వేదవాఙ్మయమునందు ఈ ఉదాహరణము ఒసగబడినది. సూర్యుడు ఒక్కడేయైనను బహుప్రదేశములలో జనులకు ఏకకాలమున గోచరించురీతి, విష్ణువొక్కడేయైనను తన సర్వశక్తిమత్వముచే సర్వత్రా వసించియున్నాడనియు వేదవాఙ్మయము నందు తెలుపబడినది. ఆ భగవానుడే సర్వజీవుల పోషకుడైనను ప్రళయ సమయమున సమస్తమును కబళించివేయును. కురుక్షేత్ర రణరంగమునందు చేరియున్న యోధులందరిని హరించివేయుటకే తాను అరుదెంచితినని శ్రీకృష్ణభగవానుడు పలికిన ఏకాదశాధ్యాయమునందలి వాక్యము ఈ విషయమునే స్థిరీకరించు చున్నది. తాను కాలరూపమున కబళింతుననియు భగవానుడు ఆ అధ్యాయమునందు తెలిపెను. అనగా ఆతడే సర్వులను నశింపజేయువాడు. సృష్ట్యారంభమున జీవులను వారి మూలస్థితి నుండి వృద్ధిచేసి చివరకు ప్రళయ సమయమున వారిని ఆతడు నశింపజేయును. అట్టి ఆతడే సర్వజీవులకు మూలాధారుడనియు మరియు ఆశ్రయుడనియు వేదమంత్రములు నిర్ధారించు చున్నవి. అనగా సృష్టి పిదప సర్వము ఆతని శక్తిపైననే ఆధారపడి ప్రళయము పిమ్మట ఆతనినే చేరి ఆతని యందే విశ్రమించును. ఈ విషయమునే తైత్తిరీయోపనిషత్తు మంత్రము (3.1) ఇట్లు స్థిరపరచుచున్నది. "యతో వా ఇమాని భూతాని జాయన్తే యేన జాతాని జీవన్తి, యత్ప్రయన్త్యభిసంవిశన్తి తద్బ్రహ్మ తద్విజిజ్ఞాసస్వ."

18

ज्योतिषामपि तज्ज्योतिस्तमसः परमुच्यते।
ज्ञानं ज्ञेयं ज्ञानगम्यं हृदि सर्वस्य विष्ठितम् ॥१८॥

జ్యోతిషామపి తజ్జ్యోతిస్తమసః పరముచ్యతే ।
జ్ఞానం జ్ఞేయం జ్ఞానగమ్యం హృది సర్వస్య విష్ఠితమ్ ॥

జ్యోతిషామ్—ప్రకాశమానమైనవానిలో; అపి—కూడా; తత్—ఆ; జ్యోతిః—కాంతి కాధారము; తమసః—అంధకారమునకు; పరం—అతీతమని; ఉచ్యతే—చెప్పబడుచున్నది; జ్ఞానం—జ్ఞానము; జ్ఞేయం—తెలియదగినది; జ్ఞానగమ్యం—జ్ఞానముచే పొందదగినది; హృది—హృదయమునందు; సర్వస్య—ఎల్లరి; విష్ఠితం—నిలిచియున్నది.

తేజోపూర్ణములైన సర్వములందు తేజఃకారణుడతడే. భౌతికత్వమను అంధకారమునకు అతీతుడైన ఆతడు అవ్యక్తుడు. జ్ఞానము, జ్ఞానవిషయము, జ్ఞానగమ్యము కూడా అతడే. అతడే ఎల్లరి హృదయములందు స్థితుడై యున్నాడు.

భాష్యము : సూర్యుడు, చంద్రుడు, నక్షత్రముల వంటి తేజోమయములైన వాని తేజమునకు పరమాత్ముడే (దేవదేవుడే) కారణము. ఆధ్యాత్మికజగమునందు సూర్యుడు లేదా చంద్రుని అవసరము లేదనియు, దేవదేవుని తేజము అచ్చట విస్తరించియుండుటయే అందులకు కారణమనియు వేదవాఙ్మయమున తెలుపబడినది. కాని భగవానుని తేజమైన ఆ బ్రహ్మజ్యోతి ఈ భౌతికజగమునందు మహత్తత్త్వముచే (భౌతికాంశములు) కప్పబడుట వలన ఇచ్చట వెలుగు కొరకు సూర్యుడు, చంద్రుడు, విద్యుత్తు మనకు అవసరములగుచున్నవి. ఇటువంటివి ఆధ్యాత్మికజగత్తున ఏమాత్రము అవసరముండవు. భగవానుని ప్రకాశమానమైన కాంతి చేతనే సర్వమును ప్రకాశింపజేయబడుచున్నదని వేదములందు స్పష్టముగా తెలుపబడినది. దీనిని బట్టి ఆతడు భౌతికజగత్తు నందు స్థితిని కలిగిలేడని స్పష్టమగుచున్నది. ఆధ్యాత్మికాకాశమున అత్యంత దూరములో దివ్యధామము నందు ఆతడు స్థితుడై యున్నాడు. ఈ విషయమును వేదములు సైతము నిర్ధారించియున్నవి. "ఆదిత్యవర్ణం తమసః పరస్తాత్ (శ్వేతాశ్వతరోపనిషత్తు 3.8)-అనగా సూర్యుని వలె నిత్యకాంతిమంతుడైన భగవానుడు ఈ భౌతికజగత్తు అంధకారమునకు ఆవల నున్నాడు."

ఆ దేవదేవునికి సంబంధించిన జ్ఞానము దివ్యమైనది. బ్రహ్మమును గూర్చిన

విషయము ఆధ్యాత్మిక జ్ఞానసారమని వేదవాఙ్మయము నిర్ధారించినది. ఆధ్యాత్మికజగత్తును పొందగోరువానికి అట్టి జ్ఞానమును ఎల్లరి హృదయము లందు విరాజమానుడైన శ్రీకృష్ణభగవానుడే స్వయముగా ఒసగుచున్నాడు. ఈ విషయమున శ్వేతాశ్వతరోపనిషత్తు (6.18) ఇట్లు పలుకుచున్నది. "తం హ దేవం ఆత్మబుద్ధిప్రకాశం ముముక్షుర్వై శరణమహం ప్రపద్యే." అనగా ముక్తిని వాంఛించువాడు దేవదేవుడైన శ్రీకృష్ణునకు తప్పక శరణము నొందవలెను. ఇక జ్ఞానగమ్యమను విషయమున శ్వేతాశ్వతరోపనిషత్తు(3.8) నందు ఈ విధముగా నిర్ధారింపబడినది. "తమేవ విదిత్వాతిమృత్యు మేతి." అనగా ఆతనిని తెలియుట ద్వారానే మనుజుడు జన్మమృత్యువుల పరిధిని అతిక్రమింపగలడని భావము.

ఆ పరమాత్ముడే ఎల్లరి హృదయములందు పరమ నియామకునిగా నిలిచి యున్నాడు. ఆతడు తన పాదములను మరియు హస్తములను సర్వత్రా కలిగి యున్నాడు. ఈ విషయమును జీవునకు వర్తింపజేయుట సమంజసము కాదు. కనుకనే జీవాత్మ, పరమాత్మ లిరువురును క్షేత్రజ్ఞులని మనము అంగీకరింపవలసి యున్నది. మనుజుని పాదములు మరియు హస్తములు ఒకే స్థలమునకు పరిమితములై యుండును. కాని శ్రీకృష్ణభగవానుని హస్తములు, పాదములు సర్వత్రా విస్తరించి యున్నవని శ్వేతాశ్వతరోపనిషత్తు (3.17) నిర్ధారించినది. "సర్వస్య ప్రభు మీశానం సర్వస్య శరణం బృహత్." అనగా ఆ భగవానుడే సర్వజీవులకు ప్రభువు. కనుకనే సర్వజీవులకు ఆతడు చరమాశ్రయమై యున్నాడు. ఈ కారణముగా పరమాత్మ, జీవాత్మలు ఎల్లప్పుడును భిన్నులే యనెడి విషయమును నిరాకరించుటకు వీలులేదు.

19

इति क्षेत्रं तथा ज्ञानं ज्ञेयं चोक्तं समासतः ।
मद्भक्त एतद्विज्ञाय मद्भावायोपपद्यते ॥१९॥

ఇతి క్షేత్రం తథా జ్ఞానం జ్ఞేయం చోక్తం సమాసతః ।
మద్భక్త ఏతద్విజ్ఞాయ మద్భావాయోపపద్యతే ॥

ఇతి—ఈ విధముగా; క్షేత్రం—క్షేత్రమును (దేహమును) గూర్చి; తథా—అట్లే; జ్ఞానం—జ్ఞానమును గూర్చియు; జ్ఞేయం—తెలిసికొనదగినదానిని; చ—కూడా; ఉక్తం—చెప్పబడినది; సమాసతః—సంక్షేపముగా; మద్భక్తః—నాభక్తుడు; ఏతత్—దీనిని; విజ్ఞాయ—తెలిసికొని; మద్భావాయ—నా భావమును; ఉపపద్యతే—పొందును.

ఈ విధముగా క్షేత్రము (దేహము), జ్ఞానము, జ్ఞేయములను గూర్చి నాచే సంక్షేపముగా చెప్పబడినది. కేవలము నా భక్తులే దీనిని పూర్తిగా అవగాహనము చేసికొని నన్ను పొందగలరు.

భాష్యము : శ్రీకృష్ణభగవానుడు ఇంతవరకు దేహము, జ్ఞానము, జ్ఞేయములను గూర్చి సంక్షేపముగా వివరించెను. వాస్తవమునకు ఈ జ్ఞానము జ్ఞాత, జ్ఞేయము, జ్ఞానవిధానములనెడి మూడు అంశములను కూడియుండును. ఈ మూడును కలసినప్పుడే అది విజ్ఞానమనబడును. అట్టి సంపూర్ణజ్ఞానమును కేవలము శ్రీకృష్ణభగవానుని భక్తులే ప్రత్యక్షముగా అవగాహనము చేసికొనగలరు. ఇతరులకది సాధ్యము కాదు. ఈ మూడు అంశములు అంత్యమున ఏకమగునని అద్వైతులు పలికినను భక్తులు ఆ విషయమును అంగీకరింపరు. జ్ఞానము మరియు జ్ఞానాభివృద్ధి యనగా కృష్ణభక్తిభావనలో తనను గూర్చి తాను తెలియగలుగుట యని భావము. భౌతికచైతన్యము నందున్న మనము మన చైతన్యమును కృష్ణపరకర్మలలోనికి మార్చినచో కృష్ణుడే సర్వస్వమనెడి విషయము అవగతమగును. అంతట నిజజ్ఞానము మనకు ప్రాప్తించగలదు. అనగా జ్ఞానమనగా భక్తియుక్త సేవావిధానమును సంపూర్ణముగా అవగాహనము చేసికొనుట యందు ప్రాథమిక దశ మాత్రమే. ఈ విషయము పంచదశాధ్యాయమునందు స్పష్టముగా వివరింపబడినది.

అనగా సారాంశము చెప్పవలెనన్న ఆరు మరియు ఏడవశ్లోకములందు (ఆరవశ్లోకమునందలి "మహాభూతాని" నుండి ఏడవశ్లోకమునందలి "చేతనా ధృతిః" వరకు) భౌతికాంశములు మరియు కొన్ని జీవలక్షణములు వివరింపబడినవి. వీటి కలయిక చేతనే దేహము(కర్మ క్షేత్రము) తయారగుచున్నది. ఇక ఎనిమిది నుండి పండ్రెండవ శ్లోకము వరకు (ఎనిమిదవ శ్లోకమునందలి "అమానిత్వము" నుండి పండ్రెండవ శ్లోకమునందలి "తత్త్వజ్ఞానార్థదర్శనం" వరకు) జీవాత్మ మరియు పరమాత్మ యను ఇరువురు క్షేత్రజ్ఞులను తెలిసికొనగలిగే జ్ఞానవిధానము వివరింపబడినది. అదే విధముగా (పండ్రెండవ శ్లోకమునందలి "అనాదిమత్పరం" నుండి పదునెనిమిదవ శ్లోకమునందలి "హృదిసర్వస్యవిష్ఠితం" వరకు) పదుమూడు నుండి పదునెనిమిదవ శ్లోకము వరకు ఆత్మ మరియు పరమాత్మలను గూర్చి వివరింపబడినది.

ఈ విధముగా ఇంతవరకు కర్మ క్షేత్రము, జ్ఞానవిధానము, ఆత్మ,పరమాత్మలను విషయములు వివరింపబడినవి. శ్రీకృష్ణభగవానుని శుద్ధభక్తులే ఈ మూడు అంశములను స్పష్టముగా అవగాహనము చేసికొనగలరని ఇచ్చట ప్రత్యేకముగా వర్ణింపబడినది. కనుకనే భక్తులకు ఈ భగవద్గీత మిక్కిలి ఉపయోగకరమైనది. వాస్తవమునకు వారే పరమగమ్యమైన శ్రీకృష్ణుని పొందగలరు. అనగా భక్తులైనవారే భగవద్గీతను అవగతము చేసికొని వాంఛనీయ ఫలమును పొందగలరు గాని అన్యులు కాదు.

20

प्रकृतिं पुरुषं चैव विद्ध्यनादी उभावपि।
विकारांश्च गुणांश्चैव विद्धि प्रकृतिसम्भवान्॥२०॥

ప్రకృతిం పురుషం చైవ విద్ధ్యనాదీ ఉభావపి ।
వికారాంశ్చ గుణాంశ్చైవ విద్ధి ప్రకృతిసమ్భవాన్ ॥

ప్రకృతిం—భౌతికప్రకృతి; పురుషం—జీవులు; చ—కూడా; ఏవ—నిశ్చయముగా; విద్ధి—తెలిసికొనుము; అనాదీ—ఆదిలేనివని; ఉభౌ—రెండింటిని; అపి—కూడా; వికారాంశ్చ—పరివర్తనములను కూడా; గుణాన్—ప్రకృతియందలి మూడు గుణములను; చ—కూడా; ఏవ—నిశ్చయముగా; విద్ధి—తెలిసికొనుము; ప్రకృతి—భౌతికప్రకృతి; సమ్భవాన్—పుట్టినవని.

జీవులు, భౌతికప్రకృతి రెండును అనాది యని తెలిసికొనవలెను. వాని యందలి పరివర్తనములు మరియు భౌతికగుణము లనునవి భౌతికప్రకృతి నుండి ఉద్భవించినవి.

భాష్యము : ఈ అధ్యాయమునందు తెలుపబడిన జ్ఞానము ద్వారా మనుజుడు కర్మ క్షేత్రము(దేహము) మరియు దేహము నెరిగిన క్షేత్రజ్ఞులను (జీవాత్మ, పరమాత్మ) గూర్చి తెలిసికొనవచ్చును. కర్మ క్షేత్రమైన దేహము భౌతికప్రకృతి మయమై నట్టిది. దాని యందు బద్ధుడై దేహకర్మల ననుభవించు ఆత్మయే పురుషుడు (జీవుడు). అతడే జ్ఞాత. అతనితోపాటు గల వేరొక జ్ఞాతయే పరమాత్ముడు. కాని ఈ ఆత్మ, పరమాత్మ రూపములు దేవదేవుడైన శ్రీకృష్ణుని భిన్న వ్యక్తీకరణములే యని మనము అవగాహనము చేసికొనవలెను. ఆత్మ ఆ భగవానుని శక్తికి సంబంధించినది కాగా, పరమాత్మ రూపము ఆతని స్వీయ విస్తృతరూపమై యున్నది.

భౌతికప్రకృతి, జీవాత్మ రెండును నిత్యములైనవి. అనగా సృష్టికి పూర్వము

కూడ అవి స్థితిని కలిగియున్నవని భావము. భౌతికప్రకృతి భగవానుని శక్తి నుండి ఉద్భవించినది. జీవులు కూడ ఆ విధముగనే భగవానుని శక్తి నుండి ఉద్భవించినవారైనను ఉన్నతశక్తికి సంబంధించినవారై యున్నారు. అట్టి జీవులు మరియు ప్రకృతి ఈ జగత్తు యొక్క సృష్టికి పూర్వమే స్థితిని కలిగియున్నారు. భౌతికప్రకృతి మహావిష్ణువు నందు లీనమైయుండి, అవసరము కలిగినంతనే మహత్తత్త్వము ద్వారా వ్యక్తమగును. అదే విధముగా జీవులు సైతము ఆతని యందే నిలిచియుందురు. కాని వారు బద్ధులై ఆ భగవానుని సేవకు విముఖులగుట వలన ఆధ్యాత్మికజగత్తునందు నిలుచుటకు అవకాశమును కోల్పోయిరి. కాని భౌతికప్రకృతి యొక్క వ్యక్తీకరణ ద్వారా జీవులు భౌతికజగమునందు వర్తించి, తిరిగి ఆధ్యాత్మికజగత్తు నందు ప్రవేశించు అర్హతను పొందుటకు అవకాశమొసగ బడుచున్నారు. జగత్తు యొక్క సృష్టిరహస్యమిదియే. వాస్తవమునకు జీవుడు శ్రీకృష్ణభగవానుని అంశ. కాని తన తిరుగుబాటు ధోరణి వలననే అతడు భౌతికప్రకృతి యందు బంధింపబడినాడు. ఏ విధముగా శ్రీకృష్ణభగవానుని అంశలైన ఈ జీవులు భౌతికప్రకృతితో సంబంధము నొందిరన్న విషయము యథార్థమునకు ముఖ్యమైనది కాదు. ఏ విధముగా మరియు ఎందులకు అట్లు జరిగెనో ఆ భగవానుడు ఎరిగియే యున్నాడు. కనుకనే భౌతికప్రకృతిచే ఆకర్షితులైనవారు జీవనమునకై తీవ్ర సంఘర్షణను పొందుచున్నారని ఆతడు ఈ గీతాశాస్త్రమునందే పలికియున్నాడు. కాని మనకు సంబంధించినంతవరకు ఈ శ్లోకముల యందు తెలుపబడిన విషయముల ద్వారా సర్వపరివర్తనములు మరియు త్రిగుణములచే కలుగు ప్రకృతి ప్రభావము లనునవి భౌతికప్రకృతి నుండి ఉద్భవించినవే యని నిశ్చయముగా నెరిగియుండవలెను. జీవుల యందలి సర్వపరివర్తనములకు, వైవిధ్యములకు దేహమే కారణమైనను ఆత్మ దృష్ట్యా జీవులందరును సమానులే.

21

कार्यकारणकर्तृत्वे हेतुः प्रकृतिरुच्यते।
पुरुषः सुखदुःखानां भोक्तृत्वे हेतुरुच्यते॥२१॥

కార్యకారణకర్తృత్వే హేతుః ప్రకృతిరుచ్యతే ।
పురుషః సుఖదుఃఖానాం భోక్తృత్వే హేతురుచ్యతే ॥

కార్య—కార్యము; కారణ—కారణము; కర్తృత్వే—సృష్టి విషయమున; హేతుః—సాధనము; ప్రకృతిః—భౌతికప్రకృతి; ఉచ్యతే—చెప్పబడుచున్నది; పురుషః—జీవుడు; సుఖదుఃఖానాం—సుఖదుఃఖముల యొక్క; భోక్తృత్వే—అనుభవమునందు; హేతుః—సాధనమని; ఉచ్యతే—చెప్పబడుచున్నది.

భౌతిక కార్య,కారణములన్నింటికిని ప్రకృతియే హేతువనియు, జగము నందలి పలు సుఖదుఃఖానుభవములకు జీవుడే కారణమనియు చెప్పబడుచున్నది.

భాష్యము : జీవుల వివిధ దేహేంద్రియముల వ్యక్తీకరణకు భౌతికప్రకృతియే హేతువు. ఎనుబదినాలుగులక్షల జీవరాసులన్నియును ప్రకృతి నుండియే ఉద్భవించినవి. అవియన్నియును వాస్తవమునకు భిన్నదేహములందు జీవింపగోరు జీవుని యొక్క వివిధములైన ఇంద్రియకోరికల వలన కలుగుచున్నవి. అట్టి వివిధ దేహములందు అతడు ప్రవేశింపజేయబడినంత వివిధములైన సుఖదుఃఖముల ననుభవించుచుండును. అతడు అనుభవించు ఆ సుఖదుఃఖములు అతని దేహము వలననే సంప్రాప్తించియుండును గాని తన వలనకాదు. అనగా నిజస్థితిలో జీవుడు ఆనందమయుడని పలుకుటలో ఎట్టి సందేహమును లేదు. కనుక అట్టి నిజస్థితియే అతని యథార్థస్థితి. కాని ప్రకృతిపై అధికారము చెలాయించవలెనను కోరికను కలిగియుండుటచే అతడు ఈ భౌతికజగమునకు చేరియున్నాడు. అట్టి భావనలు ఆధ్యాత్మికజగత్తు నందుండవు. అది సదా అట్టి వానినుండి దూరమై, పవిత్రమై యుండును. కాని భౌతికజగత్తు నందు మాత్రము వివిధ దేహసౌఖ్యములకై ప్రతియొక్కరు తీవ్రముగా యత్నించుచుందురు. స్పష్టముగా తెలుపవలెనన్న ఈ దేహమనునది ఇంద్రియముల పరిణామమని తెలుపవలసివచ్చును. ఆ ఇంద్రియములే కోరికల నీడేర్చుకొనుటకు సాధనములై యున్నవి. అట్టి దేహము మరియు సాధనముల వంటి ఇంద్రియములన్నియును ప్రకృతిచే ఒసగబడుచున్నవి. రాబోవు శ్లోకములో వివరింపబడు నట్లు గతజన్మ కర్మ మరియు కోరికల ననుసరించి జీవుడు ధన్యుడగుటయో లేక పతితుడగుటయో సంభవించును. అనగా జీవుని కర్మలు మరియు కోరికల ననుసరించి ప్రకృతి అతనిని వివిధదేహములందు చేర్చును. అనగా అట్టి దేహములను పొందుటకు మరియు వాని యందలి సుఖ దుఃఖముల భోక్తృత్వమునకు జీవుడే కారణుడు. జీవుడు అట్లు దేహమును పొంది నంతనే ప్రకృతి ఆధీనమునకు వచ్చును. దేహము భౌతికపదార్థమై ప్రకృతి

నియమముల ననుసరించి వర్తించుటయే అందులకు కారణము. ఆ సమయమున ప్రకృతి నియమములను మార్చు శక్తి జీవునకే మాత్రమును ఉండదు. ఉదాహరణకు జీవుడు ఒక శునకదేహమును పొందినంతనే అతడు శునకమువలె వర్తింపవలసి యుండును. వేరే విధముగా అతడు వర్తింపలేడు. ఒకవేళ జీవుడు సూకర శరీరమును పొందినచో తప్పక మలభక్షణము గావించుచు సూకరమువలె వర్తింపవలసివచ్చును. అదే విధముగా అతడు దేవతాశరీరమును పొందినచో తద్రీతిగా వర్తింపవలసి వచ్చును. ఇది ప్రకృతి నియమము. కాని జీవుడు పొందు అన్నిస్థితుల యందును పరమాత్మ అతనితో కూడియే యుండును. ఇదే విషయము "ద్వాసుపర్ణా సయుజా సఖాయః" అని ముండకోపనిషత్తు(3.1.1) నందు వివరింపబడినది. అనగా జీవుని యెడ అత్యంత కరుణను కలిగిన శ్రీకృష్ణభగవానుడు సదా అతనిని అనుసరించుచు, పరమాత్మ రూపమున అన్ని పరిస్థితుల యందును అతని చెంతనే నిలిచియుండును.

22

पुरुषः प्रकृतिस्थो हि भुङ्क्ते प्रकृतिजान् गुणान्।
कारणं गुणसङ्गोऽस्य सदसद्योनिजन्मसु॥२२॥

పురుషః ప్రకృతిస్థో హి భుఙ్క్తే ప్రకృతిజాన్ గుణాన్ ।
కారణం గుణసఙ్గో ऽస్య సదసద్యోనిజన్మసు ॥

పురుషః—జీవుడు; ప్రకృతిస్థః—భౌతికశక్తిలో ప్రతిష్ఠితుడై యుండుటచే; హి—తప్పక; భుఙ్క్తే—అనుభవించును; ప్రకృతిజాన్—భౌతికప్రకృతి వలన పుట్టిన; గుణాన్—ప్రకృతి గుణములను; కారణం—కారణము; గుణసఙ్గః—ప్రకృతిగుణముల సంపర్కము; అస్య—ఈ జీవునకు; సత్‌అసత్—మంచి మరియు చెడు; యోనిజన్మసు—పుట్టుకలయందు.

భౌతికప్రకృతి యందు త్రిగుణముల ననుభవించుచు జీవుడు ఈ విధముగా జీవనము సాగించును. భౌతికప్రకృతితో అతనికి గల సంగత్వమే దీనికి కారణము. ఆ విధముగా అతడు ఉత్తమ, అధమజన్మలను పొందుచుండును.

భాష్యము : జీవుడు ఏ విధముగా ఒక దేహము నుండి వేరొక దేహమును పొందుననెడి విషయమును అవగాహనము చేసికొనుటకు ఈ శ్లోకము అత్యంత ముఖ్యమైనది. మనుజుడు వస్త్రములను మార్చిన చందమున జీవుడు ఒక దేహము నుండి వేరొక దేహమునకు చేరునని ద్వితీయాధ్యాయమున వివరింప బడినది. ఇట్టి వస్త్రముల వంటి దేహముల మార్పునకు భౌతికస్థితితో అతని

తాదాత్మ్యమే కారణము. అట్టి మిథ్యాభావనచే అతడు ప్రభావితుడై యుండునంత వరకు ఒక దేహము నుండి వేరొక దేహమునకు మార్పుచెంద వలసియే యుండును. అనగా ప్రకృతిపై అధికారము చలాయించవలెననెడి అతని కోరికయే అతనిని అట్టి అవాంఛిత పరిస్థితుల యందు నిలుపుచున్నది. కోరిక కారణముగనే అతడు కొన్నిమార్లు దేవతారూపమును, కొన్నిమార్లు మానవ దేహమును, కొన్నిమార్లు జంతుదేహమును, కొన్నిమార్లు పక్షిదేహమును, కొన్నిమార్లు కీటకదేహమును, కొన్నిమార్లు జలచరదేహమును, కొన్నిమార్లు సాధుజన్మను, కొన్నిమార్లు నల్లిదేహమును పొందుచుండును. ఇది అనంతముగా సాగుచున్నది. ఈ అన్ని స్థితుల యందును జీవుడు తనను తాను ప్రభువునని తలచుచుండును. కాని వాస్తవమునకు ఆతడు ప్రకృతి ప్రభావమునకు లోబడియే యుండును.

జీవుడు ఎందులకై ఇట్టి వివిధదేహములలో నుంచబడునో ఇచ్చట వివరింప బడినది. త్రిగుణములతో అతనికి గల సంపర్కమే అందులకు కారణము. కనుక ప్రతియొక్కరు ఈ త్రిగుణములను దాటి దివ్యస్థితిలో నెలకొనవలసియున్నది. ఆ విధముగా దివ్యస్థితిలో నిలుచుటయే కృష్ణభక్తిరస భావన మనబడును. అట్టి దివ్యమైన కృష్ణభక్తిరసభావన యందు నిలువనంతవరకు జీవుడు తన భౌతికచైతన్యము కారణముగా ఒక దేహము నుండి వేరొక దేహమునకు మార్పు చెందవలసియే యుండును. అనంతకాలముగా అతడు భౌతికకోరికలను కలిగి యుండుటయే అందులకు కారణము. అనగా జీవుడు అట్టి భౌతికభావనను మార్చుకొనవలసియున్నది. భౌతికభావన యందు లేదా చైతన్యమునందు మార్పు యనునది ప్రామాణికుల ద్వారా శ్రవణము చేయుట ద్వారానే సాధ్యము కాగలదు. అర్జునుడు శ్రీకృష్ణుని ద్వారా భగవత్తత్త్వమును శ్రవణము చేయుట యనునది ఈ విషయమున చక్కని ఉదాహరణము కాగలదు. జీవుడట్లు శ్రవణ పద్ధతిని పాటించినచో ప్రకృతిపై ఆధిపత్యము వహింపవలెననెడి అతని చిరకాల వాంఛ క్రమముగా నశింపగలదు. అతడట్లు తన ఆ భౌతికకోరికను నశింపజేసికొనిన కొలది అంతే పరిమాణములో అతనికి ఆధ్యాత్మికానందము లభింపగలదు. కనుకనే శ్రీకృష్ణభగవానుని సాన్నిధ్యములో జీవుడు జ్ఞానవంతుడైన కొలది అంతే పరిమాణములో అతడు నిత్యమైన ఆనందమయ జీవనమును ఆస్వాదించునని వేదమంత్రమునందు తెలుపబడినది.

23

उपद्रष्टानुमन्ता च भर्ता भोक्ता महेश्वरः ।
परमात्मेति चाप्युक्तो देहेऽस्मिन् पुरुषः परः ॥२३॥

ఉపద్రష్టానుమన్తా చ భర్తా భోక్తా మహేశ్వరః ।
పరమాత్మేతి చాప్యుక్తో దేహేఽస్మిన్ పురుషః పరః ॥

ఉపద్రష్టా—పర్యవేక్షకుడు; అనుమన్తా—అంగీకరించువాడు; చ—కూడా; భర్తా—యజమానుడును; భోక్తా—దివ్యభోక్తయు; మహేశ్వరః—పరమపురుషుడును; పరమాత్మా—పరమాత్మయు; ఇతి—కూడా; చ—మరియు; అపి—నిశ్చయముగా; ఉక్తః—చెప్పబడినది; దేహే—దేహమునందు; అస్మిన్—ఈ; పురుషః—భోక్త; పరః—దివ్యుడైన.

అయినను ఈ దేహమునందు దివ్యప్రభువును, దివ్యయజమానుడును, పర్యవేక్షకుడును, అంగీకరించువాడును, పరమాత్మగా తెలియబడువాడును అగు దివ్యభోక్త మరియొకడు కలడు.

భాష్యము : జీవాత్మతో సదా కూడియుండు పరమాత్ముడు దేవదేవుడైన శ్రీకృష్ణుని ప్రాతినిధ్యమని ఇచ్చట పేర్కొనబడినది. అట్టి పరమాత్మ ఎన్నడును సామాన్యజీవుడు కాడు. అద్వైతులైనవారు దేహము నెరిగిన క్షేత్రజ్ఞుడు ఒక్కడేయని భావించుట వలన ఆత్మ మరియు పరమాత్మల నడుమ భేదము లేదని తలతురు. కనుక సత్యమును వివరించుట కొరకే శ్రీకృష్ణభగవానుడు తాను పరమాత్మ రూపమున ప్రతిదేహమునందు ప్రాతినిధ్యము వహించుచున్నానని తెలియజేయుచున్నాడు. ఆతడు సదా జీవాత్మకు భిన్నుడైనవాడు. కనుకనే "పర"(దివ్యుడని) యని తెలియబడినాడు. జీవాత్మ కర్మక్షేత్రపు కర్మల ననుభవించుచుండ, పరమాత్ముడు మాత్రము భోక్తగా లేక కర్మల యందు వర్తించువాడుగా గాక సాక్షిగా, ఉపద్రష్టగా, అనుమంతగా, దివ్యభోక్తగా వర్తించును. కనుకనే ఆతడు ఆత్మయని పిలువబడక పరమాత్మగా తెలియబడినాడు. ఆతడు సదా దివ్యుడు. అనగా ఆత్మ మరియు పరమాత్మ భిన్నమనునది స్పష్టమైన విషయము. పరమాత్మ సర్వత్రా పాణి,పాదములను కలిగియుండును. కాని జీవాత్మ అట్లు సర్వత్రా పాణి,పాదములను కలిగియుండదు. అదియును గాక పరమాత్మ దేవదేవుని ప్రాతినిధ్యమైనందున హృదయస్థుడై నిలిచి, జీవాత్మ కోరు భోగానుభవమునకు అనుమతి నొసంగుచుండును. అనగా పరమాత్ముని అనుమతి

లేనిదే జీవాత్మ ఏమియును చేయజాలదు. కనుకనే జీవాత్మ "భుక్తము" (పోషింపబడువాడు) అని, పరమాత్మ "భోక్త"(పోషించువాడు) యని తెలియబడుచున్నారు. అట్టి పరమాత్మ అసంఖ్యాకములుగా నున్న జీవులందరి యందును మిత్రుని రూపమున నిలిచియుండును.

సత్యమేమనగా ప్రతిజీవియు శ్రీకృష్ణభగవానుని నిత్యాంశయై యున్నాడు. వారిరువురును సదా సన్నిహిత మైత్రీ సంబంధమును కలిగియున్నారు. కాని భగవానుని అనుమతిని త్రోసిపుచ్చి ప్రకృతిపై ఆధిపత్యము సాగించుటకు స్వతంత్రముగా వర్తించు స్వభావము జీవునకు గలదు. అతడు ఈ స్వభావమును కలిగియున్నందునే భగవానుని తటస్థశక్తిగా పిలువబడినాడు. అనగా జీవుడు కోరినచో భౌతికశక్తియందు గాని, ఆధ్యాత్మికశక్తియందు గాని నిలువగలిగిన సామర్థ్యమును కలిగియుండును. అతడు భౌతికశక్తిచే బద్ధుడై యున్నంతకాలము అతనిని ఆధ్యాత్మికశక్తి వైపునకు మరల్చుటకు భగవానుడు పరమాత్ముని రూపమున మిత్రునిగా అతని చెంత నిలిచియుండును. భగవానుడు అతనిని ఆధ్యాత్మికశక్తి చెంతకు గొనిపోవ నిత్య ఆకాంక్షియై యుండును. కాని తనకున్న కొద్దిపాటి స్వాతంత్ర్యము కారణముగా జీవుడు ఆ శక్తి యొక్క సాన్నిధ్యమును సదా త్రోసిపుచ్చుచుండును. జీవుడు ఈ విధముగా తన స్వాతంత్ర్యమును దుర్వినియోగపరచుటయే అతని బద్ధజీవనమందలి భౌతికసంఘర్షణకు కారణమై యున్నది. కనుకనే భగవానుడు సదా అంతర్బాహ్యముల నుండి జ్ఞానోపదేశమును చేయుచుండును. భగవద్గీతను ఒసగినట్లుగా ఆ దేవదేవుడు బాహ్యముగా ఉపదేశము లొసగుటయేగాక భౌతికక్షేత్రమున చేయబడు కర్మలు నిత్యానందమునకు దోహదములు కావని జీవునకు ఆంతరముగా బోధింప యత్నించును. కనుకనే "సర్వమును త్యజించి శ్రద్ధను నా వైపునకు మరలింపుము. అప్పుడు నీవు సౌఖ్యవంతుడవగుదువు" అని శ్రీకృష్ణభగవానుడు వచించెను. ఈ విధముగా పరమాత్మ యందు లేదా దేవదేవుని యందు శ్రద్ధను కలిగిన జ్ఞానవంతుడు ఆనందపూర్ణమును, నిత్యమును అగు జ్ఞానమయ జీవనము వైపునకు పురోగమించును.

24

य एवं वेत्ति पुरुषं प्रकृतिं च गुणैः सह।
सर्वथा वर्तमानोऽपि न स भूयोऽभिजायते ॥२४॥

యఏవం వేత్తి పురుషం ప్రకృతిం చ గుణైః సహ ।
సర్వథా వర్తమానోఽపి న స భూయోఽభిజాయతే ॥

యః—ఎవడు; ఏవం—ఈ విధముగా; వేత్తి—తెలిసికొనునో; పురుషం—జీవుని; ప్రకృతిం—భౌతికప్రకృతిని; చ—మరియు; గుణైః—భౌతికప్రకృతికి సంబంధించిన గుణములతో; సహ—కూడా; సర్వథా—అన్నివిధముల; వర్తమానః అపి—ప్రవర్తించుచున్నవాడైనను; సః—అతడు; భూయః—మరల; న అభిజాయతే—జన్మింపడు.

భౌతికప్రకృతి, జీవుడు, త్రిగుణముల అంతఃప్రక్రియకు సంబంధించిన ఈ తత్త్వమును అవగాహన చేసికొనినవాడు నిశ్చయముగా మోక్షమును బడయును. అతని వర్తమానస్థితి ఎట్లున్నను అతడు తిరిగి జన్మింపడు.

భాష్యము : భౌతికప్రకృతి, పరమాత్మ, జీవాత్మ, వాని నడుమగల సంబంధము యొక్క స్పష్టమైన అవగాహన మనుజుని ముక్తుని గావించును. అంతియేగాక ఈ భౌతికప్రకృతికి అతడు తిరిగి రాకుండునట్లుగా అతని దృష్టిని సంపూర్ణముగా ఆధ్యాత్మికత వైపునకు మళ్ళించును. ఇదియే జ్ఞానము యొక్క ఫలితము. జీవుడు యాదృచ్ఛికముగా భౌతికస్థితిలోనికి పతితుడయ్యెనని అవగాహన చేసికొనుటయే జ్ఞానము యొక్క ఉద్దేశ్యమై యున్నది. కనుక జీవుడు ప్రామాణికుల (సాధుపురుషులు మరియు గురువు) సాంగత్యమున తన నిజస్థితిని అవగతము చేసికొని, శ్రీకృష్ణుడు వివరించిన రీతిగా భగవద్గీతను తెలిసికొని ఆధ్యాత్మికభావనకు (కృష్ణభక్తిరస భావనము) మరలవలెను. అప్పుడు అతడు నిశ్చయముగా ఈ భౌతికజగమునకు తిరిగిరాక సచ్చిదానందమయ జీవనమునకై ఆధ్యాత్మికజగత్తును చేరగలడు.

25

ध्यानेनात्मनि पश्यन्ति केचिदात्मानमात्मना ।
अन्ये सांख्येन योगेन कर्मयोगेन चापरे ॥२५॥

ధ్యానేనాత్మని పశ్యన్తి కేచిదాత్మానమాత్మనా ।
అన్యే సాంఖ్యేన యోగేన కర్మయోగేన చాపరే ॥

ధ్యానేన—ధ్యానముచే; ఆత్మని—ఆత్మయందు; పశ్యన్తి—చూతురు; కేచిత్—కొందరు; ఆత్మానం—పరమాత్మను; ఆత్మనా—మనస్సుచే; అన్యే—ఇతరులు; సాంఖ్యేన—ఆధ్యాత్మిక చర్చచేతను; యోగేన—యోగవిధానము చేతను; కర్మయోగేన—నిష్కామములైన కర్మములచేత; చ—కూడా; అపరే—ఇతరులు.

పరమాత్మని కొందరు ధ్యానము చేతను, మరికొందరు జ్ఞానాభ్యాసము చేతను, ఇంకను కొందరు నిష్కామకర్మ చేతను తమ యందే దర్శింతురు.

భాష్యము : మానవుని ఆత్మానుభవ అన్వేషణ ననుసరించి బద్ధజీవులు రెండు తరగతులని శ్రీకృష్ణభగవానుడు అర్జునునకు తెలియజేయుచున్నాడు. నాస్తికులు, నిరీశ్వరవాదులు, సంశయాత్ములైనవారు ఆధ్యాత్మికభావనకు దూరులై యుందురు. అట్టివారికి అన్యముగా ఆధ్యాత్మికజీవనము నందు శ్రద్ధ కలిగినవారు అంతర్ముఖులైన భక్తులనియు, తత్త్వవేత్తలనియు, నిష్కామకర్ములనియు పిలువబడుదురు. అద్వైత సిద్ధాంతమును స్థాపించుటకు యత్నించువారలు సైతము నాస్తికులు మరియు నిరీశ్వరవాదుల యందే జమకట్టబడుదురు. అనగా శ్రీకృష్ణభగవానుని భక్తులే సరియైన ఆధ్యాత్మిక అవగాహనలో స్థితిని కలిగి యుందురు. ఆధ్యాత్మికజగత్తు భౌతికప్రకృతికి పరమైనదనియు, ఆలాగుననే పరమాత్మ రూపమున సర్వుల యందు వసించియుండు శ్రీకృష్ణభగవానుడును భౌతికప్రకృతికి పరమైనవాడనియు వారు అవగాహనము చేసికొనుటయే అందులకు కారణము. పరతత్త్వమును జ్ఞానాభ్యాసము ద్వారా అవగాహన చేసికొనువారు కొందరు కలరు. వారు సైతము శ్రద్ధకలవారుగనే పరిగణింప బడుదురు. సాంఖ్యతత్త్వవేత్తలు ఈ భౌతికజగమును ఇరువదినాలుగు అంశములుగా విశ్లేషించి, ఆత్మను ఇరువదియైదవ అంశముగా భావింతురు. అట్టి ఆత్మను భౌతికాంశములకు పరమైనదిగా వారు అవగతము చేసికొనినపుడు ఆ ఆత్మకు ఉన్నతముగా భగవానుడు కలడని వారు తెలిసికొనగలరు. అనగా భగవానుడు ఇరువదియారవ అంశము కాగలడు. ఈ విధముగా వారును కృష్ణభక్తిభావనలో భక్తియోగ ప్రమాణమునకు క్రమముగా చేరగలరు. అదేవిధముగా ఫలాపేక్ష రహితముగా కర్మలనొనరించువారు సైతము పూర్ణులుగనే భావింపబడుదురు. అట్టివారికి కృష్ణభక్తిభావనలో భక్తియుక్తసేవాస్థాయికి పురోగమించుటకు అవకాశమొసగబడును. వీరేగాక శుద్ధచైతన్యముగల మరికొందరు పరమాత్మను ధ్యానము ద్వారా తెలియ యత్నింతురనియు ఇచ్చట తెలుపబడినది. అట్టివారు పరమాత్మను తమ యందు దర్శించగనే దివ్య ఆధ్యాత్మికస్థితిని పొందుదురు. అదే విధముగా జ్ఞానాభ్యాసము చేత పరమాత్మను అవగాహనము చేసికొన యత్నించువారు కొందరు, హఠయోగమును అభ్యసించువారు ఇంకొందరు యుందురు. హఠయోగము ద్వారా భగవానుని సంతృప్తిపరుప యత్నించువారు

బాల్యోచిత కర్మల ద్వారా అద్దానిని సాధింప యత్నించువారగుదురు.

26

अन्ये त्वेवमजानन्तः श्रुत्वान्येभ्य उपासते ।
तेऽपि चातितरन्त्येव मृत्युं श्रुतिपरायणाः ॥२६ ॥

అన్యే త్వేవమజానన్తః శ్రుత్వాన్యేభ్య ఉపాసతే ।
తే ऽపి చాతితరన్త్యేవ మృత్యుం శ్రుతిపరాయణాః ॥

అన్యే—ఇతరులు; తు—కాని; ఏవం—ఆ విధముగా; అజానన్తః—ఆధ్యాత్మిక జ్ఞానము లేకుండా; శ్రుత్వా—శ్రవణము చేసి; అన్యేభ్యః—ఇతరుల నుండి; ఉపాసతే—పూజింప నారంభింతురు; తే—వారు; అపి—కూడా; చ—మరియు; అతితరన్తి—దాటగలరు; ఏవ—నిశ్చయముగా; మృత్యుం—మరణమార్గమును; శ్రుతిపరాయణాః—శ్రవణవిధానము నందు ఆసక్తిగలవారు.

ఇంకొందరు ఆధ్యాత్మికజ్ఞానముతో పరిచయము లేకున్నను ఇతరుల నుండి పరమపురుషుని గూర్చి శ్రవణము చేసి ఆతనిని పూజించుట నారంభింతురు. ప్రామాణికుల నుండి శ్రవణము చేయు ప్రవృత్తిగలవారగుటచే వారును జనన,మరణమార్గమును తరింపగలరు.

భాష్యము : ఆధునిక సమాజమునందు ఆధ్యాత్మిక విషయములను గూర్చిన విద్య యన్నది ఏ మాత్రము లేనందున ఈ శ్లోకము వారికి ప్రత్యేకముగా వర్తించును. ఆధునిక సమాజములో కొందరు నాస్తికులుగా, నిరీశ్వరవాదులుగా లేదా తత్త్వవేత్తలుగా గోచరించినను వాస్తవమునకు సరియైన తత్త్వజ్ఞానము ఎవ్వరికినీ లేదు. కనుక సాధారణ మనుజునకు సంబంధించినంత వరకు అతడు సజ్జనుడైనచో శ్రవణము ద్వారా పురోగతి నొందుటకు అవకాశము కలదు. అట్టి శ్రవణ విధానము అత్యంత ముఖ్యమైనది. ఆధునిక జగములో కృష్ణభక్తిని ప్రచారము చేసిన శ్రీచైతన్యమహాప్రభువు ఈ శ్రవణవిధానమునకు మిక్కిలి ప్రాధాన్యము నొసగిరి. ఏలయన ప్రామాణికులైన వారినుండి కేవలము శ్రవణము చేయుట ద్వారానే సామాన్యుడు పురోభివృద్ధిని పొందగలడని శ్రీచైతన్యమహాప్రభువు తెలిపియుండిరి. ఆ శ్రవణములో అతిముఖ్యమైనది హరే కృష్ణ హరే కృష్ణ కృష్ణ కృష్ణ హరే హరే/హరే రామ హరే రామ రామ రామ హరే హరే యను మహామంత్రము యొక్క దివ్యశ్రవణము. కనుక ప్రతియొక్కరు ప్రామాణికులైన

వారి నుండి శ్రవణలాభమును పొంది క్రమముగా సర్వమును అవగతము చేసికొనవలెను. తదనంతరము శ్రీకృష్ణభగవానుని అర్చనము నిస్పందేహముగా ప్రారంభమగును. ఈ యుగమున పరతత్త్వము నెరుగుటకు ఎవ్వరును తమ సాంఘిక స్థితిని మార్చుకొనవలసిన అవసరములేదనియు, కాని పరతత్త్వమును కల్పిత హేతువాదము ద్వారా తెలియు యత్నమును విడనాడవలెననియు శ్రీచైతన్యమహాప్రభువు తెలిపిరి. అనగా మనుజుడు భగవత్తత్త్వవిజ్ఞానము కలిగిన మహాపురుషునకు దాసుడు కావలసియున్నది. శుద్ధభక్తుని శరణమును పొంది, ఆయన ద్వారా ఆత్మానుభవమును గూర్చి శ్రవణము చేసి, ఆయన అడుగుజాడల ననుసరింప గలిగినంతటి అదృష్టమున్నచో మనుజుడు క్రమముగా శుద్ధభక్తుని స్థాయికి చేరగలడు. కనుకనే ఈ శ్లోకమునందు ముఖ్యముగా శ్రవణవిధానము దృఢముగా ఉపదేశింపబడుచున్నది. వాస్తవమునకు అదియే అత్యంత సమంజసము. సామాన్యమానవుడు నామమాత్ర తాత్త్వికులంత సమర్థుడు కాకున్నను ప్రామాణికుల ద్వారా చేయబడు శ్రద్ధాపూరిత శ్రవణము అతనికి భౌతికత్వమును తరించుటకు మరియు భగవద్ధామమును తిరిగి చేరుటకు సహాయభూతము కాగలదు.

27

यावत् सञ्जायते किञ्चित् सत्त्वं स्थावरजङ्गमम् ।
क्षेत्रक्षेत्रज्ञसंयोगात् तद्विद्धि भरतर्षभ ॥२७॥

యావత్ సంజాయతే కించిత్ సత్త్వం స్థావరజంగమమ్ ।
క్షేత్రక్షేత్రజ్ఞసంయోగాత్ తద్విద్ధి భరతర్షభ ॥

యావత్–ఏదైనను; సంజాయతే–పుట్టునో; కించిత్–ఏదైనను; సత్త్వం–స్థితి; స్థావరజంగమమ్ –చరము, అచరమునైన; క్షేత్రక్షేత్రజ్ఞ–దేహము మరియు దేహము నెరిగినవాడు; సంయోగాత్–కలయికచే; తద్విద్ధి –దానినెరుంగుము; భరతర్షభ– భరతవంశశ్రేష్ఠుడా.

ఓ భరతవంశశ్రేష్ఠుడా! స్థితిని కలిగియున్నట్టి స్థావర,జంగమములలో నీవు గాంచునదేదైనను క్షేత్రక్షేత్రజ్ఞుల సంయోగమేనని తెలిసికొనుము.

భాష్యము : జగత్తు యొక్క సృష్టికి పూర్వమే స్థితిని కలిగియున్నట్టి భౌతిక ప్రకృతి మరియు జీవుల గూర్చి ఈ శ్లోకమున వివరింపబడినది. సృష్టింపబడిన ప్రతిదియు జీవుడు మరియు ప్రకృతి కలయిక చేతనే ఏర్పడినది. జగత్తులో

వృక్షములు, పర్వతములు, కొండల వంటి అచరసృష్టి కలదు. అదేవిధముగా పలువిధములైన చరసృష్టి కూడా కలదు. అవియన్నియు భౌతికప్రకృతి మరియు ఉన్నతప్రకృతియైన జీవుని కలయిక చేతనే ఏర్పడినవి. ఉన్నతప్రకృతికి సంబంధించిన జీవుని కలయిక లేక స్పర్శ లేనిదే ఏదియును వృద్ధినొందదు. ఈ విధముగా భౌతికప్రకృతి మరియు జీవుల నడుమ సంబంధము అనంతముగా సాగుచున్నది. వారి నడుమ సంయోగమనునది శ్రీకృష్ణభగవానునిచే ప్రభావితమగు చున్నందున ఆ భగవానుడే ఉన్నత, న్యూనప్రకృతులైన జీవుడు మరియు భౌతికప్రకృతులను నియమించువాడై యున్నాడు. అనగా భౌతికప్రకృతి భగవానునిచే సృష్టింపబడి, ఉన్నతప్రకృతియైన జీవుడు దాని యందుంచబడగా సర్వకార్యములు, సృష్టి ఒనగూడుచున్నవి.

28

समं सर्वेषु भूतेषु तिष्ठन्तं परमेश्वरम् ।
विनश्यत्स्वविनश्यन्तं यः पश्यति स पश्यति ॥२८॥

సమం సర్వేషు భూతేషు తిష్ఠన్తం పరమేశ్వరమ్ ।
వినశ్యత్స్వవినశ్యన్తం యః పశ్యతి స పశ్యతి ॥

సమం—సమముగా; సర్వేషు—అన్ని; భూతేషు—జీవులయందును; తిష్ఠన్తం—ఉన్నటువంటి; పరమేశ్వరం—పరమాత్మను; వినశ్యత్సు—నశించువానిలో; అవినశ్యన్తం—నశింపనివానిగా; యః—ఎవడు; పశ్యతి—చూచునో; సః—అతడు; పశ్యతి—నిజముగా చూచువాడగును.

సర్వదేహములందు ఆత్మను గూడియుండు పరమాత్మను గాంచువాడు మరియు నాశవంతమైన దేహమునందలి ఆత్మ, పరమాత్మ లిరువురిని ఎన్నడును నశింపనివారుగా తెలిసికొనగలిగినవాడు యథార్థదృష్టిని కలిగిన వాడు.

భాష్యము : దేహము, దేహయజమానియైన ఆత్మ, ఆత్మ యొక్క మిత్రుడు అనెడి మూడు విషయములను సత్సాంగత్యముచే దర్శింపగలిగినవాడు యథార్థముగా జ్ఞానవంతుడు. ఆధ్యాత్మిక విషయముల యథార్థజ్ఞానము కలిగినవాని సాంగత్యము లేకుండా ఆ మూడు విషయములను ఎవ్వరును దర్శింపలేరు. అట్టి జ్ఞానవంతుల సాంగత్యము లేనివారు అజ్ఞానులు. వారు కేవలము దేహమునే గాంచుచు, దేహము నశించిన పిమ్మట సర్వము ముగియునని తలతురు.

కాని వాస్తవమునకు అట్టి భావన సరియైనది కాదు. దేహము నశించిన పిమ్మటయు ఆత్మ, పరమాత్మ ఇరువురును నిలిచియుందురు. అంతియేగాక వారు అనంతముగా పలువిధములైన స్థావర,జంగమ రూపములలో తమ అస్తిత్వమును కొనసాగింతురు. జీవాత్మ దేహమునకు యజమానియైనందున "పరమేశ్వర" అను పదమునకు కొన్నిమార్లు జీవాత్మగా అర్థము చెప్పబడు చుండును. అట్టి ఆత్మ దేహము నశించిన పిమ్మట వేరొక దేహమును పొందు చుండును. ఈ విధముగా ఆత్మ దేహమునకు యజమానిగా తెలియబడుచుండ ును. కాని కొందరు "పరమేశ్వర" అను పదమునకు పరమాత్ముడని అర్థము చెప్పుదురు. ఈ రెండు భావములందును ఆత్మ, పరమాత్మలు శాశ్వతముగా నిలుచువారే. వారెన్నడును నశింపరు. ఈ విధముగా ఆత్మ, పరమాత్మలను దర్శించువాడు జరుగుచున్నదానిని యథార్థముగా గాంచగలడు.

29

समं पश्यन् हि सर्वत्र समवस्थितमीश्वरम् ।
न हिनस्त्यात्मनात्मानं ततो याति परां गतिम् ॥२९॥

సమం పశ్యన్ హి సర్వత్ర సమవస్థితమీశ్వరమ్ ।
న హినస్త్యాత్మనాత్మానం తతో యాతి పరాం గతిమ్ ॥

సమం—సమముగా; పశ్యన్—చూచును; హి—నిశ్చయముగా; సర్వత్ర—అంతటను; సమవస్థితం—సమముగానున్నట్టి; ఈశ్వరం—పరమాత్మను; న హినస్తి—హీనపరచు కొనడు; ఆత్మనా—మనస్సుచే; ఆత్మానం—ఆత్మను; తతః—అప్పుడు; యాతి—పొందును; పరాం—దివ్యమైన; గతిం—గమ్యమును.

సర్వత్ర ప్రతిజీవి యందును సమముగా నిలిచియుండు పరమాత్మను దర్శించువాడు తన మనస్సుచే తనను తాను హీనపరచుకొనడు. ఆ విధముగా అతడు పరమగతిని పొందగలడు.

భాష్యము : జీవుడు భౌతికస్థితిని అంగీకరించుట వలన తన యథార్థ ఆధ్యాత్మికస్థితికి భిన్నముగా నిలిచియుండును. కాని దేవదేవుడైన శ్రీకృష్ణుడు తన పరమాత్మ రూపమున సర్వత్రా నిలిచియున్నాడని అతడు అవగాహనము చేసికొనినచో, అనగా అతడు ప్రతిజీవి యందును ఆ భగవానుని దర్శింపగలిగినచో తన విధ్వంసక మనఃప్రవృత్తిచే తనను తాను హీనపరచుకొనక క్రమముగా ఆధ్యాత్మికజగము వైపునకు పురోగమించును. సాధారణముగా మనస్సు

ఇంద్రియప్రీతి కార్యములకు అలవాటు పడియుండును. కాని దానిని పరమాత్మ వైపునకు మళ్ళించినచో మనుజుడు ఆధ్యాత్మికావగాహనలో పురోగతిని పొందగలడు.

30

प्रकृत्यैव च कर्माणि क्रियमाणानि सर्वशः ।
यः पश्यति तथात्मानमकर्तारं स पश्यति ॥३०॥

ప్రకృత్యైవ చ కర్మాణి క్రియమాణాని సర్వశః ।
యః పశ్యతి తథాత్మానమకర్తారం స పశ్యతి ॥

ప్రకృత్యా—భౌతికప్రకృతి చేత; ఏవ—నిశ్చయముగా; చ—కూడా; కర్మాణి—కర్మలన్నియు; క్రియమాణాని—చేయబడుచున్నవిగా; సర్వశః—అన్ని విధముల; యః—ఎవడు; పశ్యతి—చూచునో; తథా—అట్లే; ఆత్మానం—తనను; అకర్తారం—అకర్తగా; సః—అతడు; పశ్యతి— సంపూర్ణముగా చూచును.

భౌతికప్రకృతిచే సృష్టింపబడిన దేహము చేతనే సర్వకార్యములు ఒనరింపబడుచున్నవనియు మరియు తాను అకర్తననియు గాంచగలిగినవాడు యథార్థ దృష్టి కలిగినట్టివాడు.

భాష్యము : ఈ దేహము పరమాత్ముని నిర్దేశములో భౌతికప్రకృతిచే తయారు చేయబడును. అట్టి దేహపరమగు సమస్త కార్యములకు ఆత్మ కర్త కాదు. దేహస్థితి కారణముననే చేయవలసిన కార్యములన్నియును మనుజునిచే బలవంతముగా చేయింపబడుచున్నవి. అట్టి కార్యములు సుఖము కొరకైనను లేదా దుఃఖము కొరకైనను సరియే. కాని వాస్తవమునకు ఆత్మ అట్టి సర్వదేహకార్యములకు పరమైనది. జీవుని పూర్వపు కోరికల ననుసరించి అతనికి దేహమొసగబడుచుండును. కోరికలను తీర్చుకొనుటకు ఒసగబడిన దేహముతో జీవుడు ఆ కోరికల ననుసరించి వర్తించుచుండును. అనగా ఈ దేహము జీవుడు తన కోరికలను పూర్ణము చేసికొనుటకు భగవానునిచే రూపొందింపబడిన యంత్రము వంటిది. అట్టి కోరికల కారణముననే మనుజుడు సుఖదుఃఖముల ననుభవించుట కొరకై వివిధ పరిస్థితుల యందుంచబడును. ఇట్టి ఆధ్యాత్మిక దృష్టి అభివృద్ధినొందినంతనే మనుజుడు తనను తన దేహకార్యముల నుండి అన్యముగా గాంచును. అట్టి ఆధ్యాత్మికదృష్టి కలిగినవాడే నిజమైన ద్రష్ట.

31

यदा भूतपृथग् भावमेकस्थमनुपश्यति।
तत एव च विस्तारं ब्रह्म सम्पद्यते तदा ॥३१॥

యదా భూతపృథగ్భావమేకస్థమనుపశ్యతి ।
తత ఏవ చ విస్తారం బ్రహ్మ సంపద్యతే తదా ॥

యదా—ఎప్పుడు; భూత—జీవులయొక్క; పృథగ్భావం—భిన్న వ్యక్తిత్వములు; ఏకస్థం—ఒకదాని యందున్నట్లుగా; అనుపశ్యతి—ప్రామాణము ద్వారా మనుజుడు గాంచ యత్నించినపుడు; తతః ఏవ—అటుపిమ్మటనే; చ—కూడా; విస్తారం—విస్తృతిని; బ్రహ్మ—పరబ్రహ్మము; సంపద్యతే—పొందును; తదా—అప్పుడు.

బుద్ధిమంతుడైనవాడు భిన్నదేహముల కారణముగా భిన్న వ్యక్తిత్వములను దర్శించుటను విరమించి, జీవులు ఏ విధముగా సర్వత్రా విస్తరించిరో గాంచి నపుడు బ్రహ్మభావమును పొందును.

భాష్యము : జీవుల వివిధ కోరికల ననుసరించియే వారి వివిధదేహములు సృజింపబడు చున్నవనియు, వాస్తవముగా ఆ దేహములన్నియు ఆత్మకు సంబంధించినవి కావనియు దర్శించగలిగినప్పుడే మనుజుడు నిజదృష్టి కలిగిన వాడగును. భౌతికదృష్టిలో కొందరు జీవులు దేవతారూపమున, కొందరు మానవరూపమున, కొందరు శునక, మార్జాలాది రూపమున గోచరింతురు. ఇట్టి దృష్టి భౌతికమేగాని వాస్తవదృష్టి కాదు. ఈ భేదభావమునకు జీవితపు భౌతిక భావనయే కారణము. కాని వాస్తవమునకు దేహము నశించిన పిమ్మట మిగులునది ఆత్మ ఒక్కటియే. ఆ ఆత్మయే భౌతికప్రకృతి సంపర్కము వలన వివిధదేహములను పొందుచుండును. ఈ విషయములను గాంచగలిగినవాడు ఆధ్యాత్మికదృష్టిని బడయగలడు. ఈ విధముగా మనిషి, మృగము, పెద్ద, చిన్న మొదలుగు భేద భావముల నుండి ముక్తుడై, చైతన్యమును శుద్ధిపరచుకొనినవాడు తన ఆధ్యాత్మిక వ్యక్తిత్వమున కృష్ణభక్తిరస భావనను వృద్ధిచేసికొనగలడు. అట్టి భక్తుడు ఏ విధముగా సర్వమును గాంచునో తరువాతి శ్లోకమున వివరింపబడినది.

32

अनादित्वान्निर्गुणत्वात् परमात्मायमव्ययः।
शरीरस्थोऽपि कौन्तेय न करोति न लिप्यते ॥३२॥

అనాదిత్వాన్నిర్గుణత్వాత్ పరమాత్మాయమవ్యయః ।
శరీరస్థోऽపి కౌన్తేయ న కరోతి న లిప్యతే ॥

అనాదిత్వాత్—శాశ్వతత్వము చేతను; నిర్గుణత్వాత్—దివ్యత్వము చేతను; **పరమ**—భౌతికప్రకృతికి అతీతమైన; ఆత్మ—ఆత్మ; అయం—ఈ; అవ్యయః—అక్షయమైనది; శరీరస్థోపి—శరీరమునందున్నప్పటికిని; కౌన్తేయ—ఓ కుంతీపుత్రా; న కరోతి—ఏమియును చేయదు; న లిప్యతే—బద్ధముకాదు.

నిత్యదృష్టి కలిగినవారు అవ్యయమైన ఆత్మను దివ్యమైనదిగను, నిత్యమైనదిగను, త్రిగుణాతీతమైనదిగను దర్శింతురు. ఓ అర్జునా! అట్టి ఆత్మ దేహముతో సంపర్కము కలిగియున్నను కర్మనొనరింపదు మరియు బద్ధము కాదు.

భాష్యము : దేహము జన్మించుచున్నందున జీవుడును జన్మించినట్లు గోచరించుచుండును. కాని వాస్తవమునకు జీవుడు నిత్యమైనవాడు మరియు జన్మలేనటువంటివాడు. దేహమునందు నిలిచియున్నను అతడు దివ్యుడు మరియు నిత్యుడు. కనుక అతడు నశింపులేనివాడు. స్వభావరీత్యా అతడు ఆనందపూర్ణుడు. భౌతికకర్మల యందు అతడు నిమగ్నుడు కానందున దేహసంపర్కముచే ఒనరింపబడు కర్మలు అతనిని బంధింపవు.

33

यथा सर्वगतं सौक्ष्म्यादाकाशं नोपलिप्यते ।
सर्वत्रावस्थितो देहे तथात्मा नोपलिप्यते ॥३३॥

యథా సర్వగతం సౌక్ష్మ్యాదాకాశం నోపలిప్యతే ।
సర్వత్రావస్థితో దేహే తథాత్మా నోపలిప్యతే ॥

యథా—ఏ విధముగా; సర్వగతం—సర్వవ్యాపకము; సౌక్ష్మ్యాత్—సూక్ష్మత్వముచే; ఆకాశం—ఆకాశము; న ఉపలిప్యతే—ఎప్పుడును కలియదు; సర్వత్ర—ఎల్లెడల; అవస్థితః—ఉన్నట్టి; దేహే—దేహమునందు; తథా—అట్లు; ఆత్మా—ఆత్మ; న ఉపలిప్యతే—కలియదు.

సర్వత్ర వ్యాపించియున్నను సూక్ష్మత్వ కారణముగా ఆకాశము దేనితోను కలియనట్లు, బ్రహ్మభావములో నిలిచిన ఆత్మ దేహమునందు నిలిచియున్నను దేహముతో కలియదు.

భాష్యము : వాయువు అనునది జలము, బురద, మలము వంటి దేని యందు ప్రవేశించినను దేని తోడను కలియదు. అదే విధముగా జీవుడు తన సూక్ష్మత్వ

కారణముగా వివిధదేహములందు నిలిచినను వాటికి పరుడైయుండును. కనుకనే ఏ విధముగా అతడు దేహములో నిలిచియుండునో మరియు దేహము నశించిన పిమ్మట ఎట్లు దేహము నుండి ముక్తుడగునో భౌతికదృష్టిచే గాంచుటకు అసాధ్యము. విజ్ఞానశాస్త్రము ద్వారా ఎవ్వరును దీనిని తెలిసికొనజాలరు మరియు ధ్రువపరచలేరు.

34

यथा प्रकाशयत्येकः कृत्स्नं लोकमिमं रविः ।
क्षेत्रं क्षेत्री तथा कृत्स्नं प्रकाशयति भारत ॥३४॥

యథా ప్రకాశయత్యేకః కృత్స్నం లోకమిమం రవిః ।
క్షేత్రం క్షేత్రీ తథా కృత్స్నం ప్రకాశయతి భారత ॥

యథా—రీతి; ప్రకాశయతి—ప్రకాశింపజేయు; ఏకః—ఒక్కడే; కృత్స్నం—సమస్తమైన; లోకం—విశ్వమును; ఇమం—ఈ; రవిః—సూర్యుడు; క్షేత్రం—ఈ శరీరమును; క్షేత్రీ—ఆత్మ; తథా—అట్లే; కృత్స్నం—సమస్తమైన; ప్రకాశయతి—ప్రకాశింపజేయును; భారత—ఓ భరతవంశీయుడా.

ఓ భరతవంశీయుడా! ఒక్కడేయైన సూర్యుడు లోకమునంతటిని ప్రకాశింపజేయునట్లు, దేహమునందలి ఆత్మ సమస్తదేహమును చైతన్యముతో ప్రకాశింపజేయును.

భాష్యము : చైతన్యమునకు సంబంధించిన సిద్ధాంతములు పెక్కు గలవు. అట్టి చైతన్యమునకు భగవద్గీత యందు ఇచ్చట సూర్యుడు మరియు సూర్యకాంతి యొక్క ఉపమానమొసగబడినది. సూర్యుడు ఒక్కచోటనే నిలిచియుండి సమస్త విశ్వమును ప్రకాశింపజేయునట్లు, దేహమునందలి హృదయములో నిలిచి యున్నట్టి అణుఆత్మ చైతన్యముచే దేహమునంతటిని ప్రకాశింపజేయు చున్నది. కనుక సూర్యకాంతి లేదా వెలుగు సూర్యుని ఉనికికి నిదర్శనమైనట్లే, దేహమునందలి చైతన్యము దేహమునందలి ఆత్మ యొక్క ఉనికికి నిదర్శనమై యున్నది. ఆత్మ దేహమునందున్నంత కాలము చైతన్యము దేహమంతటను విస్తరించియుండును. కాని దేహము నుండి అది వెడలిపోయినంతనే చైతన్యము సైతము వెడలిపోవును. అనగా ఆత్మలేని దేహము చైతన్యరహితమగును. తెలివిగలిగిన ఎవ్వరికైనను ఇది సులభగ్రాహ్యము. కనుకనే చైతన్యమనునది భౌతికపదార్థ సమ్మేళనముచే ఏర్పడినది కాదని, అది ఆత్మ యొక్క లక్షణమని

తెలియబడుచున్నది. జీవుని ఈ చైతన్యము భగవానుని దివ్యచైతన్యముతో గుణరీతిగనే సమానముగాని దివ్యమైనది కాదు. ఏలయన జీవుని చైతన్యము ఒక దేహమునకే పరిమితమై యుండి అన్యదేహములను గూర్చి తెలియకుండును. కాని సర్వదేహములలో ఆత్మకు స్నేహితునిగా వర్తించుచు నిలిచియుండెడి పరమాత్ముడు మాత్రము సకల దేహముల నెరిగియుండును. ఇదియే దివ్యచైతన్యము, వ్యక్తిగత చైతన్యము నడుమ గల భేదము.

35

क्षेत्रक्षेत्रज्ञयोरेवमन्तरं ज्ञानचक्षुषा ।
भूतप्रकृतिमोक्षं च ये विदुर्यान्ति ते परम् ॥३५॥

క్షేత్రక్షేత్రజ్ఞయోరేవమన్తరం జ్ఞానచక్షుషా ।
భూతప్రకృతిమోక్షం చ యే విదుర్యాన్తి తే పరమ్ ॥

క్షేత్ర—శరీరము; క్షేత్రజ్ఞయోః—శరీర యజమానుని; ఏవం—ఈ విధముగా; అన్తరం—భేదమును; జ్ఞానచక్షుషా—జ్ఞానదృష్టిచే; భూత—జీవుని; ప్రకృతి—ప్రకృతినుండి; మోక్షం—విముక్తిని; చ—కూడా; యే—ఎవరు; విదుః—తెలిసికొందురో; యాన్తి—పొందుదురు; తే—వారు; పరమ్—దివ్యగమ్యమును.

దేహము మరియు దేహము నెరిగిన క్షేత్రజ్ఞునకు నడుమ గల భేదమును జ్ఞానదృష్టితో దర్శించి, ప్రకృతిబంధము నుండి మోక్షమును బడయు విధానము నెరుగగలిగినవారు పరమగతిని పొందగలరు.

భాష్యము : దేహము, దేహ యజమానియైన ఆత్మ, పరమాత్ముడు అనెడి మూడు అంశముల నడుమ గల భేదమును మనుజుడు తప్పక తెలిసికొనవలెనని పలుకుటయే ఈ త్రయోదశాధ్యాయపు సారాంశము. ఈ అధ్యాయమునందు ఎనిమిదవశ్లోకము నుండి పంద్రెండవ శ్లోకము వరకు వివరించిన మోక్షవిధానమును సైతము ప్రతియొక్కరు గుర్తింపవలెను. అంతటవారు పరమగతిని పొందగలరు.

శ్రద్ధావంతుడైన మనుజుడు తొలుత సజ్జనసాంగత్యమును పొంది శ్రీకృష్ణ భగవానుని గూర్చి శ్రవణము చేయవలెను. తద్ద్వారా అతడు క్రమముగా ఆత్మవికాసము నొందగలడు. మనుజుడు గురువును స్వీకరించినచో ఆత్మ మరియు అనాత్మల (భౌతికపదార్థము) నడుమగల వ్యత్యాసమును తెలిసికొనగలుగును. అదియంతట మరింత ఆధ్యాత్మికానుభూతికి సోపానము కాగలదు. జీవితపు భౌతికభావన నుండి ముక్తులు కావలసినదిగా శిష్యులకు

ఆధ్యాత్మికగురువు తన వివిధ ఉపదేశముల ద్వారా బోధలను కావించును. ఉదాహరణకు ఇచ్చట భగవద్గీత యందు శ్రీకృష్ణభగవానుడు అర్జునుని అతని భౌతికములైన భావముల నుండి ముక్తుడవగుమని ఉపదేశించుచున్నట్లు మనము గాంచుచున్నాము.

ఈ దేహము భౌతికపదార్థమనియు మరియు ఇరువదినాలుగు తత్త్వములచే విశ్లేషణీయమనియు ఎవ్వరైనను గ్రహింపవచ్చును. ఈ దేహము స్థూల వ్యక్తీకరణము కాగా, మనస్సు మరియు దాని ప్రభావములు సూక్ష్మ వ్యక్తీకరణములు. ఈ రెండింటికిని నడుమగల అంతఃప్రక్రియయే జీవలక్షణములు. వీటికి పైనున్నదే ఆత్మ. ఈ ఆత్మతో పాటు పరమాత్మయు కలడు. అనగా ఆత్మ మరియు పరమాత్మ భిన్నులేగాని ఏకము కాదు. ఆత్మ మరియు ఇరువదినాలుగు భౌతికాంశముల సంయోగము చేతనే భౌతికజగత్తు నడుచుచున్నది. భౌతిక జగమును ఈ విధమైన ఆత్మ మరియు చతుర్వింశతి తత్త్వముల కలయికగా గాంచుచు పరమాత్ముని నిజస్థితిని దర్శింపగలిగినవాడు ఆధ్యాత్మికజగత్తును చేరుటకు అర్హుడగుచున్నాడు. ఈ విషయములన్నియును చింతనము మరియు ఆత్మానుభవము కొరకు ఉద్దేశింపబడియున్నవి. కనుక ఆధ్యాత్మికగురువు సహాయముచే ఈ అధ్యాయము నందలి విషయములను మనుజుడు సంపూర్ణముగా అవగాహనము చేసికొనవలెను.

శ్రీమద్భగవద్గీత యందలి "ప్రకృతి, పురుషుడు, చైతన్యము" అను త్రయోదశాధ్యాయమునకు భక్తివేదాంతభాష్యము సమాప్తము.

చతుర్దశాధ్యాయము

ప్రకృతి త్రిగుణములు

1

श्रीभगवानुवाच

परं भूयः प्रवक्ष्यामि ज्ञानानां ज्ञानमुत्तमम्।
यज्ज्ञात्वा मुनयः सर्वे परां सिद्धिमितो गताः ॥१॥

శ్రీభగవానువాచ

పరం భూయః ప్రవక్ష్యామి జ్ఞానానాం జ్ఞానముత్తమమ్ ।
యజ్జ్ఞాత్వా మునయః సర్వే పరాం సిద్ధిమితో గతాః ॥

శ్రీభగవానువాచ–దేవదేవుడైన శ్రీకృష్ణుడు పలికెను; పరం–దివ్యమైన; భూయః–మరల; ప్రవక్ష్యామి–తెలియజేయుదును; జ్ఞానానాం–అన్నిజ్ఞానములలో; జ్ఞానం–జ్ఞానమును; ఉత్తమం–ఉత్కృష్టమైన; యత్–దేనిని; జ్ఞాత్వా–తెలిసికొని; మునయః–మునులు; సర్వే–అందరును; పరాం–దివ్యమైన; సిద్ధిం–సంపూర్ణత్వమును; ఇతః–ఈ లోకమున; గతాః–పొందిరి.

దేవదేవుడైన శ్రీకృష్ణుడు పలికెను : దేనిని తెలిసికొని మునులందరును పరమ సిద్ధిని పొందిరో అట్టి జ్ఞానములలో కెల్ల ఉత్తమమైన ఈ దివ్యజ్ఞానమును నీకిప్పుడు నేను మరల తెలియజేయుదును.

భాష్యము : సప్తమాధ్యాయము నుండి ద్వాదశాధ్యాయపు అంతము వరకు పరతత్త్వమును, దేవదేవుడును అగు తనను గూర్చి విశదముగా వివరించిన శ్రీకృష్ణభగవానుడు తిరిగి ఇప్పుడు అర్జునునకు మరింత జ్ఞానవికాసమును కలిగించుచున్నాడు. తాత్త్విక చింతన విధానము ద్వారా ఈ అధ్యాయమును అవగాహన చేసికొనినచో మనుజుడు శీఘ్రముగా భక్తియోగమును అవగతము చేసికొనగలడు. నమ్రతతో జ్ఞానాభివృద్ధిని సాధించుట ద్వారా జీవుడు భౌతిక బంధము నుండి ముక్తుడు కాగలడని గడచిన త్రయోదశాధ్యాయమున వివరింప బడినది. అలాగుననే ప్రకృతిత్రిగుణముల సంపర్కము చేతనే జీవుడు

భౌతికజగములో బంధితుడగుననియు పూర్వము తెలుపబడినది. ఇక ప్రస్తుతము ఈ అధ్యాయమున ప్రకృతి త్రిగుణములననేవో, అవి ఎట్లు వర్తించునో, ఏ విధముగా అవి బంధ,మోక్షములను గూర్చునో దేవదేవుడైన శ్రీకృష్ణుడు తెలియజేయనున్నాడు. ఈ అధ్యాయమునందు తెలుపబడిన జ్ఞానము పూర్వపు అధ్యాయములందు తెలుపబడిన జ్ఞానము కన్నను మిగుల శ్రేష్ఠమని భగవానుడు వాక్రుచ్చుచున్నాడు. అట్టి ఈ జ్ఞానమును అవగాహనము చేసికొనుట ద్వారా పలువురు మునులు పరమసిద్ధిని పొంది ఆధ్యాత్మికజగత్తును చేరిరి. అటువంటి దివ్యజ్ఞానమును శ్రీకృష్ణభగవానుడిప్పుడు మేలితరమైన పద్ధతిలో వివరించుచున్నాడు. ఇంతవరకు వివరింపబడిన అన్ని జ్ఞానవిధానముల కన్నను ఈ జ్ఞానము మిక్కిలి ఉత్కృష్టమైనది. దీనిని అవగాహనము చేసికొనుట ద్వారా పలువురు మునులు సిద్ధిని పొందిరి. కనుకనే ఈ చతుర్దశాధ్యాయము నందు తెలుపబడిన విషయమును అవగాహనము చేసికొనినవాడు తప్పక పూర్ణత్వమును సాధింపగలడని ఆశింపవచ్చును.

2

इदं ज्ञानमुपाश्रित्य मम साधर्म्यमागताः ।
सर्गेऽपि नोपजायन्ते प्रलये न व्यथन्ति चः ॥२ ॥

ఇదం జ్ఞానముపాశ్రిత్య మమ సాధర్మ్యమాగతాః ।
సర్గేఽపి నోపజాయన్తే ప్రలయే న వ్యథన్తి చ ॥

ఇదం—ఈ; జ్ఞానం—జ్ఞానమును; ఉపాశ్రిత్య—ఆశ్రయించి; మమ—నాయొక్క; సాధర్మ్యం—సమాన స్వభావమును; ఆగతాః—పొంది; సర్గేపి—సృష్టియందు కూడా; న ఉపజాయన్తే—ఎప్పుడు జన్మింపరు; ప్రలయే—ప్రళయమునందు; న వ్యథన్తి—వ్యథను కూడా పొందరు; చ—కూడా.

ఈ జ్ఞానమునందు స్థిరముగా నిలుచుట ద్వారా మనుజుడు నా దివ్యత్వము వంటి దివ్యత్వమును పొందగలడు. ఆ విధముగా ప్రతిష్ఠితుడై అతడు సృష్టి సమయమున జన్మింపడు లేదా ప్రళయ సమయమున వ్యథనొందడు.

భాష్యము : సంపూర్ణమైన ఆధ్యాత్మిక జ్ఞానమును పొందిన పిమ్మట మనుజుడు శ్రీకృష్ణభగవానునితో గుణరీతి ఏకత్వమును పొంది జన్మమృత్యుపరంపర నుండి ముక్తిని బడయును. అంతియేగాని ఆత్మగా అతడెన్నడును తన వ్యక్తిత్వమును కోల్పోవడు. కనుకనే ఆధ్యాత్మికజగత్తు నందలి దివ్యలోకములను చేరిన

ముక్తాత్ములు శ్రీకృష్ణభగవానుని దివ్యమైన ప్రేమయుక్త సేవలో నిలిచి, ఆ పరమ పురుషుని పాదపద్మములనే సదా దర్శింపగోరుదురని వేదవాఙ్మయమున తెలుప బడినది. అనగా ముక్తినొందిన పిదపయు భక్తులు తమ నిజస్వరూపమును, వ్యక్తిత్వమును కోల్పోవరు.

ఈ భౌతికజగమునందు మనము సంపాదించు జ్ఞానమంతయు త్రిగుణములచే మలినమై యుండును. త్రిగుణములచే మలినపడని జ్ఞానమే ఆధ్యాత్మికజ్ఞానము. అట్టి దివ్యమైన ఆధ్యాత్మికజ్ఞానమునందు స్థితుడైనంతనే మనుజుడు దేవదేవునితో సమానస్థాయిలో నిలుచును. ఆధ్యాత్మికజగమును గూర్చిన జ్ఞానము లేనటువంటి నిరాకారవాదులు భౌతికజగత్తు కర్మల నుండి ముక్తినొందినంతనే వైవిధ్యమన్నది లేకుండ ఆత్మ రూపరహిత మగునని పలుకుదురు. కాని వాస్తవమునకు భౌతికజగము నందు భౌతికత్వమున వైవిధ్యమున్నట్లే ఆధ్యాత్మికజగత్తు నందు కూడా వైవిధ్యమున్నది. ఈ విషయమున అజ్ఞానులైనవారే ఆధ్యాత్మికస్థితి వైవిధ్యమునకు విరుద్ధమని తలతురు. కాని నిజమునకు ముక్తి పిమ్మట మనుజుడు ఆధ్యాత్మిక జగమున ఆధ్యాత్మికరూపమును పొందును. అట్టి ఆధ్యాత్మికజగమున పలు ఆధ్యాత్మిక కర్మలు గలవు. అచ్చటి ఆధ్యాత్మికస్థితియే భక్తిమయ జీవనం అనబడును. అట్టి ఆధ్యాత్మికస్థితి గుణరహితమనియు, ప్రతియొక్కరు అచ్చట భగవానునితో గుణరీతిని సమానమై యుందురనియు చెప్పబడినది. అటువంటి జ్ఞానసముపార్జనమునకు మనుజుడు ఆధ్యాత్మికగుణములను వృద్ధిచేసికొనవలయును. ఆ రీతి ఆధ్యాత్మికగుణములను వృద్ధిచేసికొనినవాడు భౌతికజగత్తు సృష్టిచే గాని, ప్రళయముచే గాని వ్యథనొందడు.

3

मम योनिर्महद् ब्रह्म तस्मिन् गर्भं दधाम्यहम् ।
सम्भवः सर्वभूतानां ततो भवति भारत ॥३॥

మమ యోనిర్మహద్ బ్రహ్మ తస్మిన్ గర్భం దధామ్యహమ్ ।
సమ్భవః సర్వభూతానాం తతో భవతి భారత ॥

మమ—నాయొక్క; యోనిః—జననమూలము; మహత్—మహత్తత్త్వము; బ్రహ్మ—బ్రహ్మము; తస్మిన్—దానియందు; గర్భం—గర్భము; దధామి—సృజింతును; అహం—నేను; సంభవః—సంభవము; సర్వభూతానాం—సర్వజీవుల యొక్క; తతః—అంతట; భవతి—జరుగును;

భారత—ఓ భరతవంశీయుడా.

ఓ భరతవంశీయుడా! బ్రహ్మముగా పిలువబడు మహత్తత్త్వము సమస్త జననమునకు ఆధారమై యున్నది. సర్వజీవుల జన్మను సంభవింపజేయుచు నేనే ఆ బ్రహ్మము నందు బీజప్రదానము కావించుచున్నాను.

భాష్యము : ఇదియే విశ్వమునందు జరుగుచున్న సమస్తమునకు వివరణము. ప్రతిదియు క్షేత్రము(దేహము) మరియు క్షేత్రజ్ఞుని(ఆత్మ) కలయికచే ఒనగూడుచున్నది. ఇట్టి ప్రకృతి, ఆత్మల కలయిక శ్రీకృష్ణభగవానునిచే సాధ్యము కావింపబడును. వాస్తవమునకు "మహత్తత్త్వము" సమస్త విశ్వమునకు సర్వకారణమై యున్నది. త్రిగుణపూర్ణమైన ఆ మహత్తత్త్వమే కొన్నిమార్లు బ్రహ్మముగా పిలువబడును. దానియందే శ్రీకృష్ణభగవానుడు బీజప్రదానము చేయగా అసంఖ్యాకమగు విశ్వములు ఉత్పత్తి యగును. అట్టి మహత్తత్త్వము ముండకోపనిషత్తు(1.1.9) నందు బ్రహ్మముగా వర్ణింపబడినది. "తస్మాదేతద్ బ్రహ్మ నామ రూపమన్నం చజాయతే." అట్టి బ్రహ్మము నందు భగవానుడు జీవులను బీజరూపమున ఉంచును. భూమి, జలము, అగ్ని, వాయువు మొదలుగా గల చతుర్వింశతి మూలకము లన్నియును భౌతికశక్తిగా పరిగణింపబడును మరియు అవియే మహద్బ్రహ్మమనబడు భౌతికప్రకృతిని రూపొందించును. సప్తమాధ్యాయమున వివరింపబడినట్లు దీనికి పరమైన దివ్య ప్రకృతియే జీవుడు. దేవదేవుని సంకల్పముచే భౌతికప్రకృతి యందు ఉన్నతప్రకృతి మిశ్రణము కావింపబడును. తదనంతరము జీవులందరును భౌతికప్రకృతి యందు జన్మింతురు.

తేలు బియ్యపురాసులలో గ్రుడ్లు పెట్టును. తత్కారణమున తేలు బియ్యము నుండియే జన్మించునని కొన్నిమార్లు చెప్పబడుచుండును. కాని వాస్తవమునకు తేలు జన్మకు బియ్యము కారణము కాదు. బియ్యమునందు తేలుచే గ్రుడ్లు పెట్టబడుటయే నిజమైన కారణము. అదేవిధముగా భౌతికప్రకృతి జీవుల జన్మకు కారణము కాదు. భగవానుని చేతనే నిజమునకు బీజమొసగబడినది. కాని వారు ప్రకృతి ఫలములైనట్లు గోచరించుచుండును. ఈ విధముగా ప్రతిజీవియు తన పూర్వకర్మల ననుసరించి ప్రకృతిచే సృష్టింపబడిన వివిధదేహములను పొందును. తద్వారా అతడు కర్మానుసారముగా ఆ దేహములలో సుఖించుటయో లేదా దుఃఖించుటయో జరుగుచుండును. అనగా భౌతికజగత్తులో సర్వజీవుల జననమునకు లేక వ్యక్తీకరణకు శ్రీకృష్ణభగవానుడే కారణమై

యున్నాడు.

4

सर्वयोनिषु कौन्तेय मूर्तयः सम्भवन्ति याः ।
तासां ब्रह्म महद्योनिरहं बीजप्रदः पिता ॥४॥

సర్వయోనిషు కౌన్తేయ మూర్తయః సమ్భవన్తి యాః ।
తాసాం బ్రహ్మ మహద్యోనిరహం బీజప్రదః పితా ॥

సర్వయోనిషు—జీవజాతులన్నింటి యందు; కౌన్తేయ—కుంతీపుత్రా; మూర్తయః—రూపములు; సమ్భవన్తి—జన్మించును; యాః—ఏవి; తాసాం—వానికన్నింటికిని; బ్రహ్మ—దివ్యమైన; మహత్—గొప్ప; యోనిః—జన్మమూలము; అహం—నేను; బీజప్రదః—బీజమునిచ్చు; పితా—తండ్రిని.

ఓ కౌంతేయా! సర్వజీవ సముదాయము భౌతికప్రకృతి యందు జన్మించుట చేతనే సృష్టింపబడుచున్నదనియు మరియు నేనే వాటికి బీజప్రదాతనైన తండ్రిననియు అవగాహన చేసికొనవలెను.

భాష్యము : దేవదేవుడైన శ్రీకృష్ణుడే సర్వజీవులకు ఆది జనకుడని ఈ శ్లోకమున స్పష్టముగా వివరింపబడినది. వారు భౌతికప్రకృతి, ఆధ్యాత్మికప్రకృతి యొక్క సంయోగము వంటివారు. అట్టి జీవులు ఈ లోకమునందే గాక, ప్రతిలోకము నందును ఉన్నారు. అత్యంత ఉన్నతలోకమైన బ్రహ్మలోకమునందును వారు నిలిచియున్నారు. సర్వత్రా నిలిచియున్న అట్టి జీవులు భూమి యందును, జలము నందును, అగ్ని యందును స్థితిని కలిగియున్నారు. ఈ ఉద్భవము లన్నింటికిని తల్లివంటి ప్రకృతి మరియు శ్రీకృష్ణుని బీజప్రదానములే కారణము. సారాంశమేమనగా సృష్టి సమయమున తమ పూర్వకర్మల ననుసరించి వివిధ రూపములను పొందు జీవులు భౌతికప్రకృతి గర్భమున బీజరూపమున ఉంచబడుదురు.

5

सत्त्वं रजस्तम इति गुणाः प्रकृतिसम्भवाः ।
निबध्नन्ति महाबाहो देहे देहिनमव्ययम् ॥५॥

సత్త్వం రజస్తమ ఇతి గుణాః ప్రకృతిసమ్భవాః ।
నిబధ్నన్తి మహాబాహో దేహే దేహినమవ్యయమ్ ॥

సత్త్వం—సత్త్వగుణము; రజః—రజోగుణము; తమః—తమోగుణము; ఇతి—అని; గుణాః—గుణములు; ప్రకృతిసమ్భవాః—ప్రకృతి నుండి పుట్టినవి; నిబధ్నన్తి—బంధించును; మహాబాహో—పరాక్రమము గల భుజములు కలవాడా; దేహే—దేహమునందు; దేహినం—జీవుని; అవ్యయం—నిత్యమైన.

ఓ మహాబాహుడవైన అర్జునా! భౌతికప్రకృతి సత్త్వరజస్తమోగుణములనెడి మూడు గుణములను కలిగియుండును. నిత్యుడైన జీవుడు ప్రకృతితో సంపర్కమును పొందినప్పుడు ఈ గుణములచే బంధితుడగును.

భాష్యము : జీవుడు దివ్యుడైనందున వాస్తవమునకు ప్రకృతితో ఎట్టి సంబంధము లేనివాడు. అయినను భౌతికజగత్తు నందు అతడు బంధితుడగుట వలన భౌతిక ప్రకృతి త్రిగుణముల ననుసరించి వర్తించుచుండును. జీవులు ప్రకృతిగుణముల ననుసరించి వివిధదేహములను కలిగియుండుట వలన ఆ గుణముల ననుసరించియే వర్తించవలసివచ్చును. ఇట్టి వర్తనమే వివిధములైన సుఖదుఃఖములకు కారణమగుచున్నది.

6

तत्र सत्त्वं निर्मलत्वात् प्रकाशकमनामयम् ।
सुखसङ्गेन बध्नाति ज्ञानसङ्गेन चानघ ॥६ ॥

తత్ర సత్త్వం నిర్మలత్వాత్ ప్రకాశకమనామయమ్ ।
సుఖసఙ్గేన బధ్నాతి జ్ఞానసఙ్గేన చానఘ ॥

తత్ర—అందు; సత్త్వం—సత్త్వగుణము; నిర్మలత్వాత్—భౌతికజగమున మిక్కిలి పవిత్రమైనదగుటచే; ప్రకాశకం—ప్రకాశింపజేయునది; అనామయం—పాపఫలితము లేనిది; సుఖసఙ్గేన—సౌఖ్య సంపర్కముచే; బధ్నాతి—బంధించును; జ్ఞానసఙ్గేన—జ్ఞానము యొక్క సంపర్కముచే; చ—కూడా; అనఘ—ఓ పాపరహితుడా.

ఓ పాపరహితుడా! సత్త్వగుణము మిగిలిన రెండుగుణముల కన్నను పవిత్రమైనదగుటచే ప్రకాశమానమై మనుజుని సర్వపాపఫలము నుండి ముక్తుని చేయును. ఆ గుణమునందున్నవారు సుఖభావన చేతను, జ్ఞానభావన చేతను బద్ధులగుదురు.

భాష్యము: భౌతికప్రకృతిచే బద్ధులయ్యెడి జీవులు పలురకములుగా నుందురు. వారిలో ఒకడు సుఖిగా గోచరించును, వేరొకడు క్రియాశీలుడుగా

కనిపించును, మరి ఇంకొకడు నిస్పృహాయునిగా నుండును. మనస్సునకు సంబంధించిన ఇట్టి భావములే ప్రకృతి యందు జీవుల బద్ధస్థితికి కారణములగుచున్నవి. జీవులెట్లు వివిధరీతులుగా బంధితులగుదురో ఈ అధ్యాయమున వివరింపబడినది. అట్టి బంధకారణములలో మొదట ఇచ్చట సత్త్వగుణము పరిశీలింపబడుచున్నది. సత్త్వగుణము నలవరచుకొనుట ద్వారా మనుజుడు బద్ధులైన ఇతర గుణములవారి కన్నను బుద్ధిమంతుడగును. జగములో సత్త్వగుణాభివృద్ధి యొక్క ఫలమిదియే. ఆ విధముగా సత్త్వగుణమును వృద్ధి చేసికొనినవాడు భౌతికక్లేశములచే అంతగా ప్రభావితుడు కాడు. అంతియేగాక అట్టివాడు జ్ఞానమును పొందవలెనను భావనయు కలిగియుండును. అట్లు సత్త్వగుణమును కలిగినవారికి ఉదాహరణము బ్రాహ్మణుడు. అనగా బ్రాహ్మణుడైనవాడు సత్త్వగుణము నందు స్థితుడై యుండవలెను. సత్త్వగుణము నందలి సుఖభావనకు మనుజుడు తాను దాదాపు సర్వపాపముల నుండి ముక్తిని పొందియున్నాననెడి అవగాహనయే కారణము. కాని వాస్తవమునకు వేదజ్ఞానము ప్రకారము సత్త్వగుణమనగా ఉన్నతమైన జ్ఞానము మరియు అధికతరమైన సుఖభావనమని భావము.

కాని వచ్చిన చిక్కేమనగా జీవుడు సత్త్వగుణమునందు స్థితుడైనంతనే తాను జ్ఞానాభివృద్ధి నొందితిననియు మరియు ఇతరులకన్నను మెరుగనియు తలచును. ఈ విధముగా అతడు బద్ధుడగును. విజ్ఞానశాస్త్రవేత్తలు మరియు తత్త్వజ్ఞులు ఇందుకు చక్కని నిదర్శనములు. ఇరువురును తమ జ్ఞానము పట్ల గర్వమును చెందియుందురు. తమ జీవనపరిస్థితులను మెరుగుపరచుకొని యున్నందున భౌతికసుఖమును అనుభవించుచున్నామనెడి భావనయు వారు కలిగియుందురు. వారి ఇట్టి సుఖభావనమనునది వారిని ప్రకృతి యొక్క సత్త్వగుణముచే బంధించుచున్నది. సత్త్వగుణమున వర్తించుట యందు ఆకర్షితులైన అట్టివారు ఆ విధముగా ఆ గుణమున వర్తించుట యందు ఆకర్షితులై యున్నంతవరకు ఏదియో ఒక దేహమును స్వీకరింపవలసివచ్చును. తత్కారణముగా ముక్తికి లేదా ఆధ్యాత్మికజగత్తును పొందుటకు వారికి ఎట్టి అవకాశము లేదు. తత్త్వవేత్తగా, విజ్ఞానశాస్త్రవేత్తగా లేదా కవిగా యగుటకు మరల మరల జీవుడు అవకాశమును పొందినను, జనన,మరణములనెడి ఒకేరకమైన ప్రతికూల పరిస్థితుల యందు అతడు నిరంతరము చిక్కుబడవలసివచ్చును. కాని భౌతికశక్తి యొక్క మాయ

కారణముగా మనుజుడు అట్టి జీవితము సౌఖ్యకరమనియే భావించును.

7

रजो रागात्मकं विद्धि तृष्णासङ्गसमुद्भवम् ।
तन्निबध्नाति कौन्तेय कर्मसङ्गेन देहिनम् ॥७॥

రజో రాగాత్మకం విద్ధి తృష్ణాసఙ్గసముద్భవమ్ ।
తన్నిబధ్నాతి కౌన్తేయ కర్మసఙ్గేన దేహినమ్ ॥

రజః—రజోగుణము; రాగాత్మకం—కామము నుండి పుట్టినదని; విద్ధి—ఎరుంగుము; తృష్ణా—ఆశ; సఙ్గసముద్భవమ్—సంపర్కము వలన పుట్టినది; తత్—అది; నిబధ్నాతి—బంధించును; కౌన్తేయ—ఓ కుంతీపుత్రా; కర్మసఙ్గేన—కామ్యకర్మ సంపర్కముచే; దేహినం—దేహధారిని.

ఓ కౌంతేయా! అపరిమితములైన కోరికలు, ఆకాంక్షల వలన రజోగుణము ఉద్భవించుచున్నది. దీని కారణమున జీవుడు కామ్యకర్మలచే బద్ధుడగును.

భాష్యము : స్త్రీ పురుషుల నడుమ గల ఆకర్షణము రజోగుణలక్షణము. అనగా స్త్రీ పురుషుని యెడ ఆకర్షణను కలిగియుండుట మరియు పురుషుడు స్త్రీ యెడ ఆకర్షితుడగుట యనునది రజోగుణమనబడును. ఇట్టి రజోగుణము అధికమైనప్పుడు మనుజుడు భౌతికానందాభిలాషుడై ఇంద్రియసుఖమును అనుభవింపగోరును. అట్టి ఇంద్రియసుఖము కొరకు రజోగుణము నందున్నవాడు సంఘమునందు లేదా దేశమునందు గౌరవమును మరియు చక్కని ఇల్లు, భార్య, సంతానము కలిగిన సుఖసంసారమును వాంఛించును. ఇవియన్నియును రజోగుణము నుండి పుట్టినవే. ఇట్టి విషయములకై ప్రాకులాడునంత కాలము అతడు అధికముగా శ్రమింపవలసివచ్చును. కనుకనే రజోగుణము నందున్నవాడు తన కర్మఫలముల యెడ రతుడై యుండి, ఆ కర్మలచే బంధితుడగునని ఇచ్చట స్పష్టముగా తెలుపబడినది. భార్యను, సంతానమును, సంఘమును సంతృప్తిపరచుటకు మరియు తన గౌరవమును నిలుపుకొనుటకు మనుజుడు సదా కర్మయందు నిమగ్నుడు కావలసివచ్చును. దీనిని బట్టి భౌతికప్రపంచమంతయు ఇంచుమించుగా రజోగుణమునందు ఉన్నదనియే చెప్పవచ్చును. రజోగుణము దృష్ట్యా నవనాగరికత అభివృద్ధి నొందినట్లు పరిగణింపబడినను వాస్తవమునకు సత్త్వగుణాభివృద్ధియే ప్రగతిగా పరిగణింపబడును. పూర్వము ఆ విధముగనే భావింపబడెడిది. సత్త్వగుణమునందు నిలిచినవారికే ముక్తిలేదన్నచో రజోగుణమున

బద్ధులైనవారి మాట వేరుగా చెప్పనేల?

8

तमस्त्वज्ञानजं विद्धि मोहनं सर्वदेहिनाम्।
प्रमादालस्यनिद्राभिस्तन्निबध्नाति भारत ॥८॥

తమస్త్వజ్ఞానజం విద్ధి మోహనం సర్వదేహినామ్ ।
ప్రమాదాలస్యనిద్రాభిస్తన్నిబధ్నాతి భారత ॥

తమః—తమోగుణము; తు—కాని; అజ్ఞానజం—అజ్ఞానము వలన పుట్టినదని; విద్ధి—తెలిసికొనుము; మోహనం—భ్రాంతికరము; సర్వదేహినామ్—ఎల్లదేహధారులకు; ప్రమాద—బుద్ధిహీనత; ఆలస్య—సోమరితనము; నిద్రాభిః—మరియు నిద్ర; తత్—అది; నిబధ్నాతి—బంధించును; భారత—ఓ భరతవంశీయుడా.

ఓ భరతవంశీయుడా! అజ్ఞానము వలన పుట్టిన తమోగుణము ఎల్లదేహధారులకు మోహకారణమని యెరుంగుము. జీవుని బంధించునటువంటి బుద్ధిహీనత, సోమరితనము, నిద్ర యనునవి ఈ తమోగుణపు ఫలములై యున్నవి.

భాష్యము : ఈ శ్లోకమునందలి "తు" అను ప్రత్యేక పదప్రయోగమునకు మిక్కిలి ప్రాముఖ్యము కలదు. జీవునకీ తమోగుణము ఒక అత్యంత విచిత్ర లక్షణమని తెలియ జేయుటయే దాని భావము. వాస్తవమునకు తమోగుణము సత్త్వగుణమునకు సంపూర్ణముగా విరుద్ధమైనది. సత్త్వగుణమునందు జ్ఞానాభివృద్ధి కారణముగా మనుజుడు ఏది యెట్టిదో తెలిసికొనగలుగుచుండ, తమోగుణము నందు దానికి వ్యతిరేకఫలములను పొందుచుండును. అనగా తమోగుణము నందున్న ప్రతివాడును బుద్ధిహీనతను కలిగియున్నందున ఏది యెట్టిదో ఎరుగకుండును. తత్కారణముగా ప్రగతికి బదులు పతనము నొందును. అట్టి తమోగుణము వేదవాఙ్మయమునందు "వస్తుయాథాత్మ్యజ్ఞానావరకం విపర్యయ జ్ఞానజనకం తమః" అని నిర్వచింపబడినది. అనగా అజ్ఞానకారణముగా మనుజుడు దేనిని కూడా యథాతథముగా అవగాహనము చేసికొనజాలడు. ఉదాహరణమునకు ప్రతియొక్కడు తన తాత మరణించియుండెననియు, తానును మరణింతుననియు, మానవుడు మరణించు స్వభావము కలవాడనియు ఎఱిగి యుండును. ఆలాగుననే అతని సంతానము సైతము మరణించును. అనగా మరణమనునది అనివార్యము. అయినప్పటికిని జనులు నిత్యమైన ఆత్మను

పట్టించుకొనక రేయింబవళ్ళు కష్టపడుచు ధనమును వెర్రిగా కూడబెట్టు చుందురు. ఇదియే బుద్ధిహీనత యనబడును. ఇట్టి బుద్ధిహీనత లేదా మూర్ఖత కారణముగా వారు ఆధ్యాత్మిక ప్రగతి యెడ విముఖులై యుందురు. అట్టివారు అతి సోమరులై యుందురు. ఆధ్యాత్మికావగాహనకై సత్సంగమునకు ఆహ్వానించి నప్పుడు వారు ఆసక్తిని చూపరు. అట్టివారు రజోగుణమునందున్న మనుజునికి గల క్రియాశీలత్వమును సైతము కలిగియుండరు. అవసరమగుదాని కన్నను అధికముగా నిద్రించుట తమోగుణమునందున్న వారి మరియొక లక్షణము. సాధారణముగా మనుజునకు ఆరుగంటల నిద్ర చాలును. కాని తమోగుణము నందున్నవాడు రోజుకు కనీసము పది లేక పన్నెండుగంటలు నిద్రించును. అట్టివాడు సదా చింతాక్రాంతుడై మత్తుపదార్థములకు మరియు నిద్రకు అలవాటుపడి యుండును. ఇవియే తమోగుణముచే బద్ధుడైన మనుజుని లక్షణములు.

9

सत्त्वं सुखे सञ्जयति रजः कर्मणि भारत।
ज्ञानमावृत्य तु तमः प्रमादे सञ्जयत्युत ॥९॥

సత్త్వం సుఖే సంజయతి రజః కర్మణి భారత ।
జ్ఞానమావృత్య తు తమః ప్రమాదే సంజయత్యుత ॥

సత్త్వం—సత్త్వగుణము; సుఖే—సౌఖ్యమునందు; సంజయతి—బంధించును; రజః—రజోగుణము; కర్మణి—సకామకర్మ యందు; భారత—ఓ భరతవంశస్థుడా; జ్ఞానం—జ్ఞానమును; ఆవృత్య—ఆవరించి; తు—కాని; తమః—తమోగుణము; ప్రమాదే—బుద్ధిహీనత; సంజయతి—బంధించును; ఉత—అని చెప్పబడినది.

ఓ భరతవంశస్థుడా! సత్త్వగుణము మనుజుని సౌఖ్యమునందు బంధించును, రజోగుణము అతనిని కామ్యకర్మమునందు బంధించును, తమోగుణము జ్ఞానమును కప్పివేయుట ద్వారా బుద్ధిహీనత యందు అతనిని బంధించును.

భాష్యము : తత్త్వవేత్తగాని, విజ్ఞానశాస్త్రవేత్తగాని లేదా విద్యనొసగు అధ్యాపకుడుగాని తన జ్ఞానరంగమందు నియుక్తుడై తద్ద్వారా సంతృప్తుడై యుండునట్లు, సత్త్వగుణము నందున్నవాడు తన కర్మచే లేదా జ్ఞానసముపార్జనా యత్నముచే తృప్తుడై యుండును. రజోగుణము నందున్నవాడు కామ్యకర్మల యందు రతుడై శక్త్యానుసారముగా ధనమును కూడబెట్టును. పిదప అట్టి ధనమును సత్కార్యములకై వినియోగించుటకు అతడు కొన్నిమార్లు వైద్యశాలలను

నిర్మించుట, ధర్మసంస్థలకు దానమిచ్చుట వంటి కర్మల నొనరించుచుండును. ఇట్టి కార్యములన్నియును రజోగుణము నందున్నవాని లక్షణములు. ఇక తమోగుణ లక్షణము మనుజుని జ్ఞానమును కప్పివేయుట. అట్టి తమోగుణమునందు మనుజుడు ఏది ఒనరించినను అది అతనికి గాని, ఇతరులకు గాని మేలును చేయజాలదు.

10

रजस्तमश्चाभिभूय सत्त्वं भवति भारत।
रजः सत्त्वं तमश्चैव तमः सत्त्वं रजस्तथा ॥१०॥

రజస్తమశ్చాభిభూయ సత్త్వం భవతి భారత ।
రజః సత్త్వం తమశ్చైవ తమః సత్త్వం రజస్తథా ॥

రజః—రజోగుణమును; తమః—తమోగుణమును; చ—కూడా; అభిభూయ—అతిక్రమించి; సత్త్వం—సత్త్వగుణము; భవతి—ప్రబలమగును; భారత—ఓ భరతవంశస్థుడా; రజః—రజోగుణము; సత్త్వం—సత్త్వమును; తమః—తమోగుణమును; చ—కూడా; ఏవ—ఆ విధముగా; తమః—తమోగుణము; సత్త్వం—సత్త్వగుణమును; రజః—రజోగుణమును; తథా—ఈ విధముగా.

ఓ భరతవంశస్థుడా! కొన్నివార్లు రజస్తమోగుణములను జయించి సత్త్వగుణము ప్రబలమగుచుండును. మరికొన్నివార్లు రజోగుణము సత్త్వ,తమోగుణములను జయించుచుండును. ఇంకొన్నిమార్లు తమోగుణము సత్త్వ,రజోగుణములను జయించుచుండును. ఈ విధముగా గుణముల నడుమ ఆధిపత్యము కొరకు సదా పోటీ జరుగుచుండును.

భాష్యము : రజోగుణము ప్రబలమైనపుడు సత్త్వగుణము, తమోగుణము జయింపబడును. సత్త్వగుణము ప్రధానమైనప్పుడు రజస్తమోగుణములు జయింపబడును. ఇక తమోగుణము ప్రబలమైనప్పుడు సత్త్వగుణము మరియు రజోగుణము జయింపబడి యుండును. త్రిగుణముల నడుమ ఇట్టి పోటీ సదా కొనసాగుచునే యుండును కావున కృష్ణభక్తిభావనలో వాస్తవముగా పురోగతిని కోరువాడు వీటిని అధిగమింపవలయును. మనుజుని యందు ప్రబలమైయున్నట్టి గుణము అతని వ్యవహారములు, కర్మలు, ఆహారము మొదలగు విషయముల ద్వారా వ్యక్తమగుచుండును. ఈ విషయము రాబోవు అధ్యాయములలో వివరింపబడును. కాని మనుజుడు తలచినచో సాధన ద్వారా సత్త్వగుణమును

వృద్ధిచేసికొని రజస్తమోగుణములను జయింపవచ్చును. అదే విధముగా అతడు రజోగుణమును వృద్ధిచేసికొని సత్త్వతమోగుణములను జయింపవచ్చును లేదా తమోగుణమును అలవరచుకొని సత్త్వరజోగుణములను జయింపవచ్చును. ఈ విధముగా ప్రకృతిగుణములు మూడువిధములైనను స్థిరనిశ్చయము కలిగిన వాడు సత్త్వగుణమునందు స్థితుడు కాగలడు. పిదప ఆ సత్త్వగుణమును సైతము అతడు అధిగమించి "వసుదేవస్థితి"యను శుద్ధసత్త్వమునకు చేరగలడు. అట్టి స్థితియందే మనుజుడు భగవద్విజ్ఞానమును అవగాహనము చేసికొనగలడు. అనగా మనుజుని కర్మల ననుసరించి అతడు ఎట్టి గుణమునందు స్థితుడైయున్నాడో తెలిసికొనవచ్చును.

11

सर्वद्वारेषु देहेऽस्मिन् प्रकाश उपजायते।
ज्ञानं यदा तदा विद्याद् विवृद्धं सत्त्वमित्युत ॥११॥

సర్వద్వారేషు దేహేऽస్మిన్ ప్రకాశ ఉపజాయతే ।
జ్ఞానం యదా తదా విద్యాద్ వివృద్ధం సత్త్వమిత్యుత ॥

సర్వద్వారేషు—అన్ని ద్వారములు కూడా; దేహేఽస్మిన్—ఈ దేహమునందు; ప్రకాశః—ప్రకాశగుణము; ఉపజాయతే—అభివృద్ధి నొందును; జ్ఞానం—జ్ఞానము; యదా—ఎప్పుడు; తదా—అప్పుడు; విద్యాత్—తెలిసికొనుము; వివృద్ధం—వృద్ధినొందినదిగా; సత్త్వం—సత్త్వగుణము; ఇత్యుత—అని చెప్పబడినది.

దేహ ద్వారములన్నియును జ్ఞానముచే ప్రకాశమానమైనప్పుడు సత్త్వగుణము యొక్క వ్యక్తీకరణము అనుభవమునకు వచ్చును.

భాష్యము : దేహమునకు రెండు కన్నులు, రెండు చెవులు, రెండు నాసికా రంధ్రములు, నోరు, జననావయవము, పృష్ఠమను తొమ్మిది ద్వారములు గలవు. ఈ తొమ్మిది ద్వారములలో ప్రతిదియు సత్త్వగుణ లక్షణములచే ప్రకాశమానమైనప్పుడు మనుజుడు సత్త్వగుణమును వృద్ధిచేసికొనినాడని అవగాహన చేసికొనవచ్చును. అట్టి సత్త్వగుణమున మనుజుడు విషయములను వాస్తవ దృక్పథమున గాంచుటయు, వినుటయు, స్వీకరించుటయు చేయగలడు. ఆ విధముగా అతడు అంతర్బాహ్యములందు శుద్ధుడు కాగలడు. అనగా ప్రతి ద్వారమందును ఆనందము మరియు సౌఖ్యలక్షణములు వృద్ధి కాగలవు.

అదియే సత్త్వగుణపు వాస్తవస్థితి.

12

लोभः प्रवृत्तिरारम्भः कर्मणामशमः स्पृहा।
रजस्येतानि जायन्ते विवृद्धे भरतर्षभ ॥१२॥

లోభః ప్రవృత్తిరారమ్భః కర్మణామశమః స్పృహా ।
రజస్యేతాని జాయన్తే వివృద్ధే భరతర్షభ ॥

లోభః—లోభము; ప్రవృత్తిః—క్రియాశీలత్వము; ఆరమ్భః—ప్రయత్నము; కర్మణామ్—కర్మల యందు; అశమః—అణపలేని; స్పృహా—కోరిక; రజసి—రజోగుణమునందు; ఏతాని—ఇవన్నియు; జాయన్తే—వృద్ధినొందును; వివృద్ధే—అధికమైనప్పుడు; భరతర్షభ—భరతవంశస్థులలో శ్రేష్ఠుడా.

ఓ భరతవంశ శ్రేష్ఠుడా! రజోగుణము వృద్ధినొందినప్పుడు లోభము, కామ్యకర్మము, తీవ్రప్రయత్నము, అణచసాధ్యముగాని కోరిక, తపన యను లక్షణములు వృద్ధినొందును.

భాష్యము : రజోగుణము నందున్నవాడు తాను పొందియున్న స్థితితో ఎన్నడును సంతృప్తినొందడు. దానిని వృద్ధిచేసికొనుటకు అతడు ఆకాంక్ష పడుచుండును. నివసించుటకు గృహమును నిర్మింపదలచినచో తానా గృహమునందు అనంతకాలము నివసింపబోవుచున్నట్లు రాజమహలు వంటి భవంతిని నిర్మింప శాయశక్తుల యత్నించును. ఇంద్రియ భోగానుభవమునకై తీవ్రమైన ఆకాంక్షను వృద్ధిచేసికొను అతని భోగములకు అంతమనునది ఉండదు. ఇల్లు, సంసారముతోడనే ఎల్లప్పుడును నిలిచి ఇంద్రియభోగానుభవమును కొనసాగించుటయే అతని కోరిక. ఆ కోరికకు త్రెంపు అనునది ఉండదు. ఈ చిహ్నములన్నింటిని రజోగుణ లక్షణములుగా అర్థము చేసికొనవలెను.

13

अप्रकाशोऽप्रवृत्तिश्च प्रमादो मोह एव च।
तमस्येतानि जायन्ते विवृद्धे कुरुनन्दन ॥१३॥

అప్రకాశోఽప్రవృత్తిశ్చ ప్రమాదో మోహ ఏవ చ ।
తమస్యేతాని జాయన్తే వివృద్ధే కురునందన ॥

అప్రకాశః—అంధకారము; అప్రవృత్తిః—సోమరితనమును; చ—మరియు; ప్రమాదః—బుద్ధిహీనత; మోహః—భ్రాంతియు; ఏవ—నిశ్చయముగా; చ—కూడా; తమసి—

తమోగుణము; ఏతాని—ఇవి; జాయన్తే—పుట్టును, వ్యక్తములగును; వివృద్ధే—వృద్ధినొందగా; కురునందన—కురువంశజుడవైన అర్జునా.

ఓ కురునందనా! తమోగుణము వృద్ధినొందినప్పుడు అంధకారము, సోమరితనము, బుద్ధిహీనత, భ్రాంతి యనునవి వ్యక్తములగును.

భాష్యము : ప్రకాశములేనప్పుడు జ్ఞానము శూన్యమైనందున, తమోగుణము నందున్నవాడు నియమబద్ధముగా కాక తోచినరీతి ప్రయోజనశూన్యముగా కర్మనొనరించును. తాను కార్యసామర్థ్యమును కలిగియున్నను అతడెట్టి యత్నములను గావింపడు. ఇదియే భ్రాంతి యనబడును. అనగా చైతన్యమున్నను అట్టివాడు క్రియారహితుడై యుండును. తమోగుణము నందున్నవానికి ఇవన్నియును చిహ్నములు.

14

यदा सत्त्वे प्रवृद्धे तु प्रलयं याति देहभृत् ।
तदोत्तमविदां लोकानमलान् प्रतिपद्यते ॥१४॥

యదా సత్త్వే ప్రవృద్ధే తు ప్రలయం యాతి దేహభృత్ ।
తదోత్తమవిదాం లోకానమలాన్ ప్రతిపద్యతే ॥

యదా—ఎప్పుడు; సత్త్వే—సత్త్వగుణము; ప్రవృద్ధే—వృద్ధిపొందును; తు—కాని; ప్రలయం—మరణమును; యాతి—పొందునో; దేహభృత్ —దేహధారియైనవాడు; తదా—అప్పుడు; ఉత్తమవిదాం—మహర్షుల యొక్క; లోకాన్—లోకములను; అమలాన్—పవిత్రములైన; ప్రతిపద్యతే—పొందును.

సత్త్వగుణము నందుండి మరణించినవాడు మహర్షుల యొక్క ఉన్నత పవిత్ర లోకములను పొందును.

భాష్యము : సత్త్వగుణము నందున్నవాడు బ్రహ్మలోకము లేదా జనలోకము వంటి ఉన్నతలోకములను పొంది అచ్చట దేవ సౌఖ్యముల ననుభవించును. ఈ శ్లోకమున "అమలాన్" అను పదము ప్రధానమైనది. ఆ లోకములు రజస్తమోగుణముల నుండి విడివడియున్నవని తెలియజేయుటయే దాని భావము. కలుష భరితమైన ఈ భౌతికజగమున సత్త్వగుణమనునది అత్యంత పవిత్రమై యున్నది. భిన్నజీవుల కొరకు భిన్నలోకములు ఏర్పాటు చేయబడి యున్నందున, సత్త్వగుణమునందు నిలిచి మరణించువారు మహర్షులు,

మహాభక్తులు నివసించు లోకములకు ఉద్ధరింపబడుదురు.

15

रजसि प्रलयं गत्वा कर्मसङ्गिषु जायते।
तथा प्रलीनस्तमसि मूढयोनिषु जायते ॥१५॥

రజసి ప్రలయం గత్వా కర్మసఙ్గిషు జాయతే ।
తథా ప్రలీనస్తమసి మూఢయోనిషు జాయతే ॥

రజసి—రజోగుణమునందు; ప్రలయం—మరణమును; గత్వా—పొంది; కర్మసఙ్గిషు—కామ్యకర్మలందాసక్తి గలవారి సాహచర్యమునందు; జాయతే—పుట్టును; తథా—అట్లే; ప్రలీనః—మరణమును పొందినవాడై; తమసి—తమోగుణమునందు; మూఢయోనిషు—జంతుజాతుల యందు; జాయతే—పుట్టును.

రజోగుణమునందుండి మరణించినవాడు కామ్యకర్మరతుల యందు జన్మించును. తమోగుణము నందుండి మరణించినవాడు జంతుజాలమున జన్మించును.

భాష్యము : ఆత్మ మానవజన్మస్థాయిని పొందిన పిమ్మట తిరిగి పతనము నొందదనెడి అభిప్రాయమును కొందరు కలిగియున్నారు. కాని అట్టి భావన సరియైనది కాదు. ఈ శ్లోకము ననుసరించి తమోగుణమును వృద్ధిపరచుకొనిన వాడు మరణానంతరము జంతురూపమునకు పతనము నొందును. తిరిగి ఆ స్థితి నుండి పరిణామ సిద్ధాంతము ద్వారా మానవజన్మను పొందుటకు జీవుడు తనను తాను ఉద్ధరించుకొనవలెను. కనుక మానవజన్మ యెడ నిజముగా శ్రద్ధగలవారు సత్త్వగుణము నవలంబించి, సత్సాంగత్యమున గుణముల నధిగమించి కృష్ణభక్తిభావనలో నిలువవలెను. ఇదియే మానవజన్మ యొక్క లక్ష్యమై యున్నది. లేనిచో మానవుడు తిరిగి మానవజన్మనే పొందునన్న హామీ ఏదియును లేదు.

16

कर्मणः सुकृतस्याहुः सात्त्विकं निर्मलं फलम्।
सजसस्तु फलं दुःखमज्ञानं तमसः फलम् ॥१६॥

కర్మణః సుకృతస్యాహుః సాత్త్వికం నిర్మలం ఫలమ్ ।
రజసస్తు ఫలం దుఃఖమజ్ఞానం తమసః ఫలమ్ ॥

కర్మణః—కర్మమునకు; సుకృతస్య—పవిత్రమైన; ఆహుః—చెప్పబడును; సాత్త్వికం—సత్త్వగుణముతో కూడిన; నిర్మలం—విశుద్ధమైన; ఫలమ్—ఫలమును; రజసః—

రజోగుణమునకు; తు—కాని; ఫలం—ఫలము; దుఃఖం—దుఃఖము; అజ్ఞానం—అజ్ఞానము; తమసః—తమోగుణమునకు; ఫలమ్—ఫలము.

పుణ్యకర్మ ఫలితమైన నిర్మలత్వము సత్త్వగుణ ప్రధానమైనదిగా చెప్పబడును. కాని రజోగుణకర్మము దుఃఖమును, తమోగుణకర్మము అజ్ఞానమును కలిగించును.

భాష్యము : సత్త్వగుణము నందుండి ఒనరింపబడు పుణ్యకర్మల ఫలితము నిర్మలత్వము లేదా పవిత్రత్వము. కనుకనే మోహరహితులైన ఋషులు సదా ఆనందమునందే స్థితులై యుందురు. కాని రజోగుణమునందు ఒనరింపబడు కార్యములు కేవలము దుఃఖపూర్ణములే. భౌతికానందము కొరకు చేయబడు ఏ కర్మకైనను అపజయము తప్పదు. ఉదాహరణమునకు ఆకాశమునంటెడి ఎత్తైన భవంతిని మనుజుడు నిర్మింపదలచినచో ఆ భవన నిర్మాణమునకు అత్యంత ఎక్కువ మానవపరిశ్రమ అవసరమగును. తొలుత అతడు అధికమొత్తములో ధనమును కూడబెట్టవలెను. అంతియేగాక భవన నిర్మాణమునకు మనుష్యులు చమటోర్చి పనిచేయవలసివచ్చును. ఈ విధముగా అడుగడుగునా ఆ కార్యమున దుఃఖమే అధికముగా నుండును. కనుకనే రజోగుణమునందు చేయబడిన ఏ కార్యమందైనను గొప్ప దుఃఖము తప్పక ఉండునని భగవద్గీత యందు ఇచ్చట పేర్కొనబడినది. "నాకీ గృహమున్నది, ఇంత ధనమున్నది" అనెడి నామమాత్ర మనస్సంతోషము లేదా సౌఖ్యము కలిగినను వాస్తవమునకు అది నిజమైన సౌఖ్యము కాదు.

ఇక తమోగుణమునకు సంబంధించినంత వరకు ఆ గుణమునందు కర్తయైన వాడు జ్ఞానరహితుడై యుండును. తత్కారణముగా అతని కర్మలన్నియును వర్తమానమున దుఃఖమును కలిగించుటయే గాక, పిదప అతడు జంతుజాలమున జన్మించును. జంతుజన్మము క్లేశపూర్ణము, దుఃఖకరమైనను మాయాప్రభావమున అవి ఆ విషయమును ఎరుగజాలవు. అట్టి అమాయక జంతువులను వధించుటయు తమోగుణ ప్రభావముననే జరుగుచున్నది. తాము చంపు జంతువు భవిష్యత్తులో తమను చంపుటకు అనువైన దేహమును పొందగలదని జంతువులను వధించువారు అజ్ఞానమున ఎరుగజాలరు. కాని అది ప్రకృతి నియమము. హంతకుని ఉరితీయుట ప్రభుత్వచట్టము. అట్టి ప్రభుత్వచట్టము వలెనే శ్రీకృష్ణభగవానుని సంపూర్ణచట్టము ఒకటున్నదని మనుజులు అజ్ఞానవశమున ఎరుగకుందురు.

ప్రతిజీవియు తన సంతానమేయైనందున భగవానుడు చిన్న చీమను చంపుటయు సహింపడు. అట్టి ప్రతికార్యమునకు మనుజుడు శిక్ష ననుభవింప వలసినదే. అట్టి యెడ రుచికొరకు జంతువులను వధించుట అత్యంత తమోగుణభరితమైనట్టిది. భగవానుడు పలువిధములైనవాటిని ఆహారనిమిత్తమై ఒసగియున్నందున వాస్తవమునకు జంతువులను వధింపవలసిన అవసరము మనుజునకు లేదు. అయినను మానవుడు మాంసభక్షణమును కొనసాగించినచో తమోగుణమున వర్తించుచు తన భవిష్యత్తును అంధకారబంధురము కావించుకొనుచున్నాడని భావింపవలెను. అన్నిరకములైన జంతువధలలో గోవధ అత్యంత దుర్మార్గమైనది. ఏలయన గోవులు మనకు క్షీరమునొసగుట ద్వారా ఆనందమును గూర్చుచున్నవి. కావుననే గోవధ ఘోరమైన అజ్ఞానకార్యము. ఈ విషయమునే ఋగ్వేదము (9.4.64) "గోభిః ప్రీణిత మత్సరమ్"అని పలుకు చున్నది. గోక్షీరముతో సంపూర్ణముగా తృప్తుడైన పిమ్మట ఆ గోవును వధింపగోరువాడు అజ్ఞానాంధకారములో నున్నవాడని భావము. విష్ణుపురాణము నందు(1.19.65) ఈ క్రింది ప్రార్థనము ఒసగబడినది.

నమో బ్రహ్మణ్యదేవాయ గోబ్రాహ్మణహితాయ చ ।
జగద్ధితాయ కృష్ణాయ గోవిన్దాయ నమో నమః ॥

"హే ప్రభూ! గోవిందా! నీవు గోవులకు, బ్రాహ్మణులకు, సమస్తమానవాళికి, ప్రపంచమునకు శ్రేయోభిలాషివి." సారాంశమేమనగా ఈ శ్లోకమునందు గోబ్రాహ్మణుల రక్షణమును గూర్చి ప్రత్యేకముగా పేర్కొనబడినది. బ్రాహ్మణులు ఆధ్యాత్మిక విద్యకు చిహ్నము కాగా, గోక్షీరము అత్యుత్తమ ఆహారమునకు చిహ్నమై యున్నది. కనుక ఈ ఇరువురు జీవులకు (గోబ్రాహ్మణులకు) తప్పక రక్షణము నొసగవలెను. అదియే నాగరికత యొక్క వాస్తవ పురోగతియై యున్నది. కాని నేటి నవసమాజమున ఆధ్యాత్మికజ్ఞానము నిరసింపబడుచు గోవధ ప్రోత్సహింపబడుచున్నది. అనగా మానవులు తప్పుమార్గమున పురోగమించుచు తమ నాశమునకు మార్గమును సుగమము చేసికొనుచున్నారని అవగతము చేసికొనవలెను. జనులను తమ తదుపరి జన్మలలో జంతువులగుటకు ప్రోత్సహించు నాగరికత ఎన్నడును మానవనాగరికత కాదు. కాని ప్రస్తుత మానవనాగరికత సంపూర్ణముగా రజస్తమోగుణములచే తప్పుమార్గము పట్టినదై యున్నది. ఈ యుగము ప్రమాదకరమైనందున మానవాళిని గొప్ప ప్రమాదము నుండి రక్షించుటకు

సమస్తదేశములు కృష్ణభక్తిరసభావన యను సులభవిధానమును వారికి అందజేయవలసియున్నది.

17

सत्त्वात्सञ्जायते ज्ञानं रजसो लोभ एव च।
प्रमादमोहौ तमसो भवतोऽज्ञानमेव च ॥१७॥

సత్త్వాత్సంజాయతే జ్ఞానం రజసో లోభ ఏవ చ ।
ప్రమాదమోహౌ తమసో భవతో ऽజ్ఞానమేవ చ ॥

సత్త్వాత్—సత్త్వగుణము నుండి; సంజాయతే—పెంపొందును; జ్ఞానం—జ్ఞానము; రజసః—రజోగుణము నుండి; లోభః—లోభము; ఏవ—నిశ్చయముగా; చ—కూడా; ప్రమాద మోహౌ—బుద్ధిహీనత, భ్రాంతి; తమసః—తమోగుణమునుండి; భవతః—పెంపొందును; అజ్ఞానం—అజ్ఞానము; ఏవ—నిశ్చయముగా; చ—కూడా.

సత్త్వగుణము నుండి వాస్తవజ్ఞానము వృద్ధినొందును. రజోగుణము నుండి లోభము వృద్ధినొందగా, తమోగుణము నుండి అజ్ఞానము, బుద్ధిహీనత, భ్రాంతి యనునవి వృద్ధినొందుచున్నవి.

భాష్యము : ప్రస్తుత నాగరికత జీవుల నిజస్వభావమునకు అనుకూలమైనది కానందున కృష్ణభక్తిరస భావనము ఉపదేశించబడుచున్నది. కృష్ణభక్తిభావన ద్వారా సమాజమునందు సత్త్వగుణము వృద్ధినొందును. ఆ విధముగా సత్త్వగుణము వృద్ధియైనప్పుడు జనులు యథార్థదృష్టిని పొంది విషయములను ఉన్నవి ఉన్నట్లుగా గాంచగలుగుదురు. తమోగుణమునందు జనులు పశుప్రాయులై దేనిని కూడా స్పష్టముగా అవగాహన చేసికొనలేరు. ఉదాహరణమునకు ఒక జంతువును వధించుట ద్వారా అదే జంతువుతో తరువాతి జన్మలో వధింపబడ వలసివచ్చునని తమోగుణము నందు జనులు ఎరుగజాలరు. వాస్తవజ్ఞానమునకు సంబంధించిన విద్య జనుల వద్ద లేనందునే వారట్లు బాధ్యతా రహితులగుచున్నారు. ఇట్టి బాధ్యతా రాహిత్యమును నివారించుటకు జనులందరికినీ సత్త్వగుణవృద్ధికై విద్య తప్పనిసరియై యున్నది. సత్త్వగుణము నందు వాస్తవముగా విద్యావంతులై నప్పుడు వారు స్థిరబుద్ధిగలవారై యథార్థజ్ఞానమును సంపాదింతురు. అపుడు వారు ఆనందభాగులు మరియు జీవితమున సఫలురు కాగలరు. జగమంతయు ఆ రీతి సుఖభాగులు మరియు జయశీలురు కాకున్నను, ప్రజలలో కొద్దిశాతమైనను కృష్ణభక్తిభావనను వృద్ధిచేసికొని సత్త్వగుణములో నిలిచినచో ప్రపంచమునందు

శాంతి మరియు అభ్యుదయములకు అవకాశమేర్పడును. అట్లుగాక జగమంతయు రజస్తమోగుణములనే ఆశ్రయించినచో సుఖము లేదా అభివృద్ధులకు ఏ మాత్రము ఆస్కారము ఉండదు. రజోగుణమున జనులు లోభులై తమ ఇంద్రియ భోగవాంఛకు అంతమనునది గాంచరు. ఇంద్రియభోగమునకై తగినంత ధనము, సర్వసౌఖ్యములున్నను మనుజుడు ఆనందమును గాని, మనశ్శాంతిని గాని కలిగియుండనట్లుగా మనము గాంచుచుందుము. అతడు రజోగుణమున స్థితుడై యున్నందున అది యెన్నడును సాధ్యము కాదు. అనగా ధనము మానవునికి ఆనందమును గూర్చలేదు. కనుక అతడు ఆనందమయుడు కావలెనన్నచో కృష్ణభక్తిభావనను అలవరచుకొనుట ద్వారా తనను తాను సత్త్వగుణమునకు ఉద్ధరించుకొనవలెను. రజోగుణము నందున్నప్పుడు మనుజుడు అశాంతిగా నుండుటయే గాక, అతని వృత్తి మరియు వ్యాపారములు సైతము క్లేశకరములగును. తన స్థితిని లేదా ప్రతిపత్తిని కొనసాగించుటకు అవసరమైన ధనమును గడించుటకై అతడు పలుయోచనలను, ప్రణాళికలను రూపొందించవలసివచ్చును. వాస్తవమునకు అవన్నియును మిక్కిలి దుఃఖకరములు. ఇక తమోగుణమున జనులు బుద్ధిహీనులగుదురు. పరిస్థితుల ప్రాబల్యముచే వారు విషణ్ణులై మత్తుపదార్థములకు అలవాటుపడి మరింతగా తమోగుణమున మునుగుదురు. వారి భవిష్యత్తు అంధకారబంధురమే కాగలదు.

18

ऊर्ध्वं गच्छन्ति सत्त्वस्था मध्ये तिष्ठन्ति राजसाः ।
जघन्यगुणवृत्तिस्था अधो गच्छन्ति तामसाः ॥१८॥

ఊర్ధ్వం గచ్ఛన్తి సత్త్వస్థా మధ్యే తిష్ఠన్తి రాజసాః ।
జఘన్యగుణవృత్తిస్థా అధో గచ్ఛన్తి తామసాః ॥

ఊర్ధ్వం—పైలోకములకు; గచ్ఛన్తి—పోవుదురు; సత్త్వస్థాః—సత్త్వగుణము నందున్నవారు; మధ్యే—నడుమ; తిష్ఠన్తి—నివసింతురు; రాజసాః—రజోగుణము నందున్నవారు; జఘన్యగుణ—హేయమైన గుణములను; వృత్తిస్థాః—ప్రవృత్తి గలవారు; అధః—క్రిందికి; గచ్ఛన్తి—పోవుదురు; తామసాః—తమోగుణము నందున్నవారు.

సత్త్వగుణము నందున్నవారు క్రమముగా ఊర్ధ్వలోకములకు ఉద్ధరింపబడుదురు. రజోగుణము నందున్నవారు భూలోకమునందు నివసింతురు. హేయమైన తమోగుణము నందున్నవారు నరకలోకములకు పతనము

చెందుదురు.

భాష్యము : త్రిగుణముల యందలి కర్మల వలన కలిగెడి ఫలితములు ఈ శ్లోకమున స్పష్టముగా వివరింపబడినవి. స్వర్గలోక సమన్వితమైన ఊర్ధ్వగ్రహమండల మొకటి కలదు. ఆ లోకములందు ప్రతియొక్కరు ఉదాత్తులై యుందురు. జీవుడు తాను సత్త్వగుణమునందు పొందిన పురోగతి ననుసరించి అట్టి గ్రహమండలమందలి వివిధలోకములకు ఉద్ధరింపబడుచుండును. ఆ లోకములలో బ్రహ్మలోకము (సత్యలోకము) అత్యంత ఉన్నతమైనది. అచ్చట విశ్వములో ముఖ్యుడైన బ్రహ్మదేవుడు నివసించును. బ్రహ్మలోకమందలి అద్భుతమైన జీవనస్థితి పరిగణనకు అతికష్టమైనదని ఇదివరకే మనము గాంచియున్నాము. కాని అత్యంత ఉన్నత స్థితియైన సత్త్వగుణము ద్వారా అది ప్రాప్తించగలదు.

రజోగుణము సత్త్వ,తమోగుణముల నడుమ యుండుటచే మిశ్రితమైనది. మానవుడు సదా పవిత్రుడై యుండజాలడు. ఒకవేళ అతడు పూర్తిగా రజోగుణము నందున్నచో భూమిపై రాజుగనో, ధనవంతుడుగనో జన్మను పొందుచుండును. కాని వాస్తవమునకు రజోగుణము నందును అతడు సర్వదా నిలువలేనందున పతనము చెందుటయు సంభవించును. రజస్తమోగుణ సమన్వితులైన భూలోక వాసులు యంత్రముల ద్వారా బలవంతముగా ఊర్ధ్వలోకములను చేరజాలరు. అంతియేగాక రజోగుణమునందున్నవాడు తదుపరి జన్మమున బుద్ధిహీనుడు అగుటకును అవకాశము కలదు.

అధమమైన తమోగుణము అత్యంత హేయమైనదిగా ఇచ్చట వర్ణింప బడినది. అట్టి తమోగుణఫలితము మిక్కిలి ప్రమాదకరముగా నుండును గనుకనే అది ప్రకృతి యొక్క అధమగుణమై యున్నది. మానవుని స్థాయి క్రింద పక్షులు, మృగములు, సరీసృపములు, వృక్షములు మొదలగు ఎనుబదిలక్షల జీవరాసులు గలవు. జీవుని తమోగుణప్రాబల్యము ననుసరించి ఈ వివిధ హేయస్థితుల యందు అతడు ప్రవేశపెట్టబడుచుండును. ఈ శ్లోకమునందు "తామసాః" యను పదము ప్రధానమైనది. ఉన్నతగుణమునకు వృద్ధి చెందకుండా నిరంతరము తమోగుణమునందే కొనసాగువారిని ఈ పదము సూచించును. అట్టివారి భవిష్యత్తు మిగుల అంధకారమయముగా నుండును.

రజస్తమోగుణములందున్న మానవులు సత్త్వగుణమునకు ఉద్ధరింపబడుటకు ఒక అవకాశము కలదు. ఆ విధానమే కృష్ణభక్తిరసభావనము అని పిలువబడు

చున్నది. కాని ఈ అవకాశమును సద్వినియోగపరచుకొననివాడు అధమ గుణములందే నిశ్చయముగా కొనసాగును.

19

नान्यं गुणेभ्य: कर्तारं यदा द्रष्टानुपश्यति।
गुणेभयश्च परं वेत्ति मद्भावं सोऽधिगच्छति॥१९॥

నాన్యం గుణేభ్యః కర్తారం యదా ద్రష్టానుపశ్యతి ।
గుణేభ్యశ్చ పరం వేత్తి మద్భావం సో ఽధిగచ్ఛతి ॥

న అన్యం—ఇతరముకాని; గుణేభ్యః—గుణములకంటె; కర్తారం—కర్తను; యదా—ఎప్పుడు; ద్రష్టా—ద్రష్ట; అనుపశ్యతి—సరిగా చూచునో; గుణేభ్యః—గుణములకంటె; చ—మరియు; పరం—అతీతమైన; వేత్తి—ఎరుంగును; మద్భావం—నా దివ్యభావమును; సః—అతడు; అధిగచ్ఛతి—పొందును.

సర్వకర్మల యందును ప్రకృతి త్రిగుణములకన్నను అన్యుడైన కర్త వేరొక్కడు లేడని చక్కగా దర్శించి, త్రిగుణాతీతమైన పరమాత్మను ఎరుగగలిగినపుడు మనుజుడు నా దివ్యభావమును పొందగలడు.

భాష్యము : త్రిగుణములకు సంబంధించిన కర్మలను సరిగా అవగాహనము చేసికొనుట ద్వారా మనుజుడు వాటిని సులభముగా అధిగమింపగలడు. అట్టి అవగాహనము మహాత్ముల నుండి తెలియుట ద్వారా సాధ్యమగును. నిజమైన ఆధ్యాత్మికగురువు శ్రీకృష్ణుడే. ఆతడే ఇచ్చట అర్జుననకు ఆధ్యాత్మికజ్ఞానము నందించుచున్నాడు. అదేవిధముగా కృష్ణభక్తిభావన యందు నిష్ణాతులైనవారి నుండి మనుజుడు గుణముల దృష్ట్యా కర్మవిషయకమైన జ్ఞానమును నేర్వవలసి యున్నది. లేనిచో జీవితము తప్పుదారి పట్టగలదు. ప్రామాణికుడైన ఆధ్యాత్మిక గురువు యొక్క ఉపదేశము ద్వారా జీవుడు తన ఆధ్యాత్మికస్థితిని గూర్చియు, తన దేహమును గూర్చియు, తన ఇంద్రియములను గూర్చియు, తానే విధముగా బంధితుడయ్యాడనెడి విషయమును గూర్చియు ఎరుగగలుగును. గుణముల బంధనములో నిస్సహాయుడై యుండు ఆ జీవుడు తన నిజస్థితిని తెలిసినపుడు ఆధ్యాత్మికస్థితిని పొందగలడు. అట్టి స్థితిలో అతనికి భక్తియుక్త జీవనమునకు అవకాశమేర్పడును. వాస్తవమునకు జీవుడెన్నడును వివిధకర్మలకు కర్త కాడు. దేహమునందు నిలిచియున్నందున ప్రత్యేకగుణము ననుసరించి అతడు బలవంతముగా కర్మల యందు వర్తింపజేయబడుచున్నాడు. ఆధ్యాత్మికజ్ఞానమున

నిష్ఠాతుడైన మహాత్ముని సహాయము లేనిదే తాను ఎట్టి స్థితిలో నిలిచియున్నాడో అతడు ఎరుగజాలడు. ప్రామాణికగురువు సాహచర్యమున అతడు తన నిజస్థితిని గాంచగలిగి, అట్టి అవగాహనము ద్వారా కృష్ణభక్తిరస భావనలో స్థిరుడు కాగలడు. ఆ రీతి కృష్ణభక్తిభావనలో స్థిరుడైనవాడు ప్రకృతిగుణములచే ప్రభావితుడు కాడు. శ్రీకృష్ణుని శరణువేడినవాడు ప్రకృతికర్మల నుండి విడివడునని సప్తమాధ్యాయమున ఇదివరకే తెలుపబడినది. అనగా యథార్థదృష్టి కలిగినవానిపై ప్రకృతి ప్రభావము క్రమముగా క్షీణింపగలదు.

20

गुणानेतानतीत्य त्रीन् देही देहसमुद्भवान् ।
जन्ममृत्युजरादुःखैर्विमुक्तोऽमृतमश्नुते ॥२०॥

గుణానేతానతీత్య త్రీన్ దేహీ దేహసముద్భవాన్ ।
జన్మమృత్యుజరాదుఃఖైర్విముక్తో ऽమృతమశ్నుతే ॥

గుణాన్—గుణములను; ఏతాన్—ఈ; అతీత్య—అతిక్రమించి; త్రీన్—మూడింటిని; దేహీ—దేహధారి; దేహసముద్భవాన్—దేహమువలన పుట్టిన; జన్మమృత్యుజరాదుఃఖైః—జనన, మరణ, ముసలితనముల దుఃఖము నుండి; విముక్తః—విడువబడి; అమృతం—అమృతత్వమును; అశ్నుతే—పొందును.

దేహధారియగు జీవుడు దేహముతో కూడియున్న ఈ త్రిగుణములను దాటగలిగినప్పుడు జనన, మరణ, వార్ధక్యముల నుండియు మరియు వాని దుఃఖముల నుండియు విడివడి ఈ జన్మమునందే అమృతత్వమును పొందును.

భాష్యము : సంపూర్ణ కృష్ణభక్తిభావనలో ప్రస్తుత దేహమునందే మనుజుడు ఏ విధముగా ఆధ్యాత్మికస్థితిలో నిలువగలడో ఈ శ్లోకమున వివరింపబడినది. "దేహీ"యను పదమునకు దేహధారి యని భావము. అనగా జీవుడు దేహధారియైనను ఆధ్యాత్మికజ్ఞానమునందు పురోగతిని బడయుట ద్వారా త్రిగుణముల ప్రభావమునుండి బయటపడగలడు. దేహత్యాగము పిమ్మట నిక్కముగా భగవద్ధామమునకు చేరనున్నందున అతడు ప్రస్తుత దేహమునందే ఆధ్యాత్మికజీవన ఆనందమును అనుభవింపగలడు. ఆధ్యాత్మికానందమును అతడు ప్రస్తుత దేహమునందు అనుభవించుననుట నిశ్చయమైన విషయము. అనగా కృష్ణభక్తి భావనలో నొనరింపబడు భక్తియుతసేవ భౌతికసంపర్కము నుండి ముక్తికి చిహ్నమై

యున్నది. ఈ విషయము రాబోవు అష్టాదశాధ్యాయమున వివరింపబడును. అనగా త్రిగుణముల ప్రభావము నుండి మనుజుడు బయటపడినపుడు భక్తియుతసేవ యందు ప్రవేశించును.

21

अर्जुन उवाच

कैर्लिङ्गैस्त्रीन् गुणानेतानतीतो भवति प्रभो ।
किमाचारः कथं चैतांस्त्रीन् गुणानतिवर्तते ॥२१॥

అర్జున ఉవాచ

కైర్ లిఙ్గైస్త్రీన్ గుణానేతానతీతో భవతి ప్రభో ।
కిమాచారః కథం చైతాంస్త్రీన్ గుణానతివర్తతే ॥

అర్జునః ఉవాచ—అర్జునుడు పలికెను; **కైః**—ఏ విధమైన; **లిఙ్గైః**—లక్షణములచే; **త్రీన్గుణాన్**—మూడుగుణములను; **ఏతాన్**—ఈ; **అతీతః**—అతిక్రమించినవాడు; **భవతి**—అగును; **ప్రభో**—ఓ ప్రభూ; **కిం**—ఎట్టి; **ఆచారః**—ప్రవర్తనము; **కథం**—ఎట్లు; **చ**—కూడా; **ఏతాన్**—ఈ; **త్రీన్గుణాన్**—మూడు గుణములను; **అతివర్తతే**—దాటును.

అర్జునుడు ప్రశ్నించెను : హే ప్రభూ! ఈ త్రిగుణములకు అతీతుడైనవాడు ఏ లక్షణముల ద్వారా తెలియబడును? అతని ప్రవర్తనమెట్టిది? ప్రకృతి త్రిగుణములను అతడు ఏ విధముగా అధిగమించును?

భాష్యము : ఈ శ్లోకమునందలి అర్జునుని ప్రశ్నలు మిగుల సమంజసముగా నున్నవి. త్రిగుణములను దాటినట్టి మహాత్ముని లక్షణములను అతడు తెలిసికొనగోరుచున్నాడు. అట్టి త్రిగుణాతీత మహాత్ముని లక్షణములను తొలుత అతడు విచారణ కావించుచున్నాడు. అట్టివాడు త్రిగుణ ప్రభావమును ఇదివరకే దాటియున్నాడని మనుజుడు ఏ విధముగా అవగతము చేసికొనగలడు? ఇక రెండవ ప్రశ్నలో అట్టి మహాత్ముడు ఎట్లు జీవించునో, అతని కర్మలేవియో అర్జునుడు అడుగుచున్నాడు. ఆ కర్మలు నియమబద్ధములైనవా లేక నియమ బద్ధములు కానివా? పిదప అర్జునుడు అట్టి దివ్యస్వభావమును పొందగలిగే మార్గమును గూర్చి ప్రశ్నించుచున్నాడు. ఈ విషయము అత్యంత ముఖ్యమైనది. సర్వదా దివ్యస్థితి యందు నిలుచుటకు ప్రత్యక్షమార్గమును తెలియనిదే ఎవ్వరును అట్టి దివ్యలక్షణములను కలిగియుండు నవకాశము లేదు. కనుకనే అర్జునుడు అడిగిన ఈ ప్రశ్నలన్నియును అత్యంత ముఖ్యమై

యున్నవి. శ్రీకృష్ణుడు ఆ ప్రశ్నలన్నింటికిని సమాధానమొసగనున్నాడు.

22-25

श्रीभगवानुवाच

प्रकाशं च प्रवृत्तिं च मोहमेव च पाण्डव।
न द्वेष्टि सम्प्रवृत्तानि न निवृत्तानि काङ्क्षति ॥२२॥
उदासीनवदासीनो गुणैर्यो न विचाल्यते।
गुणा वर्तन्त इत्येवं योऽवतिष्ठति नेङ्गते ॥२३॥
समदुःखसुखः स्वस्थः समलोष्टाश्मकाञ्चनः।
तुल्यप्रियाप्रियो धीरस्तुल्यनिन्दात्मसंस्तुतिः ॥२४॥
मानापमानयोस्तुल्यस्तुल्यो मित्रारिपक्षयोः।
सर्वारम्भपरित्यागी गुणातीतः स उच्यते ॥२५॥

శ్రీభగవానువాచ

ప్రకాశం చ ప్రవృత్తిం చ మోహమేవ చ పాణ్డవ ।
న ద్వేష్టి సంప్రవృత్తాని న నివృత్తాని కాంక్షతి ॥
ఉదాసీనవదాసీనో గుణైర్యో న విచాల్యతే ।
గుణా వర్తన్త ఇత్యేవం యోఽవతిష్ఠతి నేఙ్గతే ॥
సమదుఃఖసుఖః స్వస్థః సమలోష్టాశ్మకాంచనః ।
తుల్యప్రియాప్రియో ధీరస్తుల్యనిన్దాత్మసంస్తుతిః ॥
మానాపమానయోస్తుల్యస్తుల్యో మిత్రారిపక్షయోః ।
సర్వారమ్భపరిత్యాగీ గుణాతీతః స ఉచ్యతే ॥

శ్రీభగవానువాచ—శ్రీకృష్ణభగవానుడు పలికెను; ప్రకాశం—ప్రకాశము; చ—మరియు; ప్రవృత్తిం—ఆసక్తిని; చ—మరియు; మోహమ్—భ్రాంతిని; ఏవ చ—కూడా; పాణ్డవ—పాండుకుమార; న ద్వేష్టి—ద్వేషింపడో; సంప్రవృత్తాని—అభివృద్ధి చెందినను; నివృత్తాని—అణగినను; న కాంక్షతి—కోరడో; ఉదాసీనవత్—తటస్థుడా అనునట్లు; ఆసీనః—ఉన్నవాడై; గుణైః—గుణములచే; యః—ఎవడు; న విచాల్యతే—కలత నొందింపబడనివాడు; గుణాః—గుణములు; వర్తన్తే—పనిచేయుచున్నవి; ఇత్యేవం—అని ఎరిగి; యః—ఎవడు; అవతిష్ఠతి—ఉండునో; న ఇఙ్గతే—చలింపడో; సమదుఃఖసుఖః—సుఖ దుఃఖములందు సమభావము కలవాడు; స్వస్థః—తన యందే ప్రతిష్ఠితుడై; సమలోష్టాశ్మకాంచనః—మట్టిముద్ద, రాయి, బంగారమునందు సమభావము కలవాడు; తుల్యప్రియాప్రియో—ప్రియము మరియు అప్రియమునందు సమభావము కలవాడు;ధీరః—స్థిరుడై; తుల్యానిందాత్మసంస్తుతిః—

నిందాస్తుతుల యందు సమానుడు; మాన అపమానయోః—గౌరవము మరియు అగౌరవములందు; తుల్యః—సమానుడు; తుల్యః—సమానుడు; మిత్రారిపక్షయోః—మిత్రుల యొక్కయు, శత్రువుల యొక్కయు పక్షములందు; సర్వారమ్భ పరిత్యాగీ—అన్ని ప్రయత్నములను విడిచినవాడు; గుణాతీతః—గుణములను అతిక్రమించినవాడు; సః—అతడు; ఉచ్యతే—చెప్పబడును.

దేవదేవుడైన శ్రీకృష్ణుడు పలికెను : పాండుపుత్రా! ప్రకాశము, ఆసక్తి, మోహము కలిగినప్పుడు వాటిని ద్వేషింపనివాడును మరియు అవి లేనప్పుడు ఆకాంక్షింపనివాడును; గుణములే పనిచేయుచున్నవని యెరిగి వాని ద్వారా కలుగు ఈ ప్రకాశాదుల యందు నిశ్చయత్వమును మరియు స్థిరత్వమును కలిగి ఉదాసీనునిగాను, దివ్యునిగాను నిలుచువాడును; ఆత్మయందే స్థితుడై సుఖదుఃఖములు ఏకమని భావించెడివాడును; మట్టిముద్ద, రాయి, బంగారములను సమముగా వీక్షించెడివాడును; ప్రియాప్రియములందు సమముగా వర్తించెడి వాడును; నిందాస్తుతుల యందు, మానావమానముల యందు సమత్వమున నిలుచు ధీరుడును; శత్రుమిత్రులను సమముగా చూచువాడును; సర్వములైన భౌతికకర్మలను విడిచినవాడును అగు మనుజుడు ప్రకృతి త్రిగుణములను దాటినవాడుగా చెప్పబడును.

భాష్యము : అర్జునుడు మూడు ప్రశ్నలను వేయగా శ్రీకృష్ణభగవానుడు ఇచ్చట ఒకదాని తరువాత ఒకదానికి సమాధానము నొసగుచున్నాడు. త్రిగుణరాహిత్య స్థితిలో నిలిచిన మనుజుడు ద్వేషమును కలిగియుండడనియు మరియు దేనిని కూడా ఆకాంక్షింపడనియు తొలుత శ్రీకృష్ణుడు ఈ శ్లోకములందు తెలియ జేయుచున్నాడు. జీవుడు భౌతికదేహమును దాల్చి ఈ భౌతికజగమున వసించి నపుడు త్రిగుణములలో ఏదియో ఒకదాని ఆధీనమున ఉన్నట్లు అవగతమగును. దేహము నుండి బయటపడినప్పుడే అతడు గుణముల బంధము నుండి విడివడ గలడు. కాని భౌతికదేహము నుండి బయటపడనంతవరకు అతడు ఉదాసీనుని వలె వర్తింపవలసివచ్చును. దేహాత్మభావనము అప్రయత్నముగా మరచిపోవు రీతిలో అతడు శ్రీకృష్ణభగవానుని భక్తియుతసేవలో నియుక్తుడు కావలెను. దేహమే సర్వమనెడి భావన కలిగియున్నప్పుడు మనుజుడు కేవలము ఇంద్రియప్రీతి కొరకే వర్తించును. ఆ భావనము శ్రీకృష్ణుని వైపునకు మళ్ళినచో ఇంద్రియప్రీతి కార్యములు అప్రయత్నముగా ఆగిపోవును. వాస్తవమునకు భౌతిక

శరీరపు అవసరముగాని, దేహనిర్దేశములను అంగీకరింపవలసిన అవసరముగాని జీవునకు లేదు. దేహము నందలి గుణములు వర్తించుచున్నను ఆత్మరూపమున జీవుడట్టి కర్మలకు దూరుడై యుండును. కాని ఎట్లు అతడు కర్మలకు దూరుడు కాగలడు? వాస్తవమునకు జీవుడు దేహమును అనుభవించు కోరికనుగాని, ఆ దేహము నుండి బయటపడవలెనను వాంఛనుగాని కలిగియుండడు. ఆ విధముగా దివ్యస్థితియందు నిలుచుట ద్వారానే భక్తుడు అప్రయత్నముగా ముక్తుడగును. ప్రకృతి త్రిగుణముల ప్రభావము నుండి బయటపడుటకు అతడు ప్రత్యేకముగా ప్రయత్నింప నవసరము లేదు.

అట్టి త్రిగుణాతీత దివ్యస్థితి యందు నిలిచిన మనుజుని కర్మలకు సంబంధించినదే తరువాతి ప్రశ్న. భౌతికభావన యందున్నవాడు దేహమునకు లభించెడి మానావమానములచే ప్రభావితుడైనను, త్రిగుణాతీత స్థితియందున్న వాడు అట్టి అభాస మానావమానములచే ప్రభావితుడు కాడు. కృష్ణభక్తిభావనలో తన విధ్యుక్తధర్మమును నిర్వర్తించుచు అతడు ఇతరులు తనకు గౌరవ మొసగుదురా లేక అగౌరవింతురా అనెడి విషయమును పట్టించుకొనడు. కృష్ణభక్తిభావనలో తన విధ్యుక్తధర్మ నిర్వహణమునకు అనుకూలమైనవానినే అతడు స్వీకరించును. లేనిచో భౌతికమైన దేనితోను అతనికి అవసరముండదు. అది రాయియైనను లేక బంగారమైనను సరియే. తన కృష్ణభక్తిని కొనసాగించుటకు సహాయభూతులైన ప్రతియొక్కరిని అతడు ఆప్తమిత్రునిగా భావించును. ఆలాగుననే నామమాత్ర శత్రువును సైతము ద్వేషింపకుండును. భౌతికఅస్తిత్వముతో తనకెట్టి సంబంధము లేదని పూర్ణముగా ఎరిగియుండుటచే అతడు సమవర్తియై, సర్వమును సమానస్థాయిలో గాంచును. తాత్కాలిక సంచలనములు, కలతల యొక్క వాస్తవత్వమును ఎరిగియుండుటచే సాంఘిక, రాజకీయ విషయములు అతనిని ప్రభావితము చేయజాలవు. తన కొరకై అతడెట్టి ప్రయత్నములను గావింపడు. అనగా కృష్ణుని కొరకై దేనినైనను యత్నించు అతడు తన కొరకు ఎటువంటి ప్రయత్నమును గావింపడు. ఇట్టి ప్రవర్తన చేతనే మనుజుడు వాస్తవముగా దివ్యస్థితి యందు ప్రతిష్ఠితుడగును.

26

मां च योऽव्यभिचारेण भक्तियोगेन सेवते ।
स गुणान् समतीत्यैतान् ब्रह्मभूयाय कल्पते ॥२६ ॥

మాం చ యో ऽవ్యభిచారేణ భక్తియోగేన సేవతే ।
స గుణాన్ సమతీత్యైతాన్ బ్రహ్మభూయాయ కల్పతే ॥

మామ్—నా యందు; చ—కూడా; యః—ఎవడు; అవ్యభిచారేణ—అకుంఠితముగా; భక్తియోగేన—భక్తియుక్తసేవతో; సేవతే—సేవించునో; సః—అతడు; గుణాన్—భౌతికప్రకృతి గుణములను; సమతీత్య—దాటి; ఏతాన్—ఈ; బ్రహ్మభూయాయ—బ్రహ్మభూతస్థితికి; కల్పతే—అరుదెంచును.

అన్ని పరిస్థితుల యందును అకుంఠితముగా నా పూర్ణమగు భక్తియుత సేవ యందు నిమగ్నమగువాడు శీఘ్రమే ప్రకృతి త్రిగుణములను దాటి బ్రహ్మభావమును పొందును.

భాష్యము : త్రిగుణరాహిత్యమను దివ్యస్థితిని పొందుటకు సాధనమేమనెడి అర్జునుని తృతీయప్రశ్నకు ఈ శ్లోకమే సమాధానము. పూర్వమే వివరింపబడినట్లు భౌతిక జగమంతయు ప్రకృతిత్రిగుణ ప్రభావమునకు లోబడి వర్తించుచున్నది. కావున మనుజుడు త్రిగుణముల కార్యకలాపములచే ప్రభావితుడు గాక, తన చైతన్యమును ఆ త్రిగుణముల కర్మల యందుంచుటకు బదులు కృష్ణసంబంధకర్మల యందే దానిని నియుక్తము కావింపవలెను. కృష్ణపరకర్మలే భక్తియోగముగా తెలియ బడుచున్నవి. అనగా కృష్ణుని కొరకు కర్మ చేయుటయే భక్తియోగము. ఇట్టి భక్తి యోగమున కృష్ణ సేవయేగాక, ఆ శ్రీకృష్ణుని ప్రధాన విస్తారములైన రామ, నారాయణాది రూపముల సేవయు ఇమిడియున్నది. శ్రీకృష్ణుడు అసంఖ్యాక రూపములను కలిగియున్నాడు. ఏ రూపము యొక్క (లేదా ప్రధానవిస్తారము యొక్క) సేవ యందు నిలిచినను మనుజుడు దివ్యస్థితిలో స్థితుడైనట్లుగానే భావింపబడును. అనగా శ్రీకృష్ణుని అన్ని రూపములు ఆధ్యాత్మికములనియు మరియు సచ్చిదానందమయములనియు ప్రతియొక్కరు ఎరుగవలెను. దేవదేవుని అట్టి సచ్చిదానందమయ రూపములు సర్వశక్తిసంపన్నములు, సర్వజ్ఞాన సహితములు, దివ్యగుణభరితములు అయియుండును. కనుక మనుజుడు దేవదేవుడైన శ్రీకృష్ణుని సేవ యందు లేదా ఆ భగవానుని ప్రధాన విస్తార రూపముల సేవయందు అకుంఠితుడై నిలిచినచో దాటశక్యముగాని ప్రకృతి గుణములను సులభముగా దాటగలడు. ఈ విషయము సప్తమాధ్యాయమున ఇదివరకే వివరింపబడినది. శ్రీకృష్ణునకు శరణు పొందినవాడు శీఘ్రమే ప్రకృతి ప్రభావమును అధిగమింపగలడు. కృష్ణభక్తిభావనలో నిలుచుట లేదా భక్తియోగమున చరించుట

యనగా శ్రీకృష్ణునితో గుణరీతిని సమానత్వమును పొందుట యని భావము. తన స్వభావము సచ్చిదానందమయమని శ్రీకృష్ణుడు పలికియున్నాడు. బంగారుకణికలు బంగారుగని భాగమైనట్లు జీవులందరును ఆ శ్రీకృష్ణభగవానుని అంశలే. కనుక జీవుడు తన ఆధ్యాత్మికస్థితిలో శ్రీకృష్ణునితో గుణరీతిని సమానత్వమును కలిగియున్నాడు. కాని ఇరువురి నడుమ వ్యక్తిత్వభేదము మాత్రము శాశ్వతముగా నిలిచియుండును. లేనిచో వారి నడుమ భక్తియోగమనెడి ప్రశ్నయే ఉదయించదు. అనగా భక్తియోగమునందు భగవానుడు, భక్తుడు మరియు వారిరువురి నడుమ ప్రేమయుక్త కార్యముల వినిమయము అనునవి నిత్యముగా నుండును. అనగా భగవానుడు మరియు భక్తుల యందు వారి భిన్న వ్యక్తిత్వములు నిత్యముగా కొనసాగును. లేనిచో భక్తియోగమను పదమునకు అర్థమే ఉండదు. భగవానుని దివ్యస్థితికి సమానస్థాయిలో నిలువనిదే మనుజుడు ఆ దేవదేవునకు సేవను గూర్చలేడు. రాజునకు ఆంతరంగిక సేవకుడు కావలెనన్నచో దానికి తగిన యోగ్యతను సంపాదింపవలెననుట తెలిసిన విషయమే కదా! ఆ విధముగా శ్రీకృష్ణభగవానుని సేవించుటకు తగిన యోగ్యత బ్రహ్మభావమును పొందుటయే (భౌతికసంపర్కము నుండి విడివడుట). ఈ విషయమున వేదమందు "బ్రహ్మైవ సన్ బ్రహ్మాప్యేతి" యని తెలుపబడినది. బ్రహ్మమగుట ద్వారానే ఎవ్వరైనను పరబ్రహ్మమును పొందగలరని దీని భావము. అనగా ప్రతియొక్కరు గుణరీతిని పరబ్రహ్మముతో ఏకము కావలసియున్నది. అట్టి పరబ్రహ్మ ప్రాప్తిచే ఎవ్వరును వ్యక్తిగత ఆత్మలుగా తమ నిత్య బ్రహ్మభావనను కోల్పోవరు.

27

ब्रह्मणो हि प्रतिष्ठाहममृतस्याव्ययस्य च ।
शाश्वतस्य च धर्मस्य सुखस्यैकान्तिकस्य च ॥२७॥

బ్రహ్మణో హి ప్రతిష్ఠాహమమృతస్యావ్యయస్య చ ।
శాశ్వతస్య చ ధర్మస్య సుఖస్యైకాన్తికస్య చ ॥

బ్రహ్మణః—నిరాకార బ్రహ్మజ్యోతికి; హి—నిశ్చయముగా; ప్రతిష్ఠా—మూలాధారము; అహం—నేను; అమృతస్య—అమృతమైనట్టియు; అవ్యయస్య—నాశనము లేనట్టియు; చ—ఆలాగుననే; శాశ్వతస్య—నిత్యమైనట్టి; చ—మరియు; ధర్మస్య—సహజస్థితికి; సుఖస్య—సౌఖ్యమునకు; ఐకాన్తికస్య—చరమమైనట్టి; చ—కూడా.

అమృతమును, అనశ్వరమును, శాశ్వతమును, చరమసుఖపు సహజ స్థితియును అగు నిరాకారబ్రహ్మమునకు నేను మూలాధారమును.

భాష్యము : అమృతత్వము, అవ్యయత్వము, శాశ్వతత్వము, సౌఖ్యత్వములే బ్రహ్మము యొక్క సహజస్థితి. అట్టి బ్రహ్మానుభూతి యనునది ఆధ్యాత్మికానుభూతి యొక్క ఆరంభమై యున్నది. ఆధ్యాత్మికానుభూతి యందలి రెండవదశయే పరమాత్మానుభూతి. ఈ దశయే మధ్యమదశగా తెలియబడుచున్నది. ఇక దేవదేవుడైన శ్రీకృష్ణభగవానుడు పరతత్త్వము యొక్క చరమానుభూతియై యున్నాడు. అనగా పరమాత్మ, నిరాకారబ్రహ్మములు పరమపురుషుడైన శ్రీకృష్ణుని యందే యున్నవి. భౌతికప్రకృతి శ్రీకృష్ణభగవానుని న్యూనశక్తి యొక్క వ్యక్తీకరణమని సప్తమాధ్యాయమున వివరింపబడినది. ఉన్నతప్రకృతికి చెందిన అంశలైన జీవులను భగవానుడు ఆ న్యూనప్రకృతి యందు బీజరూపమున ఉంచును. అదియే భౌతికప్రకృతి యందు జరిగెడి ఆధ్యాత్మిక స్పర్శ. ఈ భౌతికప్రకృతిచే బద్ధుడైన జీవుడు ఆధ్యాత్మికజ్ఞాన సముపార్జనమును ఆరంభించినపుడు భౌతికస్థితి నుండి తనను తాను ఉద్ధరించుకొని పరతత్త్వపు బ్రహ్మభావనకు అరుదెంచును. ఇట్టి బ్రహ్మానుభూతిని బడయుట ఆత్మానుభవపు తొలిదశయై యున్నది. అట్టి స్థితిలో బ్రహ్మానుభూతిని బడసిన మనుజుడు భౌతిక స్థితికి పరుడైయుండునే గాని వాస్తవముగా బ్రహ్మానుభవములో పరిపూర్ణుడై యుండడు. అతడు కోరినచో బ్రహ్మానుభవమునందు కొనసాగుచు క్రమముగా పరమాత్మానుభూతిని, ఆపై పరతత్త్వము యొక్క చరమానుభూతియైన శ్రీకృష్ణభగవానుని పొందవచ్చును. దీనికి వేదవాఙ్మయమున నందు పెక్కు ఉదాహరణములు కలవు. సనకసనందనాది నలుగురు ఋషులు తొలుత పరతత్త్వము యొక్క నిరాకారబ్రహ్మభావము నందే స్థితిని కలిగియుండి క్రమముగా భక్తియుక్తసేవాస్థాయికి అరుదెంచిరి. ఆ విధముగా నిరాకారబ్రహ్మభావము నుండి తనను తాను ఉద్ధరించుకొననివాడు పతనము చెందు అవకాశము కలదు. కనుకనే నిరాకార బ్రహ్మస్థాయికి చేరినను మానవుడు పరమపురుషుని గూర్చి తెలియనిచో అతని జ్ఞానము పరిపూర్ణము కాజాలదని శ్రీమద్భాగవతము తెలియజేయుచున్నది. అందుచే బ్రహ్మభావమునకు చేరినను మనుజుడు శ్రీకృష్ణభగవానుని భక్తియుతసేవలో నియుక్తుడు కానిచో పతనము చెందు అవకాశము కలదు. ఈ విషయముననే తైత్తిరీయోపనిషత్తు(2.7.1) "రసో వై సః

రసం హ్యేవాయం లబ్ధ్వానందీ భవతి” యని పలికినది. అనగా దేవదేవుడును, ఆనందనిధానమును అగు శ్రీకృష్ణుని మనుజుడు అవగతము చేసికొనినప్పుడు మనుజుడు వాస్తవముగా దివ్యానందమయుడు కాగలడని భావము. దేవదేవుడైన శ్రీకృష్ణుడు షడ్గుణైశ్వర్య సంపన్నుడు. భక్తుడు అతని దరిచేరినపుడు ఆ షడ్గుణైశ్వర్యముల వినిమయము జరుగగలదు. రాజసేవకుడు దాదాపు రాజుతో సమానమైన భోగములను అనుభవించును. అదేరీతి నిత్యానందము, అవ్యయానందము, నిత్యజీవనము అనునవి భక్తియోగమును కూడియుండును. కనుకనే బ్రహ్మానుభూతి (శాశ్వతత్వము లేదా అవ్యయత్వము) భక్తియుతసేవ యందే ఇమిడియున్నది. అనగా భక్తియోగమునందు నియుక్తుడైనవాడు దానిని ఇదివరకే పొందియుండును.

జీవుడు స్వభావముచే బ్రహ్మమేయైనను భౌతికజగత్తుపై ఆధిపత్యము వహింపవలెనను కోరికను కలిగియుండి తత్కారణముగా పతనము చెందును. తన సహజస్థితిలో అతడు ప్రకృతి త్రిగుణములకు పరుడేయైనను భౌతికప్రకృతి సంపర్కము అతనిని సత్త్వరజస్తమో గుణముల యందు బంధించును. ఆ త్రిగుణముల సంపర్కము వలన భౌతికజగత్తుపై అధికారము వహింపవలెననెడి కోరిక అతని యందు ఉదయించును. కాని కృష్ణభక్తిభావనలో భక్తియోగమునందు నియుక్తమగుట ద్వారా అతడు శీఘ్రముగా తన సహజస్థితిలో నెలకొనును. ఆ విధముగా భౌతికప్రకృతిపై ఆధిపత్యము వహింపవలెనను అతని అధర్మయుతమగు కోరిక తొలగింపబడును. కనుకనే శ్రవణము, కీర్తనము, స్మరణాది నవవిధభక్తిపద్ధతులను గూడిన భక్తియుతసేవా విధానమును భక్తుల సాంగత్యములో అభ్యసింపవలెను. అంతట క్రమముగా ఆధ్యాత్మికగురువు ప్రభావము మరియు సత్సంగకారణముగా మనుజుని యందలి అధికారము చెలాయించవలెనను కోరిక నశించి అతడు శ్రీకృష్ణభగవానుని దివ్యమగు ప్రేమయుత సేవలో స్థిరముగా నిలుచును. ఈ విధానమే ఇరువదిరెండవ శ్లోకము నుండి ఈ చివరి శ్లోకము వరకు ఈ అధ్యాయమున వివరింపబడినది. వాస్తవమునకు శ్రీకృష్ణభగవానుని భక్తి యనునది అత్యంత సులభమైనది. శ్రీకృష్ణుని సేవలో సదా నియుక్తుడైయుండుట, శ్రీకృష్ణునకు అర్పించిన ఆహారపదార్థములను ప్రసాదరూపమున గ్రహించుట, శ్రీకృష్ణుని పాదపద్మములకు అర్పించిన పుష్పములను ఆఘ్రాణించుట, శ్రీకృష్ణుడు దివ్యలీలల నొనరించిన ప్రదేశములను దర్శించుట,

శ్రీకృష్ణుని వివిధ లీలలను మరియు భక్తులతో ఆతని ప్రేమవినిమయ విషయములను పఠించుట, హరే కృష్ణ హరే కృష్ణ కృష్ణ కృష్ణ హరే హరే/హరే రామ హరే రామ రామ రామ హరే హరే యను మహామంత్రమును సదా జపించుట, శ్రీకృష్ణుడు మరియు ఆతని భక్తులకు సంబంధించిన పర్వదినములందు ఉపవసించుట అనునవియే ఆ భక్తియందలి కార్యక్రమములు. ఈ పద్ధతిని అనుసరించుట ద్వారా మనుజుడు సర్వవిధములైన కామ్యకర్మల నుండి సంపూర్ణముగా ముక్తుడు కాగలడు. ఆ విధముగా బ్రహ్మజ్యోతి యందు లేదా వివిధ బ్రహ్మభావనల యందు స్థితుడైనవాడు దేవదేవుడైన శ్రీకృష్ణునితో గుణరీతిని సమానుడు కాగలడు.

శ్రీమద్భగవద్గీత యందలి "ప్రకృతి త్రిగుణములు" అను చతుర్దశ అధ్యాయమునకు భక్తివేదాంతభాష్యము సమాప్తము.

పంచదశాధ్యాయము

పురుషోత్తమ యోగము

1

श्रीभगवानुवाच

ऊर्ध्वमूलमधःशाखमश्वत्थं प्राहुरव्ययम्।
छन्दांसि यस्य पर्णानि यस्तं वेद स वेदवित्॥१॥

శ్రీభగవానువాచ

ఊర్ధ్వమూలమధశ్శాఖమశ్వత్థం ప్రాహురవ్యయమ్ ।
ఛన్దాంసి యస్య పర్ణాని యస్తం వేద స వేదవిత్ ॥

శ్రీభగవానువాచ—పూర్ణపురుషోత్తముడగు శ్రీకృష్ణుడు పలికెను; **ఊర్ధ్వమూలం**—వ్రేళ్ళు పైనను; **అధఃశాఖం**—శాఖలు క్రిందివైపునకు; **అశ్వత్థం**—అశ్వత్థవృక్షము; **ప్రాహుః**—చెప్పబడును; **అవ్యయమ్**—శాశ్వతమైన; **ఛన్దాంసి**—వేదబుక్కులు; **యస్య**—దేనికి; **పర్ణాని**—పత్రములు; **యః**—ఎవడు; **తం**—దానిని; **వేద**—తెలిసికొనునో; **సః**—అతడు; **వేదవిత్**—వేదముల నెరిగినవాడు.

పూర్ణపురుషోత్తముడగు శ్రీకృష్ణభగవానుడు పలికెను : వ్రేళ్ళు ఊర్ధ్వముగను, శాఖలు క్రిందుగను, వేదబుక్కులే ఆకులుగను కలిగిన శాశ్వతమైన అశ్వత్థవృక్షమొకటి కలదని చెప్పబడును. ఆ వృక్షము నెరిగినవాడే వేదముల నెరిగినవాడు.

భాష్యము : భక్తియోగపు ప్రాముఖ్యమును చర్చించిన పిమ్మట ఎవరైనను "వేదముల ప్రయోజనమేమిటి?" యని ప్రశ్నించవచ్చును. అందుకు సమాధానముగా వేదాధ్యయన ప్రయోజనము శ్రీకృష్ణుని ఎరుగుటయేనని ఈ అధ్యాయమున వివరింపబడినది. అనగా కృష్ణభక్తిరస భావితుడై భక్తియోగము నందు నియుక్తుడైనవాడు వేదములను ఎరిగియే యుండును.

భౌతికజగత్తు బంధము ఇచ్చట అశ్వత్థవృక్షముతో పోల్చబడినది. కామ్యకర్మల యందు రతుడైనవాడు ఈ అశ్వత్థవృక్షపు తుదిని తెలియక ఒక కొమ్మ నుండి

వేరొక కొమ్మకు సదా మారుచుండును. అనగా భౌతికజగమను ఈ అశ్వత్థ వృక్షమునకు అంతమనునది లేదు. అట్టి ఈ వృక్షమునందు ఆసక్తుడైనవానికి ముక్తి లభించు నవకాశమే లేదు. ఆత్మోద్ధారమునకై ఉద్దేశింపబడిన వేదమంత్రములు ఈ వృక్షపు ఆకులుగా పేర్కొనబడినవి. విశ్వము యొక్క అత్యున్నత లోకమైన బ్రహ్మలోకము నుండి ఆరంభమగుటచే దీని వ్రేళ్ళు ఊర్ధ్వముగా నున్నవి. అవ్యయమైన ఈ మాయావృక్షమును అవగతము చేసికొనినచో మనుజుడు దాని నుండి బయటపడగలడు.

భౌతికజగత్తు బంధము నుండి ముక్తినొందుటకు గల ఈ పద్ధతిని సంపూర్ణముగా అవగాహనము చేసికొనవలెను. భవబంధ విముక్తికి పలువిధానములు కలవని గడచిన అధ్యాయములందు వివరింపబడినది. వానిలో పరమపురుషుడైన శ్రీకృష్ణ భగవానునికి భక్తియుతసేవ నొనర్చుటయే ఉత్తమోత్తమ పద్ధతి యని త్రయోదశాధ్యాయము వరకు మనము గాంచియున్నాము. భౌతికకర్మల యందు అనాసక్తి మరియు శ్రీకృష్ణభగవానుని భక్తియుతసేవ యందు ఆసక్తి యనునవి అట్టి భక్తియుతసేవకు ప్రాథమికసూత్రములు. భౌతికజగము పట్ల గల ఆసక్తిని నశింపచేసికొను విధానమే ఈ అధ్యాయపు ఆరంభమున చర్చింప బడినది. ఈ భౌతికఅస్తిత్వపు వ్రేళ్ళు పైన ఉన్నవిగా వర్ణింపబడినది. అనగా ఇది విశ్వమునందలి అత్యున్నత లోకము నుండి (మహత్తత్త్వము) ప్రారంభమగు చున్నదని భావము. అచ్చట నుండియే విశ్వమను ఈ సంసారవృక్షము వివిధములైన గ్రహములను శాఖలతో విస్తరించియున్నది. ధర్మము, అర్థము, కామము, మోక్షములని తెలియబడు జీవుల కర్మఫలములే ఆ వృక్షఫలములు.

వ్రేళ్ళు పైభాగమున మరియు కొమ్మలు క్రిందిభాగమున గల వృక్షపు ప్రత్యక్షానుభవము ఈ ప్రపంచమున లభించకపోయినను అట్టిది మాత్రము ఒకటి కలదు. అటువంటి వృక్షమును ఏదేని జలాశయతటమున గాంచవచ్చును. జలాశయతటమున గల వృక్షము నీటి యందు ప్రతిబింబించి మూలము ఊర్ధ్వముగను మరియు శాఖలు క్రిందుగను ఉన్నట్లు గోచరించును. అనగా భౌతికజగమను అశ్వత్థవృక్షము ఆధ్యాత్మికజగమను వాస్తవవృక్షపు ప్రతిబింబము మాత్రమే. వృక్షము యొక్క ప్రతిబింబము జలమునందు స్థితమై యున్నట్లు, ఆధ్యాత్మికజగపు ప్రతిబింబమైన భౌతికజగము కోరిక యందు స్థితమై యున్నది. అనగా కోరికయే భౌతికలోక అస్తిత్వమునకు కారణమై యున్నది. అట్టి

భౌతిక అస్తిత్వము నుండి ముక్తిని వాంఛించువాడు ఈ సంసారవృక్షమును సవివర అధ్యయనముచే సంపూర్ణముగా నెరుగవలెను. ఆ పిదప అతడు దానితో తనకు గల బంధమును ఛేదించుకొనగలడు.

ఈ సంసారవృక్షము నిజవృక్షపు ప్రతిబింబమైనందున దానికి ప్రతిరూపమై యున్నది. వాస్తవమునకు ఆధ్యాత్మికజగమునందు సర్వమును కలదు. నిరాకారవాదులు బ్రహ్మమే సంసారవృక్షమునకు మూలమని భావింతురు. సాంఖ్య తత్త్వము ననుసరించి ఆ మూలము నుండియే ప్రకృతి, పురుషుడు, పిదప త్రిగుణములు, ఆ పిదప పంచమహాభూతములు, తదనంతరము దశేంద్రియములు, మనస్సు మొదలగునవి కలుగుచున్నవి. ఈ విధముగా వారు సమస్త భౌతికజగమును చతుర్వింశతి తత్త్వములుగా విభజింతురు. ఒకవేళ బ్రహ్మమే సర్వసృష్టులకు మూలాధారమైనచో ఈ భౌతికజగము బ్రహ్మమను కేంద్రము యొక్క 180 డిగ్రీల కోణాంశము కాగలదు. పిదప కేంద్రము యొక్క మిగిలిన 180 డిగ్రీల కోణాంశము ఆధ్యాత్మికజగత్తును సూచించును. అనగా భౌతికజగము ఆధ్యాత్మికజగత్తు యొక్క వికృత ప్రతిబింబమై యున్నది. కనుక ఆధ్యాత్మికజగత్తు సైతము అదే వైవిధ్యమును తప్పక కలిగియుండుననియు, కాని అది యథార్థమైన వైవిధ్యమనియు గ్రహింపవలెను. ప్రకృతి శ్రీకృష్ణభగవానుని బాహ్యశక్తి యనియు, పురుషుడు స్వయము శ్రీకృష్ణభగవానుడే యనియు భగవద్గీత యందు వివరింపబడినది. ఈ విశ్వప్రకటనము భౌతికమైనందున తాత్కాలికమైనది. కొన్నిమార్లు కనిపించి, కొన్నిమార్లు కనిపించక యుండెడి ప్రతిబింబము తాత్కాలికమైనదే కదా! కాని ప్రతిబింబమునకు కారణమైన మూలము మాత్రము శాశ్వతమైనది. కనుకనే ఆధ్యాత్మికవృక్షపు భౌతిక ప్రతిబింబము ఛేదింపబడవలయును. ఎవరేని మనుజుడు వేదముల నెరిగినవాడని చెప్పబడి నపుడు అతడు ఈ భౌతికజగత్తు నెడ ఆసక్తిని ఏ విధముగా త్రెంచుకొనవలెనో ఎరిగియుండునని భావింపబడును. అతడు ఆ విధముగా తెలిసికొనగలిగి నప్పుడే నిజముగా వేదములను ఎరిగినవాడనబడును. వేదమందలి కర్మకాండకే ఆకర్షితుడైనవాడు సంసారవృక్షపు సుందరమగు పచ్చని ఆకులకు ఆకర్షితుడైన వాడగును. అనగా అట్టివాడు వేదముల యథార్థప్రయోజనమును ఎఱుగలేడు. భగవానుడే స్వయముగా తెలుపనున్నట్లు ప్రతిబింబిత సంసారవృక్షమును ఛేదించి, ఆధ్యాత్మికజగత్తనెడి యథార్థవృక్షమును పొందుటయే వేదముల

ప్రయోజనమై యున్నది.

2

अधश्चोर्ध्वं प्रसृतास्तस्य शाखा
गुणप्रवृद्धा विषयप्रवालाः ।
अधश्च मूलान्यनुसन्ततानि
कर्मानुबन्धीनि मनुष्यलोके ॥२॥

అధశ్చోర్ధ్వం ప్రసృతాస్తస్య శాఖా
గుణప్రవృద్ధా విషయప్రవాలాః ।
అధశ్చ మూలాన్యనుసంతతాని
కర్మానుబన్ధీని మనుష్యలోకే ॥

అధః—క్రిందికి; చ—మరియు; ఊర్ధ్వం—పైకిని; ప్రసృతాః—వ్యాపించినవి; తస్య—దాని యొక్క; శాఖాః—కొమ్మలు; గుణప్రవృద్ధాః—గుణములచే వృద్ధినొందింపబడినవి; విషయ ప్రవాలాః—ఇంద్రియార్థములను చిగురాకులు; అధః—క్రిందికి; చ—మరియు; మూలాని—వ్రేళ్ళు; అనుసంతతాని—వ్యాపించినవి; కర్మ—కర్మలకు; అనుబన్ధీని—సంబంధించినవి; మనుష్యలోకే—మానవలోకమునందు.

ఈ వృక్షశాఖలు ప్రకృతి త్రిగుణములచే పోషింపబడి ఊర్ధ్వ,అధోముఖములుగా వ్యాపించియున్నవి. దీని చిగుళ్ళే ఇంద్రియార్థములు. అధోముఖముగను ఉన్న ఈ వృక్షపు వ్రేళ్ళు మనుష్యలోకపు కామ్యకర్మలకు సంబంధించినవై యున్నవి.

భాష్యము : ఈ శ్లోకమునందు అశ్వత్థవృక్ష వర్ణనము మరికొంత ఒసగబడినది. సర్వదిక్కుల యందు వ్యాపించియున్న దాని శాఖల అధోభాగమున మానవులు మరియు అశ్వములు, గోవులు, శునకములు మొదలగుజంతువులు స్థితిని కలిగి యున్నవి. జీవులు ఈ విధముగా అధోభాగమున నిలిచియుండగా, వృక్షపు ఊర్ధ్వభాగమున దేవతలు, గంధర్వులవంటి ఉన్నతజీవులు స్థితిని కలిగియున్నారు. వృక్షము నీటిచే పోషింపబడునట్లు, ఈ సంసారవృక్షము త్రిగుణములచే పోషింప బడును. తగినంత నీరు లేనందున కొంత భూభాగము బీడుపడుటయు, వేరొక భూభాగము పచ్చగా నుండుటయు మనకు గోచరమగునట్లు, ప్రకృతిగుణముల పరిమాణము మరియు ప్రాబల్యము ననుసరించి వివిధములైన జీవజాతులు

వ్యక్తములగుచుండును.

సంసారవృక్షపు చిగుళ్ళే ఇంద్రియార్థములుగా పరిగణింపబడినవి. వివిధ గుణముల వృద్ధి వలన వివిధ ఇంద్రియములు కలుగుచుండ, ఆ ఇంద్రియముల ద్వారా మనము వివిధ ఇంద్రియార్థముల ననుభవింతుము. ఈ విధముగా ఇంద్రియార్థములను కూడియుండెడి కర్ణములు, నాసిక, నయనాది ఇంద్రియములే సంసారవృక్షశాఖాగ్రములు. శబ్ద, రూప, స్పర్శాది ఇంద్రియార్థములే చిగుళ్ళు. వృక్షపు ఉపమూలములే వివిధ దుఃఖములు, ఇంద్రియభోగముల ఫలములైన ఆసక్తి, అనాసక్తులు. సర్వదిక్కులా వ్యాపించియుండు ఈ ఉపమూలముల నుండియే ధర్మాధర్మములకు సంబంధించిన ప్రవృత్తులు కలుగుచున్నవి. ఈ వృక్షపు యథార్థమూలము బ్రహ్మలోకము నందుండగా, ఇతర ఉపమూలములు మర్త్యలోకము నందున్నవి. ఊర్ధ్వలోకములందు పుణ్యకర్మల ఫలముల ననుభవించిన పిదప జీవుడు ఈ మర్త్యలోకమున కరుదెంచి, తిరిగి ఊర్ధ్వలోకములకు ఉద్ధరింపబడుటకు తన కర్మల నారంభించును. కనుకనే ఈ మర్త్యలోకము కర్మ క్షేత్రముగా పరిగణింపబడుచున్నది.

3-4

न रूपमस्येह तथोपलभ्यते
नान्तो न चादिर्न च सम्प्रतिष्ठा ।
अश्वत्थमेनं सुविरूढमूलम्
असङ्गशस्त्रेण दृढेन छित्त्वा ॥३ ॥
ततः पदं तत्परिमार्गितव्यं
यस्मिन् गता न निवर्तन्ति भूयः ।
तमेव चाद्यं पुरुषं प्रपद्ये
यतः प्रवृत्तिः प्रसृता पुराणी ॥४ ॥

న రూపమస్యేహ తథోపలభ్యతే
నాన్తో న చాదిర్న చ సంప్రతిష్ఠా ।
అశ్వత్థమేనం సువిరూఢమూలం
అసంగశస్త్రేణ దృఢేన ఛిత్త్వా ॥

తతః పదం తత్పరిమార్గితవ్యం
యస్మిన్ గతా న నివర్తన్తి భూయః ।
తమేవ చాద్యం పురుషం ప్రపద్యే
యతః ప్రవృత్తిః ప్రసృతా పురాణీ ॥

రూపం—రూపము; అస్య—ఈ వృక్షము యొక్క; ఇహ—ఈ ప్రపంచమునందు; తథా—కూడా; న ఉపలభ్యతే—తెలియబడదు; న అన్తః—అంతము కనబడదు; న చాదిః—మొదలు కూడా కనబడదు; న చ సంప్రతిష్ఠా—మూలము కూడా కనబడదు; అశ్వత్థం—అశ్వత్థవృక్షము; ఏనం—ఈ; సువిరూఢమూలం—మిక్కిలి దృఢమైన వ్రేళ్ళుగలదానిని; అసంగశస్త్రేణ—వైరాగ్యమను ఆయుధముచే; దృఢేన—బలమైన; ఛిత్త్వా—ఛేదించి; తతః—తరువాత; పదం—స్థితి; తత్—ఆ; పరిమార్గితవ్యం—అన్వేషింపవలెను; యస్మిన్—దేనిని; గతాః—చేరి; న నివర్తన్తి—వెనుకకు రారో; భూయః—తిరిగి; తమేవ—ఆతనినే; చ—కూడా; ఆద్యం—ఆదియైన; పురుషం—పరమపురుషుని; ప్రపద్యే—శరణుపొందవలెను; యతః—ఎవని నుండి; ప్రవృత్తిః—ఆరంభము; ప్రసృతా—వ్యాపించినదో; పురాణీ—అనాది కాలము.

ఈ వృక్షపు యథార్థరూపము ఈ జగమునందు తెలియబడదు. దాని ఆదినిగాని, అంతమునుగాని లేదా మూలమునుగాని ఎవ్వరును అవగతము చేసికొనజాలరు. కాని స్థిరముగా నాటుకొని యున్న ఈ సంసారవృక్షమును మనుజుడు దృఢచిత్తముతో అసంగమను శస్త్రముచే ఖండించి వేయవలయును. ఆ పిదప పునరావృత్తి రహితమైన దివ్యపదమును పొందుటకు ప్రయత్నించి, అనాదికాలము నుండి ఎవ్వని వలన సమస్తము ఆరంభమయ్యెనో మరియు వ్యాప్తి నొందెనో అట్టి పరమపురుషుని అచ్చట శరణుపొందవలెను.

భాష్యము : ఈ భౌతికజగమునందు అశ్వత్థవృక్షపు యథార్థరూపము అవగతము కాదని ఇచ్చట స్పష్టముగా తెలుపబడినది. మూలము ఊర్ధ్వముగా నున్నందున ఈ వృక్షపు విస్తారము క్రిందుగా నున్నది. అట్టి వృక్షము యొక్క విస్తారమునందు బద్ధుడైనపుడు మనుజుడు అది ఎంతవరకు వ్యాపించియున్నదనెడి విషయమునుగాని, దాని మొదలునుగాని గాంచలేడు. అయినను అతడు ఈ వృక్షకారణమును కనుగొనియే తీరవలెను. నేను ఫలానావారి కుమారుడను, నా తండ్రి ఫలానావారి కుమారుడు, నా తండ్రి యొక్క తండ్రి ఫలానావారి కుమారుడు అనుచు పరిశోధన గావించుచు పోయినచో చివరకు గర్భోదకశాయి విష్ణువు నుండి ఆవిర్భవించిన బ్రహ్మదేవుడు సర్వులకు మూలమని తెలియును.

చివరకు బ్రహ్మదేవునికి ఆదియైన శ్రీకృష్ణుని చేరిన పిమ్మట పరిశోధన పరిసమాప్తి చెందును. ఈ సంసారవృక్షపు అట్టి మూలమును (పూర్ణపురుషోత్తముడగు భగవానుని) దేవదేవుని గూర్చిన సంపూర్ణజ్ఞానము కలవారి సాంగత్యమున ప్రతియొక్కరు పరిశోధించవలెను. అట్టి అవగాహనచే మనుజుడు క్రమముగా యథార్థము యొక్క మిథ్యాప్రతిబింబము నుండి అసంగుడై, జ్ఞానముచే దానితో బంధమును ఛేదించి యథార్థవృక్షమునందు నిజముగా ప్రతిష్ఠితుడగును.

ఇంద్రియభోగము పట్ల ఆసక్తి మరియు భౌతికప్రకృతిపై ఆధిపత్యము వహింపవలెనను భావన యనునవి బలీయములగుట వలన "అసంగము" అను పదము ఈ సందర్భమున మిక్కిలి ప్రాముఖ్యమును పొందినది. కనుక ప్రామాణిక గ్రంథముల ననుసరించి ఆధ్యాత్మికజ్ఞానమును చర్చించుట ద్వారా మనుజుడు అసంగత్వమును నేర్వవలెను. అంతియేగాక జ్ఞానమునందు వాస్తవముగా ప్రతిష్ఠితులైనవారి నుండియు అతడు శ్రవణము కావింపవలెను. భక్తుల సంగములో ఒనర్చబడు అట్టి ఆధ్యాత్మికచర్చ ద్వారా మనుజుడు దేవదేవుడైన శ్రీకృష్ణుని గూర్చి తెలిసికొనగలుగును. ఇక అట్టి సమయమున అతడు చేయవలసిన మొదటి కార్యము ఆ భగవానుని శరణము నొందుటయే. దేనిని చేరిన పిమ్మట మనుజుడు ఈ మిథ్యా ప్రతిబింబమైన సంసారవృక్షమునకు తిరిగిరాడో ఆ దివ్య పదము సైతము ఈ శ్లోకమున వర్ణింపబడినది. ఎవని నుండి సమస్తము ఉద్భవించినదో అట్టి ఆదిమూలము పూర్ణపురుషోత్తముడగు శ్రీకృష్ణభగవానుడే. అట్టి భగవానుని కరుణను పొందుటకు ఆతని శరణమును పొందిన చాలును. శ్రవణ,కీర్తనాది పద్ధతులతో ఒనరించు భక్తియుతసేవా ఫలమిదియే. ఈ భౌతికజగత్తు యొక్క విస్తారమునకు ఆ భగవానుడే కారణము. ఈ విషయమును ఆతడే స్వయముగా "అహం సర్వస్య ప్రభవః" (సర్వమునకు నేనే మూలమును)అని పూర్వమే వివరించెను. కనుకనే భౌతికజీవనమనెడి అతిదృఢమైన సంసారవృక్షపు బంధమునుండి విడివడుటకు ప్రతియొక్కరు శ్రీకృష్ణభగవానునికి శరణు పొంద వలసియున్నది. ఆతనికి శరణము నొందినంతనే మనుజుడు అప్రయత్నముగా భౌతికజీవనము నుండి ముక్తుడు కాగలడు.

5

निर्मानमोहा जितसङ्गदोषा
अध्यात्मनित्या विनिवृत्तकामाः ।

द्वन्द्वैर्विमुक्ताः सुखदुःखसंज्ञैर्
गच्छन्त्यमूढाः पदमव्ययं तत् ॥५॥

నిర్మానమోహా జితసఙ్గదోషా
అధ్యాత్మనిత్యా వినివృత్తకామాః ।
ద్వన్ద్వైర్విముక్తాః సుఖదుఃఖసంజ్ఞైర్
గచ్ఛన్త్యమూఢాః పదమవ్యయమ్ తత్ ॥

నిర్మానమోహాః—మిథ్యాహంకారము, భ్రాంతియు లేనివారు; జిత—జయించి; సంగ—సంగత్వపు; దోషాః—దోషములను; అధ్యాత్మ—ఆధ్యాత్మికజ్ఞానములో; నిత్యాః—నిత్యులు; వినివృత్తకామాః—కామము తొలగినవారు; ద్వన్ద్వైః—ద్వంద్వములనుండి; విముక్తాః—విడువబడినవారు; సుఖదుఃఖసంజ్ఞైః—సుఖదుఃఖములనబడు; గచ్ఛన్తి—పొందుదురు; అమూఢాః—భ్రాంతిరహితులు; పదం—స్థానమును; అవ్యయం—శాశ్వతమైన; తత్—అట్టి.

మిథ్యాహంకారము, భ్రాంతి, దుస్సాంగత్యముల నుండి విడివడినవారును, శాశ్వతత్వమును అవగతము చేసికొనినవారును, కామవర్జితులును, సుఖదుఃఖములనెడి ద్వంద్వముల నుండి బయటపడినవారును, భ్రాంతిరహితులై ఏ విధముగా పరమపురుషుని శరణువేడవలెనో తెలిసినవారును అగు మనుజులు అట్టి అవ్యయపదమును పొందగలరు.

భాష్యము : శరణాగతవిధానము ఈ శ్లోకమున చక్కగా వివరింపబడినది. మనుజుడు గర్వముచే భ్రాంతి చెందకుండుటయే దానికి కావలసిన మొదటి అర్హత. భౌతికప్రకృతికి తానే ప్రభువునని తలచుచు గర్వించు కారణముగా బద్ధజీవునకు శ్రీకృష్ణభగవానునికి శరణమునొందుట అతికష్టమైన కార్యము. కాని మానవుడు ఆధ్యాత్మికజ్ఞాన సముపార్జనము ద్వారా తాను భౌతికప్రకృతికి ప్రభువును కాననియు మరియు దేవదేవుడే ప్రభువనియు ఎఱుగవలెను. గర్వముచే కలిగిన భ్రాంతి నుండి ముక్తుడైనపుడు మనుజుడు శరణాగత విధానమును ఆరంభించ గలడు. భౌతికజగమునందు ఏదియో కొంత గౌరవమును సదా వాంఛించువానికి పరమపురుషుని శరణము నొందుట సాధ్యముకాదు. మాయాజనిత గర్వము వలన మనుజుడు జగమందు కొద్దికాలమే వసించువాడైనను జగత్తుకు తాను ప్రభువుననెడి మూర్ఖభావనను కలిగియుండును. జగమునకు వచ్చి, కొంతకాలము నిలిచి, తిరిగి వెడలిపోవునాతడు అనవసరముగా అట్టి భావముచే విషయములను కష్టతరము గావించుకొని దుఃఖభాగుడై యుండును. సమస్త ప్రపంచము ఈ భావముతోనే

చరించుచున్నది. ఈ భావములోనే మనుజులు భూమి మానవులకు సంబంధించినదని భావించుచు, ప్రభువుల మనెడి మిథ్యాభావనలో దానిని పలుభాగములుగా విభజించియుండిరి. మానవుడే ఈ ప్రపంచమునకు యజమాని యనెడి మిథ్యాభావనము నుండి ప్రతియొక్కరు బయటపడవలసియున్నది. అటువంటి మిథ్యాభావము నుండి బయటపడినపుడు మానవుడు కుటుంబ, సాంఘిక, జాతీయ అనురాగముల వలన కలిగెడి సమస్త మిథ్యాసంగత్వము నుండి బయటపడగలడు. ఈ దోషపూరిత సాంగత్యములే జీవుని భౌతికజగమున బంధించును. ఈ స్థాయికి చేరిన అతడు ఆధ్యాత్మికజ్ఞానము నలవరచుకొనవలెను. వాస్తవముగా తనదేదో, తనది కానిదేదో తెలిసికొనగలిగే జ్ఞానమును అతడు సంపాదించవలెను. విషయముల యథార్థ అవగాహనము కలిగిన పిమ్మట మానవుడు సుఖదుఃఖములు, బాధావినోదముల వంటి ద్వంద్వముల నుండి విడివడగలడు. ఆ రీతి జ్ఞానమునందు పూర్ణుడైన పిమ్మట దేవదేవుడైన శ్రీకృష్ణుని శరణుజొచ్చుట అతనికి సాధ్యము కాగలదు.

6

न तद्भासयते सूर्यो न शशाङ्को न पावकः ।
यद्गत्वा न निवर्तन्ते तद्धाम परमं मम ॥६ ॥

న తద్ భాసయతే సూర్యో న శశాఙ్కో న పావకః ।
యద్గత్వా న నివర్తన్తే తద్ధామ పరమం మమ ॥

తత్—అది; **న భాసయతే**—ప్రకాశింపచేయబడదు; **సూర్యః**—సూర్యుడు; **న శశాఙ్కః**—చంద్రుడుగాని; **న పావకః**—అగ్నికాని, విద్యుత్తుగాని; **యత్**—దేనిని; **గత్వా**—పొంది; **న నివర్తన్తే**—తిరిగిరారో; **తద్ధామ**—ఆ నివాసము; **పరమం**—దివ్యమైన; **మమ**—నాయొక్క.

అట్టి నా దివ్యధామము సూర్యునిచేగాని, చంద్రునిచేగాని లేదా అగ్ని విద్యుత్తులచేగాని ప్రకాశింపజేయబడదు. దానిని చేరినవారు తిరిగి ఈ భౌతికజగమునకు మరలిరారు.

భాష్యము : కృష్ణలోకముగా (గోలోకబృందావనము) తెలియబడు దేవదేవుడైన శ్రీకృష్ణుని ధామము (ఆధ్యాత్మికజగము) ఇచ్చట వర్ణింపబడినది. ఆధ్యాత్మిక లోకములన్నియును స్వయంప్రకాశమానములు కనుక ఆధ్యాత్మికజగత్తు నందు సూర్యకాంతి, చంద్రకాంతి, అగ్ని, విద్యుత్తుల అవసరము లేదు. ఈ విశ్వములో సూర్యుడొక్కడే స్వయం ప్రకాశమానుడు. కాని ఆధ్యాత్మికజగత్తులోని

లోకములన్నియును స్వయం ప్రకాశమానములే. వైకుంఠలోకములుగా పిలువబడు ఆ లోకముల ప్రకాశమాన కాంతియే బ్రహ్మజ్యోతి యనబడు తేజోమయ ఆకాశమును రూపొందించును. వాస్తవమునకు ఆ కాంతి కృష్ణలోకమైన గోలోకబృందావనము నుండియే బయల్వెడలుచున్నది. ఆ తేజపు అతికొద్దిభాగము మహత్తత్త్వముచే (భౌతికజగము) కప్పబడినను మిగిలిన భాగమంతయు వైకుంఠములని పిలువబడు ఆధ్యాత్మికలోకములచే నిండియుండును. ఆ లోకములలో ముఖ్యమైనదే గోలోక బృందావనము.

అంధకారబంధురమైన ఈ భౌతికజగము నందున్నంత కాలము జీవుడు బద్ధ జీవనమును గడిపినను, మిథ్యాసంసారవృక్షమును ఖండించుట ద్వారా ఆధ్యాత్మిక లోకమును చేరినంతనే ముక్తుడగును. అటు పిమ్మట అతడు ఈ భౌతికజగమునకు తిరిగివచ్చు అవకాశమే లేదు. బద్ధజీవనమున జీవుడు తనను తాను భౌతిక జగమునకు ప్రభువుగా తలచినను, ముక్తస్థితిలో మాత్రము ఆధ్యాత్మికజగమును చేరి శ్రీకృష్ణభగవానునికి సహచరుడై నిత్యానందమును, నిత్యజీవనమును, సంపూర్ణజ్ఞానమును పొందును.

వాస్తవమునకు ఇట్టి దివ్యవిషయము పట్ల ప్రతిమానవుడు ఆకర్షితుడు కావలెను. శాశ్వతజగత్తును చేరుటకు మరియు యథార్థతత్త్వము యొక్క ప్రతిబింబమైన ఈ జగము నుండి ముక్తుడగుటకు అతడు సదా వాంఛింపవలెను. భౌతికజగము నందు అతిగా అనురక్తుడైనవానికి అట్టి బంధమును ఖండించుట అతికష్టమైనను కృష్ణభక్తిరస భావితుడైనచో క్రమముగా దాని నుండి విడివడుటకు అవకాశము కలుగును. అందులకై కృష్ణభక్తి యందు నిమగ్నులైన భక్తుల సాంగత్యమును అతడు పొందవలెను. ఆ విధముగా కృష్ణభక్తిరస భావితులైనవారి సాంగత్యము కొరకై అన్వేషించి భక్తియుతసేవ నొనరించు విధానమును అభ్యసించవలెను. ఆ రీతి అతడు భౌతికజగమునెడ గల ఆసక్తిని ఖండింపజేసి కొనగలడు. కేవలము కాషాయవస్త్రములను ధరించుట ద్వారా ఎవ్వరును భౌతికజగత్తు ఆసక్తి నుండి దూరులు కాలేరు. తత్కార్యమునకై శ్రీకృష్ణభగవానుని భక్తియుతసేవ యందు మనుజుడు అనురక్తుడు కావలెను. కనుకనే ద్వాదశాధ్యాయమున వివరింపబడి నటువంటి భక్తియుతసేవామార్గమే యథార్థవృక్షపు మిథ్యాప్రాతినిధ్యమైన ఈ సంసారవృక్షము నుండి బయటపడుటకు ఏకైకమార్గమని ప్రతియొక్కరు దృఢముగా విశ్వసింపవలెను. అన్నిరకములైన విధానములు భౌతికప్రకృతిచే

కలుషితములై యుండుననియు, కేవలము భక్తియోగమొకటే విశుద్ధముగా దివ్యమైనదనియు చతుర్దశాధ్యాయమున వివరింపబడినది.

ఇచ్చట "పరమం మమ" అను పదము ముఖ్యమైనది. వాస్తవమునకు సమస్తము దేవదేవుని ఆస్తియే అయినప్పటికిని షడ్గుణైశ్వర్యములు కలిగిన ఆధ్యాత్మికజగత్తే "పరమం" అని తెలుపబడినది. ఆధ్యాత్మికజగము శ్రీకృష్ణభగవానుని ఆంతరంగికశక్తి చేత దీప్తమానమైనందున అచ్చట సూర్య, చంద్ర, నక్షత్రముల కాంతి అవసరము లేదని కఠోపనిషత్తు(2.2.15) కూడా నిర్ధారించుచున్నది (న తత్ర సూర్యో భాతి న చంద్రతారకం). అటువంటి దివ్యధామము కేవలము శరణాగతి చేతనే లభ్యమగునుగాని అన్యథా కాదు.

7

ममैवांशो जीवलोके जीवभूतः सनातनः ।
मनःषष्ठानीन्द्रियाणि प्रकृतिस्थानि कर्षति ॥७॥

మమైవాంశో జీవలోకే జీవభూతః సనాతనః ।
మనఃషష్ఠానీన్ద్రియాణి ప్రకృతిస్థాని కర్షతి ॥

మమ—నాయొక్క; ఏవ—నిశ్చయముగా; అంశః—భాగము; జీవలోకే—బద్ధజీవిత జగత్తునందు; జీవభూతః—బద్ధజీవుడు; సనాతనః—శాశ్వతుడు; మనఃషష్ఠాని—మనస్సుతో కూడి ఆరైన; ఇన్ద్రియాణి—ఇంద్రియములు; ప్రకృతిస్థాని—భౌతికప్రకృతి యందు; కర్షతి—తీవ్రసంఘర్షణ కావించుచున్నారు.

ఈ బద్ధభౌతికజగమునందలి జీవులందరును నా శాశ్వతాంశములు. బద్ధజీవనము కారణముగా మనస్సుతో కలిపి ఆరైన ఇంద్రియములను గూడి వారు తీవ్ర సంఘర్షణ కావించుచున్నారు.

భాష్యము : జీవుని యథార్థరూపము ఈ శ్లోకమునందు స్పష్టముగా ఒసగబడినది. యథార్థమునకు అతడు శ్రీకృష్ణభగవానుని శాశ్వతాంశము. అనగా అతడు బద్ధజీవితమున వ్యక్తిత్వమును పొంది, ముక్తస్థితిలో ఆ భగవానునితో ఐక్యమగునని కాదు. అతడు శాశ్వతముగా భగవానునినుండి విడివడియే యుండును. ఈ విషయమే "సనాతన"యను పదము ద్వారా స్పష్టపరుపబడినది. వేదముల ప్రకారము శ్రీకృష్ణభగవానుడు అసంఖ్యాక రూపములలో వ్యక్తమై విస్తరించియుండును. వానిలో ప్రధానవిస్తారములు విష్ణుతత్త్వములనియు, అప్రధానవిస్తారములు జీవతత్త్వములనియు పిలువబడును. అనగా

విష్ణుతత్త్వములు స్వీయవిస్తారములు కాగా, జీవులు విభక్తమైనట్టి విస్తారములు. ఈ రీతి శ్రీకృష్ణభగవానుడు తన స్వీయవిస్తారముతో రామ, నృసింహ, విష్ణుమూర్తి మరియు పలు వైకుంఠాధిపతుల రూపములందు వ్యక్తమగుచుండును. విభక్త విస్తారములైన జీవులు ఆతని నిత్య సేవకులే. భగవానుని స్వీయవిస్తారములు (విష్ణుతత్త్వములు) శాశ్వతముగా నిలుచునట్లే, భగవానుని విభక్తవిస్తారములైన జీవులు సైతము తమ వ్యక్తిత్వములను కలిగియున్నారు. దేవదేవుని అంశలుగా వారు ఆతని లక్షణములను అంశమాత్రము కలిగియున్నారు. అట్టి లక్షణములలో స్వతంత్రమనునది యొకటి. అనగా ప్రతిజీవియు వ్యక్తిత్వమును మరియు స్వతంత్రత యొక్క సూక్ష్మాంశమును కలిగియున్నాడు. అట్టి సూక్ష్మస్వతంత్రతను దుర్వినియోగపరచుటచే అతడు బద్ధుడగుచుండగా, సద్వినియోగముచే ముక్తుడగుచున్నాడు. బంధ,ముక్తస్థితులనెడి రెండింటి యందును అతడు దేవదేవుని వలెనే గుణరీతి శాశ్వతుడు. ముక్తస్థితిలో అతడు భౌతికజీవనము నుండి విడివడియుండి శ్రీకృష్ణభగవానుని దివ్యసేవలో నియుక్తుడై యుండును. కాని బద్ధస్థితిలో గుణములచే ప్రభావితుడై ఆ భగవానుని దివ్యమగు ప్రేమయుత సేవను మరచియుండును. తత్ఫలితముగా అతడు భౌతికజగమునందు తన జీవనమునకై తీవ్రసంఘర్షణను కావింపవలసివచ్చును.

మానవులు, శునకమార్జాలాది జంతువుల వంటి జీవులేగాక భౌతికజగమును పాలించు బ్రహ్మ,విష్ణు,మహేశ్వరులు సైతము శ్రీకృష్ణభగవానుని అంశలే. వారందరును శాశ్వత వ్యక్తీకరణలేగాని తాత్కాలిక వ్యక్తరూపములు కారు. సంఘర్షణ లేక పెనుగులాట యనెడి అర్థము కలిగిన "కర్షతి"యను పదము ఇచ్చట ప్రధానమైనది. అనగా జీవుడు ఇనుపగొలుసులతో బంధింపబడినట్లుగా బంధింపబడి యున్నాడు. మిథ్యాహంకారమే అతనిని అట్లు బంధించుచున్నది. ఇంద్రియములలో ముఖ్యమైన మనస్సే అతనిని ఆ రీతి భౌతికస్థితి యందు నడుపుచున్నది. అట్టి మనస్సు సత్త్వగుణము నందున్నప్పుడు అతని కార్యములు సత్త్వగుణపూర్ణములై యుండును; రజోగుణము నందున్నప్పుడు అతని కార్యములు క్లేశపూర్ణములై యుండును; తమోగుణము నందున్నప్పుడు అతడు జంతుజాలములందు ప్రవేశించును. బద్ధజీవుడు మనోఇంద్రియములను కూడిన భౌతికదేహముతో కప్పబడుననియు, ముక్తుడైనంతట అట్టి ఆచ్ఛాదనము నశించి అతని ఆధ్యాత్మిక దేహము ప్రకటితమగుననియు ఈ శ్లోకమున స్పష్టపరుపబడినది. ఈ విషయమున

మాధ్యందినాయన శృతిలో ఇట్లు తెలుపబడినది. "స వా ఏష బ్రహ్మనిష్ఠ ఇదం శరీరం మర్త్యం అతిసృజ్య బ్రహ్మాభిసంపద్య బ్రహ్మణా పశ్యతి, బ్రహ్మణా శృణోతి , బ్రహ్మణైవేదం సర్వం అనుభవతి." అనగా జీవుడు భౌతిక ఆచ్ఛాదనమును విడిచి ఆధ్యాత్మికజగత్తును చేరినంత తన ఆధ్యాత్మికదేహమును పునరుద్ధరించుకొని, అట్టి దివ్యదేహముతో శ్రీకృష్ణభగవానుని ముఖాముఖి గాంచగలడు. ఆ దేవదేవునితో ప్రత్యక్షముగా సంభాషించగలడు. శ్రవణము చేయగలడు. ఆ పరమపురుషుని యథార్థముగా అవగాహన చేసికొనగలడు. స్మృతి యందు "వసంతి యత్ర పురుషాః సర్వే వైకుంఠమూర్తయః" అని తెలుపబడినట్లు భగవద్ధామమున ప్రతియొక్కరు భగవానుని దేహము వంటి దేహమును కలిగి యుందురు. దేహనిర్మాణమునకు సంబంధించినంతవరకు శాశ్వతాంశములైన జీవులకు, విష్ణుతత్త్వములకు నడుమ ఎట్టి భేదమును లేదు. అనగా ముక్తినొందిన పిదప జీవుడు శ్రీకృష్ణభగవానుని కరుణచే దివ్యమైన ఆధ్యాత్మికదేహమును పొందగలడు.

ఈ శ్లోకమున "మమైవాంశః" (దేవదేవుడైన శ్రీకృష్ణభగవానుని అంశము) అను పదము సైతము ప్రధానమైనది. ఇచ్చట శ్రీకృష్ణభగవానుని అంశ యనగా ఒక విరిగిన ముక్క వంటి భావనలో కాదు. ఆత్మ అచ్ఛేద్యమని ద్వితీయ అధ్యాయమున మనము అవగతము చేసికొనియే యున్నాము. కనుక ఈ అంశను భౌతికభావనలో అవగాహనము చేసికొనుట సాధ్యముకాదు. ముక్కలు చేయబడి తిరిగి అతుకుటకు వీలయ్యెడి భౌతికపదార్థము కాదు ఆత్మ. "సనాతనము" అనెడి పదప్రయోగమును బట్టి అటువంటి భౌతికభావనమిచ్చుట సరిపోదు. అది నిత్యమైనది. పరమపురుషుని అంశయైన ఆత్మ దేహమందు నిలిచియుండునని ద్వితీయాధ్యాయపు ఆరంభమున "దేహినోఽస్మిన్" అను శ్లోకము ద్వారా తెలుపబడినది. ఆ అంశ దేహబంధము నుండి ముక్తి నొందినప్పుడు ఆధ్యాత్మికజగము నందు ఏదేని ఒక దివ్యలోకమున తన ఆది ఆధ్యాత్మికదేహమును పొంది శ్రీకృష్ణభగవానుని సాహచర్యమును అనుభవించును. అయినను బంగారపు కణిక కూడా బంగారమేయైనట్లు, శ్రీకృష్ణభగవానుని అంశయైనందున జీవుడు గుణరీతిని ఆ దేవదేవునితో సమానుడు కాగలడని ఇచ్చట అవగాహన చేసికొనవలెను.

8

शरीरं यदवाप्नोति यच्चाप्युत्क्रामतीश्वरः ।
गृहीत्वैतानि संयाति वायुर्गन्धानिवाशयात् ॥८॥

శరీరం యదవాప్నోతి యచ్చాప్యుత్క్రామతీశ్వరః ।
గృహీత్వైతాని సంయాతి వాయుర్గన్ధానివాశయాత్ ॥

శరీరం—దేహము; యత్—వలె; అవాప్నోతి—పొందును; యత్—వలె; చాపి—కూడా; ఉత్క్రామతి—విడుచును; ఈశ్వరః—దేహయజమానుడు; గృహీత్వా—గ్రహించి; ఏతాని—వీనినన్నింటిని; సంయాతి—వెడలిపోవును; వాయుః—వాయువు; గంధాన్—గంధమును; ఇవ—వలె; ఆశయాత్—మూలము నుండి.

వాయువు గంధమును మోసుకొనిపోవునట్లే, జీవుడు ఈ భౌతికజగమున తన వివిధ భావములను ఒక దేహము నుండి వేరొక దేహమునకు గొనిపోవు చుండును. ఈ విధముగా అతడు ఒక దేహమును గ్రహించి, తిరిగి వేరొక దేహమును పొందుటకై దానిని విడుచుచుండును.

భాష్యము : తన దేహమునకు "ఈశ్వరుడు" (నియామకుడు) అని జీవుడిచ్చట వర్ణింపబడినాడు. తలచినచో అతడు ఉన్నతజన్మకు సంబంధించిన దేహమును పొందవచ్చును లేదా నీచదేహములందు ప్రవేశింపవచ్చును. ఈ విషయమున అతనికి సూక్ష్మమైన స్వాతంత్ర్యము కలదు. అనగా దేహమందలి మార్పు దేహియైన అతని పైననే ఆధారపడియున్నది. అతడు రూపొందించుకొనిన చైతన్యము మరణసమయమున అతనిని వేరొక విధమైన దేహమునకు గొనిపోవును. అతడు తన చైతన్యమును శునక,మార్జాలముల వంటి జంతువుల చైతన్యముతో సమానము కావించుకొనినచో అట్టి శునక,మార్జాల దేహమునే తప్పక పొంద వలసివచ్చును. దేవతా లక్షణములందు అతని చైతన్యము లగ్నమైనచో మరణానంతరము దేవతాశరీరమును పొందును. ఒకవేళ కృష్ణభక్తిభావనలో మగ్నుడైనచో ఆధ్యాత్మికజగమునందలి కృష్ణలోకమును చేరి కృష్ణుని సాహచర్యమును పొందును. కావున దేహము నశించిన పిమ్మట సర్వము ముగిసిపోవునని పలుకుట మిథ్యావాదమే యగును . ఒక దేహము నుండి వేరొక దేహమునకు మార్పుచెందు జీవుని వర్తమానదేహము మరియు దాని యందలి కర్మలు భావిజన్మకు నాంది కాగలవు. కర్మననుసరించే జీవుడు దేహమును పొందును. ఆ విధముగా లభించిన దేహమును జీవుడు తిరిగి కాలమునందు

త్యజించవలసివచ్చును. జీవభావములను వేరొక దేహమునకు గొనిపోవు సూక్ష్మశరీరమే తరువాతి జన్మలోని దేహమును తయారుచేయుచున్నదని ఇచ్చట పేర్కొనబడినది. ఒక దేహమును విడిచి వేరొక దేహమును పొందుట మరియు దేహమందున్నప్పుడు వివిధక్లేశములకు గురియగుట యనెడి ఈ విధానమే “కర్షతి”(జీవనసంఘర్షణము) యని పిలువబడును.

9

श्रोत्रं चक्षुः स्पर्शनं च रसनं घ्राणमेव च।
अधिष्ठाय मनश्चायं विषयानुपसेवते ॥९॥

శ్రోత్రం చక్షుః స్పర్శనం చ రసనం ఘ్రాణమేవ చ ।
అధిష్ఠాయ మనశ్చాయం విషయానుపసేవతే ॥

శ్రోత్రం—కర్ణములు; చక్షుః—నయనములు; స్పర్శనం—స్పర్శ; చ—కూడా; రసనం—జిహ్వ; ఘ్రాణమేవ—ఘ్రాణశక్తి కూడా; చ—మరియు; అధిష్ఠాయ—పొంది; మనః చ—మనస్సు కూడా; అయం—జీవుడు; విషయాన్—ఇంద్రియార్థములు; ఉపసేవతే—అనుభవించును.

ఈ విధముగా జీవుడు వేరొక స్థూలదేహమును గ్రహించి మనస్సుతో కూడి యున్న ఒకానొక రకమైన కర్ణములు, నయనములు, జిహ్వ, నాసిక, స్పర్శను పొందును. ఆ విధముగా అతడు ఒక ప్రత్యేక రకమగు ఇంద్రియార్థములను అనుభవించును.

భాష్యము : మరొక రీతిలో చెప్పవలెనన్న జీవుడు తన చైతన్యమును శునక,మార్జాల గుణములతో కలుషిత మొనర్చుకొనినచో తదుపరి జన్మమున శునకదేహమును లేదా మార్జాలదేహమును పొందవలసివచ్చును. వాస్తవమునకు చైతన్యమనునది నీటివలె స్వచ్ఛమైనది మరియు పవిత్రమైనది. స్వచ్ఛమైన నీరు ఏదేని రంగుతో కలసినచో స్వచ్ఛతను కోల్పోవు రీతి, పవిత్రమగు ఆత్మ యొక్క పవిత్రమైనటువంటి చైతన్యము గుణముల కలయికచే తదనుగుణముగా మారిపోవును. వాస్తవమునకు కృష్ణభక్తిరస భావనమే నిజమైన చైతన్యము. కనుక కృష్ణభక్తిభావనలో నిలిచినపుడు మనుజుడు పవిత్ర జీవనుడగును. కాని అతడు తన చైతన్యమును ఏదేని భౌతికభావనతో కలుషితము కావించుకొనినచో తదుపరి జన్మమున తదనుగుణమైన దేహమును పొందును. అనగా అతడు

మరుజన్మమున మానవదేహమునే తిరిగి పొందుననెడి నియమమేదియును లేదు. ఎనుబదినాలుగులక్షల జీవరాసులలో అతడు శునక, సూకరాది జంతు దేహమునుగాని, దేవతాశరీరమును గాని లేదా వేరే ఇతరదేహమును గాని పొందవచ్చును.

10

उत्क्रामन्तं स्थितं वापि भुञ्जानं वा गुणान्वितम् ।
विमूढा: नानुपश्यन्ति पश्यन्ति ज्ञानचक्षुष: ॥१०॥

ఉత్క్రామన్తం స్థితం వాపి భుఞ్జానం వా గుణాన్వితమ్ ।
విమూఢా నానుపశ్యన్తి పశ్యన్తి జ్ఞానచక్షుషః ॥

ఉత్క్రామన్తం—శరీరమును విడుచుట; స్థితం—దేహమునందు నిలుచుట; వాపి—కాని; భుఞ్జానం—అనుభవించుదానిని; వా—లేదా; గుణాన్వితమ్—ప్రకృతిగుణ ప్రభావమున; విమూఢాః—అజ్ఞానులు; న అనుపశ్యన్తి—చూడజాలరు; పశ్యన్తి—చూడగలరు; జ్ఞానచక్షుషః—జ్ఞాననేత్రములు కలవారు.

జీవుడు ఏ విధముగా తన దేహమును విడుచుననిగాని, గుణముల కారణముగా అనుభవార్థమై ఏ దేహమును పొందబోవుననిగాని మూఢులు ఎరుగజాలరు. కాని జ్ఞానచక్షువులు కలిగినవారు ఈ విషయమును చక్కగా గాంచగలరు.

భాష్యము : "జ్ఞానచక్షుషః" అను పదము ఇచ్చట ప్రధానమైనది. జ్ఞానము లేకుండా ఎవ్వరును జీవుడు ఏ విధముగా ప్రస్తుతదేహమును విడిచివేయునని గాని, తదుపరి జన్మమున అతడు ఎట్టి దేహమును పొందుననిగాని లేదా ఎందులకై ఒక ప్రత్యేక దేహమున అతడు వసించియున్నాడనిగాని ఎరుగలేరు. అందులకై ఆధ్యాత్మికగురువు నుండి శ్రవణము చేసి అవగతము చేసికొనిన భగవద్గీత మరియు తత్సదృశ వాఙ్మయపు విశిష్టజ్ఞానము అత్యంత అవసరము. ఈ విషయములను అవగాహన చేసికొనుటను అభ్యసించినవాడు నిక్కముగా భాగ్యవంతుడు. జీవుడు వివిధపరిస్థితులలో దేహమును త్యాగము చేయుచుండును. వివిధ పరిస్థితులలో జీవించుచుండును. అదే విధముగా గుణ ప్రభావమున కొన్ని పరిస్థితుల యందు భోగించుచుండును. అట్టి భోగభ్రాంతి యందే అతడు పలువిధములైన సుఖదుఃఖములను అనుభవించుచుండును. కామము, కోరికచే శాశ్వతముగా మోసగింపబడినవారు తమ దేహమార్పు విషయమును గాని, ప్రస్తుత దేహమున ఎందులకై వసించియున్నామని గాని

అవగాహన చేసికొనగలిగే శక్తి నశించియుందురు. వారు దానిని అర్థము చేసికొన జాలరు. కాని ఆధ్యాత్మికజ్ఞానమును అలవరచుకొనినవారు జీవాత్మ దేహముకన్నను అన్యమైనదనియు, అది దేహములను మార్చుచు పలురీతుల భోగించు చున్నదనియు గాంచగలరు. అట్టి జ్ఞానము కలవాడు ఎట్లు బద్ధజీవుడు ఈ భౌతికజగమున దుఃఖము ననుభవించునో అవగాహన చేసికొనగలడు. జన సామాన్యపు బద్ధజీవనము మిక్కిలి క్లేశకరమైనందునే కృష్ణభక్తిభావన యందు పురోగతి నొందినవారు తమ శక్తి కొలది ఈ జ్ఞానమును వారికి అందింప యత్నింతురు. కావున జనులు బద్ధజీవనము నుండి వెలుపలికి వచ్చి, కృష్ణభక్తిరస భావితులై, ఆధ్యాత్మికలోకమును చేరుటకు తమను తాము ముక్తులను కావించుకొనవలెను.

11

यतन्तो योगिनश्चैनं पश्यन्त्यात्मन्यवस्थितम् ।
यतन्तोऽप्यकृतात्मानो नैनं पश्यन्त्यचेतसः ॥११॥

యతన్తో యోగినశ్చైనం పశ్యన్త్యాత్మన్యవస్థితమ్ ।
యతన్తో ऽప్యకృతాత్మానో నైనం పశ్యన్త్యచేతసః ॥

యతన్తః—ప్రయత్నించువారై; యోగినః—యోగులు; చ—కూడా; ఏనం—దీనిని; పశ్యన్తి—గాంచుదురు; ఆత్మని—ఆత్మయందు; అవస్థితమ్—ఉన్నదానిని; యతన్తః అపి—ప్రయత్నించువారైనను; అకృతాత్మానః—ఆత్మానుభూతిలేనివారు; ఏనం—దీనిని; న పశ్యన్తి—చూడజాలరు; అచేతసః—బుద్ధి వికసించనివారు.

ఆత్మానుభవమునందు స్థితిని పొందిన యత్నశీలురైన యోగులు దీనినంతటిని స్పష్టముగా గాంచగలుగుదురు. కాని అచేతసులు మరియు ఆత్మానుభవము నందు స్థితిని పొందనివారు ప్రయత్నించినను ఏమి జరుగుచున్నదో గాంచలేరు.

భాష్యము : ఆత్మానుభవమార్గమున పలువురు యోగులున్నను ఆత్మానుభవము నందు స్థితుడు కానివాడు దేహి యొక్క దేహమునందు మార్పులెట్లు కలుగుచున్నవో గాంచలేడు. కనుకనే ఈ విషయమున "యోగినః" అను పదము మిక్కిలి ప్రాధాన్యమును సంతరించుకొన్నది. నేటికాలమున పలువురు నామమాత్ర యోగులు, నామమాత్ర యోగసంఘములున్నను వాస్తవమునకు ఆత్మానుభవ విషయమున వారందరును అంధులై యున్నారు. వారు కేవలము ఏదియోనొక

దేహవ్యాయామమునకు అలవాటుపడి, దేహము దృఢముగా మరియు ఆరోగ్యముగా నున్నచో తృప్తినొందుచున్నారు. దానికి అన్యమైన విషయము వారికి తెలియదు. అట్టివారే "యతన్తోऽప్యకృతాత్మానః" యనబడుదురు. వారు అట్టి నామమాత్ర యోగమును అభ్యసించినను ఆత్మవిదులు కాజాలరు. వారెన్నడును ఆత్మ యొక్క పునర్జన్మ విధానమును అవగతము చేసికొనజాలరు. వాస్తవముగా యోగమునందు నిలిచి ఆత్మ, జగత్తు, శ్రీకృష్ణభగవానుడు అనెడి అంశములను అవగాహన చేసికొనినవారే (అనగా కృష్ణభక్తిభావన యందు విశుద్ధ భక్తియోగమున నియుక్తులైన భక్తియోగులు) ఏది యెట్లు జరుగుచున్నదో అవగతము చేసికొనగలరు.

12

यदादित्यगतं तेजो जगद्भासयतेऽखिलम् ।
यच्चन्द्रमसि यच्चाग्नौ तत्तेजो विद्धि मामकम् ॥१२॥

యదాదిత్యగతం తేజో జగద్భాసయతేऽఖిలమ్ ।
యచ్చన్ద్రమసి యచ్చాగ్నౌ తత్తేజో విద్ధి మామకమ్ ॥

యదాదిత్యగతం—సూర్యుని యందున్న; తేజః—తేజస్సు; జగత్—జగత్తును; భాసయతే—ప్రకాశింపజేయును; అఖిలమ్—సమస్తమైన; యచ్చన్ద్రమసి—చంద్రుని యందు; యత్— ఏది; చ—కూడా; అగ్నౌ—అగ్నియందు; తత్—ఆ; తేజః—కాంతి; విద్ధి —తెలిసికొనుము; మామకమ్—నానుండియే.

సమస్తజగమునందలి అంధకారమును నశింపజేయు సూర్యుని తేజస్సు నా నుండియే ఉద్భవించుచున్నది. అదే విధముగా చంద్రుని తేజస్సు మరియు అగ్నితేజము కూడా నా నుండియే కలుగుచున్నవి.

భాష్యము : ఏది ఏవిధముగా జరుగుచున్నదో మందబుద్ధులైనవారు ఎరుగజాలరు. కాని శ్రీకృష్ణభగవానుడు ఇచ్చట వివరించు విషయమును అవగాహన చేసికొనుట ద్వారా మనుజుడు క్రమముగా జ్ఞానమునందు స్థితుడు కాగలడు. ప్రతియొక్కరు సూర్యుడు, చంద్రుడు, అగ్ని, విద్యుత్తులను గాంచుచునే యుందురు. అట్టి సూర్యుడు, చంద్రుడు, అగ్ని, విద్యుత్తుల యందలి తేజము దేవదేవుని నుండియే కలుగుచున్నదని వారు అవగతము చేసికొనుటకు యత్నించిన చాలును. కృష్ణభక్తిరసభావనమునకు ఆరంభమువంటి అట్టి భావనము బద్ధజీవునకు భౌతికజగమునందు గొప్ప పురోగతిని కలిగించగలదు. వాస్తవమునకు జీవులు

దేవదేవుడైన శ్రీకృష్ణుని నిత్యాంశములు. వారు ఏ విధముగా తిరిగి తనను చేరగలరనెడి విషయమున ఆ భగవానుడు ఇచ్చట కొన్ని సూచనల నొసగుచున్నాడు.

గ్రహమండలమంతటిని సూర్యుడు ప్రకాశింపజేయుచున్నాడని ఈ శ్లోకము ద్వారా మనము అవగతము చేసికొనవచ్చును. వాస్తవమునకు విశ్వములు మరియు గ్రహమండలములు పెక్కు గలవు. అదేవిధముగా సూర్యులు, చంద్రులు, గ్రహములు కూడా పలు గలవు. కాని ఒక విశ్వమునందు మాత్రము ఒకే సూర్యుడుండును. భగవద్గీత(10.21) యందు తెలుపబడినట్లు చంద్రుడు నక్షత్రములలో ఒకడై యున్నాడు (నక్షత్రాణాం అహం శశీ). ఆధ్యాత్మికజగమునందలి భగవానుని ఆధ్యాత్మికతేజమే సూర్యకాంతికి కారణమై యున్నది. అట్టి సూర్యుడు ఉదయించగనే జీవుల కర్మములు ఆరంభమగును. వారు ఆహారము తయారు చేసికొనుటకు లేదా కర్మాగారము నడుపుటకు లేదా పలు ఇతర కార్యములకు అగ్నిని ఉపయోగింతురు. ఆ విధముగా వారు అగ్ని సహాయమున పలుకార్యములు చేయుదురు. తత్కారణముగనే సూర్యోదయము, అగ్ని, చంద్రకాంతులనునవి జీవులకు అతిప్రియములై యున్నవి. అవి లేకుండా ఏ జీవియు మనుగడను సాగించలేదు. కావుననే సూర్యుడు, చంద్రుడు, అగ్ని యందలి కాంతి, తేజములు దేవదేవుడైన శ్రీకృష్ణుని నుండియే ఉద్భవించుచున్నవని మనుజుడు తెలిసికొనగలిగినచో అతని యందు కృష్ణభక్తిరస భావనము ఆరంభము కాగలదు. ఔషధులు పోషింపబడుటకు కారణమైన చంద్రకాంతి మిగుల ఆహ్లాదకరము. దేవదేవుడైన శ్రీకృష్ణుని కరుణ చేతనే తాము జీవింపగలుగుచున్నామని అట్టి ఆహ్లాదకరమైన చంద్రకాంతిని అనుభవించు ప్రతివారును సులభముగా అవగాహన చేసికొనగలరు. ఆ భగవానుని కరుణ లేనిదే సూర్యుడుకాని, చంద్రుడు కాని, అగ్నికాని ఉండజాలవు. వాటి సహాయము లేనిదే ఎవ్వరును జీవింపలేరు. బద్ధజీవుని యందు కృష్ణభక్తిభావనను కలిగించుటయే వాస్తవమునకు ఈ భావముల ఉద్దేశ్యమై యున్నది.

13

गामाविश्य च भूतानि धारयाम्यहमोजसा।
पुष्णामि चौषधीः सर्वाः सोमो भूत्वा रसात्मकः ॥१३॥

గామావిశ్య చ భూతాని ధారయామ్యహమోజసా ।
పుష్ణామి చౌషధీః సర్వాః సోమో భూత్వా రసాత్మకః ॥

గాం–గ్రహములు; ఆవిశ్య–ప్రవేశించి; చ–కూడా; భూతాని–జీవులను; ధారయామి–పోషించుచున్నాను; అహం–నేను; ఓజసా–నాశక్తిచేత; పుష్ణామి–పోషించుచున్నాను; చ–మరియు; ఔషధీః–ఔషధులను; సర్వాః–అన్నింటిని; సోమః–చంద్రుడను; భూత్వా–అయి; రసాత్మకః–రసమును సమకూర్చునట్టి.

నేను ప్రతి గ్రహమునందును ప్రవేశింతును. నా శక్తి చేతనే అవి తమ కక్ష్య యందు నిలిచియున్నవి. నేనే చంద్రుడనై సర్వఓషధులకు జీవరసమును సమకూర్చుచున్నాను.

భాష్యము : శ్రీకృష్ణభగవానుని శక్తి చేతనే సకలగ్రహములు అంతరిక్షమున నిలిచియున్నవని ఈ శ్లోకము ద్వారా అవగతమగుచున్నది. బ్రహ్మసంహిత యందు చర్చింపబడినట్లు ఆతడు ప్రతి కణమునందును, ప్రతి గ్రహమునందును, ప్రతి జీవియందును ప్రవేశించును. ఆ భగవానుని సంపూర్ణాంశమైన పరమాత్మయే గ్రహములందు, విశ్వమునందు, జీవుని యందు, కణమునందు కూడా ప్రవేశించునని దాని యందు తెలుపబడినది. అనగా ఆతని ప్రవేశము చేతనే సర్వము తగిన రీతి వ్యక్తమగుచున్నది. ఆత్మ యున్నంతవరకు మనుజుడు నీటిపై తేలగలిగినను, ఆత్మ దేహము నుండి వేరైనంతనే మరణించి నీటియందు మునిగిపోవును. నీటి యందు క్రుళ్ళిన తరువాత దేహము గడ్డిపోచవలె నీటిపై తేలుననుట సత్యమేయైనను మరణించినంతనే మాత్రము దేహము నీటిలో మునిగిపోవును. అదేవిధముగా గ్రహములన్నియును అంతరిక్షమున తేలుటకు శ్రీకృష్ణభగవానుని దివ్యశక్తి వాటి యందు ప్రవేశించియుండుటయే కారణము. పిడికిలి యందలి మట్టి పిడికిలిచే భరింపబడునట్లు, ఆ శక్తియే ప్రతిగ్రహమును భరించుచున్నది. పిడికిలిని బిగించి పట్టినప్పుడు నేలరాలని మట్టి, పిడికిలిని వదలినంతనే నేలరాలును. అదేవిధముగా అంతరిక్షమున తేలుచున్న గ్రహములన్నియును వాస్తవమునకు శ్రీకృష్ణభగవానుని విశ్వరూప పిడికిలిలో భరింపబడియున్నవి. ఆతని శక్తి మరియు బలము చేతనే స్థావర,జంగమములన్నియును వాటివాటి స్థానములలో స్థితిని కలిగియున్నవి. కనుకనే శ్రీకృష్ణభగవానుని కారణముగా సూర్యుడు ప్రకాశించుచున్నాడనియు, గ్రహములు స్థిరముగా తమ కక్ష్యలో పరిభ్రమించుచున్నవనియు వేదమంత్రములందు తెలుపబడినది.

ఆతడే లేనిచో గాలిలో దుమ్మువలె గ్రహములన్నియును చెల్లాచెదురై నశించి యుండెడివి. అదేవిధముగా శ్రీకృష్ణభగవానుని కరుణ చేతనే చంద్రుడు సస్యములను పోషించుచున్నాడు. జీవరసమును గూర్చు చంద్రుని కారణముననే ఓషధులు, సస్యములు వృద్ధియగుచున్నవి మరియు రుచికరములగుచున్నవి. చంద్రకాంతి లేనిదే అవి వృద్ధినొందుటగాని, రుచికరములగుట గాని సంభవింపదు. అనగా భగవానుడు సర్వమును సమకూర్చుచుండుట చేతనే మానవుడు పనిచేయుట, సుఖముగా జీవించుట, ఆహారమును ఆస్వాదించుట చేయగలుగుచున్నాడు. అట్లు కాని యెడల మానవుడు మనుగడను సైతము కలిగియుండెడివాడు కాడు. ఇచ్చట "రసాత్మకః" అను పదము ప్రధానమైనది. శ్రీకృష్ణభగవానునిచే చంద్రుని ద్వారా సస్యములన్నియును ఆస్వాదనీయములు అగుచున్నవి.

14

अहं वैश्वानरो भूत्वा प्राणिनां देहमाश्रितः ।
प्राणापानसमायुक्तः पचाम्यन्नं चतुर्विधम् ॥१४॥

అహం వైశ్వానరో భూత్వా ప్రాణినాం దేహమాశ్రితః ।
ప్రాణాపానసమాయుక్తః పచామ్యన్నం చతుర్విధమ్ ॥

అహం—నేను; **వైశ్వానరః**—జఠరాగ్ని రూపమున గల నా సంపూర్ణమగు అంశము; **భూత్వా**—అయి; **ప్రాణినాం**—సర్వజీవుల యొక్క; **దేహమ్**—శరీరములందు; **ఆశ్రితః**—ఆశ్రయించి; **ప్రాణ**—ప్రాణవాయువు; **అపాన**—అపానవాయువు; **సమాయుక్తః**—సమత్వమును నిల్పుచు; **పచామి**—జీర్ణము చేయుదును; **అన్నం**—ఆహారమును; **చతుర్విధమ్**—నాలుగువిధములైన.

ప్రాణుల దేహములందలి జఠరాగ్నిని నేను. ప్రాణాపానవాయువులతో కూడి నేను నాలుగు విధములైన ఆహారములను పచనము చేయుచున్నాను.

భాష్యము : భుజించిన ఆహారమును జీర్ణము చేయుటకు ఉదరమందు అగ్ని కలదని ఆయుర్వేదము ద్వారా మనకు అవగతమగుచున్నది. అట్టి అగ్ని తగినరీతి ప్రజ్వరిల్లినపుడు ఆకలి కలుగును. సరిగా ప్రజ్వలితము కానపుడు ఆకలి కాదు. ఆ విధముగా అగ్ని తగినరీతి ప్రజ్వలితము కానపుడు వైద్యము అవసరమగును. ఉదరమునందలి ఆ అగ్ని దేవదేవుడైన శ్రీకృష్ణుని ప్రాతినిధ్యము. శ్రీకృష్ణ భగవానుడు అగ్నిరూపమున ఉదరమునందు వసించి అన్నిరకములైన ఆహారమును పచనము చేయుచున్నాడని బృహదారణ్యకోపనిషత్తు (5.9.1) నిర్ధారించుచున్నది

(అయ మగ్నిః వైశ్వానరో యోऽయం అంతఃపురుషే యేనేద మన్నం పచ్యతే). అనగా భగవానుడు సర్వవిధ ఆహారపచనము నందు సహాయభూతుడగుచున్నందున భోజన విషయమున జీవుడు స్వతంత్రుడు కాడు. జీర్ణక్రియయందు భగవానుడు తోడ్పడనిదే జీవునకు ఆహారమును భుజించు అవకాశము కలుగదు. ఈ విధముగా శ్రీకృష్ణభగవానుడు ఆహారమును సృష్టించుట మరియు ఉదరమున జీర్ణము చేయుట వంటి కార్యముల నొనరించుట చేతనే, మనము జీవితమును అనుభవించగలుగుచున్నాము. ఈ విషయము వేదాంత సూత్రము నందు(1.2.27) కూడా "శబ్దాదిభ్యోऽన్తః ప్రతిష్ఠానాచ్చ" యని స్థిరీకరింపబడినది. అనగా శ్రీకృష్ణభగవానుడు శబ్దమునందు, దేహమునందు, వాయువు నందేగాక ఉదరమందు జీర్ణకారకశక్తి రూపముననను స్థితుడై యున్నాడు. ఇక నాలుగురకముల ఆహారములనగా భక్ష్యములు, భోజ్యములు, చోష్యములు, లేహ్యములని భావము. వీటన్నింటిని జీర్ణము చేయువాడు శ్రీకృష్ణభగవానుడే.

15

सर्वस्य चाहं हृदि सन्निविष्टो
मत्तः स्मृतिर्ज्ञानमपोहनं च।
वेदैश्च सर्वैरहमेव वेद्यो
वेदान्तकृद्वेदविदेव चाहम् ॥१५॥

సర్వస్య చాహం హృది సన్నివిష్టో
మత్తః స్మృతిర్జ్ఞానమపోహనం చ ।
వేదైశ్చ సర్వైరహమేవ వేద్యో
వేదాంతకృద్ వేదవిదేవ చాహమ్ ॥

సర్వస్య–సర్వజీవుల యొక్క; చ–మరియు; అహం–నేను; హృది–హృదయము లందు; సన్నివిష్టః–ఉన్నవాడను; మత్తః–నానుండి; స్మృతిః–జ్ఞాపకశక్తియు; జ్ఞానం–జ్ఞానమును; అపోహనం చ–మరుపును కూడా; వేదైః–వేదములచేత; చ–కూడా; సర్వైః–అన్ని; అహమేవ–నేనే; వేద్యః–తెలియదగినవాడను; వేదాన్తకృత్–వేదాంతమును కూర్చినవాడను; వేదవిత్–వేదములను తెలిసినవాడను; ఏవ–నిశ్చయముగా; చ–మరియు; అహం–నేనే.

సర్వుల హృదయములందు నేను నిలిచియున్నాను. నా నుండియే స్మృతి,

జ్ఞానము, మరుపు అనునవి కలుగుచున్నవి. నేనే సమస్తవేదముల ద్వారా తెలియదగినవాడను. వాస్తవమునకు వేదాంతకర్తను, వేదముల నెరిగిన వాడను నేనే.

భాష్యము : దేవదేవుడైన శ్రీకృష్ణుడు పరమాత్మ రూపమున ఎల్లరి హృదయములందు నిలిచియుండును. అట్టి హృదయస్థ పరమాత్మ నుండియే జీవుని సర్వకర్మలు ఆరంభమగుచున్నవి. గతజన్మ విషయమునంతటిని జీవుడు మరచినను పరమాత్మ రూపమున సమస్త కర్మకు సాక్షిగా నుండు భగవానుని నిర్దేశము ననుసరించియే అతడు వర్తించవలసివచ్చును. కనుక అతడు పూర్వ కర్మానుసారముగా తన కర్మలను ఆరంభించును. కర్మనొనరించుటకు కావలసిన జ్ఞానము, స్మృతి అతనికి ఒసగబడును. గతజన్మమును గూర్చిన మరుపు కూడా అతనికి కలుగుచున్నది. ఈ విధముగా భగవానుడు సర్వవ్యాపియేగాక, ప్రతివారి హృదయమునందు కూడా నిలిచి వివిధ కర్మఫలముల నొసగుచుండును. అట్టి శ్రీకృష్ణభగవానుడు నిరాకారబ్రహ్మము మరియు పరమాత్మ రూపములందే గాక వేదరూపమునందును పూజనీయుడు. జనులు తమ జీవితమును ధర్మబద్ధముగా మరియు భక్తికి అనుగుణముగా మలచుకొని భగవద్ధామమును చేరు రీతిలో వేదములు తగిన నిర్దేశము నొసగుచున్నవి. అట్టి వేదములు దేవదేవుడైన శ్రీకృష్ణుని గూర్చియే సంపూర్ణజ్ఞానము నొసగును. ఆ దేవదేవుడే వ్యాసదేవుని రూపమున వేదాంతసూత్రములకు కర్తయై యున్నాడు. వేదాంతసూత్రములకు భాష్యమైన వ్యాసవిరచితమగు శ్రీమద్భాగవతము వేదాంతసూత్రముల యొక్క నిజమైన అవగాహనను గూర్చగలదు. పరమపూర్ణుడైన ఆ పరమపురుషుడు బద్ధజీవుని ముక్తికొరకు ఆహారమును సమకూర్చుట, పచనము చేయుట, కర్మలకు సాక్షిగా వర్తించుట, వేదరూపమున జ్ఞానమునొసగుట, గురువు రూపమున భగవద్గీతను ఉపదేశించుట వంటివన్నియును చేయుచున్నాడు. కనుకనే శ్రీకృష్ణుడు బద్ధ జీవులకు సర్వదా పూజనీయుడు. సర్వోత్తముడు మరియు సర్వకరుణాపూర్ణుడు అతడే.

ప్రస్తుతదేహమును త్యజించినంతనే జీవుడు సర్వమును మరచినను భగవానునిచే స్మృతిని పొంది తిరిగి తన కర్మల నారంభించును (అన్తఃప్రవిష్టః శాస్తా జనానామ్). అనగా జీవుడు మరచిపోయినను భగవానుడు అతనికి బుద్ధిని

సమకూర్చి పూర్వజన్మమున అతడు విడిచిన కర్మను పునః ప్రారంభింపజేయును. జీవుడు ఆ విధముగా హృదయస్థ పరమాత్మ నిర్దేశమునందు సుఖదుఃఖములను జగమునందు అనుభవించుటయే గాక, వేదముల నవగాహనము చేసికొను అవకాశమును సైతము ఆతని నుండి పొందును. వేదజ్ఞానమును అవగాహనము చేసికొనుట యందు అతడు శ్రద్ధాళువైనచో తగిన జ్ఞానమును కృష్ణుడే అతనికి ఒసగును. ఎందులకై శ్రీకృష్ణభగవానుడు వేదజ్ఞానమును ఒసగుచున్నాడని ఎవ్వరైనను ప్రశ్నింపవచ్చును. జీవులందరును నిశ్చయముగా ఆ భగవానుని తెలిసియే తీరవలెననుట అందులకు సమాధానము. ఈ విషయమునే వేద వాఙ్మయము ఇట్లు నిర్ధారించుచున్నది. "యో ऽసౌ సర్వైః వేదైః గీయతే" - అనగా నాలుగు వేదములు, వేదాంతసూత్రములు, ఉపనిషత్తులు, పురాణము లనబడు వేదవాఙ్మయమున దేవదేవుడైన శ్రీకృష్ణుని వైభవములు కీర్తింపబడినవి. వేదకర్మల నిర్వహణము, వేదాంతచర్చ, భక్తియుతసేవ ద్వారా ఆతడు లభింప గలడు. అనగా వేదముల ముఖ్యప్రయోజనము శ్రీకృష్ణుని గూర్చి తెలిసి కొనుటయే. శ్రీకృష్ణభగవానుని అవగాహనము చేసికొనుటకు, పొందుటకు తగిన నిర్దేశమును మనకు వేదములొసగును. శ్రీకృష్ణభగవానుడే పరమగమ్యమనెడి విషయమును వేదాంతసూత్రము(1.1.4) "తత్తు సమన్వయాత్" అని నిర్ధారించుచున్నది. అనగా మనుజుడు పూర్ణత్వమును మూడుదశలలో పొంద గలడు. తొలుత వేదమునెరుగుట ద్వారా అతడు తనకు శ్రీకృష్ణభగవానునితో గల సంబంధమును తెలిసికొనగలడు. పిదప వివిధపద్ధతుల ద్వారా ఆ భగవానుని సమీపించగలడు. ఇక చివరగా తన పరమగమ్యమైన ఆతనినే పొందగలడు. ఈ శ్లోకమునందు వేదముల ప్రయోజనము, అవగాహనము, గమ్యము స్పష్టముగా నిర్వచింపబడినవి.

16

द्वाविमौ पुरुषौ लोके क्षरश्चाक्षर एव च।
क्षरः सर्वाणि भूतानि कूटस्थोऽक्षर उच्यते ॥१६॥

ద్వావిమౌ పురుషౌ లోకే క్షరశ్చాక్షర ఏవ చ ।
క్షరః సర్వాణి భూతాని కూటస్థో ऽక్షర ఉచ్యతే ॥

ద్వావిమౌ—ఈ ఇరువురు; పురుషౌ—జీవులు; లోకే—లోకమునందు; క్షరః—నశ్వరుడు; చ—మరియు; అక్షరః—అనశ్వరుడు; ఏవ—నిశ్చయముగా; చ—మరియు; క్షరః—నశ్వరము;

సర్వాణి–అన్ని; భూతాని–జీవులు; కూటస్థః–ఏకత్వమందు; అక్షరః–అనశ్వరుడు; ఉచ్యతే–చెప్పబడినది.

నశ్వరులు మరియు అనశ్వరులని జీవులు రెండు రకములు. భౌతికజగము నందలి ప్రతిజీవియు నశ్వరము(క్షరుడు) కాగా, ఆధ్యాత్మికజగమునందు ప్రతిజీవియు అనశ్వరమని(అక్షరుడని) చెప్పబడినది.

భాష్యము : పూర్వమే వివరింపబడినట్లు దేవదేవుడైన శ్రీకృష్ణుడు వ్యాసదేవుని అవతారమున వేదాంతసూత్రములను రచించెను. అట్టి వేదాంతసూత్రములందలి అంశముల సారాంశమును ఆతడిచ్చట తెలియజేయుచు అసంఖ్యాకములుగా నున్న జీవులను క్షరులు, అక్షరులుగా విభజింపవచ్చునని పలుకుచున్నాడు. వాస్తవమునకు జీవులు శ్రీకృష్ణభగవానుని విభిన్నాంశములు. వారే భౌతికజగత్తుతో సంపర్కమును పొందినప్పుడు "జీవభూతులు" అని పిలువబడుదురు. ఈ శ్లోకమున తెలుపబడిన "క్షరఃసర్వాణి భూతాని" యనుపదము ననుసరించి వారు నశ్వరులు. కాని దేవదేవుడైన శ్రీకృష్ణునితో ఏకత్వమున నిలిచినవారు మాత్రము అనశ్వరులుగా లేదా అక్షరులుగా పిలువబడుదురు. ఇచ్చట ఏకత్వమనగా అక్షరపురుషులకు వ్యక్తిత్వము ఉండదని భావము కాదు. భగవానుడు మరియు ఆ అక్షరపురుషుల నడుమ అనైక్యత లేదని మాత్రమే అది సూచించును. అనగా అక్షరులు సృష్టిప్రయోజనమునకు అనుకూలురై యుందురు. వాస్తవమునకు సృష్టి యనెడి విషయము ఆధ్యాత్మికజగమునందు లేకున్నను వేదాంతసూత్రము లందు తెలుపబడినట్లు దేవదేవుడైన శ్రీకృష్ణుడు సర్వవ్యక్తీకరణములకు మూలమైనందున అటువంటి భావము ఇచ్చట వ్యక్తపరుపబడినది.

పూర్ణపురుషోత్తముడగు శ్రీకృష్ణభగవానుని వాక్యము ననుసరించి జీవులు రెండు తరగతులుగా నున్నారు. వేదములు దీనికి నిదర్శనము నొసగు చున్నందున ఈ విషయమున సంశయమునకు తావులేదు. భౌతికజగమునందు మనస్సు మరియు పంచేంద్రియములను గూడి సంఘర్షణకు లోనయ్యెడి జీవులు సదా మార్పు చెందునటువంటి దేహములను కలిగియున్నారు. జీవుడు బద్ధుడై యున్నంతవరకు భౌతికపదార్థ సంపర్కముచే అతని దేహము మార్పు చెందుచుండును. పదార్థము మార్పుచెందును గావున జీవుడు సైతము మార్పు చెందుచున్నట్లుగా గోచరించును. కాని ఆధ్యాత్మికజగమునందు దేహము భౌతికము

కానందున ఎట్టి మార్పునకు లోనుకాదు. భౌతికజగమున గోచరించు జన్మము, వృద్ధి, స్థితి, ఇతరజీవుల సృష్టి , క్షయము, వినాశములనెడి మార్పులు జీవుని దేహమునకు సంబంధించినవి. కాని ఆధ్యాత్మికజగమందు దేహము మార్పు నొందదు. అచ్చట వృద్ధాప్యము లేదు, జన్మము లేదు, మృత్యువును లేదు. అచ్చట సమస్తము ఏకత్వమున స్థితిని కలిగియుండును. "క్షరః సర్వాణి భూతాని"యనగా తొలుత సృష్టింపబడిన బ్రహ్మ మొదలుగా అతిచిన్న చీమ వరకు భౌతికసంపర్కము కలిగిన ప్రతిజీవియు దేహమును మార్చుచునే యుండును. కనుకనే వారు నశ్వరులై యున్నారు. ఆధ్యాత్మికజగమునందు మాత్రము జీవులు సదా ఏకత్వమున ముక్తులై యుందురు.

17

उत्तमः पुरुषस्त्वन्यः परमात्मेत्युदाहृतः ।
यो लोकत्रयमाविश्य बिभर्त्यव्यय ईश्वरः ॥१७॥

ఉత్తమః పురుషస్త్వన్యః పరమాత్మేత్యుదాహృతః ।
యో లోకత్రయమావిశ్య బిభర్త్యవ్యయ ఈశ్వరః ॥

ఉత్తమః—శ్రేష్ఠుడైన; పురుషః—పురుషుడు; తు—కాని; అన్యః—ఇతరుడు; పరమాత్మ ఇతి—పరమాత్మ అని; ఉదాహృతః—చెప్పబడును; యః—ఎవడు; లోకత్రయం—ముల్లోకములను; ఆవిశ్య—ప్రవేశించి; బిభర్తి—పోషించును; అవ్యయః—అక్షయుడు; ఈశ్వరః—ప్రభువు.

ఈ ఇరువురు గాక మూడు లోకములందును ప్రవేశించి వాటిని భరించు సాక్షాత్తు అవ్యయ ప్రభువును, పరమాత్ముడును అగు ఉత్తమపురుషుడును కలడు.

భాష్యము : ఈ శ్లోకమునందలి భావము కఠోపనిషత్తు (2.2.13) మరియు శ్వేతాశ్వతరోపనిషత్తు(6.13) నందు చక్కగా వివరింపబడినది. బంధ, ముక్తస్థితి యందున్న అసంఖ్యాకజీవుల పైన పరమాత్మగా హృదయమందు నిలుచు దేవదేవుడు కలడని అందు తెలుపబడినది. "నిత్యోऽనిత్యానాం చేతనశ్చేతనానాం" అనునది ఆ ఉపనిషత్తు నందలి వాక్యము. బద్ధ,ముక్తస్థితి యందున్న జీవులలో, వాటిని పోషించుచు కర్మానుసారముగా వారి భోగానుభవమునకు అవకాశము నొసగు దేవదేవుడను శ్రేష్ఠపురుషుడు వేరొకడు కలడని దీని భావము. ఆ దేవదేవుడైన శ్రీకృష్ణుడే ప్రతివారి హృదయమునందు పరమాత్మగా విరాజమానుడై

యున్నాడు. ఆతనిని ఎఱుగగలిగిన బుద్ధిమంతుడే సంపూర్ణశాంతిని పొందును గాని అన్యులు కారు.

18

यस्मात्क्षरमतीतोऽहमक्षरादपि चोत्तमः ।
अतोऽस्मि लोके वेदे च प्रथितः पुरुषोत्तमः ॥१८॥

యస్మాత్క్షరమతీతోఽహమక్షరాదపి చోత్తమః ।
అతోఽస్మి లోకే వేదే చ ప్రథితః పురుషోత్తమః ॥

యస్మాత్—ఈ కారణము వలన; క్షరం—క్షరపురుషుని; అతీతః—అతిక్రమించినవాడనై; అహం—నేను; అక్షరాత్—అక్షరపురుషుని కన్నను; అపి—కూడా; చ—మరియు; ఉత్తమః—శ్రేష్ఠుడను; అతః—అందుచే; అస్మి—అయియున్నాను; లోకే—లోకమునందు; వేదే చ—వేద వాఙ్మయము నందును; ప్రథితః—ప్రసిద్ధుడను; పురుషోత్తమః—పురుషోత్తముడనని.

క్షర, అక్షరపురుషులకు అతీతుడను, ఉత్తమోత్తముడను అగుటచే నేను జగమునందును, వేదములందును పురుషోత్తమునిగా ప్రసిద్ధి నొందితిని.

భాష్యము : బద్ధ,ముక్తజీవులలో ఎవ్వరును దేవదేవుడైన శ్రీకృష్ణుని అతిక్రమింపజాలరు. కనుకనే ఆతడు పురుషోత్తమునిగా తెలియబడినాడు. అనగా జీవులు, భగవానుడు సర్వదా వ్యక్తిగతులే యని ఇచ్చట స్పష్టమగుచున్నది. వారిరువురి నడుమ భేదమేమనగా జీవులు తమ బద్ధస్థితియందు కాని, ముక్తస్థితి యందు కాని దేవదేవుని అచింత్యమైన శక్తులను పరిమాణరీతిని అతిశయింపలేరు. భగవానుడు మరియు జీవులు ఒకేస్థాయికి చెందినవారు లేదా సర్వవిధముల సమానులని భావించుట సమంజసము కాదు. వారిరువురి నడుమ ఉన్నతము మరియు సామాన్యము లనెడి విషయములు శాశ్వతముగా నుండును. కనుకనే "ఉత్తమ" అను పదము ఇచ్చట ప్రాధాన్యమును సంతరించుకొన్నది. అనగా దేవదేవుడైన శ్రీకృష్ణుని ఎవ్వరును అతిశయింపజాలరు.

ఇచ్చట "లోకే"యను పదము "పౌరుషాగమమందు" (స్మృతులయందు) అని సూచించుచున్నది. నిరుక్తి నిఘంటువునందు నిర్ధారింపబడినట్లు వేద ప్రయోజనము స్మృతులచే వివరింపబడినది (లోక్యతే వేదార్థోఽనేన).

దేవదేవుడైన శ్రీకృష్ణుడు పరమాత్మ రూపమున వేదముల యందు వర్ణింప బడినాడు. ఈ విషయమున ఛాందోగ్యోపనిషత్తు(12.3) నందు ఇట్లు తెలుప బడినది "తావ దేష సంప్రసాదోఽస్మాచ్ఛరీరాత్ సముత్థాయ పరంజ్యోతిరూపం

సంపద్య స్వేన రూపేణాభినిష్పద్యతే స ఉత్తమః పురుషః". అనగా దేహము నుండి వెలువడెడి పరమాత్మ నిరాకార బ్రహ్మజ్యోతిని చేరి తన రూపమున తనదైన ఆధ్యాత్మికస్థితియందు నిలిచియుండును. ఆతడే దేవదేవుడు. దీనిని బట్టి దేవదేవుడు పరంజ్యోతియైన తన ఆధ్యాత్మిక తేజమును ప్రదర్శించుచు, వ్యాపింపజేయుచున్నాడని భావము. ఆ దేవదేవుడైన శ్రీకృష్ణుడు జీవుల హృదయమున నిలుచు పరమాత్మ అనెడి అంశను సైతము కలిగియున్నాడు. ఆతడే సత్యవతీ, పరాశరులకు వేదవ్యాసునిగా జన్మించి వేదజ్ఞానమును వివరించెను.

19

यो मामेवमसम्मूढो जानाति पुरुषोत्तमम् ।
स सर्वविद्भजति मां सर्वभावेन भारत ॥१९॥

యో మామేవమసమ్మూఢో జానాతి పురుషోత్తమమ్ ।
స సర్వవిద్ భజతి మాం సర్వభావేన భారత ॥

యః—ఎవడు; మామ్—నన్ను; ఏవం—ఈ విధముగా; అసమ్మూఢః—సందేహము లేనివాడై; జానాతి—ఎరుంగునో; పురుషోత్తమం—పురుషోత్తముడనని; సః—అతడు; సర్వవిత్—సర్వము నెరిగినవాడు; భజతి—భక్తితో సేవించును; మాం—నన్ను; సర్వభావేన—అన్ని విధముల; భారత—భారత.

ఓ భారతా! సంశయరహితముగా నన్ను పురుషోత్తముడని తెలిసికొనగలిగినవాడే సర్వము నెరిగినవాడు. అందుచే అతడు నా సంపూర్ణమగు భక్తియుత సేవలో నిమగ్నుడగును.

భాష్యము : జీవుల యొక్క, పరతత్త్వము యొక్క సహజస్థితికి సంబంధించిన తాత్త్వికవిచారములు లేదా కల్పనలు పెక్కు గలవు. కాని తనను పురుషోత్తమునిగా తెలిసికొనగలిగినవాడే వాస్తవమునకు సర్వమును ఎఱిగినవాడని శ్రీకృష్ణ భగవానుడు స్పష్టముగా ఈ శ్లోకమునందు వివరించుచున్నాడు. అపరిపక్వజ్ఞానము గలవాడు పరతత్త్వమును గూర్చిన ఊహాకల్పనల యందే కాలమును గడిపినను, సంపూర్ణజ్ఞానము గలవాడు అట్లు కాలమును వృథాపరుపక కృష్ణభక్తిరస భావన యందు ప్రత్యక్షముగా నిలుచును. అనగా దేవదేవుడైన శ్రీకృష్ణుని భక్తియుక్తసేవ యందు అతడు పూర్ణముగా నిమగ్నుడగును. భగవద్గీత యందంతటను ఈ భక్తి యోగమే నొక్కి చెప్పబడినది. అయినను పరతత్త్వము, జీవులు సమానమే యని భావించెడి మూర్ఖ వ్యాఖ్యాతలు పెక్కురు కలరు.

వేదజ్ఞానము "శృతి"యని పిలువబడును. అనగా అది శ్రవణము ద్వారా అభ్యసింపబడునది. వాస్తవమునకు వేదజ్ఞానమును శ్రీకృష్ణభగవానుడు మరియు ఆతని ప్రతినిధుల వంటి ప్రామాణికుల నుండియే స్వీకరింపవలెను. భగవద్గీత యందు శ్రీకృష్ణుడు ప్రతివిషయమును చక్కగా వివరించి యున్నందున ప్రతియొక్కరు దీని నుండియే శ్రవణమును గావింపవలెను. కాని కేవలము జంతువులవలె శ్రవణము చేసిన చాలదు. విషయమును ప్రామాణికుల నుండి అవగతము చేసికొనుటకు యత్నింపవలెను. పాండిత్యముతో ఊరకనే ఊహాకల్పనలు చేయరాదు. అనగా ప్రతియొక్కరు గీతను నమ్రతతో శ్రవణము చేసి, జీవులు సదా దేవదేవుడైన శ్రీకృష్ణునకు ఆధీనులే యని ఎరుగవలెను. శ్రీకృష్ణభగవానుని వాక్యము ననుసరించి అట్లు అవగతము చేసికొనినవాడే వేదముల ప్రయోజనమును ఎరిగినవాడగును. అతడు తప్ప అన్యులెవ్వరును వేద ప్రయోజనమును ఎరుగలేరు.

ఈ శ్లోకమునందలి "భజతి" యను పదము ప్రధానమైనది. సాధారణముగా పలుచోట్ల ఈ "భజతి" యను పదము శ్రీకృష్ణభగవానుని భక్తియుతసేవకు సంబంధించిన విషయములో వాడబడుచుండును. అనగా మనుజుడు కృష్ణభక్తిరస భావనలో భక్తియుతసేవ యందు నిమగ్నుడైనచో సమస్త వేదజ్ఞానము నెరిగిన వాడుగా భావింపబడును. కనుకనే దేవదేవుడైన శ్రీకృష్ణుని భక్తియుక్తసేవలో నిలిచినవానికి పరతత్త్వావగాహన కొరకై ఇతర ఆధ్యాత్మికవిధానపు అవసరము లేదని వైష్ణవపరంపర యందు తెలుపబడుచున్నది. కృష్ణసేవ యందు నియుక్తుడై నందున అతడు యథార్థస్థితికి వచ్చినవాడే యగును. పరతత్త్వావగాహనకై కావలసిన ప్రాథమిక విధానములనన్నింటిని అతడు ముగించినట్లే యగును. కాని మానవుడు లక్షలాది జన్మలలో పరతత్త్వమును గూర్చి ఊహాకల్పనలు, తత్త్వవిచారములు కావించిన పిమ్మటయు శ్రీకృష్ణుడే దేవదేవుడనియు, ప్రతి యొక్కరు ఆతనికే శరణము నొందవలెననియు అవగతము చేసికొననిచో అతని లక్షలాది జన్మల తాత్త్విక చింతనమంతయు వృథా కాలవ్యయమే కాగలదు.

20

इति गुह्यतमं शास्त्रमिदमुक्तं मयानघ।
एतद् बुद्ध्वा बुद्धिमान् स्यात्कृतकृत्यश्च भारत॥२०॥

ఇతి గుహ్యతమం శాస్త్రమిదముక్తం మయానఘ ।
ఏతద్ బుద్ధ్వా బుద్ధిమాన్ స్యాత్కృతకృత్యశ్చ భారత ॥

ఇతి—ఈ విధముగా; గుహ్యతమం—మిక్కిలి రహస్యమైన; శాస్త్రం—శాస్త్రము; ఇదం—ఇది; ఉక్తం—తెలుపబడినది; మయా—నాచే; అనఘ—ఓపాపరహితుడా; ఏతత్—దీనిని; బుద్ధ్వా—తెలిసికొని; బుద్ధిమాన్—బుద్ధిమంతుడు; స్యాత్—అగును; కృతకృత్యః—తన ప్రయత్నములందు విజయవంతుడు; చ—మరియు; భారత—ఓ భరతవంశకుమారా.

ఓ పాపరహితుడా! వేదములందలి అత్యంత రహస్యమైన ఈ భాగమును నీకిప్పుడు నేను వెల్లడించితిని. దీనిని అవగాహన చేసికొనినవాడు బుద్ధిమంతుడు కాగలడు. అతని ప్రయత్నములు పూర్ణవిజయమును బడయుగలవు.

భాష్యము : సమస్త శాస్త్రముల సారాంశమిదియేనని శ్రీకృష్ణభగవానుడు ఇచ్చట స్పష్టముగా వివరించుచున్నాడు. ఆతడు తెలిపిన ఈ విషయములను ప్రతియొక్కరు యథాతథముగా స్వీకరింపవలసియున్నది. ఆ విధముగా మనుజుడు బుద్ధిమంతుడును, ఆధ్యాత్మికజ్ఞానము నందు పూర్ణుడును కాగలడు. అనగా దేవదేవుడైన శ్రీకృష్ణుని ఈ తత్త్వమును అవగాహనము చేసికొని, ఆతని భక్తియోగమున నిలుచుట ద్వారా ప్రతియొక్కరు త్రిగుణకల్మషము నుండి బయటపడగలరు. వాస్తవమునకు భక్తియోగమనునది ఆధ్యాత్మికావగాహన విధానము. భక్తియుక్తసేవ యున్న చోట భౌతికకల్మషము నిలువలేదు. ఆధ్యాత్మికత్వమును కూడియుండుట వలన భక్తియుక్తసేవ, భగవానుడు అనెడి అంశముల నడుమ భేదముండదు. వాస్తవమునకు శుద్ధభక్తి శ్రీకృష్ణభగవానుని అంతరంగశక్తి యొక్క ఆధ్వర్యముననే జరుగును. భగవానుడు సూర్యుడైనచో అజ్ఞానము అంధకారము వంటిది. సూర్యుడున్నచోట అంధకారమనెడి ప్రశ్నయే ఉదయించనట్లు, ప్రామాణికుడగు ఆధ్యాత్మికగురువు నేతృత్వమున ఒనరింపబడు భక్తియుతసేవ యున్నచోట అజ్ఞానమనెడి ప్రశ్నయే కలుగదు.

కనుక ప్రతియొక్కరు బుద్ధిమంతులును, పవిత్రులును అగుటకు కృష్ణభక్తిరస భావనను స్వీకరించి భక్తియుతసేవలో నిలువవలసియున్నది. శ్రీకృష్ణభగవానుని అవగతము చేసికొని భక్తియుతసేవలో నిలుచుస్థాయికి రానంతవరకు ఎవ్వరును సంపూర్ణజ్ఞానము కలవారు కాజాలరు. సామాన్యమానవుని దృష్టిలో వారు తెలివిగలవారైనను వాస్తవమునకు బుద్ధిమంతులు కానేరరు.

అర్జునునికి వాడబడిన "అనఘా" అను సంబోధనము ఇచ్చట ప్రధానమైనది. "పాపరహితుడా" అనెడి ఆ సంబోధనకు భావమేమనగా సర్వపాపముల నుండి విడివడనిదే కృష్ణుని ఎరుగుట అత్యంత కష్టకార్యము. అనగా సర్వపాపకల్మషముల నుండి ముక్తుడైనపుడే మనుజుడు శ్రీకృష్ణుని అవగాహన చేసికొనగలడు. కాని భక్తియోగము పవిత్రము మరియు శక్తివంతమైనదగుటచే దాని యందు నిలుచువాడు అప్రయత్నముగా పాపరహితస్థితికి అరుదెంచును.

సంపూర్ణ కృష్ణభక్తిభావనలో నున్న విశుద్ధభక్తుల సాహచర్యమున భక్తియుక్తసేవ నొనరించునప్పుడు మనుజుడు కొన్నింటిని సమూలముగా నశింపజేసికొనవలెను. ఆ విధముగా నశింపజేయవలసిన వానిలో అతి ముఖ్యమైనది హృదయ దౌర్బల్యము. అతడు దానిని అధిగమింపవలెను. భౌతికప్రకృతిపై ఆధిపత్యపు కోరిక చేతనే పతనము ఆరంభమగును. ఆ విధముగా మనుజుడు శ్రీకృష్ణభగవానుని భక్తియుతసేవకు దూరుడగును. ఇక రెండవ హృదయదుర్బలత ఏమనగా ప్రకృతిపై ఆధిపత్యపు కోరిక అధికమైన కొలది జీవుడు భౌతికత్వము పట్ల, భౌతికవిషయ స్వామ్యము పట్ల ఆసక్తుడగును. భౌతికఅస్తిత్వము నందలి క్లేశములకు ఈ హృదయదౌర్బల్యములే కారణము. ఈ అధ్యాయమునందలి తొలి ఐదు శ్లోకములు జీవుడు ఈ హృదయదౌర్బల్యముల నుండి బయటపడు విధానమును మరియు ఆరవశ్లోకము నుండి అంతము వరకు గల మిగిలిన భాగము పురుషోత్తమ యోగమును చర్చించినవి.

శ్రీమద్భగవద్గీత యందలి "పురుషోత్తమ యోగము" అను పంచదశాధ్యాయమునకు భక్తివేదాంతభాష్యము సమాప్తము.

షోడశాధ్యాయము

దైవాసుర స్వభావములు

1-3

श्रीभगवानुवाच

अभयं सत्त्वसंशुद्धिर्ज्ञानयोगव्यवस्थितिः।
दानं दमश्च यज्ञश्च स्वाध्यायस्तप आर्जवम्॥१॥
अहिंसा सत्यमक्रोधस्त्यागः शान्तिरपैशुनम्।
दया भूतेष्वलोलुप्त्वं मार्दवं ह्रीरचापलम्॥२॥
तेजः क्षमा धृतिः शौचमद्रोहो नातिमानिता।
भवन्ति सम्पदं दैवीमभिजातस्य भारत॥३॥

శ్రీభగవానువాచ

అభయం సత్త్వసంశుద్ధిర్జ్ఞానయోగవ్యవస్థితిః ।
దానం దమశ్చ యజ్ఞశ్చ స్వాధ్యాయస్తప ఆర్జవమ్ ॥
అహింసా సత్యమక్రోధస్త్యాగః శాన్తిరపైశునమ్ ।
దయా భూతేష్వలోలుప్త్వం మార్దవం హ్రీరచాపలమ్ ॥
తేజః క్షమా ధృతిః శౌచమద్రోహో నాతిమానితా ।
భవన్తి సమ్పదం దైవీమభిజాతస్య భారత ॥

శ్రీభగవానువాచ—శ్రీకృష్ణభగవానుడు పలికెను; అభయం—భయరాహిత్యము; సత్త్వ సంశుద్ధిః—స్వీయస్థితి యొక్క పవిత్రీకరణము; జ్ఞానయోగవ్యవస్థితిః—జ్ఞానయోగము నందుండుట; దానం—దానము; దమః—మనోనిగ్రహము; చ—మరియు; యజ్ఞః—యజ్ఞనిర్వహణము; చ—మరియు; స్వాధ్యాయః—వేదాధ్యయనము; తపః—తపస్సు; ఆర్జవం—సరళత్వము; అహింసా—అహింస; సత్యమ్—సత్యము; అక్రోధః—కోపము లేకుండుట; త్యాగః—త్యాగము; శాన్తిః—శాంతి; అపైశునం—ఇతరుల దోషముల నెన్నకుండుట; దయా—కరుణ; భూతేషు—సర్వజీవుల యందు; అలోలుప్త్వం—లోభము లేకుండుట; మార్దవం—మృదుత్వము; హ్రీః—సిగ్గు, వినమ్రత; అచాపలం—దృఢ నిశ్చయము; తేజః—తేజస్సు; క్షమా—క్షమాగుణము; ధృతిః—ధైర్యము; శౌచం—శుచిత్వము; అద్రోహః—అసూయ లేకుండుట; నాతిమానితా—గౌరవము కోరకుండుట; భవన్తి—

అగుచున్నవి; సమ్పదం—గుణములు; దైవీం—దివ్యస్వభావము; అభిజాతస్య—జన్మించినటువంటివాని యొక్క; భారత—ఓ భరతవంశీయుడా.

శ్రీకృష్ణభగవానుడు పలికెను : ఓ భరతవంశీయుడా! భయరాహిత్యము, స్వీయస్థితి పవిత్రీకరణము, ఆధ్యాత్మికజ్ఞాన సముపార్జనము, దానగుణము, ఆత్మనిగ్రహము, యజ్ఞాచరణము, వేదాధ్యయనము, తపస్సు, సరళత్వము, అహింస, సత్యసంధత, క్రోధరాహిత్యము, త్యాగము, శాంతి, ఇతరుల దోషముల నెన్నకుండుట, జీవులందరి యెడ దయ, లోభరాహిత్యము, మృదుత్వము, సిగ్గు, దృఢ నిశ్చయము, తేజము, క్షమ, ధైర్యము, శుచిత్వము, అసూయా రాహిత్యము, గౌరవవాంఛ లేకుండుట అను దివ్యగుణములు దైవీస్వభావము కలిగిన దివ్యుల యందుండును.

భాష్యము : కడచిన పంచదశాధ్యాయపు ఆరంభమున ఈ భౌతికజగత్తు యొక్క సంసారవృక్షము(అశ్వత్థవృక్షము) వర్ణింపబడినది. ఆ వృక్షము యొక్క అదనపు వ్రేళ్ళు శుభము, అశుభములుగా తెలియబడు జీవుల కర్మలతో పోల్చబడినవి. దైవీ స్వభావము కలిగిన దేవతల గూర్చియు, అసురస్వభావము కలిగిన దానవుల గూర్చియు నవమాధ్యాయమున కూడా వర్ణింపబడినది. ఇక ఇప్పుడు వేదముల ననుసరించి సత్త్వగుణకర్మలు ముక్తిపథమున పురోగమించుటకు దోహదములుగా భావించబడి "దైవీప్రకృతి" యని (స్వభావరీత్యా దివ్యములు) తెలియబడుచున్నవి. అట్టి దివ్యస్వభావమున నిలిచినవారు ముక్తిమార్గమున నిశ్చయముగా పురోగతిని సాధించగలరు. కాని రజస్తమోగుణములందు వర్తించువారికి ఇందుకు భిన్నముగా ముక్తినొందు నవకాశమే లభింపదు. వారు మానవులుగా మర్త్యలోకమునందు నిలుచుటయో లేదాజంతుజాలమున జన్మించుటయో లేదా ఇంకను నీచమైన జన్మలను పొందుటయో జరుగును. ఈ షోడశాధ్యాయమున శ్రీకృష్ణ భగవానుడు దైవీప్రకృతిని, దాని గుణములను, ఆలాగుననే ఆసురీప్రకృతిని, దాని గుణములను వర్ణించుచున్నాడు. ఈ దైవాసురగుణముల లాభనష్టములను సైతము భగవానుడు వివరింపనున్నాడు.

దైవీగుణములతో జన్మించినవానిని సూచించు "అభిజాతస్య" అను పదము మిక్కిలి ప్రధానమైనది. దివ్యవాతావరణమున సంతానమును పొందుటనెడి కార్యము గర్భాధాన సంస్కారమని వేదములందు తెలియబడుచున్నది. తల్లిదండ్రులు తమకు దివ్యగుణములు కలిగిన సంతానము కావలెనని కోరినచో మానవసాంఘిక

జీవనమునకై ఉపదేశింపబడిన పది నియమములను తప్పక పాటింపవలెను. సత్సంతానార్థము కొరకేయైన కామము శ్రీకృష్ణునికి ప్రాతినిధ్యము వహించునని ఇంతకు పూర్వమే భగవద్గీత యందు అధ్యయనము చేసియున్నాము. అనగా భక్తిభావన కలిగిన సంతానమును పొందు ప్రయోజనమున మైథునము నింద్యము కాదు. కనుక కృష్ణభక్తిభావన యందుండెడి భక్తులు శునక, మార్జాలముల వలె పిల్లలను కనక, జన్మ పిదప భక్తిని చేపట్టు సంతానమును కనవలెను. కృష్ణభక్తిరస భావనలో నిమగ్నులైన తల్లిదండ్రులకు జన్మించు సంతానము యొక్క అదృష్టమిదియే.

సంఘమును నాలుగు వర్ణములు, నాలుగు ఆశ్రమములుగా విభజించు వర్ణాశ్రమధర్మ వ్యవస్థ మానవులను జన్మరీత్యా విభజించుటకై ఉద్దేశింపబడలేదు. అట్టి వర్ణాశ్రమ విభజన జ్ఞానము పైననే ఆధారపడియున్నది. సంఘమును శాంతి మరియు పురోగతితో నెలకొనునట్లు చేయుటయే దాని ప్రయోజనము. ఈ శ్లోకములందు తెలుపబడిన గుణములు మానవుడు ఆధ్యాత్మికావగాహనను వృద్ధి పరచుకొని, భౌతికజగము నుండి ముక్తినొందుట కొరకే నిర్దేశింపబడిన దివ్య గుణములుగా వివరింపబడినవి.

వర్ణాశ్రమవ్యవస్థ యందు సన్న్యాసాశ్రమము నందున్న వ్యక్తి (సన్న్యాసి) అన్ని వర్ణములకు, ఆశ్రమములకు అధిపతిగా లేదా ఆధ్యాత్మికగురువుగా పరిగణింపబడును. నాలుగువర్ణముల యందలి బ్రాహ్మణుడు మిగిలిన క్షత్రియ, వైశ్య, శూద్రులకు గురువుగా పరిగణింపబడినను, వర్ణాశ్రమవ్యవస్థ యందు అత్యున్నతుడైన సన్న్యాసి బ్రాహ్మణునికి సైతము గురువుగా తలచబడును. అట్టి సన్న్యాసికి భయరాహిత్యమనునది ప్రథమ యోగ్యత. సన్న్యాసియైనవాడు ఎటువంటి సహాయము లేకుండ లేదా సహాయము కలదనెడి హామీ లేకుండ ఒంటరిగా ఉండవలసివచ్చుటయే అందులకు కారణము. అతడు కేవలము దేవదేవుడైన శ్రీకృష్ణుని కరుణ పైననే ఆధారపడవలసివచ్చును. బంధములన్నింటిని త్రెంచుకొన్నచో తనను కాపాడువారు ఎవరని తలచువారు సన్న్యాసమును స్వీకరింపరాదు. దేవదేవుడైన శ్రీకృష్ణుడు పరమాత్మ రూపమున హృదయమునందే నిలిచియున్నాడనియు, సర్వమును ఆతడు వీక్షించుచున్నాడనియు, చేయగోరు సమస్తమును ఆతడు తెలిసియే యుండుననియు ప్రతియొక్కరు ఎఱుగవలెను. కనుక తనకు శరణము నొందినవానిని శ్రీకృష్ణుడు పరమాత్మ రూపమున

నిక్కముగా రక్షించుననెడి విశ్వాసమును ప్రతియొక్కరు పొందవలెను. “నేను ఎన్నడును ఒంటరివాడను కాను. కీకారణ్యమున నేను వసించినను శ్రీకృష్ణుడు నాతో కూడియుండి నాకు సమస్త రక్షణము నొసగును” అని మనుజుడు సర్వదా తలపోయవలెను. అట్టి నమ్మకమే “అభయము” అనబడును. అట్టి భయరాహిత్య మనోస్థితి యనునది సన్న్యాసాశ్రమము నందున్నవానికి అత్యంత అవసరము.

పిమ్మట సన్న్యాసి తన అస్తిత్వమును పవిత్రమొనర్చుకొనవలెను. సన్న్యాసాశ్రమము నందు పాటింపవలసిన విధినియమములు పెక్కు గలవు. అందు అత్యంత ముఖ్యమైనది స్త్రీసంగ రాహిత్యము. సన్న్యాసియైనవాడు స్త్రీతో ఎట్టి సన్నిహిత సంబంధమును కలిగియుండరాదు. ఏకాంతమున స్త్రీతో సంభాషించుటయు అతనికి నిషిద్ధము. ఈ విషయమున శ్రీచైతన్యమహాప్రభువు ఆదర్శనీయ సన్న్యాసి వంటివారు. ఆయన పూరీ జగన్నాథమున నివసించి నప్పుడు వందనముల నర్పించుటకైనను భక్తజనులైన స్త్రీలు ఎదుటకు వచ్చెడి వారు కారు. దూరము నుండియే వందనముల నర్పింపవలెననివారు ఉపదేశింప బడెడివారు. వాస్తవమునకు ఇది స్త్రీల యెడ ద్వేషభావముతో కాదు. సన్న్యాసి యైనవాడు స్త్రీతో సన్నిహిత సంబంధమును కలిగియుండకూడదనెడి నియమమును విధించుటే దాని ఉద్దేశ్యము. అనగా మానవుడు వర్ణాశ్రమధర్మములను నియమముగా పాటించి తన స్థితిని పవిత్రీకరించుకొనవలెను. స్త్రీతో సన్నిహిత సంబంధము, ఇంద్రియభోగమునకై ధనమును కూడబెట్టుట యనునవి సన్న్యాసికి నిషేధింపబడినవి. పైన తెలిపినట్లు శ్రీచైతన్యమహాప్రభువు ఆదర్శనీయమైన సన్న్యాసి. స్త్రీల యెడ ఆయన చాలా కచ్చితముగా వర్తించినట్లు ఆయన జీవితము ద్వారా మనము తెలిసికొనవచ్చును. పతితులైన బద్ధజీవులందరినీ తరింపజేయు నటువంటి పరమదయాళువైన అవతారముగా భావింపబడినను సన్న్యాసాశ్రమమున స్త్రీసాంగత్యమునకు సంబంధించిన విధి,నియమములను మాత్రము కచ్చితముగా పాటించిరి. ఛోటాహరిదాసుడనెడి ఒకానొక అనుయాయుడు మహాప్రభువు అంతరంగిక సహచరులలో ఒకనిగా ఉండెడివాడు. ఏదియో ఒక కారణము చేత అతడు ఒక యుక్తవయస్కురాలైన స్త్రీని కామదృష్టితో గాంచగా మహాప్రభువు శీఘ్రమే అతనిని అంతరంగిక బృందము నుండి బహిష్కరించిరి. “భౌతికప్రకృతి బంధము నుండి ముక్తిని వాంఛించి, తనను తాను ఆధ్యాత్మికజగత్తునకు ఉద్ధరించుకొనగోరు సన్న్యాసికి లేదా మనుజునికి కాంతాకనకములపై దృష్టి

తగదు. వాటిని అనుభవించుటనెడి విషయమటుంచి, అట్టి దృష్టియు నిషేధింప బడినది. అట్టి భావన కలిగినవాడు ధర్మరహితమైన ఆ కోరికలకు బలికాక మునుపే ఆత్మహత్యను చేసికొనుట ఉత్తమము" అని ఆయన పలికిరి. ఇవియే జీవితమును పవిత్రమొనర్చు విధానములు.

ఇక తదుపరి విషయము "జ్ఞానయోగవ్యవస్థితిః" యనునది. అనగా ఆధ్యాత్మికజ్ఞాన సముపార్జనము. ఆధ్యాత్మికపురోగతి యనెడి తమ నిజజీవితమును మరచియుండెడి గృహస్థులకు, ఇతరులకు జ్ఞానమును పంచుట కొరకే సన్న్యాస జీవితము ఉద్దేశింపబడినది. వాస్తవమునకు సన్న్యాసియైనవాడు జీవనమునకై ఇంటింటను భిక్షను స్వీకరించవలెను. దీని భావము అతడు భిక్షగాడని కాదు. ఆధ్యాత్మికస్థితిలో నిలిచినవానికి కావలసిన లక్షణములలో నమ్రతయు ఒకటై నందున సన్న్యాసియైనవాడు ఇంటింటికి వెళ్ళి భిక్షను స్వీకరించును. భిక్ష నెపమున గృహస్థులను కలిసి వారి యందలి కృష్ణభావనను జాగృతము చేయుటయే వారి ఉద్దేశ్యముగాని భిక్షను స్వీకరించుట కాదు. ఇదియే సన్న్యాసి యొక్క ధర్మము. సన్న్యాసియైనవాడు నిజముగా ఆధ్యాత్మిక పురోగతి నొందినచో గుర్వాజ్ఞను బడసి కృష్ణపరజ్ఞానమును యుక్తియుక్తముగా సర్వులకు అవగతమగునట్లు ప్రచారము గావింపవలెను. అట్లు ఆధ్యాత్మిక పురోగతిని పొందనిచో సన్న్యాసమును స్వీకరింపరాదు. ఒకవేళ తగినంత జ్ఞానము లేకనే మనుజుడు సన్న్యాసమును స్వీకరించినచో జ్ఞానసముపార్జనకై గురువు నుండి శ్రవణము చేయుట యందు నియుక్తుడు కావలెను. అనగా సన్న్యాసియైనవాడు నిర్భయత్వమునందు, సత్త్వసంశుద్ధియందు, జ్ఞానయోగమునందు స్థితుడై యుండవలెను.

ఇక తదుపరి అంశమైన దానము గృహస్థులకు ఉద్దేశింపబడినది. వారు న్యాయబద్ధమైన మార్గముల ద్వారా జీవనమునకై ధనమును సంపాదించుచు, దాని యందు యాభైశాతము కృష్ణభక్తిని ప్రపంచమంతటను ప్రచారము చేయుటకు వినియోగింపవలెను. అనగా గృహస్థులు అట్టి కార్యమునందు నిమగ్నములైన సంస్థలకు దానమొసగవలెను. దానమును సరియైనవానికే అనగా పాత్రునికే ఒసగవలెను. గీతయందు ముందు తెలుపబడనున్నట్లు దానమనునది సాత్త్వికదానము, రాజసికదానము, తామసికదానము అనుచు మూడురకములు. అందు సాత్త్వికదానమే శాస్త్రములందు ఉపదేశింపబడినది. కేవలము ధన వ్యయమే యగుటవలన రాజసిక, తామసిక దానములు వాని యందు

ఉపదేశింపబడలేదు. కనుక దానమును కృష్ణభక్తిని జగమంతటను ప్రచారము చేయుటకు మాత్రమే ఒసగబడవలెను. అదియే సాత్త్వికదానము.

ఇక "దమము"(ఆత్మనిగ్రహము) అనునది అన్ని ఆశ్రమముల వారికి ఉద్దేశింపబడినను గృహస్థులకు ప్రత్యేకముగా నిర్ణయింపబడినది. గృహస్థుడు భార్యతో కూడా కేవలము ఇంద్రియసుఖమునకై సంగమింపరాదు. మైథునమును కేవలము సంతానమును పొందుట కొరకే ఉపయోగించవలెను. ఈ విషయమున గృహస్థులకు పెక్కు నియమములు గలవు. సంతానమును కోరనిచో గృహస్థుడు మైథునజీవనమును త్యజింపవలెను. కాని నేటి ఆధునిక సమాజమున సంతానమును పోషించు బాధ్యతకు వెరసి గర్భనిరోధక విధానములు మరియు ఇతర హేయపద్ధతుల ద్వారా జనులు మైథునసుఖమును అనుభవించుచున్నారు. ఇది దానవప్రవృత్తేగాని దివ్యలక్షణము కాదు. కనుక గృహస్థుడైనవాడు ఆధ్యాత్మిక పురోగతిని సాధింపదలచినచో మైథునజీవనమును అదుపుచేయవలెను. శ్రీకృష్ణ భగవానుని సేవించు ప్రయోజనార్థము కానిచో సంతానమును అతడు పొంద రాదు. కృష్ణభక్తిభావనాయుతులు కాగలిగిన సంతానమును అతడు పొంద సమర్థుడైనచో మానవుడు వందలాది పిల్లలనైనను పొందవచ్చును. కాని అట్టి సామర్థ్యము లేనప్పుడు అతడు ఇంద్రియతృప్తి కార్యమున నిమగ్నుడు కారాదు.

యజ్ఞాచరణము గృహస్థులచే నిర్వహింపదగిన వేరొక అంశము. యజ్ఞములకు అధికధనము అవసరమగుటయే అందులకు కారణము. బ్రహ్మచర్యము, వానప్రస్థము, సన్న్యాసములనెడి ఆశ్రమములందున్నవారు ధనమును కలిగి యుండక భిక్షపై జీవింతురు కావున వివిధ యజ్ఞాచరణము గృహస్థులకే ఉద్దేశింపబడినది. వేదమందు నిర్దేశింపబడిన "అగ్నిహోత్రాది" పలుయజ్ఞములను వారు నిర్వహింపవలెను. కాని నేటికాలమున అట్టి యజ్ఞములు మిక్కిలి వ్యయమును కూడియుండుటచే ఏ గృహస్థుకైనను వాని నిర్వహణము సాధ్యము కాబోదు. కనుకనే ఈ యుగమునకు "సంకీర్తనయజ్ఞము" అత్యంత ఉత్తమ మైనదని తెలుపబడినది. హరే కృష్ణ హరే కృష్ణ కృష్ణ కృష్ణ హరే హరే/హరే రామ హరే రామ రామ రామ హరే హరే యనుచు చేయబడు కృష్ణనామకీర్తనమనెడి సంకీర్తనయజ్ఞము అత్యంత ఉత్తమమైనది, వ్యయము లేనటువంటిది. కనుక ప్రతి యొక్కరు ఈ యజ్ఞము నవలంబించి లాభమును పొందవచ్చును. అనగా దానము,

దమము, యజ్ఞాచరణము లనునవి గృహస్థులకు ఉద్దేశింపబడియున్నవి.

ఇక "స్వాధ్యాయము" అనునది బ్రహ్మచర్యాశ్రమమునకు ఉద్దేశింపబడినది. బ్రహ్మచారులు స్త్రీలతో ఎట్టి సంబంధమును కలిగియుండరాదు. బ్రహ్మచర్యమును విధిగా పాటించుచు ఆధ్యాత్మిక జ్ఞానసముపార్జన కొరకు వారు తమ మనస్సును వేదాధ్యయనము నందు నెలకొల్పవలెను. అదియే స్వాధ్యాయమనబడును.

"తపస్సు" అనునది ప్రత్యేకముగా వానప్రస్థాశ్రమమునకు ఉద్దేశింపబడినది. మనుజుడు జీవితాంతము గృహస్థజీవితమునే గడుపరాదు. బ్రహ్మచర్యము, గృహస్థము, వానప్రస్థము, సన్న్యాసమనెడి ఆశ్రమములు నాలుగు కలవని అతడు జ్ఞప్తి యందుంచుకొనవలెను. అనగా అతడు గృహస్థజీవితము పిమ్మట వానప్రస్థమును స్వీకరింపవలెను. మనుజుడు శతవత్సర జీవనమును కలిగినచో అందు ఇరువదియైదు సంవత్సరములు బ్రహ్మచర్యము నందును, ఇరువదియైదు సంవత్సరములు గృహస్థజీవనము నందును, ఇరువదియైదు సంవత్సరములు వానప్రస్థము నందును, మిగిలిన ఇరువదియైదు సంవత్సరములు సన్న్యాసము నందును గడుపవలెను. ఇది వేదనియమము. కనుక గృహస్థజీవితము నుండి విరమణను పొంది వానప్రస్థమును స్వీకరించువాడు దేహము, మనస్సు, జిహ్వలకు సంబంధించిన తపస్సును ఆచరింపవలెను. వర్ణాశ్రమధర్మమనునది తపస్సు చేయుట కొరకే ఉద్దేశింపబడినది. ఏలయన తపస్సు లేనిదే ఏ మనుజుడును ముక్తిని సాధింపలేడు. తపోమయ జీవనము అవసరములేదనియు, కేవలము తాత్త్విక కల్పనలతోనే సర్వము చక్కగా సాగుననియు పలుకు సిద్ధాంతము వేదములందు గాని, గీతయందు గాని ఉపదేశింపబడలేదు. అట్టి సిద్ధాంతములు కేవలము శిష్యులను ప్రోగు చేసికొనగోరు మిథ్యా ఆధ్యాత్మిక వాదుల చేతనే కల్పింపబడునటువంటివి. నియమములు, నిబంధనలు, నిషేధములున్నచో జనులు ఆకర్షితులు కారు గనుక కేవలము ప్రదర్శనార్థమై ధర్మము పేరిట అధికసంఖ్యలో శిష్యులను గోరు అట్టివారు శిష్యుల జీవనమును గాని, స్వీయజీవనమును గాని నియమించుటకు యత్నింపరు. కాని అట్టి విధానము వేదములచే సమ్మతింపబడలేదు.

"ఆర్జవము" (సరళత్వము) అనెడి బ్రాహ్మణ లక్షణమును కేవలము ఒకానొక ఆశ్రమమువారే గాక బ్రహ్మచర్య, గృహస్థ, వానప్రస్థ, సన్న్యాసాశ్రమము లందున్న ప్రతియొక్కరు అనుసరింపవలెను. అనగా ప్రతియొక్కరు సరళత్వమును

మరియు ఋజుస్వభావమును కలిగియుండవలెను.

"అహింస" యనగా జీవుని అభ్యుదయమును ఆటంకపరుపకుండుట యని భావము. దేహము చంపబడినను ఆత్మ నశింపదు గనుక జిహ్వాకొరకై జంతువులను వధించుట యందు ఎట్టి దోషము లేదని ఎవ్వరును భావింపరాదు. సమృద్ధిగా ధాన్యము, పళ్ళు, పాలు లభించుచున్నను నేడు మాంసభక్షణకే మానవులు అలవాటుపడి యున్నారు. వాస్తవమునకు జంతువధ అవసరము ఏమాత్రము లేదు. ఇది సర్వులకు విధింపబడిన నియమము. ఒకవేళ గత్యంతరములేక జంతువును చంపవలసివచ్చినను దానిని యజ్ఞమునందు అర్పింపవలెను. ఏది ఏమైనను ఆధ్యాత్మికానుభవము నందు పురోగతి నొందగోరువారు (తగినంతగా ఆహారము లభించుచున్నప్పుడు) జంతువుల యెడ ఎట్టి హింసను చేయరాదు. పైన తెలుపబడినట్లు జీవి పరిణామ అభ్యుదయమును ఆటంకపరుపకుండుటయే నిజమైన అహింస యనబడును. జంతువులు కూడా పరిణామ సిద్ధాంతము ననుసరించి ఒక దేహము నుండి వేరొక దేహమునకు మార్పుచెందుచు మానవజన్మను పొందుటకై అభ్యుదయ పథమున సాగుచుండును. కాని ఒకవేళ అవి చంపబడినచో వాని అభ్యుదయము నిరోధింపబడును. జీవుడు జంతు దేహములో నిర్ణయింపబడినంత కాలము వసించకనే చంపబడినచో తిరిగి ఆ నిర్ణీత సమయమును పూర్తి చేయుటకు అదే జంతుజన్మమున ప్రవేశింపవలసివచ్చును. అటు పిమ్మటనే అతడు ఉన్నతమైన వేరొక దేహమును పొందగలడు. కనుక మనుజుని జిహ్వా సంతృప్తి కొరకు వాటి అభ్యుదయమును ఆటంకపరుపరాదు. అదియే అహింస యనబడును.

స్వలాభము కొరకై ఎవ్వరును సత్యమును వక్రింప చేయరాదనుటయే "సత్యము" అను పదమునకు భావము. వేదవాఙ్మయమున కొన్ని కఠిన విషయములున్నను వాని ప్రయోజనమును (భావమును) ఆధ్యాత్మికగురువు సహాయమున ఎరుగవలెను. వేదము నెరుగవలసిన విధానమదియే. "శృతి" యనగా ప్రామాణికుల నుండి శ్రవణము చేయవలెనని భావము. అనగా వేదము లందలి విషయమునకు స్వలాభము కొరకై తోచిన అర్థమును చెప్పరాదు. భగవద్గీత యొక్క మూలవిషయమునకు కూడా విరుద్ధ అర్థము చెప్పు వ్యాఖ్యానములు పెక్కుగలవు. కనుక ఎవరైనను యథార్థభావమునే ప్రకటింపవలెను. అంతియేగాక దానిని వారు ప్రామాణికుడైన గురువు నుండియే నేర్వవలెను.

"అక్రోధము" అనగా కోపమును అణచుట యని భావము. కోపగ్రస్థుడైనంతనే మనుజుని దేహము మలినమగును గనుక ఇతరులు ప్రేరేపించినను ఎవ్వరును కోపము నొందరాదు. కోపము రజోగుణము మరియు కామముల ఫలితమై నందున, ఆధ్యాత్మికముగా స్థితుడైనవాడు కోపము నుండి తనను తాను నిరోధించుకొనవలెను. "అపైశునం" అనగా ఇతరుల దోషముల నెన్నకుండుట లేక అనవసరముగా ఇతరులను సరిదిద్ద యత్నింపకుండుట యని భావము. దొంగను దొంగయని పలుకుట దోషమునెన్నుట కాకున్నను, మర్యాదస్థుని దొంగ యని అనవసరముగా పలుకుట ఆధ్యాత్మికముగా పురోగమించువానికి అపరాధము కాగలదు. "హ్రీ"యనగా వినమ్రుడై యుండుటని భావము. అంతియేగాక మనుజుడు హేయమైన కార్యములు చేయరాదనియు దాని అర్థము. "అచాపలమ్" అనగా మనుజుడు ఏదేని యత్నమునందు కలతనొందరాదు లేదా నిరాశచెందరాదని భావము. ఏదేని యత్నమునందు అపజయము కలిగినను మనుజుడు దాని కొరకై చింతింపరాదు. సహనమును మరియు నిశ్చయమును కూడి అతడు పురోభివృద్ధిని గాంచవలయును.

"తేజస్సు" అను పదము క్షత్రియులకు ఉద్దేశింపబడినది. క్షత్రియులు సదా దృఢవంతులై బలహీనులకు రక్షణమును గూర్చ సమర్థులై యుండవలెను. వారు తమను తాము అహింసావాదులుగా ప్రదర్శించుకొనరాదు. హింస అవసరమైనచో దానిని వారు ప్రదర్శింపవలయును. కాని వారు శత్రువును అణచగలిగినను కొన్ని సమయములందు క్షమాగుణమును సైతము ప్రదర్శించవచ్చును. శత్రువుల అల్పదోషములను క్షత్రియుడైనవాడు క్షమించవచ్చును.

"శౌచము" అనగా శుచిత్వమని భావము. అట్టి ఈ శౌచము మనస్సు మరియు దేహమునకేగాక వ్యవహారమునకు కూడా సంబంధించి యుండును. ఇది ముఖ్యముగా వైశ్యులకు సంబంధించినది. వారు ఎన్నడును నల్లబజారులో వ్యాపారమును చేయరాదు. గౌరవమాశింపకుండుట అనెడి "నాతిమానితా" యను పదము శూద్రులకు సంబంధించినది. వేదనియమము ప్రకారము శూద్రులు నాలుగువర్ణముల వారందరిలో అత్యంత కడపటివారు గనుక అవాంఛిత గర్వముచే విర్రవీగక తమ స్థాయిలోనే నిలిచియుండవలెను. సాంఘిక వ్యవస్థను చక్కగా నడుపుటకు ఉన్నతవర్ణము వారికి గౌరవ,మర్యాదల నొసగుట శూద్రుల ధర్మము.

ఇచ్చట తెలుపబడిన ఇరువదియారు లక్షణములు దైవీగుణములు. వీటిని వర్ణాశ్రమము ననుసరించి మనుజుడు అభ్యసింపవలెను. భౌతికస్థితి దుర్భరముగా నున్నను సర్వవర్ణముల వారు అభ్యాసము ద్వారా ఈ గుణములను పెంపొందించుకొనినచో అత్యున్నత దివ్యానుభవస్థాయికి క్రమముగా చేరగలుగుట సాధ్యమగునని పలుకుటయే దీని భావము.

4

दम्भो दर्पोऽभिमानश्च क्रोधः पारुष्यमेव च।
अज्ञानं चाभिजातस्य पार्थ सम्पदमासुरीम् ॥४॥

దమ్భో దర్పోఽభిమానశ్చ క్రోధః పారుష్యమేవ చ ।
అజ్ఞానం చాభిజాతస్య పార్థ సమ్పదమాసురీమ్ ॥

దమ్భః—గర్వము; దర్పః—పొగరు; అభిమానః—అహంకారము; చ—మరియు; క్రోధః—కోపము; పారుష్యం—పరుషత్వము; ఏవ—నిశ్చయముగా; చ—మరియు; అజ్ఞానం—అజ్ఞానము; చ—మరియు; అభిజాతస్య—పుట్టినవానికి; పార్థ—ఓ అర్జునా; సమ్పదం—లక్షణములు; ఆసురీం—రాక్షసప్రవృత్తికి సంబంధించిన.

ఓ పార్థా! గర్వము, పొగరు, దురహంకారము, కోపము, పరుషత్వము, అజ్ఞానములనెడి లక్షణములు అసురస్వభావము కలిగినవారికి చెందినవి.

భాష్యము : నరకమునకు రాజమార్గము ఈ శ్లోకమున వివరింపబడినది. దానవప్రవృత్తి గలవారు తాము నియమములను పాటింపకున్నను ధర్మ ప్రదర్శనమును, ఆధ్యాత్మికజ్ఞాన పురోగతియను ప్రదర్శనమును మాత్రము గావింతురు. ఏదియో ఒక విద్యను లేదా అధికధనమును కలిగియున్న కారణమున వారు పొగరును, గర్వమును కలిగియుందురు. ఇతరులచే పూజింపబడవలెననియు భావింతురు. గౌరవింపబడుటకు అర్హులు కాకున్నను ఇతరులచే గౌరవము నొందగోరుదురు. అల్ప విషయముల గూర్చియు వారు క్రోధముచెంది పరుషముగా మాట్లాడుదురు. మృదువుగా వారెన్నడును పలుకరు. ఏది చేయదగినదో ఏది చేయరానిదో వారెరుగలేరు. ఎవ్వరి ప్రామాణికత్వమును స్వీకరింపక వారు ప్రతిదియు తమ కోరిక ననుసరించి చపలముగా నొనర్తురు. ఈ ఆసురీలక్షణములను వారు తల్లిగర్భమున ఉన్న సమయము నుండియే గ్రహించియుందురు. పెరిగి పెద్దవైన కొలది వారు ఆ అశుభగుణములను ప్రదర్శించుట నారంభింతురు.

5

दैवी सम्पद् विमोक्षाय निबन्धायासुरी मता।
मा शुचः सम्पदं दैवीमभिजातोऽसि पाण्डव ॥५॥

దైవీ సమ్పద్ విమోక్షాయ నిబన్ధాయాసురీ మతా ।
మా శుచః సమ్పదం దైవీమభిజాతో ऽసి పాణ్డవ ॥

దైవీ—దివ్యమైన; సమ్పత్—గుణసంపద; విమోక్షాయ—మోక్షముకొరకు ఉద్దేశింపబడినది; నిబన్ధాయ—బంధము కొరకు; ఆసురీ—అసురగుణసంపద; మతా—పరిగణింపబడినది; మా శుచః—శోకింపకుము; సమ్పదం—గుణసంపదను; దైవీం—దివ్యమైన; అభిజాతః—కలిగి పుట్టినవాడవు; అసి—అయి ఉన్నావు; పాణ్డవ—ఓ పాండుపుత్రా.

దైవీగుణములు మోక్షమునకు అనుకూలములై యుండగా అసురగుణములు బంధకారకములగుచున్నవి. ఓ పాండుపుత్రా! నీవు దైవీగుణములతో జన్మించి యున్నందున శోకింపకుము.

భాష్యము : అర్జునుడు అసురగుణములను కూడి జన్మింపలేదని పలుకుచు శ్రీకృష్ణభగవానుడు అతనిని ఉత్సాహపరచుచున్నాడు. యుద్ధము యొక్క మంచిచెడ్డలను ఆలోచించుచుండుటచే అర్జునుడు యుద్ధమునందు పాల్గొనుట ఎన్నడును అసురీస్వభావము కాబోదు. భీష్మ, ద్రోణాది గౌరవనీయ పురుషులు వధార్హులా, కాదా యని చింతించుచుండుటను బట్టి అతడు క్రోధము, మిథ్యాహంకారము, పరుషత్వముల ప్రభావమునకు లోను కాలేదని తెలియుచున్నది. కనుక అర్జునుడు ఆసురీలక్షణములకు చెందినవాడు కాడు. వాస్తవమునకు క్షత్రియుడైనవానికి శత్రువుపై బాణములను గుప్పించుటయే దైవీ స్వభావము. అట్టి ధర్మము నుండి విరమించుటయే అసురస్వభావము కాగలదు. కనుక అర్జునుని శోకమునకు ఎట్టి కారణము లేదు. వర్ణాశ్రమ నియమములను యథావిధిగా పాటించువాడు సదా దైవీస్థితి యందే నెలకొని యుండును.

6

द्वौ भूतसर्गौ लोकेऽस्मिन् दैव आसुर एव च।
दैवो विस्तरशः प्रोक्त आसुरं पार्थ मे शृणु ॥६॥

ద్వౌ భూతసర్గౌ లోకేऽస్మిన్ దైవ ఆసుర ఏవ చ ।
దైవో విస్తరశః ప్రోక్త ఆసురం పార్థ మే శృణు ॥

ద్వౌ—ఇద్దరు; భూతసర్గౌ—సృజింపబడిన జీవులు; లోకే—లోకమునందు; అస్మిన్—ఈ; దైవః—దివ్యము; ఆసురః—ఆసురము; ఏవ—నిశ్చయముగా; చ—మరియు; దైవః—దివ్యమైనది; విస్తరశః—వివరముగా; ప్రోక్తః—చెప్పబడినది; ఆసురం—అసురగుణములు; పార్థ—ఓ పృథాకుమారా; మే—నానుండి; శృణు—వినుము.

ఓ పృథాకుమారా! ఈ లోకమునందు దైవాసురులనెడి రెండురకముల జీవులు కలరు. దైవీగుణములను ఇదివరకే నేను వివరముగా తెలిపియుంటిని. ఇక అసురస్వభావము గలవారి గుణములను నా నుండి ఆలకింపుము.

భాష్యము : అర్జునుడు దైవీగుణములతో జన్మించినాడని పలుకుచు అతనికి ధైర్యమును గొలిపిన శ్రీకృష్ణభగవానుడు ఇక ఆసురీగుణములను వివరింప ఉద్యుక్తుడగుచున్నాడు. జగమునందు బద్ధజీవులు రెండు తరగతులుగా విభజింపబడి యుందురు. అందు దైవీగుణములతో జన్మించినవారు నియమబద్ధమైన జీవితమును గడుపుదురు. అనగా వారు శాస్త్రవిధులకు, ప్రామాణికులైనవారి ఉపదేశములకు కట్టుబడియుందురు. వాస్తవమునకు ప్రతియొక్కరు ఈ విధముగనే ప్రామాణిక శాస్త్రాధారముగా తమ ధర్మమును నిర్వర్తించవలయును. ఇట్టి స్వభావమే దైవీ స్వభావమనబడును. అట్లుగాక శాస్త్రనియమములను పాటింపక కేవలము తనకు తోచిన రీతిగా వర్తించువాడు దానవస్వభావము (అసురప్రవృత్తి) కలవాడని పిలువబడును. అనగా శాస్త్రమునందు తెలియజేయబడిన విధి నియమములను పాటించుట తప్ప దైవీసంపదకు వేరొక్క ప్రమాణము లేదు. దేవదానవులు ఇరువురును ప్రజాపతి నుండియే జన్మించిరని వేదవాఙ్మయము తెలుపుచున్నది. కాని వారిరువురి నడుమ భేదమేమనగా ఒక తరగతివారు వేద విధులను ఆమోదించగా, ఇంకొకరు వానిని ఆమోదించరు.

7

प्रवृत्तिं च निवृत्तिं च जना न विदुरासुराः ।
न शौचं नापि चाचारो न सत्यं तेषु विद्यते ॥७॥

ప్రవృత్తిం చ నివృత్తిం చ జనా న విదురాసురాః ।
న శౌచం నాపి చాచారో న సత్యం తేషు విద్యతే ॥

ప్రవృత్తిం—సరిగా పనిచేయుట; చ—కూడా; నివృత్తిం—సరిగా పనిచేయకుండుట; చ—మరియు; జనాః—జనులు; న విదుః—ఎరుంగరు; ఆసురాః—అసురస్వభావులు; న శౌచం—శుచిత్వముకాని; నాపిచాచారః—సదాచారముకాని; సత్యం—సత్యము; తేషు—వారియందు; న విద్యతే—ఉండదు.

ఆసురీగుణములు గలవారు చేయువలసినదేదియో, చేయురానిదేదియో ఎరుగకుందురు. శుచిత్వముగాని, సదాచారముగాని, సత్యముగాని వారియందు గోచరింపదు.

భాష్యము : ప్రతి నాగరిక మానవసమాజమునందు ఆది నుండియు ఆచరింపబడెడి కొన్ని శాస్త్రనియమనిబంధనలు ఉండును. వేదనాగరికతను పాటించుచు మిక్కిలి నాగరికులని ప్రసిద్ధినొందిన ఆర్యుల విషయమున ఇది ముఖ్యముగా సత్యమై యున్నది. కాని అట్లు శాస్త్రనిబంధనలను పాటింపనివారే అసురస్వభావము కలిగినవారు. కనుకనే అసురస్వభావము గలవారు శాస్త్రనియమముల నెరుగుటగాని, వానిని అనుసరింపవలెనను ఉద్దేశ్యమును కలిగియుండుటగాని సంభవింపదని ఇచ్చట పేర్కొనబడినది. అట్టివారిలో అధికశాతము ఆ నియమములను ఎరుగకుందురు. ఒకవేళ కొంతమంది ఆ నియమములను ఎటిగి యున్నను వాని ననుసరించుటకు సిద్ధమైయుండరు. అనగా శ్రద్ధగాని, వేద నియమానుసారము వర్తించవలెననెడి సంకల్పము గాని అసురస్వభావము గలవారికి ఉండదు. వారు అంతర్యమునందు గాని, బాహ్యమునందు గాని శుచిత్వమును కలిగియుండరు. ప్రతియొక్కరు స్నానము, దంతధావనము, క్షౌరము, శుభ్ర వస్త్రధారణము వంటి కర్మల ద్వారా దేహమును బాహ్యమునందు శుచిగా నుంచవలెను. అదే విధముగా చిత్తమును హరే కృష్ణ హరే కృష్ణ కృష్ణ కృష్ణ హరే హరే/హరే రామ హరే రామ రామ రామ హరే హరే యను శ్రీకృష్ణనామ కీర్తనమును సదా చేయుట ద్వారా శుచిగా నుంచవలెను. ఆసురీస్వభావులు ఈ అంతర్బాహ్య శుచిత్వకర్మలను అంగీకరించుటగాని, అనుసరించుటగాని చేయరు.

ఇక సదాచార విషయమున మానవనైజమునకు మార్గదర్శకములైన పెక్కు నియమనిబంధనలు శాస్త్రములందు గలవు. ముఖ్యముగా మానవులకు శాసన గ్రంథము వంటి "మనుసంహిత" అట్టి శాస్త్రములలో ప్రధానమైనది. నేటికిని హిందువులు దానిని అనుసరింతురు. వారసత్వపు నియమములు మరియు ఇతర న్యాయసంబంధమైన విషయములు దాని నుండియే గ్రహింపబడినవి. అట్టి

మనుసంహిత యందు స్త్రీలకు స్వాతంత్ర్యమును ఒసగరాదని తెలుపబడినది. దీని భావము వారిని బానిసలవలె ఉంచవలెనని కాదు. వారిని పిల్లలవలె అతి జాగ్రత్తగా కాపాడవలెననియే అర్థము. సాధారణముగా పిల్లలకు స్వేచ్ఛ ఒసగ బడదు. అంతమాత్రమున వారు బానిసలుగా ఉంచబడుదురని అర్థముకాదు. కాని అసురస్వభావము గలవారు ఈనాడు ఆ నియమములను త్రోసిపుచ్చి స్త్రీకి పురుషునికి ఒసగినంత స్వేచ్ఛ ఒసగవలెనని భావించుచున్నారు. అయినను వారి భావనము ప్రపంచ సామాజికస్థితిని ఏ మాత్రము మార్చలేకపోయినది. వాస్తవమునకు స్త్రీకి జీవితపు ప్రతిదశ యందును రక్షణము నొసగవలెను. బాల్యమున తండ్రిచే, యౌవనమున భర్తచే, వృద్ధాప్యమున కుమారులచే ఆమె రక్షింపబడవలెను. మనుసంహిత ప్రకారము ఇదియే సరియైన సాంఘిక పరిస్థితి. కాని ఆధునిక విద్యావిధానము స్త్రీకి ఒక గర్వమును కూడిన భావమును కృత్రిమముగా సృష్టించినది. కనుకనే ప్రస్తుతకాలమున వివాహము లేదా దాంపత్యజీవనము కేవలము కల్పనగా లేక ఊహగా మాత్రమే మిగులు చున్నది. అంతియేగాక నేటికాలమున స్త్రీల నైతికవర్తనము కూడా సరిగా లేదు. అనగా దానవప్రవృత్తి గలవారు సంఘమునకు శ్రేయోదాయకమగు ఏ నియమమును కూడా అంగీకరింపరు. ఋషుల అనుభవమును మరియు వారిచే విధింపబడిన విధి,నియమములను పాటింపకుండుట చేతనే అసురస్వభావము కలిగిన జనుల సాంఘికస్థితి కడు దుఃఖమయమై యున్నది.

8

असत्यमप्रतिष्ठं ते जगदाहुरनीश्वरम्।
अपरस्परसम्भूतं किमन्यत् कामहैतुकम् ॥८॥

అసత్యమప్రతిష్ఠం తే జగదాహురనీశ్వరమ్ ।
అపరస్పరసమ్భూతం కిమన్యత్ కామహైతుకమ్ ॥

అసత్యం—యథార్థము కానిది; **అప్రతిష్ఠం**—ఆధారములేనిది; **తే**—వారు; **జగత్**—ఈ జగత్తు; **ఆహుః**—చెప్పుదురు; **అనీశ్వరమ్**—నియామకుడు కూడా లేకుండా; **అపరస్పర సమ్భూతం**—కారణము లేకుండా పుట్టినది; **కిమన్యత్**—ఇంకొక కారణములేదు; **కామహైతుకమ్**—కేవలము కామమే కారణముగా కలది.

ఈ జగము అసత్యమనియు, ఆధారములేనిదనియు, నియామకుడెవ్వడును దీనికి లేడనియు, సంగమాభిలాష చేతనే ఉత్పన్నమైనట్టి దీనికి కామము

తప్ప వేరొక్కటి కారణము కాదనియు వారు పలుకుదురు.

భాష్యము : అసురస్వభావులు ఈ జగమును భ్రాంతి యని నిర్ణయింతురు. దీనికి కార్యకారణములు గాని, నియామకుడుగాని, ప్రయోజనముకాని లేవనియు సర్వము మిథ్యయనియు వారు భావింతురు. ఈ జగత్తు భౌతిక చర్య, ప్రతిచర్యల వలన యాదృచ్ఛికముగా ఏర్పడినదని పలుకుదురే కాని ఒక ప్రత్యేక ప్రయోజనార్థమై భగవానునిచే సృష్టింపబడినదని వారు భావింపజాలరు. ఈ జగత్తు దానంతట అదే వచ్చియున్నందున దాని వెనుక భగవానుడు ఒకడున్నాడని నమ్మవలసిన అవసరము లేదనెడి తమ స్వంత సిద్ధాంతమును వారు కలిగి యుందురు. వారు ఆత్మ మరియు భౌతికపదార్థము (అనాత్మ) నడుమగల వ్యత్యాసమును గమనింపరు. అదేవిధముగా దివ్యాత్మను (భగవానుని) కూడా వారు అంగీకరింపరు. వారి ఉద్దేశ్యమున సమస్తమును పదార్థమే. అనగా సమస్త విశ్వము అజ్ఞానమయమేనని వారి భావము. సమస్తము శూన్యమేయనియు మరియు కనిపించునదంతటికి మన అజ్ఞానమే కారణమనియు వారు తలతురు. నిజమునకు అస్తిత్వము లేనటువంటి పెక్కింటిని మనము స్వప్నము నందు సృష్టించినట్లుగా, వైవిధ్యముగల సృష్టులన్నియు అజ్ఞానము యొక్క ప్రదర్శనయేనని వారు నిశ్చయముగా పలుకుదురు. కాని మేల్కాంచినంతనే అది యంతయు స్వప్నమేయని మనము గుర్తింతుము. దానవస్వభావులు జీవితము స్వప్నము వంటిదే యని పలికినను, ఆ స్వప్నమును అనుభవించుటలో అతి ప్రవీణులై యుందురు. తత్కారణముగా జ్ఞానమార్జించుటకు బదులు తమ స్వప్ననగర మందే మరింతగా వారు బంధింపబడుచుందురు. స్త్రీపురుషుల సంగమముచే శిశువు జన్మించునట్లు, ఈ జగత్తు కూడా ఎట్టి ఆత్మ లేకనే ఏర్పడుచున్నదని వారు తలతురు. పదార్థముల కలయిక చేతనే జీవులు సృష్టింపబడుచున్నారనియు మరియు ఇచ్చట ఆత్మ యనెడి ప్రశ్నయే ఉదయించదనియు వారి భావనము. స్వేదమునుండి, శవమునుండి పలు జీవరాసులు ఎట్టి కారణము లేకనే ఉద్భవించునట్లు జగత్తంతయు భౌతిక మూలకముల కలయికచే ఏర్పడినదనియు తత్కారణముగా భౌతికప్రకృతే సృష్టికి కారణమనియు, అంతకు మించి వేరే కారణమేదియును లేదనియు వారు పలుకుదురు. "నా అధ్యక్షత యందే సమస్త జగత్తు నడచుచున్నది" (మయాధ్యక్షేణ ప్రకృతిః సూయతే సచరాచరమ్) అను భగవద్గీత యందలి

శ్రీకృష్ణభగవానుని పలుకులను వారు విశ్వసింపరు. అనగా ఈ జగత్తు యొక్క సృష్టికి సంబంధించిన పూర్ణజ్ఞానము అసురస్వభావులకు ఉండదు. ప్రతియొక్కరు దాని విషయమున వారి వారి స్వంతసిద్ధాంతములను కలిగియుందురు. శాస్త్రనిర్దేశములను యథార్థముగను, ప్రామాణికముగను అవగాహన చేసికొనవలెనని భావింపనందున శాస్త్రముల యొక్క అన్ని వ్యాఖ్యానములు కూడా సమానమైనవే మరియు సరియైనవే యని వారు భావింతురు.

9

एतां दृष्टिमवष्टभ्य नष्टात्मानोऽल्पबुद्धयः ।
प्रभवन्त्युग्रकर्माणः क्षयाय जगतोऽहिताः ॥९॥

ఏతాం దృష్టిమవష్టభ్య నష్టాత్మానో ऽల్పబుద్ధయః ।
ప్రభవన్త్యుగ్రకర్మాణః క్షయాయ జగతో ऽహితాః ॥

ఏతామ్—ఈ; దృష్టిమ్—దృష్టిని; అవష్టభ్య—అంగీకరించి; నష్టాత్మానః—నష్టమైన ఆత్మ కలవారు; అల్పబుద్ధయః—అల్పజ్ఞులు; ప్రభవన్తి—వర్తింతురు; ఉగ్రకర్మాణః—తాపకరమగు కర్మల యందు నియుక్తులైనవారు; క్షయాయ—నాశనము కొరకు; జగతః—జగత్తు యొక్క; అహితాః—హితము కానటువంటి.

నష్టాత్ములును, అల్పబుద్ధులును అగు అసురస్వభావము గలవారు ఇట్టి అభిప్రాయములనే అనుసరించుచు అహితములును, జగద్వినాశకరములును అగు ఘోరకర్మలలో నియుక్తులగుదురు.

భాష్యము : అసురస్వభావము గలవారు ప్రపంచనాశకర కర్మల యందే నియుక్తులై యుందురు. అట్టివారిని శ్రీకృష్ణభగవానుడు ఇచ్చట అల్పబుద్ధులని తెలుపుచున్నాడు. భగవద్భావన ఏ మాత్రము లేనటువంటి ఆ భౌతికవాదులు తాము పురోభివృద్ధి చెందుచున్నట్లు తలచినను భగవద్గీత ప్రకారము వారు అల్పబుద్ధులు, జ్ఞానము లేనట్టివారే యగుదురు. భౌతికజగమునందు సాధ్యమైనంతవరకు సుఖము ననుభవింపవలెనని యత్నింపగోరుటచే ఇంద్రియ తృప్తికి ఏదియో ఒక క్రొత్తదానిని కనిపెట్టుట యందు వారు సదా నిమగ్నులై యుందురు. అట్టి భౌతికపరిశోధన ఫలితములు మానవనాగరికత యొక్క పురోభివృద్ధిగా పరిగణింపబడినను, ఫలితముగా మాత్రము జనులు మరింత హింసాప్రాయులుగా, క్రూరులుగా తయారగుచున్నారు. జనులు హింసామనస్కులై జంతువుల యెడ, ఇతర మానవుల యెడ హింసాప్రవృత్తిని వృద్ధిచేసికొనుచున్నారు.

ఇతర జీవులయెడ ఏ విధముగా వర్తించవలెనో వారు ఎరుగజాలకున్నారు. అట్టి అసురస్వభావుల యందు జంతుహింస మిక్కిలి ప్రముఖమై యుండును. తమ పరిశోధనల ద్వారా సర్వులకు వినాశమును కూర్చునదేదో తయారుచేయు చున్నందున లేదా కనిపెట్టనున్నందున అట్టివారు ప్రపంచమునకు శత్రువులుగా పరిగణింపబడుదురు. అనగా అణ్వాయుధముల సృష్టిని ఈ శ్లోకము పరోక్షముగా సూచించుచున్నది. అణ్వాయుధముల సృష్టి నేడు సమస్త ప్రపంచమునకు గర్వకారణమైనను, యుద్ధమారంభమైనంతనే అవి ఘోరవిపత్తును సృష్టింపగలవు. అట్టి యుద్ధము ఏ క్షణమునందైనను కలుగవచ్చును. అట్టివి కేవలము ప్రపంచ వినాశమునకే సృష్టింపబడునని ఇచ్చట పేర్కొనబడినది. భగవద్భావన లేకపోవుట చేతనే అట్టి మారణాయుధములు మానవసమాజమున సృష్టింపబడుచున్నవి. అవి ఎన్నడును ప్రపంచ శాంతి, పురోగతులకు దోహదములు కాజాలవు.

10

कामम‍ाश्रित्य दुष्पूरं दम्भमानमदान्विताः ।
मोहाद् गृहीत्वासद्ग्राहान् प्रवर्तन्तेऽशुचिव्रताः ॥१०॥

కామమాశ్రిత్య దుష్పూరం దంభమానమదాన్వితాః ।
మోహాద్ గృహీత్వాసద్గ్రాహాన్ ప్రవర్తన్తే ఽశుచివ్రతాః ॥

కామమ్—కామమును; ఆశ్రిత్య—ఆశ్రయించి; దుష్పూరం—తృప్తినొందింపరాని; దంభ—గర్వము తోడను; మాన—దురభిమానము తోడను; మదాన్వితాః—మదము తోడను కూడినవారై; మోహాత్—భ్రాంతివలన; గృహీత్వా—గ్రహించి; అసద్గ్రాహాన్—అశాశ్వతములైన వానిని; ప్రవర్తన్తే —వర్తింతురు; అశుచివ్రతాః—అపవిత్ర వ్రతులు.

పూరింపశక్యము కానటువంటి కామము నాశ్రయించి గర్వము మరియు మిథ్యాహంకారములను కూడినవారై భ్రాంతినొందినటువంటి ఆసురస్వభావులు అశాశ్వతములైనవాని యెడ ఆకర్షితులై సదా అపవిత్ర వ్రతులగుదురు.

భాష్యము : ఆసురస్వభావము గలవారి మనస్తత్వము ఇచ్చట వర్ణింప బడుచున్నది. వారి కామవాంఛకు తృప్తియన్నది ఉండదు. తృప్తినెరుగని విషయభోగానుభవ కోరికలను వారు సదా వృద్ధిచేసికొనుచుందురు. అశాశ్వతములైన వాటిని అంగీకరించుటచే కలుగు దుఃఖములందు పూర్తిగా మునిగియున్నను, మాయకారణముగా వారు అట్టి కార్యములందే నిమగ్నులై యుందురు. జ్ఞానరహితులైన అట్టివారు తాము తప్పుమార్గమున చనుచున్నామని

ఎరుగలేరు. అశాశ్వత విషయముల నంగీకరించుచు అట్టి అసురస్వభావులు తమకు తామే ఒక దేవుడిని మరియు మంత్రములను సృష్టించుకొని జపకీర్తనములను గావింతురు. తత్ఫలితముగా వారు మైథునభోగము, ధనమును కూడబెట్టుట యనెడి విషయముల యెడ మిగుల ఆకర్షితులగుదురు. "అశుచివ్రతాః" యను పదము ఈ సందర్భమున అతి ముఖ్యమైనది. అనగా అసురస్వభావులు మగువ, మదిర, జూదము, మాంసభక్షణములకు సంపూర్ణముగా ఆకర్షితులై యుందురు. అవియే వారి అశుచియైన అలవాట్లు. గర్వము మరియు మిథ్యాహంకారములచే ప్రభావితులై అట్టివారు వేదములచే ఆమోదయోగ్యములు గాని కొన్ని ధర్మ నియమములను సృష్టించుకొందురు. అట్టివారు వాస్తవమునకు ప్రపంచము నందు అత్యంత అధములైనను జనులు వారికి కృత్రిమముగా మిథ్యాగౌరవమును కల్పింతురు. అసురస్వభావులైన అట్టివారు నరకమునకు దిగజారుచున్నను తమను తాము పురోభివృద్ధి నొందినవారుగా భావింతురు.

11-12

चिन्तामपरिमेयां च प्रलयान्तामुपाश्रिताः ।
कामोपभोगपरमा एतावदिति निश्चिताः ॥११॥
आशापाशशतैर्बद्धाः कामक्रोधपरायणाः ।
ईहन्ते कामभोगार्थमन्यायेनार्थसञ्चयान् ॥१२॥

చిన్తామపరిమేయాం చ ప్రలయాన్తాముపాశ్రితాః ।
కామోపభోగపరమా ఏతావదితి నిశ్చితాః ॥
ఆశాపాశశతైర్బద్ధాః కామక్రోధపరాయణాః ।
ఈహన్తే కామభోగార్థమన్యాయేనార్థసంచయాన్ ॥

చిన్తాం—భయమును, దుఃఖమును; అపరిమేయాం—అపరిమితమైన; చ—మరియు; ప్రలయాన్తమ్—మరణము వరకును; ఉపాశ్రితాః—ఆశ్రయించి; కామ ఉపభోగపరమాః—ఇంద్రియతృప్తియే జీవితగమ్యముగా కలవారై; ఏతావదతి—ఈ విధముగానని; నిశ్చితాః—నిశ్చయించి; ఆశాపాశశతైః—ఆశలనెడి వేలాది పాశములచే; బద్ధాః—బంధింపబడినవారై; కామ—కామము; క్రోధ—కోపమునందు; పరాయణాః—స్థితిని కలిగినవారై; ఈహన్తే—కోరుదురు; కామ—కామము; భోగార్థం—ఇంద్రియానుభోగము కొరకు; అన్యాయేన—అధర్మముగా; అర్థసంచయాన్ —ధనసంపాదనము.

ఇంద్రియతృప్తియే మానవుల ముఖ్యావసరమని వారు విశ్వసింతురు. ఆ

విధముగా జీవితాంతము వరకును వారి దుఃఖము అపరిమితముగా నుండును. వేలాది ఆశాపాశములచే బద్ధులై, కామక్రోధములందు మగ్నులై ఇంద్రియ భోగము కొరకు వారు అధర్మమార్గము ద్వారా ధనమును గడింతురు.

భాష్యము : అసురస్వభావులు ఇంద్రియభోగమునే జీవితలక్ష్యముగా అంగీకరింతురు. ఆ భావననే వారు మరణము వరకు కొనసాగింతురు. మరణము పిదప వేరొక జన్మమున్నదని గాని, కర్మానుసారము జీవుడు వివిధదేహములను పొందవలసివచ్చునని గాని వారు విశ్వసింపరు. వారి జీవనప్రణాళికలు ఎన్నడును పూర్తికావు. ఒక ప్రణాళిక పిదప వేరొక ప్రణాళికను తయారు చేయుచు పోయెడి వారి ప్రణాళికలు ఎన్నడును పూర్తి కావు. అట్టి అసురస్వభావము కలిగిన మనుజుని అనుభవము నాకు గలదు. మృత్యుశయ్యపై నున్న అతడు తన ప్రణాళికలు ఇంకను పూర్తికాలేదనియు తత్కారణముగా తన ఆయువును కనీసము నాలుగేళ్ళు పొడిగింపుమనియు వైద్యుని ప్రార్థించెను. వైద్యుడు జీవితమును క్షణకాలమును కూడా పొడిగించలేడని అట్టి మూర్ఖులు ఎరుగజాలరు. మరణము యొక్క పిలుపు రాగానే మనుజుని కోరికలను పట్టించుకొనుట జరుగదు. మనుజుని ఆయువు విషయమున నియమిత సమయము కంటె ఒక్క క్షణమును సైతము ప్రకృతినియమములు అంగీకరింపవు.

శ్రీకృష్ణభగవానుని యందు గాని, హృదయస్థ పరమాత్ముని యందు గాని శ్రద్ధ లేనటువంటి అసురస్వభావుడు కేవలము ఇంద్రియప్రీతి కొరకు అన్నిరకములైన పాపకార్యముల నొనర్చును. హృదయమునందే సాక్షియైనవాడు నిలిచి యున్నాడని అతడు ఎరుగజాలడు. సాక్షియైన పరమాత్ముడు జీవాత్మ కర్మలను వీక్షించుచునే యుండును. ఉపనిషత్తుల యందు తెలుపబడినట్లు వృక్షముపై గల రెండు పక్షులలో ఒకటి సుఖదుఃఖములనెడి వృక్షఫలములను అనుభవించుచుండ వేరొకటి సాక్షిగా నున్నది. కాని ఆసురస్వభావుడు వేదజ్ఞానముగాని, శ్రద్ధగాని లేనందున పర్యవసానమును లెక్కజేయక ఇంద్రియభోగము కొరకై దేనినైనను స్వేచ్ఛగా ఒనరించుచుండును.

13-15

इदमद्य मया लब्धमिमं प्राप्स्ये मनोरथम्।
इदमस्तीदमपि मे भविष्यति पुनर्धनम्॥१३॥

असौ मया हतः शत्रुर्हनिष्ये चापरानपि।
ईश्वरोऽहमहं भोगी सिद्धोऽहं बलवान् सुखी ॥१४॥
आढ्योऽभिजनवानस्मि कोऽन्योऽस्तिसदृशो मया।
यक्ष्ये दास्यामि मोदिष्य इत्यज्ञानविमोहिताः ॥१५॥

ఇదమద్య మయా లబ్ధమిమం ప్రాప్స్యే మనోరథమ్ ।
ఇదమస్తీదమపి మే భవిష్యతి పునర్ధనమ్ ॥
అసౌ మయా హతః శత్రుర్హనిష్యే చాపరానపి ।
ఈశ్వరో೭హమహం భోగి సిద్ధో೭హం బలవాన్ సుఖీ ॥
ఆఢ్యో೭భిజనవానస్మి కో೭న్యో೭స్తి సదృశో మయా ।
యక్ష్యే దాస్యామి మోదిష్య ఇత్యజ్ఞానవిమోహితాః ॥

ఇదమద్య—ఈనాడు; మయా—నాచేత; లబ్ధమ్—పొందబడినది; ఇమమ్—ఇది; ప్రాప్స్యే—పొందుదును; మనోరథమ్—కోరిక ననుసరించి; ఇదమ్—ఇది; అస్తి—కలదు; ఇదమపి—ఇది కూడా; మే—నాకు; భవిష్యతి—భవిష్యత్తు నందు అభివృద్ధిచెందగలదు; పునః—తిరిగి; ధనమ్—ధనము; అసౌ—ఆ; మయా—నాచేత; హతః—చంపబడినాడు; శత్రుః—శత్రువు; హనిష్యే—చంపుదును; చ—కూడా; అపరానపి—ఇతరులను; ఈశ్వరః—ప్రభువు; అహం—నేను; భోగి—అనుభవించువాడను; సిద్ధః—పరిపూర్ణుడను; అహం—నేను; బలవాన్—శక్తిమంతుడను; సుఖీ—సుఖవంతుడను; ఆఢ్యః—సంపన్నుడను; అభిజనవాన్—గొప్ప బంధువులు కలవాడను; అస్మి—అయియున్నాను; కోన్యః—ఇతరుడెవడు; అస్తి—కలడు; సదృశః—సమానుడు; మయా—నాతో; యక్ష్యే—యజ్ఞము చేయుదును; దాస్యామి—దానము చేయుదును; మోదిష్యే—సంతోషింతును; ఇతి—అని; అజ్ఞాన విమోహితాః—అజ్ఞానముచే భ్రాంతి నొందినవారై.

ఆసురీస్వభావుడగు మనుజుడు ఇట్లు తలచును : "ఈనాడు నా వద్ద ఇంత ధనమున్నది. నా ప్రణాళికలచే నేను మరింత ధనమును పొందుదును. ఇదియంతయు నాది. భవిష్యత్తులో ఇది మరింతగా వృద్ధి నొందగలదు. అతడు నా శత్రువు. అతనిని నేను వధించితిని. ఇతర శత్రువులు కూడా వధింపబడుదురు. నేనే సర్వమునకు ప్రభువును. నేనే భోక్తను. పూర్ణుడను, శక్తిమంతుడను మరియు సుఖిని నేనే. భాగ్యవంతులైన బంధువులతో కూడియుండు నేనే అత్యధిక ధనశాలిని. నన్ను మించిన శక్తివంతుడుగాని, సుఖవంతుడుగాని వేరొకడు లేడు. నేను యజ్ఞముల నాచరింతును,

దానమొసగుదును మరియు అట్లొనర్చి మోదము నొందుదును." ఈ విధముగా అట్టివారు అజ్ఞానముచే భ్రాంతికి లోనగుదురు.

16

अनेकचित्तविभ्रान्ता मोहजालसमावृताः।
प्रसक्ताः कामभोगेषु पतन्ति नरकेऽशुचौ ॥१६॥

అనేకచిత్తవిభ్రాన్తా మోహజాలసమావృతాః ।
ప్రసక్తాః కామభోగేషు పతన్తి నరకేఽశుచౌ ॥

అనేక—పెక్కు; చిత్తవిభ్రాన్తాః—చింతలచే కలతనొందినవారై; మోహజాల సమావృతాః—మాయావలచే చుట్టబడినవారై; ప్రసక్తాః—ఆసక్తులై; కామభోగేషు—ఇంద్రియభోగములందు; పతన్తి—పడుదురు; నరకే—నరకమునందు; అశుచౌ—అపవిత్రమైన.

వారు ఈ విధముగా అనేకచిత్త విభ్రాంతులచే కలతనొంది, మాయాజాలముచే బద్ధులై ఇంద్రియభోగము నెడ మిగుల అనురక్తిని పొంది నరకమున బడుదురు.

భాష్యము : అసురస్వభావుడు తన ధనార్జన కాంక్షకు హద్దును గాంచడు. అది అపరిమితమైనది. ప్రస్తుతము తనవద్ద ధనమెంతున్నది, దానిని వినియోగించి మరింతగా ధనమునెట్లు వృద్ధిచేయగలననెడి ప్రణాళికలను మాత్రమే అతడు ఆలోచించును. తత్కారణముగా అతడు అధర్మమార్గమున వర్తించుటకును వెరువక నల్లబజారులో కార్యములను సాగించును. భూమి, కుటుంబము, గృహము, ధన సంపత్తులచే మోహితుడైయుండు నాతడు వానిని ఇంకను వృద్ధిచేసికొనవలెననియే యోచించుచుండును. స్వశక్తి పైననే నమ్మకమునుంచు నతడు తాను పొందునదంతయు తన పూర్వ పుణ్యఫలమని ఎరుగడు. వాస్తవమునకు గృహాదులను ప్రోగుచేసికొనుటకు ఈ జన్మమున అతనికి అవకాశమొసగబడినది. కాని అదియంతయు పూర్వకర్మల ఫలమనెడి భావనము అతనికి ఉండదు. తనకున్న ధనమంతయు తన ప్రయత్నము చేతనే లభించినదని అతడు తలపోయును. అనగా అసురస్వభావుడు తన స్వీయయత్నమునే నమ్మునుగాని కర్మసిద్ధాంతమును కాదు. కాని కర్మసిద్ధాంతము ప్రకారము మనుజుడు ఉన్నత కుటుంబమున జన్మించుట, ధనవంతుడగుట, విద్యను పొందుట, సౌందర్యమును కలిగియుండుట యనునవి పూర్వజన్మ పుణ్యకార్యము వలన ఒనగూడును. అయినను అసురస్వభావముగలవాడు ఇవన్నియు

యాదృచ్ఛికములనియు, స్వీయసామర్థ్యము వలన కలుగుననియు భావించును. మానవుల యందలి వైవిధ్యము, సౌందర్యము, విద్య మున్నగువాని వెనుకగల పూర్ణ అమరికను వారు గుర్తెరుగజాలరు. తనకు పోటీవచ్చువానిని అట్టి దానవ స్వభావుడు తన శత్రువుగా భావించును. నేటికాలమున ఇట్టి అసురస్వభావులు పలువురు గలరు. వారు ఒకరికొకరు శత్రువులై యుందురు. మానవుల నడుమ, కుటుంబముల నడుమ, సంఘముల నడుమ, చివరకు దేశముల నడుమ అట్టి శత్రుత్వము మరింతగా దృఢతరమగుచున్నది. తత్కారణముననే ప్రపంచ మంతటను కలహము, యుద్ధము, శత్రుత్వము అనునవి నిత్యముగా సాగుచున్నవి.

దానవప్రవృత్తిగల ప్రతివాడును ఇతరులను నష్టపరచి తాను జీవించనెంచును. అట్టివాడు సాధారణముగా తననే భగవానునిగా భావించును. "భగవానుని అన్యత్ర ఎందులకై వెదకుచున్నారు? మీరే స్వయముగా ఆ భగవానుడు. మీకు ఏది నచ్చితే అది చేయవచ్చును. భగవానుని విశ్వసించకండి. ఆతనిని త్యజించండి. ఆతడు మృతప్రాయుడు" అనుచు అట్టి దానవస్వభావము గల ప్రచారకులు తమ శిష్యులకు బోధలు కావించుచుందురు. వాస్తవమునకు ఇట్టి ఉపదేశములు అసుర స్వభావములైనట్టివి.

అసురస్వభావము గలవాడు ఇతరులు తనతో సమానముగా ధనవంతులు మరియు పలుకుబడిగలవారైనను తనకన్నను వేరొక్కరు అధిక ధనవంతులు కారనియు, అధిక పలుకుబడి గలవారు కారనియు తలచును. అట్టివాడు ఇతరులు తనకన్నను ధన,యశస్సులందు అధికులైనను అట్లే తలచును. ఇక ఉన్నత లోకమునకు ఉద్ధరింపబడెడి విషయమున అతడు యజ్ఞములను నిర్వహించుట యందు విశ్వాసమును కలిగియుండక, తనదైన యజ్ఞమును సృష్టించుకొని యంత్రము ద్వారా తాను ఉన్నతలోకమునకు చేరగలనని భావించును. అట్టివానికి చక్కని ఉదాహరణము రావణాసురుడు. వేదములందు తెలిపిన యజ్ఞములను ఆచరింపకనే జనులు ఊర్ధ్వలోకములకు పోవు నిమిత్తమై అతడొక సోపానపరంపరను ఏర్పాటు చేయుటకు ప్రయత్నించెను. అదే విధముగా నేటి యుగముననను అట్టి అసురప్రవృత్తిగలవారు యాంత్రికమైన ఏర్పాట్ల ద్వారా ఉన్నతలోకములను చేర తీవ్రయత్నములు సలుపుచున్నారు. ఇవన్నియును వాస్తవమునకు భ్రాంతికి నిదర్శనములు. దీనికి ఫలితమేమనగా తమకు తెలియకనే వారు నరకమున పడి పోవుచున్నారు. కనుకనే ఈ శ్లోకమున "మోహజాల"యను పదము ప్రాధాన్యమును

సంతరించుకొన్నది. "జాల" యనగా వల యని భావము. వలలో పట్టుబడిన మత్స్యము వలె వారు బయటపడు మార్గములేక యుందురు.

17

आत्मसम्भाविताः स्तब्धा धनमानमदान्विताः ।
यजन्ते नामयज्ञैस्ते दम्भेनाविधिपूर्वकम् ॥१७॥

ఆత్మసమ్భావితాః స్తబ్ధా ధనమానమదాన్వితాః ।
యజన్తే నామయజ్ఞైస్తే దమ్భేనావిధిపూర్వకమ్ ॥

ఆత్మసమ్భావితాః—కృతార్థులమని భావించువారు; స్తబ్ధాః—గర్వితులును; ధనమాన మదాన్వితాః —ధనము మరియు దురభిమానముచే భ్రాంతినొందినవారును; యజన్తే—యజ్ఞము చేయుదురు; నామ—నామకార్థము; యజ్ఞైః—యజ్ఞములచే; తే—వారు; దమ్భేన—గర్వముతో; అవిధి పూర్వకమ్—నియమనిబంధనలను అనుసరింపకుండ.

ధనము మరియు మిథ్యాహంకారములచే మోహితులై కృతార్థులమని భావించుచు, సదా గర్వితులై వారు కొన్నిమార్లు విధి,నియమములను పాటింపకనే దంభముతో నామకార్థము యజ్ఞముల నొనరింతురు.

భాష్యము : ప్రామాణికతను గాని, శాస్త్రమును గాని లెక్కచేయక తమను తాము సర్వజ్ఞులమని భావించు అసురస్వభావము గలవారు కొన్నిమార్లు నామమాత్ర ధర్మకార్యములను లేదా యజ్ఞములను నిర్వహించుచుందురు. ప్రామాణికత యందు విశ్వాసము లేనందున వారు గర్వించియుందురు. కూడబెట్టిన కొంత ధనము మరియు మిథ్యాహంకారములచే కలిగిన మోహమే ఇందులకు కారణము. అట్టి అసురస్వభావులు కొన్నిమార్లు ప్రచారకులుగా రూపమెత్తి, జనులను తప్పుదారి పట్టించుచు ధర్మసంస్కర్తలుగా లేదా భగవదవతారములుగా ప్రసిద్ధినొందుదురు. యజ్ఞాచరణప్రదర్శనము, వివిధ దేవతార్చనము, స్వయముగా తమకొక భగవానుని సృష్టించుకొనుట వంటివి వారొనర్చు కార్యములు. సామాన్యజనులు వారిని భగవానునిగా ప్రచారము చేయుచు పూజలు గావించుచుందురు. అజ్ఞానులు వారిని ధర్మనియమములందు లేదా ఆధ్యాత్మిక జ్ఞానమునందు మిక్కిలి పురోభివృద్ధి చెందినవారని తలతురు. వారు సన్న్యాసదుస్తులు ధరించి అన్నిరకములైన హేయకార్యముల నొనరించుచుందురు. జగమున సన్న్యాసియైనవానికి పెక్కు నియమనిబంధనలున్నను వారు అట్టివానిని లెక్కజేయరు. ఎవరి మార్గమును వారే తయారు చేసికొనవచ్చుననియు, ప్రతియొక్కరు అనుసరింపవలసిన ప్రామాణిక

పద్ధతి యనునది లేదనియు వారు భావింతురు. నియమనిబంధనలను లెక్క చేయకుండుట యనెడి భావమును కలిగియున్నట్టి "అవిధిపూర్వకమ్" అను పదము ఇచ్చట ప్రత్యేకించి తెలుపబడినది. ఇవన్నియును సదా అజ్ఞానము మరియు భ్రాంతి వలననే కలుగుచుండును.

18

अहंकारं बलं दर्पं कामं क्रोधं च संश्रिताः ।
मामात्मपरदेहेषु प्रद्विषन्तोऽभ्यसूयकाः ॥१८॥

అహంకారం బలం దర్పం కామం క్రోధం చ సంశ్రితాః ।
మామాత్మపరదేహేషు ప్రద్విషన్తోఽభ్యసూయకాః ॥

అహంకారం—మిథ్యాహంకారము; బలం—బలము; దర్పం—గర్వము; కామం—కామము; క్రోధం—కోపము; చ—కూడా; సంశ్రితాః—ఆశ్రయించినవారై; మాం—నన్ను; ఆత్మ—తమ యొక్క; పర—ఇతరుల యొక్క; దేహేషు—దేహములందు; ప్రద్విషన్తః—దూషింతురు; అభ్యసూయకాః—అసూయగలవారు.

మిథ్యాహంకారము, బలము, గర్వము, కామము, క్రోధములచే భ్రాంతులైన అసురస్వభావులు తమ దేహమునందు మరియు ఇతరుల దేహములందు నిలిచియున్న దేవదేవుడనైన నా యెడ అసూయగలవారై నిజమైన ధర్మమును దూషింతురు.

భాష్యము : భగవానుని దేవదేవత్వమును ఎల్లప్పుడు వ్యతిరేకించుటచే ఆసురస్వభావుడు శాస్త్రములను నమ్మ ఇచ్చగింపడు. శాస్త్రము పట్ల మరియు దేవదేవుడైన శ్రీకృష్ణుని పట్ల అతడు అసూయను కలిగియుండును. అట్టి భ్రాంతికి అతని నామమాత్ర గౌరవము, ధనము, బలములే కారణము. వర్తమాన జన్మము భవిష్యజ్జన్మకు మూలమని తెలియనందునే అసురస్వభావుడు తన యెడ, ఇతరుల యెడ అసూయను కలిగియుండును. తత్కారణముగా అతడు ఇతరులయెడ మరియు తనయెడ హింస నొనరించును. జ్ఞానరహితుడైనందున అట్టివాడు దేవదేవుడైన శ్రీకృష్ణుని పరమ నియామకత్వమును లెక్కచేయడు. శాస్త్రము మరియు భగవానుని యెడ అసూయగలవాడై నందున భగవానుని అస్తిత్వమునకు విరుద్ధముగా అతడు మిథ్యావాదము చేయుచు శాస్త్రప్రమాణమును త్రోసిపుచ్చును. ప్రతికార్యమునందు తనను స్వతంత్రునిగా, శక్తిగలవానిగా అతడు భావించును. బలము, శక్తి లేదా ధనమునందు తనతో సమానులు ఎవ్వరును

లేనందున తాను తోచిన రీతిలో వర్తింపవచ్చుననియు, తననెవ్వరును అడ్డగింపలేరనియు అతడు తలచును. అట్టి అసురస్వభావుడు తన భోగకర్మలను అడ్డగించు శత్రువున్నాడని తెలిసినచో అతనిని తన శక్తి నుపయోగించి నశింప జేయుటకు ప్రణాళికలు రూపొందించును.

19

तानहं द्विषतः क्रूरान् संसारेषु नराधमान्।
क्षिपाम्यजस्रमशुभानासुरीष्वेव योनिषु ॥१९॥

తానహం ద్విషతః క్రూరాన్ సంసారేషు నరాధమాన్ ।
క్షిపామ్యజస్రమశుభానాసురీష్వేవ యోనిషు ॥

తాన్—వారిని; అహం—నేను; ద్విషతః—అసూయగల; క్రూరాన్—క్రూరులైన; సంసారేషు—భవసాగరమందు; నరాధమాన్—నరాధములను; క్షిపామి—త్రోయుదును; అజస్రమ్—శాశ్వతముగా; అశుభాన్—అపవిత్రమగు; ఆసురీషు—అసురసంబంధమైనట్టి; ఏవ—నిశ్చయముగా; యోనిషు—గర్భములందు.

అసూయగలవారును, క్రూరులును అగు నరాధములను వివిధ ఆసురజన్మలనెడి సంసారసాగరమున నేను శాశ్వతముగా పడద్రోయుచున్నాను.

భాష్యము : జీవుని ఒక ప్రత్యేక దేహమునందు ప్రవేశింపజేయుట యనునది శ్రీకృష్ణభగవానుని విశేష అధికారమని ఈ శ్లోకమున అతిస్పష్టముగా తెలుపబడినది. దానవప్రవృత్తి గలవాడు భగవానుని అధికారమును అంగీకరింపక తనకు తోచిన రీతిలో వర్తించినను, అతని తదుపరి జన్మము మాత్రము ఆ భగవానుని నిర్ణయము పైననే ఆధారపడియుండును. అది ఎన్నడును అతనిపై ఆధారపడియుండదు. మరణము పిదప జీవుడు తల్లిగర్భములో ప్రవేశపెట్టబడుననియు, అచ్చట అతడు తగిన దేహమును భగవానుని దివ్యశక్తి యొక్క పర్యవేక్షణమున పొందుననియు శ్రీమద్భాగవతపు మూడవస్కంధమున తెలుపబడినది. కనుకనే భౌతికజగమున జంతువులు, కీటకములు, మనుష్యాది పలుజీవజాతులను మనము గాంచుచున్నాము. అవన్నియును శ్రీకృష్ణభగవానుని శక్తిచేతనే రూపొందినవి గాని యాదృచ్ఛికముగా కాదు. ఇక అసురస్వభావుల విషయమున వారు సదా అసురయోనులందే ఉంచబడుదురనియు, తత్కారణముగా వారు ద్వేషులుగాను, నరాధములుగాను కొనసాగుదురనియు ఇచ్చట తెలుపబడినది. అట్టి అసురస్వభావులు సదా కామపూర్ణులును, హింసాస్వభావులును, ద్వేషులును,

ఋచిరహితులును అయియుందురు. అరణ్యములందు నివసించు పలురకములైన వేటగాండ్రు అట్టి అసురజాతికి చెందినవారుగా పరిగణింపబడుదురు.

20

आसुरीं योनिमापन्ना मूढा जन्मनि जन्मनि।
मामप्राप्यैव कौन्तेय ततो यान्त्यधमां गतिम् ॥२०॥

ఆసురీం యోనిమాపన్నా మూఢా జన్మని జన్మని ।
మామప్రాప్యైవ కౌన్తేయ తతో యాన్త్యధమాం గతిమ్ ॥

ఆసురీం—అసురసంబంధమైన; యోనిం—జీవజాతిని; ఆపన్నాః—పొందినవారై; మూఢాః—మూఢులు; జన్మని జన్మని—జన్మజన్మలకు; మాం—నన్ను; అప్రాప్య—పొందకనే; ఏవ—నిశ్చయముగా; కౌన్తేయ—ఓ కుంతీపుత్రా; తతః—తరువాత; యాన్తి—పొందుదురు; అధమాం—నింద్యమైన; గతిమ్—గమ్యమును.

ఓ కౌంతేయా! అసురయోనుల యందే మరల మరల జన్మించి అట్టివారు నన్నెన్నడును పొందజాలక క్రమముగా అతి హేయమైన జన్మలకు పతనము నొందుదురు.

భాష్యము : భగవానుడు పరమ కరుణామయుడనెడి విషయము తెలిసినదే. కాని ఆతడు అసురస్వభావము గలవారి యెడ మాత్రము ఎన్నడును దయా స్వభావమును చూపడని ఈ శ్లోకమున మనము గాంచుచున్నాము. అసురస్వభావులు ప్రతిజన్మ యందును అవే అసురయోనుల యందు ఉంచబడుదురనియు, భగవానుని కరుణను పొందజాలక వారు పతనము నొందుదురనియు స్పష్టముగా తెలుపబడినది. ఆ విధముగా వారు చివరకు శునక, సూకర, మార్జాలముల వంటి హేయజన్మలను పొందుదురు. అట్టి దానవస్వభావులు తరువాతి జన్మలో ఎట్టి స్థితి యందును భగవత్కారుణను పొందు అవకాశమే లేదని ఇచ్చట స్పష్టముగా వివరింపబడినది. అట్టివారు క్రమముగా పతనము నొంది శునక,సూకరములుగా జన్మింతురని వేదములందును తెలుపబడినది. భగవానుడు దానవస్వభావుల యెడ దయాళువు కానిచో ఆతనిని దయాపూర్ణుడని ప్రకటించరాదు కదా యని ఎవరైనను వాదించు నవకాశము కలదు. అట్టి ప్రశ్నకు సమాధానముగా పరమపురుషుడు ఎవ్వరి యెడను ద్వేషమును కలిగియుండడని వేదాంతసూత్రములందు మనము గాంచవచ్చును. అనగా అసురస్వభావులను అతి నీచజన్మల యందు పడద్రోయుట యనునది ఆ భగవానుని

కరుణకు వేరొకరూపమై యున్నది. ఉదాహరణకు భగవానునిచే చంపబడుట అసురులకు శుభప్రదమే కాగలదు. ఏలయన శ్రీకృష్ణభగవానుని చేతిలో మరణించిన వారందరును ముక్తిని పొందియుండిరని పురాణము లందు మనము గాంచియే యున్నాము. రావణుడు, కంసుడు, హిరణ్యాకశ్యపుడు వంటి అసురుల చరిత్రలే ఇందుకు తార్కాణములు. వారిని సంహరించుటకే శ్రీకృష్ణభగవానుడు పలు అవతారములను దాల్చెను. అనగా శ్రీకృష్ణభగవానుని చేతిలో మరణించగలిగిన భాగ్యము కలిగినచో అసురులకు ఆ భగవానుని దయ ప్రాప్తించినట్లే యగును.

21

त्रिविधं नरकस्येदं द्वारं नाशनमात्मनः ।
कामः क्रोधस्तथा लोभस्तस्मादेतत् त्रयं त्यजेत् ॥२१॥

త్రివిధం నరకస్యేదం ద్వారం నాశనమాత్మనః ।
కామః క్రోధస్తథా లోభస్తస్మాదేతత్త్రయం త్యజేత్ ॥

త్రివిధం—మూడువిధములైన; నరకస్య—నరకముయొక్క; ఇదం—ఈ; ద్వారం—ద్వారము; నాశనం—నశింపచేయునది; ఆత్మనః—ఆత్మను; కామః—కామము; క్రోధః—క్రోధము; తథా—అట్లే; లోభః—లోభము; తస్మాత్—అందుచే; ఏతత్త్రయం—ఈ మూడింటిని; త్యజేత్—విడువవలయును.

కామము, క్రోధము, లోభము అనునవి మూడు నరక ద్వారములై యున్నవి. అవి ఆత్మ నాశకరములు కావున బుద్ధిమంతుడైన ప్రతిమనుజుడు వాటిని త్యజించి వేయవలయును.

భాష్యము : అసురజీవనపు ఆరంభము ఇచ్చట వర్ణింపబడినది. ప్రతివాడును తన కామమును పూర్ణము చేసికొన యత్నించును. అందులకు అతడు విఫలుడైనచో క్రోధము, లోభము ఉదయించును. అసురయోనులకు పతనము చెంద నిచ్ఛగింపని ప్రతి బుద్ధిమంతుడును ఈ ముగ్గురు శత్రువులను తప్పక విడువ యత్నించవలెను. భౌతికబంధము నుండి ముక్తినొందు నవకాశము లేని రీతిలో అవి ఆత్మను నాశనము చేయ సమర్థములై యున్నవి.

22

एतैर्विमुक्तः कौन्तेय तमोद्वारैस्त्रिभिर्नरः ।
आचरत्यात्मनः श्रेयस्ततो याति परां गतिम् ॥२२॥

ఏతైర్విముక్తః కౌన్తేయ తమోద్వారైస్త్రిభిర్నరః ।
ఆచరత్యాత్మనః శ్రేయస్తతో యాతి పరాం గతిమ్ ॥

ఏతైః—వీటి నుండి; విముక్తః—విడువబడినవాడై; కౌన్తేయా—ఓ కుంతీపుత్రా; తమోద్వారైః—అజ్ఞానద్వారముల నుండి; త్రిభిః—మూడువిధములైన; నరః—మానవుడు; ఆచరతి—చేయును; ఆత్మనః—ఆత్మకొరకు; శ్రేయః—హితమును; తతః—తరువాత; యాతి—పొందును; పరాం—దివ్యమైన; గతిమ్—గమ్యమును.

ఓ కుంతీపుత్రా! ఈ మూడు నరకద్వారముల నుండి తప్పించుకొనినవాడు ఆత్మానుభూతికి అనుకూలములైన కార్యముల నొనరించి క్రమముగా పరమగతిని పొందగలడు.

భాష్యము : కామము, క్రోధము, లోభము అనెడి ఈ ముప్వురు మానవశత్రువుల యెడ ప్రతివారును జాగరూకులై యుండవలెను. ఈ మూడింటి నుండి ఎంతగా బయటపడినచో మనుజుని అస్తిత్వము అంతగా పవిత్రము కాగలదు. పిదప అతడు వేదములందు నిర్దేశింపబడిన విధినియమములను నిష్ఠగా పాటింపగలడు. ఆ రీతి మానవజన్మకు సంబంధించిన విధినియమములను పాటించుటచే అతడు క్రమముగా ఆత్మానుభవస్థాయిని చేరగలడు. అతడు మిగుల అదృష్టవంతుడైనచో అట్టి సాధనచే కృష్ణభక్తిరస భావనకు చేరగలడు. అంతట జయము అతనికి నిశ్చయము కాగలదు. మనుజుడు పవిత్రుడగుటకు చేయవలసిన క్రియ, ప్రతిక్రియ మార్గములు వేదవాఙ్మయమున విశదముగా వివరింపబడినవి. కామము, క్రోధము, లోభము అనువానిని త్యజించుట పైననే సమస్తవిధానము ఆధారపడి యున్నది. కామాది త్రిగుణములను త్యజించుటనెడి ఈ పద్ధతిని అనుసరించుట ద్వారా మనుజుడు ఆత్మానుభవపు అత్యున్నతస్థాయికి ఎదగగలడు. అట్టి ఆత్మానుభవము శ్రీకృష్ణభగవానుని భక్తియుతసేవ యందు పూర్ణత్వము నొందగలదు. అటువంటి భక్తియోగమున బద్ధజీవునికి ముక్తి నిశ్చయమై యున్నది. కనుకనే వైదికవిధానము ప్రకారము నాలుగు ఆశ్రమములు మరియు నాలుగు వర్ణములు (వర్ణాశ్రమపద్ధతి) ఏర్పాటు చేయబడినవి. అట్టి వివిధ వర్ణములకు, ఆశ్రమములకు వివిధ నియమనిబంధనలు గలవు. మానవుడు వాటిని పాటించగలిగినచో అప్రయత్నముగా అత్యున్నతమైన ఆత్మానుభవస్థాయికి ఎదగగలడు. పిదప అతడు ముక్తిని అసంశయముగా పొందగలడు.

23

यः शास्त्रविधिमुत्सृज्य वर्तते कामकारतः ।
न स सिद्धिमवाप्नोति न सुखं न परां गतिम् ॥२३॥

యః శాస్త్రవిధిముత్సృజ్య వర్తతే కామకారతః ।
న స సిద్ధిమవాప్నోతి న సుఖం న పరాం గతిమ్ ॥

యః—ఎవడు; శాస్త్రవిధిం—శాస్త్రనియమములను; ఉత్సృజ్య—విడిచి; వర్తతే—ప్రవర్తించునో; కామకారతః—కామచాపల్యముతో వర్తించుచు; సః—అతడు; సిద్ధిం—పరిపూర్ణతను; న అవాప్నోతి—పొందడు; న సుఖం—సౌఖ్యమునుగాని; న పరాంగతిమ్—దివ్యమైన పరిపూర్ణస్థితిని గాని.

శాస్త్రవిధులను త్యజించి తోచిన రీతిని వర్తించువాడు పూర్ణత్వమును గాని, సుఖమును గాని, పరమగతిని గాని పొందజాలడు.

భాష్యము : పూర్వము వివరించినట్లు మానవుల యందలి వివిధవర్ణములకు, ఆశ్రమములకు పలువిధములైన శాస్త్రవిధులు (శాస్త్రనిర్దేశములు) ఒసగబడి యున్నవి. ప్రతియొక్కరు ఆ విధినియమములను తప్పక అనుసరింపవలెను. ఒకవేళ మనుజుడు వాటిని పాటింపక కామము, లోభము, కోరికల ననుసరించి తోచిన రీతిలో వర్తించినచో జీవితమున ఎన్నడును పూర్ణత్వము నొందలేడు. అనగా మనుజుడు ఈ విషయముల నన్నింటిని సిద్ధాంతరీతి తెలిసినను, తన జీవితమున వాటిని అమలుపరచక పోయినచో నరాధమునిగా తెలియబడగలడు. మానవజన్మ యందు జీవుడు బుద్ధిమంతుడై ఉన్నతపదమును పొందుటకు ఒసగబడిన విధి నియమములను అనుసరింపవలసియున్నది. అతడు వాటిని అనుసరింపనిచో తనను తాను పతనము కావించుకొనగలడు. ఒకవేళ అతడు విధినియమములను మరియు ధర్మనియమములను పాటించినను అంత్యమున శ్రీకృష్ణభగవానుని అవగాహన చేసికొనెడి స్థితికి అరుదెంచనిచో అతని జ్ఞానము వ్యర్థమే కాగలదు. భగవానుని అస్తిత్వమును అంగీకరించినను, ఆ పరమపురుషుని భక్తియుత సేవలో నిలువనిచో అతని యత్నములన్నియు వృథాయే కాగలవు. కనుక ప్రతియొక్కరు కృష్ణభక్తిభావనాస్థితికి మరియు భక్తియోగస్థాయికి క్రమముగా ఎదగవలెను. ఆ సమయముననే మరియు ఆ స్థితియందే మనుజుడు అత్యున్నత పూర్ణత్వమును పొందును గాని అన్యథా కాదు.

ఇచ్చట "కామకారతః" యను పదము మిగుల ప్రధానమైనది. తెలిసియే

నియమములను ఉల్లంఘించువాడు కామమునందు వర్తించినవాడగును. తాను చేయునది నిషిద్ధమని తెలిసియు అతడు అట్లే వర్తించును. అట్టి వర్తనమే యథేష్టాచరణ మనబడును. తప్పక చేయవలసియున్న కార్యములను సైతము చేయకుండుట చేతనే అతడు చపలుడు లేదా చంచలుడని పిలువబడును. అట్టివారు దేవదేవునిచే తప్పక శిక్షింపబడుదురు. మానవజన్మ ప్రయోజనమైన పూర్ణత్వమును వారెన్నడును సాధింపలేరు. స్వీయ అస్తిత్వమును పవిత్రమొనర్చుకొనుటకే మానవజన్మ ఉద్దేశింపబడినది. నియమ,నిబంధనలను పాటింపనివాడు తనను తాను పవిత్రుని కావించుకొనలేడు. ఆలాగుననే యథార్థసౌఖ్యస్థితిని సాధించ లేడు.

24

तस्माच्छास्त्रं प्रमाणं ते कार्याकार्यव्यवस्थितौ ।
ज्ञात्वा शास्त्रविधानोक्तं कर्म कर्तुमिहार्हसि ॥२४॥

తస్మాచ్ఛాస్త్రం ప్రమాణం తే కార్యాకార్యవ్యవస్థితౌ ।
జ్ఞాత్వా శాస్త్రవిధానోక్తం కర్మ కర్తుమిహార్హసి ॥

తస్మాత్—కనుక; శాస్త్రం—శాస్త్రము; ప్రమాణం—నిదర్శనము; తే—నీయొక్క; కార్య—చేయదగినట్టియు; అకార్య—చేయదగనట్టియు; వ్యవస్థితౌ—నిర్ణయించుట యందు; జ్ఞాత్వా—తెలిసికొని; శాస్త్రవిధాన ఉక్తం—శాస్త్రనియమములందు చెప్పబడినట్లు; కర్మ—కర్మను; కర్తుం—చేయుము; ఇహార్హసి—నీవు తప్పక ఈ జగమున.

కనుక ప్రతియొక్కరు శాస్త్రనియమముల ద్వారా కార్యమననేమో, అకార్యమననేమో అవగాహనము చేసికొనవలెను. అట్టి విధినియమములను తెలిసియే మనుజుడు కార్యము నొనరించవలెను. తద్ద్వారా అతడు క్రమముగా ఉద్ధరింపబడగలడు.

భాష్యము : పంచదశాధ్యాయమున తెలుపబడినట్లు వేదములందలి నియమ, నిబంధనలన్నియును శ్రీకృష్ణభగవానుని తెలియుట కొరకే ఉద్దేశింపబడినవి. కనుక మనుజుడు భగవద్గీత ద్వారా శ్రీకృష్ణభగవానునెరిగి భక్తియుతసేవలో నిమగ్నుడై కృష్ణభక్తిరస భావన యందు ప్రతిష్ఠితుడైనచో వేదవాఙ్మయమొసగు జ్ఞానమునందు అత్యున్నత పూర్ణత్వమును బడసినట్లే యగును. శ్రీకృష్ణభగవానుని పొందుటకై ఉద్దేశింపబడిన ఈ మార్గమును శ్రీచైతన్యమహాప్రభువు అత్యంత సులభము గావించిరి. కేవలము హరే కృష్ణ హరే కృష్ణ కృష్ణ కృష్ణ హరే హరే/హరే

రామ హరే రామ రామ రామ హరే హరే యను మహామంత్రమును జపించుట, భక్తియుక్తసేవా కార్యమున నిమగ్నుడగుట, కృష్ణునకు అర్పించిన ఆహారమునే ప్రసాదరూపమున గ్రహించుట వంటి కర్మలను గావించుమని ఆయన జనులకు ఉపదేశించిరి. ఇట్టి భక్తికార్యములన్నింటి యందు ప్రత్యక్షముగా నియుక్తుడైన వాడు వేదవాఙ్మయము నంతటిని అధ్యయనము చేసినవానిగా భావింపబడును. అట్టివాడు పరిపూర్ణావగాహనకు నిశ్చయముగా వచ్చినట్టివాడే. కాని కృష్ణభక్తిరస భావితులు కానివారికి, అనగా శ్రీకృష్ణుని భక్తియుతసేవలో నిలువనివారికి వేద నిర్దేశముల ద్వారానే ఏది చేయవలెనో, ఏది చేయరాదో నిర్ణయింపబడవలెను. ఎటువంటి వాదము లేకుండా మనుజుడు ఆ రీతి వర్తింపవలెను. ఆ రీతి వేద నియమముల ననుసరించుటయే శాస్త్రనియమానుసారము అనబడును. బద్ధ జీవుని యందు గోచరించు నాలుగుదోషములకు శాస్త్రము అతీతముగా నుండును. జ్ఞానరహిత ఇంద్రియములను కలిగియుండుట, వంచన ప్రవృత్తిని కూడియుండుట, నిశ్చయముగా దోషాచరణము కలిగియుండుట, నిశ్చయముగా భ్రాంతికి లోనగుట యనునవియే ఆ దోషములు. బద్ధజీవనమందలి ఈ నాలుగు దోషములే నియమనిబంధనలను విధించుటలో మనుజుని అనర్హుని కావించు చున్నవి. కనుకనే ఈ దోషములకు అతీతముగా నున్న శాస్త్రములచే విధింపబడిన విధినియమములను ఎటువంటి మార్పుచేర్పులు లేక మహామునులు, ఆచార్యులు, మహాత్ములు అంగీకరించిరి.

ఆధ్యాత్మికావగాహనకు సంబంధించిన పెక్కు పక్షములు భారతదేశమున కలవు. సాధారణముగా వాటిని నిరాకారవాది పక్షము, సాకారవాది పక్షము అనుచు రెండుగా విభజింపవచ్చును. ఆ ఇరువురును తమ జీవనమును వేద నియమానుసారమే కొనసాగించుచుందురు. శాస్త్రనియమములను పాటింపనిదే ఎవ్వరును పూర్వస్థితికి తమను తాము ఉద్ధరించుకొనలేరు. కనుకనే శాస్త్రముల మర్మమును సంపూర్ణముగా అర్థము చేసికొనినవాడు నిజమైన భాగ్యవంతుడుగా పరిగణింపబడును.

భగవత్తత్త్వవిజ్ఞానమును అవగతము చేసికొనుట యెడ విముఖతను కలిగి యుండుటయే మానవుని సమస్త పతనమునకు కారణమై యున్నది. వాస్తవమునకు అట్టి వైఖరి మానవుల గొప్ప తప్పిదము. కనుకనే శ్రీకృష్ణభగవానుని భౌతికశక్తి యైన "మాయ" మనకు సదా త్రివిధతాపముల రూపమున కష్టములను

గూర్చుచున్నది. ఆ మాయాశక్తి ప్రకృతి నుండి జనించిన త్రిగుణములతో నిండి నట్టిది. దేవదేవుడైన శ్రీకృష్ణుని అవగాహన చేసికొనుట యనెడి మార్గము తెరుచుకొనుటకు పూర్వము మనుజుడు కనీసము సత్త్వగుణస్థాయికి ఎదగవలెను. సత్త్వగుణప్రమాణమునకు ఎదగనిచో మనుజుడు అసురజన్మకు కారణమైన రజస్తమోగుణములందే నిలువవలసివచ్చును. రజస్తమోగుణస్వభావులు శాస్త్రమును, సత్పురుషుని, దేవదేవుడైన శ్రీకృష్ణుని నిజావగాహనను హేళన చేయుదురు. గురూపదేశములను తిరస్కరించు అట్టివారు శాస్త్రవిధులను లెక్కపెట్టరు. భక్తియోగపు మహిమను శ్రవణము చేసిన పిమ్మటయు వారు దాని యెడ ఆకర్షితులు గాక, ఉద్ధారమునకై తమకు తాము కొన్ని పద్ధతులను సృష్టించుకొందురు. ఇవియే మానవసమాజమునందు గల కొన్ని దోషములు. అవి ఆసురజన్మలకు కారణభూతములగుచున్నవి. అయినను ఉద్ధారణ పథమున శిష్యుని నడుపగల సరియైన ప్రామాణిక గురువుచే మనుజుడు ఉన్నతస్థాయికి నిర్దేశము నందగలిగినచో అతని జీవితము సఫలము కాగలదు.

శ్రీమద్భగవద్గీత యందలి "దైవాసుర స్వభావములు" అను షోడశాధ్యాయమునకు భక్తివేదాంతభాష్యము సమాప్తము.

సప్తదశాధ్యాయము

శ్రద్ధాత్రయ విభాగములు

1

अर्जुन उवाच

ये शास्त्रविधिमुत्सृज्य यजन्ते श्रद्धयान्विताः ।
तेषां निष्ठा तु का कृष्ण सत्त्वमाहो रजस्तमः ॥१॥

అర్జున ఉవాచ

యే శాస్త్రవిధిముత్సృజ్య యజన్తే శ్రద్ధయాన్వితాః ।
తేషాం నిష్ఠా తు కా కృష్ణ సత్త్వమాహో రజస్తమః ॥

అర్జునః ఉవాచః—అర్జునుడు పలికెను; యే—ఎవరైతే; శాస్త్రవిధిమ్—శాస్త్రనియమములను; ఉత్సృజ్య—విడిచి; యజన్తే—పూజింతురో; శ్రద్ధయా—పూర్ణశ్రద్ధను; అన్వితాః—కూడినవారై; తేషాం—వారియొక్క; నిష్ఠా—శ్రద్ధ; తు—కాని; కా—ఎట్టిది; కృష్ణ—కృష్ణా; సత్త్వమ్—సత్త్వగుణమునందు; అహో—లేక; రజః—రజోగుణమునందు; తమః—తమోగుణమునందు.

అర్జునుడు ప్రశ్నించెను : ఓ కృష్ణా! శాస్త్రనియమములను పాటింపక తమ మానసిక కల్పనల ననుసరించి పూజలనొనర్చు వారి స్థితి యెట్టిది? వారు సత్త్వగుణులా, రజోగుణులా లేక తమోగుణులా?

భాష్యము : ఏదేని ఒక ప్రత్యేక పూజా విధానమున శ్రద్ధను గూడి నియుక్తుడైనవాడు క్రమముగా జ్ఞానస్థాయికి ఉద్ధరింపబడి పూర్ణశాంతిని, శ్రేయస్సును పొందగలడని భగవద్గీత యందలి చతుర్థాధ్యాయపు ముప్పదితొమ్మిదవ శ్లోకమున తెలుపబడినది. ఇక గడచిన షోడశాధ్యాయమున శాస్త్రనియమములను అనుసరింపనివాడు అసురుడనియు, శాస్త్ర నియమములను శ్రద్ధతో పాటించువాడు దైవస్వభావము కలవాడనియు నిర్ణయింపబడినది. అట్టి యెడ మనుజుడు శాస్త్రమునందు తెలుపనటువంటి నియమములను శ్రద్ధతో అనుసరించినచో అతని స్థితి ఏమగును? అది ఎట్టిది? అర్జునుని ఈ సందేహమును శ్రీకృష్ణభగవానుడే

తీర్చగలడు. ఎవరో ఒక మానవుని భగవానుడని భావించి అతని యందు శ్రద్ధను నిలుపువారలు సత్త్వగుణమునందు పూజించువారలా, రజోగుణమునందు పూజించువారలా లేక తమోగుణమునందు పూజించువారలా? అట్టివారు జీవన పూర్ణత్వస్థితిని పొందగలరా? నిజమైన జ్ఞానమునందు స్థితిని కలిగి తమను తాము అత్యున్నత పూర్ణత్వస్థితికి ఉద్ధరించుకొనుట వారికి సాధ్యమగునా? ఈ విధముగా శాస్త్రనియమములను ఏ మాత్రము పాటింపక దేని యందో శ్రద్ధను కలిగి వివిధ దేవతలను మరియు మనుష్యులను పూజించువారు తమ యత్నములందు జయమును సాధింపగలరా? ఈ ప్రశ్నలన్నింటిని అర్జునుడు శ్రీకృష్ణభగవానుని ముందుంచుచున్నాడు.

2

श्रीभगवानुवाच

त्रिविधा भवति श्रद्धा देहिनां सा स्वभावजा।
सात्त्विकी राजसी चैव तामसी चेति तां शृणु ॥२॥

శ్రీభగవానువాచ

త్రివిధా భవతి శ్రద్ధా దేహినాం సా స్వభావజా ।
సాత్త్వికీ రాజసీ చైవ తామసీ చేతి తాం శ్రుణు ॥

శ్రీభగవానువాచ—శ్రీకృష్ణభగవానుడు పలికెను; త్రివిధా—మూడువిధములైన; భవతి—అగును; శ్రద్ధా—శ్రద్ధ; దేహినాం—దేహధారులకు; సా—అది; స్వభావజా—వారి భౌతికప్రకృతి గుణమును అనుసరించి; సాత్త్వికీ—సత్త్వగుణముతో కూడినది; రాజసీ—రజోగుణముతో కూడినది; చ—కూడా; ఏవ—నిశ్చయముగా; తామసీ—తమోగుణముతో కూడినది; చ—మరియు; ఇతి—అని; తాం—దానిని; శ్రుణు—నానుండి వినుము.

శ్రీకృష్ణభగవానుడు పలికెను : దేహధారి పొందిన త్రిగుణముల ననుసరించి శ్రద్ధ సాత్త్వికము, రాజసము, తామసము అనుచు మూడువిధములుగా నున్నది. ఈ విషయమును ఇప్పుడు ఆలకింపుము.

భాష్యము : శాస్త్రపు విధినియమములను తెలిసియు బద్ధకత్వము లేదా సోమరితనము కారణముగా వానిని త్యజించువాడు ప్రకృతిగుణములచే ప్రభావితుడైనట్టివాడు. పూర్వజన్మమున సత్త్వరజస్తమో గుణములలో తాము ఒనరించిన కర్మల ననుసరించి జీవులు వర్తమానమున ప్రత్యేక గుణమును పొందుచుందురు. ప్రకృతి త్రిగుణములతో జీవునకు గల ఈ సాంగత్యము

అనంతకాలముగా సాగుచున్నది. అట్టి ప్రకృతి సంగత్వకారణముగా జీవుడు గుణసంబంధమున వివిధ స్వభావములను పొందుచుండును. కాని అతడు ఆధ్యాత్మికగురువు యొక్క సాంగత్యమును పొంది శాస్త్రనియమనిబంధనలను పాటించినచో తన గుణస్వభావమును మార్చుకొనగలడు. అనగా మనుజుడు క్రమముగా తమోగుణము నుండి సత్త్వగుణమునకు గాని, రజోగుణము నుండి సత్త్వగుణమునకు గాని తన స్థితిని మార్చుకొనగలడు. సారాంశమేమనగా ఏదేని ఒక ప్రత్యేక గుణమునందలి గ్రుడ్డి నమ్మకము మనుజుని పూర్ణత్వస్థితికి గొనిపోలేదు. అతడు తప్పక ప్రతివిషయమును శ్రద్ధ మరియు తెలివితో గురువు సమక్షమున పరిశీలించవలసియుండును. ఆ విధముగా అతడు తన స్థితిని ఉన్నతగుణమునకు మార్చుకొనగలడు.

3

सत्त्वानुरूपा सर्वस्य श्रद्धा भवति भारत।
श्रद्धामयोऽयं पुरुषो यो यच्छ्रद्धः स एव सः ॥३॥

సత్త్వానురూపా సర్వస్య శ్రద్ధా భవతి భారత ।
శ్రద్ధామయో ऽయం పురుషో యో యచ్ఛ్రద్ధః స ఏవ సః ॥

సత్త్వ అనురూపా—స్థితి ననుసరించి; సర్వస్య—ప్రతివ్యక్తికిని; శ్రద్ధా—శ్రద్ధ; భవతి—అగుచుండును; భారత—ఓ భరతవంశకుమారా; శ్రద్ధామయః—శ్రద్ధతో కూడినవాడు; అయమ్—ఈ; పురుషః—జీవుడు; యః—ఎవడు; యచ్ఛ్రద్ధః—ఏ శ్రద్ధకలవాడో; సః—ఇట్లు; ఏవ—నిశ్చితముగా; సః—అతడు.

ఓ భారతా! మనుజుడు వివిధగుణముల యందలి తన స్థితి ననుసరించి తత్సంబంధితమైన శ్రద్ధను పొందుచుండును. అతడు పొందిన గుణముల ననుసరించి అతడు ఒకానొక శ్రద్ధను కూడియున్నాడని చెప్పబడును.

భాష్యము : మానవుడు ఎటువంటివాడైనను ఒకానొక శ్రద్ధను మాత్రము తప్పక కలిగియుండును. కాని అతడు కలిగియున్నట్టి గుణముల ననుసరించి అతని శ్రద్ధ సాత్త్వికము, రాజసికము లేదా తామసికమని భావింపబడును. ఆ విధముగా తన శ్రద్ధ ననుసరించి మానవుడు ఆ గుణమునకు సంబంధించినవారితో సాంగత్యమును పొందుచుండును. కాని వాస్తవమునకు పంచదశాధ్యాయమున వివరించినట్లు ప్రతిజీవుడు శ్రీకృష్ణభగవానుని అంశయై యున్నాడు. తత్కారణముగా అతడు స్వతః త్రిగుణములకు పరుడై యున్నాడు. కాని అతడు తనకు శ్రీకృష్ణ

భగవానునితో గల సంబంధమును మరచి బద్ధజీవనమున భౌతికప్రకృతితో సంబంధమునకు వచ్చినప్పుడు త్రిగుణముల సంపర్కముచే తన బద్ధస్థితిని ఏర్పరచుకొనుచున్నాడు. అట్టి బంధనము వలన కలిగెడి కృత్రిమ శ్రద్ధ మరియు స్థితి యనునవి నిజమునకు భౌతికములే. అనగా జీవుడు వివిధ భావములను లేదా జీవితపద్ధతులను కలిగియున్నప్పటికిని సహజముగా నిర్గుణుడే. కనుక శ్రీకృష్ణ భగవానునితో తమకు గల నిత్యసంబంధమును పునరుద్ధరించుకొనుటకై ప్రతి యొక్కరు తాము పొందియున్నటువంటి ప్రకృతిగుణ మలిన సంపర్కమును శుభ్రపరచుకొనవలెను. భగవానుని చేరుటకు అదియొక్కటే భయరహితమార్గమై యున్నది. అదియే కృష్ణభక్తిరస భావనము. అట్టి దివ్యమైన కృష్ణభక్తిభావనలో మనుజుడు స్థితుడైనచో అది నిశ్చయముగా పూర్ణత్వస్థితిని కలుగజేయగలదు. కాని మనుజుడు ఈ ఆత్మానుభవ మార్గమును స్వీకరింపనిచో తప్పక ప్రకృతిగుణములచే ప్రభావితుడు కావలసినదే.

ఈ శ్లోకము నందు "శ్రద్ధ"యను పదము ప్రధానమైనది. అట్టి శ్రద్ధ సత్త్వగుణము వలన వృద్ధియగును. మనుజుని శ్రద్ధ ఏదేని ఒక దేవతయందు కాని, కల్పిత భగవానుని యందు కాని, ఏదేని ఊహాకల్పన యందు గాని ఉండవచ్చును. అతని దృఢమగు శ్రద్ధ భౌతిక సత్త్వగుణకర్మల ఫలితమై యున్నది. కాని బద్ధజీవనము నందు ఎట్టి కర్మయు సంపూర్ణముగా పవిత్రముగాక ఇతర గుణములతో మిశ్రితమై యుండుట వలన శుద్ధసత్త్వగుణకర్మగా భావింపబడదు. దివ్యమైనటువంటి శుద్ధ సత్త్వమునందే శ్రీకృష్ణభగవానుని నిజతత్త్వమును మనుజుడు అవగతము చేసికొనగలడు. మనుజుని శ్రద్ధ పూర్ణముగా శుద్ధసత్త్వము నందు స్థితిని పొంద నంతవరకు భౌతికగుణములచే ప్రభావితమగుచునే యుండును. ప్రకృతిగుణములు హృదయమునందు వ్యాపించియుండుటచే గుణసంపర్కము నందు హృదయ స్థితి ననుసరించి మనుజుని శ్రద్ధ ప్రతిష్ఠితమగుచుండును. అనగా హృదయము సత్త్వగుణమునందు స్థితిని పొందినచో మనుజుని శ్రద్ధ సత్త్వగుణమునందు ప్రతిష్ఠితమై యున్నట్లుగా అవగతమగును. ఆలాగుననే హృదయము రజోగుణము నందు స్థితిని పొందినచో అతని శ్రద్ధ కూడా రజోగుణమునందు ప్రతిష్ఠితమగును. ఒకవేళ హృదయము తమోగుణమునందు నిలిచినచో మనుజుని శ్రద్ధ తమోగుణము నందు ప్రతిష్ఠితమై కలుషితమగును. ఈ విధముగా జగమునందు వివిధములైన శ్రద్ధలు మనకు గోచరించును. అట్టి వివిధ శ్రద్ధల కారణముననే వివిధ మతములు

ఏర్పడుచున్నవి. కాని నిజధర్మమునకు సంబంధించిన శ్రద్ధ సదా శుద్ధసత్త్వమునందే నిలిచియుండును. కాని హృదయము గుణములచే కలుషితమగుట వలననే వివిధ రకములైన ధర్మములు, నియమములు మనకు గోచరించుచున్నవి. ఈ విధముగా వివిధ శ్రద్ధల ననుసరించి వివిధరకములైన పూజావిధానములు ఏర్పడుచున్నవి.

4

यजन्ते सात्त्विका देवान् यक्षरक्षांसि राजसाः ।
प्रेतान् भूतगणांश्चान्ये यजन्ते तामसा जनाः ॥४॥

యజన్తే సాత్త్వికా దేవాన్ యక్షరక్షాంసి రాజసాః ।
ప్రేతాన్ భూతగణాం శ్చాన్యే యజన్తే తామసా జనాః ॥

యజన్తే—పూజింతురు; సాత్త్వికాః—సత్త్వగుణులు; దేవాన్—దేవతలను; యక్షరక్షాంసి—యక్షులును, రాక్షసులును; రాజసాః—రజోగుణులు; ప్రేతాన్—పితృదేవతలను; భూతగణాన్—పిశాచములను; చ—మరియు; అన్యే—ఇతరులు; యజన్తే—పూజింతురు; తామసాః—తమోగుణులు; జనాః—జనులు.

సత్త్వగుణమునందు నిలిచినవారు దేవతలను, రజోగుణమునందు నిలిచినవారు యక్షరాక్షసులను, తమోగుణమునందు నిలిచినవారు భూతప్రేతములను పూజింతురు.

భాష్యము : ఈ శ్లోకమునందు శ్రీకృష్ణభగవానుడు పలువిధములైన అర్చనాపరులను వారి బాహ్యకర్మల ననుసరించి వివరించుచున్నాడు. శాస్త్రనిర్దేశము ప్రకారము దేవదేవుడైన శ్రీకృష్ణుడొక్కడే పూజనీయుడు. కాని శాస్త్రమును ఎరుగనివారు లేదా దాని యందు శ్రద్ధలేనివారు మాత్రము తమ గుణము ననుసరించి భగవానునికి అన్యులైనవారిని పూజింతురు. సత్త్వగుణమునందు నిలిచినవారు సాధారణముగా దేవతలను పూజింతురు. బ్రహ్మ, శివుడు, ఇంద్రుడు, చంద్రుడు, సూర్యుడు వంటివారే దేవతలు. అట్టి దేవతలు పలువురు గలరు. సత్త్వగుణమునందున్నవాడు ప్రత్యేక ప్రయోజనార్థమై ప్రత్యేక దేవతా పూజ యందు నిమగ్నుడగును. అదే విధముగా రజోగుణమునందున్నవారు దానవులను పూజింతురు. రెండవ ప్రపంచయుద్ధ సమయమున కలకత్తానగరమునందలి ఒక వ్యక్తి "హిట్లర్"ను పూజించియుండెను. యుద్ధకారణముగా నల్లబజారులో వ్యాపారము చేసి అనంతముగా ధనమును అతడు ప్రోగుచేయగలుగుటయే అందులకు కారణము. ఈ విధముగా రజస్తమోగుణయుక్తులు

సాధారణముగా శక్తిమంతుడైన మనుజునే దేవునిగా భావింతురు. ఎవరినైనను భగవానుని రూపమున పూజింపవచ్చుననియు, తద్ద్వారా ఒకే ఫలితములు లభించుననియు వారు తలతురు.

అనగా రజోగుణమునందున్నవారు కృత్రిమముగా దేవతలను సృజించి పూజింతురనియు, తమోగుణమునందున్నవారు భూతప్రేతములను పూజింతురనియు ఈ శ్లోకమున స్పష్టముగా తెలుపబడినది. కొన్నిమార్లు జనులు సమాధులను పూజింతురు. మైథునము కూడా తమోగుణ లక్షణమే. అదే విధముగా మారుమూల గ్రామములలో భూతములను పూజించువారును కొందరుందురు. అడవిలో ఏదేని ఒక చెట్టుపై భూతమున్నదనెడి విషయము తెలిసినచో వారు అచ్చటికేగి ఆ వృక్షమును పూజించి బలియొసంగుదురు. ఈ విషయమును మనము భారతదేశమున గాంచుచుందుము. ఇది సాధారణముగా నిమ్నజాతులందు గోచరించును. ఈ విధమైన పూజలన్నియు భగవత్పూజలు కాజాలవు. శుద్ధసత్త్వమునందు దివ్యముగా నెలకొనియున్నవారికే భగవత్పూజ నిర్దేశితమై యున్నది. కనుకనే శ్రీమద్భాగవతమున(4.3.23) "సత్త్వం విశుద్ధం వసుదేవశబ్దితం" అని తెలుపబడినది. అనగా శుద్ధసత్త్వము నందు నిలిచినవాడే దేవదేవుడైన శ్రీకృష్ణుని పూజింపగలడని భావము. సారాంశమేమనగా ప్రకృతి త్రిగుణసంపర్కము నుండి సంపూర్ణముగా పరిశుద్ధులైనవారు, ఆధ్యాత్మికముగా ప్రతిష్ఠితులైనట్టివారు మాత్రమే శ్రీకృష్ణునికి భక్తియుతపూజను ఒనరింపగలరు.

నిరాకారవాదులు సత్త్వగుణము నందున్నట్టివారుగా భావింపబడుదురు. వారు పంచోపాసకులు. అనగా వారు పంచవిధములైన దేవతలను పూజింతురు. అంతియేగాక వారు విష్ణువును నిరాకారభావనలో జగమునందు అర్చింతురు. అనగా దేవదేవుడైన శ్రీకృష్ణుని విస్తారమైన విష్ణువును వారు తాత్త్వికభావనలో నిరాకారునిగా స్వీకరింతురు. కాని నిరాకారవాదులు దేవదేవుని రూపమును నమ్మని కారణముగా విష్ణురూపము కూడా నిరాకారపరబ్రహ్మము యొక్క మరొక అంశయని ఊహింతురు. అదే విధముగా బ్రహ్మదేవుని వారు రజోగుణము యొక్క నిరాకారరూపముగా భావింతురు. ఆ విధముగా వారు కొన్నిమార్లు పూజార్హమగు పంచదేవతలను వర్ణించినను నిరాకారబ్రహ్మమే పరతత్త్వమని భావించుట వలన అంత్యమున సర్వదేవతాపూజలను విడిచివేయుదురు. సారాంశమేమనగా దివ్యస్వభావము కలిగిన భక్తుల సాహచర్యము ద్వారా వివిధ

గుణములు క్షాళితము కాగలవు.

5-6

अशास्त्रविहितं घोरं तप्यन्ते ये तपो जनाः ।
दम्भाहंकारसंयुक्ताः कामरागबलान्विताः ॥५॥
कर्षयन्तः शरीरस्थं भूतग्राममचेतसः ।
मां चैवान्तःशरीरस्थं तान् विद्ध्यासुरनिश्चयान् ॥६॥

అశాస్త్రవిహితం ఘోరం తప్యన్తే యే తపో జనాః ।
దమ్భాహంకారసంయుక్తాః కామరాగబలాన్వితాః ॥
కర్షయన్తః శరీరస్థం భూతగ్రామమచేతసః ।
మాం చైవాన్తఃశరీరస్థం తాన్ విద్ధ్యాసురనిశ్చయాన్ ॥

అశాస్త్రవిహితం—శాస్త్రములందు చెప్పబడని; ఘోరం—ఇతరులకు హానికరమైన; తప్యన్తే—చేయుదురు; యే—ఎవరు; తపః—తపస్సును; జనాః—జనులు; దమ్భ—గర్వము; అహంకార—అహంకారము; సంయుక్తాః—కూడినవారై; కామ—కామము; రాగ—ఆసక్తి; బలాన్వితాః—ప్రేరితులై; కర్షయన్తః—బాధపెట్టుచు; శరీరస్థం—దేహమునందున్న; భూతగ్రామం—భూతముల సముదాయమును; అచేతసః—పెడదారి పట్టిన మనస్సుకలవారై; మాం చైవా—నన్నుకూడా; అన్తః—లోపల; శరీరస్థం—దేహమునందున్న; తాన్—వారిని; విద్ధి—ఎరుంగుము; అసుర నిశ్చయాన్ —రాక్షసులని.

శాస్త్రవిహితములు కానటువంటి తీవ్రమగు తపస్సులను దంభాహంకారములతో ఒనరించువారును, కామరాగములచే ప్రేరేపింపబడినవారును, అచేతసులై దేహమును మరియు దేహమునందున్న పరమాత్మను కూడా కష్టపెట్టువారును అగు వారలు అసురులుగా తెలియబడుదురు.

భాష్యము : శాస్త్రములందు తెలియజేయనటువంటి తపస్సులను, నిష్ఠలను సృష్టించువారు పెక్కురు కలరు. ఉదాహరణకు న్యాయమైనటువంటి రాజకీయ ప్రయోజనార్థమై ఒనరించు ఉపవాసములు శాస్త్రమునందు తెలుపబడలేదు. ఉపవాసమనునది సాంఘిక, రాజకీయ ప్రయోజనముల కొరకు గాక ఆధ్యాత్మికోన్నతి కొరకే శాస్త్రమునందు ఉపదేశింపబడినది. భగవద్గీత ననుసరించి అట్టి తపస్సుల నొనరించెడివారు నిక్కముగా అసురస్వభావము కలవారే. అట్టివారి కర్మలు సదా అశాస్త్రవిహితములై, జనులకు హితకరములు కాకుండును. వాస్తవమునకు వారు ఆ కార్యములను గర్వము, మిథ్యాహంకారము, కామము,

ఇంద్రియభోగముల యెడ ఆసక్తితోనే ఆచరింతురు. అట్టి కార్యముల వలన దేహము నేర్పరచెడి పంచభూతములేగాక, దేహమునందుండెడి పరమాత్మయు కలతనొందుదురు. అంతియేగాక రాజకీయ ప్రయోజనార్థమై ఒనరింపబడెడి అట్టి తపస్సు లేదా ఉపవాసములు ఇతరులను సైతము నిక్కముగా కలత నొందించును. అట్టి తపస్సులు వేదవాఙ్మయమున తెలుపబడలేదు. అసురప్రవృత్తి గలవారు ఆ విధానము ద్వారా శత్రువుని గాని, ఎదుటి పక్షమును గాని బలవంతముగా తమ కోరికకు లొంగునట్లుగా చేసికొందుమని తలచుచుందురు. కొన్నిమార్లు అట్టి తపస్సు ద్వారా మరణము సైతము సంభవించుచుండును. ఈ కార్యములను శ్రీకృష్ణభగవానుడు ఆమోదించుట లేదు. ఆ కార్యములందు నియుక్తులైనవారు దానవులని ఆతడు వర్ణించినాడు. ఆ కార్యములు శాస్త్రనిర్దేశములకు వ్యతిరేకముగా ఒనరింపబడుటచే వాస్తవమునకు భగవానుని అవమానపరచునటువంటివి. ఈ విషయమున "అచేతసః" అను పదము ప్రధానమైనది. సమచిత్తము కలవారు శాస్త్రనియమములను విధిగా పాటించవలెను. ఆ స్థితిలో లేనివారే శాస్త్రములను ధిక్కరించి తమ స్వంత తపోనిష్ఠలను రూపొందించుకొందురు. ఆసురీస్వభావుల అంతము ఏమి కానున్నదో ప్రతియొక్కరు జ్ఞప్తి యందుంచుకొనవలెను. అది గడచిన అధ్యాయమున వివరింపబడినది. అట్టివారిని దేవదేవుడు అసురయోనులందే పడద్రోయును. తత్కారణముగా శ్రీకృష్ణభగవానునితో తమకు గల సంబంధమును తెలియలేక వారు జన్మజన్మలలో దానవగుణములతోనే జీవింతురు. అయినను ఒకవేళ అట్టివారు వేదజ్ఞానమార్గమున నిర్దేశమును గూర్చు గురువుచే వేదనిర్దేశము పొందగలిగినంత భాగ్యవంతులైనచో ఈ బంధముల నుండి ముక్తిని పొంది అంత్యమున పరమ గమ్యమును సాధింపగలరు.

7

आहरस्त्वपि सर्वस्य त्रिविधो भवति प्रियः ।
यज्ञस्तपस्तथा दानं तेषां भेदमिमं शृणु ॥७॥

ఆహారస్త్వపి సర్వస్య త్రివిధో భవతి ప్రియః ।
యజ్ఞస్తపస్తథా దానం తేషాం భేదమిమం శ్రుణు ॥

ఆహారః—ఆహారము; తు—నిశ్చయముగా; అపి—కూడా; సర్వస్య—ఎల్లవారికిని; త్రివిధః—మూడు విధములైనది; భవతి—అగును; ప్రియః—ప్రియము; యజ్ఞః—యజ్ఞము; తపః—తపస్సు; తథా—అట్లే; దానం—దానము; తేషాం—వానిలో; భేదం—భేదమును;

ఇమం—ఇట్టి; శ్రుణు—వినుము.

త్రిగుణముల ననుసరించి మనుజుడు భుజించు ఆహారము కూడా మూడు విధములుగా నున్నది. అట్లే యజ్ఞము, దానము, తపస్సులు కూడా మూడు విధములుగా నున్నవి. ఇప్పుడు వాటి నడుమగల భేదమును ఆలకింపుము.

భాష్యము : ప్రకృతి త్రిగుణముల యందలి వివిధ స్థితుల ననుసరించి ఆహారము, యజ్ఞాచరణము, తపస్సు, దానములందు భేదములు గలవు. అవి ఎన్నడును ఒకే స్థాయిలో ఒనరింపబడవు. ఏ కర్మలు ఏ గుణములో నిర్వహింపబడుచున్నవనెడి విషయమును విశ్లేషణాత్మకముగా అవగాహనను చేసికొనినవాడే వాస్తవమునకు బుద్ధిమంతుడు. అట్లుగాక అన్ని రకములైన ఆహారములు, యజ్ఞములు, దానములు సమానమేయని భావించుచు భేదమును గాంచనివారలు మూఢులనబడుదురు. మనుజుడు తోచినదెల్ల చేయుచునే పూర్ణత్వమును పొందవచ్చునని ప్రచారము చేయు ప్రచారకులు సైతము కొందరు గలరు. అట్టి మూఢప్రచారకులు శాస్త్రనిర్దేశానుసారము వర్తించునట్టివారు కారు. తమకు తోచిన మార్గమును సృష్టించుచు వారు జనులను మోసగించుచున్నారు.

8

आयु: सत्त्वबलारोग्यसुखप्रीतिविवर्धना: ।
रस्या: स्निग्धा: स्थिरा हृद्या आहारा: सात्त्विकप्रिया: ॥८॥

ఆయుఃసత్త్వబలారోగ్యసుఖప్రీతివివర్ధనాః ।
రస్యాః స్నిగ్ధాః స్థిరా హృద్యా ఆహారాః సాత్త్వికప్రియాః ॥

ఆయుః—ఆయుష్షును; సత్త్వ—జీవితమును; బల—బలమును; ఆరోగ్య—ఆరోగ్యమును; సుఖ—సౌఖ్యమును; ప్రీతి—తృప్తిని; వివర్ధనాః—వృద్ధినొందించునట్టివి; రస్యాః—రసవంతములైనట్టివి; స్నిగ్ధాః—పుష్టికరములైనట్టివి; స్థిరాః—దృఢములైనట్టివి; హృద్యాః—మనోప్రీతిని కలిగించునట్టివి; ఆహారాః—ఆహారములు; సాత్త్వికప్రియాః—సత్త్వగుణమునందున్న వారికి ప్రియములైనవి.

ఆయుఃప్రమాణమును పెంచునవి, జీవనమును పవిత్రమొనర్చునవి, బలమును, ఆరోగ్యమును, ఆనందమును, తృప్తిని కలిగించునవి అగు ఆహారములు సత్త్వగుణప్రధానులకు ప్రియమైనవి. అట్టి ఆహారములు రసపూర్ణములును, పుష్టికరములును, ఆరోగ్యకరములును, మనోప్రీతి కరములును అయి యుండును.

9

कट्वम्ललवणात्युष्णतीक्ष्णरूक्षविदाहिनः ।
आहारा राजसस्येष्टा दुःखशोकामयप्रदाः ॥९॥

కట్వమ్లలవణాత్యుష్ణతీక్ష్ణరూక్షవిదాహినః ।
ఆహారా రాజసస్యేష్టా దుఃఖశోకామయప్రదాః ॥

కటు—చేదైనట్టివి; అమ్ల—పులుపైనట్టివి; లవణ—ఉప్పుగానున్నట్టివి; అతిఉష్ణ—మిక్కిలి వేడిగానున్నట్టివి; తీక్ష్ణ—తీవ్రములైనట్టివి; రూక్ష—ఎండినట్టివి; విదాహినః—మంట కలిగించునట్టివి; ఆహారాః—ఆహారములు; రాజసస్య—రజోగుణమునందు ఉన్నవారికి; ఇష్టాః—ప్రీతికరములు; దుఃఖ—దుఃఖమును; శోక—క్లేశమును; ఆమయ—రోగమును; ప్రదాః—కలిగించునవి.

మిక్కిలి చేదైనవి, అతి పులుపైనవి, ఉప్పుగా నున్నట్టివి, అతివేడివి, అతికారమైనవి, ఎండినట్టివి, మంటను కలిగించునవియైన ఆహారములు రజోగుణమునందున్నవారికి ప్రియమైనట్టివి. అట్టి ఆహారములు దుఃఖమును, క్లేశమును, రోగమును కలిగించును.

10

यातयामं गतरसं पूति पर्युषितं च यत् ।
उच्छिष्टमपि चामेध्यं भोजनं तामसप्रियम् ॥१०॥

యాతయామం గతరసం పూతి పర్యుషితం చ యత్ ।
ఉచ్ఛిష్టమపి చామేధ్యం భోజనం తామసప్రియమ్ ॥

యాతయామం—తినుటకు మూడుగంటల ముందు వండినవి; గతరసం—రుచిలేనట్టివి; పూతిపర్యుషితం—చెడ్డవాసనతో కూడి క్రుళ్ళినట్టివి; చ—కూడా; యత్—ఏది; ఉచ్ఛిష్టమపి—ఇతరులు తినగా మిగిలినవి; చ—మరియు; అమేధ్యం—స్పృశింపరానట్టిది; భోజనం—ఆహారము; తామసప్రియమ్—తమోగుణమునందు ఉన్నవారికి ప్రీతికరము.

భుజించుటకు మూడుగంటలకు ముందు తయారుచేయబడినవి, రుచిరహితములైనవి, చెడిపోయినవి మరియు క్రుళ్ళినవి, ఎంగిలి మరియు నిషిద్ధపదార్థములను కలిగినట్టివియైన ఆహారములు తమోగుణులకు ప్రియమైనవి.

భాష్యము : ఆయుష్షును వృద్ధిచేయుట, మనస్సును పవిత్రమొనర్చుట, దేహమునకు శక్తిని కలిగించుటయే ఆహారము యొక్క ప్రయోజనమై యున్నది.

అదియొక్కటే దాని ప్రయోజనము. ఆరోగ్యమునకు దోహదములై ఆయువును వృద్ధినొందించు నటువంటి పాలు, బియ్యము, గోధుమలు, పండ్లు, చక్కర, కూరగాయలు వంటి ఆహారపదార్థములను స్వీకారయోగ్యములని పెద్దలు పూర్వము నిర్ణయించిరి. అట్టి ఆహారము సత్త్వగుణము నందున్నవారికి మిక్కిలి ప్రియమై యుండును. పేలాలు మరియు బెల్లపు ముడిపదార్థమైన మొలాసిస్ వంటివి స్వతః రుచికరములు కాకున్నను పాలు మరియు ఇతర ఆహారపదార్థముల మిశ్రణముచే రుచికరములు, సత్త్వగుణసమన్వితములు కాగలవు. స్వతః పవిత్రములైన ఈ పదార్థములు నిషిద్ధములైన మద్యమాంసాదులకు మిక్కిలి భిన్నమైనవి. ఎనిమిదవ శ్లోకమున తెలుపబడిన స్నిగ్ధపదార్థములకు మరియు జంతువులను చంపగా లభించెడి క్రొవ్వు పదార్థములకు ఎట్టి సంబంధము లేదు. క్రొవ్వు పదార్థములు అత్యంత అద్భుతాహారమైన క్షీరరూపమున లభించుచున్నవి. పాలు, వెన్న, మీగడ వంటివి జంతువు యొక్క క్రొవ్వును వేరొక రూపమున అందించు నటువంటివి. అవి అమాయకజీవులను వధించు అవసరమును నివారించుచున్నవి. కాని నిర్లక్ష్యకారణముననే జంతువులను వధించుట యనెడి కార్యము నిరాటంకముగా సాగుచున్నది. జీవనమునకు అవసరమైన క్రొవ్వు పదార్థములను పాల ద్వారా స్వీకరించుట నాగరికపద్ధతి కాగా, జంతువధ యనునది మిక్కిలి అనాగరికమై యున్నది. పప్పులు, గోధుమల వంటి ఆహారములందు మాంసకృత్తులు పుష్కలముగా లభించును.

అతిచేదు, అతి లవణపూర్ణము, అతివేడి లేదా అతికారము కలిగిన రజోగుణ ఆహారము ఉదరమున జీర్ణరసములను తగ్గించి రోగమునకు కారణభూతమగును. అనగా అది దుఃఖమునే కలిగించును. తాజాగా లేనటువంటి ఆహారములే ముఖ్యముగా తమోగుణ ఆహారములుగా పరిగణింపబడును. భుజించుటకు మూడు గంటలకు పూర్వము తయారుచేయబడిన ఏ ఆహారమైనను (ఒక్క ప్రసాదము తప్ప) తమోగుణ ఆహారముగనే భావింపబడును. అట్టి ఆహార పదార్థములు క్రుళ్ళుట ఆరంభించినందున దుర్వాసనను కలిగియుండును. అది తమోగుణులను ఆకర్షించగా, సత్త్వగుణులు దాని నుండి విముఖులై యుందురు.

తొలుత భగవానునకు అర్పింపబడినదైనచో లేదా మహాత్ములైనవారు (ముఖ్యముగా ఆధ్యాత్మికగురువు) స్వీకరించినదైనచో ఉచ్ఛిష్టమగుదానిని భుజింపవచ్చును. లేని యెడల ఉచ్ఛిష్టము తమోగుణమైనదిగా భావింపబడును.

అట్టిది నిక్కము రోగమునే కలిగించును. అవి తమోగుణులకు అతిప్రియములైనను సత్త్వగుణులచే అంటనైనను అంటబడవు. అనగా శ్రీకృష్ణభగవానునకు తొలుత అర్పింపబడిన ఆహారమే అత్యంత శ్రేష్ఠమైనది. కూరలు, ధాన్యము, క్షీరము మొదలగు పదార్థములతో తయారుచేయబడిన ఆహారమును తాను స్వీకరింతునని శ్రీకృష్ణభగవానుడు భగవద్గీత యందు పలికియే యున్నాడు (పత్రం పుష్పం ఫలం తోయం). ఇట్టి కార్యమున అత్యంత ముఖ్యమైనది ప్రేమ మరియు భక్తియే. భగవానుడు వానినే స్వీకరించును. ప్రసాదమును సైతము ఒక ప్రత్యేక పద్ధతిలో తయారు చేయవలెనని పేర్కొనబడినది. ఆ విధముగా శాస్త్రవిధుల ననుసరించి తయారు చేయబడి, కృష్ణునకు అర్పింపబడిన ఆహారము ఎంత కాల వ్యవధియైనను స్వీకరింప యోగ్యమే కాగలదు. అది దివ్యమై యుండుటయే అందులకు కారణము. కనుక సర్వులకు ఆహారమును పాప, రోగనిరోధకముగా, ఆహారయోగ్యముగా, రుచికరముగా నొనర్చుటకు మనుజుడు దానిని శ్రీకృష్ణ భగవానునకు అర్పింపవలసియున్నది.

11

अफलाकाङ्क्षिभिर्यज्ञो विधिदिष्टो य इज्यते ।
यष्टव्यमेवेति मनः समाधाय स सात्त्विकः ॥११॥

అఫలాకాంక్షిభిర్యజ్ఞో విధిదిష్టో య ఇజ్యతే ।
యష్టవ్యమేవేతి మనః సమాధాయ స సాత్త్వికః ॥

అఫలాకాంక్షిభిః—ఫలమును కోరనివారిచే; యజ్ఞః—యజ్ఞము; విధిదిష్టః—శాస్త్రనిర్దేశము ననుసరించి; యః—ఏది; ఇజ్యతే—చేయబడుచున్నదో; యష్టవ్యమేవేతి—తప్పక చేయవలసినదే యని; మనః—మనస్సును; సమాధాయ—స్థిరముచేసి; సః—అది; సాత్త్వికః—సత్త్వగుణమునకు సంబంధించినది.

శాస్త్రనిర్దేశానుసారము తమ విధి యని తలచబడుచు ఫలములు కోరనివారిచే చేయబడు యజ్ఞము యజ్ఞములందు సాత్త్విక యజ్ఞమనబడును.

భాష్యము : ఏదేని ఒక ప్రయోజనమును మనస్సు నందుంచుకొని యజ్ఞమును నిర్వహించుట సర్వసాధారణ విషయము. కాని యజ్ఞమును ఎటువంటి కోరిక లేకుండా చేయవలెనని ఇచ్చట పేర్కొనబడినది. అది సదా స్వధర్మమనెడి దృష్టితో చేయబడవలెను. దేవాలయములందు గాని, క్రైస్తవ ప్రార్థనా మందిరములందు గాని నిర్వహింపబడు కార్యములను మనము ఉదాహరణముగా

తీసికొనవచ్చును. సాధారణముగా ఆ కార్యములన్నియును ఏదేని ఒక భౌతిక ప్రయోజనము దృష్ట్యానే ఒనరింపబడుచుండును. కాని అవన్నియును సత్త్వ గుణమునకు సంబంధించినవి కావు. కావున మనుజుడు స్వధర్మమనెడి భావనలో మందిరమునకేగి, భగవానునకు వందనముల నొసగి, పుష్పములను, ఆహార పదార్థములను సమర్పింపవలెను. కేవలము పూజనిమిత్తమే మందిరమున కేగుట వలన ప్రయోజనము లేదని కొందరు తలంతురు. కాని భౌతికప్రయోజనార్థమై పూజల నొనరించుటయు శాస్త్రములందు ఆదేశింపబడలేదు. అనగా కేవలము భగవానునకు వందనముల నొసగు నిమిత్తమే మందిరమున కేగవలెను. అది మనుజుని సత్త్వగుణప్రధానునిగా చేయగలదు. కనుక శాస్త్రవిధులను ఆమోదించుట మరియు దేవదేవుడైన శ్రీకృష్ణునికి వందనము నొసగుట యనెడి కార్యములు ప్రతినాగరిక మనుజుని ధర్మమై యున్నది.

12

अभिसन्धाय तु फलं दम्भार्थमपि चैव यत्।
इज्यते भरतश्रेष्ठ तं यज्ञं विधि राजसम्॥१२॥

అభిసన్ధాయ తు ఫలం దమ్భార్థమపి చైవ యత్ ।
ఇజ్యతే భరతశ్రేష్ఠ తం యజ్ఞం విద్ధి రాజసమ్ ॥

అభిసన్ధాయ—కోరి; తు—కాని; ఫలం—ఫలమును; దమ్భార్థం—ఆడంబరము కొరకే; అపి—కూడా; చ—మరియు; ఏవ—నిశ్చయముగా; యత్—ఏది; ఇజ్యతే—చేయబడునో; భరతశ్రేష్ఠ—భరతవంశీయులలో శ్రేష్ఠుడా; తం—ఆ; యజ్ఞం—యజ్ఞమును; విద్ధి—ఎరుగుము; రాజసమ్—రజోగుణ సంబంధమైనది.

ఓ భరతశ్రేష్ఠా! ఏదేని ఒక భౌతికలాభము కొరకు లేదా ఆడంబరము కొరకు నిర్వహింపబడు యజ్ఞము రజోగుణప్రధానమైనదని యెరుగుము.

భాష్యము : కొన్నిమార్లు యజ్ఞములు మరియు ఆచారకర్మలు ఉన్నతలోక ప్రాప్తి కొరకు లేదా ఈ జగమున ఏదేని భౌతికలాభము కొరకు ఒనరించబడుచుండును. అట్టి యజ్ఞములు లేదా ఆచారకర్మలు రజోగుణ ప్రధానములైనవిగా భావింప బడును.

13

विधिहीनमसृष्टान्नं मन्त्रहीनमदक्षिणम्।
श्रद्धाविरहितं यज्ञं तामसं परिचक्षते॥१३॥

విధిహీనమసృష్టాన్నం మన్త్రహీనమదక్షిణమ్ ।
శ్రద్ధావిరహితం యజ్ఞం తామసం పరిచక్షతే ॥

విధిహీనం—శాస్త్రనిర్దేశ రహితము; అసృష్టాన్నం—ప్రసాదవితరణ రహితము; మన్త్రహీనం—వేదమంత్రములు లేనిది; అదక్షిణం—పురోహితులకు సంభావన లేనిది; శ్రద్ధావిరహితం—శ్రద్ధ లేనిది; యజ్ఞం—యజ్ఞమును; తామసం—తమోగుణ సంబంధమైనదని; పరిచక్షతే—భావింపబడును.

శాస్త్రనిర్దేశముల యెడ గౌరవము లేకుండ, ప్రసాద వితరణము కాని, వేద మంత్రోచ్చారణము కాని, బ్రాహ్మణ దక్షిణలు కాని లేకుండ శ్రద్ధారహితముగా ఒనర్చబడు ఏ యజ్ఞమైనను తామసగుణ ప్రధానమైనదిగా భావింపబడును.

భాష్యము : తామసగుణ ప్రధానమైన శ్రద్ధ వాస్తవమునకు శ్రద్ధారాహిత్యమే యనబడును. కొందరు ఏదేని ఒక దేవతను ధనలాభము కొరకై పూజించి, తదుపరి ఆ ధనమును శాస్త్రనిర్దేశములను లెక్కజేయక వినోదమందు ఖర్చు చేయుదురు. అటువంటి ధర్మకార్యప్రదర్శనలు నిజమైనవిగా గుర్తింపబడవు. అవియన్నియును తమోగుణమును కూడినట్టివే. అవి కేవలము దానవప్రవృత్తిని కలిగించునే గాని మానవులకు హితకరములు కాజాలవు.

14

देवद्विजगुरुप्राज्ञपूजनं शौचमार्जवम् ।
ब्रह्मचर्यमहिंसा च शारीरं तप उच्यते ॥१४॥

దేవద్విజగురుప్రాజ్ఞపూజనం శౌచమార్జవమ్ ।
బ్రహ్మచర్యమహింసా చ శారీరం తప ఉచ్యతే ॥

దేవ—దేవదేవుని; ద్విజ—బ్రాహ్మణులను; గురు—ఆధ్యాత్మికాచార్యుని; ప్రాజ్ఞ—పూజనీయులను; పూజనం—పూజించుట; శౌచం—పరిశుద్ధి; ఆర్జవం—సరళత్వము; బ్రహ్మచర్యం—బ్రహ్మచర్యము; అహింసా—అహింస; చ—కూడా; శారీరం—దేహమునకు సంబంధించిన; తపః—తపస్సని; ఉచ్యతే—చెప్పబడును.

దేవదేవుడు, బ్రాహ్మణులు, ఆధ్యాత్మికగురువు, పెద్దలైన తల్లిదండ్రులు మొదలగువారిని పూజించుట, శుచిత్వము, సరళత్వము, బ్రహ్మచర్యము, అహింస యనునవి శారీరిక తపస్సని చెప్పబడును.

భాష్యము : శ్రీకృష్ణభగవానుడు ఇచ్చట వివిధ తపస్సులను, నిష్ఠలను వివరింపనెంచి తొలుత దేహసంబంధమైన తపోనిష్ఠలను వివరించుచున్నాడు.

ప్రతియొక్కరు దేవదేవునకు లేదా దేవతలకు, పూర్ణులును యోగ్యులును అగు బ్రాహ్మణులకు, గురువునకు, తల్లిదండ్రుల వంటి పెద్దలకు, వేదజ్ఞాన పారంగతుడైనవానికి గౌరవమొసగవలెను లేదా గౌరవమొసగుటను నేర్వవలెను. వీరందరును నిక్కముగా సరియైన గౌరవమందవలసినవారు. అంతియేగాక మనుజుడు అంతర్బాహ్యముల శుచిత్వమును పాటించుచు, వ్యవహారమున సరళత్వమును నేర్వవలెను. శాస్త్రమునందు తెలుపబడనటువంటి దాని నెన్నడును అతడు ఆచరించరాదు. శాస్త్రమందు మైథునమన్నది వైవాహిక జీవనమునందు తప్ప అన్యముగా అంగీకరింపబడనందున అతడు అవివాహిక సంబంధమును కలిగియుండరాదు. ఇదియే బ్రహ్మచర్యమనబడును. ఇవియే దేహపరమైన తపోనిష్ఠలు.

15

अनुद्वेगकरं वाक्यं सत्यं प्रियहितं च यत्।
स्वाध्यायाभ्यसनं चैव वाङ्मयं तप उच्यते ॥१५॥

అనుద్వేగకరం వాక్యం సత్యం ప్రియహితం చ యత్ ।
స్వాధ్యాయాభ్యసనం చైవ వాఙ్మయం తప ఉచ్యతే ॥

అనుద్వేగకరం—ఉద్రేకము కలిగింపని; వాక్యం—వచనములు; సత్యం—సత్యమైన; ప్రియహితం—ప్రీతికరమును, లాభకరమును; చ—కూడా; యత్—ఏది; స్వాధ్యాయాభ్యసనం —వేదములను అభ్యసించుట; చ—కూడా; ఏవ—నిశ్చయముగా; వాఙ్మయం—వాక్కునకు సంబంధించిన; తపః—తపస్సని; ఉచ్యతే—చెప్పబడును.

సత్యమును, ప్రియమును, హితకరమును, ఉద్రేకమును కలిగింపనివి అగు వచనములను పలుకుట మరియు నిత్యము వేదపారాయణము చేయుట యనునవి వాక్కునకు సంబంధించిన తపస్సనబడును.

భాష్యము : ఇతరుల మనస్సు కలతపడు రీతిలో మనుజుడు ఎన్నడును భాషించరాదు. కాని ఉపాధ్యాయుడు మాత్రము శిక్షణ నిమిత్తమై తన విద్యార్థులతో సత్యమును పలుకవచ్చును. అదే ఉపాధ్యాయుడు తన విద్యార్థులు కానివారి యెడ మాత్రము భిన్నముగా ప్రవర్తించవలెను. అనగా తాను వారి కలతకు కారణమైనచో అతడు వారితో సంభాషింపరాదు. వాక్కునకు సంబంధించినంత వరకు ఇదియే తపస్సు. దీనితోపాటు వ్యర్థప్రసంగమును కూడా చేయరాదు. సత్సంగమునందు కేవలము శాస్త్రములచే సమర్థింపబడిన దానినే పలుకవలెను.

ఆ సమయమున తాను ప్రవచించు విషయములను సమర్థించుటకు శాస్త్రప్రమాణమును నిదర్శనముగా చూపవలెను. దానితోపాటు ఆ ప్రవచనము కూడా శ్రవణానందకరముగా నుండవలెను. అట్టి చర్చల ద్వారా మనుజుడు దివ్యలాభమును పొంది మానవసంఘమును ఉద్ధరింపగలడు. వేదవాఙ్మయము అనంతముగా నున్నది. మనుజుడు దానిని అధ్యయనము కావింపవలెను. అదియే వాచిక తపస్సనబడును.

16

मन:प्रसाद: सौम्यत्वं मौनमात्मविनिग्रह: ।
भावसंशुद्धिरित्येतत् तपो मानसमुच्यते ॥१६॥

మనఃప్రసాదః సౌమ్యత్వం మౌనమాత్మవినిగ్రహః ।
భావసంశుద్ధిరిత్యేతత్ తపో మానసముచ్యతే ॥

మనఃప్రసాదః—మనోతృప్తి; సౌమ్యత్వం—ఇతరుల యెడ వంచన లేకుండ వర్తించుట; మౌనం—మౌనము; ఆత్మవినిగ్రహః—ఆత్మనిగ్రహము; భావసంశుద్ధిః—స్వభావము యొక్క పవిత్రత్వము; ఇతి—అని; ఏతత్—ఇది; తపః—తపస్సు; మానసం—మనస్సునకు సంబంధించినది; ఉచ్యతే—చెప్పబడును.

తృప్తి, సరళత్వము, మౌనము, ఆత్మనిగ్రహము, అస్తిత్వమును పవిత్రమొనర్చుట యనునవి మానసిక తపస్సనబడును.

భాష్యము : మనస్సును తపోసంపన్నము చేయుట యనగా దానిని ఇంద్రియ భోగమునుండి దూరము చేయుటయే. ఇతరులకు మేలుచేయుటను గూర్చియే అది ఆలోచించునట్లుగా దానికి శిక్షణము గూర్చవలెను. ఆలోచన యందు మౌనమును కలిగియుండుటయే మనస్సుకు చక్కని శిక్షణము వంటిది. అనగా మనుజుడు కృష్ణభక్తిరసభావన నుండి ఏమాత్రము మరలక, సర్వదా ఇంద్రియ భోగమును వర్జించవలెను. ఆ విధముగా కృష్ణభక్తిభావనను పొందుటయే స్వభావమును పవిత్రమొనర్చుకొనుట కాగలదు. మనస్సును ఇంద్రియభోగ ఆలోచనల నుండి దూరము చేయుట ద్వారానే మానసిక సంతృప్తి లభింప గలదు. ఇంద్రియభోగమును గూర్చి మనమెంతగా ఆలోచింతుమో అంతగా మనస్సు అసంతృప్తికి గురియగును. నేటికాలమున మనము మనస్సును పలు విధములైన ఇంద్రియభోగ పద్ధతుల యందు అనవసరముగా నెలకొల్పుట వలననే మన మనస్సు తృప్తినొందు అవకాశమును పొందకున్నది. వేదవాఙ్మయము

వైపునకు దానిని మళ్ళించుటయే ఉత్తమమార్గము. అట్టి వాఙ్మయము పురాణములు, మహాభారతములలో వలె మనస్తృప్తికర కథలను కలిగియుండును. మనుజుడు ఆ జ్ఞానము యొక్క లాభమును గొని పవిత్రుడు కాగలడు. మనస్సు సర్వదా వంచన స్వభావ వర్జితమై, ఇతరుల శ్రేయస్సునే తలుపవలెను. ఆత్మానుభవమును గూర్చి మనుజుడు సదా యోచించుటయే మౌనమనుదాని భావము. ఇట్టి భావన దృష్ట్యా కృష్ణభక్తిభావనలో ఉన్న భక్తుడు సంపూర్ణ మౌనమును పాటించినవాడే యగుచున్నాడు. మనోనిగ్రహమనగా మనస్సును ఇంద్రియ భోగానుభవము నుండి దూరము చేయుటని భావము. అంతియేగాక మనుజుడు తన వ్యవహారములందు ఋజుత్వమును కలిగియుండి, తద్ద్వారా తన అస్తిత్వమును పవిత్రమొనర్చుకొనవలెను. ఈ లక్షణములన్నియును కలిసి మానసిక తపస్సు అనబడును.

17

श्रद्धया परया तप्तं तपस्तत् त्रिविधं नरैः ।
अफलाकाङ्क्षिभिर्युक्तैः सात्त्विकं परिचक्षते ॥१७॥

శ్రద్ధయా పరయా తప్తం తపస్తత్ త్రివిధం నరైః ।
అఫలాకాంక్షిభిర్యుక్తైః సాత్త్వికం పరిచక్షతే ॥

శ్రద్ధయా—శ్రద్ధతో; పరయా—దివ్యమైన; తప్తం—ఒనర్చబడిన; తపః—తపస్సు; తత్—అది ; త్రివిధం—మూడు విధములైనది; నరైః—జనులచే; అఫలాకాంక్షిభిః—ఫలాభిలాష లేనివారు; యుక్తైః—నిమగ్నులైనవారు; సాత్త్వికం—సత్త్వగుణమునకు సంబంధించినదని; పరిచక్షతే—చెప్పబడును.

దివ్యమైన శ్రద్ధతో కేవలము భగవానుని నిమిత్తమే భౌతికవాంఛారహితులైన వారిచే ఒనర్చబడు ఈ త్రివిధ తపస్సులు సాత్త్విక తపస్సనబడును.

18

सत्कारमानपूजार्थं तपो दम्भेन चैव यत् ।
क्रियते तदिह प्रोक्तं राजसं चलमध्रुवम् ॥१८॥

సత్కారమానపూజార్థం తపో దమ్భేన చైవ యత్ ।
క్రియతే తదిహ ప్రోక్తం రాజసం చలమధ్రువమ్ ॥

సత్కార—సన్మానము; మాన—గౌరవము; పూజ—పూజ; అర్థం—కొరకు; తపః—తపస్సు; దమ్భేన—ఆడంబరముతో; చ—కూడా; ఏవ—నిశ్చయముగా; యత్—ఏది; క్రియతే—

చేయబడునో; తత్—అది; ఇహ—ఈ ప్రపంచమునందు; ప్రోక్తం—చెప్పబడినది; రాజసం—రజోగుణమునకు సంబంధించినది; చలమ్—చంచలము; అధ్రువమ్—తాత్కాలికము.

గౌరవము, సన్మానము, పూజల నందుట కొరకు గర్వముచే ఒనర్చబడు తపస్సు రజోగుణ ప్రధానమైనదిగా చెప్పబడును. అది స్థిరముగాని, శాశ్వతముగాని కాజాలదు.

భాష్యము : జనులను ఆకర్షించుటకు మరియు ఇతరుల నుండి గౌరవము, సన్మానము, పూజలనందుటకు కొన్నిమార్లు తపోనిష్ఠలు ఆచరింపబడుచుండును. రజోగుణము నందున్నవారు తమ అనుయాయులు తమను పూజించునట్లుగాను కాళ్ళుకడిగి దక్షిణలు అర్పించునట్లుగాను చేయుచుందురు. తపోప్రదర్శనల ద్వారా ఏర్పాటు చేయబడెడి అట్టి కృత్రిమమైన ఏర్పాట్లు రజోగుణము నందున్నట్టివే. వాస్తవమునకు వాటి ఫలితములు తాత్కాలికములు. అవి కొంతకాలము సాగినను ఎన్నడును శాశ్వతములు కాజాలవు.

19

मूढग्राहेणात्मनो यत्पीडया क्रियते तपः ।
परस्योत्सादनार्थं वा तत्तामसमुदाहृतम् ॥१९॥

మూఢగ్రాహేణాత్మనో యత్పీడయా క్రియతే తపః ।
పరస్యోత్సాదనార్థం వా తత్తామసముదాహృతమ్ ॥

మూఢగ్రాహేణ—మూఢమైన ప్రయత్నముతో; ఆత్మనః—తనయొక్క; యత్—ఏది; పీడయా—బాధచే; క్రియతే—చేయబడునో; తపః—తపస్సు; పరస్య—ఇతరుల యొక్క; ఉత్సాదనార్థం—నాశనము కలిగించుట కొరకు; వా—లేక; తత్—అది; తామసం—తమోగుణమునకు సంబంధించినదిగా; ఉదాహృతమ్—చెప్పబడినది.

తనను తాను హింసించుకొనుటచే గాని, ఇతరులకు హాని లేదా నష్టమును గూర్చు నిమిత్తముచేగాని మూఢత్వముతో చేయబడు తపస్సు తమోగుణమునకు సంబంధించినదని చెప్పబడును.

భాష్యము : హిరణ్యకశిపుడు వంటి దానవులు మూఢతపస్సు నొనరించిన దృష్టాంతములు పెక్కు కలవు. అతడు అమరుడగుటకు, దేవతలను నిర్జించుటకు అట్టి నిష్ఠాపూర్ణమగు తపస్సు నాచరించెను. ఆ వరములకై అతడు బ్రహ్మదేవుని ప్రార్థించినను అంత్యమున దేవదేవునిచే సంహరింపబడెను. అసాధ్యమైనదాని కొరకు ఒనర్చబడెడి తపస్సు నిక్కముగా తమోగుణప్రధానమైనదే కాగలదు.

20

दातव्यमिति यद्दानं दीयतेऽनुपकारिणे।
देशे काले च पात्रे च तद्दानं सात्त्विकं स्मृतम् ॥२०॥

దాతవ్యమితి యద్దానం దీయతే ऽనుపకారిణే ।
దేశే కాలే చ పాత్రే చ తద్దానం సాత్త్వికం స్మృతమ్ ॥

దాతవ్యమితి—ఒసగవలసినదే యని భావించి; యత్—ఏ; దానం—దానము; దీయతే—ఒసగబడునో; అనుపకారిణే—ప్రతిఫలవాంఛ లేకుండ; దేశే—తగిన ప్రదేశమునందు; కాలే—తగిన కాలమునందు; చ—కూడా; పాత్రే—తగినవానికి; చ—కూడా; తత్—ఆ; దానం—దానము; సాత్త్వికం—సత్త్వగుణముతో కూడినదని; స్మృతమ్—భావింపబడును.

ప్రతిఫలవాంఛ లేకుండా సరియైన ప్రదేశమున, సరియైన సమయమున తగినవానికి స్వధర్మమనెడి భావముతో ఒసర్చబడు దానము సత్త్వగుణమును కూడినదిగా భావింపబడును.

భాష్యము : ఆధ్యాత్మిక కర్మలందు నియుక్తుడైనవానికి దానమొసగవలెనని వేదములందు ఉపదేశింపబడినది. విచక్షణారహిత దానము వాని యందు ఉపదేశింపబడలేదు. ఆధ్యాత్మికపూర్ణత్వమే సర్వదా ప్రధాన ప్రయోజనమై యున్నది. కనుకనే దానమును తీర్థక్షేత్రమునందు కాని, గ్రహణ సమయము లందు కాని, మాసాంతమున కాని, యోగ్యుడైన బ్రాహ్మణునకు గాని, భక్తునకు గాని, దేవాలయమునకు గాని ఒసగవలెనని ఉపదేశింపబడినది. అటువంటి దానమును ప్రతిఫలాపేక్ష రహితముగా ఒనరింపవలెను. ధనహీనులకు కొన్నిమార్లు కరుణా స్వభావముతో దానమొసగినను, దానము గ్రహించువాడు పాత్రుడుకానిచో అట్టి దానము ఆధ్యాత్మికపురోగతికి దోహదము కాజాలదు. అనగా విచక్షణారహిత దానము వేదములందు ఉపదేశింపబడలేదు.

21

यत्तु प्रत्युपकारार्थं फलमुद्दिश्य वा पुनः।
दीयते च परिक्लिष्टं तद्दानं राजसं स्मृतम् ॥२१॥

యత్తు ప్రత్యుపకారార్థం ఫలముద్దిశ్య వా పునః ।
దీయతే చ పరిక్లిష్టం తద్దానం రాజసం స్మృతమ్ ॥

యత్—ఏది; తు—కాని; ప్రత్యుపకారార్థం—ప్రతిఫలము కొరకు; ఫలం—ప్రయోజనమును; ఉద్దిశ్య—ఉద్దేశించి; వా—లేక; పునః—తిరిగి; దీయతే—ఒసగబడునో; చ—కూడా; పరిక్లిష్టం—ఇష్టము లేకుండా; తద్దానం—ఆ దానము; రాజసం—రజోగుణముతో కూడినదిగా; స్మృతమ్—భావింపబడును.

ప్రతిఫలవాంఛతో గాని, సకామ ఫలవాంఛతో గాని, అయిష్టతతో గాని ఒసరింపబడు దానము రజోగుణమును కూడినట్టిదని చెప్పబడును.

భాష్యము : దానము కొన్నిమార్లు స్వర్గలోకప్రాప్తి కొరకు గాని, అతికష్టముతోను మరియు "ఎందుకు నేనీ విధముగా ఇంత ఖర్చు చేసితిని" యనెడి పశ్చాత్తాపముతో గాని ఒనరింపబడుచుండును. మరికొన్నిమార్లు అధికారి విన్నపము ననుసరించి మొహమాటముతో అది చేయబడుచుండును. ఇట్టి దానములన్నియును రజోగుణమునందు ఒసగబడినవిగా చెప్పబడును.

అదేవిధముగా పలుధర్మసంస్థలు వివిధ సంఘములకు దానములొసగు చుండును. ఆ సంఘములందు ఇంద్రియభోగమే కొనసాగుచుండుట వలన అటువంటి దానములు వేదములందు నిర్దేశింపబడలేదు. కేవలము సాత్త్విక దానమే వాని యందు ఉపదేశింపబడినది.

22

अदेशकाले यद्दानमपात्रेभ्यश्च दीयते।
असत्कृतमवज्ञातं तत्तामसमुदाहृतम्॥२२॥

అదేశకాలే యద్దానమపాత్రేభ్యశ్చ దీయతే ।
అసత్కృతమవజ్ఞాతం తత్తామసముదాహృతమ్ ॥

అదేశకాలే—అపవిత్రమైన స్థలమునందు, కాలమునందు; యత్—ఏ; దానం—దానము; అపాత్రేభ్యశ్చ—తగనివారికి; దీయతే—ఇవ్వబడునో; అసత్కృతం—గౌరవము లేకుండ; అవజ్ఞాతం—తగిన శ్రద్ధలేకుండ; తత్—అది; తామసం—తమోగుణమునకు సంబంధించినది అని; ఉదాహృతమ్—చెప్పబడినది.

అపవిత్ర ప్రదేశమునందు తగని సమయమున అపాత్రులకు ఒసగబడునటువంటిది లేదా తగిన శ్రద్ధ మరియు గౌరవము లేకుండా ఒసగబడునటువంటిదైన దానము తమోగుణప్రధానమైనదని చెప్పబడును.

భాష్యము : మత్తుపదార్థములను స్వీకరించు నిమిత్తముగాని, జూదము నిమిత్తముగాని చేయబడు దానములు ఇచ్చుట ప్రోత్సహింపబడుటలేదు. అటువంటి

దానము తమోగుణ ప్రధానమై లాభదాయకము కాకుండును. పైగా అటువంటి దానము చేయుట వలన పాపులను ప్రోత్సహించినట్లే యగును. అదే విధముగా పాత్రుడైనవానికి శ్రద్ధ మరియు గౌరవము లేకుండా దానమొసగుటయు తమోగుణమును కూడినట్టి దానముగా భావింపబడును.

23

ॐ तत्सदिति निर्देशो ब्रह्मणस्त्रिविधः स्मृतः ।
ब्राह्मणास्तेन वेदाश्च यज्ञाश्च विहिताः पुरा ॥२३॥

ఓం తత్సదితి నిర్దేశో బ్రహ్మణస్త్రివిధః స్మృతః ।
బ్రాహ్మణాస్తేన వేదాశ్చ యజ్ఞాశ్చ విహితాః పురా ॥

ఓం—పరమపురుషునికి సూచన; తత్—అది; సత్—శాశ్వతము; ఇతి—అని; నిర్దేశః—సూచన; బ్రహ్మణః—దేవదేవునకు; త్రివిధః—మూడువిధములైనది; స్మృతః—భావింపబడినది; బ్రాహ్మణాః —బ్రాహ్మణులు; తేన—దానితో; వేదాశ్చ—వేదగ్రంథములు కూడా; యజ్ఞాశ్చ—యజ్ఞములు కూడా; విహితాః—ఉపయోగింపబడినవి; పురా—గతమున.

సృష్ట్యారంభము నుండియు "ఓం, తత్, సత్" అను మూడు పదములు పరతత్త్వమును సూచించుటకు వాడబడినవి. వేదమంత్రములను ఉచ్చరించునపుడును, పరబ్రహ్మ ప్రీత్యర్థమై యజ్ఞాచరణము కావించునపుడును ఈ మూడు సంజ్ఞాపదములు బ్రాహ్మణులచే ఉపయోగింపబడుచుండెడివి.

భాష్యము : తపస్సు, యజ్ఞము, దానము, ఆహారమనునవి సాత్త్వికము, రాజసము, తామసములనెడి మూడు రకములని ఇంతవరకు వివరింపబడినది. ఈ విధముగా ప్రథమ, ద్వితీయ, తృతీయ తరగతులకు చెందినను అవి ప్రకృతిజన్యములైన త్రిగుణములచే బంధింపబడునట్టివి మరియు మలినపూర్ణములైనట్టివి. కాని అట్టి కర్మలు నిత్యుడగు శ్రీకృష్ణభగవానుని (ఓం,తత్ ,సత్) పరములగునప్పుడు ఆధ్యాత్మికపురోగతికి దోహదములు కాగలవు. శాస్త్రనిర్దేశములందు అట్టి ప్రయోజనమే సూచింపబడినది. ఓం, తత్ , సత్ అనెడి ఈ మూడుపదములు ముఖ్యముగా పరతత్త్వమైన దేవదేవుని సూచించును. ఇక వానిలో "ఓం" అనునది అన్ని వేదమంత్రములందును గోచరించును.

శాస్త్రనియమముల ననుసరింపనివాడు పరతత్త్వమును పొందలేడు. ఒకవేళ అతడు తాత్కాలిక లాభములను పొందినప్పటికిని జీవితపు అంతిమఫలమును

మాత్రము సాధింపలేడు. సారాంశమేమనగా దానము, యజ్ఞము, తపస్సు అనువానిని సత్త్వగుణము నందే ఆచరింపవలెను. రజస్తమోగుణములందు ఒనరింపబడెడి ఆ కార్యములు గుణహీనములై యుండును. ఇక ఓం, తత్, సత్ అను మూడుపదములు భగవానుని పవిత్రనామముతో సంయుక్తముగా వాడబడుచుండును. "ఓం తద్విష్ణోః" యనునది అందులకు ఒక ఉదాహరణము. అనగా వేదమంత్రము కాని, భగవానుని నామము కాని ఉచ్చరింపబడునప్పుడు తొలుత ఓంకారము జతచేయబడుచుండును. దేనినైనను వేదమంత్రమనుటకు ఇదియే సూచనము. అట్టి ఈ మూడుపదములు వేదమంత్రముల నుండియే గ్రహింపబడినవి. "ఓం ఇత్యేతద్ బ్రహ్మణో నేదిష్ఠం నామ" అను ఋగ్వేదమంత్రము ఓంకారమును, "తత్త్వమసి"అను ఛాందోగ్యోపనిషత్తు(6.8.7) మంత్రము "తత్"అను పదమును, "సదేవ సౌమ్య"అను ఛాందోగ్యోపనిషత్తు(6.2.1) మంత్రమే "సత్" అను పదమును సూచించుచున్నవి. ఆ మూడింటి కలయికయే "ఓం తత్సత్" అనునది. తొలిజీవుడైన బ్రహ్మదేవుడు పూర్వము యజ్ఞము నాచరించినప్పుడు దేవదేవుని ఈ మూడుపదములతోనే సూచించెను. అదే నియమము పరంపరగా ఆచరింపబడుచు వచ్చుచున్నది. కనుకనే ఈ "ఓంతత్ సత్" అను మంత్రము గొప్ప ప్రాధాన్యమును కలిగియున్నది. తత్కారణముననే ఏ కర్మనైనను "ఓం తత్సత్" (శ్రీకృష్ణభగవానుని నిమిత్తము) కొరకు మాత్రమే ఒనరింపుమని భగవద్గీత ఉపదేశించుచున్నది. కనుక ఎవరేని ఈ మూడు పదములను గూడి దానము, తపస్సు, యజ్ఞమును ఒనరించినచో కృష్ణభక్తి భావనమునందు వర్తించువాడే యగును. మనుజుని భగవద్ధామమునకు తిరిగి చేర్చు ఆధ్యాత్మికకర్మలను శాస్త్రీయముగా ఒనర్చు విధానమే అట్టి కృష్ణభక్తిరస భావనము. అట్టి దివ్యమార్గమున వర్తించుటలో ఎన్నడును శక్తి వృథా కాబోదు.

24

तस्माद् ॐ इत्युदाहृत्य यज्ञदानतपःक्रियाः ।
प्रवर्तन्ते विधानोक्ताः सततं ब्रह्मवादिनाम् ॥२४॥

తస్మాద్ ఓం ఇత్యుదాహృత్య యజ్ఞదానతపఃక్రియాః ।
ప్రవర్తన్తే విధానోక్తాః సతతం బ్రహ్మవాదినామ్ ॥

తస్మాత్—అందుచే; ఓం ఇతి—ఓం అనుచు; ఉదాహృత్య—సూచించి; యజ్ఞదానతపః క్రియాః—యజ్ఞము, దానము, తపస్సను కార్యములు; ప్రవర్తన్తే—ఆరంభమగుచున్నవి;

విధాన ఉక్తాః—శాస్త్రనియమముల ననుసరించి; సతతం—ఎల్లప్పుడును; బ్రహ్మవాదినామ్—దివ్యతత్త్వజ్ఞులచే.

కనుకనే శాస్త్రనియమానుసారము యజ్ఞము, దానము, తపములను చేపట్టు తత్త్వజ్ఞులు పరమపురుషుని పొందుటకై వానిని ఓంకారముతో ప్రారంభింతురు.

భాష్యము : ఋగ్వేదము (1.22.20) "ఓం తద్విష్ణోః పరమం పదం" అని పలుకుచున్నది. అనగా విష్ణుపాదపద్మములే దివ్యభక్తికి స్థానములు.దేవదేవుడైన శ్రీకృష్ణుని కొరకు ఒనర్చబడునదేదైనను కర్మల యందు సంపూర్ణత్వమును నిశ్చయముగా సిద్ధింపజేయును.

25

तदित्यनभिसन्धाय फलं यज्ञतपःक्रियाः ।
दानक्रियाश्च विविधाः क्रियन्ते मोक्षकाङ्क्षिभिः ॥२५॥

తదిత్యనభిసన్ధాయ ఫలం యజ్ఞతపఃక్రియాః ।
దానక్రియాశ్చ వివిధాః క్రియన్తే మోక్షకాంక్షిభిః ॥

తత్ ఇతి—తత్ అని; అనభిసన్ధాయ—కోరకుండ; ఫలం—ఫలమును; యజ్ఞతపఃక్రియాః—యజ్ఞము, తపస్సు అను కార్యములను; దానక్రియాశ్చ—దానకార్యములు కూడా; వివిధాః—వివిధములైనవి; క్రియన్తే—చేయబడుచున్నవి; మోక్షకాంక్షిభిః—నిజముగా మోక్షవాంఛితులైన వారిచే.

ఫలాపేక్షరహితముగా ప్రతివారును యజ్ఞము, తపస్సు, దానములను "తత్" అను పదమును గూడి ఒనరింపవలెను. భౌతికబంధనము నుండి విడుదలను పొందుటయే అట్టి ఆధ్యాత్మికకర్మల ముఖ్యప్రయోజనము.

భాష్యము : దివ్యమైన ఆధ్యాత్మికస్థితికి ఉద్ధరింపబడవలెనన్నచో మనుజుడు భౌతికలాభము కొరకై వర్తించరాదు. అనగా భగవద్ధామమును చేరుట యనెడి చరమలాభము కొరకే సమస్త కర్మలను ఒనరింపవలెను.

26-27

सद्भावे साधुभावे च सदित्येतत् प्रयुज्यते ।
प्रशस्ते कर्मणि तथा सच्छब्दः पार्थ युज्यते ॥२६॥
यज्ञे तपसि दाने च स्थितिः सदिति चोच्यते ।
कर्म चैव तदर्थीयं सदित्येवाभिधीयते ॥२७॥

సద్భావే సాధుభావే చ సదిత్యేతత్ ప్రయుజ్యతే ।
ప్రశస్తే కర్మణి తథా సచ్ఛబ్దః పార్థ యుజ్యతే ॥
యజ్ఞే తపసి దానే చ స్థితి ః సదితి చోచ్యతే।
కర్మ చైవ తదర్థీయం సదిత్యేవాభిధీయతే ॥

సద్భావే—పరమపురుషుని భావమునందు; సాధుభావే—భక్తుడనెడి భావమునందు; చ—కూడా; సత్ ఇతి—సత్ అని; ఏతత్—ఇది; ప్రయుజ్యతే—ప్రయోగింపబడును; ప్రశస్తే—ఉత్తమమైన; కర్మణి—కర్మయందు; తథా—అట్లే; సత్ శబ్దః—సత్ అను శబ్దము; పార్థ—ఓ పృథాకుమారా; యుజ్యతే—ఉపయోగింపబడును; యజ్ఞే—యజ్ఞములందును; తపసి—తపస్సునందును; దానే—దానమునందును; చ—కూడా; స్థితిః—స్థితి; సత్ ఇతి—పరమపురుషుని విషయమునను; చ—మరియు; ఉచ్యతే—వచింపబడును; కర్మ—కర్మ; చ—కూడా; ఏవ—నిశ్చయముగా; తదర్థీయం—ఆ అర్థమునకు సంబంధించిన; సత్ ఇతి—సత్ అని; ఏవ—నిశ్చయముగా; అభిధీయతే—చెప్పబడును.

భక్తియుతసేవా యజ్ఞమునకు పరమలక్ష్యమైన పరతత్త్వము "సత్" అను పదముచే సూచింపబడును. ఓ పృథాకుమారా! దివ్యములై యుండి పరమ పురుషుని ప్రీత్యర్థమై ఒనరింపబడు సర్వ యజ్ఞ,తపో,దానకర్మలవలె అట్టి యజ్ఞకర్త కూడా "సత్" అనబడును.

భాష్యము : గర్భమునందు చేరుట మొదలుగా జీవితాంతము వరకు మనుజుని జీవన పవిత్రీకరణమునకై వేదవాఙ్మయమున పెక్కు శుద్ధికర్మలు ఉపదేశింప బడినవని "ప్రశస్తే కర్మణి" (విధ్యుక్తధర్మములు) యను పదము సూచించు చున్నది. జీవుని చరమమోక్షమునకై అట్టి పవిత్రీకరణ విధానములు అవలంబింప బడును. ఆ కార్యములన్నింటి యందును "ఓం తత్సత్" అను మంత్రమును ఉచ్చరింపవలెనని ఉపదేశింపబడినది. ఇచ్చట "సద్భావే" మరియు "సాధుభావే" యను పదములు ఆధ్యాత్మికస్థితిని సూచించుచున్నవి. కృష్ణభక్తిభావనలో వర్తించుట "సత్త్వము" అనబడగా, కృష్ణభక్తిరస భావితుడైన భక్తుడు "సాధువు" అనబడును. ఆధ్యాత్మిక విషయములు భక్తుల సాంగత్యమున సుస్పష్టములు కాగలవని శ్రీమద్భాగవతమున(3.25.25) "సతాం ప్రసంగాత్" అను పదము ద్వారా తెలుపబడినది. అనగా సత్సాంగత్యము లేనిదే ఎవ్వరును ఆధ్యాత్మికజ్ఞానమును పొందలేరు. మంత్రదీక్షను ఒసగునప్పుడుగాని, యజ్ఞోపవీతమును వేయు నప్పుడుగాని గురువు ఈ "ఓంతత్సత్" అను పదములను ఉచ్చరించును. అదేవిధముగా అన్నిరకములైన యజ్ఞములందలి లక్ష్యము "ఓంతత్సత్"

(భగవానుడు) అనునదియే. “తదర్థీయం” అను పదము శ్రీకృష్ణభగవానునికి సంబంధించిన సేవాకార్యములను సూచించును. అనగా ప్రసాదమును తయారు చేయుట, మందిరకార్యములందు సహకరించుట, శ్రీకృష్ణభగవానుని కీర్తిని ప్రచారము చేయుట వంటి సేవలన్నింటిని అది సూచించుచున్నది. కనుకనే కర్మలను పూర్ణమొనర్చి సర్వమును సమగ్రమొనర్చు నిమిత్తమై ఈ దివ్యములైన “ఓం తత్సత్” అను పదములు పలురీతుల ఉపయోగింపబడుచుండును.

28

अश्रद्धया हुतं दत्तं तपस्तप्तं कृतं च यत्।
असदित्युच्यते पार्थ न च तत्प्रेत्य नो इह ॥२८॥

అశ్రద్ధయా హుతం దత్తం తపస్తప్తం కృతం చ యత్ ।
అసదిత్యుచ్యతే పార్థ న చ తత్ప్రేత్య నో ఇహ ॥

అశ్రద్ధయా—శ్రద్ధ లేకుండా; హుతం—యజ్ఞమునందు అర్పింపబడినది; దత్తం—ఇవ్వబడినది; తపః—తపస్సు; తప్తం—ఒనర్చబడినది; కృతం—చేయబడినది; చ—కూడా; యత్—ఏది; అసత్—మిథ్య; ఇతి—అని; ఉచ్యతే—చెప్పబడును; పార్థ—ఓ పృథానందనా; న చ—ఉపయోగకరము కాదు; తత్—అది; ప్రేత్య—మరణించిన పిమ్మట; నో—ఉపయోగకరము కాదు; ఇహ—ప్రస్తుత జీవితమునందు.

ఓ పార్థా! పరమపురుషుని యందు శ్రద్ధలేకుండా ఒనర్చునటువంటి యజ్ఞము, దానము లేదా తపస్సనునది అశాశ్వతమైనది. “అసత్” అని పిలువబడు అట్టి కర్మ ప్రస్తుతజన్మము నందును, రాబోవు జన్మము నందును నిరుపయోగమే.

భాష్యము : ఆధ్యాత్మిక లక్ష్యమనునది లేకుండా ఒనర్చబడునదేదైనను వాస్తవమునకు వ్యర్థమైనదే. అట్టి కర్మ యజ్ఞమైనను, దానమైనను లేదా తపమైనను నిరుపయోగమే కాగలదు. కనుకనే అట్టి కర్మలు హేయములని ఈ శ్లోకమున ప్రకటింపబడినది. వాస్తవమునకు ప్రతికర్మయు శ్రీకృష్ణభగవానుని నిమిత్తమై కృష్ణభక్తిభావనలో ఒనరింపవలసియున్నది. అటువంటి శ్రద్ధ మరియు తగిన నిర్దేశము లేనిచో ఎట్టి ఫలమును లభింపబోదు. సమస్త వేదవాఙ్మయమున పరమపురుషుని యందలి శ్రద్ధయే ఉపదేశింపబడినది. వేదోపదేశముల అనుసరణము యొక్క ముఖ్యలక్ష్యము శ్రీకృష్ణభగవానుని అవగతము చేసికొనుటయే. ఈ విషయమును మరియు నియమమును పాటించకుండా ఎవ్వరును జయమును పొందలేరు.

కనుక ఆధ్యాత్మికగురువు నేతృత్వమున తొలినుండియే కృష్ణభక్తిభావనలో కర్మ నొనరించుట ఉత్తమోత్తమ మార్గము. సర్వమును విజయవంతమొనర్చుటకు ఇదియే ఉత్తమమార్గము.

బద్ధజీవనమునందు జనులు దేవతలను, భూతప్రేతములను లేదా కుబేరుడు వంటి యక్షులను పూజించుటకు ఆకర్షితులగుదురు. సత్త్వగుణము రజస్తమో గుణముల కన్నను మెరుగైనదైనను, కృష్ణభక్తి యందు ప్రత్యక్షముగా నిలిచిన వాడు త్రిగుణములకు అతీతుడు కాగలడు. గుణములందు క్రమముగా ఉన్నతిని పొందు మార్గమొకటున్నను భక్తుల సాంగత్యమున ప్రత్యక్షముగా కృష్ణభక్తిలో మనుజుడు నిలువగలిగినచో అది ఉత్తమమార్గము కాగలదు. అదియే ఈ అధ్యాయమున ఉపదేశింపబడినది. ఈ విధానమున జయమును సాధింపగోరినచో మనుజుడు తొలుత సరియైన గురువును పొంది ఆయన నిర్దేశమునందు శిక్షణను బడయవలసియుండును. పిదప అతడు శ్రీకృష్ణభగవానుని యందు శ్రద్ధను పొంద గలడు. కాలక్రమమున అట్టి శ్రద్ధ పరిపక్వమైనపుడు కృష్ణప్రేమగా పిలువ బడును. ఆ ప్రేమయే సర్వజీవుల అంతిమలక్ష్యము. కనుక ప్రతియొక్కరు కృష్ణభక్తిరసభావనను ప్రత్యక్షముగా స్వీకరింపవలెననుట ఈ సప్తదశాధ్యాయపు సందేశమై యున్నది.

శ్రీమద్భగవద్గీత యందలి "శ్రద్ధాత్రయవిభాగములు" అను సప్తదశాధ్యాయమునకు భక్తివేదాంతభాష్యము సమాప్తము.

అష్టాదశాధ్యాయము

ఉపసంహారము-సన్న్యాసము యొక్క పూర్ణత్వము

1

अर्जुन उवाच

संन्यासस्य महाबाहो तत्त्वमिच्छामि वेदितुम्।
त्यागस्य च हृषीकेश पृथक्केशिनिषूदन ॥१ ॥

అర్జున ఉవాచ

సన్న్యాసస్య మహాబాహో తత్త్వమిచ్ఛామి వేదితుమ్ ।
త్యాగస్య చ హృషీకేశ పృథక్కేశినిషూదన ॥

అర్జునః ఉవాచ—అర్జునుడు పలికెను; **సన్న్యాసస్య**—సన్న్యాసము యొక్క; **మహాబాహో**—మహాభుజశాలీ; **తత్త్వం**—సత్యమును; **ఇచ్ఛామి**—కోరుచున్నాను; **వేదితుమ్**—తెలిసికొనుటకు; **త్యాగస్య**—త్యాగము యొక్క; **చ**—కూడా; **హృషీకేశ**—ఇంద్రియాధీశా; **పృథక్**—వేరుగా; **కేశినిషూదన**—కేశిరాక్షస సంహారుడా.

అర్జునుడు పలికెను : ఓ మహాబాహో! కేశిసంహారా! ఇంద్రియాధీశా! త్యాగము, సన్న్యాసము అనువాని ప్రయోజనమును నేను తెలిసికొనగోరుచున్నాను.

భాష్యము : వాస్తవమునకు భగవద్గీత పదునేడు అధ్యాయములతోనే ముగిసినది. ఈ ప్రస్తుత పదునెనిమిదవ అధ్యాయము ఇంతవరకు చర్చించిన అంశముల సారాంశమై యున్నది. తన భక్తియుతసేవయే జీవిత పరమలక్ష్యమని పూర్ణపురుషోత్తముడగు శ్రీకృష్ణభగవానుడు ప్రతి అధ్యాయమునందును నొక్కి చెప్పియున్నాడు. అదే విషయము ఈ అష్టాదశాధ్యాయమున పరమగుహ్య జ్ఞానముగా సంగ్రహపరుపబడుచున్నది. మొదటి ఆరు అధ్యాయములలో "యోగినామపి సర్వేషాం-నన్ను తన హృదయమునందు సదా చింతించువాడు యోగులందరిలోను అత్యుత్తముడు" వంటి శ్లోకముల ద్వారా భక్తియుతసేవకు

ప్రాధాన్యము ఒసగబడినది. ఇక తదుపరి ఆరు అధ్యాయములలో శుద్ధభక్తి యుక్తసేవ, దాని లక్షణములు, కర్మలు చర్చించబడినవి. జ్ఞానము, సన్న్యాసము, ప్రకృతికర్మలు, దివ్యస్వభావము, భక్తియుతసేవ యనునవి చివరి ఆరు అధ్యాయములలో వర్ణింపబడినవి. ఓం,తత్,సత్ అనే పదములతో సూచింపబడు భగవానుని సంబంధములోనే సర్వకర్మలు ఒనరింపబడవలెనని సారాంశముగా చెప్పబడినది. అట్టి ఓం,తత్,సత్ అను పదములే దివ్యపురుషుడైన విష్ణువును సూచించును. భగవద్గీత యొక్క ఈ మూడవభాగము భక్తియుక్తసేవ ఒక్కటియే జీవిత ముఖ్యప్రయోజనమనియు, వేరేదియును అట్లు ముఖ్యప్రయోజనము కానేరదనియు నిర్ధారించి చూపినది. ఈ విషయము పూర్వపు ఆచార్యులను మరియు బ్రహ్మసూత్రములను (వేదాంతసూత్రములను) ఉదహరించుట ద్వారా సమర్థింపబడినది. కొందరు నిరాకారవాదులు వేదాంతసూత్ర జ్ఞానమంతయు తమ సొత్తేయైనట్లు భావించినను, వాస్తవమునకు వేదాంతసూత్రముల ముఖ్య ప్రయోజనము భక్తియుక్తసేవను అవగాహన మొనర్చుకొనుటయే. శ్రీకృష్ణ భగవానుడే స్వయముగా ఆ వేదాంతసూత్రముల కర్త, జ్ఞాత యగుటయే అందులకు కారణము. ఈ విషయము పంచదశాధ్యాయమున వివరింపబడినది. అన్ని శాస్త్రములలో (వేదములలో) భక్తియుతసేవ ఒక్కటియే లక్ష్యముగా వర్ణింపబడినదనెడి విషయమునే భగవద్గీత వివరించుచున్నది.

ద్వితీయాధ్యాయమున సర్వవిషయ సారాంశము వర్ణింపబడినట్లు, ఈ అష్టాదశాధ్యాయమున సర్వ ఉపదేశసారము ఒసగబడినది. త్యాగము మరియు ప్రకృతి త్రిగుణములకు పరమైన దివ్యస్థితుల ప్రాప్తియే జీవిత ప్రయోజనమని ఇందు సూచింపబడినది. అర్జునుడు ఇచ్చట త్యాగము, సన్న్యాసము అనెడి భగవద్గీత యందలి రెండు ముఖ్య విషయములను స్పష్టముగా తెలిసికొనగోరుచు ఆ పదముల భావమును తెలుపుమని పలుకుచున్నాడు.

శ్రీకృష్ణభగవానుని ఉద్దేశించి పలుకబడిన "హృషీకేశ" మరియు "కేశినిషూదన" అను పదములు మిక్కిలి ప్రాధాన్యములైనవి. ఇంద్రియములకు అధీశ్వరుడగు శ్రీకృష్ణుడే హృషీకేశుడు. అట్టి శ్రీకృష్ణుడు మనోనిర్మలతను పొందుటకు మనకు తోడ్పడగలడు. కనుకనే తాను సమచిత్తుడగు రీతిలో సమస్తమును సంగ్రహపరుపుమని అర్జునుడు ఆ దేవదేవుని ప్రార్థించుచున్నాడు. అయినను దానవులతో పోల్చబడెడి సందేహములను తాను కలిగియుండుటచే

అర్జునుడు తిరిగి శ్రీకృష్ణుని "కేశినిషూదన" అనియు సంబోధించుచున్నాడు. కేశి యనువాడు భయంకరుడైన దానవుడు. అతడు శ్రీకృష్ణునిచే నిహతుడయ్యెను. అటువంటి శ్రీకృష్ణుడు సందేహమనెడి దానవుని సంహరించ గలడని అర్జునుడు ఇచ్చట ఆకాంక్షించుచున్నాడు.

2

श्रीभगवानुवाच

काम्यानां कर्मणां न्यासं संन्यासं कवयो विदुः।
सर्वकर्मफलत्यागं प्राहुस्त्यागं विचक्षणाः ॥२॥

శ్రీభగవానువాచ

కామ్యానాం కర్మణాం న్యాసం సన్న్యాసం కవయో విదుః ।
సర్వకర్మఫలత్యాగం ప్రాహుస్త్యాగం విచక్షణాః ॥

శ్రీభగవానువాచ—దేవదేవుడైన శ్రీకృష్ణుడు పలికెను; కామ్యానాం—కోరికలతో కూడిన; కర్మణాం—కర్మల యొక్క; న్యాసం—విడుచుట; సన్న్యాసం—సన్న్యాసాశ్రమ జీవితము; కవయః—విజ్ఞులు; విదుః—ఎరుగుదురు; సర్వకర్మఫలత్యాగం—సర్వకర్మల యొక్క ఫలములను విడుచుట; ప్రాహుః—చెప్పుదురు; త్యాగం—త్యాగమని; విచక్షణాః—అనుభవజ్ఞులు.

శ్రీకృష్ణభగవానుడు పలికెను : విషయకోరికల పరమగు కర్మలను త్యజించుటయే సన్న్యాసమని విజ్ఞులు పలుకగా, సర్వకర్మల ఫలమును విడుచుటయే త్యాగమని బుద్ధిమంతులు పలుకుదురు.

భాష్యము : ఫలమును గోరి కర్మల నొనరించుటను నిశ్చయముగా త్యజింపవలెను. అదియే భగవద్గీత ఉపదేశము. కాని ఆధ్యాత్మికజ్ఞానమును గూర్చు కర్మలను మాత్రము ఎన్నడును విడువరాదు. ఈ విషయము రాబోవు శ్లోకములలో మరింత విశదీకరింపబడగలదు. ఒక ప్రత్యేక ప్రయోజనము కొరకై యజ్ఞము నాచరించు విధానములు వేదములందు తెలుపబడియున్నవి. సత్పుత్రుని పొందుటకు లేదా ఊర్ధ్వలోకములను చేరుటకు కొన్ని ప్రత్యేక యజ్ఞములున్నను, కోరికలచే ప్రేరితములయ్యెడి యజ్ఞములను ఆపివేయవలెను. కాని హృదయ పవిత్రీకరణకు లేదా ఆధ్యాత్మికజ్ఞానము నందు పురోభివృద్ధికి దోహదములగు యజ్ఞములను ఎన్నడును త్యజింపరాదు.

3

त्याज्यं दोषवदित्येके कर्म प्राहुर्मनीषिणः ।
यज्ञदानतपः कर्म न त्याज्यमिति चापरे ॥३॥

త్యాజ్యం దోషవదిత్యేకే కర్మ ప్రాహుర్మనీషిణః ।
యజ్ఞదానతపఃకర్మ న త్యాజ్యమితి చాపరే ॥

త్యాజ్యం—విడువదగినది; దోషవత్—పాపము వలె; ఇతి—అని; ఏకే—ఒక వర్గమువారు; కర్మ—కర్మ; ప్రాహుః—చెప్పుదురు; మనీషిణః—బుద్ధిమంతులు; యజ్ఞదానతపఃకర్మ—యజ్ఞము, దానము, తపస్సు అను కర్మలను; న త్యాజ్యం—విడిచిపెట్టరాదు; ఇతి—అని; చ—మరియు; అపరే—ఇతరులు.

సర్వకామ్యకర్మలు దోషము వలె త్యాజ్యములని కొందరు విజ్ఞులు పలుకగా, యజ్ఞము, దానము, తపస్సనెడి కర్మలు ఎన్నడును విడువరానివని మరి కొందరు మునులు పలుకుదురు.

భాష్యము : వేదములందు వివాదాస్పదములైన పలుకర్మలు కలవు. ఉదాహరణమునకు యజ్ఞమునందు జంతుబలిని ఒసగవచ్చునని తెలుపబడినది. అయినను కొందరు అట్టి బలి యనునది అత్యంత హేయమని పలుకుదురు. వేదములందు యజ్ఞసమయమున జంతుబలి ఉపదేశింపబడినను వాస్తవమునకు జంతువు వధింపబడినట్లుగా భావింపబడదు. యజ్ఞవిధి జంతువునకు నూతనజన్మను గూర్చగలుగుటయే అందులకు కారణము. యజ్ఞమునందు వధింపబడిన పిమ్మట జంతువుకు కొన్నిమార్లు నూతన జంతుశరీరము కాని లేదా కొన్నిమార్లు వెంటనే మానవజన్మము కాని ఒసగబడుచుండును. కాని ఈ విషయమున ఋషుల యందు పలు భేదాభిప్రాయములు కలవు. జంతుబలి సర్వదా నిషిద్ధమని కొందరు పలుకగా, కొన్ని సమయములందు అది సబబైనదే యని మరికొందరు పలుకుదురు. యజ్ఞకర్మకు సంబంధించిన ఈ భిన్నాభిప్రాయములను శ్రీకృష్ణ భగవానుడే స్వయముగా పరిష్కరింపనున్నాడు.

4

निश्चयं शृणु मे तत्र त्यागे भरतसत्तम ।
त्यागो हि पुरुषव्याघ्र त्रिविधः सम्प्रकीर्तितः ॥४॥

నిశ్చయం శృణు మే తత్ర త్యాగే భరతసత్తమ ।
త్యాగో హి పురుషవ్యాఘ్ర త్రివిధః సమ్ప్రకీర్తితః ॥

నిశ్చయం—నిర్ణయము; శ్రుణు—వినుము; మే—నాయొక్క; తత్ర—అట్టి; త్యాగే—త్యాగమందు; భరతసత్తమ—భరతవంశీయులలో శ్రేష్ఠుడా; త్యాగః—త్యాగము; హి—నిశ్చయముగా; పురుష వ్యాఘ్ర—పురుషులలో వ్యాఘ్రము వంటివాడా; త్రివిధః—మూడు విధములని; సమ్ప్రకీర్తితః—చెప్పబడినది.

ఓ భరతశ్రేష్ఠా! పురుషవ్యాఘ్రా! త్యాగమును గూర్చిన నా నిర్ణయమును ఇప్పుడు ఆలకింపుము. శాస్త్రములందు అట్టి త్యాగము మూడు విధములని తెలుపబడినది.

భాష్యము : త్యాగమును గూర్చి పలు అభిప్రాయములున్నను శ్రీకృష్ణ భగవానుడు ఇచ్చట దాని యెడ తన నిర్ణయమును తెలియజేయనున్నాడు. దానినే తుది నిర్ణయముగా భావింపవలెను. సత్యమెరిగినచో వేదములనునవి భగవానుడు ఒసగిన వివిధ నియమములే. అట్టి భగవానుడే ప్రత్యక్షముగా నిలిచి యుండి పలుకుచున్నందున ఆతని వాక్యమును తుది నిర్ణయముగా స్వీకరింపవలెను. ఏ గుణమునందు నిర్వహింపబడినదనెడి విషయము ననుసరించి త్యాగమును గుర్తింపవలెనని శ్రీకృష్ణభగవానుడు పలుకుచున్నాడు.

5

यज्ञदानतपःकर्म न त्याज्यं कार्यमेव तत्।
यज्ञो दानं तपश्चैव पावनानि मनीषिणाम्॥५॥

యజ్ఞదానతపఃకర్మ న త్యాజ్యం కార్యమేవ తత్ ।
యజ్ఞో దానం తపశ్చైవ పావనాని మనీషిణామ్ ॥

యజ్ఞ—యజ్ఞము; దాన—దానము; తపః—తపస్సు; కర్మ—కార్యమును; న త్యాజ్యం—విడిచిపెట్టరాదు; కార్యం—తప్పక చేయవలయును; ఏవ—నిశ్చయముగా; తత్—అది; యజ్ఞః—యజ్ఞము; దానం—దానము; తపశ్చైవ—తపస్సు కూడా; పావనాని—పవిత్రము చేయును; మనీషిణామ్—మహాత్ములను కూడా.

యజ్ఞము, దానము, తపస్సు అనెడి కర్మలను ఎన్నడును త్యజింపరాదు. వాటిని తప్పక ఒనరింపవలెను. వాస్తవమునకు యజ్ఞ,దాన,తపములు మహాత్ములను కూడా పవిత్రమొనర్చును.

భాష్యము : యోగులైనవారు మానవసమాజ పురోభివృద్ధి కొరకై కర్మలనొనరించవలెను. మనుజుని ఆధ్యాత్మికజీవనము వైపునకు పురోగమింపజేయుటకు పెక్కు పవిత్రీకరణ విధానములు గలవు. ఉదాహరణకు వివాహము అట్టి పవిత్రీకరణ

విధానములలో ఒకటిగా పరిగణింపబడినది. అది వివాహయజ్ఞమని పిలువబడును. గృహబంధముల నన్నింటిని విడిచిపెట్టి సన్న్యాసమును స్వీకరించిన వ్యక్తి అట్టి వివాహమును ప్రోత్సహించవచ్చునా యనునది పెద్ద ప్రశ్న. అందుకు సమాధానముగా మానవకల్యాణ నిమిత్తమై యున్న ఎట్టి యజ్ఞమునైనను విడువ రాదని శ్రీకృష్ణభగవానుడు ఇచ్చట తెలుపుచున్నాడు. వివాహయజ్ఞము మనుజుని మనస్సును నియమించి, తద్ద్వారా అతడు ఆధ్యాత్మిక పురోభివృద్ధికై శాంతి మయుడగుటకే ఉద్దేశింపబడినది. కనుక దాదాపు జనులందరికినీ ఈ వివాహ యజ్ఞము ప్రోత్సాహనీయమైనది. సన్న్యాసియైనవాడు కూడ దీనిని ప్రోత్సహించ వచ్చును. సన్న్యాసులు స్త్రీతో సాంగత్యమును కలిగియుండరాదన్నచో సన్న్యాసాశ్రమము క్రిందనున్న ఆశ్రమమువారు కూడా వివాహము చేసికొన రాదని భావము కాదు. విధ్యుక్తమగు యజ్ఞములన్నియును శ్రీకృష్ణభగవానుని పొందుట కొరకే ఉద్దేశింపబడినవి. కనుకనే ఆరంభస్థితిలో అట్టి విధ్యుక్తధర్మములను విడువరాదు. అదేవిధముగా దానము హృదయపవిత్రీకరణకై పేర్కొనబడినది. పూర్వము వివరించినట్లు దానము పాత్రుడైనవానికి ఒసగినచో అది మనుజుని ఆధ్యాత్మికజీవనము వైపునకు నడుపగలదు.

6

एतान्यपि तु कर्माणि सङ्गं त्यक्त्वा फलानि च।
कर्तव्यानीति मे पार्थ निश्चितं मतमुत्तमम्॥६॥

ఏతాన్యపి తు కర్మాణి సఙ్గం త్యక్త్వా ఫలాని చ ।
కర్తవ్యానీతి మే పార్థ నిశ్చితం మతముత్తమమ్ ॥

ఏతాని అపి—ఇవన్నియు కూడా; తు—కాని; కర్మాణి—కర్మములు; సఙ్గం—ఆసక్తిని; త్యక్త్వా—విడిచి; ఫలాని—ఫలములను; చ—కూడా; కర్తవ్యాని—స్వధర్మముగా చేయవలెను; ఇతి—అని; మే—నాయొక్క; పార్థ—ఓ పృథాకుమారా; నిశ్చితం—దృఢమైన; మతం—అభిప్రాయము; ఉత్తమమ్—శ్రేష్ఠమైన.

ఓ పార్థా! ఈ కర్మలన్నింటిని సంగత్వముగాని, ఎట్టి ఫలాపేక్షగాని లేకుండా స్వధర్మమనెడి భావనలో ఒనరింపవలెను. ఇదియే నా తుది అభిప్రాయము.

భాష్యము : యజ్ఞవిధానములు పవిత్రమొనర్చునవే అయినను మనుజుడు వాని ద్వారా ఎట్టి ఫలమును ఆశింపరాదు. అనగా భౌతికాభ్యుదయమునకు

దోహదములైన యజ్ఞములను త్యజించివేయవలెనే గాని, తన జీవనమును పవిత్రమొనర్చి ఆధ్యాత్మికస్థాయికి ఉద్ధరించు యజ్ఞములను మనుజుడు నిలిపి వేయరాదు. కృష్ణభక్తిరసభావనకు దోహదములయ్యెడి ప్రతిదానిని ప్రోత్సహింప వలెను. శ్రీకృష్ణభగవానుని భక్తికి కారణమయ్యెడి ఎట్టి కర్మనైనను అంగీకరింప వలెనని శ్రీమద్భాగవతమునందు తెలుపబడినది. ధర్మమునకు అత్యున్నత ప్రమాణమిదియే. కనుక భక్తుడైనవాడు శ్రీకృష్ణభగవానుని భక్తియుతసేవ యందు తనకు సహాయభూతమగు ఎట్టి కర్మమునైనను, యజ్ఞమునైనను, దానమునైనను తప్పక స్వీకరింపవలెను.

7

नियतस्य तु संन्यासः कर्मणो नोपपद्यते।
मोहात्तस्य परित्यागस्तामसः परिकीर्तितः॥७॥

నియతస్య తు సన్న్యాసః కర్మణో నోపపద్యతే ।
మోహాత్తస్య పరిత్యాగస్తామసః పరికీర్తితః ॥

నియతస్య—విధ్యుక్తమైనట్టి; తు—కాని; సన్న్యాసః—విడుచుట; కర్మణః—కార్యము యొక్క; న ఉపపద్యతే—తగదు; మోహాత్—భ్రాంతివలన; తస్య—దానియొక్క; పరిత్యాగః—విడుచుట; తామసః—తమోగుణమునకు సంబంధించినదని; పరికీర్తితః—చెప్పబడును.

విధ్యుక్తధర్మములను ఎన్నడును విడువరాదు. మోహకారణమున ఎవ్వరేని తన విధ్యుక్తధర్మమును విడిచినచో అట్టి త్యాగము తమోగుణమునకు సంబంధించి నదిగా చెప్పబడును.

భాష్యము : భౌతికతృప్తి కొరకు చేయబడు కర్మను తప్పక విడువవలయును. కాని మనుజుని ఆధ్యాత్మికతకు ఉద్ధరించునటువంటి ప్రసాదమును తయారు చేయుట, నైవేద్యమును పెట్టుట, ప్రసాదమును స్వీకరించుట వంటి కార్యములు మాత్రము ఉపదేశింపబడినవి. సన్న్యాసాశ్రమము నందున్న వ్యక్తి తన కొరకై వంట తయారు చేసికొనరాదని తెలుపబడినది. సన్న్యాసియైనవానికి తన కొరకై వండుకొనుట నిషిద్ధముగాని శ్రీకృష్ణభగవానుని కొరకై వండుట నిషిద్ధము కాదు. అదే విధముగా సన్న్యాసియైనవాడు తన శిష్యుని కృష్ణభక్తి పురోగతికై అతని వివాహమును సైతము జరుపవచ్చును. ఒకవేళ అతడట్టి కార్యములను త్యజించినచో తమోగుణమున వర్తించినవాడగును.

8

दु:खमित्येव यत्कर्म कायक्लेशभयात्त्यजेत्।
स कृत्वा राजसं त्यागं नैव त्यागफलं लभेत् ॥८॥

దుఃఖమిత్యేవ యత్కర్మ కాయక్లేశభయాత్త్యజేత్ ।
స కృత్వా రాజసం త్యాగం నైవ త్యాగఫలం లభేత్ ॥

దుఃఖమితి—క్లేశకరమని; ఏవ—నిశ్చయముగా; యత్కర్మ—ఏ పనిని; కాయక్లేశ—దేహమునకు కష్టము కలుగునని; భయాత్—భయము వలన; త్యజేత్—విడుచునో; సః—అతడు; కృత్వా—చేసిన పిమ్మట; రాజసం—రజోగుణమునకు సంబంధించిన; త్యాగం—త్యాగము; త్యాగఫలం —త్యాగము యొక్క ఫలమును; ఏవ—నిశ్చయముగా; న లభేత్—పొందడు.

దుఃఖకరవములని గాని, దేహమునకు అసౌఖ్యకరవములని గాని భావించి విధ్యుక్త ధర్మములను విడుచువాడు రజోగుణమునందు త్యాగమొనర్చిన వాడగును. అట్టి కార్యమెన్నడును త్యాగమందలి ఉన్నతస్థితిని కలుగజేయ లేదు.

భాష్యము : కృష్ణభక్తిభావన యందున్నవాడు తాను కామ్యకర్మలను చేయుచున్నాననెడి భయముతో ధనార్జనను విడువరాదు. పనిచేయుట ద్వారా మనుజుడు తన ధనమును కృష్ణభక్తికై వినియోగింపగలిగినచో లేదా బ్రహ్మ ముహూర్తమునందే మేల్కాంచుటచే తన దివ్యమగు కృష్ణభక్తిభావనను పురోగతి నొందించగలిగినచో అతడు భయముతో గాని, ఆ కర్మలు క్లేశకరమని భావించి గాని వానిని మానరాదు. అట్టి త్యాగము నిక్కముగా రజోగుణప్రధానమైనదే. రజోగుణకర్మఫలము సదా దుఃఖపూర్ణముగనే ఉండును. అట్టి భావనలో మనుజుడు కర్మను త్యాగమొనర్చినచో త్యాగఫలమును ఎన్నడును పొందలేడు.

9

कार्यमित्येव यत्कर्म नियतं क्रियतेऽर्जुन।
सङ्गं त्यक्त्वा फलं चैव स त्याग: सात्त्विको मत: ॥९॥

కార్యమిత్యేవ యత్కర్మ నియతం క్రియతే ऽర్జున ।
సఙ్గం త్యక్త్వా ఫలం చైవ స త్యాగః సాత్త్వికో మతః ॥

కార్యమితి—తప్పక చేయవలసియున్నది; ఏవ—నిశ్చయముగా; యత్—ఏ; కర్మ—కార్యము; నియతం—నిర్దిష్టమైనది; క్రియతే—చేయబడునో; అర్జున—ఓ అర్జునా; సఙ్గం—సంగమును; త్యక్త్వా—విడిచి; ఫలం చైవ—ఫలమును కూడా; సః—ఆ; త్యాగః—త్యాగము; సాత్త్వికః—

సత్త్వగుణముతో కూడినదని; మతః—నా అభిప్రాయము.

ఓ అర్జునా! తప్పక ఒనరింపవలసియే యున్నందున తన స్వధర్మమును నిర్వహించుచు, సమస్త భౌతికసంగమును, ఫలాసక్తిని విడుచువాని త్యాగము సాత్త్వికత్యాగమనబడును.

భాష్యము : విధ్యుక్తధర్మములను ఇట్టి భావనలోనే నిర్వహింపవలెను. మనుజుడు ఫలముల యెడ ఆసక్తి లేకుండా వర్తింపవలెను. అంతియేకాక అతడు గుణముల నుండియు విడివడియుండవలెను. కృష్ణభక్తిరసభావనలో ఉన్న వ్యక్తి ఏదేని కర్మాగారములో పనిచేయుచున్నచో కర్మాగారపు పనినే సర్వస్వమని తలచి తాదాత్మ్యము చెందుట గాని, కర్మాగారమునందలి కార్మికులతో అనవసర సంగత్వమును కలిగియుండుట గాని చేయడు. కేవలము కృష్ణుని నిమిత్తమే అతడు కర్మనొనరించును. ఫలమును కృష్ణునకే అర్పించినపుడు అతడు దివ్యముగా వర్తించినవాడగును.

10

न द्वेष्ट्यकुशलं कर्म कुशले नानुषज्जते।
त्यागी सत्त्वसमाविष्टो मेधावी छिन्नसंशयः ॥१०॥

న ద్వేష్ట్యకుశలం కర్మ కుశలే నానుషజ్జతే ।
త్యాగీ సత్త్వసమావిష్టో మేధావీ ఛిన్నసంశయః ॥

న ద్వేష్టి—ద్వేషింపడు; అకుశలం—అశుభమైన; కర్మ—పనిని; కుశలే—శుభకరమైన కర్మ యందు; న అనుషజ్జతే—ఆసక్తి కలిగియుండడు; త్యాగీ—త్యాగమయుడు; సత్త్వ సమావిష్టః—సత్త్వగుణమున నిలిచినవాడై; మేధావీ—బుద్ధిమంతుడు; ఛిన్నసంశయః—సందేహములు తొలగినవాడు.

అశుభ కర్మల యెడ ద్వేషము గాని, శుభకర్మల యెడ సంగత్వముగాని లేనట్టి సత్త్వగుణస్థితుడగు బుద్ధిమంతుడైన త్యాగికి కర్మయెడ ఎట్టి సంశయములు ఉండవు.

భాష్యము : కృష్ణభక్తిరస భావన యందున్నవాడు (సత్త్వగుణపూర్ణుడు) తన దేహమునకు క్లేశమును గూర్చు విషయములను గాని, మనుజులను గాని ద్వేషింపడు. విధ్యుక్తధర్మపాలనము వలన కలిగెడి క్లేశములకు వెరువక తగిన సమయమున, తగిన ప్రదేశమున అట్టివాడు కర్మ నొనరించును. దివ్యస్థితిలో

నిలిచియున్న అట్టివాడు అత్యంత మేధాసంపన్నుడనియు మరియు తానొనరించు కర్మల యెడ సంశయరహితుడనియు అవగతము చేసికొనవలెను.

11

न हि देहभृता शक्यं त्यक्तुं कर्माण्यशेषतः ।
यस्तु कर्मफलत्यागी स त्यागीत्यभिधीयते ॥११॥

న హి దేహభృతా శక్యం త్యక్తుం కర్మాణ్యశేషతః ।
యస్తు కర్మఫలత్యాగీ స త్యాగీత్యభిధీయతే ॥

దేహభృతా—దేహధారునిచే; న హి శక్యం—నిక్కముగా శక్యముకాదు; త్యక్తుం—విడుచుట; కర్మాణి—కర్మములను; అశేషతః—పూర్తిగ; యః—ఎవడు; తు—కాని; కర్మఫలత్యాగీ—కర్మల యొక్క ఫలమును విడుచునో; సః—అతడు; త్యాగీ ఇతి—త్యాగియని; అభిధీయతే—చెప్ప బడును.

దేహధారుడైనవానికి సర్వకర్మలను త్యజించుట నిక్కముగా అసాధ్యమైన విషయము. కాని కర్మఫలములను త్యాగమొనర్చినవాడు మాత్రము నిజమైన త్యాగి యనబడును.

భాష్యము : మనుజుడు ఏ సమయమునను కర్మను త్యజింపజాలడని భగవద్గీత యందే తెలుపబడినది. కనుక కృష్ణుని కొరకే కర్మనొనరించుచు, కర్మఫలమును తాను అనుభవింపక కృష్ణునికే సమస్తమును అర్పించువాడు నిజమైన త్యాగి యనబడును. మా అంతర్జాతీయ కృష్ణచైతన్యసంఘమునందు సభ్యులైన పలువురు తమ కార్యాలయములందు గాని, కర్మాగారమునందు గాని, ఇతర చోట్ల గాని కష్టించి పనిచేసినను వారు సంపాదించినదంతయు సంస్థకే ఒసగుదురు. అట్టి మహాత్ములు వాస్తవముగా సన్న్యాసులైనట్టివారే. అనగా వారు సన్న్యాసాశ్రమము నందు నెలకొనియున్నట్టివారే. కర్మఫలములను ఏ విధముగా త్యాగము చేయవలెనో మరియు ఎట్టి ప్రయోజనమునకై కర్మఫలములను విడువవలెనో ఈ శ్లోకమున స్పష్టపరుపబడినది.

12

अनिष्टमिष्टं मिश्रं च त्रिविधं कर्मणः फलम् ।
भवत्यत्यागिनां प्रेत्य न तु संन्यासिनां क्वचित् ॥१२॥

అనిష్టమిష్టం మిశ్రం చ త్రివిధం కర్మణః ఫలమ్ ।
భవత్యత్యాగినాం ప్రేత్య న తు సన్న్యాసినాం క్వచిత్ ॥

అనిష్టమ్—నరకమునకు చేర్చు; ఇష్టమ్—స్వర్గమునకు చేర్చు; మిశ్రం—మిశ్రితము; చ—మరియు; త్రివిధమ్—మూడు విధములైనది; కర్మణః—కర్మ యొక్క; ఫలమ్—ఫలము; భవతి—అగును; అత్యాగినాం—త్యాగి కానివానికి; ప్రేత్య—మరణించిన పిమ్మట; న తు సన్న్యాసినాం—సన్న్యాసులకు కలుగదు; క్వచిత్—ఎప్పుడును.

ఇష్టము, అనిష్టము, ఇష్టానిష్టమిశ్రితము అనెడి మూడు విధములైన కర్మఫలములు త్యాగికానటువంటి వానికి మరణము పిదప కలుగుచున్నవి. కాని సన్న్యాసాశ్రమమునందున్న వారికి మాత్రము సుఖదుఃఖములను కలిగించు అట్టి ఫలములు కలుగుటలేదు.

భాష్యము : శ్రీకృష్ణభగవానునితో గల నిత్యసంబంధ జ్ఞానముతో వర్తించు కృష్ణభక్తిరస భావితుడు సర్వదా ముక్తస్థితి యందే యుండును. కనుక అతడు మరణము పిదప తన కర్మఫలములచే సుఖించుటగాని, దుఃఖించుటగాని జరుగదు.

13

पञ्चैतानि महाबाहो कारणानि निबोध मे।
सांख्ये कृतान्ते प्रोक्तानि सिद्धये सर्वकर्मणाम् ॥१३॥

పంచైతాని మహాబాహో కారణాని నిబోధ మే ।
సాంఖ్యే కృతాన్తే ప్రోక్తాని సిద్ధయే సర్వకర్మణామ్ ॥

పంచ—ఐదు; ఏతాని—ఈ; మహాబాహో—గొప్పపరాక్రమము కల భుజములు కలవాడా; కారణాని—కారణములు; నిబోధ—ఎరుంగుము; మే—నానుండి; సాంఖ్యే—వేదాంతమందు; కృతాన్తే—ఉపసంహారమునందు; ప్రోక్తాని—చెప్పబడిన; సిద్ధయే—పరిపూర్ణత కొరకు; సర్వకర్మణామ్—అన్నికర్మల యొక్క.

ఓ మహాబాహుడవైన అర్జునా! వేదాంతము ననుసరించి కర్మలు సిద్ధించుటకు ఐదు కారణములు గలవు. వాని నిపుడు నా నుండి ఆలకింపుము.

భాష్యము : ప్రతికర్మకు కూడా ఫలము నిశ్చయమైనప్పుడు కృష్ణభక్తిరస భావితుడు తాను చేయు కర్మల ఫలితములచే సుఖదుఃఖములను అనుభవింపడనుట ఎట్లు సంభవమనెడి ప్రశ్న ఉదయించును. కాని అది ఎట్లు సాధ్యమో తెలియజేయుటకు శ్రీకృష్ణభగవానుడు వేదాంతతత్త్వమును ఉదహరించు

చున్నాడు. ప్రతికార్యమునకు ఐదు కారణములు గలవనియు మరియు కార్యముల సిద్ధికి ఈ ఐదు కారణములను గమనింపవలెననియు శ్రీకృష్ణభగవానుడు తెలియజేయుచున్నాడు. సాంఖ్యమనగా జ్ఞానకాండమని భావము. ఆలాగుననే వేదాంతము ప్రసిద్ధులైన ఆచార్యులచే ఆమోదింపబడిన జ్ఞానము యొక్క చరమ స్వరూపము. శ్రీశంకరాచార్యులు కూడా ఆ వేదాంతసూత్రములను యథాతథముగా స్వీకరించిరి. కనుక ప్రామాణమును సర్వదా గ్రహించవలెను.

చరమనిగ్రహము పరమాత్ముని యందే కలదు. ఇదే విషయము "సర్వస్య చాహం హృది సన్నివిష్టః" అని ఇంతకు పూర్వమే భగవద్గీత యందు తెలుప బడినది. అనగా పరమాత్ముడు ప్రతియొక్కరిని వారి పూర్వకర్మలను గుర్తు చేయుచు వివిధకర్మల యందు నియుక్తుని చేయుచున్నాడు. ఆంతరము నుండి కలుగు ఆతని నిర్దేశమునందు ఒనర్చబడు కృష్ణభక్తిభావనాకర్మలు ఈ జన్మ యందు కాని, మరుజన్మ యందు కాని ఎటువంటి ప్రతిచర్యను కలుగజేయవు.

14

अधिष्ठानं तथा कर्ता करणं च पृथग्विधम् ।
विविधाश्च पृथक् चेष्टा दैवं चैवात्र पञ्चमम् ॥१४॥

అధిష్ఠానం తథా కర్తా కరణం చ పృథగ్విధమ్ ।
వివిధాశ్చ పృథక్ చేష్టా దైవం చైవాత్ర పంచమమ్ ॥

అధిష్ఠానమ్—స్థలము; తథా—అట్లే; కర్తా—చేయువాడు; కరణం—సాధనములు; చ—మరియు; పృథగ్విధమ్—భిన్నవిధములైన; వివిధాః—పలు; చ—మరియు; పృథక్చేష్టాః—వేరు ప్రయత్నములు; దైవం—పరమాత్ముడు; చ—కూడా; ఏవ—నిశ్చయముగా; అత్ర—ఇచ్చట; పంచమమ్—ఐదవది.

కార్యస్థానము(దేహము), కర్త, వివిధేంద్రియములు, వివిధములైన యత్నములు, చివరగా పరమాత్ముడు అనెడి ఈ ఐదును కార్యమునకు కారణములై యున్నవి.

భాష్యము : ఇచ్చట "అధిష్ఠానమ్" అను పదము దేహమును సూచించు చున్నది. అట్టి దేహమునందున్న ఆత్మ కర్మఫలములకై వర్తించుచున్నందున "కర్త" యని తెలియబడుచున్నది. అట్టి ఆత్మ జ్ఞాత మరియు కర్త యని శృతి యందు పేర్కొనబడినది. "ఏషహి ద్రష్టా స్రష్టా" (ప్రశ్నోపనిషత్తు 4.9). ఇదే

విషయము "జ్ఞో ऽత ఏవ"(2.3.18) మరియు "కర్తా శాస్త్రార్థవత్త్వాత్ "(2.3.33) అను వేదాంతసూత్రముల ద్వారా నిర్ధారితమైనది. ఇంద్రియములు కర్మ సాధనములు కాగా, ఆత్మ అట్టి ఇంద్రియముల ద్వారా వివిధరీతుల వర్తించు చుండును. ప్రతికార్యమునకు వివిధ యత్నములు అవసరము. కాని మనుజుని ఆ కార్యములన్నియును మిత్రుని రూపమున హృదయస్థుడై యున్న పరమాత్ముని పైననే అంత్యమున ఆధారపడియున్నవి. అనగా ఆతడే కార్యములన్నింటికిని పరమకారణమై యున్నాడు. ఇటువంటి స్థితిలో హృదయస్థుడైన పరమాత్మ నేతృత్వమున కృష్ణభక్తిభావనలో వర్తించువాడు సహజముగా ఎటువంటి కర్మ చేతను బంధితుడు కాకుండును. అనగా సంపూర్ణముగా కృష్ణభక్తిరసభావితులైనవారు తమ కార్యములకు ఏ విధముగను అంత్యమున బాధ్యులు కారు. ప్రతిదియు దివ్యసంకల్పము (పరమాత్ముడు, దేవదేవుడు) పైననే ఆధారపడియుండును.

15

शरीरवाङ्मनोभिर्यत् कर्म प्रारभते नरः ।
न्याय्यं वा विपरीतं वा पञ्चैते तस्य हेतवः ॥१५॥

శరీరవాఙ్మనోభిర్యత్ కర్మ ప్రారభతే నరః ।
న్యాయ్యం వా విపరీతం వా పంచైతే తస్య హేతవః ॥

శరీర—దేహముచేతను; వాక్—వాక్కుచేతను; మనోభిః—మనస్సుచేతను; యత్—ఏ; కర్మ—పనిని; ప్రారభతే—ఆరంభించునో; నరః—మానవుడు; న్యాయ్యం వా—న్యాయమైనది కాని; విపరీతం వా—వ్యతిరేకమైనది కాని; పంచైతే—ఈ ఐదును; తస్య—దానికి; హేతవః—కారణములు.

దేహముచే గాని, మనస్సుచే గాని, వాక్కుచే గాని మనుజుడు ఒనరించు న్యాయాన్యాయ కర్మలన్నింటికిని ఈ ఐదు అంశములే కారణములు.

భాష్యము : "న్యాయం" మరియు "విపరీతం" అనెడి పదములు ఈ శ్లోకమున అతి ప్రధానమైనవి. శాస్త్రనిర్దేశముల ననుసరించి ఒనర్చబడెడి కర్మలు న్యాయ కర్మలుగా తెలియబడగా, శాస్త్రనియమములకు విరుద్ధముగా ఒనర్చబడు కర్మలు విపరీతకర్మలుగా తెలియబడుచున్నవి. కాని ఏది ఒనరించినను అద్దాని పూర్ణ నిర్వహణ కొరకు ఈ ఐదు అంశములు అత్యంత అవసరములై యున్నవి.

16

तत्रैवं सति कर्तारमात्मानं केवलं तु यः।
पश्यत्यकृतबुद्धित्वान्न स पश्यति दुर्मतिः ॥१६॥

తత్రైవం సతి కర్తారమాత్మానం కేవలం తు యః ।
పశ్యత్యకృతబుద్ధిత్వాన్న స పశ్యతి దుర్మతిః ॥

తత్ర—అచ్చట; ఏవం సతి—ఇట్లుండగ; కర్తారమ్—చేయువానిగా; ఆత్మానం—తనను; కేవలం—మాత్రమే; తు—కాని; యః—ఎవడు; పశ్యతి—చూచునో; అకృతబుద్ధిత్వాత్—తెలివిలేని కారణమున; సః—అతడు; న పశ్యతి—చూడజాలడు; దుర్మతిః—మూఢుడు.

కనుక ఈ ఐదు అంశములను గుర్తించక తననే కర్తగా భావించువాడు నిక్కముగా బుద్ధిహీనుడు. అట్టి మూఢుడు విషయములను యథార్థదృష్టితో గాంచలేడు.

భాష్యము : పరమాత్ముడు హృదయమునందు మిత్రుని రూపమున నిలిచి యుండి తనచే కార్యములు ఒనరింపజేయుచున్నాడని మూఢుడైనవాడు తెలిసికొనజాలడు. కార్యస్థానమైన దేహము, కర్త, ఇంద్రియములు, ప్రయత్నము అనునవి కార్యము యొక్క భౌతికకారణములు కాగా, పరమాత్ముడు చరమకారణమై యున్నాడు. కనుక ప్రతియొక్కరు ఈ నాలుగు భౌతికకారణములనే గాక పరమకారణమును కూడ గాంచవలసియున్నది. పరమాత్ముని గాంచనివాడే తనను తాను కర్తగా భావించును.

17

यस्य नाहंकृतो भावो बुद्धिर्यस्य न लिप्यते।
हत्वापि स इमाँल्लोकान्न हन्ति न निबध्यते ॥१७॥

యస్య నాహంకృతో భావో బుద్ధిర్యస్య న లిప్యతే ।
హత్వాపి స ఇమాన్ లోకాన్న హన్తి న నిబధ్యతే ॥

యస్య—ఎవనికి; అహంకృతః—మిథ్యాహంకారముతో కూడినది; న—కాదో; భావః—స్వభావము; బుద్ధిః—బుద్ధి; యస్య—ఎవనిది; న లిప్యతే—ఆసక్తిలేకయుండునో; హత్వాపి—చంపికూడ; సః—అతడు; ఇమాన్ లోకాన్—ఈ లోకమునందు; న హన్తి—చంపడు; న నిబధ్యతే—ఎప్పుడును బద్ధుడు కాడు.

మిథ్యాహంకారముచే ప్రభావితుడు కానివాడును, సంగత్వరహిత బుద్ధిని

కలిగినవాడును అగు మనుజుడు జగమునందు జనులను సంహరించినను సంహారమొనర్చనట్లే యగును. అతడెన్నడును తన కర్మలచే బద్ధుడు కాడు.

భాష్యము : యుద్ధము చేయరాదనెడి కోరిక మిథ్యాహంకారము నుండి ఉద్భవించుచున్నదని శ్రీకృష్ణభగవానుడు అర్జునునికి ఈ శ్లోకమున తెలియ జేయుచున్నాడు. అర్జునుడు తనను కర్తగా భావించెనే గాని అంతర్బాహ్యము లందు సూచనలొసగు భగవానుని గమనింపలేదు. కర్మనొనర్చుటకు దివ్యమైన అనుజ్ఞ ఒకటుండునని తెలియనిచో అతడు కర్మ నెందులకు చేయువలెను? కాని కర్మసాధనములను, కర్తగా తనను మరియు దివ్యానుజ్ఞకర్తగా శ్రీకృష్ణభగవానుని తెలిసికొనగలిగినవాడు ఏ కార్యము నొనర్చుట యందైనను పూర్ణుడై యుండును. అట్టివాడు ఎన్నడును మోహమునకు గురి కాడు. నేనే చేయుచున్నాను, నాదే బాధ్యత అనెడి భావములు మిథ్యాహంకారము మరియు నాస్తికత్వము (కృష్ణభక్తి రాహిత్యము) నుండి ఉద్భవించుచున్నవి. పరమాత్ముని (లేదా భగవానుని) నిర్దేశమునందు కృష్ణభక్తిభావన యందు వర్తించువాడు సంహారకార్య మొనర్చినను సంహరింపనివాడే యగును. ఆలాగుననే సంహారముచే కలుగు ప్రతిచర్య చేతను అతడు ప్రభావితుడు కాకుండును. ఉన్నతసైన్యాధికారి ఆజ్ఞపై సంహారమును సాగించు సైనికుడు ఎన్నడును అపరాధమునకు గురికాడు. కాని సైనికుడు తన స్వంత కారణమున ఎవరినేని చంపినచో చట్టముచే తప్పక శిక్షకు గురిచేయ బడును.

18

ज्ञानं ज्ञेयं परिज्ञाता त्रिविधा कर्मचोदना।
करणं कर्म कर्तेति त्रिविधः कर्मसंग्रहः ॥१८॥

జ్ఞానం జ్ఞేయం పరిజ్ఞాతా త్రివిధా కర్మచోదనా ।
కరణం కర్మ కర్తేతి త్రివిధః కర్మసంగ్రహః ॥

జ్ఞానం—జ్ఞానము; జ్ఞేయం—జ్ఞానలక్ష్యము; పరిజ్ఞాతా—తెలిసికొన్నవాడు; త్రివిధా—మూడు విధములైనది; కర్మచోదనా—కార్యము యొక్క ప్రేరణము; కరణం—ఇంద్రియములు; కర్మ—కర్మము; కర్తా—చేయువాడు; ఇతి—అని; త్రివిధః—మూడు విధములైనది; కర్మసంగ్రహః—కర్మ యొక్క స్వరూపము.

జ్ఞానము, జ్ఞేయము, జ్ఞాత అనెడి మూడు అంశములు కర్మకు ప్రేరణములు

కాగా, ఇంద్రియములు, కార్యము, కర్త యనునవి కర్మ యొక్క మూడు అంశములై యున్నవి.

భాష్యము : ప్రతిదినము ఒనర్చబడు కర్మలకు జ్ఞానము, జ్ఞానలక్ష్యము, జ్ఞాత అనెడి మూడు అంశములు ప్రేరణములై యున్నవి. కర్మనొనరించుటకు అవసరమగు సాధనములు, కర్మము, కర్త యనునవి కర్మ యొక్క అంశములుగా పిలువబడును. మనుజుడొనర్చు ప్రతికర్మయు వీటన్నింటిని కలిగియుండును. మనుజుడు కార్యమును ప్రారంభించుటకు మొదలు దానికి కొంత ప్రేరణము అవసరము. కార్యము సిద్ధించుటకు పూర్వమే ఊహింపబడు పరిష్కారము కర్మ యొక్క సూక్ష్మరూపమై యున్నది. అటుపిమ్మట కార్యము కర్మరూపమును దాల్చును. అనగా ఏదేని కర్మ నారంభించుటకు మొదట మనుజుడు ఆలోచన, అనుభవము, సంకల్పములను ఒనరింపవలసివచ్చును. అదియే ప్రేరణ మనబడును. అట్టి ప్రేరణము శాస్త్రమునుండి లభించినను లేదా గురూపదేశముచే లభించినను ఏకరీతిగనే ఉండును. ఆ విధముగా ప్రేరణము మరియు కర్త ఉన్నప్పుడు వాస్తవమగు కర్మ ఇంద్రియ సహాయమున ఒనగూడును. ఇంద్రియములలో ముఖ్యమైన మనస్సు కూడా అందు పాల్గొనును. కర్మ యందలి వీటన్నింటి సముదాయమే కర్మసంగ్రహమనబడును.

19

ज्ञानं कर्म च कर्ता च त्रिधैव गुणभेदतः ।
प्रोच्यते गुणसंख्याने यथावच्छृणु तान्यपि ॥१९॥

జ్ఞానం కర్మ చ కర్తా చ త్రిధైవ గుణభేదతః ।
ప్రోచ్యతే గుణసంఖ్యానే యథావచ్ఛృణు తాన్యపి ॥

జ్ఞానం—జ్ఞానము; కర్మ—కర్మయు; చ—కూడా; కర్తా—చేయువాడు; చ—కూడా; త్రిధైవ—మూడువిధములని; గుణభేదతః—భౌతికప్రకృతి గుణములందలి భేదముల ననుసరించి; ప్రోచ్యతే—చెప్పబడును; గుణసంఖ్యానే—భిన్నగుణముల ననుసరించి; యథావత్—ఉన్నది ఉన్నట్లుగా; శృణు—వినుము; తాన్యపి—అన్నింటిని కూడా.

ప్రకృతిజన్య త్రిగుణముల ననుసరించి జ్ఞానము, కర్మము, కర్త యనునవి మూడు రకములు. ఇక వానిని గూర్చి నా నుండి ఆలకింపుము.

భాష్యము : చతుర్దశాధ్యాయమున ప్రకృతిజన్య త్రిగుణములు విస్తారముగా

వివరింపబడినవి. సత్త్వగుణము ప్రకాశమానమనియు, రజోగుణము భౌతికభావ సమన్వితమనియు, తమోగుణము సోమరితనము మరియు మాంద్యములకు కారణభూతమనియు ఆ అధ్యాయమున తెలుపబడినది. ఆ త్రిగుణములన్నియు బంధకారణములే గాని ముక్తికి హేతువులు కావు. సత్త్వగుణమునందు కూడా జీవుడు బద్ధుడే యగుచున్నాడు. అట్టి వివిధగుణములను కలిగియున్న వివిధ జనులచే చేయబడు వివిధార్చనములు సప్తదశాధ్యాయమున వివరింపబడినవి. ఇక అట్టి త్రిగుణముల ననుసరించియున్న వివిధజ్ఞానములను, కర్తలను, కర్మలను తాను వివరింపగోరుచున్నట్లు శ్రీకృష్ణభగవానుడు ఈ శ్లోకమున పలుకుచున్నాడు.

20

सर्वभूतेषु येनैकं भावमव्ययमीक्षते।
अविभक्तं विभक्तेषु तज्ज्ञानं विद्धि सात्त्विकम् ॥२०॥

సర్వభూతేషు యేనైకం భావమవ్యయమీక్షతే ।
అవిభక్తం విభక్తేషు తద్ జ్ఞానం విద్ధి సాత్త్వికమ్ ॥

సర్వభూతేషు—సర్వజీవుల యందును; యేన—దేనిచే; ఏకం—ఒకటే; భావమ్—స్థితిని; అవ్యయమ్—నాశనము లేనిదానిని; ఈక్షతే—చూచునో; అవిభక్తం—విభజింపబడని; విభక్తేషు—విభజింపబడిన వానియందు; తత్ జ్ఞానం—ఆ జ్ఞానమును; విద్ధి—తెలిసికొనుము; సాత్త్వికమ్ —సత్త్వగుణసంబంధమైనది.

జీవులు అసంఖ్యాక రూపములుగా విభజింపబడినను వారి యందు అవిభక్తమై యున్నట్టి ఏకమైన ఆధ్యాత్మికస్వభావము ఏ జ్ఞానము ద్వారా గాంచబడునో అట్టి జ్ఞానము సత్త్వగుణప్రధానమైనదని తెలిసికొనుము.

భాష్యము : దేవతలు, మానవులు, జంతువులు, పక్షులు, మృగములు, జలచరములు, వృక్షములు మొదలగు సర్వజీవుల యందును ఒకే ఆత్మను గాంచగలిగినవాడు సత్త్వగుణ ప్రధానమైన జ్ఞానమును కలిగినట్టివాడు. జీవులు తమ పూర్వ కర్మానుసారము వివిధ దేహములను కలిగియున్నను వాటన్నింటి యందును ఏకమైన ఆత్మ ఒకటి గలదు. సప్తమాధ్యాయమున వివరింపబడినట్లు సర్వ దేహములందలి ప్రాణశక్తి శ్రీకృష్ణభగవానుని దివ్యచైతన్యము వలననే కలుగుచున్నది. కనుక భగవానుని అట్టి దివ్యచైతన్యమును ప్రాణశక్తిరూపున ప్రతి దేహము నందును గాంచుట సత్త్వగుణ వీక్షణమనబడును. దేహములు

నశ్వరమైనను అట్టి జీవశక్తి నాశరహితమైనది. కాని జీవుల యందు భేదము దేహదృష్ట్యానే గోచరించుచున్నది. బద్ధజీవనమున భౌతికస్థితి కారణముగా పలురూపములు ఉండుటచే జీవశక్తి విభజింపబడినట్లు గోచరించుచుండును. ఇట్టి నిరాకారజ్ఞానము ఆత్మానుభూతియందు ఒక అంశము వంటిది.

21

पृथक्त्वेन तु यज्ज्ञानं नानाभावान् पृथग्विधान्।
वेत्ति सर्वेषु भूतेषु तज्ज्ञानं विद्धि राजसम् ॥२१॥

పృథక్త్వేన తు యత్ జ్ఞానం నానాభావాన్ పృథగ్విధాన్ ।
వేత్తి సర్వేషు భూతేషు తద్ జ్ఞానం విద్ధి రాజసమ్ ॥

పృథక్త్వేన—విభక్తమై యుండుటచే; తు—కాని; యత్—ఏ; జ్ఞానం—జ్ఞానము; నానాభావాన్—వివిధస్థితులను; పృథగ్విధాన్—వేరువిధములుగా నున్నట్లు; వేత్తి—ఎరుంగునో; సర్వేషు—అన్ని; భూతేషు—జీవుల యందు; తత్జ్ఞానం—ఆ జ్ఞానమును; విద్ధి—తెలిసికొనుము; రాజసమ్—రజోగుణ సంబంధమైనదని.

ఏ జ్ఞానము ద్వారా భిన్న శరీరములందు భిన్న జీవులున్నట్లు మనుజుడు గాంచునో అట్టి జ్ఞానము రజోగుణ సంబంధమైనదని నీవెరుగుము.

భాష్యము : దేహమే జీవుడనియు, దేహము నశించగనే చైతన్యము సైతము నశించిపోవుననియు తలచు జ్ఞానము రజోగుణ సంబంధమైనట్టిది. అట్టి జ్ఞానము ప్రకారము వివిధ చైతన్యముల వృద్ధి కారణముననే పలువిధములైన దేహములు గోచరించుచున్నవి. అంతియేగాని చైతన్యమును కలిగించు ఆత్మ వేరొక్కటి లేదు. అనగా అట్టి రజోగుణజ్ఞానము ననుసరించి దేహమే ఆత్మగాని, దేహమునకు పరముగా వేరొక్క ఆత్మ లేదు. అట్టి జ్ఞానము ప్రకారము చైతన్యము తాత్కాలికమైనది. జీవాత్మలు వేరుగాలేక జ్ఞానపూర్ణమైన ఒక్క ఆత్మనే సర్వత్రా వ్యాపించి యున్నదనియు మరియు ఈ దేహము తాత్కాలిక అజ్ఞానము యొక్క ప్రదర్శనమనియు తలచుట లేదా దేహమునకు పరముగా వేరొక్క ఆత్మ గాని, దివ్యాత్మగాని లేదని భావించుట మొదలగునవన్నియును రజోగుణఫలములుగా భావింపబడును.

22

यत्तु कृत्स्नवदेकस्मिन् कार्ये सक्तमहैतुकम्।
अतत्त्वार्थवदल्पं च तत्तामसमुदाहृतम् ॥२२॥

యత్తు కృత్స్నవదేకస్మిన్ కార్యే సక్తమహైతుకమ్ ।
అతత్త్వార్థవదల్పం చ తత్తామసముదాహృతమ్ ॥

యత్—ఏది; తు—కాని; కృత్స్నవత్—సర్వస్వమైనట్లు; ఏకస్మిన్—ఒక్క; కార్యే—కార్యమునందు; సక్తం—ఆసక్తమై యుండునో; అహైతుకమ్—కారణము లేకుండ; అతత్త్వార్థవత్—నిజజ్ఞానరహితముగా; అల్పం—అల్పమైనది; చ—మరియు; తత్—అది; తామసం—తమోగుణమునకు సంబంధించినదని; ఉదాహృతమ్—చెప్పబడినది.

ఏ జ్ఞానము ద్వారా మనుజుడు అల్పమైనట్టి ఒకానొక కార్యమునందు కారణము మరియు సత్యావగాహనము లేకుండ అదియే సర్వస్వమనెడి భావనలో ఆసక్తుడగునో అట్టి జ్ఞానము తమోగుణ సంబంధమైనదని చెప్పబడును.

భాష్యము : సామాన్యమానవుని "జ్ఞానము" సదా తమోగుణభరితమై యుండును. ప్రతిజీవుడు బద్ధజీవనమున తమోగుణమునందు జన్మించుటయే అందులకు కారణము. మానవుడు జ్ఞానమును ప్రామాణికుల ద్వారా గాని, శాస్త్రముల ద్వారా గాని వృద్ధిచేసికొననిచో అతని జ్ఞానము దేహము వరకే పరిమితమై యుండును. అట్టి స్థితిలో అతడు శాస్త్రనిర్దేశానుసారము వర్తించవలెననెడి భావనను ఏ మాత్రము కలిగియుండడు. అటువంటి వానికి ధనమే భగవంతుడు మరియు దేహావసరములను తీర్చుకొనుటయే జ్ఞానము. అట్టి జ్ఞానమునకు మరియు పరతత్త్వజ్ఞానమునకు ఎట్టి సంబంధము లేదు. అది దాదాపు ఆహారము, నిద్ర, భయము, మైథునములతో కూడిన పశుజ్ఞానముతో సమానమైనట్టిది. ఈ శ్లోకమున అటువంటి జ్ఞానము తమోగుణఫలమని వర్ణింపబడినది. అనగా దేహమునకు పరమైన ఆత్మజ్ఞానము సత్త్వగుణపూర్ణమైనది. తర్కము మరియు మానసికకల్పనల ద్వారా పలుసిద్ధాంతములను కల్పించు జ్ఞానము రజోగుణపూర్ణమైనది. దేహమును ఏ విధముగా సుఖింపజేయవలెనను భావననే కలిగిన జ్ఞానము తమోగుణపూర్ణమైనది.

23

नियतं सङ्गरहितमरागद्वेषतः कृतम् ।
अफलप्रेप्सुना कर्म यत्तत्सात्त्विकमुच्यते ॥२३॥

నియతం సఙ్గరహితమరాగద్వేషతః కృతమ్ ।
అఫలప్రేప్సునా కర్మ యత్తత్సాత్త్వికముచ్యతే ॥

నియతం—క్రమబద్ధము; సఙ్గరహితం—సంగరహితము; అరాగద్వేషతః—ఆసక్తిగాని ద్వేషము గాని లేకుండా; కృతమ్—చేయబడినది; అఫలప్రేప్సునా—ఫలమును కోరనివారిచే; కర్మ—కర్మము; యత్—ఏది; తత్—అది; సాత్త్వికం—సత్త్వగుణప్రధానము; ఉచ్యతే—చెప్పబడును.

నియమబద్ధమైనదియు, సంగరహితముగను రాగద్వేషరహితముగను ఒనరింప బడునదియు, ఫలాపేక్ష లేనటువంటిదియు నైన కర్మము సత్త్వగుణము నందున్నట్టిదిగా చెప్పబడును.

భాష్యము : వర్ణాశ్రమధర్మముల దృష్ట్యా శాస్త్రమునందు నిర్దేశింపబడిన నియమబద్ధకర్మలను ఆసక్తిగాని, స్వామిత్వముగాని లేకుండా రాగద్వేష రహితముగా, భక్తిభావనలో శ్రీకృష్ణభగవానుని ప్రీత్యర్థమై స్వభోగవాంఛా రహితముగా ఒనరించినపుడు అట్టి కర్మలు సత్త్వగుణ ప్రధానములనబడును.

24

यत्तु कामेप्सुना कर्म साहंकारेण वा पुनः ।
क्रियते बहुलायासं तद्राजसमुदाहृतम् ॥२४॥

యత్తు కామేప్సునా కర్మ సాహంకారేణ వా పునః ।
క్రియతే బహులాయాసం తద్ రాజసముదాహృతమ్ ॥

యత్—ఏది; తు—కాని; కామేప్సునా—ఫలములు కోరువానిచే; కర్మ—కర్మము; సాహంకారేణ—అహంకారముతో; వా—లేక; పునః—మరల; క్రియతే—చేయబడునో; బహులాయాసం—అధికప్రయాసతో; తత్—అది; రాజసమ్—రజోగుణప్రధానమైనది; ఉదాహృతమ్—చెప్పబడినది.

కాని కోరికలను ఈడేర్చుకొనవలెనని భావించువానిచే మిథ్యాహంకారభావనలో అతి ప్రయాసతో ఒనర్చబడు కర్మ రజోగుణప్రధానమైనదని చెప్పబడును.

25

अनुबन्धं क्षयं हिंसामनपेक्ष्य च पौरुषम् ।
मोहादारभ्यते कर्म यत्तत्तामसमुच्यते ॥२५॥

అనుబన్ధం క్షయం హింసామనపేక్ష్య చ పౌరుషమ్ ।
మోహాదారభ్యతే కర్మ యత్తత్తామసముచ్యతే ॥

అనుబన్ధం—భవిష్యత్ బంధమును; క్షయం—నాశమును; హింసామ్—పరహింసను;

అనపేక్ష్య—పరిణామములు తలంపక; చ—కూడా; పౌరుషమ్—సామర్థ్యము; మోహాత్—భ్రాంతి యందు; ఆరభ్యతే—ఆరంభింపబడు; కర్మ—కర్మము; యత్—ఏది; తత్—అది; తామసం—తమోగుణమునకు సంబంధించినదని; ఉచ్యతే—చెప్పబడును.

శాస్త్రనిర్దేశములను నిరసించి భవిష్యత్బంధమును గాని, పరహింసను, పరదుఃఖమును గాని లెక్కపెట్టక భ్రాంతియందు ఒనర్చబడు కర్మము తమోగుణమునకు సంబంధించినదని చెప్పబడును.

భాష్యము : మనుజుడు తాను చేయు కర్మలకు ప్రభుత్వమునకు గాని, యమదూతలకు గాని జవాబుదారి కావలసివచ్చును. బాధ్యతారహితముగా ఒనర్చబడు కర్మ సర్వదా విధ్వంసకరమే కాగలదు. ఏలయన అట్టి కర్మ శాస్త్రనిర్దేశములైన ధర్మనియమములను సమూలముగా నశింపజేయును. అటువంటి బాధ్యతారహిత కర్మలు సదా హింస పైననే ఆధారపడియుండి పరులకు దుఃఖమునే కలిగించును. స్వానుభవముపై ఆధారపడి ఒనర్చబడు అట్టి బాధ్యతారహిత కర్మలు నిక్కము భ్రాంతిమయములే. అట్టి భ్రాంతిమయ కర్మ తమోగుణఫలమై యున్నది.

26

मुक्तसङ्गोऽनहंवादी धृत्युत्साहसमन्वितः ।
सिद्ध्यसिद्ध्योर्निर्विकारः कर्ता सात्त्विक उच्यते ॥२६॥

ముక్తసఙ్గోऽనహంవాదీ ధృత్యుత్సాహసమన్వితః ।
సిద్ధ్యసిద్ధ్యోర్నిర్వికారః కర్తా సాత్త్విక ఉచ్యతే ॥

ముక్తసఙ్గః—భౌతికసంగము నుండి ముక్తిని పొందినవాడు; అనహంవాదీ—మిథ్యాహంకారము లేనివాడు; ధృతి ఉత్సాహ సమన్వితః—నిశ్చయము, ఉత్సాహము కూడినవాడు; సిద్ధి అసిద్ధ్యోః—జయము అపజయములందు; నిర్వికారః—మార్పులేనివాడై; కర్తా—చేయువాడు; సాత్త్వికః—సత్త్వగుణము కలవాడు; ఉచ్యతే—చెప్పబడును.

త్రిగుణ సంగత్వరహితముగా మిథ్యాహంకారము లేకుండా నిశ్చయము మరియు ఉత్సాహములను గూడి, జయము అపజయములందు నిర్వికారుడై తన ధర్మమును నిర్వర్తించువాడు సాత్త్వికకర్త యనబడును.

భాష్యము : కృష్ణభక్తిభావనా యుతుడు సర్వదా ప్రకృతి త్రిగుణములకు అతీతుడై యుండును. మిథ్యాహంకారము, గర్వములకు అతీతుడై యుండుటచే తన కొసగబడిన కర్మ యొక్క ఫలమును అతడు ఆశించకుండును. అయినను అట్టి

కర్మ పూర్తియగు నంతవరకును అతడు పూర్ణమగు ఉత్సాహమును కలిగి యుండును. కార్యసాధనలో కలుగు క్లేశములను లెక్కపెట్టక సదా ఉత్సాహపూర్ణుడై యుండును. జయాపజయములను పట్టించుకొనక అతడు సుఖదుఃఖములందు సమచిత్తమును కలిగియుండును. అటువంటి కర్త సత్త్వగుణమునందు స్థితిని కలిగియుండును.

27

रागी कर्मफलप्रेप्सुर्लुब्धो हिंसात्मकोऽशुचिः ।
हर्षशोकान्वितः कर्ता राजसः परिकीर्तितः ॥२७॥

రాగీ కర్మఫలప్రేప్సుర్లుబ్ధో హింసాత్మకోఽశుచిః ।
హర్షశోకాన్వితః కర్తా రాజసః పరికీర్తితః ॥

రాగీ—మిక్కిలి ఆసక్తి గలవాడు; కర్మఫలప్రేప్సుః—కర్మల ఫలమును పొందగోరుచు; లుబ్ధః—లోభి; హింసాత్మకః—అసూయగలవాడు; అశుచిః—అపరిశుద్ధుడును; హర్ష శోకాన్వితః—సుఖదుఃఖములచే ప్రభావితుడయ్యెడివాడు; కర్తా—కర్త; రాజసః—రజోగుణముతో కూడిన వాడు; పరికీర్తితః—చెప్పబడును.

కర్మఫలములను అనుభవింపగోరుచు కర్మ మరియు కర్మఫలముల యెడ ఆసక్తుడై యుండువాడును, లోభియును, అసూయాపరుడును, శుచి రహితుడును, సుఖదుఃఖములచే చలించువాడును అగు కర్త రజోగుణకర్త యనబడును.

భాష్యము : భౌతికత్వము లేదా గృహపుత్రకళత్రాదుల యందు గల విపరీత ఆసక్తికారణముగా మనుజుడు ఏదేని ఒక కర్మ లేదా కర్మఫలముల యెడ మిక్కిలి ఆసక్తుడగును. అట్టివాడు జీవితోద్ధారమునకు సంబంధించిన కోరికను ఏ మాత్రము కలిగియుండడు. ఈ జగమును వీలయినంత భౌతికముగా సుఖవంతమొనర్చు కొనుటయే అతని లక్ష్యము. సాధారణముగా లోభియై యుండు అతడు తనకు లభించినది శాశ్వతమనియు, ఎన్నడును నశింపదనియు భావించును. ఇతరుల యెడ అసూయను కలిగియుండు అట్టివాడు తన ప్రీత్యర్థమై ఎట్టి తప్పుకార్యము చేయుటకైనను సిద్ధపడియుండును. తత్కారణముగా అతడు అశుచియై, తాను సంపాదించునది పవిత్రమా లేక అపవిత్రమా అనెడి విషయమును సైతము

లెక్కచేయకుండును. తన పని విజయవంతమైనచో అత్యంత ఆనందమును పొందు నాతడు కర్మ విఫలమైనపుడు మిగుల చింతాక్రాంతుడగును. రజోగుణకర్త ఆ రీతిగనే ఉండును.

28

अयुक्तः प्राकृतः स्तब्धः शठो नैष्कृतिकोऽलसः ।
विषादी दीर्घसूत्री च कर्ता तामस उच्यते ॥२८॥

అయుక్తః ప్రాకృతః స్తబ్ధః శఠో నైష్కృతికో ऽలసః ।
విషాదీ దీర్ఘసూత్రీ చ కర్తా తామస ఉచ్యతే ॥

అయుక్తః—శాస్త్రనిర్దేశములను పరికింపనివాడు; **ప్రాకృతః**—భౌతికాసక్తుడు; **స్తబ్ధః**—మొండి పట్టుదల కలవాడు; **శఠః**—వంచకుడు; **నైష్కృతికః**—ఇతరులను అవమానించుట యందు ఆరితేరినవాడు; **అలసః**—సోమరి; **విషాదీ**—చింతను కూడినవాడు; **దీర్ఘసూత్రీ చ**—కాలవిలంబన చేయువాడు; **కర్తా**—కర్త; **తామసః**—తమోగుణముతో కూడినవాడని; **ఉచ్యతే**—చెప్పబడును.

భౌతికాసక్తుడును, మొండితనము కలవాడును, మోసము చేయువాడును, ఇతరులను అవమానించుట యందు దక్షుడును, సోమరియును, సదా చింతాక్రాంతుడును, వృథా కాలవ్యయమును చేయువాడునునై సదా శాస్త్ర నిర్దేశములకు విరుద్ధముగా కర్మనొనరించువాడు తమోగుణకర్తయని చెప్పబడును.

భాష్యము : ఎటువంటి కర్మము చేయదగినదో, ఎటువంటి కర్మము చేయరానిదో శాస్త్రనిర్దేశములందు మనము గాంచవచ్చును. అటువంటి శాస్త్రనిర్దేశములను లెక్కజేయనివారు చేయరానటువంటి కర్మ యందే నియుక్తులగుచు సాధారణముగా భౌతికాసక్తులై యుందురు. వారు ప్రకృతి త్రిగుణముల ననుసరించియే వర్తింతురు గాని శాస్త్రనియమముల ననుసరించి కాదు. అట్టి కర్తలు మృదుస్వభావులై యుండక సాధారణముగా మోసకారులు మరియు ఇతరులను అవమానపరచుట యందు దక్షులై యుందురు. సోమరులై యుండు అట్టివారు చేయవలసిన పని ఉన్నప్పటికిని దానిని సక్రమముగా ఒనరింపక తరువాత చేయుదుమని ప్రక్కకు పెట్టుదురు. తత్కారణముగా వారు చింతాక్రాంతులై యుందురు. కాలవిలంబనము చేయుటలో వారు అత్యంత దక్షులై యుండి గంటలో చేయవలసిన కార్యమును

సంవత్సరముల తరబడి ఒనరింతురు. అటువంటి కర్తలు తమోగుణమునందు నిలిచినట్టివారు.

29

बुद्धेर्भेदं धृतेश्चैव गुणतस्त्रिविधं शृणु।
प्रोच्यमानमशेषेण पृथक्त्वेन धनञ्जय ॥२९॥

బుద్ధేర్భేదం ధృతేశ్చైవ గుణతస్త్రివిధం శ్రుణు ।
ప్రోచ్యమానమశేషేణ పృథక్త్వేన ధనంజయ ॥

బుద్ధేః—తెలివి; భేదం—భేదమును; ధృతేః—నిశ్చయము; చ—కూడా; ఏవ—నిశ్చయముగా; గుణతః—ప్రకృతిగుణముల ననుసరించి; త్రివిధం—మూడువిధములైనది; శ్రుణు—వినుము; ప్రోచ్యమానం—నాచే వివరింపబడుదానిని; అశేషేణ—వివరముగా; పృథక్త్వేన—వివిధ ముగా; ధనంజయ—ధనమును జయించినవాడా.

ఓ ధనంజయా! ఇక త్రిగుణముల ననుసరించి యున్న వివిధములైన బుద్ధి మరియు నిశ్చయములను విశదముగా నా నుండి ఆలకింపుము.

భాష్యము : జ్ఞానము, జ్ఞానలక్ష్యము, జ్ఞాత యనెడి మూడు అంశములను త్రిగుణముల ననుసరించి వివరించిన పిమ్మట శ్రీకృష్ణభగవానుడు కర్త యొక్క బుద్ధి మరియు నిశ్చయములను అదే విధముగా వివరింపనున్నాడు.

30

प्रवृत्तिं च निवृत्तिं च कार्याकार्ये भयाभये।
बन्धं मोक्षं च या वेत्ति बुद्धिः सा पार्थ सात्त्विकी ॥३०॥

ప్రవృత్తిం చ నివృత్తిం చ కార్యాకార్యే భయాభయే ।
బన్ధం మోక్షం చ యా వేత్తి బుద్ధిః సా పార్థ సాత్త్వికీ ॥

ప్రవృత్తిం—చేయుటను; చ—కూడా; నివృత్తిం—చేయకపోవుటను; చ—మరియు; కార్య అకార్యే—చేయవలసిన దానిని, చేయరానిదానిని; భయ అభయే—భయమును, భయ రాహిత్యమును; బన్ధం—బంధమును; మోక్షం—ముక్తిని; చ—మరియు; యా—ఏది; వేత్తి—తెలిసికొనునో; బుద్ధిః సా—ఆ బుద్ధి; పార్థ—ఓ పృథాకుమారా; సాత్త్వికీ—సత్త్వగుణమునకు సంబంధించినది.

ఓ పార్థా! ఏ బుద్ధి ద్వారా మనుజుడు ఏది చేయదగినదో ఏది చేయరానిదో, దేనికి భయపడవలెనో దేనికి భయము నొందరాదో, ఏది బంధకరమో ఏది ముక్తిదాయకమో తెలిసికొనగలుగునో అట్టి బుద్ధి సత్త్వగుణప్రధానమైనది.

భాష్యము : శాస్త్రనిర్దేశముల దృష్ట్యా కార్యముల నొనరించుట "ప్రవృత్తి" యనబడును. అదియే చేయదగిన కర్మముల నొనరించుట యగును. నిర్దేశములు కానటువంటి కర్మల నెన్నడును ఒనరింపరాదు. శాస్త్రనిర్దేశములను ఎరుగని వాడు కర్మల యందు మరియు కర్మఫలముల యందు బంధితుడగుచున్నాడు. అట్టి విచక్షణా జ్ఞానమును కలిగించు బుద్ధియే సత్త్వగుణప్రధానమైనదని చెప్పబడును.

31

यया धर्ममधर्मं च कार्यं चाकार्यमेव च।
अयथावत्प्रजानाति बुद्धिः सा पार्थ राजसी ॥३१॥

యయా ధర్మమధర్మం చ కార్యం చాకార్యమేవ చ ।
అయథావత్ప్రజానాతి బుద్ధిః సా పార్థ రాజసీ ॥

యయా—దేనిచే; ధర్మం—ధర్మనియమములు; అధర్మం—అధర్మము; చ—మరియు; కార్యం చ—చేయదగిన దానిని; అకార్యమేవ చ—చేయదగని దానిని కూడా; అయథావత్—అసమగ్రముగా; ప్రజానాతి—తెలిసికొనునో; బుద్ధిః సా—ఆ బుద్ధి; పార్థ—ఓ పృథాకుమారా; రాజసీ—రజోగుణముతో కూడినది.

ఓ పార్థా! ధర్మము అధర్మము నడుమగల భేదమునుగాని, చేయవలసిన కార్యము మరియు చేయదగని కార్యము నడుమగల భేదమును గాని తెలిసికొనలేనటువంటి బుద్ధి రాజసికబుద్ధి యనబడును.

32

अधर्मं धर्ममिति या मन्यते तमसावृता।
सर्वार्थान् विपरीतांश्च बुद्धिः सा पार्थ तामसी ॥३२॥

అధర్మం ధర్మమితి యా మన్యతే తమసావృతా ।
సర్వార్థాన్ విపరీతాంశ్చ బుద్ధిః సా పార్థ తామసీ ॥

అధర్మం—అధర్మమును; ధర్మమితి—ధర్మమని; యా—ఏది; మన్యతే—తలంచునో; తమసావృతా—భ్రాంతిచే కప్పబడినది; సర్వార్థాన్—అన్ని విషయములను; విపరీతాంశ్చ—తప్పు విధమున; బుద్ధిః సా—ఆ బుద్ధి; పార్థ—ఓ పృథాకుమారా; తామసీ—తమోగుణముతో కూడినది.

ఓ పార్థా! అజ్ఞానము మరియు భ్రాంతి కారణముగా అధర్మమును

ధర్మముగాను మరియు ధర్మమును అధర్మముగాను భావించుచు, ఎల్లప్పుడ ఎను తప్పుదోవను పోవునట్టి బుద్ధి తామసగుణమును కూడినట్టిది.

భాష్యము : తమోమయమైన బుద్ధి సదా వర్తించవలసిన విధమునకు విరుద్ధముగా వర్తించుచుండును. ధర్మము కానటువంటి దానిని ధర్మముగా స్వీకరించు అట్టి బుద్ధి నిజమైన ధర్మమును నిరసించుచుండును. అట్టి తామసబుద్ధి కలిగినవారు మహాత్ముడైనవానిని సాధారణ మానవునిగా, సాధారణమానవుని మహాత్మునిగా భావింతురు. సత్యమును అసత్యముగా భావించుచు, అసత్యమును సత్యముగా వారు స్వీకరింతురు. అన్ని కర్మల యందును వారు కేవలము తప్పుదోవనే పట్టి పోవుదురు. కనుకనే వారి బుద్ధి తమోగుణమయమైనట్టిది.

33

धृत्या यया धारयते मनःप्राणेन्द्रियक्रियाः ।
योगेनाव्यभिचारिण्या धृतिः सा पार्थ सात्त्विकी ॥३३॥

ధృత్యా యయా ధారయతే మనఃప్రాణేన్ద్రియక్రియాః ।
యోగేనావ్యభిచారిణ్యా ధృతిః సా పార్థ సాత్త్వికీ ॥

ధృత్యా—నిశ్చయము; యయా—దేనిచే; ధారయతే—పోషింపబడునో; మనః—మనస్సును; ప్రాణ—ప్రాణమును; ఇన్ద్రియ—మరియు ఇన్ద్రియములను; క్రియాః—కర్మములను; యోగేన—యోగాభ్యాసముచే; అవ్యభిచారిణ్యా—అంతరాయములేని; ధృతిః సా—అటువంటి నిశ్చయము; పార్థ—పృథాకుమారా; సాత్త్వికీ—సత్త్వగుణమునకు సంబంధించినది.

ఓ పృథాకుమారా! అవిచ్ఛిన్నమైనదియు, యోగాభ్యాసముచే స్థిరముగా కొనసాగునదియు, తత్కారణముగా ఇంద్రియ,మనో,ప్రాణముల కార్యములను నియమించునదియు నైన నిశ్చయము సత్త్వగుణప్రధానమైనది.

భాష్యము : దేవదేవుడైన శ్రీకృష్ణుని అవగాహనము చేసికొనుటకు యోగము ఒక మార్గము వంటిది. ఇంద్రియ,మనో,ప్రాణముల కార్యములను సంపూర్ణముగా కేంద్రీకరించి దృఢనిశ్చయముతో అట్టి దేవదేవుని యందు స్థిరముగా లగ్నమైన వాడు కృష్ణభక్తిభావన యందు వర్తించినవాడగును. అటువంటి స్థిరనిశ్చయము సత్త్వగుణప్రధానమైనది. కృష్ణభక్తిరస భావితులైనవారు ఎట్టి ఇతర కార్యములచే పెడత్రోవ పట్టరని సూచించుచున్నందున ఈ శ్లోకమునందు "అవ్యభిచారిణ్యా" యను పదము ప్రాధాన్యమును సంతరించుకొన్నది.

34

यया तु धर्मकामार्थान् धृत्या धारयतेऽर्जुन।
प्रसङ्गेन फलाकाङ्क्षी धृतिः सा पार्थ राजसी ॥३४॥

యయా తు ధర్మకామార్థాన్ ధృత్యా ధారయతే ఽర్జున ।
ప్రసంగేన ఫలాకాంక్షీ ధృతిః సా పార్థ రాజసీ ॥

యయా—దేనిచే; తు—కాని; ధర్మకామార్థాన్—ధర్మము, ఇంద్రియతృప్తి, ఆర్థికాభివృద్ధి; ధృత్యా—నిశ్చయముచే; ధారయతే—పోషించునో; అర్జున—ఓ అర్జునా; ప్రసంగేన—ఆసక్తిచే; ఫలాకాంక్షీ—ఫలములను కోరువాడై; ధృతిః సా—ఆ నిశ్చయము; పార్థ—ఓ పృథాకుమారా; రాజసీ—రజోగుణమునకు సంబంధించినది.

ఓ అర్జునా! కాని ఏ నిశ్చయముచే మనుజుడు ధర్మము, అర్థము, కామము లందలి ఫలముల యెడ ఆసక్తిని వహించునో అట్టి నిశ్చయము రజోగుణ ప్రధానమైనట్టిది.

భాష్యము : ఇంద్రియప్రీతి నొక్కదానినే కోరికగా కలిగి, ధర్మకార్యములు మరియు అర్థకార్యముల ఫలములను వాంఛించు మనుజుడు తన మనస్సును, ప్రాణమును, ఇంద్రియములను తద్రీతిగనే నియుక్తము చేయుచు రజోగుణ ప్రధానుడు అనబడును.

35

यया स्वप्नं भयं शोकं विषादं मदमेव च।
न विमुञ्चति दुर्मेधा धृतिः सा पार्थ तामसी ॥३५॥

యయా స్వప్నం భయం శోకం విషాదం మదమేవ చ ।
న విముఞ్చతి దుర్మేధా ధృతిః సా పార్థ తామసీ ॥

యయా—ఏది; స్వప్నం—కలను; భయం—భయమును; శోకం—దుఃఖమును; విషాదం—చింతను; మదం—మదమును; ఏవ—నిశ్చయముగా; చ—కూడా; న విముఞ్చతి—విడువడో; దుర్మేధా—మందబుద్ధి; ధృతిః సా—ఆ ధృతి; పార్థ—ఓ పృథాకుమారా; తామసీ—తమోగుణమునకు సంబంధించినది.

ఓ పార్థా! ఇక స్వప్నము, భయము, శోకము, విషాదము, భ్రాంతి యనువానిని దాటలేనటువంటి మందబుద్ధితో కూడిన నిశ్చయము తమోగుణమునకు సంబంధించినట్టిది.

భాష్యము : సత్త్వగుణప్రధానుడైనవాడు స్వప్నమును పొందడని భావింప రాదు. ఇచ్చట స్వప్నమనగా అధికనిద్ర యని అర్థము. స్వప్నము సహజమై యున్నందున సత్త్వరజస్తమో గుణములన్నింటి యందును కలుగుచుండును. కాని అధికనిద్రను నివారింపజాలనివారు, విషయభోగములను అనుభవించుచున్నా మనెడి గర్వమును వీడలేనివారు, భౌతికప్రకృతిపై ఆధిపత్యమనెడి స్వప్నమును కలిగియుండువారు, ఇంద్రియమనోప్రాణములను తద్రీతిగనే నియుక్తము చేయువారు తమోగుణప్రధానమైన నిశ్చయము (ధృతి) కలిగినవారుగా పరిగణింపబడుదురు.

36

सुखं त्विदानीं त्रिविधं शृणु मे भरतर्षभ।
अभ्यासाद् रमते यत्र दुःखान्तं च निगच्छति ॥३६॥

సుఖం త్విదానీం త్రివిధం శ్రుణు మే భరతర్షభ ।
అభ్యాసాద్ రమతే యత్ర దుఃఖాన్తం చ నిగచ్ఛతి ॥

సుఖం—సుఖము; తు—కాని; ఇదానీం—ఇప్పుడు; త్రివిధం—మూడు విధములైన; శ్రుణు—వినుము; మే—నానుండి; భరతర్షభ—భరతవంశీయులలో శ్రేష్ఠుడా; అభ్యాసాత్—అభ్యాసము వలన; రమతే—అనుభవించునో; యత్ర—ఎచ్చోట; దుఃఖాన్తం—దుఃఖము యొక్క అంతమును; చ—కూడా; నిగచ్ఛతి—పొందును.

భరతవంశీయులలో శ్రేష్ఠుడా! ఇక సుఖము నందలి మూడురకములను గూర్చి నా నుండి ఆలకింపుము. వాని ద్వారా బద్ధజీవుడు సుఖము ననుభవించుట, మరికొన్నిమార్లు సర్వదుఃఖముల అంతమును చేరుట జరుగుచుండును.

భాష్యము : బద్ధజీవుడు భౌతికసుఖమును పదే పదే అనుభవింప యత్నించు చుండును. ఆ విధముగా అతడు రసరహిత పిప్పినే మరల మరల ఆస్వాదించుచుండును. కాని కొన్నిమార్లు అతడు మహాత్ముల సాంగత్యఫలముచే అట్టి భౌతిక భోగానుభవమనెడు బంధనము నుండి ముక్తుడగుచుండును. అనగా ఏదియోనొక ఇంద్రియభోగమునందు సదా నియుక్తుడై యుండెడి బద్ధజీవుడు తాను కేవలము చేసినదానినే తిరిగి తిరిగి చేయుచున్నానని సత్సాంగత్యము ద్వారా అవగతము చేసికొనినపుడు నిజమగు కృష్ణభక్తిభావన అతని యందు జాగృతము కాగలదు. ఈ విధముగా అతడు కొన్నిమార్లు చర్వితచరణము వంటి

నామమాత్ర సుఖము నుండి విముక్తుడగుచుండును.

37

यत्तदग्रे विषमिव परिणामेऽमृतोपमम्।
तत्सुखं सात्त्विकं प्रोक्तमात्मबुद्धिप्रसादजम् ॥३७॥

యత్తదగ్రే విషమివ పరిణామేऽమృతోపమమ్ ।
తత్సుఖం సాత్త్వికం ప్రోక్తమాత్మబుద్ధిప్రసాదజమ్ ॥

యత్—ఏది; తత్—అది; అగ్రే—ఆరంభమునందు; విషమివ—విషమువలెను; పరిణామే—చివర; అమృత ఉపమమ్—అమృతముతో సమానమును; తత్ సుఖం—ఆ సుఖము; సాత్త్వికం—సత్త్వగుణముతో కూడినదని; ప్రోక్తం—చెప్పబడినది; ఆత్మ—ఆత్మయందు; బుద్ధి—బుద్ధియొక్క; ప్రసాదజమ్—తృప్తినుండి పుట్టినది.

ఆది యందు విషప్రాయముగా నుండి అంత్యమున అమృతముతో సమానమగునదియు మరియు ఆత్మానుభూతి యెడ మనుజుని జాగృతుని చేయునదియు నైన సుఖము సత్త్వగుణప్రధానమైనదని చెప్పబడును.

భాష్యము : ఆత్మానుభూతిని పొందు యత్నములో మనుజుడు మనస్సు, ఇంద్రియములను నిగ్రహించుటకు మరియు మనస్సును ఆత్మయందు లగ్నము చేయుటకు పలు విధినియమములను అనుసరింపవలసివచ్చును. ఆ విధి నియమములన్నియును విషమువలె అతి చేదుగా నుండును. కాని మనుజుడు వానిని అనుసరించుట యందు కృతకృత్యుడై దివ్యమైన ఆధ్యాత్మికస్థితికి చేరగలిగినచో నిజమైన అమృతాస్వాదనమును ప్రారంభించి జీవితమున సుఖింపగలడు.

38

विषयेन्द्रियसंयोगाद्यत्तदग्रेऽमृतोपमम् ।
परिणामे विषमिव तत्सुखं राजसं स्मृतम् ॥३८॥

విషయేన్ద్రియసంయోగాద్యత్తదగ్రేऽమృతోపమమ్ ।
పరిణామే విషమివ తత్సుఖం రాజసం స్మృతమ్ ॥

విషయ—ఇంద్రియార్థములు; ఇన్ద్రియ—ఇంద్రియములు; సంయోగాత్—సంయోగము నుండి; యత్—ఏది; తత్—అది; అగ్రే—మొదట; అమృత ఉపమమ్—అమృతముతో సమానముగను; పరిణామే—చివర; విషమివ—విషమువలెను; తత్సుఖం—ఆ సుఖము; రాజసమ్—రజోగుణముతో కూడినదని; స్మృతమ్—భావింపబడును.

ఇంద్రియములు ఇంద్రియార్థములతో సంపర్కము నొందగా లభించునటు వంటిదియు మరియు ఆదిలో అమృతమువలె, అంత్యమున విషము వలె తోచునదియు నైన సుఖము రజోగుణ ప్రధానమైనదని భావింపబడును.

భాష్యము : యువతీయువకులు కలసినప్పుడు ఆమెను తదేకముగా చూచుటకు, తాకుటకు, ఆమెతో భోగించుటకు ఇంద్రియములు యువకుని ప్రేరేపించు చుండును. ఆదిలో ఇట్టి కార్యములు ఇంద్రియములకు అత్యంత ప్రీతికరముగా తోచినను అంత్యమున లేదా కొంతకాలమునకు అవి విషప్రాయములే కాగలవు. వారు విడిపోవుటయో లేదా విడాకులు పొందుటయో జరిగి దుఃఖము, విచారము కలుగుచుండును. అట్టి సుఖము సదా రజోగుణప్రధానమై యుండును. అనగా ఇంద్రియములు, ఇంద్రియార్థముల సంయోగముచే లభించు సుఖము చివరకు దుఃఖకారణమే కాగలదు. కావున అది సర్వదా వర్జింపదగినదై యున్నది.

39

यदग्रे चानुबन्धे च सुखं मोहनमात्मनः ।
निद्रालस्यप्रमादोत्थं तत्तामसमुदाहृतम् ॥३९॥

యదగ్రే చానుబన్ధే చ సుఖం మోహనమాత్మనః ।
నిద్రాలస్యప్రమాదోత్థం తత్తామసముదాహృతమ్ ॥

యత్—ఏది; అగ్రే—ఆరంభమునందు; చ—కూడా; అనుబన్ధే—అంతమందు; చ—కూడా; సుఖం—సుఖము; మోహనమ్—భ్రాంతికరము; ఆత్మనః—ఆత్మకు; నిద్రా—నిద్ర; ఆలస్య—సోమరితనము; ప్రమాద—మరియు భ్రాంతి; ఉత్థం—పుట్టినది; తత్—అది; తామసమ్—తమోగుణమునకు సంబంధించినదని; ఉదాహృతమ్—చెప్పబడినది.

ఆత్మానుభవ దృష్టి లేనిదియు, ఆది నుండి అంత్యము వరకు మోహ కారణమైనదియు, నిద్ర, సోమరితనము, భ్రాంతులనుండి ఉద్భవించి నదియు నైన సుఖము తమోగుణప్రధానమైనదని చెప్పబడును.

భాష్యము : సోమరితనము మరియు నిద్ర యందు ఆనందమును పొందువాడు నిక్కము తమోగుణమునందు స్థితుడైనట్టివాడే. ఆలాగుననే ఏ విధముగా వర్తించవలెనో, ఏ విధముగా వర్తించరాదో ఎరుగజాలనివాడు కూడా తమోగుణ సహితుడే. అట్టివానికి ప్రతిదియు భ్రాంతియే. ఆద్యంతములందును వానికి సుఖము లభింపదు. రజోగుణస్వభావునకు ఆదిలో బుద్బుదప్రాయమైన సుఖము మరియు అంత్యమున దుఃఖము లభించినను, తమోగుణునికి మాత్రము

ఆద్యంతములు రెండింటి యందును దుఃఖమే ప్రాప్తించును.

40

न तदस्ति पृथिव्यां वा दिवि देवेषु वा पुनः ।
सत्त्वं प्रकृतिजैर्मुक्तं यदेभिः स्यात् त्रिभिर्गुणैः ॥४० ॥

న తదస్తి పృథివ్యాం వా దివి దేవేషు వా పునః ।
సత్త్వం ప్రకృతిజైర్ముక్తం యదేభిః స్యాత్ త్రిభిర్గుణైః ॥

తత్—అది; న అస్తి—లేదు; పృథివ్యామ్ వా—భూమియందు గాని; దివి—ఉన్నతలోకములలో; దేవేషు వా—దేవతలయందు గాని; పునః—మరల; సత్త్వం—జీవము; ప్రకృతిజైః—భౌతికప్రకృతి వలన పుట్టిన; ముక్తం—విడువబడినది; యత్—ఏది; ఏభిః—వీని ప్రభావమునుండి; స్యాత్—ఉన్నదో; త్రిభిః—మూడు; గుణైః—గుణములచే.

ప్రకృతిజన్య త్రిగుణముల నుండి విడివడినట్టి జీవుడు భూలోకమునగాని, ఊర్ధ్వలోకములలోని దేవతల యందు గాని ఎచ్చోటను లేడు.

భాష్యము : సమస్త విశ్వముపై గల త్రిగుణప్రభావమును శ్రీకృష్ణభగవానుడు ఇచ్చట సంగ్రహపరచుచున్నాడు.

41

ब्राह्मणक्षत्रियविशां शूद्राणां च परन्तप ।
कर्माणि प्रविभक्तानि स्वभावप्रभवैर्गुणैः ॥४१ ॥

బ్రాహ్మణక్షత్రియవిశాం శూద్రాణాం చ పరన్తప ।
కర్మాణి ప్రవిభక్తాని స్వభావప్రభవైర్గుణైః ॥

బ్రాహ్మణ—బ్రాహ్మణులు; క్షత్రియ—క్షత్రియులు; విశాం—వైశ్యులు; శూద్రాణాం—శూద్రులు; చ—మరియు; పరన్తప—శత్రువులను సంహరించువాడా; కర్మాణి—కర్మములు; ప్రవిభక్తాని—విభజింపబడినవి; స్వభావప్రభవైః—స్వభావము నుండి పుట్టిన; గుణైః—భౌతికప్రకృతి గుణములచే.

ఓ పరంతపా! ప్రకృతి త్రిగుణములచే కలిగిన గుణస్వభావముల ననుసరించి బ్రాహ్మణులు, క్షత్రియులు, వైశ్యులు, శూద్రులు విభజింపబడుదురు.

42

शमो दमस्तपः शौचं क्षान्तिरार्जवमेव च ।
ज्ञानं विज्ञानमास्तिक्यं ब्रह्मकर्म स्वभावजम् ॥४२ ॥

శమో దమస్తపః శౌచం క్షాన్తిరార్జవమేవ చ ।
జ్ఞానం విజ్ఞానమాస్తిక్యం బ్రహ్మకర్మ స్వభావజమ్ ॥

శమః—శాంతి; దమః—ఇంద్రియనిగ్రహము; తపః—తపస్సు; శౌచం—శుచిత్వము; క్షాన్తిః—సహనము; ఆర్జవం—నిజాయితి; ఏవ—నిశ్చయముగా; చ—మరియు; జ్ఞానమ్—జ్ఞానము; విజ్ఞానమ్—అనుభవపూర్వక జ్ఞానము; ఆస్తిక్యమ్—ధర్మతత్పరత; బ్రహ్మకర్మ—బ్రాహ్మణుని ధర్మము; స్వభావజం—స్వీయప్రకృతిచే కలిగినది.

శాంతి, ఇంద్రియనిగ్రహము, తపస్సు, పవిత్రత, సహనము, నిజాయితి, జ్ఞానము, విజ్ఞానము, ధార్మిక చింతనమనెడి సహజ లక్షణములను గూడి బ్రాహ్మణులు కర్మ నొనరింతురు.

43

शौर्यं तेजो धृतिर्दाक्ष्यं युद्धे चाप्यपलायनम्।
दानमीश्वरभावश्च क्षात्रं कर्म स्वभावजम् ॥४३॥

శౌర్యం తేజో ధృతిర్దాక్ష్యం యుద్ధే చాప్యపలాయనమ్ ।
దానమీశ్వరభావశ్చ క్షాత్రం కర్మ స్వభావజమ్ ॥

శౌర్యం—శూరత్వము; తేజః—శక్తి; ధృతిః—దృఢనిశ్చయము; దాక్ష్యం—సమర్థత; యుద్ధే—యుద్ధమునందు; చ—మరియు; అపి—కూడా; అపలాయనమ్—పారిపోకుండుట; దానం—దానము; ఈశ్వరభావశ్చ—నాయకత్వభావము; క్షాత్రమ్—క్షత్రియునికి సంబంధించిన; కర్మ—ధర్మము; స్వభావజమ్—స్వీయప్రకృతి వలన పుట్టినది.

శౌర్యము, శక్తి, దృఢనిశ్చయము, దక్షత, యుద్ధమునందు ధైర్యము, ఔదార్యము, నాయకత్వ మనునవి క్షత్రియులకు సహజమైన కర్మ స్వభావములు.

44

कृषिगोरक्ष्यवाणिज्यं वैश्यकर्म स्वभावजम्।
परिचर्यात्मकं कर्म शूद्रस्यापि स्वभावजम् ॥४४॥

కృషిగోరక్ష్యవాణిజ్యం వైశ్యకర్మ స్వభావజమ్ ।
పరిచర్యాత్మకం కర్మ శూద్రాస్యాపి స్వభావజమ్ ॥

కృషి—వ్యవసాయము; గోరక్ష్య—గోవులను రక్షించుట; వాణిజ్యమ్—వర్తకము; వైశ్యకర్మ—వైశ్యుని ధర్మము; స్వభావజమ్—స్వీయప్రకృతి వలన పుట్టినది; పరిచర్యాత్మకమ్—సేవారూపమైన; కర్మ—కర్మము; శూద్రస్య—శూద్రునికి; అపి—కూడా; స్వభావజమ్—

స్వీయప్రకృతి వలన పుట్టినది.

వ్యవసాయము, గోరక్షణము, వాణిజ్యములు వైశ్యులకు సహజ స్వభావకర్మలు కాగా, పనిచేయుట మరియు పరులసేవ శూద్రులకు సహజ స్వభావకర్మ లై యున్నవి.

45

स्वे स्वे कर्मण्यभिरतः संसिद्धिं लभते नरः।
स्वकर्मनिरतः सिद्धिं यथा विन्दति तच्छृणु ॥४५॥

స్వే స్వే కర్మణ్యభిరతః సంసిద్ధిం లభతే నరః ।
స్వకర్మనిరతః సిద్ధిం యథా విన్దతి తచ్ఛృణు ॥

స్వే స్వే—తనతన; కర్మణి—కర్మను; అభిరతః—అనుసరించువాడై; సంసిద్ధిమ్—పరిపూర్ణత్వమును; లభతే—పొందును; నరః—మానవుడు; స్వకర్మనిరతః—తన కర్మము నందు నియుక్తుడై; సిద్ధిం—పరిపూర్ణతను; యథా—ఏ విధముగా; విన్దతి—పొందునో; తత్—అది; శృణు—వినుము.

మనుజుడు తన గుణమునకు సంబంధించిన కర్మను చేయుట ద్వారా పూర్ణత్వమును పొందగలడు. ఇక దీనిని ఏ విధముగా ఒనరింపవచ్చునో నా నుండి ఆలకింపుము.

46

यतः प्रवृत्तिर्भूतानां येन सर्वमिदं ततम्।
स्वकर्मणा तमभ्यर्च्य सिद्धिं विन्दति मानवः ॥४६॥

యతః ప్రవృత్తిర్భూతానాం యేన సర్వమిదం తతమ్ ।
స్వకర్మణా తమభ్యర్చ్య సిద్ధిం విన్దతి మానవః ॥

యతః—ఎవరినుండి; ప్రవృత్తిః—ఆవిర్భావము; భూతానాం—సర్వజీవుల యొక్క; యేన—ఎవరిచే; సర్వమిదం—ఇదంతయు; తతమ్—వ్యాప్తమైనదో; స్వకర్మణా—స్వీయధర్మముచే; తమ్—దేవదేవుని; అభ్యర్చ్య—పూజించి; సిద్ధిం—పరిపూర్ణత్వమును; విన్దతి—పొందును; మానవః—మనుజుడు.

సర్వజీవులకు కారణమైనవాడును మరియు సర్వత్ర వ్యాపించి యున్నవాడును అగు భగవానుని అర్చించుచు, తన విధ్యుక్తకర్మను ఒనరించుట ద్వారా మనుజుడు పూర్ణత్వమును బడయుగలడు.

భాష్యము : పంచదశాధ్యాయమున తెలుపబడినట్లు జీవులందరును దేవదేవుడైన శ్రీకృష్ణుని అంశలై యున్నారు. ఆ విధముగా ఆతడే జీవులందరికీ ఆదియై యున్నాడు. "జన్మాద్యస్య యతః" అను వేదాంతసూత్రము నందును ఈ విషయము నిర్ధారితమైనది. కనుకనే ప్రతిజీవి యొక్క జీవితమునకు శ్రీకృష్ణుడే ఆదియై యున్నాడు. అంతియేగాక శ్రీకృష్ణభగవానుడు తన అంతర్బాహ్య శక్తుల ద్వారా సర్వత్రా వ్యాపించియుండునని సప్తమాధ్యాయమున తెలుపబడినది. కనుక ప్రతియొక్కరు రెండు శక్తులను గూడిన ఆ దేవదేవుని అర్చింపవలసియున్నది. ఈ విషయమున భాగవతులు శ్రీకృష్ణుని ఆతని అంతరంగశక్తిని గూడి అర్చింతురు. అట్టి అంతరంగశక్తి యొక్క వికృత ప్రతిబింబమైన బాహ్యశక్తి పూర్వరంగమువలె ఉన్నను, దేవదేవుడైన శ్రీకృష్ణుడు మాత్రము తన ప్రధానాంశమైన పరమాత్మ రూపమున ప్రతిచోటను నిలిచియుండును. అనగా శ్రీకృష్ణుడే సర్వదేవతలకు, మనుష్యులకు, జంతువులకు హృదయస్థ పరమాత్మయై యున్నాడు. ఈ విధముగా దేవదేవునికి అంశయైనందున ఆతనికి సేవనొనర్చుట తమ ధర్మమని ప్రతియొక్కరు తెలిసికొనవలసియున్నది. అనగా ప్రతియొక్కరు సంపూర్ణ కృష్ణభక్తిభావనలో శ్రీకృష్ణభగవానుని భక్తిపూర్వక సేవ యందు నియుక్తులు కావలెనని ఈ శ్లోకమున ఉపదేశించబడుచున్నది.

ఇంద్రియాధీశుడైన హృషీకేశునిచే తాము ఒకానొక విధ్యుక్తకర్మ యందు నిలిచియున్నామని ప్రతియొక్కరు భావింపవలెను. పిదప తాము నియుక్తులై యున్న కర్మ ద్వారా లభించిన ఫలములతో దేవదేవుని అర్చించవలెను. మనుజుడు ఈ రీతిగా (పూర్ణ కృష్ణభక్తిభావన యందు) సర్వదా ఆలోచించినచో కృష్ణుని కరుణచే సర్వమును అవగతము చేసికొనగలడు. జీవితమునకు పూర్ణత్వ మిదియే. "తేషామహమ్ సముద్ధర్తా" (భగవద్గీత 12.7) యని శ్రీకృష్ణుడు పలికి యున్నాడు. అనగా అట్టి భక్తుని ఉద్ధరించు బాధ్యతను ఆతడే స్వయముగా స్వీకరించును. అదియే జీవితమందలి అత్యున్నత పూర్ణత్వము కాగలదు. అనగా మనుజుడెట్టి స్వధర్మమునందు నియుక్తుడైనను దేవదేవుడైన శ్రీకృష్ణుని సేవించినచో అత్యున్నత పూర్ణత్వమును పొందగలడు.

47

श्रेयान् स्वधर्मो विगुणः परधर्मात्स्वनुष्ठितात् ।
स्वभावनियतं कर्म कुर्वन्नाप्नोति किल्बिषम् ॥४७॥

శ్రేయాన్ స్వధర్మో విగుణః పరధర్మాత్ స్వనుష్ఠితాత్ ।
స్వభావనియతం కర్మ కుర్వన్నాప్నోతి కిల్బిషమ్ ॥

శ్రేయాన్—మేలైనది; స్వధర్మః—స్వీయధర్మము; విగుణః—అసమగ్రముగా చేయబడినది ; పరధర్మాత్—ఇతరుల ధర్మము కన్నను; స్వనుష్ఠితాత్—సమగ్రముగా చేయబడిన; స్వభావనియతం—తన గుణము ననుసరించి నిర్దేశింపబడిన; కర్మ—కర్మను; కుర్వన్—చేయుచు; న ఆప్నోతి—పొందదు; కిల్బిషమ్—పాపమును.

పరధర్మమును స్వీకరించి దానిని సమగ్రముగా ఒనరించుట కన్నను అసమగ్రముగా ఒనరించినను స్వధర్మమునందే నియుక్తమగుట మేలైనది. గుణముల ననుసరించి నిర్దేశింపబడిన కర్మలు ఎన్నడును పాపఫలములచే ప్రభావితములు కావు.

భాష్యము : స్వధర్మాచరణమే భగవద్గీత యందు ఉపదేశింపబడినది. గడచిన శ్లోకములందు వివరింపబడినట్లు బ్రాహ్మణులు, క్షత్రియులు, వైశ్యులు, శూద్రుల ధర్మములు వారివారి గుణముల ననుసరించియే నిర్దేశింపబడినవి. ఒకరు వేరొకరి ధర్మమును అనుకరించరాదు. శూద్రకర్మల యందు అనురక్తుడైనవాడు బ్రాహ్మణ వంశమున జన్మించినను తనను తాను బ్రాహ్మణునిగా కృత్రిమముగా ప్రకటించుకొనరాదు. ఈ విధముగా ప్రతియొక్కరు తమ గుణముల ననుసరించియే కర్మనొనరించవలెను. దేవదేవుడైన శ్రీకృష్ణుని సేవార్థమేయైనచో ఎట్టి కర్మయు హేయమైనది కాబోదు. బ్రాహ్మణుని స్వధర్మము నిక్కముగా సత్త్వగుణప్రధానమై యుండును. కనుక స్వభావరీత్యా సత్త్వగుణమునందు లేనివాడు బ్రాహ్మణుని స్వధర్మము నెన్నడును అనుకరింపరాదు. క్షత్రియుడైన వాడు కొన్నిమార్లు శత్రుసంహారము కొరకు ఉగ్రుడగుట, రాజనీతి కొరకై అసత్యములాడుట వంటి హేయకార్యములను ఒనరింపవలసివచ్చును. రాచ కార్యములు అటువంటి హింస, కుటిలత్వములను కూడియున్నను క్షత్రియుడైన వాడు తన స్వధర్మమును విడిచి బ్రాహ్మణధర్మమును నిర్వహించుటకు యత్నింపరాదు.

దేవదేవుడైన శ్రీకృష్ణుని ప్రీత్యర్థమే ప్రతియొక్కరు కర్మనొనరించవలెను. ఉదాహరణకు క్షత్రియుడైన అర్జునుడు శత్రువర్గముతో పోరుటకు సంశయించు చున్నాడు. కాని అట్టి రణమును దేవదేవుడగు శ్రీకృష్ణుని ప్రీత్యర్థమై ఒనరించినచో పతనభయమే ఉండదు. వ్యాపారమునందు కూడా లాభమును గడించుటకు

వ్యాపారస్థుడు కొన్నిమార్లు అనేక విధములైన అబద్ధములాడవలసి వచ్చును. అతడట్లు చేయనిచో ఏమాత్రము వ్యాపారములో లాభము ప్రాప్తించదు. ఖాతాధారునితో వ్యాపారస్థుడు తానేమాత్రము లాభము చేసికొనుట లేదని కొన్నిమార్లు పలికినను వాస్తవమునకు అది సత్యము కానేరదు. లాభమును గడించకుండా వ్యాపారస్థుడు మనుగడను కలిగియుండలేడని ప్రతియొక్కరు ఎరుగవలెను. కనుక వ్యాపారస్థుడు తాను లాభమును చేసికొనుట లేదని పలుకుటను సాధారణ అబద్ధముగా భావింపవలెను. కాని తప్పనిసరిగా అబద్ధము చెప్పవలసిన వృత్తిధర్మమున నిలిచియున్నందున దానిని త్యజించి, బ్రాహ్మణుని ధర్మమును స్వీకరింతునని వైశ్యుడు భావించరాదు. అది ఉపదేశింపబడలేదు. దేవదేవుడైన శ్రీకృష్ణుని స్వధర్మయుత కర్మతో సేవించగలిగినచో మనుజుడు క్షత్రియుడైనను, వైశ్యుడైనను, శూద్రుడైనను సరియే. పలువిధములైన యజ్ఞము లాచరించు బ్రాహ్మణులు కూడా కొన్నిమార్లు జంతుబలిని ఒనరింపవలసివచ్చు చుండును. అదేవిధముగా క్షత్రియుడు తన స్వధర్మరీత్యా శత్రువును వధించినను ఎటువంటి పాపము నొందడు. ప్రతిమానవుడు యజ్ఞార్థమే (విష్ణుప్రీత్యర్థమే) కర్మనొనరింపవలెనని తెలియజేయుచు ఈ విషయములన్నియును తృతీయాధ్యాయమున స్పష్టముగను మరియు విపులముగను వివరింపబడినవి. స్వీయతృప్తికై ఒనరింపబడునది ఏదైనను బంధకారణమే కాగలదు. అనగా ప్రతియొక్కరు తమ ప్రత్యేక గుణము ననుసరించియే వర్తించవలెననియు మరియు దేవదేవుడైన శ్రీకృష్ణుని దివ్యకార్యార్థము కొరకే పనిచేయుటకు నిశ్చయించుకొనవలెననియు తెలుపుటయే సారాంశమై యున్నది.

48

सहजं कर्म कौन्तेय सदोशमपि न त्यजेत् ।
सर्वारम्भा हि दोषेण धूमेनाग्निरिवावृता: ॥४८ ॥

సహజం కర్మ కౌన్తేయ సదోషమపి న త్యజేత్ ।
సర్వారమ్భా హి దోషేణ ధూమేనాగ్నిరివావృతాః ॥

సహజం—పుట్టుకతో కలిగిన; కర్మ—కర్మను; కౌన్తేయ—ఓ కుంతీపుత్రా; సదోషమపి—దోషముతో కూడినదైనను; న త్యజేత్—ఎవ్వడును విడువరాదు; సర్వారమ్భాః—అన్ని ప్రయత్నములును; హి—నిశ్చయముగా; దోషేణ—దోషముతో; ధూమేన—పొగతో; అగ్నిః—అగ్ని; ఇవ—వలె; ఆవృతాః—ఆవరింపబడినవి.

అగ్ని పొగచే ఆవరింపబడినట్లు ప్రతి యత్నము కూడా ఏదియో ఒక దోషముచే ఆవరింపబడియుండును. అందుచే ఓ కౌంతేయా! దోషపూర్ణమైనను తన సహజకర్మను ఎవ్వడును త్యజింపరాదు.

భాష్యము : బద్ధజీవితము నందు సర్వకర్మలు కూడా త్రిగుణములచే ప్రభావితములై యుండును. బ్రాహ్మణుడైనవాడు జంతువధ తప్పనిసరియై యుండెడి కొన్ని యజ్ఞములను నిర్వహింపవలసి వచ్చుచుండును. అదేవిధముగా ఎంతటి పుణ్యాచరణుడైనను క్షత్రియుడైనవాడు శత్రువుతో పోరవలసివచ్చుచుండును. దానినతడు ఏ విధముగను తప్పించుకొనలేడు. అదేరీతి ఎంతటి ధర్మాత్ముడైన వైశ్యుడు సైతము వ్యాపారము కొనసాగుట కొరకు కొన్నిమార్లు తన లాభమును గుప్తముగా ఉంచవలసివచ్చును లేదా నల్లబజారులో వ్యాపారము చేయవలసి వచ్చును. ఇవి తప్పనిసరియైనట్టివి. వీనినెవ్వరును విడిచిపెట్టలేరు. అదేవిధముగా శూద్రుడు ఒక దుష్టయజమానిని సేవింపవలసి వచ్చినచో చేయరాని కార్యము నైనను యజమాని ఆజ్ఞపై ఒనరింపవలసివచ్చును. అనగా స్వీయస్వభావము ననుసరించి సహజముగా కలుగుచున్నందున దోషపూర్ణములైనను స్వధర్మములను ప్రతియొక్కరు కొనసాగించవలసి యున్నది.

ఈ విషయమున ఒక చక్కని ఉపమానము ఇచ్చుట ఒసగబడినది. అగ్ని పవిత్రమైనను పొగచే ఆవరింపబడియుండును. అంతమాత్రము చేత పొగ అగ్నిని అపవిత్రము చేయబోదు. పొగను కలిగియున్నను అగ్ని పంచభూతములందు పవిత్రమైనదిగా పరిగణింపబడును. ఎవరేని క్షత్రియధర్మమును విడిచి బ్రాహ్మణ ధర్మమును స్వీకరింపదలచినను బ్రాహ్మణ ధర్మమున అప్రియములైన కర్మము లుండవని సంపూర్ణముగా భావించు నవకాశము లేదు. అనగా భౌతికజగము నందు ఎవ్వరును సంపూర్ణముగా భౌతికప్రకృతి ప్రభావము నుండి విడివడిలేరని నిర్ణయింపవలసివచ్చును. కనుకనే పొగ మరియు అగ్ని యొక్క ఉపమానము ఇచ్చుట అత్యంత సమంజసమై యున్నది. చలికాలమున అగ్ని నుండి వేడిని పొందుటకు యత్నించినప్పుడు పొగ కళ్ళకు, ఇతర దేహభాగములకు కష్టమును కలిగించును. అటువంటి కలతను కలిగించు పరిస్థితులు ఉన్నప్పటికిని మనుజుడు అగ్నిని ఉపయోగించవలసివచ్చును. అదేవిధముగా కలతను కలిగించు విషయములు ఉన్నంతమాత్రమున మనుజుడు సహజవృత్తిని విడనాడరాదు.

పైగా తన స్వధర్మముతో భక్తిభావన యందు అతడు శ్రీకృష్ణభగవానుని సేవించుటకు దృఢనిశ్చయుడు కావలెను. వాస్తవమునకు అదియే పూర్ణత్వము. ఏదేని స్వధర్మమును శ్రీకృష్ణభగవానుని ప్రీత్యర్థమై ఒనరించినపుడు ఆ ధర్మము నందలి దోషములన్నియును పవిత్రీకరింపబడగలవు. ఆ విధముగా భక్తి యందు కర్మఫలములు పవిత్రమైనప్పుడు మనుజుడు ఆత్మదర్శనము నందు పూర్ణత్వము నొందగలడు. అదియే ఆత్మానుభూతి యనబడును.

49

असक्तबुद्धिः सर्वत्र जितात्मा विगतस्पृहः ।
नैष्कर्म्यसिद्धिं परमां संन्यासेनाधिगच्छति ॥४९ ॥

అసక్తబుద్ధిః సర్వత్ర జితాత్మా విగతస్పృహః ।
నైష్కర్మ్యసిద్ధిం పరమాం సన్న్యాసేనాధిగచ్ఛతి ॥

అసక్తబుద్ధిః—అనాసక్త బుద్ధికలవాడై; **సర్వత్ర**—సర్వత్ర; **జితాత్మా**—మనోనిగ్రహము కలిగి; **విగతస్పృహః**—భౌతికవాంఛలు లేకుండ; **నైష్కర్మ్యసిద్ధిం**—ప్రతిచర్యలేమి యనెడి సంపూర్ణత్వమును; **పరమాం**—ఉత్కృష్టమైన; **సన్న్యాసేన**—సన్న్యాసము ద్వారా; **అధిగచ్ఛతి**—పొందును.

ఆత్మనిగ్రహము కలవాడును, అనాసక్తుడును, భౌతికసుఖములను త్యజించు వాడును అగు మనుజుడు సన్న్యాసము ద్వారా కర్మఫల విముక్తి యనెడి అత్యున్నత పూర్ణత్వస్థాయిని బడయగలడు.

భాష్యము : తాను దేవదేవుడైన శ్రీకృష్ణుని అంశననియు, తత్కారణముగా తన కర్మఫలముల ననుభవించు అధికారము తనకు లేదనియు ప్రతియొక్కరు తలచవలెను. నిజమైన సన్న్యాసము యొక్క భావమిదియే. వాస్తవమునకు అతడు శ్రీకృష్ణభగవానుని అంశయై యున్నందున అతని కర్మల ఫలము లన్నియును శ్రీకృష్ణుని చేతనే అనుభవనీయములై యున్నవి. ఇదియే నిజమైన కృష్ణభక్తిరసభావనము. అనగా కృష్ణభక్తిభావన యందు వర్తించువాడు నిజముగా సన్న్యాసియే. అతడు సన్న్యాసాశ్రమమునందున్నట్టివాడే. అటువంటి భావనలో వర్తించువాడు కృష్ణుని ప్రీత్యర్థమై వర్తించుచున్నందున సదా సంతృప్తుడై యుండగలడు. భౌతికవిషయముల యెడ అనురక్తుడు గాక అట్టివాడు భగవానుని దివ్యసేవానందమునకు అన్యమైన ఆనందమును పొందుట యందు అలవాటు

లేకుండును. వాస్తవమునకు సన్న్యాసియైనవాడు పూర్వకర్మఫలముల నుండి ముక్తుడై యుండవలెను. కాని కృష్ణభక్తిభావనా యుతుడైన మనుజుడు నామమాత్ర సన్న్యాసమును స్వీకరింపకనే అప్రయత్నముగా ఈ పూర్ణత్వమును బడయ గలడు. అటువంటి మనఃస్థితియే "యోగారూఢత్వము" అనబడును. అదియే యోగమునందలి పూర్ణస్థితి. తృతీయాధ్యాయమున నిర్ధారింపబడినట్లు "యస్త్వాత్మరతి రేవ స్యాత్ - ఆత్మ యందే తృప్తి నొందువానికి ఎటువంటి కర్మఫలముల భయముండదు."

50

सिद्धिं प्राप्तो यथा ब्रह्म तथाप्नोति निबोध मे।
समासेनैव कौन्तेय निष्ठा ज्ञानस्य या परा॥५०॥

సిద్ధిం ప్రాప్తో యథా బ్రహ్మ తథాప్నోతి నిబోధ మే ।
సమాసేనైవ కౌన్తేయ నిష్ఠా జ్ఞానస్య యా పరా ॥

సిద్ధిం—సంపూర్ణత్వమును; ప్రాప్తః—పొందినవాడై; యథా—వలె; బ్రహ్మ—పరబ్రహ్మము; తథా—అట్లు; ఆప్నోతి—పొందునో; నిబోధ—తెలిసికొనుము; మే—నానుండి; సమాసేన—సంగ్రహముగా; ఏవ—నిశ్చయముగా; కౌన్తేయ—ఓ కుంతీపుత్రా; నిష్ఠా—స్థితి; జ్ఞానస్య—జ్ఞానము యొక్క; యా—ఏదైతే; పరా—దివ్యము.

ఓ కుంతీపుత్రా! ఇట్టి పూర్ణత్వమును పొందినవాడు నేను ఇపుడు సంగ్రహముగా చెప్పబోవు రీతి వర్తించుచు అత్యున్నత జ్ఞానస్థితియైన పరమపూర్ణత్వస్థితిని (పరబ్రహ్మము) ఏ విధముగా బడయగలడో నీవు ఆలకింపుము.

భాష్యము : కేవలము స్వధర్మమునందు నెలకొనినవాడై దానిని భగవంతుని కొరకు ఒనరించుట ద్వారా ఏ విధముగా మనుజుడు అత్యున్నత పూర్ణత్వస్థితిని బడయుగలడో శ్రీకృష్ణభగవానుడు అర్జునునకు వివరించుచున్నాడు. కర్మ ఫలములను శ్రీకృష్ణుని ప్రీత్యర్థమై త్యాగమొనర్చుట ద్వారా మానవుడు బ్రహ్మము యొక్క దివ్యస్థితిని బడయగలడు. అదియే ఆత్మానుభవ విధానము. నిజమైన జ్ఞానపూర్ణత్వము పవిత్రమగు కృష్ణభక్తిభావనను పొందుట యందే గలదు. ఈ విషయము రాబోవు శ్లోకములందు వివరింపబడినది.

51-53

बुद्ध्या विशुद्धया युक्तो धृत्यात्मानं नियम्य च।
शब्दादीन् विषयांस्त्यक्त्वा रागद्वेषौ व्युदस्य च ॥५१॥
विविक्तसेवी लघ्वाशी यतवाक्कायमानसः।
ध्यानयोगपरो नित्यं वैराग्यं समुपाश्रितः ॥५२॥
अहंकारं बलं दर्पं कामं क्रोधं परिग्रहम्।
विमुच्य निर्ममः शान्तो ब्रह्मभूयाय कल्पते ॥५३॥

బుద్ధ్యా విశుద్ధయా యుక్తో ధృత్యాత్మానం నియమ్య చ ।
శబ్దాదీన్ విషయాం స్త్యక్త్వా రాగద్వేషౌ వ్యుదస్య చ ॥
వివిక్తసేవీ లఘ్వాశీ యతవాక్కాయమానసః ।
ధ్యానయోగపరో నిత్యం వైరాగ్యం సముపాశ్రితః ॥
అహంకారం బలం దర్పం కామం క్రోధం పరిగ్రహమ్ ।
విముచ్య నిర్మమః శాన్తో బ్రహ్మభూయాయ కల్పతే ॥

బుద్ధ్యా—బుద్ధిచే; విశుద్ధయా—పూర్ణముగా పవిత్రమైన; యుక్తః—కూడినవాడై; ధృత్యా—దృఢనిశ్చయముతో; ఆత్మానం—ఆత్మను; నియమ్య—నిగ్రహించి; చ—కూడా; శబ్దాదీన్—శబ్దము మొదలైన; విషయాన్—ఇంద్రియార్థములను; త్యక్త్వా—విడిచి; రాగద్వేషౌ—ఆసక్తిని, ద్వేషమును; ఉదస్య చ—త్యజించి; వివిక్తసేవీ—ఏకాంతప్రదేశమునందు ఉన్నవాడై; లఘ్వాశీ—మితాహారియై; యత వాక్కాయమానసః—నిగ్రహింపబడిన వాక్కు, శరీరము, మనస్సు కలవాడై; ధ్యానయోగపరః—సమాధిస్థితుడై; నిత్యం—దినమునందలి ఇరువది నాలుగు గంటలును; వైరాగ్యం—అనాసక్తిని; సముపాశ్రితః—ఆశ్రయించినవాడై; అహంకారం—మిథ్యాహంకారమును; బలం—మిథ్యాబలమును; దర్పం—మిథ్యాగర్వమును; కామం—కామమును; క్రోధం—కోపమును; పరిగ్రహం—విషయవస్తువులను గ్రహించుటను; విముచ్య—విడిచి; నిర్మమః—దేనియందును యజమానిత్వము లేనివాడై; శాన్తః—శాంతితో కూడిన వాడై; బ్రహ్మభూయాయ—ఆత్మసాక్షాత్కారమునకు; కల్పతే—అర్హుడగును.

బుద్ధిచే పవిత్రుడైనందునను మరియు రాగద్వేషముల నుండి విడివడియున్న కారణముగా ఇంద్రియార్థములను త్యజించి దృఢనిశ్చయముచే మనోనిగ్రహము కలిగియున్నందునను ఏకాంతస్థానమున వసించువాడును, మితాహారము కలిగినవాడును, మనోవాక్కాయములను నియంత్రించిన వాడును, సమాధిస్థితి యందున్నవాడును, అసంగుడును, మిథ్యాహంకారము, మిథ్యాబలము, మిథ్యాగర్వము, కామము, క్రోధము, విషయవస్తుస్వీకారము

అనువాని నుండి విడివడినవాడును, మమత్వదూరుడును, శాంతి మయుడును అగు మనుజుడు నిశ్చయముగా ఆత్మానుభవస్థాయికి ఉద్ధరింపబడగలడు.

భాష్యము : బుద్ధిచే పవిత్రుడైనపుడు మనుజుడు సత్త్వగుణమునందు స్థితుడగును. ఆ విధముగా అతడు మనస్సును నియమింపగలిగి సదా సమాధి స్థితుడు కాగలడు. ఇంద్రియార్థముల యెడ ఆసక్తుడు కానటువంటి అతడు తన కర్మల యందు రాగద్వేషములకు దూరుడగును. అటువంటి అనాసక్త మనుజుడు సహజముగా ఏకాంతప్రదేశ వాసమునే కోరుచు, మితముగా భుజించుచు, దేహము, మనస్సు చేయు కర్మలను నియమించుచుండును. దేహమును ఆత్మగా భావింపనందున అతడు మిథ్యాహంకారమునకు దూరుడై యుండును. అదే విధముగా పలు విషయవస్తువుల సేకరణ ద్వారా అతడు దేహమును తృప్తిపరుపను వాంఛింపడు. దేహాత్మభావన లేని కారణముగా మిథ్యా దర్పమునకు దూరుడై యుండు అతడు భగవానుడు ఒసగినదానిచే తృప్తుడగుచుండును. అట్టివాడు ఇంద్రియప్రీతి లభింపనప్పుడు క్రోధము చెందుట గాని , ఇంద్రియార్థములకై తీవ్రయత్నములు సలుపుట గాని చేయడు. ఈ విధముగా మిథ్యాహంకారము నుండి సంపూర్ణముగా విడివడినపుడు, భౌతికవిషయముల యెడ అతడు అనాసక్తుడగును. అదియే బ్రహ్మానుభవ స్థితియై యున్నది. అట్టి స్థితియే "బ్రహ్మభూతస్థితి" యనబడును. ఈ విధముగా మనుజుడు భౌతికభావన నుండి ముక్తుడైనపుడు శాంతిమయుడై కలతకు గురికాకుండును. ఈ విషయము భగవద్గీత (2.70) యందే వివరింపబడినది.

ఆపూర్యమాణం అచలప్రతిష్ఠమ్ సముద్ర మాపః ప్రవిశన్తి యద్వత్ ।
తద్వత్ కామాయం ప్రవిశన్తి సర్వే స శాన్తి మాప్నోతి న కామకామీ ॥

"సదా పూరింపబడుచున్నను నిశ్చలముగా నుండు సముద్రమునందు నదులు ప్రవేశించు రీతి తన యందు కోరికలు నిరంతరము ప్రవేశించుచున్నను ఆ ప్రవాహముచే కలతనొందనివాడే శాంతిని పొందగలడు. కోరికలను తీర్చుకొన యత్నించువాడు అట్టి శాంతిని పొంద సమర్థుడు కాజాలడు."

54

**ब्रह्मभूतः प्रसन्नात्मा न शोचति न काङ्क्षति।
समः सर्वेषु भूतेषु मद्भक्तिं लभते पराम्॥५४॥**

బ్రహ్మభూతః ప్రసన్నాత్మా న శోచతి న కాంక్షతి ।
సమః సర్వేషు భూతేషు మద్భక్తిం లభతే పరామ్ ॥

బ్రహ్మభూతః—బ్రహ్మస్వరూపుడైనందున; ప్రసన్నాత్మా—ఆనందపూర్ణుడు; న శోచతి—విచారింపడు; న కాంక్షతి—కోరడు; సమః—సమానుడై; సర్వేషు—అన్ని; భూతేషు—జీవుల యందు; మద్భక్తిం—నా భక్తియుక్త సేవను; లభతే—పొందును; పరామ్—ఉత్కృష్టమైన.

ఈ విధముగా దివ్యస్థితి యందు ప్రతిష్ఠితుడైనవాడు శీఘ్రమే పరబ్రహ్మానుభవమును పొంది ఆనందపూర్ణుడగును. దేని కొరకు శోకించక, దేనిని వాంఛింపక అట్టివాడు సర్వజీవుల యెడ సమత్వభావమును కలిగి యుండును. అటువంటి స్థితి యందే అతడు నా శుద్ధభక్తియుత సేవను పొందుచున్నాడు.

భాష్యము : నిరాకారవాదికి పరతత్త్వముతో ఏకమగుట యనెడి బ్రహ్మభూతస్థితిని పొందుటయే చరమగమ్యము. కాని సాకారవాది లేదా శుద్ధభక్తుడు శుద్ధమగు భక్తియుతసేవ యందు నెలకొనుటకు ఆ స్థితిని కూడా దాటి, ఇంకను పురోగమించవలెను. అనగా శ్రీకృష్ణభగవానుని భక్తిపూర్వక సేవయందు నిలిచినవాడు బ్రహ్మభూతస్థితి యందు నిలిచియున్నట్టివాడే యని అర్థము. వాస్తవమునకు పరబ్రహ్మముతో ఏకము కానిదే ఎవ్వరును ఆ దేవదేవునికి సేవనొనర్చలేరు. దివ్యభావనలో సేవ్యుడు, సేవకుల నడుమ భేదము లేకున్నను, ఉన్నత ఆధ్యాత్మికభావనలో వారి నడుమ తారతమ్యము తప్పక ఉండును.

భౌతికభావనలో స్వీయతృప్తి కొరకు మనుజుడు కర్మనొనరించినపుడు దుఃఖము కలుగుచుండును. కాని ఆధ్యాత్మికజగమునందు శుద్ధభక్తి యందు నెలకొనినపుడు దుఃఖము కలుగదు. కృష్ణభక్తిరస భావితుడైనవాడు శోకింపవలసిన విషయము గాని, వాంఛింపదగిన విషయము గాని ఏదియును ఉండదు. శ్రీకృష్ణ భగవానుడు పూర్ణుడైనందున భక్తిభావనలో ఆ దేవదేవుని సేవ యందు నిలచిన జీవుడు సైతము పూర్ణుడు కాగలడు. అతడు సదా మురికినీరు తొలగినట్టి నదివలె స్వచ్ఛముగా నుండును. కృష్ణుని తప్ప అన్యమును ఆలోచింపనందున ఆ శుద్ధ భక్తుడు సహజముగా నిత్యము ఆనందపూర్ణుడై యుండును. కృష్ణుని సేవలో సంపూర్ణత్వమును పొందియున్నందున అతడు భౌతికనష్టమునకు శోకింపడు మరియు విషయలాభమును వాంఛింపడు. దేవదేవుని అంశయైన కారణముగా జీవుడు నిత్యదాసుడే యని తెలిసినందున అట్టివాడు ఎన్నడును భోగానుభవ

కోరికను కలిగియుండడు. భౌతికజగమున ఉన్నతము, అధమము అనెడి స్థితులు తాత్కాలికములు కావున ఒకనిని ఉన్నతుడని, వేరొకనిని అధముడని అతడు భేదమును గాంచడు. అదే విధముగా తాత్కాలికములైన జన్మము మరియు మృత్యువులతో సైతము అతడు ఎట్టి సంబంధమును పెట్టుకొనడు. అతనికి రాయి మరియు బంగారము సమానములై యుండును. అటువంటి స్థితియే "బ్రహ్మభూత స్థితి" యనబడును. అట్టి స్థితిని శుద్ధభక్తుడు సులభముగా పొందగలడు. పరబ్రహ్మమునందు లీనమై వ్యక్తిత్వమును కోల్పోవుట యనెడి భావన అటువంటి స్థితిలో నరకప్రాయముగా తోచును. స్వర్గాదిలోకములను పొందుటనెడి ఆలోచన మిథ్యాప్రాయమగును. ఇంద్రియములు కోరలు తీసిన పాములగును. కోరలు తీసిన పాము నుండి ఏమాత్రము భయము కలుగనట్లు, అప్రయత్నముగా నియమింపబడినపుడు ఇంద్రియముల వలన ఏ విధమైన భయమును కలుగదు. భౌతికభావన యందు నిలిచినవానికి లోకము దుఃఖకరముగా తోచినను భక్తునకు మాత్రము ప్రపంచమంతయు వైకుంఠముతో సమానముగా నుండును. భౌతికజగములో అత్యంత గొప్పవాడని పేరు గాంచినవాడు సైతము అటువంటి భక్తుని దృష్టిలో చీమతో సమానమగును. కలియుగమున శుద్ధ భక్తియుతసేవను ప్రచారము చేసిన శ్రీచైతన్యమహాప్రభువు కరుణ తోడనే అట్టి స్థితి ప్రాప్తించ గలదు.

55

भक्त्या मामभिजानाति यावान् यश्चास्मि तत्त्वतः ।
ततो मां तत्त्वतो ज्ञात्वा विशते तदनन्तरम् ॥५५॥

భక్త్యా మామభిజానాతి యావాన్ యశ్చాస్మి తత్త్వతః ।
తతో మాం తత్త్వతో జ్ఞాత్వా విశతే తదనన్తరమ్ ॥

భక్త్యా—భక్తియుక్తమైన సేవచే; మామ్—నన్ను; అభిజానాతి—తెలిసికొనును; యావాన్—సాధ్యమైనంత; యశ్చాస్మి—యథారూపముగా; తత్త్వతః—యథార్థముగా; తతః—పిమ్మట; మామ్—నన్ను; తత్త్వతః—నిజముగా; జ్ఞాత్వా—తెలిసికొని; విశతే—ప్రవేశించును; తదనన్తరమ్—అటుపిమ్మట.

కేవలము భక్తియుతసేవ చేతనే మనుజుడు నన్ను యథారూపముగా దేవదేవుడని అవగాహన చేసికొనగలడు. అటువంటి భక్తిచే నన్ను సంపూర్ణముగా నెరిగినప్పుడు అతడు నా ధామమును చేరగలడు.

భాష్యము : పూర్ణపురుషోత్తముడైన శ్రీకృష్ణభగవానుని మరియు ఆతని ప్రధానాంశములైన విష్ణుతత్త్వములను అవగతము చేసికొనుట మనోకల్పనలచేగాని, అభక్తులకు గాని సాధ్యము కాదు. ఎవరేని ఆ దేవదేవుని అవగతము చేసికొన దలచినచో శుద్ధభక్తుని నిర్దేశమున భక్తియుతసేవను స్వీకరింపవలెను. లేని యెడల శ్రీకృష్ణభగవానుని తత్త్వమెల్లవేళలా గుప్తముగనే ఉండిపోగలదు. భగవద్గీత యందలి సప్తమాధ్యాయమున (7.25) "నాహం ప్రకాశః సర్వస్య" యని తెలుపబడినట్లు ఆతడు సర్వులకు వ్యక్తము కాడు. విద్యావైదుష్యముచే కాని, మనోకల్పనచే గాని ఎవ్వరును భగవానుని అవగతము చేసికొనజాలరు. వాస్తవముగా కృష్ణభక్తిరస భావితుడై భక్తిపూర్వక సేవయందు నిలిచినవాడే కృష్ణుడనగానేమో అవగతము చేసికొనగలడు. విశ్వవిద్యాలయ పట్టములు ఇందుకు ఏమాత్రము తోడ్పడవు.

కృష్ణపరజ్ఞానమునందు నిష్ణాతుడైనవాడు ఆధ్యాత్మికరాజ్యమగు కృష్ణలోకమును చేరుటకు యోగ్యుడగును. బ్రహ్మభావన పొందుట యనగా వ్యక్తిత్వమును కోల్పోవుట యని భావము కాదు. వాస్తవమునకు బ్రహ్మభావన యందును భక్తియుతసేవ నిలిచియే యుండును. ఆ రీతి భక్తియుతసేవ ఉన్నంతకాలము భగవానుడు, భక్తుడు, భక్తియోగమనెడి మూడు అంశములు కొనసాగుచునే యుండును. అట్టి జ్ఞానము ముక్తి పిదపయు నశించక నిలువగలదు. భౌతికభావన నుండి విడివడుటయే ముక్తి. కాని ఆధ్యాత్మికస్థితి యందును ఆత్మ,పరమాత్మల నడుమ భేదము, ఆత్మ యొక్క వ్యక్తిత్వము కొనసాగుచునే యుండును. కాని విశేషమేమనగా ఈ భావములు శుద్ధమైన కృష్ణభక్తిభావనలో నిలిచియుండును. "విశతే" (నాయందు ప్రవేశించును) యను పదము పరబ్రహ్మముతో ఐక్యము నొందుటనెడి భావమును కలిగియున్న అద్వైతసిద్ధాంతమును బలపరచు చున్నదని ఎవ్వరును తప్పుగా అర్థము చేసికొనరాదు. ఆ పదము అట్టి భావమును బలపరచుటలేదు. భగవానుని సాహచర్యమును పొంది, ఆతనికి సేవను గూర్చు నిమిత్తమే జీవుడు తన వ్యక్తిత్వముతో భగవద్ధామమున ప్రవేశించుననుట "విశతే" యను పదము యొక్క భావము. ఉదాహరణకు పచ్చరంగు గల పక్షి పచ్చని చెట్టుపైకి చేరుట చెట్టుతో ఏకమగుటకు గాక, వృక్షఫలములను ఆస్వాదించుట కొరకే అయియున్నది. ఈ విషయమున నదులు సముద్రమున ప్రవేశించి దాని యందు కలిసిపోవు విషయమును అద్వైతులు ఉదాహరణగా సూచింతురు.

అద్వైతులకది ఆనందకారకమైనను భక్తులు మాత్రము సముద్రమందలి జలచరములు సముద్రమందే ఉన్నను తమ వ్యక్తిత్వమును కలిగియున్నట్లు ముక్తి పిదపయు తమ వ్యక్తిత్వమును నిలుపుకొనియుందురు.సముద్ర అంతర్భాగములకు వెళ్ళిన కొలది అనేకములైన జలచరములు గోచరించుచుండును. కనుక కేవలము సముద్ర ఉపరితల పరిజ్ఞానమునే గాక, దాని అంతర్భాగమున గల జలచరముల జ్ఞానమును సైతము ప్రతియొక్కరు పొందవలసియున్నది.

భక్తుడైనవాడు తన భక్తియుత సేవాకారణమున శ్రీకృష్ణభగవానుని దివ్య లక్షణములను, విభూతులను యథార్థముగా తెలిసికొనగలడు. ఏకాదశ అధ్యాయమున తెలుపబడినట్లు కేవలము భక్తి ద్వారానే మనుజుడు వాటిని అవగతము చేసికొనగలడు. ఆ అధ్యాయమున తెలుపబడిన విషయమే తిరిగి ఇచ్చట నిర్ధారింపబడుచున్నది. అనగా భక్తియుక్తసేవ ద్వారానే మానవుడు శ్రీకృష్ణభగవానుని అవగాహన చేసికొని ఆతని ధామమునందు ప్రవేశింపగలడు.

భౌతికభావనల నుండి విముక్తియైనటువంటి బ్రహ్మభూతస్థితిని పొందిన పిమ్మట శ్రీకృష్ణభగవానుని లీలాశ్రవణము ద్వారా భక్తిపూర్వక సేవ ప్రారంభమగును. మనుజుడు శ్రీకృష్ణుని గూర్చి శ్రవణము చేసినంతనే బ్రహ్మభూతస్థితి అప్రయత్నముగా వృద్ధియగును, లోభము, కామము వంటి భౌతిక కల్మషములు అంతమగును. లోభము, కోరికలు హృదయము నుండి వైదొలగగనే భక్తుడు భక్తి యుక్తసేవ యెడ మరింతగా ఆసక్తుడగును. అట్టి ఆసక్తిచే అతడు భౌతికసంపర్కము నుండి ముక్తుడు కాగలడు. అటువంటి స్థితి యందే అతడు శ్రీకృష్ణుని యథార్థముగా ఎరుగగలడు. శ్రీమద్భాగవతము కూడా ఈ విషయమునే తెలిపియున్నది. అనగా ముక్తి పిదపయు భక్తిపూర్వక సేవ కొనసాగుచునే యుండును. ఇదే విషయమును "ఆప్రాయణాత్ తత్రాపి హి దృష్టమ్" అని పలుకుచు వేదాంతసూత్రము (4.1.12) నిర్ధారించుచున్నది. ముక్తి పిమ్మటయు భక్తి కొనసాగునని పలుకుటయే ఈ వేదాంతసూత్రపు భావము. నిజమైన ముక్తికి నిర్వచనము జీవుడు తన నిజ వ్యక్తిత్వమునందు (సహజస్థితి) నెలకొనుటయేనని శ్రీమద్భాగవతమునందు తెలుపబడినది. ప్రతిజీవుడు దేవదేవుని అంశ యనుచు జీవుని సహజస్థితి పూర్వమే వివరింపబడినది. అనగా అతని సహజస్థితి సేవయే. ముక్తి పిదపయు ఆ సేవ ఆగిపోదు. జీవితపు మిథ్యాభావముల నుండి విడివడుటయే నిజమైన ముక్తి యనబడును.

56

सर्वकर्माण्यपि सदा कुर्वाणो मद्व्यपाश्रयः ।
मत्प्रसादादवाप्नोति शाश्वतं पदमव्ययम् ॥५६॥

సర్వకర్మాణ్యపి సదా కుర్వాణో మద్వ్యపాశ్రయః ।
మత్ప్రసాదాదవాప్నోతి శాశ్వతం పదమవ్యయమ్ ॥

సర్వకర్మాణ్యపి—అన్ని కర్మములను కూడా; సదా—ఎల్లప్పుడును; కుర్వాణః—చేయుచు; మద్వ్యపాశ్రయః—నా రక్షణమునందు; మత్ప్రసాదాత్—నా అనుగ్రహము వలన; అవాప్నోతి—పొందును; శాశ్వతం—నిత్యమైన; పదం—స్థానమును; అవ్యయమ్—నాశము లేనటువంటి.

అన్ని రకములైన కర్మల యందు నియుక్తుడైనను నా శుద్ధభక్తుడు నా రక్షణలో నిలిచి శాశ్వతమును, అవ్యయమును అగు పదమును నా అనుగ్రహముచే పొందగలడు.

భాష్యము : "మద్వ్యపాశ్రయః" అనగా శ్రీకృష్ణభగవానుని రక్షణమున అని భావము. భౌతికకల్మషముల నుండి విడివడుటకు శుద్ధభక్తుడైనవాడు శ్రీకృష్ణభగవానుని నిర్దేశమున లేదా ఆ భగవానుని ప్రతినిధియైన ఆధ్యాత్మికగురువు నిర్దేశమున వర్తించును. కాలపరిమితి యనునది లేకుండ ఇరువదినాలుగు గంటలు, నూటికినూరుపాళ్ళు భగవానుని నిర్దేశమున అతడు కర్మల యందు నియుక్తుడై యుండును. ఆ విధముగా కృష్ణభక్తిభావనలో కర్మల యందు నియుక్తుడైన భక్తుని యెడ శ్రీకృష్ణభగవానుడు పరమదయాళువు కాగలడు. తత్కారణముగా ఎట్టి కష్టములెదురైనను అంత్యమున అతడు కృష్ణలోకమును చేరగలడు. అతడు కృష్ణలోకమును నిశ్చయముగా చేరుననుటలో ఎట్టి సందేహము లేదు. అట్టి కృష్ణలోకమునందు ప్రతిదియు మార్పురహితము, శాశ్వతము, అవ్యయము, జ్ఞానపూర్ణమై యుండును.

57

चेतसा सर्वकर्माणि मयि संन्यस्य मत्परः ।
बुद्धियोगमुपाश्रित्य मच्चित्तः सततं भव ॥५७॥

చేతసా సర్వకర్మాణి మయి సన్న్యస్య మత్పరః ।
బుద్ధియోగముపాశ్రిత్య మచ్చిత్తః సతతం భవ ॥

చేతసా—బుద్ధిచే; సర్వకర్మాణి—అన్నివిధములైన కర్మములను; మయి—నా యందు; సన్న్యస్య—విడిచి; మత్పరః—నా రక్షణము నందు; బుద్ధియోగం—భక్తియుక్తకర్మలను; ఉపాశ్రిత్య—ఆశ్రయించి; మచ్చిత్తః—నా యందే మనస్సు గలవాడవు; సతతం—ఇరువది నాలుగు గంటలును; భవ—అగుము.

సర్వకర్మల యందు నా పైననే ఆధారపడి సదా నా రక్షణమునందే కర్మ నొనరింపుము. అట్టి భక్తియుత సేవలో సంపూర్ణముగా నా యందే చిత్తము కలవాడవగుము.

భాష్యము : మనుజుడు కృష్ణభక్తిభావన యందు వర్తించినపుడు తాను జగమునకు ప్రభువునన్న భావనలో వర్తించడు. వాస్తవమునకు ప్రతియొక్కరు సంపూర్ణముగా దేవదేవుడైన శ్రీకృష్ణుని నిర్దేశమునందు సేవకుని వలె వర్తించవలసియున్నది. సేవకుడైనవాడు కర్మ విషయమున స్వతంత్రతను కలిగియుండక యజమాని ఆజ్ఞానుసారమే వర్తించవలసివచ్చును. అదే విధముగా దివ్య యజమానుడైన శ్రీకృష్ణుని తరపున వర్తించు సేవకుడు కర్మ యొక్క లాభనష్టములతో ప్రభావితుడు గాకుండును. అతడు కేవలము తన విధ్యుక్తధర్మమును ఆ భగవానుని ఆజ్ఞానుసారము ఒనరించుచుండును. అర్జునుడు శ్రీకృష్ణుని ప్రత్యక్ష నిర్దేశమున వర్తించియుండెను. కాని శ్రీకృష్ణుడు లేని సమయమున మనుజుడు ఎట్లు వర్తించవలెనని ఎవరైనను వాదించు అవకాశము కలదు. ఈ గీతాగ్రంథమునందు శ్రీకృష్ణభగవానుడు తెలిపిన నిర్దేశానుసారము మరియు ఆ దేవదేవుని ప్రతినిధియైన గురువు యొక్క నేతృత్వములో మనుజుడు కర్మనొనరించినచో శ్రీకృష్ణుని ప్రత్యక్ష నిర్దేశములో వర్తించిన ఫలమే కలుగుననుట దానికి సమాధానము. ఈ శ్లోకమున "మత్పరః" అను పదము మిక్కిలి ప్రాధాన్యమును కలిగియున్నది. శ్రీకృష్ణుని ప్రీత్యర్థమై కృష్ణభక్తిభావనలో వర్తించుట తప్ప అన్యమైన జీవితగమ్యము వేరొక్కటి లేదని ఆ పదము సూచించుచున్నది. ఆ విధముగా వర్తించుచు మనుజుడు "ఈ కార్యము నొనరించుటకు నేను శ్రీకృష్ణునిచే నియమింపబడినాను" అనుచు కృష్ణునే తలపోయవలెను. ఇట్లు కర్మ నొనరించునప్పుడు తప్పక శ్రీకృష్ణుని చింతనము మదిలో కలుగుచునే యుండును. అదియే సంపూర్ణ కృష్ణభక్తిరస భావనము. కాని ఈ విషయమున ముఖ్యముగా గమనింపవలసినదేమనగా ఏదియో ఒక కార్యమును ఇష్టము వచ్చినట్లు ఒనర్చి, ఫలమును మాత్రము కృష్ణునకు అర్పించుట సరియైనది కాదు. అట్లు ఎవ్వరును ఒనర్చ

రాదు. అటువంటి కర్మమెన్నడును కృష్ణభక్తిరసభావిత కర్మ కాబోదు. అనగా ప్రతియొక్కరు శ్రీకృష్ణభగవానుని నిర్దేశానుసారము వర్తించుటయే అతి ముఖ్యావిషయమై యున్నది. అటువంటి శ్రీకృష్ణుని నిర్దేశము గురుశిష్యపరంపరలో ప్రామాణిక గురువు ద్వారా లభింపగలదు. కనుక ఆధ్యాత్మికగురువు ఆదేశమును జీవిత పరమధర్మముగా స్వీకరింపవలెను. మనుజుడు ప్రామాణికుడైన గురువును పొంది ఆయన నిర్దేశానుసారము కర్మనొనరించినచో కృష్ణభక్తిరసభావనలో జీవనపూర్ణత్వము నిశ్చయము కాగలదు.

58

मच्चितः सर्वदुर्गाणि मत्प्रसादात्तरिष्यसि ।
अथ चेत्त्वमहङ्कारान्न श्रोष्यसि विनङ्क्ष्यसि ॥५८॥

మచ్చిత్తః సర్వదుర్గాణి మత్ప్రసాదాత్తరిష్యసి ।
అథ చేత్త్వమహంకారాన్న శ్రోష్యసి వినజ్క్ష్యసి ॥

మచ్చిత్తః—నా యందే మనస్సుకలవాడవై; సర్వదుర్గాణి—అన్ని ఆటంకములను; మత్ ప్రసాదాత్—నా అనుగ్రహము వలన; తరిష్యసి—అతిక్రమింపగలవు; అథ—కాని; చేత—ఒకవేళ; త్వం—నీవు; అహంకారాత్—మిథ్యాహంకారము వలన; న శ్రోష్యసి—విననిచో; వినజ్క్ష్యసి—నశింతువు.

నా యందు చిత్తము గలవాడవైనచో నా కరుణచే బద్ధజీవనపు ఆటంకముల నన్నింటిని దాటగలవు. కాని ఒకవేళ నామాట వినక అట్టి భావనలో గాక మిథ్యాహంకారముతో వర్తించితివేని తప్పక వినాశమును పొందగలవు.

భాష్యము : కృష్ణభక్తిరస భావితుడైనవాడు తన జీవనమునకై ఒనరింపవలసిన ధర్మముల యెడ అనవసర చింతను కలిగియుండడు. అటువంటి చింతా రాహిత్యమును మూఢుడైనవాడు ఏ మాత్రము అవగాహన చేసికొనజాలడు. భక్తిభావనలో వర్తించువానికి శ్రీకృష్ణుడు ఆప్తమిత్రుడు కాగలడు. ఆ దేవదేవుడు తన మిత్రుని సౌఖ్యమును ప్రత్యక్షముగా తానే గాంచును. ఇరువదినాలుగు గంటలు తన ప్రీత్యర్థమే కర్మనొనరించు అతనికి ఆ దేవదేవుడు తనను తానే అర్పించుకొనును. కనుక దేహాత్మభావన యందలి మిథ్యాహంకారముచే ఎవ్వరును మోహమునొందరాదు. ప్రకృతినియమములకు లేదా కర్మఫలములకు తాను పరుడనని భావింపరాదు. వాస్తవమునకు ప్రతియొక్కరు కఠినమైన ప్రకృతి నియమములకు లోబడియే యుందురు. కాని కృష్ణభక్తిభావనలో కర్మనొనరించి

నంతనే మనుజుడు ముక్తుడై భౌతిక క్లేశముల నుండి బయటపడగలడు. అనగా కృష్ణభక్తిభావనలో వర్తించనివాడు జన్మ,మృత్యు సాగరమనెడి సుడిగుండమున నశించుచున్నవానిగా ప్రతియొక్కరు గమనింపవలెను. చేయదగినదేదో, చేయరానిదేదో ఏ బద్ధజీవుడును వాస్తవముగా ఎరుగజాలడు. కాని శ్రీకృష్ణుడే అంతరము నుండి తెలియజేయుచున్నందున మరియు ఆధ్యాత్మికగురువుచే సమర్థింపబడుచున్నందున కృష్ణభక్తిరస భావితుడు మాత్రము కర్మ యందు వర్తించ స్వేచ్ఛను కలిగియుండును.

59

यदहङ्कारमाश्रित्य न योत्स्य इति मन्यसे।
मिथ्यैष व्यवसायस्ते प्रकृतिस्त्वां नियोक्ष्यति॥५९॥

యదహంకారమాశ్రిత్య న యోత్స్య ఇతి మన్యసే ।
మిథ్యైష వ్యవసాయస్తే ప్రకృతిస్త్వాం నియోక్ష్యతి ॥

యత్—ఒకవేళ; అహంకారం—మిథ్యాహంకారమును; ఆశ్రిత్య—అవలంబించి; న యోత్స్యే—నేను యుద్ధము చేయను; ఇతి—అని; మన్యసే—తలంచినచో; మిథ్యైషః—ఇదియంతయు అసత్యము; వ్యవసాయః—నిశ్చయము; తే—నీయొక్క; ప్రకృతిః—స్వభావము; త్వాం—నిన్ను; నియోక్ష్యతి—నియోగించును.

ఒకవేళ నా నిర్దేశము ననుసరించి వర్తించక యుద్ధము చేయకుందువేని నీవు తప్పుమార్గమును పట్టినవాడవగుదువు. నీ స్వభావము ననుసరించి నీవు యుద్ధమునందు నియుక్తుడవు కావలసియే యున్నది.

భాష్యము : అర్జునుడు క్షత్రియగుణముతో జన్మించినవాడు మరియు యుద్ధ వీరుడు. తత్కారణముగా యుద్ధము చేయుట అతని సహజధర్మమై యున్నది. కాని మిథ్యాహంకారము వలన అతడు గురువు, పితామహుడు, ఇతర మిత్రుల వధచే పాపము సంక్రమించునని భయపడుచున్నాడు. అనగా ఇచ్చట అర్జునుడు కర్మలకు శుభాశుభ ఫలములను ఒసగునది తానేయైనట్లు తనను తాను తన కర్మలకు ప్రభువుగా భావించుచున్నాడు. యుద్ధమును చేయుమని ఉపదేశించుచు దేవదేవుడు యెదుటనే నిలిచియున్నాడనెడి విషయమును అతడు మరచియున్నాడు. బద్ధజీవుని మరుపు స్వభావమిదియే. ఏది మంచిదో, ఏది చెడ్డదో దేవదేవుడే ఉపదేశము లొసగును. జీవనపూర్ణత్వమును బడయుటకు మనుజుడు కేవలము కృష్ణభక్తిభావనలో కర్మచేయుటయే కావలసినది.

పరమపురుషుడు ఎరిగియున్న విధముగా ఎవ్వరును తమ గమ్యమును నిర్ధారించలేరు. కనుక ఆ దేవదేవుని నిర్దేశమును గొని కర్మ యందు వర్తించుటయే ఉత్తమమార్గము. అనగా శ్రీకృష్ణభగవానుని ఆదేశమును గాని, ఆ దేవదేవుని ప్రతినిధియైన ఆధ్యాత్మికగురువు ఆదేశమును గాని ఎవ్వరును ఉపేక్ష చేయరాదు. కనుక ప్రతియొక్కరు శ్రీకృష్ణభగవానుని ఆజ్ఞలను ఎటువంటి జంకు లేకుండా అమలుపరుప వలసియున్నది. అదియే మనుజుని అన్ని పరిస్థితుల యందును సురక్షితముగా నుంచగలదు.

60

स्वभावजेन कौन्तेय निबद्धः स्वेन कर्मणा।
कर्तुं नेच्छसि यन्मोहात् करिष्यस्यवशोऽपि तत्॥६०॥

స్వభావజేన కౌన్తేయ నిబద్ధః స్వేన కర్మణా ।
కర్తుం నేచ్ఛసి యన్మోహాత్ కరిష్యస్యవశో ऽపి తత్ ॥

స్వభావజేన—స్వభావము వలన పొందిన; కౌన్తేయ—కుంతీపుత్రా; నిబద్ధః—నియమింపబడి; స్వేన—స్వీయమైన; కర్మణా—కర్మచే; కర్తుం—చేయుటకు; నేచ్ఛసి—వాంఛింపవో; యత్—ఏది; మోహాత్—భ్రాంతివలన; కరిష్యసి—చేయుదువు; అవశః అపి—అవశుడవై; తత్—దానిని.

మోహకారణముగా నీవిప్పుడు నా నిర్దేశానుసారము వర్తించుటకు అంగీకరింపకున్నావు. కాని ఓ కౌంతేయా! నీ స్వభావము వలన పుట్టిన కర్మచే అవశుడవై నీవు దానిని ఒనరింపగలవు.

భాష్యము : శ్రీకృష్ణభగవానుని నిర్దేశమునందు వర్తించుటకు నిరాకరించినచో మానవుడు అవశుడై తన గుణముల ననుసరించి వర్తించవలసివచ్చును. ప్రతియొక్కరు ప్రకృతి త్రిగుణములలో ఏదియో ఒక గుణసమ్మేళన ప్రభావమునకు లోనై యుండి, ఆ రీతిగా వర్తించుచుందురు. కాని ఎవరైతే బుద్ధిపూర్వకముగా శ్రీకృష్ణభగవానుని దివ్యనిర్దేశమునందు నియుక్తులగుదురో అట్టివారు మహిమాన్వితులగుదురు.

61

ईश्वरः सर्वभूतानां हृद्देशेऽर्जुन तिष्ठति।
भ्रामयन् सर्वभूतानि यन्त्रारूढानि मायया॥६१॥

ఈశ్వరః సర్వభూతానాం హృద్దేశేఽర్జున తిష్ఠతి ।
భ్రామయన్ సర్వభూతాని యన్త్రారూఢాని మాయయా ॥

ఈశ్వరః—పరమపురుషుడు; సర్వభూతానాం—సర్వజీవుల యొక్క; హృద్దేశే—హృదయ స్థానమునందు; అర్జున—ఓ అర్జునా; తిష్ఠతి—ఉండును; భ్రామయన్—త్రిప్పుచు; సర్వభూతాని—సర్వజీవులను; యన్త్రారూఢాని—యంత్రముపై నుంచబడిన వారివలె; మాయయా—భౌతికశక్తి ప్రభావముచే.

ఓ అర్జునా! పరమపురుషుడు ఎల్లరి హృదయములందు విరాజమానుడై యుండి, భౌతికశక్తి యంత్రముపై ఆసీనులైనట్లుగా నున్న సర్వజీవుల గతులను నిర్దేశించుచున్నాడు.

భాష్యము : అర్జునుడు దివ్యజ్ఞాత కాడు. యుద్ధము చేయుట లేదా యుద్ధము చేయకుండుట యనెడి అతని నిర్ణయము కేవలము అతని పరిమితజ్ఞానము పైననే ఆధారపడియున్నది. కనుకనే శ్రీకృష్ణభగవానుడు జీవులు సర్వజ్ఞులు కారని ఉపదేశించుచున్నాడు. ఆ దేవదేవుడే (స్వయముగా శ్రీకృష్ణుడు) పరమాత్మ రూపమున జీవుల హృదయములందు నిలిచి వారిని నిర్దేశించుచుండును. దేహమును మార్చిన పిమ్మట జీవుడు తన పూర్వకర్మలను మరచినను భూత, భవిష్యత్, వర్తమానముల జ్ఞాతగా పరమాత్ముడు జీవుని కర్మలకు సాక్షిగా నిలిచి యుండును. అనగా జీవుల కర్మలన్నియు ఈ పరమాత్మునిచే నిర్దేశింపబడుచున్నవి. కనుకనే జీవుడు తనకు అర్హమైన వానిని పొందుచు భౌతికదేహమున కొనసాగుచుండును. అట్టి భౌతికదేహము పరమాత్మ నిర్దేశమున భౌతికశక్తిచే సృజించబడుచుండును. జీవుడు ఆ విధముగా ఒక దేహమునందు ప్రవేశపెట్టబడినంతనే ఆ దేహమునకు అనుగుణమైన రీతిలో వర్తించవలసివచ్చును. అధికవేగముగా ప్రయాణించగలిగిన కారులో కూర్చుని యున్నటువంటి వ్యక్తి అల్పవేగముతో ప్రయాణించగలిగిన కారులో నున్న వ్యక్తికన్నను అధిక వేగముగా ప్రయాణించును. ఆ రెండు వాహనముల యందలి మనుష్యులు (జీవులు) ఏకమేయైనను వారి ప్రయాణవేగములు వేరుగా నుండును. అదేవిధముగా పరమాత్ముని ఆజ్ఞానుసారము భౌతికప్రకృతియే జీవుడు పూర్వ ఇచ్ఛానుసారము వర్తించుటకు అనుగుణమైన దేహమును తయారుచేయుచుండును. ఈ విషయమున జీవుడు అస్వతంత్రుడు. కనుక ఎవ్వడును తాను భగవానునిపై ఆధారపడలేదని భావింపరాదు. అతడు సదా భగవానుని అదుపులోనే యుండును. కనుకనే శరణాగతి

యనునది ప్రతియొక్కరి ధర్మము. తదుపరి శ్లోకము యొక్క బోధ అదియే.

62

तमेव शरणं गच्छ सर्वभावेन भारत।
तत्प्रसादात्परां शान्तिं स्थानं प्राप्स्यसि शाश्वतम् ॥६२॥

తమేవ శరణం గచ్ఛ సర్వభావేన భారత ।
తత్ప్రసాదాత్పరాం శాన్తిం స్థానం ప్రాప్స్యసి శాశ్వతమ్ ॥

తమేవ—అతనినే; శరణంగచ్ఛ—శరణు పొందుము; సర్వభావేన—అన్నివిధముల; భారత—ఓ భరతవంశీయుడా; తత్ప్రసాదాత్—అతని అనుగ్రహముచే; పరాం—ఉత్కృష్టమైన; శాన్తిం—శాంతిని; స్థానం—స్థానమును; ప్రాప్స్యసి—పొందగలవు; శాశ్వతమ్—నిత్యమైన.

ఓ భరతవంశీయుడా! అతనికే సంపూర్ణముగా శరణు పొందుము. అతని కరుణచే పరమశాంతిని, దివ్య శాశ్వతస్థానమును నీవు పొందగలవు.

భాష్యము : అనగా ప్రతిజీవుడు ఎల్లరి హృదయములందు స్థితుడై యున్న పరమపురుషుని శరణము నొందవలసియున్నది. అట్టి శరణాగతియే భౌతికస్థితి యందలి సర్వవిధక్లేశముల నుండి అతనిని విముక్తుని చేయగలదు. ముఖ్య విషయమేమనగా అట్టి శరణాగతిచే జీవుడు ఈ జన్మపు భౌతికక్లేశముల నుండి విడివడుటయే గాక అంత్యమున శ్రీకృష్ణభగవానుని సైతము చేరగలడు. ఋగ్వేదము (1.22.20) నందు ఆ దివ్యధామము "తద్విష్ణోః పరమం పదమ్" అని వర్ణింపబడినది. సృష్టియంతయు భగవద్రాజ్యమే గావున భౌతికమైన దంతయు వాస్తవమునకు ఆధ్యాత్మికమే. కాని ఈ వేదమంత్రమందలి "పరమం పదమ్" అనునది మాత్రము ఆధ్యాత్మికజగత్తుగా (వైకుంఠము) పిలువబడు సనాతనధామమును ప్రత్యేకముగా సూచించుచున్నది.

శ్రీకృష్ణభగవానుడు సర్వుల హృదయములందు విరాజమానుడై యున్నాడని పంచదశాధ్యాయమున తెలుపబడియే యున్నది (సర్వస్య చాహం హృది సన్నివిష్టః). అనగా అంతరమున నిలిచియున్న పరమాత్మని ప్రతి యొక్కరు శరణమునొందవలెనని తెలుపబడిన ఉపదేశభావము దేవదేవుడైన శ్రీకృష్ణునికి శరణుపొందుమనియే. శ్రీకృష్ణుడు పరమపురుషునిగా అర్జునునిచే ఇదివరకే ఆమోదింపబడినాడు. ఆ దేవదేవుడు "పరం బ్రహ్మ పరం ధామ" అని దశమాధ్యాయమున అంగీకరింపబడినాడు. అనగా అర్జునుడు శ్రీకృష్ణుని పూర్ణపురుషోత్తముడగు దేవదేవునిగాను మరియు సర్వజీవులకు దివ్యస్థానముగాను

అంగీకరించినాడు. అర్జునుడు ఈ విషయమును కేవలము తన స్వానుభవము పైననే గాక నారదుడు, అసితుడు, దేవలుడు, వ్యాసుని వంటి పరమప్రామాణికుల ప్రమాణము పైనను ఆధారపడి ఆమోదించినాడు.

63

इति ते ज्ञानमाख्यातं गुह्याद् गुह्यतरंमया।
विमृश्यैतदशेषेण यथेच्छसि तथा कुरु ॥६३॥

ఇతి తే జ్ఞానమాఖ్యాతం గుహ్యాద్ గుహ్యతరం మయా ।
విమృశ్యైతదశేషేణ యథేచ్ఛసి తథా కురు ॥

ఇతి—ఈ విధముగా; తే—నీకు; జ్ఞానం—జ్ఞానము; ఆఖ్యాతం—వివరింపబడినది; గుహ్యాత్—రహస్యమైన దానికంటె; గుహ్యతరం—మిక్కిలి రహస్యమైన; మయా—నాచే; విమృశ్య—విమర్శించి; ఏతత్—దీనిని; అశేషేణ—పూర్తిగ; యథేచ్ఛసి—ఎట్లు కోరుదువో; తథా—అట్లు; కురు—చేయుము.

ఈ విధముగా గుహ్యతరమైన జ్ఞానమును నీకు నేను వివరించితిని. దీనిని సంపూర్ణముగా విమర్శన కావించి, పిదప తోచిన రీతి ఒనరింపుము.

భాష్యము : శ్రీకృష్ణభగవానుడు అర్జునునకు బ్రహ్మభూతజ్ఞానమును సంపూర్ణముగా ఇదివరకే వివరించెను. బ్రహ్మభూతస్థితి యందున్నవాడు సదా ఆనందపూర్ణుడై యుండును. అతడు శోకించుటను యెరుగడు మరియు దేనిని వాంఛింపడు. అటువంటి దివ్యస్థితికి గుహ్యమైన బ్రహ్మభూతజ్ఞానమే కారణము. బ్రహ్మభూతజ్ఞానమునే గాక శ్రీకృష్ణుడు పరమాత్మ జ్ఞానమును సైతము అర్జునునకు తెలియపరచెను. అదియును బ్రహ్మజ్ఞానమేయైనను బ్రహ్మభూత జ్ఞానము కన్నను ఉన్నతమైనది.

ఇచ్చట "యథేచ్ఛసి తథా కురు" అను పదము శ్రీకృష్ణభగవానుడు జీవులకు గల అతిసూక్ష్మమైన స్వాతంత్ర్యముతో జోక్యము కలుగచేసికొనడని సూచించుచున్నది. మానవుడు ఏ విధముగా తన జీవనస్థితిని వృద్ధిచేసికొనగలడో శ్రీకృష్ణభగవానుడు అన్ని కోణముల నుండి భగవద్గీత యందు వివరించి యున్నాడు. హృదయస్థుడైన పరమాత్మునకు శరణుపొందుమని అర్జునునకు ఒసగిన ఉపదేశము వానిలో ముఖ్యమైనది. దానిని బట్టి సరియైన విచక్షణతో మనుజుడు పరమాత్మ నిర్దేశానుసారము వర్తించుటకు అంగీకరింపవలసి యున్నది. అట్టి అంగీకారము మనుజుడు సదా మానవజన్మ యొక్క అత్యున్నత

పూర్ణస్థితియైనటువంటి కృష్ణభక్తిభావనలో నిలిచియుండుటకు తోడ్పడగలదు. యుద్ధము చేయుమని అర్జునుడు శ్రీకృష్ణభగవానునిచే ప్రత్యక్షముగా ఆదేశింపబడినాడు. భగవానుని శరణువేడుట జీవుల లాభమునకే గాని, భగవానుని లాభము కొరకు కాదు. కాని శరణాగతికి ముందు తమ బుద్ధిననుసరించి ఆ విషయమును గూర్చి విమర్శన చేసికొనుటకు ప్రతియొక్కరు స్వాతంత్ర్యమును కలిగి యున్నారు. అదియే దేవదేవుడైన శ్రీకృష్ణుని ఉపదేశమును అంగీకరించుటకు ఉత్తమమార్గము. అట్టి ఉపదేశము శ్రీకృష్ణుని ప్రామాణిక ప్రతినిధియైన ఆధ్యాత్మిక గురువు నుండి కూడ లభింపగలదు.

64

सर्वगुह्यतमं भूयः शृणु मे परमं वचः ।
इष्टोऽसि मे दृढमिति ततो वक्ष्यामि ते हितम् ॥६४॥

సర్వగుహ్యతమం భూయః శ్రుణు మే పరమం వచః ।
ఇష్టో ऽసి మే దృఢమితి తతో వక్ష్యామి తే హితమ్ ॥

సర్వగుహ్యతమం—అన్నింటిలో రహస్యతమమైనది; భూయః—మరల; శ్రుణు—వినుము; మే—నానుండి; పరమం—శ్రేష్ఠమైన; వచః—ఉపదేశమును; ఇష్టోసి—నీవు ప్రియమైన వాడవు; మే—నాకు; దృఢం—మిక్కిలి; ఇతి—అని; తతః—అందుచే; వక్ష్యామి—చెప్పుచున్నాను; తే—నీయొక్క; హితమ్—హితమును.

నీవు నాకు ప్రియమిత్రుడవైనందున జ్ఞానములలో కెల్ల గుహ్యతమమైనట్టి నా దివ్యోపదేశమును నీకు ఒసగుచున్నాను. ఇది నీ హితము కొరకై యున్నందున దీనిని ఆలకింపుము.

భాష్యము : శ్రీకృష్ణభగవానుడు అర్జునునకు తొలుత రహస్యజ్ఞానమును (బ్రహ్మజ్ఞానమును), పిదప రహస్యతరజ్ఞానమును (హృదయస్థ పరమాత్మజ్ఞానము) ఒసగి ఇప్పుడు రహస్యతమమైన జ్ఞానమును అందించనున్నాడు. పూర్ణ పురుషోత్తముడగు శ్రీకృష్ణునకు శరణము నొందుటయే అట్టి రహస్యతమమైన జ్ఞానము. నవమాధ్యాయము యొక్క చివరన "ఎల్లప్పుడు నన్నే చింతింపుము" (మన్మనాః) అని తెలిపిన విషయమునే తిరిగి శ్రీకృష్ణభగవానుడు ఇచ్చట ఉపదేశించనున్నాడు. గీతోపదేశపు సారాంశమైన ఆ విషయమును నొక్కిచెప్పుటకే ఆ ఉపదేశము తిరిగి ఒసగబడుచున్నది. భగవద్గీత యొక్క ఈ సారాంశమును శ్రీకృష్ణునకు ప్రియుడైన భక్తుడే (కృష్ణభక్తుడు) అవగతము చేసికొనగలడు.

సామాన్యమానవుడు దానినెన్నడును తెలిసికొనజాలడు. శ్రీకృష్ణభగవానుడు ఒసగనున్న ఈ ఉపదేశము వేదోపదేశములలో అత్యంతముఖ్యమై యున్నది. అనగా ఈ విషయమున శ్రీకృష్ణభగవానుడు పలుకుచున్నది జ్ఞానమునందు అత్యంత ముఖ్యభాగమై, అర్జునుని చేతనే గాక సర్వజీవులచే అనుసరణీయమై యున్నది.

65

मन्मना भव मद्भक्तो मद्याजी मां नमस्कुरु।
मामेवैष्यसि सत्यं ते प्रतिजाने प्रियोऽसि मे ॥६५॥

మన్మనా భవ మద్భక్తో మద్యాజీ మాం నమస్కురు ।
మామేవైష్యసి సత్యం తే ప్రతిజానే ప్రియో ऽసి మే ॥

మన్మనాః—నన్ను గూర్చియే ఆలోచించువాడవు; భవ—అగుము; మద్భక్తః—నా భక్తుడవు; మద్యాజీ—నన్ను పూజించువాడవు; మాం—నాకు; నమస్కురు—నమస్కరింపుము; మామేవ—నన్నే; ఏష్యసి—పొందుదువు; సత్యం—సత్యముగ; తే—నీకు; ప్రతిజానే—వాగ్దానము చేయుదును; ప్రియోసి—నీవు ప్రియమైనవాడవు; మే—నాకు.

సర్వదా నన్నే చింతింపుము. నా భక్తుడవగుము. నన్ను అర్చింపుము మరియు నాకు నమస్కారము గావింపుము. ఈ విధముగా నీవు తప్పక నన్ను చేరగలవు. నీవు నా ప్రియమిత్రుడవగుటచే నీకిది నేను వాగ్దానము చేయుచున్నాను.

భాష్యము : ప్రతియొక్కరు శ్రీకృష్ణభగవానునికి శుద్ధభక్తుడై ఆతనినే చింతించుచు ఆతని కొరకే కర్మ నొనరించుట గుహ్యతమమైన జ్ఞానమై యున్నది. అనగా ఎవ్వరును కృత్రిమ ధ్యానపరులు కాకూడదు. శ్రీకృష్ణుని గూర్చి సదా చింతించ గలిగే అవకాశము కలుగు రీతిలో జీవితమును ప్రతియొక్కరు మలచుకొనవలెను. దైనందిన కర్మలన్నియును కృష్ణునితో సంబంధము కలిగియుండునట్లుగా వారు చూచుకొనవలెను. ఇరువదినాలుగు గంటలు కృష్ణుని తప్ప అన్యమును చింతింపలేని విధముగా వారు జీవితమును ఏర్పాటు చేసికొనవలెను. అటువంటి శుద్ధమగు కృష్ణభక్తిభావనలో నిమగ్నుడైనవాడు తన ధామమును నిక్కముగా చేరగలడని శ్రీకృష్ణుడు వాగ్దానమొసగుచున్నాడు. అచ్చట అతడు శ్రీకృష్ణుని సన్నిహిత సాహచర్యమున నియుక్తుడు కాగలడు. అర్జునుడు శ్రీకృష్ణభగవానునికి ప్రియమిత్రుడైనందునే అతనికి ఈ గుహ్యతమజ్ఞానము ఉపదేశించబడినది. అర్జునుని

మార్గము ననుసరించు ప్రతివారును శ్రీకృష్ణునకు ప్రియమిత్రులై అర్జునుని వలె పూర్ణత్వము నొందగలరు.

ద్విభుజరూపమున వేణువును దాల్చి, సుందరముఖారవిందము కలిగి, శిరమునందు నెమలిపింఛమును దాల్చిన నీలమేఘశరీర కృష్ణరూపమునందే ప్రతియొక్కరు మనస్సును నిలుపవలెనని ఈ శ్లోకము తెలియజేయుచున్నది. శ్రీకృష్ణభగవానుని గూర్చిన వర్ణనలు బ్రహ్మసంహిత మరియు ఇతర శాస్త్రిము లందు గోచరించుచున్నవి. శ్రీకృష్ణభగవానుని అట్టి ఆదిరూపమునందే మనుజుడు మనస్సును లగ్నము చేయవలెను. శ్రీకృష్ణభగవానునకు విష్ణువు, నారాయణుడు, శ్రీరాముడు, వరాహాది పలురూపములున్నను, భక్తుడు మాత్రము ఏ ఇతర రూపములందును అనురక్తుడు గాక అర్జునుని ఎదుటనున్న రూపముపైననే మనస్సును కేంద్రీకరింపవలెను. ఆ విధముగా శ్రీకృష్ణుని సచ్చిదానందరూపము నందు మనస్సును సంలగ్నము చేయుటయే పరమగుహ్యజ్ఞానమై యున్నది. అర్జునుడు శ్రీకృష్ణుని పరమప్రియమిత్రుడగుటచే అతనికి ఈ గుహ్యజ్ఞానము వెల్లడింపబడినది.

66

सर्वधर्मान् परित्यज्य मामेकं शरणं व्रज।
अहं त्वां सर्वपापेभ्यो मोक्षयिष्यामि मा शुचः ॥६६॥

సర్వధర్మాన్ పరిత్యజ్య మామేకం శరణం వ్రజ ।
అహం త్వాం సర్వపాపేభ్యో మోక్షయిష్యామి మా శుచః ॥

సర్వధర్మాన్—సర్వవిధములైన ధర్మములను; పరిత్యజ్య—విడిచి; మాం—నన్ను; ఏకం—ఒక్కనినే; శరణం వ్రజ—శరణుపొందుము; అహం—నేను; త్వాం—నిన్ను; సర్వపాపేభ్యో—సర్వపాపఫలముల నుండి; మోక్షయిష్యామి—విడిపింతును; మా శుచః—విచారింపకుము.

సర్వవిధములైన ధర్మములను త్యజించి కేవలము నన్నే శరణుపొందుము. నిన్ను సర్వపాపఫలముల నుండి నేను ముక్తుని గావింతును. భయము నొందకుము.

భాష్యము : పరబ్రహ్మజ్ఞానము, పరమాత్మజ్ఞానము, వర్ణాశ్రమధర్మజ్ఞానము, సన్న్యాసాశ్రమ జ్ఞానము, అసంగత్వము, శమదమాదులు, ధ్యానము మొదలగు వానికి సంబంధించిన జ్ఞానము, ధర్మవిధానములను దేవదేవుడైన శ్రీకృష్ణుడు

ఇంతవరకు వివరించియున్నాడు. ధర్మవిధానములను పలువిధములుగా సైతము ఆతడు వర్ణించియుండెను. ఇక ఇప్పుడు గీతాజ్ఞానమును సంగ్రహపరచుచు తాను ఇంతవరకు వివరించియున్న ధర్మవిధానముల నన్నింటిని విడిచి, కేవలము తనకు శరణము నొందుమని అర్జునునితో శ్రీకృష్ణభగవానుడు పలుకుచున్నాడు. శ్రీకృష్ణ భగవానుడు తానే స్వయముగా రక్షణము నొసగుదునని ప్రతిజ్ఞ చేసి యున్నందున అట్టి శరణాగతి అర్జునుని తప్పక సర్వవిధములైన పాపఫలముల నుండి ముక్తుని చేయగలదు.

పాపఫలముల నుండి పూర్తిగా ముక్తుడైనవాడే శ్రీకృష్ణభగవానుని అర్చనమును చేపట్టగలడని సప్తమాధ్యాయమున తెలుపబడినది. కనుక తాను సర్వపాపఫలముల నుండి బయటపడనిదే శరణాగత విధానమును చేపట్టజాలనని ఎవరైనను భావింపవచ్చును. అట్టి సందేహనివృత్తి కొరకే మనుజుడు పాపఫలముల నుండి ముక్తి పొందనప్పటికిని శ్రీకృష్ణభగవానునికి శరణుపొందుట ద్వారా అప్రయత్నముగా ముక్తుడు కాగలడని ఇచ్చట తెలుపబడినది. అనగా పాపఫలముల నుండి ముక్తినొందుటకు విడిగా తీవ్రప్రయత్నము సలుప నవసరము లేదు. శ్రీకృష్ణభగవానుడే సర్వజీవులను రక్షించువాడని అసంశయముగా ప్రతియొక్కరు అంగీకరించవలెను. కనుకనే శ్రద్ధ మరియు ప్రేమతో ప్రతియొక్కరు దేవదేవుడైన శ్రీకృష్ణునకు శరణము నొందవలసియున్నది.

శ్రీకృష్ణభగవానునికి శరణమును పొందు విధానము హరిభక్తివిలాసము (11.676) నందు ఈ క్రింది విధముగా వివరింపబడినది.

> ఆనుకూల్యస్య సంకల్పః ప్రాతికూల్యస్య వర్జనమ్ ।
> రక్షిష్యతీతి విశ్వాసో గోప్తృత్వే వరణం తథా ।
> ఆత్మనిక్షేపకార్పణ్యే షడ్విధా శరణాగతిః ॥

భక్తియోగవిధానము ననుసరించి అంత్యమున శ్రీకృష్ణభగవానుని భక్తియుత సేవకు గొనిపోవునట్టి ధర్మనియమములను మాత్రమే మనుజుడు అంగీకరింపవలసి యున్నది. మనుజుడు తన ఆశ్రమానుసారము విధ్యుక్తధర్మమును నిర్వహించినను దాని ద్వారా కృష్ణభక్తిభావనాస్థితికి రాలేకపోయినచో అతని కర్మలన్నియును వృథాకాగలవు. కనుక కృష్ణభక్తిభావన యందలి పూర్ణత్వస్థితికి దోహదములు కానటువంటి దేనినైనను మనుజుడు త్యజింపవలెను. తనను శ్రీకృష్ణుడు అన్ని పరిస్థితుల యందును సర్వకష్టముల నుండి రక్షించుననెడి నమ్మకమును

అతడు కలిగియుండవలెను. వాస్తవమునకు దేహమునెట్లు పోషించవలెనన్న చింత మనుజునికి అనవసరము. ఆ బాధ్యతను శ్రీకృష్ణుడే స్వీకరింపగలడు. తనను నిస్సహాయునిగను మరియు తన జీవనపురోగతికి శ్రీకృష్ణుని ఆశ్రయముగను మాత్రము అతడు తప్పక భావింపవలెను. ఈ విధముగా మనుజుడు పూర్ణభక్తి భావనలో కృష్ణసేవ యందు అత్యంత శ్రద్ధతో నియుక్తుడైనచో శీఘ్రమే ప్రకృతిగుణ సంపర్కము నుండి బయటపడగలడు. జ్ఞానసముపార్జనము, యోగవిధానమున ధ్యానము వంటివానిపై ఆధారపడిన వివిధ ధర్మవిధానములు మరియు పవిత్రీకరణ విధానములు పలు ఉన్నను శ్రీకృష్ణునికి శరణము నొందినవాడు అట్టి పలు విధానములను అనుసరింపవలసిన అవసరము లేదు. అట్టి కృష్ణ శరణాగతి వృథా కాలవ్యయమును నివారింపగలదు. ఆ విధముగా మనుజుడు శీఘ్రమే పురోభివృద్ధిని గాంచి సర్వవిధములైన పాపఫలముల నుండి ముక్తుడు కాగలడు.

శ్రీకృష్ణభగవానుని సుందరరూపమునకు ప్రతియొక్కరు ఆకర్షితులు కావలెను. సర్వాకర్షకుడు గనుకనే ఆతనికి కృష్ణుడనెడి నామము కలిగినది. అత్యంత సుందరము, శక్తిమంతమునైన శ్రీకృష్ణభగవానుని సర్వశక్తిమయ రూపమునకు ఆకర్షితుడైనవాడు మిగుల భాగ్యవంతుడు. పలురకములుగా నున్న ఆధ్యాత్మికులలో కొందరు నిరాకారబ్రహ్మమునకు ఆకర్షితులు కాగా, మరికొందరు పరమాత్మ తత్త్వము పట్ల ఆకర్షితులగుదురు. కాని దేవదేవుని సాకార రూపమునకు ఆకర్షితుడైనవాడు, అన్నింటికిని మించి స్వయంభగవానుడైన శ్రీకృష్ణుని యెడ ఆకర్షితుడైనవాడు అత్యంత పరిపూర్ణుడు. అనగా సంపూర్ణభక్తిభావనలో శ్రీకృష్ణ భగవానునకు ఒనర్చబడు భక్తియే రహస్యాతిరహస్యమైన జ్ఞానము మరియు భగవద్గీత సారాంశము అయియున్నది. కర్మయోగులు, తత్త్వజ్ఞులు, యోగులు, భక్తులనెడి వారందరును ఆధ్యాత్మికులే యనబడినను శుద్ధభక్తులు మాత్రము అందరికన్నను ఉత్తములు. ఈ శ్లోకము నందు వాడబడిన "మాశుచః" (భయము నొందకుము, సంశయింపకుము, చింతింపకుము) అను పదము మిగుల ప్రధానమైనది. సర్వధర్మములను విడిచిపెట్టి కేవలము శ్రీకృష్ణునకే శరణు పొందుట మనుజునకెట్లు సాధ్యమగునని ఎవ్వరేని కలతను పొందు నవకాశము గలదు. కాని అట్టి చింత కేవలము నిష్ప్రయోజనమైనట్టిది.

67

इदं ते नातपस्काय नाभक्ताय कदाचन।
न चाशुश्रूषवे वाच्यं न च मां योऽभ्यसूयति॥६७॥

ఇదం తే నాతపస్కాయ నాభక్తాయ కదాచన ।
న చాశుశ్రూషవే వాచ్యం న చ మాం యోఽభ్యసూయతి ॥

ఇదం—ఇది; తే—నీవు; నాతపస్కాయ—తపస్సంపన్నుడు కానివానికి; నాభక్తాయ—భక్తుడు కానివానికి; కదాచన—ఎప్పుడును; న చాశుశ్రూషవే—భక్తియుక్తసేవలో నియుక్తుడు కానివానికి కూడా; న వాచ్యం—చెప్పరాదు; చ—కూడా; మాం—నా యెడ; యః—ఎవడు; అభ్యసూయతి—అసూయను కలిగియుండునో.

ఇట్టి గుహ్యతమ జ్ఞానమును తపస్సంపన్నులు కానివారికి గాని, భక్తులు కానివారికి గాని, భక్తియుత సేవలో నిలువనివారికి గాని, నా యెడ అసూయను కలిగినవారికి గాని ఎన్నడును వివరింపరాదు.

భాష్యము : ధర్మవిధానములందలి తపస్సులను ఆచరింపనివారికి, కృష్ణభక్తి భావనలో భక్తియోగమును నిర్వహింప సమకట్టనివారికి, శుద్ధభక్తుని సేవింపనివారికి, ముఖ్యముగా శ్రీకృష్ణుని చారిత్రాత్మక వ్యక్తిగా మాత్రమే భావించువారికి లేదా శ్రీకృష్ణుని గొప్పతనము పట్ల అసూయను కలిగియుండువారికి ఈ గుహ్యతమ జ్ఞానమును వివరింపరాదు. అయినను దానవప్రవృత్తి కలిగి శ్రీకృష్ణుని యెడ అసూయను కలిగినవారు సైతము కొన్నిమార్లు శ్రీకృష్ణుని వేరే విధముగా అర్చించుచున్నట్లు గోచరించును. అట్టివారు భిన్నవిధములుగా గీతావ్యాఖ్యానము చేయుట యనెడి వృత్తిని చేపట్టి, దానిని వ్యాపారముగా కొనసాగింతురు. కాని శ్రీకృష్ణుని యథార్థముగా తెలిసికొనగోరువారు మాత్రము అట్టి గీతావ్యాఖ్యానముల నుండి దూరులు కావలెను. భోగలాలసులైనవారికి గీతాప్రయోజనము అవగతము కాదు. భోగలాలసుడు కాకుండ, వేదనిర్దేశితములైన నియమములను కచ్చితముగా పాటించువాడు సైతము ఒకవేళ భక్తుడు కానిచో శ్రీకృష్ణుని అవగతము చేసికొనజాలడు. తమను తాము భక్తులుగా ప్రదర్శించుకొనుచు కృష్ణపరకర్మల యందు మాత్రము నియుక్తులు కానివారు కూడా శ్రీకృష్ణుని ఎరుగజాలరు. శ్రీకృష్ణుడు తాను దేవదేవుడననియు మరియు తనకు సమానమైనది లేదా తనకన్నను అధికమైనది వేరొక్కటి లేదనియు భగవద్గీత యందు తెలిపిన

కారణముగా ఆతని యెడ అసూయను కలిగినవారు పలువురుందురు. కృష్ణుని యెడ అసూయను కలిగియుండెడి అట్టివారు గీతావగాహనకు అసమర్థులు కావున వారికి గీతను బోధింపరాదు. శ్రద్ధారహితులైనవారు శ్రీకృష్ణుని మరియు భగవద్గీతను అవగతము చేసికొను అవకాశమే లేదు. కనుక శుద్ధభక్తుని నుండి శ్రీకృష్ణుని అవగతము చేసికొనకుండ ఎవ్వరును భగవద్గీతను వ్యాఖ్యానించుటకు యత్నింపరాదు.

68

य इदं परमं गुह्यं मद्भक्तेष्वभिधास्यति ।
भक्तिं मयि परां कृत्वा मामेवैष्यत्यसंशयः ॥६८॥

యు ఇదం పరమం గుహ్యం మద్భ క్తేష్వభిధాస్యతి ।
భక్తిం మయి పరాం కృత్వా మామేవైష్యత్యసంశయః ॥

యః—ఎవడు; ఇదం—ఈ; పరమం—పరమమగు; గుహ్యం—రహస్యమును; మత్—నా యొక్క; భ క్తేషు—భక్తులకు; అభిదాస్యతి—వివరించునో; భక్తిం—భక్తియుక్తసేవను; మయి—నా యెడ; పరాం—ఉత్కృష్టమైన; కృత్వా—చేసి; మామేవ—నన్నే; ఏష్యతి—పొందును; అసంశయః—నిస్సందేహముగా.

ఈ పరమరహస్యమును భక్తులకు వివరించువానికి శుద్ధభక్తియోగము నిశ్చయముగా కలుగును. అంత్యమున అతడు నన్ను చేరగలడు.

భాష్యము : అభక్తులైనవారు శ్రీకృష్ణునిగాని, భగవద్గీతను గాని అవగతము చేసికొనలేనందున గీతను భక్తుల సమక్షమునందే చర్చించుమని సాధారణముగా ఉపదేశింపబడును. శ్రీకృష్ణభగవానుని మరియు ఆతని గీతాజ్ఞానమును యథాతథముగా అంగీకరింపలేనివారు తోచినరీతి గీతావ్యాఖ్యానమును చేయుటకు యత్నించి అపరాధులు కారాదు. శ్రీకృష్ణుని దేవదేవునిగా అంగీకరించుటకు సిద్ధపడినవారికే భగవద్గీతను బోధించవలెను. అనగా ఈ చర్చనీయ విషయము భక్తులకు సంబంధించినదే గాని తాత్త్వికకల్పనాపరులది కాదు. అయినను ఈ భగవద్గీతను శ్రద్ధతో ప్రకటింప యత్నించువారు భక్తియోగమున పురోగమించి శుద్ధమగు భక్తిమయ జీవనస్థితికి చేరగలరు. అట్టి శుద్ధభక్తి ఫలితముగా మనుజుడు భగవద్ధామమును తప్పక చేరగలడు.

69

न च तस्मान् मनुष्येषु कश्चिन्मे प्रियकृत्तमः ।
भविता न च मे तस्मादन्यः प्रियतरो भुवि ॥६९॥

న చ తస్మాన్మనుష్యేషు కశ్చిన్మే ప్రియకృత్తమః ।
భవితా న చ మే తస్మాదన్యః ప్రియతరో భువి ॥

న—ఎన్నడును; చ—మరియు; తస్మాత్—వానికంటె; మనుష్యేషు—మానవులలో; కశ్చిత్—ఎవడును; మే—నాకు; ప్రియకృత్తమః—ఎక్కువ ప్రియమైనవాడు; న చ భవితా—ఉండబోడు; మే—నాకు; తస్మాత్—అతనికంటె; అన్యః—ఇతరుడు; ప్రియతరః—ఎక్కువ ప్రియమైనవాడు; భువి—ప్రపంచమునందు.

నాకు అతని కన్నను ప్రియుడైన సేవకుడు మరొక్కడు ఈ ప్రపంచమున లేడు. అతనికి మించిన ప్రియుడైనవాడు వేరొక్కడు ఉండబోడు.

70

अध्येष्यते च य इमं धर्म्यं संवादमावयोः ।
ज्ञानयज्ञेन तेनाहमिष्टः स्यामिति मे मतिः ॥७०॥

అధ్యేష్యతే చ య ఇమం ధర్మ్యం సంవాదమావయోః ।
జ్ఞానయజ్ఞేన తేనాహమిష్టః స్యామితి మే మతిః ॥

అధ్యేష్యతే—అధ్యయనము చేయునో; చ—కూడా; యః—ఎవడు; ఇమం—ఈ; ధర్మ్యం—పవిత్రమైన; సంవాదం—సంవాదమును; ఆవయోః—మనయొక్క; జ్ఞానయజ్ఞేన—జ్ఞానయజ్ఞముచే; తేన—అతనిచే; అహం—నేను; ఇష్టః—పూజింపబడినవాడను; స్యామ్—అగుదును; ఇతి—అని; మే—నాయొక్క; మతిః—అభిప్రాయము.

మన ఈ పవిత్రమగు సంవాదమును శ్రద్ధతో అధ్యయనము చేయువాడు జ్ఞాన యజ్ఞముచే నన్ను పూజించినవాడగునని నేను ప్రకటించుచున్నాను.

71

श्रद्धावाननसूयश्च शृणुयादपि यो नरः ।
सोऽपि मुक्तः शुभाँल्लोकान् प्राप्नुयात्पुण्यकर्मणाम् ॥७१॥

శ్రద్ధావాననసూయశ్చ శ్రుణుయాదపి యో నరః ।
సోऽపి ముక్తః శుభాన్‌లోకాన్ ప్రాప్నుయాత్ పుణ్యకర్మణామ్ ॥

శ్రద్ధావాన్—శ్రద్ధకలవాడు; అనసూయః—అసూయలేనివాడు; చ—మరియు; శ్రుణుయాత్

అపి—వినునో; యో నరః—ఏ మానవుడు; సః అపి—అతడు కూడా; ముక్తః—ముక్తుడై; శుభాన్—శుభకరములైన; లోకాన్—లోకములను; ప్రాప్నుయాత్—పొందును; పుణ్యకర్మణామ్ —పుణ్యాత్ముల యొక్క.

శ్రద్ధను, అసూయారాహిత్యమును గూడి శ్రవణము చేయువాడు సర్వపాప ఫలముల నుండి విడుదలను పొంది, పుణ్యకర్ములైనవారు నివసించు పుణ్యలోకములను పొందగలడు.

భాష్యము : తన యెడ అసూయను కలిగినవారికి గీతాజ్ఞానమును బోధించ రాదని శ్రీకృష్ణభగవానుడు ఈ అధ్యాయపు అరువదిఏడవ శ్లోకమున స్పష్టముగా పలికియున్నాడు. అనగా భగవద్గీత భక్తుల కొరకే నిర్దేశింపబడియున్నది. కాని కొన్నిమార్లు భక్తులు బహిరంగముగా గీతోపన్యాసములను గావించుచుందురు. వాటిని శ్రవణము చేయువారిలో అందరును భక్తులు కాకపోవచ్చును. అట్టియెడ వారు ఎందులకై బహిరంగముగా ఉపన్యాసములు గావింతురనెడి ప్రశ్న ఉదయింపవచ్చును. అది ఈ విధముగా ఇచ్చట వివరింపబడినది. ఉపన్యాసమునకు వచ్చిన ప్రతియొక్కరు భక్తులు కాకపోయినను, వారిలో పెక్కురు కృష్ణుని యెడ అసూయారహితులును కావచ్చును. అట్టి అసూయారహితులు శ్రీకృష్ణుడు దేవదేవుడనెడి విశ్వాసమును కలిగియుందురు. వారు గీతాజ్ఞానమును భగవద్భక్తుని ముఖతః శ్రవణము చేసినచో శీఘ్రమే సర్వపాపఫలముల నుండి విడుదలను పొంది, పుణ్యాత్ములైనవారు వసించెడి పుణ్యలోకములను పొంద గలరు. అనగా శుద్ధభక్తుడగుటకు యత్నింపనివాడు సైతము శ్రద్ధతో గీతా శ్రవణమును చేయుట ద్వారా సర్వపుణ్యకర్మల ఫలములను పొందగలడు. కనుక పాపఫలముల నుండి విడుదలను పొంది కృష్ణభక్తునిగా నగుటకు ప్రతియొక్కనికి కృష్ణభక్తుడు అవకాశము నొసగుచుండును.

పాపకర్మల ఫలముల నుండి విడివడినవారు మరియు ధర్మాత్ములైనవారు సాధారణముగా కృష్ణభక్తిని సులభముగా స్వీకరింతురు. ఇచ్చట "పుణ్యకర్మణామ్" అను పదము మిగుల ప్రధానమైనది. వేదములందు తెలియజేయబడిన అశ్వమేధ యజ్ఞము వంటి గొప్ప యజ్ఞములను ఈ పదము సూచించుచున్నది. భక్తి యుతసేవ నొనర్చుట యందు ధర్మనిరతులైనను విశుద్ధస్థితిని బడయనివారు భక్తధ్రువుడు నివసించు ధ్రువలోకమును చేరగలరు. ధ్రువుడు శ్రీకృష్ణుని పరమభక్తుడు. అతని ప్రత్యేకలోకమే ధ్రువలోకమని పిలువబడును.

72

कच्चिदेतच्छ्रुतं पार्थ त्वयैकाग्रेण चेतसा।
कच्चिदज्ञानसम्मोहः प्रणष्टस्ते धनञ्जय॥७२॥

కచ్చిదేతచ్ఛ్రుతం పార్థ త్వయైకాగ్రేణ చేతసా ।
కచ్చిదజ్ఞానసమ్మోహః ప్రనష్టస్తే ధనంజయ ॥

ఏతత్—ఇది; **శ్రుతం కచ్చిత్**—వింటివా; **పార్థ**—ఓ పృథాకుమారా; **త్వయా**—నీవు; **ఏకాగ్రేణ**—ఏకాగ్రత కలిగిన; **చేతసా**—మనస్సుతో; **అజ్ఞానసమ్మోహః**—అజ్ఞానము, భ్రాంతి; **ప్రనష్టః కచ్చిత్**—నశించినవా; **తే**—నీయొక్క; **ధనంజయ**—ధనమును జయించినవాడా (అర్జునా).

ఓ పార్థా! ధనంజయా! ఏకాగ్ర మనస్సుతో దీనినంతటిని నీవు శ్రవణము చేసితివా? నీ అజ్ఞానము మరియు మోహము ఇప్పుడు నశించినవా?

భాష్యము : శ్రీకృష్ణభగవానుడు ఇచ్చట అర్జునునికి ఆధ్యాత్మికగురువు వలె వర్తించుచున్నాడు. కనుకనే అర్జునుడు భగవద్గీతను సరియైన విధముగా అవగతము చేసికొనెనా లేదా యని ప్రశ్నించుట ఆతని ధర్మమై యున్నది. ఒకవేళ అర్జునుడు అవగతము చేసికొననిచో అవసరమైన ఏదేని ఒక విషయమును గాని లేదా సంపూర్ణగీతను గాని శ్రీకృష్ణుడు తిరిగి తెలుపుటకు సంసిద్ధుడై యున్నాడు. వాస్తవమునకు శ్రీకృష్ణుని వంటి గురువు నుండి గాని, శ్రీకృష్ణుని ప్రతినిధియైన ఆధ్యాత్మికగురువు నుండి గాని గీతాశ్రవణము చేసినవాడు తన అజ్ఞానమును నశింపజేసికొనగలడు. భగవద్గీత యనునది ఏదో ఒక కవి లేదా నవలారచయితచే రచింపబడినది కాదు. అది సాక్షాత్తు దేవదేవుడైన శ్రీకృష్ణునిచే పలుకబడినట్టిది. కనుక శ్రీకృష్ణుని నుండి గాని, ఆతని ప్రామాణిక ఆధ్యాత్మిక ప్రతినిధి నుండి గాని ఆ ఉపదేశములను శ్రవణము చేయగలిగిన భాగ్యవంతుడు తప్పక ముక్తపురుషుడై అజ్ఞానాంధకారము నుండి బయటపడగలడు.

73

अर्जुन उवाच

नष्टो मोहः स्मृतिर्लब्धा त्वत्प्रसादान्मयाच्युत।
स्थितोऽस्मि गतसन्देहः करिष्ये वचनं तव॥७३॥

అర్జున ఉవాచ

నష్టో మోహః స్మృతిర్లబ్ధా త్వత్ప్రసాదాన్మయాచ్యుత ।
స్థితోఽస్మి గతసన్దేహః కరిష్యే వచనం తవ ॥

అర్జునః ఉవాచ—అర్జునుడు పలికెను; నష్టః—నశించినది; మోహః—భ్రాంతి; స్మృతిః—జ్ఞానము; లబ్ధా—పొందబడినది; త్వత్ప్రసాదాత్—నీ అనుగ్రహముచే; మయా—నాచే; అచ్యుత—అచ్యుతా (ఓ కృష్ణా); స్థితోస్మి—అయితిని; గతసందేహః—సందేహరహితుడను; కరిష్యే—నెరవేర్తును; వచనం—ఆజ్ఞను; తవ—నీయొక్క.

అర్జునుడు పలికెను : ఓ అచ్యుతా! నా మోహము ఇప్పుడు నశించినది. నీ కరుణచే నా స్మృతిని తిరిగి పొందితిని. ఇప్పుడు నేను స్థిరుడను, సందేహరహితుడను అయి నీ ఆజ్ఞానుసారము వర్తించుటకు సిద్ధముగా నున్నాను.

భాష్యము : దేవదేవుడైన శ్రీకృష్ణుని ఆజ్ఞానుసారము వర్తించుటయే జీవుని (అర్జునుని) సహజస్థితియై యున్నది. అతడట్లు నియమబద్ధముగా వర్తించుటకే నిర్దేశింపబడినాడు. జీవుని నిజమైన స్థితి శ్రీకృష్ణుని నిత్యదాసత్వమే యని చైతన్యమహాప్రభువు కూడా తెలిపియున్నారు. ఈ సిద్ధాంతమును మరచియే జీవుడు భౌతికప్రకృతిచే బద్ధుడగుచున్నాడు. కాని అతడు ఆ భగవానుని సేవలో నిమగ్నుడగుట ద్వారా ముక్తుడు కాగలడు. జీవుని సహజస్థితి దాసత్వమే గనుక అతడు మాయనో లేదా దేవదేవుడైన శ్రీకృష్ణునో సదా సేవింపవలసివచ్చును. ఒకవేళ అతడు శ్రీకృష్ణభగవానుని సేవించినచో తన సహజస్థితి యందు నిలువగలడు. కాని భౌతికశక్తియైన మాయను సేవింపదలచినచో నిక్కముగా బంధములో చిక్కుబడగలడు. భ్రాంతి యందు భౌతికజగమున సేవను గూర్చుచు అతడు ఇచ్ఛాకామములచే బద్ధుడైనను తనను తాను జగత్తుకు అధినేతయైనట్లు భావించును. అట్టి భావనయే భ్రాంతి యనబడును. కాని మనుజుడు ముక్తుడైనపుడు అట్టి భ్రాంతి నశించి, ఆ దేవదేవుని కోరికల ననుసరించి వర్తించుటకు స్వచ్ఛందముగా శరణాగతుడగును. ఇక మాయలో చివరిదేమన తనను తాను దేవుడనని భావించుట. అట్టి భావన జీవుని బంధించుటకు మాయ యొక్క చివరి జాలమై యున్నది. అటువంటి భావన యందు జీవుడు తాను బద్ధుడను కానని, కేవలము దేవుడనని భావించును. కాని మూర్ఖుడైన అట్టి జీవుడు తాను దేవుడైనచో సందేహమెట్లు కలుగుచున్నదనెడి విషయమును మాత్రము గుర్తించ

లేడు. ఆ విషయమును అతడు పట్టించుకొనడు. ఈ భావనయే మాయ యొక్క చివరి జాలమై యున్నది. వాస్తవమునకు శ్రీకృష్ణభగవానుని అవగతము చేసికొని, ఆ దేవదేవుని ఆజ్ఞానుసారము వర్తించుటకు అంగీకరించుటయే మాయాశక్తి నుండి ముక్తిని పొందుట కాగలదు.

"మోహః"అను పదము ఈ శ్లోకమున ప్రధానమైనది. జ్ఞానమునకు విరుద్ధమైనదే మోహము. వాస్తవమునకు ప్రతిజీవియు శ్రీకృష్ణభగవానునకు నిత్య దాసుడని అవగతము చేసికొనుటయే నిజమైన జ్ఞానము కాగలదు. కాని భౌతికప్రకృతిపై ఆధిపత్యము చెలాయించవలెననెడి భావనలో జీవుడు తననట్లు దాసునిగా భావించక జగమునకుప్రభువుగా తలచును. అదియే మోహము. ఇట్టి మోహము శ్రీకృష్ణభగవానుని కరుణచే లేదా కృష్ణభక్తుని కరుణచే నశింపగలదు. అట్టి మోహము నశించినప్పుడే మనుజుడు కృష్ణభక్తిభావనలో వర్తించుటకు అంగీకరించును.

కృష్ణభక్తిరస భావనము అనగా శ్రీకృష్ణుని ఆజ్ఞానుసారము వర్తించుటని భావము. జ్ఞానపూర్ణుడు మరియు సర్వాధినేతయైన శ్రీకృష్ణభగవానుడే సర్వమునకు ప్రభువనెడి విషయమును భౌతికశక్తిచే మోహపరవశుడైన బద్ధ జీవుడు ఎరుగజాలడు. ఆ భగవానుడు తాను కోరిన దెల్ల భక్తుల కొసగుచుండును. సర్వులకు మిత్రుడైన ఆతడు తన భక్తుని యెడ అధికప్రీతిని కలిగియుండును. భౌతికప్రకృతిని, జీవులను, అవ్యయమైన కాలమును నియమించువాడు ఆతడే. ఆ దేవదేవుడు సర్వవిభూతి సమన్వితుడు, సర్వశక్తిసంపన్నుడు. ఆతడు తనను సైతము భక్తులకు అర్పించుకొనగలడు. అట్టి శ్రీకృష్ణభగవానుని తెలియజాలనివాడే మాయకు లోబడి, భక్తుడు కాజాలక మాయకు సేవకుడగును. కాని అర్జునుడు మాత్రము శ్రీకృష్ణుని నుండి గీతను శ్రవణము చేసిన పిమ్మట మోహము నుండి సంపూర్ణముగా దూరుడయ్యెను. శ్రీకృష్ణుడు కేవలము తన స్నేహితుడే గాక, దేవదేవుడని అతడు తెలిసికొనగలిగెను. అనగా అర్జునుడు శ్రీకృష్ణుని యథార్థముగా అవగతము చేసికొనగలిగెను. అనగా భగవద్గీత అధ్యయనము శ్రీకృష్ణభగవానుని యథార్థముగా అవగతము చేసికొనుటకే యని విశదమగుచున్నది. మానవుడు జ్ఞానపూర్ణుడైనప్పుడు సహజముగా శ్రీకృష్ణుని శరణుజొచ్చును. అనవసర జనబాహుళ్యమును తగ్గించుటయే శ్రీకృష్ణభగవానుని ప్రణాళిక యని అర్జునుడు అవగతము చేసికొనినంతనే ఆ దేవదేవుని ఇచ్ఛానుసారము యుద్ధము

చేయుటకు సమ్మతించెను. దేవదేవుని ఆజ్ఞపై యుద్ధమాచరించుటకు అతడు తిరిగి తన విల్లంబులను చేపట్టెను.

74

सञ्जय उवाच

इत्यहं वासुदेवस्य पार्थस्य च महात्मनः ।
संवादमिममश्रौषमद्भुतं रोमहर्षणम् ।।७४ ।।

సంజయ ఉవాచ

ఇత్యహం వాసుదేవస్య పార్థస్య చ మహాత్మనః ।
సంవాదమిమమశ్రౌషమద్భుతం రోమహర్షణం ॥

సంజయః ఉవాచ—సంజయుడు పలికెను; ఇతి—ఈ విధముగా; అహం—నేను; వాసుదేవస్య—కృష్ణుడు; పార్థస్య—అర్జునుడు; చ—కూడా; మహాత్మనః—మహాత్ములైన; సంవాదం—సంభాషణమును; ఇమం—ఈ; అశ్రౌషం—వింటిని; అద్భుతం—ఆశ్చర్యకరమైన; రోమహర్షణం—రోమాంచము కలిగించునట్టి.

సంజయుడు పలికెను : ఈ విధముగా మహాత్ములైన శ్రీకృష్ణుడు మరియు అర్జునుని నడుమ జరిగిన సంవాదమును నేను శ్రవణము చేసితిని. అద్భుతమైన ఆ సంవాదముచే నాకు రోమాంచమగుచున్నది.

భాష్యము : కురుక్షేత్ర రణరంగమున ఏమి జరిగెనని ధృతరాష్ట్రుడు తన కార్యదర్శియైన సంజయుని గీతారంభమున ప్రశ్నించెను. ఈ అధ్యయన విషయమంతయు సంజయుని హృదయమున అతని గురువగు వ్యాసదేవుని కరుణచే విదితమయ్యెను. ఆ విధముగా అతడు రణరంగవిషయములను ఎరుకపరచగలిగెను. ఇరువురు మహాత్ముల నడుమ భగవద్గీత వంటి అత్యంత ప్రాముఖ్యమైన సంవాదమెన్నడును జరిగియుండలేదు మరియు భవిష్యత్తులో జరుగు నవకాశమును లేదు. కనుకనే ఆ సంవాదము అత్యంత అద్భుతమై యుండెను. దేవదేవుడైన శ్రీకృష్ణుడు స్వయముగా తన శక్తులను గూర్చి జీవునకు (పరమభక్తుడగు అర్జునుడు) వివరించియుండుటచే ఆ సందేశము వాస్తవమునకు అత్యంత అద్భుతముగనే ఉండగలదు. శ్రీకృష్ణభగవానుని అవగతము చేసికొనుటకు మనము అర్జునుని అడుగుజాడలను అనుసరించినచో తప్పక మన జీవితములు సుఖకరములు మరియు జయప్రదములు కాగలవు. సంజయుడు ఈ విషయమును గుర్తించి దానిని అవగాహనము చేసికొనుటకు యత్నించుచు ధృతరాష్ట్రునకు

దానినంతయు నెరిగించెను. కనుకనే కృష్ణార్జునులు ఎచ్చట నుందురో అచ్చట విజయము తథ్యమని నిర్ధారింపబడినది.

75

व्यासप्रसादाच्छ्रुतवानेतद् गुह्यमहं परम्।
योगं योगेश्वरात्कृष्णात् साक्षात्कथयत: स्वयम्॥७५॥

వ్యాసప్రసాదాచ్ఛ్రుతవానేతద్ గుహ్యమహం పరమ్ ।
యోగం యోగేశ్వరాత్కృష్ణాత్సాక్షాత్కథయతః స్వయమ్ ॥

వ్యాసప్రసాదాత్—వ్యాసదేవుని అనుగ్రహము వలన; శ్రుతవాన్—వింటిని; ఏతత్—ఈ; గుహ్యం—రహస్యమును; అహం—నేను; పరమ్—దివ్యమైన; యోగం—యోగమును; యోగేశ్వరాత్—యోగమునకు ప్రభువైన; కృష్ణాత్—కృష్ణుని నుండి; సాక్షాత్—ప్రత్యక్షముగా; కథయతః—చెప్పుచున్న; స్వయమ్—స్వయముగా.

అర్జునునితో స్వయముగా సంభాషించుచున్న యోగేశ్వరుడైన శ్రీకృష్ణుని నుండి ఈ పరమగుహ్య వచనములను వ్యాసదేవుని కరుణచే నేను ప్రత్యక్షముగా వినగలిగితిని.

భాష్యము : వ్యాసదేవుడు సంజయునికి ఆధ్యాత్మికగురువు. తన గురువైన వ్యాసదేవుని కరుణచేతనే తాను దేవదేవుడైన శ్రీకృష్ణుని అవగతము చేసికొన గలిగితినని సంజయుడు అంగీకరించుచున్నాడు. అనగా ప్రతియొక్కరు ప్రత్యక్షముగా గాక ఆధ్యాత్మికగురువు ద్వారా శ్రీకృష్ణభగవానుని అవగతము చేసికొనవలసియున్నది. భగవదనుభూతి ప్రత్యక్షముగా అనుభవింపవలసినదే అయినను గురువు మాత్రము దానికి మాధ్యమముగా ఒప్పారగలడు. ఇదియే గురుపరంపరా రహస్యము. గురువు ప్రామాణికుడైనపుడు మనుజుడు అర్జునుని రీతి ఆయన నుండి భగవద్గీతను ప్రత్యక్షముగా శ్రవణము చేయవచ్చును. జగమునందు పెక్కురు యోగులు మరియు సిద్ధపురుషులు ఉన్నప్పటికిని శ్రీకృష్ణుడు సమస్త యోగవిధానములకు ప్రభువై యున్నాడు. అటువంటి శ్రీకృష్ణుడు తనకే శరణము నొందుమని గీత యందు నిశ్చయముగా ఉపదేశ మొసగియున్నాడు. ఆ విధముగా ఒనరించువాడు అత్యుత్తమ యోగి కాగలడు. ఈ విషయము షష్ఠాధ్యాయపు చివరి శ్లోకమునందు నిర్ధారింపబడినది. (యోగినామపి సర్వేషాం).

నారదముని శ్రీకృష్ణభగవానుని శిష్యుడు మరియు వ్యాసుని గురుదేవుడు. కనుక అర్జునుని వలె వ్యాసుడు కూడ పరమ ప్రామాణికుడై యున్నాడు. అతడు గురుపరంపరలో నున్నవాడు అగుటయే అందులకు కారణము. సంజయుడు వ్యాసదేవుని శిష్యుడు. కనుకనే వ్యాసుని అనుగ్రహముచే సంజయుడు పవిత్రుడై శ్రీకృష్ణుని ప్రత్యక్షముగా గాంచగలిగెను మరియు వినగలిగెను. అనగా శ్రీకృష్ణుని నుండి ప్రత్యక్షముగా శ్రవణము చేయగలిగినవాడే ఈ గుహ్యతమ జ్ఞానమును అవగతము చేసికొనగలడు. శ్రీకృష్ణుని నుండి వచ్చుచున్న ప్రామాణిక గురుపరంపరలో లేనివాడు కృష్ణుని నుండి శ్రవణము చేయజాలడు. కనుక అతని జ్ఞానము సదా (గీతావగాహనకు సంబంధించినంతవరకైనను) అసంపూర్ణమై యుండును.

కర్మయోగము, జ్ఞానయోగము, భక్తియోగము మొదలగు సర్వ యోగ పద్ధతులు భగవద్గీత యందు వివరింపబడినవి. అట్టి యోగపద్ధతులన్నింటికిని శ్రీకృష్ణుడే ప్రభువు. శ్రీకృష్ణభగవానుని నుండి ప్రత్యక్షముగా శ్రవణము చేయగలిగే భాగ్యము అర్జునునకు లభించినట్లే, వ్యాసదేవుని కరుణచే సంజయుడు సైతము శ్రీకృష్ణుని నుండి ప్రత్యక్షముగా శ్రవణము చేయగలిగెను. వాస్తవమునకు శ్రీకృష్ణుని నుండి ప్రత్యక్షముగా శ్రవణము చేయుట మరియు వ్యాసుని వంటి గురువు ద్వారా శ్రవణము చేయుట యందు ఏ మాత్రము భేదము లేదు. ఆధ్యాత్మికగురువు వ్యాసదేవుని ప్రతినిధి వంటివాడు. కనుకనే వేద పద్ధతి ననుసరించి గురువుగారి జన్మదిన సందర్భమున శిష్యులైనవారు వ్యాసపూజ యనెడి ఉత్సవమును నిర్వహించుచుందురు.

76

राजन् संस्मृत्य संस्मृत्य संवादमिमद्भुतम् ।
केशवार्जुनयोः पुण्यं हृष्यामि च मुहुर्मुहुः ॥७६॥

రాజన్ సంస్మృత్య సంస్మృత్య సంవాదమిమమద్భుతమ్ ।
కేశవార్జునయోః పుణ్యం హృష్యామి చ ముహుర్ముహుః ॥

రాజన్—రాజా; సంస్మృత్య సంస్మృత్య—స్మరించి స్మరించి; సంవాదమ్ ఇమమ్—ఈ సంవాదమును; అద్భుతమ్—ఆశ్చర్యకరమైన; కేశవ అర్జునయోః—కృష్ణార్జునుల యొక్క; పుణ్యం—పవిత్రమైన; హృష్యామి—ఆనందము ననుభవించుచున్నాను; చ—కూడా; ముహుః

ముహుః—మాటిమాటికిని.

ఓ రాజా! శ్రీకృష్ణార్జునుల నడుమ జరిగిన అద్భుతమును, పవిత్రమును అగు సంవాదమును స్మరించిన కొలది ప్రతిక్షణము పులకించుచు ఆనందము నొందుచున్నాను.

భాష్యము : భగవద్గీత యొక్క అవగాహనము అతి దివ్యమైనట్టిది. శ్రీకృష్ణార్జున సంవాద విషయములను అవగతము చేసికొనగలిగినవాడు మహాత్ముడై ఆ సంవాద విషయములను మరువకుండును. ఇదియే ఆధ్యాత్మికజీవనపు దివ్యస్థితి. అనగా భగవద్గీతను ప్రామాణికుడైన(శ్రీకృష్ణుడు) వానినుండి శ్రవణము చేయువాడు పూర్ణ కృష్ణభక్తిభావనను పొందగలడు. అట్టి కృష్ణభక్తిరసభావన ఫలితమేమనగా మనుజుడు నిరంతరము వికాసము నొందుచు, ఏదియో కొంత సమయము గాక ప్రతిక్షణమును జీవితమున ఆనందము ననుభవించును.

77

तच्च संस्मृत्य संस्मृत्य रूपमत्यद्भुतं हरेः ।
विस्मयो मे महान् राजन् हृष्यामि च पुनः पुनः ॥७७॥

తచ్చ సంస్మృత్య సంస్మృత్య రూపమత్యద్భుతం హరేః।
విస్మయో మే మహాన్ రాజన్ హృష్యామి చ పునః పునః ॥

తచ్చ—అదికూడా; సంస్మృత్య సంస్మృత్య—స్మరించి స్మరించి; రూపమ్—రూపమును; అతి అద్భుతం—మిక్కిలి ఆశ్చర్యకరమైన; హరేః—కృష్ణుని యొక్క; విస్మయః—ఆశ్చర్యము; మే—నాకు; మహాన్—అధికము; రాజన్—ఓ రాజా; హృష్యామి చ—ఆనందించుచున్నాను; పునః పునః—మరల మరల.

ఓ రాజా! అత్యద్భుతమైన శ్రీకృష్ణభగవానుని రూపమును స్మరించిన కొలది నేను అత్యంత విస్మయము నొందుచు మరల మరల ఆనందము ననుభవించుచున్నాను.

భాష్యము : వ్యాసుని అనుగ్రహముచే సంజయుడు కూడ అర్జునునకు చూపబడిన శ్రీకృష్ణభగవానుని విశ్వరూపమును గాంచగలిగినట్లు ఇచ్చట గోచరించుచున్నది. అట్టి విశ్వరూపమును శ్రీకృష్ణుడు పూర్వమెన్నడును చూపలేదని తెలుపబడినది. అది ఒక్క అర్జునునికే చూపబడినను ఆ సమయమున కొందరు మహాభక్తులు సైతము ఆ రూపమును గాంచగలిగిరి. అట్టివారిలో వ్యాసమహర్షి

ఒకరు. శ్రీకృష్ణుని పరమభక్తులలో ఒకడైన అతడు శక్తిపూర్ణ అవతారముగా పరిగణింపబడినాడు. వ్యాసదేవుడు దానిని తన శిష్యుడైన సంజయునకు దర్శింపజేసెను. అర్జునునకు చూపబడిన ఆ అద్భుత రూపమును తలచుచు సంజయుడు మరల మరల ఆనందము ననుభవించుచున్నాడు.

78

यत्र योगेश्वरः कृष्णो यत्र पार्थो धनुर्धरः ।
तत्र श्रीर्विजयो भूतिर्ध्रुवा नीतिर्मतिर्मम ॥७८॥

యత్ర యోగేశ్వరః కృష్ణో యత్ర పార్థో ధనుర్ధరః ।
తత్ర శ్రీర్విజయో భూతిర్ధ్రువా నీతిర్మతిర్మమ ॥

యత్ర—ఎచ్చట; యోగేశ్వరః—యోగమునకు ప్రభువైన; కృష్ణః—శ్రీకృష్ణభగవానుడు; యత్ర—ఎచ్చట; పార్థః—అర్జునుడు; ధనుర్ధరః—విల్లంబులు ధరించినవాడు; తత్ర—అచ్చట; శ్రీః—సంపద; విజయః—విజయము; భూతిః—అసాధారణశక్తి; ధ్రువా—నిశ్చయము; నీతిః—నీతి; మతిర్మమ—నా అభిప్రాయము.

యోగేశ్వరుడైన శ్రీకృష్ణుడు, మేటి ధనుర్ధారియైన అర్జునుడు ఎచ్చట ఉందురో అచ్చట సంపద, విజయము, అసాధారణశక్తి, నీతి నిశ్చయముగా నుండును. ఇదియే నా అభిప్రాయము.

భాష్యము : భగవద్గీత ధృతరాష్ట్రుని విచారణతో ఆరంభమైనది. భీష్మ, ద్రోణ, కర్ణాది మహాయోధులచే సహాయమును పొందుచున్న తన కుమారుల విజయము పట్ల అతడు మిగుల ఆశను కలిగియుండెను. విజయము తన పక్షమునకే సిద్ధించునని అతడు భావించుచుండెను. కాని యుద్ధరంగమున జరిగిన సన్నివేశమును వివరించిన పిమ్మట సంజయుడు ధృతరాష్ట్రునితో "నీవు విజయమును గూర్చి ఆలోచించినను, నా అభిప్రాయము ప్రకారము శ్రీకృష్ణార్జునులు ఎచ్చట నుందురో అచ్చటనే సర్వశుభము కలుగగలదు" అని పలికెను. అనగా ధృతరాష్ట్రుడు తన పక్షమున విజయమును ఆశింపరాదని అతడు ప్రత్యక్షముగా నిర్ధారించినాడు. శ్రీకృష్ణుడు నిలిచియున్నందున అర్జునుని పక్షమునకే విజయము సిద్ధించుననుట నిశ్చయమైన విషయము. ఇచ్చట శ్రీకృష్ణభగవానుడు అర్జునుని రథచోదకుడగుట ఆ భగవానుని మరొక విభూతియై యున్నది. శ్రీకృష్ణునకు గల పలువిభూతులలో వైరాగ్యము ఒకటి. శ్రీకృష్ణుడు వైరాగ్యమునకు సైతము ప్రభువైనందున అట్టి వైరాగ్యమును పలు

సందర్భములలో ప్రదర్శించెను.

వాస్తవమునకు రణము దుర్యోధనుడు మరియు ధర్మరాజు నడుమ సంభవించి యుండెను. అర్జునుడు కేవలము తన అగ్రజుడైన ధర్మరాజు తరఫున పోరుటకు సిద్ధపడెను. ఆ విధముగా శ్రీకృష్ణార్జును లిరువురును ధర్మరాజు పక్షమున ఉండుటచే అతని విజయము తథ్యమై యుండెను. ప్రపంచమునెవరు పాలింపవలెనో నిర్ణయించుటకు ఆ యుద్ధము ఏర్పాటు చేయబడెను. అట్టి రాజ్యాధికారము యుధిష్ఠిరునకే సంప్రాప్తించునని సంజయుడు భవిష్యద్వాణిని పలికినాడు. అంతియేగాక యుద్ధ విజయానంతరము ధర్మరాజు మరింతగా సుఖసంపదలతో వర్ధిల్లుననియు ఇచ్చట భవిష్యత్తు నిర్ణయింపబడినది. ధర్మరాజు ధర్మాత్ముడు మరియు పవిత్రుడే గాక గొప్ప నీతిమంతుడగుటయే అందులకు కారణము. అతడు జీవితమున ఎన్నడును అసత్యమును పలికియుండలేదు.

భగవద్గీతను రణరంగమున ఇరువురు స్నేహితుల నడుమ జరిగిన సంభాషణగా భావించు మూఢులు పెక్కుమంది కలరు. కాని స్నేహితుల నడుమ జరిగెడి సాధారణ సంభాషణ లెన్నడును శాస్త్రము కాజాలదు. మరికొందరు అధర్మ కార్యమైన యుద్ధమునకు శ్రీకృష్ణుడు అర్జునుని పురికొల్పెనని తమ అభ్యంతరమును తెలుపుదురు. కాని వాస్తవమునకు భగవద్గీత దివ్య ధర్మోపదేశమనెడి నిజస్థితి ఇచ్చట స్పష్టముగా తెలుపబడినది. దివ్య ధర్మోపదేశమైన గీత యందలి నవమాధ్యాయపు ముప్పదినాలుగవ శ్లోకమున "మన్మనాభవ మద్భక్తః"యని తెలుపబడినది. అనగా ప్రతియొక్కరు శ్రీకృష్ణ భగవానునికి భక్తులు కావలసియున్నది. సర్వధర్మముల సారము శ్రీకృష్ణుని శరణు పొందుటయే (సర్వధర్మాన్ పరిత్యజ్య మామేకం శరణం వ్రజ). కనుక భగవద్గీత నీతి మరియు ధర్మముల దివ్య విధానములతో నిండియున్నది. ఇతర మార్గములు సైతము పవిత్రీకరణమొనర్చునవే యైనను మరియు అంత్యమున ఈ మార్గమునకే మనుజుని గొనివచ్చునవైనను భగవద్గీత యందలి చివరి ఉపదేశమే నీతి, ధర్మ విషయమున చరమోపదేశము. అదియే శ్రీకృష్ణభగవానుని శరణాగతి. అట్టి శరణాగతియే అష్టాదశాధ్యాయపు తుది నిర్ణయమై యున్నది.

ఆత్మానుభూతిని బడయుటకు తాత్త్వికచింతనము, ధ్యానమనునవి ఒక మార్గమైనను శ్రీకృష్ణునికి సంపూర్ణముగా శరణము నొందుట అత్యున్నత పూర్ణత్వమని భగవద్గీత ద్వారా మనము అవగతము చేసికొనవచ్చును.

గీతోపదేశముల సారాంశమిదియే. వర్ణాశ్రమధర్మములు, ఇతర ధర్మ విధానముల ననుసరించియున్న నియమపాలనా మార్గము గుహ్యజ్ఞానమై యున్నది. ధర్మము నందలి కర్మకలాపములు గుహ్యములేవైయైనను, ధ్యానము మరియు జ్ఞానసముపార్జనలు గుహ్యతరములై యున్నవి. ఇక సంపూర్ణభక్తిభావనలో శ్రీకృష్ణుని శరణుజొచ్చి భక్తియుతసేవలో నిలువుమనుటయే గుహ్యతమమైన ఉపదేశమై యున్నది. అదియే అష్టాదశాధ్యాయపు సారాంశము.

దేవదేవుడైన శ్రీకృష్ణుడే నిజమైన సత్యమనుట భగవద్గీత యొక్క ముఖ్యలక్షణము. పరతత్త్వము నిరాకారబ్రహ్మముగా, పరమాత్మగా, చివరకు దేవదేవుడైన శ్రీకృష్ణుడుగా మూడు దశలలో అనుభూతమగును. పరతత్త్వపు సంపూర్ణజ్ఞానమనగా శ్రీకృష్ణుని సంపూర్ణజ్ఞానమని భావము. కనుక శ్రీకృష్ణుని అవగతము చేసికొనినచో ఇతర జ్ఞానములన్నియును అట్టి అవగాహనపు అంశమాత్రములగును. శ్రీకృష్ణభగవానుడు సదా తన శాశ్వత ఆంతరంగశక్తి యందు నిలిచియున్న కారణముగా సదా దివ్యుడై యుండును. ఆతని శక్తి నుండి సృష్టించబడిన జీవులు రెండు తరగతులుగా విభజింపబడి నిత్యసిద్ధులు మరియు నిత్యబద్ధులుగా తెలియబడుచున్నారు. అసంఖ్యాకములుగా నున్న అట్టి జీవులందరు శ్రీకృష్ణుని అంశలే. భౌతికశక్తి ఇరువదినాలుగు భాగములుగా వ్యక్తము చేయబడినది. భౌతికజగము కాలముచే ప్రభావితము కాబడి, అట్టి భౌతికశక్తిచే సృష్టినొందుచు నశించు చుండును. ఈ విధముగా భౌతికజగము మరల మరల దర్శితమై అదృశ్యమగుచుండును.

దేవదేవుడైన శ్రీకృష్ణుడు, భౌతికప్రకృతి, జీవులు, నిత్యమైన కాలము, కర్మలనెడి ఐదు ముఖ్యవిషయములు భగవద్గీత యందు చర్చించబడినవి. ప్రతిదియు పూర్ణపురుషోత్తముడగు శ్రీకృష్ణుని పైననే ఆధారపడియున్నది. పరతత్త్వము యొక్క నిరాకారబ్రహ్మానుభూతి, పరమాత్మానుభూతి, మరియే ఇతర భావమైనను దేవదేవుడైన శ్రీకృష్ణుని అవగాహన యందే ఇమిడియున్నవి. దేవదేవుడు, జీవుడు, ప్రకృతి, కాలమనెడి అంశములు బాహ్యమునకు భిన్నములుగా తోచినను ఏదియును పరమపురుషునికి భిన్నముగా లేదు. అయినను ఆ పరమ పురుషుడు సదా అన్నింటి నుండియు భిన్నుడై యున్నాడు. ఇదియే శ్రీచైతన్య మహాప్రభువు తెలిపిన "అచింత్యభేదాభేదతత్త్వము" అనబడును. ఇట్టి తత్త్వమునందే పరతత్త్వపు పూర్ణజ్ఞానము ఇమిడియున్నది.

జీవుడు తన మూలస్థితిలో ఆత్మస్వరూపుడే. అతడు పరమాత్ముని అణు అంశ వంటివాడు. అనగా శ్రీకృష్ణుని సూర్యునితోను, జీవులను సూర్యరశ్మితోను పోల్చవచ్చును. జీవులు శ్రీకృష్ణుని తటస్థశక్తియైనందున కొన్నిమార్లు వారు భౌతికశక్తి తోడను, మరికొన్నిమార్లు ఆధ్యాత్మికశక్తి తోడను సంపర్కమును పొందెడి స్వభావమును కలిగియుందురు. అనగా జీవుడు శ్రీకృష్ణభగవానుని రెండుశక్తుల నడుమ స్థితిని కలిగియుండి, ఉన్నతశక్తికి చెందినవాడగుటచే అతి సూక్ష్మస్వతంత్రతను కలిగియుండును. అట్టి స్వాతంత్ర్యమును సద్వినియోగ పరచుకొనుట ద్వారా అతడు శ్రీకృష్ణభగవానుని ప్రత్యక్ష నిర్దేశమునకు రాగలడు. ఆ విధముగా అతడు హ్లాదినీశక్తి యందు తన సహజస్థితిని పొందగలడు.

శ్రీమద్భగవద్గీత యందలి "ఉపసంహారము- సన్న్యాసము యొక్క పూర్ణత్వము" అను అష్టాదశాధ్యాయమునకు భక్తివేదాంతభాష్యము సమాప్తము

గ్రంథకర్త పరిచయము

శ్రీ శ్రీల ఏ.సి. భక్తివేదాంతస్వామి ప్రభుపాదులవారు కలకత్తా నగరమున క్రీ.శ. 1896వ సంవత్సరమున జన్మించిరి. వారు తమ ఆధ్యాత్మికాచార్యులైన శ్రీభక్తిసిద్ధాంతసరస్వతీ గోస్వాముల వారిని కలకత్తాలో క్రీ.శ.1922వ సంవత్సరములో మొదటిసారి కలిసికొనిరి. ప్రముఖ భక్తిప్రచారకులును మరియు అరువదినాలుగు గౌడీయమఠములను (వైదికసంస్థలను) స్థాపించినవారును అగు భక్తిసిద్ధాంతసరస్వతీ గోస్వాములవారు ఆ తొలిసమాగమములోనే ప్రభుపాదులవారిని వేదజ్ఞానమును ప్రచారము చేయు దివ్య కార్యక్రమమునకు సమ్మతింపజేసిరి. శ్రీల ప్రభుపాదులవారు వారిని గురువుగా భావించి పదునొకండు సంవత్సరముల తరువాత యథావిధిగా దీక్షను గ్రహించిరి.

ప్రథమ సమావేశముననే శ్రీల భక్తిసిద్ధాంతసరస్వతీ గోస్వామివారు ఆంగ్లభాష ద్వారా వేదజ్ఞానమును ప్రచారము చేయుమని శ్రీల ప్రభుపాదులవారిని కోరిరి. తరువాతి సంవత్సరములలో శ్రీల ప్రభుపాదులవారు భగవద్గీతకు భాష్యమును వ్రాసి, గౌడీయమఠ కార్యక్రమములకు తోడ్పడి, క్రీ.శ.1944లో (Back To Godhead) భగవద్దర్శనమను ఆంగ్లపక్షపత్రికను స్థాపించిరి. అది ఇప్పుడు భారతదేశములో మరియు పాశ్చాత్యదేశములలో వారి శిష్యులచే ముప్పది కంటే ఎక్కువ భాషలలో కొనసాగించబడుచున్నది.

శ్రీల ప్రభుపాదులవారి భక్తి విజ్ఞానములను గుర్తించి క్రీ.శ.1947లో గౌడీయ వైష్ణవసంఘమువారు వారిని “భక్తివేదాంత” బిరుదముతో గౌరవించిరి.ఏబదినాలుగు సంవత్సరముల వయస్సులో (క్రీ.శ.1950)శ్రీల ప్రభుపాదులవారు పఠన మరియు రచనములకు అధికకాలమును వినియోగించు నుద్దేశ్యముతో వివాహజీవితము నుండి విరమించి వానప్రస్థాశ్రమమును స్వీకరించిరి. తరువాత పవిత్ర బృందావనమునకేగి అచ్చట మధ్యయుగ చరిత్ర కాలమునాటి రాధాదామోదర దేవాలయములో సాధారణ జీవితమును గడిపిరి. అచ్చట వారు నిరంతర రచనావ్యాసంగములో పెక్కు సంవత్సరములు నియుక్తులై యుండి

క్రీ.శ.1959వ సంవత్సరమున సన్న్యాసాశ్రమమును స్వీకరించిరి. రాధాదామోదర దేవాలయమున శ్రీల ప్రభుపాదులవారు తమ జీవిత ముఖ్యరచనయైన అష్టాదశసహస్ర శ్లోకములతో కూడిన శ్రీమద్భాగవతమును బహుసంపుటములలో అనువదించి దానిపై భాష్యమును వ్రాయుట నారంభించిరి. ఆ సమయమున వారు గ్రహాంతర సులభయానము అను చిన్నపుస్తకమును రచించిరి.

శ్రీమద్భాగవతమునందలి మూడు సంపుటములను ప్రచురించిన పిమ్మట శ్రీల ప్రభుపాదులవారు తమ ఆధ్యాత్మికాచార్యుల కోరికను నెరవేర్చుటకై క్రీ.శ.1965లో అమెరికాసంయుక్త రాష్ట్రముల కేగిరి. అట్లువారు వాణిజ్యనౌకలో మొదట న్యూయార్కు నగరమున కేగినప్పుడు వారివద్ద ధనము ఏ మాత్రము లేకుండెను. సమస్త వేదజ్ఞానసారమైన భగవద్గీత మరియు శ్రీమద్భాగవతముల లక్ష్యమును సర్వులకు ఎరుకపరచి వారిని కృష్ణభక్తులను చేయుటకై అతికష్టముతో క్రీ.శ.1966 జూలైలో అంతర్జాతీయ కృష్ణచైతన్యసంఘమును స్థాపించిరి. భగవద్గీత, భాగవతము, చైతన్యచరితామృతముల వంటి దివ్యగ్రంథములకు ప్రతిపదార్థ తాత్పర్యములతో కూడిన దివ్యభాష్యమును వ్రాసిరి. శ్రీమద్భాగవతము నందలి పదునెనిమిదివేల శ్లోకములకు వారు వ్రాసిన అర్థతాత్పర్య భాష్యములు నభూతోనభవిష్యతిగా అలరారుచున్నవి. ఆంగ్లమున రచింపబడిన ఆ భాష్యము దాదాపు పదునెనిమిది సంపుటములుగా నుండి వివిధభాషలలోనికి అనువాదము చేయబడినది. క్రీ.శ.1977 నవంబర్ 14వ తేదీన కృష్ణధామమునకు తిరిగి చేరుటకు ముందు ఆయన స్థాపించిన అంతర్జాతీయ కృష్ణచైతన్యసంఘము వంద కంటే అధికములైన ఆశ్రమముల తోడను, గురుకులముల తోడను, దేవాలయముల తోడను వ్యవసాయ క్షేత్రీయ సమాజముల తోడను కూడిన ప్రపంచవ్యాప్తమైన సమాఖ్యగా రూపొందెను.

పశ్చిమవర్జీనియాలో నవబృందావనమను పేర ఆధ్యాత్మిక కేంద్రమును స్థాపించి వైదిక గురుకుల విద్యావిధానమును పాశ్చాత్యదేశీయులకు వారే పరిచయము చేసియుండిరి.

శ్రీల ప్రభుపాదులవారు భారతదేశమునందు గీతా, భాగవతప్రచారములకై పెక్కు అంతర్జాతీయ భక్తికేంద్రములను నిర్మింపజేసిరి. వారు పశ్చిమబెంగాలులోని శ్రీధామ మాయాపూర్ నందు ఆధ్యాత్మికనగర నిర్మాణమునకై నిర్ణయించి

యుండిరి. అతి విస్తృతమైన ఈ పథకనిర్మాణమునకు పలు సంవత్సరములు పట్టవచ్చును. భారతదేశము నందలి బృందావనములో మహోన్నతమైన కృష్ణబలరామ దేవాలయమును మరియు అంతర్జాతీయ అతిథిగృహమును నిర్మింపజేసిరి. ముంబాయిలో ప్రధాన సాంస్కృతిక విద్యాకేంద్రమును ఆయన స్థాపించిరి. భారతదేశమున సుమారు ఏబదికి పైగా ముఖ్యస్థానములలో కృష్ణమందిరములను ఆయన నిర్మింపజేసిరి.

గ్రంథరచనయే ప్రభుపాదులవారి ముఖ్యాతిముఖ్యమైన సేవ. ప్రామాణికతకు మరియు చక్కని వివరణకు పెట్టినపేరై నిలిచి విద్వాంసులచే కొనియాడబడుచు ఆయన గ్రంథములు అసంఖ్యాకములైన కళాశాల తరగతులకు ప్రామాణికమైన పాఠ్యగ్రంథములుగా ఉపయోగపడుచున్నవి. వారి రచనలు నలుబది కంటే ఎక్కువ భాషలలోనికి అనువదింపబడినవి. ఈ విధముగా వారి గ్రంథములను ప్రచురించుటకు క్రీ.శ.1972లో స్థాపింపబడిన భక్తివేదాంత గ్రంథసంస్థ భారతీయ ఆధ్యాత్మిక తత్త్వరంగములో ప్రపంచము నందంతటను మిక్కిలి పెద్దదైన సంస్థగా రూపొందినది.

వార్ధక్యము సమీపించినను సుమారు పండ్రెండు సంవత్సరములలో గీతా, భాగవతముల యథార్థతత్త్వమును తెలియజేయుటకై శ్రీల ప్రభుపాదులవారు ప్రపంచము నందంతటను పదునాలుగుమార్లు ఉపన్యాస యాత్రలు సాగించుచు ఆరుఖండములందు పర్యటించిరి. ఇట్టి నిరంతర కార్యక్రమమగ్నులయ్యును ప్రభుపాదులవారు విరివిగా రచనలు గావించుచునే యుండిరి. వారి రచనలను నిజముగా వేద, ధర్మ, సాహిత్య, సంస్కృతులకు సంబంధించిన గ్రంథ భాండాగారములని చెప్పవచ్చును.

శ్రీశ్రీ బలదేవ అచ్యుతులకు జయము!!!

గ్రంథాన్వయములు

ఈ భగవద్గీత యథాతథము నందలి భాష్యములు ప్రామాణిక ఆచార్యులచే బలపరుపబడినవి. వాని యందు ఈ క్రింది ప్రామాణిక శాస్త్రములు ఉదహరింపబడినవి.

అమృతబిందూపనిషత్తు
అథర్వాణవేదము
భక్తిరసామృతసింధువు
బ్రహ్మసంహిత
బ్రహ్మసూత్రములు
బృహదారణ్యకోపనిషత్తు
బృహద్విష్ణుస్మృతి
బృహన్నారదీయ పురాణము
చైతన్యచరితామృతము
ఛాందోగ్యోపనిషత్తు
గర్గోపనిషత్తు
గీతామహత్మ్యము
గోపాలతాపన్యుపనిషత్తు
హరిభక్తివిలాసము
ఈశోపనిషత్తు
కఠోపనిషత్తు
కౌశీతకీ ఉపనిషత్తు
కూర్మపురాణము
మాధ్యందినాయనశృతి
మహాభారతము
మహోపనిషత్తు
మాండూక్యోపనిషత్తు
మోక్షధర్మము
ముండకోపనిషత్తు
నారదపంచరాత్రము
నారాయణోపనిషత్తు
నారాయణీయము
నిరుక్తి (నిఘంటువు)
నృసింహపురాణము
పద్మపురాణము
పరాశరస్మృతి
ప్రశ్నోపనిషత్తు
పురుషబోధినీ ఉపనిషత్తు
ఋగ్వేదము
సాత్వతతంత్రము
శ్రీమద్భాగవతము
స్తోత్రరత్నము
సుబలోపనిషత్తు
శ్వేతాశ్వతరోపనిషత్తు
తైత్తిరీయోపనిషత్తు
ఉపదేశామృతము
వరాహపురాణము
వేదాంతసూత్రము
విష్ణుపురాణము
యోగసూత్రము

శ్లోకానుక్రమణిక

ఆ

ఇ

ప

బ

హ